นายอินทร์
ผู้ปิดทองหลังพระ

พระบาทสมเด็จพระเจ้าอยู่หัวภูมิพลอดุลยเดชฯ ทรงแปล

จากเรื่อง A MAN CALLED INTREPID

โดย WILLIAM STEVENSON

นายอินทร์ ผู้ปิดทองหลังพระ

พิมพ์ครั้งที่	๑	จำนวน	๑๐,๐๐๐	เล่ม	๕	ธันวาคม	๒๕๓๖
พิมพ์ครั้งที่	๒	จำนวน	๑๐,๐๐๐	เล่ม	๑๐	ธันวาคม	๒๕๓๖
พิมพ์ครั้งที่	๓	จำนวน	๑๐,๐๐๐	เล่ม	๑๕	ธันวาคม	๒๕๓๖
พิมพ์ครั้งที่	๔	จำนวน	๑๐,๐๐๐	เล่ม	๒๐	ธันวาคม	๒๕๓๖
พิมพ์ครั้งที่	๕	จำนวน	๑๐,๐๐๐	เล่ม	๒๕	ธันวาคม	๒๕๓๖
พิมพ์ครั้งที่	๖	จำนวน	๑๐,๐๐๐	เล่ม	๓๐	ธันวาคม	๒๕๓๖
พิมพ์ครั้งที่	๗	จำนวน	๑๐,๐๐๐	เล่ม	๕	มกราคม	๒๕๓๗
พิมพ์ครั้งที่	๘	จำนวน	๑๐,๐๐๐	เล่ม	๑๐	มกราคม	๒๕๓๗
พิมพ์ครั้งที่	๙	จำนวน	๑๐,๐๐๐	เล่ม	๑๕	มกราคม	๒๕๓๗
พิมพ์ครั้งที่	๑๐	จำนวน	๑๐,๐๐๐	เล่ม	๒๐	มกราคม	๒๕๓๗
พิมพ์ครั้งที่	๑๑	จำนวน	๑๐,๐๐๐	เล่ม	๒๕	มกราคม	๒๕๓๗
พิมพ์ครั้งที่	๑๒	จำนวน	๑๐,๐๐๐	เล่ม	๑๕	มิถุนายน	๒๕๓๗
พิมพ์ครั้งที่	๑๓	จำนวน	๑๐,๐๐๐	เล่ม	๑๕	กันยายน	๒๕๓๗
พิมพ์ครั้งที่	๑๔	จำนวน	๑๐,๐๐๐	เล่ม	๙	มิถุนายน	๒๕๓๙
พิมพ์ครั้งที่	๑๕	จำนวน	๔,๐๐๐	เล่ม	๔	มีนาคม	๒๕๔๕
พิมพ์ครั้งที่	๑๖	จำนวน	๕,๐๐๐	เล่ม	๓๐	มิถุนายน	๒๕๔๙

ราคา ๔๕๐ บาท

ISBN 974-8361-54-3

จัดพิมพ์และจัดจำหน่ายโดย

บริษัทอมรินทร์พริ้นติ้งแอนด์พับลิชชิ่ง จำกัด (มหาชน)
๖๕/๑๖ ถนนชัยพฤกษ์ ตลิ่งชัน กรุงเทพฯ ๑๐๑๗๐
นางเมตตา อุทกะพันธุ์ ผู้พิมพ์ผู้โฆษณา พ.ศ. ๒๕๔๙

จัดพิมพ์และจัดจำหน่ายเพื่อหารายได้สมทบทุนมูลนิธิชัยพัฒนา

หนังสือเรื่อง "นายอินทร์ ผู้ปิดทองหลังพระ" นี้ พระบาทสมเด็จพระเจ้าอยู่หัวทรงใช้เวลาว่างวันละเล็กละน้อยแปลจากต้นฉบับภาษาอังกฤษเรื่อง "A MAN CALLED INTREPID" ของ WILLIAM STEVENSON เป็นเวลาประมาณสามปี (ระหว่าง ๒๐ มิถุนายน พ.ศ. ๒๕๒๐ ถึง ๒๕ มีนาคม พ.ศ. ๒๕๒๓) จึงจบบริบูรณ์.

เอกสารเรื่อง "นายอินทร์ ผู้ปิดทองหลังพระ" พระบาทสมเด็จพระเจ้าอยู่หัวได้เคยพระราชทานแก่ผู้ทรงรู้จักคุ้นเคยเมื่อทรงแปลเสร็จ แต่ยังมิได้เคยรวบรวมจัดพิมพ์ขึ้น.

เนื่องในวโรกาสที่ทรงจำเริญพระชนมายุ ๖๖ พรรษา ณ วันที่ ๕ ธันวาคม พุทธศักราช ๒๕๓๖ พระบาทสมเด็จพระเจ้าอยู่หัวทรงพระกรุณาโปรดเกล้าโปรดกระหม่อมให้บริษัทอมรินทร์พริ้นติ้งแอนด์-พับลิชชิ่ง จำกัด (มหาชน) จัดพิมพ์และจัดจำหน่ายเพื่อหารายได้สบทบทุนมูลนิธิชัยพัฒนา.

พระตำหนักจิตรลดารโหฐาน
๕ ธันวาคม พุทธศักราช ๒๕๓๖

ERNST, CANE, BERNER & GITLIN
COUNSELLORS AT LAW
7 WEST 51 STREET
NEW YORK 10019

PAUL GITLIN
JONATHAN S. GITLIN

TELEPHONE (212) 586-1640

TELEX: 428369
CABLE ADDRESS "ERFOCA, N.Y."

April 28, 1986

The Honorable M. L. Birabhongse Kasemsri
Permanent Representative of Thailand to
the United Nations
628 Second Avenue
New York, New York 10019

Re: A MAN CALLED INTREPID
by William Stevenson

Dear Ambassador:

This letter will constitute the necessary permission for His Majesty, The King of Thailand, to translate and publish in the Thai language a translation of the book entitled A MAN CALLED INTREPID, by William Stevenson, for distribution without charge to schools within the educational system of Thailand.

Also, the grant of this permission includes the right to sell such translated Work solely for the purpose of raising funds for the support of charitable causes within The Kingdom of Thailand.

There is no monetary charge for this permission except it is agreed that six (6) free copies of the Work when published will be forwarded to Mr. Stevenson care of the above address, and you agree that on the page following the title page the following legend will be printed:

Translated from the English Language:
A MAN CALLED INTREPID by William Stevenson
Copyright © 1976

If the foregoing is acceptable, would M.L. Thawisan Ladawan, His Majesty's Principal Private Secretary, please sign and return a copy of this agreement.

ACCEPTED
ON BEHALF OF HIS MAJESTY,
THE KING OF THAILAND

Thawisan Ladawan
M.L. THAWISAN LADAWAN

Sincerely yours,

William Stevenson

By Paul Gitlin
Paul Gitlin, Attorney-in-Fact

Who is the happy Warrior . . .

That every man in arms would wish to be?

—It is the generous spirit . . .

Who, doomed to go in company with Pain,

And Fear, and Bloodshed . . .

Turns his necessity to glorious gain. . . .

And in himself possess his own desire . . .

And therefore does not stoop, nor lie in wait

For wealth, or honors, or for worldly state . . .

And, through the heat of conflict, keeps the law

In calmness made, and sees what he foresaw.

William Wordsworth

นายอินทร์ ผู้ปิดทองหลังพระ

นักรบใด ใจมั่น พลันเริงร่า
สู้สุดฤทธิ์ ในกิจ ทั้งหนักเบา
เป็นเกลอกับ ทุกข์กล้า แสนสาหัส
ถึงขามจิต โลหิตซับ กับพสุธา
แลเห็นความ ลำเค็ญ เป็นประโยชน์
ตั้งจิตไว้ ไม่พรั่น ด้วยมั่นคง
ไม่ยอมลด กายใจ ให้ต่ำต้อย
ซึ่งยศศักดิ์ อัครฐาน ศฤงคารตน
กฎอันใด แม้วางไว้ ในยามสงบ
ดำเนินตาม ที่เห็นชัด ในหัทยา

ถ้วนทหาร ปรารถนา เป็นเช่นเขา
ยอมรับเอา ด้วยมโน อันโอฬาร์
อันตราย สารพัด ไม่หน่ายหน้า
ใจเย็นได้ ไม่ว้า หวั่นพะวง
อันช่วงโชติ ชวลิต น่าพิศวง
และอาจอง ทะนงรัก ศักดิ์แห่งตน
เพื่อจะคอย ตวงตัก แม้สักหน
หมายเกิดผล คือความดี ที่ศรัทธา
ปองเคารพ ชูเชิด ให้เจิดจ้า
ว่าเป็นภา–ระเลิศ ประเสริฐจริง.

วิลเลียม เวิร์ดส์เวอร์ธ

สารบัญ

ภาคที่สอง
สู้ต่อไป

ภาคที่สาม
ความผิดที่อาจถูกฟ้องขับไล่

ภาคที่สี่
เอาละวา

ภาคที่ห้า

ลักษณะ อุบาทว์ และแหวกแนว

ภาคที่หก

อวสานของระยะเริ่มต้น

ปัจฉิมบท

ทัศนียภาพจากเกาะ อีกเกาะหนึ่ง

นายอินทร์ ผู้ปิดทองหลังพระ

(A Man Called Intrepid)

วิลเลียม สตีเวนสัน (William Stevenson) เขียนเรื่อง
สงครามลับ และ เซอร์ วิลเลียม สตีเฟนสัน (Sir William Stephenson)
ผู้เป็นหัวหน้าข่ายจารกรรม ในสงครามโลกครั้งที่สอง

จุดเริ่มต้น

คำนำ

นายอินทร์ (เซอร์ วิลเลียม สตีเฟนสัน) เขียนเอง

ในระยะเวลาสองปีที่สหรัฐอเมริกายังมิได้เข้าร่วมสงครามอย่างเป็นทางการนั้น ประธานาธิบดี แฟรงกลิน ดิลาโน รูสเวลท์ ก็ได้สนับสนุนสงครามลับเพื่อต่อสู้อำนาจมืดของความกดขี่อยู่แล้ว. ต่อไป เมื่อถูกโจมตีอย่างกะทันหัน สหรัฐจึงผลัดเครื่องแบบเต็มยศของนักการทูตมาสวมเครื่องแบบสนามของทหาร. ในที่สุดข้าศึก . . คือเยอรมันของนาซี จักรวรรดิญี่ปุ่น อิตาลีของฟาสซิสต์ รวมทั้งรัฐหุ่นอื่น ๆ . . ได้แสดงตัวออกมาอย่างเปิดเผยแล้ว. แต่ว่าสงครามลับก็ยังต้องดำเนินต่อไปอย่างลับ ๆ.

โดยเหตุผลที่เด่นชัด ไม่เคยมีการเปิดเผยข้อมูลต่าง ๆ ของกิจการดังกล่าวอย่างครบถ้วน. ข้อมูลทั้งหมดเป็นที่รู้ของคนไม่กี่คน. บางข้อ ไม่เคยเขียนลงเป็นลายลักษณ์อักษร. ที่เป็นเอกสาร ก็เป็นลับสุดยอด. และในระยะเวลา ๓๕ ปี ต้องปกปิดไว้โดยมีกฎหมายสงวนเอกสารลับของอังกฤษบังคับ. แม้แต่ในกาลบัดนี้ บางเรื่องก็ยังต้องปกปิดไว้ ยอมเปิดเผยไม่ได้ ด้วยเหตุผลที่อาจมองเห็นไม่เด่นชัดนัก. แต่ในด้านประวัติศาสตร์. . คือ ข้อเท็จจริงและเหตุผล. . ไม่มีสาระสำคัญใดที่จะต้องปกปิดแล้วในบัดนี้.

ในปี (ค.ศ.) ๑๙๔๐ รูสเวลท์ได้รับข่าวสารเกือบมิเว้นแต่ละวัน เป็นหลักฐานยืนยันว่าฮิตเลอร์กำลังดำเนินแผนอุบาทว์ในอันที่จะขึ้นเป็นเจ้าโลก โดยใช้ความโหดเหี้ยม การหลอกลวง และการยกกรีธาทัพ. รูสเวลท์จึงเห็นชัดว่าหากอังกฤษปราชัยศึกสงครามเมื่อใด สหรัฐก็จะเริ่มถูกบุกแหลกเมื่อนั้น. ข่าวที่รูสเวลท์ได้รับนั้น ข้าพเจ้าเป็นผู้ส่งให้เองในฐานะเป็นผู้แทนลับพิเศษของ วินสตัน เชอร์ชิลล์

และในฐานะหัวหน้าสำนักงานรักษาความปลอดภัยอังกฤษ (British Security Coordination). สำนักงานนี้มีที่ตั้งในนิวยอร์ก เป็นองค์การที่ทำท่าจะไม่สำคัญนัก แต่อันที่จริง เป็นศูนย์รวมของราชการลับทั้งหมดของอังกฤษ. รูสเวลท์ทราบตระหนักว่าอเมริกาได้ตั้งตัวตั้งจิตตั้งใจให้อยู่โดดเดี่ยวนับแต่สงครามโลกครั้งที่หนึ่ง ทั้งได้ถือว่าทะเลเป็นรั้วเป็นกำแพง เท่ากับได้ตั้งตัวอยู่ในความประมาท จนจะไม่สามารถเผชิญหรือปัดเป่าการบุกรุกที่จะใช้วิทยาการสมัยใหม่ในการยุทธ การโฆษณาชวนเชื่อ และจารกรรม. รูสเวลท์ต้องอาศัยเวลาและโอกาสเพื่อกระตุ้นให้ชาวอเมริกันรู้ตัวและสะสมอาวุธ โดยยังไม่ต้องกระโจนเข้าศึกสงคราม. ฝ่ายเชอร์ชิลล์ตกที่นั่งหนักยิ่งกว่ามาก ต้องขวนขวายทุกวิถีทางที่จะหาอาวุธยุทโธปกรณ์ เพื่อให้อังกฤษซึ่งกำลังถูกบุกโจมตีอย่างยับเยิน มีทางต่อสู้บ้าง และอยู่รอด แม้จะดูมืดมัวเต็มที. กล่าวได้ว่าผู้นำที่สามารถคิดการณ์ไกลในผลประโยชน์ของชาติของตน โดยเชื่อว่าการร่วมแรงร่วมใจของชาติต่าง ๆ ที่รักเสรีเป็นทางเดียวเพื่อต่อต้านผู้ที่ประสงค์ครองโลกเท่านั้น ที่จะสามารถตัดสินใจเข้าข้างอังกฤษ แม้ดูจะไม่มีหวังนัก. ดูเหมือนเป็นการแทงม้าที่มีหวังน้อยนัก แต่รูสเวลท์ออกจะเป็นนักการพนันมือสูงที่หาเทียมยาก.

เมื่อญี่ปุ่นเข้าโจมตีเพิร์ล ฮาร์เบอร์ (Pearl Harbor) และฮิตเลอร์ประกาศสงครามกับอเมริกา การเจรจาอย่างผู้ดีทางการทูตก็ปิดฉากลงโดยฉับพลัน. ยุทธการทางทะเลและทางบกขึ้นมาแทนที่ในสายตาของมหาชน แม้การวางแผนเป็นความลับที่สุด แต่ปฏิบัติการยุทธก็ปรากฏขึ้นเป็นข่าวครึกโครม โดยผู้สื่อข่าวที่กล้าตายได้ติดตามอย่างใกล้ชิด. แต่สงครามลับซึ่งขยายตัวอย่างมากมายและสลับซับซ้อน ยังคงดำเนินอย่างลับ ๆ เงียบ ๆ ตามสภาพกิจการหลังฉาก. ยกเว้นเพียงไม่กี่กรณีแล้ว เหตุการณ์สำคัญด้านนี้ยังคงปกปิดจนทุกวันนี้.

หลังจากที่หลายปีได้ล่วงมาจนป่านนี้ เหตุไฉนจะต้องขุดเรื่องเก่าเหล่านั้นมาเล่าสู่กันฟัง. ข้าพเจ้ามีความเห็นว่ามีเหตุผลหลายประการที่จะต้องเปิดเผย.

ในด้านส่วนบุคคลล้วน ๆ ข้าพเจ้าถือว่าการเล่าเรื่องเป็นการสดุดีเกียรติคุณของผู้กล้าหาญทั้งหญิงชายจากหลายชาติ ที่ยอมอาสาต่อสู้อย่างนอกแบบแหวกแนว. บุคคลเหล่านี้ต้องฝ่าอันตรายน่าสยอง โดยไม่ได้รับการคุ้มครองหรือสิทธิใด ๆ ที่พึงได้จากการสวมเครื่องแบบทหารประจำการ ต้องรับผิดชอบในชีวิตของคนอื่นนับไม่ถ้วน โดยรับงานที่ต้องทำอย่างโดดเดี่ยว ทั้งไม่มีคำสั่งเป็นมั่นเหมาะ

และบ่อยครั้งจะต้องตัดสินใจเองแต่ลำพัง ในเรื่องที่อาจทำให้ญาติพี่น้องและเพื่อนร่วมชาติของตนต้องล้มตายลงอย่างอเนจอนาถ. มีเจ้าหน้าที่และผู้ต่อสู้เพื่อชาติหลายต่อหลายคนที่ต้องถูกฝังไว้ในหลุมศพที่ไม่จารึกนามหรือแม้ที่ใดก็ไม่ทราบ. น้อยคนที่จะได้รับการกล่าวขวัญถึง นอกจากการบันทึกชื่อในเอกสารลับ. ส่วนใหญ่ผู้ที่รอดตายมาก็กลับมาทำอาชีพธรรมดา โดยไม่ได้รับเกียรติหรือรางวัลใด ๆ. ผู้ที่ได้กล่าวถึงในหนังสือเล่มนี้ เป็นเพียงส่วนน้อยในจำนวนคนเป็นกองทัพมหึมาซึ่งโลกเสรีเป็นหนี้บุญคุณอันจะไม่มีทางใช้คืน.

แต่มีเหตุผลสำคัญยิ่งเสียกว่าด้านส่วนบุคคล ในการที่จะต้องเปิดเผยเรื่องราวและเหตุการณ์เหล่านี้.

หลังจากที่อำนาจฝ่ายอักษะ (Axis Powers) ยอมแพ้อย่างไม่เป็นท่าในปี ๑๙๔๕ สำนักงาน บี.เอ็ส.ซี. (British Security Coordination) อันเป็นกลไกสลับซับซ้อนก็สลายตัวและหมดสภาพไปอย่างเงียบ ๆ. สำนักงานนี้ได้ตั้งขึ้นเมื่อศึกสงครามอยู่ในขั้นร่อแร่ และได้ปฏิบัติงานมาอย่างดุเดือดจนกระทั่งถึงชัยชนะอันชื่นบาน. สัมพันธไมตรีอันเกรียงไกรได้ผ่านการทดสอบอันร้อนแรง. ไฟเผาผลาญของสงครามได้ตัดชีวิตสิบเอ็ดล้านชีวิต แต่ไม่สามารถตัดเสียงระงมจากแดนสนธยาสิบเอ็ดล้านเสียงที่ประท้วงความโหดร้ายของความป่าเถื่อนในสมัยปัจจุบัน. ลอนดอน เบอร์ลิน ฮิโรชิมา และถาวรวัตถุอื่น ๆ อันเป็นเครื่องหมายของอารยธรรม ต้องกลายเป็นซากปรักหักพัง และกลายเป็นสัญลักษณ์อนุสรณ์แห่งความน่าสยองของสงครามเบ็ดเสร็จแผนสมัยใหม่ ซึ่งปราศจากกฎเกณฑ์ ไม่ละเว้นผู้ที่ไม่เป็นพลรบ ทารก ผู้พิการหรือทุพพลภาพ. นี่เป็นผลด้านหนึ่งของมหาสงคราม. แต่อีกด้านหนึ่งหลักการของสหประชาชาติก็เริ่มให้ความหวังว่านานาชาติจะยอมรับการเจรจากันด้วยเหตุผลเสียที. และคดีอาชญากรสงครามที่นูเรมเบิร์ค (Nuremberg) แสดงว่าโลกเริ่มตื่นตัวในความยุติธรรมระดับโลก และเห็นว่าอาชญากรรมต่อมนุษยชาติต้องได้รับโทษ. ตอนนั้น เราทั้งหลายตั้งความหวังอย่างแรงกล้า ว่าโลกนี้จะเริ่มศักราชแห่งความอยู่ร่วมกันด้วยความสงบและปลอดภัย.

สงครามลับนั้นเป็นศัตราวุธที่มีประสิทธิภาพอย่างน่าเกรงขาม และต้องสร้างขึ้น เพราะความจำเป็นของยามรบพุ่ง แต่ไม่มีที่ใช้ในการงานของยามสงบ. ข้าพเจ้าเองโล่งใจอย่างยิ่งเมื่อนายอินทร์ (Intrepid) อันเป็นนามรหัสของหัวหน้าข่ายราชการลับต้องหมดสภาพตัวตนลง. ข้าพเจ้าจึงปิดแฟ้มของ บี.เอ็ส.ซี. ด้วย

ความหวังว่าจะไม่มีวันต้องเปิดออกมาใช้อีกเลย.

อาจเป็นความคิดหวังที่ออกจะห้าวหาญเกินไปหน่อย ที่จะคิดว่าในโลกแห่งความจริงเราจะหนีผลของกรรมได้ หรือเลิกคบกับความชั่วที่เราเคยคบ หรือเลิกค้นคิดอาวุธร้ายแล้วนำส่วนที่ยังเหลืออยู่ไปซุกซ่อนไว้ในที่ที่ปลอดภัย. แล้วแหละในยามที่สิ่งปรักหักพังจากสงครามโลกครั้งที่สองยังคงตำตาอยู่ ความเหม็นโฉ่ยังไม่ทันระเหยไป นานาชาติก็เริ่มแตกแยกกันออกเป็นเสี่ยง ๆ เป็นค่ายเป็นก๊ก เริ่มขู่เข็ญกัน จนกระทั่งใช้ความรุนแรงและศึกสงคราม. ความมั่นใจในความสงบของสันติภาพกลายเป็นเพียงฝันหวานที่บอบบาง. เซอร์ วินสตัน เชอร์ชิลล์ เขียนภายหลังว่า “ . . . แล้วมหาอำนาจฝ่ายประชาธิปไตยจึงมีชัย . . . และจึงสามารถกลับมาทำสิ่งเฟื่อง ๆ บ้า ๆ บอ ๆ อีกอย่างเดิม อันเป็นการกระทำที่จวนจะนำเราไปสู่หายนะ . . . ”

เชอร์ชิลล์นับว่ามีทิพยจักษุ แต่ก็ยังไม่เห็นว่าความเฟื่องที่เขากล่าวถึงจะเป็นเรื่องบ้าบอสุดขีด คือการเจรจาทางการทูตโดยใช้การขู่เข็ญด้วยอาวุธนิวเคลียร์ การนำยุทธวิธีของผู้ต่อสู้เพื่อชาติมาเป็นหลักปฏิบัติของพวกบ้าคลั่งและกระบวนการก่อการร้าย การพัฒนาประสิทธิภาพขององค์การลับต่าง ๆ จนเป็นภัยต่อหลักธรรมของชาติที่องค์การเหล่านี้ควรจะมีหน้าที่ปกป้อง. อย่างไรก็ตาม เชื้อแห่งความชั่วมหันต์ดังนี้ได้แทรกเข้าไปในกิจการลับระหว่างสงครามโลกครั้งที่สองแล้ว. ปัญหาที่หนักหน่วงยิ่งจึงเกิดขึ้นหลายเรื่อง คือปัญหาว่าเหตุการณ์สำคัญ ๆ จะกำลังอยู่ใต้ควบคุมของกลุ่มบุคคลจำนวนจำกัดที่ปฏิบัติงานอย่างลับ ๆ หรือเปล่า ปัญหาว่าจะมีพวกมืออาชีพที่เห็นแก่อำนาจส่วนตัว กำลังหลอกล่อและล่อลวงผู้ที่มีหน้าที่ทางการข่าวหรือไม่. พลังของผู้ปฏิบัติราชการลับเคยมีแต่เสียสละและเคยมีบทบาทหนักเป็นหลักในการช่วยให้โลกเสรีพ้นจากความแหลกลาญ ไม่ต้องคานแอกแห่งความเป็นทาส. หลังจาก ๓๐ ปี พลังนี้หายไปไหนหมด. บัดนี้ เพื่อให้หมดสงสัยในปัญหาเหล่านี้ จึงต้องกลับไปศึกษาเหตุการณ์ที่ผ่านมา. ดังนี้ ถึงเวลาแล้วที่เราจะต้องกลับไปเปิดแฟ้มที่ได้ปิดมาหลายปี.

การเปิดแฟ้มมาค้นเรื่องเดิมไม่น่าจะเป็นเรื่องยากอะไร แต่มีอุปสรรคนานาประการ. ในระยะหลายปีนับแต่สิ้นสงคราม ได้มีการรวบรวมและการตีพิมพ์โฆษณาข้อมูลผิด ๆ จำนวนเป็นกอง. ส่วนใหญ่เป็นการเรียบเรียงเรื่องอ่านเล่นที่มีจุดมุ่งหมายที่จะหากินหาชื่อเสียง โดยไม่คำนึงถึงความจริงแม้แต่น้อย. แต่ก็มีการ

เขียนที่จริงจัง ที่อาศัยการค้นคว้าอย่างสุดฝีมือจนหมดแรง (แต่ก็ยังไม่สุดทางจนหมดเปลือก) ซึ่งยังผลงานที่ไม่ครบถ้วน จึงกลายเป็นรายงานที่ไม่ถูกต้องโดยไม่เจตนา. การปิดความลับอย่างเคร่งครัดก็เป็นอุปสรรคต่อนักค้นคว้าที่ตั้งใจหาความจริง. และนับว่าเป็นสิ่งน่าขบขันอยู่ ที่เรื่องบางเรื่องซึ่งเราปรุงขึ้นเองเพื่อลวงฝ่ายตรงข้าม ก็ยังคงเป็นที่เชื่อถือกันทั่วไปว่าเป็นความจริง. (ในที่นี้ความจริงถูกเหยียบย่ำ แต่เราก็ภูมิใจได้ว่าเราเป็นนักแต่งเรื่องที่สามารถ). ในหลายกรณี มีการต่อเติมเรื่องโลดโผนเพื่อความตื่นเต้น แต่หากทราบข้อเท็จจริงแท้ๆ ที่ไม่ต้องแต่งเติมเลย จะเป็นเรื่องน่าทึ่งยิ่งกว่า. การจะแก้เรื่องแต่งเติมหรือวิจารณ์แม้แต่น้อยก็กระทำไม่ได้ เพราะต้องรักษาความลับโดยเคร่งครัด. มาบัดนี้เราจะทำลายความเข้าใจผิดที่ฝังลึกมานานแล้ว และเรื่องคาดคะเนที่ไม่เคยมีการปฏิเสธได้หรือยัง.

ในเอกสารต่างๆ ของ บี.เอ็ส.ซี. มีเรื่องเหตุการณ์กว้างขวางและสลับซับซ้อนจำนวนมหาศาล. นักเขียนและนักประวัติศาสตร์ชื่อ คอร์นีลิอัส ไรแอน (Cornelius Ryan) ได้รับทาบทามให้เขียนเรื่องสงครามลับ จึงไปดูเอกสารของสำนักงานกิจการยุทธศาสตร์ของสหรัฐ (U.S. Office of Strategic Services) ซึ่งทำหน้าที่เหมือน บี.เอ็ส.ซี. ไรแอนรายงานในหนังสือพิมพ์ นิวยอร์ก ไทมส์ (New York Times) ฉบับวันที่ ๑๗ กันยายน ๑๙๗๒ ว่า "เมื่อก้าวเข้าไปในโลกน่ามหัศจรรย์นั้น แม้แต่ในเวลาสั้น ข้าพเจ้าก็ทราบแน่ชัดแล้วว่านั่นคือภาระที่น่าเกรงขามสำหรับนักประวัติศาสตร์. จำนวนเจ้าหน้าที่ผู้ชำนาญการที่เคยทำงาน โอ.เอ็ส.เอ็ส. จึงจะหาข้อเท็จจริงและแยกความจริงจากที่ปรุงแต่งได้ เพราะงานข่าวลับมีหลายแง่หลายมุมเหลือเกิน."

เคราะห์ดีที่เจ้าหน้าที่ฝ่ายประวัติศาสตร์ของ บี.เอ็ส.ซี. ได้รวบรวมเอกสารเป็นระเบียบ ทำเป็นบันทึกสรุปขึ้น ซึ่งข้าพเจ้าเองได้ชี้แจงไว้ว่าบันทึกนี้เป็นเอกสาร "ที่จะใช้ค้นคว้าได้ หากมีความจำเป็นที่จะปฏิบัติงานลับแบบนี้อีกในอนาคต". บันทึกนี้รวมเป็นเล่มหนาๆ หลายเล่ม และมีหลักฐานประกอบต่างๆ ซึ่งบรรยายเรื่องที่ได้ปฏิบัติมาอย่างดุเดือดในห้วงเวลาห้าปี และเรื่องปฏิบัติการนับพันๆ ครั้งในทุกมุมโลก.

แม้สรุปรายงานชุดนี้ทำให้งานสะดวกขึ้นบ้าง แต่วิลเลียม สตีเวนสัน ผู้เป็นเพื่อนและเคยร่วมงานกับข้าพเจ้า ก็ต้องรับภาระอันหนักอึ้ง ในอันที่จะค้นหาและเลือกเฟ้นข้อมูลจากบันทึกที่กว้างขวางมากมายดังนี้. เขาเป็นนักค้นคว้าที่

ละเอียดลออ และได้ค้นข้อมูลจากแหล่งอื่นอีกหลายแหล่ง. การที่เราทั้งสองมีความสนใจร่วมกันทำให้เขามุ่งทำงานนี้ให้จงได้. แต่เขาเป็นคนแข็งและรักอิสระมากเกินที่จะยอมรับความคิดเห็นของข้าพเจ้าไปใช้ทั้งดุ้น. (แม้ชื่อของเราจะคล้ายคลึงกันมาก แต่เราไม่ได้เป็นญาติกัน). ข้าพเจ้าไม่มีส่วนร่วมเลยในการเลือกข้อมูล. ข้าพเจ้าได้อ่านต้นฉบับ และรับรองว่าถูกต้องตามข้อเท็จจริง. ผู้เขียนได้ตั้งคำถามที่หยั่งลึกหลายคำถาม และข้าพเจ้าได้ให้คำตอบทั้งหมดด้วยความเต็มใจ เพราะมีสาระทั้งนั้น และในที่สุดจะสรุปได้ว่าเป็นส่วนหนึ่งของคำถามอันกว้างใหญ่ซึ่งจะต้องตอบเดี๋ยวนี้และในอนาคต คือ "เมื่อไรประเทศฝ่ายประชาธิปไตยจะตื่นขึ้นและยอมรับปัญหาเรื่องความอยู่รอดของตนเสียที."

ก่อนปี ๑๙๓๙ เราไม่เคยยอมเผชิญปัญหาหลักข้อนี้เลย. ไม่มีประเทศฝ่ายประชาธิปไตยสักประเทศเดียวที่ยอมรับอย่างตรงไปตรงมาว่าความเป็นความตายถูกคุกคาม. นานาประเทศไม่ยอมรวมตัวกันเป็นปึกแผ่น หรือเตรียมรบ หรือยอมรับว่าต้องเสียสละประโยชน์ส่วนตัวเพื่อความปลอดภัยของชาติประเทศหรือของส่วนรวม. บางคนถึงอ้างว่าการเสียสละไม่เป็นสิ่งจำเป็น. แม้ทุกวันนี้ ข้ออ้างแบบนี้และท่าทีคล้ายคลึงกัน ก็ยังมีอยู่.

ความรู้สึกว่าสิ่งลับ ๆ ล่อ ๆ เป็นสิ่งน่ารังเกียจเป็นความคิดที่ถูกต้องอยู่ เพราะเป็นภัยคุกคามหลักของประชาธิปไตยและการปกครองแบบเสรี. แต่ก็จะเป็นการหลอกตัวเอง หากเราจะลืมว่าในระยะหนึ่งสงครามลับเป็นเสมือนอาวุธอันเดียวที่เรามีเหลืออยู่สำหรับป้องกันตัวให้มีชีวิตรอดมา. อาวุธนี้มิใช่ว่าช่วยให้เรามีชัยชนะเท่านั้น แต่ช่วยทำให้มีการสูญเสียชีวิตในศึกสงครามน้อยลง.

ศัสตราวุธของสงครามลับไม่มีที่ใช้สำหรับโลกในอุดมคติ. หากแต่เราอยู่ในโลกเต็มด้วยภัยสงครามที่ไม่ได้ประกาศ และเราต้องเผชิญศัสตราวุธร้ายเช่นนี้เป็นนิจ และหากไม่ป้องกันตัว เราจะไม่พร้อมที่จะต้านการบุกขยี้อย่างรุนแรงเกินความคาดฝันคิดคะเนใด ๆ. และแม้ว่าดูจะเป็นการกังขา ก็ต้องย้ำว่าศัสตราวุธของสงครามลับจะหมดอานุภาพถ้าหากเราเปิดเผยความลับหมด (ดังเพลงที่ว่า ปืนบ่มีลูก ยิงถูกก็บ่ตาย). หลักสำคัญของระบอบประชาธิปไตยคือเสรีภาพของสื่อมวลชน. ดูเหมือนจะเป็นการดีถ้าเราจะเปิดเผยแบไต๋องค์การลับต่าง ๆ ของฝ่ายเรา ว่าปฏิบัติงานอย่างไร ทำไม และที่ไหน. แต่หากเผยหมดจนหมดเปลือกล่อนจ้อน ก็หมดเปลือกหอยป้องกันตัว.

นี่แหละปัญหาโลกแตก เราควรใช้ศัสตราวุธของสงครามลับอย่างไรดี ไม่ให้เสียหายแก่เราเอง. เราควรรักษาความลับอย่างไรโดยไม่ให้เป็นการฝ่าฝืนกฎหมายรัฐธรรมนูญ ทั้งไม่ให้เป็นการขัดเสรีภาพส่วนบุคคล.

การเปิดเผยเรื่องราวของ บี.เอ็ส.ซี. อาจเป็นประโยชน์ช่วยแก้ปัญหา. เป็นที่ทราบทั่วไปว่า ตอนสงครามรหัสลับที่ฝ่ายข้าศึกใช้เคยถูกขบแตก ว่าเจ้าหน้าที่ลับได้เคยแทรกเข้าไปในค่ายฝ่ายตรงข้าม ว่าจารชนและผู้คนต่อสู้ใต้ดินได้ใช้วิทยาการทันสมัย. แต่ข้อเท็จจริงที่อาจทราบกันน้อยกว่าคือว่า บี.เอ็ส.ซี. มีลักษณะสำคัญพิเศษอย่างหนึ่ง ที่สมาชิกทุกคนเป็นพลเรือนอาสาสมัครผู้ล้วนมีความเชื่อมั่นว่าเสรีภาพส่วนบุคคลเป็นรากฐานของความก้าวหน้ามั่นคงของมนุษยชาติ. ครั้งนั้นเราทุกคนเป็นผู้ปฏิบัติการสมัครเล่นผู้ซาบซึ้งโดยสันดานในความคิดเสรีของบุคคล. บางครั้งข้าพเจ้าเคยเกิดความฉงนใจว่าเราชนะมาได้อย่างไร ถ้าคำนึงถึงความแตกแยกในความคิดเห็นในหมู่ผู้ร่วมงาน. แต่แล้วสรุปได้ว่าความสำเร็จเกิดขึ้นได้เพราะเราล้วนมีจิตใจหนักแน่นแต่มีอิสระ. ต้องมีการตัดสินใจอย่างเด็ดเดี่ยวแม้ต้องปวดร้าวทั้งกายใจ รูสเวลท์เท่ากับฆ่าตัวตายด้วยทำงานหนักเกินกำลัง และเจ้าหน้าที่ที่ปฏิบัติการโดยลำพังก็ต้องพิจารณาด้วยตนเอง ในการปฏิบัติอันอาจนำมาซึ่งหายนะของญาติพี่น้องของตนเอง. เรามีชัยในสนามรบ เพราะเราสามารถรู้ล่วงหน้าว่าข้าศึกมีแผนอย่างใด เราสามารถทำให้แผนนั้นๆ ต้องเปลี่ยนแปลงไป และเราสามารถเดาใจข้าศึกว่าจะปฏิบัติการอะไร เพราะเรามีวิธีการพิเศษซึ่งเราปกปิดไว้อย่างดี. ส่วนกองทัพผู้ต่อสู้เพื่อชาติต่างๆ ก็มีชัยอย่างสำคัญเช่นเดียวกัน. ผู้ต่อสู้เหล่านี้เป็นพวกที่ต่อสู้ในประเทศที่ถูกข้าศึกยึดครอง เป็นผู้รักเสรี และพูดง่ายๆ เป็นผู้ยอมตาย ยอมสละทุกสิ่ง เพื่อเอกราชของชาติประเทศ.

ถ้าเมื่อใดมีการทบทวนประวัติศาสตร์ตอนสงครามโลกครั้งที่สองโดยเอาเรื่องสงครามลับมาประกอบ อาจเกิดตระหนักกันอย่างชัดเจนที่สุดว่า เครื่องทำลายมหาประลัยต่างๆ มิได้เป็นตัวปัจจัยสำคัญของผลลัพธ์สุดท้าย. แต่จะเห็นได้ว่าการที่หาทางพิชิตเอาชนะชนที่รักเสรีไม่ได้ และอัจฉริยะที่เกิดแก่จิตใจที่รักเสรีนั้นเป็นตัวปัจจัยสำคัญ. ข้าพเจ้ามีความเชื่อมั่นในข้อนี้ และเชื่อมั่นว่าทุกวันนี้กำลังใจและกำลังต้านทานต่อต้านของมนุษย์ จะไม่ยอมให้เครื่องกลไกใดๆ ซึ่งเป็นเพียงหุ่นยนต์ มาบดขยี้.

เราต้องตั้งความหวังว่าวันหนึ่งข้างหน้าทรชนผู้คิดร้ายจะหมดหนทางที่จะ

คุกคามเสรีภาพของประชาชาวโลก และรัฐบาลของทุกชาติในระบอบการปกครองใดก็ตาม จะปกครองด้วยพระคุณไม่ใช่ด้วยพระเดช เพื่อส่งเสริมความอยู่ดีกินดี ไม่ใช่เพื่อกดขี่ควบคุม. แม้ความหวังดังกล่าวนี้ไม่เป็นความหวังที่เลื่อนลอย แต่ก็คงยังไม่บรรลุที่หมายในอนาคตอันใกล้นัก. ระหว่างรอคอยวันดีที่ปลอดภัยนั้น ประเทศประชาธิปไตยมีทางเลือกอยู่ทางเดียวเพื่อหลีกเลี่ยงหายนะ และอาจถึงการถูกทำลายล้างโดยสิ้นเชิง คือต้องรักษากำลังพร้อมรบป้องกันตัวไว้.

ในจำนวนศัสตราวุธยุทโธปกรณ์ที่สลับซับซ้อนยิ่งขึ้นทุกทีในโลกนี้ การข่าวลับเป็นอาวุธที่จำเป็น และอาจเป็นอาวุธสำคัญที่สุด. และโดยที่เป็นอาวุธลับจึงเป็นอาวุธที่อันตรายที่สุดด้วย. ในการปฏิบัติงานต้องตั้งมาตรการความปลอดภัยต้องตรวจสอบอยู่เสมอ และรักษาตามระเบียบโดยเคร่งครัด. แต่เช่นเดียวกับในงานทั้งปวง จิตใจและวิจารณญาณของผู้รับมอบหน้าที่งานลับนี้เป็นสิ่งสำคัญที่สุด. ความหวังของชนที่รักเสรีแขวนอยู่ที่ความซื่อสัตย์สุจริตของผู้ปฏิบัติงานนี้.

มีผู้อ้างว่ามนุษยชาติจะพัฒนาก้าวหน้าขึ้นไปได้ ก็ฝากอยู่ที่ต้องมีการท้าทายว่าทั้งบุคคลและประชาชาติต้องยึดมั่นในอุดมการณ์อย่างหนึ่งอย่างใด แล้วมีการต่อสู้เพื่ออุดมการณ์นั้นๆ. นักทฤษฎีบางคนไปไกลยิ่งกว่านี้อีก โดยโทษว่าประพฤติกรรมตามสัญชาตญาณเป็นต้นเหตุผลักดันให้มีการฆ่าแกงกันอย่างขนานหนักที่อุบัติขึ้นเป็นระยะ ๆ ที่เราเรียกว่า “สงคราม”. ความเห็นดังนี้มีมูลหรือไม่ประการใด เป็นเรื่องที่นักจิตวิทยาและนักประวัติศาสตร์จะต้องพิจารณาศึกษา. อย่างไรก็ตาม สิ่งที่จับจิตแทงใจข้าพเจ้าที่สุด คือข้อที่ว่ามนุษยชาติมีศัตรูที่น่าเกรงขามที่ต้องเผชิญอยู่แล้ว . . เช่นความอดอยากยากจน โรคภัยไข้เจ็บและความไร้การศึกษา . . และในการต่อสู้ในสาเหตุเหล่านี้ ทุกคนย่อมจะมีโอกาสดีได้รับความอิ่มใจและชื่อเสียงอย่างทั่วถึงกัน.

เซอร์ วิลเลียม สตีเฟนสัน

....

เบอร์มิวดา (Bermuda).

เผยเรื่อง

ชาร์ลส์ เฮาวาร์ด เอลลิส เขียน

หมายเหตุประวัติศาสตร์

อังกฤษได้ตั้งสำนักงานราชการลับที่นิวยอร์ก ตั้งแต่สหรัฐอเมริกายังมิได้เข้าร่วมศึกสงคราม. สำนักงานนั้นดำเนินงานสืบราชการลับและปฏิบัติการลับอย่างสลับซับซ้อน ครบถ้วนที่สุดอันไม่เคยปรากฏในประวัติศาสตร์ เป็นประวัติการณ์. มีปัญหาว่าปฏิบัติการดังนี้จะปิดเป็นความลับไว้ได้หรือไม่.

ข้าพเจ้ายึดอาชีพในหน่วยสืบราชการลับมานานถึงยี่สิบปีแล้ว เมื่อรัฐบาลอังกฤษมอบให้ข้าพเจ้าไปช่วยปกปิดความลับของสำนักงานรักษาความปลอดภัยอังกฤษ (British Security Coordination) ที่สำนักงานใหญ่ในนิวยอร์ก. เจ้าหน้าที่ดำเนินงานของ บี.เอ็ส.ซี. ล้วนเป็นมือสมัครเล่น จึงคิดกันว่ามืออาชีพผู้มีประสบการณ์พิเศษอย่างข้าพเจ้าคงจะต้องเป็นประโยชน์. แต่แล้วปรากฏว่าไม่มีปัญหาน่าห่วงในเรื่องนี้เลย. เมื่อภาคพื้นยุโรปถูกเยอรมันยึดครอง และฮิตเลอร์เข้ายึดปารีส (Paris). องค์การราชการลับอังกฤษในยุโรปสิ้นประสิทธิภาพลงเพราะเจ้าหน้าที่ประจำต่างๆ ถูกทำลายเกือบพร้อมกันหมด. แต่เจ้าหน้าที่ราชการลับสมัครเล่นที่รุดมาช่วยทำงานแทนที่ ก็ได้แสดงฝีมืออย่างดีเลิศ.

ต่อมาไม่นาน ฝ่ายอเมริกันได้ทาบทามข้าพเจ้าให้ร่างแผนงานเพื่อตั้งกรมสืบราชการลับ ซึ่งจะทำหน้าที่แบบเดียวกับสำนักงาน บี.เอ็ส.ซี. โดยยึดหลักการตามที่ฝ่ายอังกฤษได้แก้ปัญหาเฉพาะหน้าในยามสงคราม.

"นายอินทร์" เองเป็นผู้วางแผนนี้ — ข้อนี้เป็นหลักฐานแสดงว่า ในโลกเสรีบุคคลทั้งชายหญิงผู้ได้ฝึกความชำนาญสามารถและพิสูจน์ให้เห็นแล้วว่ามีคุณธรรมในการประกอบหน้าที่ในอาชีพพลเรือน มีความสามารถมาทำงานลับได้อย่างดีเยี่ยม.

มีการเปิดเผยแผนผังละเอียดแสดงการจัดรูปงานให้ทางการอเมริกันทราบ. ข้าพเจ้าได้เขียนแผนผังอย่างย่อมาประกอบหนังสือเล่มนี้. แผนนี้แสดงถึงสายการบังคับบัญชา และชี้ให้เห็นชัดว่านายอินทร์เป็นสายสื่อพิเศษลับสุดยอดระหว่างประธานาธิบดีสหรัฐกับนายกรัฐมนตรีอังกฤษ.

โดยที่สำนักงานใหญ่ของเราตั้งอยู่ที่ร็อกกิเฟลเลอร์ เซนเตอร์ (Rockefeller Center) เจ้าหน้าที่และผู้เชี่ยวชาญของเรานับพันๆ ต้องผ่านรูปปั้นของแอ็ตลัส (Atlas) ที่ฟิฟธ์ แอเวนู (Fifth Avenue) แต่ยังไม่มีผู้ใดทราบระแคะระคายว่าพวกนี้เป็นใครหรือมาทำอะไร. ต่อมาเมื่อคนชาวอเมริกันเริ่มผ่านแอ็ตลัสเพิ่มจำนวนขึ้น และเข้ามาในสำนักงานของ บี.เอ็ส.ซี. ซึ่งคับคั่งอยู่แล้ว ทำให้การรักษาความลับเป็นที่หนักใจมากขึ้น. แต่เดชะบุญของเรา ความลับยังไม่แตกยังคงปกบังไว้ได้.

แต่ครั้นถึงในระยะปี ๑๙๖๐ เครื่องกำบังความลับชั้นนอกซึ่งได้ตั้งไว้ตั้งแต่ปี ๑๙๔๐ ก็ถูกกระชากออก. ปฏิบัติการของ บี.เอ็ส.ซี. และของนายอินทร์ถูกเปิดเผยเป็นบางส่วน โดยเผยว่าส่วนสำคัญเป็นปฏิบัติการเพื่อสนับสนุนฝ่ายอเมริกันในการป้องกันขัดขวางการแทรกซึมของฝ่ายนาซีเข้าในทวีปอเมริกา. การที่ความจริงข้อนี้อันเป็นเพียงเศษเพิ่งจะมาเปิดเผยออกในปี ๑๙๖๒ แสดงถึงความระมัดระวังรอบคอบอย่างยอดเยี่ยมของบุคคลสำคัญฝ่ายอเมริกันหลายคน ที่แม้จะรู้ถึงปฏิบัติการและเป้าหมายอันแท้จริงของ บี.เอ็ส.ซี. และนายอินทร์มากน้อยเท่าไรก็ตาม ก็ตระหนักว่าจะต้องรักษาความลับไว้อย่างเคร่งครัด ถ้าต้องการจะป้องกันเสรีภาพของประเทศประชาธิปไตย มิให้ลัทธิเผด็จการมาย่ำยีด้วยกลลวงนานาชนิดที่เพิ่มหนักขึ้นทุกที.

ในปี ๑๙๖๒ ข้าพเจ้ากำลังศึกษาเรื่องจักรวรรดิโซเวียตอยู่. ขณะนั้นคณะกรรมการระวังภัยพิเศษของกระทรวงกลาโหมและกระทรวงต่างประเทศอังกฤษได้พิจารณาถึงความเหมาะสมที่จะปล่อยให้ความลับบางส่วนรั่วออก. การนี้ออกมาในรูปหนังสือเล่มหนึ่งชื่อ "เธอะ ไควเอ็ต คาเนเดียน" (The Quiet Canadian) [ในสหรัฐชื่อเรื่อง "รูม ๓๖๐๓" (Room 3603)] ซึ่งเอ็ช. มอนต์โกเมอรี ไฮด์ (H. Montgomery Hyde) เขียน. ผู้เขียนนี้เป็นนักประวัติศาสตร์ชื่อดัง และเคยเป็นเจ้าหน้าที่ที่สามารถของ บี.เอ็ส.ซี. ข้าพเจ้าสบายใจที่อ้างคำสั่งของ "ผู้ใหญ่" ในการเปิดเผยเรื่องราวบางอย่างได้. แน่นอนเรื่องต่างๆ ที่เปิดเผย ได้เลือกเฟ้นเรื่องเกี่ยวกับบทบาทลับของ บี.เอ็ส.ซี. อย่างระมัดระวังที่สุด โดยไม่เผยราย

ละเอียดของจุดประสงค์หลักหรือปฏิบัติการที่ล่อแหลมของสำนักงาน. ดังนี้จึงสามารถเก็บความลับที่เป็นแก่นสารได้ต่อไปอีกถึง ๑๐ ปี. ในปี ๑๙๗๒ หลังจากได้ปรึกษาหารือกับนายอินทร์อย่างกว้างขวาง ผู้เขียนหนังสือเล่มนี้ คือ วิลเลียม สตีเวนสัน ก็แนะนำข้าพเจ้าว่าการเปิดเผยความลับทั้งหมดจะมีผลได้มากกว่าผลเสีย ซึ่งข้าพเจ้าเห็นด้วยอย่างยิ่ง. เรื่องราวของ บี.เอ็ส.ซี. เป็นเรื่องของการร่วมมือครั้งสำคัญระหว่างอังกฤษกับอเมริกา และเริ่มต้นเมื่อประธานาธิบดีรูสเวลท์กับผู้ร่วมงานคู่ใจของเขาได้ช่วยให้เกาะอังกฤษรอดพ้นจากเงื้อมมือของนาซีทั้งที่โดยทางการแล้ว สหรัฐยังมิได้ประกาศสงคราม. ในปี ๑๙๗๒ รัสเซียได้เริ่มใช้องค์การลับต่าง ๆ มากหลายในการรณรงค์คุกคามสหรัฐ เพื่อกีดกันมหาอำนาจสำคัญนี้ออก มิให้มีทางมาช่วยเหลือประเทศฝ่ายประชาธิปไตยให้รอดพ้นจากการกระทำที่เขลาเฟื่องของตน. ข้าพเจ้ารู้สึกว่าถึงเวลาแล้วที่เราจะระลึกว่า ถึงแม้เราจะรังเกียจการกระทำลับ ๆ สักเพียงไรก็ตาม แต่ปฏิบัติการลับนี่เองเป็นสิ่งที่ช่วยให้เราพ้นภัยมาเมื่อสมัยคนรุ่นที่แล้ว. ปัจจุบันนี้หน่วยราชการลับกลาง ซี.ไอ.เอ. กลายเป็นเป้าหมายเอกสำหรับพวกที่ตั้งหน้าตั้งตาที่จะปลดอาวุธเราโดยสิ้นเชิง และตั้งข้อหา จะจริงหรือเท็จ (ก็เอาทั้งนั้น) ว่ามีการทุจริตคดโกง ว่าต้องซักฟอกล้างให้สะอาดแบบ "ศรีธนญชัยอาบน้ำให้น้อง" เป็นการทำลายอุปกรณ์สำคัญอันดับแรกที่เราจะใช้ป้องกันตัว ซึ่งเราได้สร้างขึ้นด้วยความลำบากยากเย็นแสนเข็ญตอนสงครามโลกครั้งที่สอง.

ในฐานะนักประวัติศาสตร์ของ บี.เอ็ส.ซี. คนหนึ่ง ข้าพเจ้าได้มอบเอกสารต่าง ๆ ของข้าพเจ้าให้ผู้แต่งหนังสือนี้ด้วยความเต็มใจ. ในบรรดาเอกสารที่มอบให้นี้มีแผนผังจัดหน่วยซึ่งเป็นปัจจัยของการตั้งหน่วย โอ.เอ็ส.เอ็ส. (OSS.) ของนายพลวิลเลียม โดโนแวน (General William Donovan). นายอินทร์เป็นผู้ช่วยให้หน่วยนี้คลอดออกมา. และผู้อ่านจะเห็นได้ด้วยตนเองว่าหน่วยนี้เกิดมาอย่างไรในท่ามกลางการต่อสู้อันดุเดือดเพื่อรักษาเสรีภาพส่วนบุคคล.

มาบัดนี้ข้าพเจ้าสามารถเปิดเหตุผลในการเผยเรื่องลับของ บี.เอ็ส.ซี. ในปี ๑๙๖๒ ได้แล้ว ว่าเป็นเพราะ คิม ฟิลบี (Kim Philby) หนีไปสหภาพโซเวียต. คิม ฟิลบี ผู้นี้เป็นสายลับชาญฉลาดของคอมมิวนิสต์ และได้แทรกเข้ามาในหน่วยราชการลับของอังกฤษ. ตอนสิ้นสงครามโลกครั้งที่สอง เขามีตำแหน่งหัวหน้าแผนกต่อต้านคอมมิวนิสต์ และกำลังเป็นตัวเก็งสำคัญที่จะได้ขึ้นเป็นหัวหน้าหน่วยอันมีเกียรตินั้น. เราทราบว่าฟิลบีนำความลับเกี่ยวกับ บี.เอ็ส.ซี. ไปด้วย แต่ก็

ทราบเหมือนกันว่าเขาไม่ล่วงรู้ถึงจุดประสงค์ที่ลึกซึ้งของการดำเนินงานของนายอินทร์. ดังนั้นเราจึงได้เผยเรื่องลับให้พิมพ์โฆษณาได้เฉพาะที่จะทำให้การเปิดเผยความลับของฟิลบีและพรรคพวกไม่เป็นข่าวใหญ่. แต่ ๑๐ ปีต่อมา ในปี ๑๙๗๒ เราก็ได้สืบทราบว่ารัสเซียได้ล่วงรู้ความลับมากกว่าที่เราคิดไว้ และอาจนำความลับนั้นไปใช้ฟาดฟันมิตรของเรา ไปบิดเบือนประวัติศาสตร์ และทำให้อเมริกากับแคนาดาหมางใจกับอังกฤษ. ในที่สุดเราก็พิจารณาเห็นว่าการเปิดเผยเรื่องทั้งหมดจะเป็นวิธีเดียวที่จะแก้ไขภัยที่คุกคามนี้ ทั้งจะเป็นการทำให้ประวัติศาสตร์ถูกต้องตามเหตุการณ์ด้วย. ผลการพิจารณาก็คือหนังสือเล่มนี้.

ชาร์ลส์ เฮาวาร์ด เอลลิส

อีสต์บอร์น ซัสเซ็กซ์

พันเอก ซี.เอ็ช. “ดิ๊ก” เอลลิส (Colonel C. H. “Dick” Ellis) เคยรับราชการเป็นสายลับของอังกฤษในอียิปต์ อินเดีย เปอร์เซีย รัสเซีย อัฟกานิสถาน และในยามสงบเคยเป็นกงสุลในตุรกี แคว้นบอลคันส์ เยอรมนี และเอเซีย. เมื่อสงครามโลกครั้งที่สองสิ้นสุดลงเขาเป็นผู้แนะนำให้เชอร์ชิลล์ประกาศเกียรติคุณของคณะ บี.เอ็ส.ซี. ของนายอินทร์ผู้ปิดทองหลังพระ ด้วยการสดุดีที่สงวนคำดังนี้ : “เราแน่ใจได้ ไม่เคยมีการกระทำใดๆ ในนิยายหรือในประวัติศาสตร์อันเป็นเรื่องของ มนุษย์ปุถุชนที่จะเกินความสูงส่งของวีรกรรมและความกล้าหาญของบุคคลเหล่านี้”. ประธานาธิบดี แฮรี ทรูแมน เขียนในคำสดุดีเมื่อมอบตรา ลีเจียน ออฟ เมริต (Legion of Merit) แก่เอลลิส “ท่านผู้นี้ได้ทุ่มเทกำลังความสามารถและความรู้ทั้งหมดเพื่อช่วยตั้งหน่วยใหม่และพัฒนาวิธีการในงานลับของเรา. ศรัทธาอันแรงกล้า ความเห็นการณ์ไกลที่เหนือคนอื่นและความนุ่มนวลของเขา ทำให้การดำเนินงานที่สำคัญอย่างยิ่งประสบความสำเร็จ”.

แผนงานของสำนักงานประสานงานรักษาความปลอดภัยอังกฤษ
เป็นแผนย่อในแบบที่ได้เปิดเผยแก่ แฟรงกลิน ดี. รูสเวลท์
เมื่อแรกเริ่มดำริจัดตั้งสำนักงานปฏิบัติการยุทธศาสตร์

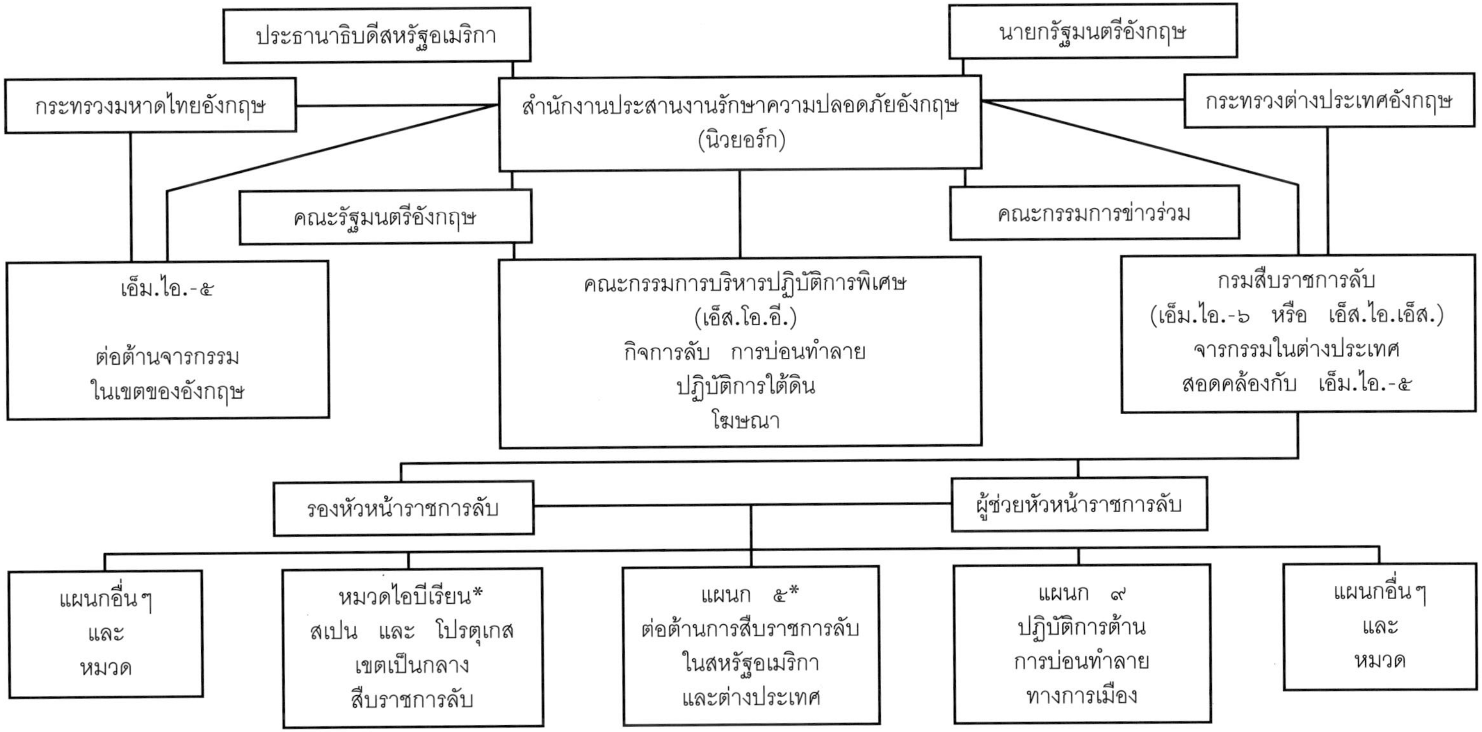

* คิม ฟิลบี รับราชการในแผนกเหล่านี้ตอนระยะปีวิกฤตของสงคราม
หลังสงคราม เขาขึ้นอันดับขั้นในงานสืบราชการลับและเกือบจะได้เป็นหัวหน้า

เหตุการณ์สำคัญ

	๑๙๑๑ (๒๔๕๔)
วินสตัน เชอร์ชิลล์ ได้รับการแต่งตั้งเป็นรัฐมนตรีว่าการกระทรวงทหารเรือ (อังกฤษ)	๒๕ ตุลาคม
	๑๙๑๓ (๒๔๕๖)
แฟรงกลิน ดี. รูสเวลท์ ได้รับการแต่งตั้งเป็นรัฐมนตรีช่วยว่าการกระทรวงทหารเรือ (สหรัฐอเมริกา)	๑๗ มีนาคม
	๑๙๑๔ (๒๔๕๗)
วิลเลียม สตีเฟนสัน (William Stephenson) เข้าประจำการในกรมทหารช่างแคนาดา หลังจากสงครามโลกครั้งที่ ๑ ระเบิดขึ้น	๔ สิงหาคม
	๑๙๑๖ (๒๔๕๙)
คณะกรรมาธิการบรรเทาทุกข์ผู้ประสบภัยสงครามของมูลนิธิร็อกกิเฟลเลอร์ ส่งตัว วิลเลียม โดโนแวน (William Donovan) ไปสำรวจสถานการณ์ในยุโรป ซึ่งประสบความเสียหายอย่างยับเยินจากสงคราม	มีนาคม
สตีเฟนสันและโดโนแวนพบกันเป็นครั้งแรกในอังกฤษ	เมษายน/พฤษภาคม
สตีเฟนสันประจำการอยู่ในฝรั่งเศส ในฐานะนักบินขับไล่ของฝูงบินที่ ๗๓ แห่งกองทัพอากาศ (อังกฤษ)	กันยายน
	๑๙๑๗ (๒๔๖๐)
สหรัฐอเมริกาเข้าร่วมในสงครามโลกครั้งที่ ๑	๖ เมษายน
	๑๙๑๘ (๒๔๖๑)
เยอรมนีสลายตัว เริ่ม “การสงบศึก ๓๐ ปี” ของเชอร์ชิลล์	๑๑ พฤศจิกายน
	๑๙๓๓ (๒๔๗๖)
อะดอล์ฟ ฮิตเลอร์ ได้รับการแต่งตั้งเป็นนายกรัฐมนตรีแห่งเยอรมนี	๓๐ มกราคม
สตีเฟนสัน ได้เป็นพยานรู้เห็น การ “เผาหนังสือ” (เพื่อ	๒๐ พฤษภาคม

เป็นการทำลายวัฒนธรรมดั้งเดิม) ของพวกนาซี	
เชอร์ชิลล์ ถูกเยาะเย้ย เมื่อเตือนเรื่องการสะสมอาวุธของเยอรมนี	สิงหาคม
	๑๙๓๔ (๒๔๗๗)
ฮิตเลอร์เริ่มการสังหารหมู่ชาวยิว	๑ เมษายน
	๑๙๓๕ (๒๔๗๘)
กองทัพฟาสซิสต์อิตาลี ของเบนิโต มุสโสลินี บุกอะบิสสิเนีย	๒ ตุลาคม
	๑๙๓๖ (๒๔๗๙)
เยอรมนีเข้ายึดครองแคว้นไรน์ลันด์	๗ มีนาคม
สถาปนาแกนอักษะ โรม - เบอร์ลิน	๒๕ ตุลาคม
	๑๙๓๗ (๒๔๘๐)
สตีเฟนสันได้รับหัวข้อการบรรยายสรุป เกี่ยวกับแผนการยึดครองทวีปยุโรปและควบคุมจักรวรรดิอังกฤษ ของกองบัญชาการทหารสูงสุดเยอรมันของฮิตเลอร์	พฤศจิกายน
	๑๙๓๘ (๒๔๘๑)
เยอรมนียาตราทัพเข้าออสเตรีย	๑๑ มีนาคม
สตีเฟนสันได้รับแผน "ยุทธการ Green" ของฮิตเลอร์ สำหรับการเข้ายึดครองเชโกสโลวะเกีย	เมษายน
เนวิลล์ เชมเบอร์เลน ลงนามในข้อตกลงมิวนิค โดยประกาศเป็น "สันติภาพแห่งยุคของเรา" และ "สันติภาพพร้อมด้วยเกียรติยศ"	๓๐ กันยายน
กองทัพเยอรมนีรุกเข้าแคว้นสุเดเต็นของเชโกสโลวะเกีย	๑ ตุลาคม
	๑๙๓๙ (๒๔๘๒)
เยอรมนีรุกเข้ากรุงพราค	๑๕ มีนาคม
คำร้องขอเพื่อสันติภาพของรูสเวลท์ถึงฮิตเลอร์ ได้รับการปฏิเสธ	เมษายน
โคลิน กับบินส์ (Colin Gubbins) ซึ่งต่อไปจะดำรงตำแหน่งหัวหน้าหน่วย "Baker Street Irregulars" ถูกส่งไปปฏิบัติภารกิจให้กับหน่วยสืบราชการลับอังกฤษในโปแลนด์	
อิตาลีบุกแอลเบเนีย	๗ เมษายน

เครื่องทำรหัส "Enigma" ของพวกนาซี ถูกลักลอบส่งออกจากกรุงวอร์ซอว์	๒๒ สิงหาคม
เยอรมนีและรัสเซียลงนามในสนธิสัญญา ซึ่งประกอบด้วยข้อระบุลับเกี่ยวกับการแบ่งปันดินแดนโปแลนด์	๒๓ สิงหาคม
อังกฤษลงนามในสนธิสัญญาช่วยเหลือซึ่งกันและกันกับโปแลนด์	๒๕ สิงหาคม
เยอรมนีบุกโปแลนด์	๑ กันยายน
อังกฤษและฝรั่งเศสประกาศสงครามกับเยอรมนี	๓ กันยายน
รัฐบาลของเชมเบอร์เลนแต่งตั้งเชอร์ชิลล์เป็นรัฐมนตรีว่าการกระทรวงทหารเรือ (อังกฤษ)	๓ กันยายน
รูสเวลท์ (ใช้ชื่อรหัสว่า POTUS = President of the United States) เสนอแนะกับเชอร์ชิลล์ (ใช้รหัสว่า Naval Person = กะลาสี) ให้มีการแลกเปลี่ยนข่าวสารลับระหว่างกัน	๑๕ กันยายน
สตีเฟนสันพิสูจน์ได้ว่า Norsk Hydro คือโรงงานผลิตเฮวี่ วอเตอร์ ซึ่งใช้สำหรับงานค้นคว้าทดลองทางด้านปรมาณูของเยอรมนี	ตุลาคม
สตีเฟนสันออกเดินทางไปปฏิบัติภารกิจเกี่ยวกับแผนลวงใน "ยุทธการ STRIKE OX"	พฤศจิกายน
รัสเซียบุกฟินแลนด์	๓๐ พฤศจิกายน
รัสเซียผนวกดินแดนครึ่งหนึ่งของโปแลนด์เข้ากับตน	พฤศจิกายน
เชอร์ชิลล์เสนอให้มีการปฏิบัติการก่อกวนการส่งสิ่งอุปกรณ์จากนอร์เวย์และสวีเดนไปยังเยอรมนี โดย "ไม่ใช้ทั้งวิถีทางการทูตและทางการทหาร"	๓๐ พฤศจิกายน
สตีเฟนสันเดินทางไปฟินแลนด์ ในความพยายามครั้งสุดท้ายที่จะผลักดันการบุกของรัสเซีย	ธันวาคม
	๑๙๔๐ (๒๔๘๓)
สตีเฟนสันเดินทางไปโรงงานผลิตเฮวี่ วอเตอร์ของนอร์เวย์เพื่อสอดแนมดูว่านักวิทยาศาสตร์เยอรมันไปดำเนินงานอะไรกัน	มกราคม/กุมภาพันธ์
สตีเฟนสันแจ้งแก่เชอร์ชิลล์ ถึงรายงานทางวิทยาศาสตร์อันเป็นความลับสุดยอดว่า การสร้างระเบิดปรมาณูเป็นสิ่ง	มีนาคม

ที่เป็นไปได้	
สตีเฟนสันและรูสเวลท์เจรจาถึงแผนการร่วมมือระหว่างหน่วย เอฟ.บี.ไอ. (หน่วยสืบสวนสอบสวนกลางของกระทรวงยุติธรรมสหรัฐ) และหน่วยสืบราชการลับของอังกฤษ	เมษายน
เยอรมนีบุกเดนมาร์กและนอร์เวย์	๙ เมษายน
เยอรมนีบุกเบลเยียม ฮอลแลนด์ ลักเซมเบิร์ค และฝรั่งเศส	๑๐-๑๔ พฤษภาคม
เชอร์ชิลล์จัดตั้งรัฐบาลผสม	๑๐ พฤษภาคม
เชอร์ชิลล์กล่าวคำปราศรัยเป็นครั้งแรกในฐานะนายกรัฐมนตรี มีใจความว่า ไม่มีสิ่งใดจะให้ได้แล้วนอกจาก "เลือด งานหนัก น้ำตา และหยาดเหงื่อ"	๑๓ พฤษภาคม
เชอร์ชิลล์ขอร้องไปยังรูสเวลท์ เพื่อขอยืมเรือพิฆาตมาใช้	๑๕ พฤษภาคม
อังกฤษเตรียมพร้อมในการอพยพกำลังพลและยุทโธปกรณ์ออกจากดันเคิร์ก ซึ่งอยู่ใน "ยุทธการสกัดกั้น ULTRA"	๑๕ พฤษภาคม
การอพยพกำลังพลและยุทโธปกรณ์ที่ดันเคิร์ก	๒๖ พฤษภาคม -๔ มิถุนายน
เยอรมนีบุกประชิดกรุงปารีส อิตาลีประกาศสงครามกับฝรั่งเศสและอังกฤษ	๑๐-๑๔ มิถุนายน
เชอร์ชิลล์เดินทางไปฝรั่งเศสอย่างรีบด่วน เพื่อยื่นข้อเสนอเป็นโอกาสสุดท้าย ให้อังกฤษและฝรั่งเศสรวมเป็นประเทศเดียวกันในลักษณะสหพันธรัฐ เพื่อให้ฝรั่งเศสมีกำลังใจยืนหยัดสู้ต่อไป	๑๖ มิถุนายน
สตีเฟนสัน (INTREPID) เดินทางไปนิวยอร์กเพื่อจัดตั้งหน่วยประสานงานการรักษาความปลอดภัยของอังกฤษ	มิถุนายน
เชอร์ชิลล์ออกคำสั่งให้ระดมยิงกองเรือฝรั่งเศส (ของรัฐบาลวิชี) ด้วยปืนเรือที่โอราน ในแอฟริกาเหนือ	๓ กรกฎาคม
เอกอัครราชทูตโจเซฟ เคนเนดี แห่งสหรัฐประจำกรุงลอนดอน แนะนำ รูสเวลท์ ไม่ให้ "ถือท้ายนาวาพันธมิตรซึ่งกำลังจะอับปาง"	๔ กรกฎาคม
โดโนแวนบินไปลอนดอนในฐานะผู้แทนส่วนตัวของรูสเวลท์เพื่อสังเกตการณ์การตระเตรียมสงครามลับของอังกฤษ	๑๔ กรกฎาคม
การโจมตีทางอากาศเริ่มขึ้น ซึ่งเป็นลางที่จะเกิดศึกบริเทน	๑๔ กรกฎาคม

โดโนแวนล่วงรู้แผนการบุกของนาซี ใน "ยุทธการ SEALION"	กรกฎาคม
ศึกบริเทนเริ่มขึ้น	๑๐ สิงหาคม
โดโนแวนกลับสู่กรุงวอชิงตัน พร้อมด้วยความคิดที่จะจัดตั้งหน่วยสืบราชการลับของสหรัฐ	๑๕ กันยายน
เยอรมนี อิตาลี และญี่ปุ่น จัดตั้ง "สนธิสัญญาไตรภาคี"	๒๗ กันยายน
ฮิตเลอร์เลื่อนกำหนดเวลา "ยุทธการ SEALION"	๑๒ ตุลาคม
รูสเวลท์ได้รับเลือกเป็นประธานาธิบดีเป็นวาระที่สาม	๕ พฤศจิกายน
เครื่องบินจากเรือบรรทุกเครื่องบินของกองทัพเรืออังกฤษสร้างความเสียหายอย่างหนักแก่กองเรืออิตาลีที่ตารันโต	๑๑-๑๒ พฤศจิกายน
เมืองโคเวนทรีถูกทิ้งระเบิดราบเป็นหน้ากลอง	๑๔-๑๕ พฤศจิกายน
โดโนแวนเดินทางกลับอังกฤษ และแวะที่เบอร์มิวดา เพื่อศึกษามาตรการพิเศษของอังกฤษในการปฏิบัติการต่อต้านนาซี	ธันวาคม
	๑๙๔๑ (๒๔๘๔)
สตีเฟนสัน โดโนแวน และเชอร์ชิลล์ เจรจาร่วมกันถึงโอกาสที่จะเบนความสนใจของฮิตเลอร์ในยุโรปตะวันออก โดยใช้ "ยุทธการสกัดกั้น ULTRA"	มกราคม
สหรัฐและอังกฤษวางแผนยุทธศาสตร์ระดับโลกในแผน ABC-1	มกราคม/กุมภาพันธ์
โดโนแวนเดินทางไปทั่วแหลมบอลคันส์ โดยรู้อยู่ก่อนว่าฮิตเลอร์จะต้องรักษาปีกของกองทัพตนไว้ก่อนที่จะเข้าโจมตีรัสเซีย	กุมภาพันธ์/มีนาคม
คณะทหารปฏิวัติยึดอำนาจการปกครองในยูโกสลาเวียหลังจากที่โดโนแวนเดินทางกลับไปแล้ว	๑๗ มีนาคม
เยอรมนีบุกยูโกสลาเวีย	๖ เมษายน
ปฏิบัติการตามล่าเรือประจัญบาน "บิสมาร์ก" ของเยอรมนี	๒๐-๒๗ พฤษภาคม
เยอรมนีบุกรัสเซีย	๒๒ มิถุนายน
รูสเวลท์แต่งตั้งโดโนแวนเป็นหัวหน้าหน่วยสืบราชการลับกลางแห่งแรก โดยให้ชื่อตำแหน่งว่า "ผู้ประสานงานด้านการข่าว"	๑๑ กรกฎาคม
ญี่ปุ่นยกพลขึ้นบกที่อินโดจีนของฝรั่งเศส	๒๘ กรกฎาคม

เชอร์ชิลล์พบกับรูสเวลท์บนเรือหลวง "ปรินศ์ ออฟ เวลส์" และร่วมลงนามในกฎบัตรแอตแลนติก	๑๐-๑๑ สิงหาคม
ญี่ปุ่นโจมตีอ่าวเพิร์ล และสิงคโปร์	๗ ธันวาคม
ฮิตเลอร์ออกกฤษฎีกา "นัคต์ อุนด์ เนเบิล" สำหรับประเทศที่เยอรมนีเข้ายึดครอง	๗ ธันวาคม
เยอรมนีประกาศสงครามกับสหรัฐ	๑๑ ธันวาคม
เชอร์ชิลล์เดินทางมาถึงกรุงวอชิงตัน ซึ่งเป็นการเยี่ยมเยียนเป็นครั้งแรกในระหว่างสงคราม	๒๒ ธันวาคม
	๑๙๔๒ (๒๔๘๕)
สตีเฟนสันได้รับรายงานละเอียดเกี่ยวกับการประชุมตกลงระหว่างฮิตเลอร์กับไฮดริช เรื่อง "วิธีสุดท้ายในการแก้ไขปัญหาชาวยิว"	กุมภาพันธ์
ไรนฮาร์ด ไฮดริช (Reinhard Heydrich) ถูกลอบสังหาร	๒๗ พฤษภาคม
หน่วยของโดโนแวนได้รับการขนานนามใหม่ว่า "หน่วยปฏิบัติการทางยุทธศาสตร์" (Office of Strategic Service)	๑๓ มิถุนายน
เชอร์ชิลล์บินไปกรุงวอชิงตันเพื่อเจรจาเกี่ยวกับเงื่อนไขของรัสเซีย สำหรับแผนการบุกยุโรปและการบุกแอฟริกาเหนือ ซึ่งใช้กำลังร่วมของอังกฤษและอเมริกา ใน "ยุทธการ TORCH"	๑๗ มิถุนายน
ดไวท์ ไอเซนเฮาวร์ ได้รับแต่งตั้งเป็นผู้บัญชาการทหารสูงสุดในยุโรป	๒๕ มิถุนายน
การบุกจู่โจมที่เมืองดิเอ็ปป์ ("ยุทธการ JUBILEE") เพื่อหยั่งแสนยานุภาพของข้าศึกในยุโรป	๑๙ สิงหาคม
พันธมิตรยกพลขึ้นบกในแอฟริกาเหนือ ("ยุทธการ TORCH")	๘ พฤศจิกายน
	๑๙๔๓ (๒๔๘๖)
เริ่มปฏิบัติการทำลายล้างแหล่งผลิตเฮวี่ วอเตอร์ของเยอรมนี ซึ่งใช้ในการค้นคว้าทดลองเกี่ยวกับปรมาณู	กุมภาพันธ์
นีลส์ โบห์ร นักวิทยาศาสตร์สาขาปรมาณูถูกส่งไปอังกฤษเพื่อร่วมทำงานในโครงการผลิตระเบิดปรมาณูของสหรัฐและอังกฤษ	๗ ตุลาคม

	๑๙๔๔ (๒๔๘๗)
พันธมิตรยกพลขึ้นบกที่นอร์มังดี	๖ มิถุนายน
กรุงลอนดอนถูกโจมตีด้วยจรวด	มิถุนายน/กันยายน
	๑๙๔๕ (๒๔๘๘)
รูสเวลท์ถึงแก่อสัญกรรม	๑๒ เมษายน
ฮิตเลอร์กระทำอัตวินิบาตกรรม	๓๐ เมษายน
เยอรมนียอมแพ้โดยไม่มีเงื่อนไข	๘ พฤษภาคม
ทิ้งระเบิดปรมาณูที่เมืองฮิโรชิมา	๖ สิงหาคม
ญี่ปุ่นยอมจำนน	๑๔ สิงหาคม
นายอินทร์ (INTREPID) และหน่วย BSC (British Security Coordination) ย้ายออกจากสำนักงานใหญ่ที่กรุงนิวยอร์ก	สิงหาคม/ธันวาคม
ประธานาธิบดี แฮร์รี ทรูแมน ยุบหน่วย OSS	๒๐ กันยายน

ภาคที่หนึ่ง

ในยามสงบ

"ในยามสงบผู้มีปัญญาย่อมเตรียมพร้อมรับศึกสงคราม"

—ข้อเขียนของ ฮอเรศ ใน "แซไตร์ส"

บทที่ ๑

เมื่อต้นศตวรรษชายหนุ่มผู้ประเปรียวมีนามกรว่าวินสตัน เชอร์ชิลล์ กำลังตระเวนอเมริกาเหนือ เพื่อแสดงปาฐกถาในเรื่องกองโจรในแอฟริกาใต้และคราวที่ตนได้หลบหนีออกมาจาก “ค่ายกักกัน” แห่งหนึ่งของฝ่ายนั้น. จำนวนผู้มาฟังมีน้อยน่าใจหาย. ไม่มีใครรู้ได้ว่าเชอร์ชิลล์กำลังบรรยายเรื่องลักษณะที่น่ากลัวที่สุดของการต่อสู้ในอนาคตกาล กล่าวคือสงครามนอกแบบ การขู่เข็ญบ่อนทำลายทางการเมืองและค่ายกักกัน.

ในเดือนมกราคม ปี ๑๙๐๑ เขาออกจากสหรัฐไปแคนาดา. วันที่ยี่สิบสองเขาถึงเมืองวินนิเพ็ค (Winnipeg) พอดีกำลังไว้ทุกข์กันทั้งเมือง เพราะพระนางวิกตอเรียเสด็จสวรรคต. จักรวรรดิอังกฤษได้ขึ้นยุคใหม่. เชอร์ชิลล์เขียนจดหมายถึงมารดาชาวอเมริกันผู้อยู่ในอังกฤษว่า “ . . . นครที่ห่างไกลในทุ่งหิมะนี้ . . . . . . เริ่มคอตกด้วยความสลด”.

ในหมู่ชนที่ไว้อาลัยกษัตริย์ที่อยู่ห่างไกลนั้น ก็มีเด็กชายอายุเพียงห้าขวบชื่อบิลลี่ สตีเฟนสัน (Billy Stephenson). เมื่อไม่กี่วันก่อนหน้า อันตรงกับวันเกิดของเขา สตีเฟนสันได้รับข่าวว่าบิดาของตนได้ถูกฆ่าในแอฟริกาใต้. ในวันเดียวกับที่เชอร์ชิลล์มาถึงวินนิเพ็ค เขายืนหนาวสั่นบนทางเท้าที่เต็มด้วยหิมะ. เขาเข้าใจว่าบิดาของตนคงต้องได้ประกอบวีรกรรมชาญกล้าถึงมีการไว้อาลัยอย่างเอิกเกริกเช่นนี้.

วัยเด็กของสตีเฟนสันมีลักษณะแตกต่างอย่างฟ้ากับดิน กับของผู้ที่จะได้ร่วมงานต่อมาในระยะวิกฤตของประวัติศาสตร์สองท่าน คือ วินสตัน เชอร์ชิลล์ และ แฟรงกลิน ดิลาโน รูสเวลท์. เขามีความเป็นอยู่ที่คล้ายคลึงกว่า กับวิลเลียม เจ. โดโนแวน (William J. Donovan) ผู้จะได้มาร่วมปฏิบัติสงครามลับ และในเวลานั้นกำลังอยู่ในสหรัฐอเมริกา.

สตีเฟนสันเป็นคนพึ่งตัวเองแต่เยาว์วัย. เขาอายุเพียงสามขวบเมื่อบิดาของตนออกไปรบในแอฟริกาโดยสังกัดในหน่วย แมนิโตบา แทรนสวาล (Manitoba

Transvaal Contingent). เขาเติบโตท่ามกลางทุ่งหญ้าของแคนาดาตะวันตก ที่นั้นฤดูหนาวยาวนานและหนาวจัด ทำให้ผู้มาตั้งรกรากมีใจกายแข็งแกร่ง. ตระกูลของเขามีเลือดผู้บุกเบิกมาแต่บรรพบุรุษ.

ปู่ทวดชื่อ ดอนัลด์ (Donald) อพยพมาจากแอเบอร์ดีน (Aberdeen) ในสก๊อตแลนด์ (Scotland) ตั้งแต่ปี ๑๗๘๐. และได้แต่งงานกับยีน แคมป์เบล (Jean Campbell) ผู้เป็นชาวสก๊อตเหมือนกัน. เขาได้ลูกชายคนหนึ่งชื่อ วิลเลียม วิกเตอร์ (William Victor) ซึ่งสมรสกับ คริสตีน เบร็คแมน (Christine Breckman) ผู้มีเชื้อสายจากนอร์เวย์ (Norway). บิลลี่เกิดวันที่ ๑๑ มกราคม ๑๘๙๖ อันเป็นวันที่อากาศเย็นที่สุดที่เคยบันทึกไว้ในภูมิภาคอันเยือกของทวีปอเมริกานี้.

เขากระหายที่จะอ่านหนังสือ. เท่าที่เขาจำได้ หนังสือเล่มแรก ๆ ที่เขาได้อ่าน ได้แก่หนังสือชื่อ “พระเจ้าทำอะไร” (What hath God wrought) อันเป็นคำที่แซมยวล เอ็ฟ. บี. มอร์ส (Samuel F. B. Morse) ได้ส่งเป็นสัญญาณในปี ๑๘๔๔. มอร์สเป็นผู้พัฒนาเครื่องส่งสัญญาณเครื่องแรกที่ใช้ในสหรัฐ และรหัสส่งสัญญาณที่ใช้แพร่หลายที่สุด. ชื่อกลางของบิลลี่ คือ แซมยวล เพื่อเป็นเกียรติแก่มอร์สผู้ยิ่งใหญ่. บิลลี่ สตีเฟนสัน ได้รับอิทธิพลของมอร์สไม่เฉพาะเมื่อเขาเป็นเด็ก แต่จะติดตัวจนเป็นผู้ใหญ่ ในลักษณะที่เขาเองยังไม่คิดฝันในขณะนั้น.

เขาเติบโตขึ้นที่ พอยน์ท ดักลาส (Point Douglas) ใกล้วินนิเพ็ค และไป ๆ มา ๆ ระหว่างโรงเรียนอาร์ไจล์ (Argyle High School) กับโรงเลื่อยที่พ่อเขาได้ตั้ง.

ครูโรงเรียนอาร์ไจล์คนหนึ่งชื่อ ยีน มอฟฟัทท์ (Jean Moffatt) เล่าว่า : “เขาอยู่ไม่สุขและอยากรู้อยากเห็น ช่างซักช่างถาม. เราเข้าใจว่าเขาเป็นหนอนหนังสือ แต่เขาก็ชอบการชกมวย. เขาตัวนิดเดียวแต่ใจยอดนักสู้. แน่ละเขาก็ได้เป็นหัวหน้าครอบครัวตั้งแต่ตัวกะเปี๊ยก”.

เมื่อเริ่มรุ่นหนุ่ม สตีเฟนสันชอบทดลองกับไฟฟ้า เครื่องไอน้ำ ว่าว และเครื่องบินเล่น. เขาต่อเครื่องสัญญาณมอร์สพร้อมด้วยเครื่องรับส่งวิทยุ และเขาเคาะสัญญาณติดต่อกับเรือที่แล่นในทะเลสาบใหญ่ (Great Lakes). เขารู้สัญญาณเรียกขานของทุกสถานีที่เขาฟังได้ และเขาได้คิดรหัสขึ้นใหม่ เป็นการปรับปรุง

เพิ่มเติม “ประมวลศัพท์ลับดัดแปลงสำหรับใช้กับเครื่องส่งสัญญาณแม่เหล็กไฟฟ้าของมอร์ส” (Secret Vocabulary Adapted For Use to Morse's Electromagnetic Telegraph) ซึ่ง แฟรนซิส โอ. เจ. สมิธ (Francis O. J. Smith) ทนายของมอร์สได้พิมพ์เพื่อใช้ในระบบโทรเลขเมื่อกลางศตวรรษที่สิบเก้า. ภายหลัง เมื่อมีผู้ถามเรื่องการเล่าเรียนศึกษาของเขา สตีเฟนสันมักจะตอบหน้าตาเฉยว่า “เรียนอย่างธรรมดาเหมือนใครต่อใคร. ก็จากหนังสือ.”

เขาก้าวออกจากโรงเรียนและตรงเข้าสู่สงครามโลกครั้งที่หนึ่ง. รายงานครั้งสุดท้ายในสมุดพกประจำตัวมีกล่าวว่า “มีกำลังสมาธิสูงมากต่อเมื่อสนใจสิ่งใด. สำนึกความรับผิดชอบในหน้าที่อย่างแรงกล้า. จิตใจนักกีฬา. จะมีคนคิดถึงมาก”.

การที่อังกฤษประกาศสงครามกับเยอรมันในปี ๑๙๑๔ ได้ล่อใจให้อาสาสมัครจากสหรัฐและแคนาดามาแสวงหาการผจญภัย. สตีเฟนสันถูกส่งตรงไปแนวหน้าพร้อมกับกรมทหารช่างแคนาดา. ก่อนถึงอายุสิบเก้าเขาได้รับสัญญาบัตรยศในสนาม. ทหารล้มตายเป็นจำนวนมากจนเขาได้รับเลื่อนยศเป็นร้อยเอกภายในปีเดียวกันนั้นเอง. เขาต้องปวดหัวใจเมื่อถูกโจมตีด้วยแก๊สพิษ และต้องเห็นทหารล้มชักดิ้นชักงอและตายลงหรือตาบอดและเสียสติ. เขาต้องทนทุกข์ทรมานของทหารเดินเท้าเป็นเวลายี่สิบเดือน. ต่อมาเขาต้องเจ็บทุพพลภาพจากการโจมตีด้วยแก๊สพิษอีกครั้งหนึ่ง เขาถูกส่งตัวกลับอังกฤษ และได้รับวินิจฉัยอาการว่าจะต้อง “พิการตลอดชีวิต”.

ตอนนั้นส่วนประกอบของอนาคตก็ปรากฏขึ้นอีกส่วนหนึ่ง. ตอนหน้าร้อนที่สามของสงคราม วิลเลียม โดโนแวน มาทำการสำรวจศึกษาการรบในนามของกรรมการสงเคราะห์ผู้ประสบภัยสงครามแห่งอเมริกา ซึ่ง ร็อกกิเฟลเลอร์สนับสนุนด้วยความหวังจะจำกัดการฆ่าฟันได้. โดโนแวนอายุสามสิบสาม เป็นทนายที่มีชื่อเสียงจากนิวยอร์ก และนักสืบที่แหลมคม. เขาอดสูในภาพที่ได้ประสบ. กองทัพมหึมากำลังคลุกกัน ลากลู่ถูกังกัน แต่ก็ไม่ขยับเขยื้อนเลย เหมือนจะกอดค้างอยู่จนตายอย่างน่าทุเรศ.

โดโนแวนเล่าภายหลังให้นักเขียนชีวประวัติคนหนึ่ง* ฟังว่า :

"ทหารที่ได้ผ่านศึกเหมือนฝันร้ายนี้ คนหนึ่งเป็นชาวแคนาดา อายุเพียงยี่สิบเอ็ดปี. เปรียบกับเด็กกะหร่องผู้นี้ ข้าพเจ้ามีความรู้สึกว่าเป็นอ้ายเฒ่าหัวงูที่อยู่ดีกินดี. แต่เมื่อเขาเริ่มพูด ข้าพเจ้าก็จำต้องตั้งใจฟัง. ข้าพเจ้าได้ตั้งคำถามธรรมดา ๆ. เขาได้ตอบอย่างสั้น ๆ กะทัดรัดและลึกซึ้ง. ตอนเราพบกันครั้งแรกในปี ๑๙๑๖ เราก็ค้นพบว่าเรามีความหลังที่เชื่อมช่องว่างระหว่างพวกที่กำลังต่อสู้ในสงครามกับพวกเราชาวอเมริกันที่ยังอยู่นอกสงคราม. ข้าพเจ้าเคยเป็นสมาชิกสโมสรเรือกรรเชียงแข่งของแคนาดาแห่งหนึ่งใกล้บ้านที่อยู่บัฟฟะโล (Buffalo). ทุกสัปดาห์ที่สโมสรเรือกรรเชียงคริสตัล (Crystal Rowing Club) ที่ออนตาริโอ (Ontario) ข้าพเจ้าเคยถกเถียงกับชาวแคนาดาในเรื่องว่าสหรัฐอเมริกาอันเป็นสาธารณรัฐได้สลัดทิ้งระบบกษัตริย์ และว่าแคนาดาได้ค้นพบวิธีการที่จะคงกษัตริย์อังกฤษไว้โดยไม่ต้องอยู่ใต้บังคับของรัฐบาลอังกฤษ.

สตีเฟนสันมีความเข้าใจดีในกิริยามรรยาทของพวกเราอเมริกันซึ่งชาวอังกฤษทั่วไปที่กำลังประสบการอาบเลือดต่างน้ำหาว่าเป็นมรรยาทของกุ๊ยหยาบคาย. และข้าพเจ้าก็เกิดเข้าใจว่าเหตุใดพวกอังกฤษที่รอดพ้นมาจากแนวรบช่างเงียบอึ้งพูดไม่ออก. สตีเฟนสันเต็มใจวาดความสยองของแนวรบให้เป็นภาพที่กระจ่างให้ข้าพเจ้าเข้าใจได้.

"เขาใช้ทั้งความเมตตาทั้งความเฉียบแหลมในการพิจารณาประเมินจุดอ่อนของเยอรมันในทางทหารและทางจิตวิทยา. เขายืนยันว่าในที่สุดเยอรมันจะต้องแพ้ เพราะเหตุว่าประเทศนี้รบเพื่อจุดหมายฝ่ายอธรรม. เขาดูเป็นเด็กเหลือเกินที่จะเป็นถึงร้อยเอกได้ แต่เมื่อเขาแสดงข้อคิดของเขาออกมา ก็เห็นได้ว่าสมแล้ว. เขาไม่ถือว่าสงครามเกิดขึ้นมาเองเสมือนอุบัติเหตุในประวัติศาสตร์ ซึ่งผู้นำที่บ้าคลั่งทำให้ยิ่งยุ่งหนัก. แต่ก็เห็นชัดว่าเขาไม่หลงรักการรบ. เขากล่าวว่า ต้องมีผู้เสียสละที่ยอมต่อสู้ผีชั่ว

*วิทนีย์ เชพาร์ดสัน (Whitney Shepardson) หัวหน้าคนแรกของสำนักงาน โอ.เอ็ส.เอ็ส. ในลอนดอน ระหว่างสงครามโลกครั้งที่สอง. ต่อไปเป็นประธานกรรมการของกรรมการยุโรปเสรี (Free Europe Committee) ซึ่ง ซี.ไอ.เอ. สนับสนุน.

ร้ายนี้. เขาไม่ยอมรับว่าความโหดร้ายของพวกเยอรมันเป็นเพียงการโฆษณาชวนเชื่อ. เขาอยากกลับไปสู้ในแนวหน้าอีก. แพทย์บอกว่าระบบหายใจของเขาจะไม่สามารถทนต่อการสู้รบในสนามเพลาะต่อไปแล้ว.”

“เขาจึงตกลงเป็นนักบิน. เขาใช้อุบายเพื่อได้ย้ายไปสังกัดหน่วยบิน. เจ้าหน้าที่ไม่ซักถามอะไรเลย. ทหารล้มตายจำนวนมากจนเกณฑ์ทหารใหม่เข้ามาแทนที่ไม่ทัน. เขาปลอมแปลงรายงานของแพทย์และไม่มีผู้ใดได้ตรวจตราอย่างใกล้ชิดนัก. หลังจากฝึกบินเพียงห้าชั่วโมงเขาก็ได้ใบรับรองว่าเป็นทหารนักบินอย่างสมบูรณ์. ข้อนี้แสดงว่าฝ่ายสัมพันธมิตรขาดแคลนนักบินเพียงไร.”

สตีเฟนสันไปรายงานตัวที่ฝูงบินที่ ๗๓ ของหน่วยบินอังกฤษ. ทหารคนสนิทของเขาชื่อ ธอมัส ดรูว์-บรุ๊ก (Thomas Drew-Brook) เป็นชาวแคนาดาเหมือนกัน และต่อมาในสงครามโลกครั้งที่สองจะได้มาทำงานให้เขาและโดโนแวน. ดรูว์-บรุ๊ก ตกตะลึงแทบหงายหลังก้นกระแทกเมื่อได้เห็นนักบินใหม่ผู้หน้าตาซีดเซียวเหมือนคนรื้อไข้. สตีเฟนสันได้ปฏิเสธตำแหน่งนั่งรับราชการเป็นร้อยเอกฝ่ายเสนาธิการ อันเป็นงานซึ่งปลอดภัยและมีเกียรติ และได้มารับตำแหน่งว่าที่ร้อยตรีชั่วคราวในเหล่าทหารที่ใครต่อใครเรียกว่า “เหล่ากล้าตาย” ยิ่งกว่านี้เขายังปัดข้อทักท้วงของดรูว์-บรุ๊ก ว่าป่วยเกินไปที่จะเข้าสนามรบ. เขากล่าวว่า “ถ้าผมจะต้องลงหลุมในเร็ววันนี้ ผมก็ขอขุดหลุมเอง.” แต่แทนที่จะลงหลุม เขาออกปฏิบัติการจนได้รับเหรียญกล้าหาญทางอากาศ (Distinguished Flying Cross) “ . . . เพราะกล้าหาญอย่างเด่นชัด และมีความสามารถเป็นพิเศษในการโจมตีกลุ่มทหารและยานยนต์ข้าศึกในระดับต่ำ.” เขาได้รับชมเชยว่าสามารถให้ “ . . . ข่าวที่มีประโยชน์ และถูกต้องในการเคลื่อนไหวของข้าศึก.” เขาสามารถยิงเครื่องบินข้าศึกตกจำนวนมากขึ้นทุกที. เขาได้รับเหรียญกล้าหาญทัพบก (Military Cross) เพราะได้ทำให้ขบวนยานยนต์ข้าศึกกระเจิง ได้ทำลายแนวสอดแนมของข้าศึกและ “ . . . เมื่อบินระดับต่ำ ได้สังเกตเห็นรถบัญชาการเปิดประทุนของเยอรมัน และได้ระดมยิงจนรถคันนั้นคว่ำลงไปในคู.” เขาได้รับการสดุดีที่ให้เกียรติสูงสุดสำหรับนักบินในสมัยนั้นที่ทหารราบเป็นเหล่าที่มีภาระหนักสำคัญที่สุดว่า : “ไม่ว่าเมื่อใดที่ใดทหารราบต้องการตัวเขา เขาเป็นต้องอยู่ที่นั่น.”

เขาชอบการรบเดี่ยวและมีความสามารถจดจำทุกสิ่งที่ผ่านตา คุณสมบัติ

ทั้งสองนี้ประกอบกันเป็นลักษณะที่หาเปรียบยาก. ในฐานะผู้บังคับหมู่บิน (ฝูงบินที่ ๗๓ มีสองคน) เขาไม่สามารถออกบินเดี่ยวเมื่อออกปฏิบัติการตามแผน. เขาจึงออกปฏิบัติแต่ลำพังนอกแผนและออกไป "หาเรื่องบุกเดี่ยว". เป้าหมายที่เด่นชัดที่สุดน่าจะเป็นท่าน เร็ด บารอน มันเฟร็ด ฟอน ริชโธเฟน (The Red Baron Manfred von Richthofen) แต่สตีเฟนสันศึกษาพิจารณายุทธวิธีของศัตรูแล้วปักใจว่าน้องชายของท่านบารอน ชื่อ โลธาร์ เป็นนักบินที่เป็นอันตรายมากกว่า. ท่านบารอนมักจะชอบหมายเอาชัยอย่างโลดโผน น่าตื่นเต้น แต่บางครั้งก็เป็นชัยชนะง่าย ๆ. ส่วนโลธาร์สนใจการทำลายเป้าหมายที่มีความสำคัญมากกว่าการรบแบบเอาหน้าเอาชื่อ. เช่นเมื่อท่าน เร็ด บารอน มีชัยสองครั้ง โลธาร์จะทำลายบัลลูนสังเกตการณ์ที่เป็นภัยกว่า แม้จะไม่ดูน่าตื่นเต้นนัก. สตีเฟนสันจดข้อสังเกตดังนี้ลงในบันทึกที่แสดงเหตุผลในการล่าสังหารนักบินข้าศึกเช่นโลธาร์.

บันทึกรายงานนี้ได้ถึงหูถึงตาของจอมบู๊ดุเดือดที่มีอิทธิพลมากในวงการราชการลับอังกฤษ. นายพลเรือเอก เซอร์ เรจินัลด์ ("บลิงเกอร์") ฮอลล์ [Admiral Sir Reginald ("Blinker") Hall] เป็นผู้ที่ได้พัฒนาศิลปะของสงครามลับในสมัยหลัง ๑๙๑๐. เขาได้ฉายาว่า "บลิงเกอร์" เพราะมีอาการกระตุกกะพริบตาข้างหนึ่งเหมือนไฟสัญญาณของเรือรบ. ฮอลล์ไม่ยอมให้ตำแหน่งเจ้ากรมข่าวทัพเรือจำกัดขอบเขตงานของเขา และปฏิบัติการล้ำเขตออกมานอกทะเลหลวง. เขาเคยเป็นลูกน้องของจอมดื้ออีกคนที่ไม่เคยยอมให้ตำรามาเป็นนาย คือ วินสตัน เชอร์ชิลล์ เมื่อผู้นี้เป็นรัฐมนตรีทบวงทหารเรือตอนต้นสงคราม. ความดึงดันของเชอร์ชิลล์ทำให้ต้องปะทะกับผู้ร่วมงานที่มีหัวการเมืองมากกว่า จึงต้องออกจากตำแหน่งในปี ๑๙๑๕. แต่ตอนนี้ฮอลล์ไม่ต้องมีผู้พิทักษ์แล้ว. เขาได้แทรกเข้าไปในทุกวงการของราชการลับ. หากสก๊อตแลนด์ ยาร์ด (Scotland Yard) เข้าไปสืบคดีจารกรรมที่ใดในลอนดอน ก็จะเจอเขากำลังทำงานในที่เกิดเหตุอยู่แล้ว. ในที่สุดหน่วยราชการลับก็อ่อนใจและยอมรับโดยดุษณีว่า ถ้าพบบุคคลที่น่าจะรับเข้ามาใช้ในงานจารกรรมได้จากที่ใดก็ตาม ผู้นั้นก็คงเป็นสมุนของฮอลล์อยู่แล้วทั้งนั้น. ไม่มีใครหาเรื่องว่าฮอลล์ "อ๊อฟฟ์ไซด์" (ล้ำเส้น) เพราะเขาได้ทำประโยชน์มากเหลือเกิน ใครต่อใครก็ต้องพึ่งเขา. เขาปกปิดงานลับของตนโดยอ้างว่าเจ้าหน้าที่ที่ทำงานในสำนักงานซึ่งเรียกง่าย ๆ ว่า ห้อง ๔๐ ที่ตั้งในอาคารทบวงทหารเรือมีหน้าที่เฉพาะในการทำแผนที่สอดส่องการเคลื่อนไหวของเรือรบข้าศึก.

ถึงปี ๑๙๑๗ บลิงเกอร์ ฮอลล์ ได้รับการยกย่อง แม้ผู้ที่เคยตำหนิติเตียนเขา ก็ต้องยอมรับนับถือในผลงานสำคัญของเขา คือเขาได้ดักฟังและได้ถอดรหัสโทรเลขฉบับสำคัญที่เขาเข้าใจว่าจะเป็นเหตุให้สหรัฐอเมริกาจะต้องเข้าศึกสงคราม. โทรเลขฉบับนั้นเรียกกันว่าซิมเมอร์แมน เทเลแกรม (Zimmermann Telegram) ส่งจากเบอร์ลินถึงอัครราชทูตเยอรมันที่เม็กซิโก (Mexico). การขบสารลับแตกครั้งนี้ถือว่าเป็นครั้งสำคัญที่สุดอันจะไม่มีที่เทียบอีกนานปี. นักขบรหัสลับของฮอลล์ได้กำอนาคตของโลกไว้ในมือของตนและผลสำเร็จที่ยิ่งใหญ่นี้จะเป็นกำลังใจแก่ท่านนายพลเรือเอกในยามที่ต้องเผชิญความผิดหวัง.

ฮอลล์พอใจในวิธีการที่สตีเฟนสันได้ประเมินกำลังทางอากาศของข้าศึกอย่างสุขุมแม้จะเป็นสมัยที่ถือกันว่าการรบกลางหาวยังเป็นเพียงยุทธกีฬาระหว่างพวกหนุ่มนักท้ามฤตยู. ท่านนายพลเฒ่าศึกษาพิจารณาประวัติของนักบินหนุ่มน้อยหน้าใส และสังเกตว่า สตีเฟนสันมีความชำนิชำนาญดีอยู่แล้วในเรื่องที่ฮอลล์ถือว่าเป็นหัวใจของการสืบราชการลับในอนาคต คือการใช้วิทยุสื่อสาร. นอกจากนี้ สตีเฟนสันก็ยังได้เสนอให้ทำเอกสารเป็นหลักฐานและสารบัญเกี่ยวกับจุดอ่อนของเครื่องบินและกำลังพลของข้าศึก ทั้งนี้เพื่อได้ค้นหาข้อมูลได้สะดวกและรวดเร็ว. เขามีความเห็นว่าพวกเยอรมันนั้นมีจุดอ่อนแอในนิสัย สันดาน อันควรจะนำมาใช้เป็นประโยชน์แก่ฝ่ายเรา. ควรจะใช้กลลวงเพื่อล่อให้นักบินข้าศึกมาตะลุมบอนกันห่างจากแนวของตนด้วยจุดประสงค์ให้ข้าศึกต้องห่วงหน้าห่วงหลัง กังวลว่าเชื้อเพลิงจะหมด. ทั้งนี้ฮอลล์ก็คิดเหมือนกันว่าออกจะไม่เป็นการปฏิบัติตามกฎของเกียรติในการสู้รบสมัยโบราณนัก แต่เขาเองก็ไม่สู้จะคำนึงถึงน้ำใจนักกีฬานักเมื่อเป็นเรื่องของการรบ.

สตีเฟนสันได้ออกความเห็นว่าต้องทำลายนักบินมือเอกของฝ่ายข้าศึกดังนี้แล้วก็ออกปฏิบัติการตามความเห็นนี้. เขาออกล่าโลธาร์ ฟอน ริชโธเฟน และเกือบจะได้ถูกลงบัญชีแดง ("สงสัยว่าเสียชีวิต") ในสารบัญของฮอลล์.

โลธาร์ปฏิบัติการเฉพาะในตอนหนึ่งของแนวรบตะวันตกส่วนที่เครื่องบินทิ้งระเบิดอังกฤษปฏิบัติอยู่ระหว่างการรุกของเยอรมันเมื่อวันที่ ๒๑ มีนาคม ๑๙๑๘. สตีเฟนสันนำหมู่ของฝูงบินที่ ๗๓ ทั้งสามหมู่เป็นส่วนหนึ่งของกำลังคุ้มกันเครื่องบินทิ้งระเบิด. เขาเล่าเรื่องว่า "เมื่อเราบินในระดับ ๑๖,๐๐๐ ฟิต เครื่องบินขับไล่แบบบริสตอล (Bristol) ของฝูงบินที่ ๖๒ และ ๒๒ ก็มาสมทบ. ทอมมี่ ดรูว์บรุ๊ก ถูกเครื่องบิน ฟอกเกอร์ ทริเพลน (Fokker Triplane) โจมตี. เครื่องบิน

ลำนั้นสีแดง ด้านข้างคาดด้วยเส้นหยักสีดำกว้างประมาณสี่นิ้วตลอดลำตัว. ทอมมี่บินอยู่ใต้เครื่องของผมด้านขวา. ผมดำลงและเลี้ยว แล้วเริ่มยิงในระยะประมาณแปดสิบหลา.” ฟอกเกอร์ลำนั้นเลี้ยวแบบอิมเมลมันน์ (Immelmann turn) ขึ้นในระดับสูงพร้อมกับกลับทิศทางบิน. สตีเฟนสันจับได้ว่าเป็นแบบทำนองรบของโลธาร์. “เราบินควงสว่านดำดิ่งลงหงายขึ้นประชันท่าบินทุกแบบเพื่อเข้าท่ายิงสังหาร. เครื่องบินแบบแคเมิล (Camel) ของผมมีปืนกลวิกเกอร์ส (Vickers) สองกระบอกที่มีกลไกให้ยิงผ่านใบพัดได้ และได้เปรียบเพราะคล่องแคล่วกว่าของเขาด้วย. ดังนี้ก็ไม่นับว่าโลธาร์เสียศักดิ์ศรีนักเมื่อผมสามารถบังคับให้ลงไปบินระดับเรี่ยยอดไม้ และในที่สุดต้องชนกลุ่มต้นไม้. เขาไม่เสียชีวิตแต่ไม่สามารถบินอีกต่อไปเลย — นอกจากเป็นผู้โดยสารในเครื่องบิน.

นักประพันธ์อเมริกันชื่อ อาร์ช ไวท์เฮาส์ เป็นนักบินที่ร่วมในปฏิบัติการทางอากาศครั้งเดียวกันนั้นด้วย และได้เขียนเรื่องสตีเฟนสันตอนเป็นนักบินมือเอกว่า. “สงครามทางอากาศที่อุบัติขึ้นเหนือแคว้นฟลานเดอร์ส (Flanders) เป็นของใหม่. สงครามแบบใหม่นี้ก็ได้ผลิตนักรบแบบใหม่. และไม่มีนักบินผู้ใดที่ได้ทำประโยชน์ให้แก่ชนที่พูดภาษาอังกฤษยิ่งกว่าสตีเฟนสัน.” ไวท์เฮาส์มีโอกาสล่วงแลเห็นจิตใจลึกของสตีเฟนสัน อันเป็นของยากและไม่มีใครเคยหยั่งถึงตลอดมา เมื่อวันหนึ่งเขาได้รับคำกลอนที่สตีเฟนสันได้เขียนให้เขาเพื่อเป็นกำลังใจในเวลาที่มืดมน :

ผู้เหาะเหิน เวหา ฝ่าอากาศ ยิ่งสามารถ กว่าวิหค นกทั้งหลาย
ว่ายอัมพร สูงเด่น มิเว้นวาย ผ่อนใจกาย เป็นเจ้าของ ครองคัคนานต์
ใยพะวง หลงดูโลก ที่แสนวุ่น อย่าหมกมุ่น ขุ่นใจ แรงไฟผลาญ
ทำลายรัง เราให้ มลายลาญ เปลวแดงฉาน พลุ่งตลบ อบละออง
จงจำว่า เจ้าเท่านั้น มีโอกาส จะหลีกคลาด พสุธา น่าสยอง
เปิดประตู สู่ฟ้า อ่าอาบทอง ไปครอบครอง สรวงสวรรค์ อันรื่นรมย์

สตีเฟนสันลงท้ายด้วยคำสั้นๆ ว่า “แปลว่าให้ทำใจดีๆ ยิ้มสู้ ! พวกเราทุกคนน่าจะตายมาตั้งนานแล้วแต่ก็ยังไม่ยักตาย.”

ในวันที่ ๒๘ กรกฎาคม ๑๙๑๘ สตีเฟนสันกำลังบินลาดตระเวนเดี่ยว ก็สังเกตเห็นเครื่องบินตรวจการของฝรั่งเศสที่อุ้ยอ้าย. มีเครื่องบินฟอกเกอร์ ดี-เจ็ด (Fokker D-VII) เจ็ดลำกำลังเตรียมขบวนเข้าโจมตี. เขาสามารถตีให้ข้าศึกแตก

กระเจิง แต่ในท่ามกลางความสับสน ผู้ตรวจการฝรั่งเศสได้ยิงเครื่องบินของสตีเฟนสัน. เขาบาดเจ็บที่ขาและเครื่องบินตกลงหลังแนวข้าศึก. เขาถูกทหารเยอรมันยิงซ้ำเติมที่ขาข้างเดียวกันนั้นอีก และถูกจับเป็นเชลยศึก.

เขาพยายามหลบหนีหลายครั้งแต่ไม่สำเร็จ. เขากล่าวภายหลังว่า "ผมไม่ได้วางแผนรอบคอบ. แต่ผมอยากกลับมาที่ฝูงบินเพราะทราบดีว่าการรบทางอากาศสำคัญยิ่ง. พวกเยอรมันจวนจะพังแล้ว แต่เขาก็ยังมีเครื่องบินที่ดีและนักบินที่สามารถสำรองอยู่. และทางเรายังมีความจำเป็นที่จะมีผู้ที่เคยผ่านการรบกับเยอรมันมาแล้ว".

พวกเยอรมันก็ทราบตระหนักว่านักบินพันธมิตรที่เชี่ยวชาญหนึ่งคนมีค่าเท่ากับเครื่องบินใหม่ของอเมริกาหรืออังกฤษตั้งโหล. สตีเฟนสันถูกควบคุมตัวอย่างใกล้ชิดที่โฮล์ซมินเดน (Holzminden) ซึ่งเป็นค่ายเชลยที่มิดชิดที่สุดยอด เป็นที่คุมขังเชลยสำคัญ ๆ. ผู้บังคับการค่ายชื่อ ฮันส์ นีมาเยอร์ (Hans Niemayer) แสดงความเกลียดชังพวกพูดภาษาอังกฤษ โดยตบตีเชลยเป็นภายใน และเยาะเย้ยอย่างเปิดเผย. สตีเฟนสันเล่าภายหลังว่า : เขาเป็นชาวเยอรมันที่เคยอยู่ที่มิลวอกี (Milwaukee) ก่อนสงคราม และกลับสู่ประเทศมารบให้ท่านไกเซอร์ (Kaiser). เขาชอบอวดรู้ศัพท์อเมริกัน. วันหนึ่งเขาเรียกให้เรามาเรียงแถว เพราะเขาได้พบแผนแหกคุก. เขาตะเบ็งเสียงว่า "ยูนึกว่าไอไม่รู้อะไรกำลังเกิดขึ้น แต่อย่าให้เซดเลยไอรู้หมดโว้ย !"

สตีเฟนสันระวังรักษาให้ขาที่บาดเจ็บหายเป็นปกติ แต่แกล้งทำให้ผู้คุมนึกว่ายังพิการและว่าไม่สามารถหลบหนี. หลังจากถูกคุมขังเพียงหนึ่งสัปดาห์ เขาได้ทำแผนผังของค่ายแล้ว. เขาทราบว่ารั้วรอบค่ายมีจุดอ่อนที่ใด เขาทราบระยะจากค่ายถึงหมู่บ้านใกล้เคียงที่สุดที่เขาจะไปหลบซ่อนและผลัดเครื่องแต่งกายได้และทราบว่าแนวฝ่ายพันธมิตรอยู่ใกล้ไกลเท่าใด. เขาได้ข้อมูลต่าง ๆ นี้มาโดยปกปิดความดูถูกเกลียดชังผู้ที่จับตนไว้และเขาล้วงความรู้เท่าที่จะทำได้จากการพบปะสนทนาอย่างไม่รู้ไม่ชี้ แม้จะต้องทนฟังนีมาเยอร์พูดโดยไม่โต้ตอบและด้วยอัธยาศัยไมตรี. ถึงเดือนตุลาคม ๑๙๑๘ ไม่ถึงสามเดือนหลังจากที่ถูกจับมา เขาพร้อมที่จะหลบหนีจริง ๆ.

สตีเฟนสันได้รับอนุญาตให้ทำงานในโรงครัว. เขาขวนขวายหาเครื่องครัว

ซึ่งเขาดัดแปลงมาใช้เป็นเครื่องตัดลวด มีด และเข็มทิศอย่างง่าย ๆ. ถึงเวลาที่เขาพร้อมจะแหกคุกเข้าไปขโมยรูปถ่ายของครอบครัวนีมาเยอร์จากห้องทำงานของผู้บังคับการเป็นการเหยียดหยาม "เพื่อให้ท่านผู้บังคับการไม่หลงคิดอีกต่อไปว่าเรารักท่าน". เขาออกไปพร้อมกับรูปถ่ายที่ยัดไว้ในเสื้อคลุมทหารเยอรมันที่เขาได้ขโมยไว้และล่องหนไปสู่อิสรภาพหนึ่งชั่วโมงก่อนรุ่งอรุณ.

เขาถึงแนวพันธมิตรภายในสามวัน และได้เสนอรายงานละเอียดอย่างที่เขาเคยปฏิบัติมาทุกครั้งตามลักษณะนิสัยของเขา คราวนี้เป็นเรื่องของค่ายกักกันเชลยศึกของฝ่ายข้าศึก.

สำเนารายงานฉบับนี้ไปถึง "ห้อง ๔๐" ถึงมือท่านนายพลเรือเอกบลิงเกอร์ ฮอลล์ ผู้คอยติดตามความเป็นไปของหนุ่มกลุ่มหนึ่งที่เขาหมายจะฝึกเพื่อมาทำงานราชการลับแผนใหม่. สตีเฟนสันเป็นปัญหาอยู่เพราะเป็นที่รู้จักมากเกินไป. เขามีชื่อเสียงว่าได้ยิงเครื่องบินข้าศึกตกยี่สิบหกลำในช่วงเวลาที่นับว่าสั้นหลังจากได้ปฏิบัติการรบในสนามเพลาะมาแล้ว. นอกจากเหรียญตราอื่น ๆ เขาก็ได้รับตรา เลยิออง โดนเนอร์ (Legion d'Honneur) และเหรียญราชการสงครามครัวส์ เดอ แกร์ พร้อมเข็มเกียรติยศ (Croix de Guerre with Palm) จากฝรั่งเศส. เขาได้รับสมญาว่า "กัปตันปืนกล" ("Captain Machine Gun") บนเวทีมวยเมื่อเขาได้มีชัยเป็นแชมป์โลกทหารรุ่นไลท์เวทในรายการเดียวกันกับที่ จีน ทันนีย์ (Gene Tunney) ผู้เป็นนาวิกโยธินอเมริกันได้เป็นแชมป์ทหารรุ่นเฮวี่เวท. ต่อมาทันนีย์หันมาเป็นมวยอาชีพ แล้วได้เป็นแชมป์โลกที่ไม่เคยถูกพิชิต. เขามีชื่อเสียงและมีอิทธิพลซึ่งได้มาเป็นประโยชน์สำหรับสตีเฟนสันในการงานตอนสงครามโลกครั้งที่สอง. โดยที่บุคคลทั้งสองได้มาเป็นหุ้นส่วนทางธุรกิจและเป็นเพื่อนคู่ชีพ. ปี ๑๙๑๘ เป็นปีที่ฮอลล์กำลังถอนตัวจากงานเป็นทางการ แต่เขาก็ยังได้ดำเนิน กิจการงานลับเป็นผู้นำหลังฉากต่อมาอีกยี่สิบห้าปี. เขาดำริว่าจะเป็นการเหมาะกว่าถ้าจะย้ายสตีเฟนสันมามีหน้าที่เป็นนักบินทดลองเครื่องบินรบต่างชาติอันเป็นงานที่เป็นกลาง ๆกว่า. ท่านนายพลเขียนถึงสตีเฟนสันภายหลังว่า : "ในฐานะหัวหน้านักบินทดลองของศูนย์พัฒนากองบินอังกฤษ (Royal Flying Corps Reconstruction Center) ท่านได้มีโอกาสขับเครื่องบินจากทั่วโลกมากชนิดกว่านักบินใดที่ข้าพเจ้าเคยรู้จัก".

สตีเฟนสันไม่ยอมรับทัศนะของพวกที่ถือว่าการบินเป็นกีฬาและที่เห็นว่าการรบทางอากาศเป็นนวนิยายน่าตื่นเต้น. ในบันทึกซึ่งเขาได้เขียนสำหรับฮอลล์โดย

เฉพาะรายงานการรบในสงครามทางอากาศครั้งแรก. เขามีข้อสังเกตว่ากองบินอังกฤษได้เริ่มลงสนามรบด้วยเครื่องบินจำนวนไม่ถึงห้าสิบลำ และอยู่ใต้บังคับบัญชาของนายพลทหารม้าผู้ได้ลงจากหลังม้ามาฝึกการบินเมื่ออายุสี่สิบเก้าปี. เสนาธิการของท่านเป็นทหารผ่านศึกจากสงครามบัวร์ (Boer War) ผู้ซึ่งได้ลอยไปลอยมา (จริง ๆ) ในบัลลูนเป็นเวลาแรมปี. นักบินแต่ละคนต้องนำเครื่องบินของตนข้ามไปฝรั่งเศสด้วยตนเอง พร้อมเตาหุงข้าวเล็ก ๆ ซุบก้อน และกล้องส่องสนาม. ส่วนแผนที่นั้นก็ใช้แผนที่ที่บริษัทยางรถยนต์มิเชอแลง (Michelin) บริการนักทัศนาจรผู้ขับขี่รถยนต์. การบำรุงรักษาเครื่องบินก็ทำกันแบบเซียงกง ฐานล้อที่ออกแบบสำหรับเครื่องบิน โมราน พาราซอล* (Morane Parasol) ก็มาดัดให้เข้ากับเครื่องบินแบบ อาร์. อี. - ๘ (RE - 8) เครื่องยนต์ซึ่งสร้างมาสำหรับเครื่องบินฟาร์มัน (Farman) ก็ถูกยัดเข้าไปในเครื่องบินแบบ* บี. อี. - ๒ (BE - 2). ส่วนด้านกำลังพลก็ทุลักทุเลเช่นเดียวกัน. พลปืนจะถือว่าใช้ได้ ถ้าสามารถบรรจุกระสุนปืนเล็กของทหารม้าได้ หรือทิ้งลูกดอกเหล็กบนหัวของพวกเยอรมันได้ และถ้าไม่รังเกียจการยัดก้อนหินไว้ในกระเป๋าเสื้อเพื่อพร้อมที่จะขว้างใส่เครื่องบินข้าศึก. การยุทธได้เร่งรัดให้วิทยาการก้าวหน้าขึ้น แต่สตีเฟนสันเกรงว่าฝ่ายสัมพันธมิตรจะด้อยลงถ้ามีความสงบเป็นระยะเวลานาน และจะไม่พร้อมสรรพถ้าเมื่อใดจะต้องเผชิญศัตรูที่มีแสนยานุภาพทางทหารเหนือกว่า.

เขายังมีหน้าที่เป็นนักบินทดลองเครื่องบินอยู่ เมื่อเขาเริ่มสนใจอย่างลึกซึ้งในแนวความคิดและวิทยาการใหม่ ๆ เกี่ยวกับการใช้อากาศยานตามที่ฮอลล์ได้เดาใจเขาไว้แล้ว. เขามีหัวทางการคำนวณซึ่งแสดงออกมาให้เห็นได้ในท่วงทำนองการบินของเขา. หลักวิชาการที่ได้พิสูจน์ทดลองแล้วถ้าเอามาใช้อย่างสุขุมใจเย็นจะเป็นปัจจัยให้นักบินหลุดพ้นจากอันตรายได้ในหลายกรณี. แม้แต่พรรคพวกในหน่วยบินที่มีชื่อว่ามุทะลุดุเดือดก็ยอมรับรองข้อนี้ โดยมีเพลงแบบบทสวดศพที่เขาร้องกันในงานสังสรรค์ของนายทหารดังนี้ :

หนึ่งชั่วโมง สิบห้า ชะตาขาด เสืออากาศ พลาดจำ คำครูสอน
คือสาเหตุ พากาย ให้ม้วยมรณ์ หักมุมร่อน สูงไปนิด ชีวิตวาย

---

* : เครื่องบินแบบ อาร์.อี. - ๘ (RE - 8) และ บี.อี. - ๒ (BE - 2) ในหนังสือเล่มนี้เขียนผิดว่า BE - 8 และ RE - 2

สตีเฟนสันรู้ดีอยู่แล้วว่าถ้ายกหัวเครื่องบินเกินมุมการร่อนปกติสูงไปนิดเดียว ในกรณีร่อนลงเมื่อเครื่องยนต์ขัดข้องนั้น ก็เป็นอันจบเห่ แต่ยิ่งกว่านี้ เขายังได้เสนอแบบปีกเครื่องบินแบบใหม่ที่ทำให้มุมการร่อนปลอดภัยดีขึ้น. เพื่อนๆ ของเขาค่อนข้างบ้าบิ่น ถือว่ามีนัดพบกับพญายมอยู่แล้ว มักจะคิดแต่แค่แก้ปัญหาเฉพาะหน้าไปเป็นวันๆ. นายทหารประจำเหล่าอื่นๆ ออกจะดูถูกดูหมิ่นหนุ่มเหล่านี้ แต่ท่านพลเรือเอก ฮอลล์ไม่. ฮอลล์เลือกวิลเลียม ไวสแมน (William Wiseman) ไปเป็นหัวหน้าหน่วยราชการลับในสหรัฐ. ไวสแมนเป็นหนุ่มใหญ่และเคยถูกแก๊สพิษจากการโจมตีของเยอรมันในคราวเดียวกับที่สตีเฟนสันต้องทุพพลภาพ. เขาประจำอยู่ที่วอชิงตัน (Washington) จนสิ้นสุดสงครามโลกครั้งที่หนึ่ง.

ในสมัยนั้นไม่มีการเผยข่าวเรื่องหน่วยราชการลับอังกฤษเลย. งบประมาณรายจ่ายการดำเนินการถูกปิดมิดชิด. การปฏิบัติตามกฎหมายปิดความลับของอังกฤษเคร่งครัดมากสุดขีด จนกระทั่ง เซอร์ คอมพ์ทัน แม็กเคนซี (Sir Compton McKenzie) ผู้เป็นคนสุจริตและเป็นนักเขียนที่มีคนนิยมมาก ได้ถูกฟ้องศาลและถูกลงโทษอย่างหนัก เพราะได้เขียนเรื่องงานที่ตนเคยทำในหน่วยราชการลับอังกฤษ แม้จะเป็นระยะหลังสงครามแล้ว ทั้งได้เขียนอย่างคลุมเครือมาก. การปิดความลับอย่างเคร่งครัดจนเกินเหตุดังนี้ปฏิบัติเป็นประเพณีมาเป็นศตวรรษแล้ว. บุคคลเด่นๆ ที่เอ่ยชื่อในฐานะผู้ดำเนินราชการลับมีจำนวนจำกัดมาก เช่น คาร์ดินัลวุลซีย์ (Cardinal Wolsey) วอลซิงแฮม (Walsingham) เธอร์โล (Thurloe) และรัดยาร์ดคิพลิง (Rudyard Kipling). ชื่อของไวสแมนถูกเอ่ยขึ้นในสื่อมวลชนก็เพราะเขาปฏิบัติการในสหรัฐอเมริกาซึ่งเป็นประเทศที่ยากที่จะปกปิดงานแบบนี้. มีการยั่วเย้าพวกหัวหน้านักสืบราชการลับว่าชอบปกปิดนามของตนด้วยการใช้อักษรย่อ. มีการย้ำแล้วย้ำอีกว่าหน่วยราชการนี้ย่อมต้องเป็นเสือปืนฝืด โดยหาเรื่องว่าเจ้าหน้าที่ต้องมาจากชนชั้นอภิสิทธิ์และจากโรงเรียนหรูหรา. การเย้ยหยันทำนองนี้กลับเป็นเครื่องพรางความลับที่ดีและได้ฟรี. ส่วนสตีเฟนสันนั้นไม่เข้าเกณฑ์ที่เขาหาเรื่องตบแต่งเยาะเย้ยสักหลักเดียว. ในทางตรงกันข้ามเขามีคุณสมบัติที่ต้องการจริง โดยเฉพาะความกล้าหาญในความคิดและความสามารถที่จะเล็งเห็นว่าผลเกิดแต่เหตุ และว่าการกระทำของตนเองอาจนำไปสู่ผลที่กว้างขวางได้ อาจมีผลให้ถึงมีการนองเลือดและความทุกข์มหันต์ทั่วไปได้.

บทที่ ๒

"แม่เจ้าโว้ย! ช่างมีคนประหลาดพิลึกพิลั่นในหมู่บุคคลที่มาปฏิบัติงานสงครามอันใหญ่ไพศาลและน่าสลดสังเวชนี้ — บุคคลเหล่านี้ ลูก หลาน เหลน ลื่อของเราจะต้องได้อ่านพบในตำราประวัติศาสตร์ต่อไป. บุคคลที่พิลึกกึกกือยอดเยี่ยมที่สุดได้แก่นายทหารเรือผู้นี้ ซึ่งก็คงจะไม่ปรากฏนามในตำราประวัติศาสตร์เลย." นี่เป็นข้อความที่วอลเตอร์ เอ็ช. เพจ (Walter H. Page) เอกอัครราชทูตสหรัฐอเมริกาในกรุงลอนดอน เขียนถึงประธานาธิบดี วุดโรว์ วิลสัน (President Woodrow Wilson) เมื่อกล่าวถึงนายพลเรือเอก บลิงเกอร์ ฮอลล์. ฮอลล์นั้นมีความเห็นว่าเมื่อการรบรายุติลงมิได้หมายความว่าจะหมดภัยหมดอันตราย. อาวุธยุทโธปกรณ์สมัยใหม่และวิทยาการแผนใหม่ในสื่อมวลชนย่อมให้โอกาสใหม่สำหรับผู้ที่คิดจะขึ้นครองโลก. คำตักเตือนของเขาและของบุคคลอื่นๆ ถูกปัดไป เพราะตอนหลังสงครามมีคลื่นใต้น้ำ ทำให้เกลียดชังสงครามและเสื่อมความนิยมในผู้นำทางทหาร.

ในนิวยอร์ก ฝูงชนออกมาไชโยโห่ฮิ้วต้อนรับ กรมที่ ๖๙ ที่เดินสวนสนามตาม ฟิฟธ์ แอเวนู โดยมี พันเอก โดโนแวน เดินเท้านำทหารของเขา. กรมนี้ได้รับสมญานามว่า "เธอะ ไฟติง ไอริช" (The Fighting Irish) และหัวหน้าได้ชื่อว่า "ไวลด์ บิลล์" (Wild Bill). เมื่อมีผู้ถามว่าเหตุใดเขาไม่ขี่ม้านำแถวตามประเพณีเขาตอบว่า : "ถ้าการเดินเท้าไปทั่วยุโรปใช้การได้ ตอนนี้ก็เดินเท้าได้." ที่ค่ายมิลล์ส (Camp Mills) อันเป็นที่กรมนี้เคยพักอยู่ก่อนออกไปรบ ค่ำวันนั้นเมื่อทุกสิ่งทุกอย่างสงบเงียบแล้ว เขาต้องหลั่งน้ำตาพลางบอก ฟาเธอร์ วินเซนต์ โดโนแวน (Father Vincent Donovan) ผู้เป็นพี่ชายว่า : "ผมไม่มีทางลืมพี่น้องทหารที่ไม่ได้กลับมากับเรา."

จอห์น พีล บิชอป (John Peale Bishop) กวีชาวอเมริกันได้เขียนไว้ว่า : "สิ่งที่น่าเศร้าสลดใจที่สุดในเรื่องมหาสงครามไม่ใช่เพราะคนต้องล้มตายไปมากหลายแต่เพราะว่าความเศร้าสลดใจในความตายนั้นเองถูกทำลาย. ไม่ใช่ว่าตัวเยาวชนเองเท่านั้นที่ต้องรับความทุกข์ความสูญเสียในสงคราม แต่ทุกสิ่งที่จะบรรเทาความทรมานและให้ศักดิ์ศรีในความทุกข์ของเขา ก็ต้องถูกลบล้างเสื่อมสูญเสียไปหมด."

แฮโรลด์ แม็กมิลแลน (Harold MacMillan) ผู้ต่อมาได้เป็นนายกรัฐมนตรีอังกฤษ ได้กลับไปนครแห่งมหาวิทยาลัยอ๊อกซ์ฟอร์ด (Oxford) และรู้สึกเหมือนกลับไปเมืองผี. ต่อมาเขาได้เขียนบทความที่เสมือนพูดแทนคนรุ่นหนึ่งที่สูญหายไป. "ความขมขื่นมาเกาะกินหัวใจ เมื่อเราเห็นผู้ใหญ่หลายคนดูเหมือนจะเริ่มเล่นกีฬาการเมืองอย่างแต่เดิมด้วยใจสบายและด้วยความเอร็ดอร่อยที่ไม่เสื่อมคลาย."

กีฬาการเมืองนั้นเรียกร้องให้ทำลายแสนยานุภาพของกลไกการรบ โดยอ้างว่าเป็นความต้องการของประชาชน. งบประมาณทางทหารต้องถูกตัดฮวบลง. กิจการบินในอังกฤษกลับเป็นธุระของวิสาหกิจส่วนบุคคล. นักบินทดลองหมดอาชีพ. สตีเฟนสันถูกส่งไปเรียนต่อที่อ๊อกซ์ฟอร์ดและที่วิทยาลัยการบิน ที่ต่อมาจะได้เป็นวิทยาลัยการบินแครนเวลล์ (Cranwell Aeronautical College). ณ ที่นั้นเขาทุ่มเทความสนใจให้วิชาการวิทยุสื่อสารอันเป็นวิชาที่นายพลฮอลล์ชอบนัก. สตีเฟนสันกลับไปแคนาดาพร้อมกับความฝันใฝ่ว่าวิทยาการของวิทยาศาสตร์จะบันดาลให้เกิดโลกใหม่ที่จะมีความเป็นระเบียบเรียบร้อยและความสงบ.

ความคิดฝันของเขาประสบการต้อนรับอย่างเย็นชา. เขาพยายามหาความสนับสนุนจากประชาชนแคนาดาให้ตั้งวิทยุกระจายเสียง. เขาเห็นว่ากิจการนี้ควรจะเป็นผลต่อเนื่องจากการพัฒนาวิชาวิทยุระหว่างสงคราม. แต่เขาก็เป็นเพียงเยาวชนอายุยี่สิบสาม. ตอนกลับมาแนวหลังเขาต้องกลับเข้าแถวไปเป็นเด็ก ถึงแม้เขาได้ผ่านอายุขัยในสงครามซึ่งถือว่าทุกวันหลังจากผ่านอายุยี่สิบปีเป็นกำไรทั้งสิ้น. เขารับงานสอนคณิตศาสตร์และวิทยาศาสตร์ที่มหาวิทยาลัยแมนิโตบา (Manitoba) ในระหว่างที่เขาศึกษาการทดลองวิทยุกระจายเสียงในจังหวัดนั้น. เขากล่าวว่า : "ผมมีความรู้สึกว่ามีความผิดที่ไม่ได้ตายเสียพร้อมกับเพื่อนๆ. แต่เมื่อผมยังคงมีชีวิตอยู่ ผมก็ต้องแสดงว่าที่รอดมานั้นมีเหตุผลอันสมควร."

บทกวีนิพนธ์บางตอนของเวิร์ดส์เวอร์ธ (Wordsworth)* ปะปนอยู่ในเอกสารของเขาอันชี้ให้เห็นสภาพจิตของเขา :

---

* : จาก Character of a Happy Warrior

นักรบใด ใจมั่น พลันเริงร่า ถ้วนทหาร ปรารถนา เป็นเช่นเขา
สู้สุดฤทธิ์ ในกิจ ทั้งหนักเบา ยอมรับเอา ด้วยมโน อันโอฬาร์
เป็นเกลอกับ ทุกข์กล้า แสนสาหัส อันตราย สารพัด ไม่หน่ายหน้า
ถึงขามจิต โลหิตซับ กับพสุธา ใจเย็นได้ ไม่ว้า หวั่นพะวง
แลเห็นความ ลำเค็ญ เป็นประโยชน์ อันช่วงโชติ ชวลิต น่าพิศวง
ตั้งจิตไว้ ไม่พรั่น ด้วยมั่นคง และอาจอง ทะนงรัก ศักดิ์แห่งตน
ไม่ยอมลด กายใจ ให้ต่ำต้อย เพื่อจะคอย ตวงตัก แม้สักหน
ซึ่งยศศักดิ์ อัครฐาน ศฤงคารตน หมายเทิดผล คือความดี ที่ศรัทธา
กฎอันใด แม้วางไว้ ในยามสงบ ปองเคารพ ชูเชิด ให้เจิดจ้า
ดำเนินตาม ที่เห็นชัด ในหัทยา ว่าเป็นภา- ระเลิศ ประเสริฐจริง.

สตีเฟนสันไม่เคยแสดงออกมาให้ใครทราบถึงอารมณ์อ่อนไหวใฝ่ฝันของเขาเลย. แต่ผู้ที่ได้ผ่านการต่อสู้ของตนเองแต่ลำพังก็มีความรู้สึกคล้ายคลึงกับสภาพจิตของสตีเฟนสัน. ผู้ใหญ่บางคนก็มีความเข้าใจในความรู้สึกแบบนี้ และพร้อมที่จะใช้พลังนี้ให้เป็นคุณประโยชน์.

ประมาณปี ๑๙๒๐ นายพลฮอลล์เรียกตัวสตีเฟนสันให้กลับลอนดอน. ตอนนั้น ฮอลล์ได้ถอยเข้าหลังฉากแล้ว. วงการราชการลับได้ถูกลดกำลังพลอย่างฮวบฮาบ และฮอลล์ก็พยายามประคับประคองให้ยังคงปฏิบัติงานได้โดยการส่งเสริมกลุ่มการเมืองพลเรือน กลุ่มวิเทศสัมพันธ์และกลุ่มพัฒนาวิทยาศาสตร์. เขาถือว่าสตีเฟนสันเป็น “นักคณิตศาสตร์ที่ปราดเปรื่อง ผู้ไม่ยอมให้มีอะไรมาจำกัดขอบเขตของทัศนะ ดุจเดียวกับผู้บุกเบิกอเมริกัน . . . คนนี้เป็นทั้งนักปฏิบัติ เป็นทั้งนักฝันใฝ่ประกอบกันอย่างหาเสมือนยาก.” โดยที่ฮอลล์เชื่อมั่นว่าการตัดเส้นการสื่อสารของศัตรูและการถอดรหัสลับเป็นหลักสำคัญอันดับแรกของการสืบราชการลับยุคใหม่ เขาจึงเริ่มตั้งข่ายการติดต่อกับวงการอุตสาหกรรมธุรกิจและสถาบันมหาวิทยาลัยอันเป็นแหล่งปัญญาซึ่งเขานำมาใช้ประโยชน์ได้. วิทยาการสมัยใหม่ในวิชารหัสลับได้ค่อย ๆ พัฒนาขึ้นมาจากการค้นคิดการส่งสัญญาณโทรเลข. ในด้านนี้ สตีเฟนสันได้แสดงว่าเป็นนักค้นคิดยอดเยี่ยมมาแล้ว. ตอนนี้เขาก็เรียนรู้ว่าในระหว่างที่เขากำลังสู้รบในฝรั่งเศส ก็มีทางดำเนินการต่อสู้ในแบบอื่น โดยนักวิชาการได้ใช้วิทยาการทางทฤษฎีตรรกวิทยา เพื่อถอดรหัสลับของฝ่ายเยอรมันทำให้สามารถทราบอย่างแม่นยำถึงแผนวางกำลังของเรืออู (เรือดำน้ำของเยอรมัน) และอากาศยานเซ็ปปลิน (Zeppelin) โดยใช้วิธีดักคำสั่งจากคลื่นวิทยุในอากาศ.

นักวิชาการชุดอื่นๆ ก็ได้ศึกษาการวิทยุสื่อสารทั่วๆ ไป เพื่อล้วงถึงแนวความคิดของฝ่ายข้าศึก ซึ่งปฏิบัติการดังนี้นับว่าเป็นวิชาเฉพาะทีเดียว ดังนั้นฮอลล์จึงมีความเห็นว่าจะเป็นที่น่าเสียดายอย่างยิ่ง ถ้าจะต้องเสียเจ้าหน้าที่ผู้เชี่ยวชาญในการ "วิเคราะห์การสื่อสาร" (Traffic Analysis) เพราะต้องพ้นตำแหน่งไปด้วยเหตุที่ต้องตัดงบประมาณหลังสงคราม. วิชาชีพที่เรียกว่านัก "ถอดรหัส" (Cryptanalysis) ยังไม่เกิด และพวกที่ชำนาญการค้นความลึกลับในรูปรหัสก็มีกระจายทำงานอยู่ในแผนกประวัติศาสตร์โบราณ แผนกคณิตศาสตร์ และในแผนกภาษาโบราณ. บุคคลเหล่านี้มาเป็นแกนอันน้อยนิดที่ไม่ได้รับคำตอบแทนใดๆ แม้แต่เงินเดือน. ฮอลล์รวบรวมหนุ่มที่มีแววดีที่สามารถทำงานธุรกิจด้วยมาร่วมเสริมสร้างหน่วยดังกล่าว.

สตีเฟนสันจึงเริ่มไปติดต่อเจรจากับบริษัทสร้างวิทยุของอังกฤษ และบรรยายถึงการริเริ่มของทางแคนาดาที่ได้ตั้งวิทยุกระจายเสียงโดยรัฐบาลดำเนินการ. เขาแน่ใจว่าบริการวิทยุกระจายเสียงสามารถจะเป็นกลไกอันทรงอานุภาพ จะเป็นเพื่อความดีหรือความเลวก็ตาม และความเห็นของเขาก็เป็นที่สนใจของแกล๊ดสโตน เมอร์เรย์ (Gladstone Murray) ผู้เป็นนักบินมือเอกที่เคยร่วมรบและได้มาเป็นผู้สื่อข่าวการบินของหนังสือพิมพ์ เดลี เอ็กซเพร็สส์ (Daily Express) ซึ่งลอร์ด บีเวอร์บรุ๊ก (Lord Beaverbrook) ผู้เป็นชาวแคนาดาเหมือนกันเป็นเจ้าของ. บุคคลทั้งสามวางรากฐานของการก่อตั้งบริษัทวิทยุกระจายเสียงอังกฤษ (British Broadcasting Company) โดยได้รับสนับสนุนทางการเงินจากรัฐบาลเช่นเดียวกับสถานีวิทยุกระจายเสียงวินนิเพ็ค (Winnipeg). ต่อมาได้ตั้ง บี.บี.ซี. (B.B.C.) ขึ้นเป็นบริษัทเพื่อให้สามารถดำเนินกิจการโดยไม่ต้องขึ้นกับพรรคการเมืองที่เป็นรัฐบาล. มีผู้ฟังในประเทศเป็นจำนวนหลายล้าน และได้สร้างตลาดสำหรับผู้ผลิตอุปกรณ์วิทยุ. ดังนี้ทำให้เกิดการค้นคว้าวิจัยและพัฒนาในวิทยาการที่นายพลฮอลล์ต้องการ. นอกจากนี้ก็ทำให้บุคคลที่มีความสามารถมีงานทำ เช่น เมอร์เรย์ได้รับตำแหน่งหัวหน้าฝ่ายประชาสัมพันธ์ของ บี.บี.ซี. ซึ่งเป็นตำแหน่งที่จะเป็นประโยชน์มากตอนสงครามต่อมา.

สตีเฟนสันกล่าวภายหลังว่า : "ในสมัยนั้นกำลังเงินออกจะขาดแคลน แต่สิ่งที่สำคัญคือกำลังใจและการที่มีผู้ร่วมงานที่กระตือรือร้น. สงครามได้สอนให้ผมรู้จักเอาชีวิตตัวเองรอดพ้นจากภัยอันตราย แต่คราวนี้ผมเกิดซึ้งขึ้นมาว่าสังคมของเราต้องเตรียมป้องกันตัวมิให้ถูกจู่โจมโดยกะทันหัน มิฉะนั้นเราจะต้องประสบสงครามโลกอีกครั้งหนึ่งเป็นแน่. ผมได้เอ็ช. จี. เวลล์ส (H. G. Wells) มา

เป็นเพื่อนสนิทและที่ปรึกษา. ประชาชนทั่วไปรู้จักเขาดีในฐานะเป็นนักประวัติ-ศาสตร์และนักเขียนเรื่องอ่านเล่นทำนายอนาคต. แต่มีไม่กี่คนที่ทราบถึงความเชื่อมั่นอย่างลึกซึ้งของเขาว่าในสงครามนวนิยายอิงวิทยาศาสตร์ในอนาคตกาล แนวการต้านทานการรุกรานจะต้องเป็นการข่าวที่รับส่งอย่างรวดเร็วฉับพลัน. เราทั้งสองได้เรียนรู้ว่าจะไว้ใจบุคคลกลุ่มหนึ่งไม่ได้เป็นอันขาด นั่นคือกลุ่ม "ปัญญาชน" ที่อ้างตัวจะผูกขาดการปกครองในยามสงบ และเมื่อได้นำประเทศชาติเข้าสู่ความฉิบหายแล้วก็กลับปล่อยมือให้ชาติดิ้นรนหาหนทางออกเอาเอง."

สตีเฟนสันได้เขียนบทความในเรื่องที่เขาเรียกว่า "โทรทัศน์" คือวิธีการที่จะส่งรูปที่เคลื่อนไหวได้โดยใช้คลื่นวิทยุ. ซึ่งก็น่าจะมาปฏิบัติให้เป็นจริงขึ้นได้. เขาศึกษาทางคณิตศาสตร์เพื่อพิสูจน์ว่าจะรับส่งรูปได้ง่ายพอ ๆ กับรับส่งเสียง. เขาซื้อหุ้นในบริษัทอิเล็กทรอนิกอังกฤษสองแห่ง โดยออกความคิดและแรงงานแลกแทนเงินส่วนที่เขาขาดแคลน. บริษัท เจเนรัล เรดิโอ (General Radio) และบริษัท ค็อกซ์-แคเวนดิช (Cox-Cavendish) เป็นผู้นำยุคในการพัฒนาวิทยุและเครื่องอุปกรณ์ไฟฟ้า. ถึงอายุยี่สิบหก สตีเฟนสันได้ขายเครื่องรับวิทยุขนาดเล็กจำนวนหลายพันเครื่องให้ชาวบ้านรับฟังรายการของ บี.บี.ซี. ทั่วประเทศอังกฤษ. เขาทำงานตัวเป็นเกลียวและมีความเป็นอยู่อย่างประหยัดที่สุด. ลอร์ด นอร์ธ-คลิฟฟ์ (Lord Northcliffe) ผู้เป็นเจ้าของหนังสือพิมพ์ เดลี เมล์ (Daily Mail) ได้สนับสนุนเขาในการวิจัยการแปลงแสงให้เป็นกระแสไฟฟ้า. ในเดือนธันวาคม ๑๙๒๒ หนังสือพิมพ์ฉบับนั้นออกตีพิมพ์ภาพรูปแรกที่ได้ส่งทางวิทยุ. เดลี เมล์สดุดีเหตุการณ์นี้ว่าเป็นการ "ปฏิวัติในการสื่อสาร" และผู้ค้นคิดว่าเป็น "นักวิทยาศาสตร์หนุ่มที่ปราดเปรื่อง."

มาตอนนี้เขาถูกดึงเข้าไปในวงชุมนุมนักวิทยาศาสตร์ที่วินสตัน เชอร์ชิลล์ ผู้มีบุคลิกลักษณะแรงกล้ารวบรวมโดยมีศาสตราจารย์ เฟรเดริก ลินเดมัน (Professor Frederick Lindemann) เป็นแกน. ท่านศาสตราจารย์ลินเดมันนี้ ต่อมาได้รับบรรดาศักดิ์เป็น ลอร์ด เชอร์เวลล์ (Lord Cherwell) แต่สำหรับเชอร์ชิลล์และสตีเฟนสันเขายังคงเป็น "เธอะ พร้อฟ" (The Prof). เธอะ พร้อฟ นี่เองที่ริเริ่มตักเตือนถึงภัยเรื่องการถืออำนาจทหารและการฟื้นฟูการทหารของเยอรมันโดยสร้างสถานการณ์อ้างเผ่าพันธุ์อย่างใช้หลักฐานจอมปลอม. และเยอรมันก็ยังได้เร่งรัดพัฒนาวิทยาศาสตร์และวิทยาการทางทหาร. สตีเฟนสันเองก็รับความคิดก้าวหน้าจากทฤษฎีอันแหวกแนวว่าความดึงดูดทำให้แสงโค้งงอได้ อันเป็นทฤษฎีที่

อัลเบิร์ต ไอน์สไตน์ (Albert Einstein) ได้เสนอ. ไอน์สไตน์นี้ก็เคยเป็นส่วนหนึ่งของวงการนักคิดในเยอรมันที่กำลังฟื้นฟูขึ้น. เธอะ พร้อฟและกรรมการลับฝ่ายป้องกันชุดหนึ่งของอังกฤษ ก็มีการติดต่อกับนักวิทยาศาสตร์ผู้นี้ และพยายามสนับสนุนการค้นคว้าวิจัยการแยกปรมาณู. ปัญหาสำคัญคือการขาดแคลนทุนทรัพย์ตามเคย. ทั้งมีการต่อต้านการวิจัยที่รัฐบาลสนับสนุนและความไม่พอใจการพัฒนาอาวุธ.

บุคคลเช่นเชอร์ชิลล์กลายเป็นนักการเมืองที่ถูกตัดหางปล่อยวัด เพราะเป็นผู้ตักเตือนว่าการเตรียมพร้อมเป็นข้อประกันอันเดียวที่จะป้องกันมิให้ "สงครามที่ไม่จำเป็น" อุบัติขึ้นอีก.

กลุ่มเพื่อป้องกันภัยอันเป็นกรรมการลับของเชอร์ชิลล์รวมตัวกันติดอยู่ได้ก็เพราะแต่ละคนมีความมุ่งมั่นร่วมกัน ว่าจะต้องแสดงออกซึ่งแสนยานุภาพอันพร้อมเพรียงเพื่อยับยั้งผู้ที่หมายจะเป็นเจ้าโลก. ผลงานชิ้นหนึ่งที่ยังปกปิดอยู่ คือการพัฒนา "ลาริ้งซ์" (Larynx) ซึ่งเป็นเครื่องยิงระเบิด (Catapult-bomb) — เป็นขีปนาวุธในแบบเดียวกับที่ฮิตเลอร์ได้ยิงใส่ลอนดอนในกาลต่อมา. อย่างไรก็ดี ผลงานทั้งหมดขึ้นอยู่กับการสรรหานักวิทยาศาสตร์ทางอุตสาหกรรมมาทำงานร่วมกัน. กลุ่มของเชอร์ชิลล์ชักชวนนักวิทยาศาสตร์ที่ลี้ภัยจากเยอรมันและให้กำลังใจพวกหัวกะทิ.

ในหมู่นักวิทยาศาสตร์ดังกล่าว สตีเฟนสันเลือกคนหนึ่งให้เข้าร่วมธุรกิจของตน คือ ชาร์ลส์ โปรเตอุส สไตน์เม็ตซ์ (Charles Proteus Steinmetz) นักวิทยาศาสตร์ยิวที่มีความเห็นทางสังคมนิยมอย่างรุนแรงมากจนถูกขับไล่ออกมาจากเยอรมันหลายปีก่อน. สตีเฟนสันกล่าวห้าสิบปีภายหลังว่า : "สไตนี่ (Steiny) เป็นอัจฉริยะทางคณิตศาสตร์. เขาสามารถคำนวณกฎเพื่อพิสูจน์ว่าสิ่งที่ค้นคิดจะปฏิบัติจริงได้หรือไม่. แม้ทุกวันนี้การคำนวณที่เขาได้ทำยังนับว่าล้ำยุคอยู่. เขาเคยศึกษาวิชาอิเล็กทรอนิกอย่างกว้างขวางแล้วก่อนสิ้นศตวรรษที่สิบเก้า. เมื่ออายุห้าสิบเจ็ดเขาทำงานอยู่ในบริษัทใหญ่ของอเมริกัน ซึ่งมีนโยบายและวิธีดำเนินงานที่จำกัดพลังสร้างสรรค์ของเขา. "ผมทราบว่าเขามีความสามารถและมีความอึดอัดใจ จึงเชื้อเชิญเขาให้มาทำงานในห้องทดลองของผมเองได้ตามสบาย."

โรลด์ ดาห์ล (Roald Dahl) ผู้เป็นนักประพันธ์ ได้บรรยายถึงตอนบุคคลทั้งสองพบปะกันเป็นครั้งแรกดังนี้ : "เมื่อใครพบสตีเฟนสันเป็นครั้งแรก จะรู้สึกทันทีว่าเขาเป็นคนเล็กพริกขี้หนู. เขามีพลังจิตแน่วแน่มาก ไม่ลังเลสงสัย.

ใครๆ ก็ต้องรู้สึกเต็มไปด้วยความตื่นเต้นและหวาดเสียว เพราะเหมือนเข้าไปในถ้ำสิงห์. แต่เมื่อค่อยรู้จักเขาดีขึ้น ก็จะเข้าใจว่าเขามีความสามารถใหญ่หลวง. เขาทำงานตัวเป็นเกลียว และทำทั้งงานธุรกิจทั้งงานวิทยาศาสตร์เหมือนเล่นกล. เขาผนวกงานทั้งสองอย่างควบคู่กันไป และทำผลประโยชน์อย่างสบายมาก. แม้บุคคลขนาดสไตนี่ก็ไม่สามารถจับจุดอ่อนของเขาได้. เขารับความคิดใหม่ทั้งปวง ย่อยพิจารณาทุกอย่างแล้วสร้างสรรค์ของใหม่จากทุกสิ่งที่เขารับรู้.”

สตีเฟนสันมีความทรหดทั้งกายใจ. เขาสามารถรักษาตำแหน่งแชมเปี้ยนมวยสมัครเล่นรุ่นไลท์เวท โดยไม่เคยแพ้ใคร จนถึงปี ๑๙๒๘. เมื่อเขาแขวนนวมมาตั้งสโมสรกีฬาแห่งชาติ (อังกฤษ) (Britain’s National Sporting Club) สไตน์เม็ตซ์ป้อนปัญหาต่างๆ นานาให้เขาแก้ ซึ่งต้องใช้สมองพากเพียรทำงานทั้งกลางวันกลางคืน. ครั้งหนึ่งสตีเฟนสันกำลังค้นคว้าเกี่ยวกับแสงเลเซอร์ (Laser beam) ซึ่งนับว่าเป็นเวลาถึงครึ่งศตวรรษก่อนที่วิชานี้ได้มาใช้ปฏิบัติ. เขาทำงานอยู่จนถึงรุ่งอรุณ เขาเล่าว่า “สไตนี่ย่องมามองดูแผ่นกระดาษที่ผมเขียนตัวเลขการคำนวณอยู่และพูดว่า ‘บีล (Beel) คุณเฉื่อยลง !’ แล้วเขาก็ตรวจการคำนวณและโทษว่าทำงานไม่ได้ความเพราะสูบบุหรี่จัดไป. เขาไม่ว่าว่าเพราะอดนอน แต่ว่าว่าสูบบุหรี่มากเกินไป ! ผมเลยโยนบุหรี่ตัวสุดท้ายทิ้ง และเลยเลิกสูบบุหรี่เด็ดขาด.”

นักวิทยาศาสตร์ลี้ภัยอีกคนหนึ่งชื่อ ไคม์ ไวซมันน์ (Chaim Weizmann) เข้ามาในวงการของสตีเฟนสัน. บุคคลรูปร่างสูงสง่าผู้นี้ได้มาอยู่ในอังกฤษตั้งแต่ปี ๑๙๐๓. เขาได้ออกมาจากบ้านซึ่งอยู่ในบริเวณชาวยิวใกล้เมืองพินสก์ (Pinsk) มาศึกษาวิชาเคมีในยุโรป. เขาถูกชักชวนให้เข้ากรุงลอนดอนตามนักวิทยาศาสตร์ชาวยิวอีกหลายคน ด้วยเหตุผลที่เขาสรุปในจดหมายถึงคู่หมั้น ว่า : “ถ้าจะหวังความช่วยเหลือจากที่ใดก็ตาม คงไม่มีที่ใดดีกว่าอังกฤษ ซึ่งผมเชื่อมั่นว่าจะช่วยเราในปาเลสไตน์ (Palestine) . . . . ที่นี่ (ลอนดอน) เป็นหัวใจของโลก จนเกือบจะกล่าวได้ว่า ฟังเสียงหายใจของยักษ์ใหญ่ได้.” ในปี ๑๙๑๖ ไวซมันน์ได้ค้นพบกรรมวิธีใหม่สำหรับผลิตแอซิโตน (Acetone) ซึ่งทำให้ช่วยบรรเทาความขาดแคลนวัตถุระเบิด. ความสำเร็จชิ้นนี้ทำให้เขาได้มีสัมพันธ์กับเชอร์ชิลล์และรัฐบุรุษอังกฤษอื่นๆ. ท่านเหล่านี้ได้ส่งเสริมความใฝ่ฝันของเขาที่จะก่อตั้งอาณาจักรยิวที่จะรวมกำลังความค้นคิดของชาวยิวกับความสามารถคิดปัจจุบันทันด่วนของชาวอังกฤษ. ถึงประมาณปี ๑๙๒๐ เขาได้เป็นประธานองค์การไซโอนิสต์ (Zionist Organization) และได้ชื่อว่า : “พระราชาธิบดีที่ยังไม่ได้สวมมงกุฎของชาวยิว.”

จากสไตน์เม็ตซ์และไวซมันน์ สตีเฟนสันได้รับไม่เพียงแต่ความรู้ใหม่ ๆ ทางวิทยาศาสตร์ แต่ "ทั้งสองคนได้ทำให้ผมเห็นแจ้งในแนวความคิดใหม่ ๆ." ตามที่เขาได้กล่าวภายหลัง "สไตนี่สอนผมพูดภาษาเยอรมันด้วยสำเนียงที่มีเสียงลึกจากลำคอแบบฮิบรูว์ (Hebrew) ของเขา. ไวซมันน์ทำนายว่าต่อไปจะเป็นยุคที่จะมีชาติเล็ก ๆ ที่เป็นอิสระซึ่งจะป้องกันตัวเองด้วยความรู้ทางวิทยาศาสตร์. ทั้งสองคนเชื่อมั่นว่าชุมชนเล็ก ๆ จะสามารถพึ่งอาวุธที่ใช้วิทยาศาสตร์แผนใหม่ เพื่อตั้งแนวป้องกันที่จะทะลุผ่านไม่ได้ ในทำนองเดียวกับตัวเม่นพองขน. และทุกอย่างก็ต้องแล้วแต่ประสิทธิภาพของระบบเตือนภัย."

สตีเฟนสันเข้าใจว่าระบบเตือนภัยควรจะเป็นในรูปส่วนงานข่าวลับที่สอดคล้อง. นายพลเรือเอก บลิงเกอร์ ฮอลล์ เป็นผู้ที่น่าจะมีความสามารถจัดตั้งส่วนงานเช่นนี้. ขณะนั้น ฮอลล์ทำหน้าที่เป็นหัวหน้าฝ่ายข่าวส่วนตัวของเชอร์ชิลล์. แต่ว่าชะตาทางการเมืองของเชอร์ชิลล์กำลังตกอับ. และไม่มีส่วนราชการลับของอังกฤษที่จะทัดเทียมองค์การราชการลับแบบน่าระทึกใจที่อ่านกันในหนังสืออ่านเล่น. ตามความจริง มีเพียงกลุ่มเจ้าหน้าที่อาชีพจำนวนนิดเดียวที่ไม่ได้รับการเอาใจใส่เลย กับเจ้าหน้าที่สมัครเล่นที่สตีเฟนสันเริ่มจัดขึ้นเป็นกลุ่ม. นอกจากนี้ก็มีกรมสืบราชการลับอังกฤษ (British Secret Intelligence Service) ที่สักแต่เป็นส่วนราชการ แต่ไม่มีประสิทธิภาพใด ๆ เพราะเจ้าหน้าที่ได้รับเงินเดือนน้อย มีงานล้นมือ และไม่ได้รับความเชื่อถือรับรองใด ๆ.

บทที่ ๓

ในอเมริกาไม่มีหน่วยงานที่ทำหน้าที่เหมือนกรมสืบราชการลับอังกฤษเลย. จะมีก็แต่หน่วยข่าวของกรมสื่อสารทหารสหรัฐ ซึ่งมีหน้าที่ดักฟังและแปลรหัสคำสั่งของข้าศึกในยามสงคราม และมีหน่วยอันเป็นควันหลงจากสงคราม มีชื่อว่าห้องมืด (The Black Chamber) ซึ่งมีหน้าที่ดักฟังการสื่อสารต่างประเทศ. หน่วยหลังนี้ได้ตั้งขึ้นเป็น "หน่วยประจำเพื่อสอบสวนและต่อต้านการใช้รหัสลับและภาษาลับ." แต่ว่าขณะนั้นเป็นสมัยที่ชอบกลอยู่. ใครก็ตามที่ริตักเตือนให้ระวังภัยสงคราม ถูกชี้หน้าว่าเป็นผู้กระหายสงคราม. ผู้ที่เล็งเห็นภัยของระบบเผด็จการใหม่และพยายามหาข่าวในเรื่องนี้ ก็ถูกหาเรื่องว่าเป็นคนส่อเสียด. ผู้ที่สอดส่องสมาคมลับใกล้เกินไปถูกตราหน้าว่าเป็นคนเสือกลอบแอบมองดูคนอื่น. "ผู้ดีไม่ลอบอ่านจดหมายของคนอื่น" นี่เป็นคำเทศนาของเฮนรี เอ็ล. สติมสัน (Henry L. Stimson) เมื่อผู้นี้มารับตำแหน่งรัฐมนตรีต่างประเทศในปี ๑๙๒๙. องค์การ "ห้องมืด" ต้องย้ายที่ตั้งจากบ้านในย่านผู้ดีที่ ๓ อีสต์ ถนนที่ ๓๘ ในนิวยอร์กซิตี (3 East 38th Street in New York City) ไปอยู่อาคารสงเคราะห์ที่ ๑๔๑ อีสต์ ถนนที่ ๓๗ (141 East 37th) เสมือนผู้ดีตกยาก.

ในปี ๑๙๑๙ บิลล์ โดโนแวน ผู้มีความคิดเช่นเดียวกับนายพลฮอลล์ ว่าสังคมที่เสรีจะอยู่รอดได้ก็ต้องอาศัยหน่วยงานสืบราชการลับที่มีประสิทธิภาพ. ได้รับมอบหมายให้ไปไซบีเรีย (Siberia) เพื่อสำรวจความเป็นอยู่ของพวกรัสเซียขาว (White Russians) ที่กำลังถูกบีบคั้น. เขาปฏิบัติตามกฎเกณฑ์ของการสืบราชการลับอย่างเคร่งครัด กล่าวคือเขารายงานข้อเท็จจริงอย่างเป็นกลาง. จากรัสเซียที่กำลังเผชิญเหตุการณ์ปฏิวัติ เขาส่งรายงานเข้ากระทรวงการต่างประเทศ ว่ากองกำลังที่ต่อต้านพวกคอมมูนิสต์มีความเหลวแหลกและแตกแยกสามัคคีกัน. เขาเขียนมาว่า "เราจะป้องกันมิให้เกิดการรบราฆ่าฟันกันได้ก็ต่อเมื่อเรารีบเร่งเอาชนะการต่อสู้บ่อนทำลาย."

ในปี ๑๙๒๐ เขากลับไปยุโรปอีกครั้งหนึ่งเพื่อสำรวจข้อเท็จจริงอย่างไม่เป็นทางการที่มูลนิธิร็อกกิเฟลเลอร์สนับสนุน และคราวนี้ก็กลับมารายงานตรงไปตรงมาในทำนองเดียวกันว่า ข้อเท็จจริงไม่เป็นตามที่หลายคนจะคิดหวังปรารถนา. ข้อ

สังเกตของเขาเกี่ยวกับประเทศเยอรมันประกอบด้วยข้อมูลละเอียดลออ. และย้ำถึงบรรยากาศที่อันตราย เพราะชาวเยอรมันรู้สึกมีความน้อยใจสงสารตัวเอง โดยเชื่อว่าผู้นำเยอรมันไม่เคยยอมแพ้จริง ๆ เยอรมันจึงยังไม่ปราชัย. ความเห็นดังนี้ค้านกับความเห็นของประชาชนอเมริกัน ซึ่งวิลเลียม ไวสแมน ผู้กำลังจะพ้นหน้าที่หัวหน้าราชการลับในวอชิงตัน ได้กล่าวสรุปในรายงานถึงรัฐบาลอังกฤษดังนี้ "เราควรจะระแวดระวังในข้อที่พวกอเมริกันมักจะโทษท่านไคเซอร์ (ท่านจักรพรรดิเยอรมัน) และพวกที่เรียกกันว่าพรรคทหาร ว่าเป็นผู้ต้องรับผิดชอบในเหตุสงคราม. พวกอเมริกันเชื่อว่าเยอรมันส่วนใหญ่เป็นเพียงเครื่องมือที่ไม่ยินดียินยอมในอุ้งมือของเจ้านายทหารเหนือหัว. ถ้าแม้นว่าเยอรมันจะผลักไสท่านไคเซอร์เพื่อมาตั้งการปกครองเป็นสาธารณรัฐ ก็คงจะได้รับการสนับสนุนอย่างท่วมท้นจากชาวอเมริกัน และคงจะอ้าแขนกันต้อนรับกลับมาเหมือนลูกที่หลงทาง."

โดโนแวนมีข้อสังเกตว่าพวกทหารในประเทศเยอรมันได้รับความนิยมมาก ทั้งตั้งจิตมั่นที่จะฟื้นฟูแสนยานุภาพของกองทัพ และว่าพวกคลั่งอำนาจมีโอกาสทองที่จะชักจูงประชาชนโดยอ้างความล้มเหลวทางเศรษฐกิจ. คอรีย์ ฝอร์ด (Corey Ford) ผู้เขียนชีวประวัติของโดโนแวนกล่าวว่าวิธีที่เขารายงานเหตุการณ์ "เป็นวิธีทำงานแหวกแนวนำหน้าอย่างประหลาด ซึ่งต่อมาจะเป็นวิธีขององค์การสืบราชการลับของอเมริกาในอนาคต." โดโนแวนก็ยังได้นำหน้าเชอร์ชิลล์ผู้ต่อมาไม่นานได้กล่าวอย่างเปิดเผยสิ่งที่โดโนแวนได้รายงานต่อชาวอเมริกันที่เป็นห่วงเป็นใยไม่กี่คน. เชอร์ชิลล์กล่าวว่า : "ภาพที่เราได้เห็นเยอรมันปฏิบัติการอย่างน่ากลัวระหว่างปี ๑๙๑๔ ถึง ๑๙๑๘ ยังคงหลอกหลอนผมอยู่. เดี๋ยวนี้ผมเห็นภาพของเยอรมันกำลังฟื้นตัวขึ้นและเริ่มมีพลังทางการรบทุกด้าน ในระหว่างที่เราฝ่ายสัมพันธมิตรที่รอดตัวมาอย่างหวุดหวิดนั่งอยู่เป็นเบื้อที่งงงวยจังงัง."

ในป้อมปราการลันด์สแบร์คที่เป็นคุกมีวีรชนเยอรมันคนใหม่กำลังจัดการพบปะกันของกระบวนการสังคมชาตินิยม (National Socialist) และกำลังบอกบทให้คนเขียนหนังสือเล่มหนึ่งที่จะเป็นอิทธิพลมืดต่อไปในหลายปีข้างหน้า. อัตประวัติของอะดอล์ฟ ฮิตเลอร์ (Adolf Hitler) แสดงออกซึ่งความเกลียดชังพวกยิว ประณามพวกบอลเชวิก (Bolsheviks) และเป็นแนวปฏิบัติที่แยบคายในการโฆษณาชวนเชื่อ. หนังสือเล่มนั้นมีชื่อว่า ไมน์ คัมพ์ (Mein Kampf) แปลว่า การต่อสู้ของข้าพเจ้า. ฮิตเลอร์ได้เริ่มเขียนหนังสือนี้ในปี ๑๙๒๒. สองปีต่อมาเขาพยายามชิงอำนาจการปกครองแต่ไม่สำเร็จ จึงถูกจำคุกฐานกบฏ และเขียน

คัมภีร์การเมืองของเขาจนจบ. เป็นการสร้างสรรค์คนชนิดใหม่: แดร์ ฟือห์เรอร์ (Der Führer) คือท่านผู้ที่จะมาเป็นผู้บงการอารยธรรมใหม่ซึ่งป่าเถื่อน.

แม้จะถูกจำคุก ฮิตเลอร์ก็ทำให้คนต้องยอมเขา. ผู้คุมต้องร้อง "ไฮล์ ฮิตเลอร์ !" (Heil Hitler) "ท่านผู้นำจงเจริญ" เมื่อเข้าไปในห้องขัง. เมื่อใดมีผู้คุมใหม่มารับหน้าที่ เขาจะจ้องผู้เคราะห์ร้ายผู้นั้นด้วยตาที่ลุกโพลน. ทุกคนที่ได้ประสบสายตาอันบ้าคลั่งดังนี้ ก็ต้องรู้สึกว่ามันแทงแสบเข้าไปถึงทรวง. เจ้าหน้าที่ไปรษณีย์ของคุกต้องแบกของขวัญต่าง ๆ ที่มาจากทั่วเยอรมัน มาให้ถึงห้อง มีเหล้า ผลไม้ ดอกไม้ ช็อกโกแล็ต ขนมอร่อย เนื้อราคาแพง ของฟุ่มเฟือยอย่างล้นเหลือในสมัยที่ความยากไร้เลื้อยคลานอยู่ตามถนนในเมือง. สมุนที่ฮิตเลอร์เลือกไว้อยู่ในห้องขังใกล้เคียง. เขามีเลขานุการและคนรับใช้. เขารับประทานอาหารในห้องอาหารกลางร่วมกับเพื่อนนาซี. ดังนี้เขาเขียน ไมน์ คัมฟ์ อย่างสบายจนสำเร็จ และหนังสือเล่มนี้กลายมาเป็นพิมพ์เขียวแผนหลักเพื่อการทำลายล้างสังคมที่มีอยู่และการขึ้นครองโลก.

ในระยะเวลาเดียวกันนั้น สตีเฟนสันก็ข้ามมหาสมุทรแอตแลนติกอีกครั้งหนึ่งเพื่อไปแสวงหาหุ้นส่วนทำธุรกิจ หาสมองทางวิทยาศาสตร์ และดูลู่ทางที่จะขยายกิจการต่าง ๆ ของเขา. จากวิทยุกระจายเสียง เขาก้าวไปสู่การบันทึกเสียงและภาพยนตร์ ในด้านนี้เขาเริ่มทดลองพร้อมกับนักค้นคว้าอื่น ๆ ในการบันทึกเสียงในฟิล์มและ "ภาพยนตร์พูดได้." อันเป็นสิ่งน่าทึ่ง. นอกจากนี้เขายังพร้อมที่จะก้าวเข้าสู่ในอุตสาหกรรมสร้างรถยนต์. ในเวลานั้น เฮนรี ฟอร์ด (Henry Ford) ผู้เคยผูกขาดในการผลิตรถยนต์ได้รับข่าวอันสะเทือนใจว่า เชฟโรเลต์ (Chevrolet) ที่เป็นคู่แข่งได้สามารถขายรถยนต์จำนวนมากกว่า โมเดล ที (Model T) ของฟอร์ด. ผู้คนกำลังตื่นเครื่องวิทยุและผลิตผลจากอุตสาหกรรมอิเล็กทรอนิกที่เริ่มพัฒนาขึ้น. พวกที่ติดเพลงแจ๊สก็ยอมเทกระเป๋าเพื่อซื้อแผ่นเสียงของจอร์จ เกอร์ชวิน (George Gershwin) และพอล ไวทแมน (Paul Whiteman). สตีเฟนสันเห็นว่ามีช่องทางเหมาะในทุกวงงานที่กล่าวมา. ปี ๑๙๒๔ เขาไปหาผู้ที่อาจเป็น หุ้นส่วนธุรกิจได้ในนิวยอร์ก. ในปีเดียวกันนั้นเองมีการเปิดเผยว่า จอห์น ดี. ร็อกกิเฟลเลอร์ ซีเนียร์ (John D. Rockefeller, Sr.) เสียภาษีเพียง ๑๒๔,๒๖๖ ดอลลาร์ ในเมื่อลูกชายเสีย ๗,๔๓๕,๑๖๙ ดอลลาร์ และในปีนั้นเอง ชาร์ลส์ ดอส์ (Charles Dawes) ได้ตั้งบัญชีเรียกร้องปฏิกรรมสงครามจากประเทศเยอรมันสูงมากจนคงจะทำให้สาธารณรัฐ (เยอรมัน) ใหม่ต้องล้มละลาย เป็นการแผ้วทางให้ฮิตเลอร์ขึ้น

ครองอำนาจอย่างง่ายดาย.

สตีเฟนสันเห็นว่ามีโอกาสดีมากในการนำวิทยาการก้าวหน้าของอเมริกามาใช้ในยุโรป ซึ่งนับว่ายังล้าหลัง และเห็นทางหลายทางที่จะสร้างเสริมตลาดอันกว้างขวางในอเมริกา เพื่อขายผลิตภัณฑ์ที่ชาวอังกฤษได้คิดประดิษฐ์ขึ้น. สหรัฐยุโรป (United Europe) ที่จะรวมตัวขึ้น ก็คงจะสามารถสร้างตลาดที่ใหญ่และนำมาซึ่งเงินจำนวนมากเพื่อลงทุนในความคิดใหม่ ๆ.

ในการเดินทางกลับอังกฤษ เขาพบหญิงสาวน่ารักจากเทนเนสซี (Tennessee) ชื่อแมรี่ เฟร็นช์ ซิมมอนส์ (Mary French Simmons) หล่อนไม่เคยทิ้งบ้านมาไกลอย่างนี้ แต่ก็รู้เรื่องโลกมากมาย. หล่อนสังเกตว่าชาวแคนาดาร่างเล็กท่าทางอยู่ไม่สุข ไม่เข้าสังสรรค์กับผู้โดยสารอื่น ๆ จึงสรุปว่าเขาเป็นคนขี้อาย. เขาดูเหมือนจะสนใจแต่ในการอ่านหนังสือตำราที่รู้สึกว่าจะน่าเบื่อ. ถึงแม้กระนั้น เขาก็ให้คำตอบอย่างสุภาพเมื่อเธอถามเขาเรื่องทวีปยุโรป.

หล่อนถาม "นายเชอร์ชิลล์คนนี้ชอบพูดถึงสหรัฐยุโรปว่าจะนำมาซึ่งความมั่งคั่งและความสำเร็จในทางอุตสาหกรรม เหมือนที่สหรัฐอเมริกาได้ทำมานั่นจะเป็นไปได้ไหมคะ"

สตีเฟนสันยิ้มออก และหล่อนสังเกตว่านี่ทำให้เขาเปลี่ยนเป็นคนละคน. เขาบอกว่า : "เมื่อสองสามปีก่อนอาจมีหวังครับ. แต่เดี๋ยวนี้ผมไม่ค่อยแน่ใจแล้ว."

"ทำไมล่ะคะ"

"อย่างหนึ่ง ก็คือนายเชอร์ชิลล์พักอยู่เงียบ ๆ ในชนบท และกำลังวาดภาพความฝันบนผ้าใบเขียนรูป. ผู้ที่สามารถนำให้สหรัฐอเมริกาและสหรัฐยุโรปเข้ามาร่วมมือกัน ดูเหมือนจะไม่มีใครนิยมชมชอบนัก . . . "

"แล้วมุสโสลินี (Mussolini) นี่เป็นใครคะ"

สตีเฟนสันต้องยอมแพ้ต่อการซักถามอันสุภาพของเธอ. ตอนจวนถึงท่าเรือ เขาตั้งคำถามหล่อนบ้าง มีอยู่คำถามเดียว : แมรี่จะแต่งงานกับเขาไหม. วันอาทิตย์ที่ ๓๑ สิงหาคม ๑๙๒๔ หนังสือพิมพ์ นิวยอร์ก ไทมส์ ลงรูปหญิงสาว

หน้าตาหมดจดอยู่ภายใต้พาดหัวใหญ่ สาวอเมริกันแต่งงานกับนักวิทยาศาสตร์แคนาดา.

ตอนนั้นในประเทศเยอรมัน บทแรกๆ ของไมน์ คัมพ์ กำลังถูกลอบนำออกมาจากห้องขังที่สบายพร้อมทุกอย่างของฮิตเลอร์. ถึงปลายปี จอมบงการนาซีในอนาคตก็ได้รับการปลดปล่อย "เพราะความประพฤติดี." หนังสือพิมพ์แบร์ลิเนอร์ ทาเกบลัต (Berliner Tageblatt) เสนอข่าวว่า "ไม่มีศาลใดเลยที่ได้เคยทิ้งหลักอันเป็นรากฐานของความยุติธรรม. และของรัฐในสมัยใหม่อย่างเปิดเผยยิ่งกว่านี้." มหาโจรได้ขยี้ความยุติธรรม. ความฝันใฝ่อันสูงสุดที่จะรวมยุโรปกำลังจะกลับกลายมาเป็นฝันร้ายอันแสนสยอง.

บทที่ ๔

ในปี ๑๙๒๔ นั้นเอง สตีเฟนสันได้รับข้อเสนอจาก (บริษัท) ไซเฟอร์แมชีนส์ (Cipher Machines แปลว่าเครื่องรหัสลับ) ที่ตั้ง ณ ๒ สเตกลิตเซอร์-ซตราเซในเบอร์ลิน (2 Steglitserstrasse, Berlin) จะขาย "เครื่องเขียนรหัสที่จะสามารถปกปิดความลับจากคู่แข่งที่เสาะหาความลับ." เครื่องนี้คือ เอนิกมา (Enigma) ซึ่งก็ดูไม่มีอะไรเป็นพิษเป็นภัยในรูปสินค้าธรรมดา. ลักษณะเครื่องเหมือนเครื่องพิมพ์ขนาดใหญ่ที่เทอะทะ. เมื่อพิมพ์อย่างธรรมดาบนแป้นเรียงพิมพ์ที่กว้างกว่าปกติ ก็จะผ่านกลไกใส่รหัสและจะออกมาในรูปรหัสระคน ซึ่งผู้ที่ไม่รู้ความลับจะอ่านไม่รู้เรื่อง.

สตีเฟนสันมีความเห็นว่าจะดัดแปลงเอนิกมาให้ใช้ระบบไฟฟ้า และให้ขนาดกะทัดรัดลงได้. เขาไม่ทราบ แต่ฝ่ายราชการลับเยอรมันก็มีความเห็นเดียวกันนี่. ต่อมาเมื่อฮิตเลอร์ได้เข้ายึดชิงอำนาจสำเร็จ เครื่องเอนิกมาที่ได้รับการพัฒนาและเป็นความลับสุดยอด ก็มาเป็นหัวใจของระบบรหัสลับของพวกนาซี.

สตีเฟนสันศึกษาแบบแปลนของเอนิกมาเครื่องแรกอย่างไม่ค่อยเอาใจใส่แล้วทิ้งวางไว้. ในช่วงปี ๑๙๒๔ ถึง ๑๙๓๓ ที่น่าตื่นเต้น ตอนฮิตเลอร์ได้ขึ้นมาเป็นนายกรัฐมนตรีของเยอรมันยุคใหม่ มีเหตุการณ์มากหลายได้บังเกิดแก่ชายหนุ่มผู้ได้ทำผลประโยชน์ได้ถึงเงินล้านก่อนอายุสามสิบ. เขาสามารถร่วมกับศาสตราจารย์เฟรเดริก ลินเดมันน์ ในการเข็นให้เชอร์ชิลล์หายเบื่อโลก. เธอะ พร้อฟ เกรงว่าเยอรมันที่กำลังพัฒนาอาวุธใหม่ ๆ จะคิดมาขยี้ทำลายคู่อาฆาตเก่า ๆ เมื่อฮิตเลอร์จะพร้อมจะกระทำ. สตีเฟนสันนำเอาข้อเท็จจริงมายันความคิดเกรงกลัวนั้น.

ในปี ๑๙๓๓ เชอร์ชิลล์ดูเหมือนเป็น "นักการเมืองสิ้นฤทธิ์แล้ว" ตามที่แฮโรลด์ นิโคลสัน (Harold Nicolson) ได้กล่าว "เขาเป็นเพียงหน้าใหญ่กลม ๆ ขาว ๆ . . . . ดูแก่ลงมากอย่างไม่น่าเชื่อ . . . . กำลังใจก็ตก และเขาถอนใจพลางบ่นว่าตนหมดกำลังต่อสู้ที่เคยมี."

แต่เชอร์ชิลล์ยังไม่ออกจากเวทีต่อสู้. เขาเคยร่วมรัฐบาลของพรรคการเมืองใหญ่ทั้งสองเป็นเวลาร่วมยี่สิบปี. ผู้ที่ตำหนิเขา ว่าข้อนี้เป็นข้อพิสูจน์ว่าเขาไม่มั่นคง. ผู้ที่ชื่นชมก็สรรเสริญความทรหดของเขา. เขาเคยดำรงตำแหน่งรัฐมนตรีหลายตำแหน่งมากกว่าใครทั้งนั้นในอังกฤษ. ตอนนี้ เมื่อได้รับรายงานจากสตีเฟนสันซึ่งได้ไปเห็นเหตุการณ์จริงในเยอรมันด้วยตนเองแล้ว เชอร์ชิลล์ก็สะเทือนใจ. บุรุษที่ดูแก่กว่าอายุนี้โดยอาศัย เธอะ พร้อฟ เป็นหลักประคับประคอง จึงเดินทางออกไปตระเวนอย่างเงียบ ๆ. เขาไปดูทุกซอกทุกมุมของประเทศเยอรมันและกลับมาเต็มด้วยความตระหนกตกใจและโกรธเคือง. การตระเวนเยอรมันที่เกือบไม่มีใครได้เอาใจใส่ครั้งนี้ เป็นข้ออธิบายชี้ให้เห็นทำไมเชอร์ชิลล์แสวงการล่าทำลายฮิตเลอร์อย่าง ดุเดือดนัก และทำไม เธอะ พร้อฟ ได้รวมกำลังทางอากาศเพื่อทำลายชาติซึ่งให้กำเนิดแก่ลัทธินาซี. ในปี ๑๙๓๓ ทั้งสองคนได้มองเห็นรำไรว่าเยอรมันมีหวังจะสร้างระเบิดปรมาณูได้ และผู้เผด็จการวิกลจริตจะบ้าพอที่จะใช้ระเบิดปรมาณูนี้.

ในปี (๑๙๓๓) เดียวกันนั้น มีการเผาหนังสือเป็นการใหญ่ที่มหาวิทยาลัยเบอร์ลิน. สตีเฟนสันได้เห็นพวกนักศึกษาโยนหนังสือเข้าในกองไฟ มีผลงานของฟรอยด์ (Freud) มันน์ (Mann) เอ็ช. จี. เวลส์ (H. G. Wells) พรุสต์ (Proust) และไอน์สไตน์ (Einstein) แดร์ ฟือห์เรอร์ (ท่านผู้นำ) ได้เริ่มฉากบงการ เธอร์ด ไรช์ (Third Reich) แปลว่า อาณาจักรที่สาม ให้คิดตามรัฐนิยม. ฮิตเลอร์ออกประกาศว่า "พรรคกรรมกรสังคมชาตินิยมแห่งเยอรมนี (The National Socialist German Workers' Party) เป็นพรรคการเมืองพรรคเดียวที่ได้รับอนุญาตตั้ง." การเผาหนังสือนี้ สตีเฟนสันเห็นว่าเป็นการหลอมอาวุธใหม่ที่จะบรรยายอธิบายยาก กล่าวคือ การควบคุมความคิด (thought control) เขาได้รับมอบหมายจากเชอร์ชิลล์ให้ค้นข้อเท็จจริงและข้อมูลเพิ่มเติมในเรื่องอาวุธลับต่าง ๆ ของเยอรมัน รายละเอียดที่ได้มาปลุกอังกฤษและอเมริกันจากความเรื่อยเฉื่อยชา. อาวุธใหม่พิเศษ คือ "การควบคุมความคิด" นั้น ยากที่จะวิจัย แต่ เอ็ช. จี. เวลส์ ก็ได้พยายามศึกษา. เวลส์กล่าวว่า : "ฮิตเลอร์ได้ค้นคิด "มหามุสา" (The Big Lie). ความเท็จจะกลายเป็นความจริงถ้าย้ำแล้วย้ำอีก ซ้ำแล้วซ้ำอีก." มหามุสาแผ่กระจายฟุ้งออกเหมือนแก๊สที่เป็นพิษแก่จิตใจ ทั้งของผู้สังเกตการณ์ชาวต่างประเทศ ทั้งของชาวเยอรมัน ที่พร้อมที่จะเชื่อฟังบุคคลหนึ่งที่อ้างตัวว่าพูดถูกและทำถูกในทุกกรณี.

สตีเฟนสันเขียนถึงเชอร์ชิลล์เป็นส่วนตัวว่า : "มหามุสานี้มาในรูปต่าง ๆ นานา. ถ้าผู้นำฝ่ายเราหัวอ่อนไม่เข้มแข็ง เยอรมันจะสามารถใช้ยุทธวิธีนี้เพื่อได้ชัยชนะที่ไม่ต้องเสียเลือดแม้แต่หยดเดียว. ฮิตเลอร์หมายมั่นที่จะเข้าครองโลก แต่เขาจะไม่เขมือบเหยื่อผู้เคราะห์ร้ายต่อไป จนกว่าเขาได้เซาะกำลังการต้านทานเสียก่อนรวมทั้งได้ย่อยขยี้เหยื่อที่เข้าปากไปแล้ว. ยุโรปนั้นทรุดโทรมเพราะขาดการตัดสินใจแน่วแน่ และเหลวแหลกเพราะคอยแต่หวังทำข้อตกลงกับพวกนาซีแต่ลำพังเป็นรายประเทศ. ข้าศึกอันดับสุดท้ายของเยอรมันก็คืออเมริกาเหนือ. ฮิตเลอร์จะเริ่มเซาะกำลังใจของฝ่ายเราโดยผูกมิตรในทวีปนั้น."

สตีเฟนสันถูกโรเซนแบร์ค (Rosenberg) ติดตาม. โรเซนแบร์คนี้เป็นคนบ้าคลั่งหน้าตาซีด ๆ ที่ชอบพรางแผนการณ์น่าเกลียดของพวกฮิตเลอร์ด้วยทฤษฎีทางวิทยาศาสตร์จอมปลอม. ต่อมาโรเซนแบร์คต้องจุกพูดไม่ไหว เมื่อได้ฟังฮิตเลอร์บรรยายวิธีการที่จะต้องเข่นฆ่าพวกยิว. ในปี ๑๙๓๓ โรเซนแบร์คยังคงเป็นนักทฤษฎีนาซีที่หลอกตัวเอง เขายังเทศนาเรื่องการต่อต้านพวกบอลเชวิก (Bolshevik) ให้อาคันตุกะต่างประเทศฟัง.

โรเซนแบร์คไม่สามารถเห็นว่า สตีเฟนสันมองความรุนแรงที่เริ่มปรากฏในประเทศเยอรมันอย่างหวาดเสียวตกใจ. ความหยิ่งยโสเป็นสิ่งที่ปิดตาพวกผู้นำนาซีจนไม่สามารถเห็นปฏิกิริยาของชาวต่างประเทศเช่นสตีเฟนสัน. โรเซนแบร์คสามารถเห็นเพียงว่า สตีเฟนสันเป็นผู้ควบคุมกิจการภาพยนตร์และบันทึกเสียงที่ใหญ่ที่สุดนอกเหนือจากฮอลลิวูด (Hollywood) และว่าเขามีอิทธิพลในวงการมหรสพ — อันเป็นเป้าหมายอันดับหนึ่งของการโฆษณาชวนเชื่อของนาซี. นอกจากนี้สตีเฟนสันยังดำเนินกิจการธุรกิจทั่วโลก. เขามีกิจการส่งเสริมอุตสาหกรรมถ่านหินในรูเมเนีย (Rumania) ให้ทันสมัย. เขานำคณะนักวิชาการไปช่วยเหลือประเทศเช่น อินเดีย. บริษัทเหล็กกล้าและซีเมนต์ของเขาเป็นบริษัทที่ใหญ่ที่สุดนอกสหรัฐอเมริกา. กงสีของเยอรมันคงจะยินดีมากที่จะติดต่อกับช่างอุตสาหกรรมเช่นของสตีเฟนสัน.

เล่ห์กลของพวกนาซีเองที่ทำให้เอนิกมาใหม่ถูกเปิดเผย. เครื่องใส่รหัสได้รับการพัฒนาและได้ใช้ปฏิบัติการอยู่อย่างจำกัดในงานลับของเยอรมัน. วิศวกรอเมริกันของบริษัท อินเตอร์แนชันนัล เทเลโฟน แอนด์ เทเลกร๊าฟ คัมปะนี (International Telephone and Telegraph Company — ITT) เป็นผู้สังเกตว่า

เครื่องนี้ใช้การอยู่. ไอ.ที.ที (ITT) กำลังทำธุรกิจกับกิจการสร้างอาวุธของเยอรมัน หลังจากได้มีการเจรจากับฮิตเลอร์ในปี ๑๙๓๓. พันเอก โซสเธเนส เบห์น (Colonel Sosthenes Behn) ผู้ก่อตั้ง ไอ.ที.ที. ได้ตั้งสาขาในประเทศเยอรมันเพื่อถือโอกาสทำผลประโยชน์จากการที่พวกนาซีได้ให้คำมั่นสัญญาว่าผู้ลงทุนจากต่างประเทศจะได้รับการส่งเสริมเป็นพิเศษ และจะได้ผูกขาดตลาดโลกอันมหึมาในเวลาต่อไป.

สตีเฟนสันได้รับรายงานในข้อตกลงเหล่านี้. บริษัทของเขาแห่งหนึ่งผลิตชิ้นส่วนให้แก่บริษัท ไอ.ที.ที. สาขาในประเทศอังกฤษ. เขาจึงถือเป็นโอกาสที่จะไปสนทนากับวิศวกรของ ไอ.ที.ที. ผู้อยู่ในฐานะตำแหน่งที่สะดวกเป็นพิเศษที่จะศึกษาวิจัยระบบการสื่อสารของเยอรมัน. วิศวกรเหล่านี้วิจารณ์ว่ามีการรับส่งข่าวที่ใช้รหัสจำนวนมาก. ดูเหมือนจะเป็นเพราะว่าฮิตเลอร์ใช้เครื่องใส่รหัสในกิจการของพรรคนาซี.

ดร. เกร์ฮาร์ด อลอยส์ เวสทริก (Dr. Gerhard Alois Westrick) เป็นผู้อำนวยการสาขาของ ไอ.ที.ที. ฝ่ายเยอรมัน. นายธนาคารเยอรมัน คูร์ต ฟอน เชรอเดอร์ (Kurt von Schroeder) ได้เข้าร่วมเป็นคณะกรรมการอำนวยการของ ไอ.ที.ที. ฝ่ายสาขา. บุคคลทั้งสองได้มาเป็นที่สังเกตและสนใจของสตีเฟนสัน ความสนใจจะยั่งยืนเป็นเวลานานด้วยเหตุผลนอกเหนือจากเหตุผลดังกล่าวข้างต้น. กล่าวคือ เชรอเดอร์กำลังจะได้ตำแหน่งหัวหน้าฝ่ายการเงินของเกสตาโป (Gestapo ตำรวจลับของนาซี) และจะเป็นนายพลในหน่วยรักษาความปลอดภัย เอ็ส.เอ็ส. (S.S. = Schutz Staffel แปลว่าหน่วยคุ้มกันอันเป็นกองกำลังตำรวจของพวกนาซี). เวสทริกเป็นเพื่อนร่วมงานของไฮนริช อัลแบร์ต (Heinrich Albert) ผู้เป็นนักโฆษณาชวนเชื่อที่ทำงานในสหรัฐ และเวสทริกนี้จะมาเป็นคู่อาฆาต เมื่อต่อมาสตีเฟนสันพยายามทำลายกงสีของฝ่ายนาซีในซีกโลกตะวันตก (ทวีปอเมริกา). แต่ในบางกรณีก็เป็นนโยบายที่แยบคายกว่าที่จะไม่ไปรังควานกลุ่มบริษัทพวกนี้. เช่นในกรณีของ ไอ.ที.ที. ส่วนที่พวกนาซีอาจได้ไปเป็นกำไรจากวิทยาการของอเมริกัน จะต้องให้สมดุลกับข่าวลับที่เจ้าหน้าที่ฝ่ายเทคนิคสามารถเสาะหามา. ข้อที่น่าประหลาดคือว่าในสมัยนั้นข่าวลับเกี่ยวกับเอนิกมาได้รับความสนใจจากผู้ร่วมงานของสตีเฟนสันในกรุงลอนดอนมากกว่าในกรุงวอชิงตัน.

ผู้สังเกตการณ์จากส่วนต่าง ๆ ของโลกคงได้คาดความสำคัญของเอนิกมาในเวลาเดียวกัน. ในสหรัฐอเมริกา กองข่าวลับทางวิทยุ (Radio Intelligence Division - RID) ของกรรมาธิการสื่อสารกลาง (Federal Communications Commission) ก็สอดส่องเฝ้าฟังการรับส่งวิทยุลับของนาซี. อาร์.ไอ.ดี.ของอเมริกันทำหน้าที่เหมือนกับหน่วยรักษาความปลอดภัยทางวิทยุ (Radio Security Service — RSS) ของอังกฤษ. ทั้งสองหน่วยต้องประสบอุปสรรคเดียวกันที่ทางราชการไม่เต็มใจสนับสนุน อันเป็นการขัดขวางการดำเนินงาน เลยต้องอ้างเหตุผลบังหน้าในการปฏิบัติการ ว่ามีเพียงหน้าที่คอยเฝ้าฟังสถานีวิทยุเถื่อนที่ทำผิดกฎหมายส่วนมากที่ออกอากาศโดยไม่ได้รับอนุญาตจากทางรัฐบาล.

ในปี ๑๙๓๔ สตีเฟนสันกำลังถกศึกษาเอนิกมากับเพื่อนอเมริกัน. พอดีอเมริกันออกรัฐบัญญัติสื่อสารใช้บังคับ ซึ่งมีมาตรา ๖๐๕ ห้ามการต่อสายดักฟังและการดักข่าวสารระหว่างสหรัฐอเมริกากับต่างประเทศ. การห้ามดังกล่าวนี้แสดงถึงนโยบายของทางการในประเทศทั้งสอง (อังกฤษและอเมริกา) และทำให้พลเมืองดีที่ห่วงใยในสถานการณ์มีอุปสรรคในการแลกเปลี่ยนข่าวสารระหว่างประเทศ — ถึงแม้จะเป็นข่าวที่เกี่ยวกับความอยู่รอดของส่วนรวม.

ความลับเกี่ยวกับเอนิกมาผุดโผล่ออกมาแป๊บเดียว แล้วหายต๋อมไปอีก. ฝ่ายทหารของทั้งสหรัฐและอังกฤษก็มีผู้เชี่ยวชาญ ที่แม้จะได้รับเงินเดือนน้อย แต่คงจะสามารถติดตามเป้าหมายลับนี้อย่างใกล้ชิดกว่า หากได้มีช่องทางที่จะปรึกษาหารือแลกเปลี่ยนข่าวสารกันเป็นทางการ. แต่ก็มีกลุ่มบุคคลทั้งชายหญิงที่แน่ใจว่าสงครามจะต้องเกิดขึ้น. หากพูดอย่างนี้ก็เป็นการ "ไม่รักชาติ". ไม่มีใครที่สติดีไม่วิปลาสจะประสงค์ศึกสงครามในสมัยที่เศรษฐกิจตกต่ำอย่างหนัก. มีความเข้าใจอย่างเข้าลึกกันทั่วไปว่า ผู้ผลิตอาวุธยุทธภัณฑ์เป็น "พ่อค้าสมุนมัจจุราช". สตีเฟนสันและเพื่อนๆ ทั้งอังกฤษและอเมริกันต้องใช้กลอุบายต่างๆ นานา เพื่อมิให้ถูกตราหน้าว่าเป็นสมุนมัจจุราช. เขาทุกคนต้องกลายเป็นนักสืบจำเป็น ด้วยความจำเป็นที่จะค้นหาข้อเท็จจริงเกี่ยวกับการสะสมอาวุธของเยอรมัน ในอันที่จะสามารถตระเตรียมการป้องกันเพื่อนร่วมชาติ.

สตีเฟนสันมิได้คำนึงหวังถึงผลประโยชน์ทางการเงินเลยเมื่อเขาออกล่าผีเช่นเอนิกมาหรือขุดคุ้ยความลับของนาซี. แต่อย่างไรก็ตาม สิ่งใดก็ตามที่เขาแตะต้องก็กลายเป็นเงินเป็นทอง และยิ่งกว่านี้ยังมาเป็นประโยชน์ทางการพัฒนาวิทยาการที่ต่อมาจะเปลี่ยนวิถีของการรบ. เขาสร้างเครื่องบินในสมัยที่รัฐบาลอังกฤษไม่ว่ารัฐบาลใดไม่ยอมลงทุนสร้างเครื่องบินรบ. เพื่อนหัวหน้าหมู่ในฝูงบินที่ ๗๓ คือ

เอ.เอ็ช. ออร์ลิบาร์ (A. H. Orlebar) ได้ชนะการแข่งเรือบินที่มีเกียรติยิ่ง คือ ถ้วยชไนเดอร์ (Schneider Cup) โดยขับเครื่องบินอันมาเป็นต้นแบบของเครื่องบินขับไล่สปิตไฟร์ (Spitfire) ผู้ออกแบบชื่อ เรจินัลด์ มิตเชลล์ (Reginald Mitchell) กำลังป่วยหนักจะตาย. สตีเฟนสันให้กำลังใจ ปลอบใจ มิตเชลล์ ให้ฟันฝ่าความเจ็บปวดทุกข์ทรมาน จนสามารถเขียนแบบเครื่องบินขับไล่ที่เพรียวงามทันเวลาที่จะมาเป็นเครื่องป้องกันอังกฤษมิให้ถูกบุก. แฟรงก์ วิทเทิล (Frank Whittle) ผู้ค้นคิดเครื่องไอพ่น ระลึกถึงวาระที่เขาพบสตีเฟนสันว่าทำให้เขาโล่งใจหายเครียด หลังจากที่กองทัพอากาศอังกฤษได้ปฏิเสธข้อเสนอของเขาที่จะสร้างเครื่องบินที่ปราศจากใบพัดอันเป็นความคิดแหวกแนวที่เป็นการปฏิวัติวิทยาการ. เป็นโชคดีที่อิเล็กทริก แอนด์ เจเนรัล อินดัสเตรียล ทรัสต์ (Electric and General Industrial Trust) – กลุ่มบริษัทของสตีเฟนสันได้ลงทุนสนับสนุนการพัฒนาความคิดนี้. สตีเฟนสันได้รับฟังข้อเสนอของวิทเทิล และได้นั่งเงียบ ๆ หลายนาที แล้วก็ได้ชี้จุดของปัญหาอย่างสั้นที่สุดตามนิสัยของเขา.

วิทเทิลจำได้ว่า "เขาบอกว่าจะต้องใช้โลหะผสมชนิดใหม่สำหรับทำใบของกังหันความเร็วสูง. และในที่สุดเขาก็ค้นพบได้."

สตีเฟนสันยังได้รับอิทธิพลอันลึกซึ้งจากผู้ที่ตักเตือนให้ระมัดระวังรอบคอบ เช่น จาก จอร์จ เบอร์นาร์ด ชอว์ (George Bernard Shaw) จอร์จ ออร์เวลล์ (George Orwell) และจากผู้สื่อข่าวต่างประเทศที่ได้เขียนเล่าเรื่องสยองขวัญจากเยอรมัน ซึ่งบ่อยครั้งถูกระงับไม่ให้ลงพิมพ์. สตีเฟนสันต้องสูญเสียเพื่อนรักที่สุด คือ สไตน์เม็ตซ์ ผู้ถึงแก่กรรมโดยกะทันหัน แต่ความทรงจำที่มีต่อเขาก็ยังช่วยให้กำลังใจแก่สตีเฟนสันในสมัยที่สับสนอลหม่านนี้. เมื่อไปเยือนเยอรมนี สตีเฟนสัน "รู้สึกว่าสไตนี่อยู่เคียงข้าง คอยเตือนให้ผมดำรงจิตให้มั่น. ทุกสิ่งทุกอย่างที่ผมกระทำล้วนไปพัวพันกับความรู้ว่าจะต้องต่อสู้ต้านฮิตเลอร์ และการบิดเบือนทฤษฎีของดาร์วิน (Darwin) ว่าผู้แข็งแรงที่สุดจะต้องอยู่รอดได้."

การต่อสู้ฮิตเลอร์เริ่มต้นจากภายในประเทศ. ในอังกฤษและทวีปอเมริกาเหนือกระบวนการขนาดเล็กเริ่มต่อต้านการประนีประนอมกับฮิตเลอร์. ในกรุงลอนดอน "คณะปฏิบัติการของเชอร์ชิลล์" ได้รวมตัวจากชนทุกชั้นในสังคม. เชอร์ชิลล์เป็นปากเสียงของคณะนี้ในสภา แต่ประชาชนทั่วไปก็ไม่แยแสในคำเตือนของเขา. ในหนังสือที่เขาเขียน เขาเรียกระยะเวลานั้นว่า "ช่วงระยะความฉุกละหุก" (Wilderness

Years). เขาถูกหาความว่ากระหายสงคราม เมื่อเขาเขียนว่า "เมื่อฮิตเลอร์เริ่มเรืองอำนาจขึ้นนั้น เยอรมันสยบอยู่แทบเท้าของสัมพันธมิตร – ฮิตเลอร์อาจมีหวังได้เห็นวาระที่ซากที่เหลือของยุโรปจะต้องหมอบแทบเท้าของพวกเยอรมัน". เขาเรียนรู้ว่าต้องลดความรุนแรงของวิธีเขียนลงบ้าง และได้ลงบทความในหนังสือพิมพ์จำพวกที่มีจำนวนน้อยเต็มที ซึ่งยินยอมรับฟังความเห็นของเขา. "เราจะอยู่ในฐานะลำบากยิ่งขึ้นถ้าเราเร่งล้ำหน้าความเห็นของสาธารณชนมากเกินไป." นี่เป็นถ้อยคำที่เขาได้กล่าวแก่กลุ่มโฟกัส (Focus) อันเป็นใจความเดียวกับที่ประธานาธิบดีอเมริกันจะได้กล่าวในเวลาต่อมาแก่ที่ปรึกษาของตนเมื่อถูกเคี่ยวเข็ญให้สู้ลัทธินาซี.

โฟกัสนั้นเป็นกลุ่มหนึ่งในจำนวนที่ พลเรือเอก ฮอลล์ ได้รวบรวมอย่างไม่เป็นทางการ. กลุ่มเหล่านี้ประกอบด้วยบุคคลที่เห็นว่าสงครามนั้นไม่มีทางเลี่ยงได้ แต่เป็นความเห็นที่ค้านนโยบายของรัฐบาลอังกฤษ. บางคนมาจากหน่วยสืบราชการลับอังกฤษนี่เอง ซึ่งเป็นข้าราชการที่ต้องทำงานตามคำสั่งของรัฐบาลในสมัยนั้น. หากรัฐบาลนั้นตัดสินว่าภัยสงครามเป็นเรื่องเล็ก เจ้าหน้าที่ราชการลับที่ซื่อสัตย์จะทำอะไรได้ล่ะ. แม้แต่เพียงจะกล่าวถึงอักษรย่อของแผนกใดในราชการลับก็เป็นความผิดแล้ว อย่าว่าถึงการไปบ่นกับสื่อมวลชนเลย. ปัญหานี้บางส่วนแก้ไขได้โดยมีบุคคลที่ไม่ทำตัวเด่นโด่งดัง ผู้ไปๆ มาๆ ระหว่างกรมข่าวทหารกับกลุ่มพลเรือนเหล่านี้ที่พบปะกันในสโมสรและห้องกรรมการของบริษัทเอกชน. บุคคลผู้นี้คือ เดสมอนด์ มอร์ตัน (Desmond Morton) เขาเป็นเพียงพันตรี ซึ่งต่อมาจะเป็นผู้จัดตั้งกรรมการฝ่ายพันธมิตรเพื่อการต่อต้าน (Allied Committee of Resistance) เพื่อชักชวนรวบรวมพลเรือนให้ต่อต้านฮิตเลอร์ภายในเขตยึดครองของนาซี. ต่อมา พันตรี มอร์ตันได้ใช้ประสบการณ์ที่ได้จากการจัดการต่อต้านภายในประเทศอังกฤษตอนประมาณปี ๑๙๓๕ นั้น มาเป็นประโยชน์ในงานตอนสงคราม.

ต่อมาภายหลัง มอร์ตันได้เล่าเรื่องเรื่องหนึ่งที่บรรยายถึงรสชาติผจญภัยของสมัยนั้น : "ผู้แทนของเราในดับลิน (Dublin) ได้สรุปว่าหัวหน้าสืบราชการลับเยอรมันสำหรับไอร์แลนด์ใต้ (Southern Ireland) คืออันธพาลคนหนึ่งที่มีภูมิลำเนาในเบรย์ (Bray) คืนหนึ่งคณะสุภาพบุรุษของพวกเราใช้กระบองยางไปฟาดหัวเขา แล้วลากตัวใส่เรือบดกรรเชียงไปลงเรือดำน้ำของราชนาวี. เมื่อถึงเกาะอังกฤษ ใครล่ะจะโผล่หน้าออกมาจากตู้อันเป็นที่ขังก็ให้ตาย . . . หน้าตาที่เปื้อนเลือดและแสดงออกซึ่งความบึกบึนบ้าเลือดของหัวหน้าข่าวลับกองทัพเรือประจำเขตไอร์แลนด์ใต้ . . . . ."

ในปี ๑๙๓๕ มอร์ตันเป็นผู้ช่วยพิเศษของเชอร์ชิลล์ มีหน้าที่ "ค้นหาแผนการสร้างอาวุธและคลังยุทโธปกรณ์ในต่างประเทศ." เขามีหน้าที่เตรียมวางแผนหน่วยงานที่เมื่อเกิดสงครามขึ้นจะตั้งขึ้นเป็นทางการในชื่อกระทรวงการรบทางเศรษฐกิจ ซึ่งจะทำงานลับในด้านบ่อนทำลายและล่าสังหาร. ทั้งเชอร์ชิลล์ ทั้งมอร์ตัน ไม่ได้รับอำนาจสั่งเป็นทางการจากสภา. ทั้งสองได้รับการสนับสนุนจากพระมหากษัตริย์สถาบันสูงสุดซึ่งมีหน้าที่ปฏิบัติได้ในยามวิกฤต แม้ว่าอาจมีการคัดค้านบ้าง. การปฏิบัติตามประเพณีที่สถาบันกษัตริย์และงบประมาณในราชสำนักจะนำมาใช้ได้เพื่อสนับสนุนเจ้าหน้าที่ซึ่งกระทำการลับเพื่อผลประโยชน์ส่วนรวมของชาติ เป็นการปฏิบัติที่ยังไม่เข้าใจกันดี ทั้งในอดีต ทั้งในปัจจุบัน. อย่างไรก็ตาม พิสูจน์มาแล้วว่าเป็นการสำคัญอย่างยิ่งยวดในสงครามลับที่กำลังจะระเบิดขึ้น. ตอนนั้นก็ทำให้มอร์ตันสามารถไปๆ มาๆ ระหว่างกลุ่มต่างๆ เช่น โฟกัส (Focus) อิเล็กตรา (Electra) และกรรมาธิการ เอ็กซ์ วาย เซ็ด (XYZ Committee) อันเป็นการประชุมอย่างกันเองของบุคคลที่มีเหตุผลโดยชอบที่จะเดินทางไปต่างประเทศรวมทั้งนักผจญภัยและนักสำรวจ เช่น เอียน และ พีเตอร์ เฟล็มมิง (Ian and Peter Fleming). (พีเตอร์เพิ่งได้เดินเท้าจากเมืองจีนไปอินเดียโดยผ่านธิเบต และกำลังดำริในเรื่องวางแผนวิธีทำการ "ลวงทางยุทธศาสตร์" หากสงครามกับเยอรมันจะระเบิดขึ้นอีก).

สำนักงานธุรกิจของสตีเฟนสันที่ถนนเซนต์เจมส์ (St. James's Street) ใกล้พิกกาดิลลี (Piccadilly) ได้กลายเป็นศูนย์ที่ตั้งในลอนดอนเพื่อปฏิบัติการร่วมกับวอชิงตัน สำหรับผู้ที่ได้รวมกันเพราะมีอุดมการณ์เดียวกัน. ในปี ๑๙๓๕ มีรายงานผ่านสำนักงานนี้เองว่ากองทัพเรือญี่ปุ่นใช้เครื่องเอนิกมาของตนร่วมกับกระทรวงต่างประเทศญี่ปุ่น.

การดำเนินงานร่วมกันอย่างไม่เป็นทางการได้ขยายตัวโดยผ่านสตีเฟนสัน. หน่วยข่าวของกรมสื่อสารทหารบกสหรัฐและของกองทัพเรือสหรัฐได้ถูกห้ามปรามมิให้แลกเปลี่ยนข่าวสารกับฝ่ายอังกฤษ. แต่มีลู่ทางที่จะกระทำได้ด้วยการสนทนากัน. สตีเฟนสันผู้มีเหตุผลอันควรทางธุรกิจที่ไปพบปะกับบุคคลที่สำคัญๆ สามารถจัดการสนทนากันในเรื่องที่จะอาจก่อความยุ่งยากหากเขียนลงเป็นลายลักษณ์อักษร. ข้าราชการผู้ใหญ่หลายคนและนักการเมืองบางคนเห็นแจ้งชัดว่า เยอรมันและญี่ปุ่นกำลังดำเนินการในขั้นที่เป็นสิ่งบอกเหตุของการรุกอย่างเปิดเผย คือขั้นปกปิดบัง. การสื่อสารในกิจการทูตและการทหารของทั้งสองประเทศนี้มีการปกปิดโดยใช้รหัส

ลับที่ซับซ้อน. ในการพยายามถอดรหัสดังกล่าว มีปัจจัยสำคัญข้อหนึ่ง คือจะต้องรวบรวมสารที่เข้ารหัสเป็นจำนวนเพียงพอ. ยิ่งมีจำนวนมากยิ่งดี เพราะจะยิ่งทำให้สามารถตรวจพบระบบอันจะนำมาสู่ข้อไขของรหัส. ด้วยอาศัยแคนาดาซึ่งแม้จะตั้งอยู่ในทวีปอเมริกาก็เป็นที่ไว้ใจของอังกฤษ ฝ่ายสัมพันธมิตรดั้งเดิมจึงสามารถประสานผลของการดักฟังของแต่ละหน่วยอย่างไม่เป็นทางการ. วิธีการร่วมมือแบบลักลอบนี้ได้ให้ความรู้ที่เป็นประโยชน์ยิ่งในการเผชิญเหตุร้ายแรงที่จะเกิดขึ้นในระยะต่อมา.

สตีเฟนสันซึ่งไกลจากจะเป็นนักคบคิดเจ้าเล่ห์ ต้องพยายามปกปิดชื่อของตัวเอง. กฎที่รู้กันดีโดยไม่ต้องเขียนเป็นลายลักษณ์อักษรคือ : “การปกปิดเรื่องชีวิตส่วนตัวของหัวหน้าฝ่ายสืบงานลับให้มิดชิดยิ่งมิดก็ยิ่งดี.” และสตีเฟนสันกำลังจะมาเป็นหัวหน้าสำนักงานสืบราชการลับส่วนบุคคล. การลงข่าวหนังสือพิมพ์เรื่องงานการของเขาหายไปหมดหลังปี ๑๙๓๕. หนังสือพิมพ์ตัดในเรื่องของเขาเริ่มหมดไปจากแผงในตู้เอกสารหนังสือพิมพ์.

อย่างไรก็ดีเขาก็ยังอยู่ในสายตาของประชาชน. ดูจะเป็นข้อที่ขัดแย้งกันแต่มีเหตุผลที่เข้าเรื่องมีจุดหมาย. ถ้าเกิดเหตุสงคราม บุคคลอย่างสตีเฟนสันจะต้องถูกฝ่ายข่าวของข้าศึกสอดส่องโดยใช้หลายวิธี แต่ส่วนใหญ่จะเป็นโดยใช้แผงของหนังสือพิมพ์. ปฏิบัติการของสตีเฟนสันเป็นส่วนหนึ่งของวิธีกรรมที่จะสร้างเสริมการเชื่อมโยงกับต่างประเทศเพื่อตระเตรียมสงครามลับ. เขาได้ชนะการแข่งเรือบินเพื่อรับถ้วยพระราชทานอันทรงเกียรติ เมื่อการออกพิมพ์ประวัติของเขาเริ่มจางหายไปจากสายตาของประชาชน. เขามีชัยโดยขับเครื่องที่โรงงานเจเนรัลแอร์คราฟต์ (General Aircraft) ของเขาเอง ได้ออกแบบและสร้าง. ข้อนี้ได้ดึงดูดความสนใจของขุนพลทหารอากาศของฮิตเลอร์. ฝ่ายเยอรมันเคยล่อนักบินทั้งอังกฤษและอเมริกันให้มาร่วมมือ โดยอ้างใจนักกีฬาและความรักการบินที่มีร่วมกัน.

อีกวาระหนึ่งที่สตีเฟนสันเป็นฝ่ายฟัง. คงจะเป็นภาพน่าประหลาด. ในลอนดอน เพื่อนๆ ของเขากำลังทำลายหลักฐานของอดีตของเขา. ในเยอรมันเขาไต่ถามสมุนของฮิตเลอร์ยิ้มๆ อย่างละมุนละม่อม โดยเลิกคิ้วเล็กน้อยเป็นครั้งคราว.

เขารายงานว่า “ในการประชุมครั้งหนึ่ง ได้มีการอธิบายการรบแบบสายฟ้าแลบ (Blitzkrieg) . . . เครื่องบินทิ้งระเบิดแบบดิ่งหัวลงและรถถังจะบุกนำการรุกทุกครั้ง

ติดตามด้วยกำลังพลที่จะใช้พาหนะที่มีความเร็วสูง. เครื่องกลไกสงครามของพวกนาซีจะต้องอาศัยชัยชนะเร็วเหมือนฟ้าแลบ ซึ่งก็จะต้องอาศัยการส่งคำสั่งชี้ทิศทางถึงหน่วยยานยนต์โดยใช้วิทยุ. จึงสรุปได้ว่าสงครามสายฟ้าแลบจะเป็นผลสำเร็จได้ก็ต่อเมื่อสามารถรับส่งคำสั่งลับสุดยอดทางวิทยุโดยใช้รหัสที่คนอื่นจะอ่านไม่ออก."

พวกหัวหน้าฝ่ายเยอรมันพูดอย่างตรงไปตรงมาอย่างนี้ เพราะมีความภาคภูมิในอาชีพในความสามารถของตน. บางคนก็หวังที่จะทำลายขวัญของผู้ที่อาจมาเป็นปรปักษ์ต่อไป. บางคนก็แก้ตัวว่าเยอรมันมีหน้าที่อันศักดิ์สิทธิ์ที่จะต้องทำลายศัตรูสูงสุดระดับโลกคือรัสเซียของบอลเชวิก.

ปัญหามีว่าเยอรมันของนาซีมีแผนจะบุกรัสเซียตั้งแต่สมัยนั้นแล้วหรือ. คำตอบของอัลแบร์ต เคสเซิลริง (Albert Kesselring) คือใช่แล้ว. บุคคลที่ต่อมาจะมีหน้าที่บัญชาการการโจมตีลอนดอนทางอากาศได้บอกถึงวิธีที่กองพลยานเกราะเยอรมันจะทะลวงเข้าไปในรัสเซีย "ความลับจะเป็น ความเร็ว . . . . . ความเร็ว . . . . . ความเร็ว !" เคสเซิลริงทุบโต๊ะเพื่อย้ำทุกคำพูด "เร็วเหมือนฟ้าผ่า บลิ๊ตซครีค ! สงครามสายฟ้าแลบ."

"กองทัพอากาศของคุณจะรับการบำรุงอย่างไรล่ะ เมื่อปฏิบัติล้ำหน้ากองทัพหลักออกไกล" นี่คือคำถามของสตีเฟนสันต่อนายพล เอรฮาร์ด มิล์ช (General Erhard Milch) ผู้เป็นรัฐมนตรีกระทรวงทัพอากาศ ผู้นี้ตอบว่า : "เครื่องบินทิ้งระเบิดแบบดิ่งหัวจะปฏิบัติเป็นเหมือนปืนใหญ่บินได้ โดยสั่งการให้ทำงานสอดคล้องกับกองกำลังพื้นดิน ผ่านการสื่อสารทางวิทยุที่ดี. ในฐานะผู้เชี่ยวชาญวิทยุ คุณควรจะชื่นชมว่าการเชื่อมโยงกำลังนี้ปฏิบัติได้เป็นครั้งแรกในประวัติศาสตร์. กองทัพอากาศจะไม่มีการซ่อมบำรุงเครื่อง. รถถังและเรือบินนั้นแทงจำหน่ายได้. ความลับแท้ ๆ คือความรวดเร็วฉับพลัน — การโจมตีอย่างฉับพลันโดยมีการสื่อสารที่รวดเร็ว."

สตีเฟนสันรายงานให้เชอร์ชิลล์ทราบว่า ข้ออ่อนแอในเกราะของเยอรมันอยู่ที่การสื่อสาร. "ถ้าหากเราสามารถแกะคำสั่งของเขา เราก็รู้การปฏิบัติของเขาล่วงหน้าได้."

ดังนี้ สตีเฟนสันจึงกระโจนเข้าในการค้นหาเครื่องใส่รหัสเอนิกมารุ่นใหม่โดยเขาไม่รู้ตัว.

บทที่ ๕

ทุกครั้งที่สตีเฟนสันบินจากเบอร์ลินกลับลอนดอน เขามีความรู้สึกขุ่นใจโกรธเคืองว่าสายการบินของทางการเยอรมันใช้นักบินและเจ้าหน้าที่ผู้ช่วยของกองทัพอากาศนาซีที่ยังไม่ได้ตั้งขึ้น ซึ่งมาดูลาดเลาเพื่อสังเกตการณ์ให้คุ้นเคยกับเป้าหมายในอนาคต. ณ กรุงลอนดอน น้ำกำลังท่วมทุ่งในรัฐสภา มุ่งแต่จะประนีประนอมกับฮิตเลอร์อย่างเดียวโดยไม่สำเหนียกว่ามีการตระเตรียมเหตุร้ายกาจกันบนฟ้าเหนือหัว. ผู้ที่ทราบตระหนักถึงภัยอันตรายได้แต่จะหลบซ่อนในกระทรวงการรบทางเศรษฐกิจซึ่งยังไม่ได้ตั้ง ยังไม่เป็นทางการ ทั้งเป็นความลับ ทั้งไม่มีใครรับรู้. ความแตกต่างระหว่างกระทรวงอังกฤษที่ยังเถื่อน กับกองทัพเยอรมันที่ยังไม่ได้ตั้งขึ้น นั้น เป็นเรื่องน่าทุเรศ. เจ้าหน้าที่เครื่องบินทิ้งระเบิดได้รับการสนับสนุนเป็นทางการฝ่ายเยอรมัน และเกือบจะไม่สนใจกลบเกลื่อนการตระเตรียมเสียด้วยซ้ำ. ส่วนกระทรวงของเชอร์ชิลล์นั้นมิเพียงแต่จะได้รับการขัดขวางจากนโยบายของราชการอังกฤษเท่านั้น แต่เชอร์ชิลล์เองก็เป็นเสมือนนักการเมืองที่ขี้เรื้อน.

การสนับสนุนจึงจะต้องหามาจากข้างนอก. สตีเฟนสันมีความเห็นว่าดีสุดคงจะเป็นจากทางสหรัฐ. กองทัพเรืออเมริกันได้ตั้งข่ายการหาทิศจับคลื่นวิทยุกลางมหาสมุทรแปซิฟิก (Mid-Pacific Strategic Direction Finding Net) ซึ่งมีจุดประสงค์ที่จะติดตามตำแหน่งที่อยู่ของหน่วยของญี่ปุ่น โดยจับคลื่นวิทยุสื่อสารของฝ่ายนั้น. สถานีในข่ายมีหน้าที่จับการสื่อสารลับของญี่ปุ่น และนำข้อมูลมาประสานกับที่ได้มาจากสถานีติดตามของฝ่ายอังกฤษในอินเดียและเอเชีย. ฝ่ายญี่ปุ่นกำลังใช้เอนิกมาแบบของตนมากขึ้นทุกวัน และฝ่ายอเมริกันก็กำลังศึกษาวิจัยรหัสลับที่ได้มาจากการดักสัญญาณการสื่อสารของเครื่องญี่ปุ่น.

แม้ว่าปฏิบัติการของฝ่ายอเมริกันจะดูยังอ่อนมาก แต่ก็เป็นสัญลักษณ์ของความหวังที่ใหญ่หลวง. เชอร์ชิลล์เป็นคนมีความกล้า แต่ไม่มีอำนาจที่ใครจะเห็นประจักษ์. ในทำเนียบขาว (White House) มีบุคคลที่มีความกล้าหาญอันหามิได้เลยที่เวสต์มินสเตอร์ (Westminster — รัฐสภาอังกฤษ). บุคคลนั้นคือ แฟรงกลิน ดิลาโน รูสเวลท์ (Franklin Delano Roosevelt).

ในระยะเวลาต่อมา ฮิตเลอร์จะได้เยาะเย้ยว่ารูสเวลท์ได้มาเป็นประธานาธิบดี "เมื่อข้า ฯ มาเป็นนายกรัฐมนตรี . . . อ้ายยิวเจ้าเล่ห์คดโกงผู้นี้เกิดในกองเงินกองทอง. ข้า ฯ รู้จักแต่ความซอมซ่อและความอับจนอย่างร้ายกาจ." จริงแท้ เอ็ฟ.ดี.อาร์. (F.D.R. —อักษรย่อของ Franklin Delano Roosevelt) ไม่เป็นยิวสักหน่อย. แล้วเขาก็ไม่ร้องขอให้ใครสงสารเขา. เขาเด่นเพราะศีรษะรูปงามและรอยยิ้มที่แสดงความมั่นใจ. เขาเป็นที่น่านับถือและน่ารักใคร่มาก ถ้าจะยกตัวอย่างพวกช่างภาพหนังสือพิมพ์พยายามอย่างยิ่งที่จะไม่ให้เห็นเครื่องรัดขาที่ลีบปรากฏในภาพใด ๆ. ในปี ๑๙๓๓ ประธานาธิบดีรูสเวลท์ได้เขียนถึงนายกรัฐมนตรีอังกฤษ รัมเซย์ แม็กโดนัลด์ (Ramsay McDonald) ผู้เป็นสังคมนิยมว่า "ข้าพเจ้ามีความห่วงใยต่อเหตุการณ์ในเยอรมนี. การรีบเร่งรัดสร้างอาวุธอย่างบ้าคลั่งเป็นสิ่งที่อันตรายมากยิ่งกว่าการทะเลาะเบาะแว้งใด ๆ ทั้งสิ้น."

เอ็ฟ.ดี.อาร์. ไกลจากเป็นคนกระหายสงคราม. แต่เช่นเดียวกับเชอร์ชิลล์ เขาจำต้องรับรู้อันตรายอย่างตรงไปตรงมา. เขาอาศัยรายงานที่ไม่บิดเบือนในเรื่องภัยของต่างประเทศจากบิลล์ โดโนแวน ผู้เดินทางออกไปหาข่าวโดยใช้งานทางกฎหมายเป็นเหตุผลบังหน้า. หลังจากได้เล่นการเมืองเป็นระยะสั้น โดโนแวนได้กลับไปตั้งสำนักงานกฎหมายที่ ๒ วอลล์ สตรีท (2, Wall Street). ในงานพบปะนักเรียนเก่าของโรงเรียนกฎหมาย โคลัมเบีย (Columbia Law School) รูสเวลท์ได้กล่าวว่า "หากบิลล์ โดโนแวนสังกัดพรรคดีโมแครท (Democrat) เดี๋ยวนี้เขาคงได้ตำแหน่งแทนผมแล้ว."

ความสัมพันธ์ระหว่างโดโนแวนกับ เอ็ฟ.ดี.อาร์. เป็นไปเช่นเดียวกับความสัมพันธ์ระหว่างสตีเฟนสันกับเชอร์ชิลล์. คือมีความนับถือและความไว้ใจในกันและกัน. โดโนแวนรู้จักสงครามจึงเกลียดชังการทำสงคราม. หลังจากไปศึกษาการปฏิวัติบอลเชวิกในรัสเซีย เขาได้ไปพบฮิตเลอร์อย่างเงียบ ๆ หลายครั้ง. ในอเมริกา เขาเป็นเจ้าหน้าที่ควบคุมการปฏิบัติตามกฎหมายห้ามการตั้งกงสีของกระทรวงยุติธรรม เขาทำหน้าที่อย่างเที่ยงธรรมมากจนบริษัทใหญ่มีแต่ความนับถือความยุติธรรมและความซื่อสัตย์สุจริตของเขา. เขาจึงทราบข้อเท็จจริงต่าง ๆ ของโครงสร้างของกลุ่มห้างร้านที่มีสาขาในหลายประเทศ และที่อยู่ในควบคุมหรือในอิทธิพลของพวกนาซี. เป็นธรรมดาที่สตีเฟนสันต้องมาฟื้นฟูมิตรภาพซึ่งได้เริ่มตอนสงครามโลกครั้งที่หนึ่ง. โดโนแวนเป็นชาวอเมริกันที่เหมาะที่สุดที่จะมาขอความสนับสนุนเพื่อศึกษาวิธีการของหน่วยข่าวนาซีในการตั้งสาขาธุรกิจบังหน้าในอเมริกา.

นอกจากนี้ก็ยังเป็นเพื่อนของ นายพลเรือตรี วอลเตอร์ เอ็ส. แอนเดอร์สัน (Rear Admiral Walter S. Anderson) เจ้ากรมข่าวทหารเรือสหรัฐ ส่วนสตีเฟนสันก็อยู่ในอุปถัมภ์ของพลเรือเอก บลิงเกอร์ ฮอลล์ แห่งราชนาวีอังกฤษ. ถึงแม้การร่วมมือระหว่างกองทัพเรือทั้งสองถูกจำกัดด้วยเหตุผลทางการเมือง ทั้งรัฐบาลสหรัฐยังคงประณามการดักฟังการสื่อสารด้วยเหตุผลทางจรรยา แต่ฝ่ายอเมริกันก็ยังไม่หยุดยั้งการค้นคว้าในวิชารหัสลับและอักษรลับซึ่งกำลังพัฒนาอยู่. และรูสเวลท์ก็ไม่มีความปรารถนาที่จะให้หยุดยั้ง. วิชาการรหัสเป็นศาสตร์ที่ดูจะคล้ายวิชาหมอผี แต่แท้จริงรากฐานต้องอาศัยวิทยาศาสตร์ชั้นสูง. สตีเฟนสันสนใจตามธรรมดา เพราะเป็นนักวิทยาศาสตร์และมีประสบการณ์ในการส่งสัญญาณตั้งแต่เยาว์วัย ทั้งมีพรสวรรค์ในคณิตศาสตร์ล้วน อันเป็นคุณสมบัติที่ต้องใช้เพื่อเผชิญกับเอนิกมา. เครื่องใส่รหัสที่ทั้งญี่ปุ่นทั้งนาซีได้พัฒนาใหม่ เป็นความลึกลับที่เข้าใจกันน้อยเต็มที. ความรู้ของสตีเฟนสันเป็นประโยชน์สำหรับทั้งอังกฤษทั้งอเมริกา. ความสนใจในเอนิกมาเป็นเสมือนจังหวะแรกของเพลงโหมโขนตอนศึกลงกา.

โดโนแวนเห็นด้วยว่าระบบเผด็จการมีความอ่อนแอตรงที่ต้องพึ่งความลับ. เขาบอกว่า “จุดอ่อนของรัฐเผด็จการ คือระบบการรักษาความปลอดภัย. มีเรื่องที่จะต้องเก็บเป็นความลับจำนวนมากเหลือเกิน จึงทำให้กลไกข่าวกรองต้องเป็นภาระวุ่นวายมาก. ผู้เผด็จการมักจะหลงเชื่อว่าทำงานในที่ปลอดภัย เลยทำให้เกิดความประมาทได้.” เยอรมันกำลังสร้างกลไกทางทหารที่ยึดการสื่อสารลับเป็นหลักอันเป็นจุดอ่อนในเกราะของฮิตเลอร์.

สตีเฟนสันระลึกได้ว่าเขา “มีความยินดีที่ได้เห็นบุคคลหนึ่งในฝ่ายอเมริกันมีความเห็นสรุปได้เช่นนี้. นี่เป็นรากฐานของการร่วมมือร่วมแรงของเรา และเป็นการย้ำส่วนสำคัญของสงครามลับ. เรื่องการสืบราชการลับในระหว่างสงครามเรื่องใดก็ตาม ต้องเป็นเรื่องที่ต่อเนื่องจากโดโนแวน และปฏิบัติการของเขาก่อนที่สงครามอุบัติขึ้น. เป็นที่เข้าใจกันอย่างแน่ชัดโดยไม่ต้องประกาศว่า บิก บิลล์ (Big Bill) เป็นผู้แทนส่วนตัวของท่านประธานาธิบดี.”

บิลล์ทั้งสองคนมองโลกในแง่เดียวกัน. ทั้งสองคนไม่เห็นว่าการรบเป็นของสนุก. โดโนแวนไม่เคยถือว่าตนเป็นทหารกล้า ถึงแม้พลเอก ดักลาส แม็กอาเธอร์ (General Douglas MacArthur) จะกล่าวว่า “เขาเป็นทหารที่มีความมุ่งมั่นมีความคิดริเริ่มและความกล้าที่สุดที่ผมเคยรู้จักมา.” โดโนแวนโต้ว่า “ผมรู้เรื่อง

สงครามมากเกินที่จะภูมิใจในการรบ. แต่ว่าศึกสงครามนั้น ผู้ประดิษฐ์ขึ้นมา คือ พวกนักการเมืองที่ไม่เคยริคิดเตรียมจะรับศึก."

ในระหว่างที่ฝ่ายอเมริกันพยายามควานหาความลับของเครื่องเอนิกมาแบบของญี่ปุ่น ฝ่ายอังกฤษก็หาข้อมูลของเอนิกมาแบบต่างๆ ของนาซีในเยอรมัน. ในปี ๑๙๓๗ สตีเฟนสันได้รับข่าวโดยผ่านสายของเขาในวงการอุตสาหกรรมการสื่อสารเยอรมัน ว่าเอนิกมามีใช้ในหน่วยลับพิเศษของพรรคนาซี. เครื่องอยู่ในควบคุมของบุคคลจำนวนจำกัดที่มีอำนาจเต็มในจารกรรม การสืบสวน และการสังหาร. บุคคลหนึ่งในจำพวกนี้ คือ ไรน์ฮาร์ด ทริสตัม ออยเกน ไฮดริช (Reinhard Tristam Eugen Heydrich).

สตีเฟนสันบันทึกไว้ว่า : "พวกนาซีมีเครื่องมือกลไกทันสมัยสลับซับซ้อนที่สุดใช้ เพื่อรับส่งคำสั่งลับสุดยอดในการโฆษณาชวนเชื่อและในกิจการข่มขู่ข่มเหง. อำนาจรัฐของระบอบเผด็จการอาศัยการโฆษณาชวนเชื่อและในกิจการข่มเหงเป็นรากฐาน. ไฮดริชได้ศึกษาวิจัยองค์การ โอ.จี.พี.ยู (OGPU) ของรัสเซีย ซึ่งเป็นหน่วยรักษาความปลอดภัยลับของโซเวียต. ต่อไปเขาก็วางแผนยุแหย่ให้สตาลินดำเนินการกวาดล้างครั้งใหญ่ในกองทัพแดง (Red Army). จอมเผด็จการรัสเซียเชื่อว่ากองทัพของตนเองถูกเจ้าหน้าที่ลับของเยอรมันแทรกซึมต่อเนื่องจากสนธิสัญญาลับที่ได้ลงนามกัน ซึ่งมีข้อตกลงว่าทั้งสองประเทศจะช่วยเหลือกันและกันในการฟื้นฟูกำลังทางอาวุธ.* การปกบังก่อให้เกิดความหวั่นสงสัยซึ่งก็ก่อให้เกิดการปกบังเพิ่มขึ้นอีกเป็นทวีคูณ จนกระทั่งฝ่ายสหภาพโซเวียตเกิดประสาทเสียถึงขนาดว่า ถ้าเพียงแว่วข่าวว่าจะมีการคบคิดล้มรัฐก็บ้าจี้ เส้นกระตุก. ถึงปลายปี ๑๙๓๖ ไฮดริชจัดการปลอมแปลงเอกสารสามสิบสองฉบับ เพื่อถือโอกาสที่สตาลินมีความสงสัยจนเสียขวัญแล้วแหย่ให้ทำลายพวกหัวกะทิของกองทัพของตนเอง. การ

*สนธิสัญญาระปัลโล (Rapallo) ได้ลงนามกันเป็นความลับระหว่างเยอรมันกับรัสเซีย โดยที่ผู้แทนของประเทศอื่นอีกยี่สิบแปดชาติที่มาประชุมที่เจนัว (Genoa) ไม่ทราบระแคะระคาย. การประชุมในปี ๑๙๒๒ ที่เจนัวล้มเหลวลงโดยสิ้นเชิง ไม่สามารถตกลงกันในเรื่องการฟื้นฟูยุโรป. นักวิจารณ์การเมืองหลายคนมีความเห็นว่าถ้าแม้นการประชุมครั้งนี้ได้รับความสำเร็จ ก็คงจะไม่ได้เกิดกรณีแคว้นรูห์ร ฮิตเลอร์จะไม่ได้เรืองอำนาจ และสงครามโลกครั้งที่สองจะไม่ได้อุบัติขึ้น.

ปลอมแปลงเอกสารที่ฝ่ายนาซีทำได้ผลสำเร็จอย่างไม่น่าเชื่อ. กว่าครึ่งของจำนวนนายทหารที่มีประสบการณ์จำนวนประมาณ ๓๕,๐๐๐ คน ในกองทัพรัสเซียถูกประหารชีวิตหรือไม่ก็ถูกกำจัดส่งไปไซบีเรีย.* จอมพลทุขาเชฟสกี้ (Marshal Tukhachevsky) เสนาธิการทหารโซเวียตถูกกล่าวหาว่ามีการติดต่อกับนายทหารชั้นสูงของเยอรมันเป็นประจำ. จดหมายทุกฉบับเป็นเอกสารปลอมของนาซี. แต่สตาลินกลับหลงเชื่อว่าเป็นหลักฐานว่า แม้แต่ทุขาเชฟสกี้ก็เป็นสายลับของเยอรมัน. นี้เป็นวิธีล้มเลิกข้อตกลงทางทหารระหว่างรัสเซียกับเยอรมันที่แสนฉลาดร้ายกาจที่สุด. ดังนั้น สหภาพโซเวียตจึงหมดสภาพฐานะที่จะรับศึกใหญ่รบพุ่งกับฮิตเลอร์โดยสิ้นเชิง."

ไฮดริชผู้ได้สร้างชัยชนะอันใหญ่หลวงในปฏิบัติการลวงตาของนาซีครั้งนี้ปรากฏตัวขึ้นเป็นคู่ปรับตัวสำคัญของสตีเฟนสันในการสู้ชิงไหวชิงพริบที่กำลังเริ่มขึ้น. เขาเป็นหนุ่มรูปหล่อ ร่างสูง ผมทอง ตาสีอ่อน. เขาทำท่าให้เห็นว่า การที่เขามีเชื้อสายยิวนั้นเป็นเรื่องเล็ก และปฏิบัติงานด้วยความบ้าระห่ำที่มาจากความกดดันอาฆาตส่วนตัวอย่างรุนแรงเป็นที่สุด อันไม่เกี่ยวกับลัทธินาซีแต่ประการใด. วัลเตอร์ เชลเลนบูร์ค (Walter Schellenburg) ผู้เป็นคู่แข่งคนหนึ่งในหน่วยราชการลับเดียวกันเคยรายงานว่า : "ตาที่อำมหิตของเขาแวววาวด้วยความสุขสนุกสนานน่าสยองขนลุกในการออกคำสั่งอันทารุณให้ฆ่าชาวยิวทั้งครอบครัวที่ถูกเกสตาโป (Gestapo — ตำรวจลับพิเศษของนาซี) ตั้งข้อหาลหุโทษ โดยให้จับมาเฆี่ยนและรัดคอจนตาย. ความเกลียดชังบรรพบุรุษฝ่ายยิวของตนเองอย่างบ้าคลั่งนำให้เขาทำการอย่างโหดร้ายชั่วช้าต่อเผ่าพันธุ์ยิวทั่วไป. เขาเป็นคนที่มีความขัดแย้งในตัวเองจนจะไว้ใจเอานิยายเขาไม่ได้ แม้แต่ในทางเพศ. ด้วยความประสงค์แต่อย่างเดียวที่จะได้ดิบได้ดีเขาแต่งงานกับบุตรสาวของผู้สนับสนุนการฟื้นฟูอาวุธของเยอรมันอย่างลับ ๆ ผู้เป็นเพื่อนสนิทของพลเรือเอก วิลเฮล์ม คานาริส (Admiral Wilhelm Canaris)."

---

*รายงานของสตีเฟนสันสรุปว่าการปลอมแปลงเอกสารครั้งนี้มีผลให้เกิดการประหารหรือจองจำทหารชั้นจอมพลสามในห้าคน นายทหารบกชั้นผู้บัญชาการสูงสุดสิบสี่ในสิบหกคน นายทหารเรือชั้นนายพลชั้นหนึ่งและสองทุกคน นายทหารชั้นนายพลหกสิบในหกสิบเจ็ดคน นายทหารชั้นผู้บัญชาการกองพล ๑๓๖ ใน ๑๙๙ คน และนายทหารชั้นผู้บังคับกองพลน้อย ๒๒๑ ใน ๓๙๗ คน. ผู้ช่วยหัวหน้าฝ่ายกลาโหมทั้งสิบเอ็ดคน และสมาชิกกรรมการฝ่ายกลาโหมเจ็ดสิบห้าในแปดสิบคน ถูกกวาดล้าง.

ชื่อของนายพลคานาริสเป็นชื่อที่ขึ้นใจผู้ติดตามปฏิบัติการสืบราชการลับของเยอรมันในต่างประเทศ. เช่นเดียวกับนายพลฮอลล์ในอังกฤษและนายพลแอนเดอร์-สันในอเมริกา เขาใช้สายบังคับบัญชาของกองทัพเรือสำหรับจารกรรมที่ขยายเข้าไปในต่างประเทศโดยทางการพลเรือนไม่มาแทรกแซง. ถึงแม้ไฮดริชได้ถูกเตะออกจากกองทัพเรือเยอรมันด้วยเหตุ "ความประพฤติเสื่อมเสีย" เมื่อเขาหนุ่ม ๆ แต่คานาริสก็ยังอุปถัมภ์เขาเพื่อมาทำงานสืบราชการลับ.

สตีเฟนสันสะดุ้งโหยงเมื่อเกิดเห็นตระหนักขึ้นถึงความสำคัญยิ่งของจารบุรุษนาซีผู้นี้ ซึ่งแต่ก่อนดูเหมือนจะเป็นประโยชน์แก่ฮิตเลอร์เพียงในด้านเดียว คือหน้าที่ช่วยหลบเลี่ยงเจ้าหน้าที่ฝ่ายสัมพันธมิตรที่รับภาระดูแลให้ข้อตกลงในสนธิสัญญาแวร์ซายส์ (Treaty of Versailles) ใช้บังคับอย่างเคร่งครัด. ต่อมาเมื่อกรรมาธิการควบคุมของฝ่ายสัมพันธมิตรเตรียมการมาดูโรงงานเยอรมัน เพื่อตรวจตราว่าเยอรมันปฏิบัติตามข้อตกลงจำกัดการสร้างอาวุธหรือไม่ ไฮดริชเป็นผู้บอกให้ผู้จัดการโรงงานนั้น ๆ ทราบล่วงหน้า. เช่นถ้ากรรมาธิการมาถึงโรงงานกรุปป์ (Krupp) ในเอสเซน (Essen) ก็จะเห็นเครื่องใช้สอยในครัวเรือนออกมาจากแนวผลิต แทนปืนและกระสุนที่ผลิตออกมาเมื่อไม่กี่ชั่วโมงก่อน.

การล่อลวงแบบนี้ไม่พ้นสายตาของสตีเฟนสัน เพราะเขาสามารถไปดูเอกสารของบริษัทในฐานะเป็นนักธุรกิจโดยสุจริต เป็นผู้แทนของอุตสาหกรรมใหม่ที่ใช้วัสดุสังเคราะห์ ใช้วิทยาการการผลิตสร้างชิ้นส่วนสำเร็จรูป และวิชาการเครื่องยนต์แผนใหม่เป็นต้น. ในฐานะเจ้าของบริษัทเหล็กรีดในอังกฤษ (Pressed Steel Company) เขามีการติดต่อกับสหกิจเหล็กเยอรมัน (German United Steel) จึงพบว่าสหกิจนี้สร้างทั้งปืนใหญ่เฮาวิตเซอร์ (howitzer) ทั้งกิ๊บติดผม. เขาได้เห็นแบบแปลนรถถัง ปะปนอยู่กับแบบรถแทร็กเตอร์. มีการสร้างเรือดำน้ำโดยสร้างเป็นชิ้นส่วนสำเร็จรูปในประเทศฟินแลนด์ (Finland) ฮอลแลนด์ (Holland) และสเปน (Spain) โดยแต่ละชิ้นไม่มีรูปร่างที่น่าสงสัย.

ไฮดริชเป็นหนึ่งในพวกที่เป็นต้นตำรับของแผนการณ์อุบาทว์ต่าง ๆ ดังกล่าวและของอาวุธตามแบบนาซี คือ เครื่องบินจิกหัวทิ้งระเบิดสตุก้า (Stuka) ซึ่งมุ่งก่อความหวาดกลัวแก่ผู้เป็นเป้าหมายเมื่อโฉบลงโจมตี. เสียงหวอสตุก้ามุ่งประสงค์ที่จะทำลายขวัญโดยสิ้นเชิงหลังจากลูกระเบิดได้เขย่าขวัญมาแล้ว. เป็นสัญลักษณ์ของนาซีที่เครื่องบินแบบนี้ประสานการโฆษณาชวนเชื่อกับการเขย่าขวัญ. ทั้งสอง

อย่างต้องไปควบคู่กัน. สตุก้าเป็นสิ่งเหลือเชื่อ คิดไม่ถึง และพวกที่ควรจะได้เตรียมต่อต้านฮิตเลอร์ก็เลือกที่จะไม่คิดถึง. รายงานของสตีเฟนสันไม่สามารถทำให้ผู้นำอังกฤษตื่นตัวเลย เพราะพวกนี้อยากจะเชื่อว่าโรงงานที่สร้างสตุก้าผลิตแต่เครื่องตัดหญ้า.

สิ่งที่สตีเฟนสันได้รู้ได้เห็น ได้รับการยืนยันจากชาวเยอรมันเอง เช่น ฟริตซ์ ธิสเซน (Fritz Thyssen) ราชาเหล็กกล้าผู้นี้ เคยทุ่มเทเงินจำนวนมหาศาลลงในถุงเงินของพวกนาซี และแล้วในปี ๑๙๓๘ เขาก็ควบคุมฮิตเลอร์ไว้ไม่อยู่. ต่อมาโดยหวังที่จะแยกตัวท่านฟือห์เรอร์ (ฮิตเลอร์) ออกจากกระบวนการนาซี ธิสเซนจึงเข้าหาการสนับสนุนจากต่างประเทศ และโดยมิได้ตั้งใจ เขาได้ขยายความลับที่สำคัญหลายข้อ รวมทั้งร่องรอยที่นำไปสู่ความลับข้อสำคัญที่สุด. ที่โรงงานแห่งหนึ่งใกล้เบอร์ลิน มีการสร้างเครื่องใส่รหัสรุ่นใหม่แบบกระเป๋าหิ้วจำนวนเป็นร้อย ๆ ตามต้นแบบของไฮดริช. นี่ปรากฏว่าเป็นเครื่องเอนิกมารุ่นใหม่ ซึ่งต่อมาจะใช้รับส่งสัญญาณลับสุดยอดในการนำวิถีกลไกการรบอันมหึมาของนาซี. เครื่องนี้เปรียบเสมือนระบบประสาทในสงครามสายฟ้าแลบของเยอรมัน.

ไฮดริชได้รับมอบหมายภาระอำนาจบังคับบัญชา. ในสงครามลับ เขาจะได้ขึ้นเป็นใหญ่เป็นโตเหนือคู่แข่งใด ๆ ภายในค่ายนาซี. เมื่อทราบข้อเท็จจริงนี้ล่วงหน้าแล้ว สตีเฟนสันจึงสามารถเพ่งเล็งศึกษานิสัยของผู้เป็นอันธพาลเอกของฮิตเลอร์ ซึ่งเป็นผู้ปฏิบัตินโยบายขู่เข็ญเขย่าขวัญอย่างรุนแรงร้ายกาจที่สุด. ความรู้ในข้อนี้นับว่าจะได้มาเป็นประโยชน์พอ ๆ กับการค้นพบว่าเครื่องเอนิกมากระเป๋าหิ้วใหม่เป็นเครื่องที่มีความแตกต่างกับเครื่องต้นแบบเดิมมาก. เครื่องใหม่นี้มีแป้นเรียงพิมพ์เหมือนเครื่องพิมพ์ดีดธรรมดา. แป้นพิมพ์มีสายไฟต่อไปสู่ระบบกระบอกต่าง ๆ. จะมีการสับเปลี่ยนแปลงลำดับระหว่างกระบอกต่าง ๆ ได้หลายท่าหลายทางอย่างสะดวกรวดเร็ว. ผู้ส่งข่าวจะกดแป้นพิมพ์เหมือนพิมพ์ดีดธรรมดา. เครื่องจะสับเปลี่ยนตัวอักษรเอง. เช่นผู้ปฏิบัติกดแป้นตัว ก ไก่ แต่ตัว ฮ นกฮูกจะส่งออกไป เป็นต้น เครื่องเอนิกมาฝ่ายรับที่เตรียมตั้งลำดับ กระบอกรหัสให้สอดคล้องกับเครื่องส่งไว้แล้ว ก็จะกลับแปลตัว ฮ ออกมาเป็นตัว ก ตามเดิม. ใครก็ตามที่ดักรับสัญญาณระหว่างทั้งสองสถานีก็จะรับข่าวกร๊อก ๆ แกร๊ก ๆ อ่านไม่รู้เรื่อง. ระบบที่ซับซ้อนนี้ดูเหมือนจะไม่มีทางผิดพลาด. ตัวเครื่องเอนิกมากระเป๋าหิ้วเองเป็นปริศนาลึกลับในตัวอยู่แล้ว แต่การกำหนดการตั้งลำดับของกระบอกรหัสก็ยังลึกลับอีกด้วย.

หากสามารถดักสัญญาณได้และแปลออกมาให้เป็นภาษาได้ จะเป็นประโยชน์อย่างหาที่เปรียบไม่ได้. ในสงครามที่จะมีการเคลื่อนไหวฉับพลันไม่ให้ใครรู้ตัวแบบที่เยอรมันหมายจะดำเนินนั้น เครื่องบินรถถังและกำลังพลเป็นกองทัพมหึมาจะสามารถจู่โจมโดยกะทันหันอย่างไม่มีผู้ใดทันรู้เนื้อรู้ตัว. เป้าหมายแรกจะเป็นการยึดครองพื้นที่กว้างใหญ่ก่อนที่ฝ่ายตั้งรับจะทันเริ่มตั้งตัวต่อต้านได้. เมื่อส่วนหนึ่งหรือไม่ก็ทั้งประเทศถูกยึดครองแล้ว ก็มีหวังว่าจะหมดหนทางต่อสู้ และจะจบเห่โดยฮิตเลอร์จะเป็นผู้บอกบท. ดังนี้การยึดครองก็จะหมายถึงการครอบครองและการปกครอง. ชัยชนะของบลิ๊ตซครีค (สงครามสายฟ้าแลบ) ต้องพึ่งความลับเด็ดขาดและการสื่อสารฉับพลันเป็นปัจจัย. หากไม่มีการดักและแปลสัญญาณลับ ก็หมดหนทางป้องกันตัวจากบลิ๊ตซครีค.

สตีเฟนสันคาดคะเนว่านักคณิตศาสตร์ชั้นยอดจะต้องใช้เวลาถึงหนึ่งเดือนสำหรับคำนวณขบคิดการตั้งลำดับของกระบอกรหัสชุดหนึ่ง. ชื่อของเครื่องเอนิก-มาเป็นคำภาษากรีก แปลว่าปริศนา. ไม่มีการตั้งปริศนาใดๆ ในโลกที่จะได้ค้นคิดอย่างสลับซับซ้อนเท่านี้. ภาระการยึดเครื่องมาได้จะเป็นเพียงขั้นต้นของการแก้ปัญหา. ผู้เชี่ยวชาญจำนวนนับไม่ถ้วนจะต้องทำงานอย่างขะมักเขม้นทั้งกลางวันกลางคืน เพื่อค้นหาการตั้งลำดับของกระบอกรหัสในภารกิจนั้นๆ. สตีเฟนสันกลับลอนดอนด้วยความท้อใจและอ่อนใจ. ช่างได้มีการปฏิบัติงานเพื่อทะลวงเข้าไปในความลับของนาซีน้อยเหลือเกิน. มีเพียงพวกอาสาสมัครของฮอลล์หยิบมือเดียวเท่านั้นที่ยังทำงานค้นหาทางขบรหัส. ฝ่ายกองทัพเรือสหรัฐก็เผชิญความลำบากเช่นเดียวกัน แต่มีผลสำเร็จมากกว่า เจ้าหน้าที่ได้รับผลดีพอสมควรในการวิเคราะห์เอนิกมาในแบบของญี่ปุ่น และได้พัฒนาเครื่องใส่รหัสแบบสำหรับใช้ในเรือรบของตน. ในเดือนมกราคม ปี ๑๙๓๘ นาวาเอก อาร์. อี. อิงเกอร์ซอลล์ (Captain R. E. Ingersoll) เจ้ากรมยุทธการทัพเรืออเมริกัน (U.S. Navy's Director of War Plans) ได้รับมอบหมายให้ไปลอนดอน เพื่อประสานงานด้านค้นคว้ารหัสลับของฝ่ายข้าศึกที่อาจมีขึ้นในอนาคต. แต่นายกรัฐมนตรีอังกฤษในขณะนั้น คือ เนวิลล์ เชมเบอร์เลน (Neville Chamberlain) ไม่ค่อยสนใจในความห่วงใยของฝ่ายอเมริกัน. เขามีแต่ครุ่นคิดถึง "การที่พวกรัสเซียกำลังชักใยอย่างเงียบๆ และชาญฉลาด ให้พวกเราถลำเข้าในสงครามกับเยอรมัน" ตามที่เขาได้เขียนในสมุดบันทึกประจำวันวันที่ ๒๐ มีนาคม ๑๙๓๘ (บันทึกนี้ เซอร์ เค. ฟีลดิง [Sir K. Fielding] ได้อ้างอิงไว้ในหนังสือชีวประวัติของเนวิลล์ เชมเบอร์เลน). เชมเบอร์เลนได้เขียนต่อไปอย่างน่าตลกไม่รู้ตัวว่า "หน่วยราชการลับของเราไม่ใช่ว่า

เหม่อดูฟ้าอยู่ตลอดเวลา.” ความที่หน่วยหมกมุ่นกับรัสเซียอยู่ ทำให้ภารกิจลับของอิงเกอร์ซอลล์ไม่ได้รับความสนใจสนับสนุน. ยิ่งกว่านี้ ฝ่ายเพื่อนของเชมเบอร์เลนที่เป็นทหารเรือก็ยังไม่สนใจข้อเสนอที่จะให้ติดตั้งเครื่องใส่รหัสในเรือรบ และจึงยังผลให้เรือของราชนาวีต้องออกรบในสงครามโลกครั้งที่สองโดยปราศจากเครื่องมือทันสมัย ที่ตอนนั้นมีทั่วไปแล้วในนาวีของสหรัฐ. ร้ายที่สุด คือข่าวในหนังสือพิมพ์วาดภาพให้การมาเจรจาของอิงเกอร์ซอลล์ดูเป็นการฝ่าฝืนข้อห้ามในการร่วมมือระหว่างอังกฤษกับอเมริกัน. เป็นการไม่น่าเชื่อเลยที่อิงเกอร์ซอลล์ต้องกลับวอชิงตันโดยไม่ได้รับผลใด ๆ ในเรื่องเดียวที่หากได้เตรียมพร้อมไว้ คงจะสามารถช่วยให้อังกฤษรอดพ้นจากหายนะที่จวนจะทำให้ล่มจม. แต่เขาก็ได้รับผลดีหลายอย่างอยู่ด้วยวิธีที่ไม่เป็นทางการ. และต่อมาเขาได้รับตำแหน่งผู้บัญชาการกองเรือรบสหรัฐในแอตแลนติก (U.S. Atlantic Fleet) ในยามวิกฤต ด้วยความสนับสนุนของนายทหารเรือประจำการของทั้งสองฝ่าย ผู้ยอมเสี่ยงที่จะขวางผู้บังคับบัญชาฝ่ายการเมืองของตน.

ในเดือนกันยายน ปี ๑๙๓๘ ฮิตเลอร์รับประเคนชัยชนะที่ไม่ต้องเสียเลือดแม้แต่หยดอีกครั้งหนึ่งที่มิวนิค (Munich). ไม่ต้องใช้สตุก้าข่มขวัญ เชมเบอร์เลนก็เสียขวัญแล้ว. ฮิตเลอร์เย้ยหยันโดยทำเครื่องหมายเป็นสัญลักษณ์ฉลองชัยคือร่มคู่ใจของเชมเบอร์เลนหักคาดาบของเยอรมัน. มิวนิคจารึกลงในประวัติศาสตร์ ว่าเป็นที่พบของสองคำ “เชมเบอร์เลน” และ “การอะลุ้มอล่วย”. และเชคโกสะโลวะเกีย (Czechoslovakia) ก็สิ้นเอกราช.

อัลเฟรด ดัฟฟ์ คูเปอร์ (Alfred Duff Cooper) ผู้เป็นบุคคลเงียบ ๆ แต่สุจริตอย่างยิ่ง ได้ศึกษาข้อความในข้อตกลงระหว่าง อะดอล์ฟ ฮิตเลอร์ และเนวิลล์ เชมเบอร์เลน. เขาดำรงตำแหน่งรัฐมนตรีทบวงทหารเรือ เป็นคนภักดีต่อนายกรัฐมนตรีของตน ไม่มีเล่ห์เหลี่ยมใด ๆ และเป็นชาวอังกฤษที่รักความยุติธรรม (fair play) ในแบบที่ท่านฟือห์เรอร์ (ฮิตเลอร์) ชอบที่จะต้อนด้วยนโยบายตลบตะแลง. ดัฟฟ์ คูเปอร์ ได้อ่านข้อความในข้อตกลงที่มิวนิค. และได้เขียนวิจารณ์ภายหลังว่า “ข้าพเจ้ารำพึงกับตัวเองว่าหากยอมรับข้อตกลงดังนี้ ก็จะเป็นการทำลายความดี ความสุจริตเที่ยงธรรมในการปกครองโลกโดยสิ้นเชิง.”

แล้วเขาก็ลาออกจากตำแหน่ง.

การปฏิบัติของดัฟฟ์ คูเปอร์ เป็นท่าทีที่ฮิตเลอร์ไม่มีทางเข้าใจได้. ใน

โลกของพวกนาซีไม่มีใครลาออกจากตำแหน่งกันเพื่อประท้วง. เพราะทำอย่างนี้มีหวังแต่จะเสียทุกสิ่งทุกอย่าง. จะไม่มีทางได้อะไรเลย. ข้าราชการชาวเยอรมันที่จริตดีจะหุบปากเงียบและเกาะตำแหน่งเก้าอี้ไว้แน่น. แต่ในอังกฤษนั้นไม่เป็นเช่นนี้เสมอไป. ในห้วงเวลานั้นมีข้าราชการหลายคนที่ลาออก แต่ที่มีความหมายมากที่สุดคงจะเป็นการลาออกของดัฟฟ์ คูเปอร์. เขาเป็นคนสนิทของนายพลฮอลล์. ในไม่ช้าตำแหน่งรัฐมนตรีทบวงทหารเรือที่ว่างลงก็ตกแก่เชอร์ชิลล์. ส่วนดัฟฟ์ คูเปอร์ นั้นก็เริ่มจัดกลุ่มทั้งชายหญิง ผู้เป็นนักสืบราชการลับมือสมัครเล่น แต่เป็นมืออาชีพในทางธุรกิจ วิทยาศาสตร์และศิลปะ. ด้วยความช่วยเหลือของบลิงเกอร์ ฮอลล์ เขาจึงวางรากฐานของปฏิบัติการของหน่วยสืบราชการลับในสงครามที่กำลังจะระเบิดขึ้น.

ในปี ๑๙๓๘ ดัฟฟ์ คูเปอร์ ได้กล่าวว่า “ผมได้สละตำแหน่งที่ผมรัก สละงานที่ผมใส่ใจอย่างลึกซึ้ง และทิ้งคณะร่วมงานที่ใครก็ตามจะภูมิใจได้. ผมได้สละเกียรติที่ได้ทำงานกับผู้นำซึ่งผมยังคงรักและเคารพอย่างสูง. ผมอาจได้ทำลายอนาคตทางการเมืองของตัวเอง. แต่ทั้งนี้ก็เป็นเรื่องเล็ก. เพราะผมได้รักษาสิ่งที่ผมถือว่ามีค่าอันสูงส่ง — ผมสามารถไปได้ทั่วโลกอย่างภาคภูมิโดยไม่ต้องหลบหน้าใคร.”

มิวนิคก่อความเสียหายมากหลาย. มาบัดนี้แหล่งอาวุธใหญ่ ๆ ในยุโรปตกอยู่ในกำมือของพวกนาซี และอุตสาหกรรมวัตถุเคมีของเชคโก (Czech) เป็นลาภมหาศาล. ในการร่วมรับประทานอาหารกลางวันซึ่งเชอร์ชิลล์จัดให้มีขึ้นทุกอาทิตย์ สตีเฟนสันเป็นผู้พูดจาระไนบัญชีชัยชนะทางเศรษฐกิจของพวกนาซี ส่วนเชอร์ชิลล์นั้นนั่งก้มหน้า. หลังจากนั้นเขาเรียกสตีเฟนสันมาคุยโดยลำพัง.

เชอร์ชิลล์บ่นอย่างโกรธแค้นว่า : “เราไม่เพียงแต่ขายพวกเชคโกผู้เป็นเพื่อนเท่านั้น เรายังยอมให้หนังสติ๊กใหม่หลายด้ามแก่ไอ้เด็กกุ๊ยคนนั้นอีกด้วย.”

สตีเฟนสันพยักหน้า : “เดี๋ยวนี้ฮิตเลอร์มีปัจจัยพร้อมที่จะทำให้บลิ๊ตซครีคสำเร็จได้แล้ว.”

เชอร์ชิลล์ : “สมองของพวกเชคโก . . . . หรือ.”

สตีเฟนสัน : “พวกนาซีของเขา (เชคโก) เองจะเป็นผู้ทำให้เยอรมันได้มีเครื่องใส่รหัสใหม่ใช้ ที่จะผลิตจากโรงงานเป็นจำนวนมาก.”

เชอร์ชิลล์ถาม : "เราจะหาเครื่องมาดูสักเครื่องหนึ่งได้ไหม."

สตีเฟนสัน : "เข้าใจว่าโรงงานสโกด้า (Skoda) กำลังสร้างอยู่."

เชอร์ชิลล์จับแขนสตีเฟนสันและกล่าว : "แสนยานุภาพในการรบกลายมาเป็นคำกระซิบเบาๆ ในอากาศ. ถ้าคุณสามารถเก็บคำกระซิบจากอากาศ ผมจะหาผู้แปลเพื่อล่วงรู้ความหมายเอง."

ศาสตราจารย์คณิตศาสตร์ท่านหนึ่งเป็นผู้รวมบุคคลทั้งชายหญิง เพื่อเตรียมพร้อมที่จะค้นหาความลับของเอนิกมา หากสามารถหามาสักเครื่องหนึ่ง. ศาสตราจารย์ผู้นี้ร่วมอยู่ในการพบปะครั้งนั้นด้วย พร้อมกับพวกพลเรือน ซึ่งต่อมาได้มาเป็นหลักแกนของหน่วยสืบราชการลับของสตีเฟนสัน. บางครั้งบางคราวการพบปะร่วมรับประทานอาหารกลางวันดังนี้ก็เรียกความสนใจของผู้เห็นใจจากสหรัฐ. ในจำพวกนี้มีเบอร์นาร์ด บารุค (Bernard Baruch) ที่รูสเวลท์เรียกว่า "รัฐบุรุษอาวุโส." เศรษฐีอเมริกันผู้นี้มาเป็นพันธมิตรที่มีอิทธิพลมาก เพราะเขามีความข้องใจในคำอวดอ้างของพวกนาซีเป็นกำลัง. บารุคกล่าวถึงสตีเฟนสันตามที่เขาจำได้เมื่อได้พบในโอกาสนั้นๆ ว่า : "เขาเป็นคนเอาจริงเอาจังจนถึงน่ากลัว. เมื่อพวกเราๆ คิดถึงอะไรก็ตาม เขาไปโน่นแล้ว คิดล่วงหน้าเราไปเจ็ดตลบ. ดูๆ เขาแล้วน่าขนลุก. เมื่อเขาตั้งใจรับฟังข้อมูล เขาจะอยู่นิ่งขึง หน้าเฉย ไม่กระดิกเลย ตาก็ไม่ลอกแลก ซึ่งน่าจะเป็นธรรมดาสำหรับคนที่กำลังครุ่นคิด. เขามองตรงหน้าเป๋ง เสมือนแชมเปี้ยนหมากรุกที่เห็นลู่ทางเดินที่จะรุกให้จนได้ในห้าที โดยมีวิธีการเดินสามทาง และกำลังคิดเลือกจะใช้ทางไหน. เมื่อเขาพูดเขาก็พูดตรงจุดเผง. ไม่เคยใช้คำพูดฟุ่มเฟือยเลย."

ที่สตีเฟนสันได้บอกบารุคหลังจากเชคโกสะโลวะเกียต้องย่อยยับ ก็คือว่าสงครามจะต้องเกิดขึ้นแน่ และว่าสหรัฐจะต้องเข้าร่วมด้วย และ "พวกอเมริกันน่าจะร่วมงานกับเราแต่บัดนี้ไป."

โดยคำแนะนำของบารุค รูสเวลท์เลือกแคนาดาเป็นที่แสดงสุนทรพจน์ซึ่งไม่เป็นที่ทราบกันทั่วไปนัก. รูสเวลท์กล่าวที่มหาวิทยาลัยควีนส์ (Queens University) ในเมืองคิงสตัน (Kingston) รัฐออนตาริโอ (Ontario) ว่า : "เราในทวีปอเมริกาไม่ควรจะถือว่าอยู่ในดินแดนห่างไกล ที่คลื่นใต้น้ำของเหตุการณ์ขัดแย้งวุ่นวายโพ้นทะเลจะไม่มาข้องเกี่ยวหรือนำผลร้ายมาให้ได้ .... ทรัพยากรที่มหาศาล

เศรษฐกิจที่รุ่งเรือง ประชากรที่แข็งแกร่งของพวกเรา ทำให้เราต้องมีบทบาทสำคัญในการรักษาสันติภาพของโลก ไม่ว่าเราจะเลือกเอาหรือไม่ก็ตาม.” ต้นปี ๑๙๓๙ เขาพูดเพิ่มเติมกับแม็กเคนซี คิง (Mackenzie King) นายกรัฐมนตรีแคนาดาเป็นส่วนตัวว่า “เส้นเขตแดนของเราคือแม่น้ำไรน์ (Rhine).”

สตีเฟนสันได้รับรายงานจากอ๊อตตาวา (Ottawa) ในเรื่องคำกล่าวดังนี้ ที่แสดงยืนยันความผูกมัดโดยนัย. เขาแจ้งเชอร์ชิลล์ว่า : “เอ็ฟ.ดี.อาร์. (รูสเวลท์) ถือว่ามหาสมุทรแอตแลนติกมิได้เป็นรั้วกั้น หากแต่เป็นทางเชื่อมมากกว่า.”

คราวนี้เป็นเวลาอันควรแล้วที่จะชักนำผู้มีอิทธิพลหนักจากอีกฟากของมหาสมุทรนี้มาสนับสนุนเชอร์ชิลล์. เชอร์ชิลล์ไม่เคยเดียวดายยิ่งกว่าในระยะนี้ ไม่เคยเสื่อมจากความนิยมเท่านี้ ไม่เคยถูกแยกขาดจากที่มาของอำนาจทางการเมืองตามแบบเท่านี้. เป็นสิ่งแปลกประหลาดอยู่ ที่แขนขวาอันแข็งแกร่งที่เขาต้องการนั้นจะได้มาจากผู้ที่เป็นประธานาธิบดีแห่งสหรัฐอเมริกา.

ในเดือนเมษายน ปี ๑๙๓๙ รูสเวลท์ได้ขอร้องให้ฮิตเลอร์และมุสโสลินีให้คำมั่นว่าจะไม่บุกรุกประเทศอื่นสามสิบเอ็ดประเทศในระยะสิบปีข้างหน้า. ฮิตเลอร์ตอบคำร้องโดยมีสุนทรพจน์ในไรชสตาก (Reichstag — รัฐสภาเยอรมัน) ด้วยน้ำเสียงเย้ยหยันว่า “คุณรูสเวลท์ขอรับ ข้าพเจ้าตระหนักซาบซึ้งอย่างดียิ่ง ว่าความใหญ่โตกว้างขวางมโหฬารของประเทศของท่านและความร่ำรวยมหาศาลของชาติของท่านย่อมทำให้ความรู้สึกว่าจะต้องรับผิดชอบในประวัติศาสตร์ของโลกทั้งโลก. ส่วนข้าพเจ้านั้น ครับ อยู่ในฐานะที่ต่ำต้อยกว่า และอยู่ในที่ทางที่คับแคบกว่ามาก. ข้าพเจ้าได้ฟื้นฟูเอกภาพของ “ที่อยู่อาศัย” ที่เยอรมันพึงมีตามประวัติศาสตร์ และคุณรูสเวลท์ขอรับ ข้าพเจ้าได้เพียรพยายามให้ได้ผลสำเร็จตามเป้าหมายทั้งนี้ โดยไม่ต้องหลั่งเลือดเสียเนื้อเลย.” โยอาคิม เฟสต์ (Joachim Fest) ผู้เป็นนักเขียนชีวประวัติของฮิตเลอร์ ได้บรรยายสุนทรพจน์ครั้งนี้ว่าเป็น “การประกาศสงครามโดยปริยาย.”

สตีเฟนสันกล่าวภายหลังว่า “ทั้งนี้เป็นสิ่งที่ทำให้รูสเวลท์เลิกสงสัยลังเลที่จะเข้าสนับสนุนฝ่ายที่ต่อต้านลัทธิฟาสซิสต์. เขาได้ยื่นมือให้ฮิตเลอร์แล้ว และฮิตเลอร์ได้แต่พูดโม้คุยโวหัวเราะเยาะเย้ย. หลังจากนี้ท่านประธานาธิบดีก็เลยเป็นพวกเรา.”

บทที่ ๖

ประธานาธิบดีรูสเวลท์คงได้เริ่มสนับสนุนพวกแหวกแนวของเชอร์ชิลล์อย่างเกือบไม่ทันได้คิดพิจารณา. ฮิตเลอร์ได้ตั้งทิศแนวดำเนินนโยบายที่ชั่วช้า ที่น่ากลัวจะนำไปสู่หายนะอย่างแทบจะแน่นอน. แต่อย่างไรก็ตาม ในสหรัฐคนจำนวนมากยังเล็งเห็นแต่ความก้าวหน้าทางเศรษฐกิจของเยอรมัน ของนาซีอย่างเดียวและไม่เห็นถึงรากฐานที่ชั่วช้าเลย เพราะตนเองมัวแต่ดิ้นรนเผชิญกับภาวะเศรษฐกิจตกต่ำครั้งใหญ่ทั้งยังผิดหวังในความแตกแยกกันในยุโรปอีกด้วย.

ทูตทหารอเมริกันในเบอร์ลินคนหนึ่งเคยเขียนว่า : "เยอรมันต้องมีตลาดสำหรับระบายสินค้า มิฉะนั้นจะต้องตาย. และเยอรมันจะไม่ยอมตายแน่." เขาผู้นี้รู้สึกว่าที่เยอรมันใหม่ซึ่งกำลังคึกคักจะต้องเรียกร้องขอพื้นที่กว้างขวางขึ้นนั้นเป็นสิ่งที่น่าเห็นใจ. แต่การแปลความหมายของฮิตเลอร์ในคำว่า "ที่อยู่อาศัย" หรือเลเบนซราวม์ (Lebensraum – living space – ที่สำหรับดำรงมีชีวิตอยู่ได้) นั้นไม่ได้เว้าซื่อ ๆ ดังที่ผู้ชื่นชมต่างประเทศจะนึกคิด. ความมุ่งหมายที่แท้จริงปรากฏออกมาแจ้งชัดเมื่อเขาได้แถลงแผนการณ์ต่อผู้บังคับบัญชาฝ่ายทหารและรัฐมนตรีกลาโหมและต่างประเทศ. เขาได้บรรยายอย่างดุเดือดเผ็ดร้อนและเป็นเวลายาวนานถึงสี่ชั่วโมง. การพูดครั้งนี้ พันเอก ฟรีดริช ฮสส์บาค (Colonel Friedrich Hossbach) ผู้เป็นเจ้าหน้าที่เก็บเอกสารของทางการเยอรมันได้จดไว้ ดูเหมือนจะเป็นคำต่อคำ.

ฮิตเลอร์ได้พูดถึง "แกนอันเหนียวแน่นทางเผ่าพันธุ์" ของอริยกะเยอรมันที่จะต้องรักษาเผ่าพันธุ์ไว้ให้ดี และต้องเติบโตขึ้น โดยใช้ทรัพยากรที่ขณะนี้อยู่ในมือของ "เผ่าที่ต่ำช้า". จักรวรรดิเยอรมันนั้นตั้งอยู่บนรากฐานของ "พื้นที่อันเป็นปึกแผ่น" คือโลกต้องอยู่ภายใต้การปกครองของนาซีที่เป็นมนุษย์ชั้นเลิศ. จะต้องมีการยกทัพโยธาอย่างสายฟ้าแลบเป็นลำดับ ๆ. การขยายอาณาจักรของเยอรมันทุกคราวจะเป็นเหตุให้ต้องมีการขยายเพิ่มเติมเรื่อยไป. จักรวรรดิอังกฤษประกอบด้วยประชากร ๙๕๐ ล้านคน "ภายในการปกครองของคน ๔๕ ล้านคน ซึ่งจะต้องกำจัดออกไป." อุปสรรคสุดท้ายก็จะเป็นสหรัฐอเมริกาภายใต้การนำของ

"รูสเวลท์ผู้พิศวาสพวกยิว."

ได้มีการย่อความในโครงการนี้ลงให้เหลือ ๕๐,๐๐๐ คำ จากรายงานของฮสส์บาค ผู้มีหน้าที่เป็นองครักษ์ของฮิตเลอร์อีกตำแหน่งหนึ่ง. สตีเฟนสันได้รับสรุปโครงการนี้ โดยผ่านชาวเยอรมันผู้ขยะแขยง ในการตั้งข่ายองค์การสืบราชการลับซึ่งไฮดริชบังคับบัญชา ที่อ้างการรักษาความปลอดภัยของชาติ แต่เป้าหมายแท้คือเพื่อกำจัดพวกที่จะคิดต่อต้านฮิตเลอร์.

รายงานแผนการของฮิตเลอร์มาถึงมือของเชอร์ชิลล์และรูสเวลท์ประมาณหนึ่งเดือนภายหลังที่ฮิตเลอร์ได้แถลงในวันที่ ๕ พฤศจิกายน ๑๙๓๗. โดยที่แหล่งข่าวจะต้องรับการคุ้มครอง ทั้งเชอร์ชิลล์ ทั้งรูสเวลท์จำต้องทำไม่รู้ไม่ชี้ก่อน. แต่รูสเวลท์ก็ได้สั่งย้าย แซม เอดิสัน วูดส์ (Sam Edison Woods) จากพราค (Prague) ให้มาเบอร์ลิน. บุคคลนี้เป็นวิศวกรชาวเท็กซัส (Texas) ที่ได้เปลี่ยนอาชีพมาเป็นนักการทูต. วูดส์มีคุณสมบัติต่าง ๆ ที่คล้ายคลึงกับสตีเฟนสัน กล่าวคือ มีความรู้กว้างขวางในวิทยาการทางอุตสาหกรรมและการคลัง มีความสามารถที่จะเป็นฝ่ายรับฟัง มีความเข้าใจอย่างอ่อนโยนในบุคคลอื่นไม่ว่าจะเป็นชนชั้นใด และมีคุณธรรมแบบดั้งเดิม. วูดส์ดำรงตำแหน่งทูตการค้าในเชคโกสะโลวะเกียมาสามปีแล้ว ก่อนย้ายมาดำรงตำแหน่งเดียวกันในเบอร์ลิน. เขารับหน้าที่รายงานตรงต่อประธานาธิบดี ในเรื่องที่ไม่เกี่ยวกับการทูตและการค้า เช่นความก้าวหน้าของเยอรมันในทางวิทยาศาสตร์ปรมาณู และการรบด้วยเรือดำน้ำ.

วูดส์ส่งข่าวยืนยันว่าไฮดริชเป็นลูกค้าใหญ่สำหรับเครื่องใส่รหัสเอนิกมาใหม่ซึ่งผลิตเป็นจำนวนมากจากโรงงานในเชคโกสะโลวะเกียใกล้ชายแดนโปแลนด์. ถึงปี ๑๙๓๘ ได้มีโรงงานหลายแห่งที่ผลิตชิ้นส่วนสำหรับเครื่องที่เรียกกันว่า "ไฮดริช-เอนิกมา". ชาวสก๊อตผู้หนึ่งชื่อ กับบินส์ (Gubbins) ได้ไปตีสนิทกับเจ้าหน้าที่ในหน่วยสืบราชการลับของโปแลนด์ และจากแหล่งข่าวนี้ ฝ่ายอังกฤษได้สามารถทราบถึงวิศวกรชาวโปแลนด์คนหนึ่งซึ่งทำงานในโรงงานใกล้ชายแดนเชคโก และยินดีที่จะพยายามวาดแบบแปลนของเครื่องใส่รหัสจากความทรงจำ. เขาถูกนำตัวมาปารีส (Paris) ที่มีผู้เชี่ยวชาญรหัสระดับโลกของหน่วยราชการลับฝรั่งเศส. เจ้าหน้าที่ของสตีเฟนสันสองนายไปศึกษาแบบจำลองของเครื่องไฮดริช - เอนิกมา. แล้วกลับมารายงานข่าวที่น่าประหลาดว่าเครื่องนี้มีความคล้ายคลึงกับเครื่องที่มีจดทะเบียนไว้ในวอชิงตัน ตามสิทธิบัตรสหรัฐหมายเลข ๑,๖๕๗,๔๑๑ (U.S. Patent).

อย่างไรก็ตาม เครื่องนี้ได้ออกแบบโดยใช้หลักการของเครื่องเอนิกมาดั้งเดิมซึ่งสร้างเมื่อสิบสี่ปีมาแล้ว. วิศวกรชาวโปแลนด์จดจำได้แต่ชิ้นส่วนที่ใช้ร่วมกันในเครื่องทุกรุ่น. เขาไม่ได้ล่วงรู้ถึงส่วนละเอียดเฉพาะที่จะมีประโยชน์สำหรับผู้เชี่ยวชาญรหัสลับ. ในที่สุดก็เหลือทางปฏิบัติอยู่ทางเดียว คือ ไปขโมยเครื่องแบบที่กำลังผลิตอยู่.

ต้นปี ๑๙๓๙ อังกฤษจึงส่งคณะราชการลับออกไปที่วอร์ซอว์ (Warsaw). ตอนนี้ก็ยังต้องปฏิบัติอย่างปกปิด. ปฏิบัติการครั้งนี้ได้ดำเนินเช่นเดียวกับปฏิบัติ-การอื่นหลายคราว โดยด้านนโยบายอะลุ้มอล่วยของทางราชการอังกฤษ. คณะที่ไปวอร์ซอว์อยู่ภายใต้การนำของนักรบที่ออกแหวกแนว คือชาวสก๊อตผู้มีชื่อว่ากับบินส์ หรืออีกนัยหนึ่ง พันเอก โคลิน กับบินส์ (Colonel Colin Gubbins) แห่งกรมทหารปืนใหญ่รักษาพระองค์ ผู้เคยทำงานระยะหนึ่งในสำนักงานที่ออกจะโกโรโกโสใกล้ศูนย์ของสตีเฟนสันที่ถนนเซนต์เจมส์. กับบินส์แต่งตัวอย่างสะอาดเอี่ยมอ่องชอบติดดอกคาร์เนชั่น (carnation) สีแดงที่รังกระดุมเสื้อ และถือถุงมือหนังลูกแพะ. ผู้เคยพบเขาเผิน ๆ คนหนึ่งจำได้ว่าเขาเป็น “คนน่ารัก ออกจะเลื่อนลอย ไม่มีความสามารถอะไรพิเศษ และเขานั่งรับราชการอะไรอย่างหนึ่งไม่ทราบ ที่กระทรวงกลาโหม.” ชื่อกลางของเขาคือ แม็กวอค์ห (McVeagh) และเขาถือเชื้อสายจากตระกูลที่มีสัญชาตญาณของโจรสลัดแต่โบราณกาล. การปฏิบัติงานมาเป็นแรมปีได้สอนให้เขาปิดบังลักษณะดังกล่าวนี้ ตลอดจนความสามารถพูดภาษาสลาฟอย่างคล่องแคล่ว ทั้งประวัติการเดินทางที่ไม่น่าจะเป็นของนายทหารประจำการธรรมดา. เขาได้พิมพ์คู่มือสำหรับกองทัพกองโจรใต้ดินอังกฤษที่อาจจะต้องตั้งขึ้นในอนาคต. บางเล่มได้พิมพ์ด้วยกระดาษฟาง ที่จะเคี้ยวและกลืนลงได้หากผู้ถือจะถูกทหารเยอรมันที่เข้ามายึดครองจับตัว ทั้งนี้เพราะกับบินส์เชื่อว่าทหารเยอรมันจะต้องเดินตบเท้าเข้ากรุงลอนดอนเมื่อใดก็ได้เป็นแน่ ถ้าฝ่ายปกครองประเทศยังคงไม่แยแสในคำเตือนของเชอร์ชิลล์ต่อไป. เขาได้เขียนคู่มือแบบนี้ด้วยตนเองสามเล่ม. กล่าวคือ “ศิลปะของสงครามกองโจร” (The Art of Guerrilla Warfare) “คู่มือผู้นำการต่อสู้ใต้ดิน” (Partisan Leader's Guide) และ “คู่มือความรู้เบื้องต้นสำหรับแม่บ้านในการประดิษฐ์ระเบิดในครัวเรือน” (The Housewife's ABC of Home-Made Explosives). หนังสือเหล่านี้ได้ตัดหน้าล้ำยุคตำราสงครามนอกแบบของเหมาเจ๋อตุง และของญวนเหนือเป็นไหน ๆ.

กับบินส์ได้เขียนในบันทึกของกระทรวงกลาโหมในปี ๑๙๓๘ ว่า “ในสงครามที่จะเกิดขึ้นกับเยอรมัน จะต้องใช้กองทหารนอกแบบหรือทหารกองโจรให้

มากที่สุด.” อันนี้เป็นถ้อยคำที่แหวกแนว ที่ด้านความคิดของทหารอาชีพหลายคน. ทหารพวกนี้ปฏิบัติการรบตามกฎเกณฑ์ข้อบังคับ. ในกฎเกณฑ์ไม่มีการใช้ผู้หญิงและเด็กให้ประดิษฐ์อาวุธจากวัสดุตามที่หาได้จากเครื่องใช้ประจำวัน (อาวุธแสวงเครื่อง) หรือให้รวมตัวกันเป็นกองโจรต่อสู้หลังแนวรบตามที่กับบินส์ได้เสนอ เพราะเขาได้เห็นด้วยตนเองในรัสเซียและเอเชียในยามปฏิวัติ ว่าชาวบ้านชาวนาเป็นพลังใหญ่เมื่ออุดมการณ์ชักจูงและได้รับสัญญาจะให้เสรีภาพ. เขาได้แนะให้ใช้ขวดที่ใส่น้ำมันและผ้าขี้ริ้วสำหรับระเบิดรถถังข้าศึก วิธีการนี้ได้ปรากฏออกมาเป็นที่รู้จักกันทั่วไปเมื่อพวกรัสเซียได้นำมาใช้ โดยเรียกว่า “โมโลตอฟ ค็อกเทล” (Molotov cocktail). ด้วยการค้นคิดของเล่นมัจจุราชเหล่านี้ เขาได้ระเบิดท่าทีอันศักดิ์สิทธิ์ตามประเพณี ว่าสงครามเป็นภาระของมืออาชีพ. ผู้ค้านประเพณีแบบแผนในเรื่องนี้อีกคนหนึ่ง คือ เบซิล ลิดเดล ฮาร์ท (Basil Liddell Hart) ได้ประสบความปวดหัวใจเมื่อความคิดดี ๆ ของเขาถูกพรรคพวกในกองทัพอังกฤษปฏิเสธและแล้วกลับกลายมาเป็นความคิดรากฐานในสงครามสายฟ้าแลบของเยอรมัน. ลิดเดล ฮาร์ท จึงมาเข้าร่วมกลุ่มราชการลับของสตีเฟนสัน และนายทหารอังกฤษตัวอย่างก็ยังคงถูกนักเขียนการ์ตูนหนังสือพิมพ์ล้อเลียน ในรูป พันเอก บลิมพ์ (Colonel Blimp) ที่ติดหล่มล้าสมัย แบบพวกไดโนเสาร์เต่าล้านปี.

ถึงแม้กับบินส์จะนอกรีตนอกตำราเท่าใดก็ตาม เขาก็ยังเป็นข้าราชการในกรมสืบราชการลับอังกฤษ และยังต้องอยู่ใต้บังคับบัญชาของนายกรัฐมนตรีเชมเบอร์-เลน. เชมเบอร์เลนนั้นดูเหมือนจะเข้าใจว่า ถ้ายอมอ่อนข้อต่อคำเรียกร้องจนฮิตเลอร์พอใจจะทำให้หมดปัญหา. ส่วนกับบินส์เชื่อมั่นว่าการอ่อนข้อนั้นมิได้ทำให้เป็นมิตรกันขึ้น แต่กลับจะยั่วความกระหายและความเป็นศัตรูยิ่งขึ้น. ข้อขัดแย้งระหว่างความคิดเห็นสองทางนี้ลงเอยได้ เพราะมีข้อเท็จจริงว่าผู้บังคับบัญชาในกรมราชการลับอังกฤษได้รับการแต่งตั้งโดยพระบรมราชโองการของพระมหากษัตริย์. ตามโบราณราชประเพณี ตำแหน่งเหล่านี้แต่งตั้ง “ตามพระราชอัธยาศัย”. การดำเนินงานอย่างคลุมเครือแบบนี้ของอังกฤษทำให้ชาวอเมริกันงงงันเข้าใจยากเพราะพวกนี้เคยชินแต่กับการปฏิบัติตามตัวบทกฎหมายรัฐธรรมนูญ. มีเรื่องเกร็ดประวัติศาสตร์ ที่แม้ในปัจจุบันนี้ก็ยังเล่ากันให้หัวหน้าฝ่ายราชการลับอเมริกันในวอชิงตันฟัง เพื่อได้เข้าใจในวิธีปฏิบัติพิลึกพิลั่นแผลง ๆ ของอังกฤษให้แจ่มแจ้งขึ้น. วันหนึ่งพระเจ้าจอร์จที่หกทรงขอข้อมูลลับจาก “หัวหน้าสืบราชการลับ”. หัวหน้าตอบว่า “ข้าพระพุทธเจ้าจำต้องกราบบังคมทูลว่าปากของข้าพระพุทธเจ้าปิดผนึกอยู่พะยะค่ะขอรับ.” พระองค์รับสั่งต่อไปว่า : “แล้วถ้าฉันสั่ง “ให้ตัดหัวท่าน

หัวหน้า" ละ." หัวหน้าตอบว่า : "ถ้าเช่นนั้นศีรษะของข้าพระพุทธเจ้าก็จะต้องขาดไป ทั้งๆ ที่ปากก็ยังปิดผนึกอยู่พะยะค่ะขอรับ." บรรยากาศความสัมพันธ์เหมือนครอบครัวใหญ่ดังนี้ ได้ค่อยๆ สร้างขึ้นเป็นลำดับมาหลายศตวรรษ ทำให้พระมหากษัตริย์อังกฤษอยู่ในฐานะเสมือนหัวหน้าครอบครัวผู้ถือเอกสิทธิ แต่ก็ไม่ใช่อำนาจเต็ม หากเปิดให้แย้งได้ตลอดมา. ในปี ๑๙๓๘ บรรยากาศนี้จะเป็นปัจจัยแก้ปัญหาต่างๆ ได้หรือไม่ ก็จะต้องอาศัยความเชื่อถือไว้วางใจกันและกันระหว่างสมาชิกผู้ใหญ่ในครอบครัวใหญ่นี้ด้วย. สำหรับเวลานั้นอาจดูเป็นวิธีการที่โบราณสังคโลกไปสักหน่อย แต่มาบัดนี้ก็พิสูจน์แล้วว่าเหมาะสมสำหรับการต่อสู้ในสงครามลัทธิ ซึ่งมุ่งการปั่นหัวคนทั่วไปให้สับสน ไม่ทราบว่าฝ่ายไหนเป็นฝ่ายผิดฝ่ายไหนเป็นฝ่ายถูก.

ผู้ร่วมงานของกับบินส์มีประสิทธิภาพสูงมาก ใครเอาชนะได้ยาก แม้ออกจะเป็นคนนอกคัมภีร์. ทุกคนได้ฝึกตนเองให้รู้จักสังเกตสังกา มีประสบการณ์นอกแบบ มีจิตประกอบด้วยสามัญสำนึกที่ไม่สามัญ ไม่เหมือนคนทั่วไป จนอาจดูเหมือนว่าพิกลหรือวิกล. บางคนได้ให้เพื่อนๆ ที่ทำงานที่สก๊อตแลนด์ ยาร์ด (Scotland Yard) นำไปทำความรู้จักกับอาชญากรที่มีศิลปพิเศษ – คือพวกนักลวงตาที่แทรกเข้าไปในทุกสังคมโดยใช้หน้ากาก หน้าปลอม ใช้ภาพหลอน และศิลปะของนักเล่นกล – อันเป็นประโยชน์ทั้งนั้นในกรณีฉุกเฉิน. นอกจากนี้ ทุกคนก็สามารถที่จะปลอมแปลงตัวให้เหมือนพันเอก บลิมพ์ – ที่มักทำท่าโอ่แต่ห้าแต้มอยู่เสมอ ท่าทางเซ่อๆ ซ่าๆ และเชย มัวแต่สู้สงครามอนาคตด้วยศิลปะอันล้าสมัยของสงครามที่ผ่านมาแล้ว. ทุกคนทราบตระหนักว่าโปแลนด์จะเป็นเหยื่อต่อไปของความกระหายของฮิตเลอร์และของสตาลินด้วย.

เมื่อกับบินส์กลับไปโปแลนด์ตอนต้นปี ๑๙๓๙ เขาได้ถกเรื่องการต่อสู้ใต้ดินกับเพื่อนเก่าในหน่วยราชการลับโปแลนด์. เป็นที่รู้กันว่า ไฮดริชเป็นผู้ปูทางให้ฮิตเลอร์เดินเข้าออสเตรียและเชคโกสะโลวะเกีย และมีข่าวว่า ไฮดริชกำลังเตรียมการหลอกล่อลวงแสนกลยิ่งกว่านั้น เพื่อให้เป็นเหตุผลอันควรที่เยอรมันจะบุกโปแลนด์.

ตอนนี้เป็นระยะเริ่มหักหลังกัน ทรยศกันเป็นการใหญ่. ฮิตเลอร์และสตาลินเริ่มหาลู่ทางที่จะทำสนธิสัญญากัน ถึงแม้ต่างคนยังปักหลักมั่นที่จะทำลายกันและกันอยู่. มีข่าวกระเส็นกระสายว่าจะมีการลงนามในสนธิสัญญานี้ ตามที่ฝ่ายอังกฤษรับทราบจากการดักการสื่อสารลับทางการทูต ผ่านเจ้าหน้าที่ที่รับผิดชอบ

ในการดักข่าวลับที่ปฏิบัติงานใน "โรงเรียนข่าวและรหัสลับของรัฐบาลอังกฤษ" (Government Code and Cipher School) ซึ่งเรียกกันเล่นๆ ตามอักษรย่อ จี.ซี. ซี.เอ็ส. ว่า กอล์ฟ ชี้ส แอนด์ เช้ส โซไซตี้ (G.C.C.S. — Golf, Cheese and Chess Society). เวลานั้นศูนย์ดังกล่าวตั้งอยู่ใกล้สถานีรถไฟวิกตอเรีย (Victoria Station) ในกรุงลอนดอน. กับบินส์ไปเตือนฝ่ายราชการลับโปแลนด์ ว่าประเทศของเขาจะถูกอัดก๊อปปี้ระหว่างอำนาจเผด็จการทั้งสอง. แล้วฮิตเลอร์จะร่นขยับเขตแดนของเยอรมันให้ประชิดกับของสหภาพโซเวียต ผู้เป็นศัตรูคู่อาฆาตที่เขามีแผนจะกำจัดจัดการต่อไป.

ลูกน้องของกับบินส์บินกลับลอนดอนจากวอร์ซอว์ ในวันที่ ๒๒ สิงหาคม (๑๙๓๙) พร้อมกับเพื่อนเดินทางอีกคนหนึ่งและของดีชิ้นหนึ่ง ที่จะต้องเก็บรักษาไว้เป็นความลับตลอดเวลาสามสิบห้าปีต่อมา. วันรุ่งขึ้นนั้นเอง สนธิสัญญาระหว่างนาซีกับโซเวียตระเบิดออกมาเป็นข่าวที่ทำให้ทั้งโลกตื่นตะลึง. เป็นการชี้ชะตากรรมของโปแลนด์. แต่กับบินส์ก็ออกเดินทางกลับไปโปแลนด์อีกเที่ยวหนึ่งแล้ว. ภายหลัง เพื่อนร่วมงานของกับบินส์ ชื่อ เอริก เบลี่ย์ (Eric Bailey) ผู้เป็นสายลับลือชื่อเหมือนกัน ได้วิจารณ์กับสตีเฟนสันว่า "ดูจะเป็นการบ้าระห่ำ." แต่มีเพียงคนหรือสองคนเท่านั้นนอกจากสตีเฟนสัน ที่ทราบว่าจะบ้าหรือไม่ก็ตามกับบินส์จำต้องไป. การจะชนะหรือแพ้ในสงครามที่กำลังระเบิดขึ้นนั้น ขึ้นอยู่กับผลการกระทำดังนี้.

สตีเฟนสันบรรยายภายหลังว่า : "สงครามโลกครั้งที่สองเริ่มด้วยข่าวลับที่ส่งทางวิทยุ ไฮดริชเป็นหมอผีชาญฉลาด เป็นตัวการ. เป็นข้อเท็จจริงสำคัญที่สายฟ้าแลบของพวกนาซีเริ่มด้วยคำสั่งที่ใส่รหัส มีการหลอกลวงเป็นหลัก ซึ่งฝ่ายเรายังไม่สามารถไขความลับได้และไฮดริชเป็นผู้บัญชาการ. คำสั่งของเขาส่งผ่านเครื่องเอนิกมาใหม่. เวลานั้นหากเราสามารถแปลคำสั่งเหล่านี้ได้ ผู้นำทางการเมืองของฝ่ายเราก็คงจะได้เห็นความลึกซึ้งของความชั่วร้ายแบบนาซี. .

แผนได้ลวงให้ดูเหมือนว่าทหารโปแลนด์ได้เข้าโจมตีสถานีวิทยุของเยอรมันเมื่อเช้าตรู่ของวันที่ ๑ กันยายน ๑๙๓๙. แล้วกองกำลังฝ่ายเยอรมันจึงได้ระดมยิงเข้าไปในจุดที่ฝ่ายโปแลนด์ครอบครองในนครเสรี ดานซิค (Free City of Danzig) เป็นการ "ป้องกันตัว" . . . .

ตามความจริง พวกที่เรียกว่าผู้รุกรานฝ่ายโปแลนด์ เป็นผู้ถูกคุมขังอยู่ใน

ค่ายกักกันของเยอรมัน ที่ไฮดริชจับมาใส่เครื่องแบบทหารโปแลนด์แล้วฉีดยาพิษ. มีเพียงไม่กี่คนที่รอดตัวมาบอกความจริง. พวกนี้รู้ตัวว่าหวังรอดตายยากนักเมื่อถูกบังคับให้สวมเครื่องแบบทหารต่างด้าว — ที่ทำอย่างนี้ก็เพราะการสวมใส่เสื้อให้ศพเป็นการลำบาก—. พวกนี้ถูกจับใส่รถบรรทุกไปที่ชายแดน และถูกฉีดยาพิษสโกเฟดาล (Skophedal). แล้วถูกลากกระจายบนพื้นที่และถูกรัวปืนใส่ให้พรุน.

“ชื่อรหัสสำหรับทหารปลอมเหล่านี้คือ “เครื่องกระป๋อง” (Canned Goods) นี้แหละอารมณ์ขันของไฮดริช. จนกระทั่งสิ้นชีวิต เขาอวดโวว่าเขาเป็นผู้เริ่มเปิดฉากสงครามโลกครั้งที่สอง.”

อุบายแสนกลของไฮดริชได้ผลสำเร็จ. หนังสือพิมพ์นิวยอร์กไทมส์รายงานข่าวว่า ทหารประจำการของกองทัพโปแลนด์เข้าร่วมในการโจมตีที่มั่นของเยอรมัน และว่านี่เป็นสัญญาณให้กองกำลังของโปแลนด์เข้าบุกตลอดแนว. กลลวงยังผลให้ฝ่ายอังกฤษสับสนชะงักงัน — เพราะข้อผูกพันในสนธิสัญญาระบุว่าจะเข้าช่วยโปแลนด์หากถูกรุกก่อน — การหยุดชะงักเพียงนิดเดียวนี้ทำให้ไม่สามารถเข้าห้ามปรามอย่างทันท่วงทีเสียแล้ว. ไฮดริช พร้อมด้วยอาวุธการลวง การข่มขู่ และโฆษณาชวนเชื่อแสนตลบตะแลงของเขา มีบทบาทหน้าที่สำคัญในการทำให้กองทัพเยอรมันมีเวลาเพียงพอที่จะตั้งตัวให้มั่น ในตำแหน่งที่ยึดได้มาด้วยการบุกอย่างฉับพลัน.

คืนนั้นเซอร์ชิลล์ไปรับประทานอาหารค่ำที่ห้องอาหาร ซาวอย กริลล์ (Savoy Grill) ในลอนดอน. สตีเฟนสันเล่าว่า : “เขาดูเหนื่อยโทรมและแก่ลง. คำตักเตือนของเขาทุกถ้อยคำปรากฏเป็นความจริงขึ้นมาแล้ว. แต่สำหรับบุรุษที่เดียวดาย ที่ถูกสังคมส่วนใหญ่ทอดทิ้ง ที่ระทมด้วยความสลดคนนี้ รู้สึกว่ามันสายเกินไปเสียแล้ว.”

ในที่เดียวกันนั้น ท่านดยุ๊กแห่งเวสต์มินสเตอร์ (Duke of Westminster) ก็กำลังฉลองพร้อมกับเพื่อนๆ ที่เอียงทางพวกนาซี. ทั้งสองคณะเจอกัน. ท่านดยุ๊กเป็นเศรษฐีเกลียดยิว และเป็นผู้ชื่นชมผู้มีอำนาจ รวมทั้งฮิตเลอร์ด้วย. ท่านดยุ๊กเข้ามาตอแยผู้เฒ่า ที่เขาถือว่าเป็นเดนสังคมที่กำลังจม และเรียกเซอร์ชิลล์ว่าเป็นคนเสน่หาไอ้ยิว ที่ได้สมคบกันต้านเยอรมัน และมาบัดนี้ก็เห็นผลร้ายแล้ว.

เซอร์ชิลล์ยืนหัวหดฟังคนขี้เมานั้นพูดเพ้อเจ้อจนจบ. แล้วท่านดยุ๊กก็ยุรยาตรผ่านไป. เซอร์ชิลล์เกาะแขนของแมรี่ลูกสาวเขาเพื่อพยุงตัว. เขาบ่น

พึมพำคำพูดของจอร์จ ออร์เวลล์ ว่า : "ประเทศเรานี้เป็นเสมือนครอบครัวใหญ่ แต่สมาชิกผู้ใหญ่ที่เป็นผู้นำออกจะผิดตัว ใช้ไม่ได้."

แต่ในเวลาเดียวกันนั้น กลางทุ่งดินในใจกลางของประเทศอังกฤษ สมาชิกอื่น ๆของครอบครัวที่สับสนนี้ก็กำลังเพ่งศึกษาของดีจากโปแลนด์ — นั่นคือเครื่องไฮดริช - เอนิกมา ที่ยึดมาได้.

บทที่ ๗

อังกฤษไม่อยู่ในสภาพที่จะขวางทางของฮิตเลอร์ได้. เชมเบอร์เลนได้ปฏิบัติขัดตัวเอง คือหลังจากได้พลาดโอกาสที่เหมาะกว่าในอันที่จะขวางทางรุดหน้าของลัทธินาซีแล้ว เขากลับมาเลือกวาระนี้ที่จะตักเตือนสัตว์ร้ายที่ได้บำรุงตัวให้อ้วนท้วนด้วยเหยื่อที่พิชิตมาอย่างง่ายดาย ตลอดเวลาหลายปีที่ไม่ได้ทำอะไรเลย. เชมเบอร์เลนเตือนฮิตเลอร์ว่า "ถ้าทหารเยอรมันไม่ถอนออกจากโปแลนด์ เราจะต้องประกาศสงครามกัน." อังกฤษปฏิบัติตามคำมั่นที่ได้ให้แก่โปแลนด์เมื่อไม่กี่วันก่อนหน้า แต่ประเทศอังกฤษยังห่างไกลจากพร้อมรบ. เชอร์ชิลล์บันทึกว่า : "ในที่สุดก็มีการตัดสินใจ แต่ก็ตัดสินใจอย่างผิดจังหวะและในเรื่องที่อันตรายที่สุด อันจะนำไปสู่การฆ่าฟันคนจำนวนนับหลายสิบล้านอีกด้วย." แม้แต่ข่าวที่เยอรมันบุกโปแลนด์ ทางอังกฤษก็ต้องได้รับจากอเมริกันตามที่โจเซฟ พี. เคนเนดี (Joseph P. Kennedy) เอกอัครราชทูตสหรัฐ ได้เขียนจดหมายถึง คอร์เดลล์ ฮัลล์ (Cordell Hull) รัฐมนตรีต่างประเทศสหรัฐ.

นักสืบราชการลับสมัครเล่นผู้สามารถได้พบลู่ทาง — แต่เพิ่งเป็นเพียงลู่ทางเท่านั้น — ที่จะอ่านรหัสชั้นสูงของเยอรมัน. นักแปลรหัสที่อุทิศตัวอย่างขะมักเขม้นที่มีอยู่ในอังกฤษไม่กี่คน ได้เรียนรู้วิธีเดาการวางแผนปฏิบัติของฮิตเลอร์ล่วงหน้าโดยใช้วิธีศึกษาวิจัยการสื่อสารที่ใช้รหัสพื้นฐานทางการทูตของเยอรมัน. ทั้งนี้ก็ยังไม่ได้รับความสนใจสนับสนุนอย่างจริงจังจากพรรคพวกของเชมเบอร์เลน.

นักสืบสมัครเล่นเหล่านี้ยังได้ช่วยพวกข้าราชการพลเรือนที่ไม่มีใครเอาใจใส่และได้รับเงินเดือนน้อยเต็มทีที่ทำงานในโรงเรียนข่าวและรหัสลับของรัฐบาลอีกด้วย. สองวันภายหลังที่ท่านดยุ๊กแห่งเวสต์มินสเตอร์ได้ด่าว่าเสียดสีเชอร์ชิลล์ผู้ท้อแท้จนเกือบยอมแพ้ เชอร์ชิลล์นี่เองได้รับการแต่งตั้งให้เป็นรัฐมนตรีทบวงทหารเรืออีกครั้งหนึ่งหลังจากได้ห่างเหินจากวงการมาถึงยี่สิบห้าปี. ข่าวนี้แพร่สะพัดไปทั่วกองเรือยุทธการ : "วินสตันกลับมาแล้ว !" แม้เชอร์ชิลล์ยังต้องอยู่ใต้บังคับของผู้นำที่โลเล แต่บัดนี้เขาก็มามีอำนาจสั่งการในกองทัพเรือ. นอกจากนี้เขายังได้มาเป็นใหญ่ในส่วนงานที่อังกฤษพร้อมเพรียงทางจิตใจ คือปฏิบัติการลับอีกด้วย. โดย

ตำแหน่งรัฐมนตรีทบวงทหารเรือเขาได้มาเป็นผู้บังคับบัญชาอาวุธของการสืบราชการลับ. ผู้ร่วมในงานนี้คือ พลเรือเอก เซอร์ ฮิวก์ ซินแคลร์ (Admiral Sir Hugh Sinclair) ผู้ใช้นามรหัสว่า "ซี" ("C") เป็นหัวหน้าหน่วยสืบราชการลับ (chief of the Secret Intelligence Service) และผู้ได้รับแต่งตั้งโดยพระราชโองการพระมหากษัตริย์. ทั้งเชอร์ชิลล์และ "ซี" แน่วแน่มุ่งมั่นพร้อมที่จะถวายชีวิตแด่พระมหากษัตริย์ เพื่อจักทรงปกเกล้าอาณาประชาราษฎรของพระองค์ได้. – แม้จะหมายความว่า อาจถึงกับต้องค้านนโยบายของรัฐบาลถ้าจำเป็น แต่ก็จะต้องพยายามเลี่ยงการขัดแย้ง โดยไม่เปิดเผยเหตุการณ์และการปฏิบัติงานให้หมด. ทั้งสองเว้นจากการเปิดเผย กิจการที่มีชื่อประหลาดว่า "โรงเรียนข่าวและรหัสลับ" เป็นต้น.

จี.ซี.ซี.เอ็ส. คอยติดตามการสื่อสารระหว่างหน่วยเยอรมัน ที่ต้องพึ่งวิทยุมากกว่าสาย เพราะเป็นหน่วยเคลื่อนที่. แน่นอน การติดต่อสื่อสารเหล่านี้ใช้เครื่องส่งกำลังต่ำ และส่งเป็นเสียงกร๊อก ๆ แกร๊ก ๆ ที่เปลี่ยนรูปเสียงร่ำไป. ดังนั้นในการรับฟัง จำต้องใช้ "หู" ที่ไวที่สุด แล้วต้องถอดจากรหัสให้เป็นภาษาเยอรมันธรรมดา แล้วแปลและวิเคราะห์.

เพื่อการนี้ จำเป็นต้องตั้งกองทัพย่อย ๆ เพื่อรวมสมองดี ๆ กองทัพนี้จะใหญ่เกินไปที่จะตั้งไว้ในลอนดอนได้ เพราะจะเสี่ยงต่อภัยลูกระเบิดและความสอดรู้สอดเห็นของผู้อื่น. แกนของกองทัพนี้มีอยู่มานานแล้ว – คือพวกปราดเปรื่องจำนวนหยิบมือที่เคยทำงานใน "ห้องสี่สิบ" ที่ได้ดักและแปลโทรเลข "ซิมเมอร์แมนเทเลแกรม." ตลอดเวลาสงบศึกยี่สิบปี พลเรือเอก ฮอลล์ เป็นผู้รักษาทำนุบำรุงกลุ่มนี้ไว้ด้วยความช่วยเหลือเกื้อหนุนของ "ซี" ผู้ชอบสวมหมวกโบว์เลอร์ (bowler hat) คับหัวตลอดเวลาทำงาน และมักชอบหันเก้าอี้เข้าฝาผนังเมื่อเห็นคนแปลกหน้าเข้ามาใกล้ห้องทำงานที่คับแคบของเขา. "ซี" ต้องลำบากใจมิใช่น้อย เมื่อต้องมาเผชิญกับความครึกครื้นคึกคัก และหวือหวาว่องไวแบบเด็กนักเรียนของน้องใหม่ใน จี.ซี.ซี.เอ็ส. (เหมือนจับปูใส่กระด้ง). ในเดือนสิงหาคม ๑๙๓๙ กองทัพย่อยนี้ต้องม้วนเสื่อ ถูกย้ายไปทั้งโขยงสู่ที่แห่งหนึ่งที่น่าเกลียดพอ ๆ กับชื่อ คือ เบล็ตชลี่ย์.

ไม่มีเหตุผลที่จะเห็นได้ชัดในการย้ายอย่างกะทันหันเช่นนี้ นอกจากว่า "ซี" ประสงค์ที่จะให้ห่างออกไปจากพวกนักศึกษา นักแก้ปริศนาคำไขว้ นักคณิตศาสตร์ นักภาษาศาสตร์ และพวกอาจารย์ศิลปศาสตร์. เบล็ตชลี่ย์ได้ชื่อว่ามีเตาเผาอิฐ

และชุมทางรถไฟที่สกปรกเลอะเทะที่สุดในหมู่เกาะอังกฤษ. เมืองนี้ตั้งอยู่ในที่ลุ่มในบักกิงแฮมเชอร์ (Buckinghamshire). ว่ากันว่าไม่มีที่ใดในอังกฤษที่จะห่างไกลจากฝั่งทะเลกว่าที่นี่ — ตั้งหกสิบไมล์จากฝั่งที่อาจเป็นหัวหาดในการบุกรุกอังกฤษ. มีไฮดริช-เอนิกมา เครื่องหนึ่งตั้งรอคอยมาหลายวันแล้ว เมื่อสมาชิกของกอล์ฟ ชีส แอนด์ เช้ส โซไซตี้ ในชุดสักหลาดสีเทาและกระโปรงลาย มาบุกชาวบ้านที่งงเต้กในเมืองตลาดที่เล็กกะจุ๊ดนี้ ซึ่งแต่บัดนั้นไปได้มาเป็นศูนย์กลางของประสาทในสงครามลับ.

เครื่องใส่รหัสนาซีมาจากไหน และทำไมต้องเลือกเบล็ตชลี่ย์. เป็นเรื่องที่จะต้องเล่ากันตั้งแต่ต้น.

หลังจากที่สตีเฟนสันได้กลับมาจากเยอรมัน ด้วยการยืนยันอีกกระแสหนึ่งว่า เครื่องเอนิกมากระเป๋าหิ้วใหม่มีจริง ภาระการสร้างแบบจำลองของเครื่องตกแก่ชาวสก๊อตร่างเล็กเงียบขรึม ผู้เคยเป็นอาจารย์สอนภาษาเยอรมันก่อนมาร่วมงานของ "ห้องสี่สิบ". เขาผู้นี้คือ แอลัสแตร์ เดนนิสตัน (Alastair Denniston) และเขาเป็นบุคคลตัวอย่างของเจ้าหน้าที่กรมข่าวทหารเรือในสงครามโลกครั้งที่หนึ่งซึ่งยังคงเกาะกลุ่มกันตลอดสมัยที่ต้องเข้มแข็งจริงๆ เพราะมีแต่จารบุรุษในนวนิยายเท่านั้นที่จะมีความสุขเยี่ยงพระราชา เจ้าหน้าที่ลับของอังกฤษที่แท้มีทรัพย์น้อยหากมีความจงรักภักดีต่อพระราชามาก. เจ้าหน้าที่ประจำจำนวนน้อยที่ปฏิบัติงานในต่างประเทศก็รับเลือกมาจากข้าราชการประจำ เจ้าหน้าที่บริษัทเดินเรือ นักสำรวจ นายธนาคาร. น้อยคนที่จะมีรายได้ส่วนตัว หรือได้เคยเรียนในโรงเรียนหรูหรา ตรงกันข้ามกับในนิยายที่ชอบเล่าสู่กันฟัง. ตัวอย่างบุคคลมีเช่น ซี.เอ็ช. ("ดิ๊ก") เอลลิส [C. H. ("Dick") Ellis] ผู้เป็นชาวออสเตรเลียที่ได้เริ่มชีวิตเป็นนักดนตรี และได้ศึกษามาเป็นลำดับด้วยทุนเรียนดีจนได้มาเป็นนายทหารบกนอกเครื่องแบบในรัสเซีย. บุคคลตัวอย่างอีกคนหนึ่งคือ เอริก เบลี่ย์ (Eric Bailey) ผู้ได้เดินเท้าเข้าธิเบตพร้อมกับชาวตะวันตกคณะแรกที่เคยไปที่นั่น เขาเคยไปสำรวจดินแดนที่เป็นเขตแดนระหว่างอาเซียกลางกับอินเดียแต่ลำพังผู้เดียว เขาได้เคยต้องใช้เชาวน์ปัญญาเพื่อรอดพ้นจากเงื้อมมือของตำรวจลับของโซเวียตที่ได้ประกาศค่าหัวของเขาไว้ และฝิ่นสีน้ำเงินของเทือกเขาหิมาลัยก็ได้ชื่อตามชื่อของเขา.

เดนนิสตันดูเหมือนจะเป็นนักสำรวจท่องเที่ยวทางจิตใจมากกว่า. และในปี ๑๙๓๘ แม้จะมีข้อมูลน้อยเต็มที เขาได้เริ่มพิชิตยอดเขาสูงแบบเขาเอเวอเรสต์

(Mount Everest) ของการท้าทายทางสติปัญญา นั่นคือการจำลองแบบระบบเครื่องใส่รหัสลับของนาซีที่ลับสุดยอด ซึ่งเชื่อกันว่าใช้หลักการที่ดัดแปลงอย่างหนึ่งอย่างใดมาจากเครื่องใส่รหัสเก่าที่เคยใช้ในธุรกิจธรรมดา. หลังจากแบบจำลองที่วิศวกรชาวโปแลนด์ได้พยายามทำขึ้น ปรากฏว่าเป็นการคว้าน้ำเหลว สตีเฟนสันได้ใช้ความรู้ที่เขามีในวิชาการส่งสัญญาณอิเล็กทรอนิกและในเครื่องใส่รหัส ช่วยระบุจุดสำคัญในเรื่องนี้ และได้ค้นพบหน่วย เอ็ส.เอ็ส. (S.S.) ของเยอรมันที่ตั้งอยู่ในบริเวณเขตดานซิค ที่ทางหน่วยสืบราชการลับของโปแลนด์มีหวังจะพบตำรารหัสลับได้. เครื่องเอนิกมาใหม่กำลังเข้าประจำการในหน่วยตามชายแดน และตอนต้นปี ๑๙๓๙ ได้มีการดักซุ่มโจมตีรถทหารเยอรมันคันหนึ่งที่มีเครื่องใส่รหัสอยู่ด้วย. เจ้าหน้าที่ฝ่ายโปแลนด์ทำให้ดูเสมือนเกิดอุปัทวเหตุและไฟไหม้ ทำให้หมดร่องรอย. เยอรมันผู้มาสืบสวน เข้าใจว่าเศษขดลวดสปริงและล้อหมุนที่เหลืออยู่เป็นซากของเครื่องเอนิกมาจริง ๆ. เป็นกรรมเศร้าน่าขันของผู้สร้างเครื่องใส่รหัสแบบใช้ไฟถ่านแบ็ตเตอรี่ที่ได้ทำหีบเป็นไม้ โดยเจตนาให้ผู้ใช้เครื่องสามารถทำลายเครื่องได้สะดวกในกรณีที่ถูกจับ. จึงทำให้ผู้ลักเครื่องมาสามารถกลบเกลื่อนร่องรอยได้โดยง่ายดาย ให้สมเหตุสมผลว่าเป็นการสูญเสียเพราะไฟไหม้.

เครื่องเอนิกมาตัวจริงที่นำไปวอร์ซอว์ มีขนาดใหญ่กว่าเครื่องพิมพ์ดีดอันเดอร์วูด (Underwood) กระเป๋าหิ้วเล็กน้อย. คราวโคลิน กับบินส์ ไปปฏิบัติการที่วอร์ซอว์เมื่อต้นปี ๑๙๓๙ ได้เอาเครื่องใส่ในกระเป๋าเดินทางขนาดเขื่องแบบที่นักท่องเที่ยวชอบใช้ทั่วไป ในสมัยนั้น — เป็นกระเป๋าหนังใหญ่เทอะทะ มีกุญแจทองเหลืองแถมสายหนังรัดให้อยู่แน่ ๆ และมีป้ายชื่อโรงแรมและเรือเดินสมุทรปิดไว้เปรอะ. กระเป๋าอันน่าเลื่อมใสเกรงขามนี้ทิ้งไว้ปะปนกับกองสัมภาระในห้องโถงของโรงแรมเก่า ๆ ชื่อ บริสตอล โฮเตล (Bristol Hotel) ในวอร์ซอว์ ที่เป็นแหล่งน้ำแร่ที่นายพลนายพันแก่ ๆ ชอบมาตากอากาศพร้อมกับคุณนาย. ในหมู่ผู้มาอุดหนุนโรงแรม บริสตอลนี้มี แอลัสแตร์ เดนนิสตัน ซึ่งตอนนั้นอายุราวห้าสิบเศษ. เขาได้บินเข้ามาพร้อมด้วยกระเป๋าเดินทางแบบเดียวกันกับใบที่บรรจุเครื่องเอนิกมาที่ขโมยมาได้. เดนนิสตันสับเปลี่ยนกระเป๋าอย่างหน้าตาเฉยแล้วก็ออกไปทันทีพร้อมกับของดีที่ได้แลกกับเสื้อเชิ้ตสกปรกสองสามตัว และหนังสือเล่มหนา ๆ จำนวนหนึ่งที่หาคุณค่าใด ๆ ไม่ได้แต่ก็หนักดี.

เหตุการณ์นี้เกิดขึ้นหนึ่งสัปดาห์ก่อนเยอรมันบุกโปแลนด์ และของดีของเดนนิสตันนับว่าเป็นของขวัญที่เลิศที่สุดที่ชาติหนึ่งจะให้แก่อีกชาติหนึ่งได้. หน่วย

ราชการลับโปแลนด์ได้ช่วยในการยึดของนี้มา และในการค้นคว้าวิธีใช้ของนาซี. การส่งความรู้และเครื่องรหัสนี้ให้พวกอังกฤษเปรียบเสมือนนักรบโยนอาวุธดาบให้เพื่อนร่วมรบก่อนที่ตัวเองจะล้มลงขาดใจตาย. เป็นการตอบแทนยิ่งเสียกว่าคุ้มที่อังกฤษได้ลงนามในสนธิสัญญากับโปแลนด์ เมื่อสามวันก่อนหน้าในวันที่ ๒๕ สิงหาคม ซึ่งผูกพันอังกฤษให้ทำสงครามกับเยอรมัน หากประเทศนี้บุกโปแลนด์. อันเป็นคำมั่นที่นักประวัติศาสตร์หลังสงครามถือว่าโง่เขลา ผิดจังหวะ และปฏิบัติยาก.

กระเป๋าพร้อมกับของลึกลับถูกนำมาลอนดอนโดยเครื่องบิน และจากนั้นส่งต่อไปที่คฤหาสน์ที่รโหฐานของดยุ๊กแห่งเบ๊ดฟอร์ด (Duke of Bedford) ที่อยู่ห่างจากลอนดอนประมาณหกสิบไมล์. สัมพันธ์อันสนิทชิดเชื้อที่กับบินส์มีกับหน่วยราชการลับโปแลนด์ ยังผลให้บรรลุวาระอันพิเศษนี้.

กับบินส์มีความรู้สึกสำนึกอย่างลึกซึ้งยิ่งนักในความผูกพันและความเป็นเพื่อนร่วมตาย จนเขาต้องกลับไปโปแลนด์ทันทีพร้อมกับคณะสามสิบคน. คาร์ตอน เดอ เวียร์ต (Carton de Wiart) ผู้เป็นเพื่อนเจ้าหน้าที่ลับ ได้เขียนภายหลังว่า " . . . เป็นการเดินทางที่ปฏิบัติโดยมีอุปสรรคทางการทูตมากหลาย." อันที่จริงกระทรวงการต่างประเทศอังกฤษปฏิเสธความเอื้อเฟื้อช่วยเหลือโดยสิ้นเชิง โดยอ้างว่าจารกรรมไม่เป็นวิธีปฏิบัติที่ถูกต้องตามทำนองคลองธรรม. กับบินส์และคณะต้องติดอยู่ในโปแลนด์หลังจากการบุก. เหตุการณ์นี้แสดงถึงท่าทีของทางราชการอังกฤษ. เพื่อเลี่ยงระเบียบราชการที่เยิ่นเย้อบ้าบอ จึงได้ลอบนำเครื่องไฮดริช-เอนิกมา ไปที่คฤหาสน์ของท่านดยุ๊ก. ใกล้ที่นั้น คือ เบล็ตชลี่ย์ พาร์ก (Bletchley Park) ซึ่งเคยเป็นค่ายโรมัน และต่อมาหลังการยุทธที่เฮสติงส์ (Battle of Hastings) วิลเลียม เธอะ คองเคอร์เรอร์ (William the Conqueror) ได้พระราชทานที่นี้แก่บิชอบ เจ๊ฟฟรีย์ (Bishop Geoffrey). คฤหาสน์ที่สร้างบนที่ดินประวัติศาสตร์นี้เพิ่งสร้างมาหกสิบปี. เป็นอาคารน่าเกลียดแบบสมัยวิกตอเรีย (Victoria) สร้างด้วยอิฐสีแดง แต่ก็เป็นแหล่งสุดท้ายที่ใครจะนึกฝัน จะพบกุญแจที่จะไขล่วงรู้ถึงการตัดสินใจประจำวันของฮิตเลอร์และความลับวงในของข้าศึก.

ตามเนินที่เป็นไร่นาโดยรอบ ได้ซ่อนสายอากาศวิทยุ ตั้งเป็นตาข่ายเหมือนใยแมงมุม พร้อมที่จะจับคลื่นวิทยุที่แว่ว ๆ เลือน ๆ จากเครื่องส่งที่อยู่ห่างไกล. ที่ศูนย์กลางของใยแมงมุมแต่ละใย มีกลุ่มเจ้าหน้าที่สื่อสารที่เคยปฏิบัติในเรือเดิน

ทะเลอย่างชำนาญมาเสริมพวกที่ "ซี" ใช้อยู่จำนวนไม่กี่คน. สตีเฟนสันไม่เคยลืมสมัยเมื่อเขาเป็นเด็ก ที่เขาติดต่อทางสัญญาณมอร์สกับพนักงานวิทยุของเรือสินค้าในทะเลสาบใหญ่ (Great Lakes) และเขารู้ดีว่าพนักงานวิทยุประจำเรือเดินสมุทรเป็นผู้ชำนาญที่สุดในโลก. เพราะเคยชินกับความลำบากและการทำงานอยู่แต่ในที่แออัด พนักงานพวกนี้จึงสามารถเกาะติดตามสัญญาณที่อ่อนมากของสถานีเคลื่อนที่แวดล้อมด้วยเสียงกวนจากสถานีอื่นๆ. เวลาออกทะเลก็ต้องสามารถจำวิธี "เคาะ" ของพนักงานวิทยุที่ตนต้องการติดต่อด้วย โดยจดจำจังหวะเคาะซึ่งมีลักษณะละเอียดเฉพาะตัวต่างกันประดุจลายเซ็นของแต่ละคน. นอกจากนี้ พวกเจ้าหน้าที่เหล่านี้ยังมีสัญชาตญาณรู้ถึงอันตราย อันมาเป็นประโยชน์เมื่อถึงวาระที่ต้องรับส่งข่าวและคำสั่งถึงกองกำลังใต้ดินในยุโรปที่นาซีเข้ายึดครอง. ในเวลาสงบระหว่างสงครามโลกครั้งที่หนึ่งและครั้งที่สอง ได้มีการขึ้นบัญชีพนักงานวิทยุประจำเรือจำพวกนี้ไว้จำนวนหลายพันคน เตรียมไว้สำหรับปฏิบัติการลับ. นายพลเรือเอก ฮอลล์ ได้วางแผนไว้ล่วงหน้ามานานแล้ว ที่จะเรียกระดมบุคคลจำพวกนี้มาทำงานโดยไม่ให้ข้าศึกรู้ตัว.

เครื่องไฮดริช-เอนิกมาที่ขโมยมาคงจะเป็นความลับที่เก็บเงียบไว้อย่างมิดชิดที่สุดในอังกฤษ. พรรคพวกนักลอบฟังที่ทวีจำนวนมากขึ้นเป็นลำดับ ตั้งจิตตั้งใจที่จะปฏิบัติตนให้เป็นที่ระคายเคืองแก่พวกที่อยู่ในอำนาจการปกครอง ผู้ที่มีแนวความคิดเหมือนกับเฮนรี่ เอ็ล สติมสัน ว่า "ผู้ดีไม่ลอบอ่านจดหมายของคนอื่น." ถึงแม้จะไม่มีพวกที่ลอนดอนมาตอแย ภาระการงานของพวกเบล็ตชลี่ย์ก็ยากแสนเข็ญอยู่แล้ว. บางชุดปฏิบัติการมีภาระต้องรีดจากอากาศ แม้แต่เสียงกระซิบแผ่วๆ ของข้าศึก. ชุดอื่นๆ ต้องพยายามหาทางขบคิดตัวเลขและอักษรที่รับมาให้มองเห็นความหมายให้จงได้. นอกจากนี้ก็ต้องทดลองวิธีการจัดลำดับของกลไกในเครื่องไฮดริช-เอนิกมาที่ยึดได้จนกระทั่งข่าวที่ดักได้ในวันนั้นๆ จะออกมาเป็นภาษาคน — ทั้งๆ ที่ทราบกันดีว่าฝ่ายเยอรมันเปลี่ยนการจัดลำดับกลไกที่เครื่องส่งบ่อยๆ ถึงแปดชั่วโมงครั้ง.

ครั้งหนึ่งเกิดตื่นตระหนกตกใจกันพักหนึ่งเมื่อฝ่ายนาซีแย้มพรายความสงสัยว่าอาจมีการดำเนินงานอย่างผิดปกติที่เบล็ตชลี่ย์. ในการกระจายเสียงโฆษณาชวนเชื่อ ผู้ทรยศอังกฤษชื่อวิลเลียม จอยศ์ (William Joyce) ที่รู้จักกันในนามว่า ลอร์ด ฮอว์ - ฮอว์ (Lord Haw-Haw) เริ่มรายการตามปกติว่า "เยอรมันเรียก . . . . ." ต่อด้วยการบรรยายลักษณะของเมืองเบล็ตชลี่ย์. ฝ่ายอังกฤษแก้สถานการณ์โดย

แพร่ข่าวว่าวิทยุ บี.บี.ซี. กำลังตั้งสายอากาศสำหรับวิทยุกระจายเสียงท้องถิ่น. สิ่งที่ออกจะน่าวิตกยิ่งกว่าการที่ฝ่ายนาซีจะล่วงรู้ความลับ คือสภาพจิตของผู้นำรัฐบาลในเมืองหลวง ผู้ปฏิเสธอย่างแข็งขันที่จะทิ้งระเบิดใส่เยอรมันในขณะที่กองทัพอากาศนาซีกำลังปฏิบัติการติดพันอยู่ในโปแลนด์. จากโปแลนด์ที่กำลังถูกถล่ม-ทลาย กับบินส์พร้อมกับคณะผู้แทน "ทางการเกษตร" ของเขาได้พยายามแต่ก็ไร้ผลที่จะให้ทางลอนดอนเข้าใจว่าชาวโปแลนด์กำลังถูกขยี้อย่างทารุณและอย่างมีแผน. แม้แต่เด็ก ๆ และโบสถ์วัดก็เป็นเป้าหมายการโจมตี. พรรคพวกของเชมเบอร์เลนถูกสะกดจิตด้วยข้อเสนอเลื่อนลอยที่เบอร์ลินเปรยให้เจรจาสันติภาพและประนีประนอม. แล้วโปแลนด์ก็เงียบลงทันใด. คณะของกับบินส์และหน่วยราชการลับโปแลนด์ถูกตัดขาดสูญหายไปในเขตยึดครองของพวกนาซี ทำให้พวกเบล็ตชลี่ย์ตระหนักขึ้นว่าถึงวาระแล้วที่จะก่อตั้งข่ายการสื่อสารใต้ดินในยุโรปอย่างเร่งด่วน ทั้งจะต้องเร่งรัดการดักรับสัญญาณข่าวของข้าศึก.

ในคฤหาสน์ที่เบล็ตชลี่ย์ พาร์ก คณะอาจารย์ดูแลเครื่องไฮดริช-เอนิกมาดุจของศักดิ์สิทธิ์. โดยตั้งความหวังจะค้นหาสิ่งที่จะน่าอัศจรรย์ยิ่งกว่าการดักรับ "ซิมเมอร์แมน เทเลแกรม." ด้วยความเพียรพยายามและโชคอำนวย พวกเขาหวังที่จะสามารถล่วงรู้คำสั่งจากฮิตเลอร์ถึงกองบัญชาการทหารเยอรมัน และคำตอบสนอง ทั้งคำสั่งของผู้บังคับบัญชาถึงกองทหาร ตลอดจนทราบถึงสถานภาพกำลังพลของทุกหน่วยในปัจจุบัน ทราบถึงที่อยู่ของเรือรบข้าศึก ทั้งนามของบุคคลและตำแหน่ง ทั้งการร้องขอกำลังหนุนและยุทโธปกรณ์ — ทั้งนี้จะทราบทันทีถึงขีดความสามารถของข้าศึกที่จะบุกโจมตีที่ใด อย่างไร และเมื่อไร. แต่ทว่ากอล์ฟ ชี้ส แอนด์ เช้ส โซไซตี้ ยังไม่มีทางทราบว่าเหลือเวลาเพียง ๑๕๐ วันเท่านั้น ที่จะแก้ปมของปริศนาก่อนฮิตเลอร์จะบุกทะลวงมาถึงฝั่งของช่องแคบอังกฤษ (English Channel).

บทที่ ๘

สตีเฟนสันระลึกถึงตอนนั้นว่า "ผู้นำฝ่ายฝรั่งเศสและอังกฤษเฝ้าแต่คอยปาฏิหาริย์ที่จะบันดาลให้ฮิตเลอร์ไปหมดแรงข้าวต้มในทุ่งของโปแลนด์. เนวิลล์ เชมเบอร์เลนจึงทำทุกอย่างเพื่อมิให้ข้าศึกเกิดขัดเคือง. ประธานาธิบดีรูสเวลท์เกรงว่าเชมเบอร์เลนจะเริ่มเจรจาสงบศึก. ท่านประธานาธิบดีเกือบหมดหนทางช่วยเหลือผู้ที่ต้องต่อต้านทั้งเชมเบอร์เลนทั้งฮิตเลอร์. ความเห็นของประชาชนอเมริกันเป็นเป้าหมายของอาวุธการโฆษณาชวนเชื่อ พอ ๆ กับวอร์ซอว์ได้เป็นเป้าหมายของลูกระเบิดของนาซี. และความเห็นของชาวอเมริกันเป็นปฏิปักษ์ต่อเรา."

ดังนั้น รูสเวลท์จึงส่งคำเชื้อเชิญอันประหลาดให้เชอร์ชิลล์ ติดต่อกันอย่างเปิดอกเป็นส่วนตัวและเป็นความลับ. วันที่ ๑๑ กันยายน ๑๙๓๙ การติดต่อระหว่างประมุขของประเทศที่เป็นกลางกับผู้นำต่างประเทศผู้ไม่มีใครรับรองเริ่มขึ้นเป็นปฐมฤกษ์ อันเป็นการติดต่อในแบบที่ไม่เคยปรากฏมาก่อนเลย. ท่านประธานาธิบดียอมรับรู้ว่า แม้เชอร์ชิลล์จะไม่มีเสียงข้างมากในสภา แต่เขาก็มีอำนาจสั่งเจ้าหน้าที่สงครามลับในฐานะรัฐมนตรีทบวงทหารเรือ. ในระยะ ๑๕๐ วันต่อมา ซึ่งเรียกกันว่า "สงครามเก๊" (the Phony War) คำตอบมาจากผู้ลงนามว่า "นาวิกบุรุษ" (Naval Person) และผู้รับคือ "โปตัส" (POTUS — President of the United States).

ระยะเวลานั้นได้ชื่อว่า "สงครามเก๊" เพราะฝ่ายพันธมิตรอังกฤษกับฝรั่งเศสทำท่าจะหลบเลี่ยงการเข้าต่อสู้อย่างจริงจังกับข้าศึก พร้อมกับมีเค้าสัญญาณอันน่าหนักใจว่ามีการพยายามเจรจาสันติภาพกับฮิตเลอร์. ส่วนพวกที่เชื่อแน่ว่าข้าศึกหยิบยกการเจรจาสันติภาพมาเป็นเพียงอุบายถ่วงเวลา จำต้องปฏิบัติเยี่ยงผู้ซ่องสุม เพื่อเตรียมรับการบุกโจมตีที่เยอรมันจะต้องกระทำแน่ ๆ. ในการที่ท่านประธานาธิบดีจะเข้าร่วมมือกับนักรบลับเหล่านี้ได้ ก็จำเป็นอย่างยิ่งที่จะได้รับสิ่งที่จะเป็นอาวุธเพื่อต่อต้านอิทธิพลของนาซีและพวกในสหรัฐอเมริกาเอง ที่ประสงค์จะให้ประเทศอยู่ตามลำพัง. ข้อนี้เป็นเหตุผลสำคัญอีกอย่าง ที่กิจการที่เบล็ตชลี่ย์จะ

ต้องสัมฤทธิ์ผล. หากฝ่ายอังกฤษต้องทราบการเคลื่อนไหวทางทหารของฮิตเลอร์ล่วงหน้าเพื่อประโยชน์ในการรบ ฝ่ายรูสเวลท์ก็ต้องรับข้อมูลลับเหล่านี้เหมือนกัน เพื่อให้ทางหัวหน้าฝ่ายสหรัฐที่ยังข้องใจอยู่ได้ยอมเชื่อในความจริง ว่าเยอรมันมีความเห่อเหิมทะเยอทะยาน และอังกฤษมีคุณสมบัติเป็นพันธมิตรที่คู่ควร.

เพื่อการนี้เชอร์ชิลล์จึงประสงค์ที่จะให้สตีเฟนสันไปอยู่ข้างเคียงท่านประธานาธิบดีโดยด่วนที่สุด เพราะเขาเป็นผู้นำทางสืบราชการลับของอังกฤษและผู้ชำนาญในการทูตลับ. สตีเฟนสันจะได้มีหน้าที่เตรียมฐานที่ตั้งกองบัญชาการรบสงครามลับในสหรัฐ หากประเทศอังกฤษต้องถูกข้าศึกบุกเข้ายึดครอง ซึ่งจะเป็นจริงขึ้นได้ถ้าพวกที่หลงสันติวิธียังคงเป็นรัฐบาลอยู่. แต่สตีเฟนสันก็มีลำดับเรื่องสำคัญรีบด่วนของตนเอง. การแก้ปริศนาเรื่องเอนิกมาต้องมาก่อน. หากแก้ปมนี้ได้ทันการณ์เขาแน่ใจว่าการรบใต้ดินในแดนอังกฤษเองก็จะไม่มีความจำเป็น.

เขาได้รับเค้าเงื่อนในปัญหานี้จากสุภาพสตรีสุดสวยและลึกลับผู้รักสันโดษ. เกรต้า การ์โบ (Greta Garbo) อยู่ในจำนวนนักแสดงหลายคนที่เคยร่วมทำงานในโรงสร้างภาพยนตร์ของเขา แล้วกลายมาเป็นเพื่อนสนิท. ดารานักแสดงชาวสวีเดนผู้นี้ได้รายงานว่ามีผู้ฝักใฝ่ฝ่ายนาซีในระดับสูงที่สต๊อกโฮล์ม (Stockholm). เมืองท่าที่เป็นกลางนี้เป็นฐานดีเยี่ยมสำหรับปฏิบัติการลับของเยอรมัน. ปัญหามีว่า ฝ่ายเยอรมันใช้ไฮดริช-เอนิกมาในต่างประเทศหรือไม่.

มาบัดนี้งานธุรกิจการค้าของสตีเฟนสันก็มาคลุกเคล้ากับงานทางสืบราชการลับอย่างแยกไม่ออก. “คณะกรรมการเพื่อบีบคั้นเยอรมันทางเศรษฐกิจ” อันเป็นกรรมการลับสุดยอด ทราบดีว่าสตีเฟนสันพร้อมเสมอที่จะนำผลประโยชน์ทางธุรกิจมาช่วยหนุนความมั่นคงของประเทศอังกฤษ. นอกจากนี้ ผลกำไรใดที่พึงได้มาก็จะนำมาสมทบทุนในการป้องกันประเทศ. ผู้แทนสาขาทางธุรกิจในต่างประเทศก็จะใช้ทำหน้าที่แหล่งข่าวลับได้. การแลกเปลี่ยนความลับทางอุตสาหกรรมจะกระทำกันโดยไม่บ่ายเบี่ยง. ทั้งหมดนี้ทำให้อิทธิพลหลังฉากของสตีเฟนสันหนักแน่นขึ้น. เขาได้ใช้อิทธิพลนี้เพื่อดำเนินการปฏิบัติงานลับแผนใหม่เป็นปฐมฤกษ์. คณะกรรมการลับสุดยอดนี้เป็นต้นแบบของกระทรวงอังกฤษตอนสงครามที่มีหน้าที่ในการก่อวินาศกรรม เช่นการวางระเบิด การทำให้น้ำท่วม การตัดการติดต่อ การทำลาย และการกระทำอื่นๆ เพื่อสกัดกั้นหรือแย่งชิงซึ่งทรัพยากรของข้าศึก. เชอร์ชิลล์ให้ชื่อแก่กระทรวงนี้ว่า “กระทรวงการรบแบบไม่เป็นสุภาพ

บุรุษ". กระทรวงนี้พรางอยู่ในกระทรวงสงครามทางเศรษฐกิจ ซึ่งเดสมอนด์ มอร์ตัน เตรียมการก่อตั้งไว้สี่ปีก่อนหน้าแล้ว ในสมัยที่ดูว่าเชอร์ชิลล์ยังปราชัยอยู่.

เอียน เฟล็มมิง ได้กล่าวว่า "ภารกิจที่สตีเฟนสันรับทำให้คณะกรรมการนี้เป็นภาระที่ลึกซึ้งลึกลับกว่าที่จะคิดออกถ้ามองเผินๆ." เอียน เฟล็มมิง ผู้นี้เลือกมาจากวงการหนังสือพิมพ์และธุรกิจมาทำงานในกรมข่าวทหารเรือ. ผู้ที่ต่อมาได้สร้างเจมส์ บอนด์ (James Bond) ขึ้น มีนามรหัสว่า ๑๗เอ็ฟ (17F) ซึ่งไม่มีความหมายอะไรเป็นพิเศษนอกจากเพื่อพรางหน้าที่แท้ๆ ของเขา. ต่อมาเฟล็มมิงกล่าวว่า "สตีเฟนสันไปสวีเดนโดยใช้ภารกิจพรางว่าไปในงานธุรกิจธรรมดา. เขามีผลประโยชน์ทางธุรกิจที่นั่นจริง. ภารกิจพรางรองลงมาสำหรับพวกในวงการสืบราชการลับที่ต้องทราบว่าเขาไปที่ไหน ก็คือเขาไปเพื่อไปทำลายแหล่งและตัดเส้นทางลำเลียงของแร่เหล็กที่ไปป้อนอุตสาหกรรมเหล็กกล้าของเยอรมัน."

เชอร์ชิลล์กับหัวหน้าฝ่ายสงครามลับถกไปถกมาในเรื่องว่าควรจะเสี่ยงใช้สตีเฟนสันหรือไม่. แล้วในเดือนตุลาคม ๑๙๓๙ โคลิน กับบินส์สามารถหนีออกมาจากโปแลนด์ที่ถูกยึดครอง. เขาได้เล็ดลอดเข้ารูเมเนียแล้วผ่านภูมิภาคบอลคันส์เข้าสู่ตะวันออกกลาง. เขาได้พาแกนของกองทัพลับของโปแลนด์ออกมาด้วย. นอกจากนี้เขาก็นำมาแต่ข่าวร้ายทั้งสิ้น.

นายนาวาโทเฟล็มมิงรายงานว่า : "การที่ฮิตเลอร์และสตาลินได้ร่วมกันเขมือบโปแลนด์หมายความว่าสองมหาอำนาจเผด็จการใหญ่ที่สุดในโลกได้เข้าร่วมมือกันมาเป็นอริของเรา. และเราเล่า เราเป็นใคร. เราก็เป็นเพียงกลุ่มเกาะเล็กๆ ที่มีเชมเบอร์เลนเป็นผู้นำ และเขาก็ยังมัวแต่แทะเล็บเพราะประสาทกิน. ข่าวร้ายจากโปแลนด์นั้นก็คือ ในสนธิสัญญาระหว่างฮิตเลอร์กับสตาลิน มีอนุสัญญาลับเพิ่มเติมว่าด้วยการแบ่งแยกโลกกันเป็นเขตอิทธิพล.

"บัดนี้เราได้รับรู้ว่ามีทางที่ค่อนข้างแน่ชัดว่า นอกจากแบ่งแยกโลกกันแล้วสวัสดิกะและค้อนกับเคียวยังกำลังให้นักวิทยาศาสตร์ช่วยกันศึกษาวิจัยการแยกปรมาณูอีกด้วย.

"ข้อนี้ไม่ใช่ฝันร้ายที่เลื่อนลอย. ก่อนเหตุการณ์ที่สตาลินได้กวาดล้างใหญ่ในกองทัพแดง รัสเซียกับเยอรมันมีการร่วมมือกันอย่างใกล้ชิดในการพัฒนาอาวุธใหม่. ไม่กี่เดือนก่อนหน้าที่เยอรมันและรัสเซียจะแย่งเฉือนโปแลนด์ไปคนละ

ส่วน สถาบันไคเซอร์ วิลเฮล์ม (Kaiser Wilhelm Institute) ในเบอร์ลินได้ประสบผลสำเร็จในการโจมตีปรมาณูของยูเรเนียมและทำให้แยกออกได้ — ผลคือได้พลังนิวเคลียร์. ฝ่ายรัสเซียเองก็ขะมักเขม้นในการนี้เหมือนกัน. หากรัสเซียสามารถกลับตาลปัตรมาคืนดีผูกมิตรใหม่กับพวกนาซีง่าย ๆ ดังนี้ แล้วมาหาเรื่องว่าพวกเราในประเทศอังกฤษเป็นผู้กระหายสงคราม เราจะต้องเผชิญกับอันตรายที่น่ากลัวมากหากรัสเซียสามารถปฏิวัติทางวิทยาศาสตร์ครั้งสำคัญได้อีกด้วย."

สตีเฟนสันชี้นำว่าการศึกษาวิจัยทางปรมาณูมีความจำเป็นต้องใช้เฮวี่ วอเตอร์ (heavy water) อันเป็นศัพท์ประหลาดน่ากลัวที่ใช้เรียกวัตถุสารชนิดหนึ่งที่ประกอบด้วยไฮโดรเจนที่มีแกนสองเท่าตัว ซึ่งมีหน้าที่ทำให้นิวตรอนเคลื่อนช้าลงในการแยกปรมาณูของยูเรเนียม. แหล่งเฮวี่ วอเตอร์ ที่เยอรมันจะนำมาใช้ในการวิจัยนี้อยู่ที่นอร์เวย์.

เขาบอกเชอร์ชิลล์ว่า : "ถ้าเราขัดขวางเยอรมันมิให้ได้เฮวี่ วอเตอร์ ก็เท่ากับเราขัดขวางการพัฒนาในด้านนี้ได้."

เชอร์ชิลล์ : "แล้วอย่างไรต่อไป . . ."

สตีเฟนสัน : "นักวิทยาศาสตร์ทางปรมาณูที่เก่งที่สุดคนหนึ่งอยู่แค่เอื้อมของฮิตเลอร์นี่เอง. นีลส์ โบห์ร (Niels Bohr) ได้แยกปรมาณูของยูเรเนียม

หมายเหตุของผู้แปล (หน้า ๘๘)

น้ำธรรมดา (Water — H_2O) ประกอบด้วยไฮโดรเจน (Hydrogen) และอ๊อกซิเจน (Oxygen — O).

เฮวี่ วอเตอร์ หรือน้ำชนิดหนัก (Heavy Water — D_2O) ประกอบด้วย ดิวเตอร์เรียม (Deuterium — D) และอ๊อกซิเจน.

- ไฮโดรเจน มีแกน (nucleus) ประกอบด้วยโปรตอน (Proton) หนึ่งตัว.

ดิวเตอร์เรียมเป็นไอโซโทป (Isotope — พี่น้องแฝด) ของไฮโดรเจน. มีคุณสมบัติทางเคมีเหมือนกันทุกประการ แต่มีแกนประกอบด้วยโปรตอนหนึ่งตัวบวกกับนิวตรอนอีกหนึ่งตัว.

- เฮวี่ วอเตอร์ ทำให้นิวตรอน (Neutron) วิ่งช้าลงพอเหมาะ ยังผลให้นิวตรอนที่พุ่งไปชนแกนของยูเรเนียม ทำให้แกนนั้นแยก (split) ได้.

(ธรรมดานิวตรอนวิ่งเร็วเกินไป จะเพียงกระดอนแฉลบหันเหไป.)

- เฮวี่ วอเตอร์ หรือ เรียกว่า ดิวเตอร์เรียม อ๊อกไซด์ (deuterium oxyde) มีคุณสมบัติทางเคมีเหมือนน้ำธรรมดาทุกประการ แต่มีมวล (ความหนาแน่น) สูงกว่าน้ำธรรมดาร้อยละ ๑๐ เพราะมีนิวตรอนเพิ่มขึ้นในแกนของไฮโดรเจนในน้ำชนิดนี้.

สำเร็จแล้ว ยังผลให้ได้พลังงานสูงกว่าวัตถุระเบิดธรรมดาในปริมาณเท่าๆ กันถึงหนึ่งล้านเท่า. เขาทำได้สำเร็จในห้องทดลองของเขาในโคเปนเฮเกน (Copenhagen)."

เชอร์ชิลล์พยักหน้า : "ถ้าเราทราบข้อนี้ พวกรัสเซียก็ต้องทราบเหมือนกัน."

สตีเฟนสัน : "แน่นอน. บัดนี้เป็นเพียงเรื่องโยนหัวโยนก้อยว่าฮิตเลอร์หรือสตาลินจะเป็นผู้เข้ายึดภูมิภาคสแกนดิเนเวีย (Scandinavia)."

ถึงฤดูหนาวปี ๑๙๓๙ ภูมิภาคทางเหนือนี้เป็นศูนย์ความดึงดูดที่สำคัญมาก เมื่อสตีเฟนสันเองตระเตรียมตัวไปดำเนินกิจการลับ ณ ที่นั้น.

เอียน เฟล็มมิง ระลึกว่า "เขา (สตีเฟนสัน) ดำเนินงานอย่างฉลาดช่ำชองมาก. เขาทราบดีว่าเชอร์ชิลล์ได้สอบถามรัฐมนตรีทหารอากาศแล้วว่า . . . "ได้โปรด. ขอทราบว่าจะเป็นไปได้ไหมว่าภัยระเบิดปรมาณูจะเกิดขึ้นแก่ลอนดอน." คำถามจากท่านรัฐมนตรีทบวงทหารเรือในแบบนี้ต้องสั้นและห้วนเสมอ. และต้องได้คำตอบทันที. คำถามดังนี้เรียกกันว่า "คำขอร้อง" ของเชอร์ชิลล์ และทำให้คนที่ด้อยสติปัญญาต้องร้อนตัว ระวังตัว. แต่ บิลล์ สตีเฟนสันนั้นใช้เป็นประโยชน์สำหรับบุกคืบหน้าต่อไป.

"นอกจากนี้บิลล์ยังได้รับทราบอีกว่า "ในเดือนเดียวกันนี้ คือเดือนตุลาคม ๑๙๓๙ ผู้ร่วมงานของเขาชื่อ อเล็กซานเดอร์ ซักส์ (Alexander Sachs) ผู้เป็นนักการคลังและนักคณิตศาสตร์ ได้ไปพบประธานาธิบดีรูสเวลท์ และได้นำจดหมายจาก อัลเบิร์ต ไอน์สไตน์ และจากนักวิทยาศาสตร์ปรมาณูอื่นๆ ที่เตือนว่าจอมเผด็จการอยู่ในฐานะที่จะสร้างลูกระเบิดแบบใหม่. รูสเวลท์ได้ปฏิบัติการและได้แจ้งให้เชอร์ชิลล์ทราบ.

"ดังนี้บิลล์ก็ถือไพ่เหนือมืออยู่บ้างพอสมควร. เขามีความเห็นว่าโรงงานที่ผลิตเฮวี่ วอเตอร์ในนอร์เวย์จะต้องถูกทำลายโดยใช้ "เด็กนักเรียนนักผจญภัย" ที่เชอร์ชิลล์ได้เลี้ยงสะสมไว้ . . . คือกองโจมตี (The Striking Companies). เขาสามารถเริ่มดำเนินการโจมตีลับที่แสดงว่าอังกฤษมีความมุ่งมั่นที่จะสู้ในสงครามถึงแม้เชมเบอร์เลนยังคงโอ้เอ้อยู่. เขามุ่งที่จะป้องกันมิให้เยอรมันนำตัวนักวิทยาศาสตร์ปรมาณู คือศาสตราจารย์โบห์รไปใช้. และเขาก็พอทราบว่าที่ใดจะเป็นแหล่งตำรารหัสลับที่จะช่วยให้ กอล์ฟ ชี้ส แอนด์ เช้ส โซไซตี้ ไขปัญหาของ

เอนิกมาได้. ที่หมายของเขาคือสต๊อกโฮล์ม ในประเทศสวีเดนที่เป็นกลาง. จากฐาน นั้น เขาจะสามารถเคลื่อนที่อย่างสะดวกสบายในทิศใดก็ได้ และตั้งข่ายทำงานที่จะไม่ถูกทางราชการในลอนดอนขัดขวางควบคุม."

ปลายเดือนพฤศจิกายนรัสเซียบุกประเทศฟินแลนด์. เหตุการณ์นี้ทำให้ดินแดนที่ประชิด คือ นอร์เวย์และสวีเดนถูกภัยคุกคามจากสองทาง. ฮิตเลอร์อาจทำข้อตกลงกับสตาลินอีกครั้งหนึ่ง. หรือไม่ก็อาจต้องเข้าปฏิบัติการก่อนเพื่อตัดหน้ากองทัพของโซเวียต. จะเป็นประการใดก็ตาม สแกนดิเนเวียตกในอันตรายแสนสาหัส.

ในวันที่ ๑๖ ธันวาคม ๑๙๓๙ เชอร์ชิลล์ยื่น "คำขอร้อง" อีกครั้งหนึ่งขอให้หน่วยราชการลับทัพเรือให้ความสนับสนุนปฏิบัติการ "สไตร๊ก อ๊อกซ์" (Strike Ox). การส่งกำลังบำรุงที่สำคัญยิ่งสำหรับเยอรมันนาซี "ต้องถูกตัด แต่ต้องใช้วิธีการที่ไม่ใช่ปฏิบัติการทางการทูตหรือทางการทหาร."

"สไตร๊ก อ๊อกซ์" ได้ชื่อจากอ๊อกเซเลอสุนด์ (Oxeloesund) ซึ่งเป็นเมืองท่าที่ไม่ถูกน้ำแข็งปิด อยู่ประมาณ ๖๐ ไมล์ทางทิศตะวันตกเฉียงใต้ของสต๊อกโฮล์ม. กำลังบำรุงสำหรับเยอรมันนาซีในที่นี้คือแร่เหล็กจากสวีเดนจำนวนมาก ซึ่งถ้าสามารถตัด จะทำให้ฮิตเลอร์เหลือวัตถุดิบใช้ป้อนอุตสาหกรรมเหล็กในแคว้นรูห์ร (Ruhr) ได้อีกเพียงเก้าเดือนเท่านั้น. จุดประสงค์นี้เป็นเป้าหมายที่สมเหตุสมผลในการไปทำลายเครื่องขนสินค้าและปั้นจั่นของท่าเรือแห่งนั้น. และถ้าปล่อยข่าวให้หน่วยสืบราชการลับฝ่ายนาซีรับทราบก็จะเชื่อสนิท. แต่ที่เชอร์ชิลล์พูดถึงการตัดกำลังบำรุงที่สำคัญบางชนิด เขาและนักวิทยาศาสตร์ในวงแคบมากหมายถึงเฮวี่ วอเตอร์ ซึ่งผ่านเส้นทางนี้เหมือนกัน โดยมาจากนอร์เวย์ไปเยอรมันและอาจไปรัสเซียด้วย. รัฐเอ็สโทเนีย (Estonia) และแล็ตเวีย (Latvia) ซึ่งสหภาพโซเวียตเพิ่งได้ผนวกเข้า อยู่คนละฟากทะเลบอลติก (Baltic Sea) ห่างเพียง ๑๕๐ ไมล์เท่านั้น. และทางตะวันออกเฉียงเหนือ กองทัพแดงก็กำลังบุกพวกฟินแลนด์.

ความรู้สึกมืดมนครอบคลุมทั่วประเทศอังกฤษในวันตรุษคริสต์มาสปี ๑๙๓๙ ถึงแม้มีการเยาะเย้ยและวิจารณ์จากสหรัฐอเมริกาว่ารัฐบาลเชมเบอร์เลนเพียงแต่ทำสงครามเล่นๆ. พระเจ้าจอร์จที่หกมีพระราชดำรัสทางวิทยุที่จับจิตจับใจยิ่งนัก. และลงท้ายด้วย "ข้าพเจ้าได้บอกยามที่เฝ้าประตูของปีใหม่ว่า "ขอแสงสว่างแก่

ข้าพเจ้า เพื่อจักได้เดินฝ่าเข้าไปในความมืดได้โดยปลอดภัย." และนายทวารตอบว่า "จงออกไปในความมืด แล้วจับพระหัตถ์ของพระผู้เป็นเจ้าซึ่งจะเลิศกว่าแสงสว่างใด ๆ และปลอดโปร่งกว่าทางเดินสว่างไสวที่คุ้นเคยดี." . . . ขอให้พระหัตถ์อันทรงอานุภาพนำทางและอุ้มชูพวกเราทุกคน."

ระหว่างเทศกาลคริสต์มาสแรกของสงครามนั้น สตีเฟนสันอยู่ที่สต๊อกโฮล์มรอคอยวัตถุระเบิดพลาสติกซึ่งจะส่งมาเป็นห่อ ๆ หนักห่อละสี่สิบปอนด์. วัตถุระเบิดแบบใหม่นี้มีลักษณะคล้ายกับดินน้ำมันสำหรับปั้นรูป และส่งมาที่ห้องทำงานของช่างปั้นชาวสวีเดนคนหนึ่ง. ต่อมาหน่วยต่อต้านจารกรรมฝ่ายสวีเดนได้รับรายงานว่าสตีเฟนสันมาเพื่อก่อวินาศกรรม. หัวหน้าหน่วยนั้นชื่อ วัลเตอร์ ลินด์-ควิสต์ (Walter Lindquist) ทำบันทึกรายงานซึ่งในที่สุดก็ตกถึงมือเจ้าหน้าที่ลับของเยอรมันตามแผน (ที่ตั้งใจวางไว้). รายงานมีใจความว่า : อุตสาหกรชาวแคนาดาอายุสี่สิบสามปีผู้นี้ (สตีเฟนสัน) มีแผนที่จะทำลายเครื่องมือขนสินค้าที่ท่าเรือ ซึ่งเพื่อนเก่าแก่ของเขา คืออักเซล อักเซลสัน จอห์นสัน (Axel Axelson Johnson) เป็นเจ้าของ. อักเซล อักเซลสัน ผู้นี้เป็นหุ้นใหญ่ในกิจการเหมืองแร่เหล็ก และเป็นเจ้าของสายทางรถไฟจากเหมืองถึงเมืองท่าอ๊อกเซเลอสุนด์ ตลอดจนท่าเทียบเรือและเครื่องขนสินค้า. สำหรับฝ่ายสวีเดนดูจะเป็นไปโดยยากที่จอห์นสัน ถึงแม้จะลำเอียงทางฝ่ายอังกฤษมาก จะยอมช่วยระเบิดทำลายทรัพย์สินของตนเอง.

ความจริงตามที่จอห์นสันเองได้บอกสตีเฟนสันมีว่า : "เขามีสิทธิที่จะล้มเลิกกิจการของตัวเองตามใจชอบ." เหมืองของเขาผลิตแร่เหล็กที่เจือฟอสฟอรัส (Phosphorus) มาก จึงเป็นที่ต้องการจำเป็นสำหรับการผลิตเหล็กกล้าคุณภาพสูงตามกรรมวิธีเบ็สเซเมอร์ (Bessemer process) ของเยอรมัน. สตีเฟนสันเคยได้ศึกษากรรมวิธีของเยอรมันเมื่อเขาไปดูงานที่สหกิจเหล็กกล้า ซึ่งฟริตซ์ ธิสเซ็น ผู้ที่เคยเป็นเจ้ามือหนุนฮิตเลอร์ทางการเงินแต่แล้วก็หมดศรัทธา เป็นประธานกรรมการ.

สำหรับเจ้าหน้าที่ลับเยอรมันนั้น เหตุผลที่สตีเฟนสันมาทำลายแหล่งแร่ดูเป็นเหตุผลที่ฟังขึ้น. การทำลายกลไกขนส่งสินค้าที่อ๊อกเซเลอสุนด์จะเป็นการโจมตีจุดอ่อนของอุตสาหกรรมสร้างอาวุธของเยอรมัน. จะเป็นการกระทบกระเทือนประเทศเป็นกลางเช่นสวีเดน. จะทำให้พวกที่ยังลังเลใจแบบฟริตซ์ ธิสเซ็น เกิดคิดพิจารณาเปลี่ยนฝ่าย. ตัวธิสเซ็นเองก็พำนักอยู่ในประเทศสวิตเซอร์แลนด์ และ

กำลังพิจารณาที่จะเปลี่ยนฝ่ายอยู่แล้ว. ต่อไปภารกิจพรางรองเรื่องสไตร๊ก อ๊อกซ์นี้ก็แพร่สะพัดตามสายสืบราชการลับ. เป็นแผนลวงที่ได้ผลเลิศเกินคาด จนกระทั่งในทุกวันนี้ก็ยังคงเป็นเรื่องที่เล่ากันในนิยายจารกรรมอยู่ โดยมีเรื่องต่อเติมอีกมากหลายให้ตื่นเต้นยิ่งขึ้น เช่นตอนที่เจ้าหน้าที่ลับซึ่งอารักขาสตีเฟนสันเคยทำปืนลั่นในห้องพักในโรงแรม และตอนที่มีการสะสมวัตถุระเบิดในห้องใต้ดินของสถานทูตอังกฤษ.

ทั้งหมดนี้เป็นเรื่องลวงทั้งสิ้น. ละครได้บรรลุถึงจุดสูงสุดที่หมายไว้. พระเจ้ากุสตาฟที่ห้า (King Gustav V) แห่งสวีเดนได้ถูกบังคับให้ร้องขอให้พระเจ้าจอร์จที่หกแห่งอังกฤษ "จัดการยุติเรื่องบ้าระห่ำนี้." ในลอนดอน ลอร์ดแฮลิแฟกซ์ (Lord Halifax) ได้รับทราบเรื่อง. แฮลิแฟกซ์หวังอยู่ว่าจะเจรจาสันติภาพสำเร็จ ถ้าอังกฤษไม่กระทำการใดที่จะทำให้ฮิตเลอร์ขุ่นเคือง จึงกริ้วโกรธโกรธาว่า สไตร๊ก อ๊อกซ์ เป็น "การฝ่าฝืนกฎหมายระหว่างประเทศอย่างไม่เคยปรากฏในประวัติศาสตร์."

พระเจ้าจอร์จทรงวางเฉย. กษัตริย์อังกฤษพระองค์นี้เสด็จเข้าสวมบทบาทของพระเชษฐา อดีตพระเจ้าเอ็ดเวิร์ดที่แปด (King Edward VIII) อย่างอึกอักและที่คนทั่วไปเข้าใจว่าสงบเสงี่ยมขี้อายนั้น แท้จริงทรงเป็นผู้ร่วมงานที่เข้มแข็งในสงครามลับของอังกฤษ. พระองค์มีการติดต่อลับกับพระประมุขสแกนดิเนเวียอีกพระองค์หนึ่งที่แข็งแกร่งกว่า คือ พระเจ้าคริสเตียนที่สิบ (Christian X) แห่งเดนมาร์ก. พระเจ้าคริสเตียนนี้ทรงอุปถัมภ์ นีลส์ โบห์ร ผู้ปฏิเสธการอพยพไปอังกฤษ ถึงแม้เขาได้เคยศึกษาวิทยาศาสตร์ปรมาณู ณ ที่นั้นเป็นส่วนใหญ่.

หลังจากได้มีคำสั่งอย่างเปิดเผยให้ยกเลิกปฏิบัติการก่อวินาศกรรมนี้ สตีเฟนสันไม่ถูกเพ่งเล็งอีกต่อไป. เขามีเหตุผลอันสมควรในการไปพบผู้ร่วมงานชาวสวีเดนและเพื่อนฝูงของเกรตา การ์โบ. ในฐานะสมาชิกกลุ่มสตีเฟนสัน - เชอร์ชิลล์ ดาราผู้นี้เป็นผู้เปิดช่องทางให้ไปพบและส่งข่าวสารถึงผู้ที่ต้องการ. เมื่อสตีเฟนสันเข้าไปเฝ้าเจ้านายในพระราชวงศ์ที่เป็นผู้นิยมชมชื่นเกรตา การ์โบ ก็เป็นโอกาสให้ได้เตรียมลู่ทางเพื่อให้บุคคลสำคัญหลบหนีภัยออกมาได้ – โดยเฉพาะอย่างยิ่งสำหรับศาสตราจารย์โบห์ร แม้จะยังไม่ทราบถึงภัยที่คุกคามโคเปนเฮเกนซึ่งสามเดือนต่อมาได้ถูกฝ่ายนาซียึดครอง.

ฝ่ายเยอรมันและเจ้าหน้าที่รักษาความปลอดภัยฝ่ายสวีเดนที่ฝักใฝ่นาซีเชื่อแน่และพอใจว่าปฏิบัติการของสตีเฟนสันประสบความล้มเหลวโดยสิ้นเชิง. ทั้ง

สองฝ่ายยังคงคอยจับตาดู อเล็กซานเดอร์ ริกแมน (Alexander Rickman) ต่อไป ริกแมนผู้นี้เป็นผู้เชี่ยวชาญทางการก่อวินาศกรรมของอังกฤษ ซึ่งมาสต๊อกโฮล์มพร้อมกับสตีเฟนสัน จากการพูดหลุดปากโดยเจตนา ริกแมนทำให้ศัตรูเชื่อสนิทว่าสตีเฟนสันเพียงปฏิบัติธุรกิจธรรมดาก่อนกลับบ้าน. ร่องรอยปลอมอื่น ๆ นั้นมาจากอักเซล อักเซลสัน จอห์นสัน ผู้นอกจากควบคุมทรัพยากรสำคัญและสายทางคมนาคม ยังเป็นเจ้าของหนังสือพิมพ์รายวัน และสามารถใช้นักข่าวเพื่อไปแจกข่าวซุบซิบอันโอชาในหมู่สายของตำรวจ.

ส่วนสตีเฟนสันก็ล่องหนอย่างเงียบ ๆ ในหมอกที่ฟุ้งด้วยข่าวปลอม.

บทที่ ๙

สไตร๊ก อ๊อกซ์ลวงให้เยอรมันทุ่มความสนใจผิดที่ สตีเฟนสันจึงสามารถกระชับวงเพื่อนชาวสวีเดนให้มั่นคงขึ้น. ฝ่ายนี้มีสำนักงานสืบรหัสลับซึ่งทำงานอย่างมีแผนในการขบไขรหัสลับของประเทศข้างเคียง. ผลงานของกลุ่มนี้ในด้านการสื่อสารของเยอรมันมีความสำคัญยิ่งสำหรับพวกเบล็ตชลี่ย์ ที่เสาะหาชิ้นส่วนของปริศนาเรื่องเอนิกมาอย่างอุตลุด.

นอกจากนี้ฝ่ายสวีเดนยังใช้การสืบราชการลับทางวิทยุอันเป็นการซ้อมใหญ่อย่างไม่รู้ตัวสำหรับเหตุการณ์ที่จะเกิดขึ้นในอังกฤษ. ศาสตราจารย์ทางคณิต-ศาสตร์ ร่างใหญ่และท่าทางง่ายๆ ตามสบาย ชื่อ ดร. อาร์เน เบอร์ลิง (Dr. Arne Beurling) ได้ดักข่าวลับล่วงรู้ถึงแผนบุกรุกฟินแลนด์ของพวกรัสเซีย. รัสเซียเริ่มบุกในวันสุดท้ายของเดือนพฤศจิกายน ๑๙๓๙ และทางมอสโคว์หมายมั่นปั้นมือว่าจะสามารถให้ฟินแลนด์ยอมแพ้ก่อนสิ้นปี. ในทางตรงกันข้าม ยักษ์ใหญ่ต้องเสียเหลี่ยมเสียเชิงต่อจอมพลบารอน คาร์ล มันเนอร์ไฮม์. (Field Marshal Baron Carl Mannerheim). คำเตือนที่ทางเฮ็ลซิงกิ (Helsinki) ได้รับ ทำให้ท่านจอมพลสามารถใช้กองทัพที่น้อยนิดขนาดเพียง ๑๗๕,๐๐๐ คน รังควานและหน่วงเหนี่ยวทหารของกองทัพแดงจำนวนหนึ่งล้านคน อันทำให้รัสเซียเสียโอกาสสำคัญในการจู่โจมโดยไม่ให้รู้ตัว. มันเนอร์ไฮม์รับรายงานในการเคลื่อนไหวของฝ่ายรัสเซียทุกฝีก้าวเกือบเป็นรายชั่วโมงจากสวีเดน. อาจารย์คณิตศาสตร์ในสต๊อกโฮล์มเพียงแต่แปลรหัสในการสื่อสารระหว่างกองกำลังรัสเซียกับกองบัญชาการ แล้วแจ้งให้มันเนอร์ไฮม์ทราบ.

สตีเฟนสันใช้เอกสารปลอมเดินทางข้ามอ่าวบอธเนีย (Gulf of Bothnia) ซึ่งไม่กว้าง ไปพบมันเนอร์ไฮม์ ผู้กำลังตรึงแนวรบประมาณห้าสิบไมล์จากเลนินกราด (Leningrad) ในเขตคอคอด คาเรเลียน (Karelian Isthmus) ซึ่งขณะนั้นยังเป็นดินแดนของฟินแลนด์. ถึงสัปดาห์แรกของปี ๑๙๔๐ ทหาร "ปีศาจสกี" ("Skiing Ghosts") ของฟินแลนด์ได้ทำความสูญเสียแก่ข้าศึกอย่างหนัก โดยสามารถปฏิบัติการในที่และในจังหวะที่ถูกต้อง เพราะได้รับบริการข่าวจากพวก

ขบรหัสลับชาวสวีเดน.

ในที่สุดเป็นเพียงจำนวนที่เหนือกว่าแท้ ๆ ของรัสเซียเท่านั้น ที่บังคับให้ฟินแลนด์ต้องยุติการต่อสู้. สตีเฟนสันกลับสวีเดนผ่านตรงจุดที่เส้นอาร์คติกตัดเขตแดน. เขาได้รับบทเรียนที่มีค่าหลายข้อ. มันเนอร์ไฮม์สามารถบัญชาการรบอย่างมีประสิทธิภาพสูงก็เพราะเขาใช้ข่าวลับในทางยุทธการ. เป็นไปได้ว่าฟิน-แลนด์ อยู่ในวิสัยที่จะชนะพวกรัสเซีย หากการช่วยเหลือทางทหารจากวอชิงตันได้มาถึงตามที่สัญญาไว้. ในไม่ช้าอังกฤษก็จะต้องเผชิญการจู่โจมในทำนองเดียวกันนี้จากเยอรมัน — ซึ่งอาจได้รับการหนุนจากรัสเซีย. เมื่อใดที่วิกฤตการณ์เช่นนี้เกิดขึ้น ความช่วยเหลือจากอเมริกาจะต้องมาถึงทันท่วงที ไม่ใช่ติดหล่มอยู่ในรัฐสภาคองเกรส (Congress) ดังกรณีฟินแลนด์อันน่าสลด.

ตอนนี้สตีเฟนสันมุ่งตรงไปสู่ต้นทางของการวิจัยทางวิทยาศาสตร์ปรมาณูของเยอรมัน — คือโรงงานผลิต เฮวี่ วอเตอร์ ของนอร์เวย์. ตามทาง เขาแวะดูเหมืองแร่เหล็ก กัลลิวาร์ (Gallivare) ในสวีเดน. เขาระมัดระวังในการถกเรื่องวิธีก่อวินาศกรรมเหมืองเหล่านี้ เพราะตระหนักว่าสวีเดนเป็นประเทศเป็นกลาง. เขาบอกพรรคพวกชาวสวีเดนว่า : “ผมจะพูดได้ก็แต่เพียงเรื่อง ‘อุบัติเหตุ’ ทางอุต-สาหกรรม. ถ้าพวกคุณมีทางเข้าตรวจดูเอกสารของบริษัทประกันภัย ก็จะสามารถเห็นผลการศึกษาวิจัยอย่างละเอียดในจุดอ่อนของกรรมวิธีการผลิตทั้งของวิธีการขุดแร่. บริษัทประกันภัยต้องเสี่ยงต่อการเสียเงินจำนวนมหาศาลเนื่องจากอุบัติเหตุแต่ละครั้งจึงต้องจ้างผู้เชี่ยวชาญเพื่อศึกษากรณีที่จะเกิดความขัดข้องได้อย่างถี่ถ้วน. รายงานผลการวิจัยดังกล่าวนี้เป็นคู่มืออย่างดีสำหรับนักก่อวินาศกรรม.”

ลำดับต่อไป ในระหว่างเดินทางโดยรถไฟไปนาร์วิก (Narvik) ในนอร์เวย์ เขาพบปะกับศาสตราจารย์ ไลฟ์ ตรอนสตาด (Professor Leif Tronstad) ผู้เป็นวิศวกรเคมีที่คุ้นเคยกับแผนผังของโรงงาน นอร์สก์ ไฮโดร อิเล็กทริก (Norsk Hydro Electric) นอร์สก์ ไฮโดร เป็นผู้ผลิต เฮวี่ วอเตอร์ เป็นธุรกิจการค้าแห่งเดียวในโลก. ผลผลิตทั้งหมดส่งไปที่ อี.เก. ฟาร์เบน (I. G. Farben) ซึ่งเป็นบริษัทอุตสาหกรรมยักษ์ใหญ่ที่ผลิตตั้งแต่แก๊สพิษไปจนถึงระเบิดเวลา. อี.เก. ฟาร์เบน เป็นหุ้นใหญ่ในโรงงานทางปรมาณูของนอร์เวย์แห่งนี้. สตีเฟนสันจะต้องพึ่งความร่วมมือของตรอนสตาดเพื่อให้บรรลุแผนที่วางไว้ เขาจึงกระซิบบอก “ข่าวที่แน่นอนและน่ากลัว” ซึ่งกรรมการยูเรเนียมของอังกฤษ (British Uranium Committee)

ได้รับมาสองเดือนก่อนหน้า ว่าพลังงานปรมาณูอาจนำมาใช้ประกอบวัตถุระเบิดได้. เขาเสริมต่อไปในเชิงตักเตือน ว่านอร์เวย์ซึ่งเป็นประเทศเอกราชและเป็นกลาง ย่อมไม่ปรารถนาภาวะสงครามอย่างยิ่ง โดยเฉพาะในเมื่อยักษ์ใหญ่ที่เอานิยายไม่ได้สองตน คือ รัสเซียและเยอรมันกำลังคืบคลานใกล้เข้ามาทุกที.

ตรอนสตาดบอกว่า : "พวกรัสเซียอาจกำลังหมายตาไฮโดร. ส่วนพวกเยอรมันนั้นหมายตาอยู่แล้วแน่นอน. แต่พวกเราจะแน่ใจได้อย่างไรว่าคุณจะไม่ลอบใช้ประโยชน์ในทางอุตสาหกรรมจากสิ่งเหล่านี้ . . . . ." เขาชี้พิมพ์เขียวที่อยู่ในกระเป๋าถือ.

สตีเฟนสันสบตาเขาและบอกอย่างตรงไปตรงมาว่า : "คุณต้องเชื่อใจผมเท่านั้น."

เวลานั้นตรอนสตาดอายุประมาณสามสิบห้าปี อายุน้อยกว่าสตีเฟนสันประมาณสิบปี. เขาพิจารณาชาวแคนาดาผู้นี้อย่างพินิจพิเคราะห์ และเห็นตามที่เขาเล่าภายหลัง "บุรุษร่างเล็ก แข็งแกร่ง ศีรษะค่อนข้างใหญ่ เครื่องหน้าคมคายและตาที่เปลี่ยนสีตามแสง. เมื่อเราจับมือ เขาจับแน่นดังคีมเหล็ก. นอกจากอันนี้แล้ว จะไม่มีใครคาดได้ว่าเขามีกำลังกายแข็งแรง. เขาทำให้ผมรู้สึกว่าเป็นคนมีสติปัญญาที่บังเอิญจับพลัดจับผลูมาทำงานอย่างนี้เข้า."

ตรอนสตาดยื่นแผนผังของโรงงาน นอร์สก์ ไฮโดร ฉบับหนึ่งให้. โรงงานนี้ผลิต ดิวเตอร์เรียม อ๊อกไซด์ (deuterium oxyde) คือ เฮวี่ วอเตอร์ ซึ่งมีน้ำหนักมากกว่าน้ำธรรมดาร้อยละสิบเอ็ด และเป็น "สารชะลอปฏิกิริยา" ที่นิยมใช้เพื่อควบคุมปฏิกิริยาปรมาณู.

ตรอนสตาดบอกว่า : "ถ้าเยอรมันเข้ายึด เราอาจต้องทำลายโรงงาน."

สตีเฟนสัน : "ในระหว่างนี้ . . . . ."

ตรอนสตาดถอนใจยาวดัง "อ้า."

สตีเฟนสัน : ในระหว่างนี้ น้ำมันตับปลาค้อดของนอร์เวย์เองเป็นยาสมานธาตุที่ดี. ถ้าหยอดลงไปในหลอดปฏิกิริยาไฟฟ้าสักถ้วยหนึ่ง ก็จะไม่เป็นที่สังเกตจนกว่าจะทำกรรมวิธีต่อไปใหม่เมื่อถึงมือเยอรมัน. การที่จะมีน้ำมันในนั้นจะดูเป็น

อุบัติเหตุ แต่ก็จะทำให้สารนั้นใช้ไม่ได้สำหรับชะลอปฏิกิริยาปรมาณู.

วิศวกรเคมีลงจากรถไฟก่อนถึงนาร์วิก. ทั้งสองคนจะพบกันอีกครั้งหนึ่ง แต่ก็เป็นในสก๊อตแลนด์ (Scotland) ในคืนก่อนที่ชุดปฏิบัติการกล้าตายออกเดินทางไปต่อต้านคณะนักวิทยาศาสตร์ปรมาณูเยอรมัน.

สตีเฟนสันกลับอังกฤษโดยเรือดำน้ำที่มารับใกล้นาร์วิกก่อนเยอรมันเข้าโจมตีนอร์เวย์เล็กน้อย. การที่ฮิตเลอร์บุกนอร์เวย์นั้น มีคนโทษว่าเนื่องจากท่าทีก้าวร้าวของกองทัพเรืออังกฤษในน่านน้ำนอร์เวย์ตามคำสั่งของเชอร์ชิลล์ ผู้ยังคงเป็นรัฐมนตรีทบวงทหารเรือ. เป็นข้อเท็จจริงว่าเรือสินค้าเยอรมันใช้เส้นทางผ่านน่านน้ำนอร์เวย์เพื่อหลบเลี่ยงการปิดทางเดินเรือของฝ่ายอังกฤษ. แต่เชอร์ชิลล์ได้สั่งให้วางทุ่นระเบิดในบริเวณนี้ก็เพราะเขาทราบข้อเท็จจริงที่จะแพร่งพรายไม่ได้ ว่า เฮวี่ วอเตอร์จากนอร์เวย์เป็นสิ่งสำคัญยิ่งยวดสำหรับเยอรมันในการค้นคว้าวิจัยเพื่อสร้างระเบิดปรมาณู. การพยายามตัดเส้นทางลำเลียงเป็นปฏิบัติการที่ดีที่สุดที่จะกระทำได้ในสภาพการณ์นั้น ซึ่งรวมทั้งรัฐบาลอังกฤษที่ประสาทกินยังเกรงกลัวที่จะยั่วยุฝ่ายศัตรู.

คืนวันที่ ๘ เมษายน กองบัญชาการสูงสุดเยอรมันได้รับข่าวเรื่องการวางทุ่นระเบิดของเชอร์ชิลล์ จึงได้ทำแผนลวงเพื่อล่อกองเรือยุทธการ โฮม ฟลีต (Home Fleet) และกองเรือลาดตระเวนที่หนึ่งและที่สองของอังกฤษให้ออกนอกทาง. ฝ่ายอังกฤษสูญเสียเรืออย่างหนักในการสู้รบนอกเส้นทางเอกของเรือลำเลียงพลเยอรมันที่เข้าบุกนอร์เวย์. นอร์เวย์ถูกยึดได้ก่อนฝ่ายอังกฤษจะตั้งตัวติด. ความหายนะครั้งนี้เป็นต้นเหตุทำให้รัฐบาลเชมเบอร์เลนถูกเขย่าในรัฐสภา และในที่สุดต้องล้มและเปิดทางให้มีการตั้งรัฐบาลชุดใหม่ที่มีกำลังใจสู้ดุเดือดกว่า. นั่นเป็นจุดเริ่มอวสานของ “สงครามเก๊.”

ในระหว่างที่กลุ่มนักวิทยาศาสตร์เยอรมันซึ่งติดตามทหารที่เข้าบุกอย่างใกล้ชิดได้เข้ายึดโรงงาน เฮวี่ วอเตอร์ นอร์สก์ อีกกลุ่มหนึ่งเข้าล้อมห้องทดลองการแยกปรมาณูในโคเปนเฮเกน และได้คุมตัว นีลส์ โบห์ร. ไม่กี่วันก่อนหน้า โบห์รเพิ่งได้เริ่มติดต่อกับข่ายสืบราชการลับอังกฤษที่ตั้งใหม่ในสวีเดน.

ในลอนดอน สตีเฟนสันกลับไปรายงานเรื่องที่ได้ปฏิบัติ และตักเตือนว่าจะเป็นการโง่เขลาถ้าอังกฤษคอยแต่รอ เฝ้าแต่ดู ให้เยอรมันไปเสียแรงเปล่าในการต่อสู้กับรัสเซีย. พวกรัสเซียได้เรียนรู้จากการไปชิมพริกขี้หนูในฟินแลนด์แล้ว ว่าตนยัง

ไกลจากพร้อมรบในสงครามขนาดใหญ่. แนวความคิดนี้ออกมาในหน้าหนังสือ-พิมพ์เมื่อ จอร์จ ออร์เวลล์ เขียนบทความลงใน นิว อิงลิช วีกลี่ (New English Weekly) ว่า : "แผนเดิมซึ่งวางไว้ใน 'ไมน์คัมพ์' มีว่าจะต้องตีรัสเซียก่อน โดยนัยว่ามีเจตนาจะตีอังกฤษต่อไป. มาบัดนี้ ตามสภาพการณ์จะต้องจัดการอังกฤษก่อนเป็นลำดับแรก เพราะรัสเซียนั้นติดสินบนซื้อได้ง่ายกว่า (ด้วยสนธิสัญญาระหว่างรัสเซียกับเยอรมัน) . . . . . จะถึงตาของรัสเซียบ้างก็ต่อเมื่ออังกฤษถูกเล่นงานแล้ว."

บทที่ ๑๐

"แพ้ยุทธครั้งหนึ่ง ดีกว่าเสียแหล่งข่าวลับ." นี่คือคำแนะนำที่สตีเฟนสันให้แก่เซอร์ชิลล์ตลอดระยะเดือนที่คลุมเครือ ระหว่างที่เยอรมันเริ่มบุกโปแลนด์กับวาระที่อังกฤษเลิกเอาใจศัตรู. และวาระนั้นก็จวนถึงแล้ว. วิกฤตการณ์ทางการเมืองกรุ่นอยู่ในลอนดอนเนื่องจากการเสียเดนมาร์กกับนอร์เวย์.

การตระเตรียมของพวกนาซีก่อนเคลื่อนกำลังเข้าทั้งสองประเทศมิได้พ้นการสังเกตที่เบล็ตชลี่ย์ พาร์ก. นักขบรหัสลับที่คฤหาสน์สมัยวิกตอเรียนั้นรู้สึกว่าสถานการณ์กำลังเปลี่ยนแปลง โดยสังเกตความเปลี่ยนแปลงในปริมาณและทิศทางของการสื่อสารลับ. หัวหน้าแผนกผู้หนึ่งรายงานภายหลังว่า : "เรามีความรู้สึกเหมือนเป็นคนแคระที่ล้อมตัวยักษาที่กำลังจะไปขโมยหัวปลา. เรารู้สึกเส้นประสาทของมันตึงเขม็งขึ้น กล้ามเนื้อขยับไปขยับมา แล้วศีรษะอันมหึมาก็เริ่มสอดส่ายหาเหยื่อ (หัวปลา) ใหม่."

การเตือนภัยแบบนี้ออกจะดูเลื่อนลอย ไม่เพียงพอสำหรับให้ผู้นำทางทหารเริ่มปฏิบัติการได้. เซอร์ชิลล์เข้าใจดีในลางสังหรณ์ของพวกเบล็ตชลี่ย์. แต่หากเขายังไม่ได้รับตำแหน่งนายกรัฐมนตรี. เครื่องไฮดริช-เอนิกมาที่ขโมยมายังเป็นความลับ ทั้งยังไม่สามารถให้ข้อมูลที่ชัดแจ้งมั่นเหมาะ.

สภาพจิตของเซอร์ชิลล์แสดงออกในบันทึกข้อความซึ่งเพิ่งเผยได้สามสิบกว่าปีภายหลัง. เขาเกรงกลัวหน้าม้าของฮิตเลอร์ที่จำแลงมาในรูป "ทูตสันติภาพ" ผู้เป็นกลาง. ในคนจำพวกนี้ มี บีร์เกอร์ ดาห์เลรุส (Birger Dahlerus) ผู้เป็นนักธุรกิจชาวสวีเดนที่ได้บินไปๆ มาๆ ระหว่างเบอร์ลินกับลอนดอน ไม่กี่วันก่อนการบุกโปแลนด์ ในฐานะผู้ไกล่เกลี่ยอย่างไม่เป็นทางการของ แฮร์มัน เกอริง (Hermann Göring) นายใหญ่ของกองทัพอากาศนาซี. ดาห์เลรุสสามารถหน่วงเหนี่ยวการประกาศสงครามของอังกฤษให้ล่าช้าไปสองวัน โดยนำข่าวจากรัฐมนตรีทัพอากาศเยอรมันที่เตือนว่าโปแลนด์จะทรยศต่อฝ่ายอังกฤษในนาทีวิกฤต. เกอริงได้ย้ำข้ออ้างของตน โดยนำโทรเลขทางการทูตฝ่ายโปแลนด์ซึ่งเยอรมันดักได้และ

แปลรหัสไว้มาแสดงยืนยัน. ผู้นำฝ่ายนาซีได้ย้ำบางตอนตัดทอนบางตอน ทำให้ดูเหมือนฝ่ายโปแลนด์ขัดขวางทุกฝีก้าวในการพยายามเจรจาของฝ่ายเยอรมัน. ชาวสวีเดนผู้นั้นนำข่าวลวงของเยอรมันมาให้กระทรวงต่างประเทศอังกฤษ ซึ่งถือเป็นเรื่องจริงจังอย่างไม่น่าเชื่อ. กลุ่มกระหายสันติของเชมเบอร์เลนยินดีรับเป็นข้ออ้างสำหรับเลื่อนการนองเลือดที่ไม่มีทางเลี่ยง. แต่แม้หลังจากเสียโปแลนด์ไปตั้งนานแล้ว เชอร์ชิลล์และพรรคพวกยังต้องเผชิญกับข้อเท็จจริงว่า "ทูตสันติภาพ" จำพวกนี้ยังบินเข้าๆ ออกๆ ลอนดอนในต้นปี ๑๙๔๐ และสามารถเข้าถึงเชมเบอร์เลนกับที่ปรึกษา และดังนี้ ก็มีภัยว่าอาจพบร่องรอยข้อมูลทำให้ฝ่ายเยอรมันรู้ตัวว่าระบบข่าวรหัสของตนกำลังถูกดักฟัง. ในบันทึกลับฉบับหนึ่ง เชอร์ชิลล์โจมตีพวกนี้ ที่ตั้งตัวเองเป็นนักสร้างสันติภาพว่าทำให้ข่าวรั่วออกไป อันอาจเสียหายต่อชาติบ้านเมือง ที่กำลังต้องดิ้นรนต่อสู้เพื่อความอยู่รอด ทั้งยังมีอาวุธไม่พร้อมเพรียง. ในตอนหนึ่งเขาเขียน : "การที่พระเจ้ากรุงสวีเดนมายุ่งวุ่นวายเป็นนักสร้างสันติภาพในเมื่อพระองค์เองก็อยู่ในกำมือของเยอรมันโดยสิ้นเชิงนั้น . . . เป็นสิ่งที่น่าทุเรศอย่างยิ่ง."

แต่ชาวสวีเดนอีกหลายคนได้ให้ความร่วมมืออันล้ำค่าแก่ชาวเบล็ตชลี่ย์. พวกนี้ ค้นหาตำรารหัสลับเยอรมันมาให้ ซึ่งช่วยให้พบเงื่อนงำในการค้นคว้าวิธีการใช้เครื่องเอนิกมาต่อไป. เมื่อปริศนาเริ่มกระจ่างขึ้น จำนวนคนที่เบล็ตชลี่ย์ก็เพิ่มขึ้นเรื่อยๆ เช่นกัน. มีกระท่อมแบบนิสเซ็น (Nissen huts) ที่ทำด้วยเหล็กประปรายตามสนามหญ้า แลดูเหมือนไส้เดือนยักษ์ตัดเป็นท่อนๆ. ข้างในเป็นที่อยู่และที่ทำงาน ของหนุ่มสาวปราดเปรื่องสดๆ ร้อนๆ จากโรงเรียน จากธนาคาร จากพิพิธภัณฑ์ และมหาวิทยาลัย. ส่วนใหญ่อายุระหว่างสิบเจ็ดกับสามสิบห้าปี. มีกลุ่มแก่ที่เคยวิเคราะห์กลไกของเครื่องเอนิกมาประปรายอยู่บ้าง. เครื่องรับฟังที่ตั้งอยู่ใกล้ๆ สามารถให้ทราบที่อยู่ของเครื่องส่งฝ่ายเยอรมันแน่นอนขึ้นทุกที. เรื่องการตั้งกระบอกรหัสของเครื่องเอนิกมาฝ่ายศัตรู ยังไม่เป็นที่รู้ว่าตั้งอย่างไรและสับเปลี่ยนเมื่อใด. เป้าหมายในเวลานั้นคือการหาทางจัดลำดับของกระบอกรหัสในเครื่องเอนิกมาที่อยู่ที่เบล็ตชลี่ย์ เพื่อให้สามารถติดตามให้สอดคล้องกับจังหวะการตั้งของฝ่ายข้าศึก. เป็นการท้าทายที่ใหญ่หลวงยิ่งนัก เพราะเยอรมันมีข่ายที่ใช้เอนิกมาหลายข่าย. และแต่ละข่ายต่างก็ปฏิบัติตามจังหวะของตนเป็นเอกเทศ.

ถึงเดือนเมษายน ๑๙๔๐ การพิจารณาข่าวสารที่ใส่รหัสของเยอรมันได้

ก้าวหน้าขึ้น โดยใช้วิธีการวิเคราะห์ที่มีระเบียบ. ในการนี้ ต้องจำลองเครื่องเอนิกมาหลายเครื่อง โดยให้ห้องทดลองอิเล็กทรอนิกของสตีเฟนสันเป็นผู้ลอกแบบสร้าง. ทั้งนี้เพื่อให้นักขบรหัสสามารถแยกกันทำงานเป็นชุด ๆ โดยแต่ละชุดมีเครื่องที่จำลองไว้ใช้ของตนเอง. งานที่ทำนี้ต้องใช้สมองที่ชำนาญคณิตศาสตร์. ศาสตราจารย์หญิงคนหนึ่งมีความสามารถเป็นพิเศษในการเล่นกลกับปริศนาที่เป็นปัญหาโดยคิดในใจและสามารถได้คำตอบในปัจจุบันทันด่วน. เธอจึงถูกย้ายให้มาอยู่กระท่อมที่อยู่ใกล้คฤหาสน์ที่สุด เพื่อว่าหากจะเผอิญตกใจตื่นขึ้นกลางดึก — ซึ่งเธอมีอาการเช่นนี้บ่อยครั้งขึ้นทุกที — เธอจะได้วิ่งมาหาเจ้าหน้าที่ที่อยู่เวร และมาแจ้งความคิดที่เกิดขึ้นสด ๆ ร้อน ๆ. ความเร็วฉับไวเป็นสิ่งสำคัญ. เมื่อเกิดความคิดแวบขึ้นก็กระโจนออกไปในความมืดของชนบท แล้วไปสะดุดกำแพงที่สร้างไว้เพื่อกันสัตว์เลี้ยงแต่ตั้งอยู่ในคูเพื่อมิให้เสียทัศนียภาพ. สุภาพสตรีผู้นี้หัวทิ่มลงไปในบ่อเลี้ยงเป็ดที่อยู่ข้างเคียง ตะเกียกตะกายขึ้นมา แล้วพรวดพราดเข้าไปในคฤหาสน์อย่างสง่าผ่าเผย ทำให้เวรเที่ยงคืนต้องสะดุ้งโหยง เพราะผู้ที่ปรากฏกายเปียกน้ำม่อลอกม่อแลกและปกคลุมด้วยสาหร่าย ทำให้นึกถึงภาพของแม่มดที่ตื่นเต้นและเสียขบวนขวัญกระเจิง. เธอยังคงพึมพำท่องมนต์วิเศษที่ปลุกเธอจากนิทรา — ในที่นี้ก็คือสัญญาณเรียกขานของสถานีวิทยุเยอรมันแห่งหนึ่ง ซึ่งเมื่อได้ทราบแน่ชัดว่าเป็นสถานีใดเจาะจงแล้ว ทำให้เจ้าหน้าที่อีกชุดสามารถศึกษาตีความรหัสลับ เพราะสันนิษฐานได้ว่าศัพท์ทางวิทยาการบางจำพวกจะต้องปรากฏบ่อย ๆ ในข่าวที่ส่ง. ได้มีการขีดเส้นทางวิกฤตด้วยสีสะท้อนแสงเพื่อความปลอดภัยในกรณีที่อาจารย์เกิดคิดอะไรขึ้นได้อย่างฉับพลันทันด่วนอีก และแต่บัดนั้นอาจารย์ผู้นี้ก็เลยได้สมญาว่า "นางพญาทะเลสาบ". (The Lady of the Lake — ชื่อภริยาของเมอร์ลิน พ่อมดในนิยายโบราณเรื่อง คิง อาร์เธอร์ ซึ่งอาศัยอยู่ในปราสาทกลางทะเลสาบ).

เชอร์ชิลล์สั่งระดมกำลังคนอย่างเร่งด่วน. ระบบเอนิกมาของฝ่ายข้าศึกออกข่าวมาไม่ขาดสาย แต่ส่วนมากเป็นข่าวที่อ่านไม่รู้เรื่อง. แต่อย่างไรก็ดี ชาวเบล็ตชลี่ย์สืบสาวด้วยเหตุผลและพอเดาได้ว่าฝ่ายเยอรมันมีแผนจะทำอะไร. เห็นได้ชัดว่ากำลังมีการโยกย้ายกองกำลังสำหรับสงครามสายฟ้าแลบ หันมาเล็งทางประเทศอังกฤษโดยผ่านฝรั่งเศสและฮอลแลนด์. สตวร์ต เมนซิส (Stewart Menzies) อดีตนายทหารรักษาพระองค์และเจ้าหน้าที่เก่าแก่ของกรมสืบราชการลับได้มาดำรงตำแหน่ง "ซี" สืบแทนพลเรือเอก ซินแคลร์. เขาตัดสินใจว่าผลงานของเบล็ตชลี่ย์ แม้จะยังไม่เข้ารูปเข้าร่างนัก ก็ควรจะต้องจัดให้เป็นระเบียบตามนโยบายพิเศษ. กรณีใดที่เสี่ยงต่อการแพร่งพราย เบล็ตชลี่ย์โดยเป็นการปฏิบัติเพราะรู้

แผนของข้าศึกล่วงหน้า ก็จะต้องรักษาความลับไว้. การขบไขรหัสลับโดยวิจัยตัวข่าวและค้นหาศัพท์ที่ใช้ซ้ำซากเป็นเพียงส่วนหนึ่งของศิลปะการขบไขรหัส. แต่อย่างไรก็ตาม เป็นส่วนของงานที่จะใช้เครื่องคำนวณได้สะดวก. งานของเบล็ต-ชลี่ย์ก็ยังต้องพึ่งสมองของคนไปจนกว่าจะคิดค้นเครื่องคำนวณได้.

นายกรัฐมนตรีเนวิลล์ เชมเบอร์เลนไม่เคยได้รับการบอกเล่าถึงขีดความสามารถของเบล็ตชลี่ย์. และไม่เคยได้รับการชี้แจงในความสำคัญที่น่าพรั่นพรึงของเฮวี่ วอเตอร์ ในนอร์เวย์เลย. มิใช่ว่าเป็นเรื่องที่จะไม่ไว้ใจเขา. เชมเบอร์เลนเป็นคนดีมีเกียรติ. แต่เขาได้แสดงความไม่สามารถในการประเมินสถานการณ์อีกครั้งหนึ่ง เมื่อเขากล่าวเพียงห้าวันก่อนที่พวกเยอรมันจะได้ชัยชนะอย่างสายฟ้าแลบในนอร์เวย์และเดนมาร์ก ว่า : "เพลงเดียว ฮิตเลอร์ก็ตกม้าตายแล้ว." เชมเบอร์-เลนยังคงไม่ทราบความจริงจนกระทั่งวันตาย ว่าดาบปรมาณูของแดมอคลีส* แขวนอยู่เหนือศีรษะเขา ---ในแถบภูมิภาคเดียวกันนี่เอง ฮิตเลอร์ไม่เฉพาะมิได้ตกม้าตาย แต่ยังควบม้าคึบหน้าอย่างคึกคะนองเสียอีกด้วย.

ในระหว่างเวลานั้นเชอร์ชิลล์ถกปัญหากับสตีเฟนสันว่าจะปรึกษาพวกอเมริกันดีหรือไม่. เขามีคำสั่งให้ไปขุดเอาอะไรก็ได้มาให้หมดเพื่อเบล็ตชลี่ย์จะได้มีคนและเครื่องใช้อย่างเพียงพอ. มีเรื่องเล่ากันภายหลังว่า ครั้งหนึ่งเขาไปเยี่ยมเบล็ตชลี่ย์พาร์ก และตะลึงเมื่อเห็นฝูงคนนานาชนิด แล้วจึงอุทานออกมาว่า : "ผมได้สั่งให้ไปขุดหาคนที่ต้องการใช้. แต่ผมไม่ได้นึกว่าคุณจะไปขุดคุ้ยเอามาจนหมดแบบนี้จริง ๆ."

เชอร์ชิลล์ไม่สามารถใช้เบล็ตชลี่ย์ตัดหน้าการบุกสแกนดิเนเวียของพวกเยอรมัน. แม้ในตอนนี้ เขาก็ไม่มีทางขัดขวางการรุกที่พวกนาซีกำลังคุกคามยุโรปตะวันตก. ถ้าจะใช้ประโยชน์จากเบล็ตชลี่ย์ให้ได้เต็มกำลัง ก็จะต้องแสวงหาความช่วยเหลือจากอเมริกา ทั้งในด้านกำลังสมองและกำลังทางวิชาการ. ข้อนี้ก็หมายความว่าจะต้องติดต่อโดยตรงกับประธานาธิบดีรูสเวลท์ ซึ่งเชอร์ชิลล์ไว้วางใจได้. ด้วยเหตุนี้

---

*แดมอคลีส (Damocles) เป็นขุนนางในเทพนิยายกรีก ซึ่งพร่ำเพ้อถึงความสุขของการเป็นพระราชา. ไดโอนิซิอุส ซึ่งเป็นพระราชา, จึงทรงสาธิตให้เขาทราบถึงอันตรายของพระราชา โดยจัดให้เขานั่งเป็นประธานหัวโต๊ะในการเลี้ยง โดยมีดาบที่ผูกไว้ด้วยเส้นผมเพียงเส้นเดียวแขวนอยู่เหนือศีรษะ. ดาบของแดมอคลีส (sword of Damocles) จึงมีความหมายว่าอันตรายมหันต์ที่คุกคามในยามรุ่งเรือง.

เอง ตลอดเวลาที่เนวิลล์ เชมเบอร์เลน ผู้ใฝ่แต่สันติยังคงดำรงตำแหน่งอยู่นายกรัฐมนตรีของอังกฤษจึงไม่ได้มีส่วนรู้เห็นในกิจกรรมของกลุ่มสืบราชการลับต่าง ๆ ซึ่งส่วนใหญ่ประกอบด้วยพวกสมัครเล่นที่ปราดเปรื่อง และเป็นที่รู้จักทั่วไปในนามว่า "อาสาสมัครแห่ง เบเกอร์ สทรีท" ("The Baker Street Irregulars") ตามชื่อของพวกสมัครเล่นที่เคยช่วย เชอร์ล็อค โฮล์มส์ (Sherlock Holmes). ตามวิธีการของนักสืบผู้ลือชื่อผู้นี้ การปฏิบัติงานของพวกนี้ออกจะแหวกแนวอยู่. พวกนี้ไม่ยอมเจรจาเปิดเผยเรื่องราวกับนายกรัฐมนตรีของตนเอง แต่กลับยอมไว้วางใจประธานาธิบดีแห่งสหรัฐอเมริกา.

สตีเฟนสันกล่าวภายหลังว่า : "เรามอบชะตากรรมของอังกฤษไว้ในมือของรูสเวลท์เมื่อเราตัดสินใจครั้งนั้น."

ประธานาธิบดีรูสเวลท์เองเป็นผู้ปูทางไว้ให้ตัดสินใจครั้งสำคัญนั้นได้. เขาได้ทูลเชิญพระเจ้าแผ่นดินอังกฤษพร้อมด้วยพระราชินี ให้เสด็จเยือนวอชิงตันในฤดูร้อนก่อนสงครามอุบัติขึ้น. เขาได้ทูลเชิญเสด็จทั้งสองพระองค์ ตามที่อิเลียนอร์ รูสเวลท์ (Eleanor Roosevelt) ได้เขียนในบันทึกประจำวันว่า : "โดยที่คาดว่าในไม่ช้าเราจะต้องเข้าร่วมในการต่อสู้ขั้นจะเป็นจะตาย และอังกฤษจะต้องเป็นแนวรับชั้นแรกของเรา . . . . "

พระเจ้าจอร์จที่หกทรงจดการเจรจากับประธานาธิบดีในบันทึก ที่เมื่อได้อ่านในปัจจุบันนี้ดูมีความหมายสำคัญยิ่งกว่าเมื่อสตีเฟนสันได้อ่านในสมัยนั้น. พระราชบันทึกนี้เก็บไว้ในกระเป๋าเอกสารซึ่งติดพระองค์อยู่ตลอดสงคราม. ต่อมาได้นำไปเก็บไว้ในหอเก็บเอกสารทางราชการ (Royal Archives). ทรงสรุปถ้อยคำการเจรจาในวันที่ ๑๒ มิถุนายน ๑๙๓๙ สองเดือนเต็ม ๆ ก่อนสงครามเกิดขึ้นในยุโรปว่า : "ท่านประธานาธิบดี . . . พูดอย่างตรงไปตรงมาทีเดียว . . . เขาให้ข้อมูลทั้งหมด ที่จดอยู่ในบันทึกนี้ตามคำถามของข้าพเจ้าบ้าง ด้วยสมัครใจเองบ้าง . . . ."

ต่อไปพระเจ้าจอร์จทรงบรรยาย "ความคิดเห็นของ เอ็ฟ.ดี.อาร์. ในกรณีเกิดสงคราม." ท่านประธานาธิบดีมีแผนจะชี้นำความคิดเห็นของชาวอเมริกัน โดยชี้ให้เห็นแจ้งว่าชาวอเมริกันจะต้องเสียหายทางเศรษฐกิจอย่างหนักเท่าใดหากฮิตเลอร์ยึดครองยุโรปได้. ต่อไป เอ็ฟ.ดี.อาร์. ถวายแผนละเอียดของสหรัฐในการป้องกันชายฝั่ง. พระองค์ทรงบันทึกว่า : เขาแสดงการวางหน่วยลาดตระเวนทางทะเลอย่างละเอียด เพราะเขาสนใจในเรื่องนี้เป็นพิเศษ. ถ้าพบเรืออู (เรือดำน้ำ

เยอรมัน) เขาจะสั่งให้ทำลายทันที และยอมรับผลต่อเนื่องที่จะตามมา."

"หากลอนดอนถูกทิ้งระเบิด สหรัฐจะเข้ามาช่วย."

พระเจ้าจอร์จทรงฝากความหวังกับคำยืนยันจากท่านประธานาธิบดีมาก ถึงทรงแนะนำให้หัวหน้าฝ่ายราชการลับถือว่ารูสเวลท์เป็น "สมาชิกคนหนึ่งของครอบครัวใหญ่". เป็นปัญหาว่าท่านประธานาธิบดีจะได้ปฏิบัติเป็นอย่างอื่นหรือไม่ หากพระเจ้าจอร์จที่หกมิได้เสด็จเยือนวอชิงตันในครั้งนั้น. พระเจ้าจอร์จทรงเป็นบุคคลที่อ่อนโยนและถ่อมพระองค์ที่สุด แต่รูสเวลท์ก็ได้แลเห็นพระจริยวัตรลึกซึ้งที่แสดงถึงพระราชขัตติยมานะและความมุ่งมั่น ซึ่งเป็นลักษณะของชาวหมู่เกาะอังกฤษ. คุณสมบัติดังนี้ได้ประจักษ์ขึ้นชั่วขณะเมื่อพระเจ้าจอร์จทรงแสดงท่าทีของฝ่ายอังกฤษอย่างรวบรัดให้ โจเซฟ พี. เค็นเนดี (Joseph P. Kennedy) เอกอัครราชทูตอเมริกันรับทราบไม่กี่วันภายหลังที่ประเทศอังกฤษได้ประกาศสงครามกับเยอรมัน. ในวันที่ ๙ กันยายน ๑๙๓๙ เค็นเนดีได้เตือนพระองค์ว่าประเทศอังกฤษจะต้องล่มจมแน่ในสงครามใหม่นี้ และว่าควรจะเลิกลาเสียก่อนที่จะสายเกินไป. สามวันต่อมา พระเจ้าจอร์จมีพระราชหัตถเลขาถึงเค็นเนดีอย่างตรงไปตรงมาอย่างประหลาด. ทรงเขียนว่า : "ประเทศอังกฤษของข้าพเจ้านั้น . . . เป็นส่วนหนึ่งของยุโรป . . . เรายืนอยู่ที่ธรณีของสิ่งที่เราไม่รู้จัก. ความทุกข์ความยากของสงครามนั้นเรารู้จักดี. แต่ว่าอนาคตจะเป็นอย่างไรล่ะ. ชาวอังกฤษได้ตกลงตัดสินใจแล้ว. ข้าพเจ้าพูดได้เพียงแค่นี้."

บทที่ ๑๑

ถึงแม้ข่าวที่เบล็ตชลี่ย์ดักได้ตอนแรกออกจะกระท่อนกระแท่น แต่นานเข้าความสำคัญก็เห็นกระจ่างชัดขึ้นทุกที. ฤดูร้อนนั้นจะต้องแดงฉานไปด้วยเลือดแน่. จะมีความจำเป็นที่จะให้สตีเฟนสันไปรายงานให้รูสเวลท์ทราบโดยวาจา ในเหตุของภัยและความจำเป็นที่จะต้องขอความร่วมมือของอเมริกันในการจำลองเครื่องเอนิกมาเพื่อให้เบล็ตชลี่ย์สามารถค้นคว้าวิจัยระบบของเยอรมันให้ลึกซึ้งยิ่งขึ้นได้.

ในฤดูใบไม้ผลิอันแสนมืดมนของปี ๑๙๔๐ เขา (สตีเฟนสัน) ข้ามหัวนายกรัฐมนตรีเชมเบอร์เลนไปเฝ้าพระเจ้าจอร์จที่หก โดยเชอร์ชิลล์นำเฝ้า. พระมหากษัตริย์ทรงไว้ซึ่งพระราชอำนาจสูงสุดในเรื่องราชการลับ. พระองค์มีพระราชโองการสั่งในเรื่องราชการลับที่สำคัญสุดยอด. พวกอังกฤษได้วางระบบของตนเองเพื่อเหนี่ยวรั้งมิให้พระมหากษัตริย์ทรงใช้อำนาจนี้เกินขอบเขต — และเพื่อป้องกันมิให้รัฐบาลที่ครองอำนาจอยู่ใช้หน่วยราชการลับในประโยชน์ส่วนตัวของพรรค.

เชอร์ชิลล์กราบบังคมทูลขอให้มีพระบรมราชานุญาต โดยอธิบายว่า : "หากวันหนึ่งพวกนาซีมาตั้งรัฐบาลหุ่นในอังกฤษ ข้าพระพุทธเจ้าอาจถูกตั้งข้อหาว่าขยายความลับทางราชการแก่ต่างประเทศ ถ้าไปบอกความลับแก่คุณรูสเวลท์."

พระองค์ตรัสตอบว่า : "ถ้าอย่างนั้นฉันก็ต้องถูกประหารฐานทรยศต่อชาติเหมือนกัน."

ในคราวเดียวกันนั้น พระเจ้าจอร์จที่หกยังทรงยืนยันว่าจะไม่อพยพไปสหรัฐในกรณีที่เยอรมันจะบุกอังกฤษ. พระองค์จะไม่ยอมหนี ทั้งไม่ยอมปรองดองกับข้าศึก. พระราชดำรินี้มีความสำคัญยิ่ง. ชาวอังกฤษที่ตั้งใจที่จะดำเนินสงครามกองโจร —และกำลังมีการจัดตั้งตระเตรียมอยู่แล้วในรูป "หน่วยช่วยรบ" (Auxiliary Units) —มีหวังจะต้องถูกรัฐบาลอังกฤษที่นาซีอาจมาตั้งในลอนดอน หาว่าเป็นผู้ทรยศที่จะต้องถูกประหารชีวิต. แต่ถ้าประกาศตัวว่ายังจงรักภักดีต่อพระมหากษัตริย์ผู้ไม่ทรงยอมร่วมมือกับศัตรู และไม่ผูกพันที่จะเชื่อฟังรัฐบาลที่จะร่วมมือกับศัตรูแล้ว ก็จะสามารถเรียกร้องความเห็นใจและความสนับสนุนของประชาชน

ทั่วไปในการต่อต้านพวกเยอรมันและรัฐบาลหุ่น

สตีเฟนสันกล่าวในภายหลังว่า : "ถ้าปัญหาความภักดีได้บ่งไว้ให้ชัดในประเทศที่ถูกยึดครอง ก็คงจะได้เกิดความร่วมมือกับข้าศึกน้อยลงมาก. ในประเทศที่ถูกยึดครอง พวกนาซีต้องอาศัยหน่วยราชการ คือข้าราชการพลเรือนในท้องที่ สำหรับบริหารงานปกครองธรรมดาประจำวัน. ในแดนที่เยอรมันเข้ายึดครอง ฮิตเลอร์ยืนยันหลักการว่าข้าราชการประจำต้องเปลี่ยนมาอยู่ภายใต้รัฐบาลใหม่โดยอัตโนมัติ เพราะถือว่าเป็นอำนาจถูกต้องแม้เป็นรัฐบาลหุ่น. พระมหากษัตริย์พระองค์นี้ทรงได้รับความจงรักภักดีของประชาราษฎรทุกคน อันจะทรงบันดาลให้ข้าแผ่นดินต่อต้านข้าศึกได้ รวมทั้งร่วมมือกับ "ชาติต่างประเทศ" — ในที่นี้คืออเมริกา — โดยไม่ถูกตราหน้าเป็นผู้ขายชาติ. พวกนาซีก็คงจะจับมาประหารฐานผู้ทรยศอยู่ดี. **แต่ข้อสำคัญที่สุดก็คือ ผู้ต่อต้านเหล่านี้จะไม่เกิดความรู้สึกว่าตนขายชาติ.**"

เชอร์ชิลล์นั้นยังมีสมาชิกของชนชั้นที่เรียกว่าชนชั้นปกครองหลายคนเกลียดชัง จึงต้องได้รับความเห็นชอบของพระมหากษัตริย์ และก็ได้รับพระราชทานพระมหากรุณาธิคุณ. เขาจึงสามารถทำให้ผู้ที่วางแผนฉุกเฉินของสงครามลับสบายใจ ว่าสายบังคับบัญชาขึ้นตรงต่อพระราชวัง อันเป็นการคุ้มกันมิให้รัฐบาลใดที่จะปกครองอยู่หักหลังได้.

ในตอนนี้ กลุ่มต่างๆ ที่รวมกันเพื่อดำเนินสงครามลับมีชื่อหลายชื่อ. สำหรับผู้ที่อยู่วงในใช้ศัพท์ทั่วไปว่า "เบเกอร์ สทรีท อีร์เรกิวลาร์ส". (Baker Street Irregulars — อาสาสมัครแห่งเบเกอร์ สทรีท). การตั้งนามรหัสและภาษาเฉพาะทำให้ปกปิดความจริงมิให้ศัตรูทั้งภายในและนอกประเทศทราบ. ผู้นำพวก "เบเกอร์ สทรีท" คนหนึ่ง คือ โคลิน กับบินส์ ผู้โชกโชนในปฏิบัติการสงครามกองโจร. หลังจากหลบหนีออกมาจากโปแลนด์ เขาได้พยายามจัดตั้งกองโจรติดอาวุธในนอร์เวย์ เพื่อต่อต้านเยอรมันผู้รุกราน. ถึงเดือนเมษายน ๑๙๔๐ เขากลับมาลอนดอน โดยมุ่งหมายว่า อย่างน้อยที่สุดจะต้องป้องกันมิให้อังกฤษทรยศ.

กับบินส์ได้รับอบรมในประเพณีว่าต้องมีเกียรติ มีศีล มีสัตย์. สำหรับเขาอังกฤษมีพันธะที่จะรักษาสัจวาจาที่จะเสียสละ ที่จะทนทุกข์ ถึงแม้จะต้องม้วยมรณา เพื่อช่วยเหลือผู้อื่นที่เคราะห์ร้ายกว่า. อังกฤษจะล่มจมก็ยอม แต่ต้องไม่ทอดทิ้งประเทศอื่น. เขารู้สึกทุเรศใจหายถ้าต้องทิ้งขว้างธรรมดังนี้.

กับบินส์มีความเห็นว่าใจสู้เป็นปัจจัยที่มีพลังสูงสุดในยุโรป หากส่งเสริมและชักนำอย่างถูกต้อง. เดือนเมษายนนั้น ในลอนดอน เขารู้สึกสังหรณ์ถึงความหวาดกลัวที่แผ่กระจายข้ามช่องแคบอังกฤษมา. ความหวาดกลัวที่เริ่มเข้าสิงจิตใจของนักการเมืองที่อ่อนแอหรือทรยศ ผู้พร้อมจะร่วมมือกับผู้รุกรานที่ป่าเถื่อน. เขาทราบดีถึงความรู้สึกในการต้องเผชิญคนพาลโดยไม่มีหนทางต่อสู้ตอบโต้. การต้องทนดูตัวประกันถูกทรมานและยิงเป้าเป็นตัวอย่างการปกครองที่ใช้ความโหดร้ายทารุณ. สิ่งที่สำคัญยิ่งเสียกว่าปืนหรือวัตถุระเบิด ก็คือการช่วยผู้ที่เคราะห์ร้ายให้มีกำลังใจยืนหยัดได้ และกับบินส์ตั้งจิตมั่นที่จะก่อตั้งกองกำลังนักต่อสู้ทั่วทุกหัวระแหงในประเทศที่ถูกยึดครอง. ในโปแลนด์และนอร์เวย์ เขาได้ทิ้งแกนของกองทัพลับซึ่งอาศัยความกล้าหาญเด็ดเดี่ยวมั่นคงของบุคคลทั้งหญิงชาย. สิ่งที่เขาต้องกระทำคือการประสานปฏิบัติการของทุกกลุ่ม และให้ความช่วยเหลือทั้งทางกำลังใจและทางวัตถุ.

ในช่วงระยะเวลาที่เหลือน้อยเต็มทีระหว่างที่นาซีบุกนอร์เวย์สำเร็จแล้ว กับที่ฮิตเลอร์คุกคามจะบุกรุกเข้ายุโรปตะวันตกนั้น จะเห็นกับบินส์ที่แต่งตัวเรียบร้อยประณีต เดินจ้ำฉับ ๆ ตามตึกรามที่มีกระสอบทรายตั้งเพื่อป้องกันภัยในย่านชั้นสูงแห่งเมย์แฟร์ (Mayfair) และพิกกาดิลลี (Piccadilly) เดินขึ้นบันไดที่โยกเยกเข้าไปในสำนักงานโกโรโกโส หรือไม่ก็หายตัวผ่านประตูเข้าไปในสโมสรหนึ่งใดใกล้ เซ็นต์เจมส์ เพลส (St. James Place) ซึ่งตามปกติเคยมียามคล้ายตุ๊กตา แต่งเสื้อทหารสีแดง สวมหมวกหนังหมีสีดำที่สูงและหนักประจำอยู่ในตู้ยาม.

ในตอนนี้ แทนที่จะเห็นทหารราชวัลลภที่แต่งกายสีฉูดฉาด จะเห็นแต่คนแก่แต่ใจสู้ ซึ่งสวมปลอกแขนที่มีคำว่าเจ้าหน้าที่ความปลอดภัยทางอากาศ หิ้วถังเล็ก ๆ ใส่ทรายและพลั่วพร้อมที่จะดับระเบิดเพลิง. ที่ไฮด์ พาร์ก (Hyde Park) มีหญิงชราชงน้ำชาเลี้ยงพวกผู้เฒ่าที่ซ้อมรบด้วยไม้กวาดที่ ร็อตเต็น โรว์ (Rotten Row). ตามฝั่งของแม่น้ำเธมส์ (River Thames) มีลูกเสือในชุดกางเกงขาสั้นคอยเก็บทุ่นระเบิดลอยน้ำโดยใช้สวิงจับปลา อันเป็นส่วนของการซ้อมสงครามกองโจร ซึ่งเด็กเหล่านี้เข้าร่วม และได้สาบานว่าจะเก็บเป็นความลับ.

สำหรับบุคคลบางคน ความลับต้องเป็นสิ่งที่สำคัญยิ่งกว่าชีวิต. เชมเบอร์เลนยังยึดเก้าอี้อยู่ในสภาซึ่งตั้งอยู่แค่ก้าวเดียวจากที่ตั้งชั่วคราวของกับบินส์ที่เซ็นต์ เออร์มินส์ โฮเตล (St. Ermin’s Hotel) ที่ถนนแค็กซตัน (Caxton Street).

เอียน แม็คคลาวด์ (Iain Macleod) ผู้เป็นผู้นำทางการเมืองที่อาจหาญ และเคยเป็นบรรณาธิการของหนังสือพิมพ์ สเป็กเตเตอร์ (Spectator) ได้เขียนไว้ว่า : "นายกรัฐมนตรีผู้นี้น่าจะได้ลาออกมาหลายเดือนแล้ว. เนวิลล์ เชมเบอร์เลนได้บังคับผู้ที่รักชาติและเห็นการณ์ไกลให้ต้องกระทำอย่างลับ ๆ ล่อ ๆ ในการตระเตรียมเพื่อปกป้องมาตุภูมิ และเพื่อรุกกลับไปต่อสู้ลัทธินาซี."

แรนดอล์ฟ เชอร์ชิลล์ (Randolph Churchill) บุตรชายของเชอร์ชิลล์ ผู้ต่อมาได้ไปดำเนินปฏิบัติการลับพิเศษโดยกระโดดร่มลงในแดนข้าศึก ได้เขียนไว้ภายหลังว่า : "เราต้องกระทำถึงขั้นต้องลอบดักฟังผู้ที่อาจเป็นผู้ทรยศและศัตรู. โจ เค็น-เนดี เอกอัครราชทูตอเมริกัน ต้องถูกสอดส่องด้วยเครื่องอิเล็กทรอนิก."

ที่สก๊อตแลนด์ ยาร์ด (Scotland Yard) มีรายงานข่าวอกุศลว่าข่าวลับรั่วออกมาจากสถานเอกอัครราชทูตสหรัฐ. แต่เค็นเนดีก็เป็นที่โปรดปรานในหมู่สหายของนายกรัฐมนตรี. หลักฐานว่ามีสิ่งผิดปกติ ที่พบในข่าวสารทางการทูตที่ดักไว้ และยังไม่แน่นอนพอที่จะปฏิบัติจัดการอะไรได้เลย.

ในบรรยากาศที่สับสนและเต็มไปด้วยความระแวงนี้ สตีเฟนสันได้ปฏิบัติตนอย่างระมัดระวัง. "ผมไม่ตำหนิรูสเวลท์ ที่คงฉงนว่าอังกฤษจะพ้นภัยจากตัวเองได้หรือไม่ อย่าว่าแต่พ้นจากข้าศึกเลย."

โคลิน กับบินส์มีความรู้สึกขัดเคืองและความหวั่นกลัวทำนองเดียวกันกับสตีเฟนสัน อันเป็นผลผลักดันเขาให้มาเป็นผู้นำ "พวกอาสาสมัครแห่งเบเกอร์สทรีท". เขาได้ไปร่วมงานเลี้ยงของผู้นำพลัดถิ่นชาวโปแลนด์ในลอนดอนพร้อมกับสตีเฟนสัน. ผู้ที่ไปในงานนั้นอีกคนคือ ฮิวก์ ดอลตัน (Hugh Dalton) ซึ่งต่อมาจะรับผิดชอบต่อรัฐสภาในการงานของกระทรวงสงครามทางเศรษฐกิจ ที่ยังไม่ตั้งเป็นทางราชการ. เขาเป็นสมาชิกของกลุ่มซ้ายในพรรคเลเบอร์ (Labour Party) กลุ่มหนึ่งที่ต่อต้านการใฝ่สันติ. ดอลตันระลึกในภายหลังว่า : "ผมเกิดคิดออกมาอย่างปัจจุบันทันด่วน ว่ามีบุคคลในที่นั้นที่เหมาะอย่างยิ่งสำหรับมาเป็นผู้นำพวกอาสาสมัคร. ในระหว่างการเลี้ยงนั้น กับบินส์บรรยายถึงความเศร้าสลดเมื่ออยู่ในโปแลนด์ ที่ผู้ที่เขาพบบอกเขาว่า "เคราะห์ดีที่มีพวกอังกฤษช่วย" ในเมื่อควรจะสาปแช่งพวกเราเสียมากกว่า. เขาเล่าถึงเรื่องว่ากระทรวงการคลังอังกฤษได้ถกเถียงโวยวายในประเด็นหยุมหยิม ว่าใครจะเป็นผู้ออกค่าขนส่งเครื่องบินขับไล่แบบฮอว์เกอร์ ฮะริเคน (Hawker Hurricane Fighters) ๑๒๐ ลำ ที่จะส่งไปให้

กองทัพอากาศโปแลนด์ . . . แล้วสตีเฟนสันก็กล่าวว่า สมควรแก่เวลาแล้วที่เราจะต้องหัดชกมวยอย่างไม่สวมนวม ขึ้นเข่าที่ช่องท้อง และลอบแทงในเงามืดบ้าง. ที่จริงผมทราบดีว่าเขาเป็นนักกีฬาสมัครเล่นที่ยิ่งใหญ่ที่มีเกียรติ. เขาไม่ใช่คนใจดำอำมหิต. แล้วผมก็เกิดความคิด : ถ้าบุคคลอย่างนี้ต้องคิดเล่นสกปรกบ้าง ก็หมายความว่าสถานการณ์แย่เต็มที."

ได้มีการย้ายภาระการฝึกฝนพวกอาสาสมัครและนายทหารในอนาคตของกองทัพลับต่าง ๆ ออกจากความควบคุมโดยตรงของกระทรวงกลาโหม.

ผู้ร่วมงานของกับบินส์คนหนึ่งซึ่งทราบถึงแผนการณ์นี้ บอกเขาว่า : "คุณจะต้องฝึกผู้ร้าย. คุณเป็นทหารอาชีพ คุณจะทำได้อย่างไร."

กับบินส์ทำได้ เพราะในโปแลนด์เขาได้เห็นผลของการปฏิบัติแบบครึ่ง ๆ กลาง ๆ. ถึงแม้เขาได้เพียรพยายามแสดงข้อพิสูจน์ในฐานะประจักษ์พยาน ถึงความโหดร้ายทารุณของนาซีในโปแลนด์ บางวงการก็ยังตั้งความหวังว่าจะเจรจาได้กับสมุนผู้มีอำนาจของฮิตเลอร์ คือ แฮร์มัน เกอริง ผู้ได้สั่งให้กองทัพอากาศของตนไปถล่มโจมตีทางอากาศอย่างมีแผน ให้ประชาชนชาวโปแลนด์ที่ไม่มีทางสู้หวาดกลัว. กับบินส์ได้ประสบการณ์โจมตีแบบนี้. ในระหว่างที่เขายังติดอยู่ในโปแลนด์ เขาได้ส่งคนของเขาคนหนึ่งให้ฝ่าเขตแดนมารายงานในเรื่องความทารุณโหดร้ายของเยอรมัน. นายร้อยเอก ทอมมี่ เดวีส (Captain Tommy Davies) ผู้นำสาร ถูกปฏิเสธความช่วยเหลือจากสถานทูตอังกฤษในแล็ตเวีย (Latvia) เมื่อเขาถึง ณ ที่นั่น. เดวีสสามารถหาเรือข้ามไปสวีเดน. เมื่อทราบถึงความตั้งใจของเขา สถานทูตของประเทศของเขาเอง (ในแล็ตเวีย) ถึงกับส่งโทรเลขถึงสถานเอกอัครราชทูตในสต็อกโฮล์ม เพื่อเตือนล่วงหน้ามิให้ปกป้อง "จารชน" ผู้นี้ ซึ่งอาจทำให้สวีเดนขุ่นเคือง. โทรเลขฉบับนั้นได้ส่งเป็นภาษาธรรมดา ทำให้เดวีสตกอยู่ในอันตราย เขาจึงรู้ตัวว่าตนเองเป็นประจักษ์พยานที่ตำตาเกินไปในความโหดร้ายของพวกนาซีอันเป็นสิ่งที่กลุ่มเชมเบอร์เลนไม่ปรารถนาจะรับทราบแต่ประการใด.

แม้เหตุการณ์อันน่าขมขื่นเหล่านี้ยังค้างอยู่ในความทรงจำ พวกอาสาสมัครแห่งเบเกอร์ สทรีทก็ยังไม่กล้าปฏิบัติรุนแรงเกินไป. เมื่อวางแผนของสงครามลับทุกคนต้องให้คำปฏิญาณว่า "จะทำทุกสิ่งทุกอย่างที่จะช่วยปฏิบัติตามนโยบายของรัฐบาลของพระบาทสมเด็จพระเจ้าอยู่หัวในส่วนที่จะเปิดเผยมิได้." ข้อที่เน้นเป็นสำคัญคือความจงรักภักดีต่อพระมหากษัตริย์ ความอ่อนน้อมต่อราชบัลลังก์.

หลังจากที่กับบินส์กลับมาจากโปแลนด์ ข้าหลวงใหญ่เยอรมันคนใหม่ได้เริ่มกวาดล้างชาวโปแลนด์ "ที่เป็นส่วนเกิน" และกดหัวพวกที่เหลือให้เป็นทาส. ระหว่างฤดูหนาวแรกนี้ มีการสังหารชาวโปแลนด์ที่มีปัญญา ที่มีตระกูลเก่าแก่ ที่เป็นนายทหาร เป็นพระ และพวกยิว. แต่อย่างไรก็ตาม แม้ฮิตเลอร์กำลังปฏิบัติตามฝันบ้าใน "ไมน์ คัมพ์" ของเขาอย่างขะมักเขม้นและโจ๋งครึ่ม เชมเบอร์เลนก็ยังเฝ้าหวังว่าทุกสิ่งจะเรียบร้อย.

ดาห์เลรุส "ทูตสันติภาพ" ชาวสวีเดนนั้นเป็นผู้สนับสนุนความหวังนี้. เขาบอกเชมเบอร์เลนไม่ให้กระทำอะไรทั้งสิ้นที่อาจยั่วยุท่านผู้นำ (ฮิตเลอร์). แล้วต่อไปฝ่ายอังกฤษจะมีทางเจรจากับผู้นำฝ่ายนาซีคนอื่นๆ และทำให้ไอ้แคระบ้านี้ถูกกันออกมาโดดเดี่ยวได้. ดาห์เลรุสมาลอนดอนบ่อยครั้งเหลือเกิน จนกระทั่งแฮลิแฟกซ์แย้มว่าน่ากลัว "การมาอย่างนี้ อันจะเก็บเป็นความลับไม่ได้ ในที่สุดจะทำให้เกิดความเข้าใจผิด."

การเยี่ยมเยือนเหล่านี้ไม่ก่อความสงสัยเข้าใจผิดแก่พรรคพวกของเชอร์ชิลล์. ทุกคนทราบความจริงแท้ในเรื่องของ "นักธุรกิจ" ชาวสวีเดนผู้นี้. รวมทั้งทราบดีว่าภาระหน้าที่ของเขาก็คือการล่อหลอกผู้นำอังกฤษจนกระทั่งเกิดความลังเลและกลายเป็นเหยื่อโดยง่าย. เป็นข้อเท็จจริงว่าดาห์เลรุสอยู่ในอำนาจของเกอริง รัฐมนตรีทัพอากาศนาซี เพราะภริยาของเขามีที่ดินมากมายในประเทศเยอรมัน อันอาจถูกยึดได้อย่างง่ายดายขนาดเซ็นชื่อแกรกเดียว. เท่าที่เป็นมา เกอริงบันดาลให้นางดาห์เลรุสคงรักษาสิทธิในที่อันมีค่าได้โดยแลกกับความร่วมมือของสามี. ใน "ภารกิจเพื่อสันติภาพ" ของดาห์เลรุส ครั้งหนึ่งเขาได้นำคำเรียกร้องจากพระเจ้ากรุงสวีเดนถึงพระเจ้าแผ่นดินอังกฤษ "ให้ห้ามปรามสตีเฟนสัน" มิให้ก่อวินาศกรรมเส้นทางส่งกำลังบำรุงถึงเยอรมัน.

พวกค้าสันติภาพจำพวกนี้มีอิทธิพลหนักกว่าที่รู้สึกกันในสมัยนั้น. เป็นความลับที่ได้ปกปิดไว้ตลอดสงคราม ว่านายกรัฐมนตรีเชมเบอร์เลนถือว่ามีทางที่จะเอาเกอริงมาแทนที่ฮิตเลอร์. สตีเฟนสันระลึกภายหลังว่า : "การนี้คาดว่าจะกระทำได้โดยอังกฤษลดความกดดันต่อเยอรมัน. เป็นที่แน่นอนว่าฮิตเลอร์กับเกอริงปฏิบัติการนี้โดยสอดคล้องกัน. เขาใช้พวกปัญญาอ่อนและโง่เง่าเป็นประโยชน์โดยใช้คนกลาง เช่น ดาห์เลรุสมาชักจูงให้พวกเราเข้าใจผิดว่า ถ้าเราอ่อนข้อให้เยอรมัน พวกนาซีก็จะมีหวังจะอ่อนข้อให้เรา.

"เชมเบอร์เลนเชื่อจริง ๆ จัง ๆ ว่าเกอริงมีหวังจะขึ้นครองเยอรมันโดยตั้งรัฐบาลชั่วคราว. ยิ่งเชื่อความคิดนี้นานเท่าใด อังกฤษก็จะหลบเลี่ยงการเผชิญหน้านานเท่านั้น. และนั่นก็เป็นความต้องการของฮิตเลอร์.

"แต่พวกค้าสันติภาพยังมีประโยชน์อีกทางหนึ่ง โดยทำให้ผู้นำที่หัวแข็งบางคนในอังกฤษและอเมริกาตื่นตัวขึ้น และเกิดสำนึกรู้ในความจริงของสงครามใหม่ที่ไม่เคยปรากฏมาแต่ก่อน. นั่นคือสงครามที่เต็มไปด้วยการทรยศหักหลัง ที่ใช้ความเท็จและการหลอกลวงเป็นอาวุธ. สนามรบสุดท้ายและยิ่งใหญ่ที่สุดจะต้องเป็นอเมริกา. หากฮิตเลอร์สามารถรักษาให้อเมริกา "เป็นกลางแต่เป็นประโยชน์แก่ตน" โดยใช้ยุทธวิธีในแบบดาร์เลรุส เขาก็จะสามารถพิชิตทั้งโลกได้."

บทที่ ๑๒

เมื่อกลางเดือนเมษายนลมและฝนกระหน่ำโรงทำอิฐที่ร้างของเบล็ตชลี่ย์ ชาวบ้านสังเกตว่าพวกบัณฑิตที่เคยขี่จักรยานไปๆ มาๆ ตามถนนที่คดเคี้ยวมีจำนวนน้อยลงผิดตา. ที่ศูนย์เบล็ตชลี่ย์ ได้มีข่าวสารลับเข้ามา ที่แม้กระท่อนกระแท่นก็ดูผิดปกติ ทำให้ผู้เชี่ยวชาญต้องเพ่งพิจารณา. ชุดปฏิบัติการขบรหัสชุดอื่นๆ ก็กำลังขบไขรหัสธรรมดาให้ทราบที่ตั้งของข้าศึกและแปลความในข่าวที่ได้จากข่าวสารทางการทูต.

การค้นหาคำตอบในเรื่องเอนิกมาเป็นการแข่งกับเวลาอย่างอุตลุด. ชุดอื่นๆ ได้พบว่ากองกำลังสงครามสายฟ้าแลบได้มีการโยกย้ายกันเร็วๆ นี้. แต่คำสั่งขั้นบังคับบัญชาระดับสูงส่งผ่านข่ายเอนิกมาทั้งนั้น โดยมีเครื่องเอนิกมาแบบกระเป๋าหิ้วจำนวนเป็นร้อยๆ. นักคณิตศาสตร์ที่ปราดเปรื่องที่สุดจะไม่สามารถทำการแปลรหัสในข่าวที่ดักได้เร็วทันการ โดยใช้วิธีการที่ต้องค้นหาตัวเครื่องหมายที่ปรากฏบ่อยที่สุด. ในการนี้ เครื่องคำนวณพิเศษจะสามารถคำนวณได้เร็วกว่ามาก. สำหรับทุกวันนี้ดูจะเป็นเรื่องเล็ก. แต่สมัยนั้นน้อยคนนักว่าทำได้ และในจำนวนน้อยคนที่คิดออกว่าทำได้ มีจำนวนยิ่งน้อยกว่าอีก ที่ตระหนักว่าทำได้โดยใช้ระบบอิเล็กทรอนิก.

สตีเฟนสันเชื่อว่าเครื่องคำนวณสำหรับใช้ในงานเอนิกมาจะสร้างได้จำนวนมากในสหรัฐ. ต้นแบบของเครื่องคำนวณชนิดนี้ได้สร้างไว้แล้ว. แต่ที่เขาประสงค์คือเครื่องคำนวณเป็นชุดที่จะต่อตรงเข้าไปในแถวเครื่องเอนิกมาที่สร้างจำลองแบบไว้แล้ว. ถ้าทำเช่นนี้ก็จะสามารถแปลความลับในคำสั่งรหัสของข้าศึกที่ดักได้ตลอดเวลา ทำให้ต้านการเคลื่อนไหวของข้าศึกได้ทันท่วงที.

ในระหว่างเวลาเดียวกันนี้ ชาวเบล็ตชลี่ย์ชุดอื่นๆ ได้ทำแผนที่การวางกำลังใหม่ของฝ่ายเยอรมัน. กองทัพอากาศเกรียงไกรสองกอง คือทัพบินที่สองและทัพบินที่สาม (Luftflotte II, Luftflotte III) ซึ่งมีกำลังเครื่องบิน ๓,๐๐๐ ลำ ได้ย้ายมาทางตะวันตก ตั้งตามฐานทัพที่วางเป็นเครื่องวงกลม. หน่วยยานเกราะ

หน่วยพลร่ม และทหารราบ มาตั้งฐาน พร้อมที่จะบุกทะลวงเข้ายุโรปที่ยังเสรี มุ่งสู่ช่องแคบอังกฤษ.

ประเทศอังกฤษเกือบจะปราศจากการป้องกันบ้านเมืองของตนเอง เพราะได้ส่งกองกำลังไปฝรั่งเศสพร้อมกับหน่วยบินคุ้มกันแนวหน้าตั้งแต่สงครามอุบัติขึ้นในปี ๑๙๓๙ และบัดนี้กองกำลังที่ส่งไปนี้ตกอยู่ในอันตรายใหญ่หลวง. การรู้ล่วงหน้าว่าฮิตเลอร์จะบุกที่ใดเป็นการปลอบขวัญที่เกือบไร้ประโยชน์. ถึงแม้ผู้บังคับบัญชาฝ่ายอังกฤษและฝรั่งเศสจะเชื่อการเดาที่มีมูลของเบล็ตชลี่ย์บ้าง ก็ยังขาดตกบกพร่องมาก ทั้งในทางอุปกรณ์ ทั้งในทางขวัญ เกินกว่าที่จะสามารถเคลื่อนไหวเพื่อหยุดยั้งฮิตเลอร์. การขาดการตระเตรียมเนื่องจากมีผู้นำที่สภาพจิตไม่ปกติและไม่มีประสิทธิภาพนี้ จอร์จ ออร์เวลล์ ได้บรรยายไว้ใน อิงแลนด์ ยอร์ อิงแลนด์ (England Your England) ดังนี้ :

"หลังจากปี ๑๙๓๔ เป็นที่รู้กันว่าเยอรมันกำลังฟื้นฟูทางอาวุธ. หลังจากปี ๑๙๓๖ ใครก็ตามที่มีตา ก็เห็นแจ้งแล้วถึงเหตุการณ์ในอนาคต. หลังจากข้อตกลงที่มิวนิค ก็เห็นชัดว่าสงครามต้องเกิดขึ้นแน่ เพียงแต่จะเร็วแค่ไหนเท่านั้น. ในเดือนกันยายน ๑๙๓๙ สงครามก็อุบัติขึ้น. แปดเดือนภายหลัง เพิ่งได้เกิดตระหนักขึ้นว่า ในด้านยุทโธปกรณ์ กองทัพบกอังกฤษมีความพร้อมเพรียงไม่เกินมาตรฐานของปี ๑๙๑๘. เราได้เห็นทหารของเราต่อสู้แหวกทางไปถึงชายทะเลอย่างทุลักทุเล โดยมีเครื่องบินรบหนึ่งลำต่อสาม สู้รถถังด้วยปืนเล็กยาว สู้ปืนกลมือด้วยดาบปลายปืน. แม้ปืนพกสำหรับนายทหารก็ไม่เพียงพอสำหรับทุกนาย. หลังจากสงครามดำเนินไปหนึ่งปี กองทัพบกยังขาดหมวกเหล็ก ๓๐๐,๐๐๐ ใบ. ก่อนหน้านั้น แม้แต่เครื่องแบบก็ขาดแคลน — และเรื่องเช่นนี้เกิดขึ้นในประเทศที่ผลิตสักหลาดมากที่สุดในโลก ! "

เมื่อพิจารณาข้อเท็จจริงดังนี้แล้ว ทำไมประธานาธิบดีอเมริกันจะมาเก็บตกพวกอังกฤษ. ถ้าทำอย่างนั้น รูสเวลท์ก็ต้องเสี่ยงต่อการฆ่าตัวตายทางการเมือง.

เชอร์ชิลล์บ่นอย่างหัวเสียว่า : "เราต้องได้พวกร็อกกิเฟลเลอร์ (Rockefeller) และพวกรอธไชลด์ (Rothschild). เราต้องมีทอง. รู้ไหม**เราไม่มีเลย."** เขากล่าวดังนี้กับพวกผู้นำทางราชการลับใน "ห้อง ๓๙" ซึ่งอยู่ใต้ห้องทำงานของเขาที่ทบวง. โต๊ะทำงานของ นายนาวาโท เอียน เฟล็มมิง และประตูที่บุด้วย

สักหลาดของห้องเจ้ากรมข่าวทหารเรืออยู่ใกล้ๆ. หน้าต่างสูงด้านตะวันตกมีกระดาษเหนียวติดพาดไปพาดมาเพื่อป้องกันมิให้กระจกกระจายจากแรงระเบิด. ผ่านหน้าต่างนั้น เขามองเห็นสวนของบ้านนายกรัฐมนตรี บ้านเลขที่ ๑๐ ดาวนิงสทรีท (No.10 Downing Street) ซึ่งสำหรับเชอร์ชิลล์ยังรู้สึกว่าไกลแสนไกล. "ห้อง ๓๙" ได้ชื่อว่า "สวนสัตว์" เพราะดูรกรุงรัง และเพราะผู้ที่ทำงาน ณ ที่นี้รูปร่างท่าทางประหลาดชอบกลอยู่. บุคคลเหล่านี้แม้จะดูชอบกล ก็เป็นผู้อุทิศตัวให้งานและไม่เคยถือว่าได้ดำเนินสงครามเก๊. พวกเขามารวมกลุ่มกันใกล้เตาผิงที่ทำด้วยหินอ่อนและถังใส่ถ่านหินในห้องนั้น.

หลังจากได้บรรยายเรื่องการเมืองในสหรัฐอเมริกา ซึ่งฟังดูเป็นเหมือนการซ้อมการแสดงปาฐกถามากกว่า เชอร์ชิลล์สรุปดังนี้ : "เราต้องเร่งไฟเครื่องกลไกอันเกรียงไกรที่สุดที่เคยปรากฏในประวัติศาสตร์ (คือสหรัฐอเมริกา). ต้องแจ้งให้อเมริกันทราบว่าเรากล้า เราจะสู้ตาย." แล้วเขาก็เมินหน้าและพูดว่า : "ด้วยความช่วยเหลือของพระเจ้าบนสวรรค์ อเมริกาอาจพ้นจากความทุกข์ทรมานลำบากยากแค้นที่ต้องเผชิญภายหน้า . . . หากเราในประเทศอังกฤษยังคงมีชีวิตรอดอยู่."

สตีเฟนสันบอกว่า : "ผมหาคนจำพวกร็อกกิเฟลเลอร์ได้ และพวกนี้จะสนับสนุนเรา. เราสามารถให้ความรู้ทางราชการลับของเราเป็นเครื่องตอบแทน. แต่จะต้องกระทำการในระดับของท่านประธานาธิบดี. ในสหรัฐอเมริกามีความก้าวหน้าอย่างสำคัญในทางสืบราชการลับ ซึ่งจะช่วยให้งานด้านนี้ของเรารุดหน้า. แต่ท่านประธานาธิบดีจะต้องเป็นผู้อนุมัติการเปิดเผย. อเมริกามีสมรรถนะในการผลิตอุปกรณ์ที่สลับซับซ้อน ที่เราจำเป็นต้องใช้สำหรับศัสตราวุธของการสืบราชการลับ. เราควรจะอธิบายชี้แจงให้ท่านประธานาธิบดีทราบว่าเราจะใช้อุปกรณ์เหล่านี้ในการใด เพื่อมิต้องเผยจุดประสงค์ของเราแก่ผู้ผลิต. แต่ท่านประธานาธิบดีต้องแน่ใจได้ว่ารายงานข่าวลับของเราถูกต้องทุกอย่าง."

นายพลเรือเอก ฮอลล์ ผู้ไม่มีตำแหน่งทางราชการก้มหน้าอยู่. โดยที่เขาเป็นผู้สามารถหาทางที่จะทำให้ฝ่ายอเมริกันสมัยสงครามโลกครั้งที่หนึ่ง เชื่อมั่นว่า "ซิมเมอร์แมน เทเลแกรม" เป็นของจริง – ทั้งโดยไม่ต้องเผยความลับของผู้ขบไขข่าวนั้น – ด้วยเหตุนี้เขาจึงอยู่ในฐานะที่จะพูดได้อย่างผู้สันทัดกรณี : "จะต้องปกปิดแหล่งข่าวต่อผู้ที่ไม่เกี่ยวข้องโดยตรง."

เชอร์ชิลล์พูดขัดขึ้นว่า : "สำหรับคุณรูสเวลท์ เราจะต้องถือเป็นข้อยกเว้น.

เราจะต้องฝากความจริงไว้กับท่านและต้องเป็นท่านคนเดียว . . . เราควรจะเสนอสรุปข่าวราชการลับประจำวันให้แก่ท่านโดยผ่าน เอ็ฟ.บี.ไอ."

แต่หน่วยสืบสวนกลางของสหรัฐ (เอ็ฟ.บี.ไอ. = F.B.I. — U.S. Federal Bureau of Investigation) มิได้ร่วมงานกับกรมสืบราชการลับอังกฤษ (British Secret Intelligence Service) ตั้งแต่สงครามอุบัติขึ้นในยุโรป. การติดต่อกันถูกตัดลงเมื่อนักการเมืองและกระทรวงต่างประเทศของสหรัฐได้ทราบว่ามีการติดต่อ. หากข่าวว่ามีการฟื้นฟูความสัมพันธ์ระหว่างอังกฤษกับ เอ็ฟ.บี.ไอ. เกิดรั่วเมื่อใดแล้วความเป็นกลางของอเมริกาก็จะถูกเพ่งเล็งว่าลำเอียงแน่ๆ และพวกที่นิยมตั้งตัวอยู่โดดเดี่ยวทุกคนในอเมริกาจะต้องร่วมกันรณรงค์โจมตีรูสเวลท์แน่. สมัยนี้การสืบราชการลับของต่างประเทศเปรียบเสมือนสิ่งอุบาทว์อัปรีย์ในความคิดของชาวอเมริกันส่วนใหญ่. เพียงแต่นึกว่าจะถูกจับได้ว่าร่วมมือกับกรมสืบราชการลับของอังกฤษก็ทำให้นักการทูตอเมริกันตัวสั่นด้วยความหวาดกลัว โดยเฉพาะอย่างยิ่งเอกอัครราชทูตเค็นเนดี. แต่ประหลาดที่ทางสถานเอกอัครราชทูตอเมริกันของเค็นเนดีนี่เองที่เปิดโอกาสให้ได้ฟื้นฟูความร่วมมืออย่างปกปิดกับอเมริกัน.

เค็นเนดีเพิ่งกลับจากเยี่ยมบ้านในอเมริกาอันเป็นระยะลาพัก ซึ่งทางกระทรวงต่างประเทศอังกฤษเข้าใจว่าเป็นการตระเตรียมการรณรงค์เพื่อชิงตำแหน่งประธานาธิบดีจากรูสเวลท์. ฝ่ายอังกฤษคาดว่านโยบายหาเสียงข้อหนึ่งของเค็นเนดีก็คือการหลีกเลี่ยงเข้าร่วมสงคราม. ระหว่างพักอยู่ในอเมริกา เค็นเนดีได้ถือโอกาสแถลงอย่างเปิดเผยให้เพื่อนร่วมชาติฟังว่าฮิตเลอร์จะชนะสงครามกับอังกฤษและว่าการต่อสู้ไม่เกี่ยวกับหลักธรรม. เมื่อเขากลับมาลอนดอนเขารู้ตัวว่าฝ่ายอังกฤษไม่พอใจ รวมทั้งทราบว่ากระทรวงต่างประเทศอังกฤษได้มีคำสั่งถึงกรมกองทุกแห่งตักเตือนมิให้ไว้ใจเอกอัครราชูทตอเมริกัน. คำสั่งนี้ตรงกันข้ามกับนโยบายเดิมที่ให้ข้าราชการผู้ใหญ่ของสถานเอกอัครราชทูต (อเมริกัน) รับทราบข่าวลับโดยมีความมุ่งหมายที่จะแสดงออกถึงความไว้วางใจ.

ในวันที่สตีเฟนสันออกเดินทางไปพบท่านประธานาธิบดีตามนัดลับสุดยอดนั้นเองสก๊อตแลนด์ ยาร์ด เริ่มการสืบสวนปฏิบัติการที่สนับสนุนนาซีของบุคคลในสถานเอกอัครราชทูตสหรัฐในลอนดอน.

สตีเฟนสันบินไปโดยใช้หนังสือเดินทางแคนาดาด้วยเครื่องบินทหาร ผ่านเส้นทางที่อันตรายทางเหนือ ผ่านแลบราดอร์ (Labrador) และมอนทรีออล (Montreal) อันเป็นทางที่เร็วที่สุดและเลี่ยงการหยุดเติมเชื้อเพลิงใกล้ที่ข้าศึกมีหน่วยสังเกตการณ์. มีเจ้าหน้าที่ของกองสอง (MI - 2) ฝ่ายแคนาดา ซึ่งเป็นสาขาของกรมข่าวทหาร (Military Intelligence) และตำรวจนอกเครื่องแบบของตำรวจม้าแคนาดา (Canadian Mounted Police) ร่วมเดินทางกับเขา. เขาถึงวอชิงตันภายในยี่สิบสี่ชั่วโมงนับแต่ออกจากลอนดอน.

สิ่งที่สตีเฟนสันนำไปแจ้งท่านประธานาธิบดีเป็นความลับยิ่งยวดที่สุด ซึ่งอาจมีผลสะท้อนอันกว้างไกลมากเหลือเกิน จนไม่มีทางที่จะลงเป็นลายลักษณ์อักษรโดยไม่เสี่ยงต่อปฏิกิริยาเป็นลูกโซ่ทางการเมือง.

ทางราชการอังกฤษได้ศึกษาข้ออ้างว่าการแยกปรมาณูของยูเรเนียมได้กระทำสำเร็จแล้วในเบอร์ลิน โดยเป็นผลงานของ อ๊อตโต ฮาห์น (Otto Hahn) และฟริตซ์ สตราสส์มันน์ (Fritz Strassmann). ความสนใจของเยอรมันใน เฮวี่ วอเตอร์ จากนอร์เวย์เป็นข้อพิสูจน์ว่าฝ่ายนาซีสนับสนุนการค้นคว้าอย่างกว้างขวางในการควบคุมปฏิกิริยาลูกโซ่ทางปรมาณู. และในเดือนมีนาคม ๑๙๔๐ เอกสารที่เรียกว่า เอกสาร ฟริช - ไปเออร์ลส์ (Frisch - Peierls) ได้เผยให้ฝ่ายทหารอังกฤษทราบว่าการสร้างระเบิดปรมาณูเป็นสิ่งกระทำได้โดยใช้ยูเรเนียม ยู ๒๓๕ (ยูเรเนียมชนิดหนึ่ง).

สตีเฟนสันแจ้งข้อสรุปต่าง ๆ ที่ฝ่ายอังกฤษได้จากการสืบมาหลายทางให้รูสเวลท์ทราบ. ส่วนรูสเวลท์เองก็พร้อมจะรับข่าวดังกล่าว เพราะได้ทราบล่วงหน้าแล้วจากบุคคล เช่น อัลเบิร์ต ไอน์สไตน์ ผู้ได้นำบันทึกลับเฉพาะมาให้เมื่อหกเดือนมาแล้วว่ามีทางสร้าง "ระเบิดชนิดใหม่ที่มีกำลังสูงอย่างที่สุด." ไอน์สไตน์ได้เสนอว่าท่านประธานาธิบดีควรแต่งตั้งเจ้าหน้าที่ส่วนตัวเพื่อติดต่อเป็นประจำกับนักฟิสิกส์ที่กำลังศึกษาวิจัยปฏิกิริยาลูกโซ่.

สตีเฟนสันกล่าวอย่างเปิดอกว่าการติดต่อในทำนองนี้จะต้องกระทำกับฝ่ายอังกฤษด้วย เพราะการวิจัยทางปรมาณูก็ดำเนินอยู่ในลอนดอน อ๊อกซ์ฝอร์ด เคมบริดจ์ และลิเวอร์พูลด้วย. หากเยอรมันของนาซีสามารถมายึดศูนย์วิจัยดังกล่าว ความคืบหน้าของฝ่ายนาซีในการสร้างลูกระเบิดปรมาณูอาจก้าวไกลไปอย่างพรวดพราด. งานวิจัยในแขนงนี้ของฝ่ายอังกฤษถือกันว่าก้าวหน้ากว่าที่อื่นมาก และยังไม่มีข้อตกลงในการร่วมมือระหว่างอังกฤษกับอเมริกาในด้านนี้เลย. ภัยที่แท้จริงจะอยู่ที่เยอรมันอาจมีทางเก็บเกี่ยวผลมหาประลัยของงานที่ทำอยู่.

นี่เป็นเรื่องน่าตระหนกตกใจเหมือนระเบิดเรื่องแรก. แต่สตีเฟนสันยังมีเรื่องอื่นอีก. เขาแจ้งให้ท่านประธานาธิบดีทราบเกี่ยวกับความก้าวหน้าที่เบล็ตชลี่ย์ในการขบไขระบบรหัสลับของเยอรมัน. เขาแบไต๋เรื่องกิจการลับอันสลับซับซ้อนของอังกฤษในยามสงคราม เรื่องอาสาสมัครแห่งเบเกอร์ สทรีท เรื่องความมุ่งมั่นที่จะดำเนินสงครามต่อนาซี แม้จะมีชาวอังกฤษที่ใฝ่สันติพิจารณาการเจรจาอยู่. เชอร์ชิลล์เป็นผู้นำของบุคคลทั้งชายหญิงในจำพวกที่มุ่งต่อต้านฮิตเลอร์ และมุ่งสร้างกองทัพลับทั่วยุโรป แม้กระทั่งในอังกฤษเองถ้าถูกนาซียึดครอง. ศัสตราวุธที่สำคัญคือวิทยาการทางการสืบราชการลับและสงครามกองโจร.

ท่านประธานาธิบดีถามอย่างฉงน : “กองโจรหรือ.”

สตีเฟนสันบอก : “กองโจรนั้นจะนำเรากลับเข้ายุโรปได้.”

รูสเวลท์ : “อย่างไรล่ะ.”

สตีเฟนสันหยิบส้มผลหนึ่งขึ้นมาและว่า : “หากผมเป็นหนอนและอยากจะเข้าไปในผลส้มนี้ ผมจะเดินไต่ไปไต่มาจนกระทั่งจะค้นพบรู. ผมอาจต้องไต่ไปไต่มาจนกระทั่งส้มผลนี้เน่าและเกิดมีรูขึ้น. แต่ผมก็จะต้องสามารถเข้าไปในส้มผลนี้จนได้ ในที่สุด — ถ้าหากผมไม่อดตายเสียก่อน.”

ในการบรรยายอย่างน่าเลื่อมใสนั้น สตีเฟนสันได้ชี้จุดของยุทธวิธีอังกฤษที่เชอร์ชิลล์จะใช้ในภายหลัง เพื่อเตือนพวกอเมริกันว่าการส่งกำลังบำรุงเป็นกุญแจของยุทธวิธีนั้น : “ถ้าเราไม่อดตายเสียก่อน . . . . เราจะกลับเข้ายุโรปได้.”

รูสเวลท์เข้าใจตรงจุดทันที. จนกระทั่งวันนั้น ในต้นฤดูใบไม้ผลิของปี ๑๙๔๐ พวกอาสาสมัครทางราชการลับของอังกฤษยังขาดอุปกรณ์. และพวกอาสาสมัครเองก็ยังไม่แน่ใจนักว่าผู้นำของตนจะเป็นใคร แต่ทุกคนก็คอยฟังคำสั่งจากเชอร์ชิลล์.

ไม่กี่ชั่วโมงหลังจากพบกับรูสเวลท์ ได้มีการจัดให้สตีเฟนสันเข้าพบ จอห์น เอ็ดการ์ ฮูเวอร์ (John Edgar Hoover) หัวหน้าหน่วยสืบสวนกลางของสหรัฐ (FBI). สตีเฟนสันปรึกษาหารือกับเขาเรื่องการสอบสวนสถานเอกอัครราชทูตสหรัฐ. จะต้องแก้ไขกรณีที่ล่อแหลมนี้อย่างเงียบ ๆ และระมัดระวัง แต่นี่ก็เป็นการแสดงว่าจำเป็นต้องฟื้นฟูความสัมพันธ์ทางสืบราชการลับกับอังกฤษ. ฮูเวอร์บอกว่า ถ้า

สตีเฟนสันประสงค์จะให้เจ้าหน้าที่อังกฤษปฏิบัติการในสหรัฐ ก็ไม่อยู่ในอำนาจหน้าที่ของเขาที่จะอนุมัติให้ได้. อนึ่งกระทรวงต่างประเทศสหรัฐยืนยันว่า ความร่วมมือในรูปใดก็ตาม จะเป็นการฝ่าฝืนความเป็นกลางของสหรัฐ. ฮูเวอร์บอกว่า : "ผมไม่อาจที่จะฝ่าฝืนนโยบายนี้โดยไม่ได้รับอนุมัติจากท่านประธานาธิบดี."

สตีเฟนสันถามว่า : "และถ้าผมได้รับอนุมัติล่ะ."

สีหน้าของฮูเวอร์เปลี่ยนเป็นเคร่งเครียดขึ้นแบบรูปที่หนังสือพิมพ์ชอบลง. "ถ้าอย่างนั้นเราจะลงมือร่วมมือกันโดยตรง คุณกับผมเท่านั้น. คนอื่นไม่เกี่ยว. กระทรวงไม่เกี่ยว ใครต่อใครก็ไม่เกี่ยว."

เวลานั้นฮูเวอร์อายุได้สี่สิบห้าปี แก่กว่าสตีเฟนสันหนึ่งปี. วาระนั้นเป็นจุดเริ่มต้นของความสัมพันธ์ที่ยืนนานและตื่นเต้นดุเดือด. ฮูเวอร์รู้ตัวว่าได้พบคนหัวแข็งพอ ๆ กับตัวเอง เมื่อสตีเฟนสันบอกว่า : "คุณจะต้องได้รับอนุมัติของท่านประธานาธิบดีแน่."

บัญชาของท่านประธานาธิบดีออกมาทันทีที่สตีเฟนสันได้เปล่งวาจา. สตีเฟนสัน กลับลอนดอนไปรายงานเชอร์ชิลล์ว่า : "ท่านประธานาธิบดีได้ออกคำสั่งลับในการวางรากฐานกฎเกณฑ์ในการร่วมแรงที่สนิทสนมที่สุดระหว่างเอ็ฟ.บี.ไอ. กับราชการลับฝ่ายอังกฤษ. การที่ได้เห็นพ้องในการร่วมมือดังนี้แสดงออกอย่างแน่ชัด ซึ่งความเห็นการณ์ไกลอย่างแจ่มแจ้งของประธานาธิบดีรูสเวลท์. ข้อที่การร่วมมือครั้งนี้ต้องเป็นความลับ แม้แต่กระทรวงต่างประเทศอเมริกันก็รู้ไม่ได้ แสดงถึงอานุภาพของความเป็นกลางของอเมริกา. การตกลงครั้งนี้เป็นก้าวแรกที่สำคัญสำหรับต่อต้านปฏิบัติการของข้าศึก แต่ก็ยังไม่เพียงพอเพื่อเผชิญกับสถานการณ์. พวกนาซีในอเมริกามีการจัดกระบวนอย่างดี และได้ฝังรากอย่างลึกซึ้ง. พวกนี้ทราบตระหนักว่าอังกฤษต้องอาศัยความช่วยเหลือทางอุปกรณ์จากอเมริกาเพียงใด จึงเพ่งเล็งใช้การโฆษณาชวนเชื่อบ่อนทำลาย เพื่อก่อกำแพงในการอยู่โดดเดี่ยวของอเมริกาที่ล้อมประธานาธิบดีให้แน่นหนายิ่งขึ้น."

ในวันจันทร์ที่ ๒๐ พฤษภาคม ๑๙๔๐ ตำรวจลับของสันติบาลตัดสินใจครั้งสำคัญที่จะเข้าค้นบ้านที่ กล๊อสเตอร์ เพลส (Gloucester Place) ซึ่งเป็นที่พักของไทเลอร์ เกตวูด เค้นท์ (Tyler Gatewood Kent) อายุยี่สิบแปดปีผู้เป็นเจ้าหน้าที่รหัสลับของสถานเอกอัครราชทูตสหรัฐ. ได้ค้นพบสำเนาข่าวสื่อสาร

ที่จ่าหน้าว่า "ลับสุดยอด" ๑,๕๐๐ ฉบับ และเป็นข่าวที่ส่งระหว่าง ไวท์ฮอลล์ (Whitehall — ทำเนียบรัฐบาลอังกฤษ) และไวท์เฮาส์ (White House — ทำเนียบประธานาธิบดีสหรัฐ). ในจำนวนนี้มีข่าวสื่อสารที่ใส่รหัสระหว่าง "นาวิกบุรุษ" กับ "โปตัส" และข้อความได้ตกถึงมือของฮิตเลอร์ภายในไม่กี่วันหลังการรับส่งข่าวนั้นๆ. เมื่อถูกสอบสวน เค้นท์อ้างว่ามุ่งประสงค์ที่จะขัดขวางมิให้รูสเวลท์ "เข้าซ่องสุมกับเชอร์ชิลล์ทำแผนลับที่ผิดกฎหมายรัฐธรรมนูญ ในอันที่จะดึงให้สหรัฐเข้าร่วมสงคราม."

กรณีนี้เกิดขึ้นโดยรูสเวลท์ทราบล่วงหน้า. ในตอนนี้เขารอคอยผลการสืบสวน. ประพฤติกรรมของเอกอัครราชทูตเค็นเนดีได้ทำให้รูสเวลท์มีความข้องใจอย่างยิ่ง จึงทำให้เขาหมดข้อสงสัยลังเลที่จะอนุมัติ "การร่วมแรงที่สนิทสนมที่สุดระหว่าง เอ็ฟ.บี.ไอ. กับ กรมสืบราชการลับอังกฤษ." ข้อนี้มีผลอย่างกว้างขวางยิ่ง รวมทั้งการให้ข่าววิทยุสื่อสารของเยอรมันที่สถานีเฝ้าฟังของสหรัฐดักได้. ถึงแม้ข่าวสื่อสารเหล่านี้จะใส่รหัส ก็เป็นประโยชน์สำหรับฝ่ายนักขบไขรหัสของเบล็ต-ชลี่ย์ เพราะเพิ่มจำนวนวัตถุดิบซึ่งจะมีทางค้นหาคำสัญญาณเรียกขาน และศัพท์พิเศษที่ใช้ซ้ำๆ ทำให้สามารถศึกษาวิจัยสรุปผลง่ายขึ้น. เมื่อเป็นเช่นนี้ก็มีทางที่จะค้นหาระบบรหัสของเอนิกมาได้อย่างกว้างขวางที่สุด. ในทางตอบแทนตกลงกันว่าฝ่ายอังกฤษจะแบ่งปันสิ่งที่ค้นพบให้แก่ฝ่ายอเมริกัน. ข้อตกลงที่สตีเฟนสันได้มาจากปฏิบัติการพิเศษที่วอชิงตัน แม้จะเป็นการร่วมมืออย่างจำยอม ก็ได้ทำให้สหรัฐและอังกฤษเข้ามาสนิทสนมกันในการดำเนินสงครามลับจริงๆ. ปัญหาเหลืออยู่ว่า โจเซฟ พี. เค็นเนดี ได้ตกเข้ามาในสายใยของความสงสัยนี้ได้อย่างไร.

บทที่ ๑๓

เจ้าหน้าที่ของโรงเรียนข่าวและรหัสลับของรัฐบาลอังกฤษได้เคยดักข่าวสารทางการทูตของเยอรมันมาแล้วตั้งแต่ยังเป็นเพียงชุดปฏิบัติการเล็กๆ ก่อนย้ายไปเบล็ตชลี่ย์. ในจำนวนข่าวสารเหล่านี้ มีข่าวที่เอกอัครราชทูตเยอรมันในประเทศอิตาลีเป็นผู้ส่ง. เท่าที่สันนิษฐานได้ เขาได้รายงานในเรื่องความสัมพันธ์ระหว่างเชอร์ชิลล์ รัฐมนตรีทบวงทหารเรือของอังกฤษ กับประธานาธิบดีรูสเวลท์

เท่าที่ผู้ดักฟังทั้งหลายทราบ เชอร์ชิลล์และรูสเวลท์ไม่รู้จักไม่เกี่ยวข้องกันเลย. พวกนี้เข้าใจว่าเอกอัครราชทูตเยอรมันได้ยกเมฆคิดกุข่าวว่ารู้เรื่องวงใน ได้กุจารบุรุษและผู้ให้ข่าวเพื่อประโยชน์ส่วนตัวในอันที่จะเบิกค่าใช้จ่ายได้.

ข่าวที่ดักเหล่านี้ได้เข้าไปถึงกระทรวงต่างประเทศอังกฤษพร้อมกับเอกสารธรรมดาอื่นๆ. ในบรรดาผู้ที่ได้เห็นรายงานนี้ ไม่มีใครทราบเลยว่าเชอร์ชิลล์กับรูสเวลท์มีการติดต่อกันจริงๆ ในนามว่า "นาวีบุรุษ" และ "โปตัส". ทุกคนมีความเห็นพ้องกันว่าสุภาพบุรุษแสนกลคนขยันในกรุงโรม (Rome) เป็นนักเขียนเรื่องอ่านเล่นที่ขายดีมีกำไรงาม.

ต่อมาสตีเฟนสันได้พบรายงานจากโรมปะปนกับข่าวที่ดักได้จากข่าวสารลับชั้นต่ำของเยอรมันที่ใช้รหัสที่ฝ่ายอังกฤษได้ขบแตกแล้ว. เขาตรวจสอบข่าวรหัสชั้นต่ำเหล่านี้ด้วย ความหวังว่าจะสามารถหาร่องรอยใหม่ที่จะช่วยขบปัญหาเอนิกมา. เขาเห็นว่าข่าวจากโรมเป็นสรุปที่ออกจะใกล้เคียงกับเรื่องที่เชอร์ชิลล์ปรับทุกข์กับรูสเวลท์. เป็นปัญหาว่าเอกอัครราชทูตเยอรมันในอิตาลีทราบเรื่องมาได้อย่างไร.

สตีเฟนสันเริ่มสืบสวนกรณีนี้ตอนต้นฤดูใบไม้ผลิ เมื่อหิมะเริ่มละลายในปี ๑๙๔๐. สำหรับเจ้าหน้าที่รักษาความปลอดภัยอื่นๆ ในลอนดอน เรื่องข่าวจากโรมดูออกจะเป็นเรื่องเล็กมาก เพราะมีงานยุ่งเหยิงภายในประเทศมากล้นมืออยู่แล้ว. แต่สตีเฟนสันก็ดื้อแพ่งไม่ยอมวางเรื่อง. เมื่อเขาตรวจดูเอกสารเกี่ยวกับปฏิบัติการของสถานเอกอัครราชทูตสหรัฐ เขาค้นพบว่าเชอร์ชิลล์พึ่งสถานเอกอัครราชทูตสหรัฐมากขึ้นทุกทีในการส่งสารถึงท่านประธานาธิบดี โดยใช้รหัสลับของ

กระทรวงต่างประเทศสหรัฐ.

เอกอัครราชทูตเค็นเนดีออกจะเป็นคนกลางที่พิกลอยู่. เขาได้มารับตำแหน่งอิทธิพลหนักในลอนดอนนี้ตั้งแต่ปี ๑๙๓๗. แต่บัดนั้นมาเขาตีสนิทกับเนวิลล์ เชมเบอร์เลน มากเข้าทุกที ตลอดไปถึงกับพวกใฝ่สันติที่ลือชื่อ และสมาชิกของสังคมชั้นสูงที่มีความคิดเอียงไปทางนาซี. หลังจากเชมเบอร์เลนศิโรราบต่อฮิตเลอร์ที่มิวนิค เค็นเนดีถึงกับอ้าง "ความดีความชอบ" ของคนที่ได้กู้สันติภาพมาได้ โดยแนะแนวให้เชมเบอร์เลนยอมเชื่อฮิตเลอร์.

ในปีสุดท้ายของยามสงบ เค็นเนดีได้ประกาศว่าไม่มีทางเลี่ยงสงครามได้ อังกฤษจะต้องพ่ายแพ้อย่างไม่มีปัญหา. เชอร์ชิลล์ก็พยายามลบล้างแก้ไขข้อเสียหายที่อาจเกิดจากคำกล่าวดังนี้. ทางหนึ่งคือการใช้สถานเอกอัครราชทูตเป็นสื่อในการติดต่อกับรูสเวลท์ โดยหวังว่าเค็นเนดีจะอ่านข้อความและจะรู้สำนึกตัวขึ้น. อีกทางหนึ่ง คือการพูดจากับอาคันตุกะชาวอเมริกันที่มีอิทธิพล จำนวนมากที่สุดที่จะกระทำได้ โดยมากในระหว่างการเลี้ยงที่เชอร์ชิลล์จัดขึ้น.

สตีเฟนสันเคยร่วมในงานเช่นนี้ครั้งที่วอลเตอร์ ลิปแมน (Walter Lippmann) เป็นเป้าหมาย.

เชอร์ชิลล์ตั้งคำถามว่า "สมมุติว่าความหายนะที่เอกอัครราชทูตเค็นเนดีกล่าวถึงเกิดเป็นความจริงขึ้นมา. ผมคนหนึ่งแหละที่จะยอมพลีชีวิตในการสู้รบ ดีกว่าที่จะยอมจำนนต่อความคุกคามของสัตว์นรกพวกนั้น เพราะความกลัวปราชัยในสงคราม. ภาระหน้าที่การรักษาและอุ้มชูมรดกอันมหาศาลของชนชาติที่พูดภาษาอังกฤษจะตกแก่ท่านชาวอเมริกัน. ท่านนี่เองที่จะต้องรับภาระการคิดให้กว้างไกล ซึ่งหมายความว่าท่านจะต้องคิดถึงสิ่งที่สูงส่งกว่าและกว้างขวางกว่าผลประโยชน์เฉพาะของชาติของตน."

เค็นเนดีไม่อาจที่จะเชื่อว่าความคิดสูงส่งเช่นนี้เป็นความจริงใจ. ต่อมาเขาได้บอกเชอร์ชิลล์ว่า "ให้ฟ้าผ่าเถอะนะ เลิกพยายามทำให้เรื่องนี้กลายเป็นสงครามศาสนาเสียที — พวกคุณกำลังยืนหยัดสู้เพื่อรักษาจักรวรรดิของตัวเองเท่านั้นแหละ." เขาได้แก้ตัวแทนมาตลอดเรื่องที่เยอรมันบุกเข้าพิชิตยุโรปทีละขั้นละขั้น. การสนทนาของเขากับเอกอัครราชทูตเยอรมันในลอนดอนมีรายงานเกือบคำต่อคำไปเบอร์ลิน. ข่าวสารรายงานเหล่านี้ก็ไม่พ้นตาพวกอังกฤษ ได้ถูกดักและแปลรหัสไว้ อันทำให้ฝ่าย

อังกฤษรู้เห็นและโกรธเคืองยิ่ง ๆ ขึ้น ว่าเขาได้แจ้งพวกเยอรมันถึงความกระตือรือร้นของเชมเบอร์เลนที่จะเจรจา อันทำให้ฮิตเลอร์ยิ่งได้ใจเรียกร้องมากขึ้น. ในวันที่ ๑๕ มิถุนายน ๑๙๓๘ เอกอัครราชทูตเยอรมันได้ส่งโทรเลขกล่าวถึงทัศนะของเค็นเนดีในเรื่องพวกยิวดังนี้ : "เขา (เค็นเนดี) บอกว่าเยอรมันทำให้ตัวเองเสียมิใช่เพราะความตั้งใจของเรา (เยอรมัน) ที่จะกำจัดพวกยิวนัก แต่เป็นเพราะเรากระทำการนี้อย่างครึกโครมเกินไป. เค็นเนดียกตัวอย่างว่าในประเทศของเขาที่บอสตัน (Boston) มีสโมสรที่ไม่ยอมต้อนรับพวกยิวเลยมาเป็นเวลาห้าสิบปีแล้ว . . . พวกเขากระทำการกันอย่างเงียบ ๆ ไม่โวยวาย. เค็นเนดีเองเข้าใจนโยบายของเราเกี่ยวกับพวกยิวอย่างดีที่สุด."

ไม่มีทางนำข้อข้องใจสงสัยเกี่ยวกับเค็นเนดีขึ้นแจ้งให้นายกรัฐมนตรีเชมเบอร์เลนทราบแต่ประการใดเลย เพราะเชมเบอร์เลนหลงเชื่อคำบอกเล่าว่าไม่มีทางที่ใครจะเอาชนะเยอรมันได้เลย. เอกอัครราชทูตเค็นเนดีถึงกับนำ ชาร์ลส์ ลินด์เบิร์ก (Charles Lindbergh) มาลอนดอน เพื่อบรรยายเรื่องน่าหวาดหวั่นของแสนยานุภาพอันเกรียงไกรของกองทัพอากาศเยอรมัน. และเชมเบอร์เลนก็ฟัง. ยาน มาซาริค (Jan Masaryk) อัครราชทูตเชคโกสะโลวะเกียในลอนดอนได้บันทึกไว้ว่า เค็นเนดีได้รับรองอย่างแข็งขันว่าจะไม่มีการ "ชำแหละหรือขาย" ประเทศของเขา ไม่กี่วันก่อนที่รถถังเยอรมันแล่นโครมเข้าไปครองส่วนที่เหลือของประเทศเชคโกสะโลวะเกียในเดือนมีนาคม ๑๙๓๔. หนังสือพิมพ์ นิวยอร์ก โพสต์ (New York Post) รายงานว่าเค็นเนดีชอบซ่องสุม "พวกรักเยอรมัน" และชอบการสนทนาที่แฝงด้วยคำวิจารณ์ในทำนองต่อต้านรูสเวลท์ ทั้งชอบพูดอย่างชวนแพ้ และชื่นชมพวกฟาสซิสต์. หนังสือพิมพ์โพสต์ตีพิมพ์ข้อความของ คล้อด ค็อกเบิร์น (Claud Cock-burn) นักเขียนบทความในลอนดอนว่า : "เค็นเนดีออกจะหนักไม่เบาในการวิจารณ์หาเรื่องว่า นโยบายประชาธิปไตยของสหรัฐเป็นผลงานของพวกยิว."

การปฏิบัติงานของเค็นเนดีดูไม่น่าเชื่อว่าจะเป็นไปได้. แต่อย่างไรก็ตามหลายสิ่งที่เขาได้เห็นและได้ฟังในประเทศอังกฤษ ก็ทำให้เขาเชื่อว่าผู้นำประเทศค่อนข้างเห็นใจในความทะเยอทะยานของเยอรมัน. แม้แต่กรณีที่ญี่ปุ่นบุกประเทศจีน ก็มีการวิจารณ์ในทางเห็นใจ. หนังสือพิมพ์ ไทมส์ (Times) ในลอนดอนลงพิมพ์จดหมายในหน้าบรรณาธิการ ซึ่งแก้ตัวแทนญี่ปุ่นที่ได้ไปทิ้งระเบิดตามชานเมืองเซี่ยงไฮ้ว่า : "การสูญเสียชีวิตจำนวนมากในหมู่ประชาชนพลเรือน (หลายคนเป็นทหารแต่ปลอมตัวเป็นพลเรือน) เป็นการเลี่ยงไม่ได้หรือเป็นไปโดยบังเอิญและ

เราแน่ใจว่าฝ่ายญี่ปุ่นเสียใจเป็นที่สุด."

นอกจากนี้เค็นเนดียังมีเหตุผลทางการเมืองส่วนตัวอีกด้วย ถึงวางแนวที่เขาได้ปฏิบัติ. สตีเฟนสันตั้งข้อสังเกตว่า : "เขา (เค็นเนดี) ได้รับตำแหน่งนี้เพราะเขาเป็นผู้แทนของกลุ่มชาวไอริช (Irish) ที่เป็นคาธอลิคและต่อต้านอังกฤษ ซึ่งรูสเวลท์จะต้องถนอมน้ำใจเพื่อประโยชน์ในการเลือกตั้งประธานาธิบดีในเดือนพฤศจิกายน. ดังนั้น เค็นเนดีจึงต้องแสดงท่าทางและท่าทีให้เหมือนพวกไอริชที่อยู่ฝั่งตะวันออก (ของอเมริกา) และกลุ่มที่หนุนให้อเมริกาอยู่โดดเดี่ยวที่เรียกรวม ๆ กันว่า "อเมริกาเฟอร์สเตอร์ส" (America Firsters) [คือพวกที่มีความเห็นว่าประเทศอเมริกาต้องมาก่อนสิ่งอื่นใด].

กลุ่มพวกอเมริกาเฟอร์สเตอร์สไม่ยอมให้พวกอังกฤษเจ้าเล่ห์ลากคอให้เข้าร่วมสงครามใดในยุโรป. หนังสือพิมพ์ "ชิคาโก ทริบูน" (Chicago Tribune) ขุดเอาความระแวงนี้ขึ้นมาตักเตือนเค็นเนดีมิให้ "เป็นสุนัขรับใช้จักรวรรดินิยม" และเตือนให้ผู้อ่านระลึกถึง วอลเตอร์ ไฮนส์ เพจ (Walter Hines Page) เอกอัครราชทูตอเมริกันในลอนดอนระหว่างสงครามโลกครั้งที่หนึ่ง ซึ่งศัตรูของเขากล่าวหาว่าเป็นผู้ทรยศต่อชาติ เพราะช่วยพวกอังกฤษลากให้สหรัฐเข้าร่วมในการรบ. "การทำตัวเหมือน วอลเตอร์ ไฮนส์ เพจ" กลายเป็นศัพท์มีความหมายเหมือนกับถูกพวกอังกฤษต้ม. ทั้งนี้เอกอัครราชทูตเค็นเนดีรู้ตัวตระหนักยิ่งว่าความทะเยอทะยานทางการทูตของตน เสี่ยงต่อภัยที่จะตกที่นั่งนั้น.

ไม่กี่วันหลังจากฝ่ายอังกฤษประกาศสงครามในเดือนกันยายน ๑๙๓๙ เค็นเนดีจัดงานเลี้ยงส่งลูกเก้าคนของเขาก่อนที่จะส่งกลับบ้าน. เขาดื่มอวยพรให้พวกเยอรมัน "ผู้จะตีพวกอังกฤษให้ยับเยิน." คงมีคนที่มาสังเกตการณ์ในงานนั้นเพราะมีรายงานถึงกระทรวงต่างประเทศอังกฤษเป็นเรื่องปฐมฤกษ์ในแฟ้มที่ได้รับชื่อว่า "เค็นเนเดียนา" (Kennediana) ซึ่งเป็นเรื่องแผลง ๆ ของเค็นเนดีตอนสงครามและเก็บไว้เป็นความลับมาเป็นเวลาสามสิบห้าปี. ในแฟ้มนั้นแสดงว่า เขาเป็นอันตรายต่ออังกฤษอย่างน้อยที่สุดก็ด้วยวาจาของเขา และเป็นกำลังใจสำหรับพวกนาซี. เขากลับบอสตันไปอยู่กับลูก ๆ ในเทศกาลตรุษคริสต์มาสต่อมา และรู้สึกว่าตั้งใจเป็นกรณีพิเศษที่จะทำนายความหายนะ (ของอังกฤษ). เมื่อเขากลับมาลอนดอนในเดือนมีนาคม ๑๙๔๐ เขาซ่องสุมกับคนจำพวกรักสันติ รวมทั้งรัฐมนตรีคลังอังกฤษ จอห์น ไซมอน (John Simon) ผู้บอกเค็นเนดีว่า เขากับพรรคพวก

พยายามสร้างสันติภาพ แต่ก็ถูก "พวกกระหายสงครามที่ห้อมล้อมเชอร์ชิลล์" โห่ร้องให้เงียบ. ตราบใดที่ยังมีคนจำพวกไซมอนถือบังเหียนอยู่ และเชอร์ชิลล์ยังไม่มีอำนาจ ยากที่จะต่อต้านอิทธิพลชวนให้ยอมแพ้ของเค็นเนดี.

เมื่อสตีเฟนสันไปวอชิงตันอย่างลับ ๆ ครั้งแรก เขาสามารถแจ้งท่านประธานาธิบดีเพียงแต่ว่าสายการติดต่อกับลอนดอนไม่ปลอดภัย. มีหนอนบ่อนไส้ให้ข่าวรั่วภายในสถานเอกอัครราชทูตสหรัฐ. นอกจากนี้เขาไม่สามารถจะกล่าวเพิ่มเติมอะไรอีกได้.

สตีเฟนสันบันทึกภายหลังว่า : "แต่ในเดือนพฤษภาคม ๑๙๔๐ ฮิตเลอร์เองเป็นผู้ผลักดันให้พรรคพวกของเชอร์ชิลล์และพวกรักสันติขัดแย้งกันอย่างเปิดเผย. พวกนาซีเริ่มบุกเบลเยียม (Belgium) และเนเธอร์แลนด์ (Netherlands) อย่างกะทันหันและอย่างดุเดือด โดยมุ่งโอบหลังพวกฝรั่งเศสซึ่งมัวแต่นั่งเบิ่งดูข้ามฟากแม่น้ำไรนจากแนวป้อมมายิโนต์ (Maginot Line). ส่วนสำคัญของกำลังรบฝ่ายอังกฤษเสี่ยงต่อการถูกปิดล้อมอยู่ในทวีปยุโรป. ประชาชนลุกฮือขึ้นสนับสนุนเชอร์ชิลล์ด้วยความโกรธเคืองอย่างหนัก."

อังกฤษทั้งชาติหันหน้ามาพึ่งเชอร์ชิลล์. เขาเป็นนักต่อต้าน แต่มีความทะเยอทะยานทางการเมืองที่สงบเสงี่ยมอย่างประหลาด. ก่อนสงคราม มีผู้ถามภริยาของเขาว่าเขาหวังจะเป็นนายกรัฐมนตรีหรือเปล่า. ภริยาตอบว่า : "จะเป็นก็ต่อเมื่อมีหายนะใหญ่หลวงมาทำให้ประเทศชาติล่มจม แต่ใครเล่าที่จะพึงต้องการให้เกิดความหายนะขึ้น."

สตีเฟนสันบันทึกต่อไปว่า : "พวกสังคมนิยมนั่นเองที่รู้ตัวขึ้นว่า หายนะกำลังคุกคามและเป็นผู้หนุนเขา. กรรมการกลางของพรรคเลเบอร์พร้อมที่จะเข้ามาร่วมในรัฐบาลผสม อันเป็นวิธีการรับมือยามอันตรายตามโบราณประเพณี แต่มีข้อแม้ว่าต้องให้เชอร์ชิลล์เท่านั้นเป็นผู้นำ. น่าแปลกที่เขาก็ยังถูกหาว่าเป็นพวกปฏิกิริยาที่หัวดื้อ. แม้อิเลียนอร์ รูสเวลท์ ผู้น่ารักก็เคยเขียนไว้ว่า : "เขาทราบดีว่าสมัยชนชั้นปกครองหมดไปแล้ว แต่ความคิดโบราณ ๆ ก็ยังบังคับให้เขาติดอยู่ในวิธีปฏิบัติล้าสมัย และลึกในสันดาน เขาสู้เพื่ออุดมคตินี้ด้วยความกล้าหาญและด้วยคุณสมบัติที่เลิศที่สุดของสังคมโบราณ." แต่เชอร์ชิลล์ทราบดีทีเดียวว่าสังคมโบราณกำลังเปลี่ยนแปลงและเขาพยายามใช้คุณสมบัติที่ดีที่สุดของสังคมโบราณนี้เพื่อต่อสู้ในภัยอันตรายสมัยใหม่. ผู้เผด็จการใช้อาวุธที่แปลก ๆ ใหม่ ๆ ในจำพวก

อาวุธใหม่เหล่านี้ ที่นับว่าอันตรายมากที่สุด คือการถือโอกาสใช้จุดอ่อนต่าง ๆ ของระบอบประชาธิปไตย รวมทั้งความปรารถนาดีอันบริสุทธิ์ของระบอบนี้ ให้เป็นประโยชน์กับตน."

ในประเทศอังกฤษ ผู้ต่อต้านความเรื่อยเฉื่อยเฉยเมยหมดเกรงใจผู้ที่หลงในความปรารถนาดีอันบริสุทธิ์นี้.

ฮิวก์ ดอลตัน เขียนไว้เมื่อเข้ารับตำแหน่งรัฐมนตรีกระทรวงสงครามทางเศรษฐกิจว่า : "เราเทขยะคนจำพวก "อย่าดีกว่า" และว่าจ้างพวก "ดำเนินสงคราม" ได้ทันเวลาพอดี."

ข้าราชการประจำหัวเก่าซุบซิบกันลับหลังว่า น่ากลัวดอลตันจะดำเนินงานของกระทรวงให้เป็น "กระทรวงการรบอย่างไม่เป็นสุภาพบุรุษ." พวกนี้เกรงว่ากระทรวงนี้จะกลายเป็นปีศาจร้ายที่จะกลืนงบประมาณลับอย่างไม่รู้จักอิ่ม ทั้งเกรงว่าจะใช้อาวุธอันตรายโดยไม่มีกฎเกณฑ์ และจะสามารถสร้างความอลวนทางการเมืองในต่างประเทศ อาจถึงขั้นจัดฆาตกรรมการเมือง. แต่ก็แน่นอนที่เชอร์ชิลล์ได้คาดการณ์ทั้งหมดนี้ไว้แล้ว เขามั่นใจว่าจะสามารถควบคุมการกระทำที่ออกนอกลู่นอกทางยิ่งกว่านี้ได้. ที่ตั้งของกระทรวงที่เบอร์กลี่ย์ สแควร์ (Berkeley Square) ค่อย ๆ เริ่มดึงคนต่าง ๆ นานาชนิดมาเข้าร่วม มีทั้งกวี ทั้งศาสตราจารย์ นักกีฬา ทั้งนักหนังสือพิมพ์ และพวกอื่น ๆ ที่ยังไม่ชำนาญในกิจการลี้ลับของจารกรรม. เจ้าหน้าที่หน้าใหม่คนหนึ่ง ได้แก่ เอริก มัชวิตซ์ (Eric Maschwitz) ผู้ประพันธ์เพลงตอนสงคราม ชื่อ "กางเขนร้องที่ เบอร์กลี่ย์ สแควร์" (A Nightingale Sang in Berkeley Square). พวกที่เป็นผู้อาศัยจริง ๆ ที่เบอร์กลี่ย์ สแควร์ เลยถือเอาเป็นเพลงประจำคณะ

การที่เชอร์ชิลล์ก้าวขึ้นสู่อำนาจในนาทีสุดท้ายนี้ ถือกันว่าเป็นปาฏิหาริย์ที่ช่วยให้โลกเสรีรอดพ้นจากหายนะ. แต่อเล็กซานเดอร์ แคโดแกน (Alexander Cadogan) ปลัดกระทรวงต่างประเทศอังกฤษ มีความเห็นไปในทางตรงกันข้ามว่าเชอร์ชิลล์เองอาจเป็นตัวหายนะ. และยังมีอีกหลายคนที่มีความคิดดังนี้. อย่างไรก็ตาม จำต้องระลึกว่าข้าราชการประจำอังกฤษไม่เคยยอมให้ความขัดแย้งในความคิดส่วนตัวมามีอิทธิพลเหนือการปฏิบัติหน้าที่ราชการ. ต้นตระกูลของแคโดแกนคือ ท่าน เออร์ล ออฟ แคโดแกน (Earl of Cadogan) เคยเป็นหัวหน้าการข่าวของท่านดยุ๊กแห่งมาร์ลเบอเรอก์ (Duke of Marlborough) ผู้เป็นบรรพบุรุษที่ลือ

ชื่อของเชอร์ชิลล์. ตอนค่ำวันก่อนการยุทธ มาร์ลเบอเรอก์ได้โยนถุงมือของตนทำท่าเหมือนจะเป็นการสบประมาทแคโดแกน. คืนนั้น เขาบอกว่าประสงค์ที่จะให้ตั้งหมู่ปืนในตำแหน่งที่เขาได้โยนถุงมือลง. แคโดแกนตอบว่า "เรียบร้อยแล้ว." แคโดแกนได้เข้าใจความหมายของการปฏิบัติที่พวกนายพลอื่นๆ ได้เข้าใจว่าเป็นการสบประมาท. เชอร์ชิลล์วิจารณ์ว่า : "ไม่มีทางใดเลยที่สามารถผันแปรความจงรักภักดีต่อผู้บังคับบัญชา หรือทำลายความเข้าใจอันดีระหว่างผู้บังคับ-บัญชากับผู้ใต้บังคับบัญชา."

เมื่อขึ้นมารับตำแหน่ง เขาต้องอาศัยบรรดาหัวหน้าสงครามลับ ซึ่งล้วนจะต้องมีความเข้าใจกันและกันอย่างดีที่สุดอย่างที่ไม่เคยปรากฏมาในประวัติศาสตร์. ยุโรปกำลังจมลงใต้ความมืดมนของการกดขี่ข่มเหงที่ไม่เคยมีแบบอย่างมาก่อน. ศิลปะการรบแบบกองโจรให้แสงสลัวแห่งความหวังแก่ผู้ต่อต้าน ซึ่งก็ดีกว่าที่จะเพียงยอมอยู่เป็นวันๆ อย่างต่ำต้อย เสียเกียรติและเสียขวัญ. เป็นการต่อสู้ระหว่างความทนทานเหนียวแน่นและปัญญาพลิกแพลงของมนุษย์ฝ่ายหนึ่ง กับอำนาจทหารที่มีแผนการและเป้าหมายอุบาทว์ที่อ้างจะสร้างชนเผ่าที่บริสุทธิ์ โดยสังหารทำลายเผ่าพันธุ์ที่ "ต่ำต้อยกว่า" โดยให้ผู้อื่นมีสภาพเป็นทาส โดยการเพาะพันธุ์มนุษย์ที่เลือกสรร และการกราบไหว้บูชามนุษย์วิเศษชนิดใหม่.

ไม่ใช่เป็นการบังเอิญที่จุดอ่อนของอำนาจนาซีมาถูกเปิดเผยที่เบล็ตชลี่ย์. ชาวยิวที่มีปัญญาและผู้ลี้ภัยการกวาดล้าง ได้มาร่วมช่วยค้นหาสัญญาณลับที่ผ่านระบบเอนิกมา. ได้มีการจัดระเบียบการเพื่อให้เจ้าหน้าที่รหัสที่อยู่เวรสามารถเกาะติดรหัส — คือการจัดลำดับของกระบอกรหัสของเอนิกมา — ที่ข่ายการสื่อสารเยอรมันแห่งหนึ่งๆ ใช้ (กองทัพอากาศในนอร์เวย์เป็นต้น) ก่อนที่ฝ่ายส่งจะเปลี่ยนไปใช้ระบบอีกอย่างหนึ่ง. มีการตั้งระบบโทรเลขและโทรศัพท์อย่างละเอียดครบถ้วนระหว่างเบล็ตชลี่ย์กับหัวหน้าหน่วยในลอนดอน เพื่อมิให้เกิดการรั่วไหลโดยบังเอิญหากส่งทางวิทยุซึ่งจะถูกดักฟังได้.

การเปลี่ยนรัฐบาลอังกฤษก่อให้เกิดคลื่นความมั่นใจขึ้นในทุกด้าน. ในด้านกิจการขบคิดรหัสลับ ผลในทางขวัญเป็นไปอย่างมหัศจรรย์. เครื่องกีดขวางทางจิตใจมลายหายไปสิ้น. เครื่องกลไกที่สร้างขึ้นช่วยบรรเทางานของนักคณิตศาสตร์. อย่างไรก็ตาม ก็ยังต้องคอยระยะเวลาหนึ่งกว่าจะสามารถแกะความลับของข้าศึกทั้งหมดให้ครบถ้วน โดยวิธีเก็บคำสั่งของกองบัญชาการของเยอรมันอย่างสม่ำเสมอ

เพียงพอ. แต่แม้กระนั้น ก็มีความรู้สึกว่าได้ผ่านความก้าวหน้าครั้งสำคัญ จนสตีเฟนสันเห็นว่าพอเพียงที่จะจ่าหน้าข่าวลับที่ได้มาจากแหล่งเหล่านี้ว่า "ลับที่สุดสุดยอด" (Top - secret Ultra). ข่าวชนิดนี้จะต้องเป็นข่าวลับที่มาเฉพาะจากเบล็ตชลี่ย์ หรือไม่ก็จากแหล่งข่าวที่ลับมากที่สุดจนไม่อาจที่จะเปิดเผยได้มากกว่าเพียงส่วนที่เลือกเฟ้นแล้ว ให้ผู้บังคับบัญชาในสนามรบทราบ และโดยมากก็ต้องแปลงรูปเสียก่อน. รายงาน "สุดยอด" (Ultra) จ่ายให้ผู้นำฝ่ายอังกฤษจำนวนจำกัดที่สุดเพื่อลดภัยของการรั่วไหล และให้อีกคนเดียวเป็นพิเศษ คือ : ท่านประธานาธิบดีแห่งสหรัฐอเมริกา.

บทที่ ๑๔

ในรัฐสภา เนวิลล์ เชมเบอร์เลน ถูกสมาชิกชี้หน้าพร้อมกับอ้างคำพูดของครอมเวลล์ (Cromwell) ว่า : "คุณนั่งเก้าอี้นี้นานเกินควรแล้ว . . . ลงจากเก้าอี้เสียทีเถอะ ไป !"

เชอร์ชิลล์ขึ้นมาเป็นนายกรัฐมนตรีในวันที่ ๑๐ พฤษภาคม ๑๙๔๐ ไม่กี่วันก่อนที่กองทัพของฮิตเลอร์รุกมาประชิดช่องแคบอังกฤษโดยใช้สงครามสายฟ้าแลบเป็นระลอก ๆ. เชอร์ชิลล์ได้เขียนในเวลาต่อมาว่า : "ในที่สุดผมก็ปฏิบัติการได้เต็มที่ในทุกกรณีเสียที." คำสั่งแรก ๆ ของเขาคือการรวมงานของหน่วยเอกเทศต่าง ๆ ที่ทำงานเกี่ยวกับข่าวที่รั่วออกจากสถานเอกอัครราชทูตสหรัฐ. จะเห็นได้ว่ากรณีนี้สำคัญยิ่ง เพราะถูกจัดลำดับเป็นงานเร่งด่วนที่สุดในยามที่บ้านเมืองตกอยู่ในภยันตรายใหญ่หลวงนี้. ในวันเดียวกับที่ตำรวจเข้าจับกุม ไทเลอร์ เกตวูด เค้นท์ เจ้าหน้าที่รหัสอเมริกันนั้น นายทหารเรืออังกฤษได้มาประชุมกันในอุโมงค์ลึก ซึ่งขุดเข้าไปในหน้าผาโดเวอร์ (Dover) และเพ่งมองข้ามช่องแคบอังกฤษอย่างกังขา. ทุกคนนึกในใจว่าจะมีทางกวาดต้อนทั้งเรือใบทั้งเรือเดินชายฝั่งโปเกมาจากที่ไหนได้เพื่อไปกู้กองกำลังที่อังกฤษได้ส่งไป และกำลังถูกกองกำลังยานเกราะของเยอรมันโอบล้อมอยู่ในแคว้นฟลานเดอร์ส (Flanders). ส่วนที่กระทรวงกลาโหม เครื่องโทรพิมพ์ของกรมข่าวทหารก็กำลังส่งข่าวออกมาก๊อกแก๊ก อันแสดงถึงความสับสนไม่ปะติดปะต่อของเหตุการณ์.

กองกำลังของฮอตเลอร์ตะลุยลักเซมเบอร์ก (Luxembourg) . . . .

ฮอตเลอร์ประกาศว่าเบลเยียมและฮอลแลนด์ยอมแพ้แล้ว. ฮอตเลอร์กล่าวว่าจะขยี้อังกฤษ.

เครื่องเงียบไปสักครู่หนึ่ง แล้วเริ่มก๊อกแก๊กใหม่.

แก้คำผิด. ให้อ่านฮิตเลอร์แทนฮอตเลอร์ และความหมายจะแจ่มแจ้ง.

สตีเฟนสันอ่านสำเนาโทรพิมพ์แล้วรีบกลับลอนดอน เพื่อคิดพิจารณาถึงกรณีไทเลอร์ เค้นท์. คดีนี้โฉ่ด้วยกลิ่นอายของการทรยศ. เขาหวังว่าเจ้าหน้าที่อื่นๆ ของเอกอัครราชทูตเค็นเนดีจะไม่พลอยเป็นไปด้วย.

ข่าวสารถึงเบอร์ลินที่ถอดรหัสแล้วและทำให้เริ่มเอะใจกัน ปรากฏว่า ฮันส์ มักเค็นเซ่น (Hans Mackensen) เอกอัครราชทูตเยอรมัน ณ กรุงโรมเป็นผู้ส่ง. ทางสืบราชการลับรายงานว่า มักเค็นเซ่นได้ข่าวนี้จาก ดยุ๊ก แห่ง เดล มอนเต (Duke of Del Monte) อุปทูตอิตาลีในลอนดอน. สก๊อตแลนด์ ยาร์ด รายงานว่า ดยุ๊ก แห่ง เดล มอนเต เป็นลูกค้ารายใหญ่ของร้านน้ำชาในลอนดอน ซึ่งนายพลเรือแห่งกองทัพเรือรัสเซียสมัยพระเจ้าซาร์ (Tsar) เป็นเจ้าของ และบุตรสาวของผู้นี้คือ อันนา วอลคอฟ (Anna Wolkoff) ซึ่งมีแฟนมากในกลุ่มชังยิวชอบนาซี. ในหมู่ผู้ชื่นชมเธอก็มี ดยุ๊ก แห่ง เวสต์มินสเตอร์ นั่นเอง คนเดียวกับที่เคยก้าวร้าวเชอร์ชิลล์ที่ร้านอาหารซาวอย. อันนา วอลคอฟ ถูกเจ้าหน้าที่ต้านจารกรรมติดตาม ซึ่งเป็นการไม่ยาก เพราะเธอชอบติดป้ายที่มีข้อความประกาศว่า : "นี่เป็นสงครามของพวกยิว" ทุกแห่งทุกหนที่เธอไป. เจ้าหน้าที่ฝ่ายอังกฤษเป็นห่วงเรื่องแนวที่ห้าในประเทศอังกฤษ. คำว่าแนวที่ห้าเกิดใช้กันขึ้นเมื่อสี่ปีก่อนในสงครามกลางเมืองของสเปน เพราะว่ากันว่ามีฝ่ายขบถเดินมุ่งมาดริด (Madrid) เป็นสี่แนว ส่วนในกรุงเองมี "แนวที่ห้า" ประกอบด้วยผู้สนับสนุนพร้อมที่จะเปิดประตูเมืองให้.

บ้านพักของอันนาก็ถูกกองห้า (MI - 5) ซึ่งเป็นสาขาของกรมข่าวทหารที่รับผิดชอบการต่อต้านจารกรรมจับตาเฝ้าดูอยู่ โดยที่เธออยู่ในบัญชีสมาชิกของ เธอ ไรต คลับ (The Right Club) ซึ่งแจกจ่ายใบปลิวโฆษณาชวนเชื่อชอบนาซีชังยิว. ความกระจ่างแจ้งเพิ่มจะชัดออกมาตอนนี้เอง เมื่อเอารายงานของกองห้าไปเทียบเคียงกับผลการสอบสวนทางอื่นๆ เห็นได้ชัดว่าอันนาเป็นเปลาะหนึ่งในลูกโซ่ที่เชื่อมโยงสถานเอกอัครราชทูตกับเบอร์ลิน. เธอต้อนรับเจ้าหน้าที่รหัสของสถานเอกอัครราชทูตสหรัฐคนหนึ่งบ่อยๆ ในเวลากลางคืน. เจ้าหน้าที่คนนี้ก็คือ ไทเลอร์ เค้นท์ ผู้เป็นเจ้าหน้าที่จัดการส่งข่าวสารลับไปวอชิงตัน โดยใช้ประมวลรหัสลับของกระทรวงต่างประเทศอเมริกันมีชื่อว่า "เกรย์ โค้ด" (Gray Code) ซึ่งเชื่อกันว่าขบไขไม่ได้.

ปัญหามีว่า เค้นท์ทำงานในสถานเอกอัครราชทูตเป็นเอกเทศหรือไม่. ประวัติของอันนา วอลคอฟ แสดงถึงการร่วมมือกับนักการทูตที่ชอบนาซีมาเป็น

เวลานานแล้ว. เธอเขียนจดหมายซึ่งมีข้อมูลที่นำไปใช้ในการโฆษณาชวนเชื่อทางวิทยุกระจายเสียงของผู้ทรยศอังกฤษชื่อ วิลเลียม จ๊อยศ์ หรือ ลอร์ด ฮอว์ - ฮอว์. เธอเป็นต้นของข่าวที่ส่งไปรูเมเนีย (Rumania) ผ่านวิทยุสื่อสารทางการทูตอีกทางหนึ่ง เพื่อส่งต่อไปเบอร์ลิน. เธอเป็นสื่อที่เค้นท์ใช้เพื่อผ่านข้อความในสารลับระหว่างเชอร์ชิลล์กับรูสเวลท์ให้แก่อุปทูตอิตาลี ผู้ส่งต่อไปให้เอกอัครราชทูตเยอรมันในกรุงโรม.

ข้อมูลต่าง ๆ ทั้งหมดนี้อยู่ในมือของคนหลายพวก. เมื่อนำมาปะติดปะต่อกันจึงเกิดปรากฏออกมาแจ่มชัดเป็นรูปภาพจอกว้าง.

แม้แต่ในสัปดาห์ก่อนที่เค้นท์ถูกจับกุมนั่นเอง ก็ได้มีการส่งสำเนาของสารสำคัญของเชอร์ชิลล์ฉบับหนึ่งผ่านข่าย ลอนดอน – โรม – เบอร์ลิน. เชอร์ชิลล์ได้ส่งสารไปถึงรูสเวลท์ว่าอังกฤษและฝรั่งเศสได้เปลี่ยนฐานะจากที่ฮิตเลอร์เรียกว่า "ผู้ชนะที่น่าชังแห่งแวร์ซายส์" ลงไปเป็นผู้ปราชัยอย่างน่าอัปยศและแตกแยกกัน. ท่านผู้นำคงได้อ่านอย่างอิ่มเอิบสำราญใจ : "ถึงโปตัส : เวทีมืดมนลงอย่างฉับพลัน . . . . . ประเทศเล็ก ๆ ถูกทำลายทีละประเทศอย่างง่ายดายเหมือนหักก้านไม้ขีดไฟ. แม้ขณะนี้ยังไม่แน่นัก เราก็คาดได้ว่ามุสโสลินีจะรีบเข้ามาขอส่วนแบ่งในการปล้นอารยธรรม. เราเองคาดว่าในไม่ช้าจะต้องถูกบุกทางอากาศ ทั้งจากพลร่ม ทั้งทหารที่มาด้วยเครื่องบิน . . . ท่านอาจเห็นการสถาปนาประเทศยุโรปที่เป็นขี้ข้าพวกนาซีอย่างโงหัวไม่ขึ้น ด้วยความรวดเร็วอย่างคาดฝันไม่ได้ และอิทธิพลนั้นจะหนักเกินกว่าที่เราจะทานได้. บัดนี้ผมขออย่างเดียว คือขอให้ท่านประกาศว่ายังไม่เข้ารบ ซึ่งขอให้หมายความว่า ท่านจะช่วยเราในทุกทาง เพียงแต่จะยังไม่ถึงส่งกองกำลังทหารเท่านั้น." สารฉบับนั้นลงนามว่า "อดีตนาวีบุรุษ."

ในสารอีกฉบับมีรายละเอียดการสูญเสียอย่างหนักของกองเรือรบอังกฤษ. ตามมาด้วยการเปิดเผยความต้องการเร่งด่วนของอังกฤษ คือขอเรือพิฆาตเก่า ๆ ของอเมริกันสี่สิบหรือห้าสิบลำ.

ครั้งนี้เป็นครั้งสุดท้ายที่ฮิตเลอร์ได้รับข่าวน่าชื่นบาน ซึ่งใส่ถาดประเคนให้ถึงบ้าน. สตีเฟนสันเองก็พัวพันอยู่กับการเจรจาขอเรือรบอเมริกัน. เขาเห็นได้ชัดว่าข่าวที่ดักได้เป็นคำร้องที่เชอร์ชิลล์ได้ส่งเป็นรหัสเกือบคำต่อคำ. ทั้งนี้ทำให้หมดสงสัยอย่างเด็ดขาด และแน่ใจว่าการรั่วไหลมาจากเจ้าหน้าที่รหัสของสหรัฐ ไม่ใช่จากเอกอัครราชทูตเค็นเนดี.

ดังนั้นเอกอัครราชทูตจึงจำต้องตัดหางปล่อยวัดคนของตัวเอง. ในค่ำวันที่บ้านของเค้นท์ถูกค้นนั่นเอง เค็นเนดีอยู่ในบ้านของตนเองใกล้วังเค็นซิงตัน (Kensington Palace) เขายอมต่อข้อเสนอของ ลอร์ด แฮลิแฟกซ์ ให้ไล่เค้นท์ออกจากราชการของกระทรวงต่างประเทศสหรัฐ เพื่อให้เจ้าหน้าที่ฝ่ายอังกฤษดำเนินคดีตามกฎหมายได้. คืนนั้นเค็นเนดีโทรศัพท์ถึงประธานาธิบดีรูสเวลท์ รายงานว่า "รหัสลับที่ลับที่สุดของเราใช้การไม่ได้เสียแล้ว. ในขณะที่ฝรั่งเศสกำลังพังทลายลง สหรัฐต้องระงับการส่งข่าวลับกับสถานทูตทั่วโลก." เขากล่าวเพิ่มเติมว่า หากสหรัฐกำลังอยู่ในภาวะสงคราม เขาเองจะแนะให้ยิงเป้าเค้นท์ฐานผู้ทรยศ.

การดำเนินคดีไทเลอร์ เค้นท์ และอันนา วอลคอฟ กระทำเป็นความลับ. ทั้งสองคนถูกตัดสินจำคุกฐานส่งเอกสารลับที่จะเป็นประโยชน์แก่ข้าศึก. คดีนี้ทำอย่างเงียบ ๆ เพราะเหตุผลหลายประการ ประการสำคัญอยู่ที่เค้นท์แก้ต่างว่ากระทำเพราะรักชาติ และรู้สึกว่ารูสเวลท์ต่างหากที่เป็นผู้ทรยศ. เค้นท์เป็นชายหนุ่มที่มีการศึกษาดี เป็นนักการทูตอาชีพ และมีประสบการณ์มากกว่าธรรมดาในต่างประเทศ. ในตอนนี้ไม่ว่าเค็นเนดีจะประณามเขาสักเพียงไรก็ตาม แต่ก็มีชาวอเมริกันมากหลายที่เห็นชอบกับความรู้สึกอยากอยู่โดดเดี่ยวของเขา.

เอกอัครราชทูตเค็นเนดีกล่าวว่า ปฏิบัติการของเค้นท์ได้ทำให้การสื่อสารลับทางการทูตของอเมริกาเสียหายหมด. เขาไม่ทราบว่าสตีเฟนสันได้จัดการในวอชิงตันให้นำระบบฉุกเฉินมาใช้การแทนแล้ว. คำสั่งของรูสเวลท์ให้ฮูเวอร์จัดการติดต่ออย่างสนิทสนมที่สุดกับลูกค้าข่าวลับของสตีเฟนสัน นั้น ทางฝ่ายอเมริกันได้ปฏิบัติโดยด่วนที่สุดเท่าที่ เอ็ฟ.บี.ไอ. สามารถจะกระทำได้. ทุกคนได้รอคอยวันที่เชอร์ชิลล์จะขึ้นเป็นผู้สั่งการ. ต่อจากนี้ไปจะเลิกผ่านทางเอกอัครราชทูตเค็นเนดี. ได้มีการเปิดช่องการสื่อสารใหม่ระหว่างพวกอาสาสมัครแห่งเบเกอร์ สทรีท กับเพื่อนฝูงในสหรัฐ.

พวกปฏิบัติการพิเศษของทั้งสองฝั่งมหาสมุทรแอตแลนติกทำงานอย่างระมัดระวัง. พวกเขาเกรงว่าจะมีบุคคลที่มีตำแหน่งสูงยิ่งกว่า ไทเลอร์ เค้นท์ ทรยศบุคคลที่ไม่รู้เรื่องราว และผู้ที่จะแก้ตัวว่าปฏิบัติเพราะรักชาติเช่นเดียวกัน. น่าขันที่ว่าฝ่ายอังกฤษ ถึงแม้จะอยู่ในภาวะสงคราม แต่กลับต้องเป็นฝ่ายดำเนินงานอย่างระมัดระวังที่สุด. เนวิลล์ เชมเบอร์เลน เพื่อนสนิทของเค็นเนดีถูกปลดแล้ว แต่รัฐมนตรีต่างประเทศของเขา คือ ลอร์ด แฮลิแฟกซ์ ยังคงมีอิทธิพลอยู่. แม้ใน

ระยะที่เชอร์ชิลล์กำลังขึ้นมาสวมตำแหน่งนายกรัฐมนตรี แฮลิแฟกซ์ก็กำลังหาทางบรรเทาผลร้ายที่จะตามมาจากการที่ฝรั่งเศสกรุงแตก. เขาได้แนะให้รับข้อเสนอสันติภาพ "ซึ่งจะทำให้เราอยู่ในฐานะดีกว่าที่จะคอยอีกสามเดือน." มุสโสลินีได้เสนอตัวเป็นผู้เจรจาข้อตกลงกับพวกนาซี ซึ่งจะไม่ทำให้อังกฤษต้องเสียเอกราช ด้วยข้อแม้ว่าอิตาลีของฟาสซิสต์จะได้รับเกาะมอลตา (Malta) และมีอิทธิพลในทะเลเมดิเตอร์เรเนียน (Mediterranean). ถ้าอังกฤษมีท่าทีที่อะลุ้มอล่วยและยอมให้เยอรมันกับอิตาลีแบ่งปันตะวันออกกลางและแอฟริกากัน ก็จะมีสันติภาพแน่.

แฮลิแฟกซ์และเชมเบอร์เลนได้เพียรพยายามที่จะให้รัฐบาลฉุกเฉินอังกฤษรับข้อเสนอเหล่านี้. สตีเฟนสันกล่าวว่า "แม้นเขารับข้อเสนอของมุสโสลินีแล้ว ในไม่ช้าปฏิบัติการต่อต้านนาซีของพวกเราก็คงจะกลายเป็นปฏิบัติการขายชาติไป."

การเสนอสันติภาพครั้งล่าสุดมาจากกรุงโรม ในเวลาเดียวกับที่เอกสารราชทูตเยอรมันกำลังใส่รหัสในข่าวสารชิ้นสุดท้าย ที่ได้รั่วออกมาจากสถานเอกอัครราชทูตสหรัฐในลอนดอน กล่าวคือ คำอธิบายอย่างตรงไปตรงมาของรูสเวลท์ในเรื่องความลำบากใจที่จะให้เรือพิฆาตเก่าๆ สี่สิบหรือห้าสิบลำแก่เชอร์ชิลล์. มาบัดนี้สตีเฟนสันโต้อย่างแข็งขันว่า ถึงเวลาแล้วที่ทุกคน ไม่ว่าจะเป็นชนชาติใด จะต้องเข้าร่วมแรงกันทางการสืบราชการลับที่มั่นคงปลอดภัยและสอดคล้องกัน ในการนี้เขาใช้การสอบสวนคดีไทเลอร์ เค้นท์ มาเป็นเหตุสนับสนุน. เอกอัครราชทูตเค็นเนดีพ้นข้อหากรณีข่าวรั่ว แต่คำให้การของเขาต่อคณะกรรมาธิการกิจการทหารของรัฐสภาอเมริกัน ทำให้เขาตกอยู่ในจำพวกเดียวกับแฮลิแฟกซ์. เขาให้การครั้งนั้นไม่กี่วันก่อนสตีเฟนสันบินไปวอชิงตันครั้งแรก. เค็นเนดีได้ย้ำแล้วย้ำอีกว่าไม่มีใครสามารถเอาชนะเยอรมันของนาซีได้. เขาแถลงความเห็นว่าเชอร์ชิลล์เป็นคนเจ้าเล่ห์เพทุบายและไม่มีจริยธรรม และ "พร้อมที่จะวางระเบิดสถานเอกอัครราชทูตสหรัฐ แล้วใส่ความว่าพวกเยอรมันเป็นผู้กระทำ ถ้าการนี้จะชักจูงให้ฝ่ายอเมริกันเข้าร่วมรบ."

เชอร์ชิลล์จงใจหลบหน้าไปบ้างเพื่อเลี่ยงการกระทำที่หุนหันพลันแล่น ซึ่งจะทำให้พวกอเมริกันเอะใจหรือเป็นปรปักษ์. แต่มาบัดนี้เหตุการณ์ได้บังคับให้เขาออกโรง. นายกรัฐมนตรี พอล เรย์โนด์ (Paul Reynaud) ของฝรั่งเศสได้โทรศัพท์ถึงเขา และพูดเป็นภาษาอังกฤษ ว่า : "เราปราชัย. เราถูกตียับเยิน. เราแพ้การรบ."

หากอังกฤษยังสามารถเหนียวไว้อีกสองสามสัปดาห์ หากประธานาธิบดีรูสเวลท์ไม่ถูกพวกชวนแพ้ไล่ออกจากทำเนียบขาว หากสหรัฐให้อาวุธอย่างน้อยก็แก่พวกกองทัพลับ (เริ่มด้วยพวกหน่วยช่วยรบที่เตรียมตัวที่จะดำเนินสงครามกองโจรต่อต้านพวกนาซีในประเทศอังกฤษเอง ถ้าถึงเวลานั้น) ก็จะยังมีหวังรักษาเสรีภาพไว้ได้. เชอร์ชิลล์ออกคำสั่งให้พวกอาสาสมัครแห่ง เบเกอร์ สทรีท เตรียมปฏิบัติ-การสงครามกองโจร. มีการจัดกระบวนการเพื่อ "ประสานปฏิบัติการทุกทาง โดยใช้การบ่อนทำลายและการก่อวินาศกรรม — เพื่อ**ให้ยุโรปลุกเป็นไฟ**."

การปฏิบัติเป็นทางการต้องรอไปสองเดือน ในระหว่างที่สตีเฟนสันไปอธิบายชี้แจงแก่ประธานาธิบดีรูสเวลท์ในแผนที่จะทำให้ยุโรปลุกเป็นไฟ ยุโรปนี้อาจรวมทั้งประเทศอังกฤษด้วย ซึ่งอาจถูกยึดครองและพวกหน่วยกองโจรจะรับคำสั่งบังคับบัญชาจากนิวยอร์ค.

ในเดือนเมษายน ปัญหานี้เป็นเพียงทฤษฎี แต่บัดนี้เป็นสิ่งที่เป็นไปได้. สตีเฟนสันมิได้พูดเกินความจริง เมื่อเขาบอกท่านประธานาธิบดีว่าฮิตเลอร์จะใช้เวลาเพียงนิดเดียวในการเข้ายึดประเทศเพื่อนบ้านซึ่งไม่มีการเตรียมพร้อม แต่ว่ากองกำลังฝ่ายเสรีจะต้องใช้เวลานานเพื่อมาปลดปล่อยให้คืนสู่อิสรภาพ. สตีเฟนสันได้กล่าวว่า : ท่านผู้นำไม่เป็นแต่เพียงคนบ้า วิกลจริต เท่านั้น แต่ยังเป็นหมอผีชาญฉลาดอีกด้วย. อาวุธต่าง ๆ ในคลังแสงสรรพาวุธของเขาไม่มีแห่งใดในประวัติศาสตร์เทียมได้. การโฆษณาชวนเชื่อของเขามีกลไกสลับซับซ้อน. เขามีวิทยาการชั้นสูงในการควบคุมประชาชน. เขาฉีกตำรายุทธวิธีทิ้ง และได้เขียนขึ้นใหม่เอง. ยุทธวิธีของเขาคือการหว่านความสยดสยอง ความหวาดกลัว และความลังเลสงสัยในกันและกัน.

"เราคงจะต้องถูกยึดครองระยะหนึ่ง และระหว่างนั้นเราจะต้องรักษาขวัญของผู้ที่รอดพ้นจากความตายหรือความเป็นทาสในค่ายกักกัน. เราจะต้องสร้างสรรค์ระบบการสืบข่าว เพื่อให้เราสามารถเสาะหาจุดอ่อนของศัตรู. เราจะต้องกลับมาใช้ทรัพยากรทางบุคคล และหวังว่ามนุษย์ยังเหนือเครื่องกล."

ภาคที่สอง

สู้ต่อไป

ออกขุนอันดรูจึงกล่าวว่า "นักรบทั้งหลาย, สูเจ้าจงยุทธนาการสู้ต่อไป บาดแผลที่กายตูข้านั้นเพียงเล็กน้อย ตูข้ายังหาได้ถูกพิฆาตถึงแก่ชีวิตไม่ ตูข้าจักเอนกายและหลั่งโลหิตเพียงชั่วขณะแล้วจักอุฏฐาการเข้าสัประยุทธ์ไปดั่งเดิม"

ออกขุนอันดรูว่า "เหล่าทหารกล้า, สู้ต่อไป
แผลเราไม่เท่าไร ไม่ถูกฆ่าถึงอาสัญ
เอนหลังลงเสียหน่อย ปล่อยเลือดไหลคงหายพลัน
แล้วจักลุกโรมรัน เข้าสัประยุทธ์ดุจดั่งเดิม"

— กาพย์เรื่องออกขุนอันดรู บารตัน

Fight On

"Fight on, my men, Sir Andrew sayes,
A little ime hurt, but yett not slaine,
Ile but lye downe and bleede awhile,
And then ile rise and fight againe"

— The Ballad of Sir Andrew Barton

บทที่ ๑๕

กองทัพเยอรมันหลั่งไหลฟันฝ่าเข้าประเทศฝรั่งเศส. มีอาการแน่ชัดว่าฝรั่งเศสจะตกลงแยกไปสงบศึกต่างหาก. หลังจากนั้นเยอรมันก็จะได้ยึดครองปารีสและศูนย์อุตสาหกรรมต่าง ๆ โดยยอมให้ฝรั่งเศสที่เป็นกลางปกครองตนเองในภาคใต้.

เชอร์ชิลล์ไป ๆ มา ๆ ระหว่างอังกฤษกับฝรั่งเศส โดยพยายามอย่างสุดกำลังที่จะพยุงขวัญของฝ่ายสัมพันธมิตร แต่แล้วก็ต้องตะลึงงัน เมื่อได้ไปเห็นว่าผู้ที่มีอิทธิพลจริงในรัฐบาลฝรั่งเศสก็คือภริยาน้อยของเรย์โนด์. เคานแตสส์ เฮเลน เดอ ปอร์ตส (Countess Helene de Portes) ทำให้ความหวังของนายกรัฐมนตรีฝรั่งเศสเหือดหายสิ้นสลายไป โดยนอนร้องไห้ตีโพยตีพายสะอึกสะอื้นอยู่บนเตียงของนายกฯ และร้องอ้อนวอนอย่าให้ใครมายุ่งด้วย.

สตีเฟนสันบินไปด้วยครั้งหนึ่ง ในการเดินทางที่สมบุกสมบันห้าครั้งที่เชอร์ชิลล์ไปในฐานะนายกรัฐมนตรีคนใหม่ ที่ถูกบังคับให้มาสวมบทบาทของขุนศึกเมื่ออายุหกสิบปีกว่า ในขณะที่กองทัพของตนกำลังตะเกียกตะกายที่จะหนีออกจากวงล้อมของข้าศึก. เรือทุกชนิดทุกขนาดที่พอจะข้ามช่องแคบอังกฤษ ข้ามไปข้ามมาอย่างไม่ขาดสายระหว่างโดเวอร์และชายฝั่งที่ดันเคิร์ก (Dunkirk) ซึ่งถูกกระหน่ำด้วยระเบิด. ในกรุงปารีส เรย์โนด์ ไม่รู้เรื่องการอพยพเลย. เขาได้แค่พยักหน้าอย่างมึนงง เมื่อเชอร์ชิลล์ซึ่งในสายตาของเรย์โนด์เป็นเพียงบุรุษชราผมบางผู้มีมือเรียวเหมือนศิลปิน พูดว่า : “สู้จนตายหมดยังดีกว่าซังกะตายอยู่อย่างทาส.”

เชอร์ชิลล์เดินลงส้นวนไปวนมาในห้องนอนของเรย์โนด์. เขาว่า : “มีหวังมากว่าฮิตเลอร์จะเป็นเจ้าโลก. เราต้องช่วยกันคิดวิธีที่จะ สู้ สู้ สู้ โดยไม่คิดว่าจะต้องสูญเสียเพียงไรหรือจะนานเท่าใด.” เขาจ้องหน้านายกฯ ฝรั่งเศสแล้วนั่งลงอย่างหมดแรง. ใบหน้าที่เหมือนทารกของเขาเปลี่ยนไปอย่างรวดเร็วตามอารมณ์ที่ผ่านเข้ามาในใจ. เขาเปลี่ยนจากขึ้งเคียดไม่พูดไม่จา เป็นน้ำตาร่วง เป็นรุนแรงฉุนเฉียว. ทำท่าไหนก็ไม่เกิดประโยชน์. เรย์โนด์มีแต่สาธยายลำดับของชัยชนะของฮิตเลอร์ : โปแลนด์ในยี่สิบหกวัน นอร์เวย์ในยี่สิบแปดวัน เดนมาร์กยี่สิบสี่

ชั่วโมง ฮอลแลนด์ในห้าวัน และลักเซมเบอร์กในสิบสองชั่วโมง. ดวงตาเป็นประกายที่แวววด้วยความสลดของเขาหันมาจ้องเชอร์ชิลล์ : "เบลเยียมจบเห่แล้ว. มาบัดนี้ฝรั่งเศส. . . "

เมื่อกลับลอนดอนเชอร์ชิลล์แถลงในสภาว่า : "เรามีเป้าหมายอันเดียวและต้องมุ่งมั่นในจุดหมายเดียวอย่างไม่มีวันผันแปร. เรามุ่งทำลายฮิตเลอร์ไม่ให้เหลือแม้แต่ซากของระบบนาซี. เราจะไม่ยอมให้อะไรอันใดมาทำให้เราหันเห. ไม่มีวันที่เราจะยอมพบปะเจรจาหาทางออก. . . เราจะไม่มีวันยอมแพ้." ในระหว่างที่เขาพูดอยู่ ฝ่ายกองบัญชาการก็คำนวณความสูญเสียอยู่. อังกฤษเกือบจะเรียกได้ว่าหมดหนทางป้องกันตัว. กองกำลังที่ส่งไปจำต้องทิ้งยุทโธปกรณ์ทั้งหมดในฝรั่งเศสที่ถูกยึดครอง. แต่หนังสือพิมพ์ข่าวชาวบ้าน เดลี มิร์เรอร์ (Daily Mirror) ในลอนดอนกลับพาดหัวตัวโตว่า : "วิเศษชะมัด." แทนที่จะได้อพยพทหาร ๕๐,๐๐๐ คนตามที่คาดไว้ หมู่เรือโปเกสามารถอพยพนักรบได้ถึง ๓๓๘,๒๒๖ คน. ปฏิบัติการนี้ได้ชื่อว่า "ปาฏิหาริย์แห่งดันเคิร์ก." เชอร์ชิลล์กล่าวแก้ข่าวทันทีและตักเตือนประชาชนว่า : "เราประสบความปราชัยอย่างใหญ่หลวง."

แต่เขายืนยันว่าอาวุธของฮิตเลอร์ที่ใช้การบ่อนทำลายตลอดจนการติดสินบนไม่มีทางบรรลุเป้าหมาย และแย้มถึงการตระเตรียมของพวกอาสาสมัครแห่ง เบเกอร์สทรีท โดยให้คำมั่นสัญญาว่า : "ถึงแม้หมู่เกาะแห่งนี้หรือส่วนใหญ่จะถูกกดขี่และต้องอดตาย" การต่อสู้ก็จะต้องดำเนินต่อไปจนกระทั่ง "โลกใหม่ (อเมริกา) จะก้าวออกมาด้วยอำนาจ กำลังและแสนยานุภาพ มาช่วยเหลือและปลดปล่อยโลกเก่า (ยุโรป)."

หกวันให้หลัง รูสเวลท์ให้คำตอบต่อถ้อยแถลงของเชอร์ชิลล์โดยกล่าวอย่างเปิดเผยว่า : "เราจะดำเนินวิถีปฏิบัติสองอย่างที่ไปพร้อมกันและเห็นได้ชัด : เราจะใช้ทรัพยากรทางวัตถุของชาติเราช่วยเหลือผู้ต่อต้านการใช้กำลังรุกราน ในเวลาเดียวกันเราจะเร่งรัดนำทรัพยากรเหล่านี้มาใช้เพื่อที่จะให้พวกเราในอเมริกามียุทโธปกรณ์และการฝึกความชำนาญ พร้อมที่จะเผชิญเหตุฉุกเฉินทุกกรณี. . ." เขาเสี่ยงตัวเองอย่างมากในการกล่าวผูกมัดอเมริกาอย่างเปิดเผยเช่นนี้ ในเมื่อยังมีความรู้สึกต่อต้านสงครามในอเมริกา.

สตีเฟนสันระลึกภายหลังว่า : "นี่เป็นการตัดสินใจครั้งแรกและครั้งสำคัญยิ่ง — คือการเข้าถือหางอังกฤษที่ดูสิ้นท่า ในเวลาที่ทุกคนนึกว่าทุกสิ่งทุกอย่าง

สูญสลายไปสิ้นแล้ว." เขาเข้าใจซึ้งถึงอุปสรรคที่ท่านประธานาธิบดีต้องเผชิญดีกว่าผู้นำอังกฤษส่วนใหญ่.

โนล เคาเวิร์ด (Noel Coward) ผู้ถูกชิงตัวออกมาได้จากปารีสท่ามกลางปืนเยอรมันที่ระดมยิงอยู่ ได้มีโอกาสเห็นชาวแคนาดาตัวเล็กแบบบางคนนี้ สตีเฟนสัน ในสำนักงานราชการลับที่ลึกลับซึ่งเกิดขึ้นเป็นดอกเห็ดอย่างรวดเร็ว แถวควีน แอนส์ เกต (Queen Anne's Gate) ในลอนดอน. เคาเวิร์ดได้ทำงานร่วมกับราชการลับฝรั่งเศสมา. เขากล่าวว่า : "เมื่อฟ้าถล่มลงผมก็เกิดตระหนักโดยฉับพลันว่าเราได้ทำเล่นๆ ตลอดมา. เช่นครั้งหนึ่งเราเคยมีแผนที่จะไปทิ้งใบปลิวที่เบอร์ลิน โดยเขียนเป็นคำขวัญเช่น "เห็นไหม — ท่านผู้นำไม่สามารถหยุดยั้งเครื่องบินทิ้งระเบิดของสัมพันธมิตรได้หรอก !" เมื่อผมกลับมาอังกฤษก็รู้สึกว่าดูน่าสมเพชนัก. ผมคิดว่า — แหม ที่นี่เขาก็คงนั่งทอดหุ่ยเหมือนกัน จนกระทั่งรถถังแล่นมาเทียบถึงเวสต์มินสเตอร์ (ทำเนียบรัฐบาลอังกฤษ). ผมต้องไปที่โรงแรม เซ็นต์ เออร์มิน ซึ่งตั้งอยู่อย่างเหมาะสมที่ แค็กซ์ตัน สทรีท ระหว่างสภาขุนนางกับสถานีรถไฟวิกตอเรีย. ผมต้องพบสายที่นัดหมายไว้ในห้องโถงของโรงแรม. ผมคอยอยู่ในที่ซอมซ่อนั้น จนชายคนหนึ่งมาบอกว่า "ตามผมมา." ผมนึกว่าเขาจะนำไปข้างนอกเพื่อไปยังที่เร้นลับแห่งหนึ่งแห่งใด. ตรงกันข้ามเขากลับพาผมไปเข้าลิฟต์. ในที่นั้นเขียนไว้ว่ามีสามชั้น. ผมงงเป็นไก่ตาแตกเมื่อขึ้นถึงชั้นสี่. ยามที่เฝ้าที่นี่ตัวเท่ายักษ์ สวมเครื่องแบบยามประตูที่คับจนดูอึดอัด. ภายหลังผมได้ทราบว่าเขาชื่อ คอร์เนเลียส (Cornelius).

"นี่คือ — อ้า — กรรมการบริหารกิจการพิเศษ. อันเป็นนามในอนาคตของพวกอาสาสมัครแห่งเบเกอร์ สทรีท. ใครคนหนึ่งกำลังพูดอยู่ว่า ท่านประธานาธิบดีรูสเวลท์จะให้เราสู้รบแทน. และอ้ายเปี๊ยกบิลล์ (Little Bill) ก็อยู่นั่นดูท่าทางใจเย็นมาก นั่งตาปรือแต่ไม่พลาดอะไรเลยสักอย่างเดียว. และเขาก็พูดเพียงว่า "เราอยากให้รูสเวลท์อยู่ข้างเรามาตั้งหลายปีแล้ว."

ในระยะเวลานั้น สตีเฟนสันกำลังต้องประสบปัญหาถกเถียงกันอย่างดุเดือดในเรื่องการใช้รายงานลับสุดยอด "อัลตร้า" (Ultra) ที่มาจากเบล็ตชลี่ย์. "อัลตร้า" ครอบคลุมแหล่งข่าวลับหลายแห่ง แต่แหล่งสำคัญที่สุดมาจากผลงานประจำวันในการถอดรหัสคำสั่งบังคับบัญชาของเยอรมันที่ใช้เครื่องเอนิกมา. ในรายงานมีข้อสังเกตและข้อวินิจฉัยพิเศษกำกับมาพร้อมกับข่าวที่ดักได้และถอดรหัสแล้ว.

มีความหวั่นเกรงกันว่า พวกเยอรมันจะทรมานเชลยศึกชาวโปแลนด์และฝรั่งเศส ที่ทราบถึงการยึดเอาเครื่องไฮดริช - เอนิกมามาได้. นายทหารชั้นผู้ใหญ่ฝ่ายข่าวในวอร์ซอว์และปารีสประมาณสิบกว่าคนทราบว่าอังกฤษได้เครื่องนี้มา และอาจเผยความลับโดยไม่ตั้งใจ ถ้าถูกทรมานบีบบังคับอย่างหนักในการไต่สวน. หากเยอรมันทราบว่าอังกฤษมีเครื่องเอนิกมาอยู่ในมือแล้ว ก็เป็นเรื่องง่ายดายที่จะทำลายประโยชน์ส่วนใหญ่ของ "อัลตร้า" โดยเปลี่ยนไปใช้ระบบอื่น. (การสอบสวนเป็นทางการหลังสงครามได้พิสูจน์ให้เห็นว่าไม่มีใครเลยที่ยอมเผยความลับ. เพราะฉะนั้น ชาวอังกฤษและอเมริกันจึงเป็นหนี้บุญคุณต่อพวกที่ไม่ยอมปริปาก – และถ้าคำนึงถึงเหตุการณ์ที่ผ่านมาจึงเป็นหนี้บุญคุณที่ไม่มีทางชดใช้ทดแทนได้หมดเลย.)

ในขณะที่ทุกคนตกอยู่ในความตึงเครียด สตีเฟนสันก็ต้องรับภาระที่ไม่น่าอิจฉาเลยที่จะหนุนให้เปิดเผยกิจการแก่อเมริกันให้มากขึ้น ซึ่งจะทำให้เสี่ยงต่อการรั่วถึงข้าศึก.

"อัลตร้า" ยังคงทำงานควานอยู่ในความมืด. นักขบไขรหัสของเบล็ตชลี่ย์ต้องรับมือการแปลรหัสเอนิกมาชนิดต่างๆ กันหลายสิบชนิด และการตั้งลำดับของกลไกต่างๆ ที่ใช้อยู่ในเวลาเดียวกัน. ยกตัวอย่าง ข่ายของกองซ่อมบำรุงเยอรมันในเดนมาร์กจะรับส่งข่าวธรรมดาประจำวันด้วยรหัสเอนิกมา ที่แตกต่างกับรหัสของเรือดำน้ำเยอรมันในมหาสมุทรแอตแลนติก. ยิ่งกว่านี้ ฝ่ายเยอรมันยังใช้รหัสชั้นสูงต่างๆ กันหลายชนิด. ที่เบล็ตชลี่ย์ จึงต้องจัดลำดับความเร่งด่วนของข่าวลับที่จะต้องพิจารณาก่อนหลัง เพื่อมิให้ข่าวที่มีความสำคัญและเร่งด่วนจริงๆ ถูกผ่านไป โดยที่ผู้เชี่ยวชาญมัวไปใช้เวลาศึกษาอะไรที่จะปรากฏว่ามีความสำคัญน้อย. แม้แต่คำว่า "ผู้เชี่ยวชาญ" ก็เป็นการเรียกที่ไม่ถูกนัก อาจทำให้เข้าใจผิด. พวกนี้เพิ่งเริ่มเรียนงานเท่านั้นทำงานไปเรียนไป. ที่ทำสำเร็จได้บ้างแล้วก็มีระบบสารบัญ ซึ่งเมื่อเรียบร้อยขึ้นเป็นลำดับก็จะมาเป็นประโยชน์ล้ำค่า. ในกองเอกสารที่สามารถถอดรหัสได้แล้ว พวกเจ้าหน้าที่สารบัญขีดเส้นใต้คำที่เห็นว่าสำคัญแล้วแยกออกมาเก็บไว้ในแฟ้ม และจัดกำหนดเลขหมายให้เทียบเคียงกันได้. ประมวลสารบัญที่กว้างขวางยิ่งขึ้นทุกที ได้ทำให้เกิดความกระจ่างอย่างฉับพลันหลายอย่าง. เจ้าหน้าที่ลับที่พากเพียรตรวจข่าวสารที่ดูเป็นข่าวธรรมดา อาจสะดุดตาคำหนึ่งคำใด – เช่นชื่อของเชื้อเพลิงแข็งชนิดหนึ่ง – ซึ่งจะทำให้คิดปะติดปะต่อเรื่องราวออกมาได้. เมื่อไปค้นหาเทียบเคียงเชื้อเพลิงนี้ในสารบบอาจสามารถพบอยู่ในเรื่องเกี่ยวกับการทดลองอาวุธ. ได้มีการส่งเชื้อเพลิงชนิดนี้ไปเดนมาร์ก. อันอาจหมายความว่า

กำลังตั้งสนามทดลองใหม่หรือไม่ก็มีการเริ่มใช้อาวุธใหม่กับเรือรบบางชนิดซึ่งน่าจะมีฐานทัพในเดนมาร์ก. งานของนักสืบทำนองนี้ขึ้นอยู่กับการโยงคำกับความคิดโดยฉับพลัน เมื่อเห็นคำใดคำหนึ่งซึ่งทำให้คิดถึงเรื่องที่อาจเกี่ยวข้องได้ เพราะเหตุนี้เองที่เบล็ตชลี่ย์ต้องใช้นักปราชญ์ที่มีความจำดุจตำราเดินได้.

ความบังเอิญมีส่วนสำคัญเหลือเกินในวิธีการดังกล่าวทั้งหมดนี้. ถึงแม้สตีเฟนสันทราบดีว่างานบางส่วนจะกระทำโดยใช้เครื่องได้ แต่อังกฤษก็ยังไม่มีอุปกรณ์แบบนี้. ระหว่างนี้จึงจะต้องขยายกระบวนสมองของมนุษย์ไปพลางก่อน. มีผู้เสนอให้นำกำลังของผู้เชี่ยวชาญอเมริกันมาร่วม. ไม่ใช่ว่าจะเอาศาสตราจารย์ที่มีมิตรจิตจากเมืองไกล แต่ควรใช้เจ้าหน้าที่ราชการลับอเมริกันมาทำงานที่เบล็ตชลี่ย์ตลอดยี่สิบสี่ชั่วโมง. ดูเป็นความคิดที่แหวกแนวมาก. แต่ถ้าถือว่า “อัลตร้า” เป็นกิจการที่สำคัญยิ่งยวดเพื่อความอยู่รอด การให้อเมริกันมาร่วมงานด้วยก็จะเป็นการแสดงความไว้วางใจ. รูสเวลท์ได้รับทราบพร้อมๆ กับเชอร์ชิลล์ ทุกสิ่งที่ทางราชการลับอังกฤษสามารถล้วงจากแผนของพวกเยอรมันอยู่แล้ว. สำหรับท่านประธานาธิบดีนั้นเป็นกรณียกเว้น. แต่ควรจะให้ภาระในความรู้ชนิดนี้ตกแก่เจ้าหน้าที่ของประเทศที่เป็นกลางหรือไม่ ยังเป็นปัญหา. นายพลเรือที่คัดค้านคนหนึ่งได้ตั้งคำถามว่า : “ขอถามหน่อยว่า นอกจากเจ้าหน้าที่ในหน่วยราชการลับโดยตรงแล้ว จะหาอเมริกันที่รู้เรื่องการข่าวลับสักคนเดียวได้หรือไม่. ถ้านำนักวิชาการอเมริกันมาร่วมงานกับเรา พวกนี้จะยอมอยู่ใต้วินัยที่เคร่งครัดรัดตัวของการรักษาความลับและทนทุกข์ทรมานของการอยู่โดดเดี่ยวได้หรือไม่.”

สตีเฟนสันสนับสนุนการใช้สมองของชาวอเมริกันไปพลางก่อน จนกว่าจะสามารถคิดวิธีการใช้กลไกในการถอดรหัสและในงานจัดสารบัญที่สิ้นเปลืองแรงคนที่เบล็ตชลี่ย์อย่างเหลือแสน. เขาเสนอให้ บริติช แทบิวเลติง (British Tabulating — สำนักงานสถิติอังกฤษ) เป็นภารกิจพรางของเครื่องคอมพิวเตอร์ที่จะเรียกกันว่า คอลอสสัส (Colossus) ต่อไปก็จะสร้างแบบที่ดีกว่าและกะทัดรัดกว่าในสหรัฐ โดยให้ผู้เชี่ยวชาญอังกฤษไปช่วยเหลือ. คอมพิวเตอร์เป็นของใหม่. เวลานั้นยังไม่มีใครรู้จักเครื่องคอมพิวเตอร์ที่ใช้ระบบไฟฟ้าเลย. เขามีความคิดว่าบริษัท อินเตอร์แนชันแนล บิสเน็ส แมชีนส์ (International Business Machines — IBM) จะสามารถสร้างเครื่องดังกล่าวได้ในสหรัฐ. แต่จะทำอย่างไรถึงจะให้ ไอ.บี.เอ็ม. สร้างเครื่องได้โดยไม่ทราบจุดประสงค์ที่แท้จริง. ในการสนทนากันคนมักเรียกเครื่องคอมพิวเตอร์กันว่า “บอมบ์” (Bombes) ตามศัพท์ที่พวกฝรั่งเศสใช้ ซึ่งเป็นควันหลง

ของสมัยที่ปารีสเป็นศูนย์กลางของการค้นคว้าทางวิชารหัสลับ ซึ่งบัดนี้ก็ถึงกาลอวสานไปโดยกะทันหันแล้ว. อังกฤษสร้างต้นแบบแรก ๆ ใกล้เบล็ตชลี่ย์ แต่ในไม่ช้าก็เห็นได้ชัดว่า การผลิตจะต้องกระทำในที่ที่พ้นจากการทิ้งระเบิดของข้าศึกและย้ายไปสหรัฐ อันเป็นแหล่งที่จะมีการปรับปรุงได้สะดวกด้วยความร่วมมือของนักคณิตศาสตร์อเมริกัน.

เมื่อฝรั่งเศสและกล่าวได้ว่าทั้งยุโรปถูกตัดขาดไปแล้ว จะหาแหล่งเจ้าหน้าที่สืบราชการลับที่ไหนได้อีกเล่า. สตีเฟนสันคิดว่าเหลือแต่ทวีปอเมริกาเท่านั้น. ในประเทศที่เป็นกลางในลาตินอเมริกาและในสหรัฐ มีผู้ที่ได้อพยพไปจากประเทศต่าง ๆ ที่ข้าศึกยึดครองอยู่ในปัจจุบัน และยังพูดภาษาของประเทศมาตุภูมิ. สิ่งที่สำคัญยิ่งกว่านั้นก็คือ พวกอเมริกันต่างเชื้อชาติเหล่านี้ยังคุ้นเคยกับภูมิประเทศเดิมของตน รวมทั้งรู้ที่ตั้งของโรงงานและเหมืองแร่ซึ่งนาซีเข้ามาดำเนินกิจการอยู่. พวกนี้จะรู้จักบุคคลที่ไว้ใจได้ ที่จะช่วยตั้งหน่วยลับภายในประเทศที่ถูกยึดครอง. จะต้องจัดการฝึกบุคคลพวกนี้อย่างลับ ๆ โดยไม่ฝ่าฝืนกฎของความเป็นกลาง. สถานที่ที่เหมาะที่สุดในการนี้ก็น่าจะเป็นในป่าเขาลำเนาไพรของแคนาดา.

แผนเหล่านี้เป็นธุระที่สตีเฟนสันคิดกรุ่นตลอดเดือนพฤษภาคม ๑๙๔๐. เดือนนั้นเป็นเดือนสุดท้ายของสงครามเก๊. ตามสภาพการณ์ที่แสดงออกภายนอกอังกฤษไม่รู้ตัวล่วงหน้าเลย. พวกอาสาสมัครแห่ง เบเกอร์ สทรีท พวกผู้เชี่ยวชาญสงครามกองโจร และบรรดาหัวหน้าราชการลับ ล้วนจำต้องยอมรับการเยาะเย้ย เพราะอังกฤษเสียกระบวนและขาดการตระเตรียม.

สตีเฟนสันกล่าวภายหลังว่า : "ตอนนี้เราต้องทำงานตัวเป็นเกลียว ใจจะขาด โดยรวบเอางานที่ตามธรรมดาจะใช้เวลาหนึ่งปีมาทำให้เสร็จในเจ็ดวัน. เรากวาดระบบราชการที่เยิ่นเย้อ แข็งกระด้าง ตายตัวจนเป็นอันตรายทิ้งหมด เราเทขยะพวกนั่งรับราชการเช้าชามเย็นชาม ตลอดจนพวกทหารไดโนเสาร์เต่าล้านปี. กล่าวได้ว่าเราได้สร้างศัตรูจำนวนไม่น้อย. . ." เขาเองเคยอยากเป็นทหารประจำการ. เขาอายุสี่สิบสี่ปี แต่ภัยอันตรายทั้งปวงดูเหมือนทำให้เขาหนุ่มขึ้น. วันหนึ่งเชอร์ชิลล์เชิญเขาไปรับประทานอาหารแบบกันเอง. วิธีเชิญนั้นมีไมตรีจิตเป็นกันเองและนุ่มนวล. "คุณบิลล์ครับ — เรามีเรื่องที่จะต้องคุยกัน. โปรดมาโดยไม่ต้องแต่งตัวเป็นพิเศษที่บ้านของบีเวอร์ (Beaver) เวลาทุ่มตรงคืนนี้. ว.ช."

ค่ำวันนั้นอากาศดีท้องฟ้าโปร่งสีน้ำเงินอ่อน ซึ่งเป็นปกติของปลายเดือน

พฤษภาคมและต้นเดือนมิถุนายน. เขาตกลงเดินไป อาจเป็นเพราะอยากถือโอกาสเดินผ่านตึกใหญ่ที่มีกระสอบทรายป้องกัน คือ ตึก บี.บี.ซี. อันเริ่มเป็นเสมือนประภาคารวิทยุแห่งความหวังสำหรับคนนับล้านที่ถูกอำนาจนาซีเข้าครอง. เขาฮำวรรคต้นของเพลงซิมโฟนีย์หมายเลขห้าของเบโธเฟน (Beethoven's Fifth Symphony) และคิดแปลงจังหวะเป็นสัญญาณมอร์ส. ดิ๊ด ดิ๊ด ดิ๊ด ดา . . . คือตัว วี. ช่างเป็นเพลงที่เร้าใจเสียนี่กระไร น่าจะเหมาะมากสำหรับเป็นสัญลักษณ์ปลุกใจ. วี. คืออักษรย่อของวิคตอรี (V — for Victory) คือชัยชนะ. จะเป็นเสียงเปิดรายการกระจายเสียงในภาษาของยุโรปทุกภาษา. จะเป็นสัญญาณเรียกขานของกองทัพลับต่าง ๆ. ผู้นำพวกต่อต้านจะสามารถรวมตัวกันภายใต้สัญลักษณ์ตัว วี. นี้. ดิ๊ด ดิ๊ด ดิ๊ด ดา . . . เขาต้องนำความคิดนี้ไปเสนอเชอร์ชิลล์.

เขาผ่าน ยอร์กเชอร์ เกรย์ (Yorkshire Grey) ซึ่งเป็นร้านขายเหล้าที่นักสื่อข่าวอเมริกันชอบมาดื่ม. ที่ประตูมีป้ายที่อ้างพระราชดำรัสของพระนางวิกตอเรียว่า : "โปรดทราบว่าในบ้านนี้ไม่มีความมืดมนคิดย่อท้อเลย และเราก็ไม่สนใจว่าจะมีทางปราชัย เพราะไม่มีทาง."

บัลลูนกีดขวางโผล่ขึ้นมาจากสวนสาธารณะรีเจนต์ (Regent's Park). รูปร่างเหี่ยวย่นเหมือนช้างที่หมดแรง เพราะสูบแก๊สเพียงแต่พอให้ลอยได้. มีการปล่อยบัลลูนชนิดนี้ขึ้นไปทุกครั้งที่คาดว่าจะมีการโจมตีทางอากาศ ลวดที่ยึดบัลลูนทำหน้าที่ตาข่ายลวดดักเครื่องบินทิ้งระเบิดที่ถลำลงมาต่ำ. หมู่ลูกเสือคอยประจำอยู่หน้าสถานีตำรวจเขตเมย์แฟร์. ลูกเสือเหล่านี้มีหน้าที่ขี่จักรยานนำสารโต้ตอบในกรณีที่การสื่อสารถูกระเบิดทำลาย.

สตีเฟนสันคิดรำพึงในใจว่า : "ความลำบากยากเข็ญดูเหมาะกับชาวอังกฤษผู้ออกจะชอบให้ถนนคดเคี้ยว ให้รถไฟช้า ให้โทรศัพท์สายไขว้. ในยามสงบประชาชนอังกฤษชอบค้านทางราชการร่ำไป. แต่ในยามสงครามกลับสบายอกสบายใจที่ทุกอย่างดูเหมือนกลับมาสู่สภาพปกติ. มีความสุขที่สุดเมื่ออยู่โดดเดี่ยว. เมื่อถูกปล่อยเกาะก็ชอบกลับมาเป็นชาวเกาะอีก."

บุรุษร่างสันทัดเดินอย่างกระฉับกระเฉงดุจมีสปริงติดที่เท้า. ประกายของใบไม้อ่อนเขียวสะพรั่งน่าดูเมื่อทาบอยู่บนลำต้นที่ดำด้วยเขม่าของต้นไม้ในลอนดอน. ที่ปอร์ตแลนด์ เพลซ (Portland Place) เขาผ่านเด็กขายดอกไม้ผู้ทักเขาว่า :

"ใจเย็นๆ เพื่อน แกยังไม่ตายถ้ายังไม่ถูกฝัง !" เขาเดินจ้ำไปตามถนนรีเจนต์ (Regent Street) ท่ามกลางแสงแดดที่ผลุบๆ โผล่ๆ แหวกก้อนเมฆที่ผ่านเป็นระลอก ในที่สุดเขาเลี้ยวเข้าซอยระหว่างแถวตึกที่มอซอไปถึง สตอร์โนเวย์ เฮาส์ (Stornoway House) ซึ่งเป็นคฤหาสน์อันน่าเกรงขาม.

เชอร์ชิลล์มารับเขาถึงประตูบ้าน และจับแขนผู้มาใหม่ที่ยังกำช่อดอกไม้ที่เพิ่งซื้อมา. เชอร์ชิลล์บอกว่า : "รับประทานอาหารกันก่อน แล้วคุยกันทีหลัง."

เจ้าของบ้านสตอร์โนเวย์เป็นเจ้าภาพ เขาคือ ลอร์ด บีเวอร์บรุ๊ก (Lord Beaverbrook) ผู้เป็นชาวแคนาดาตัวเล็กนักสู้อีกคนหนึ่ง. ในหมู่ขุนศึกที่ร่วมโต๊ะอาหาร มีชาวฝรั่งเศสหลายคนที่เตรียมจะบินกลับไปสู่ส่วนที่เหลือของประเทศตน และมีฮิวก์ ("บูม") เทร้นชาร์ด (Hugh "Boom" Trenchard) ผู้เป็นคนทะนุถนอมกองทัพอากาศอังกฤษ ตลอดเวลาหลายปีที่คิดกันแต่จะรักษาสันติภาพอย่างงมงาย. หน้าที่ในการต่อสู้ชิงความเป็นเจ้าเวหาตกอยู่กับบุคคลผู้นี้. เครื่องบินขับไล่ที่ดีที่สุดถูกถลุงไปในฝรั่งเศส และเขาคำนึงกับตนเองว่าถ้าเยอรมันบุกจริงจัง จะมีทางสู้ทางอากาศได้เพียงไม่เกินสี่สิบแปดชั่วโมง.

พวกฝรั่งเศสฟังอย่างละห้อย. เชอร์ชิลล์เคยเขียนเรื่อง "กำหนดการฝันร้าย" ซึ่งคาดคะเนว่าเยอรมันอาจบุกลอนดอน มาบัดนี้เขาทำนายการสู้รบที่จะรุนแรงป่าเถื่อนกว่าคำบรรยายใดๆ ซึ่งจะไม่เว้นแม้แต่ผู้หญิงและเด็ก ทั้งจะใช้การทรมานและการทรยศเป็นอาวุธ. เชอร์ชิลล์แจ้งแก่พวกฝรั่งเศสว่า : "ไม่ว่าพวกคุณจะทำอะไรก็ตาม แต่พวกเราจะสู้ต่อไป สู้ไม่ยั้ง สู้ตลอดไป."

สตีเฟนสันนั่งเงียบเกือบไม่พูด. แต่เมื่อเขาพูด รู้สึกว่าเขายิ่งพูดไกลไปกว่าเชอร์ชิลล์อีก. เขาพูดสั้นแต่กินความลึกซึ้งมาก แบบคนโบราณ. เชอร์ชิลล์นั้นคึกคักครึกครื้นเหมือนเด็กนักเรียน. สำหรับเขา การพูดเป็นอาหาร เป็นน้ำดื่ม และประโยคที่เขาเปล่งออกมา มักจะมาปรากฏในสุนทรพจน์ที่ตระเตรียมไว้อย่างรอบคอบ — "พวกเราจะสู้ต่อไป สู้ไม่ยั้ง สู้ตลอดไป."

เมื่อถึงเวลารินเครื่องดื่มหลังอาหารและแจกบุหรี่ซิการ์ เชอร์ชิลล์ลุกขึ้นและชวนให้สตีเฟนสันไปพบกันตามลำพังใกล้หน้าต่างที่ปิดด้วยม่านหนาทึบ. สตีเฟนสันเล่าว่า : วินสตันเริ่มด้วยการชี้ตัวผม แล้วว่า "คุณทราบดีว่าต้องทำอะไร. เราได้เคยพูดกันมาทุกแง่ทุกมุมแล้ว เรามีความเข้าใจเป็นอันหนึ่งอันเดียวกันอย่างแท้จริง.

ผมตั้งคุณเป็นผู้แทนส่วนตัวของผม. คุณจะได้รับการสนับสนุนในทุกทางที่ผมจะสั่งการได้.”

สตีเฟนสันได้รับมอบอำนาจและความอิสระอย่างไม่เคยปรากฏมาก่อนเลย. เขาได้รับหน้าที่บังคับบัญชากรมสืบราชการลับและมีอำนาจยิ่งกว่านั้นอีก. เขาได้รับอิสระที่จะริเริ่มปฏิบัติการต้านศัตรู ที่ไหนและเมื่อใด แล้วแต่เห็นสมควร. จะปฏิบัติการโดยใช้การทูตลับหรือหน่วยลับใดก็ได้ โดยไม่ต้องรับอนุมัติจากรัฐบาลฉุกเฉินก่อน. ความปลอดภัยในการกระทำของเขาจะขึ้นอยู่ที่จะมีเพียงคนจำนวนจำกัดที่จะทราบและรู้เห็นถึงจุดประสงค์ของปฏิบัติการของเขา.

ทั้งหมดนี้ยังไม่จุใจสตีเฟนสันนัก แต่เขาเป็นคนที่เหมาะสมที่สุดที่จะไปสร้างป้อมปราการลับในอเมริกาเพื่อต่อต้านฮิตเลอร์. เหลือทางนี้ทางเดียวเท่านั้น. มาบัดนี้อังกฤษต้องพึ่งความคิดฝันอันสูงสุดในแบบที่เคยช่วยให้ประเทศอังกฤษรอดพ้นอันตรายมาแล้วในอดีตกาล. ในเรื่องอาวุธยุทโธปกรณ์นั้น อังกฤษขาดแคลนอย่างแสนสาหัส. ฮิตเลอร์เตรียมพร้อมที่จะสร้างเบอร์ลินให้ขึ้นเป็นเมืองหลวงมหึมาของโลก. เชอร์ชิลล์ว่า : “ฮิตเลอร์มีหวังอย่างยิ่งที่จะเข้าครองโลก. แต่มีเพียงเกาะเล็ก ๆ นี้เท่านั้นที่เป็นก้างขวางคออยู่ไม่ยอมจำนน. ไปบอกท่านประธานาธิบดีอย่างนี้.”

ตอนแรกหน่วยใหม่นี้ยังไม่ได้รับชื่อเป็นทางการ. ผู้ที่อยู่วงในเรียกว่า บี.เอ็ส.ซี. (BSC). ในยามฉุกเฉิน การใช้ชื่อรหัส อักษรย่อ และคำธรรมดา เช่น “ห้างร้าน” หรือ “เพื่อนของเรา” ทำให้พูดรู้เรื่องกันได้. พวกอาสาสมัครแห่งเบเกอร์ สทรีท (Baker Street Irregulars) กลายมาเป็นสโมสร (Club). ยามสงครามบีบบังคับให้ไม่มีเวลาตรวจเอกสารหลักฐานอย่างพิถีพิถัน. ถือกันว่าสมาชิกได้ผ่านการทดสอบการปฏิญาณ และยอมรับข้อบังคับแล้ว. คำว่า สโมสรเบเกอร์ สทรีท (Baker Street Club) ย่อเป็น บี.เอ็ส.ซี. (BSC) เป็นคำรหัสที่สะดวกและง่ายที่สุด. บี.เอ็ส.ซี. มีความภูมิฐานขึ้นก็ต่อเมื่อมาขนานนามว่าสำนักงานประสานงานความปลอดภัยอังกฤษ (British Security Coordination — BSC) เพราะต้องไปจดทะเบียนที่กระทรวงต่างประเทศอเมริกัน. ดูเผิน ๆ หน่วยนี้ก็ไม่มีความสำคัญอะไรมากนัก.

ปัจจุบันนี้ทราบกันแล้วว่าสำคัญเพียงไร. บี.เอ็ส.ซี. ตั้งศูนย์บัญชาการที่นิวยอร์คอย่างรีบด่วน. รู้สึกกันว่าอังกฤษจะถูกบุกในไม่ช้า. ภาระหน้าที่ที่

สตีเฟนสันได้รับมอบหมาย ในที่สุดเมื่อกำหนดมาเป็นลายลักษณ์อักษรแล้วหนาหลายร้อยหน้ากระดาษ รวมปฏิบัติงานมากหลาย ตั้งแต่การต่อต้านพวกอเมริกันที่ช่วยศัตรูของอังกฤษ ถึงการตรวจตราท่าเรืออเมริกัน ตลอดจนการเตรียมล้มรัฐบาลอเมริกันใดที่จะมาสนับสนุนนาซี. บี.เอ็ส.ซี. เป็นศูนย์ปฏิบัติการสงครามกองโจร เป็นกองบัญชาการลับในแดนปลอดของผืนแผ่นดินที่เป็นกลางในสหรัฐ. เรื่องเร่งด่วนที่สุดอันดับแรกคือการหาอาวุธและความคุ้มครองจากกองทัพเรือสหรัฐเท่าที่จะกระทำได้. คำสั่งที่สตีเฟนสันได้รับถือว่าอังกฤษอาจถูกข้าศึกยึดครอง และรูสเวลท์จะอนุญาตให้หัวหน้าสงครามลับต่อสู้ต่อไปโดยอาศัยฐานในสหรัฐ ซึ่งจะติดต่อกับกองโจรต่อต้านพวกนาซีในที่มั่นชั้นนอกอื่นๆ ของอังกฤษ.

"อัลตร้า" มีสมรรถนะมากขึ้นเป็นลำดับ ทางเบล็ตชลี่ย์จึงสามารถรายงานข่าวเรื่องแผนของเยอรมันเพื่อการบุกอังกฤษ และในที่สุดเพื่อครองจักรวรรดิที่จะโอบทั้งจักรวาล. "อัลตร้า" ได้แสดงความสามารถเมื่อกองกำลังอังกฤษได้หลบหนีออกมาทางดันเคิร์กได้. รูสเวลท์ได้รับทราบโดยตลอด และคงจะเป็นเพราะเหตุนี้ที่เขายินยอมต่อปฏิบัติการของสตีเฟนสันโดยดี ถึงแม้จะเป็นอันตรายทางการเมืองสำหรับตำแหน่งประธานาธิบดี.

อย่างไรก็ตาม ปาฏิหาริย์ที่ดันเคิร์กไม่ได้ขึ้นกับ "อัลตร้า" เป็นสำคัญ. ประโยชน์ของอัลตร้าในระยะนั้น สำคัญอยู่ที่ต้องให้รูสเวลท์ตระหนักว่า ฝ่ายอังกฤษยังคงมีเหลี่ยมและเล่ห์มาทดแทนความขาดแคลนทางอาวุธยุทโธปกรณ์.

ฮิตเลอร์และสมุนของเขาพลาดโอกาสบดขยี้กองกำลังอังกฤษที่ถูกโอบล้อมในยุโรป เพราะเหตุว่า "ไดนาโม" (Dynamo) อันเป็นนามรหัสของการอพยพที่ดันเคิร์กดำเนินไปโดยเขาไหวตัวไม่ทัน. นักประวัติศาสตร์หลังสงครามฉงนและถกเถียงกันในปริศนาว่า เหตุใดท่านผู้นำจึงปล่อยให้พวกอังกฤษหนีออกไปได้ ในเมื่อการทำลายกองกำลังจะนำมาซึ่งชัยชนะเหนืออังกฤษอย่างง่ายดาย และจะมีผลที่ตามมาอย่างประมาณมิได้.

คำไขที่แท้จริงในปริศนานี้อยู่ที่พวกขบไขรหัสของเบล็ตชลี่ย์สามารถเดาใจพวกเยอรมัน และถึงกับทำนายปฏิบัติการของเยอรมันก่อนที่ฝรั่งเศสจะแตกกระเจิงได้ โดยใช้ความคุ้นเคยกับวิธีคิดทางทหารของเยอรมันมาประยุกต์กับคำสั่งบังคับบัญชาของเยอรมันที่ "อัลตร้า" สามารถดักฟังถึงแม้ว่ายังไม่ครบถ้วน รวมกับการวิจัยการสื่อสารอื่นๆ ของเยอรมัน. ดังนี้ตลอดเดือนพฤษภาคม นายพลเรือ

โท เบอร์แทรม แรมเซย์ (Vice - Admiral Bertram Ramsay) จึงได้สรรหาบุคคล ๘๔๘ คนจากพวกชาวประมง นักเล่นเรือ ชาวเรือสินค้าและทหารเรือแห่งราชนาวี มาเตรียมปฏิบัติการ "ไดนาโม". แรมเซย์รับรองว่าเรือทุกลำจะเป็นเรือเล็กเรือใหญ่เท่าใดก็ตาม จะได้รับวัสดุอุปกรณ์ที่จำเป็น เชื้อเพลิง เสบียง และแผนที่เดินเรือ ให้สามารถข้ามช่องแคบระยะยี่สิบสี่ไมล์จากโดเวอร์ไปดันเคิร์ก ซึ่งเป็นจุดรวมพลในการอพยพของกองกำลังอังกฤษ. นอกเหนือจากนี้แล้ว นายเรือแต่ละคนจะต้องตัดสินรับผิดชอบเอาเอง.

"ไดนาโม" ทำให้เยอรมันเสียท่าพลาดโอกาส เพราะดูเป็นสิ่งเหลือเชื่อที่พวกอังกฤษจะสามารถดำเนินการอพยพโดยกะทันหันทันด่วนในสงครามสายฟ้าแลบได้. นอกจากนี้ ฮิตเลอร์ยังนอนใจว่าเชมเบอร์เลน และแฮลิแฟกซ์มุ่งประสงค์ให้อังกฤษเลือกทางสงบศึก. แต่เชมเบอร์เลนไม่ได้เป็นนายกฯ เสียแล้ว. ส่วนแฮลิแฟกซ์ก็เป็นรัฐมนตรีต่างประเทศเพียงแต่ในนาม. อย่างไรก็ตาม ข้อเสนอของเชมเบอร์เลนและแฮลิแฟกซ์ที่จะยุติการรบ ยังคงยั่วใจท่านผู้นำ อย่างน้อยจนกระทั่งถึงวันที่ ๒๘ พฤษภาคม ๑๙๔๐ (ตามรายงานลับซึ่งรัฐบาลฉุกเฉินอังกฤษได้รับในวันนั้น และได้รับการเปิดเผยในปี ๑๙๗๑). ฮิตเลอร์เข้าใจว่าพวกใฝ่สันติฝ่ายเชมเบอร์เลน - แฮลิแฟกซ์ ยังคงควบคุมนโยบายของอังกฤษอยู่. ในวันที่ ๔ มิถุนายน เมื่อในที่สุดกองกำลังใหญ่ของเยอรมันทะลักทะลุทะลวงเข้ามาในเขตแนวป้องกันดันเคิร์กซึ่งหดร่นลงทุกที ฮิตเลอร์จึงตระหนักว่าได้ถูกลวงให้หลงทางในสนามรบและถูกหลอกให้หลงผิดทางการเมือง. เขาจึงสั่งการให้ทำลายกองทัพอากาศอังกฤษเพื่อเตรียมปูทางในการบุกอังกฤษ. แฮร์มันน์ เกอริง สมุนของเขาคะเนว่าจะใช้เวลาเพียงสี่วันสำหรับทำลายกองบินขับไล่ของอังกฤษให้สิ้นฤทธิ์.

หลังดันเคิร์ก ฝ่ายเยอรมันยับยั้งการบุกไประยะหนึ่ง. นักประวัติศาสตร์บางคนอาจตีความว่าเนื่องมาจากฮิตเลอร์ยังหวังจะเจรจาข้อตกลงกับอังกฤษได้. แต่ประธานาธิบดีรูสเวลท์ทราบข้อเท็จจริง เพราะเขาได้รับรายงานที่มาจากเบล็ต-ชลี่ย์โดยผ่าน เอ็ฟ.บี.ไอ. เป็นประจำ ในเรื่องปฏิบัติการจริง ๆ ของทหารเยอรมัน. มีการระดมกองทหารไปตั้งอยู่ในเมืองท่าตลอดแนวจากนอร์เวย์ถึงฝรั่งเศส และกองบินต่าง ๆ ได้ย้ายมาอยู่ที่ฐานทัพที่จะอยู่ในระยะบินไปทิ้งระเบิดประเทศอังกฤษทั้งประเทศ. เพียงรายการที่ยาวเหยียดในการโยกย้ายกองกำลัง ก็บ่งให้เห็นชัดว่าฮิตเลอร์จะทำจริง ๆ ในสิ่งที่เขาปรารภเป็นการภายในแต่ก็รู้กันทั่วไป. คำสั่งแก่ขุนศึกทั้งหลายคือ อังกฤษจะต้องถูกยึดครอง.

ในระยะสงบชั่วคราวนี้ สตีเฟนสันดำเนินการสร้าง บี.เอ็ส.ซี. ต้องตั้งศูนย์ที่นิวยอร์ค เพราะเป็นศูนย์กลางการค้าและการสื่อสารของโลกเสรี. จากที่นั้นจะสามารถสั่งการสงครามลับในทุกรูปการณ์ และไม่เฉพาะเพื่อต่อสู้ศัตรูในประเทศที่ถูกยึดครองเท่านั้น แต่เพื่อต่อต้านแนวที่ห้าในทวีปอเมริกาทั้งเหนือกลางและใต้ ที่คาดว่าจะเป็นเป้าหมายการรุกรานต่อไป. ผู้เชี่ยวชาญสงครามลับเริ่มหลั่งไหลจากอังกฤษเข้าสหรัฐพร้อมกับสิ่งที่ค้นคิดใหม่ๆ ที่จะสามารถพัฒนาให้ทันการและพอเพียงได้ก็โดยอาศัยอเมริกา. หากอังกฤษพินาศลง นิวยอร์คก็จะเป็นแหล่งสนับสนุนทางกำลังใจและวัตถุ สำหรับกองทัพลับต่างๆ ซึ่งตอนต้นจะถูกตัดขาดจากกัน. และแม้อังกฤษไม่ล้ม นิวยอร์คก็จะยังจำเป็นในฐานะศูนย์รวมการติดต่อของการต่อต้าน.

นักประวัติศาสตร์อาจวินิจฉัยต่อไปว่ามีเค้ามูลจะได้สันติภาพในระยะสงบนั้น. แต่แม้ว่าจะไม่ได้รับข้อมูลจาก "อัลตร้า" คนธรรมดาทั่วไปในประเทศอังกฤษก็ทราบดีว่าไม่เป็นเช่นนั้น. ฤดูร้อนนั้น อากาศในประเทศอังกฤษน่าสบายไม่สมกับสถานการณ์. รีเบ็กกา เวสต์ (Rebecca West) ผู้มาคลุกคลีสนิทสนมกับพวกอาสาสมัครแห่ง เบเกอร์ สทรีท เพราะมีความชำนาญเป็นพิเศษเกี่ยวกับแคว้นบอลคันส์ ได้บรรยายถึงบรรยากาศในเรื่อง "แกะดำกับเหยี่ยวเทา" (Black Lamb and Grey Falcon) ว่า : "ใต้ท้องฟ้าอันสดใสในฤดูร้อนที่แสนสบายนั้นประปรายด้วยบัลลูนกีดขวางสีเงิน รูปร่างเทอะทะ ผู้คนที่มีใบหน้าซีดเซียวนั่งพักบนม้านั่งท่ามกลางดอกกุหลาบ [ในสวนสาธารณะรีเจนต์]. . .บางคนก็เดินเล่นระหว่างแปลงดอกกุหลาบ และก้มลงพินิจดูดอกไม้สีสดสวย และสูดกลิ่นหอมเหมือนจะรำพึงรำพันว่า "นี่แหละดอกกุหลาบ และนี่คือกลิ่นหอมหวนของกุหลาบ. เราต้องจดจำเอาไว้เมื่อเราตกอยู่ในความมืดมน.". . . คนส่วนมากสำนึกอย่างถูกต้องว่าพวกเขากำลังตกเป็นเป้าหมายของการโจมตีที่น่าสยดสยองอย่างที่ไม่เคยปรากฏมาก่อนสำหรับสาธุชนในโลก. อย่าให้ใครดูแคลนคนเหล่านี้ โดยแอบอ้างว่าเป็นคนที่ไม่รู้จักความหวาดกลัว. พวกเขาไม่ใช่โคกระบือหรือลา เขาทุกคนมีความหวาดกลัวเป็นที่สุด. แต่ไม่มีผู้ใดสักคนเดียวที่จะยอมปริปากที่ซีดเซียวเพื่อเปล่งคำใดๆ ที่จะนำความปลอดภัยที่จะมาพร้อมกับความอัปยศมาสู่ตน."

บทที่ ๑๖

"อุบายวิธีที่ช่วยชักนำให้สัมพันธมิตรลงสนามร่วมรบมีความสำคัญพอ ๆ กับยุทธวิธีที่นำชัยชนะในยุทธการครั้งใหญ่." นี่เป็นข้อเขียนของเชอร์ชิลล์ในอัตชีวประวัติตอนสงครามโลกครั้งที่หนึ่ง. ในฐานะนายกรัฐมนตรีตอนสงครามโลกครั้งที่สอง เขาเพิ่มเติมข้อความว่า บุรุษที่จะชักนำพวกอเมริกันจะต้องเป็นคนไม่รู้จักกลัว. เขาหยุดตรองครู่หนึ่ง. "จะเป็นเหี้ยมหาญดีไหม." เขาควานหาคำที่จะเหมาะ สตีเฟนสันได้แต่คอย. "คุณต้องเป็น — นายอินทร์ผู้ปิดทองหลังพระ !" (Intrepid — ไม่รู้จักกลัวไม่รู้จักหวาด กล้าหาญแต่ไม่เหี้ยม สู้ศัตรูทั้งภายนอกภายในอย่างไม่ท้อถอย ไม่น้อยใจ ไม่หยุดยั้ง รุกรันฟันฝ่า. . .).

เชอร์ชิลล์พิถีพิถันมากในการเลือกนามรหัส. เขาไม่ชอบคำหรูหราฟู่ฟ่าหรือไร้สาระ. เขายอมทนความช่างเล่นบ้า ๆ บวม ๆ ของพวกอาสาสมัครแห่งเบเกอร์ สทรีท ก็ด้วยเหตุว่า "พวกเยอรมันคงไม่นึกว่าเราบ้าพอที่จะปิดป้ายฐานที่ตั้ง" จะว่าไปแล้ว เบเกอร์ สทรีท ก็ไม่ใช่ตำบลที่อยู่จริง. เบเกอร์ สทรีท นี้ครอบคลุมหน่วยองค์การต่าง ๆ ในลอนดอน ที่มีหน้าที่บูรณะข่ายสืบราชการลับและสร้างกองทัพกองโจรในยุโรป. แต่ บี.เอ็ส.ซี. ตั้งอยู่ในนิวยอร์ค เป็นศูนย์รวมข่าวลับทั้งหมดของสัมพันธมิตร. เอกสารของ บี.เอ็ส.ซี. จ่าหน้าว่า อินเทรพิด (Intrepid) นับแต่วันที่สตีเฟนสันกลับมาอยู่นิวยอร์คในฐานะเจ้าหน้าที่ควบคุมหนังสือเดินทาง. ตำแหน่งต๊อกต๋อยนี้เป็นที่ยอมรับโดยดีของ เอ็ฟ.บี.ไอ. ซึ่งถือว่าเป็นตำแหน่งพรางปกติของหัวหน้าสืบราชการลับอังกฤษในต่างประเทศ.

ภาระเร่งด่วนที่สุดภาระหนึ่งของเจ้าหน้าที่ตรวจหนังสือเดินทางคนใหม่รวมไปถึงการขอให้อเมริกันช่วยพัฒนาศัสตราวุธที่อังกฤษถือว่าสำคัญที่สุดสำหรับความอยู่รอดของตน และอาจรวมถึงอารยธรรมของโลกด้วย. อาวุธนั้นคือระบบสื่อสาร. "อัลตร้า" เป็นส่วนหนึ่งของอาวุธนั้น. เพื่อพัฒนาอาวุธนั้นให้เปลี่ยนจากอาวุธสำหรับป้องกันตัวมาเป็นอาวุธสำหรับทำการรุก จะต้องสามารถดักฟังคำสั่งบังคับบัญชาของข้าศึกและนำมาวิเคราะห์อย่างรวดเร็ว ทั้งจะต้องส่งคำสั่งบังคับบัญชาไปถึงหน่วยกองโจรอย่างฉับพลันด้วย. ทั้งหมดนี้จะต้องกระทำอย่างลับที่สุด.

ในเดือนมิถุนายน ปี ๑๙๔๐ เชอร์ชิลล์ยอมรับว่าการต่อสู้นี้ ส่วนใหญ่จะตกแก่พวกกองโจร พวกเจ้าหน้าที่พิเศษ พวกนักปฏิวัติ และนักก่อวินาศกรรม. จะต้องอำนวยการประสานปฏิบัติการของบุคคลเหล่านี้โดยใช้วิทยุสื่อสาร. การวิทยุสื่อสารเป็นปัจจัยใหม่ ที่อำนวยให้เยอรมันสามารถดำเนินสงครามสายฟ้าแลบมาแล้ว ก็ควรนำมาใช้ประโยชน์เพื่อประสานปฏิบัติการของกองโจรในการรุกกลับต่อต้านเยอรมันบ้าง. เชอร์ชิลล์ได้เขียนไว้ในบันทึกลับว่า : "เราจะต้องละความเคยชินในความคิดว่าจะเอาแต่ป้องกันตัวอย่างเดียว อันทำให้ฝรั่งเศสฉิบหายพินาศไปแล้ว เพราะจะทำให้เราหมดหนทางเป็นฝ่ายรุก. จะวิเศษยิ่งนัก ถ้าเราสามารถทำให้เยอรมันเดือดร้อนหวั่นสงสัยบ้าง ว่าเราจะโจมตีมันที่ไหน แทนที่จะปล่อยให้มันบังคับให้เราต้องขวนขวายหาที่ซุกหัว มุ่งแต่ขุดรูและสร้างกำแพงล้อมรอบเกาะของเรา."

สตีเฟนสันเริ่มกระโจนเข้าสู่สงครามวิทยุ ทันทีที่ได้กลับไปนิวยอร์ค ในวันที่ ๒๑ มิถุนายน ๑๙๔๐ ซึ่งเป็นวันรุ่งขึ้นจากวันที่เชอร์ชิลล์กล่าวในที่ประชุมลับของรัฐสภาว่า ความพินาศของฝรั่งเศสเป็นการเบิกโรงของศึกบุกอังกฤษ "การทิ้งระเบิดอย่างไม่หยุดยั้งที่ต้องเพิ่มความรุนแรงขึ้นเรื่อย ๆ จะเป็นชีวิตประจำวันของเรา. อันจะเป็นการทดสอบความแข็งแกร่งของประสาทระหว่างเรากับศัตรู." อังกฤษได้ส่งแบบจำลองของเครื่องมือลับต่าง ๆ ที่กำลังวิจัยปรับปรุงอยู่ไปยังนิวยอร์คเป็นการเผื่อไว้ในกรณีที่เครื่องมือจริง ๆ ในอังกฤษถูกระเบิดเยอรมันทำลาย. ในจำนวนนี้มีเครื่องจับทิศวิทยุอยู่ด้วย. เพื่อเป็นการตอบแทน พวกอเมริกันได้รับทาบทามให้ร่วมมือกับสตีเฟนสัน ในการส่งข้อมูลเรื่องเรือดำน้ำเยอรมัน ที่ได้จากสถานีดักคลื่นวิทยุของอเมริกันให้แก่เบล็ตชลี่ย์.

แต่นี่ก็เป็นเพียงเริ่มต้นเท่านั้น. แม้แต่ก่อนที่ฝ่ายอเมริกันจะหันเริ่มบทบาทลับในปฏิบัติการสงครามกองโจร และก่อนยุทธการแห่งบริเทนและยุทธการแอตแลนติก สตีเฟนสันก็ได้เริ่มเข้าต่อกรกับศัตรูภายในสหรัฐเองแล้ว. เป็นส่วนลับของสงครามที่สกปรกโสมม ที่คาดไม่ถึง และแม้ต่อมาก็ไม่ได้รับความสนใจเท่าที่ควรจากนักประวัติศาสตร์ที่บรรยายถึงเหตุการณ์ซึ่งกำลังเกิดขึ้นในน่านน้ำช่องแคบอังกฤษ. ครั้งนั้นเป็นครั้งแรกในหลายครั้งที่มีการปะทะประปรายแบบกองโจรในภาคพื้นอเมริกา. แม้นชาวอังกฤษปราชัยที่นี่แล้ว ประเทศอังกฤษก็จะต้องปราชัยไปด้วย.

ในวันพุธแรกหลังจากที่สตีเฟนสันกลับมา ได้มีการฉลองชัยชนะของกองทัพ

นาซีในยุโรป ในห้องชุดพิเศษที่โรงแรม วอลดอร์ฟ แอสตอเรีย (Waldorf Astoria) ในละแวกแมนแฮ็ตตัน (Manhattan). เจ้าภาพเป็นสมุนของ ไรนฮาร์ด ไฮดริช หัวหน้าราชการลับของหน่วย เอ็ส.เอ็ส. แขกในงานนั้นคือ ชาวอเมริกันที่เด่นในสังคม เศรษฐีและอุตสาหกร เหล่านี้ ได้รับคำแนะนำเร่งเร้าให้ "ตัดการส่งกำลังบำรุงให้อังกฤษ."

คำแนะนำนี้มาจาก ดร. เกร์ฮาร์ด อลอยส์ เวสทริก (Dr. Gerhard Alois Westrick) ผู้เป็นเจ้าหน้าที่ราชการลับเยอรมันแปลกปลอมมาในรูปเจ้าหน้าที่การค้าเยอรมัน. เวสทริกเคยรับใช้เจ้านายนาซีหลายคน แต่คนล่าสุดคือไฮดริช. เขาอ้างว่าจัดงานรับรองที่ วอลดอร์ฟ แอสตอเรียนี้ในฐานะทนายความทางธุรกิจระหว่างประเทศ และเขาแจ้งผู้รับเชิญว่า "อังกฤษจะถูกกวาดราบเรียบเกลี้ยงเกลาไปภายในสามเดือน. ต่อจากนั้น โอกาสทองที่ชาวอเมริกันจะได้ทำการค้ากับจักรวรรดิเยอรมันใหม่จะเกิดขึ้น เกินความฝันใฝ่ใด ๆ ของท่านทั้งหลาย." สตีเฟนสันเคยรู้จักเวสทริกในฐานะผู้แทนนาซี ที่ได้มาเจรจาธุรกิจหลายปีมาแล้วกับนายพันเอก โซสเธเนส เบห์น (Colonel Sosthenes Behn) ประธานกรรมการฝ่ายอเมริกันของบริษัท อินเตอร์แนชันแนล เทเลโฟน แอนด์ เทเลกร๊าฟ ผู้เคยพัวพันกับการผลิตอาวุธให้เยอรมันและเครื่องต่อต้านอาวุธให้อังกฤษ. เบห์นได้มาในงานของเวสทริกพร้อมกับชาวอเมริกันอื่น ๆ ที่มีผลประโยชน์หนักทางการเงินในเยอรมัน และในเขตที่อยู่ใต้อิทธิพลของนาซี. เจมส์ ดี. มูนีย์ (James D. Mooney) ผู้เป็นหัวหน้าฝ่ายกิจการต่างประเทศของ บริษัท เจเนรัล โมเตอร์ส (General Motors) ได้รับทาบทามให้ไปบีบบังคับรูสเวลท์ให้เลิกช่วยเหลืออังกฤษ ทั้งนี้ทางเยอรมันจะยินยอมให้บริษัท จี.เอ็ม. (GM. = General Motors) ดำเนินธุรกิจในยุโรปต่อไปเป็นการแลกเปลี่ยน. เอ็ดเซล ฟอร์ด (Edsel Ford) และเพื่อนเศรษฐีจากเพ็นซิลเวเนีย (Pennsylvania) ราล์ฟ บีเวอร์ สตราสเบอร์เกอร์ (Ralph Beaver Strassburger) ได้ลงทุนมหาศาลในเยอรมัน และมีทรัพย์สมบัติในฝรั่งเศส ซึ่งเขาหวังจะกันจากสายตาอันกระหายของเกอริง. กรรมการบริหารจากบริษัทอเมริกันอีกหลายบริษัทคงจะต้องยอมรับสภาพที่ดูเหมือนว่าเยอรมันได้ชนะสงครามแล้ว. อันเป็นสิ่งที่รู้สึกว่าไม่ห่างไกลจากความเป็นจริงเลยในวันที่เวสทริกจัดงานรับรอง คือวันที่ ๒๖ มิถุนายน ๑๙๔๐. ในวันนั้นเอง รัฐบาลฉุกเฉินในลอนดอนได้รับข่าวกรองว่า การบุกอังกฤษของพวกเยอรมันจะเริ่มโหมโรงด้วยการทิ้งระเบิดอย่างหนักและการใช้ "อาวุธใหม่." วันนั้นก็เป็นวันที่ ลอร์ด ลอเธียน (Lord Lothian) เอกอัครราชทูตอังกฤษในวอชิงตันได้ส่ง "โทรเลขอันโทมนัส" รายงานว่า ในสหรัฐ

มีคลื่นความรู้สึกเสียขวัญ ซึ่งอาจพลอยมีผลร้ายต่อความพยายามของท่านประธานาธิบดีที่จะช่วยเหลือ เพราะดูว่าชาวอเมริกันส่วนใหญ่จะเห็นว่าอังกฤษจะต้องแพ้อย่างไม่มีทางรอด. และในวันนั้นเองเยอรมันก็กำลังเตรียมการบุกเกาะในช่องแคบอังกฤษ คือเจอร์ซีย์ (Jersey) และเกิร์นซีย์ (Guernsey) เพื่อมาชักธงสวัสดิกะของเยอรมันแทนธงยูเนี่ยน แจ็ก (Union Jack) ของอังกฤษ.

สถานการณ์อันน่าใจหายในประเทศอังกฤษยังสิงอยู่ในใจของสตีเฟนสันเมื่อเขาอ่านรายงานการฉลองชัยของเยอรมันกับพวกเศรษฐีอเมริกันที่วอลดอร์ฟแอสตอเรีย. แต่เชอร์ชิลล์ได้ส่งสารมาเตือนใจให้ระมัดระวัง และให้ใจเย็นๆ ในการเผชิญการคุกคามใหม่นี้. สารอีกฉบับหนึ่งจากนายกรัฐมนตรี เช่นเดียวกันมาถึงลอเธียน : "ให้ทำใจเฉยๆ และอย่าหวั่นไหว. ที่นี่ไม่มีใครใจเสียกันเลย."

บุคคลเด่นในงานฉลองชัยของเยอรมันอีกคนคือ ตอร์คิลด์ รีเบอร์ (Torkild Rieber) แห่งบริษัท เท็กซาโก (Texaco) เจ้าของเรือบรรทุกน้ำมันที่หลบเลี่ยงการปิดกั้นเส้นทางของฝ่ายอังกฤษ. บริษัทนี้ถูกตักเตือนมาแล้ว โดยรูสเวลท์เป็นผู้ชี้นำให้ระวังการฝ่าฝืนกฎของความเป็นกลาง. แต่รีเบอร์ได้จัดแผนการลึกซึ้งในการส่งน้ำมันและผลิตภัณฑ์น้ำมันโดยผ่านเมืองท่าที่เป็นกลางในอเมริกาใต้. ในขณะที่เยอรมันกำลังเตรียมการที่จะแปลงช่องแคบอังกฤษให้เป็น "แม่น้ำเลือด" ตามความนึกคิดของเชอร์ชิลล์ ก็มีอุตสาหกรอีกหลายคนที่พร้อมที่จะเอาอย่างเท็กซาโกในการค้ากับฮิตเลอร์.

แต่ไม่ใช่ว่าอุตสาหกรทุกคนคิดจะเอาแต่ได้ พร้อมที่จะทำตามที่เวสทริกผู้อวดดีวางโตคิดไว้. หากเวสทริกได้ศึกษาให้ดี ก็คงได้เห็นวี่แววว่ามีการโฆษณาชักชวนให้ต้านนาซีมิใช่น้อย. ยกตัวอย่าง เนลสัน ร็อกกิเฟลเลอร์ (Nelson Rockefeller) แห่ง สแตนดาร์ด ออยล์ (Standard Oil) ซึ่งได้รับเชิญให้ส่งผู้แทนไปในงานรับรองเหมือนกัน ก็สนับสนุนสตีเฟนสันอย่างเงียบๆ สุขุม และเพิ่งได้ตักเตือนให้คณะกรรมการบริษัทรู้จักความรับผิดชอบทางการเมืองของบริษัทระดับโลกทั้งหลาย. ในหมู่อาสาสมัครในกองทัพส่วนตัวของสตีเฟนสัน ก็มี เจมส์ มูนีย์ คนเดียวกับที่ได้ไปร่วมงานรับรองที่ วอลดอร์ฟ แอสตอเรีย. ผู้นี้ได้รายงานต่อสตีเฟนสันในนาม "สตอลฟอร์ธ" (Stallforth) ว่า : "ได้มีการเสนอให้บริษัทอเมริกันได้รับสิทธิผูกขาดการค้าภายในจักรวรรดิเยอรมันใหม่ และในทางตอบแทน อุตสาหกรอเมริกันจะต้องปฏิเสธการเข้าร่วมในแผนฟื้นฟูอาวุธใดๆ."

เพื่อนฝูงของสตีเฟนสันอีกหลายคนได้ช่วยเปิดโปงเรื่องราวของเวสทริก คนหนึ่งคือ แฟรงก์ น็อกซ์ (Frank Knox). รัฐมนตรีทหารเรือและเจ้าของหนังสือพิมพ์ ชิคาโก เดลิ นิวส์ (Chicago Daily News) อีกคนหนึ่งคือ แคลร์ บูธ ลูซ (Clare Boothe Luce) ภริยาของบรรณาธิการนิตยสาร ไทม (Time) และ ไลฟ (Life). ยังมีอีกคนหนึ่งคือ เฮเลน อ็อกเดน รีด (Helen Ogden Reid) แห่งหนังสือพิมพ์ นิวยอร์ค เฮรัลด์ ทริบูน (Herald Tribune). ทุกคนเคยเป็นแขกของแมรี่ สตีเฟนสัน ผู้บัดนี้กำลังหาบ้านที่อยู่ในนิวยอร์ค. เป็นการไม่ยากเลยที่จะเผยความจริงว่า มีเจ้าหน้าที่นาซีมาแฝงตัวเป็นประชาชนธรรมดาเพื่อปฏิบัติการเป็นแนวที่ห้า. พาดหัวตัวโตในเรื่องเบื้องหลังของเวสทริก บังคับให้กระทรวงต่าง-ประเทศอเมริกันต้องเนรเทศเวสทริกออกไป. อันตรายที่คุกคามรายนี้จึงถูกกำจัดไปอย่างรวดเร็วฉับพลัน. งานมากมายได้อัดทับถมตลอดยี่สิบสี่ชั่วโมงของทุกวัน จนสตีเฟนสันได้ปรารภภายหลังว่า “วันคืนได้ผ่านไปอย่างรวดเร็วเหลือเกินจนลืมเวลา. ทำให้รู้สึกเหมือนกลับไปสมัยที่ทำงานในห้องทดลองกับสไตนี่.”

ต่อไปนี้เพื่อให้ทำเนียบขาวกับทำเนียบรัฐบาลอังกฤษมีการติดต่ออย่างปลอดภัยและต่อเนื่องกัน ถึงคราวแล้วที่จะให้รูสเวลท์เลือกผู้แทนลับส่วนตัวที่จะได้เข้าไปถึงใจกลางลับของประเทศอังกฤษ (เบล็ตชลี่ย์) เพื่อสอดส่องขวัญของชาวอังกฤษและสังเกตการปฏิบัติของรัฐบาลใหม่ที่เข้มแข็งอาจหาญ. คงมีชาวอเมริกันหลายคนที่จะคัดค้านการตั้ง “จารบุรุษ” ของประธานาธิบดี เพราะอาจทำให้สายงานทางการทูตและการเมืองปั่นป่วน. ส่วนในอังกฤษก็คงมีหลายคนที่จะคัดค้านการเปิดเผยความลับ ซึ่งเป็นทางป้องกันตัวทางเดียวที่เหลืออยู่แก่ผู้เป็นกลาง.

สตีเฟนสันจดในบันทึกส่วนตัวว่า : “บุคคลที่เหมาะสมจะต้องมีคุณสมบัติหลายอย่างพร้อมกัน จะต้องมีทั้งความซื่อสัตย์สุจริตและความรอบคอบสุขุม ทั้งความเมตตาและความมุ่งมั่น. เขาจะต้องละสังคมที่มั่งคั่งและฟุ่มเฟือย เข้าสู่สังคมที่ต้องประหยัดกระเบียดกระเสียนและถูกความหายนะคุกคาม เขาจะต้องอดทนต่ออารมณ์ที่เคร่งเครียดและผลุนผลันของคนที่ตรากตรำเพราะภัยสงคราม.”

สตีเฟนสันได้หมายตาแล้วว่าใครเป็นผู้เหมาะสม. กล่าวคือ วิลเลียม โจเซฟ โดโนแวน (William Joseph Donovan) ผู้มีสำนักงานทนาย ที่ ๒ วอลล์ สตรีท (2 Wall Street) ใกล้สำนักงานตรวจหนังสือเดินทาง. สำนักงานตรวจหนังสือเดินทางที่ตั้งอยู่ในละแวกการเงินและบริษัทเดินเรือของนิวยอร์คนั้น คับแคบ

เกินไปสำหรับภารกิจของสตีเฟนสันแล้ว แต่ก็สะดวกดีสำหรับตอนเริ่มต้น. ดังนั้น ผู้ช่วยงานของเขาซึ่งมาจากแคนาดาในรูปนักธุรกิจเดินตลาด จึงได้เริ่มตรวจตราสถานที่ซึ่งเขาได้เลือกไว้แล้วที่ดอร์เสท โฮเตล (Dorset Hotel) แฮมป์เชอร์ เฮาส์ (Hampshire House) และร็อกกิเฟลเลอร์ เซนเตอร์ (Rockefeller Center). สตีเฟนสันได้คาดหมายมานานแล้วว่าจะต้องขยายกิจการดังนี้. นอกจากนี้เขาก็ยังมีแผนงานสำคัญเตรียมไว้สำหรับโดโนแวนอีกด้วย.

บทที่ ๑๗

ถ้าดูเผินๆ จะรู้สึกว่า โดโนแวนด้อยคุณสมบัติที่จะไปทำหน้าที่ใดๆ ที่ล่อแหลมในอังกฤษ. เขาเป็นคาธอลิคและมีบรรพบุรุษเป็นชาวไอริช (Irish) ทั้งยังสังกัดพรรครีพับลิกัน (Republican) ซึ่งหมายความว่าต้องเป็นคู่อริกับรัฐบาลที่เป็นดีมอแครต (Democrat). แต่รูสเวลท์ก็ไว้ใจเขาและเคยส่งเขาไปในหน้าที่สืบราชการลับส่วนตัวในต่างประเทศมาแล้ว. ในความเห็นของสตีเฟนสัน เขาเป็นบุคคลที่เหมาะเจาะที่อังกฤษจะไว้ใจได้. ทั้งนี้เป็นการแสดงออกซึ่งความไว้วางใจอย่างหาที่เปรียบไม่ได้ ในเมื่อคนที่เป็นคาธอลิคชาวไอริชอีกคน คือ โจเซฟ พี. เคนเนดี ได้สร้างความเกลียดชังอย่างรุนแรงมาแล้ว. ส่วนเคนเนดีเอง หลังจากได้กลับคืนสู่สภาพปกติโดยรวดเร็วจากเรื่องอื้อฉาวเกี่ยวกับความลับที่รั่วไหลในสถานทูตของเขา ก็ได้แต่โวยวายว่าถูกท่านประธานาธิบดีข้ามหัวไปโดยสิ้นเชิง.

มีเรื่องจำนวนมากที่สตีเฟนสันได้รับอนุมัติให้เปิดเผยให้โดโนแวนทราบ. ที่จริงเขาก็ทราบไม่ใช่น้อยมาแล้ว เพราะเขาไม่เคยห่างเหินจากการติดต่อกับสตีเฟนสัน นับแต่วาระที่เขาไปราชการในอังกฤษ เมื่อคราวสงครามโลกครั้งที่หนึ่ง เมื่อชาวแคนาดาผู้นี้ได้วาดภาพความจริงในสนามรบให้เขาฟังอย่างเห็นจริงเห็นจัง. เขาทราบว่า เมื่อปีที่แล้ว สตีเฟนสันเป็นผู้จัดการเสด็จเยือนสหรัฐของพระราชาธิบดีแห่งบริเทนพร้อมด้วยพระราชินี ซึ่งเป็นเหตุการณ์ที่ระทึกประทับใจและแหวกแนว ซึ่ง อิเลียนอร์ รูสเวลท์ ได้บันทึกไว้ว่า "ทั้งสองพระองค์จะเสด็จกลับไปเผชิญสงคราม." และครั้งนั้น หลวงพ่อชาร์ลส์ ค็อคลิน (Father Charles Coughlin) ได้กล่าวทางวิทยุแก่ชนนับล้านว่าทั้งสองพระองค์เป็น "เครื่องมือที่ทำให้นโยบายที่จะไม่วุ่นวายกับต่างประเทศของอเมริกันไร้ผล." โดโนแวนทราบดีว่าภริยาของท่านประธานาธิบดีเก็บบทสวดบทหนึ่ง ซึ่งสตีเฟนสันมอบให้ไว้ในกระเป๋าถือ :

ขอพระโปรด ยั้งข้า อย่าให้เดิน ตามความเพลิน ระเริง บันเทิงจิต
ให้ข้าจำ สำเหนียกไว้ ในห้วงคิด อยู่เนืองนิจ ว่าที่ ข้างนอกนั้น
ในวันนี้ มีบุรุษ สุดยอดชาย ต้องมลาย ชีวา เพื่อข้านั้น
ตราบใดที่ มีการรุก บุกประจัญ จะต้องพลัน ชั้นชักรับ เอากับตน

ทั้งตอบด้วย ช่วยให้แจ้ง แสดงถือ ว่าข้าหรือ ก่อประโยชน์ เกิดโภชน์ผล
เคยทำคุณ หนุนให้เห็น เป็นแยบยล พอให้ใคร สักคน คุ้มตายแทน.

บทสวดนี้สะท้อนความรู้สึกของสตีเฟนสันต่อเหตุการณ์ในยุโรป. ตามที่โดโนแวนระลึกได้ภายหลัง เขาไม่ค่อยพูดถึงความรู้สึกเหล่านี้. แทนที่จะมัวเสียเวลาเปล่าในการรำพึงรำพัน สตีเฟนสันขะมักเขม้นรวบรวมเอกสารจำนวนเป็นปึกๆ ที่พิสูจน์อย่างไม่เหลือข้อสงสัยว่า เยอรมันยึดนโยบายอันน่าสยองที่สุด ที่ใช้การฆ่าหมู่และการกดขี่ให้เป็นทาส. มีคำสั่งที่ออกตั้งแต่ปี ๑๙๓๓ ซึ่งวางรากฐานของการแบ่งคนเป็นชั้นๆ แล้วแต่ความบริสุทธิ์ของเชื้อชาติตามทฤษฎีของฮิตเลอร์. มีภาพยนตร์เยอรมัน "เพื่อการศึกษา" ที่ชี้วิธีการที่แพทย์จะเลือกสรรทารก โดยมีแผนภูมิที่แสดงสีผมและตาที่ถูกต้อง ความยาวและรูปร่างที่ถูกต้องของจมูกและกะโหลกศีรษะ ตลอดจนเหตุผลในการกำจัดเด็กที่มีคุณสมบัติต่ำ. การทำให้เผ่าพันธุ์เยอรมันบริสุทธิ์ผุดผ่อง และในที่สุดให้มนุษยชาติทั้งหมดบริสุทธิ์ เป็นเป้าหมายโดยเปิดเผยของพวกนาซี. คนเยอรมันที่เลือกสรรอย่างระมัดระวังจะต้องผสมพันธุ์กันเพื่อผลิตเด็กที่เลือดบริสุทธิ์. ในประเทศที่ถูกยึดครองมีการค้นคิดระบบเพื่อเลือกเด็กในจำนวนจำกัด ที่คู่ควรกับการ "ทำให้เป็นเยอรมัน." ที่เหลือจะให้ได้รับการศึกษาขั้นต้นเท่านั้น – เพียงพอสำหรับใช้แรงงานที่จะเป็นประโยชน์ได้ – หรือไม่ก็ปล่อยให้ตายเอง. แผนการที่พวกนาซีตั้งใจจะให้โลกมีประชากรประกอบด้วยอภิมนุษย์เยอรมัน ไม่ได้เป็นเพียงความคาดคะเนเท่านั้น. สตีเฟนสันแสดงหลักฐาน เช่น คำสั่งเป็นลายลักษณ์อักษร ภาพยนตร์โฆษณาชวนเชื่อ ตำรับตำราและแบบกรอกข้อความของทางราชการ ซึ่งเป็นส่วนประกอบของแผนที่มุ่งทำให้โลก "บริสุทธิ์" อย่างละเอียดถี่ถ้วนตามแบบฉบับของชนชาวติวตอน (Teuton). สตีเฟนสันเผยหลักฐานดังกล่าว เพราะเชื่อว่าทั้งหมดนี้เป็นแรงผลักดันของพวกนาซี เป็นความปรารถนา และเป็นเป้าหมายเอกของพวกนาซี. เรื่องอื่นๆ จะเป็นการรบพุ่ง การชนะหรือแพ้ก็ตาม เป็นเพียงเป้าหมายรองลงมาจากความกดดันอันรุนแรงที่จะกำจัด "เลือดที่ไม่บริสุทธิ์" จากมนุษยชาติ.

ทั้งหมดนี้เป็นต้นเหตุของความดุเดือดไม่ละลดของสตีเฟนสัน. เขาเกรงกลัวความบ้าเลือด บ้าลัทธิ ของเยอรมัน. เขากลัวว่าข้อนี้จะนำพาโลกไปสู่อเวจีหากพวกนาซีสามารถพัฒนาอาวุธแผนใหม่ได้.

จากอังกฤษ สตีเฟนสันได้นำ "บันทึกฉบับแรกในประเทศใดๆ ซึ่งทำ

นายด้วยเหตุผลทางวิทยาศาสตร์ว่า มีทางสร้างระเบิดร้ายแรง และความสยดสยองที่จะตามมา."* ข้อบันทึกสำคัญนี้เผยเงาปีศาจของจักรวรรดิเยอรมันที่จะใช้ทรัพยากรอันล้นหลามของยุโรปในการสร้างระเบิดปรมาณู. เข้าใจกันว่ามีแต่รัฐในระบบเผด็จการเท่านั้นที่จะสามารถรวบรวมกำลังทางอุตสาหกรรมอันมหึมา กำลังแรงงาน และกำลังวัตถุดิบที่เพียงพอสำหรับสร้าง "อาวุธสุดยอด". บันทึกนี้เป็นผลงานค้นคว้าเป็นแรมปีทางวิทยาศาสตร์และราชการลับของอังกฤษ. สตีเฟนสันกล่าวว่า ข้อมูลทั้งหมดในเรื่องนี้ต้องเก็บไว้เป็นความลับ ให้รับทราบเพียงในวงการจำกัดที่สุด. "ถ้าเยอรมันยึดครองอังกฤษได้ก็เท่ากับเป็นการเปิดทางสะดวกให้พัฒนาอาวุธนี้ ซึ่งฮิตเลอร์จะใช้ขู่เข็ญข่มเหงส่วนอื่นของโลกได้. ท่านผู้นำควบคุมนักวิทยาศาสตร์อาวุโสทางฟิสิกส์ คือ นีลส์ โบห์ร ไว้ในประเทศเดนมาร์กที่ถูกยึดครอง. ในระหว่างที่ฮิตเลอร์ยังหมกมุ่นกับภาระด้านศึกสงครามอยู่ เขาอาจมองข้ามโอกาสทองนี้ไป. สตีเฟนสันสรุปว่า "หากปล่อยให้ฮิตเลอร์หยุดพักหายใจได้เมื่อใด เขาก็จะสร้างอาวุธมหาประลัยนี้แน่."

โดโนแวนบอกสตีเฟนสันหลังจากได้อ่านรายงานทางวิทยาศาสตร์ ซึ่งทุกวันนี้รู้จักกันในชื่อ เอกสารฟริช - ไปเอิร์ลส ว่า : "ฝ่ายเราเองก็ได้คืบหน้าในด้านนี้บ้างเหมือนกัน. แต่ฮิตเลอร์มีอำนาจที่จะรวบรวมกำลังคนและวัตถุซึ่งเราไม่มีทั้งสองประเทศ. ถ้าเขาเข้ายึดอังกฤษได้ ก็จะสามารถฉกฉวยเอาสมองที่ดีที่สุดในกิจการนี้ไปใช้ประโยชน์ได้."

สตีเฟนสันว่า : "งั้นเราก็เห็นพ้องกันใช่ไหม."

โดโนแวนกล่าวอย่างแปลกใจ : "แน่นอน."

เขาเป็นคนร่างใหญ่ อายุห้าสิบเจ็ดปี รูปร่างขนาดสองเท่าตัวสตีเฟนสันผู้อายุสี่สิบสี่. ทั้งสองคนเรียกกันเองว่า "บิค บิลล์" (Big Bill — บิลล์เบิ้ม) และ "ลิตเติล บิลล์" (Little Bill — บิลล์เปี๊ยก). ขณะเจรจากัน เขาเดินอยู่ในนิวยอร์ค และหยุดพักใกล้ลานโบสถ์ทรินิตี (Trinity) ที่มุมถนนบรอดเวย์ (Broadway) ตัดถนนวอลล์ สทรีท (Wall Street). สตีเฟนสันพยักพเยิดให้ดู

---

*จากรายงานทางการ "อังกฤษและพลังงานปรมาณู ๑๙๓๙ - ๑๙๔๕" ของมาร์กาเร็ต เกาวิง (Margaret Gowing) แม็คมิลแลน, ลอนดอน (Macmillan, London) ผู้พิมพ์โฆษณา.

แผ่นหินจารึกบนหลุมฝังศพสมัยปี ๑๗๙๔ และว่า : "นั่นแน่ะสิ่งที่เราต้องการมากที่สุด."

บิค บิลล์ โดโนแวน มองลอดรั้วเหล็กและอ่านรหัสที่สลักบนหิน. มรณานุสติว่า "อย่าลืมความตาย" เขียนเป็นรหัสง่าย ๆ ในแบบที่มักจะเห็นกันบนหินหลุมฝังศพเก่า ๆ.

โดโนแวนว่า : "ถ้าคุณนึกถึงรหัสที่ขบไม่แตกและการสื่อสารที่ปลอดภัย คุณก็จะต้องใช้เครื่องกลไก ต้องมีเจ้าหน้าที่รหัส ต้องมีทางและเครื่องส่งวิทยุ – แต่จะไปเอาจากที่ไหนและอย่างไร."

สตีเฟนสัน : "ที่นี่. ใช้เจ้าหน้าที่ที่จะหามาจากแคนาดา. และขอให้เอ็ฟ.บี.ไอ.ช่วย."

โดโนแวน : "แล้วฮูเวอร์ล่ะ."

สตีเฟนสัน : "เอ็ฟ.บี.ไอ. หนุนหลังเราอยู่แล้ว."

โดโนแวนจดจำอย่างไม่ลืมเลือน ถึงวาระที่ยืนอยู่ข้างลานโบสถ์ที่สร้างสมัยที่กษัตริย์อังกฤษองค์หนึ่งได้ใช้อำนาจรั้งอาณานิคมในอเมริกามิให้หลุดไป. วาระนั้นเป็นเวลาที่เขาได้เห็นตระหนัก ในภาระอันหนักที่จะต้องปฏิบัติ และความอ่อนไหวของสภาพทางการเมือง ที่เขาจะต้องรักษาดุลไว้ให้ดี.

สารจากนายอินทร์ถึงมือ "ซี" ในลอนดอน ในวันที่ ๑๕ กรกฎาคม ๑๙๔๐ ดังนี้ :

> นายพันเอก วิลเลียม เจ. โดโนแวน ผู้แทนส่วนตัวของประธานาธิบดีออกเดินทางเมื่อวานนี้โดยเครื่องบินคลิปเปอร์ (Clipper). . . มิได้ ทวนซ้ำ มิได้แจ้งสถานเอกอัครราชทูตสหรัฐ. . . .

เหตุผลในการไม่แจ้งให้สถานเอกอัครราชทูตทราบถึงการเดินทางของโดโนแวนก็คือท่าทีของเคนเนดีที่ยังคงเห็นแต่การปราชัย. เขาได้เคยเขียนถึงรูสเวลท์ว่า : "อังกฤษสู้รบก็เพื่อรักษาอาณานิคม. พวกเขาไม่ได้ต่อสู้ตัวฮิตเลอร์. . . พวกเขาจะพยายามทุกวิถีทางที่จะให้พวกเราเข้าร่วมรบด้วย." และเขาได้ตักเตือนนักธุรกิจ

อเมริกันว่า อังกฤษล้มละลายแล้ว และขาดแม้แต่เงินทองสำหรับซื้ออาวุธ.

สตีเฟนสันส่งสารอีกฉบับหนึ่ง คราวนี้ถึงพระเจ้าจอร์จ ที่หก โดยจ่าหน้าตามที่เคยกระทำตามระเบียบประเพณีว่า “ทอดพระเนตรเฉพาะพระองค์.” ดังนี้ :

> โดยที่โดโนแวนมีความคิดและการกระทำเป็นอิสระมาก ทำให้มีผู้ตำหนิบ้าง แต่ไม่มีใครปฏิเสธได้เลย ว่าเขามีความสามารถมากในการประเมินสถานการณ์ของโลกอย่างถูกต้อง. รัฐบาลอเมริกันกำลังพิจารณาโต้แย้งกันในระหว่างทางเลือกสองทาง. ทางหนึ่งคือการพยุงอังกฤษให้สามารถดำเนินสงครามด้วยการสนับสนุนกำลังบำรุงที่จำเป็นอย่างยิ่ง. อีกทางหนึ่งคือการแทงจำหน่ายอังกฤษ. โดโนแวนเป็นที่ปรึกษาที่ท่านประธานาธิบดีไว้วางใจที่สุด แม้จะมีความแตกต่างในความคิดทางการเมืองบ้าง และข้าพระพุทธเจ้าขอวิงวอนให้พระองค์ไว้วางพระราชหฤทัยเขา.

โดโนแวนมาถึงลอนดอนโดยผ่านทางกรุงลิสบอน (Lisbon) ในมาดของนักธุรกิจอเมริกัน ท่าทางขวานผ่าซาก. ไม่กี่ชั่วโมงภายหลัง เขาได้เข้าเฝ้าพระเจ้าแผ่นดินผู้โปรดเกล้าให้เขาดูข่าวล่าสุดที่ “อัลตร้า” ดักได้ ซึ่งเป็นคำสั่งใส่รหัสเอนิกมาที่ฮิตเลอร์ออกหนึ่งวันก่อน คือวันอังคาร ที่ ๑๖ กรกฎาคม มีใจความว่า : “ในเมื่ออังกฤษไม่แสดงท่าทีที่จะยอมปรองดอง แม้จะอยู่ในสภาพทางทหารที่หมดหวัง ข้าฯ จึงตกลงเตรียมปฏิบัติการยกพลขึ้นบกบุกอังกฤษ. . . เพื่อกำจัดอังกฤษมิให้เป็นฐานดำเนินสงครามต่อเยอรมัน.” รายงานลับของอังกฤษสรุปว่าการยกพลขึ้นบกทางทะเลจะเล็งการบุกหาดที่สะดวกทางฝั่งตะวันออกและทางใต้ ส่วนหน่วยพลร่มคาดว่าจะปล่อยลงในเขต เช่น อีสต์ แองเกลีย (East Anglia) และเค้นท์ (Kent) เป็นจำนวนถึง ๑๕,๐๐๐ คนในวันเดียว. แต่ฮิตเลอร์ได้ออกคำสั่งว่าก่อนอื่น “กองทัพอากาศอังกฤษจะต้องถูกขยี้ทั้งทางขวัญและทางกำลังรบ เพื่อมิให้สามารถขัดขวางเยอรมันในการข้ามช่องแคบแต่อย่างใด.”

ขั้นแรกของศึกแห่งบริเทน (Battle of Britain) เริ่มอุบัติขึ้นแล้วในน่านฟ้าอังกฤษ. พระราชาธิบดีรับสั่งเชิงเล่นว่า พระราชวังบักกิงแฮมเป็นเป้าที่เห็นได้สบายมาก. ความจริง ลูกระเบิดลูกหนึ่งเคยตกมาและพลาดพระราชาธิบดีและพระราชินีในระยะเพียงไม่กี่ร้อยฟิต. โดโนแวนเห็นชัดว่าทั้งสองพระองค์ไม่มีแผนที่จะหลบหนีภัยไปที่ไหน.

ศาสตราจารย์ที่มีความคิดเอียงซ้ายอย่างอ่อนๆ ชื่อ เจ.บี.เอ็ส. ฮอลเดน (J.B.S. Haldane) ได้ดำเนินการทดลองทุ่นระเบิดลอยน้ำ ซึ่งจะระเบิด "เมื่อน้ำละลายสลักห้ามไก ซึ่งทำด้วยยาอมแก้ไอ." ผู้ช่วยของศาสตราจารย์ ฮอลเดน เป็นเด็กนักเรียน ผู้อธิบายแก่โดโนแวนอย่างสนุกสนานว่า ระเบิดที่สร้างตามมีตามเกิดเหล่านี้จะใช้สำหรับระเบิดเรือลำเลียงพลของเยอรมัน. ในคฤหาสน์ปรักหักพังโดโนแวนได้ฟังสาวๆ ขายาวเก้งก้างที่แต่งกระโปรงสักหลาดสอนวิทยาการสอบสวนของเกสตาโป (Gestapo). แต่เขาก็ได้พบชาวอังกฤษที่ตำหนิความกระตือรือร้นแบบโลดโผนในยามฉุกเฉินนี้ : คือคนในแบบ จอร์จ ออร์เวลล์ ที่โจมตีชนชั้นปกครองในข้อเขียนที่ตั้งหัวเรื่องตามชื่อนี้ (Ruling Class — ชนชั้นปกครอง). เขาเอ่ยถึงกวีนิพนธ์ของเชคสเปียร์ (Shakespeare) ซึ่งเขาหาว่าเป็นคำพูดที่โก้แต่กลวง : "ต่อให้สี่มุมโลกยกทัพโยธามารุกบุก / เราก็จะเขย่าขวัญมันให้กระเจิง ไม่มีสิ่งใดจะทำให้เราสลดหดหู่ท้อถอยได้ / ถ้าอังกฤษเองยังมั่นคงซื่อตรงต่อตัวเอง." ออร์เวลล์กล่าวว่าถูกแล้ว แต่ประเทศอังกฤษจะรักษาสัจธรรมต่อตนเองไว้ไม่ได้จนกว่าจะมีการปฏิวัติเปลี่ยนแปลง. ผู้ที่จะสืบเจตนารมณ์ของเนลสัน (Nelson) และครอมเวลล์ (Cromwell) ไม่ได้อยู่ในสภาขุนนาง แต่อยู่ตามท้องนาและตามถนนหนทาง ในโรงงานและในกองทัพ ในโรงเหล้าและตามเรือกสวนแถบชานเมือง "และปัจจุบันนี้ยังถูกคนรุ่นที่เป็นคนพ้นสมัยกดขี่อยู่ เช่น พวกคุณหญิงคุณนายที่นั่งรถโรลส์-รอยส์หรูหรา พวกประธานกรรมการบริษัทที่มัวแต่เสียเวลาอยู่กับกฎเกณฑ์ กฎหมาย ของการดำเนินสงครามในแบบ. เมื่อเปรียบเทียบกับภาระที่จะต้องให้วิญญาณที่แท้จริงของประเทศอังกฤษออกมามีบทบาทในชาติแล้ว การมีชัยชนะในสงคราม แม้จะเป็นสิ่งสำคัญยิ่ง ก็กลายเป็นภาระที่รองลงมา."

สามวันภายหลังที่ฮิตเลอร์ตัดสินใจเป็นทางการที่จะ "กำจัดประเทศอังกฤษ" วิญญาณที่แท้จริงของประเทศอังกฤษจึงโงหัวลืมตาอ้าปากขึ้นมาได้. เชอร์ชิลล์แจ้งให้รัฐบาลฉุกเฉินทราบว่า มีการก่อตั้งองค์การ "เพื่อประสานกิจการทุกด้านในปฏิบัติการบ่อนทำลายข้าศึกและก่อวินาศกรรม." องค์การนี้ได้รับขนานนามเป็นทางการว่ากรรมการบริหารปฏิบัติการพิเศษ (Special Operations Executive) ซึ่งเป็นที่รู้จักกันในนามว่า พวกอาสาสมัครแห่ง เบเกอร์ สตรีท. ส่วนชื่อเสียงของสำนักงานประสานงานความปลอดภัยอังกฤษมิได้เปิดเผย จนกระทั่งสหรัฐเข้าร่วมศึกสงคราม และทางการไม่เคยรับรู้ว่ากองบัญชาการอยู่ในนิวยอร์ค.

การที่บิลล์ โดโนแวน มาอยู่ในลอนดอนเพื่อจัดการประกาศสงคราม

นอกแบบอย่างลับ ๆ เป็นสิ่งสำคัญโดยแท้. ผู้แทนส่วนตัวของท่านประธานาธิบดีต้องได้มาเห็นชัดด้วยตนเองว่า บี.เอ็ส.ซี.ในนิวยอร์ค เป็นแหล่งของการต่อต้านติดอาวุธทั่วทุกแห่งที่จะดำเนินอย่างเป็นฝ่ายรุกจริง ๆ. ในสายตาของประชาชนทั่วไปดูเผิน ๆ อังกฤษไม่มีทางอื่น นอกจากเป็นฝ่ายรับการถลุงจากฮิตเลอร์จนยับยอบแยบ หมดทางป้องกันตัว.

การทดสอบขั้นสุดยอดได้เริ่มในวันที่ ๑๐ กรกฎาคม อันเป็นวันที่เปิดฉากศึกแห่งบริเทน (Battle of Britain) โดยที่ผู้ที่ประสบเคราะห์กรรมทั้งหลายยังไม่ทันรู้ตัว. กำลังฝ่ายรับมีเครื่องบินขับไล่เครื่องยนต์เดี่ยว แบบฮะริเคนและสปิตไฟร์ ซึ่งฝ่ายเยอรมันหมายจะทำลายให้หมดในการต่อสู้ทางอากาศทุกวัน. ตามที่ฝ่ายวิเคราะห์ของเบล็ตชลี่ย์คะเนนั้น การโจมตีกองบินขับไล่อังกฤษครั้งใหญ่ของเยอรมันกำหนดไว้ในวันที่ ๑๐ สิงหาคม. ฮิตเลอร์กำหนดการรุกใหญ่ในวันที่ ๑๕ กันยายน และตั้งชื่อว่า “ปฏิบัติการซีไลอ้อน” (Operation Sealion).

ระหว่างวันวิกฤตเหล่านั้น โดโนแวนได้ติดต่อพูดจากับพวกอาสาสมัครในเรื่องการรบใต้ดิน. เขาพบ โคลิน กับบินส์ ซึ่งเขารู้จักในฐานะผู้เขียนรายงานการศึกษาวิจัยเมื่อสองปีก่อน ในเรื่องที่มีหลักการว่า “สงครามที่จะเกิดกับเยอรมันจะต้องต่อสู้โดยใช้อาสาสมัครหรือกองกำลังกองโจร.” ตอนนี้กับบินส์ได้รับมอบหมายให้ฝึกนักก่อวินาศกรรม เจ้าหน้าที่ลับ และผู้นำของกองทัพลับ. พวกอาสาสมัครของเขาปฏิบัติการหลังฉากกำบังของสำนักงานการค้า ระหว่างละแวก เวสต์มินสเตอร์และโซโห (Soho). เขาเลือกเฟ้นอาสาสมัครจากชาวโปแลนด์จำนวน ๒๐,๐๐๐ คน ที่หนีออกมาได้จากฝรั่งเศส และพวกดัทช์ (Dutch) พวกฝรั่งเศสเสรี (Free French) พวกชาวนอร์เวย์ และชาวเบลเยียม ที่หลบหนีข้ามช่องแคบเพื่อมาสู้พวกนาซีต่อไป. ครูผู้ฝึกเคยปฏิบัติการมาแล้วในรัสเซียและเมืองจีน. เคยศึกษาการรบแบบกองโจรระหว่างสงครามบัวร์ (Boer War) ในแอฟริกาใต้ ทั้งในสงครามกลางเมืองในสเปน ตลอดจนการเดินทางไกลของเหมาเจ๋อตุง (Mao Tse-tung's Long March) จากเซี่ยงไฮ้ไปเยนนาน.

ตามชนบท มีคฤหาสน์เก่า ๆ ประปรายอยู่ ซึ่งเป็นที่หมายตาเพื่อใช้เป็นโรงเรียนสอนจารกรรม. มีการตั้งองค์การสำหรับปฏิบัติสงครามทางการเมืองและปฏิบัติการพิเศษ. มีสิ่งใหม่เกิดขึ้นซึ่งเรียกว่า “การโฆษณามืด” และผู้อำนวยการกิจการนี้วิเคราะห์ศัพท์ว่าเป็น “ทางเดียวสำหรับโต้ตอบความเท็จ.”

โดโนแวนแย้งว่า "แต่มีทางเดียวเท่านั้นสำหรับตอบโต้ความเท็จ นั่นก็คือความจริง."

ผู้อำนวยการ : "ใช่ ใช่ ใช่. ความจริง. แน่นอน. ถึงแม้เราจะต้องบิดเบือนบ้างเล็กน้อย."

นักบิดเบือนคนนั้นเป็นผู้อำนวยการหนังสือพิมพ์. มีนักธนาคารเด่นๆ ที่เป็นผู้อำนวยการกรมกองในการสงครามเศรษฐกิจ. ศาสตราจารย์ทางโบราณคดีที่ถูกเกณฑ์ให้ทำงานที่โรงเรียนรหัสลับ ต้องยอมรับว่าหมดปัญญาในการพยายามหาทางในการเดินฝ่าป่าดงพงไพรของกิจการจารกรรม เขาบ่นพึมอย่างมืดมนว่า "ผู้ร่วมงานที่รักใคร่ของผมบางคนมีหวังที่จะหลงทางในเขาวงกตนี้ในอีกหลายปีข้างหน้า."

ในสุดสัปดาห์ต่อจากที่โดโนแวนมาถึง ฮิตเลอร์ได้ออกกระจายเสียง "การเสนอสันติภาพครั้งสุดท้าย". เขาว่า : "ข้าพเจ้าถือว่าอยู่ในฐานะที่จะเสนอข้อเรียกร้องนี้ ด้วยเหตุว่าข้าพเจ้ามิใช่ผู้ปราชัยที่อ้อนวอนขอความกรุณา แต่เป็นผู้ชนะที่พูดด้วยเหตุและผล."

ภายในชั่วโมงนั้นเอง คำตอบอันยโสก้าวร้าวก็ถูกตอกใส่หน้าเบอร์ลิน. ผู้ตอบเป็นนักหนังสือพิมพ์ ผู้มิได้แม้แต่ปรึกษาหารือกับรัฐบาลฉุกเฉินของเชอร์ชิลล์ ซึ่งได้เลิกประชุมเพื่อไปพักผ่อนในชนบท ตามธรรมเนียมที่ไม่มีอะไรสามารถทำให้ล้มเลิกได้. คำตอบที่ยโสหยาบคายและเย้ยหยัน ตกเป็นหน้าที่ของเซฟตัน เด็ลเมอร์ (Sefton Delmer) แห่ง เดลี เอ็กซเพร็สส์ ในลอนดอน ของ ลอร์ดบีเวอร์บรุ๊ก. เด็ลเมอร์เป็นผู้อำนวยการศูนย์การโฆษณาชวนเชื่อ แบบไม่ได้ด้วยเล่ห์ก็เอาด้วยกล ที่คฤหาสน์โวเบิร์น แอ็บบีย์ (Woburn Abbey) ของท่านดยุ๊ก แห่งเบดฟอร์ด ซึ่งตั้งอยู่สิบไมล์ทางทิศตะวันออกจากเบล็ตชลี่ย์ พาร์ก. เมื่อเด็ลเมอร์นั่งอยู่หน้าไมโครโฟน ในคืนวันศุกร์ ที่ ๑๙ กรกฎาคม ทั้งเขาเองและ บี.บี.ซี. ไม่ได้รับมอบหมายอำนาจใดๆ ทั้งสิ้น ที่จะตอบสุนทรพจน์ของฮิตเลอร์. เขาพูดกับท่านผู้นำโดยตรงเป็นภาษาเยอรมันด้วยสำนวนที่สละสลวยว่า "ขอบอกท่านว่าที่ในอังกฤษนี่ เรามีความเห็นเป็นอย่างไรในข้อเรียกร้องต่อสิ่งที่ท่านพึงใจที่จะขนานนามว่าเหตุผลและสามัญสำนึกของพวกเรา. ท่านผู้นำและนายกรัฐมนตรีครับ เราขอโยนข้อเรียกร้องของท่านกลับคืน. กลับคืนให้ถึงปากที่แสนเหม็นขี้ฟันของท่าน."

ที่ บี.บี.ซี. ไม่มีใครแย้งคำโต้ตอบที่ฮึกเหิมรุนแรงนี้แต่ประการใด. ฮิตเลอร์ได้รับการเหยียดหยามอย่างที่สุด เพราะรัฐบาลอังกฤษมิได้แม้แต่รับรู้ หยิบยกข้อเสนอสันติภาพมาพิจารณาด้วยซ้ำ. ฮิตเลอร์ได้แต่สบถและขู่คำรามว่า "จะปฏิบัติการอย่างเหี้ยมหาญเป็นกรณีพิเศษ" ซึ่งหมายถึงการบุกแหลก.

โดโนแวนผูกมิตรกับหญิงสาวอังกฤษที่เป็นตัวอย่างของการท้าทายฮิตเลอร์ในแบบนี้. เธอคือ โจน ไบร๊ต (Joan Bright) เป็นนักชวเลขผู้ซึ่งต่อมาได้เป็นตัวสำคัญในการดำเนินสงครามของอังกฤษ ถึงแม้เงินเดือนของเธอไม่เคยขึ้นสูงกว่ายี่สิบดอลลาร์ต่อสัปดาห์ ถ้าคิดเป็นเงินอเมริกัน. เธอเป็นแบบอย่างของหนุ่ม ๆ สาว ๆ ที่ชอบผจญภัย มีจิตใจมั่นคงและเสียสละ ชอบงานโลดโผนอันตรายโดยไม่หวังสินจ้างรางวัลหรือชื่อเสียงใด ๆ. ตั้งแต่รุ่นสาว เธอได้แสวงหาประสบ-การณ์และความรู้ที่เธอรู้สึกว่าน่าตื่นเต้นเร้าใจ เช่น งานเลขานุการในประเทศที่ห่างไกลและดังนี้จึงได้รับความรู้ที่แหวกแนว. หนึ่งปีก่อนสงคราม เพื่อนคนหนึ่งบอกเธอว่ามี "งานที่เธอคงจะสนใจ." เขานัดวันให้ไปคอยที่สถานีรถไฟใต้ดินเซนต์ เจมส์ พาร์ก (St. James's Park) เวลา ๑๐ นาฬิกา โดยติดดอกคาร์เนชั่นสีชมพูที่เสื้อ. จะมีผู้หญิงคนหนึ่งมาพบเธอ. เธอก็ไปและพบผู้นัดหมายแล้วถูกนำตัวไปโดยใช้เส้นทางที่สับสน เปลี่ยนทิศทางจนเวียนหัว ถึงสำนักงานของนายพันเอกผู้หนึ่ง ที่หลังจากตักเตือนเธอว่าอาจถูกทรมานถ้าถูกจับตัว ได้ให้เธอลงนามในแบบฟอร์มของราชการลับ และในที่สุดกำชับว่า ตอนออกจากอาคารเธอจะต้องหลบเลี่ยงบุคคลบางคนที่ยืนเพ่นพ่านอยู่ในถนนที่แลเห็นได้จากหน้าต่าง. แม้มีผู้สังเกตการณ์ได้เห็นเธอมาติดต่อกับทางราชการลับ ชื่อเธอจะถูกลงในบัญชีมืดของเยอรมัน เป็นผู้ที่จะต้องถูกกำจัดเมื่ออังกฤษปราชัย.

โดโนแวนรู้สึกได้ชัดว่ากรณี ไทเลอร์ เค้นท์ ได้ทำให้ค่ายฝ่ายนี้ (อังกฤษ) ระวังตัวแจทีเดียว. เจ้าหน้าที่ต่อต้านจารกรรมได้บรรยายให้เขาฟังถึงวิธีการแก้ไขการรั่วไหลที่สถานเอกอัครราชทูตอเมริกัน. ได้มีการริเริ่มระบบ "หักหลัง" (Double Cross System) ที่มุ่งให้เจ้าหน้าที่ลับฝ่ายเยอรมันมาอยู่ในควบคุมของฝ่ายอังกฤษ และใช้ล่อให้ผู้แทรกซึมคนต่อไป รวมทั้งผู้บังคับบัญชาถูกนำไปผิดทาง. อาจารย์จากอ๊อกซ์ฟอร์ดผู้หนึ่งที่เป็นฝ่ายเจ้าหน้าที่ลับซ้อน กระซิบให้ฟังว่า "ผิดทางสำหรับมัน แต่ถูกทางสำหรับเรา."

เวลาที่โดโนแวนมาอยู่อังกฤษนั้น กำลังมีการตั้งสถานีวิทยุกระจายเสียง

ใกล้เบล็ตชลี่ย์ เพื่อส่งรายการที่นับว่าแปลกซอบกลอยู่ โดยเล็งตรงไปทางเยอรมัน. เจ้าของความคิดผู้ปรุงรายการเป็นชาวเบอร์ลินที่ต่อต้านนาซี ชื่อ ปอล แซนเดอร์ส (Paul Sanders) ผู้เคยเป็นนักประพันธ์หนังสือนักสืบ และปัจจุบันเป็นนายสิบโทในกองทัพบกอังกฤษ. แซนเดอร์สคิดผูกเรื่องที่มีนายพลเยอรมันคิดโค่นฮิตเลอร์. ต่อไปเขายกเมฆว่า มีข่ายสถานีวิทยุเถื่อนที่ฝ่ายขบถต่อเยอรมันดำเนินการ. เครื่องส่งวิทยุของเขาตั้งอยู่ใกล้เบล็ตชลี่ย์ แต่ออกอากาศด้วยวิธีการที่ทำให้ฟังเหมือนตั้งอยู่ในประเทศเยอรมัน. การออกอากาศจงใจทำอย่างกระท่อนกระแท่นไม่สม่ำเสมอ และใช้ชื่อสถานีต่าง ๆ ด้วยจุดประสงค์ที่จะยั่วเย้าพวกเจ้าหน้าที่สอดส่องจับคลื่นวิทยุของนาซี. นายสิบโท แซนเดอร์ส ใช้ตัวแสดงต่าง ๆ ที่มี "แดร์ เชฟ" (Der Chef) ซึ่งเป็นนายพลเยอรมันที่อุปโลกน์ขึ้นเป็นหัวหน้าในการก่อขบถครั้งนี้. แซนเดอร์สบอกโดโนแวนว่า : "โดยวิธีเปลี่ยนเวลาส่งและคลื่นวิทยุ เราหมายให้เจ้าหน้าที่เกสตาโปจำนวนไม่น้อยต้องวิ่งพล่านมุ่งไล่จับผีกองกอย. ไล่ไปไล่มา จับผิดจับถูก คนที่เป็นนาซีดี ๆ ก็อาจเจอดีไปด้วย อันเป็นผลพลอยได้สำหรับเรา."

อุบายสกปรกแบบนี้แสดงว่าอังกฤษเป็นเจ้าความคิดแหวกแนวอยู่ แต่โดโนแวนก็ยังสงสัยอยู่ว่าความชาญฉลาดช่างคิดเท่านั้นจะพอหรือไม่. ตอนนั้นกองทัพอากาศเยอรมันทำการโจมตีเรือที่แล่นในช่องแคบอังกฤษ เพื่อล่อเครื่องบินขับไล่อังกฤษไปสู้กันทางอากาศ ด้วยจุดประสงค์ที่จะให้ทัพอากาศอังกฤษต้องสูญเสียเครื่องบินที่มีน้อยรวมทั้งนักบินด้วย. การรบแบบนี้เริ่มขึ้นในวันที่ ๑๐ กรกฎาคม เมื่อเครื่องบินฮะริเคนของกองทัพอากาศอังกฤษเพียงหกลำต้องสู้กับเครื่องบินขับไล่ระยะยาวแบบเมสเชอร์ชมิต ๑๑๐ (Messerschmitt 110) และเครื่องบินขับไล่ระยะสั้นแบบ เม. ๑๐๙ (Me. 109) จำนวนเหนือกว่ามาก ที่บินคุ้มกันเครื่องบินทิ้งระเบิดแบบดอร์เนียร์ (Dornier). การปะทะนั้นทำให้ฝูงบินอื่นของทัพอากาศอังกฤษต้องเข้ามาสู้รบด้วย รวมทั้งในปฏิบัติการล่อลวงอีกหลายชุด. ในวันนั้น เครื่องบินอังกฤษต้องบินกว่า ๖๐๐ เที่ยวบิน คือสองเท่าจำนวนเที่ยวบินในระหว่างการอพยพจากดันเคิร์ก. การสึกหรอของเครื่องบินเพิ่มหนักขึ้นทุกที. พวกเยอรมันจะเลือกโจมตีเป้าที่ไม่สำคัญนัก แต่ก็สำคัญพอที่ทำให้กองทัพอากาศอังกฤษจำต้องต่อสู้ป้องกัน. เยอรมันดำเนินการโจมตีเรือในทะเลแบบยั่วเย้าด้วยเครื่องบินจิกหัวทิ้งระเบิด ในระหว่างที่เครื่องบินขับไล่ที่เร็วและมีประสิทธิภาพคอยโฉบลงใส่พวกอังกฤษที่ถูกล่อมาสู้ทวนแสงแดด. นายพลอากาศโท ฮิวก์ เดาดิง (Air Marshal Hugh Dowding) ผู้บัญชาการกองบินขับไล่อังกฤษรายงานว่า

: "เราไม่เคยมีโอกาสทะยานขึ้นสูงก่อนถูกโจมตี."

แต่ความช่างคิดแหวกแนวต่าง ๆ ก็ได้ผลตามที่โดโนแวนได้พบเห็นด้วยตนเอง. เมื่อเขาได้รับการบอกกล่าวเรื่องนักวิทยาศาสตร์คนหนึ่งที่ "เริ่มงานค้นคว้ารังสีมรณะในปี ๑๙๓๔" โดโนแวนก็นึกว่าจะเป็นคนบ้า ๆ บวม ๆ แต่เขากลับพบรอเบิร์ต วัตสัน - วัตต์ (Robert Watson - Watt) ผู้เคยร่วมมือกับสตีเฟนสันในการวิจัยระบบขั้นพื้นฐาน ซึ่งต่อมาได้ชื่อว่า "เรดาร์". ก่อนเยอรมันบุกโปแลนด์ไม่กี่วัน วัตสัน - วัตต์ ยอมเสี่ยงต่อการถูกจับกุมในการเดินทางไปทั่วประเทศเยอรมันตามคำขอร้องของสตีเฟนสัน เพื่อค้นหาร่องรอยการวิจัยระบบเรดาร์ที่เยอรมันกำลังค้นคว้าอยู่เช่นเดียวกัน. ถึงเวลาที่ศึกแห่งบริเทนเกิดขึ้น ข่ายสถานีเรดาร์ตามชายฝั่งอังกฤษก็สามารถทำงานประสานกับระบบอันสลับซับซ้อน ที่บังคับและควบคุมปฏิบัติการของเครื่องบินขับไล่. ข้อมูลจากเรดาร์และการสังเกตการณ์ด้วยสายตา หลั่งไหลเข้ามาในห้องควบคุมกลาง ซึ่งฝังลึกอยู่ใต้ดินชนบท. จากที่นั้น เครื่องบินขับไล่อังกฤษได้รับทิศทางของหมู่เครื่องบินข้าศึก. เมื่อมีความชำนาญมากขึ้น เครื่องบินเลยเสียเวลาบินน้อยลงทุกที ทำให้ประหยัดทั้งความตึงเครียดทางจิตใจ ทั้งความสึกหรอของเครื่องยนต์และเชื้อเพลิง.

ในเวลานั้น เยอรมันยังไม่มีเรดาร์ และงงงันที่ฝ่ายอังกฤษสามารถแยกการโจมตีลวงกับการโจมตีจริงได้. เหตุผลของความสามารถนี้ยังมีอีกอย่างหนึ่ง. นั่นคือ "อัลตร้า" ได้เริ่มพัฒนาความสามารถที่จะรับฟังและวิจัยคำสั่งบังคับบัญชาของกองทัพอากาศเยอรมันอย่างแม่นยำมากขึ้น. ความสามารถนี้ไม่ได้เป็นส่วนสำคัญที่สุดที่ทำให้กองทัพอากาศอังกฤษได้รับชัยชนะ แต่เมื่อมาสมทบกับสมรรถนะเครื่องเรดาร์ก็เป็นการพิสูจน์ว่ามีหนทางที่จะใช้ความเฉลียวฉลาดเอาชนะความป่าเถื่อนที่มียุทโธปกรณ์ก้าวหน้าได้.

วัตสัน - วัตต์ บอก โดโนแวน ว่า : "ผมเชื่อตลอดมาว่าจิตใจเหนือวัตถุ. แต่ให้ตายซี. ก่อนสงครามเราต้องทนทรมานแทบย่ำแย่กับการมีผู้นำที่ไม่รู้เรื่องเลย. มีสตีเฟนสันและอุตสาหกรรมส่วนเอกชนเท่านั้นแหละ ที่ช่วยผมในระยะปี ๑๙๒๐. บิลล์เข้าใจดีในงานของผม เพราะคล้ายคลึงกับงานของเขาเองในการเริ่มพัฒนาโทรทัศน์. ถึงระยะปี ๑๙๓๐ เขาจึงหาทุนมาสนับสนุนผมได้. หากผมได้แต่หวังพึ่งรัฐบาลอังกฤษป่านนี้คงยังไม่มีทั้งเรดาร์ ทั้งสปิตไฟร์เลย."

ในวันที่สิบของการเดินทางของโดโนแวน หนังสือพิมพ์ในลอนดอนได้ตีพิมพ์

บทบรรณาธิการที่ลงในนิวยอร์ค ไทมส์ :

> เที่ยงวันในลอนดอน. . . จากนี้ไปภาษาของชอเซอร์ (Chaucer) ของเชคสเปียร์ (Shakespeare) ของมิลตัน (Milton) ของพระคัมภีร์ฉบับของพระเจ้าเจมส์ (King James Version of the Scriptures) ของคีตส์ (Keats) ของเชลลี่ย์ (Shelley) จะต้องกลายเป็นภาษาถิ่นของเผ่าพันธุ์ชนหมู่น้อยที่เป็นทาสในหมู่เกาะอังกฤษเสียแล้วละหรือ.
>
> เราต้องพยายามเพ่งความจริง. เราต้องหวนกลับไปหลายต่อหลายศตวรรษ เพื่อหาจุดเริ่มต้นของเสรีภาพของชาวอังกฤษ. เราจะได้เห็นวิวัฒนาการแห่งเสรีภาพที่เต็มไปด้วยความแข็งแกร่ง ดื้อดันดุเดือดที่แทงหน่อฝ่าดินอันสมบูรณ์ท่ามกลางต้นโอ๊กในไร่อันกว้างขวางสมัยขุนนาง. เราจะเห็นเสรีภาพนี้เบ่งบานในสมัย วัต ไทเลอร์ (Wat Tyler) และสมัยครอมเวลล์ (Cromwell) และในคราวต่อสู้เพื่อบทบัญญัติเพื่อปฏิรูป (Reform Act) สมัยพระเจ้าเจมส์ ที่สอง โดยไม่เคยบรรลุผลอย่างสมบูรณ์แต่ก็ไม่เคยหยุดยั้ง. . .
>
> เที่ยงวันในลอนดอน. ไม่ใช่เที่ยงวันสำหรับจักรวรรดิ — บัดนี้จักรวรรดิสิ้นไปแล้ว. ไม่ใช่เที่ยงวันสำหรับ "อาณานิคมเก่าแก่ที่แผ่ไพศาลคลุมแคว้นที่อุดมด้วยต้นปาล์มและต้นสน." เที่ยงวันสำหรับคนธรรมดาสามัญของเกาะอังกฤษ ซึ่งแต่ไหนแต่ไรเป็นแหล่งที่มาของบุคคลที่ยิ่งใหญ่ของอังกฤษ. เที่ยงวันสำหรับประชาชนผู้มีความเข้มแข็งอย่างที่เป็นและเคยเป็นมา สำหรับทุกสิ่งทุกอย่างอันเป็นปัจจัยที่อำนวยให้คนที่รักเสรีมีชีวิตอยู่ได้. . . เราทราบเพียงเล็กน้อยและจะยังต้องคอยเวลาอีกระยะหนึ่ง กว่าจะทราบถึงความมหัศจรรย์ที่ไม่มีใดเสมอของชาติหนึ่งที่ลุกขึ้นสู้เป็นปึกแผ่น.

การลุกขึ้นสู้นั้น ตามความจริง เป็นการลุกขึ้นสู้ด้วยจิตใจมากกว่าด้วยอาวุธยุทโธปกรณ์. มีพวกรักษาดินแดนพลเรือนจำนวนหนึ่งล้านคน ที่มีเพียงปืนสำหรับเล่นกีฬา ๒๐,๐๐๐ กระบอก ที่เตรียมพร้อมจะสู้ผู้รุกราน. เชอร์ชิลล์คำนวณตามจำนวนกระสุนว่าจะมีลูกปืนหนึ่งนัดต่อเยอรมัน ๒,๐๐๐ คน ตามที่คะเนขนาดของกองกำลังที่พวกนาซีเตรียมในการบุก. ได้มีการขุดเอาปืน ลี-เอนฟิลด์ (Lee-Enfield) ประมาณห้าสิบกระบอกจากหลังเวทีในโรงละครดรูรี เลน

(Drury Lane) และได้พบปืนสมัยการขบถอินเดียประมาณปี ๑๘๕๗ ในสวนสัตว์ที่แมนเชสเตอร์ คณะกรรมการอเมริกันเพื่อป้องกันพลเรือนของอังกฤษได้จัดส่งปืนลูกซองและปืนพก ๑๖๐ หีบ สำหรับแจกจ่ายแก่พลเรือน. "การสูญเสียปืนจำนวนนี้จะเป็นความเสียหายยิ่งใหญ่" นี่คือคำที่เชอร์ชิลล์ได้กล่าวแก่ทหารเรือผู้มีหน้าที่คุ้มกันมิให้เรือดำน้ำเยอรมันขัดขวางการขนส่งปืนจำนวนน่าสงสารนี้.

สองสัปดาห์หลังจากมาถึงอังกฤษ โดโนแวนมีบันทึกถึงสตีเฟนสันดังนี้ :

> ฝ่ายป้องกันมียุทโธปกรณ์รวมทั้งหมด คือ ปืนใหญ่สนาม ๗๘๖ กระบอก ปืนต่อสู้รถถัง ๑๖๗ กระบอก และรถถังที่ไม่สมประกอบ ๒๕๙ คัน ซึ่งจะพอเพียงสำหรับสองกองพล ที่ต้องรับมือทหารเยอรมันสี่สิบกองพลซึ่งคอยอยู่อีกฟากของช่องแคบ. มีนักบินเหลือเพียงพันคนเศษในกองทัพอากาศอังกฤษ ซึ่งถูกหั่นแหลกเพราะถูกโจมตีทางอากาศ. กองทัพเรือมีสภาพเหมือนหมู่อ่างน้ำเก่า ๆ ที่มีรูพรุนไปทั่ว. ความสูญเสียเรือพิฆาตจำนวนมากในการอพยพทหารจากดันเคิร์ก ทำให้กองทัพเรือหมดสภาพที่จะหยุดยั้งการบุกรุก. ผมได้อ่าน "คำสั่งเกี่ยวกับการจัดตั้งและหน้าที่ของรัฐบาลทหารในประเทศอังกฤษ" ซึ่งสั่งผู้บริหารเยอรมันในเขตยึดครอง (Gauleiter) ให้กำจัดปัญญาชนและพวกยิวให้หมดสิ้น. ดร. ฟรันซ ซิกซ์ (Dr. Franz Six) อดีตคณบดีรัฐศาสตร์ของมหาวิทยาลัยเบอร์ลิน จะเป็นผู้ดำเนินการ. ชายอังกฤษที่เหลือ ที่มีอายุระหว่าง ๑๗ กับ ๔๕ ทั้งหมด จะต้องถูกนำไปเป็นทาสในเยอรมัน. ฝ่าย เอ็ส.เอ็ส. จะเลือกชายฉกรรจ์ที่มีลักษณะดีที่สุดในหมู่ตนมาเป็นพ่อพันธุ์ ผสมกับผู้หญิงอังกฤษ และเพาะพันธุ์ใหม่.

ตอนนี้เกาะสองเกาะของอังกฤษคือ เกิร์นซีย์ และ เจอร์ซีย์ ถูกเยอรมันครอบครองแล้ว. ฮิตเลอร์สามารถกลับมาเหยียบย่ำดินแดนส่วนหนึ่งของอังกฤษเป็นครั้งแรก นับแต่ครั้งที่เขามาอยู่ลิเวอร์พูล (Liverpool) ในฐานะนักเรียนจน ๆ ก่อนสงครามโลกครั้งที่หนึ่ง. น้อยคนทราบว่าฮิตเลอร์เคยมาพำนักในเมืองท่าอันเป็นศูนย์กลางใหญ่ที่สุดในจักรวรรดิอังกฤษ. เขาฉลองการยึดเกาะในช่องแคบอังกฤษในโอกาสวันเกิดอายุห้าสิบสอง ซึ่งเป็นเวลากว่ายี่สิบห้าปีหลังที่เขาได้เห็นเมืองสัญลักษณ์แห่งอำนาจทางทะเลเป็นครั้งแรก. จากฐานในเกาะทั้งสอง ฮิตเลอร์หมายที่จะส่งเจ้าหน้าที่ เอ็ส.เอ็ส. ไปตั้งศูนย์การกำจัดในลอนดอน (London)

บริสตอล (Bristol) เบอร์มิงแฮม (Birmingham) แมนเชสเตอร์ (Manchester) และเอดินเบอเรอห์ (Edinburgh). มีคำสั่งเฉพาะระบุให้รัฐบาลทหารจัดการเลือกผู้ที่จะถูกกำจัด ที่ลิเวอร์พูล ให้เข้มงวดรุนแรงเป็นพิเศษ. เห็นได้ชัดว่าฮิตเลอร์มิได้ลืมลิเวอร์พูล.*

แม้กระนั้น เชอร์ชิลล์ก็ยังสั่งการให้พวกอาสาสมัคร "ทำให้ยุโรปลุกเป็นไฟ." ในแผนที่ยุโรปของ เบเกอร์ สทรีท มีการปะชื่อรหัสต่างๆ ที่เป็นเครื่องหมายของจุดปฏิบัติการอันยิ่งใหญ่ที่เพียงคะเนไว้โดยที่ยังไม่มีจริง. คำว่า "โทรเจิน" (Trojan) และ "ฮอร์ส" (Horse) ดูจะหมายถึงข่ายอันน่าเกรงขามที่มีศูนย์ที่ปารีส แต่ความหมายจริงคือเจ้าหน้าที่ลับหนึ่งคนและพนักงานวิทยุหนึ่งคน ที่ยังได้แต่เพียงเตรียมตัวคอยอยู่ในอังกฤษ. ช่างพิมพ์จากเมือง เลก์ตัน บัสซารด์ (Leighton Buzzard) ใกล้เบล็ตชลี่ย์ ถูกเกณฑ์ให้มาร่วมมือในกิจการ เขาประท้วงว่าไม่สามารถที่จะใช้แท่นพิมพ์ของเขาในการผลิตหนังสือ "คู่มือกองโจร" ฉบับที่รับประทานได้ ("ที่จะกลืนกินได้ในกรณีถูกจับกุม") กระทรวงเกษตรแจกจ่ายคู่มือเกี่ยวกับการปลูกผักในยามสงคราม ซึ่งซ่อนคำบอกใบ้ในเรื่องวิธีระเบิดผู้รุกราน ที่จะบุกมาตามทุ่งนาในเฮอร์ฝอร์ด (Hereford) และเฮอร์ฝอร์ดเชอร์ (Herfordshire).

ได้มีการตั้งหน่วยกองโจรประจำทุกหมู่บ้าน และมีการขุดอุโมงค์ที่ปกปิดไว้อย่างดีมาก จนชาวบ้านบางคนยังไม่ทราบว่ามี จนกระทั่งอีกสามสิบปีภายหลัง.

---

*การที่ฮิตเลอร์มาอยู่ในประเทศอังกฤษระหว่างเดือนพฤศจิกายน ๑๙๑๒ ถึงเมษายน ๑๙๑๓ มีเอกสารของ บี.เอ็ส.ซี. ยืนยัน ทั้งมีบันทึกที่ไม่เคยมีการตีพิมพ์ของ บริดเจ็ต เอลิซาเบธ ฮิตเลอร์ (Bridget Elizabeth Hitler) ชื่อ "อะดอล์ฟ น้องผัวของข้าพเจ้า." พี่ชายของฮิตเลอร์ ชื่ออาลอยส์ สมรสกับบริดเจ็ต เอลิซาเบธ เดาวลิง (Dowling) ในปี ๑๙๑๐ ที่ลอนดอน. ทั้งคู่มีบ้านที่ ๑๒๐ อัปเปอร์ แสตนโฮป สทรีท เทกซ์เทซ พาร์ค ลิเวอร์พูล (120 Upper Stanhope Street, Texteth Park, Liverpool) และเปิดร้านขายอาหารใกล้บ้าน. เมื่อ วิลเลียม แพ็ตตริค ฮิตเลอร์ (William Patrick Hitler) ลูกชายของอาลอยส์ย้ายไปอยู่นิวยอร์ค ในปี ๑๙๔๐ เขาเปิดเผยรายละเอียดบางส่วนสมัยอยู่ลิเวอร์พูลจากบันทึกประจำวันและจดหมายของมารดาตน แล้วเขาเองก็เปลี่ยนนามสกุลที่ บี.เอ็ส.ซี. เขาเป็นที่รู้จักในนามว่า "เพิร์ล" "Pearl" ในด้านเป็นแหล่งข่าวเรื่องท่านผู้นำเขาให้ประโยชน์น้อยมาก แต่ในฐานะเป็นลูกโซ่หนึ่งที่เชื่อมโยงกับระยะเวลาอันสั้นที่ฮิตเลอร์ไปอยู่อังกฤษ เขาก็ได้เสริมต่อเกร็ดประวัติศาสตร์ที่หายากอยู่. ตามเอกสารของ บี.เอ็ส.ซี. ดูเหมือนว่าฮิตเลอร์จะใช้เวลาส่วนใหญ่ในการเบิ่งดูกระแสการจราจรของเรือจากลิเวอร์พูลไปสู่สี่มุมของจักรวรรดิอังกฤษ และคงทึ่งมากในพยานแห่งอำนาจทางทะเลนี้.

นายพันเอกเอริค เบลี่ย์ (Colonel Eric Bailey) เป็นผู้เผยเรื่องราวเหล่านี้ให้โดโนแวนทราบ. นายพันเอก เบลี่ย์นี้เป็นบุคคลมหัศจรรย์จากยุคเก่า ที่เคยเป็นนักสำรวจและเจ้าหน้าที่ราชการลับอังกฤษในเอเชียกลาง (เขาได้สะสมผีเสื้อที่หายากซึ่งต่อมาได้นำมาเก็บไว้ที่พิพิธภัณฑ์เมโตรโปลิแตนในนิวยอร์ค). เบลี่ย์อายุเกือบหกสิบปีแล้ว แต่ไม่ยอมแก่. เขาบังคับบัญชาหน่วยกองโจรของเขาอย่างทะมัดทะแมง เสมือนว่าเขายังคงดำรงตำแหน่งอัครราชทูตวิสามัญผู้มีอำนาจเต็ม ณ ราชสำนักเนปาล อันเป็นตำแหน่งสุดท้ายที่เขาได้ดำรงใกล้เทือกเขาหิมาลัย ที่เขาเคยนำทหารไปสำรวจ. เบลี่ย์ฉลาดเกินที่จะซักถามว่าทำไมโดโนแวนมาเยี่ยมหมู่บ้านของเขาพร้อมกับนายพลอังกฤษคนหนึ่ง. ทั้งคณะเดินไปที่ตรวจการของเบลี่ย์ ซึ่งตั้งอยู่ใกล้ชายฝั่งในนอร์โฟล์ก (Norfolk).

ท่านนายพลถามว่า : "ถ้าคุณเห็นพลร่มข้าศึกมาลงที่ตรงนี้ และเยอรมันยกพลขึ้นบกทางโน้น. คุณจะทำอย่างไร."

เบลี่ย์มองลงตามเชิงเนินและว่า : "ขอทราบว่ามีกี่คน ที่ตรงไหนแน่ ๆ และเคลื่อนไปทางไหน." เขาจี้ท่านนายพลโดยตั้งคำถามต่าง ๆ และท่านผู้ใหญ่ก็ตอบสนองด้วยรายละเอียดที่สมมุติขึ้นโดยฉับพลัน.

เบลี่ย์ว่า : "ถ้างั้นผมก็จะสั่งพรรคพวกทางนี้ให้ทำอย่างนี้ ๆ และเพื่อนฝูงในป่าโน่นให้เคลื่อนตัวไปอย่างนั้น ๆ. . ."

ท่านนายพลตั้งคำถามว่า : "แต่คุณจะส่งคำสั่งให้ถึงได้อย่างไรล่ะ. คุณไม่มีวิทยุและฐานคุณก็ตั้งเด่นอยู่บนนี้ คุณจะส่งอาณัติสัญญาณก็ไม่ได้หรอก."

เบลี่ย์ตอบว่า : "ผมส่งคำสั่งไปแล้ว. เขายกกระสอบทรายที่ป้องกันสนามเพลาะสังเกตการณ์ของเขา เปิดให้เห็นปลายท่อ. ท่อนั้นต่อไปใต้ดินถึงศูนย์สื่อสารที่ตั้งอยู่ใต้โบสถ์ในหมู่บ้าน. ในระหว่างที่ท่านนายพลกำลังพูดอยู่ เขาได้จดข้อความที่เขาได้สอดในลูกเทนนิสเก่า ๆ และกลิ้งลงไปในท่อแล้ว. นี่แหละคือระบบสื่อสารของเขา.

โดโนแวนและเบลี่ย์กลายเป็นเกลอกัน. ภายหลังเบลี่ย์ย้ายไปทำงานกับสตีเฟนสันที่นิวยอร์คในฐานะเจ้าหน้าที่นำสารทางราชการ มีหน้าที่นำเอกสารลับของ บี.เอ็ส.ซี. ไปทั่วโลก. โดโนแวนระลึกภายหลังว่า : "เบลี่ย์คิดถึงสมัยที่

ทำงานอย่างง่าย ๆ กว่า. เขารู้สึกว่าการกลิ้งลูกเทนนิสลงในท่อระบายน้ำและการคอยใช้สามง่ามจิ้มพวกเยอรมันนั้น ถูกสุขลักษณะมากกว่าที่จะต้องงอก่ออยู่ในป้อมปืนของเครื่องบินทิ้งระเบิดที่เป็นพาหนะเดินทางของเขา."

เบลี่ย์อยากจะไปอยู่ฝ่ายประจัญบานมากกว่า. ความคิดของเขาในการก่อวินาศกรรมโรงงานก็ทำอย่างง่าย ๆ เหมือนกัน. แต่ในที่นี้เขามีคู่แข่งที่หาเทียมยาก. กับบินส์ได้รวบรวมคนยอดเยี่ยมจริง ๆ ในหมู่พวกเบเกอร์ สตรีต. เขาบอกโดโนแวนว่า : "ตัวอย่างคือพวกประเมินประกันภัยเป็นต้น. เจ้าพวกนี้ฉลาดจัง. ในยามสงบเขาทำงาน เรื่องค่าเสียหายที่โรงงานจะเรียกร้อง. ดังนี้ จึงรู้ดีว่าอะไรทำให้เครื่องพังได้ — อย่างรวดเร็วทันใจ. เช่นข้ออ่อนแอในสายการผลิตระบบหนึ่งอาจอยู่ที่โรงงานที่ผลิตกรดกำมะถัน. จะสามารถทำลายโรงงานให้หมดประโยชน์ไปได้โดยใช้ค้อนทุบที่เหมาะ ๆ. ถ้าทุบหม้อดินที่เป็นภาชนะสำหรับใส่กรด. หม้อก็แตก. และในยามสงครามหม้อเหล่านี้ก็หาอะไหล่ยาก."

เรื่องทั้งหมดนี้ต้องกันกับจินตนาการของโดโนแวน. แต่จะเหลือเวลาพอหรือไม่. วันสุดท้ายของเดือนกรกฎาคม เชอร์ชิลล์ได้เตือนที่ประชุมลับของสภาผู้แทนราษฎรว่า เดือนต่อไปจะน่ากลัวมาก : "ฮิตเลอร์อาจพยายามถล่มด้วยลูกระเบิดและด้วยแก๊สพิษก่อนที่ยกพลขึ้นบก. อิตาลีและญี่ปุ่นคงจะคำรามไล่งับเหมือนหมาใน."

วันรุ่งขึ้นนั้นเองมหาอำนาจอีกประเทศหนึ่งก็เริ่มแยกเขี้ยวยิงฟัน. สหภาพรัสเซียกล่าวหาว่าอังกฤษทำให้สงครามยืดเยื้อ โดยไม่แยแสต่อข้อเสนอสันติภาพของฮิตเลอร์. รัฐมนตรีต่างประเทศโมโลตอฟ (Molotov) กล่าวโจมตีในการเปิดประชุมอภิมุขของสหภาพโซเวียตรัสเซียครั้งที่เจ็ด เป็นการโจมตีที่มิได้หมายเพียงว่ารัสเซียให้กำลังใจแก่เยอรมันเท่านั้น. แต่ยังเป็นสารถึงสมาชิกทุกคนของพรรคคอมมูนิสต์ในอังกฤษและอเมริกา. ทุกแห่งที่พวกคอมมูนิสต์มีอิทธิพลเหนือกรรมกร — จะเป็นกรรมกรท่าเรือในเมืองท่าอเมริกันที่ขนของลงเรือที่จะฝ่าอันตรายเพื่อส่งกำลังบำรุงให้อังกฤษ จะเป็นในโรงงานอเมริกันที่เริ่มสร้างอาวุธ จะเป็นในอุตสาหกรรมสำคัญในประเทศอังกฤษเอง — อิทธิพลแสนกลนี้จะทำให้มีการหยุดงานและการยุยงให้เพลาการทำงานและเป็นการหักหลังผู้ที่ต้องเสี่ยงชีวิตในท้องทะเลและกลางเวหา.

ข้อนี้ทำให้เลือดชาวไอริชของโดโนแวนเดือดพล่าน. เขาภูมิใจว่าเขาสา-

มารถปกบังความดุเดือดของตนได้. เขาเป็นประโยชน์แก่รูสเวลท์ได้ก็โดยควบคุมอารมณ์อันร้อนแรงอย่างแข็งแกร่ง. มีบางเวลาที่เขานึกว่าควรจะไปเยี่ยมเค็นเนดีที่สถานเอกอัครราชทูตสหรัฐ. แต่เมื่อเขาไม่แน่ใจว่าจะสามารถควบคุมโทสะได้หรือไม่จึงละความตั้งใจไป. เขาบอกสตีเฟนสันว่า : "โจ (เค็นเนดี) ไปเข้าก๊กพวกติตะบันหมั่นทำลาย มือไม่พายเอาตีนราน้ำ." ท่านเอกอัครราชทูตโจมตีที่พวกอเมริกันในลอนดอนได้ตั้งฝูงบินอเมริกันที่หนึ่ง และสวมเครื่องแบบกองอาสารักษาดินแดนอังกฤษ (British Home Guard) และติดเครื่องหมายอินทรีแดงที่อินทรธนู. ยิ่งกว่านี้รายงานข่าวของเค็นเนดีที่ขี้แพ้ยิ่งกว่าครั้งใดทั้งสิ้น ก็สอดคล้องกับรายงานของวิลเลียม บัลลิตต์ (William Bullitt) เอกอัครราชทูตในฝรั่งเศส ผู้เชื่อว่าฝรั่งเศสปราชัยทั้งกายและใจอย่างสิ้นเชิง จน "พวกฝรั่งเศสยอมรับชะตากรรมที่จะต้องเป็นเพียงจังหวัดหนึ่งของเยอรมัน และหวังว่าอังกฤษจะปราชัยอย่างรวดเร็วและโดยสิ้นเชิงเช่นกัน". ด้วยจุดประสงค์ที่จะทำให้พวกอังกฤษไม่รู้สึกว่าการหนีทหารและการทรยศเป็นของเลวร้าย นายพลฝรั่งเศส เลออง ฮุนซิเกอร์ (Leon Huntziger) ได้กล่าวกับนายพลเยอรมัน วาลเธอร์ ฟอน เบราชิตช์ (Walther Von Brauchitsch) ว่า : "ฝรั่งเศสจะสู้พวกอังกฤษเคียงบ่าเคียงไหล่กับเยอรมัน."

ถึงแม้โดโนแวนจะรอบคอบสุขุมระมัดระวังมาก แต่ไม่ช้าไม่นานเค็นเนดีก็ได้ล่วงรู้ว่าเขามาในฐานะตัวแทนพิเศษของท่านประธานาธิบดี. เมื่อได้เปิดแฟ้มเอกสารเป็นครั้งแรกสามสิบสามปีภายหลัง นิโคลัส เบเธล (Nicholas Bethell) นักประวัติศาสตร์คนหนึ่งของกระทรวงต่างประเทศอังกฤษกล่าวว่า : "เค็นเนดีโกรธเคืองมากที่ถูกก้าวก่าย และพยายามทุกวิถีทางที่จะขัดขวางภารกิจนี้. แม้ในวงการทูตของอังกฤษเองก็ไม่มีใครทราบอะไรสักอย่างเรื่องโดโนแวนตอนเขามาถึง." เค็นเนดีพยายามจำกัดจำนวนผู้ที่โดโนแวนจะติดต่อ แต่เขาไม่ทราบว่าโดโนแวนมีผู้อุปถัมภ์ทรงอิทธิพล วิธีปฏิบัติของเค็นเนดีคือทำให้ดูว่าโดโนแวนเป็นผู้สื่อข่าวของนิตยสารในสหรัฐ — อันเป็นการปฏิบัติที่ฉลาดเข้าใจคิด เพราะการตรวจข่าวอังกฤษกระทำอย่างเข้มงวดกวดขันมาก ซึ่งอาจทำให้โดโนแวนเสียเปรียบ. ถือกันว่านักหนังสือพิมพ์ต่างประเทศมีทางเป็นเหตุให้ข่าวลับรั่วไหลได้.

ลอร์ด แฮลิแฟกซ์ ผู้ขณะนั้นยังคงเป็นรัฐมนตรีต่างประเทศอยู่ ได้เขียนว่า : "เอกอัครราชทูตสหรัฐออกจะหนักใจ เพราะโดโนแวนมาปรากฏตัวที่นี่และถือว่าเขาเป็นนักหนังสือพิมพ์ซึ่ง นายพันเอก น็อกซ์ ใช้มาสื่อข่าวสำหรับหนังสือพิมพ์ของเขา ชิคาโก เดลิ นิวส์. ฉะนั้น ไม่มีทางเลยที่จะถือว่าเขาเป็น

ข้าราชการชั้นผู้ใหญ่ของรัฐบาลสหรัฐ.”

โดโนแวนมีกำหนดที่จะกลับไปรายงานที่ ไวท์ เฮาส์ ในต้นเดือนสิงหาคม. แต่เขาถ่วงเวลาอยู่ต่อไปอีก เพราะรู้สึกมีความผูกพันกับคนที่จำต้องละความสะดวกสบายของชีวิตประจำวันอย่างกะทันหัน. โจน ไบร๊ต (Joan Bright) หญิงสาวที่มาอยู่ท่ามกลางสถานการณ์นี้ ได้บรรยายความรู้สึกในเรื่อง “ธี อินเนอร์ เซอร์เกิล” (The Inner Circle) ว่า : “. . .ความปลอดโปร่งภูมิใจที่รู้สึกว่าความอยู่รอดปลอดภัยของเราเป็นความรับผิดชอบของเราเอง เท่าที่แต่ละคนจะสามารถทำได้. เราโอบอุ้มลอนดอนไว้แนบหัวใจ. ลอนดอนเป็นความรับผิดชอบของพวกเรา ตั้งแต่ความมืดของกลางคืนที่ต้องพรางไฟเริ่มปกคลุมความสวยงามของนครลอนดอน จนกระทั่งเสียงหวอตอนเช้าให้สัญญาณว่าเริ่มรุ่งอรุณแล้ว. . .”

โดโนแวนพบไบร๊ตตรงใจกลางของอุโมงค์ที่วกเวียนอยู่ใต้ ไวท์ ฮอลล์ ซึ่งได้ชื่อว่า “รูในดิน”. เขาวงกตของห้องใต้ดินเคยเป็นที่เก็บเอกสารเก่าคร่ำคร่า. เชอร์ชิลล์ปักหลักอยู่ในห้องยุทธการที่อยู่เชิงบันไดเวียน. ตามปกติเขานั่งเก้าอี้ไม้ที่หัวโต๊ะประชุม. คราวที่โดโนแวนไปเยี่ยม เขาเดินชนท่านนายกรัฐมนตรีที่กำลังประคองถาดอาหารอยู่ ติดตามมาด้วยเสนาธิการทหารในห้องอาหารใต้ดิน. เชอร์ชิลล์อยู่ในชุด “หมี” คนงาน ซึ่งมีซิปรูดข้างหน้า และทำให้เขาดูเหมือนตุ๊กตาหมีตัวเบ้อเร่อ. ตามระเบียงมีตะเกียงเทียนไข. กำแพงออกจะชื้น. มีท่อรูปร่างน่าเกลียดเลื้อยไปมาตามห้องในเขาวงกต ทำเสียงหวิ่งๆ หวือๆ ประหลาดๆ ทุกครั้งที่ใช้ส่งสาร ซึ่งบรรจุในกระป๋อง และผลักดันด้วยอากาศอัด ด้วยความเร็วสามสิบไมล์ต่อชั่วโมงจากจุดหนึ่งไปอีกจุดหนึ่ง.

ในท่ามกลางเสียงครึกโครมหวีดๆ หวิวๆ ของท่อส่งสารนั้น โจน ไบร๊ต นั่งรวบรวมรายงานประชุมของคณะวางแผนร่วมและคณะกรรมการข่าวร่วม. “รู” นั้นอยู่ในระยะเพียงหนึ่งชั่วโมงบินสำหรับเครื่องบินทิ้งระเบิดของข้าศึก จากหน้าผาเฟลเซนเนสต์ (Felsennest) ที่ฮิตเลอร์อวดอ้างว่าจะใช้เป็นกองบัญชาการในการบุกอังกฤษ. ภายใน “รู” ไบร๊ต พร้อมกับ “สุภาพสตรีลึกลับ” ของเธอ — คือเลขานุการหญิงที่รับงานลับที่สุด — วิจารณ์อย่างคึกคักครึกครื้นเรื่องข่าวลือว่าท่านผู้นำมีแผนที่จะทำให้ชาวเกาะขวัญกระเจิง โดยใช้ “จระเข้สงคราม” อันหมายถึงพาหนะที่จะคืบคลานบนพื้นก้นทะเลในช่องแคบอังกฤษ และมีทหารติดอาวุธครบครัน ๒๐๐ คน บรรทุกในห้อง ที่สร้างด้วยปูนซิเมนต์.

แผนต่อต้านของเหล่าสุภาพสตรี ถ้าเปรียบเทียบกับแผนของฮิตเลอร์แล้วออกจะดูน่าสงสาร. แผนนั้นปรากฏออกมาเป็นเพียงบันทึกที่เขียนด้วยลายมือเรียบร้อยบนบัตรเอกสารของสารบาญ ที่ไบร๊ตเก็บเรื่องการดำเนินสงครามรุกสำหรับอนาคต. บัตรสำหรับยุทธวิธีทั่วไปมีขอบสีส้ม. บัตรส่วนใหญ่ของยุโรปมีขอบสีน้ำเงิน. สำหรับกลุ่มไอบีเรียน (Iberian) แอฟริกา และลาตินอเมริกา ใช้สีชมพูอ่อน และสำหรับเอเชียไม่มีสีขอบ.

โลกที่บรรจุอยู่ในกล่องใส่รองเท้าของเธอย่อลงอย่างง่าย ๆ. เอ./สเปค.ออพส์/๑. คือแผนสำหรับปฏิบัติการนอกแบบและการบ่อนทำลาย (A/SPEC.OPS/๑. : Planning for Irregular and Subversive Activities). บี./โฟส/๑" คือแผนการจัดปฏิบัติการในอนาคต (ข้าศึก) (B/FOES/๑ : Formation of Future Operations (Enemy) Section). ซี./คอมบ์.ออพส์/๑ : เรือยกพลขึ้นบก (C/COMB.OPS/๑ : Landing Craft). . . ในบันทึกเหล่านี้ สุ้มเสียงทั้งหมดฟังดูดุเดือดฮึกเหิม. ไม่มีกล่าวถึงแผนอพยพกองเรือยุทธการไปตั้งฐานทัพในอเมริกา. ตรงกันข้าม บัตรสีต่าง ๆ ขนาดห้าคูณแปดมีแต่กล่าวถึงการจู่โจมและการยึด การทำลายและการโจมตี และแผนปฏิบัติการยุทธในอนาคตเพื่อบุกเป้าหมายที่ไม่ปรากฏในแผนที่ของสโมสรทหารเรือฉบับปี ๑๙๐๑ ที่แขวนประดับอยู่หลังเก้าอี้ทำงานของเชอร์ชิลล์. บัตรใบหนึ่งมีหัวเรื่องว่า บี./เอ็ส.โอ.อี./๑ : คือการจัดกรรมการบริหารปฏิบัติการพิเศษ (B/SOE/๑ : Formation of Special Operations Executive). บัตรใบนี้อ้างอิงถึงแฟ้มเอกสารสีแดง ที่จ่าหน้าว่า นายอินทร์ (Intrepid) และบัตรที่มีขอบสีแดง ที่เรียกร้องให้จัด "ยุคทมิฬ ดำเนินการโดยเจ้าหน้าที่ซึ่งฝึกฝนเป็นพิเศษและสนับสนุนโดยจารกรรมและราชการลับ ด้วยจุดมุ่งหมายให้ทหารเยอรมันที่ยึดครองยุโรปอยู่ ต้องทุกข์ทรมานอย่างแสนสาหัส.

โดโนแวนคิดคำนึงว่า ทั้งหมดนี้อยู่ในกล่องใส่รองเท้าเท่านั้นหรือ. นี่เป็นเรื่องจริงหรือ. เขากล่าวกับสตีเฟนสันภายหลังว่า : "ห้องขังเก่า ๆ ใต้ไวท์ฮอลล์นั้น ทำให้รู้สึกเหมือนก้าวเข้าไปในการแสดงละครของเชคสเปียร์ เหมือนจะแว่วเสียงบอกบท เช่น "มีเสียงยาตราทัพมาไกล ๆ เสียงแตรสัญญาณ. . ." เราทราบดีว่าไม่มีกองทัพ แต่ชักจะไม่แน่ใจนักเมื่ออยู่ในโรงละครข้างล่างนี้."

ความจริงนั้นแสดงออกมาในรูปเสาไม้สำหรับติดป้าย ที่ตั้งอยู่นอกห้องประชุมของเชอร์ชิลล์. มีป้ายสี่อันเอาไว้เสียบในร่อง คือ อากาศหนาว แดดออก

แจ่มใส ลมแรง. สำหรับผู้ทำงานใน "รู" ฝนตก แดดออก เป็นสิ่งที่รู้ไว้เฉยๆ เท่านั้น เพราะบางทีก็อยู่ใต้ดินเป็นเวลาหลายสัปดาห์ติดต่อกันโดยไม่ได้โผล่หัวออกมาเลย. ประโยชน์ส่วนใหญ่ของป้ายอยู่ที่ทำให้พวกชาว "รู" ทราบถึงระดับความรุนแรงของการทิ้งระเบิดทางอากาศ ถึงแม้ว่าโครงสร้างแน่นหนาและอุโมงค์ดามไว้ให้แข็งแรง แต่ "รู" ก็จะทลายลงได้ถ้าถูกระเบิดตรงๆ หรือเฉียดๆ.

โดโนแวนได้รับทราบเกี่ยวกับการดำเนินรุดหน้าของฮิตเลอร์ในปฏิบัติการ "ซีไลอ้อน" (Operation Sealion) โดยคอยฟังคำสั่งของเยอรมันที่ชุดปฏิบัติการ "อัลตร้า" สามารถเก็บล้วงมาจากอากาศ. ตอนนี้ คือ ในวันพฤหัสบดีเดียวกับที่รัสเซีย ได้มาสมทบในการเหยียบย่ำอังกฤษที่ดูเสมือนปราชัยแล้ว ท่านผู้นำได้ออกคำสั่งหมายเลข ๑๗ กล่าวคือ : "ให้เตรียมพร้อมการปฏิบัติขั้นสุดท้ายในการพิชิตอังกฤษ." ตามแผน จะให้กองทัพอากาศเยอรมันปราบกองทัพอากาศอังกฤษให้ราบคาบก่อนเข้ารุกโจมตี. และฮิตเลอร์เพิ่มเติมว่า : "ข้าฯ เองขอสงวนสิทธิในการเลือกยุทธวิธีการขู่เข็ญทำลายขวัญ. . ."

คำสั่งทั้งหลายนี้ไม่มีผลทำให้มิตรสหายใหม่ของโดโนแวนหวาดเสียวหวาดกลัวแต่ประการใด. ในทางตรงกันข้าม พวกนี้กลับอวดให้เขาดูกลไกที่จะทำให้ชายหาดที่จะเป็นที่ยกพลขึ้นบกกลายเป็นไฟนรก. เรื่องอาวุธนี้ได้เก็บไว้เป็นความลับอย่างมิดชิดที่สุด จนกระทั่งนักประวัติศาสตร์หลายคนนึกว่าแผนนี้ทั้งหมดเป็นเพียงกลลวงของฝ่ายอังกฤษ. คอรีย์ ฝอร์ด (Corey Ford) ผู้เขียนชีวประวัติของโดโนแวน ได้เขียนเล่าถึง "วิธีการโฆษณาชวนเชื่อที่แสนฉลาดของอังกฤษ รวมทั้งการแพร่ข่าวลือที่แต่งขึ้นอย่างประดิดประดอย ว่ามีระบบท่อใต้น้ำซึ่งจะทำให้ชายหาดและอ่าวทุกช่องทุกมุมกลายเป็นทะเลเพลิง." แต่ระบบนี้มีจริงและได้กลายมาเป็นต้นแบบของ "พลูโต" (Pluto) คือท่อใต้ทะเลหลวง ซึ่งต่อมาได้เป็นทางลำเลียงน้ำมันจากอังกฤษไปส่งให้กองกำลังสัมพันธมิตรที่เข้าจู่โจม "ป้อมปราการยุโรป" ของฮิตเลอร์. แต่ตอนแรกเป็นเพียงแผนยับยั้ง.

โดโนแวนได้รับการบอกเล่าว่า : "สตีเฟนสันเป็นผู้เสนอให้ตั้งกรมยุทธการน้ำมันและอาวุธพ่นไฟ. กรมนี้ได้วางท่อน้ำมันที่เจาะรูไว้ลงไปในทะเลและตามชายฝั่ง. และจะจุดให้ไฟลุกพร้อมกันหมดเมื่อเยอรมันยกพลขึ้นบก. เชอร์ชิลล์ชอบใจแผนนี้มาก เพราะเชื่อว่าฮิตเลอร์มีความหวาดกลัวไฟโดยถือว่าเป็นลางร้าย."

เมื่อโดโนแวนจำใจต้องกลับบ้าน ฝ่ายเยอรมันได้เริ่มการโจมตีทางอากาศอย่างหนักแล้ว อันเป็นการโหมโรงการบุก. เขาเชื่อมั่นว่าชาวอังกฤษจะสามารถใช้ความคิดพลิกแพลงต่อต้านการบุกรุก ถึงแม้จะต้องหลบอยู่ใต้ดินเป็นแรมปี. เมื่อกลับมาวอชิงตัน เขารายงานรูสเวลท์ว่า ควรเร่งรัดและเพิ่มเติมการช่วยเหลือของอเมริกัน เพราะ "ที่นี่ (อังกฤษ) เป็นแนวป้องกันแรกของพวกเรา. ถ้าพวกอังกฤษพ่ายแพ้ถึงต้องดำเนินสงครามกองโจรต่อต้านการยึดครองของนาซี อเมริกันจะต้องใช้เวลาถึงหนึ่งชั่วอายุคนเพื่อยึดเอายุโรปกลับคืนได้. และถึงเวลานั้นตามที่ผมได้รู้ได้เห็นมาเกี่ยวกับวิธีการแนวที่ห้าของนาซี เราเองในอเมริกาอาจพบว่าสายเกินไปเสียแล้วที่จะเอาตัวรอด."

ส่วนเอกอัครราชทูตเค็นเนดีนั้นรายงานว่าอังกฤษจบเห่แล้ว. ในการโจมตีทางอากาศ พวกเยอรมันเพิ่งได้ใช้เพียงเศษนิดเดียวของกองทัพมหึมาที่ชาร์ลส์ลินด์เบิร์ก ได้บรรยายให้เขาฟังอย่างถี่ถ้วนเห็นภาพ. ถึงวาระที่ฟ้าจะถล่มลอนดอนคงจะเรียบราบเป็นหน้ากลอง. เค็นเนดีประกาศว่าตนจะยอมทนการถูกทิ้งระเบิดเพียงหนึ่งเดือนแล้วจะกลับบ้าน.

ศาสตราจารย์ นอร์ธ ไวท์เฮด (Professor North Whitehead) ผู้เชี่ยวชาญกิจการสหรัฐของกระทรวงต่างประเทศอังกฤษ เขียนไว้อย่างละมุนละม่อมที่สุดว่า : "...รู้สึกว่าเขาหวาดเสียวถึงไส้และสั่นคลอนจนจะพังเป็นชิ้นเล็กชิ้นน้อย. ถ้าใช้ "นโยบายต่างประเทศ" แบบของเค็นเนดี เรา (อังกฤษ) จะต้องอยู่เดียวดายและถูกเฉือนทำลายจนแหลกลาญในที่สุด."

บทที่ ๑๘

บิลล์ สตีเฟนสัน ได้เปิดเผยแก่ประธานาธิบดีรูสเวลท์อย่างตรงไปตรงมาถึงสิ่งที่รัฐบาลหุ่นอังกฤษอาจต้องปฏิบัติในอนาคต เพื่อบรรเทาความเดือดร้อนและคุ้มครองชาวเกาะจากความโหดเหี้ยมเหลือแสนของฮิตเลอร์. หลังจากนั้น รูสเวลท์กล่าวกับสตีเฟนสันว่า : "ผมเป็นสายลับรายสำคัญที่สุดของคุณ." ท่านประธานาธิบดีมิได้พูดเล่นๆ. พวกป่าเถื่อนได้เข้ายึดส่วนใหญ่ของอารยประเทศในยุโรปแล้ว หลังจากที่เขาได้มีคำสั่งให้ เอ็ฟ.บี.ไอ. เข้าร่วมกับราชการลับอังกฤษในการรณรงค์ต่อสู้การบ่อนทำลายของพวกนาซี. มาถึงตอนนี้ คือในต้นเดือนกรกฎาคม ๑๙๔๐ แนวความคิดเดียวกันผลักดันให้เขาต้องยอมถลำก้าวลึกเข้าไปอีก.

การผูกสัมพันธ์ลับเมื่อมหาอำนาจอังกฤษและฝรั่งเศสยังอยู่เคียงบ่าเคียงไหล่กันก็ดูมีความจำเป็นแล้ว. มาบัดนี้ มหาอำนาจพังพินาศไปหนึ่ง. ปารีสถูกตอกตราสวัสดิกะแทงจำหน่ายเสียแล้ว. ยิ่งกว่านี้ เชอร์ชิลล์ยังได้กล่าวเตือนเป็นการภายในว่า เขาไม่อาจรับรองรับผิดชอบสำหรับผู้ที่จะมาทำงานสืบต่อจากเขาหากอังกฤษถูกยึดครอง. อังกฤษอาจกลายเป็นส่วนหนึ่งของสหภาพยุโรปนาซี ซึ่งจะใช้กองทัพเรือร่วมควบคุมท้องทะเลหลวง อันเท่ากับเอาปืนนาซีไปจ่อขมับของอเมริกา.

ป้อมแนวหน้าของเชอร์ชิลล์ในอังกฤษอาจอยู่รอดได้ ถ้าเส้นทางส่งกำลังบำรุงจากอเมริกายังคงเปิดอยู่. รูสเวลท์ทราบข้อนี้ดี. แต่เขาจะสามารถทำให้พรรคพวกของตนเองเข้าใจเช่นนี้ได้หรือไม่. เส้นทางสำคัญไปอังกฤษถูกเรือดำน้ำเยอรมันรังควานอยู่ตลอดเวลา. ในเมืองท่าของสหรัฐเอง กำหนดเดินทางของกระบวนเรือลำเลียงก็ถูกเจ้าหน้าที่ลับของเยอรมันสอดส่องอยู่เสมอ. สตีเฟนสันกำลังตั้งกองยามรักษาการณ์สินค้าและอาวุธที่กองอยู่ในเมืองท่าเหล่านั้น แต่ที่เขาต้องการยิ่งกว่าก็คือความร่วมมือจากสถานีวิทยุหาทิศของสหรัฐ เพื่อตามล่าเรือดำน้ำข้าศึก. ศัตรูของท่านประธานาธิบดีคงจะป้ายสีหาความว่าการปฏิบัติตามความประสงค์ของสตีเฟนสันดังกล่าวเป็น "การใช้ตำรวจต่างชาติในแดนอเมริกัน

และการชักศึกต่างแดนเข้าบ้าน.” แม้กระนั้นอังกฤษก็ยังเรียกร้องให้ บี.เอ็ส.ซี. รับหน้าที่หนักเข้าทุกที และสตีเฟนสันก็พยายามทำให้สำเร็จ และดังนั้นขอบเขตของงานจึงขยายไปในทุกทิศานุทิศ.

ประธานาธิบดีรูสเวลท์เรียกโดโนแวนว่า : “ขาแข้งลับของข้าพเจ้า” อันแสดงถึงความปรารถนาในใจของเขา. แต่ท่านประธานาธิบดีผู้ต้องอาศัยเก้าอี้เข็นใช้คำที่ออกจะเหยียดหยามเรียกอดีตนายกรัฐมนตรีเชมเบอร์เลนและพวกที่ยังคงติดต่อเจรจากับฮิตเลอร์. เขาเรียกพวกนี้ว่า : “พวกอย่าดีกว่า” ตามอย่างสตีเฟนสัน. เหตุการณ์ในประเทศอังกฤษอาจเป็นลางเตือนสำหรับเหตุการณ์ในอนาคตของสหรัฐ. ในกรุงลอนดอน พวก “ดำเนินสงคราม” ได้ขึ้นครองอำนาจก็เมื่ออังกฤษทำท่าจะแพ้สงครามแล้ว.

รูสเวลท์ตั้งความหวังว่าความมืดมนนี้จะไม่มีมูล แต่ที่ปรึกษาทางทหารของเขาบางคน ถึงแม้จะเหยียดหยามพวก “อย่าดีกว่า” ของอังกฤษ ก็ยังชื่นชมในแสนยานุภาพทางทหารของเยอรมัน. ผู้ที่คิดในทำนองเดียวกันนี้ก็คือที่ปรึกษาส่วนตัวบางคน เช่น วิลเลียม แอเลน ไวท์ (William Allen White) ผู้เขียนว่า : “อังกฤษได้ห้าแต้มปล่อยไก่นับครั้งไม่ถ้วน จนจะทำให้ฝ่ายประเทศประชาธิปไตยในโลกต้องหน้าม้านไปหมด. อังกฤษกลายเป็นเพียงสิงห์แก่ขี้เรื้อนตาฟาง. . . โฮกก็ไม่ดังแล้ว.” แต่เมื่อพวก “อย่าดีกว่า” ถูกชาวอังกฤษขับออก ไวท์ก็เริ่มสนับสนุนให้ช่วยเหลือประเทศอังกฤษ เพราะเห็นว่าจะเป็นการประวิงให้ชาวอเมริกันมีเวลาเตรียมตัวรับศึกที่ตนเองจะต้องผจญต่อไปแน่.

เอกอัครราชทูตอังกฤษ ณ กรุงวอชิงตันตั้งแต่ต้นสงคราม เป็นคนหนึ่งในจำพวก “อย่าดีกว่า” เขาคือ ลอร์ด ลอเธียน ผู้มีคำขวัญประจำตระกูลว่า “เซโร เซด เซริโอ” (ช้าแต่เอาจริง). และเขาก็ได้มารับตำแหน่งช้าจริง ๆ คือหลังจากได้รับการแต่งตั้งหลายเดือน. เขาเป็นกากเดนของกลุ่มไคลฟ์เด็น (Cliveden Set) ซึ่งนึกว่าความกระหายของฮิตเลอร์จะเป็นเพียงเรื่องขี้ผง. ลอเธียนยังดีที่ยอมให้สตีเฟนสันปฏิบัติการทางทูตลับ เพียงแต่ขอให้ข้อตกลงทางการผ่านทางสถานทูตเท่านั้น. นอกจากนั้นแล้ว ทุกอย่างก็ทำข้ามหัวเขา ในแบบที่ปฏิบัติกับเอกอัครราชทูตเค็นเนดีในลอนดอน.

ในวาระนั้น ข้อเจรจาที่ใช้การทูตไม่ได้ คือ เรื่องที่จะต้องขอให้ท่านประธานาธิบดียอมเข้าสมัครในการเลือกตั้งเป็นสมัยที่สาม.

สตีเฟนสันได้แจ้งเชอร์ชิลล์ว่า หากประเทศอังกฤษยังมุ่งเจรจาสันติภาพในฤดูร้อนคราวนั้น ซึ่งก็คงจะเป็นไปได้ ถ้าพวกรักสันติของเชมเบอร์เลนได้ชัยชนะในการเลือกตั้ง "จะไม่มีทางที่จะทำให้รูสเวลท์ยอมเข้าสมัครเลือกตั้งอีกครั้งหนึ่งเลย. แต่ เอ็ฟ.ดี.อาร์. ทราบดีว่าเราพึ่งเขาเท่าๆ กับที่อเมริกาต้องพึ่งพวกเรา. เขาเป็นปัจจัยอันเดียวที่จะให้เราสามารถได้เปรียบ. แต่ถ้าเขาทำท่าเป็นพวกเรา พวกที่ต้องการให้อเมริกาอยู่โดดเดี่ยวก็จะหาเรื่องเขาว่าพาสหรัฐกลับมาสวมแอกของจักรวรรดิอังกฤษ. เมื่อเป็นเช่นนั้น เขาก็จะเสียตำแหน่ง และเราก็จะเสียชาติ." สตีเฟนสันเชื่อมั่นว่า เอ็ฟ.ดี.อาร์. ตัดสินใจสมัครรับเลือกตั้ง เพราะเห็นว่าเชอร์ชิลล์เอาจริงและมุ่งมั่นที่จะสู้ต่อไป. หลักฐานที่แสดงว่าอังกฤษยังไม่หมดแรงข้าวต้ม จะอยู่ที่ความสำเร็จที่เพิ่มพูนขึ้นเรื่อยของระบบ "อัลตร้า" และประโยชน์ที่เบล็ตชลี่ย์อำนวยให้ทางท่านประธานาธิบดีได้. แต่เมื่อเชอร์ชิลล์รุกเร้าท่านประธานาธิบดีมากๆ เข้า สตีเฟนสันก็ตักเตือนเชอร์ชิลล์อย่างเด็ดขาดว่า : "ผู้ที่หาเสียงเพื่อรับการเลือกตั้งในประเทศประชาธิปไตย จะต้องโฆษณาหาเสียงว่าประสงค์สันติภาพไม่ว่าความจริงอันน่ากลัวของสถานการณ์จะเป็นอย่างไร. ขอให้ใจเย็นๆ ขอให้เชื่อใจว่าชาวอเมริกันมีสามัญสำนึกเป็นรากฐาน มีใจกว้างและมีสัญชาตญาณในการทำสิ่งที่ถูกต้อง."

สตีเฟนสันต้องลำบากใจอย่างยิ่งในการให้คำปรึกษาแนะนำดังนี้. ลอร์ดหลุยส์ เมานต์แบตตัน (Lord Louis Mountbatten) ผู้เป็นพระญาติของพระเจ้าจอร์จกล่าวว่า : "เขาต้องใจถึงและกล้าจริงๆ. เพราะต้องบอกให้ฝ่ายอังกฤษใจเย็นๆ ในเมื่อเราต้องการความเร่งเร้า และเร่งให้ฝ่ายอเมริกันปฏิบัติการในเมื่อฝ่ายนี้ต้องการข้ออ้างที่จะรีรอ."

นอกจากนี้สตีเฟนสันยังกล้าทำด้วย : เอียน เฟล็มมิง ผู้ได้ฟังเรื่องราวจากเจ. เอ็ดการ์ ฮูเวอร์ โดยตรงกล่าวว่า : "เขากล้าทำจนแม้ฝ่าย เอ็ฟ.บี.ไอ. ก็รู้สึกขนลุกสยอง และจำต้องปิดเรื่องมิให้ท่านประธานาธิบดีทราบ. มีกะลาสีชาวอังกฤษผู้หนึ่งที่ขายความลับเกี่ยวกับการคุ้มกันเรือสินค้า. อ้ายเปี๊ยกบิลล์ตามล่าผู้ทรยศ หลังจากได้เห็นข่าวสารที่ดักได้จากวิทยุของนาซีในนิวยอร์ค. ข่าวนั้นแจ้งพวกเรือดำน้ำเยอรมันถึงจุดที่จะสามารถดักโจมตีเรืออังกฤษที่บรรทุกสินค้าที่มีความสำคัญทางทหารมากที่สุด. บิลล์ออกจากสำนักงานตอนบ่ายวันนั้น และกลับมาตอนพลบ. เจ้าหน้าที่ เอ็ฟ.บี.ไอ. ที่มีหน้าที่ในกรณีนั้น บอกเขาว่า "มันน่าจะเชือดคอไอ้หมาทรยศตัวนั้น."

"บิลล์ก้มลงมองมือขวาของเขาเอง. แล้วยกมือสับลงบนโต๊ะทำงานที่ทำด้วยไม้แข็ง.

เขาบอกว่า : "ผมจัดการแล้ว."

"เอ็ฟ.บี.ไอ. นึกว่าเขาพูดเล่นจนกระทั่งได้พบศพของบุคคลนั้นที่ห้องใต้ดินของบ้านพักแห่งหนึ่ง."

เฟล็มมิงวิจารณ์ว่า : "หลักฐานมากมายมัดตัวกะลาสีผู้นั้น. การรีบกำจัดเขา คงได้ช่วยชีวิตทหารเรือนับร้อยและสินค้าที่ล้ำค่า. และก็ยังดีสำหรับเขาเองด้วย เพราะทุ่นการเดินทางไกลไปขึ้นศาลในอังกฤษ ไม่ต้องทนทุกข์กับการถูกดำเนินคดี และถูกแขวนคอ. ทั้งช่วยให้ประหยัดเวลาและงบประมาณของรัฐบาลอังกฤษด้วย." อย่างไรก็ตาม รัฐมนตรีต่างประเทศอเมริกัน ซัมเนอร์ เวลส์ (Sumner Welles) ได้เขียนภายหลังว่าบางครั้งทางราชการลับอังกฤษออกจะบ้างานจนเลยเถิด. และสตีเฟนสันพยายามที่จะไม่ให้ทางการสหรัฐต้องลำบากใจจากเหตุการณ์ในทำนองนี้.* ความจริงงานของเขามีความสำคัญเกินกว่าที่จะยอมเสี่ยงให้ความสัมพันธ์อันดีกับท่านประธานาธิบดีต้องเสียไป.

การพบปะเจรจาเป็นทางการครั้งแรกระหว่างสตีเฟนสันกับประธานาธิบดีรูสเวลท์กระทำต่อหน้าเอกอัครราชทูตอังกฤษ และจำกัดอยู่ในเรื่องซื้อเรือพิฆาต เครื่องบิน ปืน เหล็กกล้า และกระสุนปืน ที่มีความจำเป็นอย่างยิ่งเพื่อทดแทนสิ่งอุปกรณ์ที่อังกฤษต้องทิ้งไว้ในยุโรป. หลังจากนั้น รูสเวลท์และสตีเฟนสันได้เจรจากันตามลำพังในเรื่องสำนักงานประสานงานรักษาความปลอดภัยอังกฤษ (British Security Coordination). ความพ่ายแพ้ที่ดันเคิร์กได้ทำให้ความไว้วางใจที่ เอ็ฟ.ดี.อาร์. มีต่ออังกฤษสั่นคลอน. ความหวั่นไหวของเขามิได้รับความบรรเทาจากการทำนายหายนะของอังกฤษ ที่เอกอัครราชทูตสหรัฐในลอนดอนได้ส่งมาซ้ำแล้วซ้ำเล่า ทั้ง

---

*ในเรื่อง "การตัดสินใจสำคัญเจ็ดครั้ง" ซัมเนอร์ เวลส์ ได้บรรยายถึงปฏิกิริยาต่อ "การเหยียบย่ำอธิปไตยของอเมริกาอย่างอุกอาจ" เมื่อเจ้าหน้าที่ราชการลับอังกฤษได้จับกุมกะลาสีที่หนีเรือในบอลติมอร์ (Baltimore).

บิลล์ โดโนแวนก็ยังไม่พร้อมที่จะรายงานมา. แต่ เอ็ฟ.ดี.อาร์. รู้สึกใจชื้นขึ้นเมื่อฟังสตีเฟนสันเล่าว่า : "ข้าราชการสำนักนายกฯ อังกฤษขนลุกด้วยความหวังเมื่อรับทราบว่าเซอร์ซิลล์ได้รับตำแหน่งนายกรัฐมนตรี." แผนที่จะดำเนินสงครามกองโจร หากประเทศอังกฤษถูกยึดครองก็เริ่มจัดวางกันไว้แล้ว และกองทัพลับนี้จะประสานงานกับฝ่ายต่อสู้ใต้ดินในยุโรป. ถ้าลอนดอนถูกยึด ก็จะรับคำสั่งจาก บี.เอ็ส.ซี. ซึ่งตอนนี้มาเป็นศูนย์รวมของส่วนราชการที่เป็นที่รู้จักเป็นทางการว่า กรมราชการลับอังกฤษ (British Secret Intelligence Service) คณะกรรมการบริหารปฏิบัติการพิเศษ (Special Operations Executive) และคณะกรรมการบริหารความปลอดภัย (Security Executive) ซึ่งล้วนมีสำนักงานในนิวยอร์คทุกหน่วย.

สตีเฟนสันเองได้สร้างชื่อไว้แล้วว่าเป็นอุตสาหกรที่แม้ไม่ใหญ่โตแต่ก็มีฐานะมั่นคง. แต่มีภัยที่จะเป็นที่รู้กันได้ในวอชิงตันว่าเขาเป็นหัวหน้าราชการลับอังกฤษผู้ขึ้นตรงต่อเซอร์ซิลล์. เป็นที่แน่นอนว่าเขาไม่ควรจะแสดงตัวว่าเป็นผู้สนิทสนมกับประธานาธิบดีรูสเวลท์.

ความกังวลห่วงใยของท่านประธานาธิบดีเองนั้นเห็นได้ชัดในจดหมายถึงท่านข้าหลวงใหญ่แห่งแคนาดา. ลอร์ด ทวีดส์มิวร์ (Lord Tweedsmuir) ผู้เป็นนักเขียนหนังสือจารกรรมที่ใช้นามปากกาว่า จอห์น บิวแคน (John Buchan) ได้เสนอจะไปพบรูสเวลท์ที่ ไฮด์ พาร์ก (Hyde Park) เพื่อเจรจาเรื่องการใช้แคนาดาเป็นสถานที่พบปะและที่ฝึกเจ้าหน้าที่ราชการลับและการร่วมมือ "ที่ไม่เป็นกลาง" อื่นๆ. ท่านประธานาธิบดีไม่สนับสนุนข้อเสนอนี้ "(เหตุผล) ข้อแรกคือไม่มีทาง "เล็ดลอดไปอย่างไม่มีใครรู้". . . ข้อที่สองก็คือ . . . ในเวลานี้ข้าพเจ้าต้องปิดปาก ปิดตา และปิดหู."

การพบปะระหว่างสตีเฟนสันและรูสเวลท์จึงต้องระมัดระวังและจำกัดให้น้อยที่สุด. ความทรงจำของสตีเฟนสันเกี่ยวกับการพบครั้งแรก ๆ เป็นเสมือนภาพรวม ๆ : ความคล่องแคล่วของเจ้าหน้าที่ในทำเนียบขาว การมาพบบุคคลที่คุ้นหน้าในห้องกลม (Oval Room) การได้ยินเสียงที่นิ่มนวลของผู้ดี เห็นศีรษะที่ดูหนักเอียงไปข้างหนึ่ง มีถาดที่มีไข่คนและกาแฟที่รับประทานไปครึ่งหนึ่งวางไว้ข้างเก้าอี้หมุนของท่านประธานาธิบดี โต๊ะทำงานรกตั้งอยู่ข้าง ๆ และประตูที่อยู่ถัดไปเปิดเข้าสู่ห้องนอนเล็กส่วนตัว. เอ็ฟ.ดี.อาร์. มีลักษณะของบุคคลที่มีหน้าที่สำคัญ. โดยที่สตีเฟนสันเองก็มีความสำคัญในอีกทางหนึ่งเหมือนกัน ซึ่งรูสเวลท์ก็ยอมรับ

จึงไม่มีการพูดเล่นกันตามปกติ. ท่านประธานาธิบดีแต่งกายตามสบาย ตาลึกคมและเอาเรื่อง เขาเป็นคนร่างใหญ่ดูตระหง่าน แม้จะนั่งเก้าอี้. บางครั้งบางคราวตาเขาเป็นประกายและยิ้มน้อย ๆ อย่างเสียไม่ได้.

รูสเวลท์อยากรู้ว่าขุนศึกเชอร์ชิลล์มีลักษณะอย่างไร. สตีเฟนสันเล่าว่า : "ไม่เคยมีการเปลี่ยนแปลงความคิดเห็นครั้งใดมากกว่าในระยะเวลายี่สิบสามวันระหว่างวันที่เชอร์ชิลล์ได้รับการแต่งตั้งกับเหตุการณ์ที่ดันเคิร์ก ทั้งไม่เคยมีการเร่งรัดจังหวะของการงานมากเท่านี้มาก่อนเลย. กลไกของการปกครองเดินหน้าเต็มตัวทั้งด้วยความรวดเร็วและด้วยกำลังความมุ่งมั่นอย่างไม่เคยปรากฏมาแต่ก่อน. การนำของเขาก่อให้เกิดทั้งความรู้สึกว่าไม่มีทางแพ้และความจำเป็นต้องเร่งรัด. การตัดสินใจในไม่กี่วันแรกนี้มีความสำคัญอย่างที่สุดสำหรับโลกเสรี. ทั้งนี้กำลังสนับสนุนมีน้อยเต็มทีและกระจัดกระจายทั่วทุกทิศานุทิศ. รัฐบาลฉุกเฉินต้องรับสถานการณ์ที่ตึงเครียดมาก. เพียงแต่งานประจำก็บังคับให้รัฐมนตรีแต่ละคนต้องอ่านเอกสาร ซึ่งถ้าเปรียบเทียบก็จะเท่ากับหนังสืออ่านเล่นสมัยวิกตอเรียสองเล่มทุกวัน. ไม่มีเวลาที่จะขัดกันเองในเรื่องส่วนตัว ในกลุ่มเล็กนี้."

รูสเวลท์อ้างบทของเชคสเปียร์ด้วยน้ำเสียงที่มีหวังว่า : "ผู้ที่ปอดแหกไม่กล้าสู้ ก็ให้เลิกลาไป. . . แต่พวกเราที่ยังสู้ก็จะมีชื่อเป็นที่เลื่องลือ. เราไม่กี่คนพวกเราที่เริงร่า เราเป็นพี่น้องกัน. เพราะในวันนี้ผู้ที่ยอมหลั่งเลือดพร้อมกับข้าพเจ้าจะเป็นภราดาของข้า ฯ. . ." ไม่กี่สัปดาห์ภายหลัง เขาได้ฟังเชอร์ชิลล์ใช้ถ้อยคำทำนองเดียวกันนี้ สดุดีนักบินของกองทัพอากาศอังกฤษผู้ได้ต่อสู้ในศึกแห่งบริเทน.

เมื่อ "อัลตร้า" ดักข่าวแผนการบุกอังกฤษซึ่งฮิตเลอร์ตั้งนามรหัสว่า "ซีไลอ้อน" (Sealion) ได้ เชอร์ชิลล์ก็เตรียมร่างสุนทรพจน์. รูสเวลท์ได้อ่านร่างที่เขียนด้วยดินสอ. ตามนิสัยของเขา เชอร์ชิลล์ได้แยกประโยคที่เป็นสาระสำคัญออกเป็นกลอนเปล่า เช่นประโยคหนึ่งปรากฏออกมาดังนี้ :

...ยอดของการป้องกันตัว
ได้แก่โจมตีศัตรูที่พุ่งใส่เรา
กระโจนใส่เข้ารวบคอหอยมัน
และเร่งแรงคั้นไม่คลายคลอน
จนกระทั่งชีวิตมันม้วยมรณ์.

นี่เองเป็นทางของสตีเฟนสันที่จะต่อต้านการไม่แยแสของอเมริกันในการรบ คือให้ท่านประธานาธิบดีได้แลเห็นวิธีทำงานของขุนศึกเชอร์ชิลล์ เพราะทราบดีว่าโดโนแวนจะสามารถเห็นความจริงและสนับสนุน โดยรายงานสิ่งที่เขาเพิ่งได้เห็น. อังกฤษมีความต้องการเรือพิฆาตห้าสิบลำที่อเมริกันเก็บไว้นอกประจำการ. สตีเฟนสันยืนยันว่าเรือเหล่านี้จะเป็นประกันว่าเกาะอังกฤษจะสามารถเป็นฐานทัพสำหรับส่งหน่วยกองโจรเข้าจู่โจมต้านฮิตเลอร์ ถึงแม้ชาวเกาะจะต้องถอยเข้าถ้ำหรือต้องดำลงดินเพื่อตั้งฐานรบ.

ความคิดว่าพรรคพวกของเชอร์ชิลล์จะกระโจนเข้ารวบคอหอยของผู้รุกรานและเร่งแรงคั้นไม่คลายคลอน "จนกระทั่งชีวิตมันม้วยมรณ์" เป็นความคิดที่สบอารมณ์ท่านประธานาธิบดี. และภาพของ "รู" อันเป็นที่ประชุมคณะรัฐบาลฉุกเฉินของเชอร์ชิลล์ ซึ่งสตีเฟนสันได้บรรยายว่ามีความคล้ายคลึงกับห้องบังคับการของเรือประจัญบาน ก็สบอารมณ์ท่านเหมือนกัน. สำหรับผู้รักกองทัพเรือเช่นรูสเวลท์ คำเรียกร้องจาก "อดีตนาวีบุรุษ" ผู้ทำงานในสภาพแวดล้อมเช่นนี้ ก็เป็นสิ่งยากที่จะปฏิเสธ.

และคำเรียกร้องก็มีมามากมาย. เชอร์ชิลล์คร่ำครวญว่า : "ถ้าเราถูกตัดขาด ถ้าเราแพ้สงครามทางทะเล ก็จะทำอะไรไม่ได้อีกแล้ว !" ศึกแห่งแอตแลนติกอันเป็นศึกที่ทารุณดุเดือดและยืดเยื้อที่สุด เป็นการรบที่สำคัญยิ่ง. หลังจากฝรั่งเศสปราชัย ฝ่ายเยอรมันสามารถนำ แม้แต่เรือดำน้ำระยะสั้นขนาด ๒๕๐ ตัน ซึ่งตามธรรมดาปฏิบัติการได้ก็เพียงในทะเลบอลติกและทะเลเหนือ (North Sea) เข้าร่วมในการรบครั้งนี้ได้. มาบัดนี้เรือดำน้ำเหล่านี้สามารถรับการบำรุงรักษาที่เมืองท่าในฝรั่งเศสได้. ส่วนตอร์ปิโดก็ขนมาทางรถบรรทุกจากปารีส. นายทหารเรือฝรั่งเศสได้เผลอปล่อยความลับของแอสดิค (Asdic) เครื่องค้นเรือดำน้ำที่ได้รับชื่อจากคณะกรรมการสอบสวนการค้นหาเรือดำน้ำของสัมพันธมิตร (Allied Anti - Submarine Detection Investigation Committee). ตอนนี้ผู้บังคับการเรือดำน้ำเยอรมันทราบว่าเครื่องแอสดิคมีข้อจำกัดใดบ้าง จึงกำแหงขึ้น. การประกาศสงครามของอิตาลีกับอังกฤษเมื่อวันที่ ๑๐ มิถุนายน เมื่อเห็นว่าฝรั่งเศสปราชัยแน่แล้ว ทำให้เส้นทางคมนาคมในเมดิเตอร์เรเนียนไปฐานทางตะวันออกไม่ปลอดภัยและทำให้เรือดำน้ำเยอรมันสามารถปฏิบัติการคล่องตัวขึ้น. จำนวนเรือดำน้ำและเรือโจมตีของเยอรมันในแอตแลนติกเพิ่มขึ้นอย่างน่ากลัว ถึงร้อยละยี่สิบสองในเดือนมิถุนายน และจำนวนเรือของอังกฤษที่ถูกจมเพิ่มขึ้นสิบเท่าตัว. นอกจากนี้ฝ่าย

เยอรมันยังสามารถขบรหัสกองทัพเรืออังกฤษได้อีก. เป็นเวลาถึงสองเดือนกว่าฝ่ายอังกฤษจะค้นพบสาเหตุว่าทำไมฝ่ายเยอรมันจึงทราบการจัดเรือของอังกฤษล่วงหน้าได้อย่างประหลาด. และ "อัลตร้า" ก็ยังขบรหัสของเรือดำน้ำเยอรมันที่ใช้เครื่องรหัสเอนิกมาไม่ได้.

ทหารเรืออเมริกันรู้สึกสะเทือนใจที่เห็นเลือดของประชาชาติชาวเรือต้องหลั่งไหลลงสู่ท้องทะเลอันเวิ้งว้างและเย็นเยือก. ในจำนวนชาวเรือสินค้าอังกฤษ ๑๔๕,๐๐๐ คนที่เดินเรือในแอตแลนติกในเวลาอันคับขันนั้น ๓๒,๐๐๐ คนต้องเสียชีวิตลง. ส่วนใหญ่เป็นพลเรือนที่กลับไปทำงานในทะเลเพราะเป็นชาวเรือ และเห็นว่าเป็นหน้าที่. อาจมีคนบางคนในวอชิงตันที่มัวห่วงความถูกต้องของกฎหมาย แต่ชาวเรืออังกฤษบันทึกจดจำการกระทำที่แสดงน้ำใจของชาวอเมริกัน ที่บ่อยครั้งได้ปฏิบัติเลยขอบเขตของความเป็นมิตรที่เป็นกลาง. บันทึกตอนสงครามของราชนาวีอังกฤษเต็มไปด้วยเรื่องราวที่แสดงถึงความพร้อมที่จะช่วยเหลืออย่างไม่เป็นทางการของนาวีสหรัฐ.

ในจำพวกชาวอเมริกันที่ถือตัวว่าเป็นพวก "ดำเนินสงคราม" มีนักเขียนบทละครที่เคยได้รับรางวัลพูลิตเซอร์ (Pulitzer Prize) ชื่อ รอเบิร์ต เชอร์วูด (Robert Sherwood) ผู้ต่อมาได้ร่วมมืออย่างใกล้ชิดกับสตีเฟนสัน. เชอร์วูดได้มีชื่อเสียงขึ้นในฐานะนักเขียนต่อต้านสงคราม. แต่เมื่อได้เห็นประจักษ์ในความโหดร้ายของนาซี เขาจำต้องยอมรับด้วยความเศร้าสลดใจว่า สงครามมิใช่ความเลวร้ายที่ยิ่งใหญ่ที่สุด. ในฤดูร้อนที่วิกฤตของปี ๑๙๔๐ นั่นเอง ขณะที่เขากำลังโฆษณาให้ช่วยเหลืออังกฤษ เขาถูก แฮรี ฮ็อปกินส์ (Harry Hopkins) ผู้ต่อมาได้รับหน้าที่เอกอัครราชทูตอิสระของประธานาธิบดี เล่นงาน.

ฮ็อปกินส์ถามว่า : "พวกคุณที่กระหายสงครามนัก กำลังต้มยำอะไรกัน."

เชอร์วูดตอบว่า เขาช่วยสตีเฟนสันให้ได้เรือพิฆาตอเมริกันเก่า ๆ ห้าสิบลำ. ฮ็อปกินส์ค้านว่า ตอนนี้ใกล้การเลือกตั้งแล้ว การเรียกร้องอย่างเปิดเผยในทำนองนี้จะทำให้รูสเวลท์ลำบากใจ. นักประพันธ์ยักไหล่ และว่ามีเพื่อนฝูงของเขากำลังชักชวนพวกที่เป็นคู่แข่งของรูสเวลท์ให้ยอมรับการเรียกร้องเหมือนกัน. และอย่างไรก็ตาม ทั้งนี้ก็เข้ากับแนวนโยบายของท่านประธานาธิบดีอยู่แล้ว.

ฮ็อปกินส์ตวาดว่า : "แล้วคุณรู้เรื่องอะไรเกี่ยวกับนโยบายของท่านล่ะ. คุณรู้ดีว่าประเทศนี้เป็นกลาง."

เชอร์วูดบอกสตีเฟนสันภายหลังว่า เขายอมรับว่าใจหายที่เห็นว่าบุคคลที่อยู่ใกล้ชิดท่านประธานาธิบดีมาก จะเป็นคนรักการให้ประเทศอยู่โดดเดี่ยวอย่างใจแคบนัก.

ยิ่งกว่านี้ ฮ็อปกินส์ยังได้พูดอย่างห้วน ๆ อีกว่า : "ชาวอเมริกันทั้งประเทศชอบอยู่โดดเดี่ยวทั้งนั้น นอกจากพวกบ้าอังกฤษไม่กี่คนอย่างคุณ. ถ้าท่านประธานาธิบดียอมให้เรือพิฆาตห้าสิบลำ คุณนึกเรอะว่าท่านจะยังได้รับความไว้วางใจจากประชาชนต่อไป."

เชอร์วูดตอบอย่างเผ็ดร้อนว่า : "คุณไม่เชื่อเสียเลยว่าประชาชนก็มีความคิดเหมือนกัน ไม่ใช่โง่เง่าเต่าตุ่น. ชาวอเมริกันเกลียดชังพวกนาซีมากกว่าคุณนึกเสียอีก และถึงเวลาแล้วที่รูสเวลท์ควรกล้าพอที่จะพูดตรงไปตรงมาอย่างที่เขาเคยกระทำมาแล้ว."

ทันใดรอยยิ้มอันกว้างขวางก็ปรากฏบนใบหน้าผอมลีบของฮ็อปกินส์. เขาว่า : "งั้นคุณมาเสียเวลาตะโกนใส่ผมทำไมล่ะ. ไปโพนทะนาสิ่งเหล่านี้ให้ประชาชนทราบกันทั่วไปซิ."

ท่านประธานาธิบดีรูสเวลท์เกรงว่าแผนงานของตนจะเสียไปถ้าล้ำหน้าความรู้สึกของประชาชน. ทอม ไดรเบิร์ก (Tom Driberg) นักหนังสือพิมพ์และนักการเมืองอังกฤษ ตระหนักดีในข้อนี้ในรายงานเรื่อง "องค์การที่รู้กันกระฉ่อนว่ารักนาซีมีชื่อว่า "อเมริกาก่อน"... ผมไปร่วมการชุมนุมครั้งหนึ่ง เมื่อ ชาร์ลส์ ลินด์เบิร์ก (Charles Lindbergh) พูดที่ แมดิสัน สแควร์ การ์เดน (Madison Square Garden) บรรยากาศบ้าคลั่งตึงตังเช่นเดียวกับฝูงชนนิยมฮิตเลอร์ทั่วไป แต่น่าทุเรศกว่ามาก. พวกเขาร้องเพลง "อเมริกาก่อน สุดท้าย และตลอดกาล" (America First, Last and Always) แต่ร้องเพลง "พระเจ้าโปรดประทานพรให้อเมริกา" (God Bless America) ไม่ได้ด้วยเหตุผลว่าคนยิวเป็นผู้ประพันธ์...เมื่อผมอ่านสุนทรพจน์ของลินด์เบิร์กโดยตลอด ผมก็ตระหนักว่า แม้ว่าสงครามจะได้ดำเนินมาถึงปีเต็ม ๆ แล้ว ฝรั่งเศสและส่วนใหญ่ของประเทศที่มีอารยธรรมกลายเป็นทาสแล้ว อังกฤษถูกทิ้งระเบิดแล้ว และการต้อนคนเข้าค่ายกักกันมรณะก็เริ่มแล้ว แต่คำน้อยสักนิด

เดียวก็ไม่มีการเอ่ยเพื่อติเตียนฮิตเลอร์."

ชาวอเมริกันอื่นๆ ก็ยึดความเห็นที่ตรงกันข้ามอย่างเหนียวแน่น. นายพลเรือเอก วิลเลียม สแตนด์ลี่ย์ (Admiral William Standley) ผู้เคยเป็นเสนาธิการทหารเรือสมัยรูสเวลท์เป็นประธานาธิบดีครั้งแรก ได้ลงนามในสัตยาบันที่ยอมรับ "ข้อเท็จจริงและเหตุผลของสถานการณ์ โดยประกาศว่าภาวะสงครามมีอยู่ระหว่างประเทศของเราและเยอรมัน." กลุ่มต่างๆ ที่สนับสนุนเชอร์ชิลล์ถูกผู้นำพวกที่สนับสนุนการอยู่โดดเดี่ยวจำนวนมากโจมตี. หลวงพ่อค็อคลิน (Father Coughlin) กล่าวว่า : "พวกที่เป็นแนวที่ห้าที่น่าอันตรายที่สุด ที่บ่อนทำลายและกระทำการไร้ศักดิ์ศรีของคนอเมริกัน แฝงตัวอยู่ในรูปพระที่น่าเลื่อมใส. . . พวกนี้เป็นจำพวกคนทรยศแบบ จูดาส์ อิสการิโอต์ (Judas Iscariots) ที่แทรกแซงอยู่ในหมู่สงฆ์ของชาติเรา." ค็อคลินเคยใช้โจเซฟ พี. เค็นเนดี เป็นสื่อติดต่อท่านประธานาธิบดี ก่อนเค็นเนดีไปรับหน้าที่เอกอัครราชทูตที่ลอนดอน. มาบัดนี้ ค็อคลินกลายเป็นฟาสซิสต์สนับสนุนชาตินิยม และเป็นคนชังยิวที่เสียงดัง จนทำให้ชาวยิวอเมริกันที่มีอิทธิพลบางคนหวั่นเกรงไม่กล้าพูดสนับสนุนอังกฤษ. ในทางตรงกันข้าม บุตรชายของนายธนาคารชาวยิวที่มีอิทธิพลคนหนึ่ง ได้ช่วยมากกว่าผู้ใดทั้งสิ้น ให้สตีเฟนสันสามารถแสวงหาความช่วยเหลือ โดยเฉพาะเรื่องเรือพิฆาตห้าสิบลำ. บุคคลนี้คือเฮนรี มอร์เกนเธา จูเนียร์ (Henry Morgenthau, Jr.) ผู้เข้าร่วมพวก "ดำเนินสงคราม" อย่างกระปรี้กระเปร่า.

มอร์เกนเธาเป็นเพื่อนบ้านของรูสเวลท์มาช้านานแล้ว และมีความภักดีต่อเขาอย่างไม่เสื่อมคลายนับแต่ต้นสงครามโลกครั้งที่หนึ่งมา. เขาได้ร่วมงานในการบริหารส่วนรัฐ เมื่อรูสเวลท์เข้ารับตำแหน่งผู้ว่าการรัฐนิวยอร์ค แล้วได้ติดตามเพื่อนของเขามาที่ไวท์เฮาส์. ในฐานะรัฐมนตรีคลัง เขาเป็นพันธมิตรที่ยอดเยี่ยมที่สุดสำหรับสตีเฟนสัน เพราะเขามีอำนาจสั่งราชการโดยตรง และมีอิทธิพลทางอ้อมซึ่งสำคัญยิ่งกว่าอีกในฐานะที่ปรึกษาที่ได้รับความไว้วางใจจากท่านประธานาธิบดี. เขาปฏิบัติสุดฝีมือไม่ให้ความสัมพันธ์ระหว่างสตีเฟนสันและรูสเวลท์เป็นที่ระแคะระคาย เขาจัดการพบปะที่เป็นทางการโดยผ่านเส้นสายทางการทูตที่ถูกต้อง หรือไม่ก็ผ่าน "คณะผู้แทนการค้าของอังกฤษ" ซึ่งชาวแคนาดาอีกคนหนึ่งเป็นผู้ดำเนินการ อันเป็นส่วนหนึ่งของกิจการของสตีเฟนสันในนิวยอร์ค ที่ขยายตัวขึ้นทุกที.

มอร์เกนเธาเล่าภายหลังว่า : "หลังจากคณะผู้แทนการค้าเริ่มกิจการที่ ๑๕

บรอด สทรีท (15 Broad Street) มีผู้เดินตลาดในแผนกเสื้อผ้าได้มาเสนอขายเสื้อชั้นในสตรีเป็นจำนวนมาก. การนี้ไม่เป็นพิษเป็นภัยเลย กลับทำให้ความรู้สึกว่ากิจการนี้เป็นกิจการค้าเปิดเผยสมจริงยิ่งขึ้น. หัวหน้าคณะผู้แทน คือ อาร์เธอร์ เพอร์วิส (Arthur Purvis) ผู้เป็น "อุตสาหกรชั้นนำของแคนาดา เป็นคนซื่อสัตย์สุจริตที่สุดไม่มีศัตรู และไม่มีใครติเตียนได้เลย." ตามคำกล่าวของ จอห์น บิวแคน (John Buchan) ผู้เป็นข้าหลวงใหญ่แคนาดาในสมัยนั้น. เพอร์วิสได้เป็นผู้บังหน้าทางการค้าที่เปิดเผยของสตีเฟนสัน ตราบจนเขาเสียชีวิตในอุบัติเหตุเครื่องบินตกตอนข้ามมหาสมุทรแอตแลนติก ซึ่งเป็นเส้นการบินที่ไม่เปิดเผยในการขนส่งสินค้าที่สำคัญยิ่งอย่างสะดวกรวดเร็วระหว่างพันธมิตรลับทั้งสองฝ่าย.

มอร์เกนเธาปรับทุกข์กับสตีเฟนสันเรื่องผลร้ายน่าใจหายของการรีรอที่จะให้ความช่วยเหลือฟินแลนด์เมื่อถูกรัสเซียบุก. ท่านประธานาธิบดีได้เรียกการรุกรานของรัสเซียว่าเป็น "การข่มเหงที่น่าสยอง" และคะเนกันว่าชาวอเมริกันเก้าสิบแปดส่วนร้อยก็มีความเห็นพ้องกับเขาว่าน่าสยอง. แม้กระนั้นก็ต้องมีการถกเถียงกันอย่างไม่สิ้นสุด ในข้อกฎหมายระหว่างกระทรวงต่างประเทศ กระทรวงทหารบก ทหารเรือ และการคลัง ว่าจะส่งหรือขายอาวุธที่เป็นส่วนเกินให้แก่พวกฟินแลนด์ได้หรือไม่ จนในที่สุดพวกรัสเซียสามารถทะลวงผ่านแนว มันเนอร์ไฮม สำเร็จ ในวันเดียวกันกับที่ในที่สุดเช่นเดียวกัน สภาสูงลงมติผ่านกฤษฎีกาซึ่งก็ไร้ประโยชน์โดยสิ้นเชิง ที่อนุมัติความช่วยเหลือทางการเงินที่ไม่เกี่ยวกับความช่วยเหลือทางทหาร.

การขายยุทโธปกรณ์ให้แก่อังกฤษโดยตรงยังถือว่าผิดกฎหมาย ถึงแม้เพื่อนชาวอเมริกันของสตีเฟนสันจะได้ช่วยขุดค้นกฎหมายที่ชี้ช่องทางสำหรับเลี่ยงกฎหมายว่าด้วยความเป็นกลาง ซึ่งแต่เดิมได้ตราไว้ในปี ๑๙๓๖ เพื่อป้องกันมิให้สหรัฐเข้าสงครามในแบบที่เคยทำในปี ๑๙๐๗. สตีเฟนสันวิจารณ์ว่า : "กฎหมายฉบับนั้นเป็นกฎหมายย้อนหลังแท้ ๆ. แต่ก็มัดมือรูสเวลท์ได้อย่างมีผลจริง ๆ." เช้าวันที่การอพยพจากดันเคิร์กเสร็จสิ้นลง เอ็ดเวอร์ด สเตตติเนียส (Edward Stettinius) ได้ลาออกจากตำแหน่งประธานกรรมการบริษัทเหล็กกล้าสหรัฐ (United States Steel) เพื่อเริ่มวางแผนการจัดหาอาวุธที่จำเป็นที่สุดสำหรับอังกฤษ. เขาเป็นเพื่อนเก่าที่สตีเฟนสันไว้ใจมาก. ถึงแม้เขาจะถูกตำหนิว่าชอบพูดจาแบบหุนหันพลันแล่นต่อหน้าธารกำนัล เขาก็มีความสามารถในการปฏิบัติที่เรียกร้องความสนใจ และสามารถเดาใจเชอร์ชิลล์ก่อนที่เชอร์ชิลล์เองจะกล่าวสุนทรพจน์เรื่องขวดเบียร์เสียอีก. ในการพูดให้คำมั่นสัญญาว่าจะต่อสู้เยอรมันผู้รุกรานด้วยอาวุธใด ๆ ที่จะมีอยู่ในมือ

ท่านนายกฯ ใหม่ได้พูดเสริมในทำนองว่า "ถ้าจำเป็นก็จะใช้แม้กระทั่งขวดเบียร์." สเตตติเนียสเขียนภายหลังว่า : "ในขณะที่ท่านนายกฯ พูดนั่นเอง ปืนผาหน้าไม้เป็นกอง ๆ กำลังเคลื่อนออกจากคลังอาวุธในอเมริกามาช่วยผู้ป้องกันประเทศอังกฤษ. . . ได้มีการส่งข่าวด่วนทุกหนแห่งให้ช่วยเปิดทางสะดวกเป็นกรณีพิเศษ." ข้อกฎหมายที่ทำให้ทางปลอดโปร่งคือการวินิจฉัยของ รอเบิร์ต แจ็กสัน (Robert Jackson) รัฐมนตรียุติธรรมอเมริกันว่าอาวุธที่เป็นสมบัติของรัฐบาลสหรัฐ รัฐมนตรีกลาโหมสหรัฐจะสั่งขายได้โดยไม่มีการประกาศโฆษณา อาศัยกฤษฎีกาที่ตราไว้ในปี ๑๙๑๙ ซึ่งยังคงใช้บังคับอยู่.

สำหรับเรือพิฆาตห้าสิบลำนั้นเป็นคนละปัญหา และเชอร์ชิลล์ไม่ยอมฟังเสียงว่ามีปัญหาทางกฎหมายรัฐธรรมนูญในการมอบให้ จึงยังคงเร่งเร้าอยู่อย่างไม่ลดละ. เชอร์ชิลล์มีกังวลที่มีการโฆษณาชวนเชื่อว่าเยอรมันจะสามารถหาผู้ทรยศร่วมมือได้ในประเทศอังกฤษ. ข้อนี้อาจมีผลให้ชาวอเมริกันคิดว่าการให้อังกฤษยืมเรือพิฆาตจะเป็นประโยชน์แก่เยอรมันได้ในที่สุด. มีข่าวลือกระฉ่อนจากหลายวงการ รวมทั้งจากพวกคอมมูนิสต์ ว่ามีกองกำลังสนับสนุนพวกนาซีภายในประเทศอังกฤษ. อีวาน ไมยสกี (Ivan Maisky) เอกอัครราชทูตรัสเซียในลอนดอนขะมักเขม้นที่จะหาข้อพิสูจน์เกี่ยวกับความรู้สึกหนุนพวกนาซีในประเทศอังกฤษ. สตีเฟนสันระลึกถึงเหตุการณ์หลังจากดันเคิร์ก ที่สหภาพโซเวียตได้ติเตียนอังกฤษอีกว่าเป็นตัวการทำให้สงครามยืดเยื้อ.

ไมยสกีกล่าวว่า : "เมื่อฝรั่งเศสพินาศไปแล้ว ฝ่ายคุณจะมียุทธวิธีทั่วไปอย่างไรอีก."

เชอร์ชิลล์ดูดซิการ์ปุ๋ยแล้วตอบว่า : "ยุทธวิธีทั่วไปของผมหรือครับ. ยุทธวิธีทั่วไปของผมคือให้อยู่รอดอีกสามเดือนต่อไป."

เอกอัครราชทูตรัสเซียแว่วข่าวว่ามีการซุบซิบในวงการทูตในลอนดอน ว่าชักจะมีความข้องใจสงสัยกัน. ชาร์ลส์ ริตชี (Charles Ritchie) ผู้ต่อมาได้ดำรงตำแหน่งเอกอัครราชทูตแคนาดาที่วอชิงตัน ได้เขียนในบันทึกประจำวันส่วนตัว ซึ่งต่อมาได้พิมพ์เป็นหนังสือชื่อ "สมัยหวอ : บันทึกที่ไม่ใช่การทูต ปี ๑๙๓๗ ถึง ๑๙๔๕" (The Siren Years : Undiplomatic Diaries 1937 - 1945) ว่า : "วินสตันเชอร์ชิลล์เป็นเสือเฒ่า และถ้าสถานการณ์ทรุดลง คนทั่วไปก็จะรู้และจะโทษเขาเขาจะต้องจบเห่อย่างเสียหน้า และทุกคนจะลืมว่า เขาเป็นสิ่งเดียวจนบัดนี้ ที่

รักษาไม่ให้อังกฤษต้องมีรัฐบาลแบบวิชี (Vichy) (เมืองหลวงของฝรั่งเศสตอนแพ้สงครามแล้ว).” เวลานั้นริตชีดำรงตำแหน่งในลอนดอน และชื่นชมที่เชอร์ชิลล์กล้าปลดข้าราชการผู้ใหญ่ที่ขี้แพ้.

แม้จะแสดงความองอาจภายนอก แต่เชอร์ชิลล์เองก็หวั่นๆ อยู่. เขาเขียนถึง แม็คเคนซี คิง (Mackenzie King) ว่า “หากพวกนาซีเข้าครองอังกฤษผมก็ไม่แน่ใจเหมือนกันว่ารัฐบาลที่ปรองดองกับเยอรมัน ซึ่งจะต้องมีการตั้งขึ้นแน่จะมีนโยบายไปในทางไหน.” เขาแนะให้คิงไปย้ำให้ท่านประธานาธิบดีตระหนักในข้อนี้ ตลอดจนชาวอเมริกันที่ไม่เคยคิดพิจารณาว่าเหตุการณ์จะเป็นอย่างไรหากกองทัพเรือของอังกฤษถูกยึด.

เชอร์ชิลล์มีสารอีกฉบับหนึ่งถึงรูสเวลท์เตือนว่า กองทัพเรืออังกฤษจะเป็น “ไพ่ใบสุดท้าย” ที่ชาวอังกฤษที่ยอมร่วมมือกับศัตรู จะใช้เจรจากับเยอรมันได้. เขาเขียนต่อไปว่า : “ขออภัยท่านประธานาธิบดีที่ต้องแจ้งฝันร้ายอย่างตรงๆ แบบนี้. ที่รู้แน่ๆ คือผมไม่อาจรับผิดชอบในการกระทำของผู้ที่จะมารับตำแหน่งสืบต่อจากผม เพราะเขาอาจสิ้นหวังและจนมุมจนต้องยอมทำตามความต้องการของพวกเยอรมัน.” เชอร์ชิลล์อ้างเหตุผลว่า การให้ยืมเรือพิฆาตอเมริกันห้าสิบลำอาจสามารถทำให้เลี่ยงการยอมจำนนแบบนั้นได้.

หลังจากเรือพิฆาตอังกฤษได้รับความเสียหายอย่างหนักอีกสามลำ เชอร์ชิลล์ยิ่งเร่งเร้าขอความช่วยเหลือ. แอลัน เคิร์ค (Alan Kirk) ทูตทหารเรือสหรัฐผู้เห็นใจได้รายงานจากลอนดอนไปแล้ว ว่าสถานการณ์เริ่มหมดหวังลงตามลำดับ เพราะทหารเยอรมันที่จะบุก กำลังรวมตัวในเมืองท่าที่เพิ่งเข้ายึดครอง และ “กำลังรวบรวมเรือนานาชนิด. . . ความจำเป็นที่จะมีเรือพิฆาตเพื่อต้านการยกพลขึ้นบกเห็นได้ชัด. . . ราชนาวีมีเรือพิฆาตเหลืออยู่ประมาณร้อยลำ ที่ต้องกระจายทำหน้าที่ทุกแห่ง.” เชอร์ชิลล์ชี้ทางที่จะเกิดขึ้นได้ที่นายนาวาเอก เคิร์ค ไม่กล้าเขียนลงเป็นลายลักษณ์อักษร. ที่เชอร์ชิลล์กล่าวคือว่า ถ้าข้าศึกบุกสำเร็จ “จะมีการตั้งรัฐบาลที่หนุนเยอรมันแน่ๆ ซึ่งจะต้องเจรจาสันติภาพ. และรัฐบาลนั้นจะต้องเสนอให้ประเทศที่แหลกลาญและอดอยากยอมแพ้พวกนาซีอย่างราบคาบ.” ในวันที่ ๑๕ มิถุนายน เชอร์ชิลล์ส่งโทรเลขถึงรูสเวลท์ ดังนี้ :

> อนาคตของสหรัฐจะแขวนอยู่กับชะตากรรมของกองทัพเรืออังกฤษ เพราะถ้าไปรวมกับกองทัพเรือของญี่ปุ่น ฝรั่งเศส และอิตาลี บวกกับกำลัง

> มหาศาลของอุตสาหกรรมเยอรมัน ก็จะทำให้ฮิตเลอร์มีอำนาจทางทะเลที่หาเทียมยาก. . . .ถ้าเราล่มจมลง ท่านจะต้องเผชิญกับสหรัฐยุโรปที่อยู่ใต้บังคับของพวกนาซี ซึ่งจะมีทั้งจำนวน กำลัง และอาวุธยุทโธปกรณ์เหนือโลกใหม่อย่างสุดจะพรรณนา.

ตอนนี้สตีเฟนสันกำลังร่วมงานกับคณะผู้เชี่ยวชาญทางกฎหมายและธุรกิจของอเมริกันที่เขารวบรวมได้. นอกนี้ บิลล์ โดโนแวน ก็ได้ส่งรายงานตรงจากลอนดอนตามที่ได้รู้เห็นด้วยตนเอง ทั้งหมดนี้ช่วยให้ท่านประธานาธิบดีหาหนทางเพื่อสามารถอนุมัติพิฆาตได้. หนทางดังกล่าวได้แก่การแลกเปลี่ยนอาวุธอเมริกันกับฐานทัพอังกฤษ เพราะอังกฤษเองก็ขาดแคลนงบประมาณสำหรับใช้ในการซื้อ. ตอนเดือนสิงหาคม ๑๙๔๐ อังกฤษจวนหมดตัวแล้ว.

เมื่อโดโนแวนบินกลับวอชิงตันพร้อมกับข้อวินิจฉัยของเขาเกี่ยวกับความไว้ใจได้ของอังกฤษ ประเทศอังกฤษเกือบไม่มีทองและเงินดอลลาร์เหลืออยู่เลย. ยกตัวอย่าง เศษหนึ่งส่วนสามของงบประมาณของกองทัพบกอังกฤษใช้ทุ่มซื้อลูกปืนใหญ่อเมริกันชนิดพิเศษอย่างเดียว. แต่อย่างไรก็ตาม มีทางที่สมควรและเป็นธรรมเหลืออยู่ทางหนึ่ง. โดโนแวนเชื่อว่าการแลกเรือพิฆาตกับฐานทัพจะดูสมเหตุสมผล ถ้าแสดงว่าการกระทำเช่นนี้ก็เป็นประโยชน์ส่วนหนึ่งในการป้องกันสหรัฐอเมริกา. เขาเชื่อว่าควรดำเนินการอย่างเร่งด่วนที่สุด. ในระยะเวลาสองสัปดาห์ก่อน เรืออังกฤษรวมระวางขับน้ำ ๑๓๕,๐๐๐ ตันต้องสูญเสียไป และยี่สิบส่วนร้อยของจำนวนเครื่องบินขับไล่ของอังกฤษถูกทำลายในการสู้รบ. เรือพิฆาตบุโรทั่งที่มีสี่ปล่อง แม้จะไม่มีอุปกรณ์ประกอบทันสมัยสำหรับต่อสู้ทางยุทธการสมัยใหม่ก็จะช่วยลดความสูญเสียอันน่ากลัวนี้ลงให้อยู่ในระดับพอทนได้ และจะช่วยคุ้มกันการขนส่งเครื่องบินใหม่ที่ส่งผ่านแคนาดาได้.

> วันที่ ๘ สิงหาคม สตีเฟนสันส่งโทรเลขถึงเชอร์ชิลล์ :
> โดโนแวนประทับใจอย่างยิ่งในการเยือนและต้อนรับ. เขาสนับสนุนเราเต็มที่เรื่องเรือพิฆาต. . .เขาช่วยมากในการสู้ท่าทีขี้แพ้ของวอชิงตัน โดยกล่าวอย่างหนักแน่นและน่าเชื่อว่าเราจะมีชัย.

แต่วันรุ่งขึ้นนั้นเอง เกอริงเริ่มระดมเครื่องบินทิ้งระเบิด เพื่อดำเนินการที่เขาถือว่าจะเป็นศึกแห่งบริเทนอย่างจริงจัง คือการทำลายฐานกองบินขับไล่ในอังกฤษอย่างมีแผน. การโจมตีที่ตามมาหมายจะทำให้จำนวนนักบินขับไล่และ

เครื่องบินขับไล่ของอังกฤษเหลือน้อยจนหมดอานุภาพ และในเวลาเดียวกัน เพื่อทำลายสนามบินต่าง ๆ ของกองบินขับไล่และสถานีเรดาร์ ซึ่งพวกเยอรมันเริ่มไหวตัวว่าต้องมีบทบาทในการสู้กลางฟ้าอันใสสว่างของฤดูร้อนที่แจ่มใส.

ความเชื่อมั่นของรูสเวลท์ต่อคำยืนยันของสตีเฟนสันว่า "เราจะมีชัย" ชักจะคลอนแคลน. ท่านประธานาธิบดีติดตามการต่อสู้อันดุเดือดในน่านฟ้าอังกฤษอย่างใกล้ชิด และตระหนักว่ากองทัพอากาศอังกฤษไม่สามารถใช้อาวุธที่ลับที่สุดคือเรดาร์ และ "อัลตร้า" อย่างมีประสิทธิภาพตามที่ควร. ในวันแรกของการโจมตีครั้งใหม่ของฝ่ายเยอรมัน สถานีเรดาร์ตามชายฝั่งถูกทิ้งระเบิดถึงห้าแห่ง. การดักฟังคำสั่งของข้าศึกจาก "อัลตร้า" ยังล่าช้าอยู่ และไม่ครบถ้วนพอที่จะให้นักบินขับไล่อังกฤษสามารถเผชิญกับการคุกคามใหม่ด้วยความมั่นใจ.

วันพฤหัสบดีที่ ๑๕ สิงหาคม เป็นวันที่กองทัพอากาศเยอรมันส่งเครื่องบินทิ้งระเบิดและเครื่องบินขับไล่เข้าโจมตีอังกฤษจำนวนมากที่สุดที่เคยกระทำมา. กองบิน ๕ เข้าโจมตีส่วนเหนือของอังกฤษจากนอร์เวย์. กองบิน ๒ และ ๓ รวมขบวนเข้าจู่โจมอีกโดยข้ามช่องแคบอังกฤษ. พวกเยอรมันมั่นใจว่ากองทัพอากาศอังกฤษสูญเสียเครื่องบินขับไล่ไปจำนวนมาก จนจะไม่สามารถรับศึกที่โจมตีพร้อมกันทั้งทางเหนือและทางใต้ได้. การคาดคะเนความสูญเสียเครื่องบินของทั้งสองฝ่ายทำได้ยาก เพราะกำลังรบติดพันอยู่อย่างเผ็ดร้อน แต่ทางรัฐบาลฉุกเฉินของเชอร์ชิลล์เพิ่งวิจัยเรื่อง "การสิ้นเปลืองนักบิน" เสร็จ ซึ่งแสดงว่าอัตราความสูญเสียนักบินขับไล่หนุ่ม ๆ มีถึง ๗๔๖ คนต่อเดือน อันเป็นจำนวนที่สูงอย่างน่าวิตกเป็นที่สุด.

ตัวอย่างเหตุการณ์หนึ่งในวันพฤหัสบดีนั้น คือการประจัญบานระหว่างสปิตไฟร์สิบสองลำกับเครื่องบินทิ้งระเบิดข้าศึก ๑๐๕ ลำ ที่กำลังมุ่งเข้าสู่ฝั่งทะเลของนอร์ธัมเบอร์แลนด์ (Northumberland). เครื่องบินทิ้งระเบิดแยกออกเป็นสองกลุ่ม. กลุ่มหนึ่งถูกเครื่องบินฮะริเคนสกัดโดยนักบินที่ควรจะอยู่ในระยะพักผ่อนที่ฐานบินทางเหนือแต่ก็จำต้องขึ้นบินอย่างเร่งด่วน. เยอรมันอีกกลุ่มหนึ่งสูญเสียเครื่องบินแปดเครื่องในการทิ้งระเบิดฐานทัพทางเหนือ. ส่วนทางใต้ ฝูงบินของกองทัพอากาศอังกฤษต้องสู้อย่างอุตลุดเพื่อป้องกันการโจมตีสนามบินสำคัญ ๆ. และเครื่องบินต้องสู้แล้วกลับฐานแล้วกลับสู้ใหม่ โดยฝูงบินทั้งยี่สิบสองฝูงของกองทัพอากาศอังกฤษต้องเข้าปฏิบัติการเต็มอัตราทั้งหมด. ฝ่ายเยอรมันออกปฏิบัติการเกือบ ๑,๘๐๐ เที่ยวบิน และกองทัพอากาศอังกฤษเกือบ ๑,๐๐๐ เที่ยวบิน.

อัตรา "การสิ้นเปลืองนักบิน" ของอังกฤษสูงขึ้นจนนับเกือบไม่ถ้วน. สปิตไฟร์ลำหนึ่งบินโขยกเขยกกลับฐาน โดยนักบินที่บาดเจ็บสาหัสปางตาย กัดฟันประคับประคองเครื่องจนแน่ใจว่านำเครื่องลงได้เรียบร้อย. ความจำเป็นที่จะถนอมเครื่องบินสำคัญเท่า ๆ กับความจำเป็นที่จะฝึกนักบินใหม่. โดยที่ทราบว่ากองทัพอากาศอังกฤษเสียนักบินถึงขั้นวิกฤต พวกเยอรมันบางคนถึงกับกราดปืนกลใส่นักบินอังกฤษที่ต้องสละเครื่องบินและกำลังห้อยโตงเตงกับร่มชูชีพอย่างไม่มีทางสู้.

ในวันนี้เองเชอร์ชิลล์ไปที่ห้องปฏิบัติการของกองบินที่ ๑๑ แห่งกองบัญชาการกองบินขับไล่ และจ้องโต๊ะแผนที่ยุทธการอันมหึมาอย่างเงียบอึ้ง อันผิดปกติวิสัยของเขา. ทุกฝูงบินออกปฏิบัติการหมด. ไม่มีเครื่องบินสักลำเดียวที่เหลือเป็นเครื่องสำรอง. แม้กระนั้นเครื่องบินข้าศึกก็ยังเคลื่อนมาเป็นระลอก ๆ ข้ามช่องแคบ. แม้แต่ เฮสติงส์ อิสเมย์ (Hastings Ismay) เสนาธิการทหาร ซึ่งเป็นคนเงียบขรึมไม่พูดมาก ก็กล่าวบรรยายภาพว่า : "ผมกลัวจนจุก. เชอร์ชิลล์กล่าวว่า : "อย่ามาพูดกับผม. . .ผมไม่เคยตื่นตันเท่านี้." เขาน้ำตาคลอ."

ต่อมาเชอร์ชิลล์ลุกขึ้นพูดอย่างหนักใจในสภาผู้แทนราษฎร. แฮโรลด์ นิโคลสัน (Harold Nicolson). รายงานว่า : "เขาไม่พยายามที่จะพูดเร้าใจให้ตื่นเต้น เขาเพียงแนะแนวเท่านั้น." ครั้งนั้นเป็นครั้งที่เขากลั่วคำอมตะที่บรรยายบทบาทของเหล่านักบินที่ได้ต้านผู้รุกราน : "ไม่เคยมีวาระใด ในประวัติศาสตร์การต่อสู้ของมนุษยชาติ ที่คนจำนวนมากเท่านี้ต้องพึ่งคนจำนวนน้อยอย่างมากเท่านี้."

เชอร์ชิลล์ได้หมายให้คำกล่าวดังนี้ถึงหูของรูสเวลท์เท่า ๆ กับถึงประชาชนอังกฤษ. ท่านนายกรัฐมนตรีถือกองบินขับไล่ของกองทัพอากาศอังกฤษเสมือนสถาบันอันเป็นสัญลักษณ์ของอังกฤษ : นักบินส่วนใหญ่เป็นทหารกองหนุนบ้างนักศึกษามหาวิทยาลัยบ้างหรือนักเรียนฝึกงานบ้าง. พวกนี้คิดยุทธวิธีใหม่ ๆ ขึ้นทุกวัน ร่วมกับเพื่อนอาสาสมัครจากสหรัฐและเครือจักรภพ. หนึ่งในสิบของนักบินเป็นผู้ที่ลี้ภัยมาจากโปแลนด์ (ชาวโปแลนด์เหล่านี้ ได้สร้างวีรกรรมกลางเวหาเช่นเดียวกับเพื่อนร่วมชาติที่จะต้องต่อสู้อย่างกล้าหาญ แต่ไม่เอิกเกริกเกรียวกราวในกองทัพลับใต้ดิน.)

เชอร์ชิลล์ถือว่าการต่อสู้ทางอากาศนี้เป็นการรณรงค์ครั้งสำคัญเพื่อได้มาซึ่งความช่วยเหลือของฝ่ายอเมริกัน. ในวันที่ทั้งสองฝ่ายได้เริ่มเพลาการต่อสู้ทางอากาศลงชั่วคราว เพราะต่างหมดแรงหนุนทั้งคู่ เชอร์ชิลล์ได้บรรยายในรัฐสภาว่า

อเมริกาก็มีความจำเป็นเหมือนกันที่จะเสริมสร้างกำลังป้องกันทางอากาศและทะเล และประกาศว่าฝ่ายอังกฤษพร้อมที่จะเสนอฐานทัพที่เหมาะสมให้อเมริกาใช้ "โดยไม่ต้องให้มีการเรียกร้องหรือการชักจูงใด ๆ เลย" ข้อนี้เป็นการแนะโดยนัยครั้งแรกเกี่ยวกับข้อตกลงเรื่องเรือพิฆาต. เขาเสนอว่าจะต้องมีการร่วมมือ "ผสมผสาน" ระหว่างหน่วยงานอังกฤษและอเมริกันบ้าง. เชอร์ชิลล์ว่าการผสมผสานระหว่างอังกฤษและอเมริกันจะต้องดำเนินไปเรื่อยไม่มีวันยุติ : "เหมือนดั่งแม่น้ำมิสซิสซิปปี (Mississippi) ซึ่งไหลไปไม่มีหยุด. การผสมผสานก็เช่นกัน. ให้ไหลต่อไป. ไหลต่อไปอย่างเต็มเปี่ยม ไม่มียั้งไม่มีหยุด อย่างมีคุณ ไปสู่แดนที่เจริญกว้างขวาง และสู่สมัยที่รุ่งเรืองยิ่งขึ้น."

การร่วมมือผสมผสานซึ่งเริ่มดำเนินการไปแล้ว เป็นภาระของสตีเฟนสัน วันรุ่งขึ้นจากที่เชอร์ชิลล์แสดงจินตนาการในเรื่องผูกมิตรข้ามแอตแลนติกที่จะไม่มีวันหยุดยั้ง สตีเฟนสันได้โทรเลขถึงเขาว่า :

> โดโนแวนเข้าใจว่าจะมีข่าวดีมากสำหรับท่านภายในไม่กี่วันนี้. . . เขาเชื่อว่าได้ทำให้อเมริกากลับเชื่อมั่นว่าอังกฤษมีความมุ่งมั่นและความสามารถที่จะต้านภัยอันตรายได้.

สองวันต่อมา เขาโทรเลขได้อีกฉบับหนึ่งว่า :

> ด่วนที่สุด. เมื่อคืนนี้เรื่องเรือพิฆาตห้าสิบลำเป็นที่ตกลง. . .
> สี่สิบสี่ลำพร้อมที่จะส่งทันที. . .

การปัดฝุ่นตระเตรียมเรือบุโรทั่งเหล่านี้ เพื่อมาใช้ใหม่ เป็นการแสดงว่ารูสเวลท์ได้ตัดสินใจแน่วแน่ และให้กำลังใจแก่ฝ่ายอังกฤษอย่างมากมาย ถึงแม้น้อยคนจะทราบว่าเรื่องเรือพิฆาตเป็นก้าวใหม่ในกิจการลับ. มาบัดนี้ฝ่ายอังกฤษสามารถดำเนินปฏิบัติการของหน่วยสืบราชการลับและกิจการลับจากฐานในสหรัฐทำให้อังกฤษสามารถดำเนินสงครามลับต่อไปแม้ในกรณีที่พวกเยอรมันจะมายึดครองอังกฤษ. นับเป็นครั้งแรกในประวัติอันยาวนานถึงสี่ศตวรรษแห่งราชการจารกรรมของอังกฤษ ที่มีหน่วยกลางซึ่งรวมสายงานต่าง ๆ ครบถ้วนมาอยู่ในมือของบุคคลคนเดียวผู้จะสามารถดำเนินงานได้ทั่วโลก. การที่หน่วยกลางนี้ตั้งอยู่ในแดนที่เป็นกลาง มีคุณค่าที่หาเสมือนยาก. นิวยอร์คเป็นศูนย์กลางการคมนาคมที่เหมาะสมที่สุด. เป็นที่ที่ไม่ถูกข้าศึกรังควาน หรือถูกทิ้งระเบิด หรือที่ขาดแคลน

และมีข้อจำกัดยามสงคราม. ผู้เชี่ยวชาญต่างๆ ก็สามารถทำงานได้ในที่ซึ่งนับว่าสงบ สิ่งที่เขาค้นคิดค้นพบถูกส่งไปลอนดอน โดยใช้เครื่องใส่รหัสลับ ซึ่งกลุ่มนักประดิษฐ์ของสตีเฟนสันเองได้พัฒนา.

หน่วยนี้ได้เติบโตขึ้นมาทั้งโดยขนาดและรูปการแล้ว แม้ก่อนที่จะได้ตั้งขึ้นเป็นทางการ. มีความจำเป็นที่จะตั้งชื่อให้ฟังดูสมเหตุสมผล ก่อนที่พวกอเมริกันจะเริ่มสอบถามปัญหาที่ทำให้อึดอัดตอบยาก. ณ ที่นี้ บุคคลนิรนามดำเนินกิจการของกรมราชการลับสำคัญสี่กอง คือ เอ็ส.โอ.อี. (SOE) เอ็ส.ไอ.เอ็ส. (SIS) กรรมการบริหารความปลอดภัย (Security Executive) และตอนนี้ก็มี เอ็ม.ไอ. ๕ (MI - 5) นอกจากนี้ยังมีข่ายสื่อสารราชการลับที่ส่งสายไปทุกทิศในต่างแดน และกองตำรวจลับในแดนอเมริกัน. เพื่อให้สภาพการณ์อันไม่เคยปรากฏมาก่อนเลยเรียบร้อยราบรื่น หน่วยนี้ได้ไปจดทะเบียนที่กระทรวงต่างประเทศอเมริกันในชื่อสำนักงานประสานงานรักษาความปลอดภัยอังกฤษ โดยมีคำอธิบายเป็นทางการว่า :

> โดยที่รัฐบาลอังกฤษมีภาระกว้างขวางและสำคัญยิ่งเกี่ยวกับการจัดซื้อและขนส่งกระสุนปืนและยุทโธปกรณ์จากสหรัฐ รวมทั้งที่มีคณะผู้แทนอังกฤษต่างๆ จำนวนหนึ่งมาอยู่ในประเทศนี้ ทั้งนี้ก่อให้เกิดปัญหาด้านการรักษาความปลอดภัยนานาประการ จึงสมควรที่จะให้มีความสัมพันธ์ร่วมมืออย่างใกล้ชิดระหว่างเจ้าหน้าที่ของทั้งสองประเทศ. . .เพื่อเป็นการประสานการติดต่อระหว่างคณะผู้แทนต่างๆ ของอังกฤษกับเจ้าหน้าที่ของสหรัฐในด้านกิจการที่เกี่ยวกับปัญหาการรักษาความปลอดภัย อันเกิดจากสถานภาพไม่ปกติในปัจจุบันนี้ ได้มีการก่อตั้งหน่วยงานพิเศษที่มีชื่อว่า "สำนักงานประสานงานรักษาความปลอดภัย" ซึ่งอยู่ใต้บังคับบัญชาของผู้อำนวยการคนหนึ่งและคณะบัญชาการคณะหนึ่ง.

ไม่มีการกล่าวถึงชื่อของสตีเฟนสันเลย. ถึงแม้ในปี ๑๙๗๑ สามสิบกว่าปีภายหลัง สปรูล เบรเดน (Spruille Braden) อดีตรัฐมนตรีช่วยว่าการกระทรวงต่างประเทศอเมริกัน ได้เขียนบันทึกความทรงจำของเขาชื่อ "นักการทูตและนักกวนเมือง" (Diplomats and Demagogues) เอ่ยถึงชื่อของผู้อำนวยการของ บี.เอ็ส.ซี. อย่างอ้อมแอ้มจนเห็นได้ชัด ว่า : "ท่านนายพลโดโนแวนถามผมว่าประสงค์จะพบหัวหน้าราชการลับอังกฤษหรือไม่. ผมรับคำและโดโนแวนจึงกล่าวว่า "ดีแล้ว นายชื่อนั้นๆ จะเป็นผู้ติดต่อคุณ." ต่อมาผมได้รับทราบว่า นายชื่อนั้นๆ มีชื่อเป็นคนละอย่างทีเดียว."

ในปี ๑๙๗๐ เบรเดนไม่จำเป็นที่จะช่วยปิดชื่ออีกต่อไป. เพราะถึงระยะเวลานั้นได้มีการเปิดเผยนามจริงของนายอินทร์แล้ว. แต่ในปี ๑๙๔๐ จำเป็นต้องระมัดระวังที่สุด ฮิตเลอร์มั่นใจว่าสามารถเอาชนะอเมริกาได้ด้วยการโฆษณาชวนเชื่ออย่างเดียว. ภารกิจอันหนึ่งของสตีเฟนสันคือการต้านการโฆษณานี้. แต่ความจริงที่ฟังดูขัดกันอันทำให้งานของเขาเป็นภาระที่ยากลำบาก ก็คือ หากเขาถูกจับได้ว่าทำงานนี้หรือถูกกล่าวหาว่าฝ่าฝืนอธิปไตยของอเมริกา เขาเองจะกลับกลายเป็นเครื่องมือโฆษณาชวนเชื่อทำลายประเทศอังกฤษ.

นอกจากนี้ การโฆษณาชวนเชื่อของนาซีมิได้เป็นเพียงสงครามน้ำลายเท่านั้น แต่เป็นยุทธวิธีข่มขวัญให้หวาดระแวง. การลบล้างสายโลหิต การล้างโคตร พิธีสังเวยความรุนแรงที่นูเร็มเบิร์ค การตั้งค่ายกักกันและปฏิบัติการอย่างเปิดเผยของแนวที่ห้าในประเทศที่เป็นเหยื่อลำดับต่อไปของเยอรมัน ทั้งหมดนี้ล้วนเป็นข้อพิสูจน์ของยุทธวิธีที่ใช้การโอ้อวดและการข่มขู่ ที่จะนำไปสู่การปฏิบัติจริง. ประชาชนพลเรือนในประเทศต่าง ๆ ในยุโรปตามลำดับ ต้องหนีกระเจิงไม่เป็นกระบวนอย่างเสียขวัญ เพราะแนวที่ห้าแพร่ความหวาดกลัว. ที่จริงแล้วความหวาดระแวงก็มีเหตุผล เพราะมีกำลังอำนาจมาหนุนคำโฆษณา. สตุก้าจิกหัวลงทิ้งระเบิดใส่ผู้หญิงและเด็กที่อยู่เต็มถนนหนทาง. จะเห็นได้ว่านาซีกระทำได้จริง ๆ อย่างที่โฆษณาชวนเชื่อไว้. พวกเยอรมันเป็นอภิมนุษย์จริง ๆ และการต่อต้านอภิมนุษย์เหล่านี้ก็เป็นความโง่เขลาอย่างยิ่ง.

ฮิตเลอร์หมายที่จะให้พวกอเมริกันใจฝ่อด้วยความกลัวเหตุการณ์ดังนี้. ฮิตเลอร์ตั้งใจให้ความหวาดกลัวทำให้ชาวอเมริกันยิ่งอยากอยู่โดดเดี่ยว. แล้วในที่สุดเขาตั้งใจจะปฏิบัติตามแผนเดียวกันนี้ในทวีปอเมริกา.

เชอร์ชิลล์มิได้นึกว่าฝ่ายอังกฤษและอเมริกันจะปลอดภัยจากการขายชาติตัวเองมากกว่าประเทศในยุโรป. เขาพูดอย่างตรง ๆ ว่าอาจมีการตั้งรัฐบาลหุ่นที่หนุนนาซีในลอนดอน. เขามอบหน้าที่ในการชิงไหวชิงพริบกับพวกนาซีในอเมริกาให้สตีเฟนสัน. บี.เอ็ส.ซี. เป็นศูนย์บัญชาการสำหรับพวกที่เห็นว่าสู้ตายดีกว่ายอมแพ้. ขั้นต่อไปก็คือการก่อตั้งหน่วยราชการลับอเมริกัน ที่ใหญ่โตกว้างขวางกว่าที่พวกอเมริกันจะกระทำเองได้.

สตีเฟนสันกล่าวว่า : "อังกฤษเป็นแปลงเพาะความคิดริเริ่ม. แต่ต้นกล้าต้องนำไปปักดำที่อื่น. ข้อนี้เป็นความจริงสำหรับราชการลับตลอดจนอาวุธยุทโธปกรณ์ที่เราค้นคิดได้."

บทที่ ๑๙

"พัสดุภัณฑ์ที่มีค่าสูงที่สุดที่เคยส่งมาถึงแดนของเรา" นี่คือคำวิจารณ์ของสำนักงานวิจัยและพัฒนาทางวิทยาศาสตร์แห่งสหรัฐ สำหรับวัสดุก่ายกองไม่น่าเชื่อซึ่งเซอร์ชิลล์ส่งมาให้ในวันที่ ๑๔ สิงหาคม ๑๙๔๐. ผู้คุมกองวัสดุนี้มาคือ ทิซาร์ด เธอ วิซาร์ด (Tizard the Wizard) ตามสมญานามที่ทางกองทัพอากาศอังกฤษได้ขนานให้เขา (แปลว่าทิซาร์ดผู้วิเศษ หรือพ่อมดทิซาร์ด). ในวอชิงตัน เขาได้รับชื่อว่า "วิซแบง" (Whizzbang) คือ เปรี้ยงปร้าง ซึ่งฟังดูเฉี่ยว แต่ทำให้ไขว้เขวพอสมควรทีเดียว เป็นนามแฝงที่อำพรางความลับได้ดี เพราะ เซอร์ เฮนรี ทิซาร์ด (Sir Henry Tizard) ตัวจริง ผู้เคยเป็นที่ปรึกษาทางวิทยาศาสตร์ของเสนาธิการทหารอากาศ เป็นคนนุ่มนวล. ในระหว่างที่ศึกแห่งบริเทนกำลังดำเนินอยู่ เขาได้รับมอบหมายให้นำเอกสารลับไปวอชิงตัน เพื่อมิให้ตกไปถึงมือของข้าศึก หลังจาก "อัลตร้า" ได้ล่วงรู้ถึงแผนการรุกของฮิตเลอร์ อันขึ้นอยู่กับศึกกลางเวหาที่กำลังดำเนินอยู่เป็นส่วนสำคัญ.

สตีเฟนสันเล่าภายหลังว่า : "ทิซาร์ดต่อโทรศัพท์ถึงผมจากโรงแรมชอร์แรม (Shoreham) ในวอชิงตัน. เขาพักในห้องที่แน่นอัดไปด้วยพิมพ์เขียว ข้อมูลทางวิทยาศาสตร์ แบบจำลอง และแผนงานที่บรรจุในลังไม้จนไม่มีที่ทางจะเดิน. เมื่อผมไปหาเขาเพื่อปรึกษาหารือกัน เขาทำให้ผมต้องตกใจสุดขีด เมื่อเขาบอกผมว่า : "เจ้าหน้าที่ เอ็ฟ.บี.ไอ. เพิ่งโทรศัพท์มาถามผมว่าจะพบเขาได้เมื่อไร เพื่อจัดการนำสัมภาระของผมไปเก็บไว้ในที่ปลอดภัย."

"ผมรีบโทรศัพท์ไปหาฮูเวอร์ทันที. เขาว่าเขาไม่รู้เรื่องเลย และ "จะรีบบึ่งมา" เราสืบพบว่าผู้โทรศัพท์ถึงทิซาร์ดไม่เป็นที่รู้จัก ทั้งไม่เกี่ยวข้องกับเอ็ฟ.บี.ไอ. แต่ประการใด. ผมส่งเจ้าหน้าที่รักษาความปลอดภัยของผมเอง ชื่อ จอห์น ฮาร์ต (John Hart) แห่งกองตำรวจม้าแคนาดา ไปดูแลรักษาทั้งทิซาร์ดและพัสดุภัณฑ์ของเขา.

"ต่อมา แซม ฟอกซ์ฟอร์ธ (Sam Foxforth) ผู้เป็นหัวหน้าสำนักงาน เอ็ฟ.บี.ไอ.

ในนครนิวยอร์ค แจ้งให้ผมทราบว่าทางสำนักงานกลางได้ตรวจแผ่นบันทึกเสียงการติดต่อทางโทรศัพท์ของเจ้าหน้าที่สถานเอกอัครราชทูตเยอรมันและบรรดาเพื่อนฝูงแล้ว. และติดตามสืบสาวจนพบว่า ผู้ที่โทรศัพท์ถึงทิซาร์ดเป็นเจ้าหน้าที่นาซีพูดภาษาอังกฤษด้วยสำเนียงอเมริกันอย่างถูกต้องชัดเจน.”

การที่เยอรมันพยายามยึดหีบของทิซาร์ดผู้วิเศษเป็นข้อพิสูจน์บอกเหตุว่าข้าศึกไม่ละเลยต่อการสอดส่อง. สตีเฟนสันได้เคยเร่งเร้าให้เชอร์ชิลล์แลกเปลี่ยนความลับกับความช่วยเหลือของสหรัฐ. คณะกรรมการยูเรเนียมอังกฤษ (British Uranium Committee) ค้นคิดทฤษฎีสำหรับสร้างระเบิดปรมาณูได้แล้ว : นามแฝงของโครงการนี้คือ “ทยูบ แอลลอยส์ (Tube Alloys).” นอกจากนี้ยังมี เรดาร์ เครื่องยนต์ไอพ่น อาวุธทางเคมี และ “กล่องดำกายสิทธิ์” ซึ่งปรากฏภายหลังว่าเป็นอาวุธที่มีประสิทธิภาพมากที่สุดในจำนวนอาวุธที่ค้นคิดใหม่ ๆ ในอังกฤษ. ทั้งหมดนี้ล้วนเป็นสิ่งที่ได้เสนอไว้ในรูปพิมพ์เขียว แบบจำลอง หรือเอกสารวิจัย เพื่อแลกเปลี่ยนกับความช่วยเหลือ.

“กล่องดำกายสิทธิ์” นี้เป็น “แควิตี แมกนิตรอน” (Cavity Magnetron) คือหลอดกำเนิดลำคลื่นอิเล็กทรอนิกความถี่สูงมาก และต่อมาได้เป็นส่วนประกอบสำคัญของเครื่องเรดาร์แบบช่วงคลื่นเซ็นติเมตร ซึ่งเล็กพอสำหรับใช้ในเรือพิฆาตและเครื่องบิน. ในที่สุดได้มีการผลิตเครื่องกลไกชนิดนี้ในสหรัฐเป็นจำนวนมากพอจนทำให้การต่อสู้เรือดำน้ำเยอรมันต้องเปลี่ยนโฉมหน้าไป. หลอดอิเล็กทรอนิกที่ท่านผู้วิเศษบรรจุมาในหีบเหล็กดำธรรมดา ๆ ที่ซื้อมาอย่างรีบร้อนจากร้าน “ทัพบก - ทัพเรือ” ใกล้สถานีรถไฟวิกตอเรีย เพื่อนำมาพัฒนาต่อไป ก็ได้ใช้ประโยชน์นับไม่ถ้วน. นอกจากนี้ก็ยังมีภาพยนตร์แสดงการทดลองอาวุธใหม่ ๆ และเอกสารเกี่ยวกับชนวนที่ทำให้ระเบิดเมื่อใกล้เป้า ระบบจรวดป้องกันเรือ ปืนกลหนักที่ตั้งเป็นตับ ตลอดจนตัวอย่างอื่น ๆ ของความคิดก้าวหน้าที่สุดของอังกฤษ.

สตีเฟนสันบันทึกภายหลังว่า : “ท่านประธานาธิบดีได้ตอบแทนอย่างเทกระเป๋า โดยให้ปืนเล็กยาวครึ่งล้านกระบอก ปืนกลแปดหมื่นกระบอก กระสุนปืนใหญ่ ลูกระเบิด ดินระเบิด และอากาศยาน. เขาส่งมอบเครื่องบินทิ้งระเบิดแบบ “ป้อมบิน” ให้เราโดย “เข็น” ข้ามพรมแดนแคนาดา เพราะการส่งมอบแบบนี้สะดวกและไม่เอิกเกริกอื้อฉาว. การที่เขามีบัญชาให้ส่งวัสดุอุปกรณ์จำนวนหลายแสนตันสำหรับเสริมคลังแสงของอังกฤษ ทั้งหมดนี้กระทำอย่างไม่ยี่หระ โดย

ยึดคติในแบบที่ บ๊อบ เชอร์วูด เรียกว่า “ช่างหัวไอ้ห่าระเบิด” ในขณะที่บุคคลวงในของทำเนียบขาวร้องปาวๆ ว่าเป็นการฆ่าตัวตายสำหรับรูสเวลท์ และอาจถึงสำหรับทั้งประเทศชาติด้วย และท่ามกลางเสียงโวยวายว่าอังกฤษถึงกาลอวสานแล้ว และว่ายุทโธปกรณ์ทั้งหมดนี้อาจตกไปอยู่ในมือของฮิตเลอร์ !”

รูสเวลท์ตระหนักอย่างไม่มีข้อสงสัยว่าอังกฤษอาการหนักเพียงไร. เขาได้รับรายงานข่าวของเบล็ตชลี่ย์ผ่าน บี.เอ็ส.ซี. ซึ่งเดาใจพวกนาซีว่ามีแผนที่จะใช้เครื่องบินทิ้งระเบิดเยอรมันเป็นระลอกๆ มาทำลายกองทัพอากาศอังกฤษให้ราบคาบประมาณกลางเดือนกันยายน. กำหนดการวางไว้ให้ยึดอังกฤษภาคใต้ทั้งหมดภายในสิ้นเดือนนั้น และให้ตบเท้าเข้าลอนดอนอย่างมีชัยตอนต้นเดือนตุลาคม.

หมายเหตุของผู้แปล (หน้า ๑๙๗)

๑. แควิตี้ แมกนิตรอน (Cavity Magnetron) : เป็นหลอดอิเล็กทรอนิกที่มีส่วนประกอบมีรูปร่างเป็นโพรง (แควิตี). หลอดนี้เป็นเครื่องกำเนิดคลื่นความถี่สูงมากสำหรับใช้ในเครื่องเรดาร์. หลอดธรรมดาไม่สามารถทำให้เกิดคลื่นความถี่สูงกว่า ๑,๐๐๐ MH_Z(หนึ่งพันล้านเฮิรตซ์). ปัจจุบันนี้ยังต้องใช้สำหรับเรดาร์กำลังสูง ส่วนเรดาร์กำลังต่ำ (ระยะประมาณห้ากิโลเมตร) ใช้แทรนซิสเตอร์แทนหลอดได้.

๒. เรดาร์แบบช่วงคลื่นเซนติเมตร (Centimetric radar) : เป็นเรดาร์ที่ใช้คลื่นวิทยุสั้นมาก (๑ - ๓๐ เซนติเมตร) คือความถี่สูงมากในย่าน ๒๐ GH_Z สองหมื่นล้านเฮิรตซ์).

๓. ชนวนระเบิดเมื่อใกล้เป้า (Proximity fuse) : เป็นชนวนสำหรับกระสุนปืนใหญ่ หรือทุ่น-ระเบิด ที่จะระเบิดเมื่ออยู่ในรัศมีใกล้เป้าหมาย คือไม่ต้องถูกเป้าก็ระเบิด. ส่วนมากใช้สำหรับปืนใหญ่ต่อสู้อากาศยานและทุ่นระเบิด.

๔. ปืนกลหนักเป็นตับ (multiple pom-pom) : เป็นปืนกลหนักขนาด ๔๐ ม.ม. ที่ตั้งเป็นตับ ตับละสองหรือสี่กระบอก เล็งและยิงพร้อมกัน. ส่วนมากติดตั้งบนเรือรบ หรือรถสายพาน เป็นปืนต่อสู้อากาศยาน.

๕. คติแบบ “ช่างหัวไอ้ห่าระเบิด” (“damn the torpedoes spirit”) : เมื่อวันที่ ๕ สิงหาคม ค.ศ. ๑๘๖๔ ระหว่างสงครามกลางเมืองอเมริกันได้เกิดยุทธนาวี “โมบิล เบย์ (Battle of Mobile Bay) ในเขตน่านน้ำของรัฐอลาบามา (Alabama). พวกฝ่ายใต้ได้วางทุ่นระเบิดไมนส์ (Mines) ทั่วบริเวณอ่าว เพื่อป้องกันการบุกของกองทัพเรือฝ่ายเหนือ ซึ่งมีนายพลเรือเอก เดวิด แกลสโกว์ แฟร์รากัต (Admiral David Glasgow Farragut) เป็นผู้บัญชาการ. เมื่อกองเรือฝ่ายเหนือกำลังจะเข้าเขตอ่าว เรือหุ้มเกราะซึ่งเป็นเรือนำถูกทุ่นระเบิดทำลาย เรือตามก็เริ่มเสียกระบวน ความหายนะคุกคามอยู่เบื้องหน้า แฟร์รากัตตัดสินใจเด็ดขาดตะโกนว่า : “ช่างหัวไอ้ระเบิดตอร์ปิโด เดินหน้าเต็มตัว” (Damn the torpedoes, full speed ahead). แล้วแล่นเรือตัดหน้าเรือที่รีรออยู่ ฝ่าสนามทุ่นระเบิดไปได้สำเร็จ อันนำไปสู่ชัยชนะในการต่อสู้ครั้งนี้. ฉะนั้นการใช้คำนี้จึงมีความหมายถึงการตัดสินใจแบบห้าวหาญ เย้ยมฤตยู และไม่หวั่นเกรงผลที่จะตามมาภายหลัง. แปลเป็นไทยง่ายๆ ว่า : “ตายเป็นตาย”.

ฮิตเลอร์มีเครื่องบินทิ้งระเบิด ๑,๙๐๐ ลำ และเครื่องบินขับไล่ ๑,๑๐๐ ลำ เพื่อสู้กับเครื่องบินทิ้งระเบิด ๓๕๐ ลำ และเครื่องบินขับไล่ ๗๐๐ ลำของอังกฤษ. ในเดือนสุดท้ายของศึกแห่งบริเทน ท่านผู้วิเศษและสตีเฟนสันได้นำความลับที่ "น้ำหนักเบาแต่สูงค่า" มาเก็บไว้ในที่ปลอดภัยในวอชิงตัน เพื่อมิให้ฮิตเลอร์ได้ใช้ประโยชน์ หากสามารถเข้ายึดครองลอนดอนได้.

คำสั่งบังคับบัญชาทางทหารของเยอรมันที่ดักได้ยืนยันว่า หากหมู่เกาะอังกฤษต่อสู้ต้านทาน และแม้การบุกไม่สำเร็จ หรือต้องเลื่อนกำหนดไป ฮิตเลอร์ก็ยังตั้งเข็มที่จะบุกรัสเซีย. ด้วยความเห็นชอบของท่านประธานาธิบดี สตีเฟนสันและโดโนแวนช่วยกันปรุงแต่งแผนเพื่อประวิงเวลาการบุกมอสโคว์ แบบทำให้ฮิตเลอร์เสียท่า : แต่ก็เป็นแผนที่จะทำให้การรักษาความเป็นกลางของอเมริกาลำบากยิ่งขึ้น.

ความสำคัญอันดับแรกยังคงเป็นการเอาชัยในศึกแห่งบริเทน. สตีเฟนสันได้บินกลับอังกฤษภายในสัปดาห์หลังจากที่สัญญาณระวังภัยซึ่งมีชื่อรหัสว่า "ครอมเวล" อันหมายถึงการถูกบุกได้กังวานขึ้นในวันเสาร์ที่ ๗ กันยายน. ข่าวที่ดักได้แสดงว่ากองบินของข้าศึกประสบปัญหาหนักเรื่องการซ่อมบำรุง. ตั้งแต่สมัยที่สตีเฟนสันฟังการโอ้อวดของพวกนาซีในเรื่องยุทธวิธีสงครามสายฟ้าแลบ เขาก็คาดการณ์ไว้ล่วงหน้าแล้วว่าหน่วยซ่อมบำรุงของเยอรมันจะไม่เหมาะสมเพียงพอ. ดังนี้ ในจำนวนเครื่องบินรบ ๓,๐๐๐ ลำที่เตรียมสำหรับรุกอังกฤษ จึงมีเพียงสามในสี่เท่านั้นที่อยู่ในสภาพพร้อมบินในคราวเดียวกัน. ข้อนี้เป็นข่าวลับที่สำคัญยิ่งสำหรับกองบินซึ่งมีหน้าที่ป้องกันอังกฤษ.

ในวันที่ ๑๕ กันยายน "อัลตร้า" สามารถแสดงภาพตัวเลขสถิติของการตระเตรียมในการบุกอังกฤษ โดยนำคำสั่งถึงหน่วยต่างๆ มาปะติดปะต่อกัน. มีการฝึกเตรียมอย่างขนานใหญ่ที่สนามบินในเบลเยียมและฮอลแลนด์ ในการขึ้นเครื่องบินลำเลียงพลและการหมุนเวียนอย่างฉับพลันของพาหนะ โดยถือว่ากองทัพอากาศอังกฤษหมดประสิทธิภาพที่จะต้านทาน. วาระการบุกจวนจะเริ่มแล้ว.

สตีเฟนสันเล่าว่า : "เชอร์ชิลล์นั่งรถจากเชคเคอร์ส (Chequers) ซึ่งเป็นทำเนียบในชนบท มาที่กองบัญชาการของกองบินขับไล่ที่ ๑๑. กองบินนี้มีหน้าที่ป้องกันส่วนใหญ่ของอังกฤษตะวันออกเฉียงใต้ โดยมีเครื่องบินเพียงยี่สิบห้าฝูง. นายพลอากาศโท คีธ พาร์ค (Keith Park) เป็นผู้บังคับการ เขาคือผู้ที่ตัดสินใจ

ล้ำหน้าข้าศึกหนึ่งก้าวเสมอในระยะเวลาห้าสัปดาห์ที่ผ่านมา. ตลอดเช้าวันนั้น คีธ ได้เป็นผู้ต่อต้านระลอกที่หนักที่สุดที่เคยเข้าโจมตีอังกฤษ. เชอร์ชิลล์พูดไม่หยุดปาก และตั้งคำถามต่าง ๆ นานา. ความตึงเครียดเพิ่มขึ้นตลอดบ่าย. สัญญาณไฟแดงซึ่งแสดงถึงการเข้าปฏิบัติการของแต่ละฝูงบินปรากฏขึ้นตามลำดับ. ตอนนี้เครื่องบินขับไล่ทุกลำของทุกฝูงกำลังออกต่อสู้หรือไม่ก็กำลังเติมเชื้อเพลิงอย่างรีบร้อนเพื่อกลับไปสู้ต่อไป. วินสตัน ถามว่า : "เรามีเครื่องสำรองอีกไหม."

"คีธบอกว่าไม่มีเลย. วินสตันก็เข้าใจทันที. กองทัพอากาศอังกฤษถึงขีดสุดกำลังแล้ว. หากไม่เกิดปาฏิหาริย์อย่างหนึ่งอย่างใด เยอรมันก็จะเป็นเจ้าเวหาตามที่ฮิตเลอร์ถือเป็นสิ่งที่ต้องได้ก่อนเริ่มบุก."

ส่วนหนึ่งของปาฏิหาริย์ที่เกิดขึ้น คือความสามารถของเบล็ตชลี่ย์ที่จะวิเคราะห์คำสั่งบังคับบัญชาของเยอรมัน. ข้อนี้ทำให้ พาร์ค ทราบว่าเขาสามารถเสี่ยงใช้เครื่องบินขับไล่ทั้งหมดได้. ฝ่ายข้าศึกก็ถึงขีดสุดกำลังแล้วเช่นเดียวกัน. เชอร์ชิลล์กลับบ้านเพื่อนอนพักกลางวัน. เขาหมดแรงทั้งกายใจ และนอนหลับไปสามชั่วโมง. เมื่อตื่นขึ้น จอห์น มาร์ติน (John Martin) เลขานุการส่วนตัวของเขานำรายงานข่าวที่ไม่ดีตามเคยมาให้ แต่มาร์ตินสรุปว่า : "อย่างไรก็ตามการต่อสู้ทางอากาศก็ช่วยกู้สถานการณ์ไว้ได้. เรายิงเครื่องบินข้าศึกตกหนึ่งร้อยแปดสิบห้าลำ โดยฝ่ายเราเสียสี่สิบลำ."

รูสเวลท์รับทราบรายงานนี้ด้วยความสนใจเป็นพิเศษ. เครื่องรหัสเยอรมันขั้นมูลฐาน คือเอนิกมาซึ่งอังกฤษได้จำลองแบบไว้ใช้ในราชการของหน่วย "อัลตร้า" นั้น ฝ่ายญี่ปุ่นก็ได้จำลองแบบไว้เหมือนกัน. ฝ่ายนักขบรหัสอเมริกันก็ได้สร้างเครื่องรหัสในแบบของญี่ปุ่น และให้ชื่อว่า "เพอร์เพิล" (Purple). เมื่อเดือนกันยายน ๑๙๔๐ กรมสื่อสารของกองทัพบกสหรัฐได้วิจัย "เพอร์เพิล" สำเร็จ และแต่บัดนั้นไป ผลการดักฟังข่าวลับของญี่ปุ่นก็ได้นามรหัสว่า "แมจิก" (Magic). สิ่งที่ทำให้ท่านประธานาธิบดีทึ่งมาก คือข่าวของราชการลับอังกฤษ ที่ใช้ระบบดักและถอดรหัสส่งเข้ามาอย่างสม่ำเสมอและคล่องแคล่ว โดยที่ฝ่ายอเมริกันยังไม่สามารถทำทัดเทียมได้.

เวลานั้นรูสเวลท์เพิ่งตั้งตัวคิดเรื่องข่าวผิด ซึ่งเขาได้แจ้งแก่สตีเฟนสันก่อนสตีเฟนสันรีบกลับอังกฤษครั้งล่าสุด. ในวันจันทร์ที่ ๒๓ กันยายน เชอร์ชิลล์ได้เตือนคณะรัฐมนตรีว่าการบุกดูเหมือนจะใกล้เข้ามาทุกทีแล้ว. ฝ่ายกองบัญชาการ

สูงสุดเยอรมันได้มีคำสั่งยืนยันปฏิบัติการ "ซีไลอ้อน". สิ่งที่เชอร์ชิลล์เว้นที่จะแจ้งคณะรัฐมนตรี คือวันก่อนท่านประธานาธิบดีได้ฝากข่าวด่วนที่สุดผ่านสตีเฟนสัน. ข่าวกรองของฝ่ายอเมริกันยืนยันอย่างหนักแน่นว่าพวกเยอรมันจะเริ่มการบุกเวลาบ่ายสามโมง. อเล็กซานเดอร์ แคโดแกน (Alexander Cadogan) ปลัดกระทรวงต่างประเทศอังกฤษ เขียนไว้ว่า : "ข่าวไม่ได้ระบุว่ากำหนดจะเคลื่อนทัพออกจากคาเลส์ (Calais) เวลาสามโมง หรือถึงโดเวอร์ (Dover) เวลาสามโมง !"

เชอร์ชิลล์โทรศัพท์ถึงรัฐมนตรีกลาโหม แอนโธนี อีเดน (Anthony Eden) ผู้กำลังพักผ่อนระหว่างวันสุดสัปดาห์ที่บ้านในแคว้นเค้นท์. อีเดนไม่ตื่นเต้นนักและแสดงความสนใจอย่างสุภาพใน "เรื่องคาดคะเน" ของรูสเวลท์. เชอร์ชิลล์พูดอย่างพื้นเสียว่าเรื่องนี้ไม่ได้เป็นเพียง "เรื่องคาดคะเน". ขอให้นายอีเดนได้โปรดเดินออกไปดูที่หน้าผาชายทะเลว่ามีใครมาบ้างหรือไม่. ท่านรัฐมนตรีกลาโหมจึงบุกฝ่าลมชื้นอย่างอารมณ์ไม่ดีไปจนมองเห็นช่องแคบอังกฤษ. ทะเลมีคลื่นจัดแลเห็นคลื่นหัวแตกเป็นฟอง. เขาโทรศัพท์ตอบเชอร์ชิลล์ว่า : "ถ้าพวกเยอรมันพยายามข้ามมาในสภาพอากาศเช่นนี้กว่าจะมาถึงก็คงจะเมาคลื่นเป็นที่สุด."

หลายวันผ่านไปโดยยังไม่มีการบุก. แต่ความเชื่อมั่นในท่านประธานาธิบดีก็ยังไม่เสื่อมคลายลง. เขาทำนายถูกต้องว่าจะมีการบุก — แต่เป็นการบุกอินโดจีนฝรั่งเศสของพวกญี่ปุ่น. เจ้าหน้าที่รหัสได้สลับชื่อรหัสของพื้นที่สองแห่งนั้น.

ท่านประธานาธิบดี "ชักจะรู้เรื่องคล่องแคล่ว" นี่คือข้อสังเกตของสตีเฟนสัน ผู้ได้จัดให้ย่อคำถามประจำบางข้อที่เชอร์ชิลล์ถาม บี.เอ็ส.ซี. เพื่อให้เอ็ฟ.ดี.อาร์. เกิดความรู้สึกว่าท่านนายกรัฐมนตรีมีภาระหนักมากเพียงไร. แต่ละวันๆ จำนวนบันทึกมีมากมายน่าดู. เช่น : "ฝ่ายอเมริกันทราบถึงระบบนำทางแบบ คนิกเกไบน์ (Knickebein) ไหม.* มีระบบใหม่ในการนำร่องเครื่องบินทิ้ง

*ในวันที่ ๑๒ มิถุนายน ๑๙๔๐ มีการดักข่าวลับจากวิทยุสื่อสารเยอรมัน. เบล็ตชลี่ย์แปลออกมาดังนี้ : "คนิกเกไบน์ เค้ลฟส์ ต่อสำเร็จ..." ข่าวนี้ให้ความสว่างเป็นครั้งแรกเกี่ยวกับเอกสารที่ได้พบบนเครื่องบินทิ้งระเบิดเยอรมันที่ยึดมาได้ ซึ่งกล่าวถึงระบบการเดินอากาศคนิกเกไบน์. เชอร์ชิลล์สั่งตั้งหน่วยพิเศษทันที เพื่อตรวจสอบสถานีนำทางเหล่านี้. รถหาทิศและเครื่องบินเก่าๆ ช่วยกันหาทิศทางของคลื่นวิทยุนำทางดังกล่าว. ทุกครั้งที่สถานีนำทางเริ่มทำงานก็สามารถทราบว่าเบอร์ลินจะโจมตีเป้าหมายใดในคืนนั้น เพราะคลื่นวิทยุจะชี้ทางมา. การวิจัยระบบนี้มีบทบาทช่วยให้อังกฤษสามารถรู้ตัวล่วงหน้าเกี่ยวกับการโจมตีตอนกลางคืนได้ดีกว่าปฏิบัติการทางราชการลับใดๆ และเป็นภาระในสายงานของ "อัลตร้า".

ระเบิดเยอรมัน. ขอทราบว่ามีหวังจะได้เครื่องเล็งระเบิดของอเมริกันหรือไม่. มีรายงานว่าฝ่ายเยอรมันมีแผนที่จะทิ้งระเบิดแก๊สพิษ. จะมีทางจัดให้ส่งข่าวลือผ่านฝ่ายอเมริกันได้หรือไม่ ว่าอังกฤษมีอาวุธลับที่จะใช้เพื่อตอบโต้. มีเรื่องต่าง ๆ นานาเวียนหัวอันแสดงถึงความรอบรู้ สมองที่ว่องไว เฉียบแหลม และพลังที่ไม่น่าเชื่อสำหรับคนที่อายุเกือบเจ็ดสิบปี. คำตอบของสตีเฟนสันก็สนองกลับไปด้วยความว่องไวเช่นเดียวกัน — ตั้งแต่เรื่อง "ฝรั่งเศสผู้รักชาติมาที่นี่เพื่อคัดเลือกสำหรับการฝึกเป็นสายลับ" จนถึงเรื่อง "เวนเดล วิลกี (Wendell Willkie) คัดค้านสงครามแต่ก็พอพูดกันได้." การตรวจข่าวเหล่านี้ที่มีนับพัน ๆ ฉบับทำให้ทราบว่ามีเรื่องน่ากลัวและหายนะมากมายที่ทับถมท่านนายกรัฐมนตรี และมีผลให้สตีเฟนสันยอมรับภายหลังว่าเขารู้สึกกระปรี้กระเปร่าที่สุดเมื่อต้องทำงานตัวเป็นเกลียวในการตอบสนองคำร้องเหล่านี้. ไม่มีเรื่องใดที่ถูกเว้น. ในกรณีที่อเมริกันอาจปฏิเสธ ไม่ยอมให้เครื่องเล็งระเบิดแบบนอร์เดน (Norden) ที่ลับที่สุดแก่อังกฤษ เพราะเหตุผลว่าการติดตั้งเครื่องดังกล่าวในเครื่องบินทิ้งระเบิดอังกฤษเสี่ยงต่อการตกไปอยู่ในมือของข้าศึก ก็จะหาหลักฐานมายันว่าราชการลับเยอรมันได้ขโมยพิมพ์เขียวจากโรงงานสร้างเครื่องนี้จากอเมริกาไปได้แล้ว. ถึงปลาย "ฤดูร้อนสปิตไฟร" ทางทำเนียบขาวและทำเนียบรัฐบาลอังกฤษได้เรียนรู้ที่จะร่วมทำงานด้วยกันด้วยข่าวลับกองกลางที่แบ่งปันกัน.

ในการร่วมมือทำนองนี้จะมีอันตรายทางการเมืองที่ควบคู่กันไปอยู่เสมอ. จะนำข้อมูลลับมาใช้เพื่อกำจัดอริที่เกะกะขวางหูขวางตาก็ยังได้. และการที่จะปฏิบัติเช่นนี้ ในกรณีเอกอัครราชทูตเค็นเนดี ก็นับว่าล่อใจอยู่มาก.

เชอร์ชิลล์คำรามหลังจากได้ฟังเค็นเนดีเทศนาอย่างคนธรรมะธัมโมว่า : "พระเจ้าช่วย ! คุณทำให้ผมรู้สึกว่าผมควรจะนุ่งผ้ากระสอบเดินเอาขี้เถ้าโรยหัวเพื่อแสดงว่าสำนึกในบาป." เค็นเนดีได้บอกท่านประธานาธิบดีว่าเชอร์ชิลล์ "ก๊งบรั่นดีตั้งแต่สิบโมงเช้า." กระทรวงต่างประเทศอังกฤษเคยระบุว่า เค็นเนดีอาจได้รับตำแหน่งประธานาธิบดีในอนาคต และเขาก็เริ่มมีท่าว่าจะแย่งคะแนนเสียงไปได้จากรูสเวลท์ไม่น้อยแล้ว. หากเกิดมีบุคคลอื่นเข้าครองตำแหน่งประธานาธิบดีหลังการเลือกตั้งในเดือนพฤศจิกายน ก็จะมีปัญหาว่าจะเกิดอะไรขึ้นกับความลับทางวิทยาศาสตร์ของ "ผู้วิเศษ" รวมทั้งกลไกที่มีชื่อว่า "นายอินทร์" ซึ่งได้สร้างขึ้นอย่างประคบประหงมในนิวยอร์ก.

ลอร์ด บีเวอร์บรุ๊ก ผู้มีหน้าที่แสนหนักในการผลิตเครื่องบิน ซึ่งทำให้กองทัพ

อากาศอังกฤษมีเครื่องบินสปิตไฟร์ใช้ได้ทันเวลา ยังไปมาหาสู่กับเค็นเนดี เพื่อรายงานให้สตีเฟนสันทราบถึงกิจกรรมของเอกอัครราชทูต. บีเวอร์บรุ๊กไม่เคยแก้ตัวในการกระทำของตนเลย. เขาว่า : "ลูกชายของผมต้องดับชีวิตพวกเยอรมันกลางเวหา ผมจำต้องอำมหิตบนบก. บีเวอร์บรุ๊กได้ปักใจที่จะ "ดับเค็นเนดี" หลังจากที่โดโนแวนมาอังกฤษตอนกลางฤดูร้อนนั้น อันลงท้ายด้วยการที่ บีเวอร์-บรุ๊กได้โทรเลขถึงบิก บิลล์ เมื่อผู้นี้กลับถึงวอชิงตัน ว่า : "คุณเป็นเสมือนสายน้ำไหลมายังความชุ่มฉ่ำให้แดนที่เหือดแห้ง."

ถึงแม้บีเวอร์บรุ๊กกับสตีเฟนสันมีลักษณะหลายอย่างที่คล้ายคลึงกัน — คือทั้งสองเป็นชาวแคนาดา ได้รับการอบรมตามกฎที่เข้มงวดของพวกเพรสบิทิเรียนแบบชาวสก๊อต เป็นเศรษฐีที่ตั้งตัวด้วยลำแข้งของตนเอง และต่างมีใจมุ่งมั่นแน่วแน่ — แต่นักหนังสือพิมพ์เอก (บีเวอร์บรุ๊ก) มิได้เป็นคนพูดน้อยสงบปากสงวนคำ. บีเวอร์บรุ๊กเล่าให้สตีเฟนสันฟังถึงสัปดาห์หลังๆ ที่เค็นเนดีดำรงตำแหน่งเอกอัครราชทูตดังนี้ : "เราอุตส่าห์เก็บความลับเรื่องการทรยศทางสื่อสารลับของสถานเอกอัครราชทูต. แต่เค็นเนดีเองกลับหวนเข้ารอยเดิมอีก. เขาต้องการให้เราสัญญาว่าจะยอมอย่างไม่มีเงื่อนไข ในอันที่จะส่งกองทัพเรืออังกฤษทั้งหมดไปอเมริกาในกรณีที่มีเค้าอยู่ว่าฝ่ายเราจะยอมแพ้. เขายุ่งอยู่แต่เรื่องเงินๆ ทองๆ จนถึงวาระสุดท้าย. เขาย้ำว่าอังกฤษต้องจ่ายเงินสดสำหรับซื้ออาวุธ. เขาว่าผลประโยชน์ที่อังกฤษมีในสหรัฐควรถูกยึดและขายทอดตลาดเพื่อให้ได้เงิน. เขาเกรงการที่รูสเวลท์พูดกับคุณตามลำพังเป็นส่วนตัว อันจะทำให้ไม่มีหลักฐานการจ่ายเงินลับสำหรับให้อังกฤษกู้โดยไม่มีหลักทรัพย์. เมื่อเชอร์ชิลล์กล่าวว่าเราจะป้องกันรักษาเกาะของเราไม่ว่าจะต้องเสียสละอะไรแค่ไหนก็ตาม เค็นเนดีกลับเตือนวอชิงตันว่า : "ขอให้จำไว้ว่าสุนทรพจน์ทั้งมวลนี้กล่าวท่ามกลางบรรยากาศที่แจ่มใสปลอดโปร่ง." แม้แต่ อีวาน ไมยสกี เอกอัครราชทูตรัสเซียก็ยังต้องตะลึงเมื่อเห็นเค็นเนดีกลัวจนลาน และวิจารณ์อย่างกระทบกระเทียบในเรื่อง "นายทุนเค็นเนดีเรียกร้องสิทธิพิเศษสำหรับตัวเองในการสั่งเหล้าวิสกี้ "เฮก แอนด์ เฮก" (Haig and Haig Whisky) และเหล้ายินกอร์ดอน (Gordon's Gin) ซึ่งเขาเป็นผู้ผูกขาดการจำหน่ายในสหรัฐ เป็นการแลกเปลี่ยน ถ้าต้องการให้เขาช่วยให้ได้รับอุปกรณ์จากอเมริกา ข้อนี้เป็นเสมือนการขู่เข็ญแบบหน้าด้านๆ นี่เอง." หนังสือ-พิมพ์สเป็กเตเตอร์ (Spectator) ในลอนดอนแสดงความเห็นว่า แม้จะไม่มีท่านเอกอัครราชทูตผู้รู้ดีว่าเราประสบทุกข์ปานใด ส่งเสริม ก็มีบุคคลชั้นนำในสหรัฐที่แนะให้อยู่โดดเดี่ยวมากมายพออยู่แล้ว.

บีเวอร์บรุ๊กพูดอย่างตรงๆ ว่า การที่เค็นเนดียังอยู่เป็นภัยต่อยุทธวิธีที่ได้ตั้งไว้เพื่อให้ประเทศอังกฤษสามารถเอาตัวรอดได้ในระยะที่ "เราจะต้องเป็นฝ่ายแพ้สงครามในความหมายปกติธรรมดาไปก่อนจนกระทั่งกลางปี ๑๙๔๑. ฮิตเลอร์ได้เลื่อนกำหนดบุกจนถึงฤดูใบไม้ผลิปี ๑๙๔๑ และดังนี้ทำให้เราพอมีเวลาที่จะตอบโต้ในระยะหกเดือนข้างหน้า — ซึ่งหมายถึงการรุกย่อยๆ ทางสงครามลับอันมีจุดประสงค์ที่จะโจมตีทางจิตวิทยาในจุดอ่อนของนิสัยใจคอของท่านผู้นำ.

"ฮิตเลอร์ทนการค้านไม่ได้. ความหวังของเราอยู่ที่การยั่วยุให้เขาทำสิ่งบ้าๆ บอๆ. เราต้องแสดงให้เขาเห็นว่า คนบ้านนอกเท้าเปล่าก็ยังหยามหน้าอภิมนุษย์ของเขาได้. การกระทำดังนี้ยังจะทำให้ฝ่ายเราเกิดกำลังใจด้วย โดยทราบว่าแม้ว่าเราแพ้สงคราม แต่ก็ยังโต้กลับได้.

"แผนยุทธวิธีแบบนี้จำเป็นต้องให้บุคคลที่เหมาะสมดำรงตำแหน่งในไวท์เฮาส์. เค็นเนดีอ้างว่าเขาสามารถหาเสียง ๒๕ ล้านเสียงจากพวกคาธอลิกมาสนับสนุนเวนเดล วิลกี เพื่อเขี่ยรูสเวลท์ออก."

ลอร์ด แฮลิแฟกซ์ รัฐมนตรีต่างประเทศอังกฤษ ผู้จำต้องยอมรับสภาพการณ์สงครามเบ็ดเสร็จ รายงานคำกล่าวอ้างของเค็นเนดีว่า ได้จัดการพิมพ์โฆษณาบทความที่เขียนเองอย่างกว้างขวางในสหรัฐห้าวันก่อนการเลือกตั้งประธานาธิบดี : "เค็นเนดีบอกใบ้ให้ข้าพเจ้าเข้าใจว่าจะมีการฟ้องร้องการบริหารงานของรูสเวลท์ต่อศาล. . ."

บีเวอร์บรุ๊กส่งรายงานละเอียดให้สตีเฟนสันเกี่ยวกับการสนทนาที่ท่านเอกอัครราชทูตได้กล่าววาจาที่ผูกมัดตัวเอง. ได้มีการเสนอรายงานดังกล่าวให้เอ็ฟ.ดี.อาร์.ทราบทันที. สตีเฟนสันบรรยายเหตุการณ์นี้ว่า : "ผมนั่งสังเกตเอ็ฟ.ดี.อาร์. ข้ามโต๊ะทำงานอันรกรุงรัง. รูสเวลท์มีวิธีอ่านที่มีลักษณะพิเศษ คือพลิกแผ่นกระดาษไปๆ มาๆ. จะสังเกตได้ว่าเขาโกรธก็จากอากัปกิริยาเล็กๆ น้อยๆ. ในโอกาสนี้อาการคือการพลิกแผ่นกระดาษเร็วขึ้นๆ. ในที่สุดเขาพับแผ่นกระดาษอย่างใจเย็นมาก อย่างเชื่องช้ามาก แล้วฉีกเป็นชิ้นเล็กชิ้นน้อยด้วยอาการเช่นเดียวกัน แล้วทิ้งลงตะกร้าทิ้งกระดาษ. และแล้วเขาก็ร่างโทรเลขถึงเค็นเนดีต่อหน้าผม มีใจความสำคัญดังนี้ :

ในเวลานี้การค้าเหล้าในบอสตันมีทางได้กำไรงาม และหญิงสาวใน

ฮอลลิวูดมีเสน่ห์น่ารัก. . . มากขึ้น ผมคอยให้คุณกลับมาที่นี่ก่อนวันเสาร์นี้.

ลินดอน บี. จอห์นสัน (Lyndon B. Johnson) กล่าวภายหลังว่า เขาอยู่กับท่านประธานาธิบดีเมื่อเค็นเนดีกลับมาถึงนิวยอร์ค และโทรศัพท์ถึงรูสเวลท์ในวันอาทิตย์ที่ ๒๗ ตุลาคม. รูสเวลท์ว่า : "อ้า โจเพื่อนยาก ดีใจเหลือเกินที่ได้ยินเสียงของคุณ. . ." จอห์นสันจำได้ต่อมาว่า เมื่อรูสเวลท์วางหู เขาเอานิ้วชี้ทำท่าเฉือนคอ.

ครอบครัวเค็นเนดีมารับประทานอาหารกับรูสเวลท์ในค่ำวันนั้น. สองวันภายหลัง โจเซฟ พี. เค็นเนดี ปราศรัยทางวิทยุกระจายเสียงที่ทั่วประเทศรับฟังได้. มหาชนตะลึงเมื่อได้รับฟังว่าบัดนี้เขาเชื่อว่า "แฟรงกลิน ดี. รูสเวลท์ สมควรจะได้รับเลือกตั้งเป็นประธานาธิบดีอีกสมัยหนึ่ง." เขาแถลงในการประชุมนักข่าวว่า : "ผมไม่เคยแถลงเป็นทางการต่อต้านอังกฤษเลย ทั้งไม่เคยพูดไม่ว่าจะเป็นทางการหรือไม่ทางการว่าผมไม่เชื่อว่าอังกฤษจะชนะสงคราม." นิโคลัส เบเธล นักประวัติศาสตร์อังกฤษเขียนว่า : "รูสเวลท์ทำอย่างไรถึงบรรลุการจำแลงรูปอย่างกลับหน้ามือเป็นหลังมือดังนี้ยังเป็นความลับอยู่." และยังคงลึกลับตลอดมาจนกระทั่งเอกสารของ บี.เอ็ส.ซี. เปิดเผยว่าท่านประธานาธิบดีได้รับหลักฐานในความทรยศของเค็นเนดีอย่างเพียงพอ จนทำให้ท่านเอกอัครราชทูตเมื่อเห็นหลักฐานแล้ว เห็นว่าเงียบไว้ดีกว่ากล้าโอหัง.

สตีเฟนสันระลึกภายหลังว่า : "หากเค็นเนดีถูกเรียกกลับเร็วกว่านี้ เขาคงจะมีหวังพอสมควรที่จะหาเสียงต่อต้าน เอ็ฟ.ดี.อาร์. ได้สำเร็จ. เราต้องพยายามถ่วงให้เขาอยู่ในลอนดอนก่อนจนกระทั่งเขาจะวุ่นวายได้น้อยที่สุดเมื่อกลับสหรัฐ."

ตอนนี้ลอนดอนของเค็นเนดีเริ่มแหลกลาญจากการทิ้งระเบิดข่มขวัญระลอกใหม่. พอดีกับขณะที่กองทัพอากาศเยอรมันมีหวังทำลายกองบินขับไล่ของกองทัพอากาศอังกฤษ การโจมตีก็ผันแปรจากฐานบินที่สำคัญมาโจมตีเมืองเปิดของอังกฤษ. ฮิตเลอร์เลิกทิ้งระเบิดสนามบินที่เป็นฐานของเครื่องบินขับไล่ และมาทิ้งระเบิดลอนดอนแทน. วาระนี้เป็นจุดสำคัญในการเปลี่ยนโฉมหน้าของศึกแห่งบริเทน. ทั้งเป็นเหตุผลสำคัญที่ทำให้เค็นเนดีเปิดออกจากนครหลวงที่ควันคลุ้ง ถึงแม้วงการสังคมและราชการพยายามรั้งเขาไว้อย่างสุดกำลัง.

ด้วยความเครียดจากการถูกทิ้งระเบิดทุกคืน หัวหน้าที่ปรึกษาทางการทูตของเชอร์ชิลล์ เผลอตัววิจารณ์อย่างไม่เป็นนักการทูต และข้อวิจารณ์นี้รวมไว้ในเอกสาร "เค็นเนเดียนา" ที่ปกปิด. รอเบิร์ต แวนสิตตาร์ด (Robert Vansittart) เขียนว่า : "นายเค็นเนดีเป็นตัวอย่างที่ฟอนเฟะของผู้ทรยศและบุคคลขี้แพ้. เขานึกถึงแต่ประโยชน์ส่วนตัว. ข้าพเจ้าหวังว่าสงครามครั้งนี้จะมีผล อย่างน้อยที่สุดก็ในการกำจัดให้คนชนิดนี้หมดสิ้นไป." อาจดูไม่สมควรที่จะขุดเอาข้อความที่ขมขื่นนี้ขึ้นมาอีกหลายปีภายหลัง แต่ก็ทำให้เห็นความสำคัญมากขึ้นในข้อแก้ที่ประธานาธิบดี จอห์น เอ็ฟ. เค็นเนดี ได้กล่าวอย่างใจกว้าง เมื่อเขาประกาศรับให้เชอร์ชิลล์เป็นชาวอเมริกันกิตติมศักดิ์ เพราะเชอร์ชิลล์ได้แสดงความเป็นผู้นำ "ในวันคืนอันมืดมนเมื่ออังกฤษอยู่โดดเดี่ยวตามลำพัง — และคนส่วนมาก นอกจากชาวอังกฤษเอง หมดหวังในความอยู่รอดของประเทศอังกฤษ."

บทที่ ๒๐

ในคืนวันที่ ๕ พฤศจิกายน ๑๙๔๐ สองสามวันหลังจากชนะการเลือกตั้งเป็นประธานาธิบดีสมัยที่สาม รูสเวลท์ไปพบปะเพื่อนบ้านตามประเพณีอเมริกันที่บ้านเดิมของเขาในไฮด์พาร์ค. ในการรณรงค์หาเสียงครั้งหลังนี้ เวนเดล วิลกี คู่แข่งตัวสำคัญของเขาได้เตือนว่า สมัยที่สามนี้จะหมายถึง "เผด็จการและสงคราม". เอ็ฟ.ดี.อาร์. ได้โต้ตอบว่าจะไม่มีการ "ส่งเยาวชนอเมริกันออกไปรบในสงครามต่างแดนใด ๆ." มาบัดนี้เขาอยู่ในฐานะ "ปลอดภัยในสมัยที่สาม" ตามที่เขียนไว้บนป้ายที่แขวนหน้าประตูบ้าน ตอนนี้รูสเวลท์จะทำอย่างไรได้. จะรักษาคำมั่นเรื่องสงครามในต่างแดน หรือจะขยายการผูกพันลับที่เขามีอย่างกว้างขวางกับอังกฤษต่อไป.

คำถามเหล่านี้มาจาก "รู" ที่อยู่ห่างไกลไป ๓,๐๐๐ ไมล์. เครื่องบินทิ้งระเบิดได้ถล่มลอนดอนด้วยระเบิดเพลิงและระเบิดทำลายอีกแล้ว. ความปรักหักพังปรากฏเห็นเด่นชัดในยามเช้า. เชอร์ชิลล์นั่งอยู่ใต้ดินซึ่งลึกลงไปสามสิบห้าศอก และโยนก้นซิการ์อีกมวนหนึ่งไปข้างหลังด้วยความหวังอันชื่นบาน ว่าจะตกลงในกระป๋องทรายที่ตั้งอยู่หลังเขา. ข้างหน้ามีกล่องสีแดงของ "อัลตร้า" ที่เต็มไปด้วยข่าวที่เบล็ตชลี่ย์ดักได้.

ข่าวหนึ่งทำให้เขาตกใจและสลดใจ. เป็นที่แน่นอนแล้วว่าการทิ้งระเบิดลอนดอนอย่างข่มขวัญมิได้ทำให้ฮิตเลอร์สาแก่ใจ. จะต้องทิ้งระเบิดชุมชนอื่น ๆ ด้วย. อันตรายที่จะมีการบุกเพลาลงชั่วคราว แต่เชอร์ชิลล์เล็งเห็นวิกฤตการณ์หนักอีกมากหลายที่รออยู่ข้างหน้า.

ก่อนหน้านี้ ท่านนายกฯ ไม่กล้าที่จะพูดออกมา. เขาเขียนถึงรูสเวลท์ว่า : "แต่เดี๋ยวนี้ผมเข้าใจว่าคุณจะไม่รังเกียจ ถ้าผมบอกว่าผมได้ภาวนาให้คุณมีชัย. . . เหตุการณ์ซึ่งกำลังเกิดขึ้นจะจารึกอยู่ตราบเท่าที่มีการพูดภาษาอังกฤษในมุมหนึ่งมุมใดของโลก. . ."

ท่านประธานาธิบดียังไม่ทันจะอ่านสารฉบับนี้จบดี ก็ได้รับทราบเรื่องน่า

สยองใหม่ล่าสุด. เบล็ตชลี่ย์สามารถทราบล่วงหน้าถึงเป้าหมายพลเรือนที่ฮิตเลอร์เล็งจะโจมตีต่อไป. เชอร์ชิลล์และรัฐบาลฉุกเฉินมีภาระหนักที่จะต้องตัดสินใจว่าอะไรจะสำคัญยิ่งกว่ากัน : คือจะเตือนภัยแก่ผู้ที่เป็นเป้าหมายสังหาร หรือจะปกป้องความลับของกลไกที่พัฒนาขึ้นมาเรื่อยของเบล็ตชลี่ย์ ซึ่งทำให้สามารถเดาใจพวกนาซีได้.

คณะรัฐบาลต้องใจหายใจคว่ำมาเป็นเวลาถึงสองเดือนแล้วในระหว่างการโจมตีสนามบิน. เครื่องบินทิ้งระเบิดเยอรมันลำหนึ่งพลาด ปล่อยระเบิดพวงหนึ่งลงมาถูกพระราชวังบักกิงแฮมและบ้านเรือนที่อยู่ใกล้เคียง. กองทัพอากาศอังกฤษระดมเครื่องบินที่สามารถบินไกลถึงเบอร์ลิน และในคืนวันที่ ๒๕ สิงหาคม ได้ไปทิ้งระเบิดนครหลวงของเยอรมันเป็นการตักเตือน. ฮิตเลอร์เดือดดาลสุดขีด เพราะได้สัญญากับประชาชนของตนไว้ว่าเหตุการณ์เช่นนี้ไม่มีทางเกิดขึ้น จึงสั่งการแก้เผ็ด — คือการหันมาทิ้งระเบิดชุมชน. ข้อนี้เป็นกรรมของประชาชนพลเรือนอังกฤษแต่ก็อำนวยให้กองบินขับไล่สามารถซ่อมแซมฐานทัพ รักษานักบิน และบำรุงเครื่องบินได้.

เป็นที่แน่นอนว่าพวกเยอรมันแจ้งเป้าหมายการโจมตีโดยใช้รหัส. อย่างไรก็ตาม การคาดคะเนเป้าหมายกระทำได้โดยศึกษาทิศของลำคลื่นวิทยุ "คนิก-เกไบน์" ซึ่งนำทิศทางของเครื่องบินทิ้งระเบิด. โดยปกติแล้วมักจะไม่มีการส่งคลื่นวิทยุดังกล่าวนี้ จนกระทั่งอีกเพียงสามสิบนาทีก่อนเครื่องบินทิ้งระเบิดเยอรมันออกบิน. ครั้นแล้วฝ่ายอังกฤษก็รีบแจ้งรถพยาบาลและหน่วยดับเพลิง โดยปิดแหล่งข่าวจริงแต่ยกความดีให้แก่เรดาร์ เครื่องบินสังเกตการณ์ และผู้สังเกตการณ์ภาคพื้นดิน.

บางครั้งบางคราวคำสั่งของเยอรมันระบุชื่อจริงของเป้าหมาย. เหตุการณ์แบบนี้เกิดขึ้นสองสามวันหลังจากรูสเวลท์ได้รับเลือกตั้งใหม่ ซึ่งในเวลานั้นเขาทราบดีถึงปัญหาหนักอกทั้งหลายที่เชอร์ชิลล์ต้องประสบแล้ว. รูสเวลท์ทราบข้อนี้ดีเพราะ วิลเลียม ฟรีดแมน (William Friedman) นักขบรหัสที่เก่งที่สุดในอเมริกาไปประจำอยู่ที่เบล็ตชลี่ย์. นักขบรหัสผู้นี้ พร้อมกับคณะจากกองทัพบกสหรัฐ ทำงานวิจัยเอนิกมาแบบญี่ปุ่น และได้สร้างระบบที่เทียบได้กับระบบ "อัลตร้า" ในห้องทดลองของตน และได้ร่วมงานอย่างใกล้ชิดสนิทสนมกับฝ่ายอังกฤษ นับแต่มีข้อตกลงแลกเปลี่ยนความลับด้านอาวุธและอุปกรณ์การราชการลับในเดือนสิงหาคม. ในบรรดากิจการลับต่าง ๆ ที่แวดล้อมกองบัญชาการใหม่ของสตีเฟนสันในนิวยอร์ค

กิจการร่วมมือดังกล่าวนี้เป็นที่น่ามหัศจรรย์ที่สุด. เช่นเดียวกับเรื่องอื่นหลายอย่าง เรื่องนี้ไม่ได้รับการโฆษณาเผยแพร่เลยและมีผู้รู้เรื่องเพียงไม่กี่คน. ชาวอเมริกันอีกคนหนึ่งที่ไม่เคยทำงานที่เบล็ตชลี่ย์ คืออัลเฟรด เฟร็นด์ลี (Alfred Friendly) นักเขียนของหนังสือพิมพ์โพสต์แห่งวอชิงตัน ได้วิจารณ์เมื่อมีการตีพิมพ์เรื่องเกี่ยวกับ "อัลตร้า" ชุดแรกๆ ในปี ๑๙๗๔ ว่า : "ไม่มีทางอธิบายว่าเก็บงานนี้ไว้เป็นความลับอย่างแน่นแฟ้นมาได้อย่างไรเป็นเวลาถึง ๓๕ ปี." ก่อนหน้านั้นสตีเฟนสันเป็นผู้ริเริ่มสนับสนุนการให้ผู้เชี่ยวชาญอเมริกันมาประจำที่เบล็ตชลี่ย์ พาร์ค และหลังจากเขาได้จัดสายราชการลับทั้งหลายที่ บี.เอ็ส.ซี. ในนิวยอร์คแล้ว การร่วมมือดังกล่าวก็เริ่มต้นขึ้น.

ในสัปดาห์ที่สองของเดือนพฤศจิกายน ๑๙๔๐ เบล็ตชลี่ย์ได้ดักคำสั่งของเยอรมันให้ทำลายเมืองโคเวนทรี (Coventry). การแจ้งชื่อเมือง ส่งมาเป็นคำตรงไม่ใส่รหัส. โคเวนทรีตั้งอยู่สี่สิบไมล์ทางตะวันตกเฉียงเหนือของเบล็ตชลี่ย์ และผู้ร่วมงานชาวอังกฤษของฟรีดแมนบางคนมีครอบครัวที่พักในเมืองที่ต้องประสบเคราะห์กรรมนี้. แต่พวกเบล็ตชลี่ย์ก็พูดอะไรไม่ได้. นอกจากนี้ ใกล้ๆ ที่นั้นก็มีคฤหาสน์เก่าแก่ ๓๐๐ ปี อันเป็นสถานที่สำหรับทำสำเนาพิมพ์เขียวของเครื่องยนต์ไอพ่นแบบวิทเทิลรุ่นแรกที่ใช้การได้ เพื่อส่งไปเก็บไว้ในที่ปลอดภัยในอเมริกา. เบราวน์โซเวอร์ ฮอลล์ (Brownsover Hall) ซึ่งเป็นศูนย์วิจัยเครื่องยนต์ไอพ่น ไม่มีการป้องกันภัย เพื่อไม่ให้ฝ่ายเยอรมันสงสัย.

ชื่อของเป้าหมายอยู่ในมือของเชอร์ชิลล์ภายในไม่กี่นาทีหลังจากฮิตเลอร์ออกคำสั่ง. ท่านผู้นำจงใจทำลายล้างเป้าหมายที่ไม่ใช่ทางทหารให้ย่อยยับ เพื่อขยี้ความต้านทานของประชาชนพลเรือน. หากท่านนายกรัฐมนตรีสั่งให้ประชาชนในโคเวนทรีอพยพออกจากเมืองหมด เช่นที่เขาอยากจะกระทำใจจะขาด ก็จะเป็นการเผยให้ข้าศึกทราบว่าสามารถล่วงรู้แผนดังกล่าว. คุณประโยชน์ของเบล็ตชลี่ย์และผลของ "อัลตร้า" ในอนาคตก็จะเสื่อมเสียไป. แต่หากชาวเมืองมิได้รับการเตือนภัย ก็จะล้มตายหรือทนทุกข์กันเป็นพันๆ.

เชอร์ชิลล์เลือกทางที่ขมขื่นใจ เพราะจำต้องอำมหิต จึงไม่เตือนภัยนอกเหนือจากการให้เตรียมหน่วยดับเพลิงและบริการรถพยาบาล ซึ่งเป็นการปฏิบัติตามปกติ สำหรับเขตที่สันนิษฐานด้วยเหตุผลว่าน่าจะอยู่ในจำพวกเป้าหมายของเยอรมันในคืนนั้น. พวกเยอรมันโจมตีจริงตามกำหนด : คือวันที่ ๑๔

พฤศจิกายน. การโจมตีทำให้เมืองพินาศราบเป็นหน้ากลอง จนถึงขนาดที่ทางเยอรมันโอ้อวดว่าเมืองทุกเมืองในประเทศอังกฤษจะถูก "ทำให้เหมือนโคเวนทรี."

รูสเวลท์ปรึกษาสตีเฟนสันในปัญหาที่เกิดจากการรู้มากเกินไป. รูสเวลท์บอกว่า : "ภาระสงครามบังคับให้เราต้องตัดสินใจในสิ่งที่ควรเป็นเรื่องของพระเจ้าบนสวรรค์มากขึ้นทุกที. ในกรณีที่เกิดขึ้นนี้ ผมเองก็ไม่ทราบผมจะได้ปฏิบัติไปอย่างไร. . ."

โคเวนทรีเป็นเพียงการเริ่มลิ้มรสปัญหาหนักอกร้าวหัวใจ ซึ่งเกิดขึ้นจากความจำเป็นในการปกปิดสิ่งที่รู้แต่เป็นความลับ. เมื่อต้องเสียสละกันอย่างใหญ่หลวงถึงเพียงนี้ จึงไม่ควรแม้แต่คิดเลยว่าบุคคลควรจะได้รับการรับรู้หรือตอบแทนใด ๆ จากประชาชน สำหรับงานหนักที่ทำที่เบล็ตชลี่ย์. วิลเลียม ฟรีดแมน เป็นผู้ให้ข้อสังเกตเตือนสติในความจริงนี้. นานภายหลังสงคราม เขาเขียนคำสดุดีอย่างประณีตระมัดระวังยกย่อง แอลัสแตร์ เดนนิสตัน ผู้เป็นครูของเขาที่เบล็ตชลี่ย์. เช่นเดียวกับอีกหลายต่อหลายคนที่ทำงานในราชการลับอังกฤษ เดนนิสตันไม่อาจที่จะได้รับแม้แต่ค่าตอบแทนทางการเงิน เพราะเกรงว่าจะเป็นที่ผิดสังเกต เขาจึงต้องกลับไปเป็นครู แม้จะชราแล้ว. ฟรีดแมนเขียนจดหมายถึงลูกสาวของเดนนิสตัน ชื่อเล่นว่า "วาย." ("Y") เพราะถือว่าก่อนเกิด เธอเป็นตัวเลขที่เป็นปัญหาในการคำนวณทางคณิตศาสตร์. ฟรีดแมนเขียนว่า : "บิดาของคุณเป็นคนประเสริฐยิ่งและชนที่พูดภาษาอังกฤษทั้งมวลจะต้องเป็นหนี้บุญคุณท่านไปอีกนานปีหรือไม่ก็ตลอดกาล. การที่คนจำนวนน้อยนักทราบว่าท่านได้ทำอะไร. . .เป็นเรื่องที่น่าสลดอย่างยิ่ง."

รูสเวลท์ก็ถูกบังคับให้ต้องเงียบอยู่ด้วยเหตุผลเดียวกัน. หลังจากที่เขาได้รับเลือกตั้งอีกครั้งหนึ่ง เขาทำท่าเสมือนคลายความสนใจในการดำเนินสงคราม. แท้จริงเขากำลังนำประเทศอเมริกาให้พัวพันลึกซึ้งยิ่งขึ้น.

ท่านประธานาธิบดีได้รับความไว้ใจให้รู้ความลับต่าง ๆ ที่ทำให้ต้องหมกมุ่นใจ. เขาเคลื่อนอย่างระมัดระวังเข้าสู่ทางที่จะเลี่ยงไม่ได้แล้ว เพราะเรื่องลับที่สตีเฟนสันเปิดเผยทำให้เขาสะเทือนใจ. เขาได้รับทราบถึงความระทมใจของนายพลอากาศเอก ฮิวก์ เดาดิง (Hugh Dowding) ผู้บังคับบัญชาของพวกนักบินหนุ่ม ๆ ในศึกแห่งบริเทน. ท่านนายพลถูกนายทหารใต้บังคับบัญชาวิจารณ์ตำหนิติเตียน เพราะไม่ยอมส่งเครื่องบินขับไล่เพิ่มเติมขึ้นไปสกัดระลอกแรกของ

เครื่องบินทิ้งระเบิดเยอรมัน. พวกหนุ่ม ๆ ไม่ทราบข้อเท็จจริงว่าฝ่ายข้าศึกล่อลวงให้พวกตนหลงกล ไปต่อสู้ในที่และจังหวะที่เสียเปรียบนอกจากนี้พวกเขาก็ไม่มีทางทราบว่าเดาดิงทราบ และเข้าใจกลลวงของฮิตเลอร์ เพราะทางเบล็ตชลี่ย์ได้ดักและแปลสัญญาณของข้าศึกได้. ความเคร่งเครียดที่ไม่สร่างซาตลอดจนความปวดร้าวใจที่ต้องสูญเสียนักบิน ซึ่งเขามักเรียกว่า "ลูกชายของผม" ทำให้เขาเกือบเป็นโรคประสาท. เมื่อสูงอายุขึ้น เขาพูดถึงการติดต่อทางวิญญาณกับนักบินที่ได้เสียชีวิตไปแล้ว. เขาเป็นคนมีอารมณ์อ่อนไหวมาก ขี้อายจนเกือบไม่พูดไม่จาในงานสังคมใด ๆ เขาเขียนในบันทึกประจำวันส่วนตัวถึงความรับผิดชอบของตน ที่ต้องส่งหนุ่มน้อยหน้าใสไปสู้ในการรบที่เป็นเสมือนการฆ่าตัวตาย โดยหน้าถูกไฟลวก ความพิการและความตาย คือรางวัลที่ได้รับ. การถูกตำหนิติเตียนจารึกแน่นในหัวใจเขา. แต่เขาก็เก็บความลับของเบล็ตชลี่ย์และ "อัลตร้า" ตราบจนวันตาย อันเป็นต้นเหตุให้เขาต้องลำบากใจในการบังคับบัญชา ทั้ง ๆ ที่การเผยความลับเหล่านี้จะทำให้เขาพ้นข้อตำหนิได้โดยสิ้นเชิง.

การแบ่งปันความลับเหล่านี้กับท่านประธานาธิบดีและผู้เชี่ยวชาญที่เลือกสรรไว้อย่างรอบคอบของท่าน เป็นการตัดสินใจที่หนักหน่วงสำหรับสตีเฟนสัน ในการนี้เขาทราบตระหนักดีกว่า เขากระทำเพื่อเตรียมอเมริกาให้เป็นประเทศผู้นำอันน่าเกรงขามในโลกซึ่งยังใหม่ต่อศัสตราวุธร้ายแรง ที่อาจยังผลให้คนบริสุทธิ์ต้องถูกสังหารในห้องแก๊สหรือนครต่าง ๆ ต้องถูกระเบิดปรมาณูทำลายพินาศราบเรียบ. มีวี่แววชัดอยู่แล้วว่าการตัดสินใจที่จะก่อวินาศกรรมอุตสาหกรรมของนาซีหรือการลอบสังหารผู้นำฝ่ายนาซีอาจนำไปสู่ผลน่าสยองยิ่งกว่าการฆ่าหมู่ใด ๆ ในประวัติศาสตร์.

แต่ก็ไม่มีทางถอยกลับแล้ว. ก่อนเหตุการณ์โคเวนทรีเล็กน้อย สายสื่อสารระหว่างลอนดอนและวอชิงตันอื้ออึงไปด้วยข่าวเกี่ยวกับการตั้งแนวอักษะ อันเป็นการประสานการติดต่อเป็นทางการระหว่างเบอร์ลินกับโรมและโตเกียว.

เชอร์ชิลล์ได้ถามมาว่า : "เราจะเริ่มเจรจาทางเสนาธิการกิจและราชการลับร่วมกับอเมริกาได้หรือยัง."

สตีเฟนสันตอบว่า : "ถ้ามีข่าวรั่วออกไปว่าท่านประธานาธิบดีเห็นชอบในการเจรจายุทธศาสตร์ระดับโลกระหว่างอังกฤษและอเมริกา ก็จะเริ่มมีการกล่าวหากันอีกว่ากระหายสงคราม."

มาบัดนี้ เมื่อการเลือกตั้งผ่านพ้นไปแล้ว รูสเวลท์ก็เริ่มเตรียมการเจรจาทางยุทธศาสตร์เหล่านี้. ดูจากภายนอก เขากำลังพักผ่อนอาบแดดบนเรือลาดตระเวนทัสกะลูซา (U.S.S. Tuscaloosa) ในทะเลแคริบเบียน (Caribbean). ความจริงเขากำลังพิจารณาจดหมายที่ยาว ๔,๐๐๐ คำ ซึ่งเชอร์ชิลล์ส่งมาถึงโดยเรือบินทะเลในวันที่ ๙ ธันวาคม. จดหมายนั้นเป็นการบรรยายสถานการณ์สงครามจากทะเลเหนือถึงสิงคโปร์ และเกี่ยวกับอันตรายและปัญหาต่าง ๆ อย่างกว้างขวางและละเอียดลออ. ปัญหาหนึ่งคือฐานะการเงินของอังกฤษ : ดุลการเงินดอลลาร์ที่อังกฤษเคยได้เปรียบอย่างมากก่อนสงครามหมดเกลี้ยงแล้ว รวมทั้งหลักทรัพย์ที่เอกชนชาวอังกฤษมีอยู่ในอเมริกา. อังกฤษไม่มีทางรอดถ้าวัสดุอุปกรณ์ที่ส่งมาถึงจะต้องจ่ายเงินสดทันที. เชอร์ชิลล์เขียนว่า : "ผมเชื่อว่าคุณจะเห็นด้วยว่าจะเป็นการผิดหลัก และในข้อเท็จจริงจะเสียประโยชน์สำหรับทั้งสองฝ่าย ถ้าหากว่าในขณะที่ศึกกำลังโหมหนักเช่นนี้ ประเทศอังกฤษจะหมดตัว ไม่มีอะไรมีค่าเหลืออยู่เลย จะทำให้เราอังกฤษถูกขูดจนเหลือแต่กระดูก หลังจากที่เราได้ชัยชนะมาด้วยเลือดของเรา และเมื่ออารยธรรมพ้นภัยและสหรัฐได้มีโอกาสเวลาที่จะสร้างแสนยานุภาพ เพื่อให้พร้อมเผชิญเหตุการณ์ใด ๆ ที่จะเกิดขึ้นต่อไป."

เชอร์ชิลล์ได้ปรึกษาหารือสตีเฟนสันก่อนเขียนจดหมายฉบับนี้ ซึ่งเขาถือว่า "เป็นจดหมายฉบับสำคัญที่สุดที่ผมเคยเขียนมา." หัวหน้าราชการลับ (สตีเฟนสัน) เห็นว่า ท่านนายกรัฐมนตรีดูเครียด ฉุนเฉียว และหงุดหงิด ที่จะเร่งเร้าให้ปฏิบัติการ. จดหมายนี้ประมวลสถานการณ์อย่างหลักแหลมยอดเยี่ยม แต่ก็ไม่มีการเอ่ยถึงหัวข้อที่เป็นอาวุธที่เชอร์ชิลล์มีเหลืออยู่อย่างเดียวสำหรับตอบโต้ข้าศึกที่หลบเลี่ยงเก่ง คือ : สงครามลับ. ผลของข้อเสนอและคำวิงวอนอย่างตรงไปตรงมาในจดหมายนี้จารึกอยู่ในประวัติศาสตร์ กล่าวคือ ตั้งแต่ข้อตกลง "ยืม - เช่า" (Lend - Lease) จนถึงสิ่งที่สตีเฟนสันเรียกว่า "การเกี่ยวดองนอกกฎหมาย."* โดยเหตุที่เป็นความลับมาจนกระทั่งทุกวันนี้จึงไม่มีจารึกไว้ในประวัติ-

---

*รอเบิร์ต เชอร์วูด ในฐานะเลขานุการของท่านประธานาธิบดีได้กล่าวว่าคำจำกัดความของการสมรสนอกกฎหมายใช้ได้พอเหมาะพอเจาะกับข้อตกลงเกี่ยวดองครั้งนี้ กล่าวคือเป็นข้อตกลงระหว่างชายหนึ่งและหญิงหนึ่งที่จะมีสัมพันธ์กันฐานสามีภริยา โดยไม่มีพิธีทางศาสนาหรือทางกฎหมาย ทั้งไม่เป็นที่รับรู้ของสถาบันกฎหมายส่วนมาก (เชอร์วูดพูดเสริมกับสตีเฟนสันว่า : "เช่นสภาคองเกรส".) ในเวลานั้นเชอร์วูดประจำที่ บี.เอ็ส.ซี.

ศาสตร์ ว่าการตัดสินใจยอมปล่อยให้โคเวนทรีถูกทำลายราบ ทำให้ท่านประธานาธิบดีสะเทือนใจมาก จนทำให้เขาริเริ่มปฏิบัติการเร่งด่วนและกว้างขวางส่วนใหญ่ในการช่วยฝึก สนับสนุน และขยายกองกำลังกองโจรในยุโรป. ผู้แทนพิเศษข้ามมหาสมุทรแอตแลนติกไปมาไม่ขาดสายในรูปทูตพิเศษ. แอเวอเรล แฮริแมน (Averell Harriman) นำคณะผู้แทนเร่งรัดความช่วยเหลือทางทหาร เขารายงานตรงต่อเอกอัครราชทูตอิสระ แฮรี ฮ็อปกินส์ โดยผ่านการสื่อสารทหารเรือ ถึงแม้คณะมีสำนักงานในสถานเอกอัครราชทูตสหรัฐ. งานเปิดเผยในแบบนี้ยังปกปิดสายการติดต่อลับที่รับส่งข่าวจำนวนมากกว่าเสียอีกเพราะ เอ็ฟ.ดี.อาร์. เกิดความรู้สึกว่าต้องร่วมความรับผิดชอบอันหนักหน่วงร้ายแรงกับเชอร์ชิลล์ในการที่โคเวนทรีต้องพินาศไป.

ความช่วยเหลือแฝงเริ่มหลั่งไหลมาภายในสี่สิบแปดชั่วโมงที่จดหมายของเชอร์ชิลล์ได้มาถึง. โดโนแวนออกไปสำรวจความต้องการรีบด่วนของอังกฤษอีกครั้งหนึ่งในฐานะเจ้าหน้าที่พิเศษของท่านประธานาธิบดี. สตีเฟนสันโทรเลขถึงเชอร์ชิลล์ดังนี้ :

> จะย้ำมากเกินไปไม่ได้ว่าภารกิจของโดโนแวนสำคัญยิ่ง.
> เขาจะมีบทบาทสำคัญและเป็นหรือตายอาจอยู่ที่ตัวเขา.
> การปฏิบัติเช่นนี้อาจไม่สู้จะเข้าตำราการทูตนัก ทั้งอาจไม่ใช่วิธีการของการทูต. . .

โดโนแวนออกไปปฏิบัติการในทำนองเดียวกับสตีเฟนสัน ในปฏิบัติการ "สไตร๊ก อ๊อกซ์". ในโทรเลข สตีเฟนสันจงใจใช้คำที่คล้ายคลึงกับที่เชอร์ชิลล์ได้ใช้กล่าวถึงปฏิบัติการดังกล่าวว่า "ใช้วิธีการที่ไม่ใช่ทั้งทางการทูตและไม่ใช่ทางทหาร."

ในระหว่างนั้นท่านประธานาธิบดีก็กำลังชั่งใจว่าจะทำอะไรดีอย่างเปิดเผยเพื่อให้กำลังใจชาวอังกฤษ.

สตีเฟนสันแนะว่า : "คงไม่มีอะไรดีไปกว่าการส่งนายเวนเดล วิลกี คู่แข่งตัวสำคัญของคุณในการเลือกตั้งอันดุเดือดเมื่อเร็ว ๆ นี้ ไปอังกฤษ."

รูสเวลท์ชอบใจในความคิด. เขากำลังร่างสุนทรพจน์สำหรับพิธีสาบานตัวเข้ารับตำแหน่งประธานาธิบดีครั้งที่สาม เมื่อวิลกีมาลาไปลอนดอน. ท่าน

ประธานาธิบดีหยิบกระดาษจดหมายส่วนตัวจากลิ้นชัก แล้วเขียนบทกลอนของลองเฟลโลว์ (Longfellow) เพื่อเป็นสารถึงท่านนายกรัฐมนตรีผู้กำลังติดพันในการรบ. เชอร์ชิลล์เห็นทันทีว่ามีสาระและเป็นประโยชน์ในการเสริมกำลังใจ จึงนำไปอ่านในที่ประชุมสภาเทศบาลของนครลอนดอน ซึ่งประชุมในเวลาสงบจากการทิ้งระเบิด :

แล่นไป เถิดรัฐ นาวา ! สหพันธ์ เภตรา แข็งขัน !
มนุษยชาติ ถ้วนทั่ว ทุกพรรณ ทั้งความหวัง ความหวั่น ในอุรา
พากัน ไม่หาย ใจมอง มุ่งจ้อง อาศัย วาสนา
แล่นไป เถิดรัฐ นาวา จนกระทั่ง ถึงท่า สวัสดี.

รูสเวลท์มิได้หวั่นในความตายของตัวเอง. เขามีจิตมั่นคงก็เพราะได้ปฏิบัติมรณานุสสติ. สิ่งที่เขาหวั่นกลัวคือถ้าพลาดนิดเดียวอาจนำหายนะมาสู่มนุษยชาติ. เขาประสงค์จะปลอบขวัญและให้กำลังใจแก่อังกฤษ แต่ไม่กล้าทำตัวเป็นเป้าต่อการโจมตีทางการเมือง อันอาจทำลายแผนของเขาได้. หน่วยปฏิบัติการราชการลับของอังกฤษที่ขยายตัวอย่างรวดเร็วในนิวยอร์ค จะต้องมีภาระหน้าที่ปกปิดการเจรจาของเจ้าหน้าที่อังกฤษและอเมริกัน ซึ่งกำหนดจะเริ่มต้นในเดือนมกราคม ๑๙๔๑. สิ่งที่รูสเวลท์ได้เตรียมการไว้คือการประชุมเพื่อให้สหรัฐได้บรรลุถึงความพร้อมเพรียงทางยุทธศาสตร์ที่มีประสิทธิภาพที่สุดก่อนที่จะกระโจนเข้าสู่สงคราม. เขาอาศัยความเชี่ยวชาญของฝ่ายอังกฤษ โดยเชื่อมั่นว่าขุนพลของตนมีใจกว้างพอที่จะไม่รังเกียจเดียดฉันท์. เขาให้หน่วยของสตีเฟนสันจัดพรางการประชุม – โดยมี เอ็ฟ.บี.ไอ. ร่วมมือ. แต่การได้บทพระรองไม่สู้จะสบอารมณ์หัวหน้า เจ. เอ็ดการ์ ฮูเวอร์ นัก.

บทที่ ๒๑

"หากกรณีตัวอย่างเหล่านี้ไม่ถูกนำมาตั้งเป็นข้อหาฟ้องร้องขับไล่ประธานาธิบดี ทั้งยังกลายเป็นข้อยืนยันว่าวิธีดำเนินการปกครองของอเมริกาถูกต้องแล้ว ก็อาจมีผลให้ประธานาธิบดีเกิดมีอำนาจยกเลิกรัฐธรรมนูญ" นี่เป็นข้อเขียนใน "ประธานาธิบดีรูสเวลท์และการคืบคลานของสงครามในปี ๑๙๔๑" ของชาร์ลส์ เอ. เบียร์ด (Charles A. Beard) นักประวัติศาสตร์อเมริกัน อันเป็นข้อกล่าวหาในการที่รูสเวลท์ได้มี "ข้อตกลงที่ผูกมัด" กับอังกฤษก่อนเหตุการณ์เพิร์ล ฮาร์เบอร์ (Pearl Harbor).

รอเบิร์ต เชอร์วูด ได้วิจารณ์กับสตีเฟนสันเมื่อฤดูหนาวปี ๑๙๔๐ ว่า : "ถ้าหากพวกมุ่งอยู่โดดเดี่ยวได้รู้อย่างละเอียดถี่ถ้วนเกี่ยวกับข้อตกลงเรื่องการปรองดองลับระหว่างสหรัฐและอังกฤษแล้ว การเรียกร้องให้ฟ้องขับไล่ท่านประธานาธิบดีจากตำแหน่งคงจะลั่นสนั่นดังฟ้าผ่าตลอดทั่วทั้งประเทศ."

การเจรจาระหว่างเจ้าหน้าที่อเมริกันและอังกฤษเปิดฉากในวอชิงตันเมื่อเดือนมกราคม ๑๙๔๑ ด้วยคำเตือนของ นายพลเอก จอร์จ ซี. มาร์แชล (General George C. Marshall) และนายพลเรือเอก แฮโรลด์ อาร์. สตาร์ก (Admiral Harold R. Stark) ว่าต้องรักษาความลับสุดยอด. หากแผนการต่าง ๆ ตกไปอยู่ในมือของฝ่ายอักษะ ก็คงจะไม่มีผลร้ายเท่าใด. แต่ถ้าความลับได้รั่วไปถึงสื่อมวลชนและรัฐสภา การตระเตรียมเพื่อสงครามของอเมริกาก็คงพังพินาศ. "ความลับสุดยอด" หมายถึง การต้องป้องกันมิให้มีการเปิดเผยให้ประชาชนอเมริกันทราบก่อนถึงเวลาอันสมควร. เชอร์วูดเขียนภายหลังในเรื่อง "รูสเวลท์กับฮ็อปกินส์" ว่า : "รูสเวลท์ไม่เคยลืมเลยว่าการปฏิบัติของตนมีทางนำไปสู่การถูกฟ้องขับไล่ ไม่ว่าจะเป็นโดยทันทีหรือภายหลัง."

เอ.บี.ซี. - ๑ คือ "การเกี่ยวดองนอกกฎหมาย" ซึ่งสตีเฟนสันได้เสนอไว้หกเดือนก่อน เมื่อเขาแจ้งข่าวผลพินาศของดันเคิร์กให้รูสเวลท์ทราบ. ชื่อของข้อตกลงหมายถึง "การประชุมระหว่างอเมริกันและอังกฤษหมายเลขหนึ่ง" (American - British Conference Number One) ซึ่งทำให้เข้าใจว่าจะมีการประชุมอื่นต่อไปอีก.

ฝ่ายทหารอังกฤษที่มาเข้าประชุมเป็นทหารชั้นผู้ใหญ่ ซึ่งแต่งกายชุดสากลที่ไม่สู้จะเข้ารูปนัก. ภายในสามเดือนที่มีการ "เจรจาขั้นต่ำ" ได้มีการวางแผนปฏิบัติการสงครามระดับโลก. นโยบายตั้งไว้ว่าการคุกคามของฝ่ายนาซีจะต้องถือว่าสำคัญกว่าการรุกรานทางทหารใด ๆ จากฝ่ายญี่ปุ่น. สำหรับฝ่ายอังกฤษ ข้อนี้นับว่าเป็นชัยชนะทางการทูตครั้งสำคัญที่ได้มาโดยไม่มีใครสังเกตและไม่มีการฉลองชัย ด้วยเหตุว่าชัยชนะนี้เกิดขึ้นในโลกที่คลุมเครือปิดบังของสตีเฟนสัน. สตีเฟนสันมีความรู้สึกชอบกล ๆ ในขณะที่นั่งประชุมเรื่องสงครามอีกวาระหนึ่ง ในห้องทำงานเรียบ ๆ ที่ทาสีเทาเรือรบ ในอาคารเก่าของกองทัพเรือ ในเมื่อหนังสือพิมพ์นิวยอร์คไทมส์ ฉบับเช้าวันนั้นเอง ได้รายงานข่าวการถกเถียงอย่าเผ็ดร้อนในสภาคองเกรสเรื่อง "ข้อตกลงเช่า – ยืม" อันเป็นเรื่องที่ห่างไกลจากเรื่องที่กำลังเจรจากันในห้องปิดมากนัก. หลังจากการประชุมร่วมครั้งหนึ่ง เขาได้ฟังเสนาธิการทหาร มาร์แชลกล่าวแก่กรรมาธิการของสภาสูงว่า "ไม่มีเจตนาเลยที่จะให้อเมริกาเข้าร่วมสงคราม." แต่อย่างไรก็ตามหัวข้อสำคัญในการเจรจาลับในวันนั้นเองก็คือการวางแผนให้อเมริกามีกองทัพที่มีกำลังพลห้าล้านคนภายในสองปี. มาร์แชลมิได้กล้าเปิดเผยเรื่องนี้. และท่านประธานาธิบดีก็ไม่สามารถประกาศนโยบาย "เยอรมันสำคัญกว่า."

ชาวอเมริกันประมาณยี่สิบคนและหัวหน้าส่วนราชการฝ่ายอังกฤษกลุ่มเล็กนิดเดียวเท่านั้นที่ทราบถึงการเจรจาในยุทธศาสตร์ระดับโลก. ภาระที่จะรักษาความลับนี้ตกแก่สตีเฟนสัน. ทั้งนี้จำเป็นอยู่เองที่สภาพการณ์จะต้องแปลกประหลาดอยู่. การที่ท่านประธานาธิบดีต้องแสร้งทำไม่รู้เรื่องเป็นการไม่สมเกียรติ. การกล่าวคำเท็จนับว่าไม่ยุติธรรมต่อรัฐสภา. "เยอรมันสำคัญกว่า" เป็นนโยบายที่ตั้งไว้ก่อนสหรัฐเข้าสงคราม. หากมิได้มีการประชุม เอ.บี.ซี. - ๑ ตลอดจนข้อตกลงเรื่องขั้นตอนความสำคัญแล้ว การบุกจู่โจมโดยฉับพลันของญี่ปุ่นก็จะทำให้กลไกการรับทั้งหมดของอเมริกันที่ยังไม่พร้อมและขาดสมรรถภาพ ต้องหันไปด้านทางตะวันออก อันจะผ่อนให้เยอรมันหายใจสะดวกขึ้นมาก. หากเยอรมันยึดกองทัพเรือฝรั่งเศส ยึดการปกครองของฝรั่งเศสส่วนที่อยู่ใต้วิชี ควบคุมวัตถุดิบในยุโรปตะวันออก และใช้ทรัพยากรของรัสเซียต่อไป ฮิตเลอร์ก็จะสามารถยึดครองนานาประเทศต่อไปได้ แล้วก็จะเป็นทวีปต่าง ๆ อันจะทำให้การยึดครองทั้งโลกเป็นสิ่งที่เป็นไปได้อย่างน่าวิตก นอกจากนี้ ก็จะมีเวลาและมีทรัพยากรเพียงพอที่จะสร้างระเบิดปรมาณูซึ่งอยู่แค่เอื้อมอยู่แล้ว. การพิจารณาอย่างใจเย็นทำนองนี้กระทำได้ก็เฉพาะในที่ประชุมลับดังกล่าวเท่านั้น.

สตีเฟนสันบันทึกไว้ภายหลังว่า : "พวกเยอรมันต้องการให้ฝ่ายอเมริกันเพ่งเล็งญี่ปุ่น เพื่อให้ฮิตเลอร์มีเวลาปฏิบัติกำหนดการพิชิตเบื้องต้นสำเร็จก่อน รวมทั้งการกันท่าญี่ปุ่นเมื่อฝ่ายนี้เริ่มเคลื่อนทัพ ไม่ให้บุกได้เลยเกินเขตเอเชียอาคเนย์.

แผนการที่ร่างขึ้นในที่ประชุม เอ.บี.ซี. - ๑ เป็นข้อตกลงภายใน "ฐานสุภาพบุรุษ". ไม่ได้มีการลงนามในสนธิสัญญาลับใด ๆ. ปฏิบัติการของ บี.เอ็ส.ซี. ซึ่งดำเนินจาก ร็อกกิเฟลเลอร์ เซนเตอร์ จะถูกระงับในเวลาใดก็ได้. กองบังคับการในย่านแมนแฮ็ตตันก็ยังคงเป็นกิจการชั่วคราว ประกอบด้วยห้องสำนักงานที่ขอยืมไว้ มีเครื่องใส่รหัสดัดแปลงใช้ชั่วคราว และระบบเก็บเอกสารซึ่งน่าจะทำให้บุคคลภายนอกงงงัน. ระยะนั้นเป็นสมัยที่ไม่มีอะไรแน่นอน เวลาเดียวกับที่ วอลเตอร์ ลิปป์แมนน์ (Walter Lippmann) ได้เขียนบทความที่สะท้อนถึงความคิดมืดมัวหมดหวังของคนทั่วไปว่า เมื่อมีปัญหาสำคัญที่ต้องตัดสินระหว่างสงครามและสันติภาพ "ฝ่ายบริหารและตุลาการซึ่งประกอบด้วยข้าราชการพลเรือนและนักวิชาการ กลับหมดอำนาจการตัดสิน."

ในระหว่างการประชุม นายทหารอังกฤษตั้งคำถามสติมสัน (Stimson) รัฐมนตรีกลาโหมอเมริกันว่า เหตุใดประเทศของเขาจึงยังลังเลอยู่ ในเมื่อความเป็นความตายของโลกเสรีล่อแหลมอยู่อย่างนี้. สติมสันพยักหน้าไปทางทำเนียบขาวและว่า : "ไปถามที่โน่น. ที่นั่นท่านจะพบบุคคลที่รักการอยู่โดดเดี่ยวมากที่สุด."

คำตอบที่ท่านประธานาธิบดีให้แก่สตีเฟนสันคือ : "ผมจะพาประเทศที่ยังมีความแตกแยกกันเข้าสงครามไม่ได้. ผมได้เรียนรู้มาจากสมัยสงครามโลกครั้งที่หนึ่ง. ครั้งนั้นผมรู้สึกร้อนใจเช่นเดียวกับที่พวกคุณรู้สึกในเวลานี้. แต่ผมได้บทเรียนจากประธานาธิบดี วิลสัน (Wilson). ผมต้องแน่ใจ แน่ใจจริง ๆ ว่าถ้าสหรัฐเข้าร่วมสงครามอย่างเป็นทางการ ก็จะต้องเข้าอย่างเป็นน้ำหนึ่งใจเดียวกัน."

เขาน่าจะกล่าวเสริมว่า : "ความจริงเราก็เข้าร่วมอยู่แล้ว แต่อย่างลับ ๆ."

ฝ่ายพวกเผด็จการแน่แก่ใจว่าท่านประธานาธิบดีไร้สมรรถภาพที่จะปฏิบัติการ. ข้อนี้ปรากฏอยู่ในสารฝ่ายการทูตและฝ่ายทหารของเยอรมันที่เบล็ตชลี่ย์ดักได้. นายพลเอก ฟรีดริช ฟอน เบิตติเชอร์ (General Friedrich Von Boetticher) ทูตทหารบกและทหารอากาศเยอรมันในวอชิงตันรายงานถึงเบอร์ลินว่า กองทัพบก

อเมริกันส่วนใหญ่หนุนฝ่ายเยอรมัน. เขาบอกฮิตเลอร์ว่ารูสเวลท์และกระทรวงต่างประเทศอเมริกันถูกกลุ่มที่เขาเรียกว่า "เกเนราลซตาบ (Generalstab – เสนาธิการทหาร) ล้อมกรอบอยู่ กลุ่มดังกล่าวนี้ เขาคิดว่าเป็นกลุ่มในทำนองเดียวกับกลุ่มทหารแห่งกองทัพบกเยอรมันที่ตั้งเป็นปึกแผ่นมั่นคง. คำพูดที่เขาชอบใช้คือ : "พวกยิวชักใย". เขาโทษพวกนี้ว่าเป็นต้นเหตุของข้อตกลง "ยืม - เช่า" ในเดือนกุมภาพันธ์ ๑๙๔๑. เขายืนยันว่าทั้งนี้ข้อตกลงนี้ ทั้งการโอนเรือพิฆาตให้อังกฤษไม่ควรจะถือเป็นอันตรายคุกคามสำคัญทางการเมืองหรือทางทหาร. ดังนั้นฮิตเลอร์ผู้รับฟังเฉพาะสิ่งที่ชอบฟังจึงแน่ใจว่า "เกเนราลซตาบ" ของอเมริกาเชื่อมั่นในชัยชนะสายฟ้าแลบของเยอรมัน และถือว่าอังกฤษถูกน็อคเอ๊าต์แล้ว. การแทรกแซงของอเมริกาไม่เป็นปัญหาแน่. ความช่วยเหลือเล็กน้อยที่อเมริกาให้ เป็นเพียงเพื่อปิดปากพวก "รักยิว" จำนวนหยิบมือเดียวที่เห่าหอนโวกเวกโวยวาย.

ฮิตเลอร์สั่งการให้เร่งรัดการรณรงค์ให้พวกอเมริกันที่เอาใจช่วยตามความคิดฟุ้งของเบิตติเชอร์กลายเป็นนาซีที่ดี ให้สร้างสรรค์หน่วยเพื่อการแทรกซึมทางการเมืองและเศรษฐกิจในซีกโลกตะวันตกและในภูมิภาคที่สนับสนุนเยอรมันอย่างแข็งขันในอเมริกาใต้ ด้วยจุดประสงค์ที่จะให้เสริมฐานที่ตั้งปฏิบัติการทางทหาร.

ระหว่างที่ดำรงตำแหน่งทูตทหารบกในลอนดอน นายพลเอก เรย์มอนด์ ลี (General Reymond Lee) ได้รายงานถึงปัญหากลืนไม่เข้าคายไม่ออกที่ฝ่ายอังกฤษต้องเผชิญ เกี่ยวกับความวิตกสงสัยว่าลอนดอนจะอยู่รอดได้หรือไม่. หน้าที่หลักของ ลี คือการรายงานอย่างไม่ขาดสายในเรื่องความสามารถทางทหารของอังกฤษและจัดการติดต่อกับสายลับ. รายงานของเขาต่อวอชิงตันได้เป็นแนวทางอย่างดีสำหรับให้สตีเฟนสันมีทางทราบว่า ผู้สังเกตการณ์ที่อิสระและเฉลียวฉลาดจะมีความเห็นอย่างไรเกี่ยวกับสถานการณ์ที่กำลังเปลี่ยนแปลง. ลีมีความรู้สึกสังหรณ์ว่าในไม่ช้าเขาจะต้องมีบทบาทช่วยผู้ร่วมงานอเมริกันที่จะต้องเริ่มสร้างฐานที่ตั้งฝ่ายอเมริกันในลอนดอน ในทำนองเดียวกับ บี.เอ็ส.ซี. แผนการต่างๆ ที่ก่อกำเนิดขึ้นอย่างลับๆ ในนิวยอร์คจะต้องนำมาปฏิบัติจริงในยุโรป แต่เขาก็ยังเดาไม่ออกว่าจะเป็นเมื่อใดและอย่างไร.

เนลสัน ร็อกกิเฟลเลอร์ ได้เกลี้ยกล่อมรูสเวลท์ให้ยอมให้ตนริเริ่มตั้งหน่วยใหม่ในดินแดนอันกว้างขวางและปราศจากการคุ้มกันของอเมริกาใต้ – ที่ลีเรียกว่า "ท้องน้อยนิ่มๆ ของเรา" – ณ ที่นั้นสตีเฟนสันมีข่ายอยู่แล้ว แต่ขัดข้องด้วย

ขาดแคลนอุปกรณ์และเงินทอง. "สำนักงานประสานงานกิจการร่วมอเมริกา" ใหม่นี้มีหน้าที่สืบอย่างลับๆ โดยรับข้อมูลจาก บี.เอ็ส.ซี. เรื่องบุคคลในตำแหน่งสำคัญๆ ที่ร่วมมือกับนาซี. ร็อกกี้เฟลเลอร์ใช้เงินเป็นจำนวนหลายล้านดอลลาร์เพื่อดำเนินแผนในการทำให้สมุนของผู้ก่อการร้ายฝ่ายอักษะในอเมริกาใต้ต้องเสียความเชื่อถือ ถูกขับไล่หรือประสบความเสียหายทางอื่น. ฝ่าย เอ็ฟ.บี.ไอ. และฝ่ายกระทรวงต่างประเทศอเมริกันมัวแต่วิวาทยื้อแย่งกันในเรื่องว่าฝ่ายไหนจะมีสิทธิปฏิบัติการในภูมิภาคนี้. ร็อกกิเฟลเลอร์เห็นว่าเป็นการสะดวกกว่าที่จะปฏิบัติเองโดยใช้เงินส่วนตัว แทนที่จะพยายามตัดสินปัญหาเรื่องใครจะดำเนินการต่อต้านจารกรรมในต่างประเทศ. การปฏิบัติแบบนี้ยังช่วยให้ เอ็ฟ.ดี.อาร์. รักษาท่าทีไม่ยุ่งเกี่ยวได้จนกว่าชาวอเมริกันจะเรียกร้องให้ดำเนินสงคราม.

ฮูเวอร์มีสิทธิที่จะรู้สึกกระสับกระส่ายไม่สบายใจ. ขอบข่ายงานปกปิดของผู้ประสานงาน ซึ่งร็อกกิเฟลเลอร์และสตีเฟนสันจัดขึ้น มีเค้าว่าจะเป็นองค์การระดับโลกที่โดโนแวนจะมาเป็นหัวหน้า. แต่ฮูเวอร์ก็ชักจะรู้ไต๋วิธีของท่านประธานาธิบดีในการริเริ่มปฏิบัติการสำคัญอย่างนุ่มนวลทำให้ดูเป็นเรื่องเล็ก.

ต้นปี ๑๙๔๑ ฮูเวอร์เห็นเค้าอีกครั้งหนึ่ง เมื่อเห็นประกาศแจ้งความในหนังสือพิมพ์ในแคนาดา. มี "ประกาศรับสมัคร" ลงในหนังสือพิมพ์ "เทเลแกรม" แห่งโทรอนโท ดังนี้ :

ไปทำงานในประเทศอังกฤษ.

> หน่วยของรัฐบาลอังกฤษในนิวยอร์คต้องการหญิงสาวหลายคน ที่มีความรู้ดีในงานเลขานุการและมีวุฒิการศึกษาสำเร็จ ม.๘ หรือสูงกว่า. ความต้องการสำคัญ คือเจ้าหน้าที่สารบัญที่เชี่ยวชาญ กับนักพิมพ์ดีดและนักชวเลข. . . . ผู้ที่ได้รับคัดเลือกจะได้งานตลอดระยะสงคราม. . .

ฮูเวอร์ทราบความหมายของแจ้งความนี้. กล่าวคือชาวแคนาดาถูกระดมมาทำงานเปิดเผยให้ บี.เอ็ส.ซี. เพื่อเลี่ยงข้อห้ามที่ไม่ให้ชาวอเมริกันทำงานให้ประเทศที่กำลังดำเนินสงครามในศึกต่างประเทศ. ฮูเวอร์ได้ชื่อว่าเป็นตำรวจที่มีอำนาจมากที่สุดในโลก แต่มาบัดนี้เขาจำต้องเอาหูไปนาเอาตาไปไร่เสีย ในเมื่อกฎหมายกำลังถูกบิดเบือน. ความถือตัวและความทะนงในหน้าที่ทำให้เขาสะเทือนใจ. เอกสารของ บี.เอ็ส.ซี. มีบันทึกไว้ว่า : "การร่วมมือของฮูเวอร์ต้องมีเงื่อนไขเสมอว่า

เอ็ฟ.บี.ไอ. ต้องมีความสำคัญสูงสุด. เขาต้องการผูกขาดการติดต่อกับ บี.เอ็ส.ซี. ทั้งๆ ที่การนี้นับวันจะยากขึ้นทุกที."

ในการขยาย เอ็ฟ.บี.ไอ. ให้เป็นหน่วยปฏิบัติการในต่างประเทศ ทำนองเดียวกับหน่วยราชการลับอังกฤษนั้น ฮูเวอร์จะต้องได้รับอนุมัติจากรัฐสภา ซึ่งก็ไม่มีทางจะเป็นไปได้แน่. ตามกฎหมายเขาไม่มีสิทธิ์ใช้เจ้าหน้าที่นอกดินแดนสหรัฐ. เขาสั่งการเจ้าหน้าที่ในลาตินอเมริกาอย่างลับๆ และวางมาตรการระมัดระวังมิให้กระทรวงต่างประเทศอเมริกันทราบ โดยตั้งสำนักงานประสานงานของ เอ็ฟ.บี.ไอ. เองไว้ระหว่างที่ตั้งของสำนักงานประสานงานของร็อกกิเฟลเลอร์กับ บี.เอ็ส.ซี. ที่ร็อกกิเฟลเลอร์ เซนเตอร์. ในเวลาต่อมาภายหลัง จารบุรุษนกสองหัวที่รู้จักกันในนามแฝงว่า "ไทรซิเคิล" (Tricycle) ซึ่งเป็นชาวยูโกสลาเวีย ชื่อ ดุซโก โปปอฟ (Dusko Popov) ได้บรรยายวิธีในทางปฏิบัติว่า : "ผมเดินช้าๆ ไปทางร็อกกิ-เฟลเลอร์ เซนเตอร์ โดยระมัดระวังมิให้มีใครลอบสะกดรอย. ข้างในผมเห็นสายที่นัดพบไว้กำลังพลิกดูสมุดโทรศัพท์. ผมตามเขาไปขึ้นลิฟท์ และออกที่ชั้นที่ยี่สิบเก้าโดยไม่ได้พูดจากันเลย. เขาเดินวนไปรอบชั้นนั้นรอบหนึ่ง แล้วกดปุ่ม "ขึ้น" แต่ก็ปล่อยให้ลิฟท์คันแรกผ่านไป. แล้วก็กดปุ่มอีกครั้งหนึ่ง. คราวนี้พลเรือนคนหนึ่งในลิฟท์พยักหน้าน้อยๆ และเราก็ขึ้นไปถึงชั้นที่สี่สิบสี่ ที่นั้นผมก็ได้รับการรับรู้ว่าเป็นตัวจริง และเขาก็นำไปหา เอ็ฟ.บี.ไอ."* "ไทรซิเคิล" เพิ่งกลับมาจากยุโรปโดยผ่านทางอเมริกาใต้ และรายงานของเขามีความสำคัญสำหรับทั้งสามหน่วย. เจ้าหน้าที่อื่นๆ ที่มาติดต่อ โดยเฉพาะเจ้าหน้าที่รักษาความปลอดภัยแคนาดา มีแต่ชมเชยเจ้าหน้าที่ของ เอ็ฟ.บี.ไอ. ว่ามีความระมัดระวังสุขุม ความสามารถและความพร้อมที่จะยอมรับว่ายังไม่สันทัดในวิทยาการทางจารกรรม ซึ่งในเวลานั้นยังใหม่และประหลาดสำหรับ เอ็ฟ.บี.ไอ.

อาสาสมัครแห่งเบเกอร์ สทรีทผู้หนึ่งบรรยายภาพอย่างตรงกันข้ามทีเดียว ผู้นั้นคือ คิม ฟิลบี (Kim Philby) ที่มาปรากฏตัวภายหลังว่าเป็นจารบุรุษมือเอกของสหภาพโซเวียต. เขาเขียนในหนังสือ "สงครามเงียบของข้าพเจ้า" (My Silent War.) ว่า :

---

*จากหนังสือ : จารบุรุษและจารบุรุษต่อต้านจารบุรุษ : เจ้าหน้าที่สืบราชการลับตัวเอกในสงครามโลกครั้งที่สอง (Spy/Counterspy : The Master Intelligence Agent of the Second World War.)

เอ็ดการ์ เจ. ฮูเวอร์ มองปฏิบัติการของสตีเฟนสันในอเมริกาอย่างเจ็บใจไม่น้อย. การแสดงโดยนัยว่า เอ็ฟ.บี.ไอ. ไม่มีความสามารถที่จะป้องกันการก่อวินาศกรรมในดินแดนอเมริกัน แทงใจบุคคลที่มีความทะนงตัวอย่างบ้าคลั่ง. เขาเดือดดาลเมื่ออันธพาลของสตีเฟนสันไปซ้อมหรือมอมเหล้ากะลาสีเรือที่บรรทุกอุปกรณ์สำหรับส่งไปให้นาซี. แต่เหตุผลที่แท้จริงของความขมขื่นที่เต็มไปด้วยความระแวง ซึ่งเขามีมาตลอดคือเขาเห็นว่าสตีเฟนสันชักใยการเมืองในเขตอิทธิพลของเขา และทำได้อย่างยอดเยี่ยมเสียด้วย. ฮูเวอร์สังหรณ์ว่าการตั้งหน่วย โอ.เอ็ส.เอ็ส. ของโดโนแวนจะต้องทำให้เขาประสบปัญหาขัดแย้งเรื่องการก้าวก่ายหน้าที่อย่างไม่มีสิ้นสุด. สำนักงานใหม่จะต้องแย่งงบประมาณแผ่นดินจากเอ็ฟ.บี.ไอ. ทั้งจะทำลายการผูกขาดในด้านการสืบสวนของเขา. การตั้งและการดำเนินงานของหน่วยใหม่ คือ โอ.เอ็ส.เอ็ส. นี้ เป็นการปราชัยที่สำคัญครั้งเดียวในชีวิตการเมืองของฮูเวอร์ – และชีวิตของเขาก็เกี่ยวกับการเมืองมาตลอด. เขาไม่เคยอภัยให้สตีเฟนสันที่ได้ช่วยให้กำเนิดและเป็นพี่เลี้ยงอุ้มชู โอ.เอ็ส.เอ็ส.

ที่ฟิลบีเขียนนี้เป็นการโฆษณาชวนเชื่อของฝ่ายโซเวียต. ตามความจริงฮูเวอร์และ เอ็ฟ.บี.ไอ. ได้ช่วยเหลือสตีเฟนสันอย่างมากมายในระยะวิกฤตนั้น. สายลับของรัสเซียไม่เคยลดละความพยายามที่จะทำให้ฝ่าย เอ็ฟ.บี.ไอ. กับฝ่ายอังกฤษแตกคอกัน ถึงแม้หลังจากมาเข้าข้างเดียวกัน เพราะถูกเยอรมันบุกแล้วก็ตาม.

สตีเฟนสันบอกเชอร์ชิลล์ว่า : “ฮูเวอร์เป็นคนแน่วแน่อย่างที่สุด และความมุ่งมั่นของเขาก็คือความเจริญของสำนักสืบสวนกลาง (เอ็ฟ.บี.ไอ.). เอ็ฟ.บี.ไอ. ตั้งขึ้นแล้วเมื่อฮูเวอร์ผู้มีอายุ ๒๙ ปี เข้ามาดำรงตำแหน่งหัวหน้าแต่ยังเป็นหน่วยต๊อกต๋อยที่ไม่มีระเบียบอยู่. ฮูเวอร์เข้ารับหน้าที่ด้วยข้อแม้ว่าหน่วยนี้จะต้องแยกออกจากการเมืองและราชการประจำโดยเด็ดขาด. เขาได้บังคับบัญชาอย่างเด็ดขาดมาตั้งแต่ต้น. ในระยะเวลาเกือบยี่สิบห้าปี เขาได้ทำให้หน่วยงานนั้นกลายเป็นสถาบันคู่บ้านคู่เมืองอย่างหนึ่งของอเมริกา. ผลก็คือ เอ็ฟ.บี.ไอ. ไม่ต้องเป็นเป้าการโจมตีของหนังสือพิมพ์ เช่นที่หน่วยอื่นๆ ของรัฐเกือบทุกหน่วยต้องประสบเป็นครั้งเป็นคราว. ประวัติการทำงานก็ดีไม่มีที่ติ.” ฮูเวอร์ทั้งภูมิใจทั้งพอใจในงานของเขา. เขาเป็นบุตรของข้าราชการพลเรือนในวอชิงตัน และได้

เข้าเรียนกฎหมายภาคค่ำในระหว่างทำงานเป็นเจ้าหน้าที่ห้องสมุด. สตีเฟนสันได้ย้ำข้อเท็จจริงในชีวิตส่วนตัวของฮูเวอร์ เพราะ "ถือว่าเรื่องเหล่านี้สำคัญยิ่ง เพื่อให้ทางลอนดอนเข้าใจซึ้งในความสัมพันธ์ที่ไม่ได้ราบรื่นเสมอไป."

ในเอกสารของ บี.เอ็ส.ซี. มีข้อวิจารณ์ว่า : "ฮูเวอร์ต้องกล้าจริงและเห็นการณ์ไกล ถึงได้ร่วมมืออย่างเต็มใจเช่นนี้. การที่เขาได้ย้ำแล้วย้ำอีกว่าความสัมพันธ์จะต้องเก็บเป็นความลับ เป็นข้อพิสูจน์ว่าเขารู้ตัวดีว่าเสี่ยงอย่างมาก เพราะการติดต่อกับหน่วยราชการลับอังกฤษอาจถูกเปิดเผย และทำให้เขาต้องไปพัวพันในวิกฤตการณ์ทางการเมือง โดยพวกที่ชอบอยู่โดดเดี่ยวและพวกไม่ยอมยุ่งเกี่ยวกับประเทศอื่นทั้งหลายจะต้องขยี้เขาจนแหลกและกระทืบเขาจนจมดิน."

สตีเฟนสันชนะใจฮูเวอร์ โดยยืนยันว่าวันหนึ่งประชาชนอเมริกันจะได้รับทราบความดีความชอบของ เอ็ฟ.บี.ไอ. ฝ่ายอังกฤษเองไม่ประสงค์ทั้งชื่อเสียงทั้งความดีความชอบ. มีข้อวิจารณ์ในเอกสารของ บี.เอ็ส.ซี. ว่า : "ความจริงมีว่าความปลอดภัยภายในประเทศและการสืบราชการลับต่างประเทศเข้ากันได้ไม่สู้ดี. ฝ่ายเอ็ฟ.บี.ไอ. ต้องถูกคณะผู้เชี่ยวชาญที่มีทัศนะแตกต่างกันมาคุมหน้าขนาบหลัง."

อย่างไรก็ดี ฮูเวอร์ก็ถูกตลบหลังข้ามหน้าไปแล้ว. ได้มีการตั้งหน่วยราชการลับเฉพาะของประธานาธิบดีในวันเดียวกับที่รูสเวลท์ได้เขียนจดหมายถึงเชอร์ชิลล์เสนอให้มีการติดต่ออย่างลับเฉพาะ ซึ่งขยายตัวเป็นลำดับจนเป็นการติดต่อที่สำคัญระหว่าง "นาวีบุรุษ" กับ "โปตัส". ในวันที่ ๘ กันยายน ๑๙๓๙ หลังจากกองยานเกราะของฮิตเลอร์ได้บุกทะลวงลึกเข้าไปในโปแลนด์ ได้มีการประกาศ "ภาวะฉุกเฉินในวงจำกัด" ซึ่งรวมถึงการแบ่งส่วนราชการใหม่ในสำนักบริหารของประธานาธิบดี. สำนักงบประมาณได้ย้ายจากกระทรวงการคลังมาสังกัดสำนักบริหารที่ปรับปรุงใหม่นี้. มีการส่งเจ้าหน้าที่ของสำนักงบประมาณนี้ไปประจำในทุกส่วนราชการการปกครอง โดยรายงานตรงต่อประธานาธิบดี. แฮรี ฮ็อปกินส์ ผู้ช่วยพิเศษของประธานาธิบดี กลายมาเป็นเสนาธิการฝ่ายพลเรือน โดยไม่มีอำนาจสั่งการตามกฎหมาย และโต๊ะทำงานก็เป็นเพียงโต๊ะเล่นไพ่เท่านั้น. ฮ็อปกินส์มีฐานะตามที่สตีเฟนสันเรียกว่า "กระทรวงต่างประเทศส่วนตัวของท่านประธานาธิบดี." ต่อมาเมื่อสงครามในยุโรปขยายตัวขึ้น มีความจำเป็นมากขึ้นที่จะปกปิดความสัมพันธ์ระหว่างลอนดอนและวอชิงตัน ซึ่งถึงแม้จะถูกต้องตามกฎหมาย แต่ก็นับว่าซ่อนเร้นอยู่. ท่านประธานาธิบดีต้องมีผู้ช่วยในทำนอง

เดียวกับฮ็อปกินส์ในวงงานใหม่ของสงครามลับ. ใครก็ตามที่จะมารับหน้าที่ผู้ช่วยของประธานาธิบดีฝ่ายราชการลับ ต้องเป็นบุคคลที่สามารถตัดสินใจและยอมเสี่ยงต่อการถูกตัดหางปล่อยวัด. ผู้นี้จะต้องรักชาติและซื่อสัตย์สุจริตอย่างไม่มีปัญหาเคลือบแคลงใด ๆ. ไม่มีผู้ใดจะดูเหมาะสมกับหน้าที่ซึ่งจะรับความดีความชอบแสนยากนี้ไปกว่าบิลล์ โดโนแวน.

นักจดหมายเหตุของ บี.เอ็ส.ซี. บันทึกว่า : “เพราะเหตุนี้เอง สตีเฟนสันจึงตั้งหน้าตั้งตาเสริมให้โดโนแวนมีอำนาจมากขึ้น แต่ยังคงรักษาความสัมพันธ์พิเศษกับ เจ. เอ็ดการ์ ฮูเวอร์. ภาระนี้ยากลำบากขึ้นตามลำดับ. บางครั้งบางคราวฝ่าย เอ็ฟ.บี.ไอ. พยายามอย่างแข็งขันที่จะระงับปฏิบัติการของ บี.เอ็ส.ซี.”

ฮูเวอร์รู้สึกว่าชะตาชักจะตกอับจึงกลับมาอาศัยข้อกฎหมาย. เขาว่านอกจากก่อให้เกิดสิ่งที่นักประวัติศาสตร์บางคนเรียกในภายหลังว่าการใช้อำนาจเผด็จการในด้านความสัมพันธ์ระหว่างประเทศของรูสเวลท์แล้ว บี.เอ็ส.ซี. ยังฝ่าฝืนกฎหมายอเมริกัน. ความเป็นปรปักษ์ที่ฝ่าอันตรายของฮูเวอร์ถูกขจัดไป แต่บางครั้งบางโอกาสความริษยาของเขาก็คุขึ้นมาอีก เพราะทางลอนดอนระงับการส่งข่าวมาให้โดยถือระเบียบราชการ — แต่ว่าในทัศนะของฮูเวอร์ถือว่าเนื่องมาจากความไม่ไว้วางใจ. จากเอกสารของ บี.เอ็ส.ซี. จะเห็นได้ว่าสตีเฟนสันต้องระมัดระวังตัวทุกฝีก้าว : “สตีเฟนสันมีความจำเป็นต้องใช้สิ่งที่ไม่มีในสหรัฐในระยะเวลาที่เริ่มก่อตั้ง บี.เอ็ส.ซี. . . . เขาต้องอาศัยหน่วยที่จะร่วมมือได้เต็มที่ โดยมีโครงสร้างในด้านการประสานงานเหมือนหน่วยของเขาทุกประการ. สำหรับหน่วยนั้น สตีเฟนสันต้องได้คนที่ไม่กระด้างหัวรั้นเกินไป และไม่บ้าจี้หวั่นไหวง่ายต่อผู้ที่อาจถือได้ว่าเป็นคู่แข่ง.”

แต่อย่างไรก็ดี ฮูเวอร์ก็เป็นคนที่เหมาะอยู่ที่จะได้ไว้เป็นพันธมิตร. เอียน เฟล็มมิง ผู้ได้บินไปพร้อมกับเจ้ากรมข่าวทหารเรืออังกฤษในปี ๑๙๔๐ และประสบการณ์ต้อนรับที่ชาเย็น กล่าวว่า “ฮูเวอร์ปกป้องฐานะของสตีเฟนสันก็ด้วยหลักว่าคบ “เสือร้ายที่รู้จักดีกว่า.” เฟล็มมิงพบว่าฮูเวอร์เป็น “คนมะขามข้อเดียวลึกลับเดาใจยาก ตานิ่งไม่ลอกแลก ปากกว้าง เขาต้อนรับเราอย่างสุภาพ ฟังเราแสดงความคิดเห็นเรื่องปัญหาด้านรักษาความปลอดภัยด้วยความสนใจ (โดยมีพยานคนหนึ่งด้วย) และเขาแสดงให้เห็นอย่างหนักแน่น แต่ก็อย่างสุภาพ ว่าไม่สนใจในราชการการงานของพวกเรา.” ฮูเวอร์แสดงอย่างแจ่มแจ้งว่าจะเป็นการไม่ฉลาด ที่

จะจัดตั้งสายงานติดต่อกับลอนดอนต่างหากที่จะไม่ผ่านสตีเฟนสันหรือสำนักข่าวทหารเรือสหรัฐ. การบอกปัดปฏิเสธได้กระทำอย่างมีอัธยาศัยไมตรีพอสมควร. ภายหลังเฟล็มมิงได้กล่าวว่า : "ฮูเวอร์ตอบปฏิเสธด้วยความนุ่มนวลดุจตีนแมว. เขานำเราไปเยี่ยมห้องทดลองและห้องเก็บเอกสารของ เอ็ฟ.บี.ไอ. ด้วยอาการที่ดูเหมือนเอื้อเฟื้อเต็มที่ แล้วก็นำลงไปห้องใต้ดินที่สนามยิงปืน. จนบัดนี้เสียงสนั่นของปืนกลทอมป์สัน (Thompson) ที่ครูฝึกแสดงยิงเป้ากลในห้องใต้ดินมืด ๆ ขนาดมโหฬาร ยังติดหูผมอยู่. หลังจากนั้นเขาจับมือเราอย่างเข้มแข็งแต่แห้งแล้งแล้วพาเรากลับ."

บทที่ ๒๒

ความจำเป็นที่จะมีการปรึกษาหารือข้ามมหาสมุทรแอตแลนติกทวีขึ้นเรื่อยเมื่อสงครามลับร่วมระหว่างอังกฤษและอเมริกันเริ่มเข้มข้นขึ้น. สตีเฟนสันบินกลับลอนดอนอย่างน้อยเดือนละครั้ง เพื่อสะสางปัญหาต่างๆ ที่เกิดขึ้น. ในกรณีนี้เขาก็ต้องพึ่งบารมีของฮูเวอร์อีกเหมือนกัน เพราะการเดินทางของสายลับและเจ้าหน้าที่นำสารอาจถูกขัดขวางโดยง่ายด้วยพิธีรีตองของ เอ็ฟ.บี.ไอ.

มีเส้นทางที่สะดวกรวดเร็วระหว่างวอชิงตันและลอนดอนอยู่สองทาง. ทางหนึ่ง ต้องข้ามพรมแดนเข้าแคนาดาโดยไม่เปิดเผย ด้วยความช่วยเหลือของ เอ็ฟ.บี.ไอ. และเจ้าหน้าที่แคนาดาซึ่งได้รับการแจ้งล่วงหน้าจาก บี.เอ็ส.ซี. จากนั้นผู้เดินทางก็อาศัยเที่ยวบินของกองบังคับการลำเลียง (ที่นำเครื่องบินใหม่ไปส่งให้อังกฤษ) จากมอนทริออล (Montreal) ผ่าน แลบราดอร์ (Labrador) ไปสก๊อตแลนด์. เจ้าหน้าที่นำสาร นักวิทยาศาสตร์ปรมาณู และแม้แต่ยอดจารบุรุษ ก็ต้องอาศัยเส้นทางนี้ โดยเดินทางอย่างแสนลำบากแสนเข็ญในเครื่องบินทิ้งระเบิดที่ถอดชิ้นส่วนที่ไม่จำเป็นออกเพื่อให้เบาที่สุด. ผู้โดยสารต้องนั่งงอก่องอขิงในป้อมปืน ส่วนเอกสารลับต้องยัดเข้าไปในช่องใส่ลูกระเบิด. อันตรายนั้นมีนานาชนิด. แจสเปอร์ แมสเกไลน์ (Jasper Maskelyne) นักเล่นกลมีชื่อ ผู้ที่ทางการต้องอาศัยความเชี่ยวชาญของเขาในการสร้างสรรค์อาวุธลวงตา เกือบจะต้องเสียชีวิตเพราะขาดอ็อกซิเยน. นักแต่งเพลง อีริก มัชวิตซ์ (Eric Maschwitz) ผู้รับหน้าที่ปลอมแปลงเอกสาร แทบจะหนาวตายเมื่อเครื่องบินที่เขาโดยสารต้องลงฉุกเฉินในไอศ์แลนด์ (Iceland). เครื่องบินสี่เครื่องยนต์ของอังกฤษซึ่งเป็นพาหนะของบุคคลสำคัญหลายคนถูกเข้าใจผิดว่าเป็นเครื่องบินเยอรมันแบบ ฟ็อกเก-วูล์ฟ คูเรียร์ (Focke-Wulf Kurier) ที่ด้อมตามขบวนเรือลำเลียง เรือบรรทุกเครื่องบินอังกฤษจึงส่งเครื่องบินลำหนึ่งไปสกัด และเมื่อพบเครื่องบินในก้อนเมฆจึงยิงตก ผลคือทุกคนต้องเสียชีวิต. การบินรักษาความลับอย่างสนิท เสียจนการที่เครื่องบินขนาดใหญ่ผ่านมาอย่างไม่มีการบอกล่วงหน้า และไม่ตอบการเรียกทางวิทยุทำให้เกิดปฏิบัติการที่อันตรายร้ายแรงในแบบนี้.

เส้นทางใต้ก็อันตรายพอ ๆ กัน. เหตุการณ์ที่น่าสลดเป็นทวีคูณคือการตายของเลสลี่ เฮาเวิร์ด (Leslie Howard) นักแสดงชาวอังกฤษ ซึ่งชาวอเมริกันหลายพันรู้จักในบทของ แอชลีย์ วิลกส์ (Ashley Wilkes) ผู้ไม่มีพิษมีภัยในภาพยนตร์เรื่อง “วิมานลอย” (Gone With the Wind). เขาขึ้นเครื่องบินไปราชการลับของสตีเฟนสัน. พวกเยอรมันได้ล่วงรู้และยิงเครื่องบินซึ่งไม่ติดอาวุธตก. ฝ่ายอังกฤษทราบล่วงหน้าว่าเยอรมันทราบ แต่ได้ปล่อยให้เครื่องบินถูกยิงตก เพื่อปกป้องความลับของวิธีล่วงรู้ คือเบล็ตชลี่ย์ ซึ่งได้ดักฟังคำสั่งของกองทัพอากาศเยอรมัน. ความลับนี้เก็บไว้อย่างมิดชิดมากจนทำให้เหตุการณ์จริงในรายละเอียดไม่เคยปรากฏต่อประชาชนเลย รู้กันเพียงเป็นเลา ๆ ว่าเป็นเรื่องจารกรรม. อีกโอกาสหนึ่ง ในน่านฟ้าของอ่าวบิสเคย์ (Bay of Biscay) ที่เฮาเวิร์ดถูกยิงตก เชอร์ชิลล์เองถูกเครื่องบินขับไล่อังกฤษสกัด เพราะมีคำสั่งให้ถือว่า “สิ่งใดที่ไม่แสดงตัว” เป็น “ศัตรู”. เดชะบุญเครื่องบินทะเลของเชอร์ชิลล์สามารถหลบเลี่ยงผู้ล่าสังหาร โดยบินเข้าในเมฆหนาทึบ — มิฉะนั้นอังกฤษคงจะต้องสูญเสียผู้เป็นกำลังสำคัญของชาติ ในระยะเวลาอันวิกฤตของสงคราม. เครื่องบินแบบฮะริเคนหกลำไล่ตามท่านนายกรัฐมนตรีผู้กำลังเดินทางกลับจากเบอร์มิวดา (Bermuda) หลังจากไปชี้แจงแก้ข้อหาของทางรัฐสภาว่า พลาดท่าและปฏิบัติการทางทหารผิดในฤดูหนาว ปี ๑๙๔๑. ประวัติศาสตร์ไม่ได้จารึกข้อวิจารณ์ของเชอร์ชิลล์ในการเกือบถูกยิงตก.

เส้นทางใต้ข้ามแอตแลนติกส่วนใหญ่ใช้บริการของสายการบิน บริติช อิมพีเรียล แอร์เวยส์ (British Imperial Airways) เครื่องบินทะเลซึ่งเรียกกันว่าคลิปเปอร์ (Clipper) ของบริษัท ใช้เวลายี่สิบสี่ชั่วโมงในการเดินทางจากนิวยอร์คโดยผ่านเบอร์มิวดาและลิสบอนมาถึงอังกฤษตอนใต้. เครื่องบินทะเลโบอิง ๓๑๔ ของแพนอเมริกัน (Pan-American Boeing 314) มีฐานะเป็นเครื่องบินพลเรือน จึงไม่สามารถลงในประเทศที่อยู่ในภาวะสงคราม. แฮรี ฮ็อปกินส์ เคยมาเที่ยวบินลับครั้งหนึ่ง แต่เขาเหนื่อยอ่อนเพลียเสียจนไม่สามารถแกะเข็มขัดเอง หลังจากลงสนามบินแล้ว. หลังจากนั้นเขายังต้องทนทุกข์ทรมานต่อไป. ระเบิดของเยอรมันติดตามเขาตลอดทางที่นั่งรถไฟเข้าลอนดอน. ไม่กี่นาทีหลังจากเขาถึงสถานีรถไฟวอเตอร์ลู (Waterloo Station) ระเบิดเพลิงได้ถล่มทำลายรางรถไฟที่เขาเพิ่งผ่านมา.

ในฐานะเอกอัครราชทูตอิสระ ฮ็อปกินส์ได้ประสบความจำเป็นที่จะปรับปรุง

การทูต เมื่อเขาเผชิญหน้ากับเชอร์ชิลล์ ในวันหนึ่งที่เย็นเยือกในเดือนมกราคม ๑๙๔๑. เขามาถึงบ้านเลขที่ ๑๐ ถนนเดาวนิ่ง (10 Downing Street) และเห็นว่ากระจกหน้าต่างแตกเกือบหมดเพราะแรงระเบิด. เขาถูกนำลงไปยังห้องใต้ดิน และ ณ ที่นั้น "สุภาพบุรุษร่างอ้วนกลม — หน้าแดง — ยิ้มแย้ม ปรากฏตัวขึ้น — ยื่นมืออ้วน ๆ แต่หนักแน่นมาต้อนรับผม แสดงความยินดีที่มาอังกฤษ." การพบปะครั้งแรกผ่านไปอย่างราบรื่น ท่านนายกรัฐมนตรีเป็นห่วงที่ฮ็อปกินส์รับประทานอาหารกลางวันน้อยนัก และแสดงความชื่นชมที่จะมีโอกาสพบปะกับท่านประธานาธิบดี "โดยบังเอิญ" ที่เบอร์มิวดา. แต่เมื่อฮ็อปกินส์เอ่ยว่าในบางวงการ มีความรู้สึกว่าเชอร์ชิลล์ไม่ชอบทั้งอเมริกาทั้งรูสเวลท์ ขากรรไกรของสุภาพบุรุษอารมณ์ดีก็เกร็งขึ้น และเริ่มโจมตีเอกอัครราชทูตเค็นเนดีอย่างหนักเพราะแปลงสารมากนัก และทำให้เกิดภาพพจน์ที่ผิดอย่างมากมาย.

เชอร์ชิลล์มีความสนใจในการสืบราชการลับอย่างดูดดื่ม ลึกซึ้ง และ สม่ำเสมอ แต่เขามักจะไม่เปิดเผยความรู้สึกนี้. เขารู้สึกว่าโดโนแวนมีสัญชาตญาณสำหรับงานนี้และหนุนให้สตีเฟนสัน "พาเขาบินมา" ในทุกโอกาสที่จะทำได้. เออร์เนสต์ คิวนิว (Ernest Cuneo) เจ้าหน้าที่ลับอเมริกันคนหนึ่งที่ได้ชื่อในสมัยนั้นว่าเป็นเจ้าหน้าที่ติดต่อพิเศษของท่านประธานาธิบดี ได้แย้มถึง "การลอบนัดพบ" ครั้งหนึ่ง. เขาได้บินมาพร้อมกับสตีเฟนสันและโดโนแวน และได้เอ่ยถึงความในใจของเขาว่าอยากจะได้พบท่านนายกรัฐมนตรีสักครั้งหนึ่ง. เขามีกำหนดการไปเยี่ยมฐานทัพแห่งหนึ่งในวันรุ่งขึ้น. บิลล์ทั้งสองคนได้ไปรายงานตัวที่บ้านเลขที่ ๑๐ ถนนเดาวนิ่ง. ทั้งสองกำลังเดินกลับที่พักที่โรงแรม แคลริดจิส (Claridge's) ตอนดึกเมื่อเห็นคิวนิวที่ทางแยกกรอสเวเนอร์ สแควร์ และบรุ๊ก สทรีท (Grosvenor Square and Brooke Street).

ทั้งสองคนชวนคิวนิวว่า : "มาด้วยกัน เออร์นี. เรากำลังจะไปหาท่านนายก ฯ."

คิวนิว : "แม่เจ้าโว้ย. . . นี่ดีสิ่นะ."

เขาถูกจับข้อศอกอย่างหนักแน่นและได้รับคำตอบว่า : "ใช่แล้ว เออร์นี่. ในยามที่มืดที่สุดก่อนฟ้าสาง. เป็นเวลาที่เหมาะที่สุด--------"

คิวนิวประสบภาพเชอร์ชิลล์ในชุดเสื้อกางเกงติดกัน ท่าทางเหมือนจารบุรุษ

เจ้าเนื้อ ที่เตรียมตัวที่จะโดดร่มลงยุโรป. คิวนิวประทับใจในท่าทางตามสบายของท่านนายกรัฐมนตรี เมื่อมาเปิดประตูต้อนรับเขา : "คุณชื่อคิวนิวหรือ. เป็นญาติกับคิวนิว ชาวเรือที่ไปกับโคลัมบัส (Columbus) หรือเปล่า."

คิวนิวตอบว่า : "ลูกหลานโดยตรงเชียวครับ."

เชอร์ชิลล์จึงว่า : "ดีจัง. งั้นมาดื่มฉลองกันหน่อย. . . ."

เชอร์ชิลล์เป็นคนเจ้าอารมณ์และทำงานจนดึกดื่น. ส่วนรูสเวลท์เป็นคนสม่ำเสมอและเข้านอนหัวค่ำ. ใครที่ต้องทำงานไปๆ มาๆ ระหว่างสองคนนี้จะต้องปรับสภาพจิตได้เก่ง เพราะจะต้องประสบกับความผิดแผกที่มีลักษณะพิเศษต่างๆ นานา. คืนใดที่เดือนหงายสว่างจ้า เชอร์ชิลล์จะไม่ไปพักสุดสัปดาห์ที่เช็คเคอร์ส เพราะเยอรมันรู้จักบ้านนี้ดี และยังเป็นเป้าเด่นชัด. แต่ทุกครั้งที่เชอร์ชิลล์ไปพักผ่อนสุดสัปดาห์อันเป็นกิจวัตรตามประเพณีของอังกฤษ เขาก็ต้องหอบเอาสายโทรศัพท์ระโยงระยางไปด้วย เพื่อติดต่อกับโลกที่ติดพันศึกสงคราม. เขาเชื่อว่าข้าศึกมักเลือกวันสุดสัปดาห์สำหรับปฏิบัติการสำคัญ ด้วยหวังว่ารัฐบาลฉุกเฉินจะเผลอตัว. เพราะเหตุนี้เอง การไปพักผ่อนสุดสัปดาห์กับเชอร์ชิลล์จึงเป็นโอกาสที่โกลาหลอยู่. ในเวลาที่ "พระจันทร์ค้างฟ้า" ตามศัพท์โลดโผนของเขา เขาเปลี่ยนไปพักที่ดิตชลี่ย์ (Ditchley) ใกล้อ๊อกซฟอร์ด. ชั้นล่างของคฤหาสน์สมัยศตวรรษที่สิบเจ็ดนี้ มีห้องใหญ่โอ่อ่าสามห้อง ที่มีเครื่องอิเล็กทรอนิกสารพัดอย่างที่จำเป็นในการดำเนินสงครามทางไกล. สตีเฟนสันว่า : "ไม่ว่าเชอร์ชิลล์จะอยู่แห่งหนใด แนวรบก็อยู่ที่นั่น. เขาประจำกองบัญชาการอยู่ตลอดเวลา โดยส่งบันทึกออกไปถี่ยิบดังปืนกล. ส่วนรูสเวลท์นั้นเข้าหาความสงบเป็นระยะๆ. เชอร์ชิลล์นอนน้อย. เขาคึกคักกระชุ่มกระชวยขึ้นเป็นลำดับเมื่อใกล้เที่ยงคืน. รูสเวลท์นั้นทำงานหนักเป็นระยะๆ ตลอดวัน และเตรียมเข้านอนเวลาสี่ทุ่ม."

สตีเฟนสันจำได้ว่าครั้งหนึ่งเขาประชุมพร้อมกับโดโนแวนในห้องน้ำของท่านนายกรัฐมนตรี. เชอร์ชิลล์ห่มผ้าเช็ดตัวผืนใหญ่ ซึ่งเมื่อผลัดออกเพื่อแต่งตัว ก็เผยให้เห็นร่างอันจ้ำม่ำเหมือนตุ๊กตาล้มลุกขนาดมหึมา. นายพลเอก แอเลน บรุ๊ก (General Alan Brooke) เสนาธิการทหาร เข้ามาสมทบด้วย และทุกคนนั่งบนขอบอ่างอาบน้ำและบนชักโครก ในระหว่างที่ท่านขุนศึกใหญ่ปลุกปล้ำกับเสื้อเชิ้ตที่ติดกระดุมคอไม่ถึง. เขาเดินอุ้ยอ้ายกลับไปกลับมาในห้องนั้นเหมือนตัว ฮัมป์ตีดัมป์ตี (Humpty Dumpty – ตัวที่รูปร่างเป็นไข่ในกลอนสำหรับเด็ก) ขนาดยักษ์

พลางออกความเห็นว่า โดโนแวนควรจะใช้สิทธิที่ยังเป็นบุคคลจากชาติเป็นกลางเข้าไปในส่วนหนึ่งส่วนใดของยุโรปที่นาซีครองอยู่เพื่อไปดำเนินแผนลวง. สตีเฟนสันเตือนว่าแผนแบบนี้จะต้องปรึกษาหารือท่านประธานาธิบดีก่อน. ซึ่งเชอร์ชิลล์ก็รับฟังคำทัดทานนี้โดยดี. ในที่สุดเชอร์ชิลล์ร้องออกมาว่า : "อ้า ได้แล้ว !" เขายึดคอเสื้อเชิ้ตไว้ด้วยกันได้สำเร็จโดยใช้ผ้าผูกคอชนิดหูกระต่าย. ทุกคนร่วมรับประทานอาหารอย่างเป็นกันเอง. อาหารประกอบด้วยไข่นก (กระต้อยตีวิด) พายไก่ และขนมช็อคโกแลต ตลอดจนแชมเปญ เหล้าปอร์ต บรั่นดี และตบท้ายด้วยวิสกี้. โดโนแวนได้สังเกตและจดจำว่าเชอร์ชิลล์เชื่อฟังผู้ที่พูดโต้เขาตรง ๆ และดูแคลนพวกที่รู้สึกกลัวหงอเพราะใกล้ชิด. เชอร์ชิลล์เขียนในหนังสือเรื่อง "วิกฤตการณ์ของโลก" (The World Crisis) ว่า : "สงครามเป็นเรื่องของความกดดันบีบบังคับอย่างมหันต์และผู้ที่มีหน้าที่ต่อสู้ จะต้องพลาดท่า หากไม่แกร่งพอที่จะต้านทานความกดดันหนักนั้น." และเขาก็เลิกใช้ผู้ใดที่ไม่สามารถทนความกดดันของเขาเอง.

ท่วงทำนองของท่านประธานาธิบดีตามสบายกว่า โดยประปรายด้วยอารมณ์ขันและสตีเฟนสันบอกเชอร์ชิลล์ว่าเขาวางตัว "อย่างอาจหาญเสมอ." เชอร์ชิลล์นั้นกระวนกระวายมากขึ้นทุกวันที่จะได้โอกาสพบปะกับรูสเวลท์เสียที. สตีเฟนสันบรรยายให้เชอร์ชิลล์ฟังถึงปฏิปทาของรูสเวลท์ตั้งแต่ออกจากห้องนอนไปทำงานประจำวันว่า : "มีสัญญาณกระดิ่ง. เจ้าหน้าที่หลีกทาง. เขาผ่านมาอย่างสง่าผ่าเผย หน้าเชิด คาบกล้องบุหรี่ชี้ฟ้า แผ่รัศมีของความมั่นใจและความกระปรี้กระเปร่า. ทั้ง ๆ ที่เขาต้องนั่งเก้าอี้เข็นที่ไม่สบาย ไม่มีทั้งหมอนและที่พักแขน ทั้งต้องอาศัยคนใช้ผิวดำให้เข็นไปอย่างว่องไว โดยมีเจ้าหน้าที่นอกเครื่องแบบถือตะกร้าลวดใส่เอกสารเดินตาม."

เชอร์ชิลล์เขียนจดหมายปรับทุกข์กับจอมพล เจ.ซี.สมัทส์ (Field Marshal J.C. Smuts) ซึ่งเป็นนายกรัฐมนตรีของประเทศแอฟริกาใต้ (South Africa) ในขณะนั้นว่า : "ผมนึกว่าคงไม่เกิดประโยชน์อันใดเลย ที่จะไปขอร้องด้วยตัวเองในระยะหัวเลี้ยวหัวต่อนี้ ให้รูสเวลท์ตัดสินใจเข้าร่วมสงคราม. . . . เราต้องไม่มองข้ามอุปสรรคที่เขาประสบทางกฎหมายรัฐธรรมนูญ. เขาอาจปฏิบัติการได้ในฐานะประมุขทางบริหาร แต่สภาคองเกรสเท่านั้นที่มีสิทธิประกาศสงคราม. เขาถึงกับเคยบอกผมว่า : "ผมไม่มีสิทธิประกาศสงคราม แต่ผมดำเนินสงครามได้. . ." ความเห็นของประชาชนในสหรัฐเริ่มไหวตัวแล้ว แต่สำหรับในสภาคองเกรสนั้นเป็น

เรื่องนับคะแนนเสียงเท่านั้น. แน่นอน ถ้าผมเห็นทางที่จะทำให้สภาพสถานการณ์ก้าวหน้าขึ้นในทางใดก็ตาม ผมก็จะทำทันที."

เจ้าหน้าที่ของสตีเฟนสันได้บรรยายอย่างเห็นจริงเห็นจังในวิธีปฏิบัติของสตีเฟนสันและ บี.เอ็ส.ซี. ในระยะที่ล่อแหลมนี้. ได้มีการนำ โรลด์ ดาห์ล (Roald Dahl) ให้ไปสนิทสนมกับครอบครัวของรูสเวลท์. ชายหนุ่มร่างสูงผู้นี้บาดเจ็บในการรบในขณะขับเครื่องบินขับไล่ และถูกส่งไปวอชิงตันในตำแหน่งผู้ช่วยทูตทหารอากาศอังกฤษ. โอกาสที่จะได้กลับไปทำหน้าที่ในสภาพยามสงบทำให้เขาขนลุก. เขาเล่าว่า : "ผมบอกปลัดทบวงทหารอากาศว่า "ท่านครับ. ไม่เอาครับ ได้โปรดเถิดครับ — ให้ผมทำอะไรก็ได้ แต่ตำแหน่งนี้ไม่เอาครับ!" แต่เขาว่านี่เป็นคำสั่งงานนี้ก็สำคัญมาก. ผมมาเห็นว่าเป็นตำแหน่งไม่สำคัญเสียจนน่าทุเรศ. ผมเพิ่งสู้รบมาหยก ๆ. มีคนที่ต้องล้มตาย. ผมเคยบินกลางเวหาและได้ประสบเหตุการณ์น่าสยอง. มาบัดนี้เกือบทันทีทันใด ผมมาอยู่ในท่ามกลางหมู่ชนหยำเปในงานเลี้ยงรับรองแบบก่อนสงครามในอเมริกา. ผมจำต้องแต่งเครื่องแบบคาดทองและพู่ห้อยอันน่าเกลียด. ในที่สุดผมกลายเป็นคนพูดจาขวานผ่าซากและโอหัง. ท่านผู้ใหญ่เลยเห็นว่าผมเป็นบุคคลที่ไม่ค่อยเหมาะสมสำหรับตำแหน่งนี้. นายพลอากาศเอกแห่งกองทัพอากาศอังกฤษที่อยู่แถวนั้นเลยจัดให้ปลดผมออกและส่งตัวกลับอังกฤษ."

ที่จริงแล้ว ดาห์ลเป็นนักบินจากศึกแห่งบริเทน ที่บรรจุผิดตำแหน่ง. เขาอดไม่ได้ที่จะเปรียบเทียบระหว่างเพื่อนนักบินที่ยังต้องสู้อย่างเลือดตาแทบกระเด็นในอันที่จะต้านการโจมตีระลอกใหม่จากเครื่องบินทิ้งระเบิดของเยอรมัน กับ "นักรบกร่ำสุรา" ในวอชิงตัน. แต่ความล้มเหลวของเขาในตำแหน่งนักการทูต ก็กลายเป็นความดีของเขาเหมือนกัน. มีชาวอเมริกันที่เห็นว่าอังกฤษเพียงแต่ดำเนินสงครามเล่น ๆ (นักการทูตท่าคล่องและพูดจาระรื่นหูกว่า ที่ส่งมาจากลอนดอนด้วยเหตุว่าเป็นบุคคลที่ใช้ประโยชน์ที่ไหนไม่ได้อีกแล้ว ทำให้ชาวอเมริกันแน่ใจในความรู้สึกเช่นนี้ยิ่งขึ้น). ชาวอเมริกันเหล่านี้ออกจะชอบดาห์ลมากกว่า. พวกนี้พูดกับเขาอย่างตรงไปตรงมาว่าอยากจะช่วยให้อังกฤษคึกคักขึ้นในการรบ ถ้าสามารถเลี่ยงพิธีการอันเยิ่นเย้อได้. และก่อนเขาออกจากวอชิงตันชื่อเสียงของเขาในฐานะกระบอกเสียงของนักรบอังกฤษธรรมดาสามัญ ที่พูดตรงแบบขวานผ่าซาก ได้เลื่องลือมาถึงหูของสตีเฟนสัน. ดาห์ลเล่าว่า : "เขา (สตีเฟนสัน) แจ้งผมว่า : "กลับบ้านไปก่อนเถิด. คุณจะได้รับการติดต่อ และคุณจะกลับมาที่นี่ มาทำงาน

กับผม.” ผมจึงกลับไปลอนดอนด้วยยศนาวาอากาศตรี และภายในหนึ่งสัปดาห์ก็กลับมาด้วยยศนาวาอากาศโท. ผมไปในงานเลี้ยง และเจอนายพลอากาศเอกที่เตะผมออก ยืนอยู่อีกฟากของห้อง. เขาเดินมาที่ผมและว่า : “พับผ่า แกมาทำอะไรที่นี่วะ.”

“ผมตอบว่า : “ท่านครับ ผมเกรงว่าท่านจะต้องสอบถามที่บิลล์ สตีเฟนสัน.” เท่านั้นเอง หน้าเขาแดงก่ำยิ่งขึ้น และเดินผละไปทันที. ข้อนี้แสดงถึงอิทธิพลของสตีเฟนสัน. ท่านนายพลตะลึงอึ้งพูดไม่ออกจนคำเดียว ทำอะไรก็ไม่ได้สักอย่าง.”

อิเลียนอร์ รูสเวลท์ เคยอ่านเรื่อง “เธอ เกรมลินส์” (The Gremlins) หนังสือสำหรับเด็กเล่มหนึ่งที่ดาห์ลเขียน ให้หลานฟัง. เมื่อเธอได้ทราบว่าผู้ประพันธ์อยู่ในวอชิงตัน จึงเชิญมารับประทานอาหารกับท่านประธานาธิบดี.

ดาห์ลกล่าวภายหลังว่า : “เวลานั้นผมทำงานให้บิลล์ สตีเฟนสันเต็มเวลา. งานของผมคือการหยอดน้ำมันให้ความสัมพันธ์ระหว่างอังกฤษกับอเมริกันคล่องแคล่วราบรื่น. หลังจากการร่วมรับประทานอาหารครั้งแรกนั้น ผมก็ไปที่บ้าน ไฮด์ พาร์กของท่านประธานาธิบดีบ่อย ๆ ตอนสุดสัปดาห์. ผมได้พบรูสเวลท์สามีภริยาเสมอ รวมทั้งบุคคลเช่น เฮนรี่ มอร์เกนเธา. ผมมีโอกาสตั้งคำถามที่ตรงไปตรงมา และก็ได้รับคำตอบอย่างตรงไปตรงมาปาน ๆ กัน เพราะเหตุว่าตามทฤษฎีแล้ว ผมเป็นเพียงตัวเล็กตัวน้อย.

ยกตัวอย่าง ในกรณีที่อาจมีปัญหาทางราชการระหว่างลอนดอนกับวอชิงตันเรื่องปฏิบัติการในอนาคต. ผมก็สามารถถามความเห็นของ เอ็ฟ.ดี.อาร์. ตอนรับประทานอาหารกลางวัน และเขาก็ตอบผมอย่างตรง ๆ ได้มากกว่าที่เขาอาจกล่าวอย่างเป็นทางการได้. การค่อย ๆ รีดข้อมูลจากพวกอเมริกันในระดับสุดยอด มิได้กระทำด้วยเจตนาร้าย แต่ทำเพื่อให้การดำเนินสงครามเป็นไปอย่างมีประสิทธิภาพ. นี่คือเหตุผลที่บิลล์วางตัวคนอย่างพวกเรา.”

รูสเวลท์ทราบดีว่า นายทหารหนุ่มแห่งกองทัพอากาศอังกฤษนี้เป็นสายการติดต่ออย่างไม่เป็นทางการอีกทางหนึ่งของสตีเฟนสัน. เป็นส่วนหนึ่งของแผนที่จะไม่ให้มีการรับรู้ข้อนี้เป็นทางการ. ดาห์ลว่า : “ผมจะเดินเข้าห้องนั่งเล่นเล็กของเอ็ฟ.ดี.อาร์. ในวันอาทิตย์เมื่อไรก็ได้ และเขาก็จะอยู่ที่นั่น ผสมเหล้ามาร์ตินี่

(martini) ตามปกติ. ผมก็จะทัก ; "สวัสดีครับท่านประธานาธิบดี." แล้วเราก็จะคุยเล่นกันไปเรื่อยๆ. เขาถือผมเป็นเพียงเพื่อนคนหนึ่งของอิเลียนอร์. และเขาจะพูดหน้าตาเฉยเสมือนว่าผมเป็นคนไม่สำคัญอะไร และเหมือนพูดเล่นซุบซิบกันว่า : "วันนี้ผมได้ข่าวน่าสนใจจากวินสตัน. . ."

ดังนี้ จึงทำให้สามารถตั้งคำถามและได้คำตอบ ซึ่งถ้ากระทำเป็นทางการจะเกิดเรื่องใหญ่ได้. ไม่มีใครสงสัย ทุกคนเห็นพ้องกันว่าการติดต่อสื่อสารของสตีเฟนสันปลอดภัยที่สุด. โดโนแวนเคยกล่าวว่าเป็นระบบการสื่อสารที่แน่นอนปลอดภัยที่สุด ที่ใครจะจัดขึ้นได้ในเวลานั้น. ด้วยเหตุนี้ ตัวโดโนแวนเองจึงปฏิบัติหน้าที่นี้ และเมื่อถึงเวลาของเขา ก็ยอมให้ผู้อำนวยการประสานงานลับในนิวยอร์คสตีเฟนสัน เอาไป "วางตัว" ในที่ต่างๆ โดยทราบดีว่าท่านประธานาธิบดีเองก็เห็นชอบด้วย.

บทที่ ๒๓

ในปี ๑๙๔๑ ข่ายปฏิบัติการของนายอินทร์ในแมนแฮ็ตตันได้ขยายตัวมากแล้ว แต่กระนั้นสตีเฟนสันก็ยังต้องมีฐานบริวารเพื่อสนับสนุนในการปฏิบัติงาน และเพื่อเป็นศูนย์สำรองในกรณีฉุกเฉิน. ในจำนวนฐานทั้งหมด ต้องมีอย่างน้อยหนึ่งแห่งที่จะควบคุมได้จากลอนดอน. ที่ซึ่งได้เลือกไว้คือหมู่เกาะที่กระจัดกระจายอยู่ในมหาสมุทรแอตแลนติกและในทะเลแคริบเบียน. เกาะที่เหมาะที่สุดคือเกาะเบอร์มิวดา. ฐานที่เบอร์มิวดาอยู่ในแนวหน้าของสงครามทางทะเลที่วิกฤต และกลายเป็นฐานรองของ บี.เอ็ส.ซี. ใครก็ตามที่บินไปจากนิวยอร์ค จะมีความรู้สึกว่ากำลังผ่านเข้าแนวข้าศึก.

หลายปีภายหลัง เอียน เฟล็มมิง ได้นำเบอร์มิวดาเข้ามาเป็นฉากในหนังสืออ่านเล่นเรื่อง เจมส์ บอนด์ (James Bond) ซึ่งเป็นการเหมาะสมกับเนื้อเรื่องอย่างยิ่ง. หลังจากเฟล็มมิงถึงแก่กรรมแล้ว จอห์น เพียร์สัน (John Pearson) ได้เขียนหนังสือเล่มหนึ่งชื่อ “๐๐๗ - เจมส์ บอนด์ : ชีวประวัติเปิดเผย” (007 - James Bond : The Authorized Biography) ซึ่งได้ลงพิมพ์เป็นตอนๆ ในหนังสือพิมพ์ ซันเดย์ เทเลกร๊าฟ (Sunday Telegraph) แห่งลอนดอนในปี ๑๙๗๔. หนังสือเล่มนี้อ้างว่านาวาโท บอนด์ มีตัวจริง และได้ทำให้เป็นหนังสืออ่านเล่นเพื่อลวงศัตรูของเขา. บุคคลที่ถูกอ้างว่าเป็นบอนด์ “ถูกเปิดหน้ากาก” ในโรงแรมเก่าแก่และหรูหราที่สุดแห่งหนึ่งในเบอร์มิวดา คือ โรงแรมแฮมิลตัน พรินเซส (Hamilton Princess) โดยกล่าวกันว่า เขาพำนักอยู่ในห้องชุดที่เป็นของเซอร์ วิลเลียม สตีเฟนสัน ผู้เป็นหัวหน้าของเขา. หนังสือเล่มดังกล่าวกลายเป็นเรื่องวิพากษ์วิจารณ์กันอย่างครึกครื้นใน กาเซโบ บาร์ (Gazebo Bar) ห้องดื่มเหล้าของโรงแรม ซึ่งมีตู้เลี้ยงปลาขนาดใหญ่เป็นฝาผนังด้านหนึ่งอันคล้ายคลึงกับกำแพงกระจกที่กั้นปลาฉลามของ “ด๊อกเตอร์ โน” (Dr. No) จากพระเอก ๐๐๗. นักท่องเที่ยวชอบสอบถามหาลิฟต์ส่วนตัวที่ขึ้นไปห้องดาดฟ้าของสตีเฟนสัน และคอยเฝ้าดูรถแคดิแลคชุบทอง ที่กล่าวกันว่าเป็นพาหนะของเขา. เป็นความจริงว่า ชื่อ “นายอินทร์ - เบอร์มิวดา” (Intrepid Bermuda) เป็นชื่อที่ใช้ในบริษัทโทรคมนาคมทั่วโลก. สตีเฟนสันได้รักษานามรหัสที่เซอร์ชิลล์ตั้งให้ และเบอร์มิวดาเป็นที่ที่สตีเฟนสันอยู่จริง –

แต่อย่างไม่หรูหราฟู่ฟ่า. นอกจากนี้แล้ว เรื่องที่แต่งขึ้นมาทั้งหมดก็ผิดจากความเป็นจริงที่น่าตื่นเต้นเร้าใจยิ่งกว่ามาก. ครั้งหนึ่งเบอร์มิวดาเคยเป็นศูนย์ปฏิบัติการลับที่เข้มข้น และโรงแรม แฮมิลตัน พรินเซส ก็เคยเต็มไปด้วยสายลับฝ่ายสัมพันธมิตร.

เกาะกลางทะเลนั้นเป็นที่สกัดดักการสื่อสารทางไปรษณีย์ ทางโทรเลขและทางวิทยุ ระหว่างซีกโลกตะวันตกกับยุโรปที่ฝ่ายข้าศึกยึดครองอยู่. นับว่าเป็นสถานีบริวารที่ห่างไกลของหน่วย "อัลตร้า" ที่เบล็ตชลี่ย์. ใต้โรงแรมพรินเซสซึ่งเป็นตึกสีชมพู สร้างแบบสถาปัตยกรรมสมัยอาณานิคม มีผู้เชี่ยวชาญอังกฤษ ๑,๒๐๐ คน ที่ทำงานในห้องใต้ดินที่มีสภาพคล้ายๆ ห้องขัง โดยที่ประชาชนอเมริกันทั่วไปไม่ทราบ. หน่วยนี้จำต้องตั้งขึ้น เพราะตอนสงครามในอังกฤษอุบัติขึ้น ทางการได้ห้ามการร่วมมือระหว่าง เอ็ฟ.บี.ไอ. กับหน่วยราชการลับอังกฤษ. ภายในไม่กี่เดือน ฮูเวอร์ก็เริ่มได้รับผลดีจากการที่ทางเบอร์มิวดาสามารถวิเคราะห์สถานีวิทยุเถื่อนที่รับใช้หน่วยจารกรรมของฝ่ายอักษะ.

เจ้าหน้าที่ชายหญิงของ "เบล็ตชลี่ย์ — เขตร้อน" เริ่มมีความชำนาญเกือบเท่ากับชุดปฏิบัติการของ "อัลตร้า" ในการแกะคำสั่งของนาซีถึงหน่วยสงครามลับ. แม้ความสัมพันธ์ระหว่าง เอ็ฟ.บี.ไอ. กับ บี.เอ็ส.ซี. จะลุ่มๆ ดอนๆ อยู่ ฮูเวอร์ก็ไม่เคยลืมความร่วมมืออันดีในระยะต้นนี้ และหวังเสมอว่าปฏิบัติการจะก้าวหน้าขึ้นเรื่อยๆ. เขาทราบดีเหมือนกันว่า ถ้าการร่วมมือล้มเหลวลง สตีเฟนสันก็ยังอาศัยหน่วยใหญ่บนเกาะนี้ได้ในกรณีที่จะต้องทิ้งฐานที่นิวยอร์ค. เขารู้เรื่องปฏิบัติการของเบอร์มิวดาดีพอที่จะรู้ตัวว่า เขาคงจะต้องอาศัยหน่วยนี้มากกว่าที่ทาง บี.เอ็ส.ซี. จะต้องอาศัยตัวเขา. นอกจากนี้ รูสเวลท์ได้สั่งว่า การสื่อสารโพ้นทะเลของ เอ็ฟ.บี.ไอ. จะต้องผ่านฉากกำบังของอังกฤษที่ตั้งอยู่บนเกาะกลางทะเลเหล่านี้.

เบอร์มิวดาเป็นชุมทางการสื่อสาร เป็นศูนย์กลางการดักการสื่อสารของผู้อื่น. จากที่นั้น ข่าวที่ดักได้จะได้รับการกรอง แล้วส่งมาให้สตีเฟนสันในนิวยอร์ค. ในเอกสารของ บี.เอ็ส.ซี. มีบันทึกไว้ว่า : "การร่วมมือระหว่างสตีเฟนสันและฮูเวอร์ที่ได้ผลดีที่สุดอยู่ในวงงานนี้. . . ตั้งแต่ต้น บี.เอ็ส.ซี. เริ่มให้ข้อมูลต่างๆ แก่ เอ็ฟ.บี.ไอ. โดยอาศัยแหล่งข่าวหลายแหล่ง — โดยเฉพาะการดักจดหมายโดยสถานีตรวจของไปรษณีย์และโทรเลขแห่งจักรวรรดิ (Imperial Postal and Telegraph Censorship) ที่ตั้งที่เบอร์มิวดา ทรินิแดด และจาไมก้า (Trinidad and Jamaica) ถ้าไม่ได้รับข้อมูลเหล่านี้ ฝ่าย เอ็ฟ.บี.ไอ. คงต้องประสบความ

เสียเปรียบมาก เพราะไม่มีการตรวจไปรษณียภัณฑ์ในสหรัฐ. . . เอ็ฟ.บี.ไอ. เป็นหนี้บุญคุณต่อ บี.เอ็ส.ซี. ในการช่วยให้ฟ้องร้องคดีจารกรรมในปี ๑๙๔๐ และ ๑๙๔๑ สำเร็จได้หลายคดี. และ เอ็ฟ.บี.ไอ. ก็ตอบแทนอย่างมากมาย. . .”

เบอร์มิวดาไม่มีลักษณะเป็นเมืองขึ้นแต่ประการใด ถึงแม้จะมีการใช้คำว่า “จักรวรรดิ”. ชาวเกาะสามารถอวดอ้างว่ามีรัฐสภาที่เก่าแก่ที่สุดในโลก ถ้าไม่นับลอนดอน และมีความจงรักภักดีต่อราชบัลลังก์ด้วยความสมัครใจ. ประชากรสืบเชื้อสายมาจากพวกแสวงหาถิ่นฐานที่ทำกินจำนวนนับพัน ๆ ที่มาหยุดพักเพื่อหาน้ำจืดและเสบียงโดยมีพวกหนึ่งมาตั้งรกรากที่นี่ แทนที่จะเดินทางต่อไปอีก ๕๐๐ ไมล์ทางตะวันออก เพื่อตั้งตัวในดินแดนที่เป็น นอรธ์ แคโรไลนา (North Carolina) ในปัจจุบัน. ถึงปี ๑๙๓๐ เบอร์มิวดาเป็นสถานีเติมเชื้อเพลิงสำหรับเครื่องบินและเรือเดินสมุทร. สตีเฟนสันเห็นว่าเกาะนี้เป็นเสมือนเส้นโลหิตสำคัญในระบบคมนาคมข้ามแอตแลนติก และได้เริ่มขันเครื่องห้ามเลือดในปี ๑๙๔๐. ชาวอเมริกันรู้สึกว่าการติดต่อทางไปรษณีย์กับยุโรปชักช้าลงอย่างหาสาเหตุไม่ได้. บางคนค่อย ๆ เริ่มไหวตัวในเหตุการณ์ จึงประท้วงการตรวจกิจการส่วนตัวและส่วนบุคคล. แต่ เอ็ฟ.บี.ไอ. ก็สนับสนุนสตีเฟนสัน เพราะฮูเวอร์เริ่มจับสายลับและนักลักลอบหนีภาษีได้เป็นกระบุง ๆ.

เบอร์มิวดายังเป็นสถานีแนวหน้าสำหรับสายลับอังกฤษที่ปฏิบัติการในข่ายอเมริกาใต้อีกด้วย. การสื่อสารหลักของพวกนี้เสี่ยงต่อการถูกตัดอยู่เนือง ๆ. เครื่องส่งกำลังต่ำที่มีอยู่ก็ไม่เหมาะสมสำหรับการติดต่อตรงกับลอนดอน. งานสืบราชการลับส่วนใหญ่พาดพิงถึงสหรัฐโดยตรง และคำแถลงของประธานาธิบดีก็แสดงว่าได้ข่าวลับจำนวนมากขึ้นทุกทีจากแหล่งนี้. รูสเวลท์กล่าวแก่เอกอัครราชทูตที่สนับสนุนนาซีผู้หนึ่ง ซึ่งทำท่าเย้ยหยันทุกครั้งที่มีการพูดถึงแผนนาซีที่จะแผ่ขยายตัวเข้าทวีปอเมริกาว่า : “ฮิตเลอร์เป็นผู้รุกรานและผู้ทำลายที่ร้ายกาจ และแผ่ขยายมากที่สุดในระยะพันปีที่ผ่านมา. เราเชื่อว่าไม่มีขอบเขตใด ๆ ทางภูมิศาสตร์ในแผนการอันเลวทรามต่ำช้าของเขา.” รูสเวลท์กล่าวแก่วุฒิสภาในเรื่องกำหนดการมโหฬารของท่านผู้นำ และถึง “ความป่าเถื่อนในเป้าหมายอันไม่มีสิ้นสุดของเขา.” รูสเวลท์วาดภาพ “การตบเท้าบุกเข้าย่ำยีทั้งโลกด้วยทหารจำนวนสิบล้านคนและเครื่องบินสามหมื่นลำ” อันเป็นแผนของฮิตเลอร์. รูสเวลท์แสดงแผนที่ซึ่งยึดมาได้จากสายลับเยอรมันที่แสดงทวีปลาตินอเมริกาที่ถูกนาซีครองที่กำหนดให้เห็นวิธีการที่จะใช้ในการยึดคลองปานามา (Panama Canal) อันจะ

ทำให้นครต่าง ๆ ในสหรัฐอยู่ในระยะบินโจมตีของเครื่องบินทิ้งระเบิดเยอรมัน.

วัตถุดิบสำหรับข้อแถลงดังกล่าว เป็นข่าวกรองจากสถานีตรวจที่เบอร์มิวดา ซึ่งสตีเฟนสันขยายขึ้นเรื่อย เพราะยังไม่แน่แก่ใจว่าพวกอเมริกันจะยอมให้มีปฏิบัติการขนาดใหญ่ในดินแดนสหรัฐ.

มีห้องทดลองใต้ดินซ่อนอยู่ใต้โรงแรมหลายแห่ง โดยมีโรงแรมพรินเซสเป็นศูนย์กลาง. ชุดผู้เชี่ยวชาญต่าง ๆ มีหน้าที่ในการอ่านข่าวสารซึ่งใช้ระบบไมโครด๊อต (Microdot)* คือข่าวสารจุดไมโครที่จารบุรุษเยอรมันส่ง ในการเปิดจดหมายที่บรรจุซองที่ปิดแน่นหนา แล้วใส่กลับคืนโดยไม่ให้มีร่องรอยเลย ในการทำให้หมึกลับ ซึ่งเป็นเครื่องมือหลักของจารกรรมฝ่ายอักษะอันมีจำนวนมากมายหลายชนิด ปรากฏขึ้นให้อ่านได้และมีหน้าที่อีกหลายอย่างในการดักจับสายลับ และทำให้ปฏิบัติการรบกวนเส้นทางลำเลียงสำคัญของอังกฤษเป็นหมัน. โดยที่เบอร์มิวดาเป็นศูนย์-กลางของเส้นทางข้ามแอตแลนติกจึงเป็นสถานีเติมเชื้อเพลิงของเครื่องบินคลิปเปอร์ที่บินไปลิสบอน ซึ่งเป็นแหล่งชุมนุมจารบุรุษใหญ่ที่สุดในดินแดนที่เป็นกลาง. ถุงเมล์ทางการทูตต้องผ่านทางนั้นโดยมีข้อตกลงระหว่างประเทศว่าด้วยความลับของการสื่อสารทางการทูตปกป้อง — แต่ว่าถุงที่ปิดผนึกก็ไม่พ้นมือของผู้ตรวจสอบที่ชำนาญ. เพื่อให้ถุงเมล์การทูตผ่านจุดตรวจเหล่านี้จำนวนมากขึ้น สตีเฟนสันจึงล่อทางเอ็ฟ.บี.ไอ. โดยการให้ข้อมูลที่มีประโยชน์อยู่ตลอดเวลา.

ในเดือนพฤศจิกายน ๑๙๔๐ สตีเฟนสันดักจับบุตรสาวของ ปิแอร์ ลาวาล (Pierre Laval) ได้ที่นั่น. ลาวาล ผู้ต่อมาถูกประหารชีวิตฐานเป็นผู้ทรยศฝรั่งเศสเวลานั้นกำลังต่อรองกับฮิตเลอร์ โดยใช้บุตรสาวเป็นผู้นำเอกสารลับไปมาระหว่างฝรั่งเศสซึ่งนาซียึดครองกับสหรัฐ เอกสารเหล่านี้เป็นสิ่งบอกเหตุถึงบทบาทของชาวฝรั่งเศสผู้ร่วมมือกับนาซีในทวีปอเมริกา. เมื่อมีผู้ถามว่าอะไรทำให้เขาสงสัยผู้นำสารนี้ สตีเฟนสันก็ชี้แจงว่า หลายปีก่อน นายพล หน่วย เอ็ส.เอ็ส. ชื่อ อัลเฟรด โรเซนแบร์ก (Alfred Rosenberg) ได้เคยเอ่ยถึงลาวาลว่ามีทางจะเป็นหุ่นของเยอรมันในอนาคต.

---

*ไมโครด๊อต มีอธิบายในหน้า ๒๔๗ - ๒๔๙ ข้างหน้า

โดโนแวนเดินทางข้ามมหาสมุทรแอตแลนติกบ่อยๆ โดยใช้เบอร์มิวดาเป็นที่หยุดพัก. ในฤดูหนาวของปี ๑๙๔๐ เขาได้เห็น "สิ่งที่สำคัญเป็นพิเศษ" กรณีนี้ทำให้เขาเห็นตระหนักถึงตัวอย่างอันดีของสมรรถภาพของผู้ที่มีความจำน่ามหัศจรรย์ ผู้สามารถสรุปข้อมูลด้วยความว่องไว ซึ่งผู้ที่ปัญญาทึบกว่าไม่มีทางเข้าใจ.

นาดยา การ์ดเนอร์ (Nadya Gardner) หญิงสาวชาวอังกฤษ ได้ควานพบจดหมายฉบับหนึ่งจากกระแสทะเลจดหมายที่หลั่งไหลมา จดหมายฉบับนั้นมาจากนิวยอร์คจ่าหน้าชื่อที่เป็นนามแฝงของ ไรนฮาร์ด ไฮดริช. สตีเฟนสันกล่าวภายหลังว่า : "ไฮดริชเป็นหัวหน้าที่โหดที่สุดในหน่วยที่เหี้ยมที่สุดของฮิตเลอร์ อำนาจกำลังของไฮดริชในฐานะปรปักษ์ในสงครามลับ หนักกว่าที่ใครได้คาดไว้มาก. เขาเป็นตัวปีศาจที่ร้ายล้ำหน้าเกินนายของตน — คือ นายพลเรือเอก คานาริส "เจ้าแห่งความมืด" และ ไฮนริช ฮิมม์เลอร์ (Heinrich Himmler) "รัชทายาทแห่งตระกูล เอ็ส.เอ็ส." ในระยะที่โดโนแวนมาอังกฤษ ไม่มีใครทราบว่าไฮดริชยุ่งเกี่ยวกับการสืบราชการลับในต่างประเทศ แต่เส้นทางเดินของเขาก็เคยมาจ๊ะกับเส้นทางของผม เมื่อผมไปดูงานในแคว้นรูห์ร."

การที่ได้ค้นพบปฏิบัติการจริงของเขาทำให้เกิดความกระจ่าง และผลที่สุดเป็นเรื่องลุกลามล้างผลาญใหญ่โต. ไฮดริชนั้นสอดส่องสืบความลับของจารบุรุษของเยอรมันเอง.

สตีเฟนสันกล่าวว่า : "หลังจากเราเปิดหน้ากากของ ดร.เวสทริก สายลับของเขา ไฮดริชก็เริ่มกระสับกระส่าย. พวกเราทำให้เขายิ่งกระสับกระส่ายไม่สบายใจหนักขึ้น โดยสร้างหลักฐานที่ทำให้เข้าใจว่าเวสทริกถูกสายลับนาซีอื่นๆ ในสหรัฐหักหลัง."

จดหมายจ่าหน้าถึง "โลธาร์ เฟรเดริค, ๑, เฮลโกเลนเดอร์ อูเฟอร์, เบอร์ลิน" (Lothar Frederick, I, Helgolaender Ufer, Berlin) ที่ดักได้ถูกนำไปทดสอบทางเคมีตามปกติในห้องใต้ดินของโรงแรม. ผลไม่ปรากฏว่าใช้หมึกลับ. แต่ก็มีอะไรบางอย่างเกี่ยวกับลักษณะของจดหมายพิมพ์ดีดนี้ ที่ทำให้ นาดยา การ์ดเนอร์ สงสัย. เธอไม่ทราบเรื่องนามแฝงและที่อยู่ของไฮดริช. แต่เธอมีญาณสังหรณ์ในการใช้ถ้อยคำฟุ่มเฟือยฟุ้งเฟ้อ รวมทั้งโครงสร้างที่พิลึกพิลั่นของประโยคที่ใช้ อันมักจะทำให้จับได้ว่าเป็นจารบุรุษ.

หญิงสาวชี้ให้เห็นสิ่งผิดปกติเหล่านี้. จดหมายนี้เขียนเป็นภาษาอังกฤษ. บางแห่งใช้ศัพท์ที่ถอดออกมาตรงๆ จากภาษาเยอรมัน เสมือนผู้เขียนเผลอใช้วิธีคิดที่เคยชินตามภาษาของตน. ผู้เขียนได้ลงนามว่า "โจ เค." (Joe K.). ฟังดูก็เหมือนเป็นชาวอเมริกันธรรมดา มีผิดปกติก็ตรงวิธีเขียนที่ชอบกล และความสนใจในการเคลื่อนไหวของการเดินเรือฝ่ายสัมพันธมิตร.

ชุดปฏิบัติการของเบอร์มิวดาได้วิเคราะห์ลายมือของ โจ.เค. ได้มีการสกัดดักจดหมายอื่นๆ อีก ซึ่งเขียนส่งไปสเปนและปอร์ตุเกสมากกว่าไปเบอร์ลิน และที่อยู่ของผู้ส่งปรากฏว่าเป็นร้านค้าในนิวยอร์คที่ไม่มีตัวจริง. นักเคมียังไม่สามารถทำให้ข้อเขียนที่คิดว่าซ่อนเร้นอยู่ปรากฏขึ้น. การ์ดเนอร์ยังเชื่อว่าจดหมายเหล่านี้มีอะไรซ่อนเร้นอยู่ จึงเพียรวิจัยหมึกลับต่อไป. ในที่สุดหัวหน้าชุดวิจัยทางเคมี คือ ดร. เอนริเก เด้นต์ (Dr. Enrique Dent) ทดลองใช้การทดสอบด้วยไอของไอโอดินซึ่งเป็นวิธีการเก่าและเกือบจะลืมกันหมดแล้ว. ปรากฏว่า โจ เค. ผู้ลึกลับ ใช้หมึกลับที่เก่าแก่ที่สุด ซึ่งทำมาจากยาไพรามิดอน (pyramidon) ป่น ซึ่งเป็นยาแก้ปวดธรรมดาที่ซื้อได้จากร้านขายยาทั่วไป. ในเดือนมีนาคม ๑๙๔๑ จดหมายของ โจ เค. ซึ่งส่งถึงตำบลที่อยู่แฝงในปอร์ตุเกสถูกดักได้อีกฉบับหนึ่ง ในนั้นมีรายละเอียดเรื่องเครื่องบินอเมริกันที่ส่งให้อังกฤษ. ส่วนที่เขียนด้วยหมึกลับเปิดเผยว่า สำเนาจดหมายได้ส่งผ่านเมืองจีนทาง "สมิธ" (Smith). พอดี เอ็ฟ.บี.ไอ. สามารถดักจดหมายแบบนี้ฉบับหนึ่ง ถึงนายสมิธในเมืองจีน ซึ่งมีแผนที่ชัดเจนถูกต้องของการป้องกัน เพิร์ล ฮาร์เบอร์ ของสหรัฐ.* แต่ก็ยังไม่มีใครทราบแน่ว่า โจ เค. คือใคร.

จดหมายฉบับหนึ่งลงวันที่ ๑๕ เมษายน ๑๙๔๑ จ่าหน้าถึง มานุเอล อาลอนโซ (Manuel Alonso) ในมาดริด (Madrid) มีรายงานสองหน้ากระดาษเขียนด้วยหมึกลับเกี่ยวกับการเดินเรือ และดูเหมือนจะมาจากแหล่งเดียวกัน. สัปดาห์ต่อมา จดหมายอีกฉบับหนึ่งรายงานว่า มีทหารอังกฤษ ๗๐,๐๐๐ คนในไอศแลนด์ (Iceland) และขอบใจผู้รับที่ไม่ทราบชื่อ ที่ได้จมเรือเดินสมุทร วิลล์ เดอ

---

*จดหมายนี้ไม่ใช่ "แบบสอบถามเรื่อง เพิร์ล ฮาร์เบอร์" ซึ่งจารบุรุษนกสองหัว "ไทรซิเคิล" ได้เผยให้ เอ็ฟ.บี.ไอ. ทราบในฐานะสายของฝ่ายอังกฤษ อันนำไปสู่การกล่าวหาว่าประธานาธิบดีทราบล่วงหน้าถึงเรื่องการจู่โจมที่ฝ่ายญี่ปุ่นวางแผนไว้. จะกล่าวถึงเรื่องของ "ไทรซิเคิล" ภายหลัง.

เลียจ (Ville de Liege) มีรายงานชนิดของเครื่องบินสหรัฐที่กำลังส่งไปอังกฤษ และกล่าวถึงระบบขบวนเรือที่ออกจากเมืองแฮลิแฟกซ์ (Halifax) ในแคนาดา.

ฝ่าย เอ็ฟ.บี.ไอ. วิเคราะห์จดหมายที่ดักได้ที่เบอร์มิวดาอีกชุดหนึ่ง โดยเพ่งเล็งจดหมายที่เขียนในวันที่ ๒๐ มีนาคม ๑๙๔๑ ที่รายงานว่า บุคคลผู้มีชื่อว่า "ฟิล" (Phil) ถูกรถแท็กซี่ชนล้มลงขณะข้ามถนนบรอดเวย์ที่แยก ไทมส์ สแควร์ (Times Square) แล้วรถอีกคันได้ทับร่างของเขา. ฟังดูแล้ว ส่วนที่เขียนอย่างธรรมดาของจดหมายก็เป็นเรื่องสามัญปกติ. แต่การเขียนด้วยหมึกลับระหว่างบรรทัดแสดงถึงความเสียขวัญตระหนกตกใจ.

ในเวลาเดียวกันนั้น ผู้จัดการของโรงแรมท้าฟต์ (Hotel Taft) ในนิวยอร์คได้แจ้งว่ามีพฤติการณ์ประหลาดๆ ในการเสียชีวิตในอุบัติเหตุรถชนของบุคคลชื่อ จูลิโอ โลเปซ ลิโด (Julio Lopez Lido). ตำรวจงงงวยในการอ้างว่าลิโดถูกชนโดยเจตนา. ในทะเบียนของโรงแรม ปรากฏว่าลิโดพำนักอยู่ที่เซี่ยงไฮ้ ส่วนบ้านเกิดเมืองนอนคือสเปน. ผู้สอบสวนนำข้อมูลจากการดักที่เบอร์มิวดามาประมวลกับข้อเท็จจริง แต่ผลที่ได้กลับนำไปสู่ปัญหาอีกหลายข้อ. ผู้ตายเป็น "นายสมิธจากเมืองจีน" หรือเปล่า. หรือจะเป็น โจ เค. เอง. และผู้ที่ขับรถชนเป็นสายลับอังกฤษหรือเปล่า.

ฝ่าย บี.เอ็ส.ซี. แถลงอย่างอึกอักว่า ลิโดนั้นทราบกันว่าเป็นสายลับเยอรมันที่ใช้นามแฝงว่า "ฟิล". จารบุรุษผู้นี้ "ถูกจัดการไปแล้ว." เอ็ฟ.บี.ไอ. ขอดูเอกสารเกี่ยวกับสายลับที่ตาย. เขาคือ อุลริช ฟอน แดร์ อสเตน (Ulrich von der Osten) นายร้อยเอกในกรมข่าวทหารบกเยอรมัน. เขามีน้องชายที่อยู่ใน เดนเวอร์ โคโลราโด (Denver, Colorado) ดังนั้น เอ็ฟ.บี.ไอ. จึงเริ่มคอยสอดส่อง. ในสัมภาระของผู้ตายมีสมุดบันทึก และในนั้นมีหมายเลขโทรศัพท์ของร้านแห่งหนึ่งในนิวยอร์ก. ผู้สืบสวนสอบได้ความว่าเจ้าของเพิ่งได้ขายร้านนี้ไป และทำให้ระลึกถึงประโยคที่ว่า "ป้าของผมขายร้านไปแล้ว" ในจดหมายของ โจ เค. ที่เล่าถึงอุบัติเหตุของลิโด. ในจดหมายมีการเตือนผู้รับว่า : "ไม่ควรส่งจดหมายถึงป้าต่อไป แต่เพื่อนและญาติคนอื่นๆ ของผมยังทำกิจการอยู่."

แต่ยังไม่มีอะไรที่จะเชื่อมโยงไปถึง โจ เค. ได้. อย่างมากที่สุดที่ เอ็ฟ.บี.ไอ. สามารถรู้ก็คือ "ป้า" ที่ "ขายร้านไป" มีหลานชื่อ เฟรด ลุดวิค (Fred Ludwig). แต่เขาอยู่ที่ใด. สมุดโทรศัพท์เต็มไปด้วยคนชื่อลุดวิค. ต่อมา

สายลับเยอรมันคนหนึ่งส่งโทรเลขเป็นรหัสลับถึง "ฟูซี นิวยอร์ค" (Fouzie New York). สายของ บี.เอ็ส.ซี. ในสำนักงานโทรเลขของนิวยอร์คสืบที่อยู่ของ "ฟูซี" ได้. เขาคือ เฟรด ลุดวิค — อายุสี่สิบแปด เกิดที่ฟรีมอนต์ โอไฮโอ (Fremont, Ohio) ได้รับการศึกษาในเยอรมัน และกลับมานิวยอร์กเมื่อเดือนมีนาคม ๑๙๔๐ เพื่อจัดข่ายจารกรรมนาซี. เขารับสมัครลูกน้องโดยผ่านสหพันธ์เยอรมัน - อเมริกัน (German - American Bund) และรับค่าใช้จ่ายจากสถานกงสุลเยอรมันโดยผ่านคนกลาง ซึ่งเขามักจะพบที่ร้านอาหารไชล์ด ที่ถนนที่ ๓๔ (Child's Restaurant on 34th Street). หัวหน้าของเขาคือ ฟอน แดร์ อสเตน ผู้ตาย. โจ เค. คือลุดวิค นี่เอง.

ข้อเท็จจริงมีว่า ฟอน แดร์ อสเตน ถูกกำจัด. เขาเป็นผู้ทรยศสัญชาติอเมริกันที่ได้เป็นนายทหารและสายลับให้รัฐบาลต่างประเทศ. แต่ว่าในระยะเวลาที่อเมริกายังคงเป็นกลาง ถ้า เอ็ฟ.บี.ไอ. สืบสวนให้ละเอียดลึกซึ้งกว่านี้ ก็อาจนำไปสู่เหตุการณ์ล่อแหลมน่ากระอักกระอ่วนอย่างยิ่ง กรณีนี้เป็นผลงานของการร่วมมือระหว่าง เอ็ฟ.บี.ไอ. กับ บี.เอ็ส.ซี. ในระยะต้น และกลายเป็นกรณีตัวอย่างในตำราวิทยาการพลิกแพลงยักย้ายถ่ายเท. ฝ่ายอังกฤษรู้เรื่องเกี่ยวกับงานภายในของสถานกงสุลเยอรมันมากเกินกว่าที่จะกล้าเปิดเผย เพราะอังกฤษเองก็มีขอบเขตในการจัดการเกี่ยวกับข่ายจารกรรม. พวกเขาไม่ต้องการให้แหล่งข่าวภายในหน่วยต่างๆ ของเยอรมันต้องเสี่ยงอันตราย และไม่กล้าล่วงเกินความอดทนของฝ่ายอเมริกัน จนถึงจุดที่อาจทำให้ประชาชนอเมริกันประท้วง. แต่การตายของ ฟอน แดร์ อสเตน และไหวพริบของเจ้าหน้าที่ของเบอร์มิวดาก็มีผลพอให้ เอ็ฟ.บี.ไอ. ปฏิบัติการได้แล้ว.

ในเที่ยวบินไปทางตะวันตกแต่ละเที่ยว เบอร์มิวดาสามารถตรวจจดหมายได้สองแสนฉบับ อีก ๑๕,๐๐๐ ฉบับในเที่ยวบินเดียวกันจะถูกตรวจอย่างละเอียดในห้องทดลอง. เป็นการแน่นอนว่าไม่มีร่องรอยเลยว่าถูกตรวจ. ผลงานทั้งหมดจะเป็นหมันไปหากฝ่ายข้าศึกสามารถล่วงรู้ว่าการสื่อสารของตนถูกตรวจตรา. ทั้งนี้นับว่าเป็นกีฬาที่ชอบกลอยู่ เพราะครึ่งหนึ่งของการติดต่อ คือส่วนที่มาจากแดนข้าศึกมักจะไม่สามารถตรวจตราได้.

การวิเคราะห์กรณีนี้อย่างละเอียดยืนยันว่านายพลหน่วย เอ็ส.เอ็ส. ไรนฮาร์ด ไฮดริช เป็นตัวการใหญ่ที่สุดในทุกสาขาของราชการลับเยอรมัน ของ

ตำรวจลับ และความปลอดภัยภายในของพรรคนาซี. ในตอนนี้ เขามีอำนาจเหนือนายพลเรือเอก คานาริส ซึ่งถือว่าเป็นหัวหน้าสืบราชการลับอาชีพของเยอรมัน. ในที่สุด คานาริส ถูกแขวนคอด้วยข้อหาว่าสมรู้ร่วมคิดในการพยายามลอบฆ่าท่านผู้นำของเขา. แต่ตอนนั้นเขาก็สูญเสียอำนาจที่แท้จริงไปแล้ว. อำนาจอยู่ในกำมือของไฮดริช. ต่อมาข้อมูลสำคัญนี้กลับมาเป็นอันตรายถึงที่สุดสำหรับตัวไฮดริชเอง.

บทที่ ๒๔

เบอร์มิวดาได้ถูกผลักดันให้ต้องมีบทบาททางการเมืองเกี่ยวกับสงครามทางทะเล เมื่อมีการประชุมระหว่างเจ้าหน้าที่กรมข่าวทหารเรือสหรัฐและอังกฤษตอนต้นปี ๑๙๔๑ เพื่อปรึกษาเรื่องเรือดำน้ำเยอรมันที่คอยซุ่มอยู่ใต้มหาสมุทรแอตแลนติก อันเป็นประกายแวววาวด้วยแสงแดด. การที่เรือดำน้ำเยอรมันโจมตีขบวนเรือลำเลียงอย่างเกือบเรียบราบเป็นการคุกคามที่จะทำให้อังกฤษโค่น ก่อนที่จะสามารถตั้งตัวเป็นฐานสำหรับบุกป้อมปราการยุโรป ตามที่ เอ.บี.ซี. ได้หมายมั่นไว้. สิบเอ็ดเดือนก่อนสหรัฐเข้าร่วมสงครามเป็นทางการ นายทหารเรืออเมริกันชั้นผู้ใหญ่ก็พยายามเพิ่มการสนับสนุนพันธมิตรลับอย่างเงียบ ๆ อยู่แล้ว.

ศึกแห่งแอตแลนติกหมายถึงความเป็นความตายของอังกฤษ ที่กำลังอยู่ในระยะฟื้นตัวจากการรอดมาได้อย่างหวุดหวิดในศึกแห่งบริเทน. สายการช่วยเหลือจากอเมริกาเกือบถูกตัดขาดสะบั้น. นายพลเรือเอก เออร์เนสต์ เจ. คิง (Admiral Ernest J. King) นายทหารเรือหน้าตาบู้หู้บอกบุญไม่รับ ซึ่งเป็นเสนาธิการทหารเรือสหรัฐ รู้สึกหนักใจเพราะเห็นใจอังกฤษ แต่ก็ต้องรับผิดชอบในมหาสมุทรแปซิฟิกอันเป็นพื้นที่ที่ฝ่ายญี่ปุ่นตั้งท่าจะบุก.

ฝ่ายอังกฤษทราบดีว่า ถ้ามีท่าที่จะล้มด้วยความอดอยาก นักยุทธศาสตร์อเมริกันชั้นดีคนไหนก็คนนั้นจะมีเหตุผลอันสมควรที่จะเทขยะเรื่อง เอ.บี.ซี. ฉะนั้นถึงเวลาแล้วที่จะเผยความลับกันอย่างตรงไปตรงมา.

การประชุมที่เบอร์มิวดามีขึ้นที่ฐานทัพราชนาวีใกล้เมืองเก่า เซนต์ จอร์จ (St. George) ใต้ป้อมเก่าซึ่งมีปืนใหญ่ที่ยังเล็งไปทางศัตรูเก่าแก่ในยุโรป. ฝ่ายอังกฤษพยายามชี้แจงพิสูจน์ให้เห็นว่า เบื้องหลังข่าวครึกโครมที่น่าวิตก มีการดำเนินศึกลับอย่างได้ผล. อังกฤษเปิดเผยเครื่องกลไกต่าง ๆ สำหรับการถอดรหัสสัญญาณของเยอรมัน ที่ข่ายวิทยุซึ่งบังคับจากเบอร์มิวดารวบรวมได้ โดยที่ได้รับเครื่องเอนิกมาในแบบของญี่ปุ่นจากหน่วยสื่อสารลับของกองทัพบกสหรัฐแล้ว. ในเดือนมกราคม ๑๙๔๑ เรือประจัญบานที่ใหม่ที่สุดและมีอานุภาพสูงสุดของอังกฤษ

คือ เรือ คิงจอร์จ เธอ ฟิฟธ์” (King George V) นำเครื่องนี้ไปติดตั้งที่เบล็ตชลี่ย์อย่างถาวร.

ขณะที่บินกลับสหรัฐ นับขบไขรหัสลับ วิลเลียม ฟรีดแมน ผ่านมาเยี่ยมเบล็ตชลี่ย์ขนาดย่อมที่ฝังอยู่ใต้โรงแรมต่าง ๆ ของเบอร์มิวดา. ฟรีดแมนเกิดป่วยลงเพราะความตึงเครียดทางสมอง และได้รับคำสั่งให้กลับบ้านในเดือนมกราคม ๑๙๔๑ เพื่อไปพักฟื้นที่โรงพยาบาล วอลเตอร์ รีด (Walter Reed General Hospital). แต่เขาใช้อุปสรรคชั่วคราวนี้ให้เป็นประโยชน์. ข่าวที่เขาเป็นโรคประสาททำให้เขาสามารถทำงานเงียบ ๆ หลังฉาก ในการกระชับความร่วมมือระหว่างหน่วย “อัลตร้า” กับหน่วยต่าง ๆ ของสหรัฐที่ยังขาดบุคลากรและอุปกรณ์. หนึ่งเดือนภายหลังการเจรจาลับ เอ.บี.ซี. ฟรีดแมนเดินทางไปเบอร์มิวดา.

ที่เบล็ตชลี่ย์ เขาได้เห็นว่าการสืบราชการลับอาจเอาชนะศึกเรือดำน้ำได้. ความสามารถอย่างประหลาดของเขาในการประเมินสถานการณ์ทำให้เขาแน่ใจว่าอันตรายจากเรือดำน้ำเยอรมันกำลังทวีขึ้น. ในปีต่อไป คือปี ๑๙๔๒ ตัวเลขพิสูจน์ว่าเขาคาดการณ์ได้ถูกต้อง เมื่อเรือที่บรรทุกสินค้าให้อังกฤษถูกจม ๑,๖๔๔ ลำ. ในการปะทะร้ายแรงครั้งหนึ่งที่มีการสู้กันตลอดคืน เรือสินค้ายี่สิบเอ็ดลำต้องอับปางลง. การสูญเสียเหล่านี้คงจะหนักยิ่งกว่านี้ หากการร่วมมือกับสหรัฐไม่ได้เริ่มต้นแต่เนิ่น ๆ. ในเดือนกุมภาพันธ์ ๑๙๔๑ เบอร์มิวดาเริ่มประสานข่าวลับที่ได้มาจากสถานีเฝ้าฟังของสหรัฐกับของอังกฤษ ทำให้สามารถติดตามล่วงรู้เกี่ยวกับกองเรือดำน้ำต่าง ๆ ของเยอรมันทุกกองได้.

การบังคับบัญชาเรือดำน้ำเยอรมันกระทำจากฐานควบคุมปฏิบัติการกลางซึ่งได้รับรายงานข้อมูลเกี่ยวกับขบวนเรือของอังกฤษทางวิทยุ. รายงานจากสายลับและสถานีสังเกตการณ์นาซีเหล่านี้ได้รับการวิเคราะห์ และคำสั่งที่ส่งไปยังเรือดำน้ำเยอรมันก็กระทำโดยยึดข้อมูลที่ได้รับเป็นหลัก. การพัฒนาวิทยุสื่อสารทำให้เรือดำน้ำมีประสิทธิภาพคล่องแคล่วยิ่งขึ้น. แต่วิทยุนี่เองก็ทำให้ผู้แอบฟังได้รับภาพชัดเจนในการเคลื่อนไหวของเรือดำน้ำ. ผู้บังคับการเรือดำน้ำเยอรมันไม่ระมัดระวังในการใช้วิทยุ เพราะหลับหูหลับตาเชื่อมั่นในเครื่องใส่รหัสเอนิกมา ซึ่งเป็นอุปกรณ์ติดเรือแต่ละลำ. ถึงแม้เรือดำน้ำจะถูกยึดโดยเครื่องเอนิกมาไม่บุบสลาย พวกเยอรมันก็เชื่อมั่นว่าไม่มีใครสามารถค้นหาลำดับของกระบอกรหัสซึ่งมีการเปลี่ยนแปลงอยู่เสมอได้.

นอกจากข้อมูลที่ได้มาจากการถอดรหัสของสัญญาณจากเอนิกมา ฝ่ายอังกฤษสามารถทราบที่อยู่ของเรือดำน้ำ โดยเล็งหาทิศของคลื่นวิทยุที่ส่งออกมา. การหาทิศแบบนี้ใช้ได้กว้างขวางขึ้นอย่างมากเมื่อสถานีหาทิศสหรัฐเริ่มส่งข้อมูลเข้ามาสมทบโดยผ่าน บี.เอ็ส.ซี. และเบอร์มิวดา.

ในการชักนำให้กะลาสีเยอรมันที่ถูกจับได้ยอมพูด มีการแสดงรายละเอียดในประวัติราชการ ข่าวซุบซิบเล็ก ๆ น้อย ๆ เกี่ยวกับตัวเขา ชื่อเพื่อนฝูงของเขา รายละเอียดในการฝึกที่เขาได้รับมา และแม้แต่ปัญหาทางครอบครัวที่เขามี. ผู้สอบสวนฝ่ายอังกฤษเข้าใจว่าข้อมูลรายละเอียดจำนวนมากมายนั้น — อันเป็นการเอากิจวัตรและความเป็นอยู่ของฝ่ายข้าศึกที่ละเอียดลออที่สุดที่เคยกระทำมาสานกันจนได้เรื่อง — เป็นผลงานการจัดข้อมูลที่สลับซับซ้อนที่ได้จากการสอบสวนเชลยที่จับได้มาก่อน และจากข่าวของสายลับที่วางไว้ในกองทัพเรือเยอรมัน. งานจัดข้อมูลดังกล่าวมีจริง อันทำขึ้นเพื่อจำลองศูนย์ข้อมูลของกองบัญชาการเรือดำน้ำเยอรมัน. แต่ตามความจริงข่าวส่วนใหญ่มาจากการดักฟังของ “อัลตร้า” และสถานีรองที่เบอร์มิวดา. การใช้วิทยุสื่อสารของเรือดำน้ำเยอรมันที่ดูเหมือนเป็นความได้เปรียบกลับกลายเป็นความเสียเปรียบสำคัญ. ในขณะที่กองกำลังของเยอรมันทางบกและทางอากาศสามารถเปลี่ยนไปใช้สายโทรเลขและเจ้าหน้าที่นำสาร เพื่อลดจำนวนสัญญาณวิทยุในวันก่อนปฏิบัติการสำคัญกองกำลังทางทะเลต้องอาศัยแต่เพียงการวิทยุสื่อสาร. ตัวอย่างเช่นรายละเอียดซึ่งเสมือนดูเล็กน้อยไม่สำคัญของการพักการฝึกงานสองวันที่เบร็สต์ (Brest) ของพลประจำตอร์ปิโด ชมิดต์ (Torpedoman Schmidt) จะนำมาเก็บรวบรวมไว้ในเอกสารข้อมูล คอยเวลาที่จะนำมาปะติดปะต่อกับข่าวใหม่ที่แจ้งว่า ชมิดต์ได้ย้ายมาประจำเรือช่วยรบกลางมหาสมุทรแอตแลนติก. ข่าวต่าง ๆ จะนำมาบวกลบคูณหารกัน คือ ความเชี่ยวชาญของชมิดต์ในตอร์ปิโดชนิดพิเศษบวกกับข่าวว่ามีเรือ “พี่เลี้ยง” เรือดำน้ำในท้องทะเล และข่าวเล็ก ๆ น้อย ๆ อื่น ๆ จะทำให้นึกภาพแผนใหม่ล่าสุดของเยอรมันได้ออก.

สตีเฟนสันทราบดีว่าการเผยผลของการสันนิษฐานเหล่านี้ยังไม่เป็นการเพียงพอ. “ลูกค้า” อเมริกันอาจมีเหตุผลสมควรที่จะเคลือบแคลงสงสัย ถ้าไม่ได้รับทราบที่มาของข้อมูลเหล่านี้. คำตอบอยู่ที่จะต้องยอมให้ บิลล์ โดโนแวน และนายทหารสหรัฐชั้นผู้ใหญ่ได้เห็นการทำงานของระบบนี้ด้วยตนเอง. เป็นทางเดียวที่จะสามารถเลี่ยงกฎที่ว่าไม่ให้นายทหารอังกฤษทำการ “แลกเปลี่ยน” ข่าวลับของกองทัพเรือ. เจ้าหน้าที่รับผิดชอบในการส่งข่าวลับให้ผู้ร่วมงานฝ่ายอเมริกันไม่มี

หน้าที่รับข่าวเป็นการแลกเปลี่ยน เพราะการแข่งดีและการต่อรองกันอาจมีผลร้ายในการรักษาความลับ. โดนัลด์ แมคลัคแลน (Donald Mclachlan) ที่ปรึกษาส่วนตัวของเจ้ากรมข่าวทหารเรืออังกฤษเขียนว่า : "การรักษาความปลอดภัยสำคัญอยู่ที่การไม่ยอมให้ความร่วมมือระหว่างอังกฤษและอเมริกันกลายเป็นข่าวในหน้าหนังสือพิมพ์. การโฆษณาซึ่งอาจทำให้อริและผู้ตำหนิรูสเวลท์ไหวตัวจะนำมาซึ่งหายนะได้."

ในหลักการ วิธีดำเนินงานของเบอร์มิวดาก็เหมือนกับที่เบล็ตชลี่ย์. งานแรกคือการดักฟังการติดต่อสื่อสารของเรือดำน้ำข้าศึก ต่อไปก็ต้องถอดเสียงกล๊อกแกล๊กให้ได้เรื่องได้ราว และท้ายสุดคือการวิเคราะห์และกลั่นเอาใจความที่เป็นข่าวมีสาระออกมาจากสัญญาณสั้นๆ ที่รวบรัดเหล่านี้. หน้าที่ทั้งสามกำหนดแยกออกจากกันดังนี้ : การรับสัญญาณ การถอดรหัส การวิเคราะห์ข่าว. มีข้อกำหนดอีกอย่างหนึ่งที่ต้องรักษาอย่างเคร่งครัด คือเมื่อนำข่าวที่ดักได้ไปใช้ จะต้องแต่งเรื่องพรางแหล่งข่าว. ต้องไม่ยอมให้ฝ่ายเยอรมันรู้ตัวเป็นอันขาดว่า การเคลื่อนไหวของกลุ่มเรือดำน้ำถูกติดตามอย่างใกล้ชิดและถึงกับทำนายล่วงหน้าได้. ในกรณีที่เรือดำน้ำเยอรมันลำหนึ่งลำใดโผล่ขึ้นมาบนผิวน้ำ โดยมีเครื่องบินทิ้งระเบิดคอยท่าอยู่ ก็จะต้องคิดข้อแก้ตัวอย่างหนึ่งอย่างใดที่ฟังขึ้น เพื่ออธิบาย ไม่ว่าจะต้องปั้นน้ำเป็นตัวสักปานใด ทั้งนี้เพื่อลวงข้าศึกให้หลงเชื่อจนได้.

งานหลักเป็นภาระของผู้เชี่ยวชาญของกระทรวงทหารเรือในลอนดอน. เจ้าหน้าที่เวรยาม (The Watch) ประกอบด้วยผู้เชี่ยวชาญประจำหน้าที่ตลอดยี่สิบสี่ชั่วโมงทุกวัน โดยนั่งอยู่รอบหัวหน้าเวรยาม (The Watch Keeper) เป็นรูปเกือกม้า. ทางกองทัพเรืออังกฤษก็ส่งผู้เชี่ยวชาญของตนไปประจำที่เบอร์มิวดาและที่เบล็ตชลี่ย์ด้วย เพราะเกรงว่าสัญญาณที่มีสาระสำคัญในการสื่อสารของข้าศึกอาจหลงหูหลงตาพวกเดินดินบนบก. ข่าวที่มีความสำคัญสำหรับกองทัพเรือได้รับการคัดเลือก และที่สำคัญที่สุดถูกส่งตรงไปลอนดอน.

ที่เบอร์มิวดา หน่วยติดต่อพิเศษที่ได้รับการฝึกที่เบล็ตชลี่ย์ มีหน้าที่แปรรูปของข่าวเพื่อไม่ให้มีความคล้ายคลึงกับข่าวในสัญญาณเดิม. หัวหน้าของหน่วยนี้เป็นคนเดียวที่มีอำนาจสิทธิขาดที่จะจ่ายข่าวที่แปรรูปกลั่นกรองแล้วนี้ไปให้หน่วยปฏิบัติการอื่นๆ ของอังกฤษและอเมริกา. เมื่อสามารถพิสูจน์จนนายพลเรือเอก คิง พอใจ ว่าข่าวลับที่แปรรูปเหล่านี้ได้มาจากกองบัญชาการเยอรมัน

โดยตรงจริงๆ แล้ว ก็สามารถให้กองทัพเรือสหรัฐเข้ามาปฏิบัติร่วมกับเรือรบของอังกฤษอย่างรวดเร็วและใกล้ชิด.

ดร. สแตนลี่ย์ ดับเบิลยู. คอลลินส์ (Dr. Stanley W. Collins) ผู้เชี่ยวชาญชั้นยอดของโลกคนหนึ่งในสาขาหมึกลับจากลอนดอน มาตั้งปฏิบัติการในห้องใต้ดินที่อากาศร้อนและชื้นที่เบอร์มิวดา. การงานนี้หนักและเร่งรีบมาก จนทำให้หญิงชาวอังกฤษที่ทำงานด้วยหลายคนเป็นลม เพราะตรากตรำและทนร้อนไม่ได้. การจัดงานนี้กระทำอย่างเงียบเชียบรอบคอบ จนทำให้สามารถเก็บความลับไว้ได้สามสิบกว่าปีกว่าจะมีการเปิดเผยบางส่วน. ดับเบิลยู. เอ็ส. ซูอิลล์ (W. S. Zuill) นักประวัติศาสตร์ประจำเบอร์มิวดา และบรรณาธิการของราชกิจจานุเบกษา (Royal Gazette) ได้เขียนไว้ในปี ๑๙๗๓ ว่า : "การที่อังกฤษตัดสินใจดักตรวจสายการสื่อสารจากสหรัฐไปยุโรป ทำให้เกิดความเปลี่ยนแปลงครั้งสำคัญที่นี่เป็นครั้งแรก. มีการควบคุมเรือเดินสมุทรเข้าท่าเรือ. เครื่องบินต้องรอเวลาให้ตรวจจดหมายจนเสร็จ. มีผู้เชี่ยวชาญและนักภาษาศาสตร์จำนวนมากมาพำนักที่โรงแรมพรินเซสและเบอร์มิวเดียนา (Bermudiana) และปฏิบัติการของพวกนี้ทำให้สามารถเปิดหน้ากากของจารบุรุษเยอรมันที่ "เข้าที่" แล้วในสหรัฐ. ศิลปวัตถุมีค่าที่พวกนาซีได้ปล้นจากฝรั่งเศสและส่งผ่านเมืองท่าที่เป็นกลางเพื่อมาขายในนิวยอร์ค ก็ถูกยึดไว้. ในกรณีหนึ่ง เรือเอกซ์กาลิเบอร์ (Excalibur) ของสายการเดินเรืออเมริกันเอ็กซปอร์ต ไลนส์ (American Export Lines) บรรทุกรูปเขียนที่มีค่าไว้ในห้องนิรภัย. เมื่อผู้บังคับการเรือปฏิเสธไม่ยอมเปิดห้องนั้น ฝ่ายอังกฤษก็ระเบิดกุญแจแบบพวกปล้นตู้นิรภัย แล้วนำเอารูปเขียนเหล่านั้นไปเก็บไว้ในห้องนิรภัยที่ธนาคารแห่งเบอร์มิวดา (Bank of Bermuda) จนกระทั่งสามารถส่งรูปแบบสมัยอิมเพรส์-ชันนิสต์ (Impressionist) ที่ไม่บุบสลายเลย ทั้ง ๒๗๐ รูป คืนให้เจ้าของในปารีส ผู้มีความฉงนสนเท่ห์เป็นที่สุด.

สายการบินพลเรือนที่ข้ามมหาสมุทรแอตแลนติกคือบริษัท แพน อเมริกันซึ่งใช้เครื่องบินทะเลแบบ โบอิง ๓๑๔ ผู้โดยสารและพัสดุสินค้าก็ถูกตรวจตราอย่างระมัดระวังในระหว่างที่เครื่องบินหยุดเติมเชื้อเพลิงที่เกาะเบอร์มิวดา. บางครั้งมีความจำเป็นที่จะตรวจสินค้าทั้งหมดอย่างรีบร้อน ในระหว่างนั้น ก็จัดการรับรองเจ้าหน้าที่ประจำเครื่องบินที่สโมสรเรือใบ. ในระหว่างที่พวก "นักล่า" สำรวจจดหมายอย่างรีบเร่ง ก็ต้องหาข้อแก้ตัวนับไม่ถ้วนเพื่อถ่วงเวลาเครื่องบินออก.

ศิลปะในการแกะซองที่ปิดผนึกแน่นหนาโดยไม่ให้มีร่องรอยจะต้องฝึกไว้อย่างดี. พวก "นักล่า" ที่มีความชำนาญที่สุดคือผู้หญิง. และตามสถิติที่ออกจะประหลาดปรากฏว่าสาว ๆ ที่ยอดเยี่ยมในงานนี้คือพวกที่มีข้อเท้างามน่าดู. เจ้าหน้าที่ฝ่ายแพทย์ของ บี.เอ็ส.ซี. เขียนในบันทึกอย่างเป็นจริงเป็นจังว่า : "เป็นการแน่นอนพอสมควรทีเดียวว่าหญิงใดมีขารูปไม่งามจะเป็น "นักล่า" ที่ไม่ดี และจะเป็นคนที่ไม่เหมาะสมแก่งานนี้ เปรียบดังเอาหมุดเหลี่ยมไปใส่รูกลม. แต่ยังไม่มีใครสามารถยืนยันว่าขามีบทบาทใดในงานนี้. เรื่องนี้มีหลักเพียงพอที่ควรจะนำไปทำการวิจัยขั้นมูลฐาน." ผู้เขียนคือแพทย์หนุ่มที่เป็นนักกีฬา. ฝ่าย บี.เอ็ส.ซี. มีความเห็นว่า เขาพยายามตั้งส่วนงานใหม่ที่น่าพอใจสำหรับตนเอง. อย่างไรก็ดีผู้ที่สมัครในงาน "นักล่า" ก็ยังคงงงงวยไม่เข้าใจว่าทำไมถึงต้องขอให้แสดงข้อเท้า.

หญิงสาวบางคนมาจากหน่วย เอ็ม.ไอ. - ๕ (MI-5). การมาทำงานที่เบอร์มิวดาฟังดูเป็นเรื่องน่าตื่นเต้นยวนใจ. แต่ปรากฏว่าเป็นงานน่าเบื่อและเหน็ด-เหนื่อย. มีเจ้าหน้าที่หญิงมากกว่าชาย และพวกผู้ชายส่วนมากก็แต่งงานแล้วหรืออายุกลางคน หรือไม่ก็งานท่วมหัว. มีข้อวิจารณ์ต่าง ๆ นานา แต่ที่พอจะนำมากล่าวได้ก็มีบทหนึ่งจาก "สาวพรหมจารีครวญ" (The Virgin's Lament) :

อีฉันเป็นเพียงสาวจาก เอ็ม.ไอ. ห้า
วาสนาคงเป็นสาวพรหมจารีจนชีวีวาย----
ได้เข้ามาก็เพราะขารูปงามดี-----
และยังได้แต่คอยทีให้เสียตัว.

หูยาว ตาคม และข้อเท้าเรียว เป็นคุณสมบัติที่ไกลจะทัดเทียมวิทยาการสื่อสารอันแยบคายกว่าของข้าศึกได้. "ดัฟฟ์" ("Duff") หมายถึงวิทยาการจุดไมโคร (Microdot) สำหรับแฝงข่าวเข้าไว้ในจดหมาย ซึ่งใช้วิธีการถ่ายรูปหน้ากระดาษพิมพ์และย่อให้เล็กลงถึงขนาดจุดฟุลสต๊อปที่พิมพ์ด้วยเครื่องพิมพ์ธรรมดา. การอ่านข้อความจะต้องใช้กล้องจุลทัศน์ที่ขยาย ๒๐๐ เท่า. จุดฟุลสต๊อปกระจายอยู่ในจดหมายธรรมดาเสมือนลูกเกดในขนมปังชนิดหนึ่ง ซึ่งทางกองทัพบกอังกฤษเรียกว่า "พลัมดัฟฟ์" (plum duff) อันเป็นที่มาของฉายานี้.

ฮูเวอร์ประกาศว่าจุดไมโครนี้เป็น "งานชิ้นโบว์แดงของกิจการจารกรรมของข้าศึก." ทางเบอร์มิวดาเผยให้ เอ็ฟ.บี.ไอ. ทราบถึงเรื่องจุดที่ใช้การถ่ายรูปด้วยกล้องจุลทัศน์เหล่านี้ และถึงวิธีการตระเตรียมที่ต้องใช้อุปกรณ์ขนาดใหญ่. ฝ่าย

เอ็ฟ.บี.ไอ. ให้ความดีความชอบในการค้นพบเรื่องนี้แก่หน่วยอื่นเพื่อปกปิดแหล่งข่าวฝ่ายอังกฤษ. "นักล่า" ของเบอร์มิวดาไม่มีหวังที่จะเจอจุดไมโครโดยค้นหาจุดหมายอย่างส่งเดช. พวกนี้ต้องได้รับแจ้งเกี่ยวกับผู้ต้องสงสัย เจ้าของจดหมายที่ต้องตรวจหรือว่าฝ่าย บี.เอ็ส.ซี. และ เอ็ฟ.บี.ไอ. ข้องใจผู้รับใด และว่าจดหมายชนิดใดสงสัยว่าส่งไปให้ตัวแทนของทางราชการลับเยอรมัน. ข่าวที่สืบได้ที่เบอร์มิวดาทำให้สามารถเปิดหน้ากากของปฏิบัติการลับของเยอรมันในลาตินอเมริกา ซึ่งทำให้สายลับของอังกฤษสามารถค้นหาข้อมูลจำนวนมากขึ้นสำหรับส่งไปประมวลเป็นเอกสารในนิวยอร์ค. การประมวลซึ่งฝ่ายผู้เชี่ยวชาญของ บี.เอ็ส.ซี. จัดทำขึ้นเป็นรากฐานของการวิจัยและวิเคราะห์อันเป็นสิ่งสำคัญยิ่งสำหรับปฏิบัติการพิเศษในราชการลับ.

วิธีปฏิบัติระหว่างที่สหรัฐยังคงเป็นกลางอยู่ คือการให้ทางเบอร์มิวดาส่งเพียงสาระสำคัญของข่าวลับจากฝ่ายข้าศึกที่ดักได้ แล้วใช้เอกสารของนักวิจัยมาเพิ่มเติมรายละเอียด. ถ้าต้องการข้อมูลเพิ่มเติมเกี่ยวกับผู้รับข่าว ก็สามารถสอบถามตามสถานีสืบราชการลับในลอนดอนและยุโรป. ผลงานไม่ว่าจะเป็นแฟ้มหนาหรือเพียงกระดาษแผ่นเดียวก็ตาม ถูกส่งไปให้ เอ็ฟ.บี.ไอ. ซึ่งมีความชำนาญในการสืบสวนและการวิเคราะห์. การพิสูจน์ลายมือและลักษณะการพิมพ์กระทำโดยเทียบเคียงเอกสารหลายพันฉบับ ซึ่งการเขียนของผู้ต้องสงสัยอาจโผล่มาอีกได้ โดยใช้บัตรที่ประมวลตัวหนังสือประมาณสิบตัวหรือมากกว่านั้น อันมีลักษณะเด่นพิเศษซึ่งพบในจดหมายเดิมที่ดักไว้ได้.

ได้มีการวิเคราะห์ข่าวต่าง ๆ ซึ่งได้มาจากจดหมายของสายลับที่ทราบตัวอยู่แล้วอย่างละเอียดถี่ถ้วน. ในการนี้ ทาง เอ็ฟ.บี.ไอ. ใช้ข้อมูลทุกชิ้นที่ บี.เอ็ส.ซี. ส่งมาให้ได้ทั้งหมด. ยกตัวอย่าง หากสายลับผู้ใดใช้หมึกลับ ผู้นั้นจะต้องเขียนข้อความที่เปิดเผยในจดหมาย ซึ่งจะต้องฟังขึ้นในสายตาของผู้ตรวจที่ชำนาญ. เป็นเรื่องยากลำบากที่จะแต่งจดหมายธรรมดา ซึ่งจะเข้าเรื่องเข้าราวดูไม่มีพิรุธ และพูดถึงรายละเอียดของธุรกิจหรือชีวิตส่วนตัว โดยไม่เผลอตัวให้เรื่องราวบางอย่างหลุดออกมา อันอาจพาดพิงถึงชีวิตส่วนตัวจริงของผู้เขียนได้. ถ้าไม่ใช้หมึกลับและสารจริงต้องแฝงอยู่ในจดหมายที่ดูไม่มีพิรุธ ภาระของผู้เขียนยิ่งลำบากขึ้นอีก. ถ้าดักสารที่เกี่ยวกับเรื่องเดียวกันซึ่งกำลังสอบสวนอยู่ในจำนวนยิ่งมากเท่าไร ทาง เอ็ฟ.บี.ไอ. ก็ยิ่งมีหวังที่จะพบร่องรอยง่ายขึ้นเท่านั้น.

เอกสารของ บี.เอ็ส.ซี. บันทึกไว้ว่า : "การที่ได้เริ่มความร่วมมือในเรื่องนี้แต่เนิ่นๆ ทำให้เราสามารถตามความก้าวหน้าทางวิทยาการของเยอรมันได้ทัน. เมื่อ "ตู้ของศาสตราจารย์ ซัปป์" (Professor Zapp's Cabinet) เริ่มแสดงบทบาทเราก็พร้อมรับมือได้แล้ว. ศาสตราจารย์ชื่อนี้ ผู้ได้ทำให้วิทยาการการถ่ายรูปด้วยกล้องจุลทัศน์ง่ายขึ้นมีตัวจริง."

วิวัฒนาการนี้ทำให้สายลับเยอรมันสามารถส่งข้อมูลทางวิชาการจำนวนมากมายทางไปรษณีย์อากาศ. มีการลอบส่งวารสารทางการค้าและทางวิชาการ รายงานทางเศรษฐกิจ และสิ่งพิมพ์อื่นๆ ข้ามพรมแดนเข้าเม็กซิโก ที่เป็นแหล่งการถ่ายรูปด้วยกล้องจุลทัศน์ และส่งต่อไปถึงผู้รับแฝงในยุโรปในรูปของจุด. แม้แต่แผนผังและสูตรเคมีก็เดินทางแบบนี้ โดยส่งได้ถึงยี่สิบจุดหรือมากกว่าต่อจดหมายไปรษณีย์อากาศหนึ่งฉบับ. "ตู้ของศาสตราจารย์ซัปป์" คือห้องทดลองที่กะทัดรัดและพับได้. แต่เดิมการถ่ายรูปต้องปฏิบัติเป็นสองขั้นตอน : ถ่ายรูปสิ่งที่ต้องการให้ได้ขนาดตราไปรษณียากรแล้วถ่าย "ตราไปรษณียากร" นี้โดยใช้กล้องจุลทัศน์ที่กลับทาง. ต่อไปก็ใช้เข็มฉีดยาที่ดัดแปลงไว้ลอกรูปเนกาติฟที่ได้ออกจากน้ำยา เอามาติดกับจดหมาย โดยใช้คอลโลเดียน (Collodion — น้ำยาทำจากฝ้ายละลายในอีเธอร์สำหรับใช้ในการผ่าตัดและในการทำกระจกฟิล์มถ่ายรูป). "ตู้ของซัปป์" เป็นเครื่องที่ใช้กลไกเพื่อทำจุดไมโครเป็นฟิล์มเนกาติฟใส ที่จะนำไปติดส่วนที่ทากาวของซองจดหมายได้. น้ำยาของฟิล์มถ่ายรูปที่ใช้ในกรรมวิธีนี้เป็นสี แอนิลิน (aniline dye — สีที่ได้มาจากการสังเคราะห์วัตถุจำพวกถ่านหิน) และที่จะใช้สารประกอบของเงิน (ซึ่งฟิล์มถ่ายรูปธรรมดาเป็นส่วนมากใช้) และรูปจะปรากฏเป็นภาพที่คมกว่า. ในเมื่อเจ้าหน้าที่ตรวจเริ่มรู้ตัวว่ามีวิทยาการใหม่ จึงสอดส่องถุงไปรษณีย์อย่างถี่ถ้วนยิ่งขึ้น.

ดังนี้เบอร์มิวดาจึงมีฐานะยิ่งกว่าเป็นเพียงสาขาแนวหลังสนับสนุนปฏิบัติการของ บี.เอ็ส.ซี. ในนิวยอร์ค. สถานีที่เบอร์มิวดามีบทบาทเป็นฝ่ายกระทำอย่างแข็งขันในการต้านปฏิบัติการของฝ่ายข้าศึกในทวีปอเมริกา ในระยะเวลาที่น้อยคนถือว่าการคุกคามของแนวที่ห้านาซีเป็นเรื่องจริงจัง. ไม่มีทางตั้งหน่วยต่อต้านจารกรรมสนามในแดนสหรัฐด้วยเหตุผลหลายประการ. การใช้สายลับเป็นการฝ่าฝืนกฎหมายแม็คเคล์ลาร์ (McKellar Act). การทำงานร่วมอย่างใกล้ชิดและไม่เป็นทางการแบบที่สตีเฟนสันส่งเสริมได้ผลดีกว่ามาก. งานนี้ได้รับการสนับสนุนจากการร่วมมือเป็นทางการระหว่างหน่วยพิทักษ์สันติราษฎร์ของสหรัฐและแคนาดา ซึ่งมีการร่วมมือ

อย่างปกปิดในงานต่อต้านจารกรรมของนาซี โดยแฝงอยู่ภายใต้งานประจำปกติของตำรวจ.

ฮูเวอร์พอใจที่จะให้เบอร์มิวดาเป็นเครื่องดักสารพัดสิ่งที่อยู่นอกน่านน้ำสหรัฐต่อไป. ณ ที่นั้น สายของเขาสามารถร่วมปฏิบัติการกับราชการลับอังกฤษโดยไม่ต้องชี้แจงเรื่องที่ตอบลำบากแก่ทางกระทรวงต่างประเทศ. ซึ่งยังคงหวงแหนไม่ยอมให้ เอ็ฟ.บี.ไอ. ขยายงานไปในต่างประเทศ. เมื่อถึงเวลาที่ฐานหลักของสตีเฟนสันที่ร็อกกิเฟลเลอร์ เซนเตอร์ ขยายตัวจนเป็นการลำบากที่จะอำพรางแล้ว กลไกของเบอร์มิวดาจึงเปลี่ยนแปลงไป. ความได้เปรียบในการย้ายกิจกรรมมาที่เบอร์มิวดาเห็นได้ชัด. ฮูเวอร์ได้รับกำลังใจสนับสนุนโดยตรงจาก เอ็ฟ.ดี.อาร์. เป็นส่วนตัว ให้เก็บกวาดรวบรวมข่าวลับเกี่ยวกับการบ่อนทำลายของเยอรมันที่มีทั่วไปในซีกโลกตะวันตก. ท่านประธานาธิบดีมีบัญชาให้เขาเตรียมการเพื่อป้องกันปฏิบัติการแบบนี้ภายในประเทศอเมริกาเอง ในกรณีที่สงครามจะอุบัติขึ้น. แต่ฮูเวอร์ถูกบีบบังคับอยู่ ระหว่างความมุ่งมั่นของท่านประธานาธิบดีที่จะเตรียมตัวเพื่อรับศึกสงคราม กับการที่ฝ่ายสภาคองเกรสยืนกรานอย่างเกือบเรียกได้ว่าบ้าคลั่งที่จะรักษาความเป็นกลาง. เมื่อเขาตระหนักว่าสตีเฟนสันนั้น นอกจากจะช่วยเขาได้แล้ว ยังจะยอมยกความดีความชอบทั้งหมดให้แก่ เอ็ฟ.บี.ไอ. เขาจึงรีบฉวยโอกาสทองนี้เพื่อหาความรู้และประสบการณ์ในงานที่ยังใหม่สำหรับเขา.

นอกจากนี้ แคมป์ เอกซ์ (Camp X) ก็อยู่แค่เอื้อม.

บทที่ ๒๕

เบล็ตชลี่ย์ และเบอร์มิวดามีความสำคัญเสมือนเป็นหูเป็นตาของ บี.เอ็ส.ซี. ส่วนแคมป์ เอกซ์ก็เป็นกำปั้นของ บี.เอ็ส.ซี. พื้นที่ทุ่งนาในแคนาดา ที่มีการเฝ้ายามอย่างกวดขันที่สุดนี้ กั้นจากสหรัฐ โดยแนวผืนน้ำจืดที่นับว่ามืดและเย็นเยือกที่สุดในโลก อันเป็นความแตกต่างอย่างฟ้ากับดินกับเบอร์มิวดาที่ยื่นไกลออกไปในทะเลอันแวดล้อมด้วยปฏิบัติการสงคราม แต่ก็ล้อมรอบด้วยน้ำอุ่น.

เอกสารของ บี.เอ็ส.ซี. บันทึกเรื่อง แคมป์ เอกซ์ไว้ว่า : "ที่นี่คือกำลังอำนาจที่พร้อมคอยทีอยู่ โดยมุ่งเสริมสร้างกำลังเพื่อปฏิบัติการรุกทางสงครามลับ."

ที่นี่มีการฝึกสายลับ การทดลองกลไกสงครามกองโจร และการสร้างตึกแบบฉากของฮอลลิวูด "จำลองไว้ให้เหมือนที่มั่นสำคัญ ๆ ของฝ่ายนาซี ซึ่งเป็นเป้าหมายการบุกของพลร่มที่เป็นนักสะสมหนอนบ่อนไส้นาซี. เบอร์มิวดาเป็นเสมือนแขนที่ยื่นออกไปเป็นโล่กำบัง ส่วนแคมป์ เอกซ์เป็นกำปั้นที่เตรียมตะบันให้ข้าศึกแผ่หราสิ้นฤทธิ์." ตามคำพูดที่เด็ดเดี่ยวหนักแน่นของสตีเฟนสัน.

กรณีนายพลหน่วย เอ็ส.เอ็ส. ไฮดริชเป็นตัวอย่างของการประสานงานระหว่างแคมป์ เอกซ์กับเบอร์มิวดา. ถึงปลายปี ๑๙๔๐ ปรากฏเป็นที่ชัดแจ้งแล้วว่าไฮดริชตั้งความหวังบรรลุอำนาจสูงสุดรองลงมาจากฮิตเลอร์เพียงคนเดียวเท่านั้น. นักดักของเบอร์มิวดาดักได้หลักฐานว่าเขาหมายตาสหรัฐอเมริกาไว้. บี.เอ็ส.ซี. ในนิวยอร์กได้วิเคราะห์แผนการของเขา. การตระเตรียมแผนเพื่อสำเร็จโทษเขากระทำที่แคมป์ เอกซ์. ผู้ดำเนินการมีผู้อำนวยการสร้างภาพยนตร์คนหนึ่ง ผู้ออกแบบฉากจากฮอลลิวูดคนหนึ่ง และนักแสดงหญิงชาวฝรั่งเศสคนหนึ่งที่มีคู่รักเป็นสายลับนกสองหัวเยอรมัน.

แคมป์ เอกซ์ตั้งอยู่ใกล้ทางหลวงสาย โทรอนโท - คิงสตัน (Toronto - Kingston) ติดฝั่งเหนือของทะเลสาบออนแตริโอ (Lake Ontario) ประมาณ ๓๐๐ ไมล์ทางตะวันตกเฉียงเหนือของแมนแฮ็ตตัน. เหตุผลที่เลือกสถานที่นี้ อย่างหนึ่งก็เพราะสายของ เอ็ฟ.บี.ไอ. และคนของโดโนแวนจะมาที่นี่ได้สะดวก. การนำ

อุปกรณ์และเจ้าหน้าที่ใหม่ข้ามพรมแดนทำได้โดยไม่เป็นที่สังเกต แต่ผู้ที่ไม่ได้รับอนุญาตจะมาได้ยาก. ด้านใต้มีทะเลสาบเป็นรั้วกั้นอยู่สี่สิบไมล์ และทางเหนือมีแนวยาวของป่าละเมาะที่ลึกและหนาทึบ. ทางเข้าด้านตะวันออกและตะวันตกมีการดูแลตรวจตราอย่างสม่ำเสมอ. ผู้มีสิทธิผ่านเข้าออกจำนวนจำกัด ที่ได้รับมอบหมายภารกิจพิเศษ ต้องมาที่หาดรูสเวลท์ (Roosevelt Beach) ทางทิศตะวันออกของน้ำตกไนแอการา (Niagara Falls) ฝั่งสหรัฐ และข้ามผืนน้ำอันดำมืดของทะเลสาบตอนกลางคืน โดยมีโอกาสเห็นหน้าที่มอมให้ดำของทหารกองรบพิเศษอังกฤษในความมืดก็เพียงแวบเดียว. ทหารที่ผ่านศึกมาแล้วในการจู่โจมตามฝั่งของยุโรปที่ข้าศึกยึดครองอยู่ ปัจจุบันทำหน้าที่อารักขาป้องกันแคมป์ เอกซ์ มีความเชี่ยวชาญในการใช้เข็มปักหมวก ลวดทองแดงเส้นบาง ๆ และอาวุธสังหารอื่น ๆ ที่หาง่าย ๆ และใช้ได้อย่างเงียบเชียบ ซึ่งจะไม่ทำให้ชาวบ้านแตกตื่นโดยไม่จำเป็นหรือทำให้ตำรวจท้องที่เกิดสงสัยสอดส่อง.

เอียน เฟล็มมิง ผู้เคยมาฝึกที่นี่กล่าวว่า : "ที่ดินนี้ซื้อไว้เป็นผืนเล็ก ๆ เหมือนวิธีที่อ่านพบกันในเรื่องจารกรรมเปี๊ยบเลย. กล่าวคือใช้เงินของสตีเฟนสันก่อนแล้วโอนโฉนดแก่รัฐวิสาหกิจภายหลัง. สตีเฟนสันและบิลล์ โดโนแวนเห็นว่าที่นี่เหมาะเจาะสำหรับเป้าหมายของเขา. ตั้งแต่ต้น บิก บิลล์ ก็ตั้งใจไว้แล้วว่าในไม่ช้าคงจะต้องส่งเจ้าหน้าที่ของตนมาฝึกที่นี่."

ฐานนี้เติบโตขึ้นอย่างไม่หยุดยั้งเช่นเดียวกับฐานที่กำเนิดในแมนแฮ็ตตัน. สถานีเอ็ม (Station M) ซึ่งเป็นส่วนประกอบสำคัญของแคมป์ เอกซ์ ตั้งขึ้นโดยปลอมแปลงเอกสารใบอนุญาตว่าเป็นสถานีถ่ายทอดวิทยุ. สนามบิน นอร์แมน โรเจอรส์ (Norman Rogers Airfield) ซึ่งตั้งอยู่ห่างไปหนึ่งร้อยไมล์ทางตะวันออกเป็นที่ฝึกนักบินกองทัพเรืออังกฤษ ดังนั้นจึงมีข้ออ้างที่จะมีการป้องกันโรงเก็บเครื่องบินอย่างเข้มแข็ง. ทะเลสาบใช้เป็นที่ทดลองเรือดำน้ำขนาดนั่งคนเดียว และอุปกรณ์ทำลายใต้น้ำ. สถานีวิทยุ "ไฮดรา" (Hydra) ซึ่งเป็นเครื่องสื่อสารติดต่อระหว่างแคมป์ เอกซ์กับสถานีราชการลับทั่วโลก ฝังลึกลงไปใต้ดิน. มีการตั้ง "แอสปิดิสตรา" (Aspidistra) ซึ่งเป็นหน่วยวิทยุสื่อสารใหญ่ที่สุดในโลกเพิ่มขึ้นในปี ๑๙๔๓. หน่วยนี้ได้ชื่อมาจากเพลงยอดนิยมในลอนดอนที่กล่าวถึง "แอสปิดิสตราที่ใหญ่ที่สุดในโลก" (แอสปิดิสตรา เป็นพืชเลื้อยมีใบกว้างชนิดหนึ่ง). บริษัทวิทยุกระจายเสียงแคนาดา (Canadian Broadcasting Corporation) แจ้งแก่ชาวบ้านในเมืองอ็อชชวา (Oshawa) ที่อยู่ใกล้ ๆ ว่าได้จัดตั้งสายอากาศของสถานี

ตน ทั้งนี้เพื่อปกปิดปฏิบัติการลึกลับที่เริ่มต้นในปี ๑๙๔๐ เมื่อแกล๊ดสโตน เมอร์เรย์ (Gladstone Murray) อดีตนักบินขับไล่ ผู้เป็นผู้จัดการใหญ่ของ ซี.บี.ซี. (CBC) และเพื่อนเก่าของสตีเฟนสันได้มาเป็นอาสาสมัครแห่งเบเกอร์ สทรีทอีกคนหนึ่ง

เมอร์เรย์กล่าวภายหลังว่า : "ถึงแม้กิจการซับซ้อนนี้ฟังดูเหมือนเรื่องในหนังสือผจญภัยสำหรับเด็กผู้ชาย แต่ก็มีจุดประสงค์เอาเป็นเอาตายจริง ๆ. เมื่อฝ่ายอังกฤษต้องถอนออกจากภาคพื้นยุโรป หน่วยราชการลับประจำก็เป็นอันหมดสภาพ. . . . ได้เกิดความจำเป็นที่จะตั้งระบบใหม่ ทั้งระบบ. . . . ศูนย์กลางการติดต่อในงานนี้ จำต้องหลบให้พ้นการสอดส่องของข้าศึก แต่ในขณะเดียวกันจะต้องอยู่ใกล้ศูนย์ปฏิบัติการทั่วไปของ บี.เอ็ส.ซี. ในนิวยอร์ก. จะต้องสามารถประสานการปฏิบัติกับชาวอเมริกันโดยไม่ฝ่าฝืนกฎหมายสหรัฐ เพื่อสามารถร่วมงานกับชาวอเมริกันที่มีความคุ้นเคยโดยตรงกับยุโรปอันเป็นสิ่งจำเป็นขึ้นทุกที. มีความจำเป็นที่จะมีที่ทางกว้างขวาง. การสร้างแผนที่ในภูมิประเทศขนาดใหญ่ การจำลองแบบอาคารและเป้าหมาย รวมทั้งการฝึกพลร่มล้วนจำเป็นต้องมีพื้นที่กว้างขวางพอสำหรับเคลื่อนไหวได้. แน่นอนว่า พื้นที่สำหรับตั้งศูนย์ที่เรากล่าวถึงนี้ จะหาที่อื่นไม่ได้นอกจากในแคนาดา.

โคลิน กับบินส์ หัวหน้าพวกอาสาสมัครแห่งเบเกอร์สตรีต เคยชี้แจงกับเมอร์เรย์ว่า : "เจ้าหน้าที่ระลอกแรกที่จะเข้าไปในยุโรปที่ถูกยึดครองอยู่จะต้องกระโดดร่มลงไปอย่าง "หลับตา" และแม้ต่อไป การส่งเจ้าหน้าที่ไปเพิ่มเติมด้วยวิธีนี้ก็คงจะยังสะดวกที่สุด. มีการรักษาชายฝั่งอย่างแข็งแรง มีการวางทุ่นระเบิดในทะเล ทำให้การส่งสายลับเข้าไปทางทะเลเกิดการสูญเสียสูง. เราเห็นว่าให้โดดร่มลงไปดีกว่า. และการนี้จำเป็นที่จะให้นักบินทั้งสายลับได้รับการฝึกอย่างเชี่ยวชาญที่สุด

มีการตั้ง "โรงงาน" สำหรับผลิตเอกสารปลอม ระเบิดพราง และอุปกรณ์ต่าง ๆ นานาสำหรับกิจการจารกรรม ซึ่งเป็นเครื่องมือที่มีความสำคัญถึงเป็นถึงตายไม่ใช่ของเล่นโคมลอยสำหรับผู้บุกเงียบเหล่านี้. พวก "เด็กทำสงครามอย่างไม่เป็นสุภาพบุรุษ" ทราบดีถึงลักษณะป่าเถื่อนและน่าสยดสยองของงานที่จะต้องทำ แต่พวกเขาก็มั่นใจว่าเป็นทางเดียวสำหรับทำลายพวกเผด็จการยุคใหม่. ในแคนาดา พวกผู้เชี่ยวชาญมีทางใช้ทรัพยากรของสหรัฐมาช่วย. ผู้เชี่ยวชาญเหล่านี้

มาจากสังคมทุกชั้น. บางคนเป็นบุคคลชั้นนำในสังคมสุดยอดจนไม่สมควรเอ่ยแม้แต่ชื่อว่ามาเกี่ยวข้องด้วยจนทุกวันนี้. บางคนเป็นนักงัดตู้นิรภัย นักปลอมเอกสารและนักปล้นธนาคารอาชีพ ผู้มีความเชี่ยวชาญชนิดที่ผู้มีอาชีพสุจริตไม่มีทางทัดเทียม. นักรวบรวมสารบบบริษัทเยอรมันก่อนสงครามผู้หนึ่งมีความสามารถที่จะปะติดปะต่อข้อมูลต่าง ๆ เป็นเรื่องราวดุจดังมีตู้เอกสารอยู่ในหัว. ช่างผลิตเครื่องพิมพ์ดีดคนหนึ่งสามารถจำลองเครื่องพิมพ์ใด ๆ ในโลกที่จดทะเบียนแล้วได้ทุกชนิด. ผู้ลี้ภัยจากยุโรปคนหนึ่งสิงอยู่ตามโรงจำนำ เพื่อควานหากระเป๋าเดินทางเก่า ๆ ที่ผลิตในภาคพื้นยุโรป. บุคคลที่อยู่ในบัญชีผู้ต้องหาของ เอ็ฟ.บี.ไอ. ถูกพาตัวข้ามมาแคนาดา และได้รับการคุ้มครองเพียงไม่กี่ไมล์ทางเหนือของชายแดน ในขณะที่เขาใช้ความสามารถอันมหัศจรรย์ในการผลิตเงินตราปลอมของประเทศยุโรป.

สถานีตรวจต่าง ๆ ของอังกฤษนำวัตถุและข้อมูลมาส่งสถานีเอ็ม ณ ที่นั้นมีการสอดแทรกสิ่งที่ปลอมแปลงเข้าไปในถุงเมล์การทูต ตลอดจนในพัสดุภัณฑ์ "ปกติ" ที่ส่งไปยุโรปทางไปรษณีย์. เฉพาะงานนี้ ต้องใช้เจ้าหน้าที่จำนวนมากที่ต้องมีความสามารถในการแกะพัสดุภัณฑ์ไปรษณีย์และปิดผนึกดังเดิมโดยไม่ทิ้งร่องรอยไว้เลย. เอริก มัชวิตซ์ ตั้งข้อสังเกตว่า : "หากกลุ่มมิจฉาชีพใดจะลงทุนทำกิจการในแบบนี้เพื่อหาประโยชน์ ก็คงจะขาดทุนย่อยยับไปเลย." นักแต่งเนื้อเพลงและละครเพลงผู้นี้เขียนในอัตชีวประวัติอย่างระมัดระวังตามแบบของเขาว่า : "งานที่ผมทำตามคำสั่งของอัจฉริยบุคคลผู้มีนามว่า "บิลล์เปี๊ยก" มีหลายด้านและประหลาด ๆ . . . ผมทำงานร่วมกับนักเคมีทางอุตสาหกรรมและโจรสองคนที่มีความสามารถถอดแบบของตัวพิมพ์จากเครื่องพิมพ์ใด ๆ ในโลกได้อย่างไม่มีทางจับผิด. ผมควบคุมห้องทดลองทางเคมีในที่แห่งหนึ่งและห้องถ่ายภาพในที่อีกแห่งหนึ่ง. ผมต้องเดินทางไปแคนาดา บราซิล และเบอร์มิวดา.

กล่าวกันว่า ตัว เอ็ม (M) ในชื่อสถานี เอ็ม นั้น เป็นตัวย่อของแมจิก (Magic) และของ แจสเปอร์ แมสเกไลน์ (Jasper Maskelyne) ซึ่งเป็นพระเอกของเด็กนักเรียนอังกฤษก่อนสงคราม เขาเป็นนักเล่นกลชั้นเซียนของโลกและเป็นผู้เชี่ยวชาญในศิลปะการลวงตา. หน่วยของเขาในแคมป์ เอกซ์มีชื่อว่า "กลุ่มเล่นกล" (Magic Group) มีหน้าที่สร้างสรรค์ภาพลวงตาและวางเส้นทางหลอก.

แมสเกไลน์มีอัจฉริยะทางปรุงแต่งสมมติ. ระหว่างการเยี่ยมครั้งแรกที่แคมป์ เอกซ์ ผู้อำนวยการ เอ็ฟ.บี.ไอ. ฮูเวอร์แปลกใจเมื่อเห็นภาพที่ดูเสมือน

เรือรบหลายลำลอยอยู่บนทะเลสาบออนแตริโอ. เขายืนอยู่ในกระต๊อบแห่งหนึ่ง และแมสเกไลน์ได้ตั้งกระจกเงาชุดหนึ่งเพื่อขยายเรือรบเยอรมันที่เป็นของเล่นให้เป็นภาพลวง.

เมอร์เรย์กล่าวว่า : "เขานำศิลปะการเล่นกลมาใช้สำหรับศึกสงคราม. จุดประสงค์ของการเล่นกลคือให้ข้าศึกมองเห็นสิ่งที่เราลวงให้เห็น." แมสเกไลน์บินจากแคมป์ เอกซ์ไปทั่วทุกมุมโลก เพื่อสร้างสรรค์กองทัพที่ไม่มีจริง ปืนใหญ่เก๊ ฐานบินลวง กองทัพเรือปลอม.

กองตรวจตราผู้เดินทางซึ่งเป็นหน่วยหนึ่งของ บี.เอ็ส.ซี. ส่งอุปกรณ์พิเศษสำหรับสายลับมาให้ที่โทรอนโท. ใกล้ช่องตรวจคนเข้าเมืองตามเมืองท่าและสนามบินอเมริกัน จะมีหญิงสาวท่าทางไร้เดียงสาและเจ้าหน้าที่คอยตรวจผู้เดินทางแต่ละคน. พวกนี้หมายตาเสื้อผ้าที่มีลักษณะพิเศษและป้ายของช่างตัดเสื้อจากยุโรป. พวกเขาเที่ยวหาปากกาและดินสอที่ผลิตในเมืองที่ในปัจจุบันอยู่ในความยึดครองของเยอรมัน. พวกเขาต้องการตัวอย่าง "พัสดุสารบรรณ" ตามศัพท์ทางการ — ซึ่งหมายถึงกระดาษบันทึก ตรายาง และกระดาษเขียนจดหมายอย่างที่ยังใช้กันหลังกำแพงเมืองของฮิตเลอร์.

วันดีคืนดีผู้เดินทางจากยุโรปคนหนึ่งจะถูกเชิญให้ออกจากแถว. เขาอาจตัวสั่น ถ้ามีพิรุธ เมื่อถูกนำตัวไปในห้องเล็ก ๆ ณ ที่นั้นจะมีการตรวจค้นกระเป๋าเดินทางและเสื้อผ้าของเขาอย่างถี่ถ้วน. ผู้เดินทางที่เกรงว่ามีความผิดร้ายแรงจะโล่งใจ เมื่อเจ้าหน้าที่ปล่อยตัว — ด้วยความโล่งใจนี้ เขาอาจไม่ทันสังเกตว่าของส่วนตัวเล็ก ๆ น้อย ๆ ถูกยึดไป หรือแม้จะสังเกต ก็คงไม่กล้าเอะอะ. ในสหรัฐเจ้าหน้าที่ของทุกกรมกองได้ให้ความร่วมมืออย่างดี. หากผู้เดินทางสวมเครื่องแต่งกายที่จะเป็นประโยชน์สำหรับสายลับ บุคคลนั้นอาจถูกสะกดรอยตาม. ในเวลาต่อไป เสื้อชุดนั้นอาจหายไปเฉย ๆ จากร้านซักผ้าหรือจากร้านขายเสื้อเก่า. อย่างไรก็ตาม มีการชดใช้ค่าเสื้อผ้านั้นเสมอ. ครั้งหนึ่ง หญิงสาวผู้หนึ่งมาถึงนิวยอร์กพร้อมกับเครื่องแต่งกายคุณภาพดีที่ตัดในเบอร์ลินเต็มกระเป๋า. เธอผ่านด่านศุลกากรแล้วขึ้นรถไฟไปชิคาโก. ตามทาง กระเป๋าเดินทางของเธอหายสาบสูญไป. เธอประหลาดใจมากที่บริษัทรถไฟชดใช้ค่าเสียหายทันทีอย่างเหลือเฟือโดยไม่ตั้งการสอบสวน. เสื้อผ้าที่ขโมยจากเธอมาถึงโทรอนโทหนึ่งสัปดาห์ต่อมา และได้ส่งต่อไปโดยเครื่องบินลิเบอร์เรเตอร์ (Liberator) ของกอง

บังคับการลำเลียง พร้อมกับหญิงสาวชาวยิวผู้ได้ใช้เวลาสามเดือนที่แคมป์ เอกซ์ ศึกษาเรื่องทำเนียบรัฐบาลใหม่ในเบอร์ลินต่อไป. หญิงสาวผู้นี้กระโดดร่มลงในฝรั่งเศสแล้วเดินทางโดยรถไฟจากปารีสไปเบอร์ลิน และถึงใจกลางของเยอรมันภายในหนึ่งเดือนพร้อมกับเอกสารและเครื่องแต่งกายที่ "เป็นของแท้."

ตามเอกสารของ บี.เอ็ส.ซี. ได้กำหนดไว้ตั้งแต่ปี ๑๙๓๙ แล้วว่าสหรัฐเป็น "แหล่งสำหรับหาสายลับที่บริบูรณ์ที่สุด เพราะมีชาวอเมริกันจำนวนมากที่มีเชื้อชาติยุโรปและพูดภาษาของยุโรปได้คล่อง และยินดีต่อสู้การกดขี่จากภายในประเทศ. ในระยะสองปี คือ ๑๙๔๐ และ ๑๙๔๑ รัฐบาลสหรัฐขัดขวางเป็นทางการ ไม่ยินยอมให้รับสมัครชนส่วนน้อยที่เป็นชาวต่างประเทศหรือมีเชื้อชาติต่างประเทศเป็นสายลับ และบังคับใช้นโยบายนี้โดยให้กระทรวงต่างประเทศ กระทรวงยุติธรรม และกรมตรวจคนเข้าเมืองปฏิบัติตามข้อบังคับ. ตามทฤษฎี ผู้รับสมัครจะไม่สามารถออกนอกประเทศ ถ้าไม่ได้รับอนุญาตจากกรมตรวจคนเข้าเมือง. แม้จะมีอุปสรรคนี้ สายลับที่ดีที่สุดสำหรับโทรอนโทก็เป็นผู้ที่รับสมัครในสหรัฐ. การรับตัวมาจะต้องระมัดระวังที่สุดเมื่อข้ามพรมแดน. ในกรณีพิเศษ ถ้าพิธีรีตองของทางการเป็นอุปสรรคให้เสียงาน ก็จะมีการขอร้องให้รูสเวลท์ช่วยเหลือ โดยผ่านทางโดโนแวน. การได้ตัวนายเรือผู้หนึ่งที่มีความเชี่ยวชาญพิเศษในเรื่องน่านน้ำของข้าศึกก็ใช้วิธีนี้ และต่อไปก็ "ให้ยืม" แก่มนุษย์กบ นักก่อวินาศกรรมที่ต้องการคำแนะนำเรื่องการเดินเรือ. ไม่เคยมีการรับรู้กิจการทั้งหมดนี้. ทั้งไม่เคยมีการบันทึกจุดประสงค์อันแท้จริงของเรื่องเหล่านี้.

ทั้งนี้หมายความว่าต้องได้รับอนุมัติจากเบื้องบน. เลสเตอร์ บี. เพียร์สัน (Lester B. Pearson) ผู้ต่อมาได้เป็นนายกรัฐมนตรีของแคนาดาและเลขาธิการสหประชาชาติ เป็นเพียงนักการทูตชั้นผู้น้อย เมื่อสตีเฟนสันขอร้องให้เป็น "ผู้นำพระราชสาร" คือผู้นำเอกสารลับไปส่ง. มีความจำเป็นที่จะนำคำสั่งเพื่อประสานงานระหว่างลอนดอน บี.เอ็ส.ซี. ในนิวยอร์ค และแคมป์ เอกซ์. เพียร์สันพักที่ลอนดอนตลอดฤดูหนาวอันทารุณของปี ๑๙๔๐. แล้วเขาก็ได้รับคำสั่งให้นำเอกสารลับสุดยอดข้ามมหาสมุทรแอตแลนติก. ภายหลังเขาเขียนในอัตชีวประวัติว่า :

ผมจะไม่มีวันลืมการเดินทางครั้งนี้. ผมบินออกจากสงครามมาถึงแคนาดาซึ่งสงบและไม่ถูกทำลาย. จากลอนดอนที่ถูกทำลายไม่มีชิ้นดี และถูกรุกไม่หยุด

หย่อนในระยะที่แสนทรมาน แต่ไม่ยอมทิ้งเกียรติ มาถึงนครนี้ที่ห่างไกลและปลอดภัยริมฝั่งแม่น้ำออตตาวา. . . .

ภาระของผมคือการนำซองลับสุดยอดสีน้ำตาลไปส่งที่ชั้นนั้นๆ ของตึกหนึ่งในนิวยอร์ค อันเป็นที่ตั้งของสำนักงานประสานงานรักษาความปลอดภัยอังกฤษ. ผมยินดีรับภาระนี้.

ผมออกเดินทางจากลอนดอนในวันถัดจากวันที่ลอนดอนถูกถลุงอย่างหนักและประสบความเสียหายมากที่สุดตลอดสงคราม. เมื่อผมนั่งรถไปท่าอากาศยานไฟยังคงไหม้อยู่อย่างรุนแรง และตึกที่ถูกระเบิดบางตึกก็ตั้งอยู่ไม่กี่หลาจากแคนาดาเฮาส์ (Canada House). . . . . ความแตกต่างระหว่างคืนสุดท้ายในลอนดอนและภาพแรกของนครที่ไม่ประสบภัยสงคราม เป็นเรื่องที่กระทบใจอย่างรุนแรง. เมื่อเราบินเหนือลิสบอน มีแสงไฟสว่าง แสงไฟจริงๆ. เมื่อถึงพื้นดิน เราได้เห็นเครื่องบินเยอรมันและอิตาเลียน. เราผ่านด่านตรวจซึ่งไม่ใช่ของทหารแต่เป็นของพลเรือน. ร้านรวงมีการตกแต่งอย่างสดชื่นงดงาม มีผลไม้ และดอกไม้และขนมหวาน. น่ามหัศจรรย์จริง ! เลขา ฯ จากสถานเอกอัครราชทูตอังกฤษเป็นผู้มารับผม และเตือนว่าโรงแรมที่ผมจะพักเป็นศูนย์จารกรรมของนาซีและฟาสซิสต์. ข้อนี้ทำให้ผมรู้สึกเป็นห่วงซองสีน้ำตาลของผมยิ่งนัก. ผมยิ่งหนักใจเมื่อประสบเหตุการณ์ตอนเข้าโรงแรม. บุคคลแรกที่พบดูคุ้นตา. ผมสะดุ้งเมื่อจำได้ว่าเป็นชาวเยอรมันคนหนึ่งที่เคยรู้จักตอนไปเจนิวา (Geneva) ระหว่างการประชุมลดอาวุธ. เขาเป็นคนมีอัธยาศัยไมตรีดี. ผมเกือบเผลอทักทายเขาและเขาก็ดูเหมือนจะมีความรู้สึกเช่นเดียวกัน แต่ทันใดผมก็รู้สึกและเขาก็อาจนึกเช่นเดียวกัน ว่าเราเป็นใคร อยู่ที่ไหน และในวาระใด.

เราเดินทางเลี่ยงจากกัน และก็เป็นการดีที่สุดเพราะชาวอังกฤษที่เป็นพี่เลี้ยงผม ผู้ทราบเรื่องราวในลิสบอนดี ได้ชี้ตัวบุคคลนี้ภายหลัง ว่าเป็นตัวสำคัญคนหนึ่งของหน่วยราชการลับเยอรมันในสเปนและโปรตุเกส.

ผมเริ่มอาชีพผู้นำสารอย่างสั่นคลอน แต่ก็ไม่มีเหตุการณ์ร้ายอะไรอีก. ไม่มีจารสตรีแบบ มาตา ฮารี (Mata Hari) ที่จะทำผ้าเช็ดหน้าหล่นต่อหน้าผมในห้องอาหารหรือในบ่อนการพนัน. ไม่มีใครพยายามแย่งซองสีน้ำตาลของผมจากใต้หมอนในคืนนั้น. ผมรักษาซองไว้อย่างระมัดระวังตอนเครื่องบินหยุดที่เกาะอะซอร์ส (Azores) และเบอร์มิวดา. เมื่อลงที่นิวยอร์คแล้ว ผมขึ้นรถแท็กซี่ตรง

ไปที่หมายทันที และขึ้นลิฟท์ไปชั้นที่กำหนดนัดไว้ของสำนักงานประสานงานรักษาความปลอดภัยอังกฤษ. เมื่อออกจากลิฟท์ ผมก็คาดว่าจะถูกสั่งให้หยุดเพื่อแสดงตัว ถ้าไม่ใช่ตรงนั้น ก็จะต้องเป็นหน้าห้องที่นัดไว้เป็นสถานที่ส่งมอบซองของผม. ไม่มีใครเอาธุระกับผม. จริงอยู่มีตำรวจของนครนิวยอร์คนั่งอยู่หน้าห้องที่ผมมุ่งมา. แต่เขากำลังนั่งสัปหงกอยู่ และไม่รู้สึกตัวเมื่อผมก้าวข้ามขาที่ยื่นเหยียดออกมาเพื่อเข้าไปในห้อง. ภายในสำนักงานเจ้าหน้าที่รับรองดูเอกสารแสดงตัวของผมอย่างผ่านๆ ลงนามในใบรับซองของผม ขอบใจผม แล้วกล่าวสวัสดี. ทั้งหมดนี้ดูจะหละหลวมมากสำหรับงานในหน่วยราชการลับ แต่แรกรู้สึกว่าสะเพร่ามาก แต่ภายหลังผมก็ทราบว่าเป็นอุบายลวง

ในไม่ช้าเพียร์สันก็ได้เห็นความจริง. ก่อนจะไปถึงโทรอนโท ซึ่งเป็นบ้านเดิมของเขาที่ห่างจากแคมป์ เอกซ์สี่สิบไมล์ เขาถูกเจ้าหน้าที่สอบสวนของอังกฤษสกัดตัว เจ้าหน้าที่เหล่านี้มีรายงานครบถ้วนเกี่ยวกับชาวเยอรมันคนที่เขาพบที่ลิสบอน. เขากล่าวภายหลังว่า : “พวกเจ้าหน้าที่เกรงว่ามีทางที่ชื่อหนึ่งที่ปรากฏอยู่ในซองของผมอาจถูกค้นพบ. ผมบอกว่าหัวหน้าราชการลับเยอรมันคนนั้นนอกจากจะต้องเป็นคนอ่านใจได้แล้ว ยังจะต้องสามารถขบรหัสและต้องเป็นหมอผีอีกด้วย. ชื่อนั้นคือนามแฝงของผมเอง : “ไมค์ (Mike).”

เพียร์สันเดินทางต่อไปทำงานในวอชิงตัน. ในบันทึกความทรงจำ ชื่อ “ไมค์” อันผิดเพี้ยนจากข้อเท็จจริงบ้างของเขา เขายอมรับในส่วนที่ไม่เป็นเรื่องเป็นราวของจารกรรมอย่างอารมณ์ดี. อย่างไรก็ตาม ระหว่างทำหน้าที่ในสงครามเขาอุทิศตัวให้งานและรักษาความลับอย่างเหนียวแน่นเช่นเดียวกับทุกคน แต่ว่าสิ่งที่เขาไม่มีทางทราบเลยก็คือ ชื่อที่เขารักษาไว้อย่างระมัดระวังที่สุดนั้น เป็นชื่อของหญิงสาวผู้หนึ่ง ไม่ใช่ของตัวเอง.

เขาเขียนว่า : “บุคคลที่ต้องการต้องเป็นชายหญิงที่ไม่ยึดในแบบแผน ที่มีความเข้าใจว่าสงครามโลกครั้งที่สองนี้เป็นสงครามลัทธิ และศัตรูคือผู้ก่อการร้ายทางการเมือง. ทหารกองโจรและสายลับต้องทิ้งความแน่นอนและประเพณีของชีวิตทหารตามแบบ – กล่าวคือการทำความเคารพ เครื่องแบบ และวินัยที่เคร่งครัดตามระเบียบ.”

ทางการตำรวจม้าแคนาดาช่วยให้ความสะดวกและกำลังพลโดยไม่ไต่ถามเหตุผลซอกแซก. ยกตัวอย่าง เออร์เนสต์ ดับเบิลยู. เบวิน (Ernest W. Bavin)

นายตำรวจระดับห้าประจำกองบัญชาการข่าวแคนาดา ถูกดึงเอาตัวไปจากงานประจำกลางคัน เข้าสู่การผจญภัยที่แม้สำหรับตำรวจม้าแคนาดาก็นับว่าแหวกแนว. เขากล่าวภายหลังว่า : "สมาชิกใหม่อาจเป็นผู้ที่แมวมองเลือกเฟ้นจากผู้ที่เดินทางผ่านเบอร์มิวดาจากยุโรปไปสหรัฐ หรือพวกหัวรุนแรงในสหภาพแรงงานอเมริกัน. คนหนึ่งที่ได้รับการคัดเลือกไว้มาจากกลุ่มนักบินชาวเปรู (Peru) ที่อยู่ในยอร์คขณะเดินทางกลับบ้าน หลังจากไปฝึกบินในโรงเรียนการบินในอิตาลี. อีกคนที่ได้มา เป็นเจ้าหน้าที่อเมริกันเชื้อชาติยูโกสลาเวียของสหภาพแรงงานเหมืองแร่โรงถลุงและหล่อเหล็ก. สิ่งที่ดูเป็นข้อบกพร่องในสายตาข้าราชการประจำที่เข้มงวดวินัย มักจะเป็นสิ่งที่สตีเฟนสันเห็นว่าเป็นเครื่องหมายของพลังจิตที่เข้มแข็งและลักษณะจิตใจที่เป็นอิสระ."

โอกาสที่จะปฏิบัติงานจนสำเร็จกิจได้คำนวณไว้ด้วยสถิติ และผู้สมัครส่วนมากก็ทราบดี คือ : มีโอกาสสามในร้อยที่ผู้สมัครจะต้องทุพพลภาพก่อนที่จะเข้าปฏิบัติการ สามในร้อยจะถูกจับ หากถูกจับ หนึ่งในสามจะต้องถูกเกสตาโปสอบสวน. สภาพการณ์ตามความจริงนั้นเลวร้ายกว่าสถิติมาก. ในจำนวนสายลับ ๒๕๐ คน ที่เข้าไปในแถบที่นับว่าสงบในเบลเยียม ๑๐๕ คนถูกจับกุม และเพียงสี่สิบคนในจำนวนนั้นรอดชีวิต. "นักเปียโน" ซึ่งหมายถึงพนักงานวิทยุ ถูกเตือนว่าจะมีหวังมีอายุรอดได้เพียงหกเดือน ในเขตส่วนมาก. แน่นอนว่าการสูญเสียในการฝึกยังทำให้จำนวนลดลงอีก. จิตใจและความฉลาดไหวพริบของสายลับที่กำลังฝึก ถูกทดสอบทั้งกลางวันและกลางคืน. เอียน เฟล็มมิง ก็ฝึกหลักสูตรหนึ่ง. สตีเฟนสันกล่าวว่า : "เอียนสามารถเป็นพิเศษในการทำลายใต้น้ำ ซึ่งฝึกในทะเลสาบออนแตริโอ. แม้ในฤดูร้อน น้ำก็เย็นเยือกเหมือนน้ำแข็ง. เอียนมีพรสวรรค์สำหรับงานนี้. แต่ทว่าเขาต้องระวังจินตนาการที่เห็นจริงเห็นจังของเขา.

"เขาเข้าร่วมการฝึกที่เรียกกันว่า "การกำจัดทาง" อันหมายถึงสายฝ่ายศัตรูที่สะกดรอยติดตามคนของเรา. เขาได้รับแจ้งว่าสายสมมุตินี้กลับไปที่ห้องพักในโรงแรมแห่งหนึ่ง. ที่นี่เป็นโรงแรมจำลองที่ตั้งขึ้นใกล้โทรอนโทสำหรับการฝึกเหล่านี้. เอียนจะต้องไปเปิดประตูอย่างฉับพลันและยิงสายลับสมมุติคนนั้นให้ตาย ในที่นี้ ผู้แสดงเป็นสายลับสมมติคืออดีตตำรวจจากเซี่ยงไฮ้ ชื่อ แฟร์เบน (Fairbairn) ซึ่งเป็นครูฝึกคนหนึ่ง. เอียนเดินไปตามระเบียง และผมบรรจุกระสุนในปืน สมิธ แอนด์ เวสสัน ขนาด .๔๕ (Smith and Wesson 45) กระบอกหนึ่ง แล้วยื่นให้เขา. ผมบอกว่า : "ปืนนี้ตรวจเรียบร้อยแล้ว. ผมทดลองที่สนามยิงปืนเมื่อวานนี้.

เอาละคุณต้องทำให้เป็นจริงเป็นจัง. เตะให้ประตูนั้นเปิด และยิงเจ้านั่นก่อนที่มันจะชักปืนได้. มิฉะนั้นคุณก็จะกลายเป็นเอียนสิ้นชีพ.” เขาเดินไปที่ประตู จับลูกบิด และหยุดกึก. ผมถาม : “มีอะไรหรือ.” เขาว่า : “บิลล์ คุณรู้ดีว่าผมไม่สามารถยิงคนอย่างเลือดเย็นได้.” เขามีจินตนาการมากเกินไป. จินตนาการเขาเยี่ยมจริง ๆ. เขาวาดภาพเจ้าคนนั้นนอนแผ่เลือดอาบ ในเมื่อเขามีชีวิตอยู่และสบายดี ทั้ง ๆ ที่รู้ดีกว่าทั้งหมดนี้เป็นเพียงเรื่องสมมุติ. . . .”

ศัพท์ของเชอร์ชิลล์สำหรับผู้เชี่ยวชาญการรบโดยไม่มีอาวุธในมือ คือ “เสือดาว” ซึ่งเป็นคำที่เขาใช้สำหรับเรียกชาวแคนาดาที่ริเริ่มปฏิบัติการแบบจู่โจมในสงครามโลกครั้งที่หนึ่ง ในคราวที่เขาพบสตีเฟนสันครั้งแรก. พวก “เสือดาว” สอนวิธีฆ่าอย่างเงียบ ๆ ตั้งแต่การใช้มือเปล่าฟันแบบคาราเต้ ตลอดจนถึงการเอาเข็มธรรมดาแทงเข้าที่ส่วนของคอ ซึ่งจะยังผลให้ตายทันที. พวกนี้ฝึกนักเรียนใหม่ในการรบจู่โจม การกระโดดร่ม การใช้อาวุธและวัตถุระเบิด การปีนเขา. การฝึกอยู่ใต้การนำของนายพันเอก จอห์น สกินเนอร์ วิลสัน (Colonel John Skinner Wilson) ซึ่งย้ายมาจากกรมข่าวทหาร. ผู้ช่วยคนหนึ่งของเขาคือ “แม้ดไมค์” (ไมค์บ้า) คาลเวิร์ต (“Mad Mike” Calvert) ผู้ต่อมาได้สู้รบในป่าดงดิบพร้อมกับออร์ด วินเกต (Orde Wingate) หลังจากได้ค้นคว้า สอน และปฏิบัติในงานของมัจจุราชแบบนี้ แทบจะเรียกได้ว่าตลอดเวลา ตั้งแต่อายุยี่สิบเอ็ดถึงยี่สิบห้าปี.

ฝ่ายสาว ๆ ก็เข้าสมัครในกองแฟนี่ (FANY) คือ “เฟอร์สต์ เอด เนอร์ซิ่ง โยแมนรี” (Frist Aid Nursing Yeomanry) แปลว่ากองพยาบาลชั้นต้น ซึ่งทำให้ดูบริสุทธิ์ไร้เดียงสา. พวกสาว ๆ เหล่านี้ดูครึกครื้นและไม่มีพิษมีภัย ทั้งยอมรับคำกล่าวหาว่าเป็น “กองที่โก้แต่เกียจคร้าน.” ความเชี่ยวชาญพิเศษของพวกนี้คืองานวิทยุ. ต่อมาพวกนี้ไปประจำในกองทัพลับต่าง ๆ. กิจการ เช่น การ “ประหาร” นาซีชั้นนำเป็นต้น สามารถดำเนินลุล่วงได้ก็เพราะสาว ๆ เหล่านี้ไปประจำสถานีส่งวิทยุลับที่มีการติดต่ออย่างใกล้ชิดและสม่ำเสมอกับลอนดอน.

สายทุกคนต้องฝึกรหัสสัญญาณมอร์ส. หญิงสาวผู้หนึ่งที่เตรียมไปฝรั่งเศสกล่าวว่า “อีชั้นฝันเป็นสัญญาณมอร์ส. แม้แต่การถักไหมพรมก็ถักเป็นสัญญาณมอร์ส.”

ทาง เอ็ส.ไอ.เอ็ส. (SIS) ต้องการใช้สายลับจำนวนหนึ่งที่มีความรู้พิเศษในภาระการรวบรวมข่าวลับ. ภารกิจนี้มิได้หมายถึงการไปขโมยความลับของข้าศึกเสมอไป. ศาสตราจารย์ วิลเลียม ดีกิน (William Deakin) ออกจาก

บี.เอ็ส.ซี. ไปรับหน้าที่ผู้นำคณะผู้แทนไปร่วมกับกองโจร. ดีกินเคยเป็นผู้ช่วยฝ่ายอักษรศาสตร์ของเชอร์ชิลล์ และเป็นอาจารย์ประวัติศาสตร์สมัยใหม่ที่อ๊อกซ์ฝอร์ด. เหตุใดจึงเลือกบุคคลที่มีค่าอย่างเห็นชัดไปรับภาระที่เสี่ยงอันตรายอย่างมากเช่นนี้. เหตุผลอยู่ที่มีความจำเป็นให้ชาวอังกฤษที่ความรู้สูงไปปฏิบัติการในสนามในหน้าที่ซึ่งต้องใช้ปัญญาพิเศษ เพื่อทดแทนความขาดแคลนความรู้ของพวกกองทัพลับ. รายงานของทางราชการฝ่ายรับสมัครบันทึกถึงปัญหาต่างๆ ดังนี้ : "ผู้มีความรู้ที่ลี้ภัยจากยุโรป ส่วนมากขาดความสามารถในการปฏิบัติเด็ดขาด ถึงแม้จะแถลงอย่างรุนแรงว่าเกลียดชังฮิตเลอร์. พวกมีปัญญาที่ต่อต้านฟาสซิสต์และลี้ภัยจากยุโรปมาในซีกโลกตะวันตก ส่วนใหญ่ไม่แข็งแกร่งบึกบึนพอ." ปัญญาชนชาวยุโรป บางคนมีความเห็นว่าภาระงานอย่างนี้ไม่สบอารมณ์ และแสดงความเข้าใจผิดในจุดหมาย. การจำกัดความอย่างออกจะไม่ถูกหลักเหตุผลนัก ที่จิตแพทย์อเมริกันคนหนึ่งได้ให้ภายหลังในคำว่า "สายลับในอุดมคติ" แสดงถึงความเข้าใจผิดบางประการในภาระของสายลับ. จิตแพทย์ผู้นี้เขียนว่า : "พวกนี้เป็นคนที่พุ่งหลาวลงไปในงานที่จะนำความเปลี่ยนแปลงโดยฉับพลันและมีอันตรายมากด้วยเหตุว่ามีความไม่พอใจ. อีกนัยหนึ่ง พวกนี้ประสงค์แต่จะทำให้ชีวิตที่ไร้ค่าของตนกลับกลายเป็นมีค่าและมีความหมายขึ้น."

ความเห็นของฝ่ายอังกฤษแตกต่างไปอย่างฟ้ากับดิน. แฮโรลด์ แม็คมิล-แลน ผู้พิมพ์โฆษณาที่มาเป็นนายกรัฐมนตรีภายหลัง ได้สรุปความเห็นในการบรรยายความทุกข์ทรมานของเพื่อนที่ถูกเยอรมันระดมยิงว่า : "หากผู้นี้ได้ตกไปในมือของจิตแพทย์ เขาก็คงต้องถูกส่งเข้าโรงพยาบาลบ้า. ตรงกันข้าม วันรุ่งขึ้นเขาถูกส่งกลับแนวรบทันที. เพื่อนร่วมงานเขียนของแม็คมิลแลนหลายคนที่ทำงานราชการลับ ก็มีความเห็นในทำนองเดียวกันในงานนี้ สามัญสำนึกมีค่ามากกว่าการคิดอย่างมีเหตุผลโคมลอย จอมปลอม. สตีเฟนสันสรรหาสายลับที่เชื่อมั่นในเกียรติและความดีของมนุษย์ และหางานให้เหมาะกับความสามารถ. เขาไม่เห็นผิดอะไรที่จะ "รักภัยอันตรายที่มีผล" หรือความฟู่ฟ่าบางอย่าง หากประกอบด้วยพลังจิตที่รับผิดชอบ. หลายปีภายหลังเขาให้สูตรนี้ : "ส่วนใหญ่ สายลับที่ดีที่สุดเป็นพวกที่ในยามสงบจะเป็นนักธนาคารที่ดี แพทย์ที่ดี หรือศิลปินที่มีผลงานสร้างสรรค์. ทัศนะของพวกนี้ต่อหน้าภยันตรายเป็นไปในทางบวก. ถ้าพูดอย่างสมัยใหม่พวกนี้อยู่ในจำพวกบุคลิกภาพชั้นหนึ่ง ผู้ควบคุมกายใจของตนเต็มที่แม้จะมีพลังสูงขับดัน. สายที่ดีเป็นบุคคลที่เลือกการปฏิบัติแทนการอยู่เฉยๆ แต่ก็เป็นผู้ที่สามารถฝึกให้ควบคุมอารมณ์ของตนเองได้ และสามารถที่จะถอดถอนตัวเองออก

จากสิ่งแวดล้อมชั่วขณะเพื่อตั้งสมาธิในการคิดพิจารณา."

ผู้เชี่ยวชาญทางราชการลับอเมริกันได้เขียนตำราเรื่อง "โครงสร้างในบุคลิกลักษณะของสายลับในอุดมคติ (A Personality Structure of the Ideal Agent) เพื่อพยายามวางระบบแน่นอนในสิ่งที่เคยทำแต่อย่างไม่เป็นทางการและไม่ชัดแจ้ง. วิธีการผลิตเป็นโหลแบบอเมริกันดูจะต้องมีทัศนะที่แน่นอน และต้องแจงสี่เบี้ยทุกถ้อยคำให้ชัดเจน. โดยไม่รู้ตัว เขาได้ชี้บ่งถึงความแตกต่างที่ละเอียดอ่อนระหว่างพวกอเมริกันกับพวกอังกฤษ อันทำให้เกิดความขุ่นเคืองเล็กน้อย. ชาวอังกฤษบางคนมักจะปิดบังความแกร่งของจิตใจด้วยท่าทางขี้โอ่สำรวย. พวกเขาชอบพูดพึมพำด้วยเสียงสูงขึ้นจมูกในการสนทนา ซึ่งก็มีประโยชน์ในการพูดเลี่ยงความหมายที่แจ่มแจ้งชัดเจนในข้อความที่ล่อแหลม. หนุ่ม ๆ อังกฤษที่เคยผ่านศึกแล้วต้องได้รับคำตักเตือนไม่ให้ดูถูกพวกเจ้าหน้าที่ เอ็ฟ.บี.ไอ. และเจ้าหน้าที่ราชการลับอเมริกันที่พูดจาขวานผ่าซากที่มารับการฝึกที่แคมป์ เอกซ์ เพราะไม่ควรคิดว่าชาวอเมริกันทั้งหมดเป็นคนตื่นและปากโป้งโผงผาง.

แม้ในระดับสูง ความแตกต่างในนิสัยประจำชาติก็ทำให้เกิดความตึงเครียด. นี่เป็นเหตุผลหนึ่งที่แคนาดาและชาวแคนาดาได้เป็นประโยชน์อย่างยอดเยี่ยมเพราะเป็นส่วนหนึ่งของทั้งสองโลก. แม้แต่ในการเจรจาระหว่างนายทหารเสนาธิการชั้นผู้ใหญ่อังกฤษกับอเมริกันก็เกือบจะมีการวางมวยกัน. เสนาธิการทหารอังกฤษและอเมริกันก็เขม่นซึ่งกันและกัน. นายพลเอก "วินิการ์ โจ" สติลเวลล์ ("Vinegar Joe" Stilwell) วิจารณ์ว่า : "บรุ๊กหัวเสีย และคิงก็เคืองเอามาก ๆ. คิงเกือบจะปีนข้ามโต๊ะไปตะบันหน้าบรุ๊ก. โอ้โฮ เขาโกรธเป็นบ้า ! ผมนึกอยากให้เขาตุ๊ยเอาจริง ๆ." นี่ไม่ใช่การเล่าเรื่องเด็กนักเรียนสองกลุ่มที่ท้าตีท้าต่อยกัน แต่เป็นเรื่องระหว่างนายพลเอกอังกฤษคนหนึ่งและนายพลเรือเอกอเมริกันคนหนึ่งที่อารมณ์เสีย โดยที่ต่างคนต่างมีวิธีคิดและปฏิบัติต่างกัน เพราะมีภูมิหลังที่แตกต่างกันอย่างสิ้นเชิง.

ที่แคมป์ เอกซ์ ปรปักษ์มีอยู่เพียงในยุโรปเท่านั้น ผู้ฝึกอบรมได้รับการสอนว่า ในกรณีที่หลีกเลี่ยงการต่อสู้ไม่ได้ วิธีปฏิบัติที่ได้ผลมากกว่า คือ "ทำให้เยอรมันต้องเข้าโรงพยาบาล. อันทำให้ต้องเป็นภาระยุ่งยากกับพวกเยอรมันอื่น ๆ อีกหลายคนด้วย. ถ้าตายก็เพียงเอาไปฝัง และเป็นอันสิ้นภาระไป." มีการสอนให้ใช้จังหวะและน้ำหนักในการสู้มือเปล่า. ทั้งสอนให้รู้จักจุดอ่อนในร่างกาย ซึ่งมี

มากกว่าที่ใครจะนึกฝัน. "ทุกคนมีอาวุธที่จะนำมาใช้ได้อยู่ในกระเป๋าเสมอ เช่น ตะไบเล็บ เข็มหมุด ปากกาหมึกซึม." กล่องไม้ขีดไฟก็เป็นประโยชน์เพื่อป้องกันผู้จู่โจมอย่างฉับพลัน โดยโยนกล่องที่จุดไว้ทั้งกล่องใส่หน้า ทำให้ตามองไม่เห็น. แต่ก็มีวิธีการจุดไม้ขีดอย่างถูกต้องและอย่างไม่ถูกต้อง.

นักสืบแห่งสก๊อตแลนด์ ยาร์ดตกอยู่ในฐานะที่ลำบากใจในการต้องเป็นครูสอนศิลปะอันนิ่มนวลของการลักลอบหนีด่าน. ผู้หญิงเรียนรู้ว่ามีที่ทางซ่อนสิ่งของในร่างกายของตนมากกว่าผู้ชาย. เธอต้องถือโอกาสที่ตำรวจมักจะอิดเอื้อนในการตรวจค้นส่วนที่หวงห้ามในกายผู้หญิง. โดยการฝึกและออกกำลังกล้ามเนื้อในช่อง-คลอดอย่างสม่ำเสมอ เธอจะสามารถซ่อนสิ่งของขนาดใหญ่พอสมควรได้.

เม็ดยา "เอ็ล" (L Pill) อมไว้ได้ในปาก. ผิวของเม็ดยาไม่ละลายน้ำ. หากกลืนเม็ดยาเข้าไปโดยบังเอิญก็สามารถถ่ายออกมาจากร่างกายได้โดยไม่เกิดอันตราย. ถ้าขบให้แตก ยาโปแตสเซียม ไซยาไนด์ จะทำให้ตายได้โดยรวดเร็ว.

สายลับรุ่นแรก ๆ ที่เข้าไปในยุโรป พบว่าเอกสารประจำตัวปลอมที่มีอยู่พ้นอายุหรือไม่ก็ปลอมอย่างหยาบ ๆ. การตรวจตราอย่างผิวเผินก็ทำให้ถูกจับได้โดยเร็ว. ข้อบกพร่องบางส่วนมาจากความขาดแคลนวัตถุดิบในอังกฤษยามสงคราม. ศูนย์เอกสารต่าง ๆ ในแคนาดาสามารถใช้ทรัพยากรที่มีอย่างเหลือเฟือในซีกโลกตะวันตก. ข่ายทำงานของ บี.เอ็ส.ซี. แสวงหาแบบฟอร์ม ตรายางต่าง ๆ และหมึกที่ใช้กันในเขตยึดครองของเยอรมัน ตลอดจนเครื่องใช้ในบ้านของพลเรือนในเขตยึดครองนาซี : กระเป๋าเดินทางเก่า ๆ ยาสีฟันสังเคราะห์ หมวกแก๊ปราคาถูก — ซึ่งล้วนแต่มีที่ทางให้ซ่อนของได้. ผู้เดินทางมาจากเจนัว (Genoa) คนหนึ่งหัวเสียงงงวย ไม่เข้าใจว่าเหตุใดเจ้าหน้าที่ตรวจคนเข้าเมืองที่นิวยอร์คจึงขอยืมแว่นตาของตนไว้. แว่นนี้ถูกลอกแบบไว้และส่งไปที่โทรอนโทเพื่อผลิตเป็นจำนวนมาก ด้วยจุดหมายว่าวันหนึ่งสายลับที่สวมแว่นตาจะสามารถนำจุดไมโครไปได้ในรูปผงที่ติดอยู่บนแว่น.

การนำอุปกรณ์ประหลาด ๆ ต่าง ๆ นานาข้ามเขตแดนสหรัฐกับแคนาดามีอยู่อย่างไม่ขาดสาย. บางชิ้นก็ต้องลักลอบนำเข้า. ข้อนี้ทำให้ผู้ฝึกอบรมได้รับรสอย่างเบาะ ๆ ของงานจริง. เมื่อ บี.เอ็ส.ซี. ฝึกสายในนิวยอร์คสำหรับเตรียมตัวเพื่อภารกิจใดก็ตาม พวกนี้อาจได้รับมอบโดยด่วนให้ลักลอบนำยาข้ามพรมแดนเพราะมีข้อกำหนดห้ามนำยาชนิดนั้นเข้าเมือง. การลักลอบจะปลอดภัยกว่าที่จะ

เผยจุดประสงค์ลับในการนำยาให้เจ้าหน้าที่ศุลกากรทราบ.

ในไม่ช้า ฝ่ายอเมริกันก็เริ่มมาที่แคมป์ เอกซ์ เพื่อขอครูฝึก ขออุปกรณ์และหนังสือคู่มือ. นายทหารอเมริกันคนหนึ่งพินิจดูกลไกในการก่อวินาศกรรม ซึ่งส่วนวิจัยทางวิทยาศาสตร์ของ บี.เอ็ส.ซี. ได้พัฒนา และกล่าวว่า : "ผมไม่เห็นสิ่งของซึ่งใช้ในชีวิตประจำวันสักชิ้นเดียวที่จะแตะได้อย่างปลอดภัย." ขณะที่เขาดูก้อนขนมปังที่ระเบิดได้ ปากกาหมึกซึมที่ฉีดยาพิษไซยาไนด์ออกมาได้ ท่อนฟืนที่ระเบิดเมื่อโยนใส่ในกองไฟและกับระเบิดนานาชนิด ตั้งแต่บุหรี่เพลิงตลอดจนมูลสัตว์. กองมูลสัตว์ทำด้วยระเบิดพลาสติกที่ระบายสีให้ดูคล้ายของจริงทั้งหลายที่หาได้ในส่วนต่าง ๆ ของโลก โดยมีศาสตราจารย์ จูเลียน ฮักซลี่ย์ (Julian Huxley) ผู้อำนวยการสวนสัตว์แห่งลอนดอนเป็นผู้ให้คำปรึกษา. มีความต้องการมูลช้างมากเป็นพิเศษสำหรับใช้ในเอเชีย เพื่อวางกองมูลสัตว์พลาสติกปนเปกับของจริงบนเส้นทางที่ข้าศึกใช้. เอลเดอร์ วิลส์ (Elder Wills) กล่าวว่า : "เป็นครั้งแรกที่มูลโคมีผลยิ่งกว่าที่ทำให้มันสมองมึน. มันระเบิดสมองเละไปเลย." เขาต่อเติมเสริมแต่งคำขวัญที่ไม่เป็นทางการของแคมป์ เอกซ์บทหนึ่ง อันซ่อนอยู่ในตัวย่อว่า บี.บี.บี. คือ บุลล์ชิต แบ๊ฟเฟิลส์ เบรนส์ (BBB : Bullshit Baffles Brains — มูลโคทำให้มันสมองมึน).

เอลเดอร์ วิลส์ เคยเป็นช่างทำฉากของโรงละคร ดรูรี เลน (Drury Lane) ในลอนดอน และกลายมาเป็นผู้เชี่ยวชาญทางการพราง. เขาเป็นคู่แข่งที่เป็นเพื่อนของ อเล็กซานเดอร์ คอร์ดา (Alexander Korda) ผู้ร่วมกับน้องชายชื่อซอลตัน (Zoltan) ในการจำลองแบบสถานที่ในเขตของนาซี เพื่อให้สามารถซ้อมปฏิบัติการต่าง ๆ เสมือนเป็นฉากในเรื่องภาพยนตร์. วิลส์เป็นคนหนึ่งที่หนีออกมาจากดันเคิร์กได้ และสัปดาห์ต่อจากนั้นก็ได้สร้างรถถังทำด้วยกระดาษแข็งและเครื่องบินทำด้วยไม้ เพื่อทำให้รายงานตรวจการของข้าศึกผิดไปจากความจริง และทำให้ผู้ที่คิดจะบุกขยาด. เขาเป็นนักปลอมแปลงและนักกลลวงมือเอก. เขาเคยสร้างฉากสำหรับถ่ายภาพยนตร์ก่อนสงครามให้สตีเฟนสันที่โรงถ่ายภาพยนตร์เช็ปเพอร์ตัน (Shepperton studios). เขาสร้างสนามบินเก๊ได้อย่างคล่องแคล่ว และพรางสนามบินจริงได้อย่างง่ายดาย. ต่อมาเขาเข้าทำงานเต็มตัวในโลกแห่งการลวงที่ซับซ้อนกว่าของ บี.เอ็ส.ซี. เขาได้เห็นด้วยความตะลึงว่าสายลับใช้วิทยุรับส่งซึ่งมาจากโกดังของกองทัพโดยไม่มีการดัดแปลงเลย. เขาจึงเริ่มแสวงหากระเป๋าเดินทางของผู้ลี้ภัยจากยุโรป ซึ่งนำมาใช้เป็นที่บรรจุและพรางเครื่องรับส่งขนาดเล็ก. เขา

เป็นผู้ผลิตหมึกลับที่จะปรากฏขึ้นเมื่อส่องด้วยแสงอินฟราเร็ดเท่านั้น แล้วก็ออกแบบไฟฉายขนาดกระเป๋าซึ่งประกอบด้วยแผ่นอินฟราเร็ดเป็นอุปกรณ์สำหรับอ่านหมึกลับนั้น. ห้องช่างแห่งแรกของเขาตั้งอยู่ในพิพิธภัณฑ์วิคตอเรีย แอนด์ อัลเบิร์ต (Victoria and Albert Museum) ในลอนดอน.

กิจการยิ่งขยายตัวก็ยิ่งต้องหาผู้อาสาสมัครจากแหล่งที่กว้างขวางขึ้นทั่วอเมริกาเหนือ. ช่างแต่งหน้า ช่างออกแบบเครื่องแต่งกาย นักเล่นกล และดาวตลกเริ่มหลั่งไหลเข้าสู่นิวยอร์ค หรือไม่ก็ติดตามคอร์ดาสองพี่น้องไปแคมป์ เอกซ์. ผู้สมัครคนหนึ่งคือสามีของดาราสาว คอนสแตนส์ คัมมิงส์ (Constance Cummings). “ผมได้รับนามรหัสและหมายเลขโทรศัพท์ที่ต้องเรียกเมื่อถึงนิวยอร์ค. เมื่อผมถึงนิวยอร์คผมยังจำหมายเลขโทรศัพท์ได้ แต่ลืมชื่อที่เขาให้ผม. ผมหมุนหมายเลขนั้นแล้วสมองเกิดทรยศคิดอะไรไม่ออก. เป็นการชะงักที่น่าอึดอัดที่สุด. ผมพูดว่า : “ขอครึ่งนาทีครับ ผมจะพยายามคิด.” ในที่สุดเลขาหญิงที่รับสายก็บอกว่า : “ไม่เป็นไรหรอกค่ะ อิฉันทราบอยู่แล้วว่าคุณเป็นใคร.” เขาผู้นั้นคือ เบ็นน์ เลวี (Benn Levy) ผู้เป็นนักเขียนบทละคร.

แม้แต่ตัวนักบินที่ขับเครื่องบินที่ให้อาสาสมัครแปลก ๆ นานาชนิดเหล่านี้ก็มีกลิ่นสีแต่งหน้า. ผู้บังคับเครื่องบินที่นำเครื่องบินไปส่งโดยผ่านมอนทริออลคนหนึ่งคือ ฮิวอี้ กรีน (Hughie Green) ผู้เคยแสดงตามโรงละครร้องตอนอายุสิบสามโดยเป็นตัวเอกละครเร่ และเคยเป็นดาราในภาพยนตร์ก่อนสงครามร่วมกับ เฟรดดี บาร์โธโลมิว (Freddie Bartholomew) และผู้ต่อมาได้เป็นดาราโทรทัศน์ชื่อดังที่สุดคนหนึ่งของอังกฤษหลังปี ๑๙๗๐. ในฐานะนักบินหนุ่มที่ประจำกองทัพอากาศแคนาดา เขาจำหน้าผู้โดยสารที่งอก่ออยู่ในช่องบรรจุระเบิดและในป้อมปืนได้ ถึงแม้พวกนี้จะสวมเสื้อนวมทั้งตัวและสวมหมวกเหล็ก. เมื่อเขาได้พบผู้อำนวยการภาพยนตร์ที่เคยสร้างภาพยนตร์ที่เขาเคยแสดง ก็ยากที่ต่างจะแสร้งว่าไม่เคยรู้จักกัน — โดยเฉพาะบุคคล เช่น แคโรล รีด (Carol Reed) ผู้ให้เขาเป็นดารานำ เมื่ออายุสิบห้า ในภาพยนตร์เรื่องแรกของเขา คือ “มิสเตอร์ มิดชิพแมน อีซี” (Mr. Midshipman Easy). ทั้งหมดนี้ออกจะชอบกล. เพราะไม่กี่ปีก่อนหน้านี้กรีนคงจะยอมทำอะไรก็ได้ ด้วยหวังที่จะให้เตะตาพี่เบิ้มในกิจการภาพยนตร์เหล่านี้. ตอนนี้เขาเป็นแค่นักบินตัวปลายแถวที่รับผิดชอบชีวิตของพี่เบิ้มเหล่านี้ และพวกนี้ก็ไม่มีทางแม้แต่ยอมรับว่ารู้จักเขา ไม่ว่าจะเป็นอดีตดาราหรือไม่.

โนล เคาเวิร์ด ถูกส่งไปสมทบกับสตีเฟนสันหลังจากฝรั่งเศสถูกโค่นลง. เขากล่าวภายหลังว่า : "ผมงงงวยเป็นที่สุด. ผมนึกว่าจะเป็นกิจการแบบ มาตา ฮารี (Mata Hari) — แต่ผมก็บอกตัวเองว่า : "คงไม่ได้แน่. ผมจะติดพลอยที่สะดืออย่างที่ผมเข้าใจว่าเธอชอบทำ ก็คงไม่เหมาะนัก."

"ก่อนมา ผมได้สนทนากับวินสตัน เชอร์ชิลล์ ซึ่งทำให้ผมออกจะสับสน. เขาทราบว่าผมเคยปฏิบัติอะไรอย่างหนึ่งในด้านราชการลับในฝรั่งเศส แต่เขาไม่ยอมเข้าใจว่าสิ่งที่ผมต้องการคือว่าผมต้องการใช้สมองของผมให้เป็นประโยชน์ — ผมพูดซ้ำไปซ้ำมาว่า : "นี่วินสตัน เขาต้องการใช้สมองสร้างสรรค์ของผม." แต่เขาดันทุรังในความคิดว่า บิลล์ สตีเฟนสัน ต้องการได้คนอย่าง มาตา ฮารี และพูดอยู่นั่นว่า "ใช้ไม่ได้ จะใช้คุณไม่ได้ — มีคนรู้จักมากเกินไป."

"ผมบอกว่า : "ก็นี่เองแหละ. ผมเป็นคนที่ทุกคนรู้จักดีเสียจนจะทำให้ไม่มีใครสงสัยว่าไปทำอะไรพิเศษ." แต่วินสตันก็เอาแต่สั่นหัว และย้ำว่าผมจะไม่มีวันเป็นจารบุรุษได้.

"ในที่สุดผมสามารถทำให้เขาเข้าใจจนได้ — ผมพูดภาษาสเปนได้คล่องและจะปฏิบัติการได้ทั่วลาตินอเมริกาซึ่งเป็นที่ที่พวกเยอรมันทำงานอย่างขะมักเขม้นในการเตรียมรุกรานสหรัฐ. ผมจึงได้เริ่มปฏิบัติการในแถบนั้น."

งานการของเคาเวิร์ดด้านราชการลับคงเป็นความลับที่เก็บไว้อย่างสนิทที่สุดเกี่ยวกับพวกนักแสดงระดับโลกผู้มารายงานตัวกับสตีเฟนสันแล้วถูกส่งไปในความมืด. เคาเวิร์ดได้รับบรรดาศักดิ์หลายปีภายหลัง. ในฐานะ เซอร์ โนล ในวันก่อนเขาจะสิ้นชีวิตในปี ๑๙๗๓ เขาพูดถึงชีวิตจารกรรมของเขาเป็นครั้งแรก และได้บ่งถึงรสชาติ ความผสมผสานของความห้าวหาญที่แกล้งทำการล้อตัวเอง และการถ่อมตัว ซึ่งเป็นสัญลักษณ์ของพวกสมัครเล่นที่มีฝีมือเหล่านี้.*

---

*ในการสนทนากับผู้เขียน ซึ่งบันทึกเสียงเอาไว้ โนล เคาเวิร์ด ทราบดีว่าใกล้สิ้นชีวิตแล้ว และมีความประสงค์ที่จะให้ความทรงจำของเขามีการจดบันทึกไว้.

เขาระลึกว่า : "คุณค่าของชื่อเสียงของผมเป็นฉากกำบังที่วิเศษ. เจ้าหน้าที่ราชการลับอาชีพไปไหนก็มีอาการลึกลับน่ากลัว – คือสวมรองเท้าบู๊ตยาวสีดำและมีรอยยิ้มแสยะ. ไม่มีใครเคยให้ผมติดเคราปลอม. หมึกลับน่ะหรือ – ผมไม่เคยอ่านลายมือของผมเองออก แม้เมื่อผมเขียนแบบที่ควรจะอ่านเห็นได้. วิธีปลอมตัวของผมคือสร้างชื่อเสียงของผมเองว่าเป็นคนบ๊อง ๆ.

"ในสหรัฐผมพูดแต่ในเรื่องอังกฤษถูกลูกระเบิด. วุฒิสมาชิกพวกนั้นบางคน – สองสามคนที่นึกว่าเราจบเห่แล้ว – เคยหาเรื่องจริง ๆ ว่าผมเป็นจารบุรุษ. ผมบอกว่าคงไม่มีประโยชน์อะไรที่จะไปแอบสืบเรื่องพวกเรากันเอง. มันไม่มีความหมายอะไร. แต่นั่นแหละ ในลาตินอเมริกา ผมก็รายงานตรงต่อบิลล์ สตีเฟนสัน ในเวลาเดียวกับที่ผมร้องเพลงและคุยอย่างดีกับผู้ต้อนรับผม. สิ่งนิดแต่ละอันพันละน้อยนี่แหละคือสิ่งประกอบเป็นเรื่องข่าวราชการลับ. รายละเอียดน้อยนิดจะเข้ามาประกอบในภาพรวม และบางครั้งก็ต้องพูดอะไรซ้ำซากจนสงสัยว่าจะได้ประโยชน์คุ้มหรือไม่. ผมเดินทางไปทุกหนทุกแห่งที่ไปได้ – ในเอเชียและในส่วนที่เหลือของยุโรป. และผมล้อเลียนเรื่องราชการลับว่าเป็นเรื่องตลกทั้งเพเพราะเป็นวิธีที่ดีที่สุดสำหรับดำเนินงานนี้ – ทำตลกและทับถมตัวเอง และบอกว่าพวกเราเป็นพวกงั่งที่น่าสมเพช จะทำอะไรก็ไม่เป็นเรื่อง อะไร ๆ ทำนองนี้.

"ผมกับอเมริกันก็เป็นคนพวกเดียวกัน พูดภาษาเดียวกัน เชื่อมั่นในอุดมคติเดียวกัน. แต่ผมไม่นึกว่าพวกเขาเคยเข้าใจวิธีทำงานของผมหรอก. ผมได้เรียนรู้หลายอย่างจากนักวิชาการของพวกเขา ผมกลายเป็นผู้เชี่ยวชาญ และอาจยึดถืออาชีพเป็นจารบุรุษได้ เว้นแต่ชีวิตของผมเท่าที่เป็นอยู่ก็เต็มไปด้วยความตื่นเต้นพออยู่แล้ว. อย่างไรก็ตาม ความเชี่ยวชาญในวิชาการทั้งหลายนั้นไม่มีค่าแม้แต่นิดเดียว ถ้าไม่สามารถใช้สิ่งที่ดีที่สุดในตัวบุคคล. วินสตันเข้าใจข้อนี้ดี – และรูสเวลท์ก็เข้าใจ. ผมยอมทำอะไรก็ได้ทั้งสิ้นเพื่อรูสเวลท์. ส่วนบิลล์ สตีเฟนสัน นั้น ถ้าใครตั้งตัวเป็นศัตรูก็จะไม่มีทางชนะเขาเลย – แต่ถ้าหนุนใครแล้วบิลล์เปี๊ยกนั้นจะหนุนตลอดไปจนสุดใจขาดดิ้น. คนพวกนี้เป็นผู้นำที่เห็นพลังในคนธรรมดาสามัญ. แคมป์ เอกซ์ก็ทำอย่างนี้แหละ – เอาคนธรรมดาสามัญมาสอนวิธีสู้ความกดขี่."

โนล เคาเวิร์ด เป็นคนหนึ่งในจำนวนหลายร้อย ที่สามารถเข้าถึงบุคคลสำคัญในประเทศต่าง ๆ ที่ "เป็นกลาง". สตีเฟนสันเลือกคนเหล่านี้มาสำหรับ

เป็นผู้รวบรวมความคิดเห็น สำหรับสอดส่องทิศทางของกระแสการเมือง สำหรับแพร่ข่าวลือและช่วยปะติดปะต่อชิ้นส่วนชิ้นเล็กชิ้นน้อยของภาพรวมในปฏิบัติการลับของฝ่ายนาซี. แต่ความพยายามสำคัญมุ่งไปที่การสร้างการต่อต้านผู้กดขี่ในประเทศที่ถูกยึดครอง. เชอร์ชิลล์เคยเตือนสภาผู้แทนราษฎรอังกฤษนานมาแล้วในปี ๑๙๐๑ ว่า : "สงครามของประชาชนจะร้ายกาจน่ากลัวยิ่งกว่าสงครามของพระราชา." ความสังหรณ์ใจของเขาเริ่มเป็นรูปเป็นร่างขึ้นสี่สิบปีภายหลัง.

บทที่ ๒๖

สตีเฟนสันกล่าวว่า : "สงครามประชาชนเริ่มในยูโกสลาเวีย. กองทัพคอมมูนิสต์ของติโต (Tito) ดำเนินศึกกองโจรต่อต้านและทำให้พวกเยอรมันต้องเสียหน้า พวกเยอรมันที่เชอร์ชิลล์เรียกว่า "ฝูงไอ้พวกทหารฮั่น (Hun) ที่ทึ่มทื่อถูกสนตะพาย ว่านอนสอนง่าย โง่เง่าเต่าตุ่น ที่เดินทัพลากสังขารกันไปเป็นโขยงเสมือนห่าตั๊กแตนที่คลานยุบยับยุ่มย่ามไปทั่ว." ฮิตเลอร์นึกว่าตัวเองเป็นบาร์บารสซา (Barbarossa) ผู้พิชิตที่ยิ่งใหญ่ของยุคกลาง. เมื่อเขาตั้งชื่อการบุกรัสเซียของเขาว่า "บาร์บารสซา" พวกเราก็คาดไว้แล้วว่า หากการบุกล้มเหลวลง เขาคงเจียนจะคลั่งเพราะเชื่อถือโชคลาง."

การกล่าวดังนี้เป็นการวิจารณ์สิ่งที่เชอร์ชิลล์เรียกว่า : "การปฏิบัติทางราชการลับอย่างฉับพลันที่สำเร็จผลยอดเยี่ยมที่สุดในสงครามครั้งใด ๆ." เป็นการสร้างกลลวงล่อให้ "บาร์บารสซา" ต้องล่าช้าไป ทำให้กองทัพเยอรมันต้องถูกตรึงอยู่และทำให้ต้องปราชัย.

มีบันทึกในเอกสารของ บี.เอ็ส.ซี. ว่า : "นายเชอร์ชิลล์ได้ขอร้องให้นายโดโนแวนไปเยือนแคว้นบอลคันส์ในนามของอังกฤษ รูปการณ์ทั่วไปเรื่องการบุกของเยอรมันในลำดับต่อไปเริ่มเห็นได้ชัดแล้ว และสิ่งที่นายเชอร์ชิลล์ประสงค์ก็คือทำให้กำหนดการบางส่วนของฮิตเลอร์ต้องคว่ำไป ด้วยจุดประสงค์ที่จะถ่วงเวลาการบุกรัสเซีย. ด้วยวิธีนี้ หวังกันว่าฮิตเลอร์จะต้องปราชัย."

เมื่อประธานาธิบดีรูสเวลท์ไปพักผ่อนอาบแดดในทะเลแคริบเบียนในฤดูหนาวของปี ๑๙๔๐ นั้น มีผู้สังเกตการณ์เกรงว่าเขาได้ลืมสงครามเสียแล้ว. แท้จริงเขาได้ส่งบิลล์เบิ้ม โดโนแวนไปเบอร์มิวดาพร้อมกับบิลล์เปี๊ยก สตีเฟนสัน. มีคนเห็นเพียงโดโนแวนเท่านั้นที่ไป. เขาบินจากบอลติมอร์ (Baltimore) ในชื่อว่าดอนัลด์ วิลเลียมส์ (Donald Williams). แต่กระเป๋าเดินทางของเขาติดอักษรย่อที่ฟ้องตัวเองว่า ดับเบิลยู.เจ.ดี. (W.J.D.) จึงทำให้หนังสือพิมพ์ในนิวยอร์คตีพิมพ์พาดหัวภายในไม่กี่ชั่วโมงด้วยข้อความในทำนองว่า : "ผู้แทนลับของอเมริกัน

บินออกไปปฏิบัติการลึกลับ.” แล้วเขาก็หายต๋อมไปสองสัปดาห์ นัยว่าถูกถ่วงเวลาในเบอร์มิวดา เพราะอากาศไม่อำนวย. ในระหว่างที่เขาอยู่ที่นั่น ข่าวที่ “อัลตร้า” ดักได้เรื่องคำสั่งหมายเลข ๒๑ ของฮิตเลอร์ อันชี้ชะตาปฏิบัติการ “บาร์บารสซา” ได้รับการวิเคราะห์. ผลที่ได้ยืนยันสิ่งที่คาดไว้มานานแล้วว่าเยอรมันจะหันเข็มไปทางตะวันออก เพื่อบุกรัสเซีย.

โดโนแวนเริ่มเดินทางต่อ และการเกิดข่าวรั่วโดยจงใจก็เริ่มขึ้นอีก. เขาวิงวอนขอร้องนักสื่อข่าวในลอนดอนว่า : “อย่าทำให้ผมกลายเป็นคนลึกลับหรือเป็นคนสำคัญอะไรเลย.” เป็นธรรมดาอยู่เองที่ถ้อยคำเช่นนี้ยิ่งกระตุ้นการเดาสุ่มต่าง ๆ นานาเป็นทวีคูณ. การนี้มีผลให้ไม่มีใครสังเกตคนตัวเล็กผู้ไม่เคยอยู่ห่าง ที่เดินเหินท่าทางกระฉับกระเฉง หน้าตาอ่อนกว่าวัยกลางคนมาก บุคคลตัวเล็กที่ไม่พูดสักคำเดียวและที่เล็ดลอดผ่านด่านรักษาความปลอดภัยของท่าเรือออกไปทางด้านข้างด้วยความช่วยเหลือของเจ้าหน้าที่สก๊อตแลนด์ ยาร์ด สองนาย.

โดโนแวนถูกนักข่าวแหย่ว่าถือเอกสารประจำตัวปลอมและยังปล่อยให้มีอักษรย่อชื่อของตนบนกระเป๋าเดินทาง. แท้ที่จริง “สายผู้ลึกลับของ เอ็ฟ.ดี.อาร์.” ก็ไม่สู้จะลึกลับนัก. อาร์เธอร์ คร๊อก (Arthur Krock) แห่งหนังสือพิมพ์นิวยอร์คไทมส์ เผยถึงคำประท้วงของกระทรวงต่างประเทศอเมริกันว่า “โดโนแวนเป็นตัวแทนไปต่างประเทศ จำพวกที่กระทรวงต่างประเทศต้องลำบากใจ.” นักเขียนบทความเวสต์บรุ๊ก เพคเลอร์ (Westbrook Pegler) เยาะเย้ยว่า : “นายพันเอกไวล์ด บิลล์ โดโนแวน ของเรา ทำท่าเหมือนมีสมุดตั๋วเดินทางด้วยคลิปเปอร์ของแพน - แอม ๕๐ เที่ยวบิน ซึ่งจะต้องใช้ให้หมดภายในเวลาจำกัด มิฉะนั้นตั๋วจะหมดอายุเสียก่อน.”

ฝ่ายเยอรมันทราบข่าวจากบริการหนังสือพิมพ์ตัดในนิวยอร์คว่าสายของท่านประธานาธิบดีออกปฏิบัติการอีกแล้ว. พวกเยอรมันที่ศูนย์ข่าวสารลับต่างประเทศ (Intelligence Overseas Message Center) ใกล้ แฮมเบิร์ก (Hamburg) ซึ่งเคยติดตามสะกดรอยเขาในฐานะเป็น “หูและตา” ของรูสเวลท์ตั้งแต่ปี ๑๙๓๗ หลังจากการเดินทางไปประเทศต่าง ๆ ได้ตั้งชื่อรหัสให้เขาเป็นพิเศษ. พวกนี้ได้แสดงอารมณ์ขัน ซึ่งไม่ใช่ปกติวิสัยของเยอรมันเลย โดยการเรียกโดโนแวนว่าแมรี่ (Mary). ศัพท์เฉพาะที่เยอรมันใช้สำหรับคำว่า “ผู้ติดตาม” ที่ได้รับการฝึกให้สะกดรอยผู้ต้องสงสัย คือ “ลัมม์” (Lamm = ลูกแกะในภาษาเยอรมัน).

แต่บัดนี้เป็นต้นไป ทุกแห่งหนที่ "แมรี่" ไป "ลัมม์" ก็จะต้องติดตามไปด้วยเสมอ (เหมือนในเพลงสำหรับเด็กว่าหนูแมรี่มีแกะตัวเล็ก และทุกหนแห่งที่เธอไป แกะตัวนั้นก็ต้องแกะรอยไปด้วย). โดโนแวนไปไหนพวกเยอรมันก็ติดตามไป และฮิตเลอร์ก็ถูกล่อไปตกหลุม.

โดโนแวนทิ้งร่องรอยทั้งซ้ายและขวาเปรอะไปหมด ส่วนสตีเฟนสันไม่ทิ้งร่องรอยอะไรไว้เลย. ตอนบิลล์เปี๊ยกไปรายงานต่อเชอร์ชิลล์ เชอร์ชิลล์ยิ้มฝืน ๆ และว่า : "บิลล์ คุณสนุกอยู่คนเดียว."

ความสนุกนั้น ถ้าสมควรจะเรียกว่าเป็นความสนุกแล้ว ที่จริงโดโนแวนนั่นแหละเป็นผู้สนุก. เขาไม่เคยยอมเปิดเผยการเล่นตลกที่เจาะจงข้อนี้เลย. ภายหลังเขาเล่าเรื่องของเขาเองในการลืมอักษรย่อชื่อของเขาบนกระเป๋าเดินทางเพื่อเป็นบทเรียนเตือนพวกสายลับหนุ่ม ๆ ที่กำลังรับการฝึกอยู่ และไม่ยอมรับว่าความผิดพลาดนี้ เป็นการกระทำที่วางแผนไว้โดยเจตนา.

ปฏิบัติการราชการลับร่วมระหว่างอังกฤษและอเมริกันครั้งแรกนี้ เริ่มต้นหนึ่งปีก่อนสหรัฐเข้าร่วมสงคราม. ภารกิจเปิดเผยของโดโนแวนคือการสืบหาหลักฐานสำหรับรูสเวลท์ ว่าอังกฤษสามารถเหนียวไว้ได้ต่อไปนานพอที่จะทำให้ความช่วยเหลือเป็นประโยชน์ได้. งานนี้ทำให้เขาจำเป็นต้องไปตะวันออกกลางซึ่งเป็นพื้นที่อันตรายที่สุดสำหรับกองกำลังทางเรือของอังกฤษ.

เมื่อชาร์ลส์ ลินด์เบิร์ก กล่าวในที่ชุมนุมของพวก "อเมริกาก่อน" ครั้งหนึ่งว่าความสูญเสียหนักในการขนส่งทางทะเลทำให้ประเทศอังกฤษต้องประสบอันตรายจากความอดอยาก ว่าเมืองต่าง ๆ ในประเทศนั้น "พินาศไปหมดเพราะระเบิดผลาญ" ว่าสถานการณ์หมดหวังแล้ว และว่าอเมริกาควรจะต้องแยกทางเดินกับยุโรปนั้น ทางหนังสือพิมพ์ต่าง ๆ รายงานว่าเขาได้รับ "การปรบมืออย่างดุเดือด." ตอนนี้ท่านประธานาธิบดีจึงต้องถือยุทธวิธีที่จะแสดงว่าแนวหน้าในการป้องกันอเมริกาอยู่โพ้นทะเล. จุดหมายเปิดเผยในงานของโดโนแวนคือการพิสูจน์ว่าการค้ำชูฝ่ายอังกฤษในทะเลเมดิเตอร์เรเนียน เป็นประโยชน์อย่างแท้จริง. ภารกิจนี้เป็นภารกิจที่พรางงานที่ล่อแหลมยิ่งกว่าอีก.

ในระหว่างที่โดโนแวนปรึกษากับเชอร์ชิลล์เรื่อง "การทำให้กำหนดการบุกรัสเซียของฮิตเลอร์เสียจังหวะไป" สตีเฟนสันก็กำลังเตรียมภารกิจพรางขั้นที่สอง ซึ่ง

จะให้เหตุผลในการที่โดโนแวนใช้บริการของฝ่ายอังกฤษและการไปปรากฏตัวในภาคตะวันออกของเมดิเตอร์เรเนียน. ภารกิจนี้เป็นการสอดส่องในแบบที่โดโนแวนเคยปฏิบัติมาแล้วบ่อย ๆ สำหรับท่านประธานาธิบดี. เป็นช่องทางที่เหมาะที่สุดต่อการพรางมิให้เห็นบทบาททางการเมืองของเขา แม้แต่กับหน่วยงานลับทั้งหลาย.

สตีเฟนสันร่างคำสั่งซึ่งส่งผ่านทางกรมข่าวทหารเรืออังกฤษ โดยไม่เอ่ยถึงความลับของภารกิจลับที่สุดเลย. ในสารมีข้อความดังนี้ :

จากเจ้ากรมข่าวทหารเรือถึงผู้บัญชาการกองเรือยุทธการในเมดิเตอร์เรเนียน. . . โดโนแวนช่วยให้เราได้รับเครื่องเล็งสำหรับทิ้งระเบิด เรือพิฆาตและของอื่น ๆ ที่เราต้องการอย่างด่วน. . . เราจะสามารถบรรลุความสำเร็จโดยผ่านโดโนแวนได้สะดวกกว่าใครทั้งสิ้น. . . เราไว้ใจเขาได้เต็มที่ในการเป็นปากเสียงแจ้งความต้องการของเราโดยการเข้าถูกที่และถูกทางในสหรัฐอเมริกา. . . .

สารนี้เป็นประกันว่าโดโนแวนจะได้รับความสะดวกในงานของเขา. ซึ่งจะช่วยให้สามารถเดินทางในเขตสงครามทุกแห่งได้. สมัยนั้นยังไม่มีความสะดวกอย่างที่ถือเป็นของธรรมดาในปัจจุบัน : ไม่มีกองเรือใหญ่ของสหรัฐที่เป็นเอกเทศซึ่งจะเป็นที่ให้โดโนแวนอาศัยซ่อนไปได้ ไม่มีพาหนะการเดินทางที่สะดวกรวดเร็วซึ่งจะจัดได้ทันทีทันควัน. เขาจะต้องอาศัยเครื่องบินทิ้งระเบิดอังกฤษและฐานปฏิบัติการของอังกฤษ. ข้อความในสารเผยเพียงส่วนที่พอให้เจ้าหน้าที่ราชการลับอังกฤษในสนาม ผู้จะต้องหวาดระแวงไม่เต็มใจให้บุคคลจากประเทศเป็นกลางมาเพ่นพ่านในฐานที่ลับที่สุด เข้าใจในความจำเป็นที่จะให้เจ้าหน้าที่พลเรือนสำคัญของอเมริกันได้รับความสะดวก.

ในระหว่างนั้น เชอร์ชิลล์ก็ได้ติดตามข่าวการวางกำลังใหม่ของกองพลยานเกราะเยอรมัน. คำสั่งให้เคลื่อนกองส่งกำลังบำรุงและกองบินเครื่องบินจิกหัวทิ้งระเบิดทำให้เขาแน่ใจว่าฮิตเลอร์จะบุกในเดือนพฤษภาคม ๑๙๔๑. กรรมาธิการราชการลับร่วมและเสนาธิการทหารของประเทศเครือจักรภพมีความเห็นอย่างมั่นเหมาะว่าฮิตเลอร์คงจะไม่บ้าบิ่นถึงขนาดที่จะบุกรัสเซียก่อนจัดการกับอังกฤษแน่. แต่ทุกคนก็เห็นพ้องกันว่า สงครามระหว่างรัสเซียกับเยอรมันต้องเกิดขึ้นแน่ เพราะตามลัทธิที่ฮิตเลอร์ยึดถือ ลัทธิบอลเชวิก (Bolshevism) เป็นศัตรูสุดยอด.

หลักฐานข้อมูลทั้งหลาย ที่ระบบของนายอินทร์รวบรวมได้ นำไปสู่ข้อยุติ

ของเชอร์ชิลล์. ในเรื่องนี้ เขากับสตีเฟนสันเห็นพ้องกันในทุกแง่. ทั้งสองทราบว่าฮิตเลอร์วางแผนบุกรัสเซีย. ทั้งสองต่างมีเอกสารเรื่องที่ฮิตเลอร์เรียกว่า "แผนลวงที่ยิ่งใหญ่ที่สุดในประวัติศาสตร์การสงคราม" ซึ่งเป็นแผนเพื่อพรางการตระเตรียมของเขา. แต่ทั้งสองคนไม่สามารถทำให้สตาลินเชื่อได้. จะเป็นเพราะแผนลวงของฮิตเลอร์ได้ผลดีหรืออย่างไร. ดูท่าว่าจะเป็นเช่นนั้น. ฉะนั้นในกรณีนี้ ก็จำเป็นต้องช่วยให้สตาลินพ้นอันตรายเนื่องจากความเขลาของตนเอง.

เชอร์ชิลล์ทุ่มเทกำลังวังชาทั้งหมดในภารกิจนี้ ถึงแม้ว่าต่อมาภายหลังรัสเซียได้กล่าวหาว่าฝ่ายสัมพันธมิตรได้จงใจผลักดันให้เยอรมันขัดแย้งกับรัสเซีย. อุดมการณ์ของเชอร์ชิลล์มีว่า : "หากฮิตเลอร์จะบุกนรก อย่างน้อยผมต้องถือเป็นหน้าที่ที่จะกล่าวในสภาผู้แทนราษฎร พาดพิงถึงพระยายมอย่างเป็นมิตร." ภาระอันดับแรกของเขา คือการประวิงเวลาให้พวกรัสเซียสามารถฟื้นตัวได้เมื่อถูกบุกอย่างกะทันหันครั้งแรก. พื้นที่สำหรับดำเนินแผนนี้คือแคว้นบอลคันส์. ต้องหาบุคคลที่เหมาะสมที่จะสามารถไปเจรจาอย่างมีน้ำหนักน่าเชื่อกับผู้นำของชาติ ที่เริ่มถูกล่อลวงด้วยกลเม็ดล่าสุดของฮิตเลอร์ กล่าวคือ สนธิสัญญาสามเส้า (Tripartite pact — สนธิสัญญาระหว่างเยอรมัน อิตาลี กับญี่ปุ่น) ซึ่งเป็นแผนในอันที่จะชักนำให้ประเทศในยุโรปตะวันออกยอมร่วมมือกับเยอรมัน. โดโนแวนเป็นบุคคลที่เหมาะสมนั้น เป้าหมายเอกคือเบลเกรด (Belgrade). ณ ที่นั้น นักต่อสู้กู้ชาติชาวยูโกสลาเวียมีทางจะล่อกำลังของเยอรมันให้ไปตกหล่มตมอันตราย. ดูจะเป็นความหวังที่ไม่มีหวังนัก. จอมพล ติโต หัวหน้าคอมมูนิสต์ของนักต่อสู้ต่อต้าน ได้เขียนภายหลังว่า : "ฮิตเลอร์ได้พยายามเข้าควบคุมภาคตะวันออกเฉียงใต้ของยุโรปด้วยความร่วมมือของรัฐบาลที่นิยมฟาสซิสต์ในบอลคันส์ และใช้วิธีนั้นป้องกันปีกทางทิศใต้ของกองกำลังของตนก่อนที่จะยกทัพเข้าสหภาพโซเวียต. ในเดือนพฤศจิกายน ๑๙๔๐ ฮังการีและรูเมเนียเข้าร่วมภาคีสนธิสัญญาสามเส้า และต่อมาบัลแกเรียก็เข้าร่วมด้วย. ดังนี้เราจึงตกอยู่ในวงล้อม." ในขณะนั้น ติโตหลบอยู่ใต้ดิน และไม่มีใครรู้จักชื่อเขา. ยูโกสลาเวียยังคงอยู่ใต้การปกครองระบอบราชาธิปไตย.

"อัลตร้า" ได้ล่วงรู้ถึงแผนการของฝ่ายเยอรมันมานานพอสมควรแล้ว. ฝ่ายอังกฤษอยู่ในฐานะที่อัดอั้นตันใจ เพราะไม่สามารถเปิดเผยแหล่งข่าว และดังนี้ได้แต่เพียงเตือนสตาลิน และพยายามปฏิบัติการในแคว้นบอลคันส์เท่าที่จะกระทำได้. อะไรก็ตามที่ทำให้ "อัลตร้า" ต้องเผยตัวออกมา จะหมายความถึงการสละ

ความได้เปรียบสำคัญที่กองกำลังอังกฤษ ทั้งในสนามรบทั้งในสงครามลับ ได้รับมาแล้ว และที่จะได้ต่อไปในอนาคต. ข่าวที่ดักมาได้โดยครบถ้วนบริบูรณ์เรื่องคำสั่งเกี่ยวกับ “บาร์บารสซา” ซึ่งฮิตเลอร์ออกในวันที่ ๑๘ ธันวาคม ๑๙๔๐ จะเปิดเผยให้พวกรัสเซียหรือพวกผู้นำของประเทศในยุโรปตะวันออกเฉียงใต้ที่ถูกคุกคามทราบไม่ได้.

ฮิตเลอร์ได้ตระเตรียมยุทธศาสตร์ที่แหวกแนวที่สุด. สตาลินกลายเป็นผู้ให้ความร่วมมือโดยไม่รู้ตัว. เชอร์ชิลล์ตกลงใจว่า ถ้าแม้นพวกรัสเซียจะต้องตกหลุมหลงกลแบบนี้แล้ว ก็จะให้กำลังสงครามสายฟ้าแลบของนาซีต้องไปติดหล่มในหิมะของรัสเซีย แบบเดียวกับที่ทำให้นโปเลียน (Napoleon) ได้ปราชัยมาแล้ว. ในที่สุดปรากฏว่าปฏิบัติการของโดโนแวนได้ประสบผลสำเร็จ. ฮิตเลอร์ถูกบังคับให้เลื่อนวันบุกไปจนถึงวันบรรจบครบรอบวันที่นโปเลียนเริ่มบุกและประสบความหายนะ — เป็นวันเดียวกันและชั่วโมงเดียวกัน — อันเป็นฤกษ์ยามลางร้ายที่ทุกคนและโดยเฉพาะฮิตเลอร์ควรจะได้สังเกต.

ประธานาธิบดีรูสเวลท์ได้รับการเตือนล่วงหน้าถึงแผนการบุกรัสเซียของฮิตเลอร์จากแหล่งข่าวที่ไม่ได้คาดคะเนมาก่อน. เกลอของท่านผู้นำก่อนสงครามได้มาเป็นกงสุลใหญ่เยอรมันใน ซาน ฟรานซิสโก (San Francisco) และเขาได้แจ้งสายของอังกฤษที่นั่นถึงยุทธศาสตร์ของนาซี. บุคคลนี้คือ นายร้อยเอก ฟริตซ์ วีเดอมันน์ (Fritz Wiedemann). ตามเอกสารของ บี.เอ็ส.ซี. วีเดอมันน์ “เป็นผู้บังคับกองของฮิตเลอร์ตอนปลายสงครามโลกครั้งที่หนึ่ง และกลายเป็นมือขวาของเขาจนกระทั่งเริ่มสงครามโลกครั้งที่สอง.” ในเดือนเมษายน ๑๙๔๐ เขาเข้าหาเพื่อนนักการทูตใน ซาน ฟรานซิสโก เพื่อขออนุญาตเดินทางไปประเทศอังกฤษ. เขาอ้างว่าหมดศรัทธาในตัวฮิตเลอร์ และไม่เห็นด้วยกับลัทธินาซี.

แต่ประวัติของวีเดอมันน์ก็ไม่น่าไว้วางใจนัก. ฮิตเลอร์ได้ส่งเขาไปสหรัฐในปี ๑๙๓๗ ก็เพื่อรายงานลู่ทางในการแพร่อิทธิพลของนาซี. ตำแหน่งกงสุลในซาน ฟรานซิสโก อำนวยโอกาสดีในการประสานราชการลับของนาซีกับของญี่ปุ่นในแปซิฟิก. ทางเอ็ฟ.บี.ไอ. มีสำเนารายงานที่เขาส่งไปเบอร์ลิน โดยแจ้งว่ารูสเวลท์เป็น “คู่อริที่อันตรายที่สุด” ของท่านผู้นำ.

อย่างไรก็ตาม บุคคลหลายหน้าคนนี้ได้นำรายงานสรุปของการประชุมในวันที่ ๒๒ สิงหาคม ๑๙๓๙ ซึ่งเป็นโอกาสที่ฮิตเลอร์ได้ชี้แจงถึง “ความจำเป็นทาง

ประวัติศาสตร์ที่จะต้องเข้ายึดครองรัสเซีย." มาให้คณะกรรมการราชการลับร่วมของอังกฤษ. วีเดอมันน์ได้รายงานนี้มาอย่างไรนับว่าเป็นความลึกลับเกือบพอ ๆ กับเหตุผลของเขาที่จะมาร่วมมือ. ทาง เอ็ฟ.บี.ไอ. มีความเห็นเอียงไปในทางว่าเขาคงจงใจป้อนรายงานว่าฮิตเลอร์มีนโยบายต่อต้านพวกบอลเชวิกด้วยจุดประสงค์ที่จะให้พวกที่เกรงกลัวรัสเซียยอมรับลัทธินาซีง่ายขึ้น. แต่ถ้าเขายังเป็นลูกน้องของฮิตเลอร์ เหตุใดเขาจึงกล่าวถึงการสมคบเพื่อโค่นฮิตเลอร์เล่า.

ทาง เอ็ฟ.บี.ไอ. งงงวยยิ่งขึ้นเมื่อมี "เจ้าหญิง" ปลอมมาสมทบกับวีเดอมันน์ที่ ซาน ฟรานซิสโก. "เจ้าหญิงผู้นี้ตั้งฐานันดรศักดิ์ให้ตัวเองว่าเป็นหม่อมเจ้าหญิง โฮเฮนโลเฮ - วาลเดนแบร์ก - ชิลลิงสฟูร์สต (Her Serene Highness the Princess Hohenlohe-Waldenberg-Schillignsfurst) แต่แท้ที่จริงเธอคือ สเตฟฟิ ริชเตอร์ (Steffi Richter) บุตรสาวของทนายความที่ไม่มีชื่อเสียงอะไรนักจากเวียนนา. เธอเคยพำนักอยู่ในลอนดอนจนกระทั่งถูกเปิดหน้ากากว่าเป็น "สมาชิกนามกระฉ่อนคนหนึ่งในวงการจารกรรมของฮิตเลอร์." เธอจึงย้ายมาสหรัฐ และได้มาเป็นเมียน้อยของวีเดอมันน์. เมื่อสายของอังกฤษใน ซาน ฟรานซิสโก รายงานว่าวีเดอมันน์ไม่กล้ากลับเยอรมัน ฝ่าย เอ็ฟ.บี.ไอ. ก็ยืนยันว่าดูเหมือนเขาจะขัดคอกับพวกนาซีที่เคร่งครัด แต่ก็แสดงความสงสัยในเรื่องที่เขามีสัมพันธ์กับ "เจ้าหญิง" ที่รู้กันกระฉ่อนว่าชอบพวกนาซี.

และแล้วก็เกิดเรื่องที่ทำให้ทุกคนงงงวยลังเล. ผู้ที่ได้มีบทบาทในสงครามโลกครั้งที่หนึ่งในทำนองเดียวกับที่สตีเฟนสันกำลังปฏิบัติอยู่คือ เซอร์ วิลเลียม ไวสแมน (Sir William Wiseman) ถูกขอร้องให้รับภาระไปติดต่อกับผู้ที่มีท่าจะสวามิภักดิ์ผู้นี้อย่างเงียบ ๆ ในเดือนตุลาคม ๑๙๔๐. "เจ้าหญิง" ได้เปิดการเจรจาขึ้นที่โรงแรมมาร์ค ฮ็อปกินส์ (Mark Hopkins Hotel) ในห้องเลขที่ ๑๐๒๖ ซึ่งเป็นหมายเลขที่ทาง เอ็ฟ.บี.ไอ. เก็บไว้ในเอกสารของสำนักงานพร้อมกับบันทึกการสนทนาซึ่งจดไว้ด้วยความเห็นชอบของไวสแมน. "ท่านหญิง" อาสาไปเบอร์ลินเองเพื่อไปชักชวนกล่อมใจให้ฮิตเลอร์ยอมรับว่าจะบรรลุสันติภาพอันยั่งยืนได้ถ้ามาเข้าร่วมกับอังกฤษ.

ครั้นแล้วทางกระทรวงต่างประเทศอเมริกันก็ทำให้ทุกคนระส่ำระสายไปหมด โดยเรียกร้องให้เนรเทศไวสแมนกลับอังกฤษฐานฝ่าฝืนความเป็นกลางของอเมริกา. ฝ่ายอังกฤษนิ่งอึ้งไม่ยอมเชื่อไปพักใหญ่. ระหว่างสงครามโลกครั้งที่หนึ่ง ไวสแมน

เคยมีบทบาทสำคัญยิ่งในการทำให้ความสัมพันธ์ระหว่างอังกฤษกับอเมริการาบรื่น. มาบัดนี้ โดยไม่มีปี่มีขลุ่ย ทางวอชิงตันกลับคุกคามที่จะเนรเทศสายส่วนบุคคลระดับสูง โดยอ้างว่าฝ่าฝืนความเป็นกลางของสหรัฐเพราะเจรจากับผู้ที่ทำสงคราม.

สตีเฟนสันร้องเรียนต่อ เจ. เอ็ดการ์ ฮูเวอร์ ผู้รับรองว่าการพบประระหว่างกงสุลใหญ่เยอรมันกับพวกอังกฤษดำเนินไปโดยฝ่าย เอ็ฟ.บี.ไอ. รับรู้และยินยอม. ข้อนี้ทำให้ความเป็นปรปักษ์ของทางกระทรวงต่างประเทศรุนแรงยิ่งขึ้น. แต่ความขัดแย้งมิได้เป็นเพียงความขลุกขลักทางระเบียบราชการเท่านั้น. ในการสนทนากับไวสแมน อดีตคนสนิทของฮิตเลอร์ได้เจาะจงตัวบุคคลที่มีอิทธิพลหนักในกลุ่มต่าง ๆ ของอังกฤษและอเมริกัน ที่คิดว่าฮิตเลอร์ไม่เลวร้ายนักถ้าเป็นผู้สามารถขจัดพวกยิวและทำลายคอมมูนิสต์รัสเซียได้.

ทั้งสตีเฟนสันทั้งไวสแมนไม่มีตำแหน่งเป็นทางการ. คดีนี้ต้องขึ้นตรงกับประธานาธิบดีรูสเวลท์ ผู้สั่งระงับการดำเนินการเนรเทศ.

วีเดอมันน์แก้ตัวว่า ที่พูดจาอย่างเปิดเผยในอเมริกาก็เพราะตนเป็นตัวแทนของกระบวนการเยอรมันที่หนุนให้มีกษัตริย์ ซึ่งมีเป้าหมายที่จะโค่นฮิตเลอร์. ข้อนี้สอดคล้องกับรายงานของผู้ให้ข่าวชาวเยอรมันที่มีชื่อว่า "จอห์นนี เฮอร์วาร์ธ" (Johnny Herwarth) ผู้ซึ่งประวัติศาสตร์หลังสงครามบางฉบับยังถือว่าเป็นบุคคลลึกลับและไม่สามารถเผยชื่อจริงเพื่อรักษาความปลอดภัย. ตามความจริงเขาคือ ฮันส์ ไฮนริช เฮอร์วาร์ธ ฟอน บิตเตนเฟลด์ (Hans Heinrich Herwarth von Bittenfeld) นักการทูตอาชีพผู้ต่อมาได้ดำรงตำแหน่งเอกอัครราชทูตของเยอรมันตะวันตกในลอนดอนหลังสงคราม. เขาเริ่มให้ข่าวเรื่องแผนบุกรัสเซียของฮิตเลอร์แก่รัฐบาลสหรัฐเป็นครั้งแรกในปี ๑๙๓๖ เมื่อเขาดำรงตำแหน่งในมอสโคว์. เมื่อปี ๑๙๔๐ เขาอยู่ในเบอร์ลินและติดต่อผ่านชาวเท็กซัส (Texas) ผู้โด่งดังคือ แซม เอดิสัน วูดส์ (Sam Edison Woods) ผู้ส่งข่าวต่อไปให้ เอ็ฟ.บี.ไอ. จอห์นนีเป็นผู้รับรองวีเดอมันน์ ผู้ในที่สุดได้รับอนุญาตให้ออกจากสหรัฐไปสู่ที่ที่เขาดูจะเป็นภัยน้อยที่สุด — คือ เมืองจีน.

ในการเปิดเผยครั้งหลัง ๆ ซึ่งลงวันที่ ๓ พฤศจิกายน ๑๙๔๐ วีเดอมันน์สรุปโดยสังเขปถึงแผนของฮิตเลอร์ที่จะปิดทะเลเมดิเตอร์เรเนียนทั้งสองปลาย. เขาระบุอย่างเฉพาะเจาะจงในการบรรยายวิธีการที่กองกำลังของเยอรมันจะบุกแคว้นบอลคันส์เป็นอารัมภบทในการบุกรัสเซีย. อุปสรรคที่อาจจะมีได้ก็คือยูโกสลาเวีย

ซึ่งมีกองทัพที่ใหญ่ที่สุดและมีอาวุธทันสมัยที่สุดในหมู่ประเทศเป็นกลางที่เหลืออยู่ในยุโรป.

เคราะห์ดีที่ในข้อนี้มีผู้เชื่อว่าวีเดอมันน์พูดจริง. เขาได้ชี้ให้เห็นหลุมพรางทางทหารที่จะมีทางเป็นไปได้. ถ้าหากฝ่ายนาซีถูกต้านในบอลคันส์ เยอรมันจะต้องประสบสงครามกองโจรยืดเยื้อ ซึ่งจะทำให้เยอรมันต้องเสียกำลังมาก. ทางราชการลับอังกฤษในเบลเกรด (Belgrade) ได้พิจารณาหนทางที่จะเป็นไปได้ในเดือนพฤศจิกายนนั้นเอง. ถึงปลายปี ท่านประธานาธิบดีตกลงใจยอมให้เชอร์ชิลล์ใช้ บิลล์ โดโนแวน "เพื่อคว่ำบาตรกำหนดการของฮิตเลอร์."

ก่อนออกจากลอนดอนไปยุโรปตะวันออก โดโนแวนได้ส่งเสริมความรู้สึกว่าจุดประสงค์ของเขาคือการไปสอดส่องปัญหาที่อังกฤษประสบในแถบทะเลเมดิเตอร์เรเนียนตะวันออก. โดยที่ทราบว่าทางราชการลับเยอรมันคอยจ้องมองการเคลื่อนไหวของเขาอยู่ เขาจึงป้อนข่าวลวงที่แยบคายอีกครั้งหนึ่งให้แก่หนังสือพิมพ์ที่กระหายข่าว. ดรูว์ เพียร์สัน (Drew Pearson) ประกาศในบทความของเขาว่าภารกิจของโดโนแวนคือการไปพบปะกับผู้บังคับบัญชาฝ่ายฝรั่งเศสในแอฟริกาเหนือ. หนังสือพิมพ์ นิวยอร์ค โพสต์ แฉข่าว "เฉพาะ" ว่า โดโนแวนกำลังแสวงหาการเจรจาข้อตกลงใหม่กับฝรั่งเศสฝ่ายวิชี. โดโนแวนกล่าวแก่หนังสือพิมพ์ นิวยอร์คไทมส์ ว่า : "ในเดือนสิงหาคมผมเคยพูดว่าผมได้พบว่าพวกอังกฤษ "มุ่งมั่นและกล้าหาญ". มาบัดนี้ ผมขอเติมคำว่า "มั่นใจ". เรื่องลวงว่าเขาเพียงมีหน้าที่ไปสอดส่องความมุ่งมั่นของอังกฤษให้รัฐบาลของรูสเวลท์ทราบเท่านั้นเป็นเรื่องที่ยังถือกันอยู่. แผนลวงของฝ่ายอังกฤษและอเมริกันได้เริ่มต้นปฏิบัติการแล้ว. เช่นเดียวกับเรื่องแฝงที่ดีทั้งหลาย เรื่องนี้ไม่ไกลจากความจริงเลย.

โดโนแวนเริ่มต้นด้วยการตระเวนแนวรบในประเทศกรีซและแอลเบเนีย ในที่ที่มุสโสลินีกำลังเรียกร้องขอความช่วยเหลือจากเยอรมัน แล้วก็รีบเดินทางต่อไปเมืองโซเฟีย (Sofia — เมืองหลวงของบัลแกเรีย.) เขามีเอกสารลับซึ่งอ้างว่าเป็นแผนร่วมในความช่วยเหลือทางทหารของอังกฤษเพื่อสนับสนุนการต่อต้านในกรณีที่นาซีจะบุกบัลแกเรีย และร่างแผนความช่วยเหลือทางทหารของอเมริกัน. เขาส่งโทรเลขถึงประธานาธิบดีรูสเวลท์อย่างเปิดเผยแบบแทบคาดไม่ถึง ว่ากำลังเจรจากับพระเจ้าบอริส (King Boris) แห่งบัลแกเรียผู้ทรงห่วงการปะทะอย่างซึ่ง ๆ หน้ากับเยอรมัน.

นักประวัติศาสตร์ของ บี.เอ็ส.ซี. รายงานว่า : "โดโนแวนมิได้ชักชวนผู้นำฝ่ายบัลแกเรียให้ละทิ้งนโยบายเข้าข้างกับเยอรมัน แต่เขาก็ปลูกฝังความคิดให้

เกิดความสงสัยว่านโยบายนี้จะฉลาดหรือไม่. ผลที่บังเกิดขึ้นคือฝ่ายบัลแกเรียเกิดชะงักก่อนเข้าข้างกับเยอรมันตามแผน อันจะทำให้เยอรมันสามารถผ่านประเทศนั้นโดยไม่มีการขัดขวางแต่ประการใด. นายเชอร์ชิลล์ได้แย้มว่า เพียงแต่สามารถถ่วงเวลาได้ยี่สิบสี่ชั่วโมงก็พอใจแล้ว. โดโนแวนสามารถถ่วงเวลาไปได้ถึงแปดวัน." เขาทำสำเร็จโดยแนะให้พระเจ้าบอริสทรงวินิจฉัยอย่างรอบคอบ ก่อนยอมให้กองกำลังเยอรมันผ่านไปเพื่อโจมตีทหารอังกฤษซึ่งกำลังพยายามช่วยประเทศกรีซ. เขาทูลว่า : "ถ้าสหรัฐเข้าร่วมสงครามเมื่อใด เขาจะถือนโยบายต่อบัลแกเรีย แล้วแต่ที่จะทรงปฏิบัติในขณะนี้." พระเจ้าบอริสทรงชะงัก — ไม่นานนักแต่ก็นานพอ.

สายลับของนาซีแกะรอยตามโดโนแวนในโซเฟียอย่างขะมักเขม้นสุดเหวี่ยง. การแพร่ข่าวจัดทำในแบบที่ทำให้ผู้สื่อข่าวหนังสือพิมพ์ยังนึกว่ากำลังล้วงข่าวที่ปกปิด. ในเบอร์ลิน กลไกโฆษณาชวนเชื่อของนาซีโวยวายว่าโดโนแวนละเมิดขอบเขตฐานะผู้แทนของประเทศเป็นกลาง. ในการเข้าเฝ้าพระเจ้าบอริสครั้งสุดท้าย เสื้อผ้าของโดโนแวนถูกสายของเยอรมันในพระราชวังตรวจค้น. เอกสารหลายฉบับถูกยึดไป. ในจำนวนนี้มีบันทึก "ลับที่สุด" เกี่ยวกับข้อเสนอให้อเมริกันใช้ทหารมาปฏิบัติการในแคว้นบอลคันส์หากฮิตเลอร์กำแหงเกินไป. ภายหลังมีรายงานว่าโดโนแวน "ดื่มเหล้าจนเมามายหมดสติ". เรื่องตลกสิ้นดีนี้เป็นผลงานของ ดร. โจเซฟ เกิบ์เบิลส์ (Dr. Joseph Goebbels) รัฐมนตรีโฆษณาการของนาซี. จุดประสงค์ของเรื่องนี้คือให้เข้าใจกันว่าโดโนแวนทำเอกสารส่วนตัวหายเพราะประมาทเลินเล่อ. ความจริงมีว่าโดโนแวนผู้ไม่แตะเหล้าเลย ได้แสร้งรับเครื่องดื่มที่มีเหล้าผสมเพื่อสนองพระราชไมตรี. ส่วน "บันทึกเกี่ยวกับปฏิบัติการทางทหาร" นั้น เจาะจงทำขึ้นให้พวกเยอรมันดู.

เอกสารส่วนตัวที่โดโนแวนติดตัวมาตั้งแต่ออกจากนิวยอร์ค เป็นผลงานปลอมแปลงที่ประณีตของหน่วยเล็ก ๆ ซึ่งสตีเฟนสันได้ก่อตั้งขึ้นในโทรอนโท. หน่วยนี้ทำงานในห้องใต้ดินแถวบ้านสับปะรังเคจะพังมิพังแหล่ที่ติดกับบริษัทวิทยุกระจายเสียงแห่งแคนาดา (Canadian Broadcasting Corporation) ที่ถนนจาร์วิส (Jarvis Street) ตรงศูนย์กลางของย่านโรงแรมม่านรูด ซึ่งนอกจากโสเภณีและพ่อค้าเหล้าเถื่อนแล้ว ก็ยังมีพวกพ่อค้าตลาดมืดสิ่งบริโภคที่ต้องปันส่วน. เอกสารปลอมดังกล่าวทำให้ดูเหมือนเป็นบันทึกร่วมระหว่างอังกฤษและอเมริกันถึงผู้นำของประเทศยุโรปตะวันออก นอกเหนือจากเป็นแผนปฏิบัติการฉุกเฉินทางทหารของอเมริกัน. ผลสรุปของเอกสารเหล่านี้ก็เพื่อให้กองบัญชาการสูงสุดเยอรมันเชื่อสนิทว่าสหรัฐสมคบกับ

“หน่วยราชการลับอังกฤษ” (British Secret Service) อันเป็นนามที่ผู้นำฝ่ายเยอรมันรู้จักกรมสืบราชการลับของอังกฤษ. หน่วยราชการลับนี้เป็นที่ทั้งเกลียดทั้งกลัวของฮิตเลอร์ ผู้เชื่อเรื่องราวที่บรรยายให้น่าตื่นเต้นเกินเหตุในอัจฉริยะทางราชการลับของอังกฤษ. เอกสารที่ปลอมไว้ดูจะเป็นข้อพิสูจน์ในเรื่องว่าโดโนแวนกำลังก่อกวนตามภารกิจที่รับมอบหมายจากหน่วยราชการลับอังกฤษ อันรวมถึงการสำรวจสถานการณ์ทางการเมืองและทางทหารที่อาจนำไปสู่การแทรกแซงของฝ่ายอเมริกันพร้อมกับการรุกทางการทูตร่วมของอังกฤษและอเมริกันในภูมิภาคนี้.

เชอร์ชิลล์สามารถติดตามทุกฝีก้าวของความสำเร็จในภารกิจของโดโนแวนโดยอ่านรายงานการติดต่อระหว่างกองบัญชาการสูงสุดเยอรมันและนักการทูตเยอรมันรวมทั้งระหว่างราชการลับเยอรมันกับฮิตเลอร์. ข่าวดิบเหล่านี้ส่วนมากผ่านทางเบล็ตชลี่ย์ และเขาได้รับหัวข้อสำคัญโดยตรงทางโทรศัพท์. มีการดักฟังอีกแหล่งหนึ่งด้วย : ข่าววิทยุของคอมมูนิสต์สากลซึ่งตั้งอยู่ในมอสโคว์ ซึ่งได้รับข่าวดิบบางส่วนจากยูโกสลาเวีย.

โดโนแวนมาถึงเบลเกรดในขณะเดียวกับที่เจ้าชายพอล ผู้สำเร็จราชการแทนพระองค์ (Prince-Regent Paul) กำลังเตรียมที่จะเข้าร่วมกับฝ่ายอักษะหลังจากถูกเชิญไปพบฮิตเลอร์. ฮิตเลอร์ได้จัดฉากแสดงแสนยานุภาพอันเกรียงไกรสุดยอดในการข่มขู่ของนาซีเพื่อข่มขวัญเจ้าชายพอล โดยแสดงอำนาจกำลังทางทหารขีดความสามารถของอำนาจเผด็จการ และทุกขั้นของอัจฉริยะในการแสดงละครอย่างยอดเยี่ยมของท่านผู้นำ.

หลังจากได้อ่านรายงานที่ติดตามทุกฝีก้าวของผู้นำต่าง ๆ ของนาซีรวมทั้งของฮิตเลอร์แล้ว เชอร์ชิลล์ได้วิจารณ์กับรูสเวลท์ว่า “เจ้าชายพอลทำท่าเหมือนคนเคราะห์ร้ายที่ถูกขังในกรงเดียวกับเสือร้าย และพยายามไม่กระโตกกระตากยั่วมันทั้ง ๆ ที่เวลาให้อาหารก็ใกล้เข้ามาทุกที.”

รูสเวลท์ตอบโดยผ่านข่ายนายอินทร์ว่าจะพยายามปฏิบัติต่อต้านเท่าที่จะกระทำได้. ยูโกสลาเวียอาจกัดฟันต่อสู้ก็ได้. รูสเวลท์ส่งข่าวถึงโดโนแวนโดยใช้โทรเลขธรรมดา เพราะทราบว่าฝ่ายเยอรมันดักฟังอยู่ว่า : “เมื่อถึงเวลาที่สหรัฐจะจัดการคิดบัญชี ประเทศใดที่ยอมแพ้โดยง่ายดายจะได้รับการพิจารณาอย่างเห็นอกเห็นใจน้อยกว่าประเทศที่ต่อต้านพวกนาซี.” เมื่อเจ้าชายพอลทรงทราบข้อความนี้จึงรับสั่งกับโดโนแวนว่า การเคลื่อนกำลังใด ๆ ของเยอรมันเข้ายูโกสลาเวีย จะมี

จุดประสงค์เพียงเพื่อประกันความปลอดภัยของปีกของกองทัพฝ่ายฮิตเลอร์ตอนที่จะเข้าบุกรัสเซียในเร็ววันนี้เท่านั้น. ฮิตเลอร์เป็นผู้แจ้งให้ท่านทราบเอง.

นี่เป็นวิธีคิดที่เชอร์ชิลล์หวั่นเกรงที่สุด. เจ้าชายพอลเป็นผู้ต่อต้านพวกบอลเชวิก. เชอร์ชิลล์เคยเตือนโดโนแวนแล้วว่า : "ผู้รักชาติอาจถูกปิดตามิให้คิดอ่านที่จะรวบรวมกองทัพต่อต้านพวกเยอรมัน. การลุกฮือจะเกิดขึ้นได้ก็ด้วยการกระทำที่รุนแรงอย่างหนึ่งอย่างใดของนาซีเท่านั้น."

มีกลุ่มเดียวในยูโกสลาเวียที่สามารถลุกขึ้นต่อต้าน : นั่นคือ พวกคอมมูนิสต์ของติโต. ขณะนั้นติโตเป็นเพียงชื่อหนึ่งเท่านั้น. บางคนว่ากันว่าเขาไม่มีตัวจริงด้วยซ้ำ. หนึ่งปีก่อนนั้น เขากลับมาจากสหภาพโซเวียตโดยใช้ชื่อแฝงว่าสปิริดอน เมกัส (Spiridon Mekas) และใช้หนังสือเดินทางอังกฤษที่ออกในแคนาดา. ความเป็นมาของเรื่องนี้ยังเป็นความลับอยู่. ติโตหนักใจอย่างยิ่งในวิธีที่สตาลินได้ปฏิบัติกับผู้นำคอมมูนิสต์ของประเทศยุโรปตะวันออกอื่น ๆ. (เขากล่าวภายหลังว่า : "เมื่อไปมอสโคว์ ผมไม่เคยแน่ใจเลยว่าจะได้กลับมาหรือไม่.") ในขณะที่ผู้นำคอมมูนิสต์อื่น ๆ ดำเนินรอยตามนโยบายของมอสโคว์ที่จะเอาใจฮิตเลอร์ ติโตได้เตรียมการสู้ในระยะสองสามเดือนก่อนแล้ว. เขาไม่ได้รับคำปรึกษาจากสตาลินเลย. แต่เขาได้รับคำปรึกษาจากโดโนแวนโดยผ่านตัวแทน. โดโนแวนกล่าวว่า ไม่ว่าจะสวามิภักดิ์ทางการเมืองทางใดก็ตาม ผู้ที่ต่อต้านฟาสซิสต์จะได้รับการสนับสนุนจากต่างประเทศ. ต้องป้องกันมิให้ยูโกสลาเวียร่วมมือกับพวกนาซี. การเสียยูโกสลาเวียจะมีผลให้ฮิตเลอร์หมดความจำเป็นที่จะตรึงกำลังไว้ในแคว้นบอลคันส์ และดังนี้ทั้งบอลคันส์ทั้งรัสเซียจะต้องถูกจำหน่าย. คำสั่งจึงชัดเจนมาก : "ถ้าเจ้าชายพอลยอมจำนนต่อพวกนาซี จงลุกขึ้นต่อต้าน."

ถึงเวลาที่โดโนแวนออกเดินทางจากแคว้นบอลคันส์ พวกเยอรมันชักหัวเสียและหุนหัน. ในบรรยากาศที่ไม่แน่นอนนี้ ฝ่ายราชการลับอังกฤษใช้วิธีบีบบังคับนายพลเอก ดูซาน ซีโมวิช (General Dušan Simović) ผู้บัญชาการทหารอากาศยูโกสลาเวียซึ่งโดโนแวนได้ไปพบอย่างลับ ๆ เหมือนกัน.

ในวันเสาร์ที่ ๒๒ มีนาคม พวกเยอรมันส่งคำขาดต่อรัฐบาลยูโกสลาเวีย. หลังจากได้ทำให้ยูโกสลาเวียคร้ามข้อ ฮิตเลอร์ก็ลงแส้. สองวันต่อมา ในระหว่างที่เจ้าชายพอลและที่ปรึกษากำลังดำริที่จะยอมจำนน นายทหารชั้นผู้ใหญ่กลุ่มหนึ่งก็เข้ายึดอำนาจซึ่งมีผลอันสั้น. ส่วนติโตนั้นก็ยังต้องคอยท่าเงียบ ๆ อยู่หลังฉาก

เพราะยังขาดอาวุธและยังไม่สามารถนำกระบวนการที่ใหญ่พอสมควรออกมาสู้อย่างเปิดเผย. เขากล่าวภายหลังว่า : “แต่อย่างไรก็ตาม ชนวนได้จุดไว้แล้ว.” การรัฐประหารโค่นเจ้าชายผู้สำเร็จราชการได้.

โดโนแวนบินกลับไปวอชิงตัน ณ ที่นั้นเขาช่วยสาดเชื้อเพลิงเข้ากองไฟเพิ่มขึ้นอีก. ในวันที่ ๒๕ มีนาคม ๑๙๔๑ เขาออกปราศรัยทางวิทยุกระจายเสียงที่รับฟังได้ทั่วประเทศ โดยพูดในรูปรายงานภารกิจของเขา เขากล่าวถึงความกล้าหาญของพวกที่ต่อต้านการบุกรุกของนาซีในภาคตะวันออกของเมดิเตอร์เรเนียน.

รับประกันได้ว่าสุนทรพจน์ของโดโนแวนจะต้องทำให้ฮิตเลอร์เต้นเร่าๆ ด้วยความโกรธ. ทราบกันดีว่าท่านผู้นำจะต้องพลาดท่าเมื่อโมโหโทโสอย่างไม่คาดคิดล่วงหน้ามาก่อน คือไม่ใช่เล่นละครเพื่อให้ได้ผล. สุนทรพจน์ของโดโนแวนได้บันทึกเป็นภาพยนตร์ข่าวที่ออกฉายทั่วประเทศอังกฤษรวมทั้งในสหรัฐด้วยและได้รับการโฆษณาอย่างเกรียวกราวนับเป็นประวัติการณ์ ถ้าคำนึงถึงฐานะทางราชการของโดโนแวนซึ่งเป็นผู้น้อย. ภาพยนตร์นี้ถ่ายทำหนึ่งสัปดาห์ภายหลังการพบปะตอนอาหารเช้ากับรูสเวลท์และสตีเฟนสันหลังจากได้รับสารจากเชอร์ชิลล์ที่ขอบคุณ เอ็ฟ.ดี.อาร์. “สำหรับงานยอดเยี่ยมที่โดโนแวนได้ทำในบอลคันส์.” ท่านประธานาธิบดีมีบัญชาทันทีให้เรือรบของกองทัพเรือสหรัฐช่วยคุ้มกันเรือลำเลียงอังกฤษที่แล่นในน่านน้ำที่นำไปสู่ภูมิภาคนั้น. เขาประกาศยกเลิกการถือทะเลแดง (Red Sea) และอ่าวเปอร์เซีย (Persian Gulf) เป็นเขตสงคราม อันทำให้เป็นเขตห้ามเข้าสำหรับเรือสหรัฐตามกฎหมายว่าด้วยความเป็นกลาง. สตีเฟนสันเป็นผู้ทำให้การตัดสินใจครั้งสำคัญนี้เกิดขึ้น โดยแนะนำว่าทำได้อย่างถูกต้องตามกฎหมาย ในระยะที่รูสเวลท์ยังตื่นเต้นในความสำเร็จของโดโนแวนอยู่. ภาระใหม่ของกองทัพเรือสหรัฐมีความสำคัญอย่างยิ่งต่อพวกอังกฤษ แต่สุนทรพจน์ของโดโนแวนนั่นเองเป็นสิ่งที่ทำให้ฮิตเลอร์เดือดดาล. ลักษณะยั่วแหย่กวนโมโหน่าสนใจมาก จึงควรที่จะนำมาถ่ายทอดให้ยาวหน่อย ในรูปบันทึกที่ถอดมาจากภาพยนตร์ข่าวที่ทางลอนดอนได้แจกจ่าย :

“ผมได้มีโอกาสเห็นด้วยตนเองถึงการรบยิ่งใหญ่ที่กำลังดำเนินอยู่ในมหาสมุทรแอตแลนติก ในทะเลเมดิเตอร์เรเนียน ในแอฟริกา ในประเทศกรีซและแอลเบเนีย. ผมสามารถมีข้อสรุปของผมเองโดยได้รับข้อมูลที่ครบถ้วน เพราะได้พบเห็นด้วยตาตนเอง. ผมจะเสนอข้อสรุปเหล่านี้ต่อประเทศของผมเพื่อใช้เป็นประโยชน์ในการ

ป้องกันประเทศชาติของเรา อันมีนโยบายช่วยเหลืออังกฤษเป็นข้อสำคัญ.

เราไม่อยู่ในฐานะจะวินิจฉัยว่าจะถูกบุกโจมตีหรือไม่. การวินิจฉัยนั้นเป็นของฮิตเลอร์ และเขาก็ได้ตัดสินใจแล้ว. . . . ไม่ใช่สำหรับยุโรปเท่านั้น แต่สำหรับแอฟริกา เอเชีย ตลอดจนทั้งโลกด้วย. เรามีแต่จะเลือกว่าจะต่อต้านหรือไม่. และต้องตัดสินใจให้ทันท่วงที : กล่าวคือ เมื่อยังต้านได้ระหว่างที่ผู้อื่นยังมีชีวิตอยู่ที่จะร่วมสู้กับเราได้.

เราต้องไม่ลืมว่าเยอรมันเป็นข้าศึกที่น่าเกรงขาม เจ้าความคิด และอำมหิต. อย่าไปดูแคลนประเทศนั้น. ถ้าทำเช่นนั้นก็เท่ากับหลอกตัวเราเอง. ชัยชนะต่าง ๆ ที่ได้มาทำให้กำลังทางทหารและทางอุตสาหกรรมของประเทศเยอรมันเพิ่มขึ้น. . . พวกเขาได้เปรียบเราตอนต้นสงครามและยังคงรักษาความได้เปรียบไว้ได้ แต่ก็ยังไม่ได้แสดงฤทธิ์จนสุดขีด. และก่อนที่จะถึงเวลานั้นจริง ๆ เราก็ไม่ควรจะหัวหด. อย่างไรก็ตาม ผลประโยชน์ที่ยิ่งใหญ่ที่สุดของเยอรมันก็ได้มาโดยใช้ความหวาดกลัว. ความหวาดกลัวในแสนยานุภาพของกลไกสงครามของเยอรมัน. ดังนั้นพวกเขาจึงได้ใช้ความหวาดกลัวให้เป็นประโยชน์ และผลก็คือชัยชนะทางการทูตเมื่อเร็ว ๆ นี้.

แต่เราต้องจำไว้ว่า ในสงคราม กำลังใจมีความสำคัญ และในระยะยาวกำลังใจจะมีอำนาจเหนือเครื่องจักรกลใด ๆ. และผมขอกล่าวแก่พี่น้องร่วมชาติว่าทุกสิ่งทุกคำที่นายเชอร์ชิลล์กล่าวถึงความตั้งใจมุ่งมั่น ความกล้าหาญมั่นใจของประชาชนอังกฤษนั้นเป็นความจริงทั้งสิ้น.”

สุนทรพจน์นี้ถึงหูฮิตเลอร์ และก็อย่างที่วางแผนไว้ ทำให้เขาเกิดกริ้วโกรธโกรธาอย่างอันตราย และคราวนี้ไม่ใช่การแสดงเต้นโขนเฉย ๆ. หนึ่งสัปดาห์ภายหลัง คือในวันที่ ๖ เมษายน ซึ่งเป็นวันเทศกาล กู๊ด ไฟรเดย์ (Good Friday) ของนิกายออร์ธอด็อกซ์ (Orthodox) ฝูงบินทิ้งระเบิดเยอรมันเริ่มล้างผลาญให้เบลเกรดเรียบราบเป็นหน้ากลอง. ก่อนหน้านี้ ได้มีการประกาศนครนี้เป็นเมืองเปิด คือไม่มีเป้าหมายทางทหาร. เยอรมันเข้าโจมตีโดยไม่มีการประกาศสงครามเลย. เครื่องบินทิ้งระเบิดทำลายพระราชวัง มหาวิทยาลัย โรงพยาบาล โบสถ์ โรงเรียน และบ้านช่องที่อยู่อาศัยเกือบทั้งหมด. หลังจากปฏิบัติการเป็นเวลาสี่วัน ในสิ่งซึ่งพวกเยอรมันเรียกว่าปฏิบัติการลงโทษ (Operation Punishment) ได้ค้นพบศพ ๒๔,๐๐๐ ศพ จากซากสิ่งปรักหักพัง. มีจำนวนอีกมากมายที่ค้นไม่พบ.

การทำลายเรียบราบดังนี้เป็นผลของปฏิบัติการทางราชการลับ ที่จำต้องยอมแลกความเสียหายระยะสั้นเพื่อผลประโยชน์ที่ถาวร. หลังสงคราม ได้จัดให้เบลเกรดและโคเวนทรี "เข้าเป็นคู่แฝด" กัน — ถึงแม้สองเมืองนี้ถูกม่านเหล็กระหว่างโลกคอมมูนิสต์และโลกระบบนายทุนแยกออกจากกันอย่างเด็ดขาด. เหตุผลที่ให้ในการจัดให้สองนครนี้เป็นคู่แฝดกันมีว่า ประชาชนของทั้งสองเมืองควรจะทำงานร่วมกันโดยสันติเพื่อป้องกันมิให้เหตุการณ์ทำนองนี้เกิดขึ้นอีก ถึงแม้จะมีความแตกต่างกันในทางการเมือง. เหตุผลที่แท้จริงไม่เคยมีการเปิดเผย : คือทั้งสองนครต้องประสบผลของปัญหากลืนไม่เข้าคายไม่ออกของสงครามลับ ซึ่งไม่มีทางแก้โดยปราศจากการสูญเสียชีวิตของมวลมนุษย์.

ในวันที่ ๗ เมษายน ระหว่างที่การทิ้งระเบิดเบลเกรดกำลังดำเนินอยู่อย่างดุเดือด กระทรวงต่างประเทศเยอรมันประกาศด้วยถ้อยคำแบบสงสารตัวเองเข้าข้างตัวเอง ตามปกติวิสัยของพวกตน ว่าทหารเยอรมันได้ข้ามพรมแดนเพื่อไปปกป้องพลเรือนชาวเยอรมัน. ต่อจากนั้นทุกสิ่งก็เป็นไปตามที่รูสเวลท์และเชอร์ชิลล์ได้คาดการณ์ไว้. สัญญาณที่ "อัลตร้า" ได้รับแสดงถึงวิธีที่กองกำลังของเยอรมันเข้ารุกยูโกสลาเวีย. กองบัญชาการเยอรมันประกาศว่ากองทัพบกยูโกสลาเวียยอมแพ้แล้วออกคำสั่งให้ยิงเป้าทหารยูโกสลาเวียทุกคนที่วางอาวุธ.

รีเบ็คคา เวสต์ นักประพันธ์อังกฤษ เขียนในวาระนั้นว่า : "ข่าวว่ายูโกสลาเวียแข็งข้อต่อฮิตเลอร์แพร่ไปรวดเร็วดุจแสงแดดในประเทศที่ฮิตเลอร์เข้าเขมือบและเหยียบย่ำแล้ว." เหตุการณ์นี้เป็นคลื่นความหวังครั้งแรก เป็นการยืนยันครั้งแรกว่าอภิมนุษย์นาซีก็ผิดพลาดได้ ถึงแม้ว่าราคาของการแข็งข้อนี้นับเป็นความทุกข์ทรมานของมนุษย์อย่างไม่เคยปรากฏมาแต่ก่อน.

การต่อสู้ต่อต้านของยูโกสลาเวีย ซึ่งพวกเยอรมันไม่ได้คาดหมายไว้เลยทำให้กำลังทหารของนาซีต้องหันเหไปและทำให้หน่วงเวลาการเข้ารุกประเทศกรีซไว้. พวกเยอรมันตั้งใจจะใช้กองทหารในบัลแกเรียเข้าบุกตุรกี (Turkey) เป็นการโหมโรงก่อนเข้ารุกรัสเซีย. จอมพล วิลเฮล์ม ไคเติล (Field Marshal Wilhelm Keitel) ผู้บัญชาการสูงสุดของเยอรมันบ่นว่า : "จะต้องเลื่อนกำหนดปฏิบัติการบาร์บารสซาออกไปถึงสี่สัปดาห์." ตามความจริง กำหนดต้องเลื่อนไปหกสัปดาห์ และบัญชาของฮิตเลอร์ให้ดำเนิน "ปฏิบัติการลงโทษ" ในยูโกสลาเวียด้วย "ความเหี้ยมเกรียมไร้ความปรานี" ทำให้เขาต้องไปติดหล่มเลนของสงครามกองโจรเป็นเวลาสี่ปี.

เชอร์ชิลล์ยืนยันอย่างหนักแน่นว่าปฏิบัติการนี้ทำให้การบุกรัสเซียของฮิตเลอร์ต้องถูกหน่วงเหนี่ยวไว้ อันเป็นเหตุการณ์ที่ตัดสินชะตากรรม. สหรัฐได้ใช้ราชการลับทางปฏิบัติการในอันที่จะทำลายสถานการณ์ทางการเมืองที่ไม่พึงประสงค์ในต่างประเทศ — นับว่าเป็นการบุกเบิกในวิธีการที่ได้ขนานนามในภายหลังว่าการ "ล้มเสถียรภาพ" ในต่างประเทศ. ราชการลับอังกฤษได้พยายามล้มการปกครองของเจ้าชายพอลมาห้าเดือนก่อนหน้านี้แล้ว แต่ก็ไม่สามารถกระทำได้.

ปฏิบัติการ "มาริตา" (Operation Marita) ของนาซีในการบุกประเทศกรีซกลายเป็นเรื่องซบเซาไม่น่าตื่นเต้น เมื่อเปรียบกับการโจมตีดุจพายุบุแคมน่าสยดสยองในยูโกสลาเวีย. ในประเทศกรีซ ฝ่ายอังกฤษก็ต้องสูญเสียอย่างหนัก. เมื่อการต้านเยอรมันของพวกกรีกสลายลง ทหารอังกฤษ ๖๒,๐๐๐ คนติดกับอยู่. สามสัปดาห์พอดีหลังจากการยึดอำนาจในเบลเกรด จำนวนทหารไม่ถึง ๕๐,๐๐๐ คนของกองกำลังอังกฤษที่ส่งไปนี้จึงสามารถอพยพออกมา โดยต้องทิ้งปืน รถถังและยานยนต์ไว้ทั้งหมด. หลังจากต้องพ่ายแพ้อย่างไม่เป็นท่าในทะเลทรายแล้ว การพยายามช่วยประเทศกรีซที่ดูเหมือนว่าวางแผนอย่างผิดหลัก ทำให้ผู้ติเตียนในวอชิงตันยิ่งหมดความเชื่อถืออังกฤษ. เป็นที่น่าเสียดายที่ไม่สามารถเผยความจริงเรื่องคำทำนายของ "อัลตร้า" รวมทั้งการคาดคะเนที่มืดมนได้ว่า ถึงแม้ฝ่ายอังกฤษจะช่วยไม่สำเร็จ แต่กระนั้นก็เป็นการแหย่โทสะฮิตเลอร์จนทำให้ตัดสินใจผิดในการพุ่งเข้าตกหล่มทรายดูดในแคว้นบอลคันส์.

ติโตมีคำสั่งที่เขียนด้วยลายมือ ในระยะที่การต่อต้านการรุกของเยอรมันรุนแรงที่สุดและระหว่างการยุทธที่หนักหน่วงต่อเนื่องกัน ซึ่งได้รับชื่อว่า "การยุทธช่วยผู้บาดเจ็บ". คำสั่งมีดังนี้

กองพลที่หนึ่ง.

ผู้บาดเจ็บต้องไม่ถูกทอดทิ้ง. เราจะต้องเดินทางไปไกล. ต้องลำเลียงผู้บาดเจ็บผ่านมลินิสเต (Mlinište) และกลาโมชโก โปลเย (Glamočko Polje) และจากนั้นก็จะเดินทางต่อไป. ให้ออกคำสั่งปฏิบัติดังนี้ด่วนที่สุด. ให้เร่งการเดินทัพ. ให้โกชา (Koča) มาที่นี่ก่อนเพื่อปรึกษาหารือ. ผมอยู่แถวนี้.

วันที่ ๓ กุมภาพันธ์ ๑๙๔๓ ลงชื่อ : ติโต

สตีเฟนสันกล่าวภายหลังว่า : "การตัดสินใจของเชอร์ชิลล์ที่จะสนับสนุนประเทศกรีซ ไม่ใช่การหลับตาแทงหวยแบบสมัครเล่น. มีความจำเป็นอย่างยิ่งที่อังกฤษจะต้องแสดงความจริงใจอย่างไม่เจือจางต่อสัมพันธมิตร. ชาวอเมริกันคงจะตำหนิเสียยิ่งกว่านี่หากเรามิได้พยายาม."

เอ็ฟ.ดี.อาร์. ส่งสารถึงเชอร์ชิลล์ดังนี้ : "นอกจากได้แสดงความกล้าหาญแล้ว พวกคุณยังได้ทำประโยชน์อย่างใหญ่หลวงในประเทศกรีซ. การเสียพื้นที่นี้คุ้มยิ่งกว่าคุ้มกับการที่บังคับให้เยอรมันต้องระดมพลมากมาย และมีผลให้เยอรมันต้องสูญเสียทั้งคนและยุทโธปกรณ์อย่างมากมาย. . . . การยุทธนี้เป็นปฏิบัติการที่มีเหตุผลสมควรอย่างยิ่ง."

โดโนแวนและสตีเฟนสันอยู่ด้วยกันในวอชิงตันเมื่อการผันกำลังของนาซีเริ่มต้นขึ้น. ทั้งสองคนไม่รู้สึกเลยว่าเป็นชัยชนะ. ยังไม่มีวี่แววเลยว่าสตาลินจะเข้าใจว่าการทั้งนี้เป็นการประวิงเวลาให้เขาเพียงระยะอันสั้นเท่านั้น. ตรงกันข้ามสหภาพโซเวียตยังคงไม่เชื่อคำเตือนต่อไป.

ฮิตเลอร์ ผู้อวดอ้างว่าจะสามารถบรรลุการรุกทางยุทธวิธีฉับพลันโดยรัสเซียไม่รู้ตัว ได้รับความสำเร็จทั้งด้านนี้และผลสมบูรณ์ทางยุทธศาสตร์โดยรัสเซียไม่รู้ตัวอีก — ซึ่งเป็นเสมือนการเขียนเสือให้วัวกลัวที่ใช้กันในปฏิบัติการราชการลับทั่วไป. เมื่อเช้ามืดของวันอาทิตย์ที่ ๒๒ มิถุนายน ๑๙๔๑ เครื่องบินรบของเขาสามารถรุกโจมตีเครื่องบินของรัสเซีย ๑,๔๐๐ ลำที่ยังจอดอยู่ไม่รู้เนื้อรู้ตัว. เครื่องบินทิ้งระเบิด ซึ่งทำหน้าที่ปืนใหญ่บินได้รุดหน้า และแผ้วทางให้ทหารราบสามารถบุกเข้าไปได้ถึง ๔๐๐ ไมล์ ภายในสี่สัปดาห์. สิ่งที่ทำให้พวกรัสเซียรอดตัวมาได้ก็คือการรุกครั้งแรกไม่สามารถถึงเป้าหมายที่อยู่ห่างไกลก่อนฤดูหนาวเริ่มต้น.

ติโตเขียนภายหลังว่า : "กองบัญชาการของฮิตเลอร์ถูกบังคับให้ต้องเลื่อนกำหนดการบุกรัสเซียไป ๓๘ วัน . . . . ชาวยูโกสลาเวียหนึ่งในเก้าคนต้องเสียชีวิตไปในการสู้รบที่ตามมา." สามสิบแปดวันที่ติโตคะเนนี้ นับว่ายังน้อยกว่าที่ราชการลับฝ่ายสหรัฐและอังกฤษได้ประเมินเมื่อสงครามยุติลง.

ในหนังสือ "บันทึกความทรงจำของเกิบ์เบิลส์ (Goebbels Diaries) รัฐมนตรีโฆษณาการของนาซี ได้ยืนยันโดยไม่รู้ตัวถึงความสำเร็จในภารกิจของโดโนแวนเมื่อเขากล่าวโทษว่า "นายพันเอก โดโนแวน ผู้ฉาวโฉ่ ซึ่งต่อมาได้ก่อตั้ง

แก๊งค์จารกรรม โอ.เอ็ส.เอ็ส. อันเลวทราม เป็นต้นเหตุของการนองเลือดในแคว้นบอลคันส์. เขาเป็นผู้นำหายนะมาสู่ยูโกสลาเวียเพื่อดึงประเทศอื่น เช่น ประเทศกรีซ เข้าสงคราม. นี่คือภารกิจของโดโนแวน. ทุกสิ่งทุกอย่างพร้อมสรรพแล้ว สำหรับให้ทหารของเรานำสันติภาพมาสู่แคว้นบอลคันส์ เมื่อสายลับของประธานาธิบดีโผล่เข้ามาในแถบนี้.

อะดอล์ฟ ฮิตเลอร์ สั่งการให้ทำลายยูโกสลาเวียโดยด่วนอย่างไม่ปรานี. เขาทำอย่างอื่นไม่ได้. "ปฏิบัติการลงโทษ" เป็นบทเรียนสำหรับบอลคันส์ ให้ทราบว่าไม่มีใครท้าทายผู้นำของเราได้. กองทัพของเราเอาชัยในยูโกสลาเวียได้ภายในสิบเอ็ดวัน. เรื่องโคมลอยอันเลวทรามที่สุด ที่ศัตรูของเราแต่งขึ้น ก็คือท่านผู้นำกำลังแพ้สงครามโลกครั้งที่สองเพราะความโกรธเคืองเป็นส่วนตัวและความอาฆาตพยาบาท และได้เลื่อนกำหนดบุกรัสเซียเพื่อแก้แค้นเพื่อนบ้านเล็ก ๆ และไม่เป็นภัย. ความจริง ท่านผู้นำเพียงแต่ย้ำให้แม่ทัพนายกองของท่านทราบว่าต้องออกกำลังบริหารร่างกายบ้าง."

พวกนายพลได้ออกกำลังอย่างดีมากจนเบลเกรดกลายเป็นกองซากปรักหักพัง. ตอนนี้ประธานาธิบดีรูสเวลท์ก็ทราบดีแล้วว่าข่าวลับเป็นภาระที่หนักอกเพียงไร. บัดนี้เขามี "โคเวนทรี" ต้องรับผิดชอบบ้างแล้ว.

สตีเฟนสันบันทึกภายหลังว่า : "รูสเวลท์ไม่สามารถคาดคะเนความโหดร้ายของการแก้แค้นของเยอรมันได้ดีกว่าท่านนายกรัฐมนตรี. ความโหดเหี้ยมดุร้ายทำลายขวัญเป็นอาวุธใหม่. เราต้องสู้ด้วยอาวุธที่คิดขึ้นใหม่โดยฉับพลัน."

ไม่มีใครสามารถทำนายผลที่จะตามความคิดโดยฉับพลันของ บี.เอ็ส.ซี. ได้ และความเร่งร้อนของสถานการณ์มีมากเกินกว่าที่จะคิดโอ้เอ้ลังเล. สตีเฟนสันหมอเดามาร่วมปฏิบัติการทางโหราศาสตร์ เพื่อช่วยให้ฮิตเลอร์เดือดดาลหนักยิ่งขึ้น. หากฮิตเลอร์เชื่อว่าตัวเป็นบาร์บารสซา จักรพรรดิเยอรมันแห่งจักรวรรดิสงฆ์โรมัน (Holy Roman Empire) ความเชื่อโชคลางของเขาก็ควรได้รับการส่งเสริมจากหมอดูและหน่วยสร้างข่าวลือ. ในไม่ช้าพวกนาซีจะต้องติดพันในศึกยักษ์กับพวกโซเวียต ดังนั้น จึงต้องสร้างอาวุธใหม่ทางจิตวิทยาและสงครามการเมือง เพื่อทำให้ข้าศึกเสียขวัญ หรือไม่ก็เพื่อยั่วแหย่ให้พลั้งพลาดขาดสติต่อไป. สตีเฟนสันจดจำบทกลอนของ อาเล็กซานเดอร์ โพ้ป (Alexander Pope) ซึ่งกล่าวว่า วันหนึ่งอาจมีใครคนหนึ่งที่ผลักดันให้สถานการณ์เปลี่ยนแปลงไป แล้วคอยจ้องมอง. . . .

พินิศด้วย อุเบกขา ไม่ว้าหวั่น หทัยมั่น ดุจเทพ เสพย์สวรรค์
วีรบุรุษ ต้องตาย วายชีวัน เช่นเดียวกัน กระจอกน้อย ผล็อยลงดิน
ปรมา —ณูย่อย พลอยสลาย จักรวาล ทำลาย ลงทั้งสิ้น
บัดเดี๋ยวฟอง —ลมเกิด ระเบิดบิน บัดเดี๋ยวภินท์ ภัสม์พัง ทั้งโลกา

นกกระจอกน้อยตัวนั้นคือหญิงสาวผู้เป็นสายที่เดียวดายคนหนึ่ง ผู้ปฏิบัติงานที่อาจมีผลให้ฝ่ายข้าศึกเกิดปฏิกิริยารุนแรงที่จะพาดพิงถึงชีวิตความเป็นความตายของคนอีกนับพันๆ. เธอเป็นตัวอย่างของผู้เสียสละ ที่ไม่สามารถเปิดเผยหรือสดุดีในสมัยนั้น แต่มาบัดนี้เป็นเรื่องที่ช่วยอธิบายสิ่งที่ผลักดันพวกหัวหน้าหน่วยราชการลับผู้จำต้องจ้องมองหายนะของเมืองทั้งเมืองและการสิ้นสุดของชีวิตหนึ่งด้วยจิตใจสงบมีอุเบกขา. ชื่อของเธออยู่ในซองของ เลสเตอร์ เพียร์สัน เมื่อเขาทำหน้าที่ผู้นำพระราชสารของ บี.เอ็ส.ซี. ทางราชการลับเยอรมันไม่เคยทราบเลยว่าจริงๆ เธอเป็นใคร. หน้าที่อันตรายและเสี่ยงภัยที่สุดในประเทศฝรั่งเศสที่นาซียึดครองอยู่มาพัวพันกับนามแฝงของเธอ คือ : "มาเดอเลน" (Madeleine).

บทที่ ๒๗

มาเดอเลน เป็นหญิงสาวสวยซึ้งตรึงใจ ซึ่งกลายเป็นศูนย์กลางของการถกเถียงที่ขมขื่นหลังจากเธอเสียชีวิตแล้ว. เพื่อนสายลับของเธอกล่าวในรายงานปฏิบัติการเหล่านี้ ตามประวัติทางการของอังกฤษ* ว่า : "เธอไม่ควรจะถูกส่งไปฝรั่งเศสเลย. เธอเป็นบุคคลน่าชื่นชม บรรยายไม่ถูก จับใจเหมือนฝันเตะตาเกินไป — ถ้าเห็นเป็นครั้งที่สองจะไม่มีวันลืมเธอได้ — และเธอก็ไม่มีความรู้สึกมั่นใจตัวเองเลย. . ." ได้มีการพยายามที่จะระงับการส่งเธอออกไปปฏิบัติการ เมื่อครูฝึกของโรงเรียนจารกรรมกล่าวว่าไม่มีสิ่งใดที่จะสามารถปกปิดลักษณะสะดุดตาของเธอ. นายทหารเยอรมันคงจะต้องติดใจเธอแน่ ซึ่งก็ไม่ใช่จุดมุ่งหมาย.

โดยที่เธอเป็นนักเขียนหนังสือสำหรับเด็ก เธอจึงอยู่ในโลกนางฟ้า ซึ่งไม่ใช่ที่สำหรับความเยาะเย้ยถากถางหรือความระแวง. นามแฝงของเธอได้มาจากเรื่องหนึ่งที่เธอเขียน — เรื่องสุดท้ายที่เธออ่านให้เด็กฝรั่งเศสฟังทางวิทยุปารีสก่อนเสียเมือง.

แปลกไม่น่าเชื่อแต่จริง เธอเกิดในวังเครมลิน (Kremlin) เป็นเชื้อสายของ "เสือแห่งไมซอร์" (Tiger of Mysore) ผู้เป็นราชามุสลิมองค์สุดท้ายในอินเดียใต้.

---

*ความพยายามที่จะพิมพ์เรื่องราวใดๆ ของ เบเกอร์ สทรีท ถูกรัฐบาลอังกฤษขัดขวางมาเรื่อยจนกระทั่งในที่สุดในปี ๑๙๖๖ กรมปกาสิต (Her Majesty's Stationery Office — โรงพิมพ์ของรัฐบาล) ออกพิมพ์เรื่อง "ประวัติของคณะกรรมการบริหารปฏิบัติการพิเศษในฝรั่งเศส" (History of Special Operations Executive in France) ซึ่ง เอ็ม.อาร์.ดี. ฟุต (M.R.D. Foot) นักประวัติศาสตร์จากเคมบริดจ์เป็นผู้เขียน. ถึงกระนั้นเรื่องนี้ก็เผยเพียงส่วนเดียวของความลับและจำกัดอยู่ในภูมิภาคนี้เท่านั้น. ฟุต จำต้องแถลงว่าเขาถูกห้ามมิให้มีการติดต่อด้วยตนเองกับผู้ที่รอดชีวิตมา.

บิดาของเธอได้รับโปรดเกล้าฯ ให้สอน "สุฟิสม์" (Sufism) แก่พระเจ้าซาร์ ในปี ๑๙๑๒. ชื่อจริงของเธอคือ นอร์ อินายัต ข่าน (Noor Inayat Khan) หมายความว่า "ประทีปแห่งกุลสตรี". มารดาของเธอเป็นชาวอเมริกัน หลานสาวของผู้ก่อตั้ง "คริสเตียน ไซแอนศ์" (Christian Science). เธอได้รับการอบรมจากบิดา ผู้เป็นผู้นำของกระบวนการในศาสนาอิสลาม ให้เชื่อว่าความเมตตากรุณาและขันติเป็นทางเดียวที่จะต่อสู้ความโหดเหี้ยมได้. ลัทธินี้ – คือ "สุฟิสม์" ซึ่งเป็นที่นิยม

หมายเหตุของผู้แปล

สุฟี เป็นนิกายหนึ่งในศาสนาอิสลาม. ศาสนิกชนในนิกายนี้นิยมความสงบรำงับ, เน้นความพยายามของแต่ละคนที่จะประพฤติพรตบำเพ็ญฌาน ชำระจิตของตนให้สะอาดบริสุทธิ์ เพื่อนำจิตให้เข้าถึงและอยู่ร่วมกับพระอ้าหล่าเป็นเจ้า เมื่อจิตเข้าร่วมกับพระอ้าหล่าเป็นเจ้าแล้ว จะเกิดความปีติเบิกบานพ้นพรรณนา. นิกายนี้เน้นทางปฏิบัติ ไม่เน้นทางปริยัติหรือการศึกษาข้อธรรมะ. ทางปฏิบัติมีขั้นสำคัญๆ ๘ ขั้น เริ่มต้นด้วยความรู้สึกสำนึกในบาปแห่งตน, ส่วนผลที่ได้รับจากพระอ้าหล่าเป็นเจ้านั้นมีฌานเป็นต้น. ทางด้านข้อธรรมะมีหลักสำคัญว่า พระอ้าหล่าเป็นเจ้าพระองค์เดียวเท่านั้นที่ดำรงอยู่ สิ่งสากลทั้งหลายอื่นเป็นเพียงปรากฏการณ์ของพระองค์. คำสอนของนิกายนี้มักเขียนไว้เป็นคำกาพย์เปรียบเทียบเป็นนัย กวีผู้หนึ่งที่เขียนกาพย์ประเภทนี้ คือ โอมาร์ คัยยัม.

นิกายสุฟีเจริญเติบโตขึ้นในประเทศเปอร์เซีย ในตอนปลายคริสต์ศตวรรษที่ ๑๐ และต้นศตวรรษที่ ๑๑. คำว่า สุฟี มาจากคำว่า สุฟ ซึ่งแปลว่า "ขนแกะ" คำว่า สุฟี หมายถึงพวกดาบสนักพรตผู้สวมเสื้อผ้าทำด้วยขนแกะอย่างหยาบๆ.

คริสเตียน ไซแอนศ์ (Christian Science)

คริสเตียน ไซแอนศ์ หรือวิทยาศาสตร์ของพระคริสต์ เป็นนิกายหนึ่งในศาสนาคริสเตียน. นางแมรี เบเกอร์ เอ็ดดี (Mrs. Mary Baker Eddy) ได้ตั้งต้นสั่งสอนลัทธินี้ในสหรัฐอเมริกาเมื่อ ค.ศ. ๑๘๖๖ เมื่อนางได้หายป่วยหลังจากอ่านเรื่องการรักษาโรคของพระเยซูในพระคัมภีร์ นิวเทสตาเมนต์ (New Testament). นิกายนี้ยึดคำสอนในพระคัมภีร์เป็นหลัก ตามที่ศาสนิกในนิกายนี้เข้าใจ. ทฤษฎีของนิกายนี้กล่าวว่า จิตเป็นต้นเหตุของบรรดาสิ่งทั้งปวง. ความเจ็บไข้ก็ดี ความบาปก็ดี เป็นสิ่งที่เกิดแก่จิตและเกิดเพราะความผิดพลาดของจิต ความบาป ความไข้ และความตายจะถูกขจัดให้หมดสิ้นไปได้ด้วยความเข้าใจอย่างเต็มเปี่ยมบริบูรณ์ในหลักธรรมคำสอน และหลักการรักษาพยาบาลของพระเยซูคริสต์.

นิกายคริสเตียน ไซแอนศ์ หรือวิทยาศาสตร์ของพระคริสต์ มีโบสถ์ใหญ่เป็นศูนย์กลาง สร้างขึ้นที่เมืองบอสตัน (Boston) เมื่อ ค.ศ. ๑๘๙๒ และมีวารสารออกเป็นภาษาต่างๆ ในยุโรปหลายภาษา. หนังสือพิมพ์รายวันของนิกายนี้ชื่อ คริสเตียน ไซแอนศ์ มอนิเตอร์ (Christian Science Monitor) พิมพ์ออกจำหน่ายในประเทศต่างๆ แทบทั่วโลก.

กันในโลกตะวันตกหลังปี ๑๙๗๐. — ถูกห้ามสอนในเยอรมันด้วยเหตุว่า "ขัดกับวัฒนธรรมของเยอรมัน". เธอยังเชื่อมั่นว่าสุฟิสม์จะสามารถเอาชนะลัทธินาซีได้ในทำนองเดียวกัน ความไม่รุนแรงในอินเดียต้องสามารถคว่ำจักรวรรดินิยมของอังกฤษได้. สตีเฟนสันเคยพบเธอในอินเดียก่อนสงคราม และได้มองเห็นความแข็งแกร่งดุจเหล็กกล้าที่ซ่อนอยู่ในบุคลิกลักษณะที่สงบเสงี่ยมขี้อาย. ต่อมาครอบครัวของเธอย้ายมาอยู่ฝรั่งเศส และนอร์ทำงานอยู่ในปารีสเมื่อเยอรมันบุก.

หลังจากการยึดครอง ผู้พิมพ์โฆษณาของนอร์ในลอนดอนช่วยให้เธอหลบหนีออกมาได้. เวลานั้นเธออายุยี่สิบห้าปี และทึ่งในการกล้าเผชิญความจริงของพวกอังกฤษ เมื่ออังกฤษสร้างเครื่องอิสริยาภรณ์ใหม่เพื่อรับรู้ว่าสงครามได้เปลี่ยนสภาพไปแล้ว. เหรียญตรานี้คือเหรียญ "จอร์จ ครอสส์" (George Cross) ซึ่งถือว่าสูงกว่าเครื่องราชอิสริยาภรณ์ทุกตระกูล และพระราชทานเป็นจำนวนน้อยแก่พลเรือน ซึ่งบัดนี้ถือว่ามาอยู่แถวหน้า เพราะการทิ้งระเบิดอย่างโหดเหี้ยมของเยอรมัน และพระราชทานแก่ "ผู้แสดงความกล้าหาญอย่างเด่นในอันตรายสุดขีด" คำสดุดีนี้กลายเป็นคำจารึกบนหลุมศพของเธอ.

นอร์สมัครเข้าทำงานในกองทัพอากาศอังกฤษ. เธอมีไหวพริบเฉลียวฉลาดและไว้วางใจได้. เธอมีทางเป็นนายทหารที่ดีได้. แต่เธอกลับถูกฝึกเพื่อภารกิจอื่น. ตอนต้นปี ๑๙๔๐ มีความจำเป็นต้องใช้ผู้หญิงที่มีคุณสมบัติอย่างเธอสำหรับเป็นพนักงานวิทยุ เพื่อส่งไปปฏิบัติงานกับกองโจรกลุ่มเล็ก ๆ. สงครามวิทยุซึ่งมี "อัลตร้า" เป็นสัญลักษณ์ ไม่ใช่สงครามป้องกันตัวเท่านั้น. มีความจำเป็นที่จะสร้างข่ายสายลับตลอดจนนักก่อวินาศกรรมและกองโจร ซึ่งต้องมีการติดต่อทางวิทยุเพื่อประสานงานทั้งหมด. ไม่เคยมีการตั้งระบบเช่นนี้มาก่อนเลยในประวัติศาสตร์ของสงคราม. แน่นอน ที่ระบบนี้ต้องกว้างขวางมากจนมีทางให้การต่อต้านจารกรรมของเยอรมันสามารถทำลายได้. ฝ่ายอังกฤษมีประสบการณ์ในการล้วงความลับจากวิทยุสื่อสารของข้าศึก. พวกเขาทราบว่าการมีสายของตนเองหลายพันคนส่งรายงานเข้าศูนย์ปฏิบัติการจะเสี่ยงต่อการถูกฝ่ายเยอรมันล้วงความลับได้. ฉะนั้น เพื่อมิให้ถูกสกัดได้ ข่ายแต่ละข่ายต้องมีเครื่องส่งของตน ระบบรหัสของตนและผู้ติดต่อที่เบล็ตชลี่ย์ต่างหาก และจะต้องให้มีการติดต่อน้อยที่สุด หรือไม่มีเลยระหว่างกลุ่มต่าง ๆ นอกจากจำเป็นจริง ๆ.

สงครามวิทยุซึ่งเบล็ตชลี่ย์ดำเนิน เริ่มเป็นฝ่ายบุกในต้นปี ๑๙๔๑ เมื่อนอร์

กำลังฝึกเป็นพนักงานวิทยุสื่อสาร. เรื่องของเธอจบลงในระยะที่มืดมนที่สุดก่อนยุโรปถูกปลดปล่อยในปี ๑๙๔๔. เพื่อยกเธอเป็นตัวอย่างให้เห็นได้ชัดแจ้งในการตัดสินใจที่ทารุณยากเข็ญที่ บี.เอ็ส.ซี. และพวกหัวหน้าสงครามลับฝ่ายอเมริกันต้องประสบ จำต้องเบี่ยงจากลำดับการปฏิบัติงานของหน่วยนายอินทร์ไปก่อน. แม้กระทั่งในปี ๑๙๔๑ ชะตากรรมของนอร์ก็เป็นตัวอย่างของวีรกรรม ซึ่งทำให้รูสเวลท์ เชอร์ชิลล์ และสตีเฟนสัน ต้องรับผิดชอบทางใจอย่างหนัก.

การที่นอร์มีภูมิหลังเกี่ยวกับหลายประเทศ ความคุ้นเคยของเธอกับที่แปลก ๆ และกับภาษาต่างประเทศหลายภาษา ทำให้ บี.เอ็ส.ซี. ยิ่งสนใจ — ทั้งหมดนี้ ตลอดถึงความตรงไปตรงมาของหญิงสาวผู้นี้.

เธอรับสมัครในลอนดอน. ในยามสงครามไม่มีงบประมาณสำหรับจารบุรุษและการจ้างสายลับก็เป็นเรื่องล่อแหลม. แผนกฝรั่งเศสของพวกอาสาสมัครแห่งเบเกอร์ สทรีท มีความระแวงผู้รับสมัครที่เคร่งขรึมเอาจริงเอาจัง พวกนี้มักจะเป็นคนรุนแรง ซึ่งเป็นอันตรายสำหรับตัวเองและเพื่อนร่วมงาน. แผนกฝรั่งเศสยังระแวงพวกนักฝันใฝ่อีกด้วย การฝันใฝ่ชื่อเสียงที่ซ่อนเร้นอยู่ อาจนำมาซึ่งการตายอย่างวีรชนของตัวสายลับเองและตลอดจนทุกคนในข่าย. การทาบทามบุคคลที่หมายตาไว้ให้เป็นสายลับ จะต้องใช้ความระมัดระวังที่แยบคาย. หากบุคคลนั้นเกิดไม่เหมาะสมแก่งาน จะต้องไม่ยอมให้บุคคลนั้นรู้ตัวว่าถูกทาบทามแต่ประการใด. ทั้งจะต้องไม่ยอมให้บุคคลนั้นสามารถจำหน้าเจ้าหน้าที่ที่สัมภาษณ์ หรือแม้แต่อาคารที่เป็นที่ตั้งของหน่วยลับ.

นิทานเรื่องหนึ่งของนอร์คือ "นางฟ้ากับกระต่าย" ออกอากาศทางวิทยุ บี.บี.ซี. ประมาณเวลาเดียวกับที่กองทัพอากาศอังกฤษรับเธอเข้าทำงานเป็นพนักงานวิทยุสื่อสาร. เธอสำเร็จการฝึกและได้รับมอบงาน. แต่ในเดือนเมษายน ๑๙๔๒ โดยที่เธอไม่ได้คาดฝันเลย เธอถูกเรียกให้ไปรายงานตัวที่ห้องหนึ่งในโรงแรมวิคตอเรีย (Hotel Victoria) ที่ถนนนอร์ธัมเบอร์แลนด์ (Northumberland Avenue) ซึ่งเป็นย่านที่ซบเซาของลอนดอนกลาง. ณ ที่นั้น เธอพบนายร้อยเอกคนหนึ่งที่เธอเข้าใจว่าเป็นผู้แทนจากกระทรวงกลาโหม. การสนทนาคลุมหลายเรื่องหลายราว และตอนหนึ่งเธอกล่าวว่าไม่ค่อยรู้สึกมีหลักมีแหล่งนัก โดยที่เป็นอเมริกันในบางส่วน ถึงแม้ได้ผ่านวัยเด็กในรัสเซียและวัยรุ่นในฝรั่งเศส แต่กระนั้น ก็ยังมีความผูกพันทางใจอย่างลึกซึ้งกับอินเดีย.

ตามปกติ เซลวิล เจปสัน (Selwin Jepson) นายทหารผู้สัมภาษณ์มักจะใช้เวลานานก่อนที่จะพูดถึงจุดประสงค์ของงาน. ในกรณีของนอร์ เขาตัดสินใจที่จะไว้ใจเธอทันที. เธอบอกเขาว่า ตั้งใจจะต่อสู้เพื่อให้อินเดียหลุดพ้นจากการปกครองของอังกฤษ. บังเอิญเป็นคำตอบที่ตรงจุดสำหรับคำถามที่เขามีเกี่ยวกับเรื่องความภักดีของเธอ โดยที่เธอได้แสดงความซื่อสัตย์อันเป็นคุณสมบัติที่สูงสุด. เขาย้ำว่าหากเธอรับข้อเสนอของเขา เธอจะไม่ได้รับการคุ้มครองใด ๆ ที่เครื่องแบบทหารจะให้ได้ และในกรณีที่ถูกจับ เธอจะต้องถูกพวกเกสตาโปสอบสวน — "อันเป็นสิ่งที่ไม่ว่ามนุษย์ใด ๆ ก็จะต้องเผชิญด้วยความหวาดกลัว."

เจปสันไม่ค่อยเต็มใจรับหญิงสาวใดที่ยอมรับอนาคตโหดดังนี้โดยง่ายเกินไป. เขาแนะว่าในฐานะนักเขียนและโฆษกวิทยุกระจายเสียง เธออาจทำประโยชน์แก่มนุษยชาติหลังสงครามได้. เธอมีความสามารถเข้าถึงจิตใจของเด็กที่จะต้องมีชีวิตอยู่ในโลกที่จะพินาศไปส่วนหนึ่ง. เขากล่าวว่า : "ฟังดูอาจเป็นคำพูดที่ออกจะเป็นเพียงทฤษฎี ถ้าพิจารณาสถานการณ์ที่เกือบสิ้นหวังในปัจจุบัน แต่คุณจะต้องพิจารณาว่าอาจทำประโยชน์ได้มากกว่าในการสร้างสังคมใหม่."

นอร์ไม่ยอมรับข้อเสนอแนะ. เธอว่าเธอจะมีประโยชน์เดี๋ยวนี้มากกว่าในปารีส ซึ่งเป็นส่วนที่อันตรายที่สุดในยุโรปที่ถูกยึดครอง. เจปสันจึงยอมตกลงให้เธอเริ่มการฝึก "ด้วยความรู้สึกที่หนักอึ้งไปด้วยความหวั่นใจกว่าธรรมดาที่ผมมีเสมอเมื่อถึงจุดนี้ของการสัมภาษณ์ในแบบนี้."

นอร์รู้เรื่องงานข้างหน้ามากกว่าที่เจปสันจะคาดคะเนได้. เธอเคยพบบิลล์ สตีเฟนสัน ครั้งแรกเมื่อครอบครัวกลับไปเยี่ยมอินเดีย. ตอนนั้นเธออายุสิบเก้ากำลังสวยเด่นและมีความซื่อบริสุทธิ์ ซึ่งสตีเฟนสันเห็นว่าไม่มีทางทำให้เสียได้. เขาเป็นหัวหน้าคณะผู้เชี่ยวชาญทางวิชาการที่ไปอินเดียในปี ๑๙๓๔ เพื่อสำรวจทรัพยากรและลู่ทางที่จะให้อินเดียพัฒนาตัวเอง. เขาพบเธอในการล่าเสือซึ่งจัดโดยเพื่อนมุสลิมของบิดาเธอ คือ นายพลอากาศโท นาวับ ฮายี ข่าน (Air Vice-Marshal Nawab Haji Khan) ประธานสภาเจ้านายและนาวับแห่งโภบาล (Chief of the Chamber of Princes and Nawab of Bhopal). ความเอิกเกริกฟู่ฟ่าและพิธีรีตองของการล่าสัตว์แบบอินเดีย (Shikaris) ทำให้ทั้งหญิงสาวและสตีเฟนสันขบขันครึกครื้น. ทั้งสองพูดกันถึงอินเดียในอนาคต ซึ่งจะลดช่องว่างระหว่างคนรวยและคนจนได้ โดยอาศัยความรักและความเมตตาเห็นอกเห็นใจกัน.

ท่านนาวับ (เจ้า) เป็นเพื่อนสนิทของสตีเฟนสัน และต่อมาเมื่อเข้ารับราชการประจำในกองทัพอากาศอังกฤษ เขารับทราบว่าชาวแคนาดาเอ็นดูหญิงสาวผู้นี้เหมือนลูก. ดังนี้เอง นอร์จึงย่างเข้าสู่โลกของเบเกอร์ สทรีทโดยมีผู้รับรองที่มีอิทธิพล อย่างไรก็ตาม เธอจะประจำในกองทัพอากาศต่อไปไม่ได้. กฎของราชการประจำห้ามมิให้ผู้หญิงเข้าปฏิบัติการรบ.

สายลับสตรีต้องแต่งเครื่องแบบอย่างหนึ่งอย่างใดในระยะการฝึก. การแต่งกายธรรมดาจะทำให้ผิดสังเกตสำหรับคนสอดรู้สอดเห็น. การสอดรู้สอดเห็นจะนำไปสู่การตั้งคำถาม. ดังนั้น สำหรับผู้หญิงที่ต้องเข้าร่วมปฏิบัติการทางทหาร การเลี่ยงข้อห้ามที่น่ารำคาญจึงทำได้โดยอาศัยองค์การอันล้าสมัย คือกองปฐมพยาบาล "แฟนี่" ซึ่งก็แปลกอยู่ที่เข้าใจดีในเรื่องเหล่านี้. สายลับสตรีจึงสามารถแต่งเครื่องแบบสีกากีขององค์การนี้ในระยะการฝึก. หลังจากเข้าปฏิบัติการในกองทัพลับแล้วก็ยังคงถือว่าเป็น "แฟนี่" รวมทั้งยังได้เป็นนายทหารกิตติมศักดิ์ซึ่งทางกองทัพอากาศอนุมัติให้แก่สายลับสตรี. ทั้งนี้เพื่อเป็นข้ออ้างว่าเป็นนายทหารประจำการ อันจะทำให้พวกเยอรมันรีรอการประหารชีวิตสายที่จับกุมได้ เพราะสายลับสตรีนั้นจะอ้างได้ว่ามีสิทธิเสมอกับเชลยศึก อันเป็นการเสริมแต่งข้อกฎหมายซึ่งก็ไม่ได้ทำให้ฝ่ายข้าศึกหวั่นไหวเลย

หญิงสาวสองคนที่เข้าฝึกขั้นสุดท้ายพร้อมกับนอร์จะต้องประสบชะตากรรมเดียวกัน คือ เสียชีวิต. คนหนึ่งคือ โยแลนด์ บีคแมน (Yolande Beekman). ครั้งสุดท้ายที่เธอทั้งสองพบกันก่อนออกเดินทางไปฝรั่งเศส คือฉากที่สมมุติเป็นการสอบสวนของเกสตาโป. ครั้งต่อไปที่พบกันเธอทั้งสองเป็นเชลยของเกสตาโปจริง ๆ ระหว่างการเดินทางสู่แดนมืดมนที่ดัคเคา (Dachau). หญิงสาวคนที่สามคือ เซซิลี เลอฟอรต์ (Cecily Lefort) ถูกจับได้หลังจากปฏิบัติงานอย่างกล้าหาญน่าชมภายใต้นามแฝงว่า "แอลิส" (Alice).

นอร์ได้รับเอกสารประจำตัวที่เหมาะกับบุคลิกลักษณะและคล้ายคลึงกับชีวิตจริงของเธอ. เธอเป็น จานน์-มารี เรเนียร์ (Jeanne-Marie Regnier) อาชีพพยาบาลเลี้ยงเด็ก และนับจากนั้นก็ได้รับนามแฝงว่า มาเดอเลน (Madeleine) สำหรับเบเกอร์ สทรีท. เธอต้องได้รับสมุดปันส่วนและเอกสารประจำตัว. สิ่งเหล่านี้เป็นผลงานของผู้เชี่ยวชาญการปลอมแปลงในโทรอนโท. เธอต้องมีเครื่องแต่งกายที่จำเป็นที่ตัดเย็บในปารีส. เสื้อผ้าเหล่านี้เป็นผลงานของช่างชาวยิว ที่

หลังจากหลบหนีออกจากยุโรปมามอนทริออล ได้อำนวยการหน่วยช่างตัดเสื้อทั้งชายและหญิงที่ทำงานด้วยการรับค่าตอบแทนพอเป็นพิธี และได้รับการบรรจุในกองทัพ โดยทำสัตย์ปฏิญาณว่าจะเก็บเรื่องทั้งหมดเป็นความลับ. ความชำนาญของพวกนี้อยู่ที่การแก้ไขตบแต่งเสื้อผ้าที่ได้มาจากผู้ลี้ภัย. ตัวอย่างเช่นมีวิธีการเย็บกระดุมสำหรับเสื้อตั้งหลายวิธี แล้วแต่จะเป็นฝีมือของช่างจากแห่งไหนในยุโรป. ถ้าติดกระดุมผิดท่า ก็อาจเป็นอันตรายถึงชีวิตสำหรับสายลับ.

มาเดอเลนต้องมียาเม็ดใช้. ยาบางชนิดถ้าใส่ในกาแฟของศัตรูจะทำให้หลับสนิทเป็นเวลาถึงหกชั่วโมง. ชนิดอื่นๆ ถ้าใช้เอง จะทำให้ไม่ง่วงนอนในยามฉุกเฉิน. ชนิดที่สามจะทำให้เธอมีอาการเหมือนป่วย ถ้าจำเป็นจะแสร้งทำป่วย. ชนิดที่สี่คือ เอ็ล. พิลล์ ถ้าเธอจะต้องการฆ่าตัวตายเพื่อเลี่ยงการถูกเกสตาโปสอบสวน. เธอยังต้องมีเครื่องรับส่งวิทยุขนาดเล็กกะทัดรัด. เธอเป็นคนร่างเล็ก สูงห้าฟุตสามนิ้ว และหนัก ๑๐๘ ปอนด์. ในหน้าที่พนักงานวิทยุหรือที่เรียกกันว่า "นักเล่นเปียโน" เธอต้องมีอุปกรณ์ที่น้ำหนักเบา. เครื่องรับส่งวิทยุขาดแคลนเป็นประจำ และแต่ละเครื่องต้องสั่งมาจากโรงงานในสหรัฐ แล้วเอามาดัดแปลงให้ใส่ในกระเป๋าเดินทางได้. งานของเธอสำคัญอย่างยิ่งสำหรับชุดติดต่อประสานงานของกลุ่มกองโจร คือเป็นผู้จัดรวบรวมงาน ผู้นำสาร และนักเล่นเปียโน. เมื่อข่ายงานต่างๆ ขยายกิจการ พวกนักเล่นเปียโนต้องประสบการสูญเสียมากที่สุดและเป็นหน้าที่ที่ต้องทดแทนบ่อยที่สุด.

มาเดอเลนทราบดีว่างานจะเป็นอย่างไร. เธอได้รับมอบหมายให้เข้าประจำข่ายงานที่ใหญ่ที่สุด ที่มีงานมากที่สุด และอันตรายที่สุด คือข่าย "พรอสเปอร์" (Prosper) ซึ่งมีเขตงานในส่วนใหญ่ของฝรั่งเศสและมีกองบัญชาการที่ปารีส. ความต้องการเรียกร้องการสนับสนุนเข้ามาจากข่ายนี้อย่างไม่ขาดสาย. หน่วยต่างจังหวัดของข่ายมีหน้าที่ตัดเส้นทางคมนาคมด้วยการก่อวินาศกรรม. หน่วยกองโจรกำลังเตรียมตัวคอยวันปลดปล่อย. ข่ายนี้ต้องการปืน วัตถุระเบิด กับระเบิด และเงินอย่างไม่ขาดสาย. ความรุ่งเรืองของ "พรอสเปอร์" ขึ้นอยู่กับการติดต่อแต่ละวันอย่างใกล้ชิดกับเบล็ตชลี่ย์ ซึ่งมีหน้าที่ส่งรายการความต้องการต่อให้แก่เบเกอร์ สทรีท และ บี.เอ็ส.ซี. และสิ่งที่ "พรอสเปอร์" ต้องการด่วนที่สุด คือนักเล่นเปียโนคนใหม่.

เธอถูกครูฝึกทดสอบเรื่องแฝงของเธอ โดยสมมุติการสอบสวนของเกสตาโป

ที่ฉายไฟจ้าใส่หน้าพร้อมกับตะคอกคำสั่ง. มีเจ้าหน้าที่ทดสอบของ แฟนี่ ผู้มีหน้าที่สังเกตความพลั้งพลาดและทดสอบกำลังใจของผู้ฝึกตลอดเวลา เป็นผู้จดบันทึกปฏิกิริยาของเธอ. เธอไม่พลาดจากเรื่องของเธอเลย แต่เจ้าหน้าที่ทดสอบรายงานภายหลังว่า ฝ่าย "เกสตาโป" (สมมุติ) รู้สึกว่าจะทนทำงานของตนเองเกือบไม่ไหว เพราะปฏิกิริยาที่แสดงความหวาดกลัวของเธอ.

เธอรับรู้ว่าเครื่องส่งที่เธอจะใช้ จะตั้งคลื่นไว้ตายตัวสำหรับติดต่อกับสถานีรับโดยเฉพาะ. เธอท่องจำกำหนดเวลาและรหัสสัญญาณย่อที่ใช้เป็นประจำ. เช่น คิว.อาร์.บี. (QRB) มีความหมายว่า "ข่าวเรื่องการส่งวิทยุ รับทราบและปฏิบัติ". คิว.อาร์.เอ็ม. (QRM) : "มีคลื่นกวนมาก." คิว.เอ็ส.เอ็ล.ไอ.เอ็ม.ไอ. (QSLIMI) : "โปรดตอบรับทราบข่าวหมายเลข---." ไอ.เอ็ม.ไอ. (IMI) : "เครื่องหมายคำถาม". จี.อาร์.ไอ.เอ็ม.ไอ. (GRIMI) : "ขอให้ส่งกลุ่มรหัสที่แจ้งนี้ซ้ำอีกที." มีกลุ่มรหัสแบบนี้จำนวนหลายโหล และกลุ่มที่ไม่ควรลืมเป็นอันขาดคือ คิว.ยู.โอ. (QUO) : "ข้า ฯ จำเป็นต้องหยุดการส่งเพราะมีภัยคุกคาม. ถ้าเป็นไปได้จะพยายามติดต่อในเวลานัดหมายต่อไป." ตัวอักษรรหัสเป็นส่วนหนึ่งของระบบอันละเอียดลออเพื่อประหยัดการส่งและลดระยะเวลาที่เสี่ยงต่อการถูกเครื่องจับทิศและนักสืบจับได้. วิธีการในการติดต่อกับสายอื่น ๆ กับข่ายรอง กับหน่วยย่อย หรือกับสถานีกลาง มีกฎเกณฑ์ที่เธอจะต้องรักษาอย่างเคร่งครัด มิฉะนั้นจะเกิดอลหม่าน. ต้องท่องจำกฎเกณฑ์ต่าง ๆ เหล่านี้เช่นเดียวกับเรื่องอื่น ๆ. ความจำของสายที่กำลังฝึกได้รับการทดสอบเมื่ออยู่ในสภาพความตึงเครียดกดดัน. เมื่อกลับจากการออกกำลังกายอย่างหนักในสนาม เธอจะถูกสอบถามเรื่องกรรมวิธีต่าง ๆ ในการติดต่อทางวิทยุซึ่งมีจำนวนมากมาย เช่นตัวอย่างหนึ่งดังนี้ : "หากทั้งสองสถานีมีข่าวด่วนที่จะส่ง ทันทีที่ติดต่อได้แล้ว "สถานีนอก" (Out Station) จะเป็นฝ่ายส่งก่อน นอกจากในกรณีที่สถานีกลาง (Home Station) จบการเรียกขานด้วย คิว.เอ็ส.พี. (QSP) ในกรณีนี้ สถานีกลางจะเป็นฝ่ายส่งก่อน."

เธอได้รับการสอนว่า : "ต้องใช้มีดได้อย่างนุ่มนวลเสมือนเป็นพู่กันวาดรูป." ถ้าไม่มีอาวุธในมือ เธอควรใช้ฝ่ามือเสยต่อยขากรรไกรของผู้ที่เข้ามาจู่โจม หรือ "ขึ้นเข่าที่ช่องท้อง". เธอต้องไปฝึกที่สนามยิงปืนพกทุกวัน แต่ก็ได้รับคำตักเตือนมิให้มีอาวุธติดตัว นอกจากในเวลาวิกฤต เช่นตอนกระโดดร่มจากเครื่องบิน หรือในเวลาส่งวิทยุฉุกเฉินที่เสี่ยงต่อการถูกค้นตามปกติ.

เธอได้รับการฝึกในการใส่รหัสอย่างง่าย ๆ. มีระบบการสับเปลี่ยนตัวหนังสือในข่าวโดยใช้ "เลขรหัส". เธอมีทางปกปิดรหัสของตัวเองได้หลายทาง. (การใช้รหัสที่ใช้ครั้งเดียว ที่พิมพ์บนกระดาษบางที่สุด ใช้ไม่ได้ในสนามและรหัสที่ย่อเป็นจุดไมโคร ก็มีข้อขัดข้องที่เห็นได้ชัด). เธอได้รับการสอนให้เขียนรหัสบนเสื้อชั้นในหรือให้ซ่อนไว้ตามร่างกายของเธอ. นอกจากนี้ มีหนทางสำหรับส่งรหัสใหม่โดยใช้การส่งทางวิทยุ ซึ่งเธอจะต้องท่องจำ.

เธอได้รับการตักเตือนว่าไม่มีทางต้านทานการสอบสวนได้ ถ้าพวกดำเนินการทรมานชำนาญการและยอมเสียเวลา. บางครั้งพวกสายลับที่ยาเม็ด เอ็ล. ถูกยึดไป ต้องยอมแพ้ และเผยคำรหัสในการติดต่อสื่อสารตรวจสอบความปลอดภัย. ในจำนวนคำรหัสเหล่านี้ มีคำถามจากเบล็ตชลี่ย์ที่ไม่มีความหมายอะไรปะปนอยู่ด้วย ซึ่งก็จะต้องได้คำตอบที่ไม่มีความหมาย. เช่นสำหรับคำถามว่า : "คุณล้างหน้าแล้วหรือยัง." จะต้องตอบว่า : "ต้นไม้ออกดอก." นอกจากนี้ ยังมีวิธีการรักษาความปลอดภัยเพิ่มเติมอย่างง่าย ๆ. ถ้าสายถูกจับกุมและถูกบังคับให้ส่งวิทยุโดยพวกเยอรมันควบคุมอยู่ เธอก็จะเว้นไม่ส่งตัวหนังสือหรือตัวเลขหนึ่งตัวที่ไม่มีความหมายใด ซึ่งตามปกติเมื่อไม่ถูกควบคุม จะต้องปะปนอยู่ในข่าวที่ส่งเสมอ. ยกตัวอย่าง มาเดอเลนอาจได้รับกลุ่มรหัส วาย.บี.สี่ (YB4) ซึ่งเธอจะต้องแทรกหลังกลุ่มรหัสทุกห้ากลุ่มในข่าวที่ส่งตามธรรมดา. หาก วาย.บี.สี่ ไม่ปรากฏในข่าวทางสถานีรับก็จะทราบว่ามีอะไรผิดปกติเกิดขึ้น.

ได้ย้ำกันว่าอันตรายมีมากหลาย. ระบบหาทิศวิทยุของเยอรมันสามารถตรวจการส่งวิทยุด้วยความรวดเร็วอย่างประหลาด. ในประเทศอังกฤษข่าวเป็นจำนวนสองล้านคำเข้ามาจากยุโรปทุกสัปดาห์. อันหมายความว่าการผิดพลาดเป็นสิ่งที่เลี่ยงได้ยาก. เบล็ตชลี่ย์ไม่มีทางที่จะช่วยให้สายพ้นจากความผิดพลาดของตนเอง. ถ้าเธอเกิดตื่นเต้นหรือความเหน็ดเหนื่อยเข้าครอบงำ เธออาจส่งข่าวไขว้เขวอันจะนำไปสู่ความผิดพลาดที่จะเสียหายยิ่งกว่าและสาหัสกว่า. เคยมีตัวอย่างที่ข่ายทั้งข่ายถูกพังทลายวอดไปหมด. แต่เธอก็จะมีพี่เลี้ยงในประเทศอังกฤษที่เป็นเจ้าหน้าที่วิทยุของแฟนี่ ที่รู้จักลักษณะพิเศษเฉพาะตัวในจังหวะการส่งสัญญาณมอร์สของเธอ ซึ่งเชื่อถือได้เสมือนลายมือ. ข้อนี้เป็นเครื่องป้องกันเพิ่มเติมในกรณีที่เยอรมันจะเข้าควบคุมการส่งวิทยุของเธอ.

เธอถูกปลดจากกองทัพอากาศเป็นทางการ แล้วได้รับสัญญาบัตรกิตติม-

ศักดิ์ ซึ่งเป็นการประกันว่าเงินเดือนของเธอจะสะสมไว้ในระหว่างที่เธออยู่ในแดนของข้าศึก. ในฐานะเป็น แฟนี่ เธอเป็นเพียงอาสาสมัครที่ได้รับแต่เบี้ยเลี้ยงเท่านั้น.

เวร่า แอ็ตกินส์ (Vera Atkins) รับหน้าที่เป็น ซี.โอ. (CO) คือนายทหารพี่เลี้ยง (Conducting officer) ของ มาเดอเลน. เวร่า เป็นทั้งหัวใจและสมองของแผนกฝรั่งเศสของพวกอาสาสมัครแห่ง เบเกอร์ สทรีท เธอยังสาวและเป็นเรื่องเป็นราวที่สุด เธอมีรอยยิ้มบริสุทธิ์ที่ทำให้ดูเหมือนไร้เดียงสา แต่ตาคมเป็นเหยี่ยวในรายละเอียดเกี่ยวกับเรื่องต่าง ๆ. เธอมีความจำประดุจเป็นตำรับข้อบังคับท้องที่ของทุกซอกทุกมุมในยุโรป และมีกิริยาท่าทางแบบน้ำนิ่งไหลลึกจนผู้ที่ไม่รู้จักอาจเจอดีถ้าไม่ทันสังเกต. เธอมีแหล่งส่วนตัวสำหรับ "อุปกรณ์เล่นละคร" ที่ส่งเสริมบทบาทแฝงของสายลับ เช่นตั๋วรถรางของเขตที่สายจะไปทำงาน สูจิบัตรของการแสดงดนตรี ซองบุหรี่ฝรั่งเศสที่ยับยู่ยี่. เธอควบคุมตรวจสอบสายลับในวันท้าย ๆ ของการฝึกอย่างใกล้ชิดตอนรับประทานอาหาร เวลาสนทนากัน ขณะทำงาน และแม้แต่เวลานอน. เธอคอยจับผิดไว้หมดตั้งแต่การรินน้ำชาผิดท่า การใช้ศัพท์ตลาดผิด ปฏิกิริยาอย่างไม่ทันรู้ตัวเมื่อสายได้ยินชื่อจริงของตน. เช่นเดียวกับ ซี.โอ. คนอื่น เธอเอาตัวสายไปเลี้ยงดู อบรมตลอดการฝึกขั้นสุดท้ายที่บ้านซึ่งน่าสบายที่ ออร์ชาร์ด คอร์ต (Orchard Court) ใกล้ เบเกอร์ สทรีท.

พวกผู้ชายที่ ออร์ชาร์ด คอร์ต เป็นกันเองและอารมณ์ดี. ผู้ทำหน้าที่เป็นทั้งคนใช้ประจำบ้านและคนเฝ้าประตู ชื่อ พาร์ค (Park) เขาเคยเป็นคนนำสารของธนาคารเวสต์มินสเตอร์ (Westminster Bank) สาขาปารีสก่อนสงคราม. พาร์คจำหน้าคนได้เก่งและมีความคล่องแคล่วอย่างเงียบ ๆ ในแบบของจีฟส์ (Jeeves —คนใช้ผู้ชายตัวอย่าง) ในเรื่องอ่านเล่นของ พี.จี. วดเฮาส์ (P.G. Wodehouse) ตัว วดเฮาส์ เองนั้นตกอยู่ในเงื้อมมือของพวกนาซี และแสร้งทำเป็นร่วมมือด้วย. สถานการณ์ออกจะน่าขันอยู่ เพราะบรรยากาศในบ้านที่ ออร์ชาร์ด คอร์ต ซึ่งประกอบด้วยความบ๊องประหลาด ๆ นานาประการ มีความคล้ายคลึงกับสังคมของอังกฤษในแบบที่ วดเฮาส์ เขียนล้อเลียน. แต่ ณ ที่นั้น น้ำชาตอนบ่ายและแซนด์วิชแตงกวาเป็นเครื่องกำบังสำหรับจุดหมายที่ร้ายแรงกว่ามาก.

มีผู้แสดงความข้องใจในการใช้ มาเดอเลน เป็นสายลับ. มีผู้ร่วมการฝึกหลายคนเขียนถึง เวร่า แอ็ตกินส์ เป็นส่วนตัว เสนอว่า มาเดอเลนไม่เหมาะสำหรับภาระอันตรายแสนสาหัสที่ได้รับมอบ : "จิตใจเธอบอบบางอ่อนไหวเกินไป

และไร้เดียงสาเกินไปในหลายทาง.” การที่เพื่อนสาว ๆ ทำการร้องเรียนที่ตั้งใจดีในทำนองฎีกาขอให้อภัยโทษนักโทษแดนประหาร ยิ่งทำให้พวกที่มีความเห็นว่า มาเดอเลนเหมาะที่สุดสำหรับภารกิจที่จะต้องทำ ยิ่งมีความมั่นใจขึ้น. ทั้ง แอ็ตกินส์ และมาเดอเลนเอง ก็สามารถทำให้พวกผู้ชายที่ ออร์ชาร์ด คอร์ต เชื่อมั่นว่าเธอสมควรไปปฏิบัติงานได้.

วันหนึ่งในเดือนมิถุนายน อันเป็นระยะเวลาที่ถนนเปลี่ยวในชนบทของอังกฤษหอมฟุ้งด้วยกลิ่นกุหลาบมอญและดอกสายน้ำผึ้งนั้น หญิงสาวทั้งสองในชุดแต่งกายพลเรือนนั่งรถเปิดประทุนซึ่งเก่ามากจนไม่เป็นที่สังเกตสนใจของใครเลย แม้ในยามที่ต้องประหยัดเพราะขาดแคลนเชื้อเพลิงอย่างหนัก. ค่ำวันนั้น ทั้งสองสาวมาถึงบ้านหลังคามุงแฝกแห่งหนึ่งใน ซัสเซ็กซ์ (Sussex). แอ็ตกินส์นำหน้าเข้าห้องโถงที่คับแคบ ไปขึ้นบันไดแคบ ๆ. มาเดอเลนได้ยินเสียงผู้ชายพูดกันจากห้องชั้นล่าง. เธอถูกนำผ่านไปโดยเร็ว. หน้าที่หนึ่งซึ่ง ซี.โอ. ต้องรักษาอย่างเคร่งครัด คือมิให้สายลับพบปะใครโดยบังเอิญเลย รวมทั้งนักบินของฝูงบินกิจการพิเศษที่ ๑๖๑.

มีกำหนดให้ส่ง มาเดอเลน ตรงต่อคณะต้อนรับโดยเครื่องบิน เวสต์แลนด์ ไลแซนเดอร์ (Westland Lysander) ซึ่งจะไปลงที่สนามอันมีไฟสัญญาณวางตามที่นัดไว้. จะส่งข่าวเวลาออกเดินทางให้พวกฝรั่งเศสทราบในนาทีสุดท้าย โดยแทรกไปในรายการบันเทิงตามปกติของ บี.บี.ซี. คือรายการ “มะลิเป่าขลุ่ย” (Jasmine is playing her flute).

มาตอนนี้ก็เกิดข้อขัดข้องที่จะทำให้ประสาทตึงเครียด ซึ่งก็เป็นของธรรมดา. พระจันทร์ก็กำลังเหมาะ อากาศก็ดี คณะต้อนรับก็ได้แจ้งมาว่าสนามเตรียมพร้อมแล้ว. แต่เกิดไม่มีเครื่องบินว่าง. การหาเครื่องบินเพื่อภารกิจเช่นนี้มักประสบความยากลำบากอยู่เสมอ. พวกอาสาสมัครแห่ง เบเกอร์ สทรีท ต้องแย่งเครื่องบินกับกองทัพประจำการ. พวกเขายังต้องแย่งลำดับความสำคัญของภารกิจกับหน่วยสืบราชการลับประจำอีกด้วย. ต้องปลอบใจทางกระทรวงกองทัพอากาศเมื่อเครื่องบินและนักบินที่มีค่าต้องสูญเสียไปเพราะงานที่ดูเป็นปฏิบัติการที่บ้าบิ่นและเกือบจะไม่มีการอธิบายจุดประสงค์. มีทางเลี่ยงสายการบังคับบัญชา แต่ก็ไม่เป็นสิ่งที่พึงกระทำ เพราะนายพลทหารอากาศหรือทหารบกที่ถูกข้ามหน้าอาจจะเกิดขุ่นเคืองทางหนึ่งทางใด — หรือไม่ก็วันหนึ่งวันใด. บางครั้งเมื่อเหลือทนสายงาน

ของราชการ ก็ขอให้สตีเฟนสันไปเจรจาโดยตรงกับเชอร์ชิลล์. เขาทำได้เพราะทุกคนเห็นพ้องกันว่า เมื่อหมดหนทางแล้ว สตีเฟนสันเท่านั้นที่สามารถหาอาวุธที่พวกเขาต้องการได้. ต่อมาสถานการณ์คลี่คลายลงเมื่อ เบเกอร์ สทรีท ปฏิบัติ-การโดยขึ้นตรงต่อ แช้ฟ (SHAEF — Supreme Headquarters, Allied Expeditionary Forces — กองบัญชาการสูงสุดของกองกำลังสัมพันธมิตร) ซึ่งมี นายพลเอก ดไวท์ ไอเซนเฮาว์ (General Dwight Eisenhower) เป็นผู้บัญชาการสูงสุด.

ไม่มีใครไปยุ่งเกี่ยวกับปฏิบัติการประจำวัน แม้ เวร่า แอ็ตกินส์ คนเก่งที่หาทางได้เสมอ ก็ไม่กล้าไปยุ่มย่าม. ถ้าเธอได้รับแจ้งว่าเครื่องบินมีภารกิจอื่นเธอก็ทำอะไรไม่ได้. เธอยอมรับข้อขัดข้องโดยดีและอย่างอดทน. สายลับบางคนนอกจากจะต้องอดกลั้นอดทนในการที่จะต้องรอเวลานับชั่วโมงๆ โดยไม่ทราบเหตุผลของการล่าช้า ยังเคยต้องออกไปจนถึงสถานที่ที่จะกระโดดร่มลงไป หรือถึงสนามบินเป้าหมายแล้วต้องย้อนกลับมาหลายต่อหลายครั้ง บางทีสามหรือสี่ครั้ง. พวกสายได้รับการฝึกให้รู้จักตัดสินใจ ให้รักษาสถานการณ์ได้ ให้แสวงหาทางแก้ปัญหาที่ได้ผลดี. การยอมรับการบงการจากผู้อื่นโดยไม่ปริปากเป็นการลำบาก. มาเดอเลนมีคุณสมบัติของการยอมรับคำสั่งโดยดีนี้. แนวความคิดของเธอแสดงออกในนิทานที่เธอเขียนเกี่ยวกับแม่น้ำสายหนึ่งที่ไหลลงสู่ทะเล โดยวกไปเวียนมาอ้อมสิ่งที่กีดขวาง แทนที่จะพุ่งเข้าชน. เธอรักสัตว์และชอบเขียนเรื่องสัตว์ที่เชื่องน่ารัก. เธอชอบนั่งวิปัสสนา. เพื่อนของเธอเมื่อเด็กๆ จำได้ว่าเธอชอบจัดตุ๊กตาตัวเล็กๆ ไว้ในสวนตามความนึกฝันของเธอเอง และจะเสียอกเสียใจถ้ามีใครมาบอกเธอว่าโลกของวิญญาณที่มีความเมตตากรุณาไม่จริง. เธอพูดถึงปรัชญาของเธอว่าเป็นแบบตะวันออก. เธอเชื่อผลของกรรมที่เป็นวัฏสงสารแบบในพุทธ-ศาสนา.

เธอตรวจเข้าของของเธออีกครั้ง. เครื่องรับส่งวิทยุและเสื้อผ้าของเธอจะทิ้งร่มตามไปภายหลัง. เธอแต่งกายอย่างเรียบๆ และสวมรองเท้าเก่าๆ ที่สึกแล้ว. ในกระเป๋าถือ เธอเตรียมปืนพก .๓๘ (จุดสามแปด) ขนาดเล็กไว้ ในกรณีที่คณะต้อนรับถูกซุ่มโจมตี. สำหรับปืนนี้ เธอจะต้องเอาไปฝังภายหลังพร้อมกับร่มชูชีพถ้าต้องกระโดดร่มแทนลงไปด้วยเครื่องบิน. แอ็ตกินส์ตรวจค้นเธออีกครั้งหนึ่ง เผื่อจะมีอะไรปลีกย่อยที่เผอเรอไป — เศษไม้ขีดไฟที่อาจไม่ใช่ของทำในยุโรป หรือแม้แต่เศษกรวดจากอังกฤษที่ติดส้นรองเท้า. เคยปรากฏว่าสายลับถูกจับได้ เพราะขยี้ต้นขั้วของตั๋วดูละครในลอนดอนและเผลอทิ้งไว้ในกระเป๋าเสื้อ. มีสิ่งเล็กๆ น้อยๆ

ที่ติดตัวไป ซึ่งไม่สามารถอธิบายแก้ตัวได้ตอนถูกตรวจค้นอย่างไม่รู้เนื้อรู้ตัวในปารีสยามสงคราม : กิ๊ปติดผมแบบอังกฤษ เส้นด้ายแปลกปลอมที่ชุนเสื้อขาด หรือยาเส้นรสเวอร์จิเนียเก่า ๆ.

ตอนตีสอง มีเสียงกรอบแกรบที่บันได. มีร่างที่สวมเสื้อคลุมมิดชิดมาเคาะประตู และชะโงกเข้ามาบอกว่า : "ถึงเวลาไปแล้ว."

เครื่องบินไลแซนเดอร์เห็นเป็นเงาดำในแสงจันทร์. เครื่องบินชนิดนี้มีปีกชั้นเดียว ตั้งสูง พับฐานไม่ได้ และมีความเร็ว ๒๐๐ ไมล์ต่อชั่วโมง ซึ่งเป็นครึ่งหนึ่งของความเร็วของเครื่องบินขับไล่เยอรมัน. เป็นเครื่องบินเครื่องยนต์เดียว และสามารถบินเรี่ยพื้นอย่างช้า ๆ. สีของเครื่องบินดำ ทำให้ดูเหมือนเป็นรถศพมีปีก. นักบินอายุราวยี่สิบ. ทุกคนเงียบ. ช่างกลทำงานตามหน้าที่ในความมืด. แต่เมื่อเครื่องบินไลแซนเดอร์ลำนี้ยกตัวขึ้นอย่างเชื่องช้ากลางแสงจันทร์เกือบเต็มดวง มาเดอเลนก็ย่างเข้าสู่แดนประหาร.

ก่อนเธอออกเดินทางไม่ถึงร้อยชั่วโมง คณะต้อนรับได้วิทยุมาแจ้งให้ทางเบล็ตชลี่ย์ทราบว่า เขตต้อนรับใกล้ เลอ มังส์ (Le Mans) เต็มไปด้วยกำลังรักษาความปลอดภัยของนาซี และขอร้องให้ยับยั้งปฏิบัติการทางอากาศทั้งหมดชั่วคราว. วันนั้นคือวันที่ ๑๒ มิถุนายน ๑๙๔๓. แต่อย่างไรก็ตาม การทิ้งร่มเสบียงและสายลับก็ยังกระทำต่อไป. ในวันที่สิบหก สายชาวแคนาดาสองคนกระโดดร่มลงไปในเขตนั้น คือ จอห์น แม็คแอลิสเตอร์ (John McAlister) และแฟรงก์ พิกเกอร์สกิลล์ (Frank Pickersgill).

เหตุใดจึงมิได้รับฟังคำเตือนกัน. ทำไมจึงอนุมัติให้มาเดอเลนไปตามแผน. การสอบสวนในภายหลังไม่สามารถให้คำตอบที่พอใจได้. อาจเป็นไปได้ว่าจะไม่มีทางอธิบายโศกนาฏกรรมของสงครามลับด้วยเหตุผล. มาเดอเลนได้รับเลือกให้ไปเพราะคำขอพนักงานวิทยุด่วนจากข่าย "พรอสเปอร์". แต่ก็มีวี่แววในเวลานั้นแล้วว่าข่ายนั้นถูกหักหลัง. เมื่อเครื่องบินไลแซนเดอร์ลงสนาม ไม่มีคณะต้อนรับที่จะให้ความสะดวกในชั่วโมงแรกที่น่าหวาดเสียว ที่เธอจะต้องเผชิญในแดนข้าศึก. ทำไมนักบินจึงไม่นำเธอกลับอังกฤษ. ที่ปฏิบัติการลับแย่นักก็คือ การรักษาความลับอย่างแน่นหนาเพื่อปกป้องสายลับนั่นเอง อาจกลับกลายมาเป็นอันตรายก็ได้. ตัวนักบินนั้นเป็นเพียงเปราะเดียวในลูกโซ่อันบอบบางของบุคคลทั้งชายหญิงผู้มีหน้าที่ปฏิบัติตามคำสั่งและรับฟังข้อความที่เกี่ยวกับงานเฉพาะส่วนของตนเท่านั้น.

หนึ่งร้อยชั่วโมงหลังจากข่าย "พรอสเปอร์" ได้ส่งสัญญาณอันตราย สัญญาณเหล่านั้นยังกำลังรับการวิเคราะห์อยู่ ระหว่างนั้นงานของปฏิบัติการลับก็ดำเนินไปเรื่อย.

มาเดอเลนปีนออกจากไลแซนเดอร์ และมองเครื่องบินแล่นและทะยานขึ้นฟ้าไป แล้วเธอก็เริ่มเดินไปยังสถานีรถไฟที่ เลอ มังส์ ด้วยความมั่นใจว่า "สัม-ภาระ" ของเธอจะมาในเที่ยวบินต่อไป. เธอถึงปารีสโดยรถไฟค่ำวันพฤหัสบดี ที่ ๑๗ มิถุนายน และตรงไปพบสายนัดพบคนแรก คือ เอมิล การ์รี (Emile Garry) ที่บ้านเลขที่ ๔๐ ถนนแอร์ลังเยร์ (40 rue Erlanger). ผู้นี้เป็นหัวหน้าส่วนของกองทัพลับในจังหวัดที่ เลอ มังส์ เป็นเมืองหลวง. เขาไปๆ มาๆ ระหว่าง เลอ มังส์ กับ ปารีส โดยใช้ใบอนุญาตธุรกิจปลอม. ในวันรุ่งขึ้น เขาพาเธอไปพบศาสตราจารย์อัลเฟร็ด แซร์จ บาลาโชว์สกี (Professor Alfred Serge Balachowsky) แห่งสถาบันปาสเตอร์ (Pasteur Institute) ผู้เป็นนักวิทยาศาสตร์มีชื่อทางชีววิทยา และเป็นหัวหน้าเขต แวร์ซายส์ (Versailles) ของ "พรอสเปอร์". เธอรายงานต่อเบเกอร์ สทรีท โดยใช้เครื่องส่งของเขตซึ่งซ่อนอยู่ในเรือนเพาะชำแห่งหนึ่ง ภายในเวลาไม่ถึงสี่สิบแปดชั่วโมงหลังจากเธอออกเดินทาง. ดังนั้น เธอจึงได้เป็นพนักงานวิทยุสตรีคนแรกที่ทำการส่งวิทยุสำหรับกองทัพลับฝรั่งเศส.

วันจันทร์ต่อมาบาลาโชว์สกี ขับรถไปที่โรงนาแห่งหนึ่ง เพื่อรับสิ่งของที่ทิ้งร่มลงมา รวมทั้งวิทยุสามเครื่องสำหรับมาเดอเลน. เขายังไม่ทราบเรื่อง แต่ในวันนั้นเอง ชาวแคนาดาสองคน คือ แม็คแอลิสเตอร์ และ พิกเกอร์สกิลล์ ได้ถูกจับกุม. เป็นเหตุบังเอิญที่น่าเศร้า ที่ทั้งสองคนอยู่พร้อมกับสายลับหญิงคนแรก ที่เบเกอร์ สทรีท ได้ส่งมาฝรั่งเศส เธอเป็นนักตกแต่งบ้าน อายุสี่สิบเจ็ด ที่ท่าทางเก๋ ชื่อ อีวอน รูเดอลัตต์ (Yvonne Rudelatt). เธอมาแต่ผู้เดียวด้วยเรือชาวบ้าน (felucca) ขึ้นบกที่ฝั่ง โก๊ต ดาซูร์ (Cote d'Azur — ฝั่งฝรั่งเศสใต้). ณ ที่นั้นเธอมารายงานตัวกับ ปีเตอร์ เชอร์ชิลล์ (Peter Churchill) ในฐานะเจ้าหน้าที่นำสาร. เธอได้ปฏิบัติหน้าที่มาหลายเดือนแล้ว. คราวนี้เธอมารับชาวแคนาดาสองคนนี้ และกำลังพาไปปารีสเมื่อเจอด่านตรวจ. ตอนแรกดูจะผ่านการตรวจไปได้ง่ายๆ. แต่นายทหาร เอ็ส.เอ็ส. เกิดขอดูเอกสารปลอมของชาวแคนาดาซ้ำอีกครั้งหนึ่ง. คนขับรถรู้สึกว่าจะเสียท่าแล้ว จึงเหยียบคันเร่งของรถซีตรอง (Citroen) บุโรทั่งเต็มที่. เขาถูกไล่ตามและรถซีตรองถูกยิงจนหยุด. อีวอน รูเดอลัตต์บาดเจ็บและตกจากรถ. ก่อนสิ้นสติ เธอยิงถูกเจ้าหน้าที่เยอรมันสองคนที่กำลังตีเธอด้วยด้ามปืน. โทษของการกระทำเช่นนี้คือความตายในห้องแก๊สของ เบลเซน

(Belsen) หลังจากต้องทุกข์ทรมานในที่คุมขังหลายแห่ง ตอนตายเธออายุห้าสิบสอง. แม็คแอลิสเตอร์ และพิกเกอร์สกิลล์ ต้องทนทุกข์ของการถูกทรมานเป็นเวลาหลายเดือน และถูกคุมขังในค่ายมรณะเป็นเวลาหนึ่งปีก่อนถูกประหารชีวิตที่บูเคนวัลด์ (Buchenwald). ทั้งสองคนถูกแขวนจากตะขอแขวนเนื้อ และปล่อยให้เชือกรัดคอตายอย่างช้า ๆ ที่กำแพงห้องเผาศพ, ก่อนประสบชะตากรรมอันสยองนี้พิกเกอร์สกิลล์ได้รับโอกาสลิ้มรสของอิสรภาพ ซึ่งเขาก็ปฏิเสธเมื่อตระหนักว่าอิสรภาพนั้นจะนำภัยอันตรายมาให้มาเดอเลน.

สิบวันหลังจากศาสตราจารย์ บาลาโชว์สกี ไปรับสัมภาระของมาเดอเลนในคืนหนึ่งอันสงบของเดือนมิถุนายนนั้น เขาถูกจับกุม. ในสัปดาห์ต่อมา สายลับชาวฝรั่งเศสหลายสิบคนถูกจับ. ที่เบเกอร์ สทรีท ในลอนดอน มอริส บัคมาส-เตอร์ (Maurice Backmaster) ได้รับข่าวด่วนฉบับหนึ่ง ซึ่งรายงานว่า ข่าย "พรอสเปอร์" ถูกทำลายเสียแล้ว. ผู้นำทุกคนพร้อมด้วยอุปกรณ์ถูกจับและถูกยึดไปหมดสิ้นเหลือเครื่องวิทยุที่ปฏิบัติการได้อยู่เครื่องเดียว. ผู้ส่งข่าวนั้นคือมาเดอเลน.

บัคมาสเตอร์สำรวจบริเวณของเหตุร้าย. เขาได้กล่าวภายหลังว่าทางกองบัญชาการรักษาความปลอดภัยในเบอร์ลินถือว่าข่ายฝรั่งเศสนี้อันตรายที่สุดสำหรับอาณาจักรที่สาม (Third Reich — เยอรมันของฮิตเลอร์). มาบัดนี้ข่ายนี้ถูกขยี้พังทลายเรียบหมดแล้ว. บัคมาสเตอร์บอกมาเดอเลนให้ออกจากปารีสโดยจะส่งเครื่องบินไปรับ. เธอตอบปฏิเสธ. เธอเป็นพนักงานวิทยุคนเดียวที่เหลืออยู่ในเขตปารีส. หากปราศจากเธอ จะหมดหนทางการติดต่อสื่อสารโดยสิ้นเชิง. เธอตั้งใจจะเริ่มปะติดปะต่อสิ่งที่เหลือ และตั้งข่ายรองอย่างน้อยหนึ่งข่ายและอาจตั้งได้มากกว่านั้น.

บัคมาสเตอร์ตัดสินใจอย่างหนักหน่วงด้วยความหนักใจ. ถ้าหญิงสาวอยู่ต่อไปก็เท่ากับรอเวลาว่าเธอจะถูกจับกุมเมื่อไรเท่านั้น. แต่อย่างไรก็ตามความหายนะที่ได้รับทำให้เธอเป็น "สถานี" ที่สำคัญที่สุดที่เหลืออยู่ในฝรั่งเศส. บัคมาสเตอร์ส่งข่าวอนุมัติเห็นชอบกับข้อเสนอของเธอ แต่เตือนเธอไม่ให้ส่งวิทยุ. เครื่องหาทิศของเกสตาโปทุกเครื่องจะคอยจ้องเครื่องส่งของเธอ เพราะเครื่องอื่น ๆ ถูกทำลายไปหมดแล้ว.

ตอนนี้เธอต้องทำงานตามลำพัง โดยเที่ยวตระเวนปารีสหาเพื่อนเก่าสมัยเป็นนักเรียน. เธอได้พบ อังริเอ็ต เรนี (Henriette Renie) ครูดนตรีเก่าของเธอ

เป็นต้น. การติดต่อแต่ละครั้งก็นำไปสู่การติดต่ออื่นๆ ต่อไป. เธอพักในที่ต่างๆ กันในเมือง ครั้งละไม่กี่วัน โดยพยายามไม่ทำให้ผู้ที่เอื้อเฟื้อต้องเกิดเดือดร้อน. เธอมีรถจักรยานใช้ และนำเครื่องวิทยุติดตัวไปเสมอ. เธอไม่แยแสคำเตือนของบัคมาสเตอร์ และเริ่มส่งข่าววิทยุเป็นประจำตั้งแต่สัปดาห์แรกของเดือนกรกฎาคมจนกระทั่งถึงเดือนตุลาคม เมื่อเธอถูกจับกุมและนำไปกองบัญชาการของเกสตาโป.

มาเดอเลนเสี่ยงอย่างน่าหวาดเสียว. ข้อนี้ปรากฏชัดหลังสงครามเมื่อปะติดปะต่อเรื่องราวได้ครบถ้วน. แต่โดยรู้เท่าไม่ถึงการณ์ เธอก็ได้นำอันตรายมาให้สายอื่นๆ จำนวนหนึ่ง. จะกล่าวโทษใครก็ไม่ถนัด. เธอไม่ทราบถึงส่วนอื่นของกองทัพลับ. ทางลอนดอนเองก็ไม่ทราบว่าผู้ใดถูกจับกุมและผู้ใดยังรอดอยู่จนกระทั่งสายเกินไปแล้ว. และทาง เบเกอร์ สทรีท ก็ไม่ทราบถึงสิ่งที่เรียกกันว่าสนธิสัญญาระหว่างฝ่ายเกสตาโปกับพวกชาวบ้านฝรั่งเศสเคราะห์ร้ายเพราะเจ้ากรรมที่ทางตำรวจได้พบร่มชูชีพอังกฤษและกล่องบรรจุอุปกรณ์ในที่ดินของตน. “สนธิสัญญา” แบบนี้ได้ใช้อย่างกว้างขวางในชนบท. มีสัญญาประกันไว้ว่า ถ้าสมาชิกของผู้ต่อต้านถูกจับ ก็จะได้รับการปฏิบัติเช่นเดียวกับทหาร ไม่ใช่อย่างผู้ทรยศ ซึ่งย่อมถูกยิงเป้าได้. ในสถานการณ์ที่สับสน ชาวนาและกรรมกรจำนวนมากให้ความร่วมมือ เพราะเข้าใจว่าอย่างไรๆ ก็จะถูกจับได้อยู่ดี. เมื่อฝ่ายเกสตาโปได้รับหลักฐานพอเพียงแล้ว ก็คาดได้เลยว่าเยอรมันจะฉีกสัญญาเสีย. ดังนี้ เมื่อข่ายจารกรรมหนึ่งถูกทำลาย ก็ทำให้ข่ายอื่นๆ ถูกแทรกซึม. ทางเกสตาโปเชี่ยวชาญยิ่งนักในการหลอกลวงตบตาและการตบตาหลอกลวงซ้อน. ยกตัวอย่าง เพียงสองสัปดาห์หลังจากที่มาเดอเลนบินมาจากอังกฤษ ผู้นำของข่าย “พรอสเปอร์” คนหนึ่งถูกขังอยู่ในคุกที่ปารีส เขานอนตาค้างดูแผนที่เก่าๆ ของบริษัท มิชแลง ซึ่งมีเครื่องหมายแสดงเขตลับในการทิ้งร่ม. ผู้บังคับหมวด เอ็ส.เอ็ส. คาร์ล ลังเกอร์ (S.S. Hauptscharführer Karl Langer) เป็นผู้แสดงแผนที่นี้ ตามมาด้วยแฟ้มสำเนาเอกสารที่ครอบคลุมระยะเวลาห้าเดือนที่ผ่านมา คือสำเนารายงานถึงลอนดอนในเรื่องปฏิบัติการก่อวินาศกรรม. ลังเกอร์อ่านรายการวันที่และสถานที่ของการทิ้งร่ม แล้วกล่าวเพิ่มเติมว่า : “เราทราบว่าข่ายของคุณเพิ่งได้รับคนใหม่ชื่อมาเดอเลน. เราค้นหาเธอยังไม่พบ. แต่เราจะพบแน่.”

สิ่งที่ดูไม่น่าเชื่อก็คือ เธอปฏิบัติงานต่อไปได้อีกนานหลังจากเหตุการณ์นี้. เธอระมัดระวังบ้าง โดยการย้อมผม และใช้บ้านต่างๆ หลายสิบแห่งในปารีสเป็นที่

ส่งวิทยุ. เธอติดต่อสายต่าง ๆ ที่มีประโยชน์ล้ำค่า เช่น อดีตผู้อำนวยการของบริษัทวิทยุกระจายเสียงฝรั่งเศส (Société Radio Electrique Française) ผู้ช่วยซ่อมบำรุงเครื่องวิทยุของเธอ และนักธุรกิจในปารีสผู้รับสมาชิกของกองทัพลับเข้าทำงานในสำนักงานเพื่อช่วยพรางให้. เธอได้รับการสอนให้รู้วิธีดัดแปลงห้องน้ำที่คับแคบมาเป็นห้องส่งวิทยุ : ส้วมแบบฝรั่งเศสมีโซ่ที่ต่อไปยังถังน้ำ และโซ่นี้ก็ใช้เป็นสายอากาศได้ดี และจะอ่านรหัสที่ใช้การอยู่ได้จากเสื้อชั้นในที่วางไว้กับพื้น. "บ้านปลอด" ของเธออยู่ที่บ้านเลขที่ ๓ ถนน ริชาร์ด วอลเลส (Boulevard Richard Wallace) ซึ่งเป็นบ้านของหมอคนหนึ่ง. ต้นเดือนตุลาคม ทางเกสตาโปได้ดักการต่อโทรศัพท์จากหมายเลข ซาบลองส์ ๘๘.๐๔ (Sablons 88.04) ซึ่งแสดงว่ามีสายลับปฏิบัติการอยู่. หมายเลขนี้เป็นของ "บ้านปลอด" ของมาเดอเลน. เมื่อถูกจับกุม เธอกำลังปฏิบัติงานร่วมกับกลุ่มนักก่อวินาศกรรมซึ่งเป็นข่ายที่ได้ตั้งใหม่. กลุ่มนี้ได้สืบพบท่อน้ำโสโครกที่พวกเยอรมันใช้เป็นที่เก็บระเบิดตอร์ปิโด ซึ่งเตรียมส่งไปให้กองเรือดำน้ำที่เบรสต์ และมาเดอเลนเพิ่งได้คำร้องไปลอนดอน ขอดินระเบิดชนิดใหม่ที่เรียกกันว่ามาร์ซิปาน (Marzipan — ขนมที่ทำด้วยถั่วอาลมันด์) เพราะมีกลิ่นหอมหวานเหมือนกลิ่นของอาลมันด์.

เธอถูกนำตัวไปชั้นบนสุดของตึกห้าชั้น เลขที่ ๘๔ ถนนฟ้อช (Avenue Foch) ซึ่งเป็นกองบัญชาการของเกสตาโป ที่นั่นมีห้องขังพิเศษสำหรับสายสำคัญ ๆ. แม็คแอลิสเตอร์ กับ พิกเกอร์สกิลล์ ชาวแคนาดาสองคน ถูกย้ายไปขังที่ห้องทรมานบ้านเลขที่ ๑๓/๒ วงเวียน เดส์ เอตาต์ อูนีส์ (13 - bis Place des États - Unis) ทั้งสองยังคงปฏิเสธการใช้เครื่องส่งวิทยุของตนโดยมีเกสตาโปควบคุมต่อไปจนกระทั่งในที่สุดทั้งสองคนถูกส่งไปยังค่ายเพื่อการกำจัด.

บันทึกการซักถามสอบสวนเธออยู่ในเอกสารการเบิกความในการดำเนินคดีอาชญากรสงครามและการสอบสวนนายทหารเยอรมันหลังสงคราม. เธอเกือบถูกสังหารเมื่อพยายามหลบหนีครั้งหนึ่ง. ผู้สอบสวนนำข้อมูลมายัน ที่ทำให้เข้าใจว่าเพื่อนร่วมงานของเธอได้ยอมรับสารภาพแล้ว. ทางเกสตาโปรู้เรื่องเกี่ยวกับบัคมาสเตอร์. พวกนั้นให้เธอดูรายละเอียดของวิธีปฏิบัติงานของ เบเกอร์ สทรีท ทำให้เธอสงสัยว่าอาจมีผู้ทรยศในท่ามกลางบุคคลชั้นนำของกิจการ.

เบเกอร์ สทรีท เริ่มขึ้นสังเวียนดวลกับเยอรมันในความมืด เป็นการดวลแสนอันตรายที่ใช้อาวุธที่มองไม่เห็นฟันไปฟันมาบนเวทีที่มืดตื้อ. ใครจะชนะก็ตาม

แต่สายลับบางคนก็จะต้องเป็นผู้แพ้. ฝ่ายเยอรมันใช้ข้อมูลชิ้นเล็กชิ้นน้อย ที่ได้จากเชลยหลายคน มาทำให้ มาเดอเลน รู้สึกว่าทางเจ้าหน้าที่ต่อต้านจารกรรมของนาซีรู้เรื่องหมดโดยตลอดแล้ว. ทางลอนดอนพยายามที่จะทำให้ฝ่ายศัตรูสับสน แต่ก็ต้องระมัดระวังมิให้เกิดสับสนกันเอง. ทั้งนี้เพราะเยอรมันควบคุมการส่งวิทยุของบางสถานี เช่นสถานี "เบอร์ทรันด์" (Bertrand) ของ พิกเกอร์สกิลล์. มาเดอเลนถูกพวกเยอรมันคุมตัวไว้หรือเปล่า. เธอจะได้รับการชักชวนจนยอมทำงานให้ฝ่ายศัตรูหรือไม่ ถ้าเธอเกิดเชื่อหลักฐานที่ยืนยันว่าเพื่อนร่วมงานได้ "ขาย" ตัวเธอให้ข้าศึก. ข้อสงสัยกังวลใจเหล่านี้ทำให้ เบเกอร์ สทรีท หมกมุ่น คิดไม่ตก และพวกเยอรมันก็ทราบดี. แต่ เบเกอร์ สทรีท ก็ทราบว่าพวกเยอรมันก็หมกมุ่นเวียนหัวเหมือนกัน และส่งข่าวส่วนตัวถึง พิกเกอร์สกิลล์ เพื่อหยั่งดูว่าเขาทำงานโดยพวกเยอรมันควบคุมอยู่ หรือได้เริ่มกลับทำงานอย่างอิสระ หรือว่าไม่ปฏิบัติการเลย. คำถามที่ส่งมาให้ พิกเกอร์สกิลล์ ตอบ ทางเยอรมันที่คุมสถานี "เบอร์ทรันด์" ไม่มีทางตอบได้ จึงต้องไปขุดเขามาจากหลุมอาจมของค่ายกักกันที่ราวิช์ซ (Rawicz). เขาถูกนำตัวกลับมาที่ถนนฟ้อชในสภาพป่วย ผอมโซ และร่างกายทรุดโทรมจนกระทั่งสมองชักเลอะเลือน. ฝ่ายเกสตาโปหลีกทางออกไปให้นายทหารเยอรมันหนุ่มและนุ่มนวลผู้เอาอาหารดี ๆ เสื้อผ้าสะอาด มาล่อ พิกเกอร์สกิลล์ และให้ความหวังว่าฝันร้ายจะยุติ. เขาปฏิเสธ. พวกนายทหารเสนอจะจัดการพาไปเที่ยวในย่านบันเทิงของปารีส เพื่อพิสูจน์ถึงความปรารถนาดีด้วยความจริงใจ. เขาปฏิเสธอีก. พวกนายทหารประเล้าประโลมต่อไปว่า พิกเกอร์สกิลล์ เป็นชาวแคนาดา เป็นทหารและเช่นเดียวกับพวกเขา คือ ยังหนุ่มและมีชีวิตอยู่ข้างหน้าอีกหลายปี — เขาน่าจะเข้าใจถึงความหวังดี การที่เข้ามาพยายามช่วยเขาและความโกรธเคืองที่เขาถูกทำร้ายอย่างนี้.

พิกเกอร์สกิลล์คงจะเดาออกถึงเจตนาอันแท้จริงของพวกนายทหาร. การฝึกอย่างหนักที่เขาได้รับมา ดูเหมือนจะเปล่าประโยชน์ไปหมดเมื่อเขาถูกจับกุม แต่บัดนี้กลับช่วยให้ไม่เกิดความหายนะหนักกว่านี้. ร่างกายของเขามีแผลเลือดโทรมทั้งตัว อดอยากอย่างยิ่ง และทราบดีว่าอะไรรอคอยเขาอยู่ที่ ราวิช์ซ แต่เขาก็ทำตามที่เขาเชื่อมั่นอย่างเคร่งครัด และตามคำสั่งสอนของครูฝึก กล่าวคือ : "ถ้าคุณถูกจับพวกเขาจะทำอุบายร้อยแปด. อย่าปริปากอะไรเลย นอกจากเรื่องที่เตรียมไว้. อย่าเปลี่ยนเรื่อง. อย่าออกนอกแนวของเรื่อง. พวกเขาจะพยายามทำใจดีสลับกับความป่าเถื่อน. ในระยะที่แจ่มใส คุณอาจถูกล่อจนใจอ่อน. . . ."

ถ้าแม้น พิกเกอร์สกิลล์ อ่อนแอลง เขาอาจได้หยุดปากเรื่องส่วนตัว เขาไม่ทราบว่า เพื่อตรวจสอบดูว่าเขายังคงปฏิบัติการอยู่หรือไม่ ทาง เบล็ตชลี่ย์กำลังส่งคำถามที่ปะปนด้วยเรื่องส่วนตัว ซึ่งเขาผู้เดียวเท่านั้นที่สามารถตอบได้. ดังนั้นเขาจึงไม่ทราบว่าเรื่องราวส่วนตัวเรื่องไหนจะเป็นประโยชน์สำหรับทางเกสตาโป ในอันที่จะนำไปลวงฝ่ายเบล็ตชลี่ย์. อาจเป็นเรื่องเล็ก ๆ น้อย ๆ ธรรมดา ๆ ที่เกี่ยวกับชีวิตในครอบครัว. หากเขาได้ตกลงใจรับการชักชวนไปรับประทานอาหารอร่อย ๆ ในร้านอาหารตลาดมืดของปารีส ในบรรยากาศน่าเพลิดเพลินเป็นกันเองที่เยอรมันจัดขึ้น เขาก็อาจได้พลั้งเผลอพูดว่า เขาชอบรับประทานข้าวโอ๊ตตอนอาหารมื้อเช้า หรือว่าเคยขี่จักรยานไปโรงเรียน หรือว่าแม่เขาอยู่ที่อ๊อตตาวา. เขาไม่มีหนทางทราบว่าเรื่องไหนมีทางหรือไม่มีทางช่วยพวกผู้เชี่ยวชาญในการต่อต้านจารกรรมทำให้ฝ่ายลอนดอนไว้วางใจข่าวของข่าย เบอร์ทรันด์ ต่อไปได้. เขาไม่ทราบแม้กระทั่งข่าย เบอร์ทรันด์ ส่งข่าวโดยเยอรมันควบคุมอยู่หรือไม่. เมื่อเขาไม่ทราบอะไรเลย เขาจึงไม่ยอมเสี่ยงอะไรทั้งสิ้น ไม่ยอมถอย ไม่ยอมเผลอตัวแม้แต่น้อย. เขาทราบว่ามีคนอื่นที่ถูกคุมขังอยู่ด้วย แต่การติดต่อมาโดยการเคาะบนท่อน้ำประปาจะเป็นกลลวงอีกอย่างหนึ่งหรือไม่. เขาทราบว่ากำลังมีการสอบสวนหญิงสาวคนหนึ่ง. จะใช่ มาเดอเลน หรือไม่. เธอได้เผยความลับบ้างหรือไม่. พวกเยอรมันทราบได้อย่างไรในเรื่องนี้เรื่องโน้นของข่ายย่อยที่ พิกเกอร์สกิลล์ มาปฏิบัติการ. มีคำถามมากหลาย และไม่มีคำตอบสักอย่างเดียว.

ในการสอบสวนครั้งหนึ่ง เขาฉวยขวดใบหนึ่งฟาดคอให้แตก ทิ่มใส่หน้าของผู้คุมที่เป็น เอ็ส.เอ็ส. แล้วกระโดดหนีทางหน้าต่างชั้นสองของตึก. เขากำลังวิ่งไปทางสวนสาธารณะ บัวส์ เดอ บูโลนย์ (Bois de Boulogne) เมื่อเขาถูกระดมยิงล้มลง. แต่อย่างไรก็ดี การฝึกที่เขาเคยรับให้ผลคุ้มค่าอย่างหนึ่ง คือ : เขาสามารถตัดเส้นเลือดที่คอของผู้คุมจนถึงทำให้เสียชีวิต. พิกเกอร์สกิลล์ ได้รับการรักษาพยาบาลอย่างดีที่สุดสำหรับบาดแผลฉกรรจ์จากลูกปืน แล้วได้รับการชักชวนให้ร่วมมืออีกครั้งหนึ่ง อีกครั้งหนึ่งเขาปฏิเสธ จนในที่สุดเขาถูกติดป้าย "นัคต์ อุนด์ เนเบิล — รึกเคห์ร อุนแอรวึนชต์" (Nacht und Nebel — Rueckkehr Unerwuenscht = กลางคืนและหมอก — ไม่ต้องให้กลับมา = หมายความให้เก็บเสียตามคำสั่งลับเฉพาะของฮิตเลอร์ ให้กำจัดผู้ต่อต้านในประเทศที่ถูกยึดครองโดยไม่ต้องขึ้นศาล).

มาเดอเลนเองได้พยายามหลบหนีอีกครั้งหนึ่ง พร้อมกับสายอีกสองคนที่ถูกคุมขังอยู่ที่ อาเวอนู ฟ้อช. ตอนกลางดึก ทั้งสามคนสามารถหลบหนีออกมาทาง

ชั้นบนของตึกเก่า และกระโดดลงไปบนดาดฟ้าที่อยู่ต่ำลงมา. พวกเขาได้วางแผนอย่างรอบคอบ แต่การรักษาความปลอดภัยของฝ่ายเยอรมันแน่นหนาเกินกำลัง. คราวนี้เมื่อเธอถูกลากคอกลับมา ผู้บังคับกอง เอ็ส.เอ็ส.ฮันส์ คีฟเฟอร์ (SS Sturmbannfuhrer Hans Kieffer)* โทรเลขไปเบอร์ลินว่าเธอเป็นคนบ้าระห่ำสิ้นดี และว่าเขาไม่สามารถควบคุมเธอต่อไปได้. เธอถูกส่งไปที่คุก ฟอร์ซไฮม (Pforzheim) ในแบล็คฟอเรสต์ (Black Forest).

ไม่มีการประกาศสดุดีเธอเลย จนกระทั่งสี่ปีหลังจากสงครามได้ยุติลง. แม้กระนั้นก็ยังเป็นการฝ่าฝืนประเพณีว่าปฏิบัติการลับของอังกฤษต้องปิดเป็นความลับตลอดกาล. เรื่องของ มาเดอเลน เป็นข้อยกเว้นหนึ่งในการยอมเปิดเผยความลับเมื่อส่วนหนึ่งของเรื่องราวถูกเปิดเผยอันอาจนำไปสู่ความเข้าใจผิดกัน. ในวันที่ ๕ เมษายน ๑๙๔๙ การเก็บเงียบมานานก็ยุติลงด้วยประกาศว่า เธอได้รับเกียรติสูงสุดที่อังกฤษให้ได้ — คือราชอิสริยาภรณ์ จอร์จ ครอสส์ :

กรมเสมียนตรา

. . . . หลังจากเธอมาถึง ทางเกสตาโประดมการจับกุมกลุ่มต่างๆ ของพวกต่อสู้ต่อต้านในปารีสซึ่งเธอมาประจำหน้าที่. เธอไม่ยอมละทิ้งหน้าที่ที่กลายเป็นตำแหน่งสำคัญและอันตรายที่สุดในฝรั่งเศส ถึงแม้เธอจะได้รับโอกาสให้กลับอังกฤษได้. เธอไม่อยากปล่อยให้เพื่อนร่วมงานชาวฝรั่งเศสขาดการสื่อสาร รวมทั้งตั้งความหวังที่จะสร้างกลุ่มของเธอให้คืนสู่สภาพปฏิบัติการได้.

ฝ่ายเกสตาโปมีรูปพรรณสัณฐานของเธอโดยครบถ้วน แต่รู้จักเธอเพียงในนามแฝง มาเดอเลน. พวกนั้นพยายามอย่างสุดกำลังในการจับกุมเธอ เพื่อตัดสายการติดต่อเส้นสุดท้ายกับลอนดอน. หลังจากสาม

*คีฟเฟอร์ถูกอังกฤษประหารชีวิตฐานยิงเป้าเชลยศึกในเครื่องแบบที่ถูกจับในวันฝ่ายสัมพันธมิตรยกพลขึ้นบกฝรั่งเศส.

เดือนครึ่ง เธอถูกทรยศและขายต่อฝ่ายเกสตาโป และถูกนำตัวไปที่กองบัญชาการที่ อาเวอนู ฟ้อช. ทางเกสตาโปพบประมวลรหัสและข่าวต่าง ๆ ของเธอ และมีทางที่จะทำการติดต่อเข้าลอนดอน. พวกเขาขอร้องให้เธอร่วมมือ แต่เธอปฏิเสธและไม่ยอมให้ข้อมูลแม้แต่ชิ้นเดียว. . . .

คำสดุดีกล่าวถึงเธอว่าเป็นสายคนแรกของ เบเกอร์ สทรีท ที่ถูกพวกนาซีส่งไปขังในค่ายกักกันในเยอรมัน. ณ ที่นั้น เธอถูกตราหน้าว่า "อันตรายเป็นพิเศษ" และถูกใส่กุญแจมือและล่ามโซ่ตลอดวันตลอดคืน ให้อยู่ในท่าคุดคู้ ทำให้ต้องอาศัยผู้คุมชายในการกินอยู่และขับถ่าย. เธอถูกจองจำอย่างนี้ ถูกล่ามโซ่เหมือนสัตว์ร้าย ถูกขังเดี่ยวเด็ดขาด เป็นเวลาถึงสิบเดือน. แม้ถูกทรมานถึงเพียงนี้เธอก็ไม่ยอมเผยความลับเรื่องงานและเพื่อนร่วมงานของเธอแต่ประการใด.

ประกาศที่ติดอยู่หน้าพระราชวัง เซนต์ เจมส์ จบลงด้วย : "เธอถูกนำตัวพร้อมกับเชลยอีกสามคนไปค่าย ดัคเคา (Dachau Camp) ในวันที่ ๑๒ กันยายน ๑๙๔๔. ทันทีที่ถึง เธอถูกนำไปที่ห้องเผาศพและถูกยิงเป้า."

สตีเฟนสันรายงานภายหลังว่า : "ในบรรดาสมาชิกกองทัพลับของฝรั่งเศสอย่างน้อยที่สุด ๒๔,๐๐๐ คนถูกประหารชีวิต. ในจำนวน ๑๑๕,๐๐๐ คนที่ถูกลากตัวไปค่ายมรณะ เพียงประมาณ ๔๐,๐๐๐ คนรอดมาได้ในสภาพร่อแร่ผอมปางตายตาม ๆ กัน." ในจำนวนพวกที่เข้าสนามสู้รบกับข้าศึก อีก ๓๐,๐๐๐ คนถูกฆ่าตาย. ความสูญเสียอย่างน่าใจหายนี้เกิดขึ้นหลังฉากในความมืดมนลึกลับและเป็นที่ทราบกันขึ้นมาก็หลังสงคราม. บันทึกความทรงจำของ พิกเกอร์สกิลล์ช่วยให้พี่ชายของเขาชื่อ แจ็ค (Jack) ผู้เป็นรัฐมนตรีแคนาดาคนหนึ่ง สามารถปะติดปะต่อเรื่องน่าสลดทั้งเรื่องนี้. สายลับที่เป็นหญิงมีจำนวนมาก ตั้งแต่ "ฮันนา" (Hanna) ผู้กระโดดร่มลงไปในเขตของติโตเพื่อช่วยให้เพื่อนชาวยิวรอดออกมาได้ จนถึง "ออเด๊ตต์" (Odette) ผู้ยอมพรากจากลูกของเธอที่เค็นซิงตัน (Kensington) และจบชีวิตลงในห้องทรมานของเกสตาโป. สตีเฟนสันกล่าวว่า : "ความใหญ่หลวงของความทุกข์ทรมานของหญิงสาวเหล่านี้ยังไม่เห็นชัดตอนต้นปี ๑๙๔๑. แต่การที่ประธานาธิบดีรูสเวลท์เสนอ "กองอาวุธสำหรับประชาธิปไตย" นั้นเป็นกำลังใจไม่น้อยสำหรับบุคคลเช่น มาเดอเลน ผู้ท้าทายพวกที่ทรมานเธอจนกระทั่งความตายมาเป็นอิสรภาพที่น่าปรารถนา. ถ้าจะพิจารณาความพัวพันอย่างลึกซึ้งของรูสเวลท์ กับอันตรายที่อาจถึงตัวเขา ก็จะต้องคำนึงถึงการกระทำ

ของบุคคลที่เต็มไปด้วยความกล้าหาญอันทัดเทียมกับความกล้าหาญของเขาเอง. ด้วยเหตุว่าเขารู้ถึงวีรกรรมของพวกที่ต้องสู้ตามลำพังอย่างโดดเดี่ยว เขาจึงเกิดความรู้สึกว่าต้องต่อสู้อย่างเด็ดเดี่ยวเช่นเดียวกัน.”

ภาคที่สาม

ความผิดที่อาจถูกฟ้องขับไล่

"นับวันผมก็ได้แต่แน่ใจขึ้นทุกทีว่าอังกฤษจะต้องปราชัยในไม่ช้าไม่นาน เว้นแต่สหรัฐจะให้ความช่วยเหลือด่วนที่สุดในการอำนวยให้สามารถนำเรือสินค้าเข้าท่าเรือของสหราชอาณาจักรได้จำนวนเพียงพอ. . . ."

— บันทึกของ แฟรงก์ น็อกซ์ (Frank Knox)
รัฐมนตรีกระทรวงทหารเรือสหรัฐ ถึง ประธานาธิบดี รูสเวลท์.
เมษายน ๑๙๔๑.

"เราต้องการให้ท่านแจ้งอย่างลับที่สุดถึงการเคลื่อนไหวของขบวนเรือ เพื่อให้หน่วยลาดตระเวนของฝ่ายเราสามารถค้นหาเรือของชาติรุกราน. . . ."

— บันทึกของ แฟรงกลิน รูสเวลท์ ถึง นายอินทร์
และวินสตัน เชอร์ชิลล์. เมษายน ๑๙๔๑.

บทที่ ๒๘

"สมมุติว่าเรือ บิสมาร์ค (Bismarck) เกิดมาปรากฏตัวขึ้นในทะเลแคริบเบียน. เราเองก็มีเรือดำน้ำอยู่แถบนั้น. สมมุติว่าเราสั่งการให้เข้าโจมตีและพยายามจมเรือ บิสมาร์ค คุณคิดว่าประชาชนจะเรียกร้องให้ฟ้องขับไล่ผมจากตำแหน่งหรือไม่." นี่คือถ้อยคำที่ประธานาธิบดี รูสเวลท์ กล่าวในวันที่ ๒๔ พฤษภาคม ๑๙๔๑ ตามบันทึกของ รอเบิร์ต เชอร์วูด. บี.เอ็ส.ซี. บันทึกข้อความในการสนทนาคราวเดียวกันนั้น โดยมีข้อสังเกตว่าความเห็นของประชาชนในสหรัฐเริ่มตำหนิติเตียนปฏิบัติการของอังกฤษในระยะเวลานั้นว่าสู้ศัตรูไม่ได้ผลเลย อันทำให้ รูสเวลท์ประสบความลำบากใจยิ่งขึ้นในการแสดงการสนับสนุนอย่างเปิดเผยออกหน้าออกตา.

ท่านประธานาธิบดีได้ปกปิดการฝ่าฝืนกฎหมายว่าด้วยความเป็นกลางอย่างเห็นได้ชัดๆ อันนำมาซึ่งชัยชนะครั้งเด่นที่สุดในประวัติของกองทัพเรืออังกฤษในสมัยปัจจุบัน. บิสมาร์ค เรือรบที่ทรงอานุภาพที่สุดในเวลานั้น ที่เป็นมิ่งขวัญภาคภูมิใจของกองทัพเรือเยอรมัน ถูกจมพินาศลง หลังจากการต่อสู้ต่อเนื่องกันเป็นเวลานานที่สุดในประวัติศาสตร์การรบทางทะเล. ยุทธการครั้งนี้ได้ใช้กลไกสงครามทุกชนิดตั้งแต่เจ้าหน้าที่สืบราชการลับจนถึงตอร์ปิโดอากาศ. เครื่องมืออิเล็กทรอนิกใหม่ๆ ทุกชนิดที่มีอยู่ก็นำมาใช้หมด. สาเหตุที่ทำให้ท่านประธานาธิบดีรำพึงออกมาดังนี้ก่อนที่เรือบิสมาร์ค จะประสบชะตากรรม ก็เพราะยุทธการทางทะเลอันยิ่งใหญ่ครั้งนี้อาจลงเอยโดยอังกฤษเป็นฝ่ายปราชัย อันอาจจะเป็นผลให้อังกฤษแพ้สงครามก็เป็นได้. เหตุการณ์เริ่มขึ้นโดยเรือ บิสมาร์ค ออกทะเล แล้วล่องหนไป. อนาคตของอังกฤษแขวนอยู่อย่างล่อแหลมกับผลการค้นหาเรือนี้ โดยเครื่องบินออกปฏิบัติการอย่างอุตลุด และเกือบสิ้นหวัง.

รูสเวลท์ถูกดึงเข้ามาเกี่ยวพันกับเรื่องน่าตื่นเต้นนี้ ตั้งแต่วาระที่เรือยักษ์ใหญ่ บิสมาร์ค หลุดออกมาจากทะเลบอลติก (Baltic Sea) และเริ่มอาละวาดโดยทำลายเรือรบที่มีชื่อเสียงโด่งดังที่สุดในโลก คือ "เรือ ฮู้ด อันทรงอานุภาพของอังกฤษ" (Britain's mighty Hood) ตามที่เรียกกันในขณะนั้น. เรือฮู้ด จมพินาศไปพร้อมกับนายทหารเรือ ๙๐ คน และลูกเรือ ๑,๔๐๐ คน ใกล้แพน้ำแข็งทางทิศตะวันตก

เฉียงเหนือของ ไอศแลนด์ โดยเป็นเหยื่อกระสุนปืนใหญ่ลูกเดียวดิ่งลงไปถูกห้องคลังกระสุนของเรือ. ในรายงานที่ละเอียดลออทั้งหลายเกี่ยวกับเรื่องการต่อสู้อันยิ่งใหญ่ที่บังเกิดขึ้นต่อจากนั้น ไม่มีกล่าว ณ ที่ใดเลยถึงบทบาทสำคัญของทหารเรือและหน่วยราชการลับของอเมริกัน ทั้งนี้เพราะไม่มีการรับรู้เป็นทางการเกี่ยวกับบทบาทใดๆ ของอเมริกัน. อย่างไรก็ตาม สหรัฐมีส่วนเกี่ยวข้องอย่างสำคัญในการล้างแค้นแทนเรือ ฮู้ด และการหยุดยั้งหายนะอันใหญ่หลวง ซึ่งแม้แต่บัดนี้ก็ยังไม่สามารถประมาณผลที่อาจตามมาได้.

ท่านประธานาธิบดีทราบเบาะแสของหายนะที่จะเกิดขึ้นจากข่าวซึ่งนายอินทร์ส่งให้จาก ออดด์ สตาร์ไฮม์ (Odd Starheim) อาสาสมัครแห่ง เบเกอร์ สทรีทคนหนึ่ง. ผู้นี้เป็นบุตรชายเจ้าของเรือเดินสมุทรชาวนอร์เวย์ที่ทำธุรกิจร่วมกับสตีเฟนสัน. สตาร์ไฮม์ หนีความยึดครองของนาซีมาเป็นสมาชิกผู้แข็งขันกล้าหาญของขบวนการต่อต้านของนอร์เวย์. งานใหญ่ที่เขาทำร่วมกับพรรคพวกกลุ่มหนึ่งก็คือการทำลายแหล่ง เฮวี่ วอเตอร์ ของเยอรมัน ซึ่งใช้ในการวิจัยทางปรมาณู. แต่ในวันที่ ๒๑ พฤษภาคม ๑๙๔๑ เขาเห็นเรือรบเยอรมันสองลำแล่นผ่านเขต "สเปร์" (Sperr Zone) ตามฝั่งทะเลนอร์เวย์ อันเป็นเขตห้ามผ่านสำหรับเรือทุกชนิดนอกจากเรือที่ลำเลียงวัสดุปรมาณู. เขาเสี่ยงส่งข่าวทางวิทยุไปเตือนแผนกนอร์เวย์ของ บี.เอ็ส.ซี. . คำบอกสั้นๆ ของเขาคือ "เรือรบข้าศึกขนาดใหญ่สองลำ" ทำให้ทางกระทรวงทหารเรือในลอนดอนเข้าใจได้ทันทีว่าเรือยักษ์ใหญ่สองลำที่หายตัวไปคือ บิสมาร์ค และ พรินซ์ ออยเกน (Prinz Eugen) กำลังเตรียมจะเล็ดลอดเข้าไปในมหาสมุทรแอตแลนติก. เชอร์ชิลล์แจ้งให้รูสเวลท์ทราบทันทีว่า หากเรือสองลำนี้สามารถไปสมทบกับเรือประจัญบาน ชาร์นฮอรส์ต (Scharnhorst) และ กไนซเนา (Gneisenau) ได้ "ก็จะเปลี่ยนโฉมหน้าของสงครามโดยสิ้นเชิง." ลำพังเรือประจัญบานสองลำดังกล่าวนี้เท่านั้นก็จมเรือได้เป็นระวางขับน้ำถึง ๑๑๕,๖๒๒ ตัน ภายในสองเดือน. ความสูญเสียดังนี้ทำให้ เชอร์ชิลล์ เกรงว่าจะมีผลเท่ากับตัดสายโลหิตสำคัญจนทำให้อังกฤษต้องล่มจม. ในเช้าวันพุธนั้นภยันตรายได้เพิ่มขึ้นเป็นทวีคูณ. เรือยักษ์ใหญ่สองลำที่หลุดออกมาใหม่นั้นกลายเป็นภัยเฉพาะหน้าคุกคามขบวนเรือลำเลียงของอังกฤษที่กำลังเดินทะเลอยู่สิบเอ็ดขบวนและยังเป็นอันตรายต่อเส้นชีวิตของอังกฤษในอนาคตอีกด้วย.

ในวันรุ่งขึ้น อัลตร้า ดักและถอดรหัสคำสั่งจากฮิตเลอร์ถึง นายพลเรือเอก เอริค เรเดอร์ (Admiral Erich Raeder) ให้กองทัพเรือเยอรมันทำลายเส้น

คมนาคมทางทะเลของอังกฤษให้ขาดสะบั้นลง. ท่านผู้นำไม่อาจทราบได้ว่าเรือประจัญบานลำใหม่ คือ พรินศ์ ออฟ เวลส์ (Prince of Wales) พร้อมกับเรือฮู้ด และเรือพิฆาตอีกหกลำกำลังแล่นเต็มฝีจักร เพื่อไปสมทบกับเรือลาดตระเวนอังกฤษสองลำที่บริเวณ ฟิยอร์ด (Fjord) ของนอร์เวย์ใกล้บริเวณที่เรือเยอรมันมหึมาสองลำนั้นปรากฏตัวขึ้น. กว่าปฏิบัติการสู้รบครั้งใหญ่นี้จะสิ้นสุดลง อังกฤษต้องใช้เรือประจัญบานแปดลำ เรือบรรทุกเครื่องบินสองลำ เรือลาดตระเวนสิบเอ็ดลำ เรือพิฆาตยี่สิบเอ็ดลำ เรือดำน้ำหกลำ เครื่องบินหลายฝูงบิน ---- และนายเรือตรีอเมริกันหนึ่งนาย ชื่อลีโอนาร์ด สมิธ (Leonard Smith).

นายเรือตรี สมิธ หนุ่มลูกทุ่งจากรัฐมิสซูรี (Missouri) เป็นหนึ่งในนักบินอเมริกันแปดสิบนายประจำเครื่องบินน้ำแบบ พี.บี.วาย. แคทะลีนา (PBY Catalina) ซึ่งท่านประธานาธิบดีให้ยืมเพื่อสนองตอบคำร้องขอที่เร่งเร้าของ สตีเฟนสัน. ในขณะนั้นเครื่องบินอเนกประสงค์ซึ่งมีรัศมีการบินไกลเหล่านี้ เป็นอาวุธทางอากาศที่มีประสิทธิภาพที่สุดสำหรับต้านการจู่โจมของเยอรมัน. อังกฤษไม่มีอะไรที่จะทัด-เทียมได้ ทั้งเครื่องบิน ทั้งอุปกรณ์วิทยุสื่อสาร และเจ้าหน้าที่ประจำเครื่องบิน. ปฏิบัติการของ สมิธ ในการช่วยจมเรือ บิสมาร์ค นั้นถูกเก็บฝังอยู่ในเอกสารลับ.

บ่ายวันที่ ฮิตเลอร์ ออกคำสั่งทางวิทยุดังกล่าวนั้น เครื่องบินของราชนาวีอังกฤษบินฝ่าอากาศที่มืดมิดปิดสนิทเข้าไปในฟิยอร์ด ที่คาดว่าเรือ บิสมาร์ค และ พรินซ์ ออยเกน ซ่อนอยู่. นักบินต้องเสี่ยงต่อการชนหน้าผาและภูเขา โดยที่หมอกเมฆฟ้าคะนองปกคลุมเป็นระยะๆ จนทัศนวิสัยเหลือสูญ. เมื่อกลับออกมาได้ เขาได้แจ้งข่าวร้าย. เรือเยอรมันทั้งสองลำล่องหนไปแล้ว.

ในวันพฤหัสบดีที่ ๒๒ พฤษภาคม รูสเวลท์ ได้รับแจ้งว่า เชอร์ชิลล์ทำงานเต็มเวลาที่ห้องยุทธการของกระทรวงทหารเรือ เพื่ออำนวยการล่าเรือ บิสมาร์ค ซึ่งเป็นเสือร้ายกว่าเรืออีกลำหนึ่ง. แต่เขาจะเพ่งพินิจมหาภัยใหม่นี้ได้ก็เป็นระยะๆ เท่านั้น. ในทะเลเมดิเตอร์เรเนียน ราชนาวีประสบความสูญเสียอย่างหนักรวมทั้งเรือพิฆาต "เคลลี่" (Kelly) ซึ่งผู้บังคับการคือ ลอร์ด หลุยส์ เมานต์-แบตตัน เพิ่งได้รับการช่วยเหลือจากกลางทะเล. ความเสียหายทั้งนี้คุกคามจะทำให้อาณาเขตรอบกรุงไคโร (Cairo) หลุดจากมือของอังกฤษ.

มาบัดนี้ที่ฐานทัพ สกาปา โฟลว์ (Scapa Flow) ซึ่งอยู่ทางทิศตะวันออกของแหลมรอธ (Cape Wrath = โทสะ) ในสก๊อตแลนด์. ซึ่งเป็นชื่อที่นับว่า

เหมาะอยู่ ผู้บัญชาการกองเรือยุทธการ โฮมฟลีต ก็ตัดสินใจเคลื่อนกองกำลังใหญ่ออกจากที่ตั้ง เพื่อปิดกั้นสกัดตามที่ซึ่งคาดว่าเรือเยอรมันจะเล็ดลอดออกมา. นายพลเรือเอก เซอร์ จอห์น โทวี (Admiral Sir John Tovey) เป็นคนร่างเล็กปัญญาแหลมคม ชอบพวกอเมริกันและเกลียดคนประจบสอพลอที่ "ขอรับกระผมเรื่อยไป" เขารู้จัก รูสเวลท์ ตั้งแต่สงครามโลกครั้งที่หนึ่ง เมื่อเขาเป็นผู้บังคับการเรือพิฆาตในยุทธการ จัตแลนด์ (Jutland). ขณะนี้เขาใช้เรือประจัญบาน "คิง จอร์จ ที่ห้า" (King George V) ซึ่งเป็นเรือใหม่เป็นเรือธง.

เชอร์ชิลล์ ส่งข่าวไปว่า : "ระยะสุดสัปดาห์นี้ เหตุการณ์คงน่าเป็นห่วง." สำหรับเชอร์ชิลล์นั้น ระยะสุดสัปดาห์ที่น่าเป็นห่วงหนักใจที่สุดในประวัติศาสตร์ของราชนาวีเริ่มต้นเมื่อวันเสาร์เช้า. ในบรรดาเรือรบที่กระจายออกไปดักสกัดศัตรูอย่างกว้างขวางนั้น ฮู้ด และพรินศ์ ออฟ เวลส์ เป็นเรือที่ได้พบและเข้าปะทะกับเรือ บิสมาร์ค. เรือ ฮู้ด เริ่มยิงปืนใหญ่กลุ่มแรกเมื่อเวลา ๐๓.๕๒ น. บิสมาร์ค ยิงตอบ. ทันทีทันใด เรือ ฮู้ด ก็ถูกล้อมด้วยน้ำทะเลที่พุ่งขึ้นเป็นลำเพราะแรงระเบิดของลูกปืนขนาดสิบห้านิ้ว. การยิงของข้าศึกแม่นยำอย่างน่าพิศวง. และแล้วกระสุนนัดหนึ่งก็ดิ่งตรงทะลุเกราะของเรือ ฮู้ด เข้าไปในห้องคลังกระสุน. แรงระเบิดทำลายลำเรือเป็นเสี่ยงๆ. ภายในสามนาทีก็ไม่มีอะไรเหลือ นอกจากเศษเล็กเศษน้อยและลูกเรือที่รอดชีวิตมาเพียงสามคน. ส่วนเรือ พรินศ์ ออฟ เวลส์ ก็ถูกยิงเสียหายหนักจนต้องถอยจากการต่อสู้เพื่อมิให้ถูกทำลายพินาศไป. เรือ บิสมาร์ค มิใช่ว่าไม่เสียหายเลย แต่ก็ยังสามารถปฏิบัติการต่อไปได้. ข่าวการปะทะทำให้ตกใจตื่นตะลึง จนทำให้ทั่วโลกตั้งแต่เบอร์ลินจนถึงวอชิงตันต้องขอให้บอกข่าวซ้ำหลายครั้ง. กล่าวกันว่า รูสเวลท์ ถึงกับอุทานออกมาว่า : "เรือ ฮู้ด จมจริงหรือ. บริเทนจบเห่การเป็นเจ้าทะเลแล้ว."

เรือ บิสมาร์ค เที่ยวอาละวาดในมหาสมุทรได้ตามใจชอบ และเรือ พรินซ์ ออยเกน ก็เช่นกัน. ยิ่งกว่านั้นข่าวร้ายน่ามืดมนใจก็เข้ามาจากแนวรบทุกทิศานุทิศ. เชอร์ชิลล์ ได้รับข่าวว่า "สถานการณ์สิ้นหวังแล้ว." จากผู้บัญชาการทหารคนหนึ่งในตะวันออกกลาง ขุนศึกอีกคนหนึ่งรายงานคะเนว่าสองในสามของกองเรือในทะเลเมดิเตอร์เรเนียน ได้รับความเสียหาย เพราะถูกฝ่ายอักษะถลุงโจมตีอย่างไม่ปรานีปราศรัย ในปฏิบัติการใกล้เกาะครีต (Crete). และ โทวี ก็รายงานเข้ามาว่า เรือ บิสมาร์ค หลบผู้ล่าไปได้อีกแล้ว และล่องหนไปในหมอกท่ามกลางอากาศมืดมน. บรรยากาศในที่ประชุมรัฐบาลฉุกเฉิน ก็มืดมน

เช่นเดียวกัน ตามคำบอกเล่าของ อเล็กซานเดอร์ แคโดแกน ปลัดกระทรวงต่างประเทศ : "วินสตัน เกือบจะยอมยกธงขาว. . . .แต่นั่นก็เป็นการกระทำที่เป็นส่วนหนึ่งของการเล่นละคร."

ที่ทำเนียบขาวก็มีการเล่นละครเหมือนกัน. สตีเฟนสัน กล่าวว่า : "มีการคิดคาดคะเนกันต่าง ๆ นานา. บางคนถึงกับนึกว่าพวกเยอรมันอาจมายิงถล่มนิวยอร์ค แล้วแล่นไปโฆษณาชวนเชื่อตามเมืองท่าในอเมริกาใต้. รูสเวลท์ ก็นึกว่าเรือ บิสมาร์ค อาจเข้ายึดเกาะ มาร์ตินีก (Martinique) ในทะเล แคริบเบียนซึ่งเป็นแดนของฝรั่งเศสที่รัฐบาลวิชีปกครอง. ตอนนี้เองที่ท่านประธานาธิบดีเกิดความคิดจะสั่งการให้เรือดำน้ำอเมริกันเข้าล่าทำลายเรือ บิสมาร์ค."

รอเบิร์ต เชอร์วูด บรรยายวาระนั้นในหนังสือ "รูสเวลท์ กับ ฮ็อปกินส์" ดังนี้ :

> รูสเวลท์ พูดอย่างหน้าตาเฉยเหมือนคุยวิจารณ์เรื่องอ่านเล่นเพ้อฝันเกี่ยวกับเครื่องกลไกที่ทำให้เดินทางไปในอนาคตและอดีตได้ เช่น : "สมมุติว่าเราอยู่กลางศตวรรษที่สิบสาม. . ." แต่ในโลกของความจริงนั้นมีเรือร้ายกาจเหี้ยมโหดลำหนึ่งที่แล่นออกไปทำภารกิจที่บ้าคลั่งลึกลับ โดยรับคำสั่งจากบุคคลหนึ่งที่จะเรียกได้ว่าเป็นคนวิกลจริต หรือไม่ก็เป็นอัจฉริยะหรือไม่ก็ทั้งสองอย่าง ผู้อาจเกิดหุนหันอย่างไม่มีเหตุผล ยังผลให้พลิกประวัติศาสตร์ได้. และอีกทางหนึ่งก็มีท่านประธานาธิบดีแห่งสหรัฐ ผู้นั่งอยู่ในทำเนียบขาวในบรรยากาศที่สงบจนรู้สึกว่าน่าอึดอัด ผู้กำลังกระวนกระวายใจเรื่องข่าวที่จะได้รับจากกองทัพเรือ และสงสัยว่าจะสามารถแก้ไขสถานการณ์ได้หรือไม่. เขานั่งอยู่ที่โต๊ะทำงานในห้องรูปรี และไม่สวมเสื้อนอก. วันนั้นอากาศร้อนอบอ้าวมาก. . . หน้าต่างเปิดอยู่. ข้างนอกทางทิศตะวันตกเฉียงใต้ แม็กโนเลีย (มณฑา) ต้นใหญ่ซึ่งว่ากันว่า แอนดรูว์ แจ๊กสัน (Andrew Jackson) เป็นผู้ปลูก ออกดอกสีขาวสะพรั่งเต็มต้นและกลิ่นหอมหวนสดชื่นลอยมาถึงห้องทำงาน. ทางหน้าต่างจะมองเห็นภูมิประเทศของรัฐเวอร์จิเนีย (Virginia) ซึ่งเป็นแดนข้าศึกในสมัยลิงคอล์น. แต่ รูสเวลท์ ได้แต่ครุ่นคิดอยู่ว่าตนจะถูกฟ้องขับไล่หรือไม่.

บทบาทของสหรัฐในเหตุการณ์ที่เกิดขึ้นต่อมาไม่ปรากฏในเอกสารในระยะนั้น. แม้นานภายหลังสงคราม ฝ่ายอังกฤษก็ยังรู้สึกว่ารัฐบาลอเมริกันใด ๆ คงต้อง

รังเกียจการร่วมมือในกิจการลับใด หากกิจการลับนั้นจะถูกเปิดเผยในภายหลัง. ทางราชนาวีอังกฤษได้ปฏิบัติฝ่าฝืนโบราณประเพณีที่ถือว่ากองทัพเรือเป็นกองทัพเงียบปิดทองหลังพระ และออกข่าวอย่างละเอียดในทุกฝีก้าวของการสู้รบ ---- ก็ด้วยจุดประสงค์ที่จะปกบังความจริงที่ลึกซึ้งยิ่งกว่านั้น.

ถึงวันอาทิตย์ ที่ ๒๕ พฤษภาคม ๑๙๔๑ ทางกระทรวงทหารเรืออังกฤษได้ระดมกำลังจากทั่วมหาสมุทรแอตแลนติกเพื่อประสานกันเป็นตาข่ายที่จะสกัดเรือบิสมาร์ค ให้จนได้ ไม่ว่าเรือลำนั้นจะแล่นไปทางไหน. กองกำลัง เอช. (Force H) เคลื่อนมาจาก จิบรอลตาร์ (Gibraltar) ภายใต้บังคับบัญชาของ นายพลเรือโท เซอร์ เจมส์ ซอเมอร์วิลล์ (Vice Admiral Sir James Somerville) ผู้ใช้เรือประจัญบานรีเนาว์น (Renown) เป็นเรือธง และประกอบด้วยเรือบรรทุกเครื่องบิน อาร์ค รอยัล (Ark Royal) เรือลาดตระเวนหนึ่งลำ และเรือพิฆาตหกลำ. เรือประจัญบาน รอดนีย์ (Rodney) และ แรมิลลิส (Ramillies) ผละจากขบวนเรือสินค้าที่กำลังคุ้มกันอยู่ มุ่งมาทางทิศใต้ของ ไอศแลนด์. เรือรบอีกหลายลำเดินทางออกจากเมืองท่าในแคนาดาและสหรัฐมาสมทบอีก. และเรือบรรทุกเครื่องบิน วิคตอเรียส (Victorious) ก็กำลังติดตามเรือ บิสมาร์ค อย่างใกล้ชิด. เรือวิคตอเรียส มีเครื่องบินแบบ สอร์ดฟิช (Swordfish) ซึ่งเป็นเครื่องบินบุโรทั่งมีตอร์ปิโดเป็นอาวุธ สร้างด้วยไม้หุ้มผ้า ที่นั่งของนักบินเปิดโล่ง มีสายลวดระโยงระยางเหมือนสายขิม และฐานพับไม่ได้ --- แต่ก็มีเครื่องเรดาร์ทางอากาศรุ่นแรกซึ่งฝ่ายข้าศึกยังไม่ล่วงรู้ถึงเลย. แต่ถึงแม้ส่วนประกอบกองกำลังทั้งหมดนี้พร้อมปฏิบัติการตามคำสั่งของฝ่ายบัญชาการกองทัพเรือ ซึ่งประชุมอยู่อย่างเคร่งเครียดในลอนดอนเสมือนเป็นนักเล่นหมากรุก และถึงแม้การเคลื่อนกำลังบนกระดานยุทธการจะได้รับการปฏิบัติจริงอย่างฉับพลันในสนามรบซึ่งอยู่ห่างไกล แต่ เรือ บิสมาร์ค ก็ยังหายสาบสูญอยู่.

กองกำลังนี้ไม่สามารถพบร่องรอยของเรือ บิสมาร์ค เป็นเวลาสามสิบชั่วโมง. อย่างไรก็ตาม ในตอนต้นของช่วงระยะเวลานี้ เรือ บิสมาร์ค ได้ใช้วิทยุสื่อสารส่งรายงานกลับเยอรมันเป็นเวลาสามสิบนาที. ตอนนั้น รูสเวลท์ ได้ออกคำสั่งถึงสถานีหาทิศวิทยุของสหรัฐทุกแห่งแล้ว เพื่อเตรียมดักฟังสัญญาณวิทยุเช่นนี้. เอกสารของ บี.เอ็ส.ซี. บันทึกไว้ว่าสถานีดังกล่าวมีความสามารถสูงมากในการหาแหล่งแห่งที่ของเครื่องกำเนิดสัญญาณวิทยุ. สถานีเหล่านี้รวมสถานีของกองสืบราชการลับทางวิทยุของกรรมาธิการกลางเพื่อการคมนาคม (Radio Intelligence Division of the Federal Communications Commission) ซึ่งมีหน้าที่หลักในการล่าสถานีกระจายเสียงเถื่อน. แต่สถานีเหล่านี้ยังมีหน้าที่ดักสัญญาณจากยุโรปอย่างไม่เป็นทางการ และส่งข้อมูลต่าง ๆ ที่ได้มาให้ บี.เอ็ส.ซี. อีกด้วย เมื่อเรือ บิสมาร์ค เผลอตัวฝ่าฝืนกฎ "การเงียบทางวิทยุ" (radio silence) สถานีเหล่านี้ก็สามารถจับพิกัดได้. ข้อมูลเริ่มหลั่งไหลเข้ามาที่กระทรวงทหารเรือในลอนดอนอย่างไม่ขาดสายจากสถานีต่าง ๆ เหล่านี้ และจากข่าวโทรพิมพ์และโทรศัพท์จากสถานีดักฟังของอังกฤษ. ถึงเวลา ๐๘.๓๐ น. เช้าวันอาทิตย์ ความผิดพลาดเป็นเวลาสามสิบนาทีของ บิสมาร์ค ทำให้สามารถคำนวณว่าเรือได้มุ่งหน้าไปทางทิศตะวันออกเฉียงใต้จากที่ได้พบเห็นครั้งสุดท้าย.

แต่ความผิดพลาดในการคำนวณพิกัดเมื่อส่งไปยังเรือ คิง จอร์จ ที่ห้า ทำให้กองเรือยุทธการอังกฤษเข้าใจว่าข้าศึกกำลังมุ่งหน้าไปในทางตรงกันข้าม คือกลับไปทางทะเลเหนือ (North Sea). ถึงค่ำวันอาทิตย์จึงแก้ไขความผิดพลาดได้ และฝ่ายล่าสังหารจึงเข้าใจว่าเรือ บิสมาร์ค กำลังมุ่งสู่เมืองท่าฝรั่งเศสในอ่าวบิสเคย์ (Bay of Biscay).

ความผิดพลาดของฝ่ายอังกฤษมีผลเสียหายมาก. กองเรือยุทธการได้ค้นหาไปผิดทิศ จึงทำให้เชื้อเพลิงเหลือน้อยมาก. สิ่งที่ช่วยให้ไม่เสียเที่ยวคือปฏิบัติการของเรือยามฝั่งสหรัฐ ชื่อ "มอด็อก" (Modoc).

ตามเรื่อง เรือ มอด็อก มีภารกิจสังเกตการณ์ด้านอุตุนิยม. ในอ่าวบิสเคย์ ล่ะหรือ. อย่างไรก็ดี ก็เป็นเรื่องที่เจ้าหน้าที่ประจำเรือจะตอบถ้าถูกเยอรมันสอบถาม. นอกจากนี้ เรือ มอด็อก ก็ทำตามคำสั่งของ รูสเวลท์ ที่ให้เรือสหรัฐทุกลำค้นหาและช่วยเหลือผู้รอดตายจากการโจมตีของเยอรมันตามท้องทะเล. ตอนค่ำวันอาทิตย์ พวกอเมริกันได้ประสบภาพอันน่าตื่นเต้นอย่างหาเปรียบได้ยาก เมื่อเห็นเครื่องบินของเรือ บิสมาร์ค โผล่ขึ้นจากขอบฟ้าแล้วถอยออกไปอย่างเชื่องช้า. เรือ มอด็อก ส่งข่าววิทยุออกไปทันที.

หลังเที่ยงคืนเล็กน้อย เครื่องบินที่มีระยะปฏิบัติการยาวแบบ แคทะลีนา ซึ่งสหรัฐได้ให้ยืมแก่กองบัญชาการยามฝั่งของอังกฤษ ออกเดินทางจากเมืองท่าลันดันเดร์รี (Londonderry) ใน ไอร์แลนด์เหนือ (Northern Ireland) เพื่อเข้าร่วมการค้นหา. นายเรือตรี สมิธ เป็นผู้ขับเครื่องบินทิ้งระเบิดลาดตระเวนไม่ติดอาวุธลำนี้ และเจ้าหน้าที่ประจำประกอบด้วยชาวอังกฤษและทหารเรือสหรัฐ

ผสมกัน. เขาบินตรงแน่วลงใต้ท่ามกลางอากาศที่แสนเลว และมาถึงบริเวณที่เรือมอด็อก อยู่ หกชั่วโมงภายหลัง.

ถึงเวลานี้เรือ บิสมาร์ค ได้ก่อความสับสนให้แก่ห้องยุทธการที่กระทรวงทหารเรืออย่างที่สุด และได้หลบการสะกดรอยอย่างได้ผล จนคาดกันว่าจะเข้าไปใกล้พอให้เครื่องบินรบเยอรมันที่มีฐานอยู่บนบกคุ้มกันได้ในไม่ช้า. เรือ บิสมาร์คจวนจะสามารถเข้าพึ่งความปลอดภัยของเมืองท่าฝรั่งเศสที่ป้องกันแข็งแรงที่สุดได้แล้ว.

รุ่งเช้าวันจันทร์ เวลา ๐๘.๓๐ น. ยี่สิบสี่ชั่วโมงพอดีหลังจากเรือ บิสมาร์คได้เผลอตัวส่งวิทยุที่ทำให้อังกฤษมีโอกาสค้นพบ นายเรือตรี สมิธ เข้าใจว่าได้เห็นเรือรบลอดช่องโหว่ของเมฆที่หนาทึบ. เขาขับเครื่องบินวกกลับมาเหนือท้องทะเลที่คลื่นลมแรง. แสงสลัวเต็มทีและมีเมฆเป็นระยะ ๆ ในหลายระดับ. เขามีทางเลือกสองทาง คือบินสูงขึ้นไปเพื่อพยายามส่องหาเรือในระยะไกลอีกครั้งหนึ่งหรือไม่ก็บินลงมา ซึ่งทำให้โอกาสได้พบจำกัดลง. เขาเลือกบินฝ่าเมฆฝนลงมาและต้องเพ่งการบินด้วยเครื่องมือช่วยการบิน เพราะไม่เห็นอะไรเลย. ทันทีทันใดเขาก็ทะลุออกมาสู่อากาศแจ่มใสอีกครั้งหนึ่ง. เขาพบเรือ บิสมาร์ค ตรงหน้าพอดีอยู่ใกล้อย่างน่ากลัว. เรือ บิสมาร์คเริ่มยิง. การเล็งแม่นยำมาก และการตอบโต้ก็ฉับพลัน เพราะได้ต่อสู้ปัดป้องการโจมตีอย่างดุเดือดของเครื่องบินตอร์ปิโดแบบสอร์ดฟิช มาแล้วหลังจากที่เรือ ฮู้ด ถูกทำลายพินาศลง. เครื่องบิน สอร์ดฟิชมีความเร็วต่ำมากจนพลปืนของเยอรมันคาดคิดไม่ถูก เพราะไม่เชื่อว่าเครื่องบินรบจะมีความเร็วต่ำกว่าร้อยนอตได้. ดังนี้ แม้จะถูกจู่โจมหลังจากหลบเลี่ยงการล่าสังหารมานาน เรือ บิสมาร์คก็ยังเตรียมพร้อม. เครื่องบิน แคทะลีนา ก็นับว่าบินช้าเหมือนกัน จึงต้องสั่นสะเทือนจากแรงระเบิดและสะเก็ดระเบิด.

สมิธ กลับหลังหัน ๑๘๐ องศาหลบเข้าไปในเมฆ. สัญญาณที่เขาส่งอันทำให้เรือ บิสมาร์คชะตาขาด เข้าไปถึงศูนย์ปฏิบัติการราชการลับในลอนดอนภายในไม่กี่วินาที :

> เรือประจัญบานแล่นทิศ ๒๔๐ องศา ระยะห้าไมล์ ทิศเดินเรือ ๑๕๐ องศา พิกัดของข้าพเจ้า ๔๙ องศา ๓๓ ลิปดาเหนือ ๒๑ องศา ๔๗ ลิปดาตะวันตก. . . .

เครื่องบิน สอร์ดฟิช ที่รูปร่างเทอะทะท่าทางอุ้ยอ้ายสิบห้าลำเตรียมอาวุธและเติมเชื้อเพลิงบนเรือบรรทุกเครื่องบิน อาร์ค รอยัล. เมื่อเวลาอาหารกลางวันทั้งหมดก็ทะยานขึ้นจากลานบินที่โคลงเคลง และโซเซหายไปในฝนหนาเม็ดและเมฆหมอก. ฝูงบินนี้บินไปเป็นเวลาที่คาดว่าถูกต้อง และสัญญาณก็ปรากฏขึ้นบนจอเรดาร์ที่ยังไม่พัฒนา. หมู่แรกดิ่งลง และนักบินผรุสวาทเมื่อเห็นว่าตอร์ปิโดระเบิดขึ้นทันทีที่กระทบผิวน้ำ. หมู่ที่สองเข้าโจมตี. ตอร์ปิโดบางลูกใช้การได้. แต่นักบินต้องตระหนกตกใจเมื่อเห็นว่ากำลังโจมตีเรือที่เป็นฝ่ายตนเอง --- คือเรือลาดตระเวน เช็ฟฟิลด์ (Sheffield) ซึ่งเคราะห์ดีที่เห็นทันและสามารถหลบเลี่ยงตอร์ปิโดไปได้.

นักบินคนหนึ่งกล่าวภายหลังว่า : "การล่าสังหารเรือ บิสมาร์ค เต็มไปด้วยความหายนะ ความผิดความพลาดเป็นแถวทีเดียว. การที่เรือ เช็ฟฟิลด์ เกือบต้องพินาศไป แสดงถึงอันตรายของการเชื่อถือเรดาร์รุ่นแรก ๆ และได้เผยให้เห็นความบกพร่องของไกแม่เหล็กที่ใช้ในตอร์ปิโดบางลูก. กองเรือยุทธการได้ตั้งเข็มรุดไปทางทิศที่ผิดเป็นเวลานานจนกระทั่งเรือทุกลำนอกจากเรือ เช็ฟฟิลด์ และ เรือ คิง จอร์จ ที่ห้า เชื้อเพลิงหมดและหมดหนทางร่วมต่อสู้. ผมจำได้ว่าตอนนั้นผมเกิดนึกว่าที่ศูนย์รวมข่าวปฏิบัติการคงจะต้องทะเลาะวิวาทกันยกใหญ่."

อย่างไรก็ตามศูนย์ที่ลอนดอนนั้นกำลังมีงานล้นมือเกินกว่าที่จะทะเลาะกัน. เบล็ตชลี่ย์ ได้รายงานว่ามีการสื่อสารเพิ่มขึ้นอย่างกะทันหันและผิดปกติในข่ายกองทัพเรือเยอรมันของหน่วยตะวันตกในฝรั่งเศส. ข้อนี้ประกอบกับข่าวลับอื่น ๆ แสดงถึงแผนของเรือ บิสมาร์ค. เรือกำลังเข้าหาที่ปลอดภัยในฝรั่งเศส เพราะมีน้ำมันรั่วจากความเสียหายที่ไม่ได้ปรากฏมาก่อน. การสื่อสารทางวิทยุของเยอรมันเผยถึงการตระเตรียมการช่วยเหลือเรือ บิสมาร์ค โดยใช้กำลังทางอากาศและทางทะเลของเยอรมันตามชายฝั่งฝรั่งเศส.

หมู่เรือพิฆาตที่สี่ซึ่งกำลังคุ้มกันขบวนเรือลำเลียงพลของอังกฤษได้รับสัญญาณของ นายเรือตรี สมิธ ที่แจ้งที่อยู่ของเรือ บิสมาร์ค. เรือพิฆาต คอสแสค (Cossack) เมารี (Maori) ซูลู (Zulu) ซิกห์ (Sikh) และเรือพิฆาตโปแลนด์ พิโอรุน (Piorun) เบี่ยงออกจากเส้นทางไปดัก โดยแล่นเป็นหน้ากระดานฝ่าพายุทะเลบ้า. เรือ คิง จอร์จ ที่ห้า เหลืออยู่ลำเดียวจากกองเรือยุทธการที่ยังไล่หลังเรือ บิสมาร์ค ได้ แต่ก็ต้องแจ้งทางลอนดอนว่า หากไม่สามารถบังคับให้ข้าศึกลดความเร็วได้ก่อน

เที่ยงคืน ก็จะต้องผละออกจากการติดตามเพราะเชื้อเพลิงหมด.

เรือ อาร์ค รอยัล ส่งเครื่องบิน สอร์ดฟิช ออกไปอีกตอนค่ำ. เครื่องบินผ่านเรือ เช็ฟฟิลด์ ซึ่งตอนนี้อยู่หลังเรือ บิสมาร์ค สิบสองไมล์ และได้ให้ทิศทางของข้าศึกแก่นักบิน. ลมพายุและทัศนวิสัยเลวทำให้เครื่องบินทิ้งตอร์ปิโดปฏิบัติการเป็นหมู่ไม่ได้. เครื่องบินเหล่านี้ได้รับชื่อเล่นว่า "ถุงเชือก" เพราะดูเหมือนจะมีแต่เส้นเชือกที่มัดตัวยึดไว้ไม่ให้พัง. แต่ก็เป็นเครื่องบินที่แข็งแรงอย่างประหลาด. แต่ละเครื่องเข้าเผชิญเรือ บิสมาร์ค และโจมตีทีละลำตามลำดับด้วยความเร็วเก้าสิบไมล์กว่าๆ อย่างสง่าผ่าเผย. การต้องสู้ทวนลมประกอบกับความเร็วของเรือประจัญบานเยอรมัน ทำให้ความเร็วของเครื่องบินลดลงไปอีก จนทำให้ต้องอยู่ในรัศมีปืนอันน่าเกรงขามของ บิสมาร์ค เป็นระยะนาน. ตอร์ปิโดลูกหนึ่งทำให้หางเสือยักษ์สองใบของเรือติดขัด ทำให้ใบพัดและเครื่องประกอบหางเสือชำรุด. สามชั่วโมงก่อนเวลาที่ นายพลเรือเอก โทวี กำหนดไว้ เขาได้สิ่งที่ต้องการ ---คือการลดความเร็วของเรือ บิสมาร์ค. เมื่อพลบค่ำหมู่เรือพิฆาตที่สี่ก็พบเรือประจัญบานที่ชำรุดทุพพลภาพ. ในความมืดกลางทะเลบ้า เรือพิฆาตเข้าล้อมเรือยักษ์ใหญ่ที่จนมุม และค่อยๆ เข้าใกล้เพื่อยิงตอร์ปิโด. ตลอดคืนอันน่ากลัว เรือ บิสมาร์ค ถูกลมสลาตันจากทิศตะวันตกเฉียงเหนือโยนไปโยนมาและโคลงเคลงอย่างสิ้นฤทธิ์. ตอนเช้ามืดเรือ คิง จอร์จ ที่ห้า มาถึงสมรภูมิ. โทวี ได้ประสบด้วยตนเองอีกครั้งหนึ่ง ว่าเยอรมันยังสามารถสร้างเรือรบที่เกือบจะไม่มีทางทำลายด้วยปืนใหญ่. ปืนใหญ่ของ บิสมาร์ค เงียบลงทีละกระบอก แต่เรือก็ยังลอยลำอยู่. โทวี ร้อนใจอยากให้เสร็จเรื่องเร็วๆ จึงส่งวิทยุให้เรือรบใดที่ยังมีตอร์ปิโดเหลืออยู่เข้ามาใกล้เพื่อจมเรือประจัญบานให้เสร็จเรื่องเสร็จราว.

ภาระนี้ตกแก่เรืออีกลำที่ได้รับสัญญาณสั้นๆ ของ นายเรือตรี สมิธ. เรือลาดตระเวน ดอร์เซ็ตเชอร์ (Dorsetshire) กำลังคุ้มกันขบวนเรือจากแอฟริกาตะวันตกเมื่อได้รับรายงานการพบเรือ บิสมาร์ค จากเครื่องบิน แคทะลีนา. เรือ ดอร์เซ็ตเชอร์ มุ่งไปสู่พิกัดที่แจ้งมา ๖๐๐ ไมล์ทางทิศเหนือทันที เพราะแม้จะไม่มีเขียนไว้ในข้อบังคับ ก็เป็นสิทธิของผู้บังคับเรือรบที่จะ "มุ่งหน้าไปในทิศที่มีการปะทะ."

เช้าวันอังคารที่ ๒๗ เวลา ๐๘.๔๐ น. บิสมาร์ค คว่ำลงช้าๆ เพราะถูกเรือ ดอร์เซ็ตเชอร์ ยิงประหาร. จากจำนวนทหารเรือ ๒,๐๐๐ ของเรือประจัญบานยักษ์ ๑๐๗ คนรอดชีวิตมาได้. ในระยะเวลาแปดวันของการล่าสังหาร

จากทะเลบอลติก ไปสู่แดน อาร์คติก ลงมาถึงอ่าว บิสเคย์ ทหารเรือ ๔,๑๐๐ คนต้องจมน้ำตายไป.

ระหว่างเวลานั้น เชอร์ชิลล์ กำลังเตรียมให้สมาชิกสภาทำใจก่อนแจ้งข่าวว่าสถานการณ์การรบทั้งทางบกและทางทะเลทั่วไปทรุดหนักทุกแห่ง. ตอนเข้าสภาเขาได้รับข่าวเพียงว่าอาจสกัดเรือ บิสมาร์คได้. เขากำลังพูดว่า "คิดกันว่าคงจะไม่ช้ากว่าจะกำจัดเรือลำนี้ได้" ทันใดก็มีคนโบกกระดาษชิ้นหนึ่ง. ท่านนายกรัฐมนตรีหยุดพูดและนั่งลงอย่างอ่อนใจ. ท่าทางเขาหมดหวัง. กระดาษชิ้นนั้นถึงมือเขา. เขาลุกขึ้นใหม่และพูด : "ท่านประธานสภาได้โปรด. ข้าพเจ้าเพิ่งได้รับข่าวว่าเรือบิสมาร์ค จมแล้ว." มีเสียงถอนใจแผ่ไปในรัฐสภาเหมือนดังลมเย็นน่าชื่นใจ.

รูสเวลท์ ส่งสารแสดงความยินดีผ่าน บี.เอ็ส.ซี. จาก "อดีตนาวีบุรุษถึงอดีตนาวีบุรุษอีกคนหนึ่ง" แต่ก็เติมหมายเหตุแสดงความเสียใจว่าชัยชนะใหญ่หลวงนี้ได้มาในระหว่างที่อเมริกายังคงถูกตรึงเป็นทางการในท่าทีที่แม้จะสงบแต่เท่ากับไม่ยอมเข้าใจสภาพความเป็นจริง.

นายพลเรือเอก เรเดอร์ (Admiral Raeder) กล่าวว่าการต่อสู้ครั้งนี้ได้มี "ความสำคัญเป็นที่สุดในสงครามทางทะเล." นอกจากนั้นแล้วยังมีผลสำคัญที่สุดทางจิตวิทยาต่อท่าทีของประธานาธิบดี รูสเวลท์. เขากล่าวสุนทรพจน์ซึ่งดูจะเป็นการประกันว่าอเมริกาจะเริ่มปฏิบัติการเพื่อต่อต้านการกระทำใด ๆ ของเยอรมัน ที่จะตัดสายการลำเลียงในแอตแลนติกเหนือและประกาศ "ภาวะฉุกเฉินทั่วประเทศ." แต่เมื่อปฏิกิริยาของประชาชนแสดงให้เห็นว่าเขายังเสี่ยงต่อการล้ำหน้าความรู้สึกของประชาชน รูสเวลท์ จึงเปลี่ยนท่าทีเป็นการสนับสนุนอังกฤษอย่างลับ ๆ โดยผ่าน บี.เอ็ส.ซี. . . ชาวอเมริกันเริ่มหลั่งไหลเข้าอังกฤษเป็นการเสริมกำลังในรูป "ที่ปรึกษา" ซึ่งเป็นแกนของกองกำลังทหารที่จะตามมาภายหลัง.

ความลับของภารกิจและปฏิบัติการฉับพลันของ นายเรือตรี สมิธ ถูกฝังไว้ที่สำนักงานเอกสารราชการ (Public Record Office) ซึ่งเป็นที่เก็บรักษา "เอกสารทุกฉบับเกี่ยวกับการกระทำของรัฐบาลกลางและโรงศาลของอังกฤษและเวลส์" และเก็บไว้เป็นความลับเป็นเวลาสามสิบสองปี. เมื่อนักวิชาการได้รับอนุญาตให้อ่านก็ได้พบร่องรอยของบทบาทของ สมิธ ในบันทึกซึ่งเขียนไว้อย่างเรียบ ๆ ตามระเบียบ. มีกล่าวถึงวาระสำคัญที่ค้นพบ บิสมาร์ค ครั้งที่สอง และถึงความกล้าหาญของ

เจ้าหน้าที่ประจำเครื่องบิน พี.บี.วาย. ของอเมริกัน. นักประวัติศาสตร์ของทางราชการไม่ทราบเลยถึงข้อตกลงลับซึ่งให้ทหารของกองทัพสหรัฐปฏิบัติการร่วมกับอังกฤษได้. โดยให้เดินทางนอกประเทศด้วยงบประมาณของรัฐบาลสหรัฐไปร่วมกับหน่วยของอังกฤษได้. นักประวัติศาสตร์ผู้นั้นเขียนข้อสังเกตสั้นๆ ว่า : "ผมไม่ค่อยเข้าใจนักว่าทำไมจึงมีนายทหารอเมริกันอยู่ในเครื่องบินลำนั้น. อย่างไรก็ตาม ผมขอเสนอว่าจะเป็นการเหมาะสมหากทางกระทรวงทหารเรืออังกฤษรับรู้ว่านายทหารเหล่านี้มีความดีความชอบ."

แต่นายเรือตรี สมิธ ตลอดจนชาวอเมริกันอื่นๆ ที่ได้รับมอบหมายให้ไปร่วมงานกับทหารอังกฤษไม่ได้รับความดีความชอบแต่ประการใด ด้วยเหตุผลว่า ถ้าพูดตามหลักแล้วพวกเขาได้ฝ่าฝืนกฎหมาย โดยประธานาธิบดีของตนได้ให้ความช่วยเหลือและเห็นชอบ. แซมยวล เอเลียต มอริสัน (Samuel Eliot Morison) นักประวัติศาสตร์ของกองทัพเรืออเมริกันได้มีข้อสังเกตว่าทหารเรือสหรัฐที่เข้าปฏิบัติการ "แบบคาบเส้นสงคราม" ต้องทนต่อความเคร่งเครียดกดดันมาก : "พวกนี้ถูกห้ามไม่ให้ปริปากเรื่องที่ได้ประสบ. . . . ที่ขวัญดีตลอดระยะเวลาของการต่อสู้อย่างดุเดือดที่ยังไม่ถือว่าเป็นสงครามแสดงถึงความเฉลียวฉลาด วินัย และความเข้มแข็งกล้าหาญของรัฐนาวีสหรัฐ."

สตีเฟนสัน ระลึกว่าไม่นานก่อน เอ็ฟ.ดี.อาร์. ตัดสินใจที่จะให้การสนับสนุนทางกองทัพเรือแก่พวกอังกฤษมากที่สุดเท่าที่จะให้ได้โดยไม่เลยขอบเขต เขาได้ถามหาเอกสารเก่าคร่ำคร่าเรื่องการที่เรือโดยสาร ลูซิเตเนีย (Lusitania) ถูกตอร์ปิโดจมเมื่อเดือนพฤษภาคม ๑๙๑๕. เหตุการณ์ครั้งนั้นเป็นปัจจัยสำคัญที่ทำให้สหรัฐเข้าร่วมในสงครามโลกครั้งที่หนึ่ง.

มีปัญหาเรื้อรังอยู่ว่า เชอร์ชิลล์ ผู้ก็เป็นรัฐมนตรีทบวงทหารเรือในสมัยนั้นจะได้ฉวยโอกาสในสถานการณ์หรือไม่ โดยทำให้ดูเสมือนว่าพวกเยอรมันได้เข้าโจมตีเรือโดยสารของประเทศเป็นกลางอย่างเลือดเย็น. เป็นที่สงสัยกันว่าเรือลูซิเตเนีย นั้นบรรทุกอาวุธและกระสุนมาด้วย.

ต้นฉบับของเอกสารแสดงบัญชีสินค้าจมหายไปพร้อมกับเรือ. แต่วุดโรว์ วิลสัน สามารถหาสำเนามาได้และผนึกไว้ในซอง เขาจ่าหน้าว่า "ไม่ให้ใครเปิดนอกจากประธานาธิบดีแห่งสหรัฐเท่านั้น." เอกสารเหล่านี้แสดงว่านอกจากสินค้าธรรมดา ก็มีกระสุนปืนสองร้อยตันเพิ่มเติมมาด้วย อันพอทำให้เป็นเป้าที่เรือดำน้ำ

ข้าศึกจะโจมตีได้โดยชอบ. เอกสารบัญชีสินค้าที่ยังถกเถียงกันอยู่นี้เก็บไว้กับเอกสารส่วนตัวของรูสเวลท์. หากเอกสารนั้นเป็นสำเนาที่ถูกต้องของบัญชีสินค้าจริง เรื่องการจมเรือ ลูซิเตเนีย ที่ทางการแถลงก็ต้องบกพร่อง เพราะไม่ได้กล่าวถึงการใช้เรือลำนี้เป็นเรือบรรทุกยุทโธปกรณ์. ยิ่งกว่านี้ เชอร์ชิลล์ ยังได้สั่งให้ทบวงทหารเรืออังกฤษแนะให้เรืออังกฤษลบชื่อเมืองท่าที่เรือจดทะเบียน. เจ้าของเรือ ลูซิเตเนีย ยังได้บังอาจชักธงอเมริกัน อันเป็นการลวงว่าเป็นกลาง. การปกปิดเอกสารแสดงบัญชีสินค้าฉบับจริงดูเหมือนจะเป็นการพยายามลดการขัดขวางของพวกอเมริกัน ที่ไม่ปรารถนาให้การจมเรือกลายเป็นข้ออ้างสำหรับประกาศเข้าสงคราม.

ความจริงในเรื่องเรือ ลูซิเตเนีย จะเป็นอย่างไรก็ตาม แต่วิธีการต่อต้านการคุกคามจากเรือดำน้ำเยอรมันของ เชอร์ชิลล์ ไม่เคยเป็นที่น่าเคลือบแคลงสงสัยเลย. ในหนังสือ "วิกฤตการณ์ของโลก" (The World Crisis) เขาเขียนไว้ว่าในศึกเรือดำน้ำระหว่างปี ๑๙๑๔ ถึง ๑๙๑๘ เยอรมันเสี่ยงมากต่อการไปพัวพันกับมหาอำนาจอื่น ๆ เพราะเรือดำน้ำเยอรมันอาศัยการโจมตีจากใต้น้ำมากขึ้นทุกทีอันเป็นการเสี่ยงต่อการจมเรือที่เป็นกลาง และทำให้กะลาสีที่เป็นกลางจมน้ำตาย. เห็นได้แจ่มชัดว่า เชอร์ชิลล์ มีความคิดว่าเยอรมันย่อมต้องได้รับผลร้ายจากการกระทำที่เสี่ยงเช่นนี้.

ส่วนรูสเวลท์ เล่า มีความคิดอย่างไรในเรื่องทั้งหมดนี้ ขณะที่เขาตรวจเรื่องราวการจมเรือ ลูซิเตเนีย เมื่อยี่สิบหกปีก่อนนั้น. เขามีดำริในใจอย่างไรบ้าง. สตีเฟนสันกล่าวว่า : "เราจะไม่มีวันทราบ. เรือ บิสมาร์ค ทำให้เรื่องอื่น ๆ ทั้งสิ้นเป็นเรื่องเล็กไปหมด. และเอกสารเรื่องเรือ ลูซิเตเนีย ก็ถูกเก็บกลับเข้าลิ้นชักอีกครั้งหนึ่ง. แต่ชั่วขณะหนึ่งท่านประธานาธิบดีก็ได้เห็นสิ่งที่ทำให้ประธานาธิบดีอีกท่านหนึ่งตัดสินใจเมื่อครั้งกระโน้น. เอกสารเก่า ๆ เหล่านี้เป็นสิ่งเชื่อมโยงสงครามโลกทั้งสองครั้ง."

จุดจบของเรือ บิสมาร์ค เป็นจุดเริ่มต้นของการช่วยเหลือร่วมมือที่ใกล้ชิดขึ้นทางด้านสืบราชการลับทางวิทยุของสหรัฐในปฏิบัติการสงครามของอังกฤษ. คนเดินดินแถบถนน ฟิฟธ์ แอเวนู ในนิวยอร์ค ผู้อ่านเรื่องยุทธการทางทะเลอันยิ่งใหญ่ในหนังสือพิมพ์เช้าวันนั้น ไม่รู้ตัวว่าที่จริงแล้วพวกเขาอยู่ใกล้ส่วนที่สำคัญยิ่งของการต่อสู้. แถวนั้นมีแผนกศูนย์สื่อสารของ บี.เอ็ส.ซี. ซึ่งรวบรวมวัตถุดิบจากสถานีเฝ้าฟังของหน่วยยามฝั่ง (U.S. Coast Guard) และรัฐนาวีสหรัฐ โดย

ผ่านทาง เอ็ฟ.บี.ไอ. แล้วส่งต่อไปที่บริการวิทยุรักษาความปลอดภัยในประเทศอังกฤษ. เห็นได้ชัดว่าความร่วมมืออย่างคร่าว ๆ นี้ยังไม่มีประสิทธิภาพเพียงพอ. ในการติดตามค้นหาและการทำลายเรือรบเยอรมันนั้นมีข้อผิดพลาดและการวินิจฉัยผิดมากมาย แต่ก็ได้แสดงว่าการวิเคราะห์อย่างมีระบบของการสื่อสาร ซึ่งได้มาจากสถานีเฝ้าฟังสหรัฐและอังกฤษที่กระจายออกทั่วโลกนั้น มีเค้าว่าจะไปได้ไกล. “การวิเคราะห์การสื่อสาร” (“Traffic analysis”) กลายมาเป็นภาระทางประสานงานสำคัญส่วนหนึ่งของ บี.เอ็ส.ซี. นักประวัติศาสตร์ของสำนักงานบันทึกไว้ว่า : “การถอดรหัสข่าวลับมิได้เป็นหนทางเดียวที่จะล้วงความลับในใจของข้าศึก. . . . ข่าวลับจะได้มาจากลักษณะภายนอกอันเปิดเผยของการส่งข่าวโดยการใช้ “การวิเคราะห์การสื่อสาร.”

การล่าสังหารเรือ บิสมาร์ค ทำให้ผู้ใหญ่ในกองทัพเรือสหรัฐทราบว่าฝ่ายอังกฤษยังมีความคิดพลิกแพลง ถึงแม้จะขาดเวลาและอุปกรณ์. นายทหารเรือสหรัฐเห็นประจักษ์ว่าสงครามทางทะเลเปลี่ยนโฉมหน้าได้ โดยอาศัยความสามารถของเจ้าหน้าที่วิเคราะห์การสื่อสาร แม้ว่าพวกนี้จะต้องใช้ข้อมูลมากมายเป็นก่ายเป็นกอง. โดยที่ทางกองทัพเรือสหรัฐเฝ้ามองการคุกคามของแสนยานุภาพญี่ปุ่นอยู่ จึงรู้สึกว่าข้อมูลใด ๆ ที่จะได้จากสถานีเฝ้าฟังอังกฤษ ซึ่งแผ่กระจายอยู่รอบมหาสมุทรแปซิฟิกนั้นจะคุ้มค่ามาก. โดยที่สถานีเฝ้าฟังในแคนาดาสามารถรวบรวมสัญญาณลับใส่รหัสของญี่ปุ่นไว้ได้เป็นจำนวนมาก ทางวอชิงตันจึงเห็นว่าสมเหตุสมผลที่จะให้กองทัพเรือช่วยเสริมสร้างกองทัพเรือแคนาดาเพื่อแลกเปลี่ยนกับข่าวสาร.

ผู้บังคับการเรือดำน้ำเยอรมันทั้งหลายงงงวยที่การลาดตระเวนของกองทัพเรือแคนาดาเพื่อสกัดเรือดำน้ำในแถบอ่าว เซนต์ ลอเรนศ์ (Gulf of St. Lawrence) ซึ่งเป็นจุดยุทธศาสตร์ เริ่มขยายตัวอย่างกะทันหัน. ตามความจริงกองทัพเรือนั้นเป็นกองทัพเรือจำเป็นที่ประกอบด้วยเรือยนต์ขนาดใหญ่ที่ออกทะเลได้ ซึ่งพลเรือนชาวแคนาดาซื้อมาจากสหรัฐ. เรือ ย็อช์ต (yacht) ของพวกนี้ได้ถูกเกณฑ์มาใช้ในราชการ. การหลบเลี่ยงกฎหมายสหรัฐเกี่ยวกับการขายอาวุธยุทโธปกรณ์แก่ประเทศที่กำลังทำสงคราม จึงกระทำด้วยวิธีนี้ตอนระยะต้นของสงคราม และก็ได้ใช้วิธีที่สะดวกนี้ต่อไปอีกเพื่อส่งมอบยุทโธปกรณ์จากสหรัฐแก่กองกำลังแคนาดาและอังกฤษ. ฝ่ายเยอรมันไม่มีทางทราบแน่ว่าการป้องกันชายฝั่งของทวีปอเมริกาเหนือจะแข็งแกร่งเพียงใด. แม้เมื่อเรือดำน้ำเยอรมันลำหนึ่งใช้ตอร์ปิโดจมเรือรบแคนาดาชื่อ แรคคูน (Raccoon) ซึ่งป้องกันอ่าว ฝ่ายเยอรมันก็ไม่ทราบเลยว่าที่

จริงเรือลำนั้นเป็นเรือ ย็อช์ต อเมริกันหรูหราที่ได้ดัดแปลงเป็นเรือรบ.

บางครั้ง "เจ้าของเรือ" ใหม่ชาวแคนาดาเองก็ฉงนสนเท่ห์. พวกนี้ได้มีโอกาสใช้เรือจากสหรัฐชั่วระยะเวลาหนึ่ง "เพื่อให้เป็นไปตามศิลปะของความสมจริง" ก่อนถูกดัดแปลงเพื่อติดอาวุธ. มีเรื่องเล่ากันว่าชาวแคนาดาหน้าแดงคนหนึ่ง ที่ออกแล่นทดลองเรืออย่างบ้าเห่อ ต้องโวยวายร้องทุกข์ว่า : "อ้ายกัปตันเรือห่าของพ้มมันเตะพ้มลงจากหอบังคับการของพ้มเอง." ได้มีการซื้อขายเรืออเมริกันดังนี้สิบสามลำก่อนที่ราชการสหรัฐจะเข้าขัดขวาง.

เรือ ย็อช์ต ลำที่สิบสี่ซื้อขายผ่านประธานาธิบดี รูสเวลท์ สนองคำร้องขอของ ฮิวก์ คีนลิไซด์ (Hugh Keenlyside) ผู้เป็นผู้แทนฝ่ายแคนาดาคนหนึ่งในกรรมการถาวรร่วมเพื่อการป้องกันระหว่างแคนาดากับสหรัฐ.

หน่วยของนายอินทร์ได้พบแผนการของเยอรมัน เพื่อใช้เกาะของฝรั่งเศสสองเกาะที่อยู่ใกล้ฝั่งแคนาดา และเพื่อเข้ายึดฐานทัพในอ่าว เซนต์ ลอเรนศ์. ทางการราชนาวีแคนาดามีเรือรบที่ใช้ได้เพียงสิบลำ. กองทัพเรือเพิ่มกำลังขึ้นกว่าเท่าตัวในทันที. ได้เอาอุปกรณ์หรูหราฟุ่มเฟือยออกจากเรือใหม่ เพื่อนำอุปกรณ์ค้นหาจับเรือดำน้ำและอุปกรณ์สื่อสารมาติดตั้งสำหรับติดต่อเรือรบ "จริงๆ" เมื่อค้นพบเรือดำน้ำได้. เรือ ย็อช์ต อเมริกันเหล่านี้บางลำแต่เดิมไม่มีเค้าจะเหมาะสำหรับกิจสงคราม. ลำหนึ่งมีเตียงนอนรูปกลมขนาดแปดฟุต ซึ่งเมื่อรื้อออกแล้วก็เป็นที่ที่เหมาะสมสำหรับติดตั้งเครื่องจับทิศวิทยุ. มีชาวแคนาดาในเครื่องแต่งกายพลเรือนไปตรวจตราเรือ ย็อช์ต ขนาดเดินทะเล โดยอ้างว่าเป็นนักธุรกิจร่ำรวยไปเที่ยวตามท่าเทียบเรือส่วนตัว. --- "การปลอมตัวแบบนักสืบราชการลับ" ทำนองนี้ทำให้พวกนายทหารเรือแคนาดาที่โผงผางตรงไปตรงมา ต้องเอะอะเอ็ดตะโรไม่ใช่น้อย. แต่ก็ได้ผล : ก่อนสงครามยุติลงปรากฏว่ากองทัพเรือแคนาดาใหญ่ขึ้นมาเป็นที่สามในโลก. กองทัพเรือใหญ่อย่างนี้ ซึ่งอยู่ในมือของเพื่อนบ้านที่เป็นมิตรนับเป็นประโยชน์สำหรับสหรัฐ. หลักการแลกเปลี่ยนในแบบนี้เป็นที่เข้าใจดีสำหรับทั้งสองฝ่าย.

ส่วนที่ต้องใช้ความประณีตที่สุดในการร่วมมือคือการสืบราชการลับทางวิทยุ เพราะจำเป็นที่จะเผยให้แต่ละฝ่ายทราบถึงกลไกในการเฝ้าฟังข่าววิทยุที่เข้ารหัสของประเทศอื่นๆ อันเป็นปฏิบัติการที่ไม่มีใครประสงค์ที่จะยอมรับว่ากระทำ. ในระหว่างที่พวกแคนาดากำลังเสริมสร้างกองทัพเรือฉุกเฉินของตน ก็ได้เสนอข่าวที่ตน

สามารถดักฟังจากการสื่อสารของญี่ปุ่น โดยผ่านไปทางหน่วยสื่อสารลับของ บี.เอ็ส.ซี. . . หน่วยที่ชำนาญในการรีดข่าวจากอากาศที่มาจากแดนไกลจาก ออสเตรเลีย (Australia) นิวกีนี (New Guinea) และสิงคโปร์ (Singapore) ส่งข้อมูลที่ได้มาไปลอนดอนและมีสำเนาให้วอชิงตันด้วย.

ตั้งแต่ต้น สตีเฟนสัน ได้เคยถามพวกอเมริกันว่าจะยอมหรือไม่ ที่จะให้สถานีหาทิศคลื่นวิทยุความถี่สูงตามชายฝั่งตะวันออกมาร่วมมือกับพวกของตนในการหาที่อยู่ของเรือดำน้ำข้าศึก. นักประวัติศาสตร์สงครามทางทะเลได้บรรยายว่า ศึกแห่งแอตแลนติกระหว่างฝ่ายสัมพันธมิตรกับฝ่ายอักษะเป็นการต่อสู้ทาง "การสืบราชการลับทางวิทยุ" เป็นสำคัญ. ศึกนั้นเป็นการต่อสู้ที่ไม่มีสิ้นสุด ไม่มีการชนะการแพ้อย่างเด็ดขาด มีระยะวิกฤตเป็นช่วง ๆ และดำเนินไปอย่างลึกลับน่ากลัว.

ได้มีการสนับสนุนผู้บังคับการเรือดำน้ำเยอรมัน ที่อยู่ในบังคับบัญชาทางยุทธวิธีโดยตรงของ นายพลเรือเอก คาร์ล เดอนิตซ์ (Admiral Karl Doenitz) ให้ส่งข้อมูลเป็นจำนวนมากเข้ากองบัญชาการ. การพูดมากทางวิทยุทำให้เป็นเหยื่อที่จับง่ายสำหรับเครื่องหาทิศวิทยุซึ่งทำงานด้วยหลักง่าย ๆ. สายอากาศบังคับทิศทางที่หมุนไปทางทิศที่สัญญาณแรงที่สุด เป็นเสมือนนิ้วชี้ตัวการ. เครื่องหาทิศสองชุดที่อยู่ห่างกันและชี้ถึงสถานีส่งอันเดียวกัน ทำให้ทราบพิกัดที่อยู่ได้ ที่ที่ทั้งสองเส้นตัดกันเป็นที่อยู่ของสถานีส่ง. การติดตามแกะรอยเรือดำน้ำเยอรมันที่ช่างพูดไม่เป็นของยากแต่การติดตามสกัดจับให้ทันการนั้นเป็นอีกเรื่องหนึ่ง. ต้องส่งพิกัดที่หาได้ไปให้พวกล่าสังหารเรือดำน้ำเยอรมันโดยด่วนที่สุด ยิ่งเร็วเท่าไรยิ่งดีเท่านั้น.

ในระยะที่เยอรมันสามารถดำเนินศึกเรือดำน้ำได้ผลดีเป็นพิเศษครั้งหนึ่งในฤดูใบไม้ร่วงปี ๑๙๔๐ ทางสหรัฐมีสถานีดักฟังที่มีอุปกรณ์ค้นหาจับเรือดำน้ำเรียงรายอยู่บนฝั่งเป็นครึ่งวงกลม. ข่ายที่มีชื่อว่า ฮัฟดัฟ (Huffduff) นี้ (เอ็ช./เอ็ฟ. ดี./เอ็ฟ. ย่อจาก ไฮ-ฟรีเควนซี ไดเร็กชั่น-ไฟนดิง- H/F D/H high-frequency direction-finding) รายงานผลไปที่ศูนย์ควบคุมในรัฐ แมรีแลนด์ ซึ่งส่งข้อมูลต่อไปให้กองบัญชาการสืบราชการลับทางการสื่อสารของกองทัพเรือสหรัฐในวอชิงตัน. เจ้าหน้าที่ศูนย์ซึ่งตั้งอยู่ที่บ้านเลขที่ ๓๘๐๑ เนบราสกา แอเวนู นอร์ธเวสต์ (3801 Nebraska Avenue, Northwest) รับทราบว่าขบวนเรือของอังกฤษแต่ละขบวนประสบความเสียหายหนักเพียงใด โดยเฝ้าฟังการติดต่อสื่อสารทางวิทยุที่เข้ามาไม่ขาดสาย แต่ก็ทราบเหมือนกันว่าฝ่ายอังกฤษได้นำสิ่งที่ได้คิดขึ้นใหม่มาใช้ --- คือ

ระบบ ฮัฟดัฟ ติดในเรือซึ่งทำให้เรือคุ้มกันสามารถจับที่อยู่ของเรือดำน้ำเยอรมันในที่เกิดเหตุได้. คณะนักวิทยาศาสตร์อังกฤษที่มาเยือนวอชิงตันก่อนหน้านี้ ได้เผยรายละเอียดเกี่ยวกับ แควิตี แมกนิตรอน ซึ่งมาทำให้เครื่องเรดาร์ที่ติดเรือมีประสิทธิภาพสูงขึ้น. ตอนนี้ฝ่ายอเมริกันจึงเร่งเร้าให้พัฒนาระบบ ฮัฟดัฟ ให้มีประสิทธิภาพสูงขึ้น และปรารถนาที่จะให้เรือคุ้มกันมีระบบสื่อสารดีขึ้น ทั้งนี้เป็นสิ่งจำเป็นสำหรับการประสานงานเป็นปึกแผ่น ซึ่งเป็นทางเดียวที่จะทำให้ได้รับชัยชนะเหนือหมู่เรือดำน้ำเยอรมัน.

และดังนี้สหรัฐจึงเข้าพัวพันกับสงครามในอีกวงงานหนึ่งโดยไม่มีใครทันสังเกต. การสืบราชการลับทางวิทยุเป็นงานที่มีบทบาทมากกว่าสิ่งใดอื่นในการแหกออกจากบ่วงเรือดำน้ำเยอรมัน. สถานี ฮัฟดัฟ ของอังกฤษทำงานร่วมกับเรือ เครื่องบิน และสถานีตามชายฝั่งของอเมริกันอย่างใกล้ชิด รวมทั้งกับเรือรบอังกฤษเอง. ยกตัวอย่าง เมื่อเรือดำน้ำเยอรมัน อู-๑๕๘ (U-158) เกิดคุยเล่นกับศูนย์ควบคุมเยอรมันของตน เพราะ "ไม่มีอะไรอื่นจะรายงาน." สถานี ฮัฟดัฟ บนเกาะในทะเลแคริบเบียน ที่อังกฤษตั้งอยู่ และนักดักฟังฝ่ายอเมริกันที่ จอร์จเทาว์น (Georgetown) สามารถหาพิกัดได้ และส่งข้อมูลไปให้เครื่องบินปราบเรือดำน้ำของกองทัพเรืออเมริกัน แบบ วี.พี.-๗๔ (VP-74) ซึ่งกำลังบินอยู่ในบริเวณใกล้เคียง. ภายในไม่กี่นาทีหลังจากการคุยเล่นเรื่อยเปื่อยของ อู-๑๕๘ เรือดำน้ำลำนั้นก็ถูกโจมตีเมื่อโผล่ขึ้นมาบนผิวน้ำ และถูกทำลายพินาศลงทางทิศตะวันตกของเบอร์มิวดา.

ถึงกลางปี ๑๙๔๑ ชาวอเมริกันที่มีหน้าที่รับผิดชอบในการป้องกันประเทศบ่นพึมในวอชิงตัน ห่วงว่าพวกอังกฤษเสี่ยงอย่างไม่มีเหตุผลเพียงพอในการเข้าต่อกรกับข้าศึกทุกแห่งหนที่ประจัญหน้ากัน. แฮรี ฮ็อปกินส์ บอก เชอร์ชิลล์ ว่า : "เราเชื่อว่าจักรวรรดิอังกฤษยอมเสียมากไปในการพยายามรักษาที่ตั้งซึ่งไม่มีทางป้องกันได้ในตะวันออกกลาง. ฝ่ายเยอรมันจะยึด จิบรอลตาร์ (Gibraltar) เมื่อใดก็ได้ และปิดกั้นทะเลเมดิเตอร์เรเนียนตะวันตกเสีย. หรือไม่ก็อาจปิดคลอง ซุเอซ (Suez Canal) ได้. ทั้งอาจเอาชนะกองทัพอังกฤษในตะวันออกกลาง. ฝ่ายเสนาธิการของเราเชื่อว่าความเป็นความตายอยู่ที่ศึก แอตแลนติก. . . ."

ปฏิกิริยาโต้ตอบของ เชอร์ชิลล์ ปรากฏอยู่ในเอกสารของ บี.เอ็ส.ซี. ดังนี้ : "ท่านนายกรัฐมนตรีรู้สึกว่ายังเข้าใจกันไม่ดีพอในเจตนาที่ทางอังกฤษมีในการที่ต้องต่อสู้ในตะวันออกกลาง และต้องไปช่วยเหลือประเทศกรีซตามข้อผูกพันต่อ

พันธมิตรและผู้อยู่ในความรับผิดชอบ. การผันทหารและยุทโธปกรณ์จำนวนมากไปสู่ตะวันออกกลาง ในเมื่อกำลังทั้งหมดอาจมีความจำเป็นเพื่อป้องกันเกาะอังกฤษในขั้นวิกฤตนั้น เป็นการตัดสินใจที่เป็นไปตามโบราณประเพณี (ที่อังกฤษถือว่าจำต้องช่วยพันธมิตร). ในระยะเวลาแปดเดือนที่ผ่านมา อังกฤษได้ส่งเกือบครึ่งหนึ่งของยุทโธปกรณ์ที่ผลิตได้ไปตะวันออกกลาง ตามนโยบายที่ได้คิดตรองอย่างรอบคอบ. จะเป็นการน่าเสียดายหากประชาชนอังกฤษถูกชักจูงให้เข้าใจว่าทางสหรัฐเป็นห่วงในการรักษาหมู่เกาะอังกฤษ ด้วยจุดประสงค์ที่จะใช้เป็นฐานเพื่อรุกเยอรมันในกรณีที่จะเข้ามาร่วมสงครามมากกว่าการช่วยเหลือประเทศที่กำลังสู้รบอยู่แล้วเพื่อทำลายอำนาจกดขี่ของพวกนาซี.” ในที่สุด เชอร์ชิลล์ ได้แนะว่าหากสหรัฐจะเข้าร่วมสงคราม “แอฟริกาเหนือและตะวันตกควรจะเป็นภูมิภาคที่เหมาะที่สุดสำหรับปฏิบัติการทางทหารของอเมริกันในอนาคต.” คำกล่าวของท่านรัฐมนตรีนี้เป็นการทำนายถึงปฏิบัติการ “ท้อร์ช” (Torch) ซึ่งเป็นปฏิบัติการร่วมทางสืบราชการลับและทางทหารครั้งแรกระหว่างอังกฤษกับอเมริกัน และเอกสารของบี.เอ็ส.ซี. บันทึกภายหลังว่าได้เป็นแสงสว่างแรกที่ปลายอุโมงค์อันมืดมัว : “เมื่อเราสามารถเริ่มรุกหลังจากได้ตั้งรับมานาน หมายความว่าเราเริ่มได้รับการร่วมมืออย่างเต็มที่ของอเมริกันในปฏิบัติการลับเพื่อเข้าโจมตีฝ่ายศัตรู.”

บทที่ ๒๙

ก่อนศึกล่าสังหารเรือ บิสมาร์ค สตีเฟนสัน ได้โทรเลขถึง เชอร์ชิลล์ ว่า : ผมได้พยายามยักย้ายหาลู่ทางให้ โดโนแวน เข้ารับตำแหน่งผู้ประสานงานการราชการลับทุกหน่วยของสหรัฐ.

ไม่กี่วันหลังจาก บิสมาร์ค ถูกทำลาย เขาส่งสารดังนี้ :

โดโนแวน พบท่านประธานาธิบดีวันนี้ และหลังจากปรึกษาหารือเป็นเวลานาน ตกลงกันในทุกข้อ แล้วยอมรับตำแหน่งผู้ประสานงานการสืบราชการลับทุกด้าน รวมทั้งด้านปฏิบัติการเชิงรุก. . . เขาจะได้รับยศ นายพลตรี และขึ้นตรงต่อประธานาธิบดี ขอย้ำ เฉพาะประธานาธิบดีเท่านั้น. . . โดโนแวน หาว่าผมวิ่งเต้นและใช้อุบายบังคับให้เขาต้องรับตำแหน่ง. . . คุณคงทราบดีว่าผมโล่งใจเพียงใดว่าคนของเราเข้าที่แล้ว หลังจากได้ต่อสู้และวิ่งเต้นเป็นแรมเดือนในวอชิงตัน.

หลังจากต้องเลื่อนกำหนดมา ตอนนี้ ฮิตเลอร์ พร้อมแล้วที่จะเข้าบุกรัสเซีย --- และขั้นต่อไปของการร่วมมืออย่างไม่เป็นทางการระหว่าง โดโนแวน กับ นายอินทร์ก็พร้อมเช่นกัน. แผนการคือใช้ประโยชน์จากการรู้ล่วงหน้าถึงความตั้งใจของเยอรมัน. การนี้ขัดกับเจตนาของ ฮูเวอร์ ที่ต้องการโฆษณาตัวเอง.

พวกอังกฤษได้เรียนรู้ว่าการเก็บข่าวลับที่ได้มาไว้เงียบ ๆ ได้ผลมาก --- ยิ่งกว่านี้ การไม่ใช้ข่าวทันทีก็ยิ่งดี. ผู้เชี่ยวชาญการเล่นตลกแสนกลที่เพิ่งเข้ามารับงานที่กองบัญชาการของนายอินทร์ ในนิวยอร์ค คือ นายนาวาตรี อีเว็น มอนตะกิว* (Lieutenant-Commander Ewen Montagu) เป็นทนายความหนุ่มที่

---

*ต่อมา มอนตะกิว ได้รับตำแหน่งในกรมพระธรรมนูญกองทัพเรือ แต่เขาได้มีชื่อเสียงหลังสงคราม เพราะเป็นผู้คิดแผนที่จะให้ศพลอยน้ำไปตกในมือของเยอรมัน พร้อมด้วยแผนหลอกลวงในการบุกเกาะซาร์ดิเนีย (Sardinia) --ซึ่งเป็นกลลวงปกปิดแผนบุกเกาะ ซิซิลี (Sicily) ซึ่งได้ปฏิบัติจริง -- อันบรรยายไว้ในหนังสือชื่อ "เธอ แมน ฮู เนเวอร์ วอส" (The Man Who Never Was.-- บุรุษที่ไม่มีตัวจริง).

ปราดเปรื่อง ผู้ทราบดีว่าในการลวงข้าศึกจะต้องใช้ข่ายการสืบราชการลับของเยอรมันเองให้เป็นประโยชน์ดีกว่าทำลายให้พังพินาศไป. ฮูเวอร์ ชอบทำลายข่ายนั้นๆ และอวดให้โลกทราบ. มอนตะกิว กล่าวภายหลังว่า : "ฮูเวอร์ต้องการโฆษณาทุกอย่างเพื่อให้ เอ็ฟ.บี.ไอ. มีชื่อเสียง. พวกเราไม่กล้าเผยแผนบางอย่างให้เขาทราบ เพราะเกรงว่าข่าวจะรั่ว. วิธีการของเราต้องพึ่งการซ่อนเร้น. ข้อนี้ทำให้ฮูเวอร์ยิ่งไม่ไว้ใจเรา. สมัยอับแสงระแวงสงสัยได้เริ่มต้นขึ้น. . . ."

มอนตะกิว ไม่มีทางทราบว่าตัวการจริงที่มุ่งวางยาพิษในการร่วมมือทางราชการลับระหว่างอังกฤษกับอเมริกันเป็นสายที่ทำงานให้สหภาพโซเวียต. แต่อย่างไรก็ตาม สตาลิน ผู้เกรงกลัวความร่วมมือนี้ กลับเป็นผู้รับผลดีจากการร่วมมือดังกล่าวเป็นพิเศษ.

ในวันอาทิตย์ที่ ๑ มิถุนายน ๑๙๔๑ สตีเฟนสัน เข้าไปห้องเลขที่ ๓๕๕๓ ซึ่งเป็นห้องทำงานของเขาที่ ๖๓๐ ฟิฟธ์ แอเวนู. ถึงวาระนี้ หน่วยของเขาขยายตัวจนใช้ที่ถึงสองชั้นในศูนย์ ร็อกกิเฟลเลอร์. ลูกน้องของเขาเคยชินแล้วกับการที่เขาดูจะอยู่ทุกหนทุกแห่งพร้อมๆ กัน. คราวนี้เขาผ่านเข้าห้องทำงานและทะลุตรงออกไปทางประตูหลังซึ่งมีตู้หนังสือบังไว้. เมื่อลงถึงถนน โดโนแวน มารับเขา. ทั้งสองคนนั่งรถยนต์ไปทางเหนือข้ามพรมแดนแคนาดาโดยไม่มีใครเห็น และในคืนนั้นเองทั้งสองเข้าไปขดอยู่ในป้อมปืนของเครื่องบินทิ้งระเบิดที่กำลังนำไปส่งที่สก๊อตแลนด์. เขาเดินทางช่วงสุดท้ายโดยรถไฟด่วนจาก กลาสโกว์ (Glasgow) ไปลอนดอน. รถไฟต้องหยุดหลายครั้งเพราะสัญญาณภัยทางอากาศ. ทั้งสองถึงนครหลวงที่มืดมิดโดยที่เสื้อผ้าอบอวลด้วยกลิ่นควันของรถจักร. ข่าวแรกที่ได้รับเมื่อถึงก็คือว่าเยอรมันประสบผลสำเร็จอย่างมากในการใช้กำลังทางอากาศเข้าทำการบุก. พวกเยอรมันยึดเกาะ ครีต (Crete) ในทะเล เมดิเตอร์เรเนียน ได้ หลังจากฝ่ายอังกฤษได้รับการสูญเสียอย่างหนักอีกครั้งหนึ่ง. ฮิตเลอร์ ประกาศว่าการยุทธนั้นพิสูจน์ว่า "ไม่มีเกาะใดที่ยึดไม่ได้" ซึ่งเป็นการกล่าวที่กรรมการสืบราชการลับร่วมตีความหมายว่าหมู่เกาะของตนเองจะต้องตระเตรียมรับการบุกโจมตีแบบใหม่ทางอากาศนี้.

แต่เรื่องราวที่ "อัลตร้า" สืบสาวมาได้เป็นคนละเรื่อง. ในวันศุกร์ ที่ ๖ มิถุนายน สตีเฟนสัน และ โดโนแวน นั่งรถไป โวเบิร์น แอ็บบีย์ (Woburn Abbey) ซึ่งอยู่ในที่ดินของท่าน ดยุ๊ก แห่ง เบ็ดฝอร์ด. เนินในชนบทอันน่าสบายนี้เป็นที่ที่

คู่รักหนุ่มสาวชอบมาเริงรมย์ เพราะมีทางเดินสาธารณะหลายสิบสายที่จะไม่มีใครไปกวนใจได้เป็นเวลาหลายชั่วโมง. ตอนนี้ในป่าดังกล่าวเต็มไปด้วยเจ้าหน้าที่รักษาความปลอดภัยที่แต่งกายเป็นผู้รักษาสัตว์ป่า. ทหารหน่วยจู่โจมที่แต่งตัวด้วยเสื้อหมีปุปะขี่จักรยานตามทางแคบ ๆ หรือไม่ก็ซ่อนอยู่หลังต้นโอ๊คเก่าแก่ ที่เรียงรายรอบนาข้าวสาลี ซึ่งแผ่ไปถึงประตูรั้วของ เบล็ตชลี่ย์ พาร์ค รวมทั้งบ้านต่าง ๆ ที่อยู่ข้างใน. มีบุคคลแปลกประหลาดพิลึกพิลั่นหลายคนที่ขี่จักรยานไป ๆ มา ๆ ระหว่างบ้านกับโบสถ์เก่าน่าเลื่อมใสนี้. โดโนแวน จำได้ว่าบางคนเป็นผู้เชี่ยวชาญสงครามจิตวิทยาอันเป็นสาขาใหม่ในปฏิบัติการสืบราชการลับเชิงรุก. โดยไม่ทราบถึงการดักฟังข่าวจากกองบัญชาการสูงสุดนาซี ซึ่งกระทำอย่างเป็นล่ำเป็นสัน พวกนี้รับข้อมูลที่ “อัลตร้า” ได้ตบแต่งแล้ว ไปปฏิบัติ “การโฆษณามืด” ทางวิทยุที่มีจุดประสงค์สำหรับทำให้ข้าศึกหลงทางหรือเสียขวัญ.

เรจินัลด์ ลีเปอร์ (Reginald Leeper) หัวหน้าสืบราชการลับฝ่ายการเมืองของอังกฤษ กล่าวต่อชุมนุมอันประหลาด ที่ประกอบด้วยบุคคลที่ดูท่าทางเป็นครูโรงเรียนที่หนีงานมาเล่นสนุก ว่า : “ท่านทั้งหลาย ผมได้รับอนุญาตจากท่านนายกรัฐมนตรีให้เผยความลับเรื่องหนึ่ง ซึ่งนาย เชอร์ชิลล์ และฝ่ายเสนาธิการทหารทราบมาเป็นเวลาหลายสัปดาห์แล้วแก่ท่าน. ท่านนายก ฯ ให้ผมบอกท่านทั้งหลาย --- เฉพาะท่านเท่านั้น --- เพื่อให้เราสามารถวางแผนให้สอดคล้องกันว่า ฮิตเลอร์ จะเข้าบุกโซเวียตรัสเซีย. เราคาดว่าการบุกจริงจะเริ่มประมาณกลางเดือนมิถุนายน คงจะเป็นในวันอาทิตย์ที่ยี่สิบสอง ซึ่งหมายความว่าจะเป็นสองสัปดาห์กับสองวันจากวันนี้. ท่านทั้งหลายอย่าจดสิ่งใดที่ผมจะบอก ทั้งอย่าเตรียมการอะไรใด ๆ จนถึงวันนั้น. แต่ละคนรับผิดชอบแผนกต่าง ๆ ที่จะต้องปฏิบัติการเมื่อเยอรมันเคลื่อนกำลัง. เรารับทราบมาว่ามียี่สิบเก้ากองพลในพรัสเซียตะวันออก (East Prussia) ภายใต้บังคับบัญชาของ ฟอน เลบ (Von Leeb) ที่จะรุกจากทางเหนือ. ห้าสิบกองพลทางใต้ตามเส้นทางจากมินสก์ ไปสโมเล้นส์ ไป มอสโคว์ (Minsk - Smolensk - Moscow) ภายใต้บังคับบัญชาของ ฟอน บ็อก (Von Bock). สี่สิบสองกองพลจะเคลื่อนจาก ลูบลิน (Lublin) ไปทางเคียฟ (Kiev) ภายใต้บังคับบัญชาของ ฟอน รุนด์ชเตดต์ (Von Rundstedt). . . .”

วันเวลาผ่านไป. โดโนแวน เข้าใจว่าพวกเยอรมันจะสามารถปฏิบัติการได้โดยไม่มีใครรู้ตัวเลย. ฝ่ายอังกฤษไม่อาจที่จะเผยให้สตาลินทราบแหล่งข่าวที่เชื่อถือได้อย่างแน่นอนร้อยเปอร์เซ็นต์. แต่ก็พยายามให้รัสเซียทราบว่าจะถูกบุก

โดยปล่อยข่าวรั่วจากหลายทาง. ภายหลัง โดโนแวน รายงานถึง รูสเวลท์ ว่า : "หากพวกอังกฤษได้ส่งคำสั่งที่เจาะจงของทางทหารเยอรมันอย่างที่ดักไว้ไปที่เครมลิน สตาลินอาจได้เห็นความจริง. แต่พวกอังกฤษถือว่ากลไกของ เบล็ตชลี่ย์ ทั้งหมดเป็นความลับสุดยอดยิ่งนัก. และรู้สึกว่าควรใช้ข่าวและข้อมูลที่ได้รับเพื่อหาความได้เปรียบในทางอื่นดีกว่า."

ในวันศุกร์ ที่ ๒๐ มิถุนายน สองวันก่อนกองทัพเยอรมันเคลื่อนกำลัง เชอร์ชิลล์ เริ่มเตรียมร่างสุนทรพจน์ที่จะอ่านทางวิทยุกระจายเสียงออกไปทั่วโลก ในวาระที่กองกำลังบุกเข้ารัสเซีย. นับว่าเป็นการประกาศทางการเมืองที่สำคัญที่สุดในชีวิตของเชอร์ชิลล์. นักประวัติศาสตร์หลังสงครามยังงงงวยไม่ทราบว่าทำไมท่านนายกรัฐมนตรี ต้องใช้เวลามากนัก เพราะไม่ทราบว่ามีกิจการที่เบล็ตชลี่ย์ และไม่ทราบว่า เชอร์ชิลล์รู้ตัวล่วงหน้า. ในขณะนั้นดูเหมือนว่าเขาเสียเวลาเปล่าไปหลายชั่วโมง ในการจู้จี้พิถีพิถันในเรื่องที่คาดคะเนว่าเยอรมันจะบุกไปทางตะวันออก ในเมื่อควรจะเอาใจใส่เหตุการณ์จริงและวิกฤตการณ์ที่เกิดขึ้นใกล้บ้านมากกว่า. ในวันนั้นเอง ฮิตเลอร์ ได้ประกาศว่า "การปิดล้อมโจมตีอังกฤษ" จะกระทำหนักขึ้น. รัฐบาลฉุกเฉินก็กำลังหมกมุ่นกังวลเรื่องวิธีการบุกทางอากาศแบบใหม่ของเยอรมันที่ได้เห็นประจักษ์ที่เกาะครีต. กองกำลังอังกฤษในตะวันออกกลางก็ต้องเสียท่าอีกแล้ว. ทางด้านศึกแห่งแอตแลนติก เรือที่จมก็มีจำนวนมากเป็นประวัติการณ์ภายในสัปดาห์นั้น. เรือรบที่จำเป็นในการคุ้มกันก็ต้องกระจายออกไปจนเหลือจำนวนน้อย --- สิบเอ็ดลำถูกจมในศึกเกาะครีต. แล้วทำไม เชอร์ชิลล์ จะมามัวพิจารณานโยบายใหม่เรื่องรัสเซีย ซึ่งเป็นชาติที่ยังต่อต้านการต่อสู้ของอังกฤษอย่างเป็นทางการ. แต่แน่นอน นักประวัติศาสตร์ไม่มีทางทราบว่าท่านนายกรัฐมนตรีทราบวันและเวลาของการบุกแล้ว.

สุนทรพจน์นี้ยาวและแต่งอย่างระมัดระวัง มีเนื้อหาจริงจังและข้ออ้างที่หนักหน่วง. เชอร์ชิลล์ ได้เขียนขึ้นก่อนที่พวกรัสเซียเองจะทราบเบาะแสว่าเยอรมันกำลังหักหลังลบล้างสนธิสัญญา. ในวันนั้น ที่เช็คเกอร์ส ณ คฤหาสน์สมัยเอลิซาเบธของเขา เชอร์ชิลล์ ขัดเกลาทุกประโยค โดยใช้ท่วงทำนองแบบปลุกใจน่าอัศจรรย์ ซึ่งทำให้ รูสเวลท์ ทึ่งมากเมื่อ สตีเฟนสัน เอาร่างมาให้ดู :

> ข้า ฯ เห็นภาพทหารรัสเซียยืนเฝ้าขอบเขตของมาตุภูมิเพื่อคอยปกปักรักษาผืนแผ่นดินที่บรรพบุรุษได้เพาะปลูกอาบเหงื่อต่างน้ำมาแต่โบราณกาล.

ข้า ฯ เห็นภาพทหารเหล่านั้นเฝ้ารักษาบ้านเรือนระหว่างที่แม่และเมียสวดมนต์วิงวอนอยู่ ---

แน่ละ ต้องมีกาลเวลาที่ทุกคนต้องสวดวิงวอน --- เพื่อความปลอดภัยของผู้ที่เขารัก ขอให้ผู้ที่เอื้อให้เขามีกิน และผู้ที่ปกผู้ที่ป้องเขาได้กลับคืนมา. . . .

ข้า ฯ เห็นภาพกลไกสงครามของนาซีรุกโรมโจมตีอย่างสยดสยอง น่าสะอิดสะเอียน ทั้งนายทหารพรัสเซียที่แต่งกายโก้หรู ประดับประดาเครื่องตราแวววาว ลากกระบี่โกร่งกร่าง ชิดเท้าปึงปัง ตบเท้าเข้ามา ทั้งพวกเจ้าหน้าที่เจ้าเล่ห์แสนเชี่ยวกลอุบายการกดขี่ เพราะเพิ่งได้มัดพันธนาการประเทศหลายประเทศมาหยก ๆ

ข้า ฯ ยังเห็นภาพมวลทหารฮั่นที่ทึมทื่อถูกสนตะพาย ว่านอนสอนง่ายโง่เง่าเต่าตุ่น ที่เดินทัพลากสังขารกันไปเป็นโขยงเสมือนห่าตั๊กแตนที่คลานยุบยับยุ่มย่ามไปทั่ว. . .

เบื้องหลังแสนยานุภาพอันแวววาวนี้ เบื้องหลังพายุบุกแคม ข้า ฯ เห็นกลุ่มเล็กของมนุษย์ทรชนวายร้ายที่จัดแผนจัดการ และหลั่งความสยองขวัญ สู่มนุษยชาติ.

ในวันอาทิตย์ต่อไปคำกล่าวเหล่านี้กระจายไปทั่วโลก ออกเป็นข่าววิทยุในทุกภาษา อย่างรวดเร็วพอ ๆ กับที่ทางเครมลินรับข่าวว่าถูกโจมตีอย่างไม่รู้ตัว. วันรุ่งขึ้น เชอร์ชิลล์ ต้องเผชิญกับรัฐบาลฉุกเฉิน. ในอันที่จะปกป้องแหล่งข่าว เขาขอรับผิดที่ได้ปฏิบัติการอย่างเร่งด่วนเช่นนี้ เมื่อได้รับข่าวการบุก และกล่าวว่าเขาคงได้ปรึกษาผู้ร่วมงานแล้วถ้ามีเวลา. ความจริงเขาทราบดีว่าหากปรึกษา ก็หมายความว่าจะต้องชักช้าหรืออาจยิ่งร้ายกว่านั้น. จ๊อค คอลวิลล์ (Jock Colville) เลขาส่วนตัวของเขา บันทึกว่า : “เชอร์ชิลล์ ไม่เปิดเผยแก่ที่ปรึกษาทางการเมืองของเขา เพราะเกรงว่าพวกนี้จะบังคับให้พูดเพลา ๆ กว่านี้.” เชอร์ชิลล์ประสงค์ให้คำกล่าวของเขาที่ว่า “บุคคลใดหรือประเทศใดที่ยอมสู้ลัทธินาซีจะต้องได้รับความช่วยเหลือจากเรา” มีน้ำหนักที่สุด ในวันเดียวกันกับที่กลไกการสงครามของเยอรมันโถมตัวข้ามเขตแดนโซเวียต.

ลักษณะที่น่าสนใจที่สุดของกลเม็ดครั้งนี้คือ สตาลิน กำลังนอนอยู่ที่บ้าน

พักร้อนใกล้ทะเลดำ (Black Sea) ในขณะที่ เชอร์ชิลล์ กล่าวปราศรัย. ดูท่าทางผู้นำของรัสเซียเหมือนไม่ยอมเชื่อข่าวนั้น. เป็นเวลาสิบเอ็ดวันที่ไม่มีข่าวจาก สตาลิน เลย. ในที่สุดมีการออกอากาศคำปราศรัยทางวิทยุที่เขาได้บันทึกเสียงไว้. เขายังไม่ออกโรงบังคับบัญชาการสงครามเต็มที่จนกระทั่งกลางเดือนถัดไป.

ระหว่างนั้นทาง เบล็ตชลี่ย์ สามารถสืบชื่อของนายพลที่ปฏิบัติการ "บาร์บารสซา" ได้ทั้งสองร้อยคน พร้อมด้วยกองพลเยอรมัน ๑๑๕ กองพล ฟินแลนด์สิบแปดกองพล อิตาลีสิบสี่ บวกกับหน่วยจากรูเมเนีย สโลวาเกีย สเปน และฮังการี. ฮิตเลอร์ ส่งสารถึงขุนพลของเขา ซึ่งก็เท่ากับส่งถึง เบล็ตชลี่ย์ ด้วยว่า : "มอสโคว์ จะสิ้นชื่อไปตลอดกาล." ตามแผนที่วางไว้ การเข้ายึดครองรัสเซียทั้งประเทศจะใช้เวลายี่สิบสัปดาห์.

ที่ปรึกษาฝ่ายทหารของอังกฤษและอเมริกันพยากรณ์ว่า ฮิตเลอร์ จะขยี้สิ่งที่เขาเรียกว่า "ยักษาปัญญาอ่อนที่ทำด้วยดินนี้" ได้ก่อนถึงฤดูหนาว. สตีเฟนสัน ไม่เห็นพ้องด้วยและยืนยันต่อ รูสเวลท์ ว่าการผันกองกำลังเยอรมันเข้าไปในยูโกสลาเวีย ทำให้ซื้อเวลาอันมีค่าที่ต้องการได้. สตีเฟนสัน เขียนในบันทึกถึงทำเนียบ ไวท์ เฮาส์ ว่า : "ท่านนายกรัฐมนตรีเกิดบันดาลใจขึ้นเองที่จะฉวยโอกาสและทำให้พวกรัสเซียเกิดกำลังใจ. เหตุการณ์ทำให้สตาลินตะลึงงันจนอึ้งไปชั่วขณะหนึ่งและเราเข้าใจว่าเขาเกิดอาการประสาทเสียชนิดหนึ่ง. การที่นายเชอร์ชิลล์ ได้เสนอความช่วยเหลือในทุกทางทันที เป็นสิ่งสำคัญอย่างยิ่งในการทำให้เราได้รับการสนับสนุนจากกองโจรคอมมูนิสต์ ที่กำลังต่อสู้อยู่แล้วในยุโรปที่นาซียึดครอง และที่ไม่พอใจอยู่แล้วว่าฝ่ายโซเวียตไม่ให้ความสนับสนุน."

สตีเฟนสัน รายงานเมื่อกลับวอชิงตันพร้อมกับ โดโนแวน ในสัปดาห์นั้นว่า : "โดยจำนวนด้านยานเกราะ อำนาจการยิง ความคล่องตัว และน้ำหนักการรุก กองทัพเยอรมันพร้อมเพรียงอย่างไม่มีที่ติ. แต่พวกขุนพลเยอรมันยังต้องมนต์สะกดของ ฮิตเลอร์ อยู่. หากเขาคะเนผิดพลาดตามที่เราคาดไว้ ความเชื่อมั่น ถือมั่นว่าท่านผู้นำไม่มีวันพลาดจะถูกทำลายลงสิ้น. การพังทลายทางจิตวิทยาที่จะตามมาจะทำให้เยอรมันหมดกำลังใจที่จะต่อสู้."

ในชายคาบ้าน รูสเวลท์ เอง พวกคอมมูนิสต์ในสหรัฐ ซึ่งเดิมได้ต่อต้านการช่วยเหลืออังกฤษ ก็กลับหน้ามือเป็นหลังมือ. ในวันเดียวกับที่รัสเซียถูกบุก พรรคพวกของ สตีเฟนสัน ได้จัดงานชุมนุม "การต่อสู้เพื่อเสรีภาพ" ที่ห้องเต้นรำ

โกลเดน เกต (Golden Gate) ใน ฮาร์เลม (Harlem). โดยที่ยังไม่ได้รับทราบข่าวเรื่อง "บาร์บารสซา" พวกคอมมูนิสต์ได้ตั้งกองประท้วงข้างนอก และชูป้ายประณามพวกที่เป็นสุนัขรับใช้ของจักรวรรดินิยมอังกฤษและ วอลล์ สทรีท (Wall Street). ประชาชนผิวดำในละแวกนั้นถูกยุแหย่ให้เดินกระบวนประท้วงวอชิงตัน. เมื่อนักพูดของ "การต่อสู้เพื่อเสรีภาพ" ออกจากห้องเต้นรำ ก็ประหลาดใจว่าพวกประท้วงหายตัวไปสิ้น ป้ายประณามถูกปลดลง และการเดินกระบวนล้มเลิก. วันรุ่งขึ้นนิตยสารและนักโฆษณาคอมมูนิสต์ทั้งหลายกลับกลายมาเป็นผู้สนับสนุนอังกฤษ สนับสนุนการเข้าร่วมรบ และสนับสนุน รูสเวลท์ เป็นครั้งแรก อย่างโจ่งแจ้งแจ่มชัด.

สตีเฟนสัน กล่าวภายหลังว่า : "บัดนั้นเองที่ท่านประธานาธิบดียอมรับเต็มที่ในความคิดของการสืบราชการลับ "ในเชิงรุก". การบุกรัสเซียนำไปสู่สภาพการเมืองที่ทำให้เขาสามารถแต่งตั้ง โดโนแวน เป็นผู้ประสานงานด้านข่าว "เพื่อรวบรวมและวิเคราะห์ข่าวและข้อมูลทั้งหมดที่จะเกี่ยวข้องกับความปลอดภัยของชาติ."

คำสั่งของประธานาธิบดี ลงวันที่ ๑๑ กรกฎาคม ๑๙๔๑ ทำให้สภาพที่ผิดระเบียบกลับถูกต้องเป็นทางการ. เอกสารของ บี.เอ็ส.ซี. บันทึกไว้ว่า : "เราสามารถได้ความร่วมมือร่วมแรงของอเมริกาอย่างเต็มที่ในปฏิบัติการลับเพื่อต้านศัตรูในทุกบริเวณทั่วโลกตั้งแต่หกเดือนก่อนเหตุการณ์ เพิร์ล ฮาร์เบอร์."

รอเบิร์ต เชอร์วูด ผู้เป็นเจ้าหน้าที่ติดต่อระหว่าง รูสเวลท์ กับ บี.เอ็ส.ซี. ในระยะนั้นบันทึกถึง สตีเฟนสัน ว่า : "เอ็ฟ.ดี.อาร์. ไม่เคยลืมความจริงแม้แต่ชั่วขณะว่าการปฏิบัติของเขาอาจนำไปสู่การถูกฟ้องขับไล่จากตำแหน่งในทันทีหรือในระยะต่อไป. เขาทราบดีแก่ใจว่ามีหน้าที่ป้องกันเท่าๆ กับรักษารัฐธรรมนูญ. เขามีสิทธิที่จะวินิจฉัยว่าจะป้องกัน**อย่างไร.** เขามีสิทธิรับคำแนะนำ แต่เขาชักจะเริ่มทำผิดระเบียบในวิธีที่รับคำแนะนำจากคุณและผ่านคุณ. อย่างไรก็ตาม เขาก็ยังมีความรับผิดชอบที่อิสระ อันเนื่องมาจากหน้าที่ของประมุขรัฐบาล ที่จะปกป้องชาติบ้านเมืองในวิถีทางที่เขาวินิจฉัยว่าดีที่สุด. แต่ทุกครั้งที่เขาทำให้ปฏิบัติการใดปฏิบัติการหนึ่งถูกต้องตามระเบียบแล้ว เหตุการณ์ก็บีบบังคับให้เขาต้องปฏิบัติอีกอย่างที่อาจนำไปสู่การถูกฟ้องร้องขับไล่ได้."

ไม่มีผู้ใดเข้าถึงสภาพจิตของ รูสเวลท์ เพราะภาพพจน์ที่เขามีในสายตาของประชาชนคือความร่าเริงแจ่มใส. แต่ สตีเฟนสัน เคยได้เห็นความปั่นป่วนที่

ฝังอยู่ลึก เมื่อท่านประธานาธิบดีระบายความอึดอัดในใจ. เช่นครั้งหนึ่งเมื่อต้นปีนั้นระหว่างการถกเถียงติเตียนครึกโครมเรื่องความช่วยเหลือทางทหารแก่อังกฤษ. กฎหมายยืม-เช่า (Lend-Lease) ทำให้ท่านประธานาธิบดีมีอำนาจที่จะยื่นความช่วยเหลือต่อประเทศใด ๆ ที่เขาเห็นว่าชะตากรรมของประเทศนั้นสำคัญยิ่งต่อการป้องกันอเมริกา. ศัตรูของเขาหาว่าเขาอยากเป็นจอมเผด็จการในการที่ถือสิทธิอำนาจดังนี้. คนที่ติเตียน เช่น รอเบิร์ต ฮัตชินส์ (Robert Hutchins) กล่าวว่า : "เรากำลังจะฆ่าตัวตายทั้งชาติ" ด้วยการอ้างความปลอดภัยของชาติมาทำลายสิทธิเสรีภาพทางประชาธิปไตย. ในที่สุด เมื่อกฎหมาย ยืม-เช่า ผ่านสภาในเดือนมีนาคม ๑๙๔๑ ท่านประธานาธิบดีหมดความอดกลั้นถึงระเบิดปังจนทำให้ผู้ร่วมงานตกตะลึงงัน. สตีเฟนสัน ระลึกภายหลังว่า : "ท่านประธานาธิบดีบอกว่าจะเอาจริงเสียที. การกล่าวเท็จแพร่ไปทั่ว รวมทั้งความพยายามทำให้ประชาชนตื่นตระหนกตกใจ จนกระทั่งจุดประสงค์ที่แท้จริงสับสนไป. เขาไม่สามารถตอบโต้แก้ข่าวได้ก่อนกฎหมายผ่านสภา. ตอนนี้เขาตั้งใจแก้เผ็ดให้อร่อย. เขาบอกให้จดคำพูดที่เผ็ดร้อนรุนแรงเป็นเวลากว่าหนึ่งชั่วโมง เพื่อโต้ตอบการโจมตีที่ร้ายแรงของพวกวุฒิสมาชิก นักวิจารณ์ และนักโฆษณาชวนเชื่อ. ผู้ร่วมงานของเขาเดือดร้อนเป็นทุกข์อย่างยิ่ง. แต่พวกนี้ไม่ทราบว่าท่านประธานาธิบดีต้องการเพียงขจัดพิษโทสะที่อยู่ในใจ. เขาไม่ได้ใช้สุนทรพจน์นี้จริง ๆ."

ก่อนเริ่มปฏิบัติการ "บาร์บารสซา" พวกนาซีได้ดำเนินแผนการลวง ซึ่งในเวลานั้นไม่มีใครรู้ทันว่าสำคัญจนกระทั่งในเวลาต่อมา. ฮิตเลอร์ ได้สั่งให้แจกเอกสาร "ข้อแนะนำในการลวงข้าศึก" เป็นรายบุคคล -- ทั้งหมดสิบห้าฉบับ ซึ่งจ่าหน้าว่า "เรื่องเฉพาะสำหรับหัวหน้า !" อันหมายความว่าลับสุดยอด. ข้อความในเอกสารนี้ลอดสายตา เบล็ตชลี่ย์ พาร์ค ไปได้. เรื่องทั้งหมดมาปะติดปะต่อได้ก็เมื่อ บี.เอ็ส.ซี. ได้วิเคราะห์การอ้างทางอ้อมถึงคำสั่งเดิม.

แผนการลวงของ ฮิตเลอร์ ยืนยันความเห็นว่าการดำเนินการต่อต้านจารกรรมอย่างตรงไปตรงมาในแบบเจ้าหน้าที่ตำรวจไม่มีประสิทธิภาพเพียงพอ. ข้อนี้ไม่เป็นที่พอใจของ ฮูเวอร์ และ เอ็ฟ.บี.ไอ. แม้เพียงแค่ดู "ข้อแนะนำในการลวง" อย่างผ่าน ๆ เท่านั้น ก็จะเห็นได้ว่า ฮิตเลอร์ กับพรรคพวกได้ใช้วิทยาการอันซับซ้อนและฉลาดเชี่ยวชาญ ซึ่งสามารถหลอกลวงแม้กระทั่งสหภาพ-โซเวียตได้สำเร็จ. ข่าวลือปลอม "การแพร่ข่าวกลับตาลปัตร" ซึ่งปล่อยออกทางสายงานราชการลับและการทูตที่รู้จักกันดีของอังกฤษและอเมริกัน ข่าวโกหกดื้อ ๆ

และการวางกำลังที่ลวงให้เข้าใจผิด ทั้งหมดล้วนเป็นส่วนของโครงการที่วางไว้อย่างรอบคอบ เพื่อลวงและทำให้ผู้ที่เป็นเป้าหมายเสียขวัญ. จุดประสงค์แรกคือลวงให้ สตาลิน เชื่อมั่นว่าเยอรมันจะยื่นคำขาดก่อนการโจมตี ดังนั้นจึงทำให้ผู้นำรัสเซียไม่ยอมรับฟังคำเตือนของฝ่ายอังกฤษและอเมริกัน.

ในเมื่อแผนลวงของนาซีได้รับผลสำเร็จอย่างงดงามกับยักษารัสเซีย สหรัฐจะมีหวังรอดไปได้อย่างไร. สหภาพโซเวียตรัสเซียช่ำชองในการใช้กลอุบาย และมีเกราะกำบังการโฆษณาชวนเชื่อจากต่างประเทศ. ฝ่ายสหรัฐเชื่อในการพูดอย่างเสรีและเปิดหน้าต่างรับลมปากนักการเมืองทุกด้าน. สหภาพโซเวียตรัสเซียปิดประตูตายไม่ยอมให้ข่าวลวงใด ๆ จากภายนอกเข้ามาได้ แต่แม้กระนั้น ฮิตเลอร์ ก็สามารถแทรกเข้าไปในเครมลินด้วยคำโกหกพกลม. สหรัฐยังคงยินยอมให้สถานเอกอัครราชทูตฝ่ายอักษะปฏิบัติงานอย่างเสรี และปล่อยให้หน่วยโฆษณาชวนเชื่อของเยอรมันแพร่ข่าวเหตุการณ์ตามชอบใจของพวกนาซี. บริษัทอเมริกันใหญ่ ๆ มีสัมพันธ์อย่างใกล้ชิดกับกิจการค้าของฝ่ายอักษะ. โอกาสช่องทางที่พวกนาซีจะแทรกซึมดูจะมีนับไม่ถ้วน.

ฝ่ายอังกฤษได้เรียนรู้ที่จะใช้ข่ายของเยอรมันเองให้เป็นประโยชน์ แทนที่จะมัวไปจับกุมสายลับและเจ้าหน้าที่โฆษณาชวนเชื่อเหล่านี้. อังกฤษส่งข่าวและข้อมูลปลอมกลับไปเบอร์ลินผ่านสายเหล่านี้. รูสเวลท์ ได้เห็นประจักษ์ว่าการต่อต้านจารกรรมกระทำได้ในเชิงรุก. แต่หัวหน้า เอ็ฟ.บี.ไอ. ดื้อดึงไม่ยอมใช้สายลับนกสองหัว. ตอนนี้เองที่ เจ. เอ็ดการ์ ฮูเวอร์ ผิดพลาดไป ซึ่งศัตรูของฮูเวอร์ กล่าวหาว่าเป็นต้นเหตุทำให้พวกญี่ปุ่นประสบชัยชนะที่ เพิร์ล ฮาร์เบอร์.

"ไทรซิเคิล" (Tricycle) สายลับนกสองหัวคนหนึ่ง ผู้เข้าใจว่าอยู่ในควบคุมของอังกฤษ ตรงเข้ามาที่สำนักงานของ สตีเฟนสัน ในนิวยอร์ค หลังจากการติดต่อสด ๆ ร้อน ๆ กับหัวหน้าจารกรรมเยอรมันของเขาในเรื่อง เพิร์ล ฮาร์เบอร์ หกเดือนก่อนฝ่ายญี่ปุ่นเข้าโจมตี. ฮูเวอร์ ไม่ยอมเชื่อรายงานแสนประหลาดของเขา. ต่อมาเมื่อ นายนาวาตรี มอนตะกิว พูดถึง "สมัยอับแสง" ตอน เอ็ฟ.บี.ไอ. ชักจะขัดขวางงานก็เพราะเขายังเบื่อและท้อใจที่ "ไทรซิเคิล" ไม่สามารถทำให้ ฮูเวอร์ สำเหนียกถึงความสำคัญของรายงานของตนเรื่อง เพิร์ล ฮาร์เบอร์.

เหตุการณ์นี้มีความสำคัญอีกอย่างหนึ่ง คือเป็นบทเรียนสำคัญสำหรับพวกที่พยายามแก้ไขประวัติศาสตร์ นานภายหลังเหตุการณ์. ในขณะใดก็ตาม

สัญญาณทางราชการลับที่เป็นลางเตือนการเคลื่อนไหวของข้าศึก เป็นส่วนเดียวของข่าวรวมทั้งหมดที่หลั่งเข้ามา ซึ่งจริงบ้างแต่ส่วนมากมีทางเป็นข่าวผิด รวมทั้งข่าวลวงที่ข้าศึกจงใจแพร่ หรือ (ซึ่งมีผลหนักกว่าอีก) ที่มิตรลับของข้าศึกแพร่ไว้. เมื่อหวนกลับไปพิจารณาข่าวที่เตือนจริงๆ น่าจะเห็นเด่นชัด. ผู้ที่สังเกตการณ์จากระยะไกลและภายหลังสามารถแยกตัวออกจากสิ่งที่เคลือบคลุม ซึ่งบางครั้งขัดกัน และในเวลาที่เหตุการณ์เกิดขึ้นจะแยกไม่ออก เพราะดูสำคัญเหมือนๆ กัน. บทเรียนนี้นับเป็นความจริงสำหรับการประเมินสถานการณ์ต่างๆ ของ "อัลตร้า" เท่าๆ กับที่เป็นจริงในเหตุการณ์เฉพาะของ เพิร์ล ฮาร์เบอร์.

แม้กองบัญชาการของ "นายอินทร์" ตั้งอยู่ใน นิวยอร์ค เขาต้องเดินทางบ่อยๆ และไปในที่ห่างไกล. เรียกได้ว่าเขาเดินทางไป กลับลอนดอน เป็นประจำโดยเครื่องบินทหาร เพื่อไปพบ เซอร์ชิลล์ และผู้ที่เกี่ยวข้องในราชการลับของเขา. ในรูปนี้ เซอร์ชิลล์ กำลังรำพึงอยู่ท่ามกลางซากปรักหักพังของตึกรัฐสภา ซึ่งถูกระเบิดทางอากาศ. เงาที่เห็นข้างหน้าคือตัว "นายอินทร์".

รูปนี้เป็นรูปที่นายพล "ไวล์ด บิลล์" โดโนแวน ผู้ก่อตั้งและเป็นหัวหน้าของหน่วย "โอ.เอ็ส.เอ็ส." มอบให้ "นายอินทร์". มีเขียนจารึกไว้ว่า: "แด่ บิลล์ สตีเฟนสัน ผู้ได้ให้ความเป็นมิตร ให้คำแนะนำประกอบด้วยความรู้ และให้ความสนับสนุนอย่างมหาศาล เกื้อกูลให้หน่วยราชการลับอเมริกันตั้งขึ้นและตั้งมั่นได้ ระหว่างสงครามโลกครั้งที่สอง. — บิลล์ โดโน-แวน."

คิม ฟิลบี ยอดจารบุรุษของโซเวียต ผู้พยายามลอบบ่อนทำลายความร่วมมือทางราชการลับระหว่างอังกฤษกับอเมริกัน ในยามสงคราม เคยแสดงแนวความคิดสนับสนุน ฮิตเลอร์ อย่างเปิดเผย ตามคำสั่งนายของเขา. ในรูปนี้ (มีลูกศรชี้) เขาร่วมงานเลี้ยงของสมาคม อังกฤษ-เยอรมัน ในวันที่ ๑๔ กรกฎาคม ๑๙๓๖ ใน กรุงลอนดอน หลังจากที่ ฮิตเลอร์ เพิ่งประกาศ "กฎหมาย นูเรมเบิร์ค" ซึ่งต่อต้านพวกยิว. สมาชิกอีกคนหนึ่งของสมาคมคือ เจฟฟรีย์ ดอว์สัน บรรณาธิการของหนังสือพิมพ์ ลอนดอนไทมส์ ผู้ "ทำทุกสิ่งทุกอย่างที่จะกระทำได้ เพื่อมิให้หนังสือพิมพ์ลงข่าวใดที่อาจกระทบความรู้สึกของพวกเยอรมัน." รัฐมนตรีต่างประเทศของนาซี โยอาคิม ฟอน ริบเบนตรอป เป็นเอกอัครราชทูต ประจำประเทศอังกฤษ เมื่อเขากล่าวต่อที่ประชุมอย่างดุเดือด เกี่ยวกับความจำเป็นที่จะต่อสู้กับพวก "บอลเชวิค".

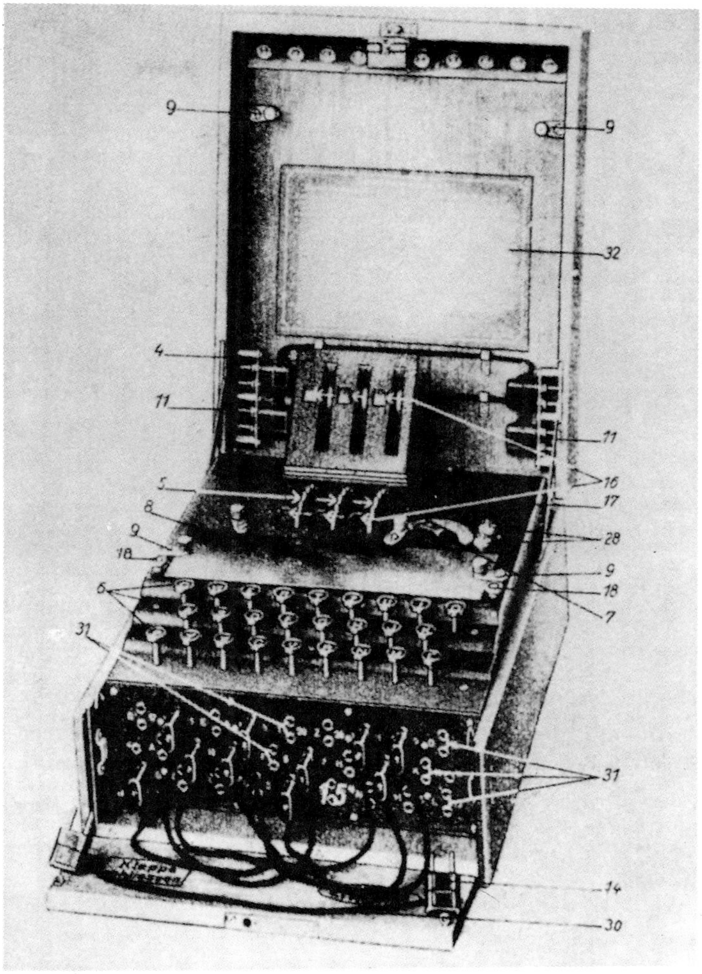

"เอนิกมา" เครื่องใส่-ถอดรหัสลับ ของเยอรมัน ทำให้ฝ่ายอังกฤษต้องเผชิญปัญหาที่ดูจะไม่มีทางขบให้แตก. รูปภาพเครื่อง "เอนิกมา" แบบในรูปนี้ ถ่ายมาจากสมุดคู่มือใช้งานของกองทัพบกเยอรมัน. (เหล่าทัพอื่นๆ และฝ่ายรัฐบาลใช้เครื่องรุ่นแตกต่างกัน.) มีลูกล้อหรือลูกหมุนสำหรับใส่รหัสจำนวนมาก แต่ละอันเดินสายแตกต่างกันทั้งสิ้น และทำงานเป็นกลุ่มละสาม ลูกหมุนเหล่านี้เป็นตัวแปรของการใส่-ถอดรหัส. จะเห็นลูกหมุนสามตัวได้ที่ด้านหลังทางซ้ายของเครื่องในรูปนี้. ตัวอักษรหรือตัวเลขที่ป้อนเข้าเครื่องไม่เพียงแต่ออกมาเป็นหน่วยอื่น แต่หลังจากป้อนข้อมูลแต่ละตัวแล้ว ตัวลูกหมุนยังหมุนโดยอัตโนมัติทุกครั้ง จึงทำให้อักษรตัวเดียวกันที่ป้อนเข้าติดๆ กันจะไม่ปรากฏเป็นตัวเดียวกันในสารลับ. การถอดรหัสจะต้องอาศัยความรู้ที่แม่นยำในการตั้งลูกหมุนแต่ละครั้งที่ส่งเอกสารลับ. สายไฟด้านหน้าของเครื่องทำให้สามารถเปลี่ยนเส้นทางอีกมากหลาย ซึ่งทำให้สามารถเปลี่ยนรหัสได้อีกหลายแบบ. โดยที่มีระบบที่ซับซ้อน — แต่คล่องแคล่วและเคลื่อนย้ายได้สะดวก — ดังนี้ พวก นาซี จึงรู้สึกว่าการสื่อสารโดย "เอนิกมา" ของพวกตน จะไม่มีทางถูกขบแตกได้.

นอกเมือง เบล็ตชลี่ย์ ซึ่งเป็นชุมทางรถไฟและศูนย์กลางอุตสาหกรรม ในใจกลางประเทศอังกฤษ มีคฤหาสน์แบบสมัยวิคตอเรีย บนที่ดินที่มีชื่อว่า เบล็ตชลี่ย์พาร์ค. คฤหาสน์นั้นเป็นที่เก็บแบบจำลองของเครื่องใส่-ถอดรหัส "เอนิกมา" ของเยอรมัน. อาคารที่อยู่ใกล้ๆ เป็นที่ปฏิบัติการและเป็นที่พักสำหรับกลุ่มผู้เชี่ยวชาญพิเศษผู้ค่อยๆ ขบรหัสลับ "เอนิกมา" ทีละเล็กละน้อยเป็นลำดับ. โครงการนี้ รวมทั้งการถอดรหัสแบบอื่นๆ และการวิเคราะห์การสื่อสารทางวิทยุ ได้รับการจัดลำดับความลับสูงสุดคือ "ลับที่สุด อัลตร้า" และในปัจจุบันนี้โครงการถอดรหัสลับ "เอนิกมา" จึงเป็นที่รู้จักในชื่อ "อัลตร้า". ปฏิบัติการต่างๆ ที่เบล็ตชลี่ย์ อำนวยให้ "นายอินทร์" สามารถเสนอช่องทางที่จะล้วงความลับเกี่ยวกับความตั้งใจและแผนการของฮิตเลอร์ ให้แก่ประธานาธิบดีรูสเวลท์

เอียน เฟลมมิง ผู้ประพันธ์เรื่องแผนลับผจญภัย เจมส์ บอนด์ เป็นที่ปรึกษาของผู้อำนวยการข่าวกรองของกองทัพเรืออังกฤษ. เขาร่วมงานกับ "นายอินทร์" อย่างใกล้ชิด และได้รับการฝึกส่วนใหญ่ที่ศูนย์ลับของบี.เอ็ส.ซี. นอกเมือง โทรอนโต ในแคนาดา. ในบางช่วงก็ได้รับการฝึกจาก สตีเฟนสันเองโดยตรง. เฟลมมิงบอกว่าวิธีการและอุปกรณ์หลายอย่างที่ปรากฏในเรื่องที่เขาแต่ง เอามาจากปฏิบัติการของ "นายอินทร์". ในรูปนี้ เฟลมมิง อยู่ในห้องที่ ๔๘ ของกองบัญชาการกองทัพเรือในกรุงลอนดอน.

ก.

ข.

การติดต่อสื่อสารของ "นายอินทร์" ต้องรักษาเป็นความลับที่สุด. เขาอาศัยรหัสลับพิเศษซึ่งทาง เอ็ส.โอ.อี. และ เอ็ส.ไอ.เอ็ส. พัฒนาขึ้น. เขานำสารลับที่สุดด้วยตัวเองบ่อยครั้ง และบางครั้งก็มอบสารให้แก่นำสารที่เขาไว้ใจที่สุด. "นายอินทร์" กล่าวถึงงานของ เบลี่ย์ สมัยเป็นหนุ่มว่า "แม้เขามีค่าหัวอยู่แต่ เอริค เบลี่ย์ ก็สามารถเอาชนะตำรวจลับโซเวียตได้." ระหว่างสงครามโลกครั้งที่สอง เขาตั้งสายลับอังกฤษผู้เลื่องชื่อซึ่งขณะนั้นอายุจวนหกสิบแล้ว ให้เป็นนำสารหลวง เพื่อนำข่าวของ อัลตร้า ซึ่งเป็นความลับสำคัญเกินกว่าที่จะส่งโดยวิทยุแม้จะใส่รหัส. รูปเหล่านี้ คือ เบลี่ย์ ในการปลอมตัวสามแบบในหลายแบบของเขา.

ก. เป็นชาว ธิเบต ใกล้เมือง ลัสซา ในปี ๑๙๐๔.

ข. เป็นชาว อุสเบ็ก ในเมืองถิ่นเอเชียของสหภาพโซเวียต ในปี ๑๙๒๐.

ค. เป็นชาว รัสเซีย (คนนั่ง) ที่ ทัชเค็นต์ ในปี ๑๙๑๙.

ค.

ประธานาธิบดีรูสเวลท์กล่าวสุนทรพจน์ต่อชาวอเมริกันทั้งชาติ ในวันที่ ๒๗ ตุลาคม ๑๙๔๑ ว่า "ฮิตเลอร์ ได้ยืนยันเนืองๆ ว่าแผนการบุกของเขาไม่ขยายข้ามมหาสมุทรแอตแลนติค. . . .ผมมีแผนที่ลับ . . . ที่แสดงอย่างชัดเจนว่า นอกจากพวกนาซีจะมุ่งบุกอเมริกาใต้แล้ว ยังมุ่งบุก สหรัฐอเมริกาด้วย." แผนที่ฉบับนี้ยึดมาจากจารบุรุษเยอรมันคนหนึ่งและเอียน เฟลมมิงเป็นผู้มอบให้ "นายอินทร์." แผนที่นั้นแสดงทวีปอเมริกาใต้แบ่งออกเป็นเขตที่อยู่ภายใต้อิทธิพลของเยอรมันห้าเขต. ข้อความที่เขียนด้วยลายมือเป็นกระทู้เกี่ยวกับ "คลังน้ำมันเชื้อเพลิงสำหรับการคมนาคมข้ามทะเล" และเรื่องการเงินสำหรับการตั้ง การขยาย และส่งกำลังบำรุงของกิจการเหล่านี้.

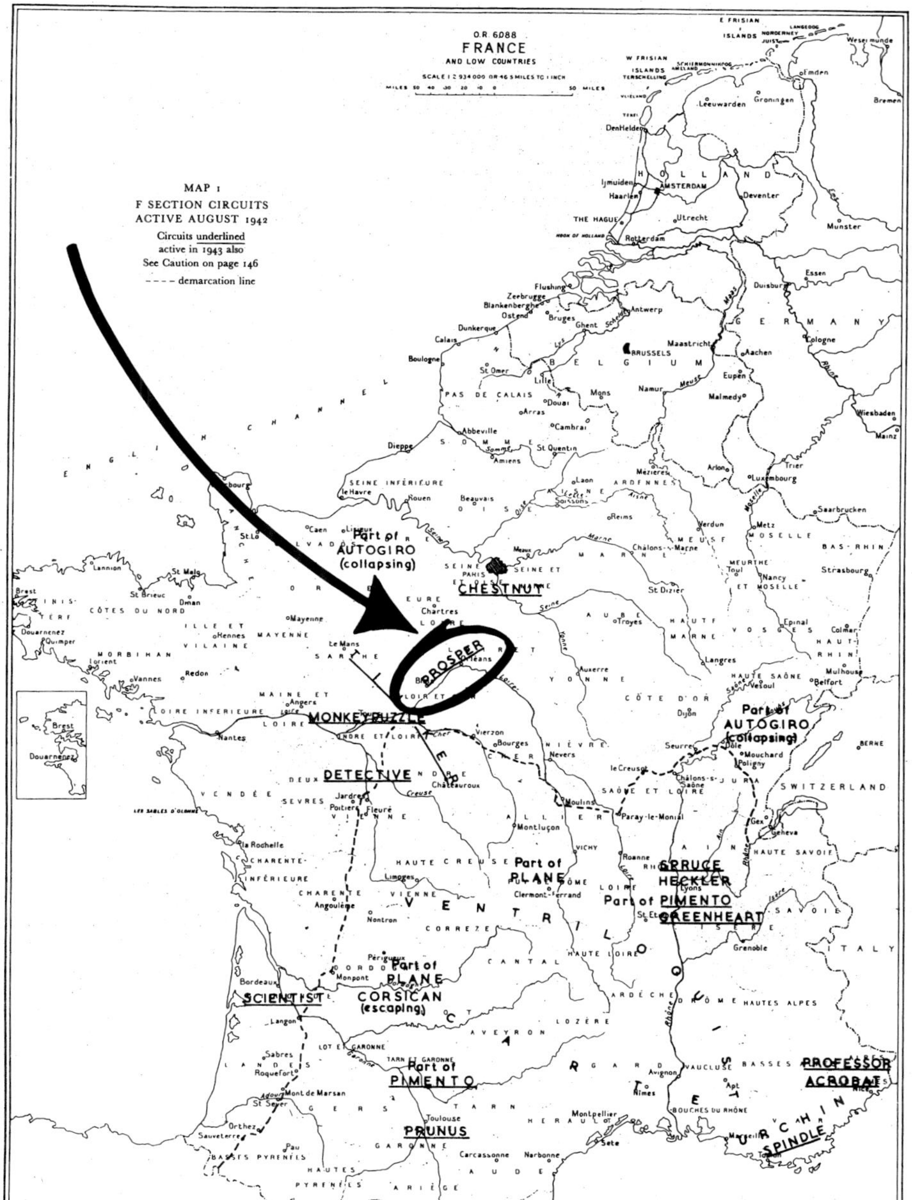

เอ็ส.โอ.อี. (คณะกรรมการปฏิบัติการพิเศษ) เป็นสาขาสำคัญของหน่วยราชการลับอังกฤษ เป็นหน่วยที่ได้รับภาระราชการลับมากมายนานัปการอย่างน่ามหัศจรรย์. การวางแผนสำหรับปฏิบัติการเสี่ยงภัยเหล่านี้ซับซ้อนมาก และต้องพิจารณาทุกแง่ทุกมุม ทั้งความสำเร็จและความล้มเหลว. เอ็ส.โอ.อี. ต้องผลิตแผนที่ที่ทันสมัยเป็นประจำ ที่แจกจ่ายจำนวนจำกัดอย่างยิ่ง อันแสดงข่ายของหน่วยราชการลับและกำลังใต้ดินในพื้นที่ที่ข้าศึกยึดครองอยู่ โดยเขียนชื่อเป็นรหัสลับ. แผนที่ประเทศฝรั่งเศสที่ถูกยึดครองของ เอ็ส.โอ.อี. แผ่นนี้ระบุ (ตามลูกศร) "พรอสเปอร์" ซึ่งเป็น "ข่ายจารกรรมที่ใหญ่ที่สุด ทำงานมากที่สุด และเสี่ยงภัยมากที่สุดในข่ายจารกรรมทั้งหลาย." ที่ "พรอสเปอร์" นี้เอง ที่จารสตรีสาวชาวอังกฤษ นามแฝงว่า "มาเดอเลน" ไปรับหน้าที่เพียงเวลาอันสั้น ก่อนข่ายนั้นถูกหักหลัง.

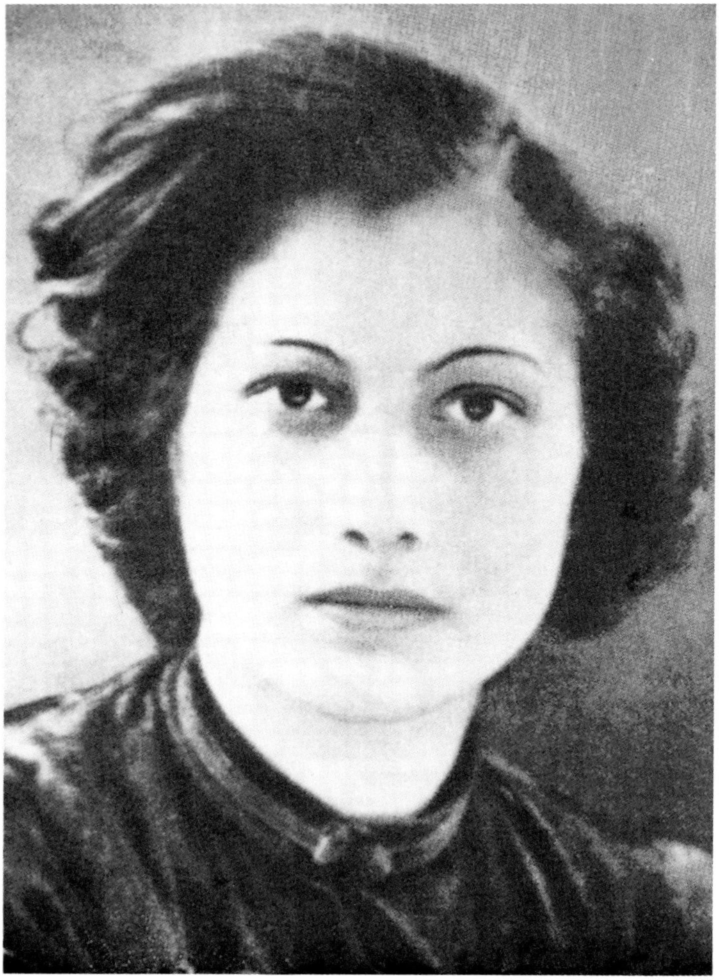

"มาเดอเลน" ก่อนบินเข้าสู่แดนของ นาซี ไม่นาน ไปร่วมงานข่าย "พรอสเปอร์" ในฐานะ "นักเล่นเปียโน" ซึ่งเป็นคำตลาดสำหรับพนักงานวิทยุสื่อสาร. เธอกลายเป็นตัวเชื่อมการติดต่อทางเดียวระหว่างหน่วยของกลุ่มใต้ดินฝรั่งเศสนี้กับ ลอนดอน หลังจากที่สายลับอื่นๆ ของ "พรอสเปอร์" ถูกจับกุม.

สายของอังกฤษทุกคนเป็นอาสาสมัคร. ทุกคนถูกสอบสวนอย่างละเอียด. ถูกสัมภาษณ์หลายครั้งหลายคราเพื่อทดสอบความมุ่งมั่นทางจิตใจและทางปัญญา และความแกร่งทางกำลังกาย และในที่สุดหากผ่านการทดสอบแล้ว ก็ต้องเข้าหลักสูตรการฝึกที่เข้มงวด. ในรูปนี้ "มาเดอเลน" กำลังฝึก "การกระโดดแบบปิดตา" คือการกระโดดร่มจากเครื่องบินตอนกลางคืน. ผู้ที่อยู่หลังเธอคือครูฝึก.

การฝึกอย่างต่อเนื่องเพื่อความชำนาญและคุ้นเคยกับสภาพการกระโดดร่มและลงถึงพื้น จะกระทำได้ก็โดยกระโดดจากบอลลูนที่ผูกไว้อยู่กับที่. "มาเดอเลน" กล่าวถึงการกระโดดในแบบนั้นว่า: "การก้าวอย่างเลือดเย็นลงไปในความว่าง โดยไม่มีเสียงเครื่องบินเป็นเพื่อน มันน่ากลัวกว่ามาก."

สายลับมักจะได้รับการฝึกความสามารถพิเศษแขนงใดแขนงหนึ่ง. "มาเดอ-เลน" เป็นพนักงานวิทยุสตรีคนแรกที่ได้ถูกส่งไปปฏิบัติงานในฝรั่งเศสที่ถูกยึดครอง. เธอต้องฝึกเคาะข่าวทางวิทยุอย่างรวดเร็วและแม่นยำ. ความคล่องแคล่วดังนี้สำคัญมากแต่ก็เป็นเพียงเบื้องต้น. ยังต้องจำรหัสและความหมายของรหัส และ พนักงานสื่อสารยังต้องแสดงความสามารถที่จะทำงานในสถานการณ์ที่มีความกดดันที่สุด. ความรวดเร็วและรวบรัดเป็นสิ่งที่จำเป็นเพื่อจะหลบหลีกเครื่องดักฟังของพวกเยอรมัน.

ความไม่แน่นอน ที่จะเกิดขึ้นได้ ก็บรรจุไว้ในหลักสูตรการฝึก. ความรู้เกี่ยวกับอาวุธปืนและการยิงปืนให้แม่น โดยเฉพาะปืนสั้น เป็นส่วนสำคัญในหลักสูตรที่เข้มงวดของสายลับ.

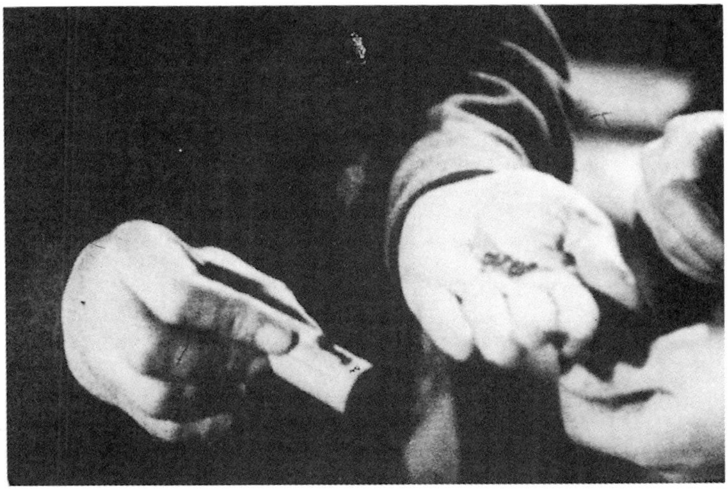

โดยที่การถูกจับไม่เพียงเป็นไปได้เท่านั้น แต่เป็นความแน่นอนทางสถิติสำหรับบุคคลจำนวนมากที่ถูกส่งเข้าทำงานอันเต็มไปด้วยภยันตรายที่คาดคิดยาก และโดยที่ทราบกันดีว่าพวก นาซี ใช้การทรมานทางกายและทางใจอย่างมีประสิทธิภาพ สายลับทุกคนจึงได้รับยาเม็ด "เอ็ล". ถ้าถูกจับ สายลับจะใส่ยาเม็ดไว้ใต้ลิ้นพร้อมที่จะเคี้ยวหากสถานการณ์ถึงจุดที่ ทนไม่ไหว. ถ้ากลืนโดยยาเม็ดไม่แตก ก็จะไม่มีผลอะไร แต่ถ้าใช้ฟันขบ ก็จะตายอย่างแน่นอนภายในไม่กี่นาที.

อาจมีสถานการณ์พิเศษที่จะทำให้ใช้เครื่องบินไปลงจอดดีกว่ากระโดดร่ม แต่เครื่องบินนั้นต้องเป็นเครื่องบินที่เกือบตรวจจับไม่ได้ ต้องลงจอดในพื้นที่จำกัดได้ และทำหน้าที่สำเร็จโดยฉับไวและหายตัวไปโดยเร็ว. สำหรับการนี้จึงได้ออกแบบเครื่องบิน "พระจันทร์". ส่วนมากตัวเครื่องบินสร้างด้วยไม้อัด ทาสีดำด้านเพื่อให้มองเกือบไม่เห็นตอนกลางคืน และออกแบบสำหรับบินต่ำ ๆ เพื่อให้สามารถบินเรี่ยพุ่มไม้และลงจอดบนลานเล็ก ๆ. รูปนี้เป็นรูปเรือบินพระจันทร์ ซึ่งมองเกือบไม่เห็นเมื่อทาบกับท้องฟ้ายามราตรี.

"มาเดอเลน" ถูกส่งเข้าฝรั่งเศสโดยเครื่องบิน "พระจันทร์". ภารกิจแบบนี้สายลับก็จะต้องฝึกฝนด้วย โดยมีเป้าหมายที่จะใช้เวลาลงจอดไม่เกินหนึ่งนาทีเพื่อให้สายลับลงจากเครื่องบิน และเครื่องบินทยานขึ้นจาก "สนามต้อนรับ". ในรูปนี้ สายลับกำลังฝึกตะกายลงจากเครื่องบิน "พระจันทร์".

ภาพประเทศอังกฤษภาพสุดท้ายที่ "มาเดอเลน" ได้เห็นคือโรงนาเก่า ๆ หลังนี้ ซึ่งพรางจุดออกเดินทางจุดหนึ่งจากหลาย ๆ จุดของพวกสายลับ.

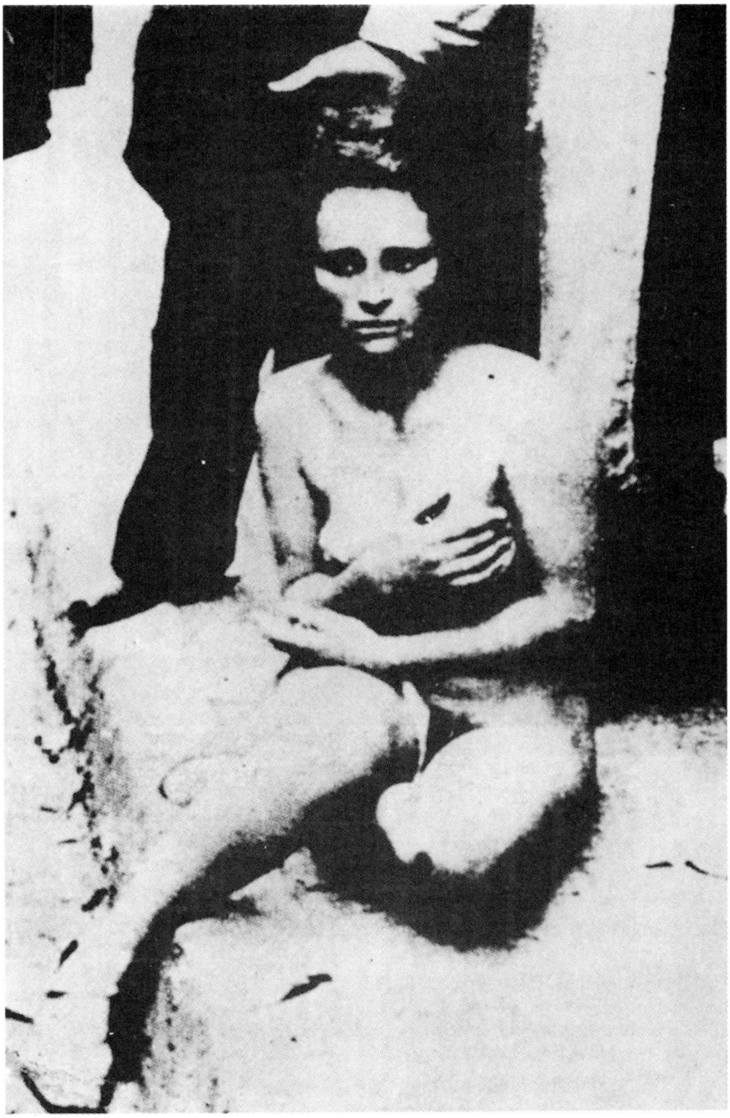

พวก เกสตาโป ผู้เคร่งระเบียบ ต้องถ่ายรูปเหยื่อของตนก่อนประหารชีวิต. ทุกครั้งที่กระทำได้ ฝ่ายอังกฤษจะถ่ายสำเนาหรือขโมยรูปเหล่านี้และส่งมาอังกฤษเพื่อพยายามติดตามความเป็นไปของสายลับที่ถูกจับหรือสาบสูญไป. รูปนี้เป็นรูปสายลับที่หมดอาลัยตายอยาก ผอมโซ และไม่มีทางสู้ ก่อนถูกประหารชีวิต. รูปนี้ถูกขโมยมาในระยะเวลาที่ "มาเดอเลน" ถูก เกสตาโป กักเป็นเชลยอยู่ โดยถูกล่ามโซ่ทั้งมือและเท้าตลอดเวลาเป็นเวลาหลายเดือน. รูปนี้ไม่ทราบแน่ว่าเป็นผู้ใด.

ก.

ก. “แคมป์ เอกซ์” เป็นค่ายฝึกอำพรางแห่งหนึ่งของ “นายอินทร์” ในแคนาดา โดยมีบริษัทวิทยุกระจายเสียงแห่งแคนาดาบังหน้าให้. ที่นี่มีปฏิบัติการมากมายอย่างน่ามหัศจรรย์. หลักสูตรอย่างหนึ่งคือการศึกษาสงครามกองโจร. ความเสียหายแก่อุตสาหกรรมและการคมนาคมของข้าศึกจะเกิดขึ้นอย่างมาก หากสามารถทำลายหัวรถจักรในจุดยุทธศาสตร์ แม้เพียงคันเดียว. ในที่นี้สายลับกำลังรับการฝึกซ้อมในศิลปะนี้.

ข. ดินระเบิดพลาสติกก้อนเล็ก ๆ สามารถเอาไปซุกไว้ในจุดอ่อนแอของหัวรถจักรได้ แม้จะมียามคอยดูแลอยู่. สายลับทุกคนได้รับการฝึกซ้อมอย่างถี่ถ้วนในปฏิบัติการนี้.

ค. ความเชี่ยวชาญอีกแขนงหนึ่งของ “แคมป์ เอกซ์” คือการทำลายเครื่องกำเนิดไฟฟ้า. การตัดสายไฟฟ้าเป็นเพียงการยับยั้งชั่วคราวเท่านั้น แต่การระเบิดเครื่องกำเนิดไฟฟ้าจะก่อปัญหาใหญ่. การทำลายเครื่องกำเนิดไฟฟ้าเป็นส่วนปกติของหลักสูตร.

ข.

ค.

Seer Sees Nazi Doom if U. S. Acts in 8 Months

CLEVELAND NEWS, Aug. 6 1941.

Voluntary Entrance Into War Would Hasten End, Hungarian Here for Astrologer Session Says

BY WALLACE R. KATZ

Stars Carry No Encouragement For Der Fuehrer

Astrologers Hold Hitler Is on Downgrade and Certain To Lose

Astrologers Predict Hitler's Star Is About to Set: Czechoslovakia Invasion Was His Turning Point

Hitler Isn't Getting Many Breaks From Students Of Stars

Astrologer Links His Downfall With F. D. R. Birth Date

Astrologers See Hitler's Star Setting

—Astrology—

HITLER ILL-FATED

Stars Against Red War

CLEVELAND, Aug. 6 (AP)—For a man who has consistently patronized astrologers, Adolf Hitler is getting few breaks from the students of the stars.

Hitler's Star Is Setting,

Astrologers Say, Seeing His Downfall In Roosevelt's "Beautiful Horoscope."

Astrologers List Errors Stargazer Hitler Made

Fuehrer Is on the Downgrade, They Claim; Criticize Attack on Russia

Astrologers See Feuhrer's Star Sinking in West

Hitler's Star Setting, Astrologers Agree

FDR Horoscope 'Perfectly Beautiful,' Says Noted Astro-Philosopher

Roosevelt's Star Shadows Hitler's

Astrologer Says Star of Adolf Hitler Setting; Roosevelt 'Towers Above Others' in Horoscope

By HAROLD C. McKINLEY

หลุยส์ เดอ โวห์ล "โหราจารย์ชาวฮังการีผู้ลือชื่อ" ได้ไปเยือนสหรัฐอเมริกาในปี ๑๙๔๑ และคำทำนายของเขาเกี่ยวกับความหายนะของพวก นาซี ชั้นนำบางคน ได้รับการลงข่าวอย่างครึกโครมและเผยแพร่ไปทั่วโลก. ฮิตเลอร์ เป็นคนเชื่อโหราศาสตร์และคำทำนายเหล่านี้ทำให้สมุนของเขาหลายคนต้องตกจากตำแหน่ง. "นายเดอ โวห์ล" ตัวจริง คือ ร้อยเอกแห่งกองทัพบกอังกฤษ ซึ่งมาทำงานให้ "นายอินทร์". "คำทำนาย" ของเขามีส่วนที่แม่นยำเพื่อเสริมความน่าเชื่อถือของเขา. คณะ บี.เอ็ส.ซี. ที่นิวยอร์คเป็นผู้จัดคำพยากรณ์ให้เขา.

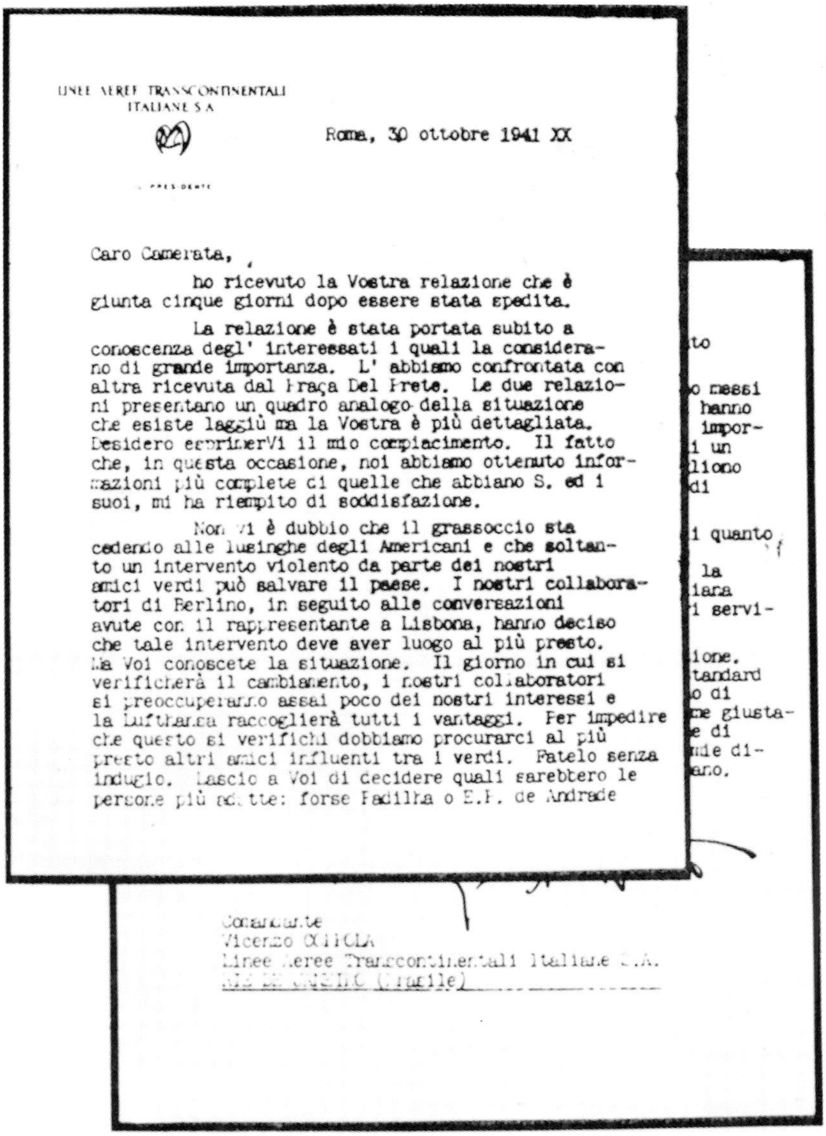

LINEE AEREE TRANSCONTINENTALI
ITALIANE S.A.

IL PRESIDENTE

Roma, 30 ottobre 1941 XX

Caro Camerata,

ho ricevuto la Vostra relazione che è giunta cinque giorni dopo essere stata spedita.

La relazione è stata portata subito a conoscenza degl' interessati i quali la considerano di grande importanza. L' abbiamo confrontata con altra ricevuta dal Fraga Del Prete. Le due relazioni presentano un quadro analogo della situazione che esiste laggiù ma la Vostra è più dettagliata. Desidero esprimerVi il mio compiacimento. Il fatto che, in questa occasione, noi abbiamo ottenuto informazioni più complete di quelle che abbiano S. ed i suoi, mi ha riempito di soddisfazione.

Non vi è dubbio che il grassoccio sta cedendo alle lusinghe degli Americani e che soltanto un intervento violento da parte dei nostri amici verdi può salvare il paese. I nostri collaboratori di Berlino, in seguito alle conversazioni avute con il rappresentante a Lisbona, hanno deciso che tale intervento deve aver luogo al più presto. Ma Voi conoscete la situazione. Il giorno in cui si verificherà il cambiamento, i nostri collaboratori si preoccuperanno assai poco dei nostri interessi e la Lufthansa raccoglierà tutti i vantaggi. Per impedire che questo si verifichi dobbiamo procurarci al più presto altri amici influenti tra i verdi. Fatelo senza indugio. Lascio a Voi di decidere quali sarebbero le persone più adatte: forse Padilha o E.P. de Andrade

Comandante
Vicenzo [illegible]
Linee Aeree Transcontinentali Italiane S.A.
[illegible] (Brasile)

ใน "แคมป์ เอกซ์" มีแผนกหนึ่งชื่อ สถานี เอ็ม ซึ่งมีความชำนาญพิเศษอย่างหนึ่ง คือการปลอมแปลงเอกสาร. จดหมายฉบับนี้ปลอมแปลงได้อย่างแนบเนียนโดยเทียบเคียงตำหนิของก้านอักษรเครื่องพิมพ์ หมึกที่ใช้ และกระดาษ อันทำให้เจ้าหน้าที่สนับสนุนพวก นาซี ระดับสำคัญในอเมริกาใต้บางคนถูกย้าย.

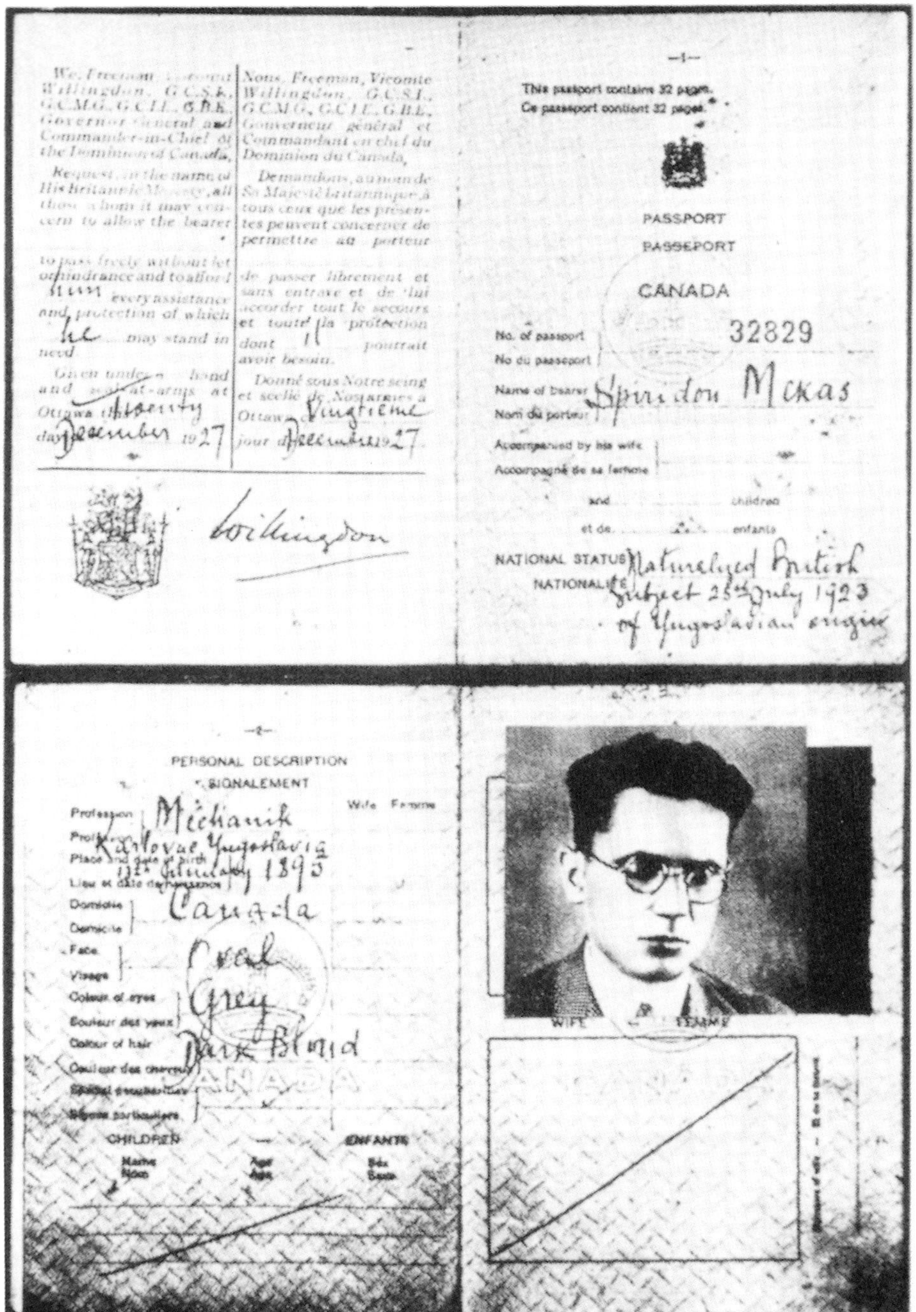

We, Freeman, Viscount Willingdon, G.C.S.I., G.C.M.G., G.C.I.E., G.B.E., Governor General and Commander-in-Chief of the Dominion of Canada,

Request, in the name of His Britannic Majesty, all those whom it may concern to allow the bearer to pass freely without let or hindrance and to afford him every assistance and protection of which he may stand in need.

Given under our hand and seal-at-arms at Ottawa this twenty day December 1927

Nous, Freeman, Vicomte Willingdon, G.C.S.I., G.C.M.G., G.C.I.E., G.B.E., Gouverneur général et Commandant en chef du Dominion du Canada,

Demandons, au nom de Sa Majesté britannique, à tous ceux que les présentes peuvent concerner de permettre au porteur de passer librement et sans entrave et de lui accorder tout le secours et toute la protection dont il pourrait avoir besoin.

Donné sous Notre seing et scellé de Nos armes à Ottawa, ce vingtième jour de décembre 1927

Willingdon

—1—

This passport contains 32 pages.
Ce passeport contient 32 pages.

PASSPORT
PASSEPORT
CANADA

No. of passport / No du passeport: 32829

Name of bearer / Nom du porteur: Spiridon Mekas

Accompanied by his wife / Accompagné de sa femme

and ... children / et de ... enfants

NATIONAL STATUS / NATIONALITÉ: Naturalized British Subject 25th July 1923 of Yugoslavian origin

—2—

PERSONAL DESCRIPTION
SIGNALEMENT

Wife Femme

Profession / Profession: Mechanik

Place and date of birth / Lieu et date de naissance: Karlovac Yugoslavia 12th February 1893

Domicile / Domicile: Canada

Face / Visage: Oval

Colour of eyes / Couleur des yeux: Grey

Colour of hair / Couleur des cheveux: Dark Blond

CHILDREN ENFANTS

Name / Nom — Age / Âge — Sex / Sexe

WIFE FEMME

หนังสือเดินทางเล่มนี้ให้ความคุ้มครองแก่บุคคลผู้ที่ได้แปลงสัญชาติเป็นชาวแคนาดา ชื่อ สปิริดอน เมกาส ผู้สามารถเดินทางในยุโรปเสรี และเดินทางเข้า ยูโกสลาเวียก่อนพวก นาซี บุกไม่นาน. หนังสือเดินทางเล่มนี้เป็นเอกสารปลอม. เจ้าของเป็นผู้นำพวกต่อต้านซึ่งในระยะนั้นเกือบไม่เป็นที่รู้จัก แต่บัดนี้เป็นที่คุ้นหูในนามว่า ติโต.

"แคมป์ เอกซ์" ได้กลายเป็นเวทีจำลองสถานการณ์ของแผนสังหาร ไฮดริช. ได้มีการศึกษานิสัยประจำตัวของเขา กำหนดการประจำวัน และสิ่งแวดล้อมอย่าง ละเอียดที่สุดที่จะทำได้. มีการถ่ายรูปและสร้างแบบจำลองสามมิติของเส้นเดินทางประจำของเขาและจุดที่ล่อแหลมก็สร้างขนาดเท่าของจริง. รูปนี้แสดงปราสาทที่อาศัยของเขาในกรุงพราก.

ไรนฮาร์ด ทริสตัม ออยเกน ไฮดริช ผู้มีสมญานามอย่างเหมาะสมว่า "นักชำแหละแห่งกรุงพราค" เป็นเพชฌฆาตตัวเอกและจอมทารุณของฮิตเลอร์. "นายอินทร์" กับที่ปรึกษาของเขาเชื่อว่าเป็นไปได้อย่างยิ่งว่า ฮิตเลอร์ ได้เลือก ไฮดริช เป็นทายาท อันจะเป็นผลทำให้ความโหดร้ายของไรช ที่สาม น่าสยดสยองยิ่งขึ้นอีกมาก. แต่แผนการสังหาร ไฮดริช ทำให้เกิดเงาร้ายของการแก้แค้นจากฝ่าย นาซี. การตัดสินที่จะเดินหน้าต่อไปเป็นปัญหาที่เผาใจ แต่ก็จำต้องทำ. การแก้แค้นทารุณร้ายกาจยิ่งกว่าจะคาดหมายได้ แต่ก็ได้กระพือเพลิงของการต่อต้านให้ยิ่งร้อนแรงเกินกว่าที่จะดับได้.

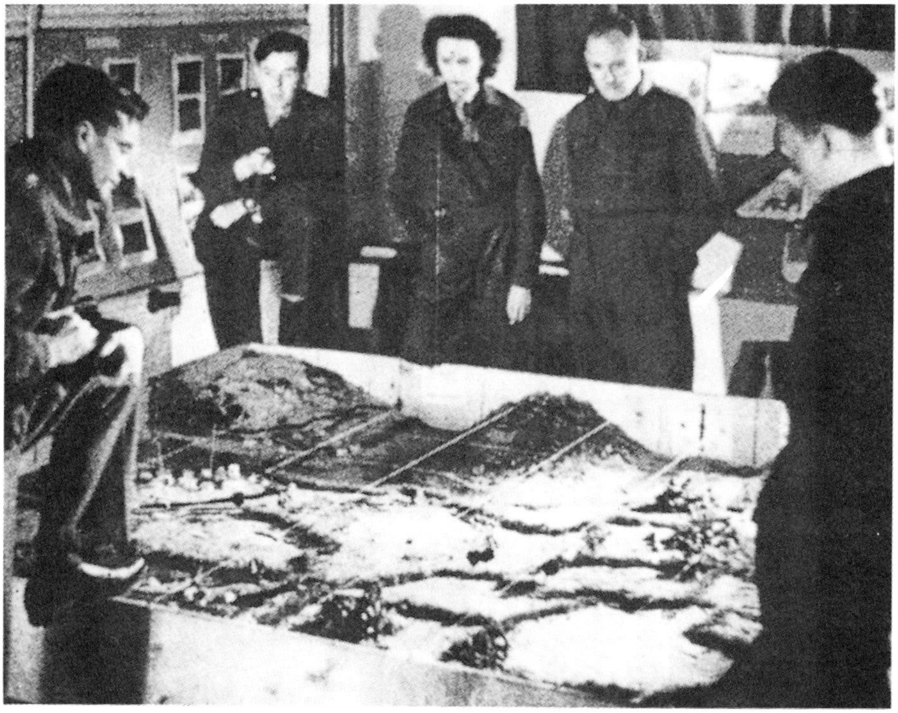

นักสังหารอาสาสมัครจากกองทัพลับของพวกต่อต้านชาว เชค ลอบเดินทางออกจากปิตุภูมิที่ถูกยึดครองอยู่ บินมาที่ "แคมป์ เอกซ์" และเตรียมการเพื่อภารกิจของพวกเขา. รูปนี้แสดงหุ่นจำลองบริเวณของกรุงพราค ซึ่งใช้เพื่อการวางแผนและการฝึก.

รูปถ่ายซึ่งสายลับได้ถ่ายสถานที่การสังหารหลังเหตุการณ์ไม่นาน แสดงให้เห็นว่าเหตุใดจึงได้เลือกโค้งหักมุมนี้สำหรับการโจมตี. รถของ ไฮดริช ที่ถูกระเบิดแหลก เห็นได้ที่มุมด้านล่างซ้าย.

รูปถ่ายระยะใกล้ของรถ ไฮดริช หลังจากได้เคลื่อนร่างที่บาดเจ็บสาหัสของ "ผู้พิทักษ์ไรช" ออกไปแล้ว.

ห้องปฏิบัติการของฐานบิน เครื่องบิน “พระจันทร์” ซึ่งลอบนำนักสังหาร ออกมาจากเชโกสโลวะเกีย และนำกลับไปเมื่อพร้อม.

รูปถ่ายระยะใกล้ของแผงปฏิบัติการซึ่งแจ้งสภาพ “พร้อม” สำหรับนำผู้สังหารไฮดริช ไปปล่อยลงไปในเขตปฏิบัติการของพวกเขา.

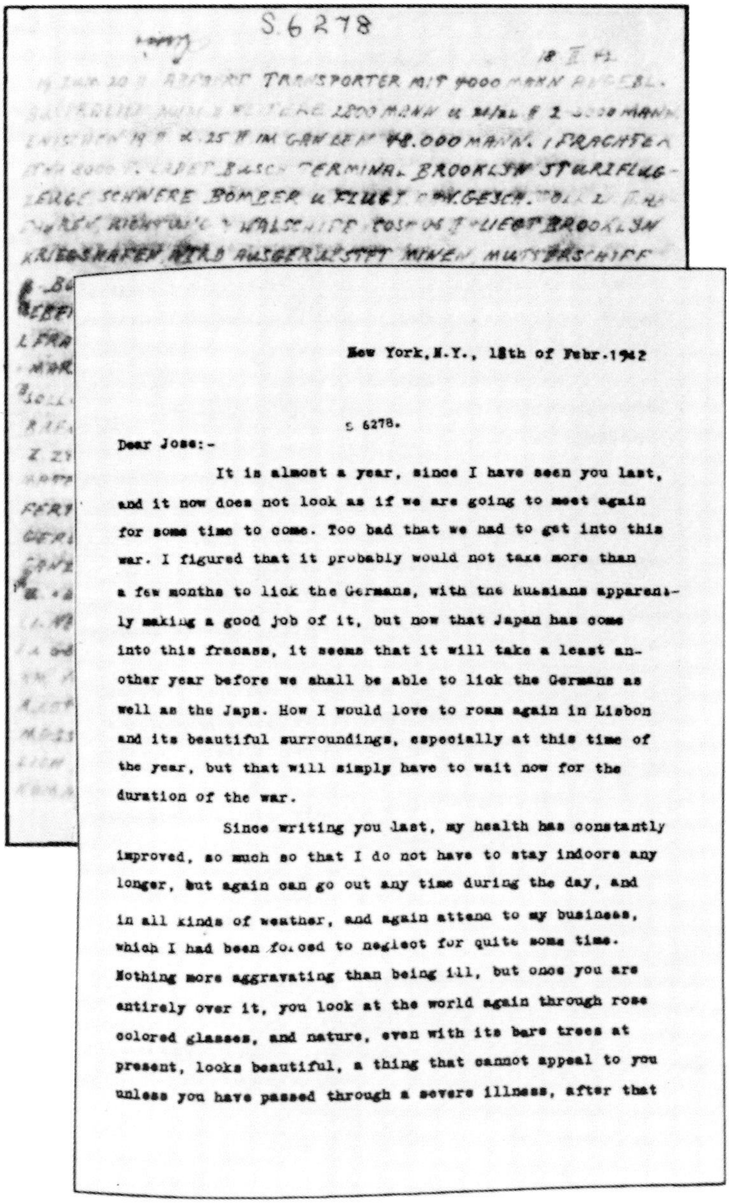

S.6278

New York, N.Y., 18th of Febr.1942

S 6278.

Dear Jose:-

It is almost a year, since I have seen you last, and it now does not look as if we are going to meet again for some time to come. Too bad that we had to get into this war. I figured that it probably would not take more than a few months to lick the Germans, with the Russians apparently making a good job of it, but now that Japan has come into this fracass, it seems that it will take a least another year before we shall be able to lick the Germans as well as the Japs. How I would love to roam again in Lisbon and its beautiful surroundings, especially at this time of the year, but that will simply have to wait now for the duration of the war.

Since writing you last, my health has constantly improved, so much so that I do not have to stay indoors any longer, but again can go out any time during the day, and in all kinds of weather, and again attend to my business, which I had been forced to neglect for quite some time. Nothing more aggravating than being ill, but once you are entirely over it, you look at the world again through rose colored glasses, and nature, even with its bare trees at present, looks beautiful, a thing that cannot appeal to you unless you have passed through a severe illness, after that

ตามแผน เบอร์มิวดา กลายเป็นจุดสำหรับกลั่นกรองไปรษณียภัณฑ์ระหว่างทวีปอเมริกากับยุโรป. ข่าวลับของเยอรมันจำนวนมากถูกลอบส่งออกโดยใช้จดหมายที่ดูไม่มีพิษมีภัยเช่นนี้ ซึ่งเป็นส่วนหนึ่งของการติดต่อของ "เฟรด ลุวิส" ผู้ฉาวโฉ่ เมื่อถูกสกัดที่เบอร์มิวดา และตรวจสอบหมึกที่มองไม่เห็น จดหมายเหล่านี้ก็เผยสารลับเขียนด้วยลายมือ ซึ่งให้ข้อมูลลับทางทหาร บนกระดาษแผ่นเดียวกันกับจดหมายพิมพ์ดีดที่ไม่มีพิษภัย. ข่ายสายลับ นาซี ถูกเปิดโปงด้วยความพากเพียรของ เอ็ฟ.บี.ไอ. และด้วยความสังหรณ์ของพวกเจ้าหน้าที่ บี.เอ็ส.ซี.

you feel like hugging the whole cockeyed world. But that does not say that, in order for anyone to enjoy such feelings, I should wish him to go through what I had to go through. But it seems the good Lord sees to it that trees do not grow into heaven, and whenever in His belief it is best to visit a severe illness on anyone, who, like me, has not been too good, he does so in order to try to make us better human beings. Whether, in my case, my really good intentions will materialize for any great duration, I cannot vouch for, but let's hope so

How is your family now getting along on foodstuffs? Do you have any rationing at present or is everything still plentyful ? As it was at the time I saw you last ? That is on thing we do not have to worry about in this country. You can get everything, even sugar, which up to now has not yet been rationed, and if it actually should come to pass, we will still get enough to go around, and as for me I hardly need any. It would be a good lesson for many people, if rationing of sugar would come, in order to stop some people needlessly squandering same.

I do hope that you and all of your family are enjoying the best of health. When you see Alonzo please give him my kindest regards. And don't forget to write from time to time.

With all good wishes and best regards to you and yours from my wife and myself,

Your friend

S 6278.

Lewis

DOUGLAS-BUFFALO MONAT JANUAR [illegible]
60% ALLER GEWEHR-LÄUFE UNBRAUCHBAR VER-
WORFEN, URSACHE MANGEL AN BES. GEHAERT. WERK-
ZEUGSTAHL. PHILIPPINEN VERLUSTE OHNE FILIPIN-
O-9000 MANN. LETZTE BRIEFE AUCH BEIDE SEITE
MIT GEHEIM- U. MASCH. SCHRIFT, DA EINSEITIG
MASCH. SCHRIFT VERDAECHTIG LT. SPIONAGE PRO-
ZESS LUDWIG ET AL. WENN ENTWICKELT GUT LESE-
LICH? NOCHMALS ERBITTE KABELUEBERWEISUNG.

HEIL HITLER!
FRED LEWIS

ราชการลับเยอรมันได้พัฒนาวิธีการใหม่ที่แยบคายในการใช้จดหมายธรรมดาๆ เพื่อส่งสารลับ. นี่คือ "จุดไมโคร" ฟิล์มถ่ายรูปจุดเล็กๆ ซึ่งสามารถบรรจุข้อเขียนหรือรูปวาดทั้งหน้ากระดาษ โดยใช้กล้องจุลทัศน์ย่อลงฟิล์มถ่ายรูป. ดังนี้จุดลูกน้ำในจดหมายพิมพ์ดีดอาจมีฟิล์มถ่ายรูปชิ้นเล็กๆ ติดอยู่. เมื่อแกะฟิล์มออก แล้วเอามาขยาย จะได้ข้อเขียนหรือรูปวาดที่ยืดยาวครบถ้วน. ซองจดหมายฉบับนี้ ซึ่งจ่าหน้าถึง ลิสบอน จากนครเม็กซิโก มีจุดดำๆ บนฝาซอง อันไม่ควรจะเป็นที่น่าสนใจเลย.

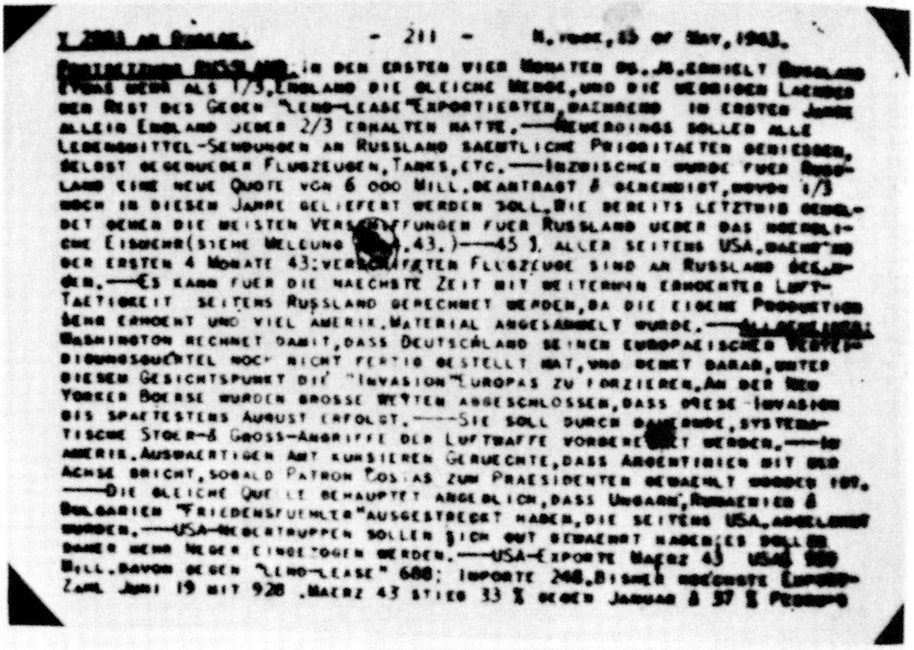

- 211 -

[illegible]RUSSLAND: IN DEN ERSTEN VIER MONATEN DS.JS.ERHIELT RUSSLAND ETWAS MEHR ALS 1/3, ENGLAND DIE GLEICHE MENGE, UND DIE UEBRIGEN LAENDER DEN REST DES GEGEN "LEND-LEASE" EXPORTIERTEN, WAEHREND IM ERSTEN JAHRE ALLEIN ENGLAND JENER 2/3 ERHALTEN HATTE.——NEUERDINGS SOLLEN ALLE LEBENSMITTEL-SENDUNGEN AN RUSSLAND SAEMTLICHE PRIORITAETEN GENIESSEN, SELBST GEGENUEBER FLUGZEUGEN, TANKS, ETC.——INZWISCHEN WURDE FUER RUSSLAND EINE NEUE QUOTE VON 6 000 MILL. BEANTRAGT & GENEHMIGT, WOVON 1/3 NOCH IN DIESEM JAHRE GELIEFERT WERDEN SOLL. DIE BEREITS LETZTHIN GEMELDET GEHEN DIE MEISTEN VERS[illegible]FFUNGEN FUER RUSSLAND UEBER DAS [illegible] EISMEER (SIEHE MELDUNG [illegible].43.)——45 % ALLER SEITENS USA. [illegible] DER ERSTEN 4 MONATE 43: VER[illegible]FTEN FLUGZEUGE SIND AN RUSSLAND GEG[illegible]EN.——ES KANN FUER DIE NAECHSTE ZEIT MIT WEITERHIN ERHOEHTER LUFT-TAETIGKEIT SEITENS RUSSLAND GERECHNET WERDEN, DA DIE EIGENE PRODUKTION SEHR ERHOEHT UND VIEL AMERIK. MATERIAL ANGESAMMELT WURDE.——[illegible] WASHINGTON RECHNET DAMIT, DASS DEUTSCHLAND SEINEN EUROPAEISCHEN VERTEIDIGUNGSGUERTEL NOCH NICHT FERTIG GESTELLT HAT, UND DENKT DARAN, UNTER DIESEM GESICHTSPUNKT DIE "INVASION" EUROPAS ZU FORZIEREN. AN DER NEW YORKER BOERSE WURDEN GROSSE WETTEN ABGESCHLOSSEN, DASS DIESE INVASION BIS SPAETESTENS AUGUST ERFOLGT.——SIE SOLL DURCH [illegible], SYSTEMATISCHE STOER- & GROSS-ANGRIFFE DER LUFTWAFFE VORBERE[illegible]T WERDEN.——IM AMERIK. AUSWAERTIGEN AMT KURSIEREN GERUECHTE, DASS ARGENTINIEN MIT DER ACHSE BRICHT, SOBALD PATRON COSTAS ZUM PRAESIDENTEN GEWAEHLT WORDEN IST.——DIE GLEICHE QUELLE BEHAUPTET ANGEBLICH, DASS UNGARN, RUMAENIEN & BULGARIEN "FRIEDENSFUEHLER" AUSGESTRECKT HABEN, DIE SEITENS USA. [illegible] WURDEN.——USA-NEGERTRUPPEN SOLLEN SICH GUT BEWAEHRT HABEN; ES SOLLEN DAHER MEHR NEGER EINGEZOGEN WERDEN.——USA-EXPORTE MAERZ 43 [illegible] MILL. DAVON GEGEN "LEND-LEASE" 688; IMPORTE 248. BISHER [illegible] ZAHL JUNI 19 MIT 928. MAERZ 43 STIEG 33 % GEGEN JANUAR & 37 % [illegible]

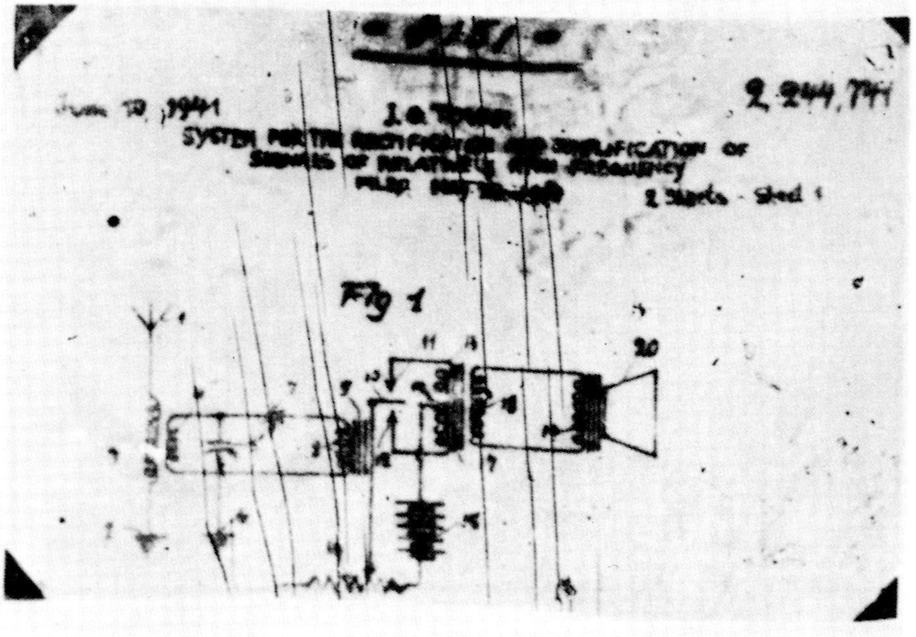

"จุดไมโคร" ถูกพบในจุดดำ ๆ เหล่านั้น เมื่อขยายขึ้นมา ก็ได้พบความลับทางทหาร. ดังนี้งานที่สถานีของ บี.เอ็ส.ซี. ที่เบอร์มิวดา จึงเป็นที่ประจักษ์ว่ามีคุณค่ามหาศาลอีกประการหนึ่ง.

หญิงสาวที่มีนามรหัสว่า "ซินเธีย" เป็นชาวอเมริกัน เป็นบุตรีของนาวาตรีกองนาวิกโยธินอเมริกัน. เธอปฏิบัติการครั้งแรกเป็นสายลับของอังกฤษใน โปแลนด์ ระหว่างการค้นหาความลับของเครื่องใส่รหัสลับ เอนิกมา. ซินเธียมีความกล้าหาญท้าทายองอาจและเฉลียวฉลาด. เธอใช้ความสวย และเสน่ห์ดึงดูดทางเพศของเธอ เป็นผลสำเร็จได้อย่างน่ามหัศจรรย์.

คู่มือการใช้รหัสของนักการทูตรัฐบาลฝรั่งเศสฝ่าย วิชี ซึ่ง "ซินเธีย" ได้มาจากผลของปฏิบัติการผจญภัยที่ฟังดูเหลือเชื่อแม้ในหนังสืออ่านเล่นประเภทแผนลับ. คู่มือนี้ช่วยให้ "อัลตร้า" สามารถพัฒนาการขบรหัสลับของ "เอนิกมา" ได้.

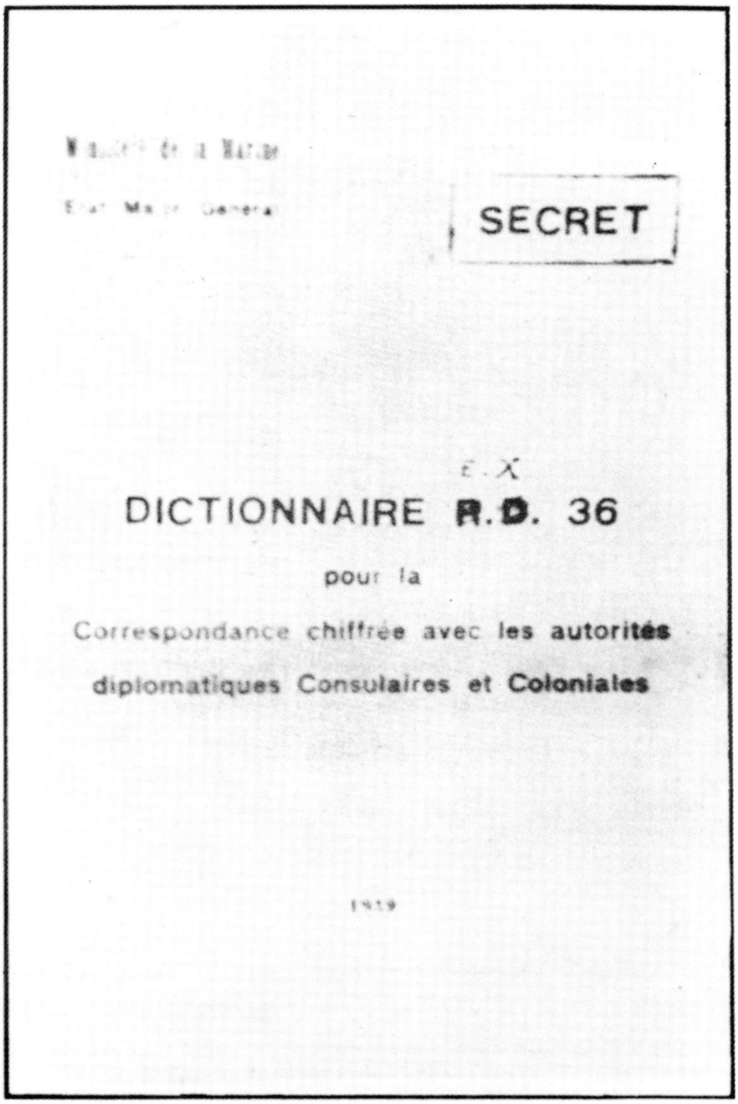
Ministère de la Marine

Etat Major Général

SECRET

E.X

DICTIONNAIRE R.D. 36

pour la

Correspondance chiffrée avec les autorités diplomatiques Consulaires et Coloniales

1939

Washington, le 15 juin 1941

DIPLOMATIE - VICHY

No. 1236 - 1237.

No. 282-283 De l'Attaché Naval à l'Amirauté Française.

J'ai appris de bonne source présence:

1). A Norfolk de l"Illustrious";

2). A Philadelphia du "Repulse".

3). A New York de un ou deux croiseurs en plus du "Malaya" déjà signalé.

Tous ces bâtiments subissent des reparations de longue durée, le premier prêt sera sans doute le "Malaya" qui est immobilisé encore au moins pour un mois.

Ceci répond à votre télégramme No. 4093./.

HENRY-HAYE.

ในจำนวนข่าวลับที่ล่อแหลมและเกี่ยวกับความเป็นความตาย ซึ่ง "ซินเธีย" สามารถได้มา มีโทรเลขที่ถอดรหัสแล้วฉบับหนึ่งซึ่งทาง วิชี ได้ส่งถึงสถานเอกอัครราชทูตฝรั่งเศสที่ วอชิงตัน ขอให้ส่งข่าวแก่ทางราชการลับเยอรมัน เกี่ยวกับเรือรบอังกฤษที่กำลังดำเนินการซ่อมแซมตามเมืองท่าในประเทศสหรัฐอเมริกา.

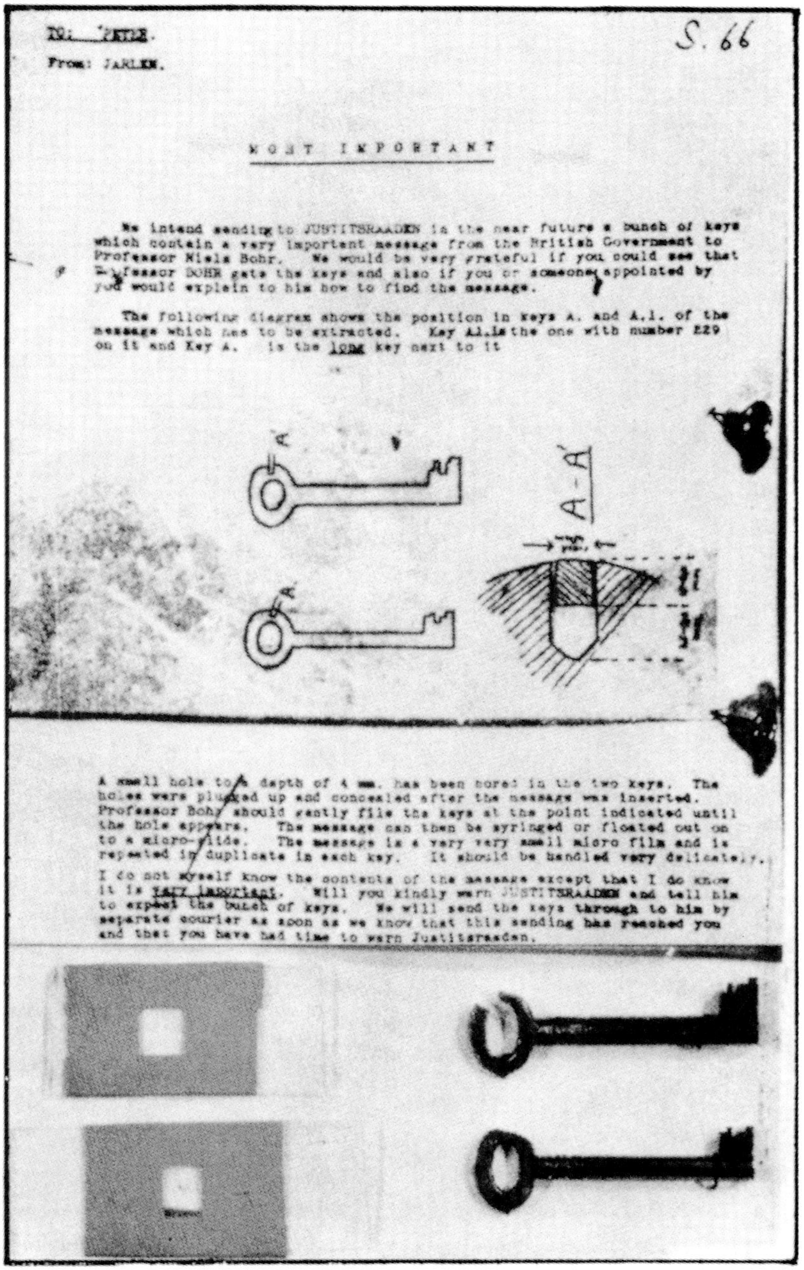

TO: PETER.

From: JARLEN.

S. 66

MOST IMPORTANT

We intend sending to JUSTITSRAADEN in the near future a bunch of keys which contain a very important message from the British Government to Professor Niels Bohr. We would be very grateful if you could see that Professor BOHR gets the keys and also if you or someone appointed by you would explain to him how to find the message.

The following diagram shows the position in keys A. and A.1. of the message which has to be extracted. Key A1. is the one with number 229 on it and Key A. is the long key next to it

A small hole to a depth of 4 mm. has been bored in the two keys. The holes were plugged up and concealed after the message was inserted. Professor Bohr should gently file the keys at the point indicated until the hole appears. The message can then be syringed or floated out on to a micro-slide. The message is a very very small micro film and is repeated in duplicate in each key. It should be handled very delicately.

I do not myself know the contents of the message except that I do know it is very important. Will you kindly warn JUSTITSRAADEN and tell him to expect the bunch of keys. We will send the keys through to him by separate courier as soon as we know that this sending has reached you and that you have had time to warn Justitsraaden.

ไม่มีปฏิบัติการใดที่ "นายอินทร์" ดำเนินการระหว่างสงครามจะมีความสำคัญยิ่งกว่าความพยายามขัดขวางความขวนขวายของพวก นาซี ที่จะได้วัตถุระเบิดปรมาณู และกลยุทธของเขาในการส่งเสริมให้ฝ่ายอังกฤษและอเมริกันพัฒนาระเบิดปรมาณูได้. เหตุการณ์ที่น่าตื่นเต้นที่สุดครั้งหนึ่งในชีวิตการงานของเขาคือแผนเพื่อปลดปล่อย นีลส์ โบห์ร นักฟิสิกซ์ผู้ปราดเปรื่องจากการคุมขังของฝ่าย เยอรมัน. หลังจากหลบหนีออกมาได้ โบห์ร ได้มาเป็นกำลังสำคัญของ แผน แมนแฮ็ตตัน ซึ่งเป็นปฏิบัติการลับสุดยอดของฝ่ายพันธมิตรซึ่งสามารถผลิตระเบิดปรมาณูได้จริง ๆ และเป็นการเปิดยุคใหม่ของอาวุธสงคราม. ในรูปนี้ ข้อความใน "จุดไมโคร" ที่ซ่อนอยู่ในกุญแจ แจ้งให้ โบห์ร ทราบถึงรายละเอียดของแผนการหลบหนี.

วิลเลียม สตีเฟนสัน "นายอินทร์ผู้ปิดทองหลังพระ" ไม่เคยแสวงหาชื่อเสียงตลอดชีวิตของเขาที่ไม่เคยเว้นว่างและประกอบด้วยผลงานมหาศาล. รูปถ่ายของเขาเกือบจะหาไม่ได้. เมื่อเขาตกลงใจรับหน้าที่เป็นทูตพิเศษของ เชอร์ชิลล์ และเป็นหัวหน้าปฏิบัติการลับที่กลายเป็นปฏิบัติการใหญ่ที่สุดในประวัติศาสตร์แล้ว เขาก็เก็บตัวอย่างเงียบเชียบที่สุด. รูปนี้ถ่ายที่บ้านของเขาที่นิวยอร์ค ในปี ๑๙๕๔. มีอาคารของสหประชาชาติตั้งอยู่เบื้องหลัง อันเป็นฉากที่เหมาะสมที่สุด เพราะสหประชาชาติจะไม่สามารถยืนหยัดอยู่ได้ หากมิได้มีเขาและผู้ที่อุทิศตัวอย่างซื่อสัตย์มั่นคงอย่างเดียวกับเขา.

รูปทุกรูป ยกเว้น รูป วิลเลียม สตีเฟนสัน รูป วิลเลียม โดโนแวน รูป เครื่องเอนิกมา และรูป คฤหาสน์ ที่ เบล็ตชลี่ย์พาร์ค ได้มาจากเอกสาร บี.เอ็ส.ซี. ที่เก็บไว้ในแหล่งรวบรวมเอกสารของสถานี เอ็ม.

บทที่ ๓๐

"ไทรซิเคิล" เป็นนามรหัสที่อังกฤษให้แก่ชาวยูโกสลาเวียผู้รักชาติ ชื่อ ดุซโก โปปอฟ (Dusko Popov) ซึ่งออกเสียงว่า พ็อป อ็อฟ (ผลุบไป) จึงทำให้เขาได้รับคำรหัสว่า สคูท (Scoot ! = เผ่นไป). ในจำนวนลักษณะพิกลต่าง ๆ ที่ทำให้ เจ. เอ็ดการ์ ฮูเวอร์ แคลงใจ ก็คือเขาปฏิบัติบทของสายลับนกสองหัว. ถึงแม้เขาสมัครเป็นสายในราชการลับเยอรมันก่อน แต่เขาก็มาอาสาทำงานให้หน่วยสืบราชการลับอังกฤษ และทำการป้อนข่าว "ที่ควบคุมแล้ว" แก่ฝ่ายเยอรมัน --- ซึ่งหมายถึงข่าวที่ดูมีความสำคัญ แต่ที่หน่วยสืบราชการลับอังกฤษตรวจอนุญาตแล้ว. ดังนี้เขาจึงสามารถล้วงข่าวจากพวกเยอรมันมาได้ โดยมากด้วยการวิเคราะห์อย่างรอบคอบในคำถามที่พวกนี้ต้องการคำตอบ.

ในเดือนมิถุนายน ๑๙๔๑ หลังจากได้ทำให้จ้าวนายฝ่ายเยอรมันตื่นเต้นด้วยผลงานในประเทศอังกฤษที่ดูได้ผลเลิศ เขาได้รับคำสั่งให้ย้ายไปสหรัฐ. ตามทางเขาไปพบปะกับผู้บังคับบัญชาฝ่ายเยอรมันที่ลิสบอน. พวกนี้บอกเขาว่าพวกญี่ปุ่นกำลังศึกษายุทธวิธีที่จะใช้เครื่องบินทิ้งระเบิดตอร์ปิโดจากเรือบรรทุกเครื่องบินสำหรับโจมตี เพิร์ล ฮาร์เบอร์ อันจะเป็นวิธีการทำนองเดียวกับปฏิบัติการของอังกฤษ ที่เข้าโจมตีกองทัพเรือของอิตาลีเมื่อสองสามเดือนก่อน. พวกอังกฤษได้ทำให้ครึ่งหนึ่งของทัพเรือข้าศึกจมพินาศลงในน้ำตื้นที่ ตารันโต (Taranto) ในอิตาลีภาคใต้ โดยใช้ตอร์ปิโดจากอากาศชนิดใหม่. บารอน โกรเนา (Baron Gronau) ผู้ช่วยทูตฝ่ายทหารอากาศเยอรมันในโตเกียวได้บินไปตารันโต เป็นพิเศษ เพื่อไปศึกษาวิจัยปฏิบัติการนั้นโดยตลอด. โยสุเกะ มัตสุโอกะ (Yosuke Matsuoka) รัฐมนตรีต่างประเทศญี่ปุ่นเดินทางไปเบอร์ลินพร้อมกับคณะผู้เชี่ยวชาญเพื่อไปรับรายละเอียด. "ไทรซิเคิล" ได้รับแจ้งเรื่องทั้งหมดนี้ แล้วได้รับรายการคำถามซึ่งส่วนใหญ่เกี่ยวกับการป้องกัน เพิร์ล ฮาร์เบอร์ เป็นสำคัญ.

เขารายงานตรงตามหน้าที่ถึงความเห็นของเยอรมัน ว่าเป็นครั้งแรกที่ฝ่ายกองทัพเรือญี่ปุ่นดูมีความคิดว่าจะสามารถทำลายส่วนสำคัญของกองทัพเรืออเมริกันในมหาสมุทรแปซิฟิก โดยใช้ยุทธวิธีเดียวกับที่กองบินราชนาวีอังกฤษได้ใช้ที่

ตารันโต -- โดยเฉพาะด้วยเหตุที่ฝ่ายอังกฤษได้ค้นคิดตอร์ปิโดอากาศสำหรับใช้ในน้ำตื้น และสามารถใช้การได้ในสภาพการณ์ที่การป้องกันดูจะไม่มีทางทะลวงเข้าไปได้ อันเป็นสภาพการณ์ที่เหมือนกับที่ เพิร์ล ฮาร์เบอร์ ทุกประการ. ในฐานะที่เป็นนักบิน สตีเฟนสัน ขุ่นเคืองมากที่เห็นฝ่ายอังกฤษไม่ขวนขวายให้นักบินราชนาวีมีเครื่องบินทันสมัยใช้ มีแต่เครื่องบินบุโรทั่ง ปีกสองชั้น แบบ สอร์ดฟิช สำหรับปฏิบัติการทิ้งตอร์ปิโด. เขาเร่งเร้าให้ขอเครื่องบินจากกองทัพเรือสหรัฐ ซึ่งเห็นการณ์ไกลพอที่ได้รักษากองบินของกองทัพเรือเองไว้แม้ในยามสงบ. นักบินราชนาวีอังกฤษหลายคนเอาชีวิตรอดมาได้ ก็เพราะในระยะต่อมาได้มีการใช้อุปกรณ์ประกอบเรือบรรทุกเครื่องบินของสหรัฐ ซึ่งทันสมัยกว่าแบบของอังกฤษในขณะนั้นมาก. การที่อเมริกันสนองตอบความต้องการของราชนาวีอังกฤษหมายความว่าจะต้องโอนยุทโธปกรณ์จากเขตมหาสมุทรแปซิฟิก ซึ่งเป็นแดนที่กองเรือบรรทุกเครื่องบินอันเกรียงไกรของญี่ปุ่นมีกำลังเหนือฝ่ายสัมพันธมิตร. อาจกล่าวได้ว่าข้อนี้เป็นผลสำคัญที่สุดของยุทธการ ตารันโต. บทเรียนที่ชี้ถึงหายนะที่จะเกิดขึ้นที่ เพิร์ล ฮาร์เบอร์ ถูกเหตุฉุกเฉินประจำวันอื่น ๆ กลบจนไม่ทันมองเห็นกัน.

โดยที่ "ไทรซิเคิล" มาอยู่ในแดนอเมริกันแล้ว เขาจะต้องอยู่ใต้บังคับบัญชาของ เอ็ฟ.บี.ไอ. และ ฮูเวอร์ ผู้จะต้องประท้วงทันทีหากรู้สึกว่าถูกกันท่าไม่ให้รู้ความลับ. แต่บุคลิกลักษณะนิสัยใจคอของ "ไทรซิเคิล" และ ฮูเวอร์ ขัดกันอย่างรุนแรง. แม้แต่นามรหัสก็ทำให้ ฮูเวอร์ ขวางหูขวางตา. ฮูเวอร์ เขียนถากถางไว้ภายหลังว่า : "นั่นมาจากความเป็นเจ้าชู้ยักษ์ของเขา. เขาชอบนอนกับผู้หญิงสองคนพร้อมกัน." ตามคำบอกเล่าของ ฮูเวอร์ คู่รักของเขาคนหนึ่งถึงกับทิ้งบ้านทิ้งช่องรวมทั้งการงาน เพื่อจะได้อยู่กับเขาทุกโอกาสที่จะทำได้. "เขาเป็นเสเพลบอยชาวบอลคันส์ที่ได้รับคำสั่งมอบหมายให้มาสอดส่องกิจการทางพลังงานปรมาณูของเรา แล้วส่งรายงานทุกเดือนเรื่องความช่วยเหลืออังกฤษของเรา."

เขารู้สึกว่าการที่ "ไทรซิเคิล" มีเส้นสายในระดับสูง มีรสนิยมแปลก ๆ และมีวิธีดำเนินชีวิตอย่างฟุ่มเฟือยนั้น เป็นบุคลิกลักษณะแฝงที่ดีที่สุด. ทาง เอ็ฟ.บี.ไอ. ออกจะไม่เห็นชอบกับสิ่งทั้งหลายนี้ และไม่ยอมรับรู้การให้เหตุผลแก้ตัวแทนของอังกฤษว่าเขาปฏิบัติงานที่อันตรายได้อย่างยอดเยี่ยมมาแล้ว อันทำให้พวกหัวหน้าราชการลับเยอรมันไว้วางใจเขาสนิท. ทางเบอร์ลินได้ส่งเขามาสหรัฐเพื่อสร้างข่ายจารกรรมของตนเองพร้อมด้วยสถานีวิทยุครบครัน. ทาง เอ็ฟ.บี.ไอ. ได้ติดตั้งสถานีวิทยุจริง ๆ และออกข่าวกลับไปเยอรมัน แต่ศัตรูเกิดสงสัยจึงตัดการ

ติดต่อ. "ไทรซิเคิล" ไม่เคยมีโอกาสได้เข้าใกล้เครื่องส่งเลย.

เรื่องนี้ทำให้ทางลอนดอนผิดหวังมาก. แม้ฝ่ายอังกฤษเองก็ยอมรับภายหลังว่าผิดพลาดที่ไม่ย้ำความสำคัญของร่องรอยเรื่อง เพิร์ล ฮาร์เบอร์. สายฝ่ายนาซีที่ "ไทรซิเคิล" ติดต่อที่ลิสบอนคนหนึ่ง เป็นนายทหารการข่าวเยอรมันซึ่งได้ไปที่ตารันโต เพื่อทำรายงานผลการโจมตีของฝ่ายอังกฤษ. นายทหารผู้นี้เผยให้ "ไทรซิเคิล" ฟังว่า : "เครื่องบินทิ้งตอร์ปิโดของฝ่ายอังกฤษบินผ่านรั้วลวดยึดบอลลูน และการระดมยิงอย่างหนักของเรือประจัญบานหกลำ เรือลาดตระเวนเก้าลำ เรือพิฆาตและเรือคุ้มกันยี่สิบลำ. เครื่องบินอังกฤษจากเรือบรรทุกเครื่องบิน มาทำให้กองทัพเรือของอิตาลีหมดสภาพด้วยการจู่โจมเพียงครั้งเดียว. วันที่ ๑๑ พฤศจิกายน ๑๙๔๐. จะจารึกในประวัติศาสตร์ว่าเป็นจุดจบของสมัยเรือประจัญบานในสงครามทางทะเล."

บทเรียนอันสำคัญของ ตารันโต ไม่เกิดประโยชน์ใด ๆ แก่พวกอเมริกัน แต่พวกญี่ปุ่นกลับเอาตามอย่างมาใช้ที่ เพิร์ล ฮาร์เบอร์. หากฝ่ายอังกฤษสามารถใช้ตอร์ปิโดอากาศจากเครื่องบินโบราณโดยฝ่าผ่านเขี้ยวเล็บของข้าศึก พวกญี่ปุ่นก็คงทำได้อย่างกล้วย ๆ เพราะมีเครื่องบินทิ้งตอร์ปิโดและเรือบรรทุกเครื่องบินที่เหนือกว่า.

"ไทรซิเคิล" พยายามอย่างที่สุดที่จะให้ฝ่ายอเมริกันตื่นตัว แต่ เอ็ฟ.บี.ไอ. ไม่เอาไหน. เขานำตัวอย่างอุปกรณ์จารกรรมของเยอรมันมาด้วย แต่สิ่งที่สำคัญที่สุดคือบันทึกรายการคำถามและหมวดที่จ่าหน้าว่า "จุดแข็งแรงด้านกองทัพเรือที่เพิร์ล ฮาร์เบอร์" ซึ่งเรียกร้องข้อมูลเกี่ยวกับ :

๑. รายละเอียดที่แน่นอนและแผนผังสังเขปเกี่ยวกับท่าเทียบเอก เครื่องอุปกรณ์ท่าเรือ ที่ตั้งของอู่ซ่อมเรือหมายเลขหนึ่ง และอู่ซ่อมใหม่ที่กำลังสร้างอยู่.

๒. รายละเอียดเกี่ยวกับสถานีเรือดำน้ำ (แผนผังที่ตั้ง). อุปกรณ์ภาคพื้นดินมีอะไรบ้าง.

๓. สถานีหมู่เรือตรวจทุ่นระเบิดอยู่ที่ไหน. การขุดสันดอนทางเข้าและทางตะวันออกกับตะวันออกเฉียงใต้ของประตูน้ำ ดำเนินไปถึงไหน. น้ำลึกเท่าไร.

๔. มีที่จอดเรือกี่แห่ง.

๕. มีอู่ซ่อมลอยที่ เพิร์ล ฮาร์เบอร์ หรือไม่. หรือมีแผนที่จะนำอู่ลอยมาหรือเปล่า. งานพิเศษ -- ให้รายงานเกี่ยวกับตาข่ายป้องกันตอร์ปิโด ซึ่งเพิ่งเริ่มใช้ในกองทัพเรืออังกฤษและสหรัฐอเมริกา. มีใช้มากประการใดกับเรือสินค้าและเรือรบ. ใช้ระหว่างเดินทางหรือไม่. การทำให้ถ่วงความเร็วโดยเฉลี่ยเมื่อใช้. รายละเอียดเกี่ยวกับโครงสร้างและเรื่องอื่น ๆ.

ทั้งหมดนี้ถึงมือ ฮูเวอร์. แต่เมื่อเห็นได้ชัดว่าการที่หัวหน้า (ฮูเวอร์) ดูเกลียดชังความฟู่ฟ่าของผู้มาใหม่ (ไทรซิเคิล) จะทำให้ความร่วมมือกันต้องเป็นหมันไป อีเว็น มอนตะกิว จึงบินมาจากลอนดอนในฐานะสมาชิกของ "กรรมาธิการยี่สิบ" (Twenty Committee) ซึ่งได้ชื่อจากเลขยี่สิบที่เมื่อเขียนแบบอักษรโรมัน (XX) เป็นสัญลักษณ์กากบาทคู่ (double cross — ดับเบิล ครอสส์ หมายความว่าหักหลัง). เขาพยายามที่จะให้ทาง เอ็ฟ.บี.ไอ. ป้อนข้อมูลให้แก่ "ไทรซิเคิล" เพื่อให้ผู้นี้ทำให้หัวหน้าจารกรรมเยอรมันพอใจ แต่ก็ไม่สำเร็จ. ถึงแม้ว่าเขาจะยอดเยี่ยมในงานแสนยากลำบากในการทำให้สายของศัตรูเองหลงกลได้ แต่กับ ฮูเวอร์ นั้น มอนตะกิว หมดปัญญา.

หัวหน้าของ "กรรมาธิการ ยี่สิบ" คือ เซอร์ จอห์น มาสเตอร์แมน (Sir John Masterman) ผู้เกี่ยวข้องกับมหาวิทยาลัยอ็อกซ์ฟอร์ดมานานในฐานะนักศึกษาและอาจารย์ เขียนเรื่องราวตอนนี้ในหนังสือ "ระบบหักหลัง" (The Double Cross System) ว่า : "น่าสังเกตว่ารายการคำถามที่เยอรมันให้ "ไทรซิเคิล" ส่วนใหญ่เป็นเรื่องทั่ว ๆ ไปหรือเรื่องตัวเลขสถิตินอกจากคำถามเกี่ยวกับ เพิร์ล ฮาร์เบอร์ เท่านั้นที่เป็นคำถามเฉพาะและละเอียด. ดังนั้น จะสันนิษฐานได้อย่างถูกต้องพอสมควรว่ารายการคำถามนั้นชี้บ่งว่าหากสหรัฐเข้าภาวะสงครามเมื่อใด เพิร์ล ฮาร์เบอร์ จะเป็นจุดแรกที่จะถูกโจมตี และว่าแผนการโจมตีได้กำหนดล่วงหน้าไว้อย่างละเอียดตอนฤดูร้อนของปี ๑๙๔๑ แล้ว. แต่แน่นอนที่ชาวอเมริกันเองจะต้องเป็นผู้วินิจฉัยรายการคำถามเพื่อพิจารณาสถานการณ์ ไม่ใช่เรื่องของเราที่จะทำเช่นนั้น. แต่อย่างไรก็ตาม โดยที่ฝ่ายเรามีความรู้มากกว่าในกรณีนี้และคุ้นกับสายของเรา เราควรจะได้ย้ำความสำคัญมากกว่าที่เราได้ปฏิบัติลงไป. หากในขณะนั้นเรามีความชำนาญเหมือนสองสามปีภายหลัง เราคงจะยอมเสี่ยงกับการถูกตะเพิด และ

พยายามชี้ให้มิตรของเราในสหรัฐเห็นความหมายสำคัญของเอกสารนั้น. แต่ในปี ๑๙๔๑ เรายังไม่ค่อยกล้าออกความคิดเห็น และยังไม่แน่ใจนักในการพิจารณาวินิจฉัยของเรา."

จนแล้วจนรอด เอ็ฟ.บี.ไอ. ก็ไม่ยอมรับ "ไทรซิเคิล". ต่อไปเขาย้ายไปอยู่ที่ แคมป์ เอกซ์ ในแคนาดา. ผู้บังคับบัญชาของเขาในหน่วยจารกรรมเยอรมันส่งคำสั่งต่างๆ ไม่ขาดสายโดยผ่านข่ายอื่นๆ ของนาซี. ข้อวิจารณ์ของหัวหน้าหน่วยฝ่ายเยอรมันมีทั้งเละเทะทั้งน่ารู้. "ไทรซิเคิล" ได้คิดแต่งข้อแก้ตัวให้เยอรมันเข้าใจว่าทำไมเขาต้องย้ายไปอยู่แคนาดา : นั่นคือการนัดพบกับหญิงสาวสุดสวยอย่างไม่มีที่เปรียบ. ข่าวสารที่ส่งออกมาจากเยอรมันแสดงว่าฝ่ายนาซีทราบ

หมายเหตุของผู้แปล (หน้า ๓๔๔)

"ระบบหักหลัง" (The Double Cross System)

คำว่า ดับเบิล ครอสส์ ตรงๆ แปลว่า "กากบาทคู่" แต่ความหมายอีกอย่างคือ "หักหลัง". อังกฤษใช้คำนี้เรียกระบบการใช้สายลับนกสองหัว โดยมีกรรมาธิการควบคุมการปฏิบัติ ที่เรียกกันว่ากรรมาธิการยี่สิบ (Twenty Committee) เพราะกากบาทคู่ (XX) เหมือนเลขยี่สิบเขียนแบบอักษรโรมัน.

ปลายปี ๑๙๔๐ ฝ่ายเยอรมันสามารถสร้างข่ายจารกรรมที่มีประสิทธิภาพในประเทศอังกฤษ. ส่วนอังกฤษเองแทนที่จะพยายามทำลายข่ายจารกรรมของข้าศึกให้สิ้นซาก กลับใช้ข่ายนี้เองมาเป็นประโยชน์แก่ตนโดยใช้ระบบหักหลัง

ระบบหักหลังมีจุดประสงค์ ๗ อย่าง

๑. เพื่อเข้าควบคุมระบบของข้าศึกหรือส่วนที่สามารถควบคุมได้

๒. เพื่อจับจารชนใหม่เมื่อปรากฏตัว

๓. เพื่อหาข้อมูลเกี่ยวกับบุคคลและวิธีการของหน่วยราชการลับเยอรมัน

๔. เพื่อหาข้อมูลเรื่องรหัสลับและวิทยาการของราชการลับเยอรมัน

๕. เพื่อหาหลักฐานของแผนและปฏิบัติการอนาคตของข้าศึกโดยอาศัยคำถามที่พวกนี้ตั้ง

๖. เพื่อให้แผนของข้าศึกมีการเปลี่ยนแปลงคล้อยตามคำตอบที่ส่งไปให้

๗. เพื่อให้ข้าศึกเข้าใจผิดในแผนและปฏิบัติการอนาคตของฝ่ายเรา.

อังกฤษสามารถใช้ระบบนี้อย่างมีประสิทธิภาพ จะทำให้ข่ายจารกรรมของเยอรมันในประเทศอังกฤษเป็นประโยชน์แก่อังกฤษ และเป็นโทษแก่เยอรมัน.

อย่างละเอียดลออถึงจุดอ่อนส่วนตัวของแต่ละคน. ฝ่ายนี้ได้หลักฐานโดยผ่านสายลับอื่น ๆ ว่าหญิงดังกล่าวนี้เคยได้รับการรักษากามโรคมาแล้ว. พวกนี้จึงแนะให้ "ไทรซิเคิล" แสนซนคนขยันใช้ความระมัดระวังที่เหมาะแก่กรณี และถึงกับเสนอชื่อยาเพื่อป้องกันโรค.

พวกหัวหน้าสงครามลับคันมือคันไม้เต็มทนจึงเร่งเร้าให้ได้รุกเสียที แต่ก็ถูกยั้งไว้เพราะยังต้องพึ่งการสนับสนุนทางวัตถุจากฝ่ายอเมริกัน. กองทัพประจำของสหรัฐยังไม่พร้อมออกรบ จึงไม่เต็มใจโอนยุทโธปกรณ์ให้ ถึงแม้จะเห็นใจสภาพความยากลำบากของอังกฤษ -- โดยเฉพาะในระดับหัวหน้าของกองทัพเรือสหรัฐ. นายพลเรือเอก ริชมอนด์ เคลลี เทอร์เนอร์ (Admiral Richmond Kelly Turner) แสดงถึงความห่วงใยนี้ในบันทึกถึง รูสเวลท์ : "โดยที่รัฐบาลอังกฤษกำลังเผชิญสถานการณ์น่าสลดอยู่แล้ว ผมขอเสนอว่าไม่ควรทำให้ฝ่ายนั้นกังวลใจยิ่งขึ้นด้วยการออกความเห็นว่าสถานการณ์น่าหนักใจ. . . พวกเขารู้แน่แก่ใจอยู่แล้ว. . . ." นายพลเรือเอก เอมอรี เอ็ส. แลนด์ (Admiral Emory S. Land) หัวหน้ากรรมาธิการเดินทะเล มีข้อสังเกตด้วยสำนวนสั้นแต่คมตามวิสัยชาวทะเลว่า : "หากไม่ระวังตัวดี ๆ เราอาจได้เห็นทำเนียบขาวออกทะเลมุ่งไปอังกฤษโดยใช้อนุสาวรีย์วอชิงตัน (Washington Monument) แทนหางเสือ."

อนุสาวรีย์วอชิงตันไม่ได้ไปไหน. แต่ประธานาธิบดี รูสเวลท์ นั้นออกทะเลไปจริง ๆ และความสนใจเรื่องภัยในมหาสมุทรแปซิฟิกก็ถูกหันเหยิ่งขึ้นเมื่อเขาตื่นเต้นที่ได้พบนายกรัฐมนตรี เชอร์ชิลล์ เป็นครั้งแรก ในวันที่ ๙ สิงหาคม ๑๙๔๑. ผู้นำทั้งสองพบปะกันบนเรือประจัญบาน พรินศ์ ออฟ เวลส์ ซึ่งมีชะตาที่จะต้องถูกเครื่องบินญี่ปุ่นทิ้งระเบิดตอร์ปิโดจมลงสี่เดือนพอดีภายหลัง หลัง เพิร์ล ฮาร์เบอร์ ถูกโจมตีไม่กี่วัน และบนเรือลาดตระเวนสหรัฐ ออกัสตา (Augusta) ในอ่าวเพลเซนเทีย (Placentia Bay) ที่นิวฟันด์แลนด์ (New Foundland). การเจรจาบนเรือรบมีผลให้เกิดข้อตกลงกฎบัตรแอตแลนติก (Atlantic Charter) ซึ่งนอกจากทำให้อังกฤษขวัญดีขึ้นทันทีแล้ว ยังกลายมาเป็นศิลาฤกษ์ขององค์การสหประชาชาติในอนาคต. อย่างไรก็ตามในขณะนั้นยังไม่มีผลบังคับอะไร. ท่านประธานาธิบดีไม่ประสงค์ให้ตกลงอะไรในรูปของสนธิสัญญา เพราะจะต้องเสนอต่อรัฐสภาซึ่งอาจถูกคว่ำบาตรก็ได้.

สตีเฟนสัน มีข้อสังเกตว่า : "นั่นแสดงว่าฐานะของ รูสเวลท์ ง่อนแง่น

เพียงไร. การหยั่งเสียงความรู้สึกของประชาชนได้แสดงว่ามีผู้สนับสนุนการช่วยเหลืออังกฤษน้อยลง ทั้งๆ ที่คาดคะเนกันว่ามีทางต้องทำสงครามกับเยอรมันมากขึ้น. ชาวอเมริกันส่วนใหญ่เห็นว่าการส่งยุทโธปกรณ์ให้อังกฤษเท่ากับเอาไปโยนทิ้งทะเลเสียเปล่า. อย่างไรๆ ดินแดนยุโรปก็เสียไปแล้ว."

เพื่อเป็นการต่อต้านความรู้สึกนี้ ฝ่ายอังกฤษย้ำถึงผลที่เป็นพิษเป็นภัยของพวกแนวที่ห้า พวกโง่เขลาที่ถูกหลอกถูกตุ๋น และพวกพันธมิตรทางการค้าของนาซี. ฮิตเลอร์ ถือว่าการบ่อนทำลายกำลังใจของเหยื่อที่เขาตั้งใจจะฮุบเป็นความสำคัญอันดับแรก. และการโจมตีซึ่งๆ หน้า ภายหลังเป็นเพียงการกวาดล้างให้เกลี้ยงเกลา. อีกครั้งหนึ่งที่ข้ออ้างของฝ่ายอังกฤษบังคับให้ท่านประธานาธิบดีต้องหันมาสนใจกับอันตรายของการบ่อนทำลายภายในประเทศและความจำเป็นของการเสริมสร้างจิตใจเพื่อต่อต้านลัทธินาซี. สตีเฟนสัน เขียนภายหลังว่า : "ประชาชนที่ถูกกดขี่ในยุโรปได้รับคำมั่นว่าจะได้รับเอกราชและการปกครองตนเอง. ฝ่ายเรามุ่งที่จะรวบรวมการต่อต้านของพวกที่อยู่ใต้แอกของนาซีแล้วให้เป็นปึกแผ่น และผนึกกำลังของพวกที่ยังอิสระอยู่."

ผลทางปฏิบัติที่ได้จากการประชุม แอตแลนติก มาในรูปความช่วยเหลือเพิ่มเติมของฝ่ายอังกฤษเพื่อต่อต้านอิทธิพลนาซีในทวีปอเมริกา. กรณีนี้ ในสายตาของฝ่ายอังกฤษ หมายความว่าอริทางการเมืองของ รูสเวลท์ มีความร้ายกาจพอๆ กับเยอรมันของนาซีเอง.

เชอร์ชิลล์ ส่งสารไปถึงรัฐบาลฉุกเฉินในลอนดอน :

> เป็นที่ประจักษ์แล้วว่าท่านประธานาธิบดีมุ่งมั่นว่าฝ่ายอเมริกันต้องเข้าสงคราม. แต่ก็เห็นได้ชัดว่าเขามีความสัมพันธ์อย่างหมิ่นเหม่มากกับรัฐสภา ซึ่งอย่างไรก็ตาม เขาไม่ถือว่าเป็นผู้แทนที่แท้จริงของประชาชนนัก.

ในการรายงานที่เปิดเผยตรงไปตรงมายิ่งกว่าอีก ซึ่งเป็นความลับมากจนต้องรายงานโดยวาจาในที่ประชุมลับของรัฐบาล เชอร์ชิลล์ พูดเพิ่มเติมว่า : "ท่านประธานาธิบดีบอกว่าต้องการจะดำเนินสงครามกับเยอรมัน แต่ว่าจะไม่ประกาศสงคราม. แทนที่จะกระทำดังนี้ เขาหมายจะยั่วแหย่กวนโทโสให้มากขึ้น. นายรูสเวลท์ กล่าวว่าคอยจ้องหาเหตุการณ์ที่จะอ้างได้โดยชอบเพื่อเปิดฉากสงคราม."

ในการเดินทางเที่ยวกลับจากการเจรจา เชอร์ชิลล์ ชอบใจมากที่มีเรือพิฆาตสหรัฐคุ้มกันเรือที่เขาโดยสารมาระยะหนึ่ง. นี่คือเชื้อของเหตุการณ์ยั่วแหย่ที่ต้องการ. เขากล่าวปราศรัยทางวิทยุกระจายเสียงต่อประชาชนอังกฤษรวมทั้งของยุโรป เขาปะปนข้อเท็จจริงกับข้อสรุปเอาเอง โดยหวังที่จะยั่วให้ ฮิตเลอร์ บ้าแทบคลั่งอีก ด้วยการทำให้เข้าใจว่าอังกฤษกับอเมริกันมีความสนิทสนมกอดคอรักใคร่กันฉันพี่น้อง. เขาทำสุ้มทำเสียงว่า : "แล้วเราก็กลับมาด้วยจิตใจผ่องใสแช่มชื่นและความมุ่งมั่นแน่นหนา. เรือพิฆาตอเมริกันหลายลำบังเอิญแล่นไปทางเดียวกับเราจึงร่วมเดินทางกันด้วยใจบันเทิง."

เขาเอ่ยถึงเรือพิฆาตอเมริกันในทำนองที่เหตุบังเอิญแบบที่น่ายินดีนี้เป็นเหตุการณ์ปกติธรรมดา ๆ. น้ำเสียงก็แสดงให้รู้สึกว่าเป็นบรรยากาศแห่งไมตรีจิตมิตรภาพของสองสหาย. โนล เคาเวิร์ด ผู้อยู่ในระหว่างรอคอยไปทำภาระของนายอินทร์ในอเมริกาใต้ บรรยายถึงการที่ท่านประธานาธิบดีกับท่านนายกรัฐมนตรีมัววิจารณ์เนื้อร้องในเพลงของเขา ในเมื่อ "ทั้งสองท่านน่าจะกำลังหาทางแก้ไขสถานการณ์ของโลก." เรื่องราวทำนองนี้สร้างภาพพจน์ของความมุ่งมั่นร่วมและความมั่นใจที่ร่าเริง. ตามความจริงนั้นฝ่ายอังกฤษมีความรู้สึกว่าได้รับประโยชน์น้อยกว่าที่ เชอร์ชิลล์ ให้ความหวังไว้. ส่วนฝ่ายอเมริกันที่อยากอยู่โดดเดี่ยว ก็เกรงว่าข้อตกลงลับต่าง ๆ จะผูกมัดสหรัฐมากกว่าที่ได้เปิดเผยให้ทราบกัน.

รอเบิร์ต เชอร์วูด ผู้สังเกตการณ์ที่เป็นนักเขียนบทละครอีกคนหนึ่ง เข้าใจว่าหลังการประชุม รูสเวลท์ มีความเข้าใจซึ้งขึ้นถึงอันตรายคุกคามของฐานทัพฝ่ายอักษะในซีกโลกตะวันตก. เชอร์วูด กล่าวภายหลังว่า : "ท่านประธานาธิบดีได้รับการกระตุ้นเตือนว่า ฮิตเลอร์ มีแนวความคิดที่แหวกแนวอย่างยิ่งยวด. ท่านผู้นำของนาซีหัวเราะเยาะพวกนายพลที่ใฝ่ฝันจะปฏิบัติเยี่ยงอัศวิน ตลอดจนนักปริยัติทางการทหารทั้งหลาย. ฮิตเลอร์ เขียนว่า : "ข้า ฯ ไม่ต้องใช้อัศวินม้าขาว." และได้เสริมว่า : "ข้า ฯ ปรารถนาการปฏิวัติ." เขาต้องการให้ปฏิวัติกันในอเมริกาใต้โดยหมายจะฉวยโอกาสที่จะเล็ดลอดเข้าสหรัฐทางประตูหลัง.

"ฝ่ายอังกฤษมีเหตุผลอันควรในการยกข้ออ้างต่าง ๆ ของตน และในการแสดงความจำเป็นที่จะป้องกันมิให้พวกนาซีเข้ายึดที่มั่นมากขึ้นในทวีปอเมริกาทั้งเหนือและใต้. หายนะใหญ่หลวงที่สุดที่มนุษยชาติเคยประสบได้เข้าครอบงำยุโรปและ เชอร์ชิลล์ ได้เตือน รูสเวลท์ อีกครั้งหนึ่งว่าในหมู่เกาะเล็ก ๆ ของเขา ภาระ

ป้องกันฐานทัพสำคัญ ๆ ตกแก่ชายหญิง ๑๕๐,๐๐๐ คน ที่มีเพียงหลาว กระบองและระเบิดมือเป็นอาวุธ. จากการถูกชักจูงด้วยสัมผัสทางอารมณ์ดังนี้ รูสเวลท์เลยจำต้องลดความสำคัญของปัญหาต่าง ๆ ในมหาสมุทรแปซิฟิก.

"เรือพิฆาตอเมริกันที่บังเอิญแล่นไปทางเดียวกับทางกลับบ้านของเชอร์ชิลล์หมายความว่ากองเรือของเราในมหาสมุทรแอตแลนติกเตรียมพร้อมรบตลอดยี่สิบสี่ชั่วโมงแต่บัดนี้เป็นต้นไป."

"กองเรือของเราในมหาสมุทรแปซิฟิกยังคงเป็นอัมพาตเพราะโรคความเป็นกลางขึ้นสมอง."

ดังนี้หนังตัวอย่างเรื่อง เพิร์ล ฮาร์เบอร์ ที่ "ไทรซิเคิล" นำมาฉายจึงถูกลืมสนิท. นับว่า เชอร์ชิลล์ ประสบความสำเร็จล้นเหลือเกินพอในการผันความสนใจของท่านประธานาธิบดีจากทางตะวันออกมาเพ่งเล็งความหมกมุ่นกังวลปัจจุบันของฝ่ายอังกฤษ.

ภาคที่สี่

เอาละวา

"เอาละวา ลั่นกลองศึกละเว้ย"

("Cry, 'Havoc !' and let slip the dogs of war.")

— เชคสเปียร์ ใน จูเลียส ซีซาร์.
(Shakespeare, Julius Caesar)

บทที่ ๓๑

การพบประระหว่าง รูสเวลท์ กับ เชอร์ชิลล์ กลางทะเลสี่เดือนก่อนเหตุการณ์ เพิร์ล ฮาร์เบอร์ เป็นเครื่องหมายแห่งความหวังสำหรับอนาคตของเสรีภาพ. เพื่อปกป้องเสรีภาพที่ยังเหลืออยู่ ได้มีการเร่งรัดปฏิบัติการสืบราชการลับร่วม ถึงแม้ประชาชนอเมริกันดูยังประสงค์จะเลี่ยงสงครามมากกว่า. จนถึงวาระนี้ ฮูเวอร์เคยสนับสนุนการเลี่ยงกฎหมายที่จำกัดปฏิบัติการของ เอ็ฟ.บี.ไอ. ในอันที่จะมุ่งรักษาสิทธิของบุคคล มาบัดนี้เขาเริ่มไม่สบายใจ. สตีเฟนสัน ต้องเผชิญกับท่าทีนี้โดยไม่ลืมว่าชาวอเมริกันบ้าคลั่งเพียงไรในเรื่องรักษาสิทธิเสรีภาพ. แต่ในเวลาเดียวกันเขาก็ต้องผจญกับเรื่องสยองขวัญที่เข้ามาทุกวันจากฝันร้ายของยุโรป.

คำร้องด่วนจากหน่วยสืบราชการลับกองทัพเรืออังกฤษทำให้เขาต้องขบปัญหาโลกแตกทำนองนี้. ทางลอนดอนต้องการให้ตัดสายการติดต่อทันทีระหว่างยุโรปและอเมริกาใต้ ซึ่งกำลังอำนวยประโยชน์แก่ข้าศึกถึงขั้นอันตราย. ทางลอนดอนเห็นว่าจะใช้วิธีรุนแรงเท่าใดก็ไม่ขัดข้อง ขอเพียงไม่ให้เป็นอุปสรรคขัดขวาง บี.เอ็ส.ซี. ในการใช้นิวยอร์คได้. สตีเฟนสัน ต้องหาทางที่จะนองเลือดน้อยที่สุด.

ฐานปฏิบัติการที่เป็นภัยที่สุดในระยะนั้นคือประเทศบราซิล เพราะรัฐบาลประเทศนั้นกำลังหนุนปฏิบัติการของนาซีที่มุ่งทำลายสหรัฐ. ทางออกที่ดีที่สุดดูจะเป็นการทำให้ฝ่ายผู้นำประเทศนั้นตกใจจนตัดสัมพันธ์กับฝ่ายศัตรู หรือไม่ก็ล้มรัฐบาลเสีย. ทางหนึ่งสำหรับให้สัมฤทธิ์ผลในทั้งสองวิธีการ ก็คือการลอบส่งเอกสารปลอมให้พวกชาวบราซิลที่เป็นตัวการเพื่อทำให้เสียชื่อเสียง. สตีเฟนสันไปปรึกษาผู้เชี่ยวชาญของเขา คือ ชาร์ลส์ ไวนิง (Charles Vining) นายกสมาคมผู้ผลิตกระดาษหนังสือพิมพ์แคนาดา ผู้ดำเนินปฏิบัติการของ บี.เอ็ส.ซี. ในแคนาดาหลายแห่ง.

สตีเฟนสัน ถามพลางชูกระดาษเขียนจดหมายแผ่นหนึ่งว่า : "คุณจะหากระดาษที่ทำด้วยเยื่อฟาง เนื้ออย่างนี้ได้ไหม."

ไวนิง ส่องกระดาษดูกับแสงสว่างและตอบว่า : "อาจได้."

"แล้วตราหัวกระดาษล่ะ."

"แผนกปลอมเอกสารคงทำได้ไม่ยากนัก."

"เรื่องเครื่องพิมพ์ดีดล่ะ."

ไวนิง พินิจดูตัวหนังสือ. "เครื่องของอิตาลีหรือนี่."

"ถูกต้อง. และเก่าบุโรทั่งด้วย."

"เราจะต้องสร้างใหม่สักเครื่อง พร้อมกับตำหนิทั้งหมด."

ไวนิง ส่งกระดาษคืนและถาม : "คุณมีแผ่นเดียวหรือ."

สตีเฟนสัน ยิ้มน้อยๆ ที่มุมปาก : "อย่าห่วงเลย. เราจะหาตัวจริงมาให้."

"คงจะทำในสหรัฐได้ง่ายกว่า."

"ไม่ได้แน่ ถ้าพวกนั้นยังมัวห่วงใช้ไม้นวมกันอยู่อย่างตอนนี้."

สารใส่รหัสส่งออกไปจาก ร็อกกิเฟลเลอร์ เซนเตอร์ ถึงหัวหน้าราชการลับอังกฤษในบราซิลดังนี้ : "เราตั้งใจจดส่งจดหมายถึงรัฐบาลบราซิลแบบชวนให้เข้าใจว่าเป็นจดหมายของผู้มีอำนาจในอิตาลีคนหนึ่ง ถึงกรรมการบริษัทคนหนึ่งในบราซิล. จุดประสงค์ของเราคือการทำความปั่นป่วนให้แก่บริการการบินข้ามมหาสมุทรแอตแลนติกของอิตาลี ซึ่งเป็นพาหนะของสายฝ่ายข้าศึกตลอดจนเอกสารราชการลับและวัตถุสำคัญทางยุทธศาสตร์. เราจะยินดีมากหากได้รายละเอียดและตัวอย่างจดหมายจากสำนักงานกลางของบริษัทการบิน "ลาติ" (LATI).

จดหมายที่ขโมยมาจาก นายพล เอาเรลิโอ ลิโอตตา (General Aurelio Liotta) ประธานกรรมการสายการบินในกรุงโรม ถูกส่งมาถึงมืออย่างทันท่วงทีโดยผู้นำสารพิเศษ. จดหมายนั้นมีตราหัวกระดาษส่วนตัวของเขาติดอยู่ด้วย. ต่อมานายอินทร์ได้รับข่าวจาก ริโอ เดอ จาเนโร (Rio de Janeiro) ว่าการส่งจดหมายปลอมจะได้ผลดีที่สุดถ้าส่งไปให้ นายนาวาโท วิเซนโซ คอปโปลา (Commandante Vicenzo Coppola) ผู้จัดการสาขาบราซิล. ปลายเดือนกันยายนก็ได้ผลิต

จดหมายปลอมขึ้นฉบับหนึ่ง. สถานี เอ็ม. เป็นผู้ผลิตกระดาษจดหมาย โดยใช้เยื่อฟางซึ่งตามปกติหาได้แต่ในยุโรป. นักปลอมแปลงได้จำลองแบบตราหัวกระดาษของบริษัทการบินซึ่งเป็นรัฐวิสาหกิจของอิตาลี ชื่อ ลินเน อาเอเรทรานสคอนติเนนตาลิ อิตาลิอาเน (Linnee Aeree Transcontinentali Italiane). ได้มีการสร้างเครื่องพิมพ์ดีดที่พิมพ์ได้เหมือนเครื่องจริงในกรุงโรมทุกประการ. จดหมายจ่าหน้าถึง คอปโปลา และลงชื่อของประธานกรรมการบริษัท "ลาติ" มีข้อความดังนี้ :

> เพื่อนรัก :
> ขอบใจสำหรับจดหมายและรายงานที่แนบมาให้. . . ผมปรึกษาหารือเรื่องรายงานของคุณกับเพื่อนๆ ของเราทันที. พรรคพวกถือว่าเป็นเรื่องสำคัญที่สุด. เขาเทียบเคียงให้ผมดูกับข่าวหนึ่งที่ได้รับมาแล้ว จากปราเซ เดล เปรเต (Prace del Prete). รายงานทั้งสองฉบับตรงกันเกือบทุกข้อ. . . . ทั้งนี้ทำให้ผมภูมิใจมาก. . . ไม่มีปัญหาว่า "อ้ายอ้วนเล็ก" กำลังตกลงไปในกระเป๋าของพวกอเมริกัน และไม่มีทางอื่นที่จะช่วยประเทศได้นอกจากปฏิบัติการรุนแรงของ "พวกสุภาพบุรุษเขียว". ผมเข้าใจว่าผู้ร่วมงานที่เคารพรักของเราในเบอร์ลินได้เตรียมปฏิบัติการดังกล่าวแล้ว. . . .

การปลอมแปลงแบบยอดเยี่ยมชาญฉลาดนี้ทำท่าเสมือนเป็นส่วนหนึ่งของแผนทรยศที่พวกฟาสซิสต์หนุนหลังเพื่อล้มประธานาธิบดี เจตุลิโอ วาร์กาส (President Getulio Vargas) คือ "อ้ายอ้วนเล็ก" ที่กล่าวถึงนั้นเอง. "พวกสุภาพบุรุษเขียว" เป็นพวกที่มีชื่อกระฉ่อนในบราซิลในฐานะเป็นพวกปฏิวัติเบ็ดเสร็จ ผู้พยายามล้มรัฐบาลของ วาร์กาส. การหมิ่นประมาทสุดยอดอยู่ในบรรทัดสุดท้าย : "ชาวบราซิลอาจเป็น "ชาติลิงจ๋อ" เหมือนที่คุณว่า แต่พวกเขาก็เป็นไอ้จ๋อที่จะเต้นตามเพลงของผู้ที่ชักใย ไม่ว่าจะเป็นใครก็ตาม. สวัสดีแบบฟาสซิสต์. . ."

บุตรเขยของประธานาธิบดี วาร์กาส คนหนึ่ง เป็นประธานกรรมการฝ่ายวิชาการของสายการบิน. บุคคลสำคัญชาวบราซิลอีกหลายคนมีผลประโยชน์ในการดำเนินกิจการ. ได้มีการลอบนำรูปถ่ายย่อส่วนของจดหมายเข้าเมือง ริโอ และในที่สุดรูปที่ขยายให้ใหญ่ขึ้นก็รั่วไปเข้ามือลูกน้องของ วาร์กาส. ท่านประธานาธิบดีโกรธปึงปัง สั่งยกเลิกใบอนุญาตลงท่าอากาศยานของบริษัท "ลาติ"

และสั่งจับกุม คอปโปลา. ท่านนายนาวาโทรู้ตัวล่วงหน้า จึงเบิกเงินของ "ลาติ" เท่ากับหนึ่งล้านดอลลาร์ แต่ถูกจับเมื่อกำลังมุ่งสู่เขตแดนประเทศอาร์เจนตินา.

แค่นั้นยังนับว่าเขาโชคดี. แผนที่จะระเบิดเครื่องบินที่เขาโดยสารไปพร้อมกับเพชรที่ใช้ทางอุตสาหกรรมถูก สตีเฟนสัน ระงับไว้. สตีเฟนสัน กล่าวว่า : "ผมทำลายเครื่องบินพลเรือนไม่ลง. และโดยที่เป็นนักบินเองผมเห็นว่าการที่จะต้องทำให้นักบินตายเป็นบาปหนัก."

ประธานาธิบดี วาร์กาส เคียดแค้นพวกอิตาลีและอาฆาตพวกเยอรมัน จึงย้ายเข้าค่ายพวกอังกฤษกับอเมริกัน. ข้อนี้มีผลที่กว้างไกลสำหรับสหรัฐ เมื่อถึงวาระที่ต้องอาศัยฐานทัพและเมืองท่าในบราซิลในการดำเนินปฏิบัติการในแอฟริกา.

ต่อมาฝ่าย เอ็ฟ.บี.ไอ. พาซื่ออ้างว่างานชิ้นโบว์แดงนี้เป็นงานของตน. การลอบนำเอกสารปลอมเข้าไปกระทำอย่างแนบเนียนมาก จนทำให้บางฉบับถึงสถานเอกอัครราชทูตสหรัฐในริโอต่างหาก โดยผ่านสายของ ฮูเวอร์ คนหนึ่ง และทำให้เข้าใจว่าเอกสารที่ปลอมปั้นขึ้นในแคนาดาเป็นของจริง. บี.เอ็ส.ซี. ทำลายฉบับปลอมเดิม ตลอดจนเครื่องพิมพ์ดีดที่จำลองขึ้นตามแบบของอิตาลี ซึ่งถูกถอดเป็นชิ้นๆ และทิ้งลงทะเลสาบไป.

ขณะนั้นมีเหตุผลหนักหน่วงมากในอันที่จะต้องเก็บเรื่องปฏิบัติการของอังกฤษเป็นความลับ จนทำให้ ฮูเวอร์ ไม่รู้เรื่องอยู่นาน. ในเอกสารของ บี.เอ็ส.ซี. มีข้อสังเกตว่า : "ข้อลำบากในขณะนั้นอยู่ที่พวกอเมริกันปฏิบัติกับข่าวบางชนิดอย่างห้าวหาญโดยไม่คำนึงถึงผลร้ายที่จะตามมา. การที่พวกอเมริกันชอบป่าวร้องประโคมผลความสำเร็จทำให้ฝ่ายข้าศึกพลอยรู้ตัวไปด้วย." ถึงแม้หน่วยสืบราชการลับใหม่ของ โดโนแวน เริ่มแก้ปัญหานี้แล้ว ฮูเวอร์ ก็ยังขุ่นเคืองในปฏิบัติ-การของ บี.เอ็ส.ซี. มากขึ้นทุกที. การวางแผนและการใช้เอกสารปลอม ซึ่งมุ่งเล็งพวกนาซีและรัฐบาลที่เป็นปรปักษ์ต่อผลประโยชน์ของอังกฤษ ดำเนินและจัดการในนิวยอร์ค แม้ว่าการพิมพ์ การประกอบและการปฏิบัติจะกระทำจากแคนาดา แต่การบังคับบัญชากระทำจาก ร็อกกิเฟลเลอร์ เซนเตอร์ โดยหน่วยซึ่งดูเหมือนไม่อยู่ในบังคับของกฎเกณฑ์ที่ชาวอเมริกันหวงแหนโดยชอบธรรม มิให้หน่วยต่างประเทศแสวงหาผลประโยชน์จนเกินขอบเขตจากเสรีภาพ การกระทำและการพูดของอเมริกัน. การประท้วงของ ฮูเวอร์ มีเหตุผลสมควรทั้งทางจรรยาและทางกฎหมาย. บางครั้งเขายอมรับว่าสิทธิเสรีภาพของบุคคลอาจจำต้องถูกย่ำยีบ้าง เพื่อป้องกันไม่

ให้เกิดภัยอันตรายที่ใหญ่หลวงกว่า แต่เขาก็ยังอ้างนโยบายที่ต้องโฆษณาสำนักงาน (เอ็ฟ.บี.ไอ.) ให้มากที่สุด. เอ็ฟ.บี.ไอ ได้กลายเป็นหน่วยที่ไม่มีด่างพร้อยเพราะ ฮูเวอร์ ทำให้เจ้าหน้าที่ทุกคนสำนึกตนในเกียรติแห่งความเป็นยอด. สตีเฟนสัน เข้าใจข้อนี้ดี แต่ก็ลำบากในการพยายามให้ทางลอนดอนเข้าใจว่าการโฆษณาตัวเองของ เอ็ฟ.บี.ไอ. มีเหตุผลอันควรในเมื่อการต่อสู้กับไรซที่สาม (Third Reich — เยอรมัน) และพวกแนวที่ห้าต้องใช้สิ่งที่ตรงกันข้ามกับการโฆษณาตัวเอง. ค่าตอบแทนสำหรับความร่วมมือของ ฮูเวอร์ ดูจะสูงมาก ถ้าพิจารณาว่าการโฆษณาเปิดเผยอาจทำลายปฏิบัติการลับก็ได้. แต่ถ้า ฮูเวอร์ เป็นปรปักษ์ ก็จะเสียหายหนักเหมือนกัน.

เมื่อ เอียน เฟล็มมิง ไปปฏิบัติงานให้กรมข่าวทหารเรืออังกฤษครั้งหนึ่งตอนฤดูร้อนปี ๑๙๔๑ นั้น เขาได้เห็นประจักษ์เหตุการณ์หนึ่งซึ่งแสดงถึงปัญหาโลกแตกที่ สตีเฟนสัน กำลังประสบ. โดยที่เขาต้องเก็บเรื่องไว้เงียบอย่างเด็ดขาดเพราะกฎหมายว่าด้วยความลับบังคับ เฟล็มมิง จึงเขียนเป็นหนังสืออ่านเล่นที่บรรยายถึงการ "ฆ่าอันชอบธรรม" สองครั้ง ที่ทำให้ เจมส์ บอนด์ ได้รับนามรหัสจำพวก สูญ - สูญ ซึ่งหมายความว่าเขาได้รับอำนาจในการฆ่าคนได้.

> เรื่องแรกเกิดขึ้นที่นิวยอร์ค — เรื่องผู้เชี่ยวชาญรหัสญี่ปุ่นขบประมวลรหัสของเราที่ชั้นสามสิบหกของตึก อาร์.ซี.เอ. (R.C.A. Building) ใน ร็อกกิเฟลเลอร์ เซนเตอร์ ซึ่งเป็นสถานกงสุลของอ้ายญุ่น. ผมไปเช่าห้องบนชั้นที่สี่สิบของตึกระฟ้าใกล้เคียง และสามารถมองข้ามถนนลงไปในห้องที่เขาทำงานอยู่ ต่อไป ผมเรียกเพื่อนร่วมหน่วยในนิวยอร์คมาพร้อมกับปืนเรมิงตันแบบสามสิบ - สามสิบ สองกระบอก ทั้งกล้องเล็งทางไกลและเครื่องเก็บเสียง. . . . ผู้นี้มีหน้าที่เพียงแต่ยิงให้กระจกหน้าต่างแตกเป็นช่องให้ผมยิงอ้ายญุ่นได้. ที่ ร็อกกิเฟลเลอร์ เซนเตอร์ มีกระจกหน้าต่างหนาเพื่อไม่ให้เสียงจากภายนอกรบกวน. งานผ่านพ้นไปอย่างสะดวกมาก. . . ผมยิงโดนอ้ายญุ่นเข้าตรงปาก เมื่อมันหันมาอ้าปากค้างด้วยความตกใจ. . .*

---

*สตีเฟนสัน เคยเห็นเรื่อง "คาสิโน รัวยาล" (Casino Royale) เรื่องตื่นเต้นระทึกใจของ เจมส์ บอนด์ เรื่องแรกตั้งแต่ยังเป็นต้นฉบับ. เขาบอกเฟล็มมิง ว่า : "เรื่องอย่างนี้ขายไม่ออกหรอก. เรื่องจริงมักจะฟังดูแปลกไม่น่าเชื่อเสมอ. . ."

สตีเฟนสัน วิจารณ์ภายหลังว่า : "ความจริง เฟล็มมิง ชอบเครื่องกลไกตุ๊กกะฉึกเหลือเกิน. เรากำลังสร้างอุปกรณ์ใส่รหัสของเราเอง. ชั้นล่างถัดลงไปเป็นสถานกงสุลใหญ่ญี่ปุ่น. เราทราบว่าเขาส่งข่าวใส่รหัสทางวิทยุคลื่นสั้นไปโตเกียว. ผมลอบเข้าไปในห้องสำนักงานของกงสุลพร้อมกับผู้ช่วยสองคนเวลาตีสาม. เฟล็มมิง ตามไปด้วยในฐานะผู้ชม. เรางัดตู้นิรภัยและยืมสมุดประมวลรหัสชั่วครู่เพื่อถ่ายรูปไมโครฟิล์ม."

สำหรับ สตีเฟนสัน เรื่องนี้เป็นปฏิบัติการต่อต้านจารกรรมปกติ. แต่สำหรับ เฟล็มมิง เป็น "การแสดงการทำงานที่น่าตื่นเต้นของสายลับที่ยิ่งใหญ่." สำหรับ ฮูเวอร์ นั้นนับว่าเป็นเรื่องที่พอทนได้ แต่ก็ต้องให้นายอินทร์ยอมเผยให้เขาทราบทุกฝีก้าว. แต่ทว่าหลักของเหตุผลและความปลอดภัยบังคับให้ เอ็ฟ.บี.ไอ. เป็นได้เพียงส่วนประกอบของระบบทั้งหมด ไม่ใช่ส่วนนำ. รูสเวลท์ นั้นประสงค์ที่จะไกล่เกลี่ยความขัดแย้งระหว่างหน่วยต่าง ๆ ที่ควรจะสมัครสมานสามัคคีกันฐานพี่น้องให้เป็นอันหนึ่งอันเดียวกัน คือระหว่างหน่วย จี.-๑ (G-1) ของกองทัพบก หน่วย โอ.เอ็น.ไอ. (ONI) ของกองทัพเรือ กระทรวงต่างประเทศ กรมตรวจคนเข้าเมืองและศุลกากร และหน่วยราชการลับของกระทรวงการคลัง. ไม่เคยมีหน่วยกลางทำหน้าที่ควบคุมงานของหน่วยต่าง ๆ เหล่านี้. แม้แต่กรรมการกลางเพื่อการคมนาคม ซึ่งมีหน้าที่เฝ้าฟังวิทยุกระจายเสียงต่างประเทศ ก็มักจะไม่สามารถติดต่อกับหน่วยที่น่าจะได้รับประโยชน์จากสิ่งที่ได้ค้นพบ. บิลล์ โดโนแวน เข้ารับหน้าที่และพยายามที่จะจัดให้ความสับสนกลายเป็นระเบียบเรียบร้อย ตอนแรก ในฐานะหัวหน้าสำนักงานผู้ประสานงานข่าวสาร ซึ่งต่อมากลายเป็นสำนักงานกิจการยุทธศาสตร์ หรือ โอ.เอ็ส.เอ็ส.

มีข้อสังเกตในเอกสารของ บี.เอ็ส.ซี. ว่า : "ฮูเวอร์ รังเกียจหน่วยของโดโนแวน เมื่อก่อตั้งขึ้นในเดือนกรกฎาคม ๑๙๔๑. เขาเกรงว่าจะเป็นการแย่งอิทธิพลของ เอ็ฟ.บี.ไอ. โดยเฉพาะในอเมริกาใต้. . . โดยที่เห็นว่า ถ้าจะโจมตีหน่วยของโดโนแวนอย่างได้ผลที่สุด ก็ต้องโจมตีส่วนที่เป็นเสาเอกในเวลานั้น คือนายอินทร์ เขาจึงเริ่มตั้งตัวเป็นอริ ถึงกับตั้งเข็มที่จะทำลายปฏิบัติการของฝ่ายอังกฤษ. เขาได้รับการสนับสนุนจากบุคคลในรัฐบาลของ รูสเวลท์ ที่เกลียดพวกอังกฤษในใจ และด้วยความช่วยเหลือของ อดอล์ฟ เบิร์ล (Adolf Berle) รัฐมนตรีช่วยว่าการต่างประเทศ เขาเริ่มหาทางล้ม บี.เอ็ส.ซี. โดยใช้วิธีที่ถูกต้องตามกฎหมาย และด้วยประการฉะนี้ ก็เท่ากับยุบหน่วยของ โดโนแวน ที่เพิ่งตั้งขึ้น

ใหม่ด้วย.”

ความขัดแย้งดังกล่าวนี้เริ่มขัดขวางปฏิบัติการของนายอินทรีในกลางปี ๑๙๔๑ ซึ่งเป็นระยะเวลาวิกฤต. ฮูเวอร์ ตั้งใจบังคับให้เปิดเผยปฏิบัติการของ บี.เอ็ส.ซี. และเริ่มหาทางกระทำที่ถูกต้องตามกฎหมาย. เขาไม่ทราบว่าเรียกร้องในสิ่งที่เป็นไปไม่ได้ เพราะเขาไม่รู้เรื่องการฝึกและการก่อตั้งกองทัพลับต่าง ๆ ในยุโรป รวมทั้งเรื่องของ “อัลตร้า” ซึ่งรายงานถึงแผนของข้าศึกโดยไม่เผยแหล่งข่าว. เขาทราบว่าได้มีการเปิดสายการติดต่อระหว่างวอชิงตันกับลอนดอนหลายทาง และว่าหน้าที่การงานของ บี.เอ็ส.ซี. มีการเปลี่ยนแปลงและขยายตัว. ที่ฝ่ายอังกฤษเกรงนั้นก็คือ ถ้า ฮูเวอร์ ยึดตัวบทกฎหมาย เขาจะต้องเรียกร้องให้เผยปฏิบัติการทั้งหมดเป็นลายลักษณ์อักษร แล้ววันหนึ่งจะต้องตกไปอยู่ในมือของข้าศึกเป็นแน่นอน หรือบังคับให้เปลี่ยนศูนย์การสืบราชการลับไปที่อื่น — อันเป็นการเกือบจะทำไม่ได้ เพราะตอนนี้ที่ ร็อกกิเฟลเลอร์ เซนเตอร์ มีผู้เชี่ยวชาญสองพันคนทำงานเต็มเวลาที่ศูนย์กลางของข่ายที่แผ่ออกไปทั่วโลก.

มีทางเลือกที่สามอันเป็นทางออกที่ดีที่สุด. สตีเฟนสัน มีทางที่จะชนะใจ ฮูเวอร์ ได้ใหม่ โดยเปิดเผยความลับด้วยวาจาเป็นส่วนตัว. เป็นวิธีที่ไม่ง่ายนัก. ในวงการราชการลับอังกฤษในลอนดอน ไม่ใช่ว่าจะมีแต่พวกที่เกรงการรั่วไหลเพราะพวกอเมริกันเท่านั้น ยังมีพวกสายของโซเวียตหรือลูกสมุนที่ถือว่า ฮูเวอร์ เป็นคนคลั่งการต่อต้านคอมมูนิสต์ ที่จะต้องพยายามทำลายอย่างลับ ๆ. เมื่อสายของโซเวียตเกิดสามารถแทรกเข้าไปในตำแหน่งสำคัญ ๆ ในลอนดอนก็เริ่มมีการบ่อนทำลายการร่วมมือทางราชการลับระหว่างอังกฤษและอเมริกันอย่างเจาะจง — เป็นงานที่ไม่เคยหยุดยั้งและไม่เคยเปิดเผยจนกระทั่งภายหลังสงครามยุติลง ในโอกาสที่นักการทูตอังกฤษสองคน คือ กาย เบอร์เจส (Guy Burgess) และ ดอนัลด์ แม็คลีน (Donald Maclean) เปลี่ยนค่ายไปเข้ากับรัสเซีย อันทำให้เกิดมีการสอบสวนซึ่งพาดพิงไปถึงงานจารกรรมระหว่างสงคราม*

---

*ดอนัลด์ แม็คลีน เป็นนักการทูตอาวุโสของอังกฤษ ที่ส่งความลับทางปรมาณูให้แก่พวกรัสเซีย และถูกลอบนำตัวออกไปโดยเจ้าหน้าที่รักษาความปลอดภัยอังกฤษไม่ทันรู้ตัวในปี ๑๙๕๑. ผู้นี้ทำงานให้กระทรวงต่างประเทศของโซเวียต โดยพา กาย เบอร์เจส ไปมอสโกด้วย. สิบสองปีภายหลัง คิม ฟิลบี (Kim Philby) หนีไปมอสโก หลังจากถูกเปิดหน้ากากว่าเป็นสายของรัสเซียภายในหน่วยสืบราชการลับอังกฤษ. เรื่องเศร้าที่น่าขันหรือเรื่องขันที่น่าเศร้าก็คือ ฮูเวอร์ เองเป็นผู้เรียกร้องหลายครั้งในระยะเวลาระหว่างปี ๑๙๔๑ กับ ๑๙๔๕ ให้สอบสวนเจ้าหน้าที่สืบราชการลับอังกฤษที่ทำงานร่วมกับ ฟิลบี ด้วยเหตุผลว่าพวกนี้ดูเหมือนจะตั้งอกตั้งใจทำลายความร่วมมือระหว่างอังกฤษกับอเมริกัน.

หัวหน้าสงครามลับในลอนดอนเองก็เกรงการเปิดเผยเรื่องราวแก่เพื่อนอเมริกันอย่างเต็มที่และตรงไปตรงมามากเกินไป เพราะพวกนี้ยังคาราคาซังอยู่ระหว่างสันติภาพกับสงคราม. สตีเฟนสัน เสนอผู้ใหญ่ของทั้งสองฟากมหาสมุทรแอตแลนติกให้ปฏิบัติการเด็ดขาด. เขาย้ำให้ประธานาธิบดีเข้าใจว่าการสืบราชการลับเป็นแนวหน้าของการป้องกันสหรัฐ และว่าสหรัฐจะต้องพึ่งความเชี่ยวชาญของอังกฤษไประยะหนึ่ง. เขาย้ำให้ เชอร์ชิลล์ เข้าใจว่า เอ็ฟ.บี.ไอ. ได้มีบทบาทที่ล้ำค่าในการต่อสู้กำลังฝ่ายนาซีในทวีปอเมริกา และว่าต้องรักษาน้ำใจไว้. ฮูเวอร์ได้ปฏิบัติการหลายอย่างเกินขอบข่ายหน้าที่ในการต่อสู้เยอรมัน. ในการประเมินความเสียหายที่ทำให้ ฮูเวอร์ กลายเป็นศัตรู จำเป็นจะต้องพิจารณาสิ่งที่เขาได้ทำมาแล้วในฐานะมิตร.

ปฏิบัติการร่วมระหว่าง เอ็ฟ.บี.ไอ. กับ บี.เอ็ส.ซี. ขนาดใหญ่ครั้งแรกคือการทำลายที่มั่นของราชการลับเยอรมันในเม็กซิโก ซึ่งเป็นกุญแจในการบังคับบัญชาการบ่อนทำลายและจารกรรมของนาซีในสหรัฐและในการประสานงานนี้ด้วยปฏิบัติการทำนองเดียวกันในลาตินอเมริกา.

บทที่ ๓๒

ในฤดูร้อนปี ๑๙๔๐ เม็กซิโก สาธารณรัฐในลาตินอเมริกา ได้มาเป็นฐานที่ตั้งสำหรับพวกก่อกวนที่ได้รับคำสั่งจากเบอร์ลิน เช่นเดียวกับเมื่อคราวสงครามโลกครั้งที่หนึ่ง. แต่เป็นเคราะห์กรรมของนักจารกรรมเยอรมันที่ได้รับงานมากกว่าเงิน. ฐานที่ตั้งนั้นเกิดถังแตก เงินสดหมดเกลี้ยง.

สตีเฟนสัน กล่าวภายหลังว่า : "เมื่อนึกย้อนดูแล้ว เรื่องนี้ตลกดี. แต่ปฏิบัติการในเม็กซิโกไม่ตลกเลยในเวลานั้น เพราะสายของเยอรมันสามารถแหวกวงล้อมทางเศรษฐกิจโดยลอบส่งน้ำมันหลายพันตันผ่านทางเมืองท่าของเม็กซิโกและบริหารข่ายวิทยุเถื่อนอันน่าเกรงขาม. ผู้บังคับบัญชาในสนาม คือผู้ดีแปดสาแหรกคนหนึ่งที่ใส่แว่นตาข้างเดียว เป็นญาติของ ฟรันซ ฟอน ปาเปน (Franz von Papen) อ้ายลาโง่อวดดีอยากดัง ที่เป็นนักการเมืองสมัครเล่น ผู้เป็นทั้งนักจารกรรม ทั้งทหาร ทั้งนักการทูต แต่ก็ห้าแต้มในทุกแขนง. ฟอน ปาเปน เคยบังคับบัญชาจารชนและนักก่อวินาศกรรมในสหรัฐและแคนาดาระหว่างสงครามโลกครั้งที่หนึ่ง และตอนนี้กำลังพยายามวางแผนทำลายนายพลเรือเอก คานาริส (Admiral Canaris)* ผู้เป็นหัวหน้าราชการลับเยอรมันที่อาวุโสที่สุด. คานาริส เป็นผู้ส่งลูกพี่ลูกน้องของ ฟอน ปาเปน ไปเม็กซิโก. นายพันเอก ฟรีดริช คาร์ล ฟอนชเลบรึกเก (Colonel Friedrich Karl von Schleebruegge) เข้าครองบ้านหรูหราโอ่อ่า

---

*กระทรวงต่างประเทศอังกฤษให้ชื่อ นายพลเรือเอก คานาริส ว่า เค. (K) เมื่อ ฮิตเลอร์จวนพบจุดจบ เขาพยายามเปลี่ยนค่าย แต่ถูกนายอินทร์เหยียดหยาม เพราะนายอินทร์ยังจำได้ว่าสายของ คานาริส เคยแสร้งวางตัวเป็นผู้เจรจาสันติภาพบ้าง เป็นชาวเยอรมันผู้ต่อต้านนาซีบ้าง เพื่อให้บุคคลสำคัญฝ่ายอังกฤษและอเมริกันตายใจก่อนสงคราม. เค. ถูก ฮิตเลอร์ สั่งประหารชีวิต ซึ่งทำให้เกิดวิพากษ์วิจารณ์นานภายหลังว่าเขามิได้สนับสนุนสงครามลับต่อสู้ฝ่ายตะวันตกอย่างเต็มกำลัง. อย่างไรก็ตาม จนกระทั่งเยอรมันของนาซีเริ่มเสียเปรียบ และจนกระทั่งฮิตเลอร์ทิ้งเขาลงกระป๋อง เค. มีชื่อว่าเป็นศัตรูที่ชาญฉลาดที่สุดและน่าเกรงขามที่สุด.

ที่บ้านเลขที่ ๑๔๒ ดอนาตา เกรรา (142 Donata Guerra) ในนครเม็กซิโก. เขาใช้เงินทุนอย่างคล่องแคล่วชำนิชำนาญ คือใช้สำหรับความสนุกสนานสำเริงบันเทิงใจของตนเอง. ผู้ร่วมงานของเขาเป็นผู้เชี่ยวชาญ แต่พวกนี้จำเป็นต้องใช้เงินอย่างเทน้ำเทท่า ซึ่งก็ไม่ได้รับสักแดงเดียว. โยอะคิม แฮร์ตสเล็ต (Joachim Hertslet) ใช้สถานทูตเยอรมันบังหน้า และจัดหาน้ำมันให้เยอรมันโดยผ่านทางญี่ปุ่นและไซบีเรีย รวมทั้งผ่านการปิดวงล้อมไปอิตาลี ก่อนประเทศนี้เข้าร่วมสงคราม.

"แฮร์ตสเล็ต ก่อกวนเราเอาการอยู่ ก่อนเขาถังแตก. เขาตั้งฐานลับสำหรับเติมเชื้อเพลิงให้เรือดำน้ำในทะเลแคริบเบียน. เขามีพวกพ้องเส้นสายที่มีอิทธิพล. ครั้งที่ผมได้เห็นสัญญาค้าขายแลกเปลี่ยนของเขาตั้งแต่ต้นปี ๑๙๓๘ ผมก็ทึ่งในอัจฉริยะทางการค้า. เขานำเอาผลิตผลทางอุตสาหกรรมของเยอรมันมาแลกกับน้ำมันเป็นเวลาสองปีมาแล้ว.

"แล้วยังมีผู้เชี่ยวชาญการก่อวินาศกรรม ซึ่งย้ายไปอยู่เม็กซิโกหลังจากได้ทำงานที่บริษัทของ เอช. บิโชลล์ (H. Bischoll) ในนิวยอร์ค. ระหว่างที่อยู่นิวยอร์คเขาเสี้ยมสอนกรรมกรชาวไอริชให้ก่อวินาศกรรมท่าเทียบเรือและโรงงานที่ส่งของไปอังกฤษ. ชื่อของผู้นี้คือ คาร์ล เรโกฟสกิ (Karl Rekowski) และเขาก็ต้องมีเงินสดจำนวนมากสำหรับไปจ้างนักก่อวินาศกรรมภายในสหรัฐ.

"เราจึงจัดการปิดล้อมด้านเงินตรา. ฐานหน้าของเยอรมันในเม็กซิโกย่อมปฏิบัติการไม่ได้ถ้าขาดเงินตราของประเทศใกล้เคียง เช่น โคลอมเบีย (Colombia) เอกวาดอร์ (Ecuador) นิคารากัว (Nicaragua). ฮูเวอร์ กับผมร่วมแลกเปลี่ยนข่าวสารกัน. ข่าวจำนวนมากได้มาจากข่าววิทยุใส่รหัสลับซึ่งเราสามารถขบได้แล้ว. ยกตัวอย่างข่ายที่มีชื่อว่า "โบลิวาร์" (Bolivar) ส่งข่าวลับสดๆ ร้อนๆ เช่น การเคลื่อนไหวของเรือเดินทะเลให้เยอรมัน ซึ่งก็เท่ากับการชี้เป้าหมายให้เรือดำน้ำเยอรมันนั่นเอง. . ."

"การส่งข่าวลับทางวิทยุเป็นเสมือนดาบสองคมอยู่เสมอ. หากข้าศึกไม่ทราบว่าฝ่ายเราเฝ้าฟังอยู่ ฝ่ายนั้นก็เป็นฝ่ายเปิดโปงความลับ. ในกรณีนี้ เสมือนข้าศึกแจ้งให้เราทราบว่า ถึงแม้ฐานของตนในเม็กซิโกได้รับผลประโยชน์มากมาย แต่พวกเยอรมันที่นั่นก็กำลังจะถังแตก."

ผู้อำนวยการฐานเยอรมันหันไปพึ่งความช่วยเหลือจากสถานเอกอัครราชทูตของ

รัฐบาลฟาสซิสต์อิตาลีในวอชิงตันซึ่งในเดือนตุลาคม ๑๙๔๐ ยังคงมีสัมพันธ์อย่าง "ถูกต้อง" กับกระทรวงต่างประเทศสหรัฐ. ฮูเวอร์ เป็นผู้นำข่าวนี้มาที่สตอร์คคลับ (Stork Club) ค่ำวันหนึ่ง. เขามักดื่มเหล้าแจ๊ค แดเนียล (Jack Daniel's) เพียงก๊งเดียว โดยมากจะดื่มกับเพื่อนสนิทที่ไว้วางใจเช่นวอลเตอร์ วินเชลล์ (Walter Winchell). ในคืนนั้นเขานั่งอยู่แต่ผู้เดียวจนกระทั่งสายคนหนึ่งของสตีเฟนสันปรากฏตัวขึ้น. ฮูเวอร์ กล่าวว่า : "ไปบอกบิลล์ว่าเรามีอะไรอย่างหนึ่งสำหรับเขา."

ฝ่าย เอ็ฟ.บี.ไอ. สังเกตว่านักการทูตอิตาลีได้ถอนเงินจากธนาคารต่าง ๆ ในนิวยอร์คอย่างผิดปกติ. จนถึงขณะนี้ ปรากฏว่ามีการถอนเงินทั้งหมดเป็นจำนวนถึง ๓,๘๕๐,๐๐๐ ดอลลาร์ สำหรับโอนไปเม็กซิโกโดยใช้ธนบัตรใบย่อย ๆ.

ฮูเวอร์ ไม่มีอำนาจที่จะยื่นมือไปจัดการทางกฎหมายได้. การกระทำใด ๆ ที่เขาจะทำได้ก็ต้องกระทำแบบหลบมุมทางราชการ. มีปัญหาว่าเขามีอำนาจหรือไม่ที่จะสะกดรอยเจ้าหน้าที่นำสารของสถานเอกอัครราชทูตอิตาลี ที่ไปรับเงินมาฐานสงสัยว่าเป็นทุนสำหรับอุดหนุนการกระทำบ่อนทำลาย. เออร์เนสต์ คิวนิว (Ernest Cuneo) ที่ปรึกษาของประธานาธิบดี กล่าวว่า : "เขามีอำนาจที่จะทำได้. หากพวกอิตาลีนำตัวเงินเข้าเม็กซิโก พรรคพวกของ สตีเฟนสัน ก็จะยึดได้เมื่อข้ามแดนไปแล้ว."

คำกล่าวทั้งนี้ยิ่งเสียกว่าเป็นการถ่ายทอดความเห็นของประธานาธิบดี. คิวนิวเป็นนักกฎหมายระหว่างประเทศ และทราบดีว่ากฎเกณฑ์จะยืดหยุ่นได้เพียงใด.

เอ็ฟ.บี.ไอ. รายงานว่าเจ้าหน้าที่นำสารสามคนจะเป็นผู้ถือเงินดังกล่าว โดยบรรจุในถุงเมล์การทูต. เลขานุการสถานเอกอัครราชทูตอิตาลีจะเป็นผู้นำเงินจำนวน ๑,๙๐๐,๐๐๐ ดอลลาร์ไปนครเม็กซิโก. เจ้าหน้าที่กงสุลสองคนมีภาระนำส่วนที่เหลือไป นิว ออร์ลีนส์ (New Orleans). หากกงสุลสองคนนั้นไปได้ทางเรือก็จะไม่มีทางขัดขวางได้เลย. รัฐบาลอิตาลีมีสิทธิโดยชอบที่จะยักย้ายเงินเพื่อป้องกันการอายัดซึ่งรัฐบาลสหรัฐอาจสั่งการ. ท่านประธานาธิบดีประสงค์จะขัดขวางการโอนเงิน แต่ก็ไม่อาจที่จะไปพัวพันอย่างเปิดเผยกับการละเมิดสัมพันธไมตรีอันดีงามทางการทูต. ทางสถานเอกอัครราชทูตอังกฤษก็เกรงผลสะท้อนที่จะตามมาเช่นกัน. ดังนั้น ทาง เอ็ฟ.บี.ไอ. จึงดำเนินการสอดส่องสถานเอกอัครราชทูตอิตาลีอย่างเงียบ ๆ ตามเคย และทาง บี.เอ็ส.ซี. ก็ส่งคำเตือนให้สายของตนในลาตินอเมริกาเตรียมพร้อม.

เจ้าหน้าที่นำสารอิตาลีทั้งสามคนเดินทางไป บราว์นสวิลล์ (Brownsville) ในรัฐเท็กซัส (Texas) โดยมีสายของ เอ็ฟ.บี.ไอ. ติดตามสะกดรอย. ตัวเลขานุการสถานทูตขึ้นรถไฟไปนครเม็กซิโก. สตีเฟนสัน ส่งสัญญาณถึงสายของเขาที่ทำงานกองสืบราชการลับของตำรวจเม็กซิโก ให้จับเจ้าหน้าที่นำสารที่เดินทางคนเดียวนี้ไปสอบสวนโอกาสแรกที่ข้ามชายแดน. ฝ่ายเลขานุการยึดถือสิทธินักการทูตของเขาอย่างเบิกบานใจ. เขาโวยวายร้องทุกข์เมื่อทางตำรวจละเมิดความศักดิ์สิทธิ์ของถุงเมล์การทูต จนกระทั่งทางกรุงโรมทราบเรื่อง. รัฐบาลเม็กซิโกแก้ตัวว่าเป็นเรื่องความบกพร่องของเจ้าหน้าที่ศุลากากรที่ยังไม่ชำนาญงาน และนำเงินไปลงบัญชีที่อายัดไว้. ด้วยเหตุนี้ข่ายเยอรมันซึ่งตั้งศูนย์อยู่ที่นครเม็กซิโกจึงทลายลง.

ดังนี้หนึ่งในสามของทุนรอนสำหรับการจารกรรมนาซีในเม็กซิโกจึงสูญสลายหายไป. ในสมัยนั้นและในส่วนนั้นของโลกนับว่าเป็นเงินจำนวนมหาศาล. สตีเฟนสันคอยตะครุบอีกส่วนหนึ่ง คือ ๒,๔๕๐,๐๐๐ ดอลลาร์ ที่กงสุลทั้งสองพกลงเรือมุ่งสู่ ริโอ เดอ จาเนโร. สายของ สตีเฟนสัน ใน ริโอ ได้คาดคั้นเอาคำสัญญาจากรัฐมนตรีต่างประเทศบราซิลว่าเงินจำนวนนั้นจะได้รับการ "อารักขาเป็นพิเศษ". แต่เพื่อความไม่ประมาท สายของ สตีเฟนสัน รีบไปที่ เรซีฟ (Recife) อันเป็นเมืองท่าทางตะวันออกของบราซิลซึ่งในเวลานั้นมีชื่อว่า แปร์นัมบุโก (Pernambuco) อันเป็นที่ที่เรือมีกำหนดไปรับสินค้า.

สตีเฟนสัน ระลึกว่า : "สายทั้งสองเป็นคนคล่องแคล่วเอาการเอางาน. ภารกิจของเขานับว่าง่ายมาก. คือขโมยเงินก้อนนั้น. ไม่มีใครกังขาเลยว่าเขาจะไม่ฝ่าอันตรายกลับมาตามหน้าที่ที่ได้รับมอบหมาย โดยนำเงินมามอบให้ แล้วทำบัญชีค่าใช้จ่ายทุกบาททุกสตางค์อย่างละเอียด. ในการเลือกสาย เราต้องเฟ้นผู้ที่มีความสุจริตเป็นสำคัญ. เราปฏิบัติงานในโลกใต้ดินนอกกฎหมาย แต่เราไว้ใจคนของเรา. ได้มีการวางแผนปฏิบัติการอย่างละเอียดลออทุกฝีก้าวสำหรับสายสองคนนี้ ทั้งสองมีแผนที่จะลอบลงเรือลำนั้นที่ แปร์นัมบุโก ฉกฉวยถุงเมล์การทูตแล้วรีบเผ่นหนีมา. แต่รัฐมนตรีต่างประเทศบราซิลหักหลังพวกเรา. มีการขอร้องให้ผู้แทนบริษัทเดินเรือที่ ริโอ เปลี่ยนเส้นทางเรือลำนี้. เรือจึงไม่แวะที่ แปร์นัมบุโก. ยิ่งกว่านั้น เมื่อเจ้าหน้าที่นำสารของอิตาลีมาถึงริโอ กลับมีผู้คุ้มกันมารับตัวไปที่สถานเอกอัครราชทูตอิตาลีเสียอีก. เงินสองล้านกว่าดอลลาร์จึงลอดมือของเราไป. เงินสดจำนวนนี้จะเป็นประโยชน์อย่างยิ่งสำหรับให้พวกนาซีซื้ออะไรต่อมิอะไรได้มากมายในเวลานั้น — ไม่ใช่เพียงสินค้าสำคัญ ๆ ที่เราพยายามกันไม่ให้

ไปป้อนอุตสาหกรรมของเยอรมันเท่านั้น แต่สำหรับการโฆษณาชวนเชื่อและการหาสายลับด้วย. ผู้บัญชาการตำรวจคนหนึ่งซื้อกันได้ด้วยเงินไม่กี่ร้อยดอลลาร์."

ผลของปฏิบัติการในต่างประเทศของ เอ็ฟ.บี.ไอ. ร่วมกับหน่วยสืบราชการลับอังกฤษครั้งแรกนี้ทำให้ ฮูเวอร์ เข้าใจว่าเขาจะสามารถรวบรัดสวมบทบาทเป็นผู้นำในงานราชการลับทั้งหมดของสหรัฐได้. เขาสมใจในการมีหน้าที่ส่งข้อมูลต่าง ๆ ที่ได้จาก สตีเฟนสัน ไปให้หน่วยราชการลับของกองทัพสหรัฐ. เมื่อมี เอ็ฟ.บี.ไอ. เป็นผู้รับรอง ข้อมูลเหล่านั้นก็เป็นที่ยอมรับสะดวกง่ายดายขึ้น — ซึ่งในสมัยต้นนั้นเป็นสิ่งเดียวที่ สตีเฟนสัน ต้องการ. สตีเฟนสัน กล่าวภายหลังว่า : "ฮูเวอร์ เข้าร่วมสงครามมาตั้งแต่ต้น. เขาเป็นผู้อ่อยเหยื่อหยอดข้อมูลลวงให้พวกเจ้าหน้าที่ในวอชิงตันที่ปากมาก. บางคราวทางลอนดอนจะขอให้ผมไปขอให้ ฮูเวอร์ ช่วยแพร่ข่าวลือ เช่นเรื่องลูกแก้ว ที่จะให้เครื่องบินทิ้งระเบิดไปทิ้ง. ลูกแก้วเหล่านั้นทึกทักกันว่าบรรจุวัตถุระเบิดชนิดใหม่ซึ่งทำให้เกิดความร้อนสูงมากจนจะไม่มีทางดับได้. ในที่สุดข่าวนี้ก็รู้ไปถึงหูของพวกเยอรมันและอาจเป็นเหตุให้พวกนั้นไม่กล้าใช้แก๊สพิษโจมตีลอนดอนตามแผน. แต่แน่นอนที่ลูกแก้วชนิดนี้ไม่เคยมีจริง ๆ."

ในระยะเวลาวิกฤตนี้ สถานการณ์ของสงครามทางทะเลทรุดหนักมากจนทำให้เรือสิบหกลำของฝ่ายอักษะที่อาศัยเมืองท่าในเม็กซิโกมีทางจะเป็นอันตรายคุกคามได้มากกว่าที่ผู้ที่นั่งดูห่าง ๆ อย่างไม่ต้องเดือดเนื้อร้อนใจในวอชิงตันจะคาดคิดได้.

ฝ่ายนายอินทร์รายงานว่า : "การที่เรือสินค้าของฝ่ายอักษะใช้เมืองท่าในเม็กซิโกอย่างอุกอาจตำหูตำตาอาจทำให้เห็นว่าอังกฤษไม่มีอานุภาพในเขตนี้. ราชนาวีอังกฤษไม่มีทางเข้าลาดตระเวนในน่านน้ำของเม็กซิโก. เรือข้าศึกมีหวังเล็ดลอดการปิดล้อมของเราโดยง่าย และประสบชัยชนะทางจิตใจที่จะทำให้มีอิทธิพลต่อพวกเหยียบเรือสองแคม. เรือดังกล่าวนี้เป็นเรือเยอรมันสี่ลำและเรืออิตาลีสิบสองลำ. เรือเหล่านี้จอดอยู่ที่ เวรา ครูซ (Vera Cruz) และที่ แทมพิโก (Tampico). ถ้าเรือดังกล่าวเล็ดลอดออกมาได้ ก็จะเสียหายมากในเวลานั้น. เราได้ข่าวมากมายจากพรรคพวกในเม็กซิโกที่เห็นใจอังกฤษ. เม็กซิโกเป็นแหล่งหลบซ่อนอย่างดีสำหรับผู้นำที่หนุนฝ่ายอักษะในลาตินอเมริกา. หากเรือเหล่านี้หลบเลี่ยงออกมาได้ ความเชื่อถือพวกเราในเม็กซิโกก็จะลดลง และความสะดวกบางประการที่เรามีอยู่ก็จะหมดสิ้นไป."

ทางลอนดอนตอบมาว่า : "ให้ปฏิบัติการตามที่เห็นสมควร."

ชาวแคนาดาสองคนปรากฏตัวที่สำนักงานของ บี.เอ็ส.ซี. ที่ถนนบรอดเวย์ หลังจากได้ข้ามแดนเข้าสหรัฐผ่านสะพานอินเตอร์แนชันนัล (International Bridge) ใกล้วอเตอร์เทาว์น รัฐนิวยอร์ค (Watertown, New York) ณ ที่นั้น เจ้าหน้าที่ชายแดนทำไม่รู้ไม่ชี้ ไม่เห็นชิ้นโลหะและระเบิดพลาสติกที่อยู่ในที่เก็บของท้ายรถ. โลหะนั้นเป็นแม่เหล็กและพวกพลาสติกนั้นผลิตจาก "โรงงานจารกรรม" ใกล้โทรอนโท. กรอบเหล็กและพลาสติกเมื่อประกอบเข้าด้วยกันแล้ว จะกลายเป็นทุ่นระเบิดสำหรับไปเกาะติดกับแผ่นเหล็กของตัวเรือ. ชาวแคนาดาทั้งสองเป็นนักทำลายใต้น้ำ และเริ่มออกเดินทางไปเม็กซิโกหลังจากได้รับแผนจาก สตีเฟนสัน ผู้ได้ไปเจรจากับ รูสเวลท์ ด้วยตนเอง จนทำให้เขาเชื่อว่าเรื่องอื้อฉาวทางการทูตอันเป็นสิ่งที่กระทรวงต่างประเทศสหรัฐเกรงกลัวนั้น มีน้ำหนักน้อยกว่าความจำเป็นที่อเมริกาจะต้องทำให้พวกเม็กซิโกเลื่อมใสในพลังของอเมริกาในกรณีที่จะเกิดสงครามในแปซิฟิกขึ้น. ต่อจากนั้นมีการจัดให้ "ที่ปรึกษาทางทหารเรือ" ของอังกฤษคนหนึ่งไปที่กรมข่าวทหารเรือสหรัฐ เพื่อไปขออย่างเป็นทางการให้เรือพิฆาตสหรัฐช่วยป้องกันมิให้เรือฝ่ายอักษะเล็ดลอดออกมาได้. บทบาทของ รูสเวลท์ ถูกปิดบังไว้ โดยให้รัฐมนตรีกระทรวงทหารเรือ แฟรงก์ น็อกซ์ เป็นผู้ออกหน้าแทน ในการอนุมัติข้อเสนอของกองทัพเรือให้เรือพิฆาตสี่ลำไปลาดตระเวนในบริเวณนั้น.

คืนวันที่ ๑๕ พฤศจิกายน ๑๙๔๐ เรือเยอรมันทั้งสี่ลำพยายามเล็ดลอดออกมาทางอ่าวเม็กซิโก (Gulf of Mexico). เรือทั้งสี่ลำต้องเผชิญกับไฟฉายจ้าแสบตา ซึ่งเข้าใจว่ามาจากเรือรบของข้าศึก. เรือเยอรมันลำหนึ่งชื่อ ฟริเจีย (Phrygia) เกิดไฟไหม้และจมลง. เมื่อเรืออีกสามลำกลับไปถึงแทมพิโก ในวันรุ่งขึ้น ลูกเรืออ้างว่าถูกเรือรบอังกฤษสกัด. ไม่เคยมีใครทราบแน่นอนเลยว่าเกิดอะไรขึ้นกับเรือ ฟริเจีย. ในบริเวณนั้นไม่มีเรือรบอื่นใดนอกจากเรือพิฆาตสหรัฐ. ไฟฉายของเรือเหล่านี้เองที่ทำให้พวกเยอรมันที่กำลังหลบออกมาตกใจผวา. ฝ่ายเม็กซิโกจึงสันนิษฐานว่าสหรัฐร่วมรบกับอังกฤษ แต่อย่างไม่เปิดเผย ข้อสันนิษฐานนี้ออกจะเป็นที่พอใจของรูสเวลท์. เขานึกหวั่นการโฆษณาชวนเชื่อของนาซีที่ว่าสหรัฐจะไม่มีวันต้านการโจมตี หรือจะไม่มีวันช่วยเหลือประเทศในอเมริกาใต้ที่ตกอยู่ในอันตรายได้. เหตุการณ์นี้ทำให้ทางเบอร์ลินเข้าใจสภาพการณ์ แต่ชาวอเมริกันส่วนใหญ่ไม่ทันไหวตัว เพราะยังมัวพยายามหลีกเลี่ยงการเข้ายุ่งเกี่ยวกับการรบอยู่.

หนึ่งเดือนต่อมา เรือเยอรมันสองในสามลำที่เหลืออยู่พยายามเล็ดลอดออกมาอีกครั้งหนึ่ง. ราชการลับเยอรมันรู้ตัวแล้วว่าเป็นเรือพิฆาตสหรัฐ และทางเบอร์ลิน ประสงค์ที่จะแสดงให้เห็นประจักษ์ว่าสหรัฐกลัวการเผชิญหน้ากันอย่างเปิดเผย. เรือเยอรมันได้รับคำสั่งให้ออกเรือตอนกลางวันแสกๆ. คราวนี้เรือพิฆาตสหรัฐเพียงแต่สะกดรอยติดตามโดยส่งข่าวพิกัดที่อยู่ทุกชั่วโมง จนกระทั่งเรือรบอังกฤษสามารถปลีกตัวจากปฏิบัติการทางอื่น. อังกฤษเป็นฝ่ายเข้ายึดเรือ ส่วนฝ่ายอเมริกันแสดงตนให้เห็นชัดว่าเป็นกลาง. รัฐบาลเม็กซิโกสั่งยึดเรือของฝ่ายอักษะสิบสามลำที่เหลืออย่างรวดเร็วจนทำให้คณะผู้ก่อวินาศกรรมแคนาดาไม่มีความจำเป็นต้องปฏิบัติการตามคำสั่งที่ได้รับมอบหมาย.

ฮูเวอร์ ผิดหวังมากเรื่องผู้ก่อวินาศกรรม ซึ่งได้เดินทางผ่านสหรัฐโดยเอ็ฟ.บี.ไอ. เป็นผู้ให้ความสะดวก. ความไม่พอใจเรื่องที่กรมข่าวทหารเรือสหรัฐทำงานกับราชนาวีอังกฤษโดยตรงผ่าน สตีเฟนสัน บรรเทาลง เพราะเขาได้รับทราบมาโดยตลอด. เส้นสายการต่อต้านจารกรรมของ เอ็ฟ.บี.ไอ. เริ่มคืบเข้าสู่อเมริกาใต้ ถึงแม้ว่าทางกระทรวงต่างประเทศอเมริกันไม่สู้จะพอใจนัก.

สตีเฟนสัน ได้ก่อตั้งข่ายสังเกตการณ์การเดินเรือ โดยให้ลูกเรือคนหนึ่งของเรือทุกลำที่ออกเดินทางจากเมืองท่าในซีกโลกตะวันตกมีหน้าที่รายงานเหตุการณ์ใดที่น่าสงสัยมาให้นายอินทร์ทราบ. รายงานเหล่านี้ส่งมาให้ เอ็ฟ.บี.ไอ. รับทราบด้วย ซึ่งทำให้ฮูเวอร์พลอยได้หน้าไปด้วย. ผู้อำนวยการ เอ็ฟ.บี.ไอ. ได้หน้าในการจับกุมและสำเร็จโทษลูกเรืออังกฤษผู้ทรยศคนแรกที่ถูกควบคุมตัวที่เมืองท่าสหรัฐแห่งหนึ่ง. ลูกเรือผู้นี้คือ จอร์จ ธอมัส อาร์มสตรอง (George Thomas Armstrong) อายุสามสิบสอง ผู้ขายข่าวเกี่ยวกับขบวนเรือให้กงสุลเยอรมันในนิวยอร์ค. ส่วนหนึ่งของค่าตอบแทนที่เขาได้รับ คือ เรือดำน้ำเยอรมันจะไม่ระเบิดเรือที่เขาประจำอยู่. อาร์มสตรองเป็นคอมมูนิสต์หัวรุนแรง และในระยะที่รัสเซียยังไม่ถูกโจมตี เขาได้ทำตามแนวปฏิบัติของพวกคอมมูนิสต์ในการต่อต้านการดำเนินสงครามต่อไปของประเทศอังกฤษ ซึ่งเป็นมาตุภูมิของเขาเอง. เจ้าหน้าที่ปล่อยให้เขาเดินทางกลับอังกฤษและสก๊อตแลนด์ ยาร์ด รวบตัวเขาที่นั่น. เขาถูกแขวนคอที่คุก แวนด์สเวิร์ธ (Wandsworth Jail) ในวันที่ ๙ กรกฎาคม ๑๙๔๑.

ฝ่ายอังกฤษไม่ต้องการโฆษณาเรื่องข่ายต่อต้านจารกรรมอันกว้างขวางซึ่งตั้งขึ้นสำหรับป้องกันการลอบส่งเอกสารลับของข้าศึกและสินค้าพิเศษอื่นๆ นอกเหนือ

จากการจับกุมผู้ทรยศ. ดังนี้ ฮูเวอร์ จึงภูมิใจมากที่ทางสก๊อตแลนด์ ยาร์ดยกย่องเขาที่ได้สืบพบวิธีการของอาร์มสตรอง ในการส่งข่าวเดินเรือจากนิวยอร์ค โดยใช้วิทยุและโทรเลขถึงศูนย์รวมข่าวเรือดำน้ำของนาซีในอเมริกาใต้และสเปน.

สายอื่นๆ ประเภทเดียวกับ อาร์มสตรอง ถูกปล่อยให้ลอยนวลอย่างอิสระในสหรัฐจนกระทั่งนำไปสู่การเปิดโปงผู้ร่วมงานอื่นๆ โดยไม่เจตนา หลังจากนั้นก็ถูกกำจัดโดย "อุบัติเหตุ". แต่ในเรื่องเหล่านี้ เอ็ฟ.บี.ไอ. ไม่ได้หน้า. บี.เอ็ส.ซี. มีกองกำจัดของตนเองสำหรับภาระอันน่ารังเกียจนี้. ตามปกติจะลงบัญชีว่าผู้ประสบเคราะห์กรรม "ได้ออกเดินทางไปแคนาดาแล้ว" ซึ่งเป็นชะตากรรมร้ายแรงเด็ดขาดกว่าที่บันทึกไว้ในรายงานของตำรวจ.

บทที่ ๓๓

ในการบรรยายถึงยุทธวิธีของพวกนาซีในสหรัฐ สตีเฟนสัน เขียนข้อสังเกตเป็นคำนำของรายงานต่อประธานาธิบดี รูสเวลท์ ว่า : "ไม่มีบุคคลใดที่ทะเยอทะยานอย่างที่สุดเช่น ฮิตเลอร์ จะได้เคยเปิดเผยล่วงหน้าถึงวิธีกรรมทั่วไปและวิธีการละเอียดที่จะใช้ในการดำเนินแผนครองโลกอย่างชัดเจนเท่านี้. ในแผนการทำลายขวัญศัตรูทางลัทธิ พวกนาซีถือว่าทวีปอเมริกาเป็นศัตรูสุดยอดและใหญ่ยิ่งที่สุด."

หลายปีก่อนสงคราม บริษัทอุตสาหกรรมเยอรมัน เช่น อี.เก. ฟาร์เบน (I.G. Farben) และ เชริง อา.เก. (Schering A.G.) ได้ดำเนินการอย่างมีแผนในการเสริมความมั่นคงของกิจการของตนในสหรัฐ ตามแผนที่จะให้เยอรมันแทรกซึมเข้าทวีปอเมริกาโดยอาศัยสาขาของบริษัทเยอรมันในสหรัฐ. สาขาเหล่านี้พรางอยู่ในรูปบริษัทที่เป็นกลาง โดยมีเจ้าของที่เป็นเพียงตัวเชิดในสวีเดน หรือสวิตเซอร์แลนด์ หรือโดยมีข้อตกลงลับในรูปกงสีระหว่างบริษัทเหล่านี้กับบริษัทใหญ่ของเยอรมัน.

เมื่อเยอรมันเริ่มสงคราม ข่ายบริษัทอันสลับซับซ้อนนี้ก็เสริมสร้างสนับสนุนการสืบราชการลับและระบบโฆษณาชวนเชื่อของเยอรมันในซีกโลกตะวันตก. สตีเฟนสัน เขียนในปี ๑๙๔๐ ว่า : "การต่อต้านและกำจัดการคุกคามนี้คือเป้าหมายสำคัญอันหนึ่งของ บี.เอ็ส.ซี. . . บี.เอ็ส.ซี. ต้องมุ่งบรรลุเป้าหมายของตน โดยไม่ให้กระทบกระเทือนต่อความรู้สึกที่หวั่นไหวง่ายของประชาชนสหรัฐ โดยเฉพาะในส่วนที่ถือว่าเป็นผู้แทนในสภาคองเกรส. ถ้าผิดพลาดไปนิดเดียวก็อาจนำมาซึ่งการรังเกียจเดียดฉันท์อังกฤษ. ."

แผนการซึ่ง สตีเฟนสัน วางไว้รวมถึงการมอบหลักฐานทั้งหมดที่เป็นข้ออ้างทางกฎหมายให้ เอ็ฟ.บี.ไอ. ปฏิบัติการเพื่อปราบปรามธุรกิจต่าง ๆ ที่เยอรมันควบคุมด้วยข้ออ้างทางวิชาการ เช่นการฝ่าฝืนกฎหมายว่าด้วยความผิดในการตั้งกงสี. ฮูเวอร์ คงจะยินดีรับแผนการนี้. เขาคอยจ้องจับความผิดกฎเกณฑ์ในธุรกิจการค้า

ใหญ่ๆ อยู่เสมอแม้จะเป็นเรื่องหยุมหยิม ทั้งนี้อาจเป็นเรื่องที่น่าประหลาดอยู่สำหรับผู้ที่เห็นว่า ฮูเวอร์ เป็นนักต่อต้านคอมมูนิสต์อย่างดุเดือด และนึกว่าเขาคงจะมองข้ามความผิดของระบบนายทุนไปเสีย.

เอกสารของ บี.เอ็ส.ซี. บันทึกว่า : "ในขั้นแรกแผนกสืบราชการลับต้องค้นหาข้อพิสูจน์ที่แน่นอนให้ได้ ว่ามีการเชื่อมโยงโดยตรงระหว่างประเทศเยอรมันกับบริษัทเยอรมันที่ทำธุรกิจอย่างปกปิดในสหรัฐ. ขั้นต่อไปแผนกปฏิบัติการพิเศษมีหน้าที่เปิดหน้ากากการเชื่อมโยงเหล่านี้ โดยประโคมการโฆษณาอย่างหนักหน่วงให้ประชาชนเข้าใจว่าบริษัทเยอรมันในอเมริกาเป็นภัยต่อความมั่นคงของสหรัฐ. ข้อนี้จะเป็นแรงกดดันบังคับรัฐบาลสหรัฐและช่วยให้ท่านประธานาธิบดีปฏิบัติการตามความปรารถนาได้ง่ายขึ้น. เอ็ฟ.บี.ไอ. จะเป็นผู้นำหลักฐานส่งให้กระทรวงการคลัง และกรมบังคับกฎหมายว่าด้วยกงสีของกระทรวงยุติธรรมใช้เป็นเหตุผลประกอบข้ออ้างดำเนินการได้. . . หน่วยของสหรัฐทั้งหลายนี้ ถึงแม้ประสงค์ที่จะร่วมมือกัน ก็ไม่เคยได้รับความสนับสนุนจากประชาชนมากพอที่จะจัดการกับธุรกิจอิทธิพลใหญ่ได้. . ."

สตีเฟนสัน ตามล่าผู้กระทำผิดอย่างดุเดือดไม่ปรานีปราศรัยเสมือนสุนัขล่าสัตว์ ฟ็อกซ์ เทเรีย และในไม่ช้าก็พบว่ากำลังติดตามไล่งับเจ้าของบ้านที่เขาอาศัยอยู่เอง คือ เนลสัน ร็อกกิเฟลเลอร์.

ปรากฏว่าบริษัท สแตนดาร์ด ออยล์ แห่ง นิว เจอร์ซีย์ (Standard Oil Company of New Jersey) มีสัมพันธ์อย่างใกล้ชิดกับเยอรมันของนาซี และโดยเฉพาะ กับ อี.เก. ฟาร์เบน ซึ่งนอกจากมีกรณีพัวพันกับค่ายกักกันและวิธีการกำจัดหมู่แล้ว ยังมีแผนกสืบราชการลับพิเศษ อันมีชื่อว่า เอ็น. ดับเบิลยู. เจ็ด (NW 7) ซึ่งทำงานควบคู่อย่างใกล้ชิดกับแผนกเศรษฐกิจของราชการลับเยอรมัน. ความสัมพันธ์ของ สแตนดาร์ด ออยล์ มีย้อนหลังไปถึงปี ๑๙๒๗ เมื่อเริ่มข้อตกลงหลายฉบับ กับ ฟาร์เบน. ทาง สแตนดาร์ด ออยล์ บรรยายว่าข้อตกลงขั้นมูลฐานคือ : "ฝ่าย อี.เก. จะเว้นจากการก้าวก่ายในธุรกิจด้านน้ำมัน และฝ่ายเราจะไม่ยุ่งเกี่ยวในธุรกิจด้านเคมี." ในปี ๑๙๒๙ ทั้งสองบริษัทบรรลุข้อตกลง "การรวมกิจการกันอย่างสมบูรณ์แบบ." กล่าวคือ : สแตนดาร์ด ทำตามใจชอบกับเรื่องน้ำมันทั่วโลกแลกเปลี่ยนกับการงดเว้นไม่แย่งกิจการอุตสาหกรรมเคมีทั่วโลกกับฟาร์เบน.

เนลสัน ร็อกกิเฟลเลอร์ ทำงานที่สำนักงานของ สแตนดาร์ด ออยล์ ที่บ้านเลขที่ ๒๖ บรอดเวย์ สมัยที่ยังหนุ่มๆ อยู่ก่อนจะหันมาทำงานเต็มเวลาในการให้เช่าสำนักงานในตึกของตระกูลที่ ร็อกกิเฟลเลอร์ เซนเตอร์. ถึงแม้เขาได้ยอมแทงบัญชีค่าเช่าสำนักงาน บี.เอ็ส.ซี. เป็นเสมือนเงินให้อังกฤษกู้โดยไม่คิดเอาคืน ไมตรีจิตของเขาก็มิได้มีแต่เฉพาะทางการเงินเท่านั้น. เขาไม่มีอำนาจที่จะไปแก้ปมข้อผูกพันที่ สแตนดาร์ด ออยล์ มีกับต่างประเทศได้ แต่เขาสามารถหารายละเอียดของธุรกิจที่น่าสงสัยของบริษัทมาให้ได้. เช่นเรื่องที่รองประธานบริษัทคนหนึ่งได้เจรจา ภายหลังที่สงครามอุบัติขึ้นในยุโรป เกี่ยวกับวิธีปฏิบัติการที่ผู้นั้นเขียนบันทึกไว้ว่า : "จะอำนวยให้เรายังดำเนินธุรกิจกับเยอรมันต่อไปได้ ไม่ว่าสหรัฐจะเข้าร่วมสงครามหรือไม่ก็ตาม. บริษัท อี.เก. ได้มอบลิขสิทธิต่างประเทศให้ผมประมาณ ๒,๐๐๐ ฉบับ และหลังจากได้เจรจากันในประเทศฮอลแลนด์เป็นเวลาสามวันเราก็จัดทำข้อตกลงชั่วคราวได้สำเร็จ."

ร็อกกิเฟลเลอร์ เห็นพ้องกับ สตีเฟนสัน ว่าอาวุธที่เหมาะที่สุดสำหรับต่อสู้ "ธุรกิจตามปกติ" นี้ ก็คือประโคมการโฆษณา. เขาทั้งกระตุ้น ทั้งวิงวอนให้นักธุรกิจบริษัทน้ำมันอื่นๆ สำนึกในความรับผิดชอบด้านสังคมและการเมือง. ทั้งยังปฏิบัติร่วมกับ บี.เอ็ส.ซี. ในการค้นหาให้กระจ่างชัดว่า สแตนดาร์ด ออยล์ และบริษัทสหรัฐอื่นๆ มีความสัมพันธ์กับธุรกิจการค้าของฝ่ายอักษะลึกซึ้งเพียงไร. หลังจากที่ รูสเวลท์ แต่งตั้งเขาเป็นผู้ประสานงานกิจการภายในทวีปอเมริกาในปี ๑๙๔๐ เขาก็เริ่มต่อต้านพวกนาซีโดยใช้วิธีการของ บี.เอ็ส.ซี. เช่น การควบคุมการส่งกระดาษหนังสือพิมพ์จากสหรัฐเข้าอเมริกาใต้ อันมีผลให้สามารถมีอิทธิพลเหนือหนังสือพิมพ์ในประเทศเหล่านั้นประมาณ ๑,๒๐๐ ฉบับ.

มีเรื่องตลกที่เล่ากันว่ากรรมการบริหารของ สแตนดาร์ด ออยล์ เสนอจะให้รางวัลเป็นเงินสดจำนวนมหาศาล โดยจะไม่ไต่ถามอะไรทั้งสิ้น แก่ผู้ใดที่สามารถบอกให้ทราบถึงแหล่งที่มาของหนังสือเล่มหนึ่ง ชื่อ : "หลังจากโลกแตก : สตางค์ของท่านหนุนสงครามของฮิตเลอร์อย่างไร." (Sequel to the Apocalypse : How Your Dimes Pay For Hitler's War). ไม่ปรากฏว่ามีผู้ใดมาขอรับรางวัลเลย. หนังสือซึ่งบรรยายรายละเอียดของความร่วมมือระหว่าง อี.เก. ฟาร์เบน กับ สแตนดาร์ด ออยล์ เล่มนั้นพิมพ์จากโรงพิมพ์ของ แคมป์ เอกซ์. และ บี.เอ็ส.ซี. ได้ลอบนำจากแคนาดาเข้าสหรัฐ. หนังสือเล่มนั้นเผย "ลักษณะอันซับซ้อนในโครงสร้างของธุรกิจในรูปบริษัท" และมีแผนภูมิแสดงเส้นการติดต่อเชื่อมโยงจาก

เยอรมันถึงบริษัทหุ่นในสหรัฐเป็นโหล ๆ และถึงบริษัทใหญ่ ๆ ของสหรัฐ รวมทั้งบริษัท ฟอร์ด. สิ่งที่ไม่มีเอ่ยถึงคือเรื่องที่ อี.เก. ฟาร์เบน มีกิจการพัวพันกับการค้นคว้าระเบิดปรมาณูของเยอรมันอย่างสำคัญ และเป็นหุ้นใหญ่ในโรงงานของนอร์เวย์ซึ่งผลิตวัสดุซึ่งเป็นส่วนประกอบโครงการทางปรมาณูของเยอรมัน.

ร็อกกิเฟลเลอร์ ให้สถานเอกอัครราชทูตต่าง ๆ ในอเมริกาใต้แจกจ่ายหนังสือเล่มนี้ ทั้ง ๆ ที่ฝ่ายบริหารในบริษัทของตระกูลกำลังพิจารณาฟ้องร้อง. ทัศนะของสตีเฟนสันเกี่ยวกับวิธีดำเนินงานของบริษัทเหล่านั้นยิ่งดูฟังขึ้นเมื่อพวกเยอรมันจัดการฉลองชัยชนะขึ้นที่โรงแรม วอลดอร์ฟ แอสตอเรีย ในเดือนมิถุนายน ๑๙๔๐ และชักชวนมหาเศรษฐีอเมริกันมิให้ไปเสียเวลากับอังกฤษซึ่งถูกไล่เตลิดเปิดเปิงออกจากฝรั่งเศสมาหยก ๆ.

ข่าวที่ส่งออกไปเกี่ยวกับปัญหาเรื่องนี้ตามแบบฉบับของนายอินทร์ ก็คือข่าวที่ลงวันที่ ๑๔ เมษายน ๑๙๔๑ :

> ในสงครามนี้บริษัท สแตนดาร์ด ออยล์ ถือหางทั้งสองฝ่ายรวมทั้งฝ่ายกลางด้วย. เรือบรรทุกน้ำมันของบริษัทปฏิบัติการภายใต้ธงของปานามา (Panama) และขึ้นล่องระหว่างเมืองท่าในอ่าวเม็กซิโกและเทเนริฟ (Tenerife) โดยแสดงตัวว่าส่งน้ำมันให้แก่โรงกลั่นของสเปนแต่ความจริงแล้วส่งให้เรือของข้าศึก.

ข้อหานี้ไปสอดคล้องกับข้อหาของ สตีเฟนสัน เรื่องบริษัท อินเตอร์แนชันนัล เทเลโฟน แอนด์ เทเลกร๊าฟ (International Telephone and Telegraph Corporation) — ที่ว่าบริษัทนี้มีความสัมพันธ์กับพวก เอ็ส.เอ็ส. ของ ฮิตเลอร์ และกับอุตสาหกรรมสงคราม เช่น ฟ็อคเก - วูล์ฟ (Focke - Wulff) ผู้สร้างเครื่องบินทิ้งระเบิด. นอกจากนี้ สตีเฟนสันยังพยายามยุติเรื่องที่ ไอ.ที.ที. (ITT) เป็นพาหะทางสื่อสารจากสหรัฐไปถึงศัตรู โดยใช้สายโทรเลขของตนและของบริษัทสาขาในอเมริกาใต้ คือ ใน ชิลี คิวบา โคลอมเบีย และ เอกวาดอร์. ที่ทำให้เรื่องนี้น่าเพ่งเล็งยิ่งขึ้นก็คือ ไอ.ที.ที. ยังเป็นเจ้าของบริษัท สแตนดาร์ด เทเลโฟนส์ แอนด์ เคเบิลส์ (Standard Telephones and Cables) ซึ่งเป็นบริษัทอังกฤษอยู่ด้วย. เมื่อนายใหญ่ของ ไอ.ที.ที. คือ โซสเธเนส เบห์น ผู้ฉาวโฉ่ ไปเยี่ยมคนงานของอังกฤษหลังจากฝรั่งเศสกรุงแตก ไม่มีใครทราบถึงกิจกรรมของเขากับเยอรมันอีกฟากของช่องแคบอังกฤษเลย. อย่างไรก็ตาม สภาพการณ์นี้เองที่เป็นเหตุให้วิศวกร

ของ ไอ.ที.ที. ทำให้ สตีเฟนสันสนใจเครื่องใส่รหัสเอนิกมา ซึ่งเมื่อค้นหาคำตอบได้ก็มีความสำคัญสำหรับ "อัลตร้า" อย่างยิ่งยวด.

สตีเฟนสัน กล่าวถึงพวกนักธุรกิจที่เห็นแก่ตัวว่า ; "ถ้าฝ่ายนาซีชนะ พวกหัวใสเหล่านี้ก็จะกลายเป็นนาซีตัวอย่าง. ถ้าฝ่ายนาซีแพ้ นักธุรกิจพวกเดียวกันนี้ก็จะเป็นชาวอเมริกันตัวอย่าง."

ข่าวเหล่านี้ทำให้ทางกระทรวงสงครามทางเศรษฐกิจกลุ้มใจเป็นกังวลว่าจะทำให้นายทุนสหรัฐขุ่นเคือง เพราะก่อนหน้านี้ธุรกิจการค้าระหว่างประเทศของอังกฤษก็ไม่ใสสะอาดนักเหมือนกัน. คำตอบครั้งหนึ่งจากลอนดอน ต่อข่าวที่ สตีเฟนสัน ส่งออกไปในเดือนเมษายน ๑๙๔๑ มีข้อความดังนี้ :

> กระทรวงสงครามทางเศรษฐกิจสงสัยว่ามีการพยายามทำให้แหล่งข่าวของท่านและสแตนดาร์ด แตกคอกัน. เรื่องที่อ้างว่า สแตนดาร์ด ออยล์ ส่งน้ำมันให้เรือของศัตรูนั้นเป็นรายงานที่ไม่มีมูล. . .

นายอินทร์ โต้ตอบไปด้วยรายละเอียดกองพะเนินเทินทึก. เขาส่งข่าวยาวเหยียดในทำนองเดียวกันเข้าเล่นงานอย่างไม่ลดละ จนในที่สุดทางวุฒิสภาได้ตั้งกรรมการคณะหนึ่ง ที่มี แฮร์รี่ ทรูแมน (Harry Truman) เป็นประธานเพื่อพิจารณาทบทวนหลักฐาน. ดังนั้น เรื่องราวของ สแตนดาร์ด ออยล์ จึงถูกเปิดเผยตั้งแต่การที่ยังคงขายน้ำมันแก่สายการบินของนาซีอยู่เรื่อย ๆ อย่างไม่หยุดยั้ง ทั้ง ๆ ที่ทางกระทรวงต่างประเทศอเมริกันได้ประท้วงแล้ว จนถึงเรื่องส่งวัสดุสำคัญทางยุทธศาสตร์ให้กับบริษัทของเยอรมัน. เมื่อ ร็อกกิเฟลเลอร์ ตรวจสอบทรัพย์สมบัติเกี่ยวกับกิจการน้ำมันของตระกูลในประเทศเวเนซุเอลา (Venezuela) ก็ปรากฏว่า บริษัทสแตนดาร์ด ออยล์ ลำเอียงฝักใฝ่พวกเยอรมันในงานบริหารการสำรวจหาบ่อน้ำมัน. เอกสารของ บี.เอ็ส.ซี. ประกาศว่า : "เกือบจะถือไม่ได้ว่า สแตนดาร์ด ออยล์ เป็นธุรกิจของอเมริกัน เพราะนับได้ว่าเป็นกิจการของฝ่ายตรงกันข้ามที่เป็นศัตรูและเป็นภัย."

ต้นปี ๑๙๔๑ หลังจากรูสเวลท์ ได้รับเลือกตั้งอีกครั้ง แต่ก่อนพิธีเข้ารับตำแหน่ง สตีเฟนสัน มอบรายงานหนา ๔๐๐ หน้า ให้แก่ ฮูเวอร์ และ เอ็ฟ.บี.ไอ. . รายงานนี้เป็นเพียงหนึ่งในจำนวนหลายฉบับที่จัดทำขึ้นโดยพวกที่เป็นแกนของแผนกสงครามทางการเมือง ซึ่งเป็นแผนกใหม่ในสำนักงานประสานงานรักษาความ

ปลอดภัยอังกฤษ. ฮูเวอร์ ตะลึงเมื่อทราบเรื่อง. ในการเปิดเผยเรื่องความสัมพันธ์ระหว่างบริษัทนาซีกับนักธุรกิจอเมริกัน มีชื่อของผู้ร่วมงานทรยศชาวอังกฤษพัวพันอยู่ด้วย. รายงานนี้บรรยายถึงเรื่องของ "ชาวเยอรมันผู้หนักใจ" ที่กำลังคอยการแปลงชาติเป็นอเมริกันผู้ได้เข้าพบเจ้าหน้าที่กระทรวงต่างประเทศคนหนึ่งเพื่อเสนอข่าวเกี่ยวกับปฏิบัติการของนาซี. เจ้าหน้าที่คนนั้นไม่ได้ให้ความสนใจนัก. ในที่สุดรัฐมนตรีช่วยว่าการกระทรวงต่างประเทศ อดอล์ฟ เบิร์ล เขียนรายงานลับเรื่องนี้โดยเริ่มต้นว่า : "จากแหล่งข่าว — ซึ่งยังไม่ยืนยันว่าเชื่อถือได้หรือไม่ — ข้าพเจ้าได้รับทราบเรื่องดังต่อไปนี้. . ." สตีเฟนสัน มีข้อสังเกตว่าการกล่าวดังนี้เท่ากับทางกระทรวงต่างประเทศกล่าวว่าเป็นเรื่องไม่น่าสนใจใยดีนัก. เบิร์ล นั้นเป็นชาวอเมริกันที่รักชาติ แต่ทัศนะของเขาในด้านการต่างประเทศเป็นทัศนะ "ในแบบของครูประชาบาลที่เข้มงวดและคัดค้านวิธีการอันไม่สู้จะตรงไปตรงมาของอังกฤษและตำรวจลับอังกฤษกับหน่วยจารกรรมในวอชิงตันอย่างตายตัวไม่ผ่อนปรน." ต่อมาเขาไม่ลงรอยถึงปะทะกับ สตีเฟนสัน เรื่องปฏิบัติการของ บี.เอ็ส.ซี. จนกระทั่งในที่สุดต้องจำนนต่อคำสั่งของท่านประธานาธิบดีที่มีความว่า "เพื่อความอยู่รอดของประเทศเราเอง คุณต้องให้ความร่วมมือ."

รายงานฉบับนี้เปิดทางให้กระทำการต่อต้านหน่วยนาซีที่ปฏิบัติการในคราบของธุรกิจการค้าเพิ่มเติมต่อไปอีก โดยวิเคราะห์กงสีใหญ่ของเยอรมันทั้งสิบห้าแห่งที่เป็นฐานทางสังคมของ ฮิตเลอร์. ที่น่าสนใจที่สุดก็คือ อี.เก. ฟาร์เบน โดยที่กรรมการบริหารของบริษัทสนับสนุนพรรคนาซี เพราะเป็นปฏิปักษ์ต่อระบบการค้าเสรี และยังหนุนให้ตั้งค่ายแรงงานทาส เพื่อให้การผลิตมี "ประสิทธิภาพ" สูงขึ้น. ในประเทศทางตะวันตกน้อยคนอยากจะยอมเชื่อคำเล่าลือถึงแผนฆ่าหมู่ของพวกนาซี. สตีเฟนสัน มีพิมพ์เขียวของห้องแก๊สประหารเคลื่อนที่อยู่ในมือ ตลอดจนรายงานของฟาร์เบน เรื่องการทดลองยาที่ผลิตจากกรดพรัสสิค (prussic acid) ซึ่งต่อมาได้รับชื่อว่า ซิคลอน - บี (Zyklon-B) ที่ใช้สำหรับกำจัด "มนุษย์ที่ไม่ถึงขั้น" แบบให้เดินแถวเข้าไปตายอย่างมีระเบียบ รวดเร็ว คล่องแคล่ว และสะดวกง่ายดายในห้องแก๊ส ซึ่งได้ชื่อเสียงฉาวโฉ่ในคราบของห้องอาบน้ำสาธารณะ.

รายงานของนายอินทร์บรรยายต่อไปถึงเหตุการณ์ที่เกิดขึ้นหลังจาก "ชาวเยอรมันผู้หนักใจ" ถูก เบิร์ล ในฐานะผู้แทนของกระทรวงต่างประเทศบอกปัดไป. ชายผู้นั้นเป็นกรรมการบริหารของ เชริง อา.เก. ซึ่งเป็นบริษัทขายเครื่องเคมีที่บลูมฟิลด์ นิว เจอร์ซีย์ (Bloomfield, New Jersey). การที่บริษัทนี้ "เป็น

ของสวิส” เป็นเพียงเพื่อตบตา แท้จริงเป็นสาขาของบริษัท เชริง/เบอร์ลิน (Schering/Berlin) ซึ่งได้ก่อตั้งบริษัทต่าง ๆ ที่มีประเทศเป็นกลางเป็นเจ้าของและบริษัทหุ่นเป็นพรวนแผ่จากสแกนดิเนเวียไปจนถึงอเมริกาใต้. ผู้บริหารชาวเยอรมันผู้หูตาสว่างขึ้นนี้มีชื่อในเอกสารของ บี.เอ็ส.ซี. ว่า “บุรุษจาก บลูมฟิลด์” (The Bloomfield Man) มาติดต่อกับหน่วยของ สตีเฟนสัน. หน่วยนี้ยังไม่ได้รับอนุญาตให้ปฏิบัติการจากรัฐบาลสหรัฐ ดังนั้นผู้ให้ข่าวจึงอยู่ในฐานะล่อแหลม. ถึงแม้มีเจตนาที่บริสุทธิ์ เขาก็อาจถูกเนรเทศกลับไปประเทศเยอรมันในข้อหาว่าทำงานให้หน่วยจารกรรมต่างประเทศ. ถ้าเขาเก็บเรื่องไว้เงียบ ๆ คำร้องเพื่อขอแปลงชาติเป็นอเมริกันอาจถูกระงับ หากสหรัฐเข้าสงครามและเขาถูกเพ่งเล็งว่าร่วมก่อการร้ายกับพวกนาซี. ด้วยเหตุนี้เอง จึงไม่เคยมีการเอ่ยชื่อจริงของเขาเลยในเอกสารทางราชการ.

“บุรุษจาก บลูมฟิลด์” ร่วมมือกับสายของอังกฤษเป็นเวลาหลายเดือน. ได้มีการนำเอกสารจากตู้เอกสารของบริษัทมาถ่ายรูปที่โรงแรม เซนต์ เรจิส (St. Regis Hotel) ในย่าน แมนแฮ็ตตันกลาง ซึ่งในเวลานั้นเพื่อนของสตีเฟนสันที่ทำงานให้ บี.เอ็ส.ซี. เป็นเจ้าของ. บริษัท เชริง ทำงานให้เยอรมัน และเป็นแหล่งเงินสดและสินค้าซึ่งอังกฤษถือว่าเป็นของต้องห้าม.

ส่วนหนึ่งของกระทรวงต่างประเทศสหรัฐขัดเคือง เพราะมีประกาศทางราชการฉบับหนึ่งจากลอนดอนกล่าวหาว่าบริษัทอเมริกันบางบริษัท “เซ็งลี้กับข้าศึก” หลังจากได้รับรายงานฉบับ ๔๐๐ หน้า กระทรวงสงครามทางเศรษฐกิจพยายามบีบบังคับให้วอชิงตัน “อายัดทรัพย์ของข้าศึก ให้ร่วมมือในการขึ้นบัญชีหมายหัวบริษัทการค้าของข้าศึก และไม่ยอมให้เชื้อเพลิงแก่เรือที่ทำประโยชน์ให้ข้าศึก.” รัฐมนตรีต่างประเทศอเมริกัน คอร์เดลล์ ฮัลล์ (Cordell Hull) แสดงความเดือดดาลที่ฝ่ายอังกฤษกล่าวหา.

บี.เอ็ส.ซี. ตัดสินใจที่จะ “หา” หลักฐานมาให้จงได้ ให้ถึงมือ เอ็ฟ.บี.ไอ. และถึงตากระทรวงต่างประเทศสหรัฐในที่สุด. ตามปกติ สิ่งที่น่าสงสัยในไปรษณีย์ขาออก ซึ่งดักจับได้ที่สถานีตรวจไปรษณียภัณฑ์ของเบอร์มิวดา ก็ส่งไปให้ เอ็ฟ.บี.ไอ. ทราบด้วยอยู่แล้ว. ได้มีการปลอมแปลงจดหมายต่าง ๆ เขียนด้วยกระดาษที่มีตราของ เชริง/ยู.เอ็ส.เอ. ซึ่งทำให้บริษัทตกอยู่ในข่ายน่าสงสัย แล้วส่งกลับมาจาก เบอร์มิวดา. เจ้าหน้าที่ เอ็ฟ.บี.ไอ. คนหนึ่ง ที่จดหมายเหล่านี้ไม่

ทำให้ประหลาดใจ ก็คือ เจ. เอ็ดการ์ ฮูเวอร์. เขาเองก็มีความเห็นพ้องว่านี่เป็นวิธีเหมาะที่จะเขย่าให้กระทรวงยุติธรรมปฏิบัติการเสียที. เจ้าหน้าที่สอบสวนที่รายงานการพบเรื่องการกระทำผิดกฎหมายของ เชริง ปฏิบัติการอย่างไม่ต้องเสแสร้งเลย. พวกนี้ไม่รู้เรื่องมาก่อนและโกรธเคืองจริง ๆ.

นอกจากนี้ "บุรุษจาก บลูมฟิลด์" ก็ได้เขียนรายละเอียดเรื่องปฏิบัติการของบริษัทเชริง. มีการจัดให้บางส่วนของเรื่องนี้ รวมทั้งรูปถ่ายสำเนาของจดหมายปลอมจาก เชริง ซึ่ง "พิสูจน์" ว่าบริษัทฝ่าฝืนกฎหมาย ห้ามกงสีของเชอร์แมน (Sherman Anti-Trust Act) รั่วไปถึงสำนักงานของบริการข่าวโลก (International News Service) ในวอชิงตัน. บริการข่าวโลกไปติดต่อ โจเซ็ฟ บอร์กิน (Joseph Borkin) แห่งกระทรวงยุติธรรม และแจ้งว่าจะเอาเรื่องนี้ใส่ลิ้นชักไว้ก่อน หากแผนกต่อต้านกงสีดำเนินการฟ้องศาล กับรับปากว่าจะให้ข่าวแก่บริการเป็นอันดับแรกเมื่อเริ่มดำเนินคดี.

เรื่องนี้ทำให้ บอร์กิน สามารถทำงานได้ถนัดมือยิ่งขึ้น. เขาเป็นคนหนึ่งในหมู่ข้าราชการระดับกลาง ที่เผชิญความลำบากในการดำเนินคดีกับบริษัทอิทธิพลเยอรมันและต่างประเทศอื่น ๆ ทั้ง ๆ ที่เขาแน่ใจว่าเป็นการกระทำที่ถูกทำนองคลองธรรม. อุปสรรคของบุคคลที่ใคร่ความยุติธรรมเหล่านี้ และของ เอ็ฟ.บี.ไอ. ดูจะมาจากกระทรวงต่างประเทศอเมริกันและมิตรสหายที่เป็นพวกนักธุรกิจชั้นสูงที่เข้าทางประตูหลัง.

เอกสารของ บี.เอ็ส.ซี. ตั้งข้อสังเกตว่า : "ประธานาธิบดี รูสเวลท์ก็ตั้งใจจะกล่าวในการพบกับสื่อมวลชนอย่างกันเอง (Fireside Chat) หลังจากได้รับเลือกตั้งอีกครั้งหนึ่งในปี ๑๙๔๑ ว่าชาวอเมริกันที่มีตำแหน่งสูง ๆ กำลังช่วยเหลือและส่งเสริมปฏิบัติการของสายนาซี. ท่านประธานาธิบดีส่งร่างของสุนทรพจน์ไปให้กระทรวงต่างประเทศ. ร่างส่งกลับมาโดยคำ "ที่มีตำแหน่งสูง ๆ" ถูกวงไว้ด้วยสีแดง. เมื่อ รูสเวลท์ ถามว่าใครเป็นผู้ทำเช่นนั้น เขาได้รับคำตอบว่า : "กระทรวง — พวกเขารู้สึกว่าคำเหล่านั้นออกจะล่อแหลม" ท่านประธานาธิบดีพูดอย่างเฉียบขาดว่า : "งั้นเราจะเปลี่ยนประโยคนั้นให้เป็น — "และยังมีชาวอเมริกัน ซึ่งหลายคนมีตำแหน่งสูง ๆ โดยเฉพาะในกระทรวงต่างประเทศ. . ."

เอกสารของ บี.เอ็ส.ซี. บรรยายต่อไปว่า : "เรื่องนี้เป็นตัวอย่างของสถานการณ์ที่มีอยู่ แม้จะเป็นในวาระที่ล่วงเลยมาจนป่านนี้แล้ว. บอร์กิน เป็นคนหนึ่งในหมู่พวกที่อัดอั้นตันใจ เพราะประสบความขัดข้องลึกลับจากเบื้องบน. ไม่มี

ทางที่จะทำไม่รู้ไม่ชี้เสียเลยกับรายงานเรื่องการบ่อนทำลายของบริษัท เชริง/ยู.เอ็ส.เอ. แต่ทางกระทรวงต่างประเทศสหรัฐกำลังตั้งตัวเป็นอริส่วนตัวกับ ฮูเวอร์ และเอ็ฟ.บี.ไอ. และกล่าวหาพวกนี้กับกระทรวงยุติธรรมว่าล้ำเส้นกระทรวงต่างประเทศ. ทางบี.เอ็ส.ซี. เห็นว่าการณรงค์ทางสื่อมวลชน ซึ่งตั้งท่าไว้แล้ว จำเป็นต้องดำเนินการต่อไปโดยผ่านบริการข่าวโลกและสื่อมวลชนอื่น ๆ”

ในระหว่างการตระเตรียมการณรงค์นี้ สตีเฟนสัน ก็ปฏิบัติการอีกอย่างหนึ่งทางด้านธนาคารสวิส ที่อวดอ้างว่าควบคุม บริษัท เชริง/ยู.เอ็ส.เอ. โดยบีบคั้นอย่างสุภาพนุ่มนวล. ผู้จัดการของธนาคารระลึกได้ภายหลังว่าได้รับการติดต่อจาก “นาย แซมยวล แห่ง เจเนรัล ทรัสต์ แห่ง ลอนดอน” (General Trust of London). เขานึกว่าจะได้รับการติดต่อทาบทามเพื่อเสนอการแลกเปลี่ยนเงินตราผ่านธนาคารสวิส. แต่ขณะที่ดื่มเหล้ามาร์ตินีด้วยกันหลายก๊ง เขากลับได้ยินว่า เชริง/ยู.เอ็ส.เอ. กำลังจะถูกรัฐบาลสหรัฐยึดทรัพย์อยู่แล้ว. นายแซมยวล หยอดเรื่องนี้ปะปนไปกับเรื่องซุบซิบอื่น ๆ ที่คุยกันอย่างปกติธรรมดา. ผู้จัดการธนาคารรีบชวนให้วกกลับมาพูดถึงเรื่องนี้. นายแซมยวลกล่าวอย่างแปลกใจว่าก็ใช่แล้ว. นักธนาคารชาวสวิสคงจะไม่นึกแน่ ๆ ว่าทางการสหรัฐจะไร้เดียงสาเหมือนที่ทำท่า. ถ้าคิดดูให้ดี ๆ – สมมุติว่า เชริง/ยู.เอ็ส.เอ. ถูกยึดทรัพย์เอาจริง ๆ ธนาคารสวิสจะมิแย่หรือ. จากนั้นการสนทนาก็เปลี่ยนเป็นเรื่องที่นายแซมยวล สนใจอยากจะได้พบนักธุรกิจชาวสวิสอื่น ๆ ในเจนีวา. . .

อีกสองสามวันต่อมานายธนาคารผู้นั้นก็มาติดต่อกับ แซมยวล ผู้ดูท่าทางจะเป็นชาวแคนาดา. เขาอยากทราบว่า นายแซมยวล รู้เรื่องธุรกิจในแคนาดาดีหรือไม่. คำตอบคือ แซมยวล รู้เรื่องดี. ทั้งสองคนพบกันอีกครั้งหนึ่ง. นายแซมยวล แนะทางออกให้นายธนาคาร – คือให้ตั้งบริษัทหุ้นส่วนเพื่อรับโอนหุ้นของบริษัท เชริง/ยู.เอ็ส.เอ. แบบนี้จะทำให้ไม่เสียผลกำไร ทางการสหรัฐก็จะพอใจว่ารัฐบาลแคนาดาสามารถควบคุมดูแลได้อย่างดี และนายธนาคารชาวสวิสก็จะสบายใจได้ว่าบัดนี้ เขาเลือกข้างถูกแล้ว.

การเจรจาดังนี้ทำให้นายธนาคารเผลอเพลินจะไม่รู้ตัวว่ามีการค้นหาหลักฐานข้อมูลเรื่องที่เยอรมันเป็นเจ้าของบริษัทโดยผ่านธนาคารของเขา. คิวนิวกล่าวหลายปีภายหลังว่า : “ในวันที่ ๑๐ เมษายน ๑๙๔๑ การณรงค์ทางสื่อมวลชนได้เริ่มขึ้นโดยประสานกันอย่างยอดเยี่ยมน่าชม เพื่อเปิดโปงเรื่องฉาวโฉ่ของบริษัทใน

นิว เจอร์ซีย์ ที่พวกนาซีควบคุมอยู่หลังฉาก. ได้มีการปล่อยข่าวอย่างได้จังหวะจะโคนตามที่กะไว้อย่างระมัดระวังให้นักสื่อข่าวและโฆษกวิทยุที่เป็นมิตรเพื่อให้สื่อมวลชนสามารถเสนอข่าวได้อย่างไม่ขาดสาย."

กิจการค้าของ เชริง หยุดชะงักลง. กระทรวงการคลังอเมริกันเข้ายึดกิจการ. ธนาคารสวิสถูกสั่งให้จำหน่ายหุ้นในบริษัทผลิตภัณฑ์เคมีทั้งหมด. นายธนาคารไม่เคยรู้ตัวเลยว่า นายแซมยวล ผู้เอื้อเฟื้อและมีอัธยาศัยไมตรีนั้น เป็นหัวหน้าสืบราชการลับอังกฤษ.

เอกสารของ บี.เอ็ส.ซี. บันทึกไว้ว่า : "ท่าทีของความระแวงสงสัยแบบใหม่เข้ารุมล้อมและทำให้สแตนดาร์ด ออยล์ ลำบากใจ. ตอนนี้กรรมการเพื่อการป้องกันทางเศรษฐกิจสหรัฐจำเป็นต้องยับยั้งข้อตกลงอีกรายที่ สแตนดาร์ดตั้งใจจะขายผลประโยชน์ในกิจการบ่อน้ำมันของตนในฮังแกรีให้แก่เยอรมัน." ได้มีการขับเคี่ยวสงครามทางเศรษฐกิจเพื่อต่อสู้ข้าศึกในซีกโลกตะวันตกแบบนี้กับธุรกิจการค้าหลายราย. สตีเฟนสันกลายเป็นผู้เชี่ยวชาญในกิจการแปลก ๆ ไม่น่าเชื่อหลายอย่างเช่นการลอบส่งเพชร ซึ่งเยอรมันใช้สำหรับฝ่าการปิดล้อมทางเศรษฐกิจ. ผู้ที่ร่วมมือกับนาซีซื้อสินค้าสำคัญทางยุทธศาสตร์ในตลาดมืดโดยใช้ทอง เพชรพลอยหรือข้าวของ "ที่น้ำหนักเบาแต่ราคาสูง" ซึ่งอาจปิดบังแหล่งที่มาได้แทนเงินตรา. กรณี สแตนดาร์ด ออยล์ เป็นตัวอย่างเด่นชัดของความไม่ละลดของ สตีเฟนสัน ในการปราบปรามสมุนของนาซีโดยไม่เห็นแก่หน้าผู้ใดหรือผลประโยชน์ใด ๆ. เมื่อการสืบสวนของ บี.เอ็ส.ซี. เปิดโปงผู้กระทำผิด เช่น บริษัทสแตนดาร์ด ออยล์ ซึ่งตระกูล ร็อกกิเฟลเลอร์ เป็นหุ้นใหญ่ ก็ไม่มีการเห็นแก่หน้า หรือเล่นพวกเลย. นักประวัติศาสตร์ของ บี.เอ็ส.ซี. คนหนึ่งได้เขียนไว้ในเอกสารที่จ่าหน้า "การณรงค์ต่อต้านธุรกิจเยอรมัน" ว่า : "เราช่วยกันสร้างบรรยากาศที่อำนวยให้ท่านประธานาธิบดีปฏิบัติการได้ และสามารถออกคำสั่งในการเข้ายึดหรือระงับกิจการของบริษัทต่าง ๆ ได้. การเปิดเผยในหน้าหนังสือพิมพ์ทำให้ประชาชนอเมริกันเชื่อแน่ว่าเพทุบายทางธุรกิจของเยอรมันเป็นเรื่องคุกคามความปลอดภัยของตนจึงยอมรับความสำคัญของคำสั่งเหล่านี้. ธุรกิจใหญ่ ๆ ของอเมริกาตระหนักดีถึงความรู้สึกของประชาชน จึงไม่กล้าฝ่าฝืนคำสั่ง."

ได้มีการสืบพบแนวร่วมที่ผิดปกติน่าเพ่งเล็ง ระหว่างกลุ่มนักธุรกิจ กลุ่มกรรมกรและกลุ่มสนับสนุนนาซี. จอห์น เอ็ล. ลูอิส (John L. Lewis) ผู้เป็น

ประธานของทั้งสหพันธ์กรรมกรเหมืองแร่แห่งอเมริกา (United Mine Workers of America) และสหภาพองค์การอุตสาหกรรม (Congress of Industrial Organizations) มีความสัมพันธ์กับพวก "ออยลีส" (Oilies) ซึ่งหมายถึงบริษัทน้ำมันใหญ่ ๆ ที่ทำการค้ากับประเทศอักษะ. ตามถ้อยคำในเอกสารของ บี.เอ็ส.ซี. นั้น กิจกรรมของเขาเป็นที่น่าสังเกต ประการสำคัญที่สุดก็เพราะเขา "มีความเกลียดชังประธานาธิบดี รูสเวลท์เป็นส่วนตัว เขาเป็นพวกที่ต้องการอย่างรุนแรงให้อเมริกาตั้งตัวอยู่โดดเดี่ยว ตราบเท่าที่รัสเซียยังเป็นพันธมิตรกับเยอรมัน และเขาชังน้ำหน้าอังกฤษอย่างเข้ากระดูกดำ."

บี.เอ็ส.ซี. ตั้งกลุ่มต่าง ๆ ในอันที่จะทำลายข้าศึกภายในสหรัฐซึ่งเป็นองค์การที่ "ตั้งขึ้นเองไม่มีใครอุปถัมภ์" และดูท่าทางเหมือนริเริ่มขึ้นจากภายในประเทศเอง เช่น กรรมาธิการกรรมกรอเมริกันเพื่อช่วยเหลือกรรมกรอังกฤษ กรรมาธิการสู้เพื่อเสรีภาพ และอนุกรรมการต่าง ๆ ภายในสหภาพแรงงานอเมริกัน เป็นต้น. ในการเตรียมโค่นลูอิส จากตำแหน่งผู้นำเผด็จการของกระบวนการแรงงานอเมริกัน บี.เอ็ส.ซี. ร่างรายงานเรื่อง "ชนชั้นกรรมาชีพอเมริกัน" ซึ่งถึงมือ ฮูเวอร์. เขาอ่านอย่างสนใจพอสมควรในเรื่องว่า "ชนชั้นกรรมาชีพอเมริกันโง่เง่าไม่รู้เรื่องรู้ราวอะไรเลย และยังสับสนไม่มีระเบียบทางการเมือง. กรรมกรจำนวนมากจากพวกต่างด้าว ไร้การศึกษา ซึ่งไม่มีพื้นฐานความรู้ทางการเมือง (และบ่อยครั้งมีปัญหาเรื่องภาษาอยู่มาก) จึงทำให้สับสนและถูกชักนำทางอารมณ์ได้ง่ายด้วยการโฆษณาแบบตื้น ๆ ที่สุด. . . โดยที่ส่วนใหญ่ของสหพันธ์อุตสาหกรรมที่สร้างยุทโธปกรณ์สำคัญ ๆ ขึ้นต่อสหภาพองค์การอุตสาหกรรม ความมีอคติของลูอิส จึงเป็นภัยต่อประเทศอังกฤษ."

ฮูเวอร์ จำต้องฝืนใจยอมรับข้อวินิจฉัยนี้ และ เอ็ฟ.บี.ไอ. จึงดำเนินการติดตามสอบสวนเรื่องที่ได้รับรายงานมาเกี่ยวกับการติดต่อระหว่างผู้นำกรรมกรกับนักธุรกิจน้ำมันอเมริกันคนหนึ่ง ผู้รับใช้ราชการลับเยอรมันในหน้าที่ผู้ช่วยสาย. นักธุรกิจน้ำมันที่มีธุรกิจนอกคอกนี้ ชื่อ วิลเลียม โรดส์ เดวิส (William Rhodes Davis). เขาทำงานที่บ้านเลขที่ ๖๓๐ ฟิฟธ์ แอเวนู ชั้น ๓๔ ซึ่งแทรกอยู่กลางระหว่างแผนกเศรษฐกิจกับเครื่องใส่รหัสของสตีเฟนสัน.

เดวิส เป็นวิศวกรรถไฟจากรัฐ อาลาบามา (Alabama) ที่หันมาทำกิจการน้ำมันเมื่ออายุยี่สิบกว่า ๆ. เขาทำธุรกิจเป็นเอกเทศตามบ่อน้ำมันในรัฐโอคลาโฮมา

(Oklahoma) มาได้สิบห้าปีแล้ว เมื่อเกิดตาเหล่ตาลายขึ้นมาเพราะเห็นลู่ทางในอนาคตของกงสีการค้านาซีจากการชักชวนของบุตรชายชาวเยอรมันที่เข้ามาหากินในสหรัฐ ชื่อ ดร. ฮอเรส กรีลี ฮาลมาร์ ชาคต์ (Dr. Horace Greeley Hjalmar Schacht) ซึ่งนับถือกันว่าเป็นนักธนาคารชาญฉลาดของ ไรช์ ที่สาม (Third Reich). บุคคลที่มีชื่อตาม ฮอเรส กรีลี นั้น ถือได้ว่าเป็นนักโฆษณาที่ดีเยี่ยมสำหรับฮิตเลอร์ เพราะสามารถทำให้ระบบนาซีดูเหมือนวิสาหกิจในแบบของอเมริกา. ชาคต์ บรรยายถึงสหพันธ์เศรษฐกิจอันยิ่งใหญ่กับโลกของชนที่นิยมชมชอบความเป็นอยู่แบบอังกฤษและปรัชญาเพื่อการขยายตัวอย่างกว้างขวางของเขามีเสน่ห์ดึงดูดสำหรับนักธุรกิจน้ำมันที่ดุเดือด. นอกจากนี้ เดวิส ก็เห็นว่าในสงครามที่กำลังผ่านเข้ามาประเทศเยอรมันจะต้องการน้ำมันจำนวนมหาศาลสำหรับใช้กับเรือดำน้ำและเรือล่าเรือสินค้า. ถึงปี ๑๙๓๖ เมื่อเดวิส อายุสี่สิบเจ็ดปี เขาก็ติดต่ออย่างสนิทสนมกับกระทรวงเศรษฐการของนาซีกับกงสี อุตสาหกรรมเยอรมันทั้งหลายที่ผูกพันขึ้นลงกับโชคชะตาของ ฮิตเลอร์. เขาสร้างโรงกลั่นน้ำมันที่ ฮัมเบิร์ก โดยใช้ทุนทรัพย์ที่ถูกสั่งอายัดซึ่ง ธนาคาร เฟิร์สต แนชันนัล แห่ง นิวยอร์ค (First National Bank of New York) รักษาไว้ในเยอรมัน แล้วจัดการส่งน้ำมันดิบจากทวีปอเมริกาไปเยอรมัน โดยใช้เส้นทางที่หลบเลี่ยงการปิดล้อมของอังกฤษ. บริษัทของเขารวมทั้งบริษัทสาขาต่าง ๆ เริ่มส่งน้ำมันไปถึงสถานีปลายทางที่ มัลเมอ (Malmö) ในประเทศสวีเดน อันเป็นที่ที่ทำให้ สตีเฟนสัน สนใจตอนต้นปี ๑๙๓๙. ห้าวันหลังจากสงครามในยุโรปอุบัติขึ้นมีข่าวรั่วไปถึงลอนดอนว่า วิลเลียม โรดส์ เดวิส ไปเบอร์ลินเพื่อ "เจรจาสันติภาพ" และอ้างว่าเป็นผู้แทนของประธานาธิบดีรูสเวลท์.

รูสเวลท์ เคยสนทนากับ เดวิส จริง ๆ ตามคำขอร้องของ จอห์น เอ็ล. ลูอิส. เขาฟัง เดวิส พูดและเห็นด้วยว่า "จะน่าสลดใจหากสงครามลุกลามกว้างขวางออกไป." แต่เมื่อไปถึงเบอร์ลิน การสนทนาสั้น ๆ นี้ก็ถูกจินตนาการของเดวิส แต่งเติมเสริมต่อขยายออกไปมาก. เขาเข้าพบ เกอริง หลายครั้ง. ต่อมาค่อย ๆ มีรายงานทยอยเข้ามาถึงวอชิงตันว่า เดวิส วาดภาพท่านประธา-นาธิบดีว่าอยู่ใต้อิทธิพลของ จอห์น เอ็ล. ลูอิส. ผู้ "ซึ่งควบคุมเสียงเลือกตั้งสิบสี่ล้านเสียงอีกต่อหนึ่ง." นัยว่า ลูอิส ได้เลิกท่าทีต่อต้านพวกนาซีหลังจากมีสนธิสัญญาระหว่างนาซีกับโซเวียตเมื่อปี ๑๙๓๙ และว่าเต็มใจที่จะบีบบังคับให้รูสเวลท์ ห้ามทัพ. หากพวกอังกฤษยังดึงดันดำเนิน "สงครามรุกราน" โดยท่านประธานาธิบดียังสนับสนุนอยู่ ลูอิส ตั้งใจจะเขี่ยให้ รูสเวลท์ โค่นลงมาหากเขามีทุนเพียงพอ.

เบื้องหลังของการกระทำทั้งหมดนี้ เนื่องมาจาก เดวิส โกรธเคืองที่ฝ่ายอังกฤษได้ขัดขวางการส่งน้ำมันไปให้เยอรมันหลังจากที่เขาได้ขายน้ำมัน ๔๐๐,๐๐๐ ตันแรกจากโรงกลั่นของเขาในเม็กซิโก. น้ำมันดิบอีก ๓๓,๐๐๐ ตันถูกยึดระหว่างการขนส่งไปยังสถานีปลายทางในสวีเดนเพื่อจำหน่ายให้เยอรมันอีกทอดหนึ่ง.

เมื่อ เดวิส ออกเดินทางจากเบอร์ลิน เขาได้รับเลขประจำตัวจากกรมข่าวทหารเยอรมัน — สาย ซี. ๘๐ (Agent C 80) — และ ดร. โยอะคิม แฮร์ตสเล็ต ผู้เชี่ยวชาญเศรษฐกิจนาซีที่มีชื่อเสียงร่วมเดินทางมาด้วย. ทั้งสองถูกราชการลับอังกฤษสกัดจับที่ลิสบอน. แฮร์ตสเล็ต ใช้หนังสือเดินทางสวีเดนในนามว่า คาร์ล บลูเชอร์ (Carl Bluecher) และฝ่ายอังกฤษเปิดโปงการปลอมแปลง ทำให้แฮร์ตสเล็ตไม่สามารถเดินทางต่อไปถึงอเมริกาใต้ ซึ่งเขาได้รับมอบหมายให้เข้าแทรกแซงในธุรกิจการค้า. ต่อมาเขาใช้ชื่อปลอมใหม่ และบินไปนิวยอร์คก่อนโดยไม่รู้สึกตัวว่าถูกปล่อยให้เล็ดลอดมาได้โดยเจตนา เพื่อให้ทาง เอ็ฟ.บี.ไอ. สามารถสะกดรอยได้.

ในระยะเวลานี้เอง เป็นขณะเดียวกับที่แม่ทัพอากาศเยอรมันกำลังคึกคักในการยื่น "ข้อเสนอเพื่อสันติภาพ". เกอริง หวังที่จะทำให้อังกฤษกับอเมริกันปั่นป่วนมึนงงและแตกคอกัน โดยให้คำมั่นสัญญาว่าจะกำจัดพวกหัวรุนแรงในหมู่ผู้นำนาซี. เขาเชื่อเอาจริงๆ ว่าประธานาธิบดีอเมริกันถูก จอห์น เอ็ล. ลูอิส ครอบหัวจนอยู่หมัดและโดยที่ลูอิส เป็นผู้มีอิทธิพลที่แท้จริงเหนือสหภาพแรงงานเม็กซิโก จึงจะบีบบังคับรัฐบาลเม็กซิโกให้ประกันการส่งน้ำมันให้แก่กองทัพอากาศเยอรมันได้. โดยเหตุนี้ในเอกสารของทหารเยอรมัน ลูอิส จึงได้ชื่อว่าเป็นผู้ช่วยสาย. ในที่สุด เอกสารของ บี.เอ็ส.ซี. ก็จัดเขาอยู่ในจำพวก "บุคคลอันตรายที่ต้องถูกกำจัด" — ถึงแม้จะต้องรอปฏิบัติการโดยตรงไว้จนกระทั่งการเลือกตั้งประธานาธิบดีสมัยที่สามอันสำคัญยิ่งผ่านพ้นไปเสียก่อน. อังกฤษเริ่มดำเนินสงครามลับต่อต้าน จอห์น เอ็ล. ลูอิส ตอนต้นปี ๑๙๔๐ บนผืนแผ่นดินของสหรัฐ. ที่ต้องระมัดระวังที่สุดคือ การนี้อาจกลายเป็นเสมือนการต่อต้านกรรมกรของอเมริกา.

สตีเฟนสัน วิจารณ์ภายหลังว่า : "ในปี ๑๙๔๐ พวกกรรมกรเหมืองแร่ที่ทำให้ ลูอิส เรืองอำนาจขึ้น เป็นกลุ่มชนที่ถูกทอดทิ้งและกดขี่อย่างไม่น่าเชื่อ. เพียงในปีเดียวนั้นเอง กรรมกรเหมืองแร่อเมริกันเกือบ ๑,๓๐๐ คนต้องเสียชีวิตระหว่างทำงาน และอีกหลายพันคนต้องทุพพลภาพตลอดชีวิตโดยไม่ได้รับการ

ทดแทนแต่ประการใด.

"ในที่สุดแล้ว ศัตรูที่ร้ายกาจกว่าของพวกนี้ก็คือศัตรูที่เราเองกำลังต่อสู้อยู่ และที่องค์การกรรมกรอเมริกันเองหลายองค์การกำลังช่วยเหลือในบางกรณีโดยไม่รู้ตัว. ลูอิส เป็นธงชัยสำหรับพวกเขา."

เมื่อคอมมูนิสต์สากลเปลี่ยนท่าทีจากหน้ามือเป็นหลังมือ หลังจากสนธิสัญญาระหว่างนาซีกับโซเวียตในปี ๑๙๓๙ ลูอิส ก็เปลี่ยนท่าทีตาม. การโจมตีทางการเมืองและการบ่อนทำลายเพื่อขัดขวางการส่งเสบียงไปให้อังกฤษ ดำเนินสืบเนื่องตั้งแต่วาระที่ผู้นำของโซเวียตกล่าวหาว่าอังกฤษเป็นฝ่ายยั่วยุและทำให้สงครามกับฮิตเลอร์ ยืดเยื้อจนกระทั่งถึงวาระที่ท่านผู้นำบุกรัสเซีย. เกิดมีการนัดหยุดงานในเมืองท่าสหรัฐ ซึ่งเป็นต้นทางของเรือบรรทุกสินค้าสำคัญยิ่ง ที่รอฝ่าดงเรือดำน้ำเยอรมัน. สายของคอมมูนิสต์ส่งรายละเอียดของกำหนดเวลาการเดินเรือให้แก่สายลับของเยอรมัน. ความภักดีต่อลัทธิต่างด้าวนี้ ทำให้ อิเลียนอร์ รูสเวลท์ ตะลึงงันหวั่นไหว. เธอเคยพยายามร่วมงานกับกระบวนการเยาวชน "ก้าวหน้า" ซึ่งเป็นแนวร่วมคอมมูนิสต์ แต่ถึงระยะการณรงค์เพื่อรับเลือกตั้งครั้งที่สาม เธอจำต้องยอมรับว่า ลูอิส ดูไม่มีอะไรผิดแผกจากพวกนักโฆษณาชวนเชื่อฝ่ายคอมมูนิสต์หรือนาซี. เธอเขียนถึง สตีเฟนสัน ในเดือนตุลาคม ๑๙๔๐ ว่า : "ผู้นำกรรมกรที่ร้ายกาจคนนี้อวดอ้างว่า ทั้งตัวเขาเองและกรรมกรหลายล้านคนที่เชื่อฟังเขาจะลงคะแนนเสียงคัดค้าน แฟรงกลิน. เพลงสรรเสริญความจงเกลียดจงชังของลูอิส (Lewis Hymn of Hate) ทำให้การเลือกตั้งกลายเป็นการต่อสู้ส่วนตัวระหว่างผู้นำกรรมกรกับท่านประธานาธิบดี."

ไม่กี่วันต่อมาประธานาธิบดี รูสเวลท์ กล่าวสุนทรพจน์ที่ บรุ๊คลิน (Brooklyn) ว่า : "เราต้องไม่ลืมว่าข้อตกลงร่วมมือระหว่างคอมมูนิสต์กับนาซีได้กระทบกระเทือนต่อระบอบประชาธิปไตยในต่างประเทศมาแล้วเพียงไร. ชักจะมีอะไร ๆ เลวร้ายพิกล ๆ แทรกซึมเข้ามาในประเทศเรา. . ."

สถานเอกอัครราชทูตเยอรมันรายงานต่อเบอร์ลิน ยืนยันด้วยความมั่นใจว่า ลูอิส จะสามารถหันเหคะแนนเสียงของกรรมกรได้. ฮันส์ ทอมเซน (Hans Thomsen) อุปทูต เป็นผู้เขียนรายงานเหล่านั้น ซึ่ง รูสเวลท์ได้อ่านพร้อม ๆ กับทางเบอร์ลิน. หัวหน้าจารกรรมประจำทอมเซน ทำงานร่วมกับ แฮร์ตสเล็ต สุภาพบุรุษใจนักเลงผู้นี้กำลังอำนวยการบ่อนทำลายของนาซีในซีกโลกตะวันตก. ใน

เดือนเมษายน ๑๙๔๐ แฮร์ตสเล็ต และสาย ซี. ๘๐ ของเขาคือ วิลเลียม โรดส์ เดวิส พบกับ จอห์น เอ็ล. ลูอิส ที่สำนักงานของนักธุรกิจน้ำมันใน ร็อกกิเฟลเลอร์ เซนเตอร์ และที่บ้านในย่าน สการ์สเดล (Scarsdale). ต่อมา แฮร์ตสเล็ต ย้ายไปนครเม็กซิโก และสั่งให้ ลูอิส เริ่มยุแหย่ให้มีการนัดหยุดงานในอุตสาหกรรมที่เกี่ยวกับความอยู่รอดของอังกฤษ. คำสั่งของเขาได้จังหวะสอดคล้องกับการณรงค์ของพวกเยอรมันให้อุตสาหกรอเมริกันเข้าใจว่าอังกฤษแพ้สงครามแล้ว.

มีทางเล่นงาน จอห์น เอ็ล. ลูอิส ได้หลายทาง. การโจมตีเอาซึ่งๆ หน้าอาจกลับเป็นประโยชน์แก่พวกที่หาทางขัดขวางปฏิบัติการของ รูสเวลท์ ทางที่ดูเหมาะที่สุดจึงเป็นการให้สายของ บี.เอ็ส.ซี. ทำลายชื่อเสียงของลูกน้องที่สนับสนุน ลูอิส หรือพวกที่ ลูอิส สนับสนุน ให้แข่งกับ รูสเวลท์. คู่แข่งคนหนึ่งของท่านประธานาธิบดีก็คือวุฒิสมาชิก เบอร์ตัน เค. วีเลอร์ (Senator Burton K. Wheeler).

วีเลอร์ ซึ่งผู้นำนาซีชื่นชมนั้นเป็นพวก "อเมริกา เฟิร์สเตอร์" (อเมริกาก่อน) และป่าวประกาศว่า เขาเชื่อว่าการช่วยเหลืออังกฤษหมายถึง "การพาหนึ่งในสี่ของเยาวชนอเมริกันไปฝังในสมรภูมิในต่างแดนเพื่อประโยชน์ของจักรวรรดิอังกฤษที่เน่าเฟะเสื่อมโทรม."

ในขณะนั้น กลุ่มอเมริกา เฟิร์สต์ เป็นเพียงหนึ่งในผลงานของการโฆษณาชวนเชื่ออย่างขนานหนักที่เยอรมันดำเนินอยู่. ทาง บี.เอ็ส.ซี. บันทึกว่า : "ในเวลาที่อังกฤษกำลังจนมุมร่อแร่ และต้องการความช่วยเหลือในทุกทาง ฝ่ายข้าศึกก็ยิ่งเพียรพยายามหันเหความรู้สึกของประชาชนอเมริกันให้เป็นปรปักษ์ต่ออังกฤษขึ้นเป็นทวีคูณ. การโฆษณาให้นิยมการแยกตัวจากโลกและต่อต้านอังกฤษถูกโหมในหน้าหนังสือพิมพ์ ถูกตะโกนเรียกร้องในการชุมนุมสาธารณะ ถูกแพร่โดยผ่านสมาคมพิเศษต่างๆ และถูกป่าวประกาศในวุฒิสภาและในสภาผู้แทนราษฎร. . . กองกำลังหนุนนาซีในสหรัฐใช้ยุทธวิธีที่พรรคกรรมกรสังคมชาตินิยมเยอรมัน (National Socialist German Workers' Party) เคยใช้ในประเทศเยอรมัน คือให้ตั้ง "สมาคมรักชาติ" ต่างๆ ที่อ้างว่าตั้งขึ้นเพื่อประโยชน์ "การนิยมอเมริกา". มีองค์การในแบบนี้หลายองค์การตั้งแต่องค์การที่เลียนแบบฟาสซิสต์อย่างไม่ได้สติ เช่น พวกเสื้อเชิร์ตสีเงินของ วิลเลียม ดัดลี เพลลี (William Dudley Pelley's Silver Shirts) จนถึงองค์การที่มั่งคั่งร่ำรวยและมีอำนาจ เช่น คณะกรรมการอเมริกา

เฟิร์สต์. องค์การเพื่อการอยู่โดดเดี่ยวที่ทำงานสอดคล้องกันหลายโหลจัดการชุมนุมสาธารณะ พิมพ์ใบปลิว ฝึกนักปลุกระดม นักก่อความวุ่นวายตามหัวถนนและจัดชุมนุม "เพื่อการศึกษา". องค์การเหล่านี้มีประสิทธิภาพมากขึ้นเป็นลำดับจนกระทั่งถึงปี ๑๙๔๑ การประเมินความรู้สึกของประชาชนเกือบจะทำไม่ได้แล้วเพราะดูทำท่าว่าไม่คงเส้นคงวาถึงขั้นเป็นภัยอันตรายได้."

กลไกโฆษณาชวนเชื่อของเยอรมันยังคงทำงานอย่างประหยัดและอย่างเชี่ยวชาญสามารถ แม้หลังจาก รูสเวลท์ ได้รับเลือกตั้งอีกครั้งหนึ่ง. หมู่ชาวอเมริกันที่ห่วงใยในความปลอดภัยของประเทศชาติ รู้สึกว่าการยอมจำนนต่อการโฆษณาชวนเชื่อเผด็จการของ ลูอิส และวีเลอร์ ก่อให้เกิดอันตราย. มีข่าวอย่างไม่ขาดสายจากสถานเอกอัครราชทูตเยอรมันในวอชิงตัน ที่อ้างถึงบุคคลทั้งสองในเรื่องการรายงานขีดความสามารถการผลิตของอเมริกาและความพรักพร้อมที่จะทำสงคราม. ฝ่ายอังกฤษดักสกัดข่าวเหล่านี้ได้ และสันนิษฐานว่า วีเลอร์สามารถรู้เห็นแผนการลับด้านการเตรียมพร้อมทางทหารของสหรัฐ รวมทั้งแผนอันตรายทางการเมือง คือ เอ.บี.ซี. - ๑ "เยอรมันก่อน".

ในระหว่างที่ เอ็ฟ.บี.ไอ. พยายามพิสูจน์ว่าความลับทางทหารตกไปในมือของบุคคลที่ไม่ควรจะได้รับ สตีเฟนสัน ก็หาทางอื่นๆ ในการจำกัดอิทธิพลของวีเลอร์. เขาหาทางได้จากกรณีที่ทาง บี.เอ็ส.ซี. เรียกว่า "กรณียกเว้นอากรไปรษณีย์สำหรับสมาชิกสภาคองเกรส."

สตีเฟนสัน บันทึกว่า : "เป็นสิทธิที่มีมานานแล้วสำหรับวุฒิสมาชิกและสมาชิกสภาผู้แทน ที่จะส่งจดหมายโดยไม่เสียอากรไปรษณีย์โดยใช้ซองที่ประทับตราลายเซ็นของผู้ส่งแทนอากร. สมาชิกสภาคองเกรสบางคนใช้สิทธิยกเว้นนี้ในการแจกจ่ายไปทางไปรษณีย์ ไม่เฉพาะแต่สุนทรพจน์ของตนที่หนุนการอยู่โดดเดี่ยวเท่านั้น แต่ยังรวมถึงสิ่งพิมพ์ของนาซีด้วย. ยิ่งกว่านั้นการส่งเอกสารแบบนี้ส่งไปถึงใครต่อใครทั่วสหรัฐ ไม่แต่เฉพาะในเขตเลือกตั้งของตัวสมาชิกสภาเท่านั้น. สภาคองเกรสกลายเป็นแหล่งแจกจ่ายสิ่งโฆษณาชวนเชื่อของข้าศึก."

สายของ สตีเฟนสัน ทำบัญชีผู้รับไปรษณีย์ภัณฑ์ผิดธรรมดานี้ และได้รายชื่อยาวเหยียดเป็นจำนวนหลายพัน. ชื่อต่างๆ ที่ได้ตรงกับรายชื่อในสำนักงานแพร่ข่าวเยอรมันในนิวยอร์ค. บี.เอ็ส.ซี. ลอบเติมชื่อและที่อยู่เพิ่มขึ้นในบัญชีของสำนักงานเยอรมัน. ภายในไม่กี่วันเจ้าของชื่อเหล่านี้ก็เริ่มได้รับจดหมาย

ประทับตราแบบไม่เสียอากรที่หนุนนาซีจากสมาชิกสภาคองเกรส. เจ้าหน้าที่อังกฤษพิจารณาซองที่ประทับตราลายเซ็นของวุฒิสมาชิก วีเลอร์ แทนอากร. ปรากฏว่าตำบลบ้านที่อยู่พิมพ์ด้วยเครื่องจ่าหน้าพิเศษซึ่งเป็นเครื่อง อีเลียต (Elliott) แบบเก่า. สมาคม สตูเบน เยอรมัน (German Steuben Society) ซึ่งเป็นองค์การ “วัฒนธรรม” ที่แจกจ่ายวารสารลับเฉพาะยังคงใช้เครื่อง อีเลียต อยู่. วารสารลับเฉพาะของสมาคมถูกสกัด. ปรากฏว่าหมึกที่ใช้บนซองเป็นชนิดพิเศษชนิดเดียวกับที่ใช้บนซองที่ส่งแบบประทับตรายกเว้นอากร. หมายเลขของแม่พิมพ์ที่จ่าหน้าซองก็ตรงกับหมายเลขในจดหมายที่ วีเลอร์ ส่งออก.

วุฒิสมาชิก วีเลอร์ ถูกกล่าวหาว่าใช้สิทธิสมาชิกสภาในทางที่ผิด. เขาโต้คำกล่าวหาในวุฒิสภาอย่างเบี่ยงบ่ายมากจนทำให้สื่อมวลชนวิจารณ์อย่างเป็นปรปักษ์และทำให้เสียหน้ามาก. เขาจำต้องยอมรับว่าองค์การ อเมริกา เฟิร์สต์ ได้ซื้อซองที่เขาประทับตรายกเว้นอากรจำนวนล้านซอง. หนึ่งเดือนต่อมา ในเดือนมิถุนายน ๑๙๔๑ สถานกงสุลและหน่วยต่างๆ ทั้งหมดของเยอรมันถูกปิดโดยคำสั่งของรัฐบาล. บี.เอ็ส.ซี. สามารถปิดฉากการโฆษณาชวนเชื่อทางไปรษณีย์ของฝ่ายอักษะหลังจากส่งไปแล้วเป็นจำนวนถึง ๑,๑๗๓,๐๐๐ ฉบับ ด้วยเงินของประชาชนอเมริกันผู้เสียภาษี โดยสมาชิกสภายี่สิบสี่คนเป็นตัวการ. อย่างไรก็ตาม เรื่องของวุฒิสมาชิก วีเลอร์ ยังไม่ปิดฉากลงเพราะ บี.เอ็ส.ซี. ยังต้องการใช้เขาต่อไป.

ในเดือนมิถุนายน ๑๙๔๑ นั้นเอง จอห์น เอ็ล. ลูอิส ก็ต้องเผชิญปัญหายุ่งยากเพราะฮิตเลอร์บุกรัสเซีย. ในทันทีทันใด ฝ่ายคอมมูนิสต์อเมริกันก็เกิดหนุนให้ทำสงคราม. ลูอิส เองไม่เคยเป็นคอมมูนิสต์. เขามั่วสุมกับพวกเอียงซ้ายก็เพื่อผลประโยชน์ส่วนตัวทางการเมือง.

สตีเฟนสัน เร่งรัดจัดทำให้ทางเครมลินเสื่อมความเชื่อถือใน ลูอิส. สายของเขาในมอสโกวิจารณ์อย่างเปิดเผยถึงความจำเป็นที่จะต้องแยก ลูอิส ออกจากสหภาพแรงงาน โดยอ้างว่า ในสถานการณ์ใหม่ ผลประโยชน์ของรัสเซีย อยู่ที่การหยุดความวุ่นวายของกรรมกรในอุตสาหกรรมสงคราม. สื่อมวลชนของโซเวียตประกาศว่ากระบวนการกรรมกรสหรัฐตามแบบของ จอห์น เอ็ล. ลูอิส เป็น “แก๊งอันธพาล”. เพียงไม่กี่สัปดาห์ภายหลัง บี.เอ็ส.ซี. รายงานว่า : “พวกนิยมอยู่โดดเดี่ยวภายในพรรคคอมมูนิสต์อเมริกันถูกขนาบให้ปฏิบัติตนตามระเบียบของกรรมการบริหารของพรรค. . การกลับตาลปัตรในหมู่ผู้นำสหภาพแรงงานทำให้พวกที่

ปฏิเสธว่าตนมิได้เป็นสมาชิกพรรคคอมมูนิสต์ยิ่งลำบากใจ. แต่ถึงวาระนี้ทุกฝ่ายก็ล้วนหมดความนับถือไว้เนื้อเชื่อใจลูอิสแล้ว."

ผู้มีอิทธิพลในสหภาพ ซี.ไอ.โอ. อีกหลายคนไม่ยอมรับนโยบายคอมมูนิสต์หรือนโยบายอยู่โดดเดี่ยวของ ลูอิส. มาบัดนี้ พวกนี้รู้สึกมั่นใจตัวเองเป็นครั้งแรก. บี.เอ็ส.ซี. ให้กำลังใจเพิ่มเติมแก่พวกนี้ผ่านคณะกรรมาธิการสู้เพื่อเสรีภาพ แต่ระมัดระวังไม่ให้เห็นว่าอังกฤษเข้าไปเกี่ยวข้องด้วย. มีการส่งสายไปร่วมประชุม ซี.ไอ.โอ. ระดับชาติที่ ดีทรอยต์ (Detroit) ในเดือนพฤศจิกายนต่อมา. ผลปฏิบัติการสรุปอยู่ในเอกสารของ บี.เอ็ส.ซี. :

"คณะกรรมาธิการสู้เพื่อเสรีภาพดำเนินการหยั่งเสียงของพวกผู้แทนในที่ประชุม. ได้เตรียมการล่วงหน้ามาอย่างระมัดระวังเพื่อให้ผลการหยั่งเสียงออกมาตามที่ต้องการอย่างแน่ๆ. คำถามที่ตั้งขึ้น. . มีเป้าหมายเพื่อชี้นำความคิดของผู้แทนให้สนับสนุนอังกฤษและการดำเนินสงคราม. . ได้ผลว่า ๙๖ ส่วนร้อยมีความเห็นว่าการเอาชนะ ฮิตเลอร์ สำคัญกว่าการให้สหรัฐเลี่ยงสงคราม. ๙๕ ส่วนร้อยลงความเห็นว่าจะสนับสนุนการกีดกันมิให้ญี่ปุ่นเข้าครอบครองดินแดนของอังกฤษในเอเชีย. ๙๐ ส่วนร้อยมีมติว่าจะเข้าต่อสู้ทันทีที่เห็นว่าฮิตเลอร์จะชนะอังกฤษ. ลินด์เบิร์ก ถูกตราหน้าว่าเป็นฟาสซิสต์หมายเลขหนึ่งในสหรัฐและวุฒิสมาชิก วีเลอร์ เป็น ฟาสซิสต์หมายเลขสองในสหรัฐ. . . สายของ บี.เอ็ส.ซี. เข้าพบผู้นำของสหภาพและอธิบายจุดประสงค์ของกรรมาธิการการสู้เพื่อเสรีภาพและการจัดการหยั่งเสียง. .การณรงค์ครั้งนี้เป็นที่สบใจเป็นพิเศษของผู้แทนรัฐบาลรูสเวลท์บางคนที่เข้าประชุมในฐานะผู้สังเกตการณ์."

ได้มีการจัดตะล่อมประชามติโดยอาศัยการหยั่งเสียงที่ดูดำเนินการอย่างตรงไปตรงมา. ทั้งนี้เป็นการปราชัยที่ทำให้ ลูอิส สั่นคลอน. ก่อนที่วุฒิสมาชิก วีเลอร์ จะสามารถรวบรวมกำลังที่เหลืออยู่ สมาชิกอีกคนของคณะสามเกลอหัวแข็งก็ประสบจุดจบอย่างปัจจุบันทันด่วน. วิลเลียม โรดส์ เดวิส ได้อนุญาตให้สหายเยอรมันใช้บริการธุรกิจของเขาตามใจชอบ. ข่ายจารกรรมนาซีแทรกซึมเข้าไปในสำนักงานการค้าของ เดวิส ตามประเทศที่เป็นกลางเช่น สเปน เป็นต้น. เฮนรี วอร์เรน วิลสัน (Henry Warren Wilson) รองประธานกรรมการฝ่ายกิจการต่างประเทศของเขาเป็นผู้นำข่าวจากลอนดอนไปให้สายราชการลับทหารเยอรมัน ณ ศูนย์ในประเทศที่เป็นกลางเช่น ที่ มาดริด และเม็กซิโก. ตัว เดวิส เองก็มีสาย

การติดต่อที่ดีมากภายในประเทศอังกฤษรวมทั้ง ลอร์ด อินเวอร์ฟอร์ธ (Lord Inverforth) ผู้มีความรู้มากมายด้านอุตสาหกรรมอาวุธสงคราม. อินเวอร์ ฟอร์ธ ป้อน เดวิส ด้วยข่าวซึ่งมีลักษณะพิเศษเหมือนปิดป้ายยี่ห้อ. ทุกครั้งที่ดักได้ "ข่าวติดยี่ห้อ" ที่ปรากฏในการสื่อสารทางวิทยุของเยอรมัน ก็จะทราบแหล่งข่าวได้ทันที. ยกตัวอย่างในเดือนพฤษภาคม ๑๙๔๐ วิลสัน ได้รับข่าวที่บ้านของ อินเวอร์-ฟอร์ธ ใน แฮมป์สเตด (Hampstead) ว่าราชนาวีได้พัฒนากลไกที่สามารถค้นหาเรือดำน้ำที่อยู่ลึกถึงห้าสิบฟิต. ข้อนี้เป็นการยกเมฆที่ไม่ได้แจ้งให้ใครอื่นทราบเลย. ในไม่ช้า "อัลตร้า" ก็ดักได้คำสั่งของนาวีเยอรมัน ให้เรือดำน้ำเยอรมันแล่นใต้น้ำให้ลึกกว่าห้าสิบฟิต เพื่อหลบเลี่ยงเรือปราบเรือดำน้ำที่ติดตั้งกลไกค้นหาใหม่นี้. ดังนั้นห่วงเชื่อมโยงในเรื่องนี้จึงเห็นได้ชัด.

ถึงฤดูร้อนปี ๑๙๔๑ การติดตามเชื่อมโยงข่าวแบบนี้หมดความจำเป็น. กิจการของ เดวิส ถูกตรวจตราสะกดรอยมาเป็นเวลานานแล้ว ในทุกแห่งทุกหนทั่วโลกที่พนักงานของเขาไปโผล่หน้าขึ้น. กิจการของ เดวิส ไปพัวพันอย่างลึกซึ้งกับแผนของเยอรมันที่จะตั้งฐานกองทัพอากาศและกองทัพเรือที่อยู่ห่างจากฝั่งอเมริกาในระยะโจมตีได้. ตัวเดวิสเองได้รับเงินจำนวนมหาศาลเพื่อณรงค์ทางการเมืองมิให้อเมริกาเข้าร่วมสงคราม.

วิลเลียม โรดส์ เดวิส ถึงแก่กรรมอย่างปัจจุบันทันด่วนเมื่ออายุห้าสิบสองซึ่งนับว่ายังหนุ่มแน่น. สาเหตุการตายแจ้งไว้ว่า "หัวใจวายโดยกะทันหัน" และเอ็ฟ.บี.ไอ. ทำตามคำขอร้องของ บี.เอ็ส.ซี. คือได้พยายามกีดขวางตำรวจมิให้สอบสวนกรณีโดยละเอียด. มีรายงานว่ามีการเล่นไม่ซื่อ. เอกสารของ บี.เอ็ส.ซี. เพียงแต่บันทึกไว้ว่าในจำนวนข้อตกลงทางธุรกิจของ เดวิส กับนาซีเยอรมัน มี "แผนที่จะส่งน้ำมันโดยเรือที่เช่าเป็นพิเศษจากเม็กซิโกไปยังคลังสะสมเชื้อเพลิงตามเกาะเล็ก ๆ ที่ไม่ค่อยรู้จักกันในมหาสมุทรแอตแลนติกและทะเลแคริบ-เบียน เพื่อให้เรือดำน้ำเยอรมันสามารถโจมตีเรือสินค้าตามฝั่งตะวันออกของอเมริกาได้โดยไม่ต้องกลับไปเติมน้ำมันในยุโรป. วิธีทำให้แผนนี้หยุดชะงักลงอย่างฉับพลันที่สุดก็คือจัดให้ เดวิส เข้าโรงเสีย."

บทที่ ๓๔

วุฒิสมาชิก วีเลอร์ ชักกระสับกระส่าย. เขาแน่ใจว่าการสืบราชการลับของอังกฤษชักใยหน่วยราชการลับสหรัฐใหม่ของ โดโนแวน และยิ่งกว่านี้ทั้งสองหน่วยยังปฏิบัติการอย่างกว้างขวางโดยมีองค์การอเมริกันบังหน้า.

ในวันที่ ๒๗ ตุลาคม ๑๙๔๑ ประธานาธิบดีรูสเวลท์กล่าวสุนทรพจน์ ซึ่งทำให้ท่านวุฒิสมาชิกยิ่งระแวงสงสัย : "...ฮิตเลอร์ ย้ำแล้วย้ำอีกว่าแผนครองโลกของเขาไม่ก้ำเกินเลยมหาสมุทรแอตแลนติก. ... ข้าพเจ้ามีแผนที่ลับทำในเยอรมันอยู่ในมือฉบับหนึ่ง ซึ่งรัฐบาลของ ฮิตเลอร์ ผู้วางแผน "ระบบโลกใหม่" เป็นผู้ทำขึ้น... เป็นแผนที่อเมริกาใต้ตามแบบที่ฮิตเลอร์ ตั้งใจจะจัดระเบียบใหม่... ในปัจจุบันบริเวณนี้แบ่งออกเป็น ๑๔ ประเทศ... แต่นักภูมิศาสตร์ในเบอร์ลินได้ลบล้างเส้นเขตแดนที่มีอยู่อย่างไม่ปรานีปราศรัยโดยให้ทั้งทวีปเข้าอยู่ใต้อำนาจของตน.. แผนที่นี้เป็นประจักษ์พยานของแผนการนาซี ไม่ใช่เพียงในการรุกรานอเมริกาใต้เท่านั้น แต่รุกรานสหรัฐด้วย..."

ในแผนที่นั้น ทวีปอเมริกาใต้แบ่งออกเป็นสี่ภาคที่อยู่ใต้ปกครองของเยอรมันและอาณานิคมเยอรมันหนึ่งแห่ง. ยุทธวิธีของนาซีคือการทำลายแหล่งกำลังทางเศรษฐกิจของอังกฤษ ซึ่งเหลือน้อยเต็มที โดยก่อการปฏิวัติหนุนนาซี หรือที่สนับสนุนฝ่ายอักษะในอเมริกาใต้. สตีเฟนสัน บันทึกว่า : "ผลได้ด้านน้ำมันและวัตถุดิบอื่นๆ ดูมีมากมาย. สหรัฐเป็นเป้าหมายสุดยอด."

วีเลอร์ สืบได้ว่า สตีเฟนสัน เป็นผู้มอบแผนที่ให้แก่ รูสเวลท์. ก่อนหน้านั้นท่านวุฒิสมาชิกเคยสงสัยว่าจะมีการปลอมแปลงเอกสารเพื่อทำลายศัตรูของอังกฤษไม่ทางใดก็ทางหนึ่ง. เมื่อมีความคิดดังนี้ เขาจึงบอกเพื่อนๆ ว่าแผนที่เยอรมันนั้นเป็นเอกสารปลอม.

ตามความเป็นจริง สายลับอังกฤษที่กำลังรวบรวมกลุ่มในอเมริกาใต้เพื่อจัดตั้งแกนต่อต้านนาซีในเขตที่ข้าศึกมีอิทธิพล เป็นผู้ยึดแผนที่ดังกล่าวจากผู้นำสารเยอรมันคนหนึ่ง. ก็อตฟรีด ซันด์สเตเด (Gottfried Sandstede) อดีตอุปทูต

จากสถานเอกอัครราชทูตเยอรมันในอาร์เจนตินา ได้ทำสำเนาจากตัวจริงซึ่งอยู่ในครอบครองของเอกอัครราชทูต. ตามปกติรายละเอียดทำนองนี้ไม่จำเป็นต้องแจ้งให้ทราบกัน แต่ในกรณีนี้ได้แจ้งให้รูสเวลท์ทราบ เพราะเห็นว่ามีความจำเป็นที่จะขจัดข้อสงสัยว่าแผนที่เป็นของแท้หรือไม่. เรื่องนี้เป็นผลร้ายต่อ ซันด์สเตเด. เขาถูกชี้ตัวว่าเป็นต้นเหตุของการรั่วไหลและข่าวกระจายไปถึงหูเจ้าหน้าที่เกสตาโปเยอรมันใน บัวโนส ไอเรส (Buenos Aires). ซันด์สเตเด ถูกฆ่าโดย "อุบัติเหตุ" ในแบบที่เกิดขึ้นบ่อยครั้งระหว่างการต่อสู้สงครามลับในระยะนี้.

สิบสองวันหลังจากที่ท่านประธานาธิบดีได้แสดงแผนที่ดังกล่าวที่งานเลี้ยงในวันกองทัพเรือ วีเลอร์ มีกระทู้ต่อวุฒิสภาว่า : "แผนที่นั้นมาจากไหนล่ะ. ก็ปรากฏว่ามาจากสำนักงานของ นายพันเอก โดโนแวน จากสำนักงานของผู้ประสานงานข่าวของรัฐบาลสหรัฐนั่นเอง. ผมน่าจะกล่าวว่าต้นตออยู่ที่นิวยอร์คในสมองของเหล่าสุภาพบุรุษที่ร่วมมืออย่างใกล้ชิดกับรัฐบาลอังกฤษ. . ."

วีเลอร์ ตั้งหน้าตั้งตาที่จะเปิดโปงปฏิบัติการลับของต่างประเทศให้จงได้ จึงตะครุบรายงานของกระทรวงกลาโหมซึ่งหนาประมาณ ๓๕๐ หน้า และประทับตรา "ลับสุดยอด" ซึ่งได้มาในสภาพที่น่าจะทำให้เขาระแวงสงสัยได้. รายงานนั้นมีชื่อว่า "กำหนดการเพื่อชัยชนะ" และมีใจความที่ชวนให้เข้าใจว่า รัฐบาลสหรัฐมีแผนเข้าร่วมสงคราม. มีการแถลงถึงแผน "เยอรมันก่อน" ตลอดจนการประมาณจำนวนทหารและอุปกรณ์ที่จะต้องใช้ในการเข้ารุกยุโรปและแอฟริกา.

วีเลอร์ มอบรายงานนี้ให้หนังสือพิมพ์ ชิคาโก ทริบูน ซึ่งลงพาดหัวตัวใหญ่และลงย่อหน้าแรกว่า : "ประธานาธิบดี รูสเวลท์ สั่งให้กองบัญชาการร่วมทัพบก ทัพเรือร่างรายงานลับ. . . เป็นแผนสำหรับดำเนินสงครามเบ็ดเสร็จ."

เอกสารที่รั่วออกไป ถึงมือหนังสือพิมพ์ฝ่ายค้าน รูสเวลท์ ไม่กี่วันก่อนเกิดสงคราม. ในวันที่ ๓ ธันวาคม ๑๙๔๑ ฉบับหนึ่งก็ถึงสถานเอกอัครราชทูตเยอรมัน. สรุปของรายงานส่งไปเบอร์ลินทางวิทยุ ซึ่งถูกดักฟังและถอดรหัสในประเทศอังกฤษ. กองบัญชาการสูงสุดเยอรมันฉลอง "ความสำเร็จทางราชการลับอันน่ามหัศจรรย์นี้." แท้จริงแล้ว "กำหนดการเพื่อชัยชนะ" นั้นเป็นแผนลวง.

เจ้าหน้าที่ต่อต้านจารกรรมของ เอ็ฟ.บี.ไอ. คอยจับตาดูวุฒิสมาชิก วีเลอร์

อยู่แล้ว ในฐานะเป็นนักการเมืองที่เชื่อว่าการเตรียมสงครามค้านความต้องการของประชาชน. แผนกสงครามทางการเมืองของ บี.เอ็ส.ซี. ปรุงแต่ง "กำหนดการเพื่อชัยชนะ" จากข่าวกระเส็นกระสายที่ทราบว่าถึงมือศัตรูแล้ว และต่อเติมข้อมูลที่ทำให้ไขว้เขวบางประการลงไปด้วย. วาระอันเหมาะสมในการดึงท่านวุฒิสมาชิกให้เข้ามาพัวพันกับรายงานนี้ได้มีวี่แววขึ้นในเดือนก่อน. สตีเฟนสัน ได้แทรกคนของเขาเข้าไปในหน่วยการทูตและการค้าของญี่ปุ่นในสหรัฐ. สายคนหนึ่งอยู่ในคณะผู้แทนของ ซาบุโระ คุรุสุ (Saburo Kurusu) ซึ่งมาวอชิงตันเพื่อ "เจรจาสันติภาพ". ฝ่ายอังกฤษรายงานให้ รูสเวลท์ ทราบถึงความคิดของ คุรุสุ เป็นประจำวัน โดยใช้ เจมส์ (James) บุตรชายของรูสเวลท์ เป็นผู้นำสารระหว่าง บี.เอ็ส.ซี. กับทำเนียบขาว เพื่อประกันความปลอดภัย. ในวันที่ ๒๖ พฤศจิกายน นายพันเอก เจมส์ รูสเวลท์ รายงานให้ สตีเฟนสัน ทราบว่าท่านประธานาธิบดีเห็นว่าการเจรจากับพวกญี่ปุ่นไม่มีทางสำเร็จ. นายอินทร์ ส่งโทรเลขไปให้ เชอร์ชิลล์ และกองบัญชาการพวกอาสาสมัครแห่ง เบเกอร์ สทรีท ในลอนดอนว่า :

> การเจรจากับญี่ปุ่นล้มเหลว. ทางการทหารคาดคะเนว่าจะเกิดเรื่องภายในสองสัปดาห์.

สารที่จะจารึกในประวัติศาสตร์นี้ถึงลอนดอนในวันที่ ๒๗ พฤศจิกายน สิบวันก่อนเรื่อง เพิร์ล ฮาร์เบอร์.

ตอนนั้นเองที่การดำเนินแผนลวง วีเลอร์ เริ่มขึ้น. นายร้อยเอกหนุ่มแห่งกองทัพบกสหรัฐมอบ "กำหนดการเพื่อชัยชนะ" ที่ต้มยำขึ้นให้แก่ท่านวุฒิสมาชิกโดยอ้างว่านำมาให้เพราะเป็นห่วงประชาชนอเมริกัน เพื่อเตือนให้รู้ตัวว่าท่านประธานาธิบดีเล่นไม่ซื่อ.

จุดประสงค์สำคัญของแผนลวงนี้ คือการใช้พวกนิยมการอยู่โดดเดี่ยวเป็นสื่อเผยให้ ฮิตเลอร์ เข้าใจว่ามี "แผนลับ" ซึ่งจะยั่วยุให้เขาประกาศสงคราม. ถึงแม้พวกญี่ปุ่นจะเข้าโจมตีฐานทัพของอังกฤษและอเมริกันอย่างไม่ทันให้รู้ตัว ฝ่ายอังกฤษก็เกรงว่าสหรัฐจะยังไม่ประกาศสงครามกับเยอรมัน.

จุดประสงค์รองลงมาคือการแพร่ความเข้าใจว่าฝ่ายเสนาธิการของอังกฤษและอเมริกันเกี่ยวกับการรุกใหญ่เข้ายุโรป จะกำหนดวันที่ ๑ กรกฎาคม ๑๙๔๓

เป็นวันบุก. กำหนดวันบุกดูเป็นการคุกคามทางทหารที่น่าเชื่อได้สำหรับเยอรมัน อันจะบังคับให้พวกนี้ต้องนำกองกำลังใหญ่มายันไว้ทางแนวด้านตะวันตก และทำให้น้ำหนักการรุกรัสเซียบรรเทาลง.

การโจมตี เพิร์ล ฮาร์เบอร์ ทำให้สหรัฐไม่มีทางเลือกนอกจากดำเนินสงครามกับญี่ปุ่น. แต่ที่ปรึกษาทางทหารและการเมืองของ ฮิตเลอร์ ทำให้เขามั่นใจว่าการบุกของญี่ปุ่นก็จะไม่ทำให้พวกอเมริกันยอมประกาศสงครามกับเยอรมันอย่างสมัครใจ.

ท่านผู้นำเยอรมันเปลี่ยนแปลงนโยบายอย่างปัจจุบันทันด่วนเมื่อได้รับ "กำหนดการเพื่อชัยชนะ" ซึ่งดูเหมือนเป็นการเปิดเผยที่สำคัญถึงแผนการของอเมริกัน. ฮิตเลอร์ ประกาศสงครามกับสหรัฐในวันที่ ๑๑ ธันวาคม อันเป็นการตัดสินใจโดยกะทันหัน ซึ่งทำให้นักการทูตนาซีงงงวย. สตีเฟนสัน วิจารณ์ว่า : "ท่านผู้นำนึกว่าตนมีสิทธิแต่ผู้เดียวในการวางแผนรุกรานผู้ที่ไม่รู้อิโหน่อิเหน่โดยไม่ทันให้รู้ตัว. ในกรณีนี้สหรัฐ ได้บังอาจใช้ยุทธวิธีของเขาเองมาโจมตีเขา. ฮิตเลอร์เกรี้ยวโกรธโกรธาและมึนเมาด้วยความฝันเพ้อเจ้อ จึงภูมิใจที่ได้ชิงตี รูสเวลท์ก่อน.

"ฮิตเลอร์ เป็นผู้ช่วยให้เราบรรลุสิ่งที่สภาคองเกรสอาจขัดขวางหรือถ่วงให้ล่าช้าได้. ตามรัฐธรรมนูญสหรัฐ สภาคองเกรสเท่านั้นที่มีสิทธิประกาศสงคราม และแม้จะมีทั้งอิทธิพลส่วนตัวอย่างมากมาย ทั้งมีบารมีในฐานะประธานาธิบดี รูสเวลท์ก็ไม่สามารถเข็นกลุ่มใหญ่ของสมาชิกสภาที่นิยมการอยู่โดดเดี่ยวให้คล้อยตาม."

บุคคลที่นิยมอยู่โดดเดี่ยวที่เป็นก้างขวางคอสำคัญที่สุดคือ วุฒิสมาชิก วีเลอร์ — รวมทั้งสองสหาย คือ เดวิส นักธุรกิจน้ำมัน และ ลูอิส ผู้นำกรรมกร — กลายมาเป็นเครื่องมือฝ่ายความยุติธรรม. โดยการปล่อยให้แผนที่คิดกันว่าเป็นแผนสงครามลับรั่วออกไป เท่ากับเขาเป็นผู้ทำให้กับระเบิดที่อยู่ในสมองของ ฮิตเลอร์ ระเบิดปังออกมา.

หลายปีต่อมา สตีเฟนสัน ระลึกถึงสมัยอันวิกฤตในเดือนธันวาคม ๑๙๔๑ เขาเขียนว่า :

"สารที่มาจากลอนดอนในวันก่อน เพิร์ล ฮาร์เบอร์ จ่าหน้าเตือนไว้ว่า

สำคัญสุดยอด เร่งด่วนที่สุด และลับเฉพาะตัวท่านประธานาธิบดี. ใจความมีว่า : "ทบวงกองทัพเรืออังกฤษรายงานว่า ตอน ๐๓.๐๐ น. เวลาในลอนดอนมีผู้เห็นกองเรือญี่ปุ่นสองขบวนใกล้แหลมกัมพูชา มุ่งหน้าสู่ตะวันตกไปทางมลายูและประเทศไทย. . . ขบวนแรกมีเรือลำเลียงยี่สิบห้าลำ เรือลาดตระเวนหกลำ เรือพิฆาตสิบลำ. ขบวนที่สองมีเรือลำเลียงสิบลำ เรือลาดตระเวนสองลำ เรือพิฆาตสิบลำ. . . ."

"ข่าวนี้เพียงแต่ยืนยันสิ่งที่นักขบรหัสอเมริกันสงสัยมาแล้วเท่านั้น — ว่าพวกญี่ปุ่นกำลังเตรียมรุกราน. สถานีดักฟังของกองทัพเรือสหรัฐที่เกาะ เบนบริด์จ (Bainbridge Island) ในอ่าว พูจิต (Puget Sound) ได้รับฟังข่าวใส่รหัสที่สถานเอกอัครราชทูตญี่ปุ่นและข่าววิทยุจากโตเกียว. เช้าวันที่ ๗ ธันวาคม ๑๙๔๑ เวลา ๐๑.๒๘ น. ทางโตเกียวสั่งเอกอัครราชทูตให้แจ้งสหรัฐว่าจะเลิกเจรจาหนึ่งชั่วโมงหลังเที่ยงวันตามเวลาในวอชิงตัน. ข้อความในข่าวไม่มีความหมายอะไรเป็นพิเศษ นอกจากจะนำมาเทียบเคียงกับข่าวที่ส่งมาก่อนหน้านี้. นายนาวาตรีแอลวิน ดี. เครเมอร์ (Lieutenant-Commander Alwin D. Kramer) ผู้เชี่ยวชาญภาษาญี่ปุ่นของกระทรวงทหารเรือที่อยู่เวร คุ้นเคยดีกับข่าวทำนองนี้ และเมื่ออ่านข่าวล่าสุด เขาถึงกับวิ่งระยะทางแปดช่วงตึก ไปตามคอนสติติวชั่น แอเวนู (Constitution Avenue) ถึงกระทรวงต่างประเทศเพื่อรายงานว่ามั่นใจว่าสงครามในแปซิฟิกจะอุบัติขึ้นในไม่ช้า.

"ฝ่ายอเมริกันทราบดีว่ากำลังจะถูกโจมตี แต่ไม่ทราบว่าจะเป็นที่ตรงไหน. การที่เห็นกองกำลังใหญ่แถวอินโดจีนทำให้ยืนยันความเข้าใจทั่วไปว่า จักรวรรดิญี่ปุ่นจะหาเหยื่อง่าย ๆ ในจำพวกอาณานิคมของประเทศในยุโรป ที่ถูกพวกนาซีเหยียบย่ำอยู่หรือที่กำลังถูกคุกคาม. กองเรือบรรทุกเครื่องบินญี่ปุ่นที่เตรียมการโจมตี เพิร์ล ฮาร์เบอร์ ได้หลบซุ่มซ่อนอยู่แล้ว ณ จุดนัดหมายอันเย็นเยือกที่เกาะคูริล (Kurile Islands) จนถึงปลายเดือนพฤศจิกายน. ตอนหมู่เรือบรรทุกเครื่องบินเข้าประจำที่เพื่อโจมตีได้มีการรักษาความเงียบทางวิทยุ จึงไม่ถูกค้นพบ. กรรมเวรที่เล่นตลกนั่นเองที่ทำให้ญี่ปุ่นได้เปรียบอย่างมิได้คาดคิด. พวกอเมริกันที่คอยดักฟังการสื่อสารทางการทูตระหว่างโตเกียวกับวอชิงตัน และการติดต่อสื่อสารทางวิทยุจำนวนมากผิดปกติจากเรือรบญี่ปุ่นในอาเซียอาคเนย์ถูกหันเหความสนใจจากการคุกคามที่ร้ายแรงที่สุด พวกญี่ปุ่นเข้าโจมตี เพิร์ล ฮาร์เบอร์ อย่างไม่ทันให้รู้เนื้อรู้ตัว และภายในสองชั่วโมง สามารถทำลายเครื่องบินสหรัฐ ๓๔๙ ลำ

ทหารอเมริกัน ๓,๗๐๐ คน และทำให้เรือรบของนาวีสหรัฐชำรุดเสียหายหรือจมสิบแปดลำ.

"การโจมตีอันน่าตะลึงงันครั้งนี้จารึกชื่อและวันที่ในประวัติศาสตร์สงครามตามแบบอย่างไม่มีวันลบเลือน. แต่สำหรับสงครามลับการเปลี่ยนแปลงจากระยะตึงเครียดมาเป็นสงครามเปิดเผยไม่เกิดขึ้นอย่างชัดเจนนัก.

"เพิร์ล ฮาร์เบอร์ และวันที่ ๗ ธันวาคม ๑๙๔๑ เป็นป้ายชี้เหตุ. แต่ก่อนวันอันน่าอัปยศนี้ ประธานาธิบดี รูสเวลท์ ได้ลั่นกลองศึกมาแล้วอย่างไม่อึกทึกครึกโครมนัก.

"นักประวัติศาสตร์หลังสงครามมีความเห็นว่า ฮิตเลอร์ กระทำสิ่งที่โง่เขลาเบาปัญญาในการประกาศสงครามกับอเมริกา เพราะในขณะนั้นรัฐสภาสหรัฐยังไม่มีข้อผูกมัดที่จะรบกับฝ่ายนาซี. ชาวอเมริกันชั้นนำ เช่น จอร์จ บอลล์ (George Ball) ผู้ต่อมาได้เป็นถึงที่ปรึกษาของประธานาธิบดีกล่าวว่า : "หาก ฮิตเลอร์ มิได้ตัดสินใจดังนั้นและแม้เพียงอยู่เฉย ๆ ก็จะเกิดความรู้สึกอย่างแรงกล้าในสหรัฐ. . . ว่าสมรภูมิทางแปซิฟิกเป็นสงครามของเรา และสงครามในยุโรปเป็นของชาวยุโรปและเราอเมริกันควรรวบรวมทุ่มกำลังทั้งหมดในการต่อสู้ญี่ปุ่น."

"แต่แน่นอนว่า ฮิตเลอร์ ได้ประกาศสงครามมานานแล้วอย่างไม่เป็นทางการและอย่างลับ ๆ กับอเมริกาซึ่งเป็นเป้าหมายสุดยอดของเขา. เขาเคยเขียนว่า : "ยุทธวิธีของเราคือการทำลายศัตรูจากภายใน. เป้าหมายของเราคือการชนะข้าศึกโดยให้ศัตรูทำลายตัวเอง."

"ข้อนี้เป็นการท้าทายที่ยากที่สุดที่เราต้องเผชิญ ทั้งในอดีตและในปัจจุบันนี้เอง เป็นการคุกคามความปลอดภัยของประเทศ ในขณะที่ภาวะสงครามยังไม่เห็นประจักษ์.

"เป็นการประกาศ : เอาละวาในความหมายที่ร้ายที่สุด คือในความหมายอ้ายเสือเอาวา."

สามวันหลังจากท่านผู้นำได้ประกาศสงครามอันไม่จำเป็น เชอร์ชิลล์ กุลีกุจอลงเรือประจัญบาน ดยุ๊ก ออฟ ยอร์ค (Duke of York) พร้อมกับคณะเสนาธิการครบครัน ตลอดจนข้อเสนอยาวเหยียดที่จะนำไปเจรจาในการประชุมวาง

แผนศึกครั้งแรกกับฝ่ายอเมริกัน. เขาคาดการณ์ล่วงหน้าได้ถึงความหัวเสียของฮิตเลอร์ รวมทั้งเตรียมพร้อมรับผลที่จะตามมาด้วย. การแสดงพลังอำนาจ (เรือประจัญบานอันทรงอานุภาพ) ความคล่องตัว (การเดินทางอันรวดเร็วฝ่าพายุในแอตแลนติกเหนือและเรือดำน้ำเยอรมัน) และการฉวยโอกาสรีบเป็นฝ่ายเริ่มกระทำก่อนในวอชิงตัน ล้วนเป็นส่วนของแผนปฏิบัติการ ซึ่งผู้ผ่านศึกในสงครามในต่างแดน และผู้เชี่ยวชาญในยุทธภูมิการเมืองได้เตรียมไว้อย่างรอบคอบ. เชอร์ชิลล์ เข้าจู่โจมถึงวอชิงตันแบบอเมริกันยังตั้งตัวไม่ติด พร้อมด้วยแผนอันยิ่งใหญ่เพื่อกำชัยชนะในสงคราม.

เอกสารของ บี.เอ็ส.ซี. วิจารณ์ภายหลังว่า : "โดยที่ยังไม่ได้เตรียมการโต้แย้งอย่างละเอียดรอบคอบ ในระหว่างที่ความตะลึงงันเนื่องจากเหตุการณ์ เพิร์ล ฮาร์เบอร์ ยังสดๆ ร้อนๆ อยู่ กระทรวงกลาโหมสหรัฐจึงไม่มีเวลารวบรวมสติกำลังเพื่อต้านการจู่โจมดังพายุบุกแคมแบบนี้ ถึงแม้จะสงสัยอยู่ว่าเป็นประโยชน์แก่ฝ่ายอังกฤษเสียมากกว่า." เพื่อความเป็นธรรมจะต้องกล่าวว่า ในคืนที่พวกญี่ปุ่นลงมือปฏิบัติการที่จารึกในประวัติศาสตร์ และก่อนที่ ฮิตเลอร์จะมีปฏิกิริยาตามที่สตีเฟนสัน คาดไว้ ฝ่ายอังกฤษก็ไม่ลังเลใจเลยที่จะกระโดดเข้าข้างอเมริกา. เชอร์ชิลล์ แจ้งแก่ จอห์น จี. ไวนันท์ (John G. Winant) เอกอัครราชทูตสหรัฐว่า : "เราจะประกาศสงครามกับญี่ปุ่น." ไวนันท์ โต้ว่า : "คุณพระช่วย คุณไม่น่าจะประกาศสงครามโดยเพียงฟังข่าวทางวิทยุเท่านั้น." ตอนนั้นโฆษกของ บี.บี.ซี. ยังกำลังอ่านรายละเอียดเบื้องต้นเรื่อง เพิร์ล ฮาร์เบอร์อยู่. เชอร์ชิลล์ส่งข่าวถึง นายอินทร์ และรูสเวลท์ ว่า : "เอกอัครราชทูตอังกฤษที่โตเกียวได้รับคำสั่งให้แจ้งรัฐบาลแห่งจักรวรรดิญี่ปุ่นในนามของรัฐบาลของพระบาทสมเด็จพระเจ้าอยู่หัวแห่งสหราชอาณาจักรว่า ภาวะสงครามเกิดขึ้นระหว่างประเทศทั้งสอง. เชอร์ชิลล์ส่งสารทำนองเดียวกันไปให้เอกอัครราชทูตญี่ปุ่นในลอนดอนโดยลงท้ายว่า : "ข้าพเจ้าขอแสดงความนับถืออย่างสูง ควรมิควรแล้วแต่จะกรุณา. วินสตัน เอ็ส. เชอร์ชิลล์."

ท่านนายกรัฐมนตรีแสดงความเห็นว่า : "เมื่อจำต้องสังหารใครก็ตามถ้าทำอย่างสุภาพก็ไม่เสียหายอะไร." ไม่มีเหตุผลที่เห็นได้ชัดในการแสดงอารมณ์ขันอย่างคึกคะนองแบบนี้. ยุโรปกำลังก้าวเข้าสู่ยุคมืดใหม่. รัสเซียกำลังถอยกรูด. ญี่ปุ่นกำลังครองอำนาจในทะเลหลวง ตั้งแต่มหาสมุทรอินเดียถึงมหาสมุทรแปซิฟิก. ภาระเอกทางทหารของ เชอร์ชิลล์ ยังคงเป็น "การป้องกันเกาะนี้ และ

การสู้สงครามเรือดำน้ำเยอรมัน" ถึงแม้ว่าความจริงของกำลังแนวหน้าส่วนใหญ่ของเขากำลังสู้รบอยู่ในตะวันออกกลาง. แม้กระนั้นเขาก็มีอารมณ์ดีขึ้น เพราะภาระใหญ่ดังภูเขาหลุดออกจากอกของเขาแล้ว. บัดนี้สหรัฐผูกพันเป็นพันธมิตรกับอังกฤษเต็มตัว โดยมีข้อตกลงที่เกือบจะไม่น่าเชื่อ — คือ ข้อตกลงในนโยบายที่จะจัดการ "เยอรมันก่อน" — ซึ่งเป็นข้อตกลงที่อาจได้มีการเปลี่ยนแปลงอย่างมากหากประธานาธิบดีจำต้องวิงวอนและเจรจาต่อรองกับสภาคองเกรสเพื่อประกาศสงครามกับเยอรมัน. โดยที่ ฮิตเลอร์ เองก็ปฏิบัติการก่อน จึงทำให้รูสเวลท์ พ้นผิดในการตระเตรียมสิ่งที่เขาได้ทำมาทั้งหมด. ดังที่บอลล์ (Ball) ได้วิจารณ์หากฝ่ายนาซีมิได้เกิดหุนหันประกาศสิ่งที่ไม่เป็นประโยชน์ทางยุทธศาสตร์ พวกอเมริกันคงจะได้ลงคะแนนเสียงอย่างท่วมท้นให้ต่อสู้ฝ่ายญี่ปุ่นเท่านั้น และปล่อยให้ผู้อื่นจัดการเรื่องยุโรป.

นักประวัติศาสตร์ของ บี.เอ็ส.ซี. คนหนึ่งวิจารณ์ว่า : "เชอร์ชิลล์มีสัญชาตญาณว่าประธานาธิบดีเพื่อนของเขาจะต้องหันไปทุ่มความสนใจและกำลังในแปซิฟิก. ผมคิดว่าเราจะไม่มีวันทราบได้แน่ว่า แผน "กำหนดการเพื่อชัยชนะ" มีน้ำหนักในการหันเหดุลย์ให้กลับมาอีกทางหนึ่งเพียงใด."

เชอร์ชิลล์ มีลางสังหรณ์เป็นพิเศษ. เขาเคยเขียนมานานแล้วว่า : "ยุทธวิธีที่อำนวยให้จูงพันธมิตรมาลงสนามรบได้มีความสำคัญพอ ๆ กับยุทธวิธีที่ทำให้ได้ชัยชนะในยุทธการ." และคำกล่าวดังนี้สมควรนำมาย้ำอีกครั้งหนึ่ง. หลังจากที่ฮิตเลอร์เข้าโจมตีสหรัฐอย่างบ้าบิ่นและบ้าคลั่ง และถึงแม้ข่าวจากสนามรบจะน่ามืดมนเพียงไร เขาก็ยังเขียนลงในบันทึกประจำวันส่วนตัวว่า : "ในที่สุดเราก็ชนะ. . . ผมได้ศึกษาสงครามกลางเมืองอเมริกันมา. . . ผมมีเลือดอเมริกันในตัว. ผมใคร่ครวญถึงคำกล่าว. . . ว่าสหรัฐเป็นเสมือน "หม้อน้ำมหึมา. เมื่อจุดไฟติดแล้วจะไม่มีขอบเขตในกำลังอำนาจที่ได้มา." ผมรู้สึกว่าอารมณ์ชุ่มชื่นและอิ่มอกเอิบใจ จึงเข้านอนและหลับปุ๋ยอย่างผู้ที่รู้สึกปลอดโปร่งใจเพราะหมดห่วงสิ้นกังวล."

สำหรับ สตีเฟนสัน นั้นไม่ได้มีเวลาหลับนอนมากนัก. สงครามใต้ดินมีแต่เข้มข้นรุนแรงขึ้น. สำหรับทหารประจำการนั้นจะเห็นข้าศึกได้ง่ายโดยดูเครื่องแบบและเครื่องหมาย แต่สำหรับพวกหัวหน้ากองโจร ข้าศึกอาจแฝงอยู่ในคราบของมิตร.

สตีเฟนสัน กล่าวแก่ผู้รับการฝึกกลุ่มเล็กในแคมป์ เอกซ์ ซึ่งมีพวกอเมริกันที่ โดโนแวน เลือกเฟ้นมาเองเพื่อเป็นชั้นผู้นำของ โอ.เอ็ส.เอ็ส. ว่า : "เราถือตลอดมาว่าสงครามครั้งนี้จะดำเนินครอบคลุมทั่วโลกทั้งบนบกและในท้องทะเล."

เขาหันไปชี้บนแผนที่ที่ติดฝากระต๊อบที่พรางไฟให้มืดนั้น "ขณะนี้อเมริกาเหนือทั้งทวีปเข้าร่วมรบเป็นทางการแล้ว เราจึงสามารถต่อสู้อย่างเปิดเผยขึ้น. . . ศัตรูกระจายกันออกเที่ยวรังควานไปทั่วท้องทะเลและบนบกในซีกโลกตะวันตกนี้ด้วย. เราจมเรือดำน้ำข้าศึกได้ไม่ยากนัก แต่จะชี้ตัวพันธมิตรของพวกเขาในอเมริกาได้ยากกว่า. พวกที่ร้ายที่สุดคือพวกฝรั่งเศสของวิชี. ถ้าเราหยุดยั้งพวกนี้ที่ตรงนี้เราจะสามารถกำจัดหูและตาของศัตรู. . ." เขาหันไปชี้จุดเล็ก ๆ ที่แสดงอาณานิคมของฝรั่งเศสในทะเลแคริบเบียนและมหาสมุทรแอตแลนติกตะวันตก.

เขาบรรยายต่อไป : "อย่างไรก็ตาม พวกฝรั่งเศสฝ่ายวิชีในทวีปอเมริกาเป็นทางที่เราจะสามารถป้อนข่าวลวงให้ไปถึงหูของข้าศึก. . . เมื่อพวกนี้สิ้นประโยชน์เล็กน้อยดังกล่าวนี้ เมื่อในที่สุดเราสามารถทำลายพวกฝรั่งเศสที่เป็นนาซีในทวีปนี้ ก็ถึงเวลาที่เราจะเคลื่อนเข้าไปในอาณานิคมของฝรั่งเศสที่นี่. . ." เขาชี้จากอเมริกาเหนือข้ามไปแอฟริกา หยุดชั่วครู่ แล้วชี้ขึ้นต่อไปทางเมดิเตอร์เรเนียนตะวันตก. "เรามีทางรวมกำลังชาวฝรั่งเศสที่รักชาติทั่วทุกแห่งเมื่อเราเข้าแอฟริกาเหนือของฝรั่งเศสได้. ต่อจากนั้นฝรั่งเศสในประเทศก็จะลุกฮือ. การกัดกินกร่อนทำลายก็จะแผ่กว้างขวางขึ้น."

ในวอชิงตัน เชอร์ชิลล์ กล่าวโดยมีแผนปฏิบัติการในมือถึงการเตรียม "การปลดแอกประเทศที่ถูกยึดครอง. . . เพื่อให้ประชาชนที่ถูกกดขี่ลุกฮือขึ้น. . . เพื่อปล่อยให้การต่อสู้ลุกเป็นไฟ."

ใกล้ที่อยู่ของ เชอร์ชิลล์ ที่ทำเนียบขาว ถัดไปไม่กี่ช่วงตึก การเตรียมการก็เริ่มขึ้นแล้ว. สายของ บี.เอ็ส.ซี. ภายในสถานเอกอัครราชทูตฝรั่งเศสได้เริ่มกรรมวิธีกัดกินทะลวงเข้า "ป้อมปราการยุโรป".

ภาคที่ห้า

ลักษณะ อุบาทว์ และแหวกแนว

"ลักษณะผู้บังคับบัญชาที่ยิ่งใหญ่ไม่เพียงแต่ต้องประกอบด้วยสามัญสำนึกที่กว้างขวางมั่นคงและปัญญาพร้อมด้วยเหตุผล ไม่เพียงแต่มีจินตนาการ แต่จะต้องมีลักษณะของนักเล่นกล ต้องมีลักษณะอุบาทว์และแหวกแนว ซึ่งจะทำให้ข้าศึกตะลึงงันและปราชัย. มียุทธวิธีหลายชนิดในการรบ แต่มีน้อยนักที่ใช้ปฏิบัติกลางสมรภูมิ.

— วินสตัน เอ็ส. เชอร์ชิลล์ ใน "วิกฤตการณ์ของโลก"
(เขียนในยามสงบระหว่างสงครามโลกครั้งที่หนึ่งและครั้งที่สอง.)

"ในระดับสูงๆ ของงานราชการลับ มีหลายกรณีที่เหตุการณ์จริงๆ จะเสมอเหมือนในทุกทางกับการคิดฝันฟุ้งที่เพ้อเจ้อที่สุดของหนังสืออ่านเล่นและละครสิบสตางค์. การพัวพันจนพันพัว การวางแผนทำลายกับการล้างแผนทำลาย เล่ห์เหลี่ยมกับการทรยศ การหนุนหลังกับการหักหลัง สายจริงกับสายปลอม สายนกสองหัว ทองกับเหล็ก ระเบิด มีด และหมู่สังหาร. ทั้งหมดนี้สานเข้าด้วยกันเป็นเนื้อเรื่องที่สลับซับซ้อนจนเหลือเชื่อแต่ก็เป็นเรื่องจริง."

— วินสตัน เอ็ส. เชอร์ชิลล์ ตามที่ เอียน เฟล็มมิง อ้างอิงถึง
ในจดหมายถึง เซอร์ วิลเลียม สตีเฟนสัน

บทที่ ๓๕

พวกฝรั่งเศสของรัฐบาลวิชีดำเนินกิจการแบบเกสตาโปและการราชการลับของตนเอง โดยใช้สถานเอกอัครราชทูตในวอชิงตันเป็นฐานปฏิบัติการ อันแสดงว่าพวกนาซีมีประสิทธิภาพสูงสุดในการทำงานอย่างเร้นลับ. เกาะของฝรั่งเศสที่อยู่ห่างฝั่งใช้เป็นที่สำหรับเติมเชื้อเพลิงแก่เรือดำน้ำข้าศึกที่เพ่นพ่านอยู่ในแอตแลนติกคอยสอดส่องหาเรือสินค้าที่ไม่ติดอาวุธ. เดือนธันวาคม ๑๙๔๑ เป็นขณะที่เกสตาโปของฝรั่งเศสกำลังขู่เข็ญนายช่างคนหนึ่งให้จัดการดักฟังข่าวจากสหรัฐไปอังกฤษที่ผ่านสายโทรเลขสำคัญบนเกาะ แซงต์ ปิแอร์ (St. Pierre) และมิเกอลอง (Miquelon) ซึ่งเป็นเกาะที่อาศัยของเรือจับปลา. เกาะเหล่านี้อยู่ในอ่าว เซนต์ ลอเรนศ์ และภูมิประเทศก็ติดต่อโดยตรงกับแคนาดา. ตามกฎหมายเป็นแดนใต้บังคับของฝรั่งเศสฝ่ายวิชี. มีแผนที่จะส่งข่าวจากเกาะเหล่านี้แสดงถึงรายละเอียดล่าสุดเกี่ยวกับขบวนเรือใหญ่ๆ ที่เข้ารวมพลอยู่ใกล้ๆ ที่ แฮลิแฟกซ์.

สายของ สตีเฟนสัน รายงานมาว่าชาวเกาะส่วนใหญ่เป็นพวกของฝรั่งเศสเสรีที่สนับสนุนการต่อต้านนาซี ซึ่ง นายพล ชาร์ลส์ เดอ โกลล์ (General Charles de Gaulle) เป็นผู้นำ. สิบวันหลังเหตุการณ์ เพิร์ล ฮาร์เบอร์ พวกฝรั่งเศสเสรีได้รวบรวมกองเรือโจมตีขนาดย่อม — ทั้งๆ ที่นักการทูตแคนาดาและสหรัฐคัดค้านไม่เห็นด้วย. ในคืนก่อนตรุษคริสต์มาส พวกนี้เข้ายึดเกาะทั้งสอง. เกิดมีการเอะอะโวยวายกันยกใหญ่. คอร์เดลล์ ฮัลล์ มีความเห็นด้านกฎหมายเช่นเดียวกับทางอ๊อตตาวา คือ : ฮิตเลอร์ มีทางฉวยเอาปฏิบัติการของ เดอ โกลล์ มาเป็นข้ออ้างในการเข้ายึดเขตแดนอื่นๆ ของฝรั่งเศสอย่างเปิดเผย.

สตีเฟนสัน กล่าวว่า : "เราเคยสดับการโวยวายทำนองนี้มาก่อนแล้ว. คือพวกเยอรมันเข้ายึดออสเตรีย ซูเดเตนลันด์ โปแลนด์. . . ก็เป็นเรื่องกลัวการยั่วยุฮิตเลอร์ อย่างเก่านั่นแหละ รวมทั้งความหลงผิดอย่างเดิมว่าหากเอาใจยักษ์ร้ายแล้วจะสบายดีไม่โดนตอแย."

สาเหตุที่ซ่อนเร้นของการโวยวายทางการทูตเนื่องมาจากการที่นายกรัฐมนตรี

แคนาดา แม็คเคนซี คิง (Mackenzie King) และกระทรวงต่างประเทศสหรัฐ เกิดรู้สึกว่ากำลังมีพลังเถื่อนดำเนินนโยบายที่อาจทำให้ความสัมพันธ์ระหว่างประเทศผันแปรไปได้ — และในแคนาดาเอง อาจเป็นเหตุให้เกิดวิกฤตการณ์ทางการเมืองระหว่างประชาชนที่พูดภาษาฝรั่งเศสกับประชาชนอื่นๆ ในประเทศ. ประธานาธิบดี รูสเวลท์เรียกเหตุการณ์นี้ว่าเป็นพายุในกาน้ำชา. แต่ในใจเขาแอบเห็นชอบด้วย. เขาได้ไตร่ตรองอย่างรอบคอบและตัดสินใจรับรองรัฐบาลของวิชีทั้งๆ ที่มีผู้คัดค้านไม่เห็นด้วย ก็ด้วยเหตุผลว่านั่นเป็นช่องทางให้ทอดสะพานเข้ายุโรปของนาซีได้. เขาได้รับรายงานเกี่ยวกับเอกอัครราชทูตคนใหม่จาก สตีเฟนสัน : กัสตอง อังรี - เฮย์ (Gaston Henry-Haye) เป็นนักการเมืองนิยมนาซีต๊อกต๋อย ที่ถูกส่งมาวอชิงตันเพื่อรับใช้เยอรมันไม่ใช่รับใช้ฝรั่งเศส. ในการเข้าพบประธานาธิบดีเพื่อยื่นสาส์นตราตั้ง เขากล่าวปราศรัยสั้นๆ อย่างซาบซึ้ง อันล้วนแต่เกี่ยวกับเกียรติศักดิ์และอุดมการณ์ต่างๆ ของฝรั่งเศส. แต่กับเจ้าหน้าที่ในสถานทูตเขากระซิบกระซาบว่า : “จุดมุ่งหมายเอกของเราคือการทำให้เห็นว่าอังกฤษหักหลังฝรั่งเศส ดังนั้นจึงเป็นศัตรูที่แท้จริง. ไม่ว่ามีวิธีอะไรให้เอามาใช้ให้หมด ในอันที่จะทำให้ทางการและประชาชนอเมริกันเชื่อว่านี่เป็นความจริง.”

อังรี-เฮย์ เริ่มงานด้วยความได้เปรียบบางประการ. เอกสารของ บี.เอ็ส.ซี. บันทึกไว้ว่า : “ขณะนั้นมีกองตำรวจลับในสหรัฐและแคนาดาอยู่แล้ว โดยมีหน้าที่รายงานเกี่ยวกับผู้สนับสนุน นายพล เดอ โกลล์ หรืออดีตรัฐบาลฝรั่งเศส. สายของวิชีเหล่านี้ย่องเบาขึ้นบ้านและสำนักงานที่หวังจะได้พบรายชื่อผู้ต่อต้านนาซีและใช้ทุกวิถีทางเพื่อขัดขวางมิให้เพื่อนร่วมชาติของตนเองช่วยตั้งกองทัพลับ. พวกนี้ข่มขู่ตามแบบฉบับของพวกนาซีว่าจะทำร้ายญาติพี่น้องที่อยู่ทั้งในฝรั่งเศสที่เยอรมันยึดครองอยู่ทั้งในเขตของวิชีด้วย. พวกนี้ลักพาตัวกะลาสีชาวฝรั่งเศสที่พยายามไปสมทบกับกองกำลังฝรั่งเศสเสรี. พวกเขาคอยคุกคามชาวฝรั่งเศสทุกคนที่เข้ามาถึงอเมริกาเหนือใหม่ๆ ด้วยคำขู่เข็ญที่เหมาะแก่โอกาส. . .การที่สายของ บี.เอ็ส.ซี. สามารถแทรกซึมเข้าไปในสถานเอกอัครราชทูต ช่วยให้ประสิทธิภาพอันน่าเกรงขามของแนวที่ห้าหย่อนลงได้.”

ได้มีการทำเอกสารรายละเอียดเกี่ยวกับปฏิบัติการเพื่อเยอรมันนาซีของฝรั่งเศสฝ่ายวิชี. นายกรัฐมนตรีฝรั่งเศสวิชี ปิแอร์ ลาวาล ใช้ โจเซ ลูกสาวของตนเป็นผู้นำสารไปวอชิงตัน. ในฐานะภริยาของ เคานต์ เรอเน เดอ ชังเบริง (Count Rene de Chambrun) แห่งสถานเอกอัครราชทูตฝรั่งเศส เธอสามารถใช้เอกสิทธิ

ทางการทูตในการผ่านด่านตรวจ ซึ่งหมายความว่าไม่มีการตรวจค้นกระเป๋าเดินทาง. สิทธิพิเศษทำนองนี้ทำให้เธอได้เปรียบมิใช่น้อยในการปฏิบัติงานเพื่อพวกนาซี.

ท่านเคานต์ ได้ตั้งเกสตาโปของฝรั่งเศสโดยมีสายเชื่อมโยงติดต่อในแคนาดา ในเดือนพฤศจิกายน ๑๙๔๐ โจเซ ออกเดินทางไป พอร์ต วอชิงตัน รัฐนิวยอร์ค ณ ที่นั้นเธอขึ้นเรือบินน้ำ แบบ ๓๑๔ ของ แพน แอม. ทันทีที่เรือบินคลิปเปอร์เหินขึ้นฟ้า ทาง บี.เอ็ส.ซี. ก็แจ้งทางเบอร์มิวดาว่าเธอมีเอกสารซุกซ่อนอยู่ในห่อที่ยังมีเครื่องหมายของกระทรวงต่างประเทศเก่าของฝรั่งเศส. การประหยัดครั้งนี้ทำให้รัฐบาลวิชีเสียหายอย่างมาก.

ที่เบอร์มิวดา เคานเตส โจเซ ได้รับเชิญให้ขึ้นบกพร้อมกับผู้โดยสารอื่นๆ ในระหว่างที่เครื่องบินเติมน้ำมัน. เจ้าหน้าที่สอบสวนอังกฤษเอาหีบห่อต่างๆ ออกมาและอ้างว่าต้องยึดไว้เพราะเป็นพัสดุที่จะส่งไปปารีส ซึ่งเป็นนครที่ข้าศึกยึดครองอยู่. โจเซ สั่นสะท้านด้วยความโกรธและประท้วงว่าจะนำหีบห่อเหล่านั้นไปวิชี.

> เจ้าหน้าที่ด่านกล่าวพลางชูซองซึ่งจ่าหน้าถึง เคย์ ดอร์เซ (Quai d'Orsay) คือกระทรวงต่างประเทศว่า : "แต่ เคย์ ดอร์เซ อยู่ในปารีส." ท่านเคานเตสถามว่า : "รู้ไหมว่าฉันเป็นใคร." เจ้าหน้าที่ตอบ : "ทราบครับ แต่ผมเสียใจ." โจเซ : "นี่เป็นการผิดต่อข้อตกลงทางการทูตอย่างบัดซบ. . ."

ระหว่างที่ถกเถียงกันนี้ สิ่งของในเครื่องบินคลิปเปอร์ก็ถูกค้น. เอกสารการทูตของ เคานเตส เดอ ชังเบริง ถูกเปิดและถูกถ่ายรูปแล้วใส่กลับคืนเข้าที่เดิม. เรือบินน้ำถูกหน่วงเหนี่ยวไว้ข้ามคืน. เมื่อออกเดินทางต่อไปในวันรุ่งขึ้นเธอได้รับเอกสารทั้งหมดคืน รวมทั้งคำขออภัยเป็นทางการ แต่ เบอร์มิวดาก็ได้รับหลักฐานของความหน้าไหว้หลังหลอกของวิชีครบถ้วนตามที่ สตีเฟนสัน ต้องการ.

สตีเฟนสัน กล่าวว่า : "ลาวาล วางแผนที่จะอำนวยให้ชาวฝรั่งเศสมีโอกาสได้รับส่วนแบ่งร่วมกับเยอรมัน เพราะแน่ใจว่าอังกฤษจบเห่แล้ว และนึกว่าธุรกิจอเมริกันใหญ่ๆ พร้อมที่จะร่วมงานกับกงสีเยอรมันในการถือประโยชน์จากช่องทางที่จะมีตลาดการค้ามากมายในยุโรปใหม่. ลาวาล เสนอให้เยอรมันใช้อาณานิคมฝรั่งเศสเป็นแหล่งวัตถุดิบและเป็นฐานทัพทางทหาร. อุตสาหกรรมฝรั่งเศสก็จะจัดให้ประสานกับกลไกสงครามของแคว้น รูห์ร.

"ถ้ากำลังและอิทธิพลของฝรั่งเศสเข้าข้างเยอรมันก็จะก่อความเสียหายสาหัสแก่ฝ่ายเรา. ชาวอเมริกันที่เห็นแก่ได้อาจเกิดคิดว่าเจรจาการค้ากับจักรวรรดิเยอรมันดีกว่า ถ้าคำนึงว่าเยอรมันจะได้รับกำลังหนุนจากกองทัพเรือที่ใหญ่เป็นที่สองในยุโรป จากทรัพยากรทางทหารและอุตสาหกรรม จากนักบินและเครื่องบินจำนวนไม่น้อย และจากอาณานิคมของฝรั่งเศสซึ่งแผ่จากแอฟริกาถึงไซ่ง่อน. ลาวาลเสนอให้ทหารอากาศฝรั่งเศสบินเคียงบ่าเคียงไหล่กับเยอรมันในการเข้าโจมตีอังกฤษ. ฝ่ายฝรั่งเศสได้เคยเข้าทิ้งระเบิดฐานทัพอังกฤษที่จิบรอลตาร์มาแล้ว. มีทองจำนวนมหาศาล — อันเป็นส่วนใหญ่ของเงินคงคลังของฝรั่งเศส ซึ่งมีค่าในปัจจุบันประมาณ ๑๕๐ พันล้านดอลลาร์ — ถูกเก็บไว้ที่เกาะมาร์ตินีก ใกล้ฝั่งอเมริกันและอาจใช้เป็นทุนสำหรับซื้อสินค้าจากอเมริกาให้เยอรมัน."

รายงานที่ เคานเตส โจเซ นำติดตัวมาด้วยอ้างว่าได้มีการเสนอข้อจูงใจทางการค้าของวิชีต่อชาวอเมริกันที่มีอิทธิพล. หากฝรั่งเศสเข้าร่วมกับเยอรมันแม้เพียงในทางเศรษฐกิจเท่านั้น ลู่ทางในอนาคตสำหรับธุรกิจอเมริกันก็จะมีอย่างมหาศาลทีเดียว. รายงานฉบับหนึ่งอ้างว่า : "ในกิจการอะลูมิเนียมอย่างเดียวเท่านั้น ฝรั่งเศสก็เป็นผู้ป้อนวัตถุดิบที่ใหญ่ที่สุดสำหรับการผลิตเครื่องบิน."

นอกจากนี้บุตรสาวของ ลาวาล ยังมีจดหมายของ จัง - หลุยส์ มุสา (Jean-Louis Musa) คนสัญชาติอเมริกัน ถึงชาวเยอรมันที่มีอำนาจที่สุดในปารีส คือ อ็อตโต อาเบตซ์ (Otto Abetz) ผู้เคยเป็นจารบุรุษประจำอยู่ที่นั้นของริบเบนตร็อป (Ribbentrop) ก่อนปารีสถูกยึดครองและเป็นเจ้าหน้าที่ประจำกองบัญชาการทหารเยอรมัน. ฝ่ายเยอรมันได้แทรก อาเบตซ์ เข้ามาในการปกครองปารีสเพื่อรักษาน้ำใจทางวิชี โดยทำให้การติดต่อสัมพันธ์กันดูเสมือนเป็นความสัมพันธ์ทางการทูตระหว่างสองฝ่ายที่เสมอกัน ไม่ใช่ระหว่างผู้ชนะกับผู้พ่ายแพ้.

มุสา ทำงานให้ อาเบตซ์. หน้าที่หนึ่งของเขาในวอชิงตันคือเป็นผู้ช่วยของเคานต์ เดอ ชังเบริง. หน้าที่อีกอย่างหนึ่งคือเป็นผู้อำนวยการของเกสตาโปฝรั่งเศส. การที่เขามีสัญชาติอเมริกันทำให้เขาสามารถไปไหนมาไหนในอเมริกาเหนือได้อย่างเสรี ซึ่งนักการทูตทำไม่ได้. เขาอำนวยการการติดตั้งสถานีวิทยุกำลังสูงบนเกาะ แซงต์ ปิแอร์ (St. Pierre) ของฝรั่งเศส โดยอ้างว่าเป็นวิสาหกิจ. ทาง บี.เอ็ส.ซี. สืบมาได้ว่าเขากลับมาสหรัฐไม่กี่วันก่อนเยอรมันเข้ายึดครองปารีส เพื่อจัดการธุรกิจทำนองดังกล่าวในนามของบริษัทฝรั่งเศส ซึ่งมีกงสี

เยอรมันเป็นผู้ดำเนินการอยู่หลังฉาก. เขารายงานต่อ อาเบตซ์ ในเรื่องการเตรียมจิตใจของชาวอเมริกันให้ยอมรับการที่ฝรั่งเศสจะเข้าร่วม "ยุโรปรวม" ซึ่งเป็นศัพท์ลวงชวนฟังแทนสหภาพฟาสซิสต์.

พวกฝรั่งเศสฝ่ายวิชีเป็นอันตรายคุกคามที่ร้ายแรงมากในซีกโลกตะวันตก. ชาวฝรั่งเศสที่มีชื่อเสียงว่ามีภูมิปัญญาอ้างเหตุผลสนับสนุนเรื่องของเยอรมันอย่างฉลาดและอย่างก่อให้เกิดความสับสนได้. นักการคลังของวิชีขัดเกลาตกแต่งข้อเสนอทางการค้าของเยอรมัน จนทำให้ชาวอเมริกันเสื่อมความเชื่อถือในตลาดอังกฤษซึ่งเล็กและหดหายไปทุกที. ประชากรของแคนาดาจำนวนมากพอสมควรเป็นฝรั่งเศสและบางคนก็เริ่มรังเกียจ "การสู้รบเพื่ออังกฤษ" อยู่แล้ว.

ตัวอย่างของภัยลึกซึ้งที่จับให้มั่นได้ยากเหล่านี้ดูได้จากกรณีของ อังเดร โมรัวส์ (André Maurois) หนึ่งในหลายคนที่หันกลับมาแว้งกัดมิตรเก่า. เอกสารของ บี.เอ็ส.ซี. บรรยายเรื่องนี้อย่างตรงๆ ไม่ไว้หน้าว่า : "เห็นได้ชัดว่าตลอดเวลาที่อยู่ในสหรัฐเขาไม่เคยลดละความพยายามอย่างมีระบบแบบแผนและอย่างแยบคายในอันที่จะบ่อนทำลายความปรารถนาดีของอเมริกาต่ออังกฤษ. เขามีชื่อเสียงดีมาก่อนจึงทำให้คนสนใจยอมรับทันที. ก่อนออกเดินทางมาอเมริกา เขาได้กราบทูลพระราชินี ยืนยันความภักดีที่จะไม่มีวันเสื่อมคลายต่ออังกฤษ ครั้นมาถึง เขากลับกล่าวแก่ผู้ที่ฟังเขาว่า อังกฤษไม่มีทางรอดได้แต่ประการใด และการเข้าช่วยเหลือจะเท่ากับมอบอาวุธยุทโธปกรณ์ที่จำเป็นแก่การรับมือฝ่ายญี่ปุ่นให้กับพวกนาซี. เขามาถึงนิวยอร์คในฤดูใบไม้ร่วงปี ๑๙๔๐ และเข้าพำนักอย่างหรูหราที่โรงแรม ริตซ์ เทาว์เวอร์ส (Ritz Towers). ต่อมาเขาถูก เดอ โกลล์ กล่าวโทษว่าเป็นผู้ทรยศ โมรัวส์ จึงตัดสินใจอย่างฉลาดที่จะอยู่ในสหรัฐตลอดไป. . ต้องตั้งความหวังว่าประวัติของเขาจะไม่ถูกลืมในอนาคต."

เอกสารของ บี.เอ็ส.ซี. บันทึกไว้ว่า : "สายลับสตรีใต้บังคับบัญชาของ บี.เอ็ส.ซี. ในนิวยอร์คเป็นผู้ปฏิบัติงานสำคัญที่สุด ซึ่งเปิดทางให้กลับเข้าประเทศฝรั่งเศสและในที่สุดเข้าเยอรมันได้. เธอมีน้ำเสียงนุ่มนวลน่าฟัง ซึ่งก่อให้เกิดความไว้ใจที่จะบอกความลับ. แรกเริ่มเหยื่อของเธอจะชื่นชมและเลื่อมใสในสติปัญญาของเธอ. ส่วนการหลงเสน่ห์ดึงดูดทางกายของเธอจนหน้ามืดตามัวจะเป็นผลที่ตามมาภายหลัง.

"เธอใช้อำนาจเสน่ห์ของเพศ พันธนาการชายผู้ทรงภูมิปัญญาที่ยังเป็น

ปุถุชนที่เธอหมายล้วงความลับเป็นสำคัญ. แต่เธอก็มีคุณสมบัติอื่นอีกมากหลาย. เธอเคยเดินทางมามากและเข้าใจซึ้งในจิตวิทยาของชาวยุโรป. เธอมีสมองเฉียบ-แหลม และสามารถรายงานได้อย่างแม่นยำ. เธอมีความกล้าหาญอย่างยอดเยี่ยม และมักจะขอเสี่ยงอันตรายที่เราไม่อาจยินยอมได้. เธอเกือบจะไม่ได้รับค่าตอบแทนนอกเหนือจากเบี้ยเลี้ยงธรรมดา ถึงแม้คุณค่าของเธอต่ออังกฤษ และท้ายสุดต่ออเมริกาอันเป็นเมืองเกิดของเธอจะมีมากสุดพรรณนา. นามรหัสของเธอคือ "ซินเธีย" (Cynthia) นั้นเป็นที่รู้จักของบุคคลไม่เกินสามคนเท่านั้น."

จารสตรีทรงเสน่ห์สุดแหวกแนวผู้นี้ เกิดที่ มินนิอาโปลิส (Minneapolis) เป็นธิดาของนายนาวาตรีแห่งนาวิกโยธินสหรัฐกับ คอรา เวลส์ (Cora Wells) ผู้เป็นบุตรสาวของวุฒิสมาชิกรัฐ มินนิโซตา (Minnesota). เธอตรึงความสนใจของสตีเฟนสัน เป็นครั้งแรกตอนฤดูหนาวปี ๑๙๓๗. ขณะนั้น "ซินเธีย" อายุยี่สิบเจ็ดปีและเป็นภริยานักการทูตอังกฤษ ชื่อ อาร์เธอร์ แพ็ค (Arthur Pack) ผู้ถูกย้ายไปประจำที่วอร์ซอ. ในปีถัดมา "ซินเธีย" มีความสัมพันธ์เป็นพรวนกับข้าราชการชั้นผู้ใหญ่ของกระทรวงต่างประเทศโปแลนด์. สามีเธอต้องเดินทางบ่อยและยังขี้โรคอีกด้วย. แต่ภริยาสาว ๆ ในโปแลนด์สมัยใกล้สงครามไม่มีโอกาสเหงาเลย. เธอไม่เคยขาดคู่รัก. เธอเป็นหญิงสาวสวยบาดตา : ผมสีน้ำตาลปนแดงเป็นเงางาม ตาโตสีเขียว คิ้วโก่งท้าทาย คางผ่าแสดงความดื้อรั้น และรูปร่างเพรียวบางแต่ส่วนสัดงามเย้ายวน. นายทหารชาวโปแลนด์ที่พบเธอตามงานรื่นเริงกล่าวขวัญถึงเธอว่าเป็นหญิงสาวอเมริกันที่ครึกครื้นร่าเริง ผู้รู้สึกว่าสามีอังกฤษไม่มีเสน่ห์และน่าเบื่อ. กล่าวกันว่าเธอเคยแสดงความกล้าหาญอย่างยิ่งในสงครามกลางเมืองสเปน โดยช่วยให้ผู้ลี้ภัยการเมืองของทั้งสองฝ่ายหนีรอดมาได้. ข่าวซุบซิบกล่าวว่าเธอเรียกร้องอาหารและเหล้าชั้นเยี่ยมที่สุด ตามด้วยการสนทนาแบบต้องใช้สติปัญญาอย่างลึกซึ้งเป็นเวลาหลายชั่วโมง ก่อนที่จะล่อเธอให้ขึ้นเตียงได้ แต่เธอก็จะทำให้ทั้งหมดนั้นคุ้มค่า.

แต่สิ่งที่ชาวบ้านไม่รู้ก็คือราชการลับอังกฤษเป็นฝ่ายรับผลประโยชน์จากเสน่ห์ความงามของเธอมากที่สุด. เธออยู่ในฐานะที่จะช่วยสืบราชการลับอังกฤษซึ่งขาดเจ้าหน้าที่ในระยะเวลาสำคัญยิ่งในประวัติศาสตร์. หน่วยราชการลับโปแลนด์ก็กำลังเตรียมรับศึกสงคราม ซึ่งฝ่ายนักการเมืองนึกว่าจะสามารถเลี่ยงได้. ผู้ที่จะมาเป็นผู้ดำเนินงานของ "อัลตร้า" ก็กำลังค้นหารายละเอียดเกี่ยวกับเครื่องรหัสเอนิกมา ซึ่งหน่วยรักษาความปลอดภัยนาซีนำมาดัดแปลงใช้อยู่. มีวิศวกรชาว

โปแลนด์ทำการวิจัยเอนิกมาแบบใหม่ ซึ่ง โจเซฟ เบ็ค (Josef Beck) รัฐมนตรีต่างประเทศโปแลนด์ดูมีความสนใจ. นายพันเอก เบ็ค มีสัมพันธ์เป็นอันดีกับพวกนาซีในเบอร์ลิน. เลขาส่วนตัวของ เบ็ค เป็นคู่นอนคนหนึ่งของ "ซินเธีย".

ตามวิธีการที่ชักจะกลายเป็นธรรมดา เธอเริ่มด้วยการคะยั้นคะยอให้พูดและต่อไปให้มอบเอกสารจากสำนักงานของ เบ็ค ซึ่งถูกถ่ายสำเนาแล้วส่งคืนเข้าที่เดิม. "ซินเธีย" ไม่เคยทราบเลยว่าเอกสารเหล่านั้นช่วยให้ประสบความสำเร็จในการค้นหาความลับของ "อัลตร้า" ที่จริงแล้วเธอไม่ทราบอะไรเลยเกี่ยวกับหน่วยใหญ่ของ "อัลตร้า" ที่ เบล็ตชลี่ย์ จนวันตาย. ครั้งหนึ่ง เธอเคยกล่าวว่า : "ดิฉันค้นพบว่าง่ายมากที่จะทำให้บุคคลผู้รักชาติ ที่โดยอาชีพต้องปิดปากเงียบเผยความลับเมื่ออยู่บนเตียง แม้จะเป็นคนที่ฝึกมาอย่างดีเพียงไรก็ตาม. ดิฉันจึงสาบานกับตัวเองว่าจะไม่ยอมรับฟังอะไร ที่เป็นความลับของฝ่ายเรา. ความสุขสูงสุดคือการที่ชายกับหญิงได้อยู่ด้วยกัน การพลอดรักกันช่วยให้ระบายความคิดที่อยู่ลึกล้ำในใจที่สะสมมานาน. การระบายออกมาอย่างฉับพลันแบบนี้ทำให้ปลดเปลื้องทุกสิ่งทุกอย่างออกมาด้วย. ทุกอย่าง. ดิฉันเพียงแต่ไม่กล้าล้วงความลับของฝ่ายเราเองเท่านั้น. . ."

เลขาส่วนตัวของรัฐมนตรีต่างประเทศ เบ็ค พา "ซินเธีย" ไปด้วยในคราวไปปฏิบัติงานลับที่พราก (Prague) และเบอร์ลิน. เธอได้รับทราบว่า บิวโร ซิฟรอฟ (Biuro Szyfrow — สำนักงานรหัสลับ) ของโปแลนด์มีกุญแจไขรหัสลับบางส่วนของกองทัพบกเยอรมัน. ข้อนี้ยืนยันข่าวที่ได้ทราบมาก่อนว่านักคณิตศาสตร์ชาวโปแลนด์ในสำนักงานสามคน คือ เจอร์ซี รอซิสกิ (Jerzy Rozyski) เฮนริค ซิกัลสกิ (Henryk Zygalski) และนางสาว มาริอัน เรเยฟสกิ (Marian Rejewski) เคยทำงานค้นคว้าเกี่ยวกับเครื่อง ไฮดริช-เอนิกมา. แน่นอน ข้อมูลบางส่วนที่เธอได้มา ซ้ำกับรายละเอียดที่ได้มาแล้วจากแหล่งข่าวอื่นๆ แต่ สตีเฟนสัน ยังรู้สึกเสมอมาว่าเธอได้ทำประโยชน์อย่างมากในการรวบรวมข้อมูลสำคัญๆ ซึ่งจำเป็นสำหรับสร้างเครื่องกลไกซึ่งต่อมาเมื่อนำมาใช้ในระบบของ "อัลตร้า" กลายเป็นเครื่องคอมพิวเตอร์สมัยใหม่ เครื่องแรกที่ได้รับสมญานามว่า "คอลอสสัส" (Colossus). โดยที่เครื่องนี้เป็นผลของความก้าวหน้าทางอิเล็กทรอนิก จึงอยู่ในวงความรู้ทางวิทยาศาสตร์ ซึ่งสตีเฟนสัน เองชำนาญ. ถึงเวลาที่หัวหน้านักขบรหัสในอนาคตของ เบล็ตชลี่ย์ บินไปวอร์ซอในฤดูร้อนปี ๑๙๓๙ เพื่อแสวงหาตัวอย่างของเครื่องไฮดริช-เอนิกมา "ซินเธีย" ก็ถูกย้ายออกมาจากเขตอันตรายแล้ว. ความสัมพันธ์

ต่าง ๆ ของเธอชักเป็นที่รู้กันมากขึ้น และฝ่ายอังกฤษจำต้องยุติการสืบสาวเรื่องทั้งหมด ไม่ว่าจะเป็นเรื่องลับเฉพาะหรือเรื่องส่วนตัวก็ตาม. มีการแพร่ข่าวลืออย่างจงใจว่าเธอถูกส่งกลับลอนดอน เพราะท่านเอกอัครราชทูตอังกฤษสงสัยว่าเธอทำให้ความลับของอังกฤษรั่วไปถึงนักการทูตที่หนุนฝ่ายนาซี.

ในยุโรป วิเทศสัมพันธ์และเพศสัมพันธ์เป็นสิ่งควบคู่กันไปเป็นธรรมดา. สามีของเธอก็มีสัมพันธ์กับหญิงอื่นและถูกส่งไปประจำในอเมริกาใต้. เขาจะเดาได้หรือไม่ก็ตาม แต่เขาไม่เคยยอมรับว่าการย้ายนั้นเป็นเพราะภริยาเป็นประโยชน์ยิ่งกว่าตัวเขาเอง. ในปีที่สงครามเกิดขึ้นในยุโรป มีความจำเป็นที่จะให้ "ซินเธีย" ไปทำงานในหมู่นักการเมืองที่สนับสนุนนาซีในซีกโลกตะวันตก. เยอรมันมีอิทธิพลหนักที่สุดในชิลี. "ซินเธีย" เคยอยู่ที่นั่นเป็นเวลาสี่ปีเมื่อเด็ก ๆ. เธอพูดภาษาสเปนและภาษาถิ่นได้คล่องพอ ๆ กับพูดเยอรมันและฝรั่งเศสได้คล่องเช่นเดียวกัน. เดวิด คาห์น (David Kahn) เขียนภายหลังในหนังสือชื่อ "เธอ โค้ดเบรเคอร์ส" (The Codebreakers — นักขบรหัส) ว่า : "เมื่อถึงอเมริกาใต้ เธอติดต่อกับราชการลับอังกฤษอีกครั้งหนึ่ง ก่อนสงครามอุบัติขึ้นในยุโรปเล็กน้อย."* ที่จริงแล้วเธอทำงานให้ สตีเฟนสัน มาตั้งแต่กรณี เอนิกมา. สามีผู้สุภาพเอื้อเฟื้อของเธอไม่ปกปิดเลยว่าเห็นว่าเธอเป็นประโยชน์ต่อความก้าวหน้าในอาชีพของเขาเอง. กระทรวงต่างประเทศอังกฤษไม่เคยทำงานอย่างสะดวกใจกับหน่วยราชการลับอังกฤษ หรือต่อมากับพวกอาสาสมัครแห่ง เบเกอร์ สทรีท แต่ด้วยอิทธิพลจากเบื้องบน นักการทูตที่ทึ่มที่สุดก็มีทางย้ายไปอยู่ในตำแหน่งสบาย ๆ ในเมื่อคุณสมบัติพิเศษหรือสายสัมพันธ์อย่างอื่นของเขาจะเป็นประโยชน์แบบคาดไม่ถึงได้. อาร์เธอร์ แพ็ค ก็อยู่ในจำพวกนี้. เขาจึงค่อย ๆ เลือนหายจากเวทีอย่างสง่าผ่าเผย. เมื่อฝรั่งเศสแตกในฤดูร้อนปี ๑๙๔๐ การมีชีวิตรอดสำคัญกว่าการรักษาหน้า. "ซินเธีย" ได้รับคำสั่งให้กลับไปรายงานตัวที่นิวยอร์ค.

สตีเฟนสัน ต้องการคนสำหรับแทรกซึมเข้าไปในหมู่นักการทูตอิตาลีและ

---

*เดวิด คาห์น ผู้เรียกตัวเองว่า "นักขบรหัสสมัครเล่น" ได้รับปริญญาเอกจาก อ๊อกซ์ฟอร์ด เคยเป็นนักหนังสือพิมพ์ และเป็นรองศาสตราจารย์ทางวารสารศาสตร์ที่มหาวิทยาลัยนิวยอร์ค. เขาเป็นอดีตนายกสมาคมรหัสลับอเมริกันและของสมาคมรหัสแห่งนิวยอร์ค. เขาเคยเขียนบทความหลายเรื่องและหนังสือที่มีชื่อเล่มหนึ่ง. นายอินทร์ เขียนในปี ๑๙๗๕ ว่า "หนังสือ "นักขบรหัส" ของ คาห์น เป็นหนังสือที่นักศึกษาที่จะเอาดีทางรหัสลับขาดไม่ได้."

ฝรั่งเศสในวอชิงตัน. เขามีอำนาจที่จะเอาสายที่เก่งที่สุดมาใช้และก็สมใจ. เขานิยมพวกสมัครเล่นที่กระตือรือร้น. พวกนี้โดยมากไม่อยู่ในเอกสารรายชื่อของข้าศึกและมักจะอาจหาญกว่ามืออาชีพ. งานของ "ซินเธีย" ที่วอร์ซอนับว่ายอดเยี่ยม. เธอแสดงให้เห็นว่าเป็นคนมีเหตุผลในการยอมถูกเรียกกลับโดยดีก่อนถูกเปิดโปง — ซึ่งแสดงถึงความมั่นใจอย่างยิ่งยวดหนักแน่น เพราะสายลับหลายรายมักเกรงการถูกกล่าวหาว่ากลัว จึงเสี่ยงในสิ่งที่ไม่ควรเสี่ยง. เธอได้ทำให้บุคคลชั้นนำจำนวนมากน่ามหัศจรรย์หลงเสน่ห์ รวมทั้งนายพลทหารเรือคนหนึ่ง ซึ่งขณะนี้เป็นผู้ช่วยทูตทหารเรือของอิตาลีในวอชิงตัน. เธอสามารถไปไหนมาไหนได้สะดวกในวอชิงตันซึ่งมีบรรยากาศแจ่มใสลวงตาของยามสงบ. สถานเอกอัครราชทูตต่าง ๆ อยู่เผชิญหน้ากันคนละฟากถนนซึ่งเป็นกลาง แต่ผู้ที่อาศัยอยู่ภายในพากันรายงานต่อผู้บังคับบัญชา ที่ต่างก็เห็นอีกฝ่ายหนึ่งเป็นศัตรูคู่อาฆาต. งานรับรองต่าง ๆ เป็นเสมือนสนามรบย่อย ๆ. ห้องอาหารต่าง ๆ กลายเป็นแหล่งมั่วสุมเพาะแผนอุบาทว์. "ซินเธีย" อ้างว่าเป็นนักเขียนของนิตยสารในอังกฤษชื่อ เอลิซาเบธ ธอร์ป (Elizabeth Thorpe) และแสดงอย่างเปิดเผยว่าเข้าข้างไหน. เป็นที่ทราบกันอยู่แล้วว่าเธอออกเดินทางจากประเทศชิลีในเดือนสิงหาคม ๑๙๔๐ และมารดาม่ายของเธออยู่ในวอชิงตัน. เอลิซาเบธ ธอร์ป มีหน้าที่ล่อทั้งฝ่ายข้าศึกทั้งผู้ที่อาจเปลี่ยนค่ายด้วย.

"ซินเธีย" อยู่บ้านสองชั้น ไม่ฉูดฉาด ซึ่ง บี.เอ็ส.ซี. ให้บุคคลที่สามทำสัญญาเช่าให้. เธอเลือกอยู่ที่บ้านเลขที่ ๓๓๒๗ ถนน โอ (3327 O Street) ในย่านจอร์จเทาว์น (Georgetown) ซึ่งเป็นย่านคนชั้นสูงก็เพราะเป็นบ้านสวยน่าสบายและหรูหรา โดยไม่ดูเกินฐานะนักเขียนข่าวอิสระจนเกินไป. เธอเริ่ม "ลองมือ" กับนักการเมืองถั่ว ๆ ในท้องที่สองสามคนก่อน แล้วจึงวางกับดักแฟนเก่าของเธอ คือ นายพลเรือเอก อัลแบร์โต ลาอิส (Admiral Alberto Lais) ซึ่งเธอเคยรู้จักที่ปารีสก่อนสงคราม.

ลาอิส เป็นคนเตี้ย หน้าตาดี อายุกลางคน มีครอบครัวใหญ่ มีหวังหาแฟนใหม่ ๆ ได้ยากเข้าทุกที และมีความปรารถนาอันทวีขึ้นเรื่อย ที่จะหาความสุขเท่าที่เวลาอันเหลืออยู่น้อยจะอำนวย. เมื่อ "ซินเธีย" ติดต่อไปเป็นครั้งแรก และสะกิดให้ระลึกถึงมิตรภาพแต่หนหลัง เขาดูจะตกใจ. แต่อาจเป็นเพราะได้ฟังเสียงที่ยั่วเย้าหรือจะว่าได้ว่าที่มีมนต์สะกด เขาจึงติดต่อกลับไปสองสามวันภายหลัง. เห็นได้ชัดว่าเขาต้องเสน่ห์ของเธอ. ทั้งสองเริ่มพบปะกันอย่างลับ ๆ. เธอบอกเขาว่าแยกทางกับสามีชาวอังกฤษของเธอ และกลับมาใช้นามสกุลเดิม. เขาหลุดปาก

ออกมาว่ามีหน้าที่รักษาประมวลรหัสของกองทัพเรืออิตาลีครบชุด และว่าไม่มั่นใจในอนาคตของอิตาลีในกรอบของกลุ่มอักษะ. เธอบอกอย่างตรงไปตรงมา ว่าเธอมีเพื่อนสนิทที่ทำงานที่กรมข่าวทหารเรือสหรัฐ. และบอกเรื่องแผนการร่วมระหว่างอังกฤษกับอเมริกันในการปลดแอกยุโรป. แทบไม่น่าเชื่อว่า ลาอิส ถูกเธอกล่อมใจจนยอมนำประมวลรหัสและโค้ดลับไปถ่ายสำเนาไมโครฟิล์ม — อันเป็นการกระทำซึ่งเขาได้รับคำมั่นว่ากองทัพเรือสหรัฐจะสำนึกในบุญคุณอย่างไม่รู้ลืม. แม้นักประวัติศาสตร์ของ บี.เอ็ส.ซี. ผู้ใจเย็นมั่นคง และเคยร่วมในปฏิบัติการเหล่านี้หลายครั้ง ก็ยังต้องร้องออกมาอย่างไม่ยอมเชื่อ. "ไม่น่าเชื่อเลยว่าผู้มีประสบการณ์และมีอาวุโสถึงปานนี้ ที่เห็นความสำคัญของชาติบ้านเมืองโดยสัญชาตญาณ โดยการฝึกอบรมและโดยความเชื่อมั่น จะอ่อนแอถึงขนาดนี้เพราะอำนาจกิเลสตัณหา. . ."

รหัสลับของอิตาลีช่วยให้ราชนาวีอังกฤษถือแต้มเหนือ และในที่สุดเอาชนะกองทัพเรืออิตาลี ซึ่งมีกำลังเหนือกว่ามากในทะเลเมดิเตอร์เรเนียน. เมื่อได้รับประโยชน์จาก นายพลเรือเอก ลาอิส ตามที่ต้องการแล้ว "ซินเธีย" ก็ทิ้งเขา. เขาถูกประกาศเป็น "บุคคลไม่พึงปรารถนา" และส่งตัวกลับอิตาลี. ส่วนรายละเอียดเกี่ยวกับแนวปฏิบัติของสถานเอกอัครราชทูตอิตาลีเรื่องการบ่อนทำลายที่สนับสนุนฝ่ายนาซีตามเมืองท่าสหรัฐนั้น เธอมอบให้ เอ็ฟ.บี.ไอ.

บ่ายวันหนึ่งในเดือนพฤษภาคม ๑๙๔๑ ขณะที่ "ซินเธีย" กำลังนอนพักผ่อนอยู่ คนใช้ก็เข้ามาบอกว่ามีคนมาขอพบ. เมื่อเธอเข้าไปในห้องสมุด ผู้มาเยือนกำลังยืนอยู่ที่หน้าต่าง มองออกไปที่ถนน โอ. เขาเป็นคนร่างเล็ก ที่จับมือด้วยอาการเฉยๆ แต่กระชับอย่างแข็งแรงน่าอัศจรรย์. เธอระลึกภายหลังว่า : "เขาแนะนำตัวเองว่าชื่อนายวิลเลี่ยมส์. เขานั่งมองดิฉันผสมเหล้ามาร์ตินี. . . ดิฉันชำเลืองดูเขาครั้งสองครั้ง. เขามีดวงตาแปลกที่ดูเหมือนจะเปลี่ยนสีได้. ดิฉันพยายามพูดคุยเรื่องเบาๆ ที่ไม่มีสาระอะไร. เขาเกือบจะไม่ตอบ. . . ดูเขาเป็นคนประหยัดการเคลื่อนไหว. ดิฉันมีความรู้สึกชอบกลๆ ว่ามีพลังอำนาจหนักหน่วงแฝงอยู่ในรอยยิ้มที่สุภาพ. เป็นครั้งแรกในชีวิตทีเดียวที่ดิฉันชักจะไม่มั่นใจตัวเองเมื่ออยู่กับผู้ชาย.

"เขาบอกว่า "มาจากสำนักงานในนิวยอร์ค". ข้อนี้ทำให้ดิฉันระวังตัว. ดิฉันเคยไปนิวยอร์คอาทิตย์ละครั้ง. วิธีปฏิบัติไม่เคยผิดแผกไปเลย. ดิฉันพักที่โรงแรมเดียวกันที่ถนน แมดิสัน (Madison) เพื่อคอยพบ "แมเรียน" (Marion) หรือ

"นายเฮาวาร์ด" (Mister Howard). สองคนนี้รับข่าวไปและมอบหมายงานให้ ทั้งเป็นผู้จ่ายเงินให้ด้วย. นอกจากสองคนนี้ดิฉันไม่ได้ติดต่อกับใครอื่นเลย. ดังนั้นดิฉันจึงไม่มีทางทราบว่า "นาย วิลเลียมส์" ผู้นี้เป็นใคร.

"ดิฉันเป็นห่วงเรื่องสายแทรกซึม. ทาง เอ็ฟ.บี.ไอ. ชักจะทำยุ่ง และตอนนี้ก็กำลังพยายามหาเรื่องดิฉัน. ดิฉันไม่รู้อะไรสักอย่างเกี่ยวกับปัญหายุ่งยากและสายการบังคับบัญชา. ดิฉันไม่ต้องการทราบ. ดิฉันได้รับคำสั่งให้ติดต่อกับสายของ บี.เอ็ส.ซี. สองคนนั้น และ — นานๆ ครั้ง — กับผู้ที่เขาจะส่งดิฉันไปหา เท่านี้ก็พอแล้ว.

"ดูๆ ไปก็เห็นได้ชัดว่า นายวิลเลียมส์ ไม่ใช่คนย่อยๆ. ดูท่าทางเขาอายุราวๆ สี่สิบห้าปี เป็นคนหน้าตาดีแบบแข็งแกร่งสมบุกสมบัน และดูเข้าทียิ่งขึ้นเพราะมีตำหนิเล็กน้อย — กล่าวคือมีแผลเป็นที่ทำให้มุมปากข้างหนึ่งเผยอขึ้น อันทำให้เขามียิ้มที่มุมปาก.

"เขาไม่มัวโอ้เอ้เสียเวลา. เขากล่าวถึงสิ่งที่ดิฉันปฏิบัติไปแล้วสองสามเรื่อง วิธีพูดทำให้รู้ได้ว่าเขามาจากสำนักงานในนิวยอร์คแน่ๆ. เขาเอ่ยถึงบางเรื่องที่แสดงว่าเขารู้ภูมิหลังของดิฉัน**ทั้งหมด** — จำได้ว่าเรื่องหนึ่งเกี่ยวกับ คอรา แม่ของดิฉันสมัยเมื่อท่านศึกษาอยู่ที่มหาวิทยาลัย ซอร์บอนน์ (Sorbonne) ในปารีส. เป็นการเตือนอย่างนุ่มนวลว่าดิฉันถูกสอบสวนมาแล้วอย่างถี่ถ้วน.

"ก็อย่างว่า ตอนเด็กๆ เมื่อเริ่มสงสัยว่าบุคคลที่ซ่อนอยู่หลังเคราของซันตา คล้อส (Father Christmas) ก็คือพ่อเราเอง. นั่นแหละเป็นความรู้สึกที่ดิฉันมีบ่ายวันนั้นที่ฝนตกและอากาศเริ่มจะมืด. ดิฉันเริ่มแหย่เขาหน่อย. เมื่อเขาบอกว่างานที่ดิฉันทำมาเป็นที่น่าชมเชย ดิฉันเลยถามว่าเป็นความเห็นของตัวเขาเองหรือของท่านหัวหน้า. ตาเขาเป็นประกายเมื่อตอบว่า : "อ๋อของท่านหัวหน้า." "ท่านหัวหน้านี่เป็นคนอย่างไรคะ." "เป็นคนแย่มากครับ."

"อย่างว่า หลังจากเมื่อเดาได้ว่าที่จริงแล้วใครเป็น ซันตา คล้อส ก็ยังแสร้งทำไม่รู้ไม่ชี้กันต่อไปอีก. ก้อ. . . เขารู้ว่าดิฉันรู้ว่าเขาเดาได้ว่าดิฉันเดาออกแล้วว่า "นายวิลเลียมส์" ก็คือ บิลล์ สตีเฟนสัน นั่นเอง. แต่การไม่พูดออกมาอย่างโจ่งแจ้งในเรื่องที่ต้องใช้ความระมัดระวังเช่นนี้ ก็เป็นส่วนหนึ่งของการแสดง. ถ้าไม่พูดออกมาเสียก็ต้องเสแสร้งกันต่อไป. อย่างนี้ฟังดูเหมือนเด็กเล่น. แต่ก็มี

ค่าจริงๆ ทางด้านจิตวิทยา. คือว่าสายลับส่วนใหญ่มีความตั้งใจแน่วแน่และบริสุทธิ์ใจ. ชีวิตของพวกนี้จะง่ายขึ้น ถ้าหลอกตัวเองได้บ้าง.

"เขายอดเยี่ยมในการเว้นพูดสิ่งที่จะทำให้เราลำบากใจเพราะรู้มากเกินไป. แต่เมื่อเขาบอกอะไร เราก็รู้ดีว่าต้องมีความมุ่งหมาย — และข้อสำคัญยิ่งกว่าอีก ก็คือนั่นแสดงให้เรารู้ว่าเขาไว้ใจเรา.

"เขาบอกว่ามีงานให้ดิฉันทำ ซึ่งจะเป็นงานยากมาก. . . เขาใช้คำว่า : "สำนักงานในนิวยอร์คต้องการอะไรบางอย่าง." และดิฉันก็ทราบว่าเขาหมายความว่าทางลอนดอน เชอร์ชิลล์ พวกกองทัพลับต้องการสิ่งเหล่านั้น. สิ่งที่ต้องการก็คือสารการติดต่อ จดหมายส่วนตัว และโทรเลขที่ไม่ใส่รหัสทั้งหมดระหว่างฝรั่งเศสของวิชีกับยุโรป.

"เขายอมรับว่าทั้งนี้เป็นสิ่งที่ไม่มีทางกระทำได้ แต่ในขณะเดียวกันเขาก็ทำทีว่าควรจะทำได้. บัดนี้ดิฉันตระหนักแล้วนี่แหละเป็นคุณสมบัติของเขา อันทำให้พวกขี้ขลาดขวัญกระเจิง และพวกอาจหาญรู้สึกว่าถูกท้าทาย. เป็นวิธีกันพวกที่จะไม่สามารถทำงานสำเร็จออกไป. ถ้าเราไม่คล้อยตามเขาไปด้วย เราก็จะรู้สึกว่าการพูดจาต่อไปชักจะมีเค้าอันตราย และถอนตัวเสีย. เขาให้เราเลือกได้. ไม่มีการแถลงแบบเร้าใจว่ามีงานสำคัญ และเรียกร้องขอให้อาสาสมัคร — ไม่มีอะไรทำนองนั้น. เขาพูดด้วยน้ำเสียงเรียบๆ สงบๆ อย่างไม่เจาะจง ถึงแม้จะมีใครแอบฟังก็จะไม่มีอะไรที่จับได้เป็นชิ้นเป็นอัน ที่จะใช้เป็นหลักฐานยืนยันในโรงศาล. และถ้าเรายินยอมที่จะเอาด้วย เขาจะรู้ได้เพียงจากการที่เรายอมคุยต่อ. และถ้าเราเกิดกลัวขึ้นมาและอยากจะหาทางออก — เราก็จะมีโอกาสถมเถที่จะหาเรื่องที่จะดึงออกจากการสนทนาที่วกวนเป็นเขาวงกต."

สตีเฟนสัน มาเพื่อให้แน่ใจด้วยตนเองว่า "ซินเธีย" มีความสามารถที่จะทำงานแบบยืดเยื้อต่อเนื่องในวอชิงตัน ที่เต็มไปด้วยการพูดซุบซิบ ได้หรือไม่. เขาได้พบหญิงสาวอเมริกันที่ได้พัฒนาความสามารถต่างๆ ของเธอ. มาตรฐานส่วนตัวของเธอไม่มีที่ติ. เธอเป็นคนจำพวกที่ทำงานโดยพึ่งตัวเองได้ สามารถดำเนินงานโดยไม่ต้องคอยรับคำสั่งจากเบื้องบน ยอมเสี่ยงทำอย่างปัจจุบันทันด่วน รู้จักหาทางออก และเฉลียวฉลาด. เธอไม่มีปมด้อยแบบที่หญิงสาวฉลาดๆ ส่วนใหญ่ในเมืองที่เป็นสังคมของผู้ชายจะมีได้. ผู้ที่ตำหนิเธอเพราะความสำส่อนของเธอจะต้องแปลกใจ ถ้าทราบว่าเธอมีกฎเกณฑ์ส่วนตัวในเกียรติศักดิ์เพียงไร.

เธอมั่นใจภักดีอย่างแรงกล้า มั่นคงต่อเป้าหมาย ซึ่งถ้าไม่มีจิตใจดังนี้ คงจะทำงานไม่ได้. เมื่อเธอเริ่มทำงานด้านฝรั่งเศสฝ่ายวิชีในเดือนพฤษภาคม ๑๙๔๑ นั้น มีอันตรายมากหลาย. เธอเป็นชาวอเมริกัน. บ้านเมืองของเธอยังมิได้ร่วมสงคราม. เธอย่อมไม่มีทางขอความคุ้มครองของตำรวจ หากพวกศัตรูพยายามฆ่าเธอ.

ปัญหาสำคัญสุดยอดสองปัญหาที่เธอจะต้องพยายามเพ่งเล็งเป็นพิเศษ คือ เรื่องชะตากรรมของกองทัพเรือวิชี ซึ่งมีทางเปลี่ยนดุลย์ของกำลังทางทะเลอย่างเด็ดขาด และเรื่องกองทุนลับของฝรั่งเศส ซึ่งช่วยหนุนปฏิบัติการของนาซีในทวีปอเมริกาเหนือและใต้. เธอเริ่มงานด้วยการขอเข้าสัมภาษณ์เอกอัครราชทูต อังรี-เฮย์. เจ้าหน้าที่ประชาสัมพันธ์ของท่านทูต คืออดีตนักบินนาวี ชื่อ นายนาวาเอก ชาร์ลส์ บรูสส์ (Captain Charles Brousse) ผู้เสนอให้มีการพบปะเบื้องต้น. เห็นได้ชัดว่าจะเป็นการทดสอบ "ซินเธีย" เสียก่อน. เธอเห็นว่า บรูสส์ เป็นมิตรและน่าคบ. เขาบอกเธอแต่ต้นมือ เกือบจะเป็นการแก้ตัวว่าตนเคยทำงานกับกรรมาธิการร่วมด้านข่าวกรองกองทัพอากาศ ระหว่างอังกฤษกับฝรั่งเศส ก่อนเยอรมันเข้ายึดครอง.

เธอฉลาดหลักแหลมพอที่จะสังเกตข้อมูลเรื่องนี้จากเรื่องสัพเพเหระต่าง ๆ ที่บรูสส์ เล่าเกี่ยวกับตัวเอง และเมื่อไป "ซื้อของ" ประจำสัปดาห์ที่นิยอร์ค ครั้งถัดไป เธอก็ส่งข่าวนี้ไปให้ สตีเฟนสัน โดยผ่าน "แมเรียน". ภายในยี่สิบสี่ชั่วโมงก็ได้รับการยืนยันว่า บรูสส์ เคยทำงานกับราชการลับทหารอากาศในปารีส. ถ้าสามารถทราบได้ว่าเขายังมีเยื่อใยกับนักบินอังกฤษอยู่หรือไม่ ก็จะเป็นข้อมูลที่เป็นประโยชน์.

"ซินเธีย" ได้เข้าพบเพื่อสัมภาษณ์ท่านเอกอัครราชทูต เมื่อเขากลับจากพบกับคอร์เดลล์ ฮัลล์ ที่กระทรวงต่างประเทศ. "ซินเธีย" รายงาน บี.เอ็ส.ซี. ว่า : "ฮัลล์ ได้เล่นงานเอกอัครราชทูต อังรี—เฮย์ อย่างหนักในเรื่องปฏิบัติตามนโยบายหนุนเยอรมันของรัฐบาลวิชี. เขายังเจ็บแค้นขุ่นเคืองอยู่เมื่อให้ดิฉันเข้าพบ. เขาแสดงความดูถูกเหยียดหยามในความหยาบคาย และความไร้กิริยามารยาทของพวกอเมริกัน. พวกอเมริกันช่างไม่เข้าใจความละเอียดอ่อนของการเมืองในยุโรป. พวกเขาจะบังอาจตัดสินว่าฝรั่งเศสเลวได้อย่างไร ในเมื่อตัวเองไม่เคยรู้รสความทุกข์ของการถูกยึดครอง."

อังรี-เฮย์ มีความเห็นว่าผู้เข้าพบนั้นอ่อนหวานจนทำให้ใจอ่อน. แน่นอน

เธอเป็นชาวอเมริกัน แต่เธอได้รับวัฒนธรรมฝรั่งเศสในประเทศฝรั่งเศสเอง. เธอคงจะเข้าใจความแยบคายของนโยบายของวิชีได้ดี ว่าไม่ใช่เรื่องการร่วมมือกับข้าศึก แต่เป็นเรื่องความอยู่รอด. เขาว่า : "ถ้ารถตกลงไปในคู เราต้องหันเข้าหาคนที่จะช่วยลากขึ้นถนนได้. ความร่วมมือกับเยอรมันในแบบนี้จำเป็นสำหรับอนาคตของเรา." อังรี-เฮย์ พูดในทำนองนี้ต่อไปอย่างคึกคักขึ้น. ก็ประเทศฝรั่งเศสเป็นชาติที่ปกครองด้วยเหตุผลสติปัญญา ไม่ใช่ด้วยอารมณ์หยาบ ๆ. การปรองดองกับเยอรมันไม่ใช่การยอมแพ้. การรวมยุโรปเข้าเป็นปึกแผ่นกำลังดำเนินไปด้วยดี. เป็นธรรมดาที่จะต้องสละความคิดตื้น ๆ ออกไปบ้าง. แน่นอนที่พวกอังกฤษจะต้องอิจฉา. พวกนี้ดำเนินสงครามต่อไปเพื่อแกล้งฝรั่งเศส และเพื่อป้องกันจักรวรรดิของตนเอง.

เขาพูดต่อไปในทำนองนี้เป็นเวลาสองชั่วโมงครึ่ง. เมื่อ "ซินเธีย" ลากลับ นักการทูตผู้ไม่ระมัดระวังตัวแสดงความประสงค์ที่จะพบเธออีก. เธอเล่นหูเล่นตาให้ท่าเล็กน้อย. เขาเดินไปส่งเธอผ่านลานบ้านด้วยมารยาทเยี่ยงสุภาพบุรุษ. นายนาวาเอก บรูสส์ ไม่ยอมแพ้ คอยดักอยู่ที่บันไดหน้าสถานเอกอัครราชทูต และเอาชนะท่านเอกอัครราชทูตในการเอาอกเอาใจ.

วันรุ่งขึ้น "ซินเธีย" ได้รับดอกกุหลาบแดงจาก บรูสส์ และบัตรเล็ก ๆ เรียบ ๆ จากท่านเอกอัครราชทูต. ดอกไม้นั้นเป็นลู่ทางนำไปสู่การเลี้ยงอาหารกลางวัน. บัตรนั้นเป็นการเชิญไปงานรับรองของสถานเอกอัครราชทูต.

การเลี้ยงอาหารกลางวันยืดเยื้อยาวนาน และลงเอยในบ้านที่ถนน โอ. ชาร์ลส์ บรูสส์ แต่งงานมาสามครั้งแล้ว และการที่ภริยาคนล่าสุดของเขาอยู่ใกล้เคียง ทำให้เรื่องยิ่งออกรส — และช่วยกำบังความลับให้ "ซินเธีย" ด้วย. เธอแสดงบทภริยาเก็บอย่างยอด จนทำให้ บรูสส์ ชมเชยเธอว่าเยี่ยม. เธอจะเป็นภริยาในอุดมคติของเอกอัครราชทูต หากตัวเขาเองเป็นเอกอัครราชทูต. เขาเองมีคุณสมบัติทางสังคมและวัฒนธรรมที่ชนะเอกอัครราชทูต อังรี-เฮย์ อย่างหลุดลุ่ยมิใช่หรือ. และ "ซินเธีย" ก็เห็นด้วย.

บทที่ ๓๖

เป็นที่เข้าใจได้ว่า นายนาวาเอก บรูสส์ รู้สึกขมขื่นเรื่องที่อังกฤษเข้าโจมตีกองเรือฝรั่งเศสที่ โอราน (Oran) ในปี ๑๙๔๐ เพื่อป้องกันมิให้เรือรบฝรั่งเศสถูกใช้. นายพลเรือเอก เซอร์ เจมส์ ซอเมอร์วิลล์ ผู้บัญชาการ กองกำลัง เอ็ช. (Force H) ซึ่งเข้าจมเรือรบฝรั่งเศส เขียนภายหลังว่า : "เรื่องนี้เป็นความผิดพลาดทางการเมืองที่หนักที่สุดในประวัติศาสตร์สมัยใหม่. . . พวกฝรั่งเศสโกรธแค้นที่เราไม่ไว้ใจพวกเขาในการป้องกันมิให้เรือรบตกไปอยู่ในเมืองของเยอรมัน. . . ผมรู้สึกว่าเป็นเช่นนั้นเสียจะยังดีกว่าที่เราต้องสังหารอดีตพันธมิตรของเราตั้งมากมาย. เรารู้สึกเลวทรามสิ้นดีและอับอายอย่างยิ่ง. . ."

อะไรเป็นเหตุให้ต้องปฏิบัติอย่างเฉียบขาดเช่นนั้น. "ซินเธีย" ผู้กำลังโอ้โลมให้บรูสส์ร่วมมือ รู้สึกว่าต้องการคำตอบบางอย่าง จึงขอการชี้แจง. เธอเขียนบันทึกส่วนตัว ซึ่งต่อมาเป็นส่วนหนึ่งของเอกสารของ บี.เอ็ส.ซี. ว่า :

"ดิฉันอยู่ในอเมริกาใต้เมื่อฝรั่งเศสเมืองแตก. ดิฉันก็ทราบเพียงเหตุการณ์ทั่วๆ ไป. ดิฉันไม่เคยเข้าใจเลย จนกระทั่ง บี.เอ็ส.ซี. ชี้แจงว่า เซอร์ชิลล์พยายามอย่างสุดกำลังเพียงไรที่จะให้ฝรั่งเศสต่อสู้ต่อไป. เขาเพิ่งได้เป็นนายกรัฐมนตรีเมื่อพวกเยอรมันทะลักเข้าเขตแดนฝรั่งเศส. ในการประชุมคณะรัฐมนตรีฉุกเฉินของวันที่ ๒๗ และ ๒๘ พฤษภาคม ๑๙๔๐ เขาได้รับทราบว่า ลอร์ด แฮลิแฟกซ์ ผู้ยังเป็นรัฐมนตรีต่างประเทศอยู่ กำลัง**พิจารณาลู่ทางเพื่อสันติภาพ โดยให้อิตาลีเป็นผู้ไกล่เกลี่ย.*** การที่ยังกระทำสิ่งที่โง่เขลาเช่นนี้ต่อไป ทำให้ เซอร์ชิลล์ และ

---

*เซอร์ชิลล์ เคยถูกกล่าวหาว่าใช้เพทุบาย**การเสนอความเท็จ**และ**ระงับความจริง** เพื่อยกฐานะของตนเองในหนังสือประวัติศาสตร์ของสงครามโลกครั้งที่สองที่เขาเขียนขึ้น. ตรงกันข้าม เขาได้ปกปิดข้อความที่อาจทำให้เขาได้หน้า เพื่อป้องกันพวกที่อาจนับได้ว่าเป็นศัตรูของเขา. เขาระมัดระวังในการเว้นกล่าวถึงเรื่องที่ลอร์ด แฮลิแฟกซ์ ขัดขวางการดำเนินสงครามจนเกือบจะเป็นการบ่อนทำลาย อันมาประจักษ์ชัดขึ้นหลายปีภายหลัง เมื่อได้มีการเผยเอกสารของสำนักงานเอกสารราชการ. เอกสารของ บี.เอ็ส.ซี. และเอกสารของสตีเฟนสัน ชี้ชัดว่ากระบวนการเพื่อสันติภาพในประเทศอังกฤษมีขนาดใหญ่เพียงไร. แฮลิแฟกซ์มาเป็นเอกอัครราชทูตในสหรัฐสืบแทนลอเธียน ในปี ๑๙๔๑ และเมื่อตัดสินใจรับความจริงของสถานการณ์ จึงสนับสนุนสตีเฟนสันอย่างเต็มกำลัง.

สตีเฟนสัน ตกใจยิ่งกว่าอะไรทั้งสิ้น. ข้อนี้เป็นศัตรูสำคัญของเขามาเป็นเวลานานนัก — นั่นคือการเชื่ออย่างน่าสมเพชว่ามีทางที่จะเจรจาสันติภาพกับ ฮิตเลอร์. รัฐหุ่นในฝรั่งเศสจะมีแต่หลอกลวงชาวอังกฤษและอเมริกันให้หลงคิดว่ามีทางร่วมมือกับจักรวรรดิเยอรมันได้.

"มีระยะโกลาหลเมื่อเชอร์ชิลล์พยายามทุกวิถีทาง แม้กระทั่งการตะล่อมประธานาธิบดีรูสเวลท์ แล้วนำคำกล่าวของเขามาอ้างเป็นข้อพิสูจน์ว่าอเมริกันจวนจะเข้าร่วมรบอยู่แล้ว ทั้งนี้เพื่อขัดขวางมิให้ฝรั่งเศสตกลงสันติภาพต่างหาก.

"ได้มีการติดต่อแลกเปลี่ยนข่าวสารกันครั้งหนึ่ง เมื่อท่านประธานาธิบดีแจ้งให้สตีเฟนสันทราบอย่างระมัดระวัง ว่าเลื่อมใสในคำแถลงของฝรั่งเศสที่ว่าตั้งใจจะต่อสู้ต่อไป (เหตุการณ์นี้เกิดก่อนนายกรัฐมนตรี พอล เรย์โนด์ รวบรัดม้วนเสื่อ). เชอร์ชิลล์ ฉวยโอกาสนี้ ตั้งใจจะโฆษณาคำกล่าวนั้น และแจ้งให้พวกฝรั่งเศสทราบว่าอเมริกันจวนจะประกาศสงครามแล้ว. เขาส่งข่าวถึงรูสเวลท์ บอกว่าเขาเชื่อว่า "สารที่น่าชื่นชมฉบับนี้อาจมีบทบาทสำคัญในการพลิกประวัติศาสตร์."

"ท่านประธานาธิบดีไม่ยอม เพราะทราบดีว่าความหุนหันพลันแล่นของเชอร์ชิลล์มีทางทำให้ทุกอย่างพังลงได้ — ทำให้ประธานาธิบดีถูกโค่น ทำให้พวกที่ประสงค์อยู่โดดเดี่ยวมีข้ออ้างขึ้นได้. เขาโทรเลขถึงเชอร์ชิลล์ ปฏิเสธอย่างเด็ดขาด ไม่ยอมให้โฆษณาข้อความใด ๆ ในการติดต่อส่วนตัวของเขา. ข้อนี้ทำให้รัฐบาลฉุกเฉินผิดหวังอย่างมาก. สตีเฟนสันจำต้องอธิบายถึงความซับซ้อนของระบบการเมืองอเมริกันในระหว่างที่ยุโรปกำลังพังทลายลงต่อหน้าต่อตาอังกฤษ. คงไม่ใช่ของง่าย.

"เรื่องที่ทำให้สถานการณ์ยุ่งยากขึ้นอีกก็คือการที่ บิลล์ บัลลิตต์ (Bill Bullitt) เอกอัครราชทูตอเมริกันในฝรั่งเศส รายงานวอชิงตันว่า พวกอังกฤษรีรอในการเข้าช่วยเหลือฝรั่งเศสก็เพื่อสร้างอำนาจการต่อรองของตนเอง (และหลังสัญญาการหยุดยิงว่า) "ความพ่ายแพ้ของผู้นำใหม่ของฝรั่งเศส ทั้งทางกายทั้งทางจิตใจหนักสุดขีดจนทำให้พวกนี้ยินดียอมรับชะตากรรมที่จะต้องกลายเป็นเพียงจังหวัดหนึ่งของเยอรมันนาซี. . . . พวกนี้หวังไว้ว่าอังกฤษจะปราชัยโดยเร็วและอย่างสิ้นเชิง."

"แน่นอนว่า การที่ล่วงรู้ถึงความพยาบาทของพวกฝรั่งเศสฝ่ายวิชีนี่เองเป็นพลังให้ บิลล์ สตีเฟนสัน ยิ่งมุมานะ. เขาได้ยินคำพูดของเชอร์ชิลล์ที่วิงวอนจอมพลเปแต็ง (Marshal Pétain) มิให้มอบกองทัพเรือฝรั่งเศสแก่เยอรมัน.

ครั้งนั้น เชอร์ชิลล์ได้ใช้คำพูดรุนแรงที่สุดอย่างที่ไม่เคยกล่าวมาก่อนเลย. เมื่อพูดไม่สำเร็จเขาบอกสตีเฟนสันว่า : "เราต้องยอมรับว่าฝรั่งเศสพังทลายลงโดยสิ้นเชิงแล้ว. หากเราไม่สามารถป้องกันหมู่เกาะของเรานี้ อารยธรรมของโลกก็จะพังทลายลงโดยสิ้นเชิงด้วย.

"แต่การป้องกันนั้นอาจถูกการหวังสันติภาพบ่อนทำลายได้. ข้อนี้เป็นสิ่งที่เขาต้องการให้พวกอเมริกันเข้าใจ. พวกฝรั่งเศสฝ่ายวิชีมีทางทำลายเราทุกคน ด้วยการสนับสนุนพวกล่าสันติภาพ — พวกที่เชอร์ชิลล์เรียกว่า อ้ายพวกสังฆราชปัญญาทรามและพวกบ้าสันติโง่ดักดาน พวกนายทุนและพวกคอมมูนิสต์ พวกขี้ขลาดตาขาวและพวกบ้าๆ บอๆ นอตหลวม พวกขุนนางและพวกธาตุพิการธรรมดาๆ. . ."

นายนาวาเอก บรูสส์ ดูจะคล้อยตามข้ออ้างที่น่าฟังของคู่รักใหม่โดยดี — ใช่แล้ว เขาเห็นพ้องด้วยว่าพวกอังกฤษมีเหตุผลอันสมควรในการเข้าโจมตีเรือรบฝรั่งเศส. แม้ในขณะนี้ กองทัพเรือฝรั่งเศสก็ยังอาจกลายเป็นเครื่องมือสงครามสำหรับเยอรมันได้. ไม่เป็นการบังเอิญเลยที่มีนายพลทหารเรือฝรั่งเศส ชื่อ จอร์จ โรแบร์ต (Georges Robert) เป็นผู้ว่าการเกาะมาร์ตินีกในนามของฝ่ายวิชี. เกาะนี้อยู่ทางมุมตะวันออกเฉียงเหนือของลาตินอเมริกา ตรงขอบนอกของทะเลแคริบเบียน. นอกจากเป็นประโยชน์สำหรับเรือดำน้ำเยอรมัน และเป็นสถานีถ่ายทอดสำหรับราชการลับเยอรมันแล้ว เกาะนี้ยังเป็นประโยชน์สำหรับสายของหน่วยโพ้นทะเลของพรรคสังคมชาตินิยมเยอรมัน (Foreign Organization of the German National Socialist Party — Ausland Organization NSDAP) ซึ่งมี แอร์นส์ต วิลเฮล์ม โบห์เล (Ernst Wilhelm Bohle) เป็นหัวหน้า ซึ่งในขณะนี้มีหน้าที่สำคัญในการทำงานกับชาวเยอรมันในอเมริกาใต้.

และ บรูสส์ยังเปิดเผยความสำคัญอีกอย่างหนึ่งของเกาะมาร์ตินีก คือ มีทองของฝรั่งเศสจำนวนห้าสิบล้านออนซ์ซ่อนอยู่ในป้อมโบราณบนเกาะ ทองนี้เป็นสมบัติโดยชอบธรรมของประชาชนฝรั่งเศส แต่หากทางวิชียังคงชี้ประโยชน์ของประชาชนอยู่ต่อไป ทองนี้อาจถูกใช้เพื่อผลประโยชน์ของฝ่ายหนุนนาซีในทวีปอเมริกา.

นอกจากนี้ ทองจำนวนนี้ยังสามารถใช้เพื่อซื้อวัตถุดิบสำหรับสร้างอาวุธสงครามได้. หากตกอยู่ในมือของหัวหน้า โบห์เล เขาก็จะมีทางหาประโยชน์จากทรัพยากรธรณีอันมหาศาลของอเมริกาใต้ได้. กองทัพลับต่างๆ และผู้ส่งกำลังบำรุงสนับสนุนก็ต้องการใช้เงินตราต่างประเทศจำนวนมาก. ส่วนมากมักจะต้องส่ง

เงินไปให้เป็นธนบัตรดอลลาร์ใบย่อย ซึ่งจะต้องแลกในสหรัฐ. ปัญหามีว่าจะใช้อะไรแลก. ทองที่เก็บไว้ที่มาร์ตินีก เป็นทางออกที่ชัดเจนสำหรับอังกฤษที่หมดตัวแล้ว.

สารใส่รหัสส่งจากนิวยอร์คถึงลอนดอนดังนี้ :

มีโอกาสในการจัดแผนที่ปรับปรุงใหม่เพื่อปลดทองของวิชีแล้ว. ตกลงไหม.

คำตอบก็รวบรัดเช่นเดียวกัน.

อนุมัติด้วยข้อแม้ว่าไม่ให้อังกฤษพัวพันด้วย.

โกลด์ฟิงเกอร์ (Goldfinger) บอกเจมส์ บอนด์ ถึงแผนการปล้น ฟอร์ต น็อกซ์ (Fort Knox) ว่า :

คุณบอนด์ครับ ตลอดชีวิตผมตกอยู่ในห้วงรัก. ผมรักทองคำ. ผมรักสีความแวววาว น้ำหนักอันน่าเสน่หาของทอง. ผมรักสัมผัสของเนื้อทอง ความละเอียดอ่อนอันนุ่มนวลรื่นมือ จนทำให้ผมสามารถกะคะเนความบริสุทธิ์ของแท่งทองได้อย่างแม่นยำ ภายในหนึ่งกะรัต. และผมก็รักกลิ่นอันระอุที่กำจายออกมาเมื่อผมหลอมให้เป็นน้ำเชื่อมทองคำแท้. แต่ คุณบอนด์ครับ ที่ผมรักที่สุดคืออำนาจซึ่งไม่มีอะไรอื่นใดให้แก่ผู้เป็นเจ้าของได้นอกจากทอง — เป็นเหมือนเวทมนต์ที่ควบคุมพลังงานที่รีดเอาแรงงาน ที่ทำให้บรรลุความปรารถนาและความต้องการชั่วแล่นในทุกโอกาส และเมื่อต้องการก็ซื้อกายซื้อใจและแม้แต่วิญญาณได้.

เช่นเดียวกับเรื่องส่วนใหญ่ของ เอียน เฟล็มมิง เรื่อง โกลด์ฟิงเกอร์ มิได้เป็นเพียงการคิดฝันเพ้อเจ้อ แต่เป็นเรื่องที่ได้ความคิดจากแผนของสตีเฟนสัน ในการเข้าปล้นทองที่มาร์ตินีก ซึ่งจะเป็นกำลังที่ บี.เอ็ส.ซี. ใช้สำหรับเสริมพลังการลุกฮือในยุโรป.

ชาวฝรั่งเศสผู้รักชาติคนหนึ่งว่ายน้ำฝ่าดงปลาบาร์ราคูดา (barracuda) ในช่องแคบระหว่างเกาะมาร์ตินีกกับเกาะเซนต์ ลูเซีย (St. Lucia) ซึ่งอังกฤษยึดครองอยู่โดยตั้งใจจะไปสมทบกับฝรั่งเศสเสรีของ นายพล เดอ โกลล์ ต่อไป. เขาบรรยายถึงเรื่องน่าตื่นเต้นตอนเรือลาดตระเวนฝรั่งเศส ชื่อ เอมิล แบร์แตง (Emile Bertin) นำทองมาที่ ฟอร์ต เดอ ฟรังส์ (Fort-de-France) เมืองหลวงของเกาะมาร์ตินีก

การใช้ปั้นจั่นยกกระสุนของป้อมโบราณที่อยู่ใกล้ ๆ นำทองไปบรรจุในห้องใต้ดิน ซึ่งเป็นคลังเก็บกระสุนปืน. ป้อมปราการนั้นพวกอังกฤษรู้จักดี เพราะในสงครามชิงทรัพยากรของอเมริกาที่แล้ว ๆ มา เคยต่อสู้มาหลายยกแล้วกับพวกฝรั่งเศส เพื่อยึดครองเกาะแถบนี้เพราะเป็นจุดยุทธศาสตร์สำคัญ.

ได้มีการวางแผนเพื่อเข้ายึดทอง. จาคส์ โวซังจ์ (Jacques Vauzanges) ชาวเกาะมาร์ตินีก ผู้เป็นเจ้าหน้าที่กองสอง (กรมข่าวทหาร) ของฝรั่งเศส มาร่วมงานกับ บี.เอ็ส.ซี. ที่นิวยอร์ค. เขาเป็นคนท่าทางห้าวหาญเป็นนักเลง และอาสากลับมาร์ตินีก เพื่อไปเป็นผู้นำการจลาจลเพื่อล้มอำนาจของวิชี. ฝ่ายอังกฤษมอบอุปกรณ์วิทยุและรหัสให้เขา. ฝรั่งเศสฝ่ายวิชียอมออกเอกสารการเดินทางให้เขา เพราะเห็นว่าเคยทำงานมาอย่างซื่อสัตย์ในอดีต และในปัจจุบันนี้เขาอ้างว่าหันมาทำธุรกิจ.

สตีเฟนสันมีเหตุผลหนักแน่นในการสนับสนุนการยึดอำนาจ. เกาะนั้นเป็นที่ตั้งของหมู่เรือหมู่หนึ่งของกองทัพเรือฝรั่งเศส เรือบรรทุกเครื่องบินเบอาร์น (Béarn) และเครื่องบินประมาณ ๑๒๐ ลำ — อันเป็นกำลังอันตรายที่ประมาณมิได้ และเป็นกองกำลังรบร่วมที่ใหญ่ที่สุดในภูมิภาคนั้น. แม้จะมิได้ใช้หน่วยของวิชีเหล่านั้น ฝ่ายเยอรมันก็ได้ประโยชน์มากแล้วจากเกาะมาร์ตินีก. ในช่วงเวลาเพียงเดือนเดียว เรือดำน้ำเยอรมันจมเรือของอังกฤษได้ยี่สิบลำในบริเวณรอบ ๆ เกาะ. หากฝ่ายเยอรมันเข้าครอบครองเกาะได้อย่างเด็ดขาด ก็ยังมีทองที่อยู่บนเกาะ อันพร้อมจะเป็นค่าใช้จ่ายสำหรับปฏิบัติการของนาซี และสำหรับซื้อวัสดุสำคัญของยุทธศาสตร์จากอเมริกาใต้.

นายทหารเรือฝรั่งเศสที่มาร์ตินีกบางคนก็สนับสนุนโวซังจ์. เขาชักชวนชาวฝรั่งเศสพวกอื่นให้เข้าร่วมในการนำเรือรบหลบหนีออกไปสู่แฮลิแฟกซ์ เมืองท่าในแคนาดา โดยจะให้เรือรบลำหนึ่งบรรทุกทองไปด้วย. แต่ชะตาของอังกฤษกำลังตกอับ ประกอบกับความแค้นเคืองที่อังกฤษเข้าโจมตีเรือรบฝรั่งเศสที่โอรัง จึงทำให้พวกคบคิดเกิดลังเลใจขึ้นมา. ถึงกลางปี ๑๙๔๑ เกาะมาร์ตินีกยึดแนวนโยบายของฝรั่งเศสฝ่ายวิชีอย่างมั่นคง และ โวซังจ์เลิกล้มแผนการ หลังจากแตกคอกับพวกที่มีท่าว่าจะเข้าร่วมแผนการคบคิด เพราะพวกนี้เกรงว่าอาจถูกตั้งข้อหาว่าทรยศและหนีทัพ.

เชอร์ชิลล์ตั้งคำถามกับ บี.เอ็ส.ซี. ว่า : ทองทั้งห้าสิบล้านออนซ์ยังอยู่ที่

นั่นครบหรือเปล่า.

ผู้เชี่ยวชาญของสตีเฟนสันคนหนึ่งได้ทำการประเมิน. เขาคือ นายพันเอก หลุยส์ ฟรังค์ (Colonel Louis Franck) เป็นผู้เชี่ยวชาญระดับโลกเกี่ยวกับทองคำแท่งที่เป็นทุนสำรอง และเกี่ยวกับอนุญาโตตุลาการ เขาสืบสายสกุลนายธนาคารชาติของเบลเยียมมาหลายชั่วอายุคน. จากนิวยอร์ค เขาติดตามธุรกิจทางการเงินทุกอย่างที่อาจเป็นประโยชน์สำหรับข้าศึก. เขาไม่พบร่องรอยใดที่แสดงว่าทองคำของมาร์ตินีกจะได้เริ่มแทรกซึมเข้ามาในตลาดโลก. แต่เขาก็ได้ประเมินว่า ทองจำนวนนั้นมีราคาประมาณร้อยเท่าของราคาตายตัวที่กำหนดในบัญชี ซึ่งตีราคาว่ามีมูลค่าสามพันล้านดอลลาร์ อันเป็นจำนวนที่ห่างจากความเป็นจริงมาก.

จะมีทางนำทองคำนี้ออกมาได้หรือไม่. เพียงแต่ทองจำนวนนี้เท่านั้นก็เหลือล้นสำหรับสนับสนุนกองทัพลับต่าง ๆ ที่วันหนึ่งจะสามารถขับไล่ผู้ยึดครองบ้านเกิดเมืองนอนของเขาได้.

ฟรังค์เสนอทางเลือกอีกทางหนึ่งว่า : “ให้เข้าควบคุมทองแล้วใช้สำหรับค้ำประกันการกู้เงินเพื่อซื้ออาวุธจากอเมริกา.”

สตีเฟนสันกล่าวว่า : “แนวความคิดที่มีอยู่ก็เป็นไปในทำนองนั้น แต่มีปัญหาเล็กน้อยเรื่องการเข้าควบคุมทอง.”

ทั้งสองนั่งอยู่ในสำนักงานของสตีเฟนสัน ซึ่งตั้งอยู่บนตึกสูงเหนือแมนแฮ็ตตัน. ในสถานที่ซึ่งห่างไกลจากเหตุการณ์จริง ๆ นั้น อะไร ๆ ก็ดูเป็นไปได้ทั้งนั้น.

ฟรังค์กล่าวว่า : “ต้องทำให้ผู้ว่าการ เวสต์ อินดีส์ (West Indies) ของฝรั่งเศส จำเป็นต้องตั้งตัวเป็นกลาง. แล้วห้ามไม่ให้มีการเคลื่อนย้ายกำลังใด ๆ ออกจากมาร์ตินีก. ดังนี้จะทำให้ทองคำนั้นอยู่ในควบคุมของเราโดยปริยาย.” เขากล่าวสรุปด้วยเหตุผลว่า : “ไม่มีใครขอดูทองแท่งแต่ละแห่งในฟอร์ต น็อกซ์ทุกครั้งที่จะซื้อเงินดอลลาร์สหรัฐ.”

สตีเฟนสันชะโงกตัวมาข้างหน้าโดยฉับพลันและว่า : “ผมว่าคุณคิดถูก. เราต้องให้ทองคำคงอยู่ที่มาร์ตินีก แต่เราจะพิสูจน์ว่าเราสามารถยึดไว้เมื่อใดก็ได้. เมื่อเป็นเช่นนี้ ทางกระทรวงต่างประเทศสหรัฐอาจถึงกับจ้างเรา**ไม่**ให้ไปยึดทอง. . . .” เขากดออด และบอกฟรังค์ว่า : “หลบออกไปทางประตูหลัง. ผมมีคนที่จะใช้ได้

สำหรับการนี้ — แต่ถ้าคุณไม่พบคนๆ นี้ก็จะดีกว่า."

ผู้ที่เข้ามาใหม่คือ หลุยส์ เดอ โวห์ล (Louis de Wohl) โหราจารย์ส่งมาจากลอนดอน เพื่อมาเป็น "นักเล่นกล" ของ บี.เอ็ส.ซี. ในหน่วยโลกลวงตาของแจสเปอร์ แมสเกไลน์. เรื่องเป็นข่าวและ "มุมโหราศาสตร์" ในหนังสือพิมพ์สร้างชื่อเสียงให้เขา เขาได้รับข้อมูลที่ถูกต้องเพียงพอ ซึ่งทำให้คำพยากรณ์ของเขาเรื่องการดำเนินสงครามออกมาสมจริงเชื่อถือได้. เขามีแฟนเพิ่มขึ้นทุกที ที่เชื่อมั่นในทิพยอำนาจของเขา. เขาได้ท่องเที่ยวตระเวนไปตามเมืองต่างๆ ในอเมริกาในนามของ "โหราจารย์ชาวฮังการีผู้ลือชื่อ" และบัดนี้ก็กลับมานิวยอร์คแล้ว.

สตีเฟนสันกล่าวแก่ชายร่างอ้วนเล็ก หัวเหม่ง ใส่แว่นตาขอบหนาคนนี้ว่า : "บอกเลิกนัดที่มีอยู่ ตอนนี้ให้คุณพยากรณ์จริงๆ เสียที. แล้วเราจะติดต่อให้ทราบ."

รายงานของ "ซินเธีย" จากวอชิงตันได้รับการวิเคราะห์ใหม่อย่างถี่ถ้วน โดยเฉพาะส่วนที่เอกอัครราชทูต อังรี-เฮย์ กล่าวถึงเวสต์ อินดีส์. ต่อมาโวห์ลก็เขียนในหน้าหนังสือพิมพ์ที่ตีพิมพ์ในหลายฉบับ ว่าในไม่ช้าคนสำคัญของพวกร่วมมือกับข้าศึกฝ่ายวิชี ที่รับราชการในเกาะทะเลใต้สับปะรังเคแห่งหนึ่ง จะต้อง "ถูกแดดเผาหัว" แล้วเกิด "บ๊อง" ไป.

หนึ่งสัปดาห์ต่อมา นายทหารเรือฝรั่งเศสผู้ใหญ่คนหนึ่งหลบหนีออกมาจากเกาะมาร์ตินีก และบอกกับผู้สื่อข่าวที่ไมแอมี (Miami) ว่า นายพลเรือเอกโรแบร์ต เกิดวิกลจริตขึ้นมา. เจ้าเมืองฝรั่งเศสป่วยเพราะตากแดดจริงๆ. ความเชื่อถือในโวห์ลจึงทวีขึ้น. ฝ่ายโรงปั้นข่าวลือของ บี.เอ็ส.ซี. สามารถป้อนข่าวซุบซิบว่า พวกฝรั่งเศสเสรีอาจเข้ายึดเกาะ และก็มีผู้พร้อมที่จะรับฟัง. การพูดเป็นนัยและข่าวลือเหล่านี้ทำให้กองทหารที่รักษาเกาะอยู่ประสาทเสีย. นโยบายจึงกลายเป็นสนับสนุนเยอรมันน้อยลง. ทองคำนั้นก็เท่ากับอยู่ในมือของฝ่ายอังกฤษโดยปริยาย เพราะเกาะถูกกองทัพเรืออังกฤษและ บี.เอ็ส.ซี. สอดส่องอยู่ตลอดเวลา. ความกดดันเพิ่มขึ้นอีกเมื่อนายพลเรือเอก จอห์น ดับเบิลยู. กรีนสเลด (Admiral John W. Greenslade) แห่งกองทัพเรือสหรัฐ บินไปเยี่ยมโรแบร์ต. ถึงแม้สหรัฐไม่คิดฝันที่จะยุ่งเกี่ยวด้วย แต่ทางวอชิงตันก็ต้องคอยจ้องมองความเป็นไปของฐานทัพและเรือรบตลอดจนเครื่องบินรบที่อยู่ ณ ที่นั้น. เมื่อกลับมาที่ไวท์ เฮาส์ กรีนสเลดรายงานว่า ถึงแม้ธนาคารชาติอังกฤษจะล้มละลาย พวก

อังกฤษก็จะสามารถชำระหนี้ได้ "ไม่ทางหนึ่งก็ทางใด."

ในบางโอกาส ข้าราชการในวอชิงตันจะสอบถามว่าฝ่ายอังกฤษจะเอาอะไรมาค้ำประกันการกู้ยืมแน่. สตีเฟนสันได้เตรียมการเพื่อตอบคำถามทำนองนี้โดยเฉพาะไว้แล้ว โดยร่างแผนอย่างละเอียดลออและน่าเชื่อในการเข้ายึดเกาะมาร์ตินีกด้วยความช่วยเหลือของสายที่เขาวางไว้ที่นั่นแล้ว. ทุกครั้งที่เอ่ยว่าอาจจะลงมือปฏิบัติการตามแผนทำนองนี้ ทางกระทรวงต่างประเทศอเมริกันก็จะประท้วงอย่างรุนแรง เพราะระลึกถึงการที่เดอ โกลล์ได้เข้ายึดเกาะแซงต์ ปิแอร์ กับ เกาะมิเกอลอง และการโวยวายที่ตามมา. เมื่อเป็นเช่นนั้น บี.เอ็ส.ซี. ก็จะล่าถอยโดยดี โดยได้รับอนุมัติเงินกู้ครั้งใหม่. นักประวัติศาสตร์ของ บี.เอ็ส.ซี. คนหนึ่งวิจารณ์ว่า "นั่นคือปฏิบัติการขู่กรรโชกในทางสร้างสรรค์."

บทที่ ๓๗

การปฏิบัติกลอุบายเกี่ยวกับเกาะมาร์ตินีกได้รับบริการอย่างดี จากโทรเลขที่ไม่ใช้รหัสของวิชี ซึ่ง "ซินเธีย" แสวงหามาให้. นายนาวาเอก ชาร์ลส์ บรูสส์ ผู้เป็นแหล่งข่าวของเธอ คงต้องทรมานใจมากในการตัดสินใจเด็ดขาดไม่ได้. โดยที่เขาเคยทำงานในหน่วยราชการลับร่วมระหว่างอังกฤษกับฝรั่งเศสก่อนฝรั่งเศสพังทลายลง และโดยที่ชื่นชมกับความอดทนของอังกฤษ จะเดาความสะเทือนใจของเขาได้ไม่ยากนัก เมื่อเขาได้รับโทรเลขหมายเลขที่ ๔๐๙๓ ลงวันที่ ๑๕ มิถุนายน ๑๙๔๑ จากนายพลเรือเอก ฟรังซัวส์ ดาร์ลัง (Admiral François Darlan) รัฐมนตรีกระทรวงทหารเรือของวิชี. โทรเลขนั้นเรียกร้องรายละเอียดเกี่ยวกับการซ่อมเรืออังกฤษในอู่ซ่อมสหรัฐ และเป็นเพียงหนึ่งในหลายร้อยฉบับซึ่งราชการลับเยอรมันเป็นต้นคิดให้ส่ง.

เอกอัครราชทูต อังรี-เฮย์ อยู่ในฐานะที่จะจมเรือประจัญบานอันทรงอานุภาพ. ถึงแม้ว่าในยามสงบแล้วเขาคงจะไม่สามารถได้ตำแหน่งสูงกว่าตำแหน่งกำนันบ้านนอกนั่งเรือหางยาวไปงานวัด แต่ตอนนี้ เขาใช้อำนาจในการทรยศอย่างสนุกสนาน เกือบจะพอ ๆ กับดาร์ลัง ผู้ส่งข่าวจากสถานเอกอัครราชทูตในวอชิงตันให้แก่พวกเยอรมัน และเป็นคนเกลียดอังกฤษอย่างรุนแรงกว่าพวกที่ร่วมมือกับข้าศึกส่วนใหญ่. โทรเลขที่ ๑๒๓๖ และ ๑๒๓๗ จากสถานเอกอัครราชทูตวิชีในวอชิงตัน เปิดเผยว่าเรือบรรทุกเครื่องบินอิลลัสเตรียส (Illustrious) กำลังซ่อมอยู่ที่นอร์โฟล์ก (Norfolk) เรือลาดตระเวนประจัญบาน รีพัลส์ (Repulse) ที่ฟิลาเดลเฟีย (Philadelphia) และเรือประจัญบานมาเลยา (Malaya) ที่นิวยอร์ค. เชอร์ชิลล์กล่าวว่า การที่เรือรีพัลส์ต้องจมลงในเวลาต่อมา เป็น "ความเขย่าขวัญโดยตรงที่รุนแรงที่สุดที่ผมเคยประสบมา."

โทรเลขเหล่านั้นคงจะต้องทำให้นายนาวาเอก บรูสส์ สะเทือนใจไม่ใช่น้อยในขณะนั้น. สตีเฟนสันเห็นว่า ความลังเลสงสัยในสำนึกที่ทรมานใจบรูสส์นั้นเป็นตัวอย่างของสภาพจิตอันปั่นป่วน ที่ในไม่ช้าจะให้ทั้งยุโรป แม้แต่พวกที่อยู่ภายใต้ควบคุมของพวกเผด็จการต้องระส่ำระสายไปหมด. จะนับว่าบรูสส์เป็นผู้ทรยศ

เพราะปฏิเสธการเรียกร้องข่าวสารจากวิชีกระนั้นหรือ. เขาต้องทุกข์ทรมานใจกับความลังเลสงสัยแบบเดียวกับกองกำลังที่รักษามาร์ตินีกในการเลือกว่าจะภักดีกับฝ่ายใด. ป้อมปราการยุโรปก็เต็มไปด้วยคนจำพวกเดียวกันนี้ ที่กำลังพิจารณาทบทวนเลือกฝ่ายกันใหม่.

ในเดือนกรกฎาคม อังรี-เฮย์ตัดสินใจปลดนายนาวาเอก บรูสส์ จากตำแหน่งเจ้าหน้าที่ประชาสัมพันธ์ แต่ยังคงใช้สอยเป็นเลขา โดยให้กินเงินเดือนจากกองทุนลับ. ทั้งนี้หมายความว่ารายได้ของบรูสส์ต้องลดลง. นั่นเป็นจังหวะเหมาะสำหรับ "ซินเธีย" ที่จะแนะวิธีเพิ่มรายได้. บรูสส์ตกลงที่จะรับค่าตอบแทนเป็นรายสัปดาห์สำหรับข่าว**รายวัน**เกี่ยวกับเหตุการณ์ภายในสถานเอกอัครราชทูตวิชี. การนี้นำไปสู่เรื่องใหม่ๆ นับไม่ถ้วน อันทำให้ บี.เอ็ส.ซี. ในนิวยอร์คต้องมีงานสอบสวนมากจนล้นมือ. จะยกตัวอย่างหนึ่งที่แสดงถึงงานที่ขยายพอกพูนขึ้นอย่างกะทันหันดังนี้.

กองทุนของวิชีถูกสอดส่องอย่างใกล้ชิดเพราะใช้เพื่อประโยชน์ของนาซี. เจ้าหน้าที่การเงินของสถานเอกอัครราชทูตและเจ้าหน้าที่การค้าอื่นๆ ในสหรัฐเป็นผู้จ่ายเงินให้แก่สายลับและเป็นผู้รวบรวมข่าวลับทางเศรษฐกิจที่เป็นประโยชน์ต่อเบอร์ลิน. ในสถานกงสุลฝรั่งเศสที่นิวยอร์ค เจ้าหน้าที่การเงินแข็งขันเป็นพิเศษ. เลขาของผู้นี้เป็นหญิงสาวที่ปราดเปรื่อง แต่งงานแล้ว แต่ก็มีความสนใจนอกชีวิตสมรส. โดยที่เธอยังคงมีชีวิตอยู่ ทั้งยังมีสามีอยู่ และมีครอบครัวใหญ่ จึงจะคงเรียกเธอว่านางคาเดต์ (Mme. Cadet) ตามชื่อที่ใช้ในเอกสารของ บี.เอ็ส.ซี. สายของ บี.เอ็ส.ซี. นายหนึ่งได้รับมอบหมายภาระอันน่าชื่นใจให้ไปจีบเธอ. ในไม่ช้าเธอก็นำสำเนาจดหมายต่างๆ ที่ยืนยันว่ามีผู้หนุนนาซีในควิเบ็ก (Quebec) มามอบให้เขา. ข้อนี้เป็นเรื่องล่อแหลมสำหรับแคนาดา เพราะรัฐบาลกลางที่นั่นบ้าจี้เรื่องความเป็นอิสระจากอังกฤษ — และมักจะพยายามแสดงออกถึงความอิสระนี้อย่างเยิ่นเย้อจนน่าขัน. การเรียกร้องไปถึงรัฐบาลในอ๊อตตาวาโดยตรงจึงมีหวังถูกปฏิเสธ. เช่นเดียวกับรูสเวลท์ นายกรัฐมนตรีแคนาดาจำต้องถือเอาความสามัคคีในชาติเป็นใหญ่. มีการตั้งแผนกของ บี.เอ็ส.ซี. ขึ้นอีกต่างหากเพื่อร่วมงานกับหน่วยรักษาความปลอดภัยของแคนาดาเกี่ยวกับอันตรายของแนวที่ห้านี้. ต่อมา นางคาเดต์ถูกย้ายไปวอชิงตัน ณ ที่นั้น เธอมอบสิ่งของให้แก่สายของ บี.เอ็ส.ซี. อีกคนหนึ่งซึ่งมีเอกสารต่างๆ ตรายาง และหนังสือเดินทางเปล่าๆ ที่ยังไม่ได้ใช้ อันเป็นสิ่งที่มีประโยชน์ล้ำค่าในการเตรียมเอกสารประจำตัวสำหรับสายลับ. เธอช่วยชีวิตของ

หลายคน โดยเปิดเผยให้ทราบว่ามีเครื่องหมายลับบนวีซ่าของวิชีสำหรับประกันว่าเป็นของจริง รวมทั้งระดับขั้นความเชื่อถือได้ของผู้ถือหนังสือเดินทาง. ดังนั้นผู้เชี่ยวชาญการปลอมแปลงเอกสารของสถานี เอ็ม. ในโทรอนโทจึงซาบซึ้งมากในความช่วยเหลือนี้.

ถึงระยะนี้ "ซินเธีย" ได้ย้ายจากบ้านที่จอร์จเทาว์น ไปเช่าห้องที่โรงแรมวอร์ดแมน พาร์ค (Wardman Park Hotel) ซึ่งเป็นที่อยู่ของบรูสส์กับภริยา. เธอเขียนภายหลังว่า : "การนี้ทำให้กิจการทั่วไปเรียบร้อยขึ้น. นอกจากนี้ก็ยังเป็นระยะเวลาที่ทาง เอ็ฟ.บี.ไอ. ชักจะซอกแซกเรื่องดิฉันมากเกินควร. พวกนั้นมีทางทำให้เรื่องของดิฉันเสียได้โดยไม่รู้ตัวเลย เพราะไม่ทราบแต่ประการใดว่าดิฉันทำงานให้ บี.เอ็ส.ซี."

เธอจำต้องเลิกติดต่อกับสายสัมพันธ์คนหนึ่งของเธอ คือ จัง-หลุยส์ มุสา ชาวอเมริกัน-ฝรั่งเศส ที่ควบคุมเกสตาโปของวิชี. เธอได้รับคำเตือนว่า มุสาถูกทาง เอ็ฟ.บี.ไอ. สอดส่องอยู่แล้ว. พรรคพวกของฮูเวอร์ไม่ทราบถึงบทบาทจริงของ "ซินเธีย" แม้แต่น้อย และอาจกล่าวหาว่าเธอเป็นสายลับของนาซีไปด้วย.

มุสาได้รับค่าจ้าง ๓๐๐ ดอลลาร์ต่อเดือน บวกกับ ๒๐๐ ดอลลาร์สำหรับค่าใช้จ่ายจากสถานเอกอัครราชทูตวิชี — ซึ่งนับว่าเป็นเงินไม่ใช่น้อยในสมัยนั้นแม้ว่าจะไม่ใช่จำนวนมหาศาล. กิจกรรมด้านธุรกิจของเขาก็ได้รับการสนับสนุนจากเงินทุนของนาซีเช่นเดียวกัน. สายชาวฝรั่งเศสของ บี.เอ็ส.ซี. ได้รับช่วงงานกรณีมุสา พร้อมด้วยอุปกรณ์อันประกอบด้วยบริษัทการค้าต่างประเทศในนิวยอร์คซึ่งมีสำนักงานที่แออัดคับแคบ และติดป้ายทองเหลืองอร่าม มีตู้เอกสารน่าเลื่อมใสอันเต็มไปด้วยจดหมายการติดต่อ ซึ่งทางสถานี เอ็ม. ได้แต่งขึ้น และปลอมแปลงอย่างระมัดระวัง. หลังจากการพบมุสาโดยบังเอิญ ได้ดื่มเหล้าสองสามก๊งในร้านเหล้า และพูดจาอย่างปล่อยตัวแล้วเขาก็ทำทีว่าเกิดสนใจในการตั้งกิจการส่วนตัวเล็ก ๆ ขึ้นมาทันทีทันใด. คนของ บี.เอ็ส.ซี. เกิดระเบิดออกมาอย่างจริงใจ "เพราะฤทธิ์สุรา" ว่าเกลียดชังพวกอเมริกัน รักพวกเยอรมัน และเสียดายเป็นบ้าที่ไม่ได้อยู่ในฝรั่งเศสเพื่อรับใช้สหพันธ์ฟาสซิสต์ใหม่. มุสาเองก็รับว่าพอใจที่ได้ฟังความรู้สึกทำนองนี้. สายของ บี.เอ็ส.ซี. จึงบอกว่า ถ้าเช่นนั้น มุสาอยากจะทำธุรกิจกับเขาไหม. เขาสามารถหาสำนักงานและผู้ช่วยงานด้านเลขานุการได้ — ซึ่งก็หายากทั้งสองอย่างในนิวยอร์ค. มุสาตกลง. นั่นดูจะเป็นโอกาสทองสำหรับขยายกิจการลับของเขา.

ความโอหังและความโลภของมุสา ทำให้เขาเชื่ออาการชอบใจของสาย บี.เอ็ส.ซี. ที่ได้ผู้ร่วมงานเจ้าปัญญาเช่นนี้. มุสาเล่าเรื่องเกี่ยวกับวิชีให้เขาฟัง และพูดถึงความจำเป็นที่จะต้องเผชิญความจริงเกี่ยวกับฮิตเลอร์ ตลอดจนความสำคัญในการไม่ลืมว่าเขาเป็นชาวฝรั่งเศส. มุสากล่าวว่า : “จะว่าไปแล้ว แม้ว่าผมมีสัญชาติอเมริกัน แต่ใจก็ยังเป็นฝรั่งเศส.” เขารู้สึกปลาบปลื้ม แต่ก็ไม่แปลกใจเมื่อเพื่อนใหม่ของเขากล่าวว่า มุสาช่วยให้เขาเข้าใจตัวเองชัดแจ้งขึ้น และว่ายินดีที่จะโฆษณาทัศนคติของฝ่ายวิชี. ดังนี้โดยไม่รู้ตัว มุสาก็ได้รับเอาคนของ บี.เอ็ส.ซี. เข้าค่ายของตนเอง ซึ่งจะทำให้มุสาได้รับผลร้ายถึงหายนะ. สำนักงานของเขาถูกติดเครื่องดักฟังทั่วไปหมด. การติดต่อทางโทรศัพท์ ทางจดหมาย การสนทนา และการติดต่อกับสายของเขา ถูกสอดส่องตลอดยี่สิบสี่ชั่วโมง — อันทำให้ทราบเรื่องราวหลายอย่าง เช่นรายละเอียดในแผนที่ วิชีตั้งใจจะใช้เกาะ แซงต์ ปิแอร์ ให้เป็นประโยชน์.

กิจการนั้นดูเหมือนเป็นวิสาหกิจการค้าธรรมดา. รัฐบาลฝรั่งเศสสัญญาให้สัมปทานระยะยาวแก่เวสเตอร์น ยูเนียน (Western Union) รวมทั้งพื้นที่บนเกาะแซงต์ ปิแอร์ ซึ่งเป็นอาณานิคมฝรั่งเศส เพียงพอสำหรับติดตั้งสถานีวิทยุซึ่งมีเครื่องส่งกำลังสูงที่จะรับฟังได้ทั่วโลก. สำนักงาน ๓๔,๐๐๐ แห่งของเวสเตอร์นยูเนียนในสหรัฐ จะมีสายโทรเลขเชื่อมกับสถานีนี้ ซึ่งหมายความว่า เวสเตอร์นยูเนียนจะสามารถบริการทั่วโลกได้ โดยไม่ต้องอาศัยบริษัทโทรเลขต่างประเทศอื่น ๆ ที่เป็นคู่แข่ง. แต่ทั้งนี้ก็หมายความว่าพวกนาซีที่ควบคุมยุโรปอยู่จะได้ประโยชน์ยิ่งกว่าอีกมากนัก ดังที่สตีเฟนสันรีบชี้แจงให้วินเซนต์ แอสเตอร์ (Vincent Astor) ทราบ. แอสเตอร์ได้รับแต่งตั้งจากประธานาธิบดี รูสเวลท์ ให้เป็นเจ้าหน้าที่ติดต่อพิเศษกับ บี.เอส.ซี.. เขามีประโยชน์เป็นพิเศษเพราะธุรกิจการค้าของตระกูลแผ่ไปถึงสาขาที่ช่วยให้ฝ่ายอังกฤษได้รับความช่วยเหลือลับและมีกิจการบังหน้า. ยกตัวอย่าง ตระกูลของเขาเป็นหุ้นใหญ่ในโรงแรมเซนต์ เรจิส (St. Regis Hotel) ซึ่งเป็นสถานที่สำหรับสตีเฟนสันพบปะกับบุคคลสำคัญ ๆ เช่น อัลเบิร์ต ไอนสไตน์ (Albert Einstein) ซึ่งในขณะนั้นทางราชการลับอังกฤษติดต่อด้วย ถึงแม้ว่าไม่ใช่ในกิจการสำคัญ แต่ไม่อาจที่จะเปิดเผยได้. (มีเรื่องน่าขันแต่ก็น่าสมเพชว่าญาติสายอังกฤษของตระกูล คือ เลดี แอสเตอร์ (Lady Astor) ได้มีบทบาทเป็นผู้นำของกลุ่มคลีเวนเดน (Clivenden Set) ซึ่งชักชวนให้ใฝ่สันติภาพ. วินเซนต์บัญชาการปฏิบัติการต่อต้านการก่อวินาศกรรมบางคราวของอังกฤษและในเวลาต่อมา ได้รับยศนายนาวาเอกในนาวีสหรัฐ.)

นอกจากนี้ วินเซนต์ แอสเตอร์ ยังเป็นกรรมการบริหารคนหนึ่งของเวสเตอร์น ยูเนียน และในเดือนเมษายน ๑๙๔๑ เขาเสนอแนะให้ล้มเลิกข้อตกลงซึ่งถ้าดูแต่ผิวเผิน ก็ไม่น่าจะเป็นภัยอะไร. กรรมการบริหารคนอื่นๆ ทราบว่าเขาเป็นที่ปรึกษาลับของรูสเวลท์ จึงรับฟังคำยืนยันว่าการตัดสินใจนี้เกี่ยวกับความปลอดภัยของชาติ. การตัดสินใจครั้งนี้ทำให้เวสเตอร์น ยูเนียน เสียโอกาสขยายบริการและเพิ่มกำไรอย่างมากมาย. แต่สตีเฟนสันได้นำหลักฐานมายืนยันว่าสถานีวิทยุที่เกาะแซงต์ ปิแอร์ จะถูกสายนาซีใช้ในการติดต่อสื่อสารผ่านวิชีโดยไม่ต้องถูกตรวจข่าว. จดหมายของมุสาเองที่เปิดเผยจุดประสงค์อันแท้จริงของสถานีวิทยุนี้.

มุสาพยายามเข้าควบคุมการผลิตปืนกลมือเบร็น (Bren submachine gun) ของสหรัฐโดยซื้อหุ้นด้วยเงินของเยอรมัน. เขาได้ซื้อหนังสือเดินทางและวีซ่าปลอมให้สายของเยอรมัน. เขาจ้างผู้ที่เอาใจออกห่างจากกรรมการจัดซื้อของอังกฤษ (British Purchasing Commission) คนหนึ่งชื่อ พอล เซแกง (Paul Seguin) มาเป็นบรรณาธิการสิ่งพิมพ์ที่สนับสนุนนาซี. เขาตั้งบริการข่าวสารฝรั่งเศสฝ่ายวิชีเรียกว่าฮาวาส (Havas) ซึ่งแจกจ่ายการโฆษณาชวนเชื่อของนาซีอย่างเกือบไม่ปิดบังไปทั่วทั้งซีกโลกตะวันตก. ปฏิบัติการของเขาในอันที่จะมีอิทธิพลเหนือสื่อมวลชนครอบคลุมไปถึงมอนทริออล ณ ที่นั้นเขาพยายามทำให้หนังสือพิมพ์ภาษาฝรั่งเศสไม่กล้าจ้างนักหนังสือพิมพ์ฝรั่งเศสผู้ลี้ภัยที่มีความคิดเห็นต่อต้านนาซี. เขาเป็นนักปฏิบัติการที่ไม่มีอุดมคติประจำใจ และเพียงบังเอิญได้รับค่าตอบแทนที่เขาพอใจจากพวกฟาสซิสต์. เขารู้วิธีหลบเลี่ยงด่านควบคุมการแลกเปลี่ยนเงินตรา. นอกจากนั้น เขายังหาเศษหาเลยจากการเป็นพ่อเล้านอกเวที และพบว่าสามารถใช้งานเด็กสาวฝรั่งเศสที่ยินยอมถ่ายทอดข่าวสารที่เป็นประโยชน์ต่อหน่วยข่าวลับทางเศรษฐกิจของวิชี. เขามีแผนที่จะเช่าเหมาเรือสำหรับนำผู้ลี้ภัยจากยุโรปมาเม็กซิโก และขากลับไปยังเมืองท่าที่ไม่ถูกยึดครองของฝรั่งเศสจะบรรทุกสินค้าที่ไม่สามารถส่งตรงไปเยอรมันเพราะกฎเกณฑ์ควบคุมการค้า. ข้อเสียของมุสาอยู่ที่เขาฉลาดเกินไป.

สตีเฟนสันได้เสนอปัญหาต่อเชอร์ชิลล์ตอนฤดูร้อนปี ๑๙๔๑ พร้อมด้วยหลักฐานกล่าวหามุสา รวมกับสำเนาเอกสารหลายพันฉบับจากแหล่งข่าวอื่นๆ ที่ชี้บ่งถึงปฏิบัติการของวิชี. น่าสมควรแก่เวลาแล้วที่จะเปิดโปงความหน้าไหว้หลังหลอกของวิชี การสะสมกำลังรบขึ้นใหม่ของอเมริกันยังคงทำอยู่อย่างไม่เต็มใจ. ประเทศนั้นยังไม่พร้อมที่จะเผชิญสงคราม และคงจะมาเป็นคลังแสงของฝ่ายประ-

ชาธิปไตยตามที่ เอ็ฟ.ดี.อาร์. หมายไว้ไม่ทันการ. งานกุศลเพื่อช่วยสงครามทำให้ชาวอเมริกันที่หวังดีรู้สึกสบายใจว่าได้ทำอะไรสักอย่างหนึ่ง แต่ก็ไม่มีความหมายอะไรเลย. แผนการผลิตเพื่อเตรียมรบยังไม่มีระเบียบแบบแผน. กองทัพสหรัฐขาดแคลนอุปกรณ์. เหล่าทหารก็รู้สึกตัวว่าไม่มีประโยชน์อะไรเลย. หากเปิดหน้ากากสถานเอกอัครราชทูตวิชีได้ว่าเป็นโล่กำบังความพยายามขนานหนักของนาซีเพื่อบ่อนทำลายสหรัฐ ชาวอเมริกันอาจถูกเขย่าให้มีอารมณ์เตรียมพร้อมเพื่อสงครามมากขึ้น.

เชอร์ชิลล์ผู้ขณะนั้นกำลังเตรียมลับสมองเพื่อไปประชุมกับท่านประธานาธิบดีคราวที่ริเริ่มกฎบัตรแอตแลนติก (Atlantic Charter) เห็นพ้องกับความคิดของสตีเฟนสัน. ท่านนายกรัฐมนตรีเห็นว่า "คงจะดีถ้าท่านประธานาธิบดีได้เห็นรูปถ่ายสำเนา และสำเนาที่ลอกมาจากเอกสารเกี่ยวกับกรณีนี้." ต่อมาท่านประธานาธิบดีก็ได้รับเอกสารดังกล่าว. เขาบอกสตีเฟนสันว่า : "การประกาศโฆษณาควรจะทำให้ประชาชนของเราเห็นประจักษ์ ถึงภัยที่อยู่รอบตัวเรา."

แผนกสงครามทางการเมืองของสตีเฟนสัน กำลังเตรียมณรงค์การประกาศโฆษณาอยู่ เมื่อพวกฝรั่งเศสเสรีทำให้ต้องหันเหความสนใจ. นายพล ชาร์ลส์ เดอโกลล์ พำนักอยู่ที่ไคโรระหว่างที่รูสเวลท์กับเชอร์ชิลล์พบปะกันกลางทะเล. เดอโกลล์ รู้สึกเสียเกียรติ และระแวงว่ามีการมุบมิบตกลงกันลับหลังโดยไม่ให้เขารับรู้เห็นได้ชัดว่าเขาสรุปว่าพวกอังกฤษพร้อมที่จะใช้อาณานิคมของฝรั่งเศสเป็นเครื่องแลกเปลี่ยน. เขาจึงคุกคามที่จะถอนกองกำลังรบฝรั่งเศสเสรีออกจากกองบัญชาการอังกฤษ. อีกครั้งหนึ่งที่เกาะต่าง ๆ ของฝรั่งเศสตามชายฝั่งตะวันออกของอเมริกาเกิดเป็นปัญหาขัดแย้งขึ้น.

หนึ่งสัปดาห์หลังจากรูสเวลท์กลับจากการลงนามในกฎบัตรแอตแลนติกร่วมกับเชอร์ชิลล์ ได้มีการทำให้ข่าวของราชการลับอังกฤษเกี่ยวกับฝรั่งเศสฝ่ายวิชีรั่วไปถึงหนังสือพิมพ์นิวยอร์ค เฮรัลด์ ทริบูน และแจกจ่ายผ่านบริการข่าวต่างประเทศ (Overseas News Agency) ซึ่ง บี.เอ็ส.ซี. สนับสนุนทางการเงิน (แต่เดิมเป็นสาขาของบริการข่าวโทรเลขยิว — Jewish Telegraph Agency) ซึ่งเป็นแหล่งข่าวให้แก่หนังสือพิมพ์สหรัฐสี่สิบห้าฉบับ และแก่หนังสือพิมพ์ภาษาต่างประเทศของชน

กลุ่มต่างๆ ในสหรัฐเป็นจำนวนไม่น้อย.* บทความที่ลงต่อกันหลายฉบับกล่าวหาว่าสถานเอกอัครราชทูตฝรั่งเศสในวอชิงตันร่วมบ่อนทำลายสันติสุขของชาติ และสนับสนุนความทะเยอทะยานของเยอรมันนาซี. ถึงแม้ว่าเรื่องทั้งหมดเป็นการโฆษณาชวนเชื่อที่เรียบเรียงให้ประสานกันอย่างดี แต่ข้อมูลก็เป็นข้อเท็จจริงที่ไม่มีใครแย้งได้. เรื่องนี้ทำให้เกิดโวยวายกันทั่วประเทศ. หนังสือพิมพ์เฮรัลด์ ทริบูน ฉบับวันที่ ๔ กันยายน ๑๙๔๑ พาดหัวว่า "สายของวิชีขวนขวายหาแผนการ." "พยายามหาแบบแปลนของอาวุธที่ช่วยอังกฤษป้องกันการรุกราน." เอกอัครราชทูตอังรี-เฮย์ ถูกยั่วให้กล่าวหาว่าเรื่องทั้งหมดเป็น "การสมคบระหว่างพวกนิยม เดอโกลล์ พวกยิว เอ็ฟ.บี.ไอ. กับอังกฤษ."

หากเหตุการณ์ในมหาสมุทรแปซิฟิกมิได้กำลังดำเนินเข้าใกล้จุดระเบิดที่เพิร์ลฮาร์เบอร์ แล้ว เรื่องนี้คงจะได้มาเป็นเหตุการณ์ที่รูสเวลท์บอกเชอร์ชิลล์ว่า กำลังพยายามหา "เพื่อให้อเมริกาเข้าร่วมสงครามอย่างเปิดเผยได้."

*หลังจากสตีเฟนสันเจรจากับเจ้าของบริการข่าวต่างประเทศที่นิวยอร์คในเดือนเมษายน ๑๙๔๑ ทางบริการได้ส่งผู้สื่อข่าวที่รับสมัครใหม่ๆ สิบห้าคนไปประจำตำแหน่งสำคัญๆ ในต่างประเทศ. ทุกคนเป็นสายของ บี.เอ็ส.ซี. อีกบริการหนึ่ง คือ ข่าวสารคดีต่างประเทศ (Overseas Features) ตั้งสำนักงานที่ร็อกกิเฟลเลอร์ เซ็นเตอร์ โดยมีเครื่องโทรพิมพ์ครบครัน. บริตาโนวา (Britanova) บริการข่าวอีกแห่งที่เสนอข่าวในปฏิบัติการครั้งนี้เป็นผู้แจกจ่ายเรื่องต่างๆ ที่ บี.เอ็ส.ซี.ได้หยอดไว้ในหนังสือพิมพ์สหรัฐ. สำนักงานภาษาต่างประเทศของ เชคโก อิตาลี โปแลนด์ และสเปน ได้ส่งข่าวไปให้แก่หนังสือพิมพ์ภาษาต่างประเทศหลายสิบฉบับที่ตีพิมพ์ในสหรัฐและอเมริกาใต้. นอกจากเป็นแหล่งกำบังสำหรับสายของ บี.เอ็ส.ซี. แล้ว สำนักงานต่างประเทศเหล่านี้ยังได้รับคำสั่งให้รับเรื่องไว้สำหรับลงพิมพ์ด้วย.

บทที่ ๓๘

"ซินเธีย" ดำเนินงานของเธอต่อไป. การเปิดเผยทางหนังสือพิมพ์มิได้เป็นเหตุให้ความสัมพันธ์ทางการทูตระหว่างวอชิงตันกับวิชีแตกหักแต่ประการใด. จัง-หลุยส์ มุสา ถูก เอ็ฟ.บี.ไอ. จับกุมฐานไม่ได้จดทะเบียนเป็นผู้ทำงานให้ต่างประเทศ. เอกอัครราชทูตฝรั่งเศสจึงตัดทอนปฏิบัติการของตำรวจลับลง. นายนาวาเอก บรูสส์ ยังคงกระซิบความลับของสถานเอกอัครราชทูตแก่คู่รักของเขาต่อไป.

บรรยากาศในความคิดของประชาชนอเมริกันเปลี่ยนแปลงอย่างรุนแรง หลังจากเหตุการณ์ เพิร์ล ฮาร์เบอร์ แต่ฝรั่งเศสฝ่ายวิชียังคงทำงานต่อไปได้ในวอชิงตัน. "ซินเธีย" ได้รับคำสั่งให้บินไปนิวยอร์คในเดือนมีนาคม ๑๙๔๒. เธอเข้าพักที่โรงแรมริตซ์-คาร์ลตัน (Ritz-Carlton Hotel) ซึ่งขณะนั้นตั้งอยู่ที่ แมดิสัน อาเวนู (Madison Avenue) และขณะที่กำลังเอาของออกจากกระเป๋าเดินทาง ก็มีคนมาเคาะประตู. "เฮาวาร์ด" นั่นเอง. คำขอของเขาสั้น : คุณจะเอาระบบรหัสลับกองทัพเรือวิชีมาให้ได้ไหม.

ดูเป็นงานท้าทายอย่างหนัก : การขโมยรหัสเลข ประมวลรหัส และอุปกรณ์ใส่รหัสซ้อนจากตู้นิรภัยของสถานทูตที่อยู่ในห้องรหัส ซึ่งเจ้าหน้าที่รหัสและผู้ช่วยเพียงสองคนเท่านั้นที่เข้าได้. รัฐมนตรีต่างประเทศของวิชีมีคำสั่งให้เฝ้าห้องนั้น ทั้งกลางวันกลางคืน. ถึงแม้เธอจะสามารถผ่านด่านรักษาความปลอดภัยเข้าไปได้ หาทางหนึ่งทางใดที่จะเปิดห้องเก็บรหัส และในที่สุดเปิดตู้นิรภัยได้ เธอก็จะต้องหาทางยกสมุดรหัสซึ่งทั้งใหญ่ทั้งหนักออกมาอีก. ทั้งหมดนี้ดูเป็นสิ่งที่เหลือวิสัย. และแน่นอนว่ารหัสลับนั้นไม่น่าจะสำคัญกว่าการรักษาความคล่องตัวของเธอในการแจ้งให้ บี.เอ็ส.ซี. ทราบข่าวโทรเลขประจำวันถึงวิชี.

สิ่งที่บอก "ซินเธีย" ไม่ได้ก็คือว่า รหัสลับเหล่านั้นดูจะเป็นปัจจัยที่ขาดไม่ได้สำหรับให้แผนกวาดล้างกองกำลังฝ่ายอักษะในแอฟริกาเหนือบรรลุผล เพื่อปูทางสำหรับเข้าโจมตียุโรป. ทั้งนี้หมายความถึงการเข้าแทรกแซงในแอฟริกาเหนือของ

ฝรั่งเศส. สำหรับฝ่ายอังกฤษ แผนนี้ดูเกือบจะเป็นทางเดียวที่เหลืออยู่ในการแสดงให้เห็นประจักษ์ว่ายังมีประสิทธิภาพและความมุ่งมั่นทางทหารอยู่ในขณะที่ประสบระยะเวลาแห่งหายนะในทุกเขตปฏิบัติการสงคราม.

เธอทราบตระหนักว่าพวกนาซีอาจปฏิบัติการบางอย่างเพื่อตัดสายการลำเลียงทางทะเลของอังกฤษโดยสิ้นเชิง. กองทัพเรือเยอรมันหวังที่จะตั้งฐานเรือดำน้ำที่คาซาบลังกา (Casablanca) และดาการ์ (Dakar) ซึ่งเป็นเมืองท่าของวิชีบนฝั่งแอฟริกาตะวันตก และหวังจะขยายเข้าไปในมหาสมุทรอินเดีย โดยผ่านมาดากัสการ์ (Madagascar) ซึ่งอยู่ในควบคุมของวิชี อันเป็นที่ซึ่งฮิตเลอร์เคยคิดอย่างจริงจังที่จะใช้เป็นที่คุมขังชาวยิวจากยุโรป ก่อนเขาเปลี่ยนใจ ที่จะกำจัดพวกนี้แทน. ในที่สุดฝรั่งเศสฝ่ายวิชีได้เสนอให้ปิดทะเลเมดิเตอร์เรเนียนมิให้กองกำลังฝ่ายประชาธิปไตยผ่านโดยเคลื่อนกำลังเข้าสเปน. นอกจากนี้ เธอยังทราบถึงคำเรียกร้องเป็นส่วนตัวของเชอร์ชิลล์ต่อรูสเวลท์ ขอความช่วยเหลือ : “เมื่อผมนึกถึงว่าได้หวังและภาวนาให้สหรัฐเข้าร่วมสงครามเพียงไร ผมก็หนักใจ เพราะสถานการณ์ของอังกฤษทรุดลงมาก.” งานใหม่ของเธออาจมีทางแบ่งเบาภาระของท่านนายกรัฐมนตรี. อเล็ก-ซานเดอร์ แคโดแกน แห่งกระทรวงต่างประเทศอังกฤษได้เขียนถึงสตีเฟนสันว่า : “น่าสงสารวินสตัน เขาหนักใจในสถานการณ์ปัจจุบันมาก. . . อนาคตก็ช่างมืดมน.”

ในวันที่ ๑๐ มีนาคม “ซินเธีย” ออกเดินทางจากนิวยอร์คพร้อมกับคำสั่งใหม่. นายพลเรือเอก แฮโรลด์ สตาร์ก (Admiral Harold Stark) เสนาธิการทหารเรือสหรัฐ (US. Chief of Naval Operations) ผู้มีอิทธิพลหนัก เพิ่งเข้ามาสนับสนุนแผนปฏิบัติการในแอฟริกาเหนือ เพราะเห็นว่ากองกำลังทางทะเลของฝรั่งเศสที่ภักดีต่อวิชีและยังตั้งมั่นอยู่ในอาณานิคมฝรั่งเศสในแถบนั้น มีทางจะทำให้เป็นกลางได้. สตาร์กมีความเห็นว่าที่นี่เป็นกุญแจสู่ตะวันออกกลาง “ซึ่งหากเสียไปก็จะมีผลร้ายต่อสหรัฐยิ่งกว่าการเสียตะวันออกไกล.”

“ซินเธีย” โทรศัพท์ถึงบรูสส์ เมื่อเธอกลับมาถึงวอชิงตัน. ทั้งสองพบกันที่ห้องในโรงแรมของเธอ. เธอพูดตรงจุดทันที : “ดิฉันต้องการรหัสของกองทัพเรือ.”

นักการทูตฝรั่งเศสทรุดตัวลงนั่งบนเก้าอี้อย่างอ่อนใจ. “ไม่มีทางแน่.”

“อาจเป็นได้. แต่คุณต้องพยายาม.”

บรูสส์เงยหน้าขึ้น. "ผมหรือ."

"ดิฉันจะช่วย."

"แต่มีเจ้าหน้าที่ในสถานทูตคนเดียวเท่านั้นที่เข้าห้องรหัสได้ คือหัวหน้าเจ้าหน้าที่รหัส ตาแก่เบอนัวต์ (Benoit) เขาเป็นโรคของพวกข้าราชการพลเรือน คือซื่อสัตย์เป็นบ้าเป็นหลัง ไม่ว่าอะไรจะเกิดขึ้น."

"ดิฉันจะไปยั่วเขาเอง."

บรูสส์หัวเราะ. "ยั่วเบอนัวต์น่ะหรือ. เขาลืมเรื่องพรรณอย่างนี้ไปแล้ว. ถึงแม้เธอก็จะไม่สามารถทำให้เขาตื่นเต้นจนลืมหน้าที่บ้า ๆ ของเขาได้หรอก."

อย่างไรก็ตาม เธอก็ไปเยี่ยมหัวหน้าเจ้าหน้าที่รหัสที่บ้าน. เขาพูดจาตามแบบฉบับของชาวฝรั่งเศสที่รักชาติในสมัยนั้น : จอมพล เปแตง เป็นประมุขของชาติ ไม่ว่าลาวาลจะกระทำผิดอะไรก็ตาม. เบอนัวต์ไม่มีหน้าที่ที่จะตัดสินการเมืองหรือข้องใจผู้บังคับบัญชา. เบอนัวต์รับใช้รัฐบาล. เขาอาจเป็นคนล้าสมัย แต่ถ้ารัฐบาลไม่ได้รับความซื่อสัตย์ภักดีเต็มที่แล้ว จะเกิดอะไรขึ้นล่ะ ไม่ต้องสงสัยเลยว่าบ้านเมืองจะต้องปั่นป่วนไม่มีขื่อไม่มีแป.

"ซินเธีย" พยักหน้า. เธอก็มีความซื่อสัตย์เหมือนกัน — ซื่อสัตย์ต่อหลักของความยุติธรรม ซึ่งอยู่เหนือความรักชาติ และกฎเกณฑ์แคบ ๆ ของวินัย. เธอบอกว่าเธอมิได้ขอให้เขาทรยศต่อประเทศชาติ. ตรงกันข้าม เธอขอให้เขามีมนุษยธรรม. ชาวฝรั่งเศสดี ๆ ผู้รักชาติต้องตายลงทุกวันในการต่อสู้ในกองทัพลับ. เบอนัวต์ฟังอย่างสุภาพ แล้วให้คำตอบว่า : "ความรับผิดชอบของผมก็คือรักษารหัส. ตามหลักแล้วผมทรยศต่อหน้าที่นี้ไม่ได้. ข้อนี้ไม่ใช่ปัญหาในเรื่องใหญ่กว่า. หน้าที่ของผมคือรักษาความลับของสถานทูต. ผมไม่เห็นด้วยกับนโยบายที่สถานทูตต้องปฏิบัติตาม. แต่ข้อผูกพันแรกและอันเดียวของผมคือข้อผูกพันต่อตัวเองในฐานะคนที่รักเกียรติ. ผมไม่สามารถทรยศต่อสิ่งที่ผมเคยรักษาไว้."

"ซินเธีย" รุกเร้าบรูสส์ยิ่งขึ้น บรูสส์แก้ตัวอย่างเดิม คือ เขาไม่มีสิทธิเข้าห้องรหัส. ทำไมจะต้องดึงดันปฏิบัติแผนนี้. "ซินเธีย" หยุดพูด. ถึงแม้ว่าบรูสส์ได้แสดงความผิดหวังในรัฐบาลวิชีอย่างเปิดเผย แต่ก็มีทางเป็นไปได้ว่า เขาอาจไปเตือนเอกอัครราชทูตว่ามีผู้สนใจรหัสกองทัพเรือ อันอาจทำให้รัฐบาลฝรั่งเศส

เกิดความระแวงได้.

ต่อมาไม่นานตาแก่เบอนัวต์ก็ถูกปลดชรา. คองต์ เดอ ลา กรังด์วิลล์ (Comte de la Grandville) รับหน้าที่สืบต่อไป. "ซินเธีย" รับทราบมาว่าท่านคองต์มีรายได้น้อย เพราะเป็นนักการทูตผู้น้อย. รายได้ของเขาในฝรั่งเศสก็ถูกตัดลง. ภริยาของเขากำลังท้องลูกคนที่สอง. เธอเป็นหญิงสาวที่หงุดหงิดใจน้อยและผิดหวังมาก เพราะท่านคองต์ไม่ได้ตำแหน่งหรือขั้นเงินเดือนตามที่เธอหวังไว้เมื่อแต่งงานกัน. ดูท่าทางคุณหญิงเป็นคนเห็นตามความเป็นจริง. เงินทองต้องสำคัญกว่าความซื่อสัตย์จงรักภักดี. ยศศักดิ์ต้องสำคัญกว่าความสัมพันธ์ทางเพศแบบนอกใจ. ตอนวันสุดสัปดาห์ เมื่อภริยาผู้อาจเป็นประโยชน์ได้นี้ไม่อยู่บ้าน "ซินเธีย" โทรศัพท์ไปหาท่านคองต์ที่บ้าน. เธอพูดฝรั่งเศส และบอกว่าเธอมีเรื่องอยากปรึกษาด้วย. เสียงของเธอทำให้เขาใจพอง. ท่านคองต์แนะให้เธอมาหาและพูดจากัน. เธอไปถึงภายในชั่วโมง. ท่านคองต์ผู้ปลงใจแล้วว่าจะต้องเบื่ออยู่บ้านคนเดียวในค่ำวันนั้น รู้สึกกระปรี้กระเปร่าขึ้น เมื่อเห็นสุภาพสตรีสุดสวยน่าตะลึงที่มีทุกข์ใจผู้นี้ เมื่อเธอบอกว่าจะไม่พูดนาน เขาก็ยืนยันว่ามีเวลาเหลือเฟือนานเท่าไรก็ได้.

"ซินเธีย" ก้มหน้าพูด : "ดิฉันรู้สึกอายเพราะเป็นเรื่องเล็กเหลือเกิน. . ."

"เวลาอายุน้อย ๆ ไม่มีอะไรเป็นเรื่องเล็ก."

"คุณจำดิฉันไม่ได้หรือคะ."

เขากำลังผสมเครื่องดื่ม และชะงักด้วยความแปลกใจ. "แต่ก็. . ."

"ดิฉันเคยพบเอกอัครราชทูตของคุณครั้งหนึ่ง. เราพูดกันถึงวิชี. ดิฉันไม่ชอบใจนายลาวาลคนนั้น---"

ท่านคองต์ เดอ ลา กรังด์วิลล์ นั่งลงข้างเธอ และว่า : "ใครบ้างล่ะชอบ. เจ้าคนนี้เป็นผู้ทรยศ."

"ถ้าอย่างนั้นคุณทำงานด้วยใจสบายได้อย่างไร."

"ผมเป็นนักการทูตอาชีพ. คนเราต้องเรียนรู้หน้าที่. ต้องไม่ขัดคำสั่งของนาย."

"แต่คุณทำหน้าที่ให้ประเทศฝรั่งเศส ไม่ใช่ให้ตัวบุคคล."

เขาจ้องเธอนานและว่า : "นี่ คุณมาพูดเรื่องนี้หรือ."

เธอสั่นหัว : "คุณทราบดีว่าวอชิงตันเต็มไปด้วยพวกฝรั่งเศสเสรีที่ขึ้นกับเดอ โกลล์. พวกนี้มีเงินมากมายสำหรับซื้อความช่วยเหลือการต่อต้าน. ดิฉันไม่ต้องการเงินของพวกเขา แต่ก็อยากจะช่วย."

"ช่วยอย่างไรล่ะ."

"ให้พวกนั้นฝึกให้ดิฉันกระโดดร่มลงไปในประเทศฝรั่งเศสที่ถูกยึดครอง---"

กรังด์วิลล์เอามือแตะแขนเธอ. "นี่เป็นการฆ่าตัวตาย. คุณไม่มีทางทำอะไรได้. ไม่มีทางเลย."

"คุณคิดอย่างนั้นหรือคะ."

"ผมแน่ใจ. คุณต้องไม่ทำเช่นนี้. ไม่ใช่เป็นเพราะว่าคุณเข้าผิดฝ่าย. แต่เพราะจะเป็นการเสียสตรีที่สวยและฉลาดไปเปล่า ๆ."

เธอมองไปรอบ ๆ. "คุณคงรู้สึกยากนะคะที่จะดำเนินชีวิตที่น่าตื่นเต้น เมื่อมีรายได้น้อยเช่นนี้."

เขายิ้ม. "อ้า. . .เงินนั้นไม่สำคัญ. ต้องมีความเข้มข้นของจิตใจของสมอง ของความรัก."

คืนนั้นเขาเดินไปส่งเธอถึงโรงแรมที่เธออยู่. มีการพูดเรื่องเงินขึ้นมาอีก แต่พูดอย่างผ่าน ๆ และสั้น ๆ แบบถือว่าเป็นเรื่องที่ไม่สำคัญ.

วันรุ่งขึ้นเธอต้องบินไปนิวยอร์คพร้อมกับชุดโทรเลขประจำสัปดาห์ที่ขโมยจากสถานเอกอัครราชทูต. เมื่อเธอกลับมาค่ำวันนั้น ท่านคองต์ เดอ ลา กรังด์วิลล์คอยเธออยู่ที่โรงแรม. ข้อนี้ทำให้ "ซินเธีย" หนักใจ. ทาง เอ็ฟ.บี.ไอ. อาจยังคงจับตาดูเธออยู่ และเพื่อนใหม่คนนี้ก็ไม่เป็นคนระมัดระวังตัวนัก. ทั้งชาร์ลส์ บรูสส์ ยังอาจเห็นสองคนอยู่ด้วยกัน และเธอก็ยังไม่ได้บอกเขาเรื่องเข้าหาผู้ช่วยเจ้าหน้าที่รหัสคนนี้ด้วย. นอกจากนั้น ยังมีภัยอีกว่า ถ้าบรูสส์เกิดพบเธอเข้า ท่าน

คองต์ก็จะเห็นว่าเธอมีสัมพันธ์ที่สนิทสนมกับทางสถานเอกอัครราชทูต เกินกว่าในฐานะหญิงสาวที่ว้าวุ่น ผู้เคยเข้าพบเอกอัครราชทูตเพียงครั้งเดียว. เธอจึงตกลงใจว่าจะเชิญท่านคองต์ไปที่ห้องเธอดีกว่า.

เสียงกริ่งโทรศัพท์ดังขึ้น. บรูสส์ ผู้กำลังจะขึ้นมาเป็นผู้เรียก. เธอให้ท่านคองต์ กลับทันที. บรูสส์มาถึงไม่กี่นาทีต่อมา. เขาโกรธเป็นฟืนเป็นไฟเพราะได้แอบเห็นคู่แข่ง. ทั้งสองทะเลาะกัน. ต่อมา เมื่อเขามีอารมณ์ที่จะยอมฟังเธอบอกว่าเขาเองเป็นฝ่ายผิด. "ถ้าคุณยอมร่วมมือตั้งแต่ต้น ดิฉันก็คงจะไม่ได้พยายามเข้าทางท่านคองต์."

บรูสส์ยืนยันว่า : "ผมยกโทษให้คุณได้ แต่ผมช่วยคุณไม่ได้."

"ทำไมไม่ได้คะ. ดิฉันจะบอกเขาว่าทำงานให้กรมข่าวทหารเรืออเมริกัน. ดิฉันจะเสนอให้เงิน และบอกว่าได้มาจากพวกฝรั่งเศสเสรี ซึ่งพวกอเมริกันสนับสนุน."

บรูสส์อุทาน : "คุณพระช่วย."

"ปล่อยให้ดิฉันจัดการเองเถิด. ดิฉันรู้จักคนชนิดนี้ดี. เขาต้องการเอาใจนาย. เขาอยากได้หน้าและความดีความชอบ มากกว่าที่จะยอมเสียตำแหน่งเพราะอุดมคติ."

หนึ่งสัปดาห์ต่อมา ท่านคองต์ เดอ ลา กรังด์วิลล์ ประกาศด้วยท่วงทีของคนธรรมะธัมโม ว่าเขาได้บอกปัดเงินก้อนใหญ่ และเสน่ห์ที่จูงใจจากจารสตรีผู้เลอโฉม ผู้ต้องการล่อให้เขาทรยศต่อวิชี. ถึงวาระนั้น บรูสส์ได้รับการนัดแนะแล้วว่าให้มีบทบาทอย่างไร. เขาเข้าพบท่านเอกอัครราชทูตเป็นส่วนตัว และกระซิบว่าท่านคองต์เป็นผู้กระจายข่าวลือชนิดนี้ไปทั่วเมืองหลวง แม้กระทั่งข่าวลือเรื่องท่านเอกอัครราชทูตมีความสัมพันธ์กับบารอนเนส เดอ ซุยเลน (Baroness de Zuylen) ผู้เป็นสาวสังคมชื่อดังในวอชิงตัน.

เอกอัครราชทูต อังรี-เฮย์ ตกใจ. เขามีความสัมพันธ์จริง ๆ แต่นึกว่าไม่มีใครรู้. เขาไม่มีทางทราบว่า "ซินเธีย" ผู้มีรายละเอียดตามต้องการเป็นต้นตอข่าวลือของท่านคองต์. ตอนนี้ ในสายตาของเจ้านาย ท่านคองต์ เดอ ลา กรังด์วิลล์ เลยกลายเป็นคนเจ้าเล่ห์ที่ทะเยอทะยาน. ก่อนอื่นใด ท่านเอกอัครราชทูต

จึงสั่งพักงานเขาจากหน้าที่ในห้องรหัส.

"ซินเธีย" รายงาน บี.เอ็ส.ซี.ว่าทางปลอดแล้วที่จะย่องเบาเข้าสถานเอกอัครราชทูต. ผู้เฝ้าห้องรหัสถูกทำให้สิ้นฤทธิ์ไปแล้ว.

"เฮาวาร์ด" ถามเธอว่า : "แล้วบรูสส์ล่ะ."

"ดิฉันใช้เขาได้. แต่ก็เพียงเพื่อบังหน้าเท่านั้น. ดิฉันจะต้องบุกเข้าสถานเอกอัครราชทูตไปเอาสมุดรหัสเอง และขอให้มีใครรออยู่ข้างนอกเพื่อนำไปห้องถ่ายรูป. จะมีเวลาประมาณหนึ่งชั่วโมงสำหรับถ่ายรูปหลายร้อยหน้ากระดาษ. คิดว่าจะทำได้ไหมคะ."

"ส่วนนั้นน่ะได้ละ. แต่ที่ผมหนักใจคือคุณ. คุณจะต้องงัดกุญแจหลายชั้นและยังตู้นิรภัยอีก. คุณรู้เรื่องอะไรบ้างเกี่ยวกับการงัดแงะย่องเบาและการงัดตู้นิรภัย."

"ดิฉันหัดได้ค่ะ. ดูนี่ซิคะ ดิฉันทำแผนผังชั้นล่างของที่ทำการของสถานเอกอัครราชทูตไว้แล้ว."

สัปดาห์ต่อมา เธอถูกเรียกตัวกลับไปนิวยอร์ค และได้พบ "นายฮันเตอร์" (Mr. Hunter) ซึ่ง โอ.เอ็ส.เอ็ส. ให้ยืมตัวมา. เขาจะเป็นเจ้าหน้าที่ติดต่อให้เธอ. ทั้งนี้หมายความว่าหากเธอถูกจับ เขาจะเป็นผู้หาทางออกจากความยุ่งยากทางกฎหมายให้ รวมทั้งหาทางไม่ให้ เอ็ฟ.บี.ไอ. เกี่ยวข้องด้วย. เธอได้พบเจ้าหน้าที่ โอ.เอ็ส.เอ็ส. อีกคนหนึ่ง คือ นักกำจัด. เธอเล่าภายหลังว่า เธอนึกว่าจะเป็นคนน่ากลัวที่สุด เมื่อเขามาพบที่โรงแรมและแนะนำตัวเองว่า : "ผมคือนักกำจัด." แท้จริงเป็นบทธรรมดาที่จะแสดงในเวลานั้นในวอชิงตัน. แมลงสาบและหนูทำให้บริษัทกำจัดแมลงมีงานที่มีรายได้ดีมาก — และทำให้พวกนักกำจัดของ โอ.เอ็ส.เอ็ส. มีข้ออ้างที่ฟังขึ้นที่จะตรวจดูหลังฝากระดาน ใต้พื้นไม้ และในทุกซอกทุกมุม เพื่อค้นหาแมลงชนิดอื่นๆ. หลังจากแจ้งว่าปลอดแมลงแล้ว นายฮันเตอร์ก็นำ "นักงัดแงะ" เข้ามา.

"นักงัดแงะ" เป็นชาวแคนาดา เป็นคนหนึ่งในจำนวนผู้ร้ายอาชีพหลายคนที่ได้รับการปลดปล่อยจากคุกหลังจากได้อาสาสมัครมาปฏิบัติงานอันตราย. บางคนที่เชี่ยวชาญการทำงานกับวัตถุระเบิด ถูกส่งเข้าไปในยุโรปที่นาซียึดครองอยู่. "นัก

งัดแงะ" เป็นนักสะเดาะกลอน นักงัดตู้นิรภัยที่มีความรอบรู้สามารถเกี่ยวข้องกับกุญแจทุกชนิด. ระหว่างที่เขาศึกษาแผนผังของสถานทูต "ซินเธีย" ก็จัดการด้านบรูสส์ ผู้ถลำลึกเข้ามาในแผนการจนยากที่จะถอนตัวได้แล้ว. ตามแผน เขาจะต้องกระซิบกับยามเฝ้าสถานเอกอัครราชทูตตอนกลางคืนว่าตนมีปัญหาเรื่องเพื่อนหญิง : การพาเธอไปตามโรงแรมก็มีอันตราย และการออกจากบ้านโดยไม่มีเหตุผลก็อันตราย. เขาหมายจะมา "ทำงาน" ล่วงเวลาที่สถานทูต. หากภริยาเรียกมาทางโทรศัพท์ก็จะพบเขาที่นั่น. ขอให้ยามกลางคืนช่วยให้หญิงสาวผ่านเข้ามาได้. ความร่วมมือของยามสำเร็จลงด้วยการติดสินบน. เป็นเวลาหลายคืนที่เขาทำไม่รู้ไม่เห็นระหว่างที่บรูสส์และแฟนของเขามานอนด้วยกันบนโซฟาอันสวยหรูในห้องรับแขก. เมื่อยามเคยชินกับการลอบรักแบบนี้ "ซินเธีย" ก็ใช้ยาชนิดหนึ่งของ บี.เอ็ส.ซี. ซึ่งเป็นยานอนหลับอย่างอ่อนที่ไม่ทิ้งร่องรอยและไม่ทำให้รู้สึกผิดปกติภายหลัง. ตามธรรมดาบรูสส์มักจะดื่มกับยาม คืนวันหนึ่งเขาคะยั้นคะยอให้เหยื่อของเขาดื่มมากกว่าปกติอันจะเป็นเหตุผลให้อธิบายได้ภายหลังในการที่ได้หลับไป.

"นักงัดแงะ" จึงลอบเข้าสถานเอกอัครราชทูตได้. หนึ่งชั่วโมงผ่านไป เขาก็ยังปล้ำอยู่กับตู้นิรภัย พลางบ่นว่าตู้นี้เก่าเหลือเกินจนทำให้ค้นกุญแจรหัสยากมาก. เมื่อจวนรุ่งอรุณ นักสะเดาะกลอนที่เหงื่อท่วมตัวจึงสามารถเปิดตู้นิรภัยได้. สมุดรหัสที่มีปกเป็นโลหะอยู่ในนั้นครบถ้วน แต่ก็สายเกินไปแล้วที่จะนำออกมาถ่ายสำเนา. "นักงัดแงะ" จดรหัสของตู้ไว้บนบัตรสำหรับให้ "ซินเธีย" แล้วก็ปิดตู้นิรภัยอย่างเดิม.

ทั้งกลุ่มกลับออกไปเมื่อแสงทองทอแสง. บรูสส์ไปทำงานตามปกติ และสังเกตว่าไม่มีใครกระโตกกระตาก. ผู้ช่วยทูตทหารเรือไปที่ห้องเก็บรหัสในบ่ายวันนั้น ใช้สมุดรหัสและกลับออกมาอย่างเรียบร้อยเป็นปกติ. ไม่มีใครสงสัยอะไร. แต่บรูสส์บอก "ซินเธีย" ว่าจะเป็นการเสี่ยงมากไปสักหน่อยที่จะพยายามวางยายามเป็นครั้งที่สอง.

"ซินเธีย" บอกว่า : "ดิฉันมีตัวเลขรหัสของตู้นิรภัยแล้ว. และ "นักงัดแงะ" ก็พิมพ์กุญแจสำหรับเปิดห้องรหัสมาให้แล้ว. เราจะแสดงบทพลอดรักกันอีกครั้งหนึ่ง และถ้ายามเผอิญมาตรวจและเห็นว่าดิฉันไม่อยู่ คุณก็บอกว่าไปห้องน้ำ."

เรื่องเกิดขึ้นอย่างนี้จริงๆ. แต่ว่า "ซินเธีย" ไม่สามารถเปิดกุญแจรหัส

ได้. เธอตรวจลำดับรหัสทวนแล้วทวนอีกตามที่ "นักงัดแงะ" จากจอร์เจีย (Georgia) ได้เขียนไว้ให้ แต่ก็ไม่ได้ผล. เธอทั้งร้อนและขุ่นใจ เมื่อมารับบรูสส์ที่น่าสงสารผู้เหงื่อแตกอยู่เดียวดายบนโซฟา แล้วทั้งสองคนก็ออกไปโดยไม่ได้อะไรเลย. ตอนนี้จะทำอย่างไรกันดี.

บี.เอ็ส.ซี. ไม่รุกเร้าเธอ แต่เชิญให้เธอจับเครื่องบินลำแรกไปนิวยอร์ค. เธอได้พบ "เฮาวาร์ด" และทั้งสองคนนั่งรถแท็กซี่ผ่านแมนแฮ็ตตันไปถึงต้นถนนวอลล์สทรีท แล้วกลับขึ้นถนนบรอดเวย์. เขาให้รถหยุดตรงข้ามทางแยกถนนที่ห้าสิบห้า. เขาบอกเธอว่า : "เห็นรถฟอร์ดสีดำคันนั้นไหมครับ. คุณเข้าไปเลย. เมื่อเรียบร้อยแล้วกลับมาที่บ้านผม."

"ซินเธีย" ข้ามถนนไปขึ้นรถคันนั้น และเจอ "นักงัดแงะ" นั่งอยู่ที่ที่คนขับ. เขาเริ่มเรื่องทันทีโดยไม่ทันได้ทักได้ทายกัน "ไง เปิดไม่ออกเรอะ. อ้ายกุญแจโบราณแบบนั้นไม่ใช่เปิดเอาง่าย ๆ."

"คุณแน่ใจหรือคะว่ารหัสที่จดให้ถูกต้อง."

"แน่ร้อยเปอร์เซ็นต์. คุณมีแต่ต้องฝึกให้คล่อง."

การฝึกกระทำกันที่ท้ายรถคันนั้นเอง ห่างจากสายตาผู้คน. หญิงสาวกับนักสะเดาะกลอนหมอบซ่อนอยู่ใต้กระดาษหนังสือพิมพ์ คลำหากุญแจรหัสของตู้นิรภัยชนิดเดียวกับตู้ในสถานเอกอัครราชทูต. "ทำอย่างที่คุณทำคืนวันก่อน" นักสะเดาะกลอนกล่าวพลางหัวเราะ "ผมหมายความว่าทำกับกุญแจน่ะครับ." เธอลองทำตามลำดับเลขรหัสเช่นที่ได้ทำมา. ประตูตู้ก็เปิดออก.

"ซินเธีย" : "ครั้งนั้นเป็นอะไรไป."

นักสะเดาะกลอนยักไหล่ : "คุณอาจประสาทกิน."

"คงไม่ใช่ค่ะ."

"เขาอาจเปลี่ยนลำดับรหัสก็ได้."

"ดิฉันคิดว่าไม่."

"งั้นคุณฝึกต่อไปอีก."

เมื่อกลับวอชิงตัน "ซินเธีย" พยายามอีกครั้งหนึ่ง. ถึงแม้ว่าได้รับการฝึกสอนจากผู้เชี่ยวชาญ เธอก็ยังเปิดตู้นิรภัยไม่สำเร็จ.

บรูสส์อยู่ในสภาพหมดแรงทั้งกายทั้งใจ.

เธอขอร้องเมื่อทั้งสองออกจากสถานเอกอัครราชทูตตอนเช้าตรู่ : "ขออีกครั้งหนึ่งเถอะค่ะ."

บรูสส์ว่า : "ถ้าพลอดรักกัน เอา. แต่ไม่ใช่บนโซฟา. ไม่ใช่เมื่อกำลังคิดจะขโมยเขา."

"เราต้องลองค่ะ. ดิฉันจะเอานักสะเดาะกลอนมาด้วย."

"ไม่เอา. เราเคยพาเขามาครั้งหนึ่งแล้ว."

"ให้เขาคอยอยู่ข้างนอก. ถ้าเกิดติดขัดถึงให้เขาเข้ามา. เอาน่าชาร์ลส์นะคะ."

เขาบ่น : "ผมมีความรู้สึกเหมือนกำลังมีสัมพันธ์กับอ้ายตู้นิรภัยบ้านี้." "ซินเธีย" รีบพิสูจน์ทันทีว่าเขาคิดผิด.

สองคืนต่อมา บรูสส์พาเธอกลับไปที่สถานเอกอัครราชทูตอีก. เขาจอดรถที่ถนนถัดไปโดยให้นักสะเดาะกลอนคอยอยู่ในรถ. "ซินเธีย" สังเกตเห็นรถเก๋งสีดำจอดอยู่ที่มุมถัดไป มีผู้ชายสองคนนั่งอยู่.

ทั้งสองไม่พบยามกลางคืน. บรูสส์เปิดประตูเข้าไปในสำนักงานเอง. ทั้งสองทอดกายลงบนโซฟา. บรูสส์บอกว่า : "ที่รัก ผมทำอย่างนี้ต่อไปอีกไม่ไหวแล้ว---"

ทันทีทันใดหญิงสาวก็พรวดพราดลุกขึ้นยืน. บรูสส์ต่อว่า และเธอจุ๊ปากให้เงียบ. ท่ามกลางแสงที่ลอดเข้ามาจากข้างนอก เขาเห็นว่าเธอกำลังรีบถอดเสื้อผ้าออกอย่างรวดเร็วและเหวี่ยงกระจุยกระจายไปทั่วพื้นห้อง. เธอทิ้งตัวลงข้างตัวเขา ล่อนจ้อน และกระซิบ : "ตอนนี้ตาคุณบ้างละ."

“อะไรกัน---”

“ถอดเสื้อผ้าออก.” เมื่อเขารีรอเธอก็ขู่ฟ่อว่า : “เขาเข้าใจว่าเรากำลังพลอดรักกัน. คราวนี้เราควรจะทำให้เขาเห็นละ.”

บรูสส์ ผู้เหงื่อแตกด้วยความตกใจ เริ่มถอดเสื้อผ้าแต่ยังไม่ทันเสร็จก็ได้ยินเสียงฝีเท้า. ลำแสงสว่างพุ่งข้ามห้องโถงและมาจับที่ร่างเปลือยของหญิงสาว. แสงลูบไล้ร่างของเธอแล้วเคลื่อนมาจับที่ตัวบรูสส์ ผู้เปลื้องกางเกงแล้วและกำลังจับเสื้อเชิ้ตอยู่.

“ขอประทานโทษสักพันครั้งเถอะครับนาย.” ไฟฉายดับลง. ทั้งสองคนได้ยินเสียงคุ้นหูของยาม. “ผม — ผมรู้สึกไม่สบายใจ — โปรดให้อภัยเถอะครับ.” เขาลนลานออกไปอย่างเสียกระบวน.

บรูสส์ทิ้งตัวลงแผ่หราบนโซฟา. “พระช่วยแท้ ๆ.”

“ดิฉันเข้าใจว่ามีเจ้าหน้าที่ เอ็ฟ.บี.ไอ. อยู่ข้างนอก. คุณอยู่ที่นี่ก่อน. อยู่อย่างนี้แหละ.”

“แล้วคุณล่ะ---”

เธอรีบสวมเสื้อชั้นใน. “ดิฉันจะไปตาม “นักงัดแงะ” ให้เข้ามา.”

นักสะเดาะกลอนคอยอยู่ข้างนอกข้างหน้าต่างตรงลานในของสถานเอกอัครราชทูต. “ซินเธีย” ช่วยให้เขาเข้ามา. เขาบอกเธอว่า : “เมื่อกี้นี้มีรถจอดอยู่ข้างนอก. แต่แล่นออกไปแล้วหลังจากที่ยามไปพูดกับพวกนั้น.”

“ดีแล้ว.” สำหรับ “ซินเธีย” ข้อนี้ต้องหมายความว่าทาง เอ็ฟ.บี.ไอ. พอใจแล้วว่าเป็นเรื่องการพบปะคบชู้สู่สาวกัน. เธอใคร่จะรู้ว่าพวกนั้นจะไปเพิ่มเติมรายงานอะไรในเอกสารที่เกี่ยวกับตัวเธอ.

“นักงัดแงะ” กลับมาง่วนอยู่กับตู้นิรภัย. เขาบ่นพึมพำว่า : “พวกนั้นไม่ได้เปลี่ยนรหัสสักนิดเดียว เพียงแต่ไม่เคยหยอดน้ำมันสักหยดเดียวเท่านั้น.” แผ่นรหัสเข้าที่และประตูก็เปิดผางออกมา.

ต้องใช้เวลาถึงห้าชั่วโมงสำหรับเอาสมุดรหัสทั้งหมดออกมา ส่งให้แก่เจ้าหน้าที่ บี.เอ็ส.ซี. อีกคนหนึ่งที่รออยู่นอกกำแพงสถานเอกอัครราชทูต. แกะแต่ละหน้าออกเพื่อถ่ายรูปในห้องภาพ แล้วเอาสมุดรหัสที่ประกอบเข้าใหม่กลับคืนเข้าตู้นิรภัย โดยไม่ทิ้งร่องรอยใด ๆ. ประมาณเที่ยงวันนั้นเอง สำเนาของรหัสก็พร้อมแล้วที่จะส่งไปเบล็ตชลี่ย์โดยผู้นำสาร ณ ที่นั้นก็จะใช้รหัสเหล่านี้สำหรับช่วยเป็นกุญแจของเครื่องใส่รหัสแบบใหม่ของข้าศึก. บัดนี้ "อัลตร้า" จะได้มีหูมีตาเพิ่มขึ้นสำหรับสอดส่องเข้าไปในป้อมปราการยุโรป โดยนำข่าวสารของวิชีที่ถอดรหัสแล้วมาเทียบเคียงกับข่าวสารชุดเดียวกันนั้นที่ส่งผ่านเครื่องเอนิกมาของเยอรมันที่ใช้ระบบรหัสใหม่.

นี่ก็คือความสำคัญแท้จริงของปฏิบัติการพิเศษของ "ซินเธีย" --- ซึ่งมีเพียงไม่กี่คนนอกเหนือจากเจ้าหน้าที่ชั้นผู้ใหญ่ที่สุดของ "อัลตร้า" ที่จะเข้าใจได้. หน่วยใน "อัลตร้า" ต้องเผชิญกับการท้าทายที่เปลี่ยนแปลงไม่หยุดไม่หย่อน เพราะว่าถึงแม้จะมีเอนิกมาที่จำลองมาใช้และมีคอมพิวเตอร์เป็นต้น เจ้าหน้าที่ยังต้องสู้รบตบมือกับปัญหาการออกคู่มือใหม่โดยฉับพลัน ที่สั่งให้เจ้าหน้าที่เยอรมันตั้งลำดับของกระบอกรหัสตาม. ทุกครั้งที่มีคู่มือใหม่ออกมา ทางเบล็ตชลี่ย์ก็จะต้องเขียนเลียนแบบขึ้นใหม่ด้วยความลำบากยากเย็นโดยใช้ข้อมูลใหม่มาปะติดปะต่อ. ประมวลรหัสของวิชีที่ได้มานับเป็นลาภลอย.

สองสามสัปดาห์ต่อมา ในวันที่ ๑๒ สิงหาคม ๑๙๔๒ ในห้องทำงานของสตาลิน เชอร์ชิลล์คลี่แผนที่ฝรั่งเศสใต้กับแอฟริกาเหนือของฝรั่งเศส. เขาวาดรูปจระเข้ ซึ่งหมายถึงพวกนาซี บนแผนที่ยุโรปที่ถูกยึดครอง และบอกว่าอ้ายเข้นี้จะถูกกองกำลังพันธมิตรโจมตี "ที่ใต้ท้องอันนุ่มนิ่มและที่จมูกอันแข็งกระด้าง."

เขาหมายถึงแผนปฏิบัติการสะเทินน้ำสะเทินบกร่วมครั้งแรกระหว่างอังกฤษกับอเมริกัน ที่มุ่งยึดฐานที่ตั้งสำหรับบุกกลับเข้าป้อมปราการยุโรป -- มีนามรหัสว่า "ท้อร์ช" (Torch) --- ซึ่งเป็นแผนที่ดำเนินได้เพราะ "ซินเธีย" ได้ลักลอบเอาระบบรหัสลับของวิชีมาให้. "ท้อร์ช" มุ่งที่จะ "ทำให้ยุโรปลุกเป็นไฟ." ในการปฏิบัติตามแผนย่อมจะต้องมีข้อผิดพลาดหลายประการ และการประสานงานระหว่างกองกำลังปกติและกองโจรจะต้องประสบความยุ่งยากที่ไม่ได้คาดคิด. แต่ปฏิบัติการนี้จะให้โอกาสพวกฝรั่งเศสได้ความนับถือตัวเองกลับคืนมา.

"ซินเธีย" อยู่ที่วอชิงตันต่อไป. ขณะที่ทาง เอ็ฟ.บี.ไอ. ยังคงคอยสังเกตเธออยู่ห่าง ๆ อย่างระมัดระวัง ก็ได้รับการยืนยันว่า อาร์เธอร์ แพ็ค สามีนักการทูต

อังกฤษของเธอ กำลังจะหย่าขาดกับเธอ. ดังนี้ เธอก็ยังคงใช้ชื่อ เอลิซาเบธ ธอร์ป และยังคงอยู่บนเวทีต่อไป. เธอช่วยสายของ บี.เอ็ส.ซี. ที่มาเยือนสหรัฐในการปรับตัวกับสังคมที่พวกเขารู้สึกว่าเป็นสังคมเปิดจนน่าหวาดเสียว หลังจากได้ไปปฏิบัติการในประเทศที่มีตำรวจลับคอยสอดส่อง. ชาวอังกฤษคนหนึ่งสะดุ้งโหยงเหมือนกระต่ายตื่นตูมเมื่อแลเห็นป้าย "ราชการลับ". "ซินเธีย" อธิบายให้เขาฟังว่าทางฟากนี้ของแอตแลนติก ป้ายนี้หมายความถึงการคุ้มครองความปลอดภัยให้ท่านประธานาธิบดีเท่านั้น.

เธอบรรยายในบันทึกส่วนตัวเกี่ยวกับผู้เชี่ยวชาญการผลิตในอุตสาหกรรมสงครามที่งงงวยคนหนึ่งว่า :

> ชื่อเสียงของ เอ็ฟ.บี.ไอ. ว่ามีสมรรถภาพในการงาน ก่อให้เกิดความหวาดระแวงแก่พวกที่มาสหรัฐด้วยธุรกิจที่ไม่ต้องการโฆษณาให้ประชาชนทราบ. ทางลอนดอน ได้ส่งศาสตราจารย์ อาร์. เอ็ช. ทอนี่ย์ (Professor R. H. Tawney) เพื่อมาติดต่อเกี่ยวกับการประชาสัมพันธ์ทางกรรมกร. ทอนี่ย์ถูกฝังหัวว่าต้องระมัดระวังตัว. เขาไม่เขียนบันทึกส่วนตัว และใช้จดจำรายการนัดหมายกิจธุระไว้ในใจ. นัดครั้งหนึ่งคือการรับเชิญไปงานเลี้ยงอาหารกลางวันกับมหาเศรษฐีคนหนึ่งในวอชิงตัน. เขามาผิดวัน. ตามอัธยาศัยไมตรีอันดีงามที่เป็นสัญลักษณ์ของชาวอเมริกัน เจ้าของบ้านต้อนรับเขาอย่างดี เหมือนเขามาถูกวัน. ระหว่างการเลี้ยงอาหารเจ้าของบ้านชี้ให้ดูรูปวาดสีน้ำมันที่แขวนอยู่บนฝาผนัง : "ท่านศาสตราจารย์ครับ ผมเชื่อว่าคุณจะเห็นด้วยว่ารูปนี้เป็นรูปที่ยอดที่สุดของมาเนต์ (Manet) ในจำนวนรูปที่ข้ามแอตแลนติกมา." วันรุ่งขึ้นทอนีย์ได้รับคำเตือนว่าเขามีนัดกับนักธุรกิจสำคัญคนหนึ่ง. ทอนี่ย์ถูกพาไปบ้านของมหาเศรษฐีคนเดิมนั่นเอง. อีกครั้งหนึ่งที่เจ้าของบ้านแสดงความสุภาพ. ไม่มีการเอ่ยถึงอาหารกลางวันในวันก่อน แต่มีการพูดซ้ำเกี่ยวกับรูปวาดของมาเนต์ว่า : "ยอดที่สุดในจำนวนรูปที่ข้ามแอตแลนติกมา." ศาสตราจารย์ทอนี่ย์หยุดชะงักถือส้อมค้างอยู่ พลางคิดอย่างรอบคอบ และกล่าวว่า : "อ๋อ ไม่ใช่หรอกครับ น่ากลัวคุณจะผิดเสียแล้ว. เจ้าของบ้านที่เลี้ยงอาหารกลางวันผมเมื่อวานนี้ ได้อวดรูปของมาเนต์ที่ยอดที่สุดในอเมริกาให้ผมดูแล้ว."

อย่างไรก็ตาม "ซินเธีย" คันมือคันไม้ที่จะเข้าปฏิบัติการ. เธอเห็นภาพสถานการณ์ ในยุโรปอย่างชัดแจ้งเมื่อฮิตเลอร์บังคับใช้คำสั่ง "นัคต์ อุนด์ เนเบิล" (Nacht und Nebel — กลางคืนและเมฆหมอก) ซึ่งทำให้ผู้ที่เคราะห์ร้ายต้องอันตรธานไปโดยไม่เหลือร่องรอย. หลักฐานเกี่ยวกับบุคคลนั้นถูกลบล้างหมด. ญาติพี่น้องไม่รู้เรื่องอะไรเลย. ผู้เคราะห์ร้ายหายสาบสูญไป อาจถูกคุมขังอยู่ อาจถูกแขวนคอไปแล้ว อาจถูกส่งไปค่ายกักกันแรงงานทาสก็ได้. ที่ทารุณก็คือความไม่แน่นอนว่าเป็นตายร้ายดีอย่างไร. ทารุณพอ ๆ กันสำหรับทั้งผู้เคราะห์ร้ายทั้งญาติพี่น้อง. สำหรับพวกที่ถูกจับกุมไป ความกริ่งเกรงสงสัยทำให้ทรมานเพราะหมดทางที่จะติดต่อกับผู้ที่ตนรัก. สำหรับพวกที่ถูกทิ้งอยู่เบื้องหลัง ก็ต้องทนทุกข์จากฝันร้ายของความระแวงสงสัยอันไม่มีที่สิ้นสุดในชะตากรรม.

"ซินเธีย" เขียนภายหลังว่า : "ฮิตเลอร์รู้ดีว่ากำลังทำอะไร. นั่นคือการก่อการร้ายทางจิตวิทยาขนานหนักที่สุด. ยุโรปทั้งยุโรปกำลังจมลงในความมืดมนของกลางคืนและหมอกนี้ ซึ่งทำให้ความมุ่งมั่นอ่อนเปลี้ยลง."

เพื่อกระตุ้นเตือนความมุ่งมั่นของพวกที่ยังมีกำลังกายอยู่ จำเป็นต้องปฏิบัติการที่รุนแรง. แผน "ท้อร์ช" ยังห่างไกลอยู่มาก การบุกยุโรปอย่างเต็มอัตรายังกระทำไม่ได้ จนกระทั่งกองทัพลับต่าง ๆ เติบโตขึ้น ทั้งโดยจำนวนทั้งโดยกำลังใจ. ในปี ๑๙๔๒ ประชากรส่วนมากที่ฮิตเลอร์และมุสโสลินีเหยียบย่ำอยู่ ถูกกดขี่และอ่อนเพลียเพราะขาดอาหารกับที่อยู่อาศัยจนหมดกำลังที่จะต่อต้าน. ประชาชนเหล่านี้กลายเป็นเหยื่อเชื่อง ๆ สำหรับแร้งนาซี เช่น ดร. เกร์ฮาร์ด อลอยส์ เวสทริก (Dr. Gerhard Alois Westrick).

เวสทริกถูกเนรเทศออกจากสหรัฐหลังจากสตีเฟนสันได้เปิดโปง การที่เขาพยายามทำให้อเมริกันพัวพันกับกงสีของนาซีมากขึ้น. ปฏิบัติการของเขาเริ่มขึ้นนับแต่บริษัท ไอ.ที.ที. เข้ามีสัมพันธ์กับอุตสาหกรที่สนับสนุนฮิตเลอร์ในระยะปี ๑๙๓๐. มาบัดนี้เขาปฏิบัติการในทำนองเดียวกันกับอุตสาหกรชาวฝรั่งเศส. "ซินเธีย" เคยได้เห็นเรื่องพาดพิงถึงเขาในโทรเลขต่าง ๆ ของวิชี.

มีการส่งชุดปฏิบัติการลอบสังหารเข้าไปในยุโรป. เวสทริกน่าจะเป็นเป้าหมายหนึ่งที่เหมาะสม. เธอยื่นข้อเสนอนี้ต่อสตีเฟนสัน. เธอทราบว่าเวสทริกไปอยู่ที่ปราสาทลังเกนสไตน์ (Langenstein Castle) ในเยอรมัน ซึ่งอุตสาหกรชาวสวีเดนคนหนึ่งเป็นเจ้าของ. และชาวสวีเดนคนนี้คือใครล่ะ. จะมีใครเสีย

อีกนอกจาก บีรเกอร์ ดาห์เลรุส นั่นเอง คนเดียวกันกับผู้ที่ครั้งหนึ่งทำให้รัฐบุรุษอังกฤษและอเมริกันต้องวิ่งพล่านไล่จับสายรุ้งของสันติภาพนั่นเอง. ปราสาทแห่งนั้นใช้ประโยชน์อะไรบ้าง. ก็เป็นที่นัดพบสำหรับเวสทริกนั่นเอง ในการจัดการพบปะเลี้ยงเหล้าเลี้ยงอาหารพวกผู้ดีและพวกกาฝาก ที่ร่ำรวยจากฝรั่งเศสของวิชี และจากเขตที่ "เป็นกลาง" อื่นๆ ซึ่งอุตสาหกรรมนาซีหวังพึ่งเป็นขุมทรัพย์.

ข้อเสนอที่จะสังหารเวสทริกเพื่อให้เป็นเยี่ยงอย่าง เป็นสิ่งที่น่าคิดอยู่. แต่ว่าเวสทริกมีความสำคัญพอหรือไม่ที่จะทำให้เห็นเป็นเยี่ยงอย่าง. จะพอหรือไม่ก็ตาม "ซินเธีย" ก็ไปแคนาดาเพื่อฝึกอบรมวิชาสำหรับนักลอบสังหาร. แล้วเธอก็บินไปลอนดอน. ณ ที่นั้นเธอเข้าฝึกที่บ้านเล็กๆ ที่ ๑ ดอร์เสต สแควร์ แมริลโบน (1 Dorset Square, Marylebone) ซึ่งในยามสงบเป็นสำนักงานกลางของกิจการที่มีชื่อเสียงทั่วยุโรป คือคณะละครสัตว์ เบอร์แทรม มิลล์ส (Bertram Mills Circus). โดยที่มีความรู้เกี่ยวกับยุโรปอย่างกว้างขวางและแหวกแนว ละครสัตว์โรงนี้จึงกลายเป็นแหล่งผู้เชี่ยวชาญ สำหรับให้พวกอาสาสมัครแห่งเบเกอร์สทรีท ที่ได้รับการเลือกเฟ้นมาอย่างดี มาหาข้อมูล.

เธอศึกษาเอกสารเกี่ยวกับชาวฝรั่งเศสฝ่ายวิชีตัวสำคัญๆ ที่ร่วมงานกับข้าศึก และนำมาเทียบเคียงกับความรู้ที่เธอได้มาในวอชิงตัน. เธอรายงานให้ บี.เอ็ส.ซี. ทราบว่า เมื่อครั้งที่เวสทริกเริ่มเป็นที่สังเกตของสตีเฟนสันในระยะปี ๑๙๓๐ นั้นที่จริงเขาเป็นลูกน้องของไฮดริช หัวหน้าราชการลับคนโปรดของฮิตเลอร์อยู่แล้ว.

เมื่อออกจากดอร์เสต สแควร์ เธอแน่ใจว่า หากคอยสอดส่องเวสทริกไว้อย่างลับๆ จนกระทั่งฝรั่งเศสถูกปลดปล่อยอาจดีกว่า. คนชนิดนี้จะมีประโยชน์สำหรับช่วยปะติดปะต่อเรื่องน่าอัปยศของการร่วมมือกับข้าศึกในชั้นสูง. การยอมรับอย่างเป็นทางการถึงความจำเป็นที่จะทำให้เรื่องนี้แจ่มแจ้งเห็นได้ชัดขึ้นเมื่อบ้านในย่านแมริลโบนมีป้ายติดหลังสงคราม — อันเป็นการฝ่าฝืนกฎการรักษาความปลอดภัยที่ได้รับการยกเว้นเป็นกรณีพิเศษ :

เพื่อระลึกถึง
วีรกรรมของสมาชิกชายหญิง
ของกองกำลังฝรั่งเศสเสรี. . . .
ผู้ออกเดินทางจากบ้านหลังนี้
เพื่อปฏิบัติการพิเศษ

ในประเทศฝรั่งเศสซึ่งข้าศึกยึดครองอยู่
และเพื่อเป็นเกียรติแด่
ผู้ที่มิได้กลับมา.

"ซินเธีย" อาจกลายเป็นผู้หนึ่งที่มิได้กลับมา หากสตีเฟนสันมิได้ทำให้เธอเชื่อว่า ใช้สมองที่ว่องไวของเธอในการค้นคว้า ดีกว่าเสี่ยงถูกจับตัวได้ในการปฏิบัติแผนลอบสังหาร.

บทที่ ๓๙

"ลัทธินาซีซึ่งเป็นพลังของผีนรก สร้างกลไกการปกครองของตนด้วยความรอบคอบและฉลาดหลักแหลมแกมโกง. ไฮดริชเป็นสมองที่แสนโหดของพรรคและรัฐ." นี่คือคำกล่าวหาของอัยการของรัฐอิสราเอล ในการดำเนินคดีกับคาร์ล อดอล์ฟ ไอชมันน์ (Karl Adolf Eichmann) อธิบดีกรมตรวจการออกจากเมืองของชาวยิว (ซึ่งหมายความถึงการกำจัดยิว) ของไรนฮาร์ด ไฮดริช.

แผนการลอบสังหารไฮดริชคนนี้ เริ่มต้นในนิวยอร์ค ตอนต้นเดือนสิงหาคม ๑๙๔๑. และนำออกปฏิบัติในขณะที่เหตุการณ์ที่ต่อเนื่องจากเพิร์ล ฮาร์เบอร์ ทำให้หันเหความสนใจจากชะตากรรมของพลเมืองที่ช่วยตัวเองไม่ได้.

บี.เอ็ส.ซี.ได้รับข่าวจาก "อัลตร้า" ที่ดักได้คำสั่งของแฮร์มันน์ เกอริง ประธานกรรมการกลางของไรชเกี่ยวกับกิจการชาวยิว ว่าจะมีการฆ่าหมู่คนที่บริสุทธิ์. เมื่อถอดรหัสซ้อน แปลรหัส และส่งไปที่ บี.เอ็ส.ซี. ในนิวยอร์ค ตอนหน้าร้อนสุดท้ายของสันติภาพในสหรัฐ ก็อ่านได้ว่าเป็นคำสั่งให้ไฮดริช "ปฏิบัติหน้าที่ที่ได้รับมอบหมายให้สมบูรณ์ ในการตระเตรียมให้พร้อมทั้งในด้านแผนงานทางปฏิบัติ และวัสดุที่จะใช้เพื่อแก้ปัญหาชาวยิวให้หมดไปอย่างสิ้นเชิง."

ผู้เชี่ยวชาญที่ถูกเรียกมาประชุมที่ห้อง ๓๕๕๓ ไม่ทราบถึงคำสั่งนี้ หรือเรื่องในแฟ้มเอกสารเกี่ยวกับไฮดริช ที่วางอยู่ตรงหน้าสตีเฟนสันเลย. พวกนี้ประกอบด้วยบุคคลทั้งชายหญิงที่มีความสามารถต่างๆ กัน มีอเล็กซานเดอร์ คอร์ดา กับ ซอลตัน น้องชายของเขา มีหลุยส์ เดอ โวห์ล มีอาจารย์จากอ๊อกซ์ฝอร์ดคนหนึ่งที่เชี่ยวชาญในการเนรมิตรภาพและเสียงของโรมสมัยโบราณ ตลอดจนคนประหลาดๆ นานาชนิด เช่น นักภาษาศาสตร์ผู้กำลังศึกษาวิจัยภาษาสลาฟตะวันตก (West Slavic) ซึ่งจะคงเดาออกจากการแต่งกายของเขา --- คือสวมเสื้อหนังสีดำยาวและไว้เครา.

แต่ละคนได้รับแจกเอกสารและรูปวาด ซึ่งมีข้อความแตกต่างกัน. นายนาวาเอก เฮอร์เบิร์ต โรว์แลนด์ (Captain Herbert Rowland) หัวหน้าผู้จัดงาน

ของสตีเฟนสัน มีหน้าที่ดูแลมิให้ผู้เชี่ยวชาญเหล่านี้มีโอกาสปรึกษาหารือแลกเปลี่ยนความคิดกันได้. นายทหารแคนาดาผู้มีชื่อรหัสว่า “ไบซัน” (Bison) นี้ยังมีหน้าที่อีกอย่างหนึ่งคือการจัดให้เซรุ่มป้องกันโรคไข้เหลืองจำนวนหนึ่งผ่านด่านศุลกากรสหรัฐได้.

มีคำสั่งให้โรว์แลนด์อยู่ต่อเมื่อคนอื่นออกไปแล้ว.

โรว์แลนด์จำได้ว่า : สตีเฟนสันนั่งอยู่ตลอดเวลาประชุมโดยไม่พูดอะไรมาก. หน่วยได้เติบโตขึ้นอย่างรวดเร็ว. ความกดดันของภารกิจเพิ่มขึ้นเป็นทวีคูณและกลายเป็นเรื่องหนักมาก — แต่ไม่มีใครสังเกตเห็นได้. เขาแต่งตัวดีเสมอ หนวดเคราก็โกนเกลี้ยงเกลา ถึงแม้ดูเหมือนเขาไม่ค่อยได้หลับได้นอนเลย. เขาเหลียวศีรษะไปดูนิดเดียว เมื่อคนใหม่เข้ามาทางประตูข้าง. เขาผู้นี้ท่าทางเป็นประเภทศาสตราจารย์ผมสีเทารุงรัง สวมเสื้อนอกเก่าๆ แบบจำลอง ที่มีกระเป๋าโป่ง และกางเกงผ้าริ้วเปื้อนโคลน ซึ่งผมว่าต้องมาจากเบล็ตชลี่ย์ พาร์ก. เขานั่งลงและเริ่มพ่นตัวเลขต่างๆ ออกมาอย่างน้ำไหลไฟดับ. ผมเริ่มเข้าใจขึ้นมาว่าเขาพูดถึงคนและค่ายกักกันทาส.

สตีเฟนสันถามว่า : “ตอนนี้มีเหตุผลใดบ้างสำหรับการกำจัดไฮดริช.”

ผู้มาใหม่ตอบว่า : “จะเป็นการเตือนพวกนายทาสทั้งหลาย. จะเป็นการให้ความหวังแก่ผู้คน.”

“ฮิตเลอร์จะต้องแก้แค้นเอากับพวกที่เราต้องการพึ่งนั้นเอง.”

ศาสตราจารย์ผู้มีผมยาวไสวกล่าวว่า : “วาระที่เราจะต้องเสี่ยงบ้างต้องมาถึงสักวัน. ต้องสู้ความหวาดกลัวด้วยความหวาดกลัว.”

สตีเฟนสันจ้องผ่านเขาไป.

ผู้มาใหม่พูดเสริมว่า : “เราต้องเป็นผีร้ายเสียเองเพื่อทำลายพวกผีร้าย.”

สตีเฟนสันส่ายหัว. “ไม่ ไม่ต้อง---” ท่าทางเขาเหมือนใจลอยห่างจากที่นี่ไปหลายไมล์. ทันทีทันใด ตาเขาก็แวบเป็นประกาย. โรว์แลนด์รู้สึกเหมือนที่เคยชินแล้วว่าเกิดมีพลังหลั่งไหลออกมา. “ดูแลอาคันตุกะของเราให้ดี.

โรว์แลนด์พยักหน้า. เขาชำนาญในการจัดให้ผู้มาเยือนไปพักผ่อนในที่สงบ

สงัด. ผู้อยู่ในความดูแลคนใหม่ของเขาเป็น "สายชาวอังกฤษที่ชอบพูดพึมพำ ผู้มักจะไม่ค่อยขยับริมฝีปากหรือเปล่งเสียงออกมาชัด ๆ. ทางเจ้าหน้าที่ต่อต้านจารกรรมของเยอรมันใช้คนใบ้และหูหนวกที่สามารถอ่านริมฝีปาก สำหรับคอยสังเกตพวกที่สงสัยอยู่ห่าง ๆ. พวกนักอ่านริมฝีปากคงแทบเป็นบ้าตายถ้าต้องเผชิญกับชาวอังกฤษชนิดนี้. การกลืนคำเป็นของธรรมดา ๆ สำหรับพวกนี้. แต่ในนิวยอร์คคนแปลกหน้าที่พูดฟังไม่รู้เรื่อง เป็นที่สังเกตง่าย. เราจึงต้องให้เขาหลบ ๆ อยู่."

ท่านศาสตราจารย์ นักพูดพึมพำกลืนคำผู้นั้น ได้ริเริ่มวิธีการใหม่ด้านราชการลับ ซึ่งต่อมากลายเป็นวิธีสำคัญอย่างหนึ่งที่ใช้ในแผนกค้นคว้าและวิจัยของโอ.เอ็ส.เอ็ส. (OSS Research and Analysis Branch).* สิ่งนั้นเป็นอาวุธที่ใช้การได้ดีเมื่อใช้อย่างถูกต้อง. ตามวิธีการนี้ ลักษณะปลีกย่อยทุกอย่างของบุคคลที่เอาตัวมาไม่ได้ ถูกนำมาประกอบเข้าด้วยกัน จนกระทั่งเกือบจะทำให้มองเห็นเขาพูดจาเคลื่อนไหวอยู่ต่อหน้าต่อตา. แต่ไฮดริช ซึ่งเป็นเหยื่อรายแรกที่ถูกนำมาวิเคราะห์ด้วยวิธีนี้ ก็เป็นบุคคลที่สตีเฟนสันรู้จักมาแล้ว ตั้งแต่ก่อนสงคราม. ต่อมาจดหมายจารกรรมของ "โจ เค." ที่เบอร์มิวดาดักได้ เผยให้ทราบว่า ไฮดริชไม่เพียงแต่รับผิดชอบความปลอดภัยภายในของพรรคนาซีเท่านั้น แต่ยังรับผิดชอบราชการลับของพรรคในต่างประเทศอีกด้วย. สตีเฟนสันรายงานว่า : "ตอนนี้ เขารวมทั้งเกสตาโปทั้งหน่วย เอ็ส.เอ็ส. เข้าเป็นสำนักงานเดียวกัน. เขาควบคุมอำนาจเต็มในการจารกรรมและราชการลับ การสอบสวนและการประหาร."

นายนาวาเอก โรว์แลนด์ ไม่ประสงค์ที่จะล่วงล้ำความเอื้อเฟื้อของสหรัฐจึงต้องใช้อุบายร้อยแปด. ต่อไปนี้เป็นเรื่องที่เกิดขึ้นไม่นานหลังจากการประชุม. น้องชายของเขาชื่อ วิลเลียม ซึ่งเป็นแพทย์หนุ่มที่โรงพยาบาลกลางใกล้สวนสี่แยกแมดิสัน (Madison Square Garden) ถูกใช้ให้เดินไปตามถนนสกปรก ๆ แห่งหนึ่ง ไปถึงร้านที่เขาได้รับคำสั่งให้หยุด และจ้องผ่านกระจกหน้าร้านที่มืดทึบเข้าไปข้างใน. คืนนั้น

---

*อาร์. แฮร์ริส สมิธ (R. Harris Smith) อดีตเจ้าหน้าที่ ซี.ไอ.เอ. เขียนในหนังสือ "โอ.เอ็ส.เอ็ส. : ประวัติลับของหน่วยสืบราชการลับกลางของอเมริกันหน่วยแรก." (OSS : The Secret History of America's First Central Intelligence Agency) ว่า หน่วย "ค้นคว้าและวิจัย" เป็น "การพยายามอย่างพร้อมเพรียงครั้งแรกของมหาอำนาจใดในโลก ในอันที่จะใช้ความสามารถของชนชั้นปัญญามาวิเคราะห์กิจการระหว่างประเทศอย่างเป็นทางการ." โดยที่สมิธเขียนเรื่องนี้ในปี ๑๙๗๒ เขาคงไม่ได้รับอนุญาตให้ดูเอกสารของฝ่ายอังกฤษ ซึ่งในเวลานั้นยังเป็นเอกสารลับอยู่.

เป็นคืนหน้าร้อนที่อากาศร้อนอบอ้าวที่เฮลส์ คิตเชน (Hell's Kitchen)* และหมอโรว์แลนด์ก็เคยเห็นเหยื่อที่ถูกผู้ร้ายลอบตีหัว ที่ถูกลากตัวมาที่แผนกของเขามามากต่อมาก จึงไม่สู้จะนึกสนุกในเรื่องที่ได้รับมอบหมายนี้นัก. มีเงาวูบทาบขึ้นใกล้ตัวเขา. เขาได้ยินคำถามว่าหมอเอากระเป๋ายามาด้วยหรือเปล่า. เขาตอบอย่างรำคาญว่าก็เอามาซิ. งั้นเชิญมาทางนี้.

คุณหมอเดินตามผู้นำทางที่แต่งกายรุงรังนั้นไป. โดยที่เขาเป็นชาวแคนาดาที่มาทำงานในโรงพยาบาลที่นิวยอร์ค เขารู้สึกว่ารู้เรื่องเกี่ยวกับจารกรรมยิ่งน้อยเท่าไรยิ่งดี. เขาไว้ใจพี่ชาย และไม่จำเป็นต้องทราบความประสงค์ของ บี.เอ็ส.ซี. เขามีหน้าที่รักษาพยาบาลข้าราชการสถานทูตแคนาดาที่ล้มป่วยลง และบางครั้งก็ฉงนว่าเหตุใดจึงมีจำนวนมากขึ้นอย่างรวดเร็ว. ในกรณีที่เขาถูกตามไปรักษา "นักธุรกิจ" คนหนึ่ง เขาก็จะไม่มีวันถามว่าทำไมร่างกายจึงซูบผอมนัก หรือว่าแผลเป็นใหม่ ๆ นั้น เนื่องมาจากอะไรหรือว่าเป็นไข้ป่าจากไหนมา. คราวนี้ก็ออกจะดูพิลึกอยู่หน่อย ๆ ที่ต้องไปยังห้องซึ่งเห็นได้ชัดว่าเช่าไว้เป็นพิเศษสำหรับการนี้ ณ บ้านเลขที่ที่เขาต้องไม่จำเอาไว้ เพื่อมาพบอันธพาลเก้าคนที่ยืนอยู่ในห้องมืดสลัว โดยเบือนหน้าไม่ให้เขาเห็นขณะที่เขาฉีดยาป้องกันโรคไข้เหลืองให้แต่ละคนตามลำดับ. เขาทราบดีว่ายานั้นต้องนำเข้ามาโดยเครื่องบินจากห้องทดลอง คอนนอก์ต (Connaught Laboratories) ในโทรอนโท เพราะเป็นแห่งเดียวที่ผลิตยานี้ได้ในเวลานั้น. เขาเดาว่า "คนไข้" ของเขาคงจะต้องไปปฏิบัติการในเขตของข้าศึก. แต่ทำไมต้องฉีดยาป้องกันโรคไข้เหลืองด้วยเล่า. หมอโรว์แลนด์ต้องไม่ทราบว่าพวกนาซีมักจะประกาศว่าเกิด "โรคระบาด" เพื่อเป็นข้ออ้างสำหรับต้อนคนเป็นครอบครัว ๆ ไปเข้าค่ายมรณะ. โรคระบาดนั้นอาจเป็นจริงหรือไม่จริงก็ได้. แต่ บี.เอ็ส.ซี. เสี่ยงไม่ได้.

นายนาวาเอก โรว์แลนด์ กล่าวภายหลังว่า : "สายลับทุกคนได้รับการบรรจุในกองทัพบกแคนาดาเพื่อจะได้รับความคุ้มครองบ้างหากถูกจับ. พวกเขาสามารถจะอ้างว่าได้เป็นนายทหารที่มีสิทธิตามกฎหมายระหว่างประเทศ."

เคลย์ตัน ไนก์ต (Clayton Knight) ผู้เป็นศิลปินจากนิวยอร์ค และเคยบินคู่เคียงกับสตีเฟนสันในสงครามโลกครั้งที่หนึ่ง เป็นผู้ริเริ่มค้นคิดวิธีหลบเลี่ยงกฎหมายว่าด้วยความเป็นกลางของสหรัฐ. ในปี ๑๙๔๐ เขาจัดตั้งกรรรมการชุดหนึ่งเพื่อช่วยให้

***หมายเหตุของผู้แปล :** เฮลส์ คิตเชน (Hell's Kitchen) เป็นแหล่งเสื่อมโทรมในแถบแมนแฮ็ตตัน.

หนุ่มชาวอเมริกันไปถึงแคนาดาเพื่อสมัครเป็นทหารในกองทัพอากาศของแคนาดาและของอังกฤษ. เพื่อนของไนท์ตตั้งแต่สมัยสงครามครั้งที่หนึ่งอีกคน คือ นาย นาวาเอก ฟิโอเรลโล ลา การ์เดีย (Captain Fiorello La Guardia) ผู้เป็นนายกเทศมนตรีของนครนิวยอร์ค ระหว่างที่ บี.เอ็ส.ซี. ตั้งสำนักงานอยู่ที่นั่น. ลา การ์เดีย ช่วยปกป้อง บี.เอ็ส.ซี. โดยยกเว้นการตรวจตราตามระเบียบปกติซึ่งอาจทำให้แผนงานจริงปรากฏออกมา --- เช่น การตรวจตราการป้องกันอัคคีภัยและลิฟท์เป็นต้น. ระยะนี้ เออร์เนสต์ คิวนิว อดีตที่ปรึกษาทางกฎหมายของ ลา การ์เดีย ถูกยืมตัวมาทำหน้าที่ชั่วคราวให้ประธานาธิบดีรูสเวลท์ โดยเป็นเจ้าหน้าที่ติดต่อกับ บี.เอ็ส.ซี. ภาระหนึ่งของคิวนิวคือการส่งเสริมอาชีพใหม่ของนักโหราศาสตร์ หลุยส์ เดอ โวห์ล. เอกสารของ บี.เอ็ส.ซี. บันทึกไว้ว่า “ภาระหน้าที่ของ เดอ โวห์ล คือการทำให้ประชาชนเสื่อมศรัทธาหมดความเชื่อในความอยู่ยงคงกะพันของอะดอล์ฟ ฮิตเลอร์ กับผู้ร้ายนักข่มขู่จำพวกไฮดริช.”

เมื่อถึงนิวยอร์ค เดอ โวห์ล ให้สัมภาษณ์แก่สื่อมวลชนว่า ในดวงชะตาของฮิตเลอร์ ดาวเนปจูน (Neptune) อยู่ในเรือนมรณะ. ไม่กี่วันต่อมาหนังสือพิมพ์ฉบับหนึ่งในไคโรก็ลงคำพยากรณ์ของชีกห์ ยุเซฟ อาฟิฟี (Sheikh Youssef Afifi) หมอดูชื่อเสียงโด่งดังว่า : “ในสี่เดือนข้างหน้านี้จะมีดาวนพเคราะห์สีแดงปรากฏขึ้นที่ขอบฟ้าตะวันออก. คนที่เป็นภัยผู้กระทำกรรมชั่วอันทำให้โลกต้องนองเลือดจะชะตาขาด.” ข่าวนี้แพร่สะพัดไปทั่วตามแผนของ บี.เอ็ส.ซี.. นักบวชชาวไนจีเรีย (Nigeria) คนหนึ่งเห็นนิมิตที่เข้าเรื่องเข้าราวพอเหมาะพอเจาะ : “มีกลุ่มคนห้าคนอยู่บนก้อนหิน. . . คนหนึ่งตัวเตี้ยผมยาว คนหนึ่งอ้วนกลมเหมือนลูกสาเก คนที่สามหน้าเหมือนลิงและพิการ. . .” ผู้อ่านหนังสือพิมพ์ทั่วโลกก็เดาได้ว่าห้าคนนี้หมายถึงฮิตเลอร์กับขุนพลของเขา. นักบวชพยากรณ์ว่าเจ้าคนตัวโต ผมสีทอง ตาสีฟ้า สวมรองเท้าบู๊ตสูงถึงเข่า จะตกจากก้อนหินอย่างกะทันหัน.

เรื่องทำนองนี้ถูกประกาศก้องตามมัสยิดในมลายู ตามวัดจีนในฮ่องกง และตามที่ต่างๆ ที่ทางกิจการสงครามการโฆษณาชวนเชื่อของอังกฤษ จะสามารถสอดประสานคำพยากรณ์ที่จะยืนยันความขลังของ เดอ โวห์ล ในเรื่องนี้. ในเดือนกันยายน ๑๙๔๑ สำนักงาน แอสโซซิเอเต็ด เพรสส์ (Associated Press) รายงานข่าวการประชุมประจำปีในคลีฟแลนด์ (Cleveland) ของสหพันธ์โหรที่อิงวิทยาศาสตร์แห่งอเมริกา (The American Federation of Scientific Astrologers). ที่ประชุมเห็นพ้องต้องกันว่าท่านผู้นำกำลังชะตาตก. ที่จริงแล้วจะแปลกประหลาดมากถ้า

ความเห็นนั้นจะเป็นอย่างอื่น เพราะสหพันธ์นั้นเป็นผลงานของ บี.เอ็ส.ซี. โดยแท้. คนดังของสหพันธ์คือ "หลุยส์ เดอ โวห์ล โหราจารย์นักปราชญ์ชาวฮังการี." หนังสือพิมพ์คลีฟแลนด์ นิวส์ ลงรูป เดอ โวห์ล หลายรูป และพาดหัวว่า : "เขากล่าวว่ามีโหรต่องแต่งในวงการมากเกินไป."

และก็เป็นเช่นนั้นจริงๆ. ผู้ยิ่งใหญ่ที่สุดในบรรดาโหรต่องแต่งนี้ พำนักอยู่ที่โรงแรมเล็กๆ ในแมนแฮ็ตตัน. นักเขียนบทละครชาวอังกฤษ เบ็นน์ เลวี่ (Benn Levy) รับหน้าที่ปีนบันไดหนีไฟเข้าทางหน้าต่างด้านหลัง เพื่อมอบค่าป่วยการแก่โหรต่องแต่งชาวฮังการีทุกสัปดาห์ โดยใช้ธนบัตรที่คละกันเพื่อไม่ให้ติดตามสืบถึงได้ พร้อมกับนำข่าวคืบหน้าที่ เดอ โวห์ล จะสามารถใช้หย่อนลงไปในบทความของเขาซึ่งตอนนี้มีผู้สนใจมาก. ดวงดาวทั้งหลายที่ เดอ โวห์ล ใช้ประกอบการพยากรณ์มาจาก บี.เอ็ส.ซี. เท่านั้น.

ในระหว่างที่ เดอ โวห์ล ผู้แท้จริงแล้วเป็นนายร้อยเอกในกองทัพบกอังกฤษ กำลังเตรียมการพยากรณ์ที่จะมีผลรุนแรงที่สุด สถานี เอ็ม. ใกล้โทรอนโท ก็กำลังปลอมแปลงเอกสารที่จะต้องใช้ และแคมป์ เอกซ์ ก็กำลังจำลองสิ่งแวดล้อมชีวิตของไฮดริชตามที่ได้รับทราบมา. แต่ในเดือนกันยายน ๑๙๔๑ ลินา (Lina) ภริยาของเขา กับบุตรสามคนย้ายภูมิลำเนาไปอยู่ที่ปราสาทหรัดคานี (Castle Hradcany) ในกรุงพราค (Prague) เมื่อฮิตเลอร์แต่งตั้งเขาเป็นผู้อภิบาลแห่งไรชของ โบเฮเมีย - โมราเวีย (Reich Protector of Bohemia-Moravia). ณ ที่นี้บุรุษผู้เท่ากับถูกตัดสินประหารแล้ว ได้จัดงานเลี้ยงสุราและเตือนลูกน้องให้ระลึกถึงคำที่ฮิตเลอร์สดุดีเขาว่า : "คุณมีคุณลักษณะครบถ้วนทุกอย่างที่เหมาะแก่การเป็นผู้นำคนหนึ่งของไรชที่สาม."

ฮิตเลอร์เขียนถึงท่านอภิบาลแห่งไรชว่า : "ผมอนุมัติแผนของคุณในการทำลายล้างชาติเชคโก. หลักการของแผนประกอบด้วยจุดประสงค์สามประการ : การทำให้พวกเชคโกจำนวนมากที่สุดที่จะทำได้กลายเป็นเยอรมัน. การเนรเทศหรือการกำจัดพวกเชคโกที่ถูกกลืนชาติไม่ได้ รวมทั้งพวกปัญญาชนที่เป็นปรปักษ์ต่อไรช และการนำผู้ที่มีเลือดเยอรมันบริสุทธิ์มาตั้งรกรากในที่ที่ว่างลงเนื่องจากปฏิบัติการข้างต้น. ต่อท้ายหลักการดังกล่าวนี้ ผมขอมีคำสั่งเพิ่มเติมว่า : พวกเชคโกที่น่าสงสัยในด้านความบริสุทธิ์ของเผ่าพันธุ์ — หรือที่ต่อต้านไรช — ต้องกันออกไปไม่ให้นำมารวมกับพวกที่จะทำให้กลายเป็นเยอรมัน." ฮิตเลอร์ขีดเส้นใต้ว่า : **"บุคคลประเภทนี้จะ**

<u>ต้องกำจัด</u>." การที่เบล็ตชลี่ย์ถ่ายทอดข่าวน่าสยองนี้เป็นการยืนยันคำตัดสินของผู้พิพากษาทางนิวยอร์คที่ห่างไกล ซึ่งโหราจารย์ เดอ โวห์ล ได้เขียนคำตัดสินประหารชีวิตในบทความที่ลงในหนังสือพิมพ์หลายฉบับแล้ว : "สุนัขรับใช้ตัวเอกของฮิตเลอร์กำลังเคลื่อนเข้าสู่ราศีของความรุนแรง."

ตามที่คาดไว้ ไฮดริชจะออกเดินทางไปเบอร์ลินเช้าวันพุธ ที่ ๒๗ พฤษภาคม ๑๙๔๒ พร้อมด้วยแฟ้มคำสั่งของฮิตเลอร์ เกี่ยวกับปฏิบัติการกำจัดหมู่และจะแวะที่ที่ทำงานของเขาตามปกติ. ที่โค้งหักมุมของถนนที่มุ่งลงตามหุบเขาวิตาวา (Vitava) จากหมู่บ้าน ยุงแฟร์น-เบรเชิน (Jungfern-Breschen) ไปถึงสะพานข้ามแม่น้ำที่พราคจะมี "อันธพาล" สี่คนในเก้าคนคอยอยู่โดยมีนกหวีดลูกเสือในกระเป๋าเสื้อ คนหนึ่งจะถือปืนสเตน (Sten gun) อีกคนหนึ่งจะถือระเบิดมือ. "ไอซิเคิล" (Icicle) ครูฝึกจากเบเกอร์ สทรีท ของพวกนี้ได้เตือนว่า : "คุณจะรู้สึกว่าเป็นการคอยที่นานเหลือเกิน แม้ว่าจะสั้นเพียงไรก็ตาม. จำได้ไหมว่า จอร์จ จีน เนแธน (George Jean Nathan) พูดเกี่ยวกับเรื่องปาร์ซิฟาล (Parsifal) ว่าอย่างไร. นั่นคืออุปรากรซึ่งเริ่มแสดงเวลาบ่ายห้าโมงครึ่ง. เมื่อเวลาล่วงไปสามชั่วโมง คุณดูนาฬิกา และเห็นว่าเพิ่งเวลาเพียงอีกยี่สิบนาทีจะหกโมง"

สำหรับพี่น้องคอร์ดา คือ ซอลตัน และ อเล็กซานเดอร์ การคอยอีกชนิดหนึ่งก็ยืดยาวและน่าท้อแท้เหมือนกัน.

ซอลตันเป็นผู้เชี่ยวชาญในการจำลองเป้าหมายนาซีในที่รกร้างว่างเปล่าของแคมป์ เอกซ์ ในแคนาดา. เขาศึกษาแผนผังและรูปถ่ายแล้วจำลองทางออกทางเข้าที่สำคัญๆ. สายของ บี.เอ็ส.ซี. ฝึกฝนความสามารถในเชิงการย่องเบากับหุ่นจำลองเหล่านี้. แต่ซอลตันทำงานอย่างสะดวกใจกว่า ถ้าอยู่ฮอลลิวูด เพราะที่นั่นเขาจำลองสนามรบ และกล้องถ่ายหนังก็ทำให้ดูเป็นของจริง. งานของเขาที่ค่ายโดดเดี่ยวทางตะวันออกของโทรอนโท ซึ่งต้องใช้ความเพียรและความละเอียดลออเป็นสิ่งที่ลวงตายิ่งกว่าอีก. งานนี้จะถูกทำลายทั้งหมดได้โดยคำสั่งของผู้บังคับบัญชาที่ไม่เห็นตัวตน. และที่ร้ายคือที่นี่ ซอลตันไม่มีผู้อำนวยการสร้างภาพยนตร์ที่จะใช้เป็นลูกไล่.

สตีเฟนสันกล่าวว่า : "เขาท่าทางเหมือน เกราโช มาร์กซ์ (Groucho Marx). ถ้างานใดถูกสั่งระงับเสียกลางคัน เขาก็จะเดินกลับไปกลับมา ไหล่ห่อและมองผมผ่านหนวดเฟิ้มขนาดมหึมาของเขา พูดอะไรไม่ออก เพราะไม่ว่าจะแผลง

ฤทธิ์ตึงตังอย่างไร ก็กลับคำสั่งไม่ได้.”

อเล็กซานเดอร์รู้จักทุกซอกทุกมุมของยุโรป และมีพรสวรรค์อย่างไม่น่าเชื่อในการค้นหาเศษเล็กเศษน้อยของภาพยนตร์เรื่องหรือภาพยนตร์ข่าวเก่า ๆ ที่อาจช่วยให้นึกภาพออกถึงสถานที่ที่ตอนนี้อยู่ในควบคุมของข้าศึก.

ซอลตันกล่าวภายหลังว่า : “เราไม่เคยทราบเป็นทางการเลยว่า เรากำลังทำอะไร. แต่ —” เขายักไหล่ “— ก็ไม่เสียแรงที่ผมเป็นชาวยุโรปกลาง. ผมรู้จักสถานที่ต่าง ๆ ดีพอใช้ทีเดียว. แน่นอน งานนี้เป็นเพียงงานหนึ่งในหลายงาน. บางงานก็ใช้ได้. บางงานก็หายต๋อมไป. แต่งานนี้เป็นงานพิเศษ. ผมทราบว่าที่**ไหน** แต่ผมอยากรู้นักว่า**ใคร.** เป็นเวลาหลายเดือนที่ผมติดตามข่าววิทยุ คอยฟังว่าจะเป็นใคร. . . .”

ที่มอนทริออล พี่ชายเขากำลังรอเครื่องบินที่จะพากลับลอนดอน. อเล็กซานเดอร์ได้สร้างภายนตร์เรื่อง เลดี แฮมิลตัน (Lady Hamilton) เสร็จภายในเวลาหกสัปดาห์. เรื่องนี้มีคุณค่าสูงทางการโฆษณาชวนเชื่อ. เซอร์ชิลล์ดูเรื่องนี้ถึงแปดครั้งและต้องน้ำตาร่วงทุกครั้งที่ดู. ตามคำบอกเล่า หลายปีต่อมาของเมิร์ล โอเบรอน (Merle Oberon) ภริยาของคอร์ดานั้น เมื่อคอร์ดาไม่ได้ติดการสร้างภาพยนตร์อยู่ “เขามักเหาะไปเหินมาโดยเครื่องบินทิ้งระเบิด ลิเบอร์เรเตอร์ (Liberator bomber) และต้มยำเรื่องต่าง ๆ กับ บิลล์ สตีเฟนสัน ตอนนี้เขากำลังรับการชี้แจงวิธีใช้เสื้อชูชีพเป็นครั้งที่นับไม่ถ้วน. นักบินบอกเขาว่า จะทำให้เขาสามารถลอยตัวในน้ำได้ถึงยี่สิบชั่วโมง. คอร์ดาร้องทุกข์ว่า : “แต่ผมไม่ประสงค์ที่จะลอยตุ๊บป่องเป็นเวลายี่สิบชั่วโมงนี่.” พอดีมีคนโทรศัพท์ถึงเขาทางโทรศัพท์สนามของสนามบิน. ซอลตันเป็นผู้เรียกมาจากแคมป์ เอกซ์. “รู้มั๊ยว่าใคร. ไฮดริช นั่นเอง.”

“ใครนะ”

“ก็จอมเพชฌฆาตแห่งพราคไงล่ะ.”

คอร์ดาวางหูลง. ทำไม ไฮดริช.

ทาง บี.เอ็ส.ซี. ได้พัฒนาวิทยาการในการใช้ข้อมูลเกี่ยวกับบุคคลใดบุคคลหนึ่ง ที่ได้มาอย่างคละกันมาปะติดปะต่อเป็นลักษณะพฤติกรรมทางจิตวิทยาของ

บุคคลนั้นๆ. สตีเฟนสันเรียกการวิเคราะห์ที่แหวกแนวแบบนี้ว่า "ปุริสลักขณ-บรรยาย" (Proso-Profiles). หลังสงคราม กิลเบิร์ต ไฮเอ็ต (Gilbert Highet)* ผู้เป็นเจ้าหน้าที่ บี.เอ็ส.ซี. ของสตีเฟนสันคนหนึ่งในนิวยอร์ค ได้บรรยายว่าวิทยาการ "ปุริสลักขณพยากรณศาสตร์" (Prosopography) นี้มีรากฐานจากการวิจัยการปฏิวัติโรมัน (Roman Revolution) ของศาสตราจารย์ รอนัลด์ ไซม (Professor Ronald Syme). "ถามว่าปฏิวัติโรมันคืออะไร. ก็คือคราวที่ออกัสตัส (Augustus) ทายาทของจูเลียส ซีซาร์ (Julius Caesar) ยึดอำนาจและตั้งตัวเองกับครอบครัวเป็นผู้ครองแผ่นดิน. สิ่งที่ไซมได้กระทำคือวิเคราะห์ลูกน้องของออกัสตัส รวมทั้งครอบครัวและภูมิหลังกับฐานะในสังคมของพวกนี้. แล้วเขาสรุปให้เห็นว่าสิ่งที่ออกัสตัสได้ปฏิบัติคือการปลดวุฒิสมาชิกและนักธุรกิจเก่าๆ ออก แล้วเอาผู้สนับสนุนเขาซึ่งได้เลือกเฟ้นเองอย่างรอบคอบมาแทนที่ ให้เป็นชนชั้นปกครองรุ่นใหม่. ในสมัยปัจจุบันนี้ จะวิเคราะห์ผู้เผด็จการสมัยใหม่ได้ในทำนองเดียวกัน คือวิจัยบุคลิกลักษณะของเขา เพื่อนของเขา แล้วสรุปจากข้อมูลทั้งหลายที่จะสามารถหามาได้."

มีน้อยคนที่ทราบเรื่องราวของไฮดริช ขณะที่ บี.เอ็ส.ซี. เริ่มงานเกี่ยวกับเขา. การวิเคราะห์ในขั้นสุดท้ายสรุปได้ดังต่อไปนี้ :

เขาเป็นคนโปรดของไฮนริช ฮิมม์เลอร์ (Heinrich Himmler) ผู้อำนวยการแห่งไรชเพื่อการรวมเผ่าพันธุ์เยอรมันให้เป็นปึกแผ่น (Reich Commissioner for Consolidation of German Racial Stock). ไฮดริชเกลียดชังพวกยิวอย่างบ้าคลั่ง โดยที่ตนเองมีเลือดยิวอยู่บ้าง. ด้วยเหตุนี้เอง ฮิมม์เลอร์จึงถือว่าใช้เขาได้โดยปลอดภัยเพราะหากมีทางขู่กรรโชกผู้ร่วมงานของตนได้ ก็นับว่าเป็นประโยชน์เสมอ. . . . ไฮดริช

หมายเหตุของผู้แปล : ปุริสลักขณพยากรณศาสตร์ แปลมาจาก Prosopography ซึ่ง Prosopon แปลว่าบุคคลหรือตัวละคร. ปุริสลักขณบรรยาย แปลมาจาก Proso-Profile ซึ่ง Profile แปลว่าคำบรรยายสั้นๆ เกี่ยวกับบุคคลหนึ่งบุคคลใด.

*กิลเบิร์ต ไฮเอ็ต เป็นศาสตราจารย์ชาวสก๊อตในสาขาวิชาเกี่ยวกับกรีกและโรมันที่มหาวิทยาลัยโคลัมเบีย เมื่อเข้าทำงานกับ บี.เอ็ส.ซี. ในปี ๑๙๔๑. เขาเข้ารับราชการเป็นนายทหารสัญญาบัตรในกองทัพบกอังกฤษตั้งแต่ปี ๑๙๔๓ จนถึงปี ๑๙๔๖ เมื่อเขาออกจากประจำการด้วยยศพันโท เพื่อกลับมาเป็นอาจารย์ที่มหาวิทยาลัยโคลัมเบียตามเดิม และได้บรรลุความดีเด่นในฐานะนักการศึกษา นักปราชญ์ นักเขียน นักแปล และกวี. เขาแปลงสัญชาติเป็นอเมริกันในปี ๑๙๕๑.

เองมีความทะเยอทะยานใฝ่สูงที่จะเป็นใหญ่ จึงประกาศว่า : "ไม่มีผู้ใดที่เหยียดหยามพวกยิวมากกว่าผมเอง. ผมตั้งใจมั่นที่จะทำลายล้างพวกนี้ให้สิ้นซาก."

เรื่องชะตากรรมของพวก "มนุษย์ชั้นสอง" ที่ถูกต้อนเข้าศูนย์ฆ่าเพราะปรานี ซึ่งเยอรมันตั้งขึ้นใหม่เพื่อถูกกำจัด โดยเหตุเพียงว่าแพทย์คนหนึ่งยืนยันว่าผู้เคราะห์ร้ายหมดประโยชน์ต่อสังคม เรื่องการตระเตรียมที่ไม่หยุดยั้งเพื่อปรับปรุงระบบการเดินรถไฟทั้งหมดของยุโรป เพื่อบริการค่ายมรณะในอนาคต เรื่องโสมมทั้งหลายในทำนองนี้ก่อนสงครามล้วนเป็นเรื่องที่ไม่มีใครคัดค้านเพราะทุกคนต่างอ้างว่าสิ่งใดที่ไม่เห็นด้วยตาก็เป็นสิ่งที่ไม่มีจริง. ในบรรยากาศเช่นนี้ ไฮดริชเขยิบตัวด้วยความมุ่งมั่นแน่วแน่เข้าไปสู่ตำแหน่งที่ใกล้ท่านผู้นำเสียจนไม่มีผู้ใดกล้าแตะต้องเขาเลย คนเดียวที่อาจกล้าก็คือ นายพลเรือเอก คานาริส ผู้อำนวยการหน่วยราชการลับของกองบัญชาการสูงสุดเยอรมัน (German High Command Intelligence Service = HICOM-INTEL). แต่แม้คานาริสเองก็หมดหนทางควบคุมไฮดริชหนุ่มคึกคะนองได้. ท่านนายพลเรือมีแฟ้มเอกสารเกี่ยวกับเรื่องกามวิตถารของไฮดริช หลังจากเขาถูกไล่ออกจากกองทัพเรือ แต่ไฮดริชยังกลายเป็นผู้เชี่ยวชาญในการซอกแซกเสาะหาข้อมูลที่เสียหายต่อผู้ร่วมงานและผู้บังคับบัญชาเอามาแฉ และในการปลอมแปลงหลักฐานเพื่อจุดประสงค์เดียว คือการทำให้จินตนาการอันฟุ้งซ่านของฮิตเลอร์บรรลุผล. ไฮดริชปั้นหลักฐานข้อกล่าวหาพวกนายพลของโซเวียตรัสเซีย จนทำให้สตาลินกวาดล้างกองทัพขนานใหญ่. เขาแสดงหลักฐานปลอมกล่าวหา แวร์เนอร์ ฟอน ฟริตซ์ (Werner von Fritsch) ผู้บัญชาการกองทัพบกเยอรมัน ผู้ขวางทางการทำให้ประเทศเป็นนาซี โดยสร้างข้อหาอันเสื่อมเสียที่ถูกใจอันวิกลวิปริตของฮิตเลอร์ ว่าผู้ต้องหาเป็นคนกามวิตถาร.

ในเดือนพฤศจิกายน ๑๙๓๘* หนังสือพิมพ์ "หน่วยสีดำ" (The Black Corps) ของหน่วย เอ็ส.เอ็ส. ได้เรียกร้องให้ "ล้างผลาญชาวยิวในเยอรมันให้สิ้นซื่อโดยเด็ดขาด โดยกำจัดด้วยไฟและด้วยดาบ." ในเดือนนั้น ฮิตเลอร์แสดง

---

*ปีนี้เป็นปีสำคัญ. ความจริงเกี่ยวกับการทำลายล้างพวกยิวอย่างมีแผนเป็นที่เปิดเผยทั่วไปในประเทศเยอรมัน ในประเทศประชาธิปไตยของยุโรปและอเมริกาและในสหภาพโซเวียต. ดังที่สตีเฟนสันวิจารณ์ภายหลังว่า : "ไม่มีใครปฏิเสธได้ว่าไม่ทราบว่าฮิตเลอร์ได้เริ่มนโยบายที่จะกำจัดยิวให้สิ้นไปอย่างมีแผนแล้ว แม้ในขณะที่ผู้นำของประเทศตะวันตกและรัสเซียยังพยายามเจรจาสันติภาพกับเขาอยู่."

สุนทรพจน์หลายครั้ง โจมตียิวและทำนายการสิ้นโคตรเผ่าพันธุ์ยิว. คืนวันที่ ๙ โบสถ์ยิวทั่วประเทศถูกเผาวอดวาย. บ้านของชาวยิวถูกเผา ร้านรวงของชาวยิวถูกปล้นทำลายและชาวยิวประมาณ ๒๐,๐๐๐ คนถูกจับกุม. ข้ออ้างสำหรับคลื่นความสยองนี้ คือการที่ แอรน์สต์ ฟอน ราธ (Ernst von Rath) เจ้าหน้าที่สถานทูตเยอรมันในปารีสถูกยิงด้วยน้ำมือของหนุ่มชาวยิวพลัดถิ่นผู้โทมนัสเพราะครอบครัวถูกกดขี่ข่มเหงในเยอรมัน. ฮิตเลอร์ทำให้เหตุการณ์นี้เป็นเรื่องใหญ่ โดยสั่งให้มีการไว้ทุกข์ทั่วประเทศ และเริ่มยุยงส่งเสริมอย่างมีแผน ให้คนทั้งชาติบ้าคลั่งเกลียด "เผ่าพันธุ์ยิวทั่วโลก."

ผู้อำนวยการของการฆ่าล้างโคตรครั้งนี้คือไฮดริช. เขาแจกจ่ายคำสั่งถึงหน่วยตำรวจลับทุกหน่วยทางโทรพิมพ์ :

๑. ให้ปฏิบัติตามมาตราการ เฉพาะข้อที่ไม่ทำให้ชีวิตและทรัพย์สินของชาวเยอรมันเป็นอันตราย. . . . ให้เผาโบสถ์ยิว เฉพาะเมื่อไม่มีอันตรายของอัคคีภัยต่ออาคารที่อยู่แวดล้อม.

๒. ให้ทำลายสถานประกอบธุรกิจและบ้านที่อยู่อาศัยของชาวยิว แต่ไม่ให้ปล้นสะดม.

๓. ตำรวจพลเรือนต้องไม่ขัดขวางการเดินกระบวนที่จะจัดขึ้น.

๔. ต้องจับกุมชาวยิว โดยเฉพาะพวกที่ร่ำรวย ให้มากเท่าที่จะคุมขังไว้ได้ในคุกที่มีอยู่ในปัจจุบัน. เมื่อมีการจับกุมจะต้องติดต่อค่ายกักกันที่เหมาะสมทันทีเพื่อฝากขังพวกนี้โดยเร็วที่สุด.

ฮิตเลอร์กล่าวว่าเขาเป็น "อัจฉริยะของกองกำลังตำรวจและฝ่ายรักษาความปลอดภัยแห่งไรชทั้งหมด" จากผล "ชัยชนะของการจัดแผนและความฉลาดแสนกลครั้งนี้" และได้พิจารณาว่าเขาคู่ควรกับการเป็นผู้ปกครองประเทศบริวารสักประเทศหนึ่ง. สิ่งที่ดูทำให้ท่านผู้นำพอใจที่สุด คือวิธีที่ไฮดริชได้จัดการ "ราตรีแห่งกระจกแตก" (The Night of Broken Glass) อย่างละเอียดถี่ถ้วนจนกระทั่งถึงเรื่องกระจุกกระจิกเล็ก ๆ น้อย ๆ เช่นการเรียกร้องค่าประกันภัย. ในรายงานถึงฮิตเลอร์ในวันที่ ๑๑ พฤศจิกายน ๑๙๓๘ ไฮดริชเสนอให้ "ยอมตกลงตามคำร้องเรียกค่าเสียหายของพวกยิวอย่างเต็มที่. เสร็จแล้วให้ยึดเงิน. ค่าเสียหายเพียงสำหรับ

กระจกที่แตกไปอย่างเดียวก็นับได้ถึงห้าล้านมาร์ค. . . . ในเรื่องธรรมดาๆ เกี่ยวกับการทำความสะอาดบริเวณที่พังทลายนั้น จะใช้พวกยิวที่ปล่อยออกจากค่ายกักกันมากวาดล้างทำความสะอาด โดยให้อยู่ภายใต้การควบคุม และศาลจะวางโทษปรับหนึ่งล้านมาร์ค ซึ่งจะได้จากการขายทอดตลาดทรัพย์สินที่ถูกยึดของพวกยิวเอง. ฮิตเลอร์ จงเจริญ." หนึ่งปีก่อน ไฮดริชเปิดฉากสงครามโลกครั้งที่สองด้วยการจัดฉากการโจมตีที่ชายแดนโปแลนด์ ในวันที่ ๑๐ สิงหาคม ๑๙๓๙ เขาได้เปิดปฏิบัติการขนาดใหญ่เป็นปฐมฤกษ์ ในการทำลาย "กาฝากของเผ่าพันธุ์" ตามแผนของฮิตเลอร์.

เขาเรืองอำนาจถึงสุดยอดตอนกลางปี ๑๙๔๑. เขาเป็นสัญลักษณ์ของ "ผู้ปกครองยุคใหม่ของฮิตเลอร์ คือเป็นคนหนุ่ม มั่นใจในตัวเอง ไม่ติดในประเพณี และรุนแรงโหดร้ายจนทำให้ทั้งโลกต้องหัวหดด้วยความสยองเกล้า. . . . ปกครองโดยการข่มขู่ ตาเป็นประกายด้วยความภาคภูมิและด้วยความอิสระที่ไร้ความปรานีเยี่ยงสัตว์ร้ายที่ขม้ำเหยื่อ."

ขนาดของอาณาจักรแห่งความสยดสยองของไฮดริช จะวัดได้จากการที่สายต่างๆ ของ บี.เอ็ส.ซี. ต้องพากเพียรเดินทางไกลเพื่อวนให้รอบพื้นที่นี้. แฟ้มเอกสารเกี่ยวกับไฮดริชส่วนหนึ่งประกอบด้วยข้อมูลที่ได้จากสถานีของหน่วยราชการลับอังกฤษ (S.I.S.) ทั่วโลก. แห่งหนึ่งที่นับว่าภาระหนักมากคือสต็อกโฮล์ม ซึ่ง รอนัลด์ เทิร์นบุลล์ (Ronald Turnbull) เป็นหัวหน้า. ในการเดินทางจากลอนดอนไปสวีเดนในปี ๑๙๔๑ เขาต้องผ่านทางแอฟริกาใต้ บินไปไคโร เดินทางทางเรือไปตุรกี และนั่งรถไฟผ่านมอสโกไปเลนินกราด (Leningrad) จากนั้นเขาไปฟินแลนด์ โดยเรือรับส่งข้ามฟาก และในที่สุดก็ลอบเข้าสต็อกโฮล์มทางประตูหลัง. เขาต้องเดินทาง ๑๐,๐๐๐ ไมล์ เพื่อให้ถึงนครที่อยู่ห่างจากต้นทางเพียง ๙๐๐ ไมล์.

ภายในปริมณฑลที่เป็นเส้นเดินทางของเทิร์นบุลล์ คือเขตอันทุรกันดารของไฮดริช. ตลอดหัวจรดท้ายของเขตนั้น มีทางจราจรมรณะของผู้ที่ถูกต้อนไปค่ายกักกันที่สร้างขึ้นใหม่ ซึ่งไฮดริชกล่าวว่า "สร้างขึ้นโดยด่วนที่สุดเท่าที่จะกระทำได้เพื่อต้อนรับทุกคนที่มีความเข้าใจผิดในเป้าหมายของไรชที่สาม อันเป็นอุดมคติที่สูงส่งกว่าลัทธิศาสนาใดๆ เป็นไหนๆ." มีขบวนรถไฟบรรทุกพัสดุที่เป็นมนุษย์แล่นข้ามยุโรป. มีผู้คุมที่ร้องเสียงเดียวเหมือนแผ่นเสียงตกร่องว่า "ชเนลล์ ! ชเนลล์ !" (เร็ว ! เร็ว !). ผู้เคราะห์ร้ายเดินเข้าแถวเป็นกลุ่มอย่างมีระเบียบ โดยมากก็เดิน

เข้าห้องแก๊ส. การอำนวยการ "แก้ปัญหาขั้นสุดยอด" (Final Solution) ตกอยู่ในความรับผิดชอบของไฮดริช จนกระทั่งเขาสิ้นชีวิต.

ผู้ปกครองประเทศเชคโกสะโลวะเกียที่ถูกยึดครองคนก่อน ไฮดริชสามารถตีสนิทกับผู้นำในท้องที่. พวกผู้ลี้ภัยชาวเชคโกในลอนดอน ซึ่งติดต่อเป็นประจำวันกับข่ายราชการลับของเชคโก เช่น สปาร์ตา หนึ่ง (Sparta I) และสปาร์ตา สอง (Sparta II) และกับ ยู.วี.โอ.ดี. (UVOD) กองทัพลับเชคโก ซึ่งเป็นคณะกรรมการกลางเพื่อการต่อต้านภายใน เกรงว่าการต่อต้านนาซีจะถูกพวกร่วมมือกับข้าศึกบ่อนทำลาย.

เมื่อไฮดริชประกาศแก่ประชาชนว่า เขาเข้าครองอำนาจแล้วนั้น ทางฝ่ายหัวหน้ากองทัพลับได้ตกลงไปแล้ว ที่จะสังหารผู้ร่วมมือกับข้าศึกชั้นนำ ซึ่งเป็นชาวเชคโกผู้มีชื่อรหัสว่า "จูดาส" (Judas).

มีการปลอมแปลงจดหมายเกี่ยวกับ "จูดาส" สามฉบับที่สถานี เอ็ม. โดยใช้ข้อมูลที่เลือกสรรจาก "ปุริสลักขณบรรยาย" (Proso-Profile) ชุดหนึ่ง. จดหมายเหล่านี้ มีผู้นำจากแคนาดาไปส่งด้วยมือถึงชิลี และจากที่นั้นก็ทยอยส่งไปให้ "จูดาส" ที่เมืองพราค. ชิลี ซึ่งสายทางเศรษฐกิจและการเมืองของเยอรมันมีอิทธิพลอยู่ เป็นประเทศที่ดูสมเหตุสมผลว่า ภริยาน้อยของ "จูดาส" จะเดินทางไป และจดหมายปลอมเหล่านั้นลงชื่อภริยาน้อยของเขาชื่อ "แอนนา". ตามความจริง เธอเป็นผลผลิตของจินตนาการของ บี.เอ็ส.ซี..

จดหมายเกี่ยวกับ "จูดาส" เหล่านี้ เขียนขึ้นจากร่างของหญิงสาวที่มีเชื้อสายสโลวัก (Slovakian) คนหนึ่งในนิวยอร์ค. การบอกบทสำหรับร่างจดหมายดำเนินการโดยผู้เชี่ยวชาญของ บี.เอ็ส.ซี. คนหนึ่งผู้ไม่รู้จักกับเหยื่อที่เป็นเป้าหมายในพราคเลย. เขามีเพียงข้อมูลที่ได้มาจากศาสตราจารย์คนหนึ่ง ผู้มีหน้าที่วิเคราะห์บุคคลต่าง ๆ ของฝ่ายข้าศึก. มีข้อมูลเกี่ยวกับ "จูดาส" เพียงพอสำหรับสร้างสรรค์จดหมายที่น่าเชื่อเป็นชุด ซึ่งทำให้แอนนาเป็นบุคคลที่สนิทสนมคุ้นเคยกับชีวิตส่วนตัวของเขา. กระดาษที่ใช้เขียนจดหมายเป็นกระดาษที่ผู้เชี่ยวชาญในอุตสาหกรรมเยื่อกระดาษของแคนาดาทำขึ้น โดยใช้ตัวอย่างกระดาษจดหมายที่ใช้ในชิลี. พวกนี้ก็ไม่ได้รับข้อมูลมากกว่าที่จำเป็นในการทำงานส่วนที่พวกเขาเกี่ยวข้องเช่นเดียวกัน. นักปลอมแปลงได้รับหมึก ปากกา และซองจดหมายที่จะสอดคล้องกับเรื่องที่ได้กุขึ้นว่า "จูดาส" มีการติดต่อกับใครคนหนึ่งในเมืองซานติ-

อาโก (Santiago).

ชื่อจริงของ "จูดาส" คือ อะลอยส์ เอลิอัส (Alois Elias). ท่านนายพลผู้นี้เป็นนายกรัฐมนตรีของรัฐบาลหุ่นในกรุงพราค. ในพวกที่ร่วมคบคิดล้มเขาจากอำนาจโดยใช้จดหมายถึง "จูดาส" นั้น สงสัยว่าจะมีไม่เกินสามคน ที่รู้ว่าตัวจริงเขาเป็นใคร.

เมื่อเจ้าหน้าที่ตรวจจดหมายของเยอรมัน ตรวจจดหมายปลอมที่ส่งเข้ามาตามลำดับจากซานติอาโก ก็เกิดแน่ใจขึ้นว่า ท่านนายพลเอลิอัสต้องมีการติดต่อลับ ๆ กับศัตรูของนาซีเป็นแน่. จดหมายเหล่านั้นมีข้อความและตัวเลขที่มีท่าทางจะเป็นรหัส. ตัวอย่างเช่น : "พ่อจับปลาได้ ๗๕ ตัวเมื่อวันพุธ ที่ ๑๗. พี่ชายไม่สบาย แต่จับได้ ๘๒ ตัว."

เมื่อเอลิอัสถูกเกสตาโปสอบสวน เขาไม่สามารถอธิบายประโยคที่ลึกลับ เช่น "ให้คอยสอดส่องเงินมาร์คและอย่าไปเกี่ยวข้องกับเงินซลอตีสของโปแลนด์ (Polish zlotys)." จดหมายเหล่านั้นมาจากที่ไหนก็ไม่ทราบอย่างไม่รู้เหนือรู้ใต้. พวกเยอรมันอ้างว่าเป็นข้อพิสูจน์ว่าเขามีการติดต่อด้วยรหัสที่ใช้คำพูดธรรมดา. ถ้าไม่เช่นนั้นแล้วประโยค "ดิฉันถักเสื้อให้คาร์ล โดยใช้ไหมพรม ๑๔ กลุ่ม ซึ่งแต่ละกลุ่มยาว ๖๐ ฟิต ถึงแม้ว่ามีสองกลุ่มที่ยาวเพียง ๒๘ ฟิตเท่านั้น." จะมีความหมายว่ากระไร.

เอลิอัสตอบไม่ได้. เมื่อเขาปฏิเสธว่าไม่รู้จักแอนนาเลย พวกเกสตาโปก็ชี้ให้เห็นอย่างมีเหตุผลสมควรว่าเธอดูรู้จัก**เขา**ดีมาก. ถ้าไม่เช่นนั้นเธอจะเขียนเรื่องอุปนิสัยต่าง ๆ ของอดีตภริยาของเขาได้อย่างไร ตลอดจนสถานการณ์ต่าง ๆ ที่เกี่ยวกับการเสียชีวิตอย่างผิดปกติของพี่ชายของเขา.

คดีของนายกรัฐมนตรี เอลิอัส เป็นจุดเริ่มต้นอันแท้จริงของการเถลิงอำนาจสูงสุดของไฮดริชในประเทศที่ถูกยึดครองนั้น. เอลิอัส ถูกตั้งข้อหาที่แผนกหนึ่งของศาลประชาชนในวันที่ ๑ ตุลาคม ๑๙๔๑. เขาถูกดำเนินคดี ถูกตัดสิน และถูกประหารชีวิตเช้าวันที่ ๒ ตุลาคม ฐานสมรู้ร่วมคิดกับศัตรู

ดังนี้ จอมเพชฌฆาตแห่งพราคจึงเริ่มยุคโหดด้วยการทำลายบุคคลคนเดียวที่อาจเป็นประโยชน์แก่ตัวเขาเอง. ไฮดริชกล่าวแก่รัฐบาลของพราคว่า : "ยุคของการปกครองด้วยสภาซึ่งมีแต่กีดขวางการปกครองที่ได้ผลนั้นหมดสมัยแล้ว. ให้

ลืมได้แล้วว่าจะยังมีโอกาสเล่นเล่ห์การเมืองที่มีพรรคแบบประชาธิปไตยต่อไปได้.” เขากวาดล้างฝ่ายการปกครองแล้วประกาศว่า : “ต่อไปนี้จะคิดบัญชีกับกระบวนการต่อต้านของเชคโกสะโลวะเกียอีกด้วย.” และก็เป็นเช่นนั้นจริง ๆ. เขานั่งในห้องที่มีม่านปักของปราสาท เพื่อดูการประหารหมู่พวก “ปัญญาชน” ในลานที่อยู่เบื้องล่าง.

ไฮดริชถูกอุบายชักนำให้ปฏิบัติสิ่งที่เท่ากับทำลายตัวเอง ปัญหาที่ว่าเขาจะถูกชักนำได้มากกว่านี้หรือไม่. เขามีอำนาจบาตรใหญ่ใช้นอกเขตปกครองของเขา. เขาไป ๆ มา ๆ ระหว่างพราคกับเบอร์ลิน เพื่อปฏิบัติงานอื่น ๆ ที่เขาได้รับมอบหมาย. ในเดือนธันวาคม เขาเรียกประชุมเจ้าหน้าที่นาซีในระดับสูงเพื่อปรึกษา “การแก้ไขขั้นสุดยอด” และวิธีการที่จะปฏิบัติให้เหมาะสมกับสภาพเพื่อ “กวาดล้างยุโรปจากตะวันออกตลอดถึงตะวันตก.” การประชุมนัดไว้จะมีขึ้น ณ ที่ทำการตำรวจสันติบาลสากลในเบอร์ลิน. โดยอาศัยสถาบันอันยิ่งใหญ่นี้ ไฮดริชผู้ได้เริ่มสอดส่องหาเหยื่ออยู่แล้ว สำหรับขั้นต่อไปของแผนการของฮิตเลอร์ในการทำเผ่าพันธุ์มนุษย์ให้บริสุทธิ์ขึ้น ก็ยื่นมือที่สอดส่ายหาเรื่องของเขาเข้าไปในอเมริกาเหนือและใต้.

ในเดือนธันวาคมที่เกิดเหตุการณ์ เพิร์ล ฮาร์เบอร์ นี้เองที่มีการตกลงกันขั้นเด็ดขาดที่จะกำจัดไฮดริช. คาธอลิคชนชาวเยอรมันผู้กล้าหาญ คือ เคลเมนส์ เคานต์ ฟอน กาเลน (Clemens Count von Galen) บิชอบแห่งมุนสเตอร์ (Bishop of Münster) เป็นผู้หนุนข้อกล่าวหา ไฮดริช ทางกฎหมาย. ในการเทศน์ที่มุ่งประณามผู้นำของนาซี ซึ่งกำลังดำเนินการสังหารหมู่ในเขตรับผิดชอบของแต่ละคน ท่านบิชอบเตือนเจ้าหน้าที่ว่าประมวลกฎหมายเยอรมันยังมีบทประหารชีวิตสำหรับลงโทษ “บุคคลใดที่เป็นฆาตกร.” ในลอนดอน รัฐบาลพลัดถิ่นของเบเนซ (Beneš) เห็นพ้องว่า ไฮดริชควรแก่การถูกตัดสินประหารฐานเป็น “แกนกลางของระบบนาซีและในฐานผู้วางแผนของกลไกการฆาตกรรมหมู่.”

การประชุมของไฮดริช มีขึ้นในวันที่ ๒๐ มกราคม ๑๙๔๒ และสรุปลงเป็นคำสั่งง่าย ๆ : ผู้ใดก็ตาม ที่ต่อต้านทหารเยอรมันที่เข้ายึดครอง จะต้องถูกเนรเทศเข้าแดนสนธยาของ “กลางคืนและหมอกเมฆ.”

ไฮดริชได้ค้นคิดวิธีการนี้สำหรับเสริมกำลังการโฆษณาชวนเชื่อของนาซีหลังจากยึดวอร์ซอไว้แล้ว. ทางการของเยอรมันประกาศโฆษณาแง่มุมของตนว่าทำไมจึงต้องเข้ายึดครองดินแดนใหม่. การโฆษณานี้อ้างว่าระบบชาติสังคมนิยม (National Socialism) เป็นวิธีแก้ปัญหาความปั่นป่วนทางเศรษฐกิจ. ผู้ที่รับเคราะห์กรรม

จากความปั่นป่วนทางเศรษฐกิจคือประชาชน. ฉะนั้น ผู้ใดที่ขัดขวางต่อต้านลัทธินาซีก็ต้องเป็นศัตรูของประชาชน. ที่ใดก็ตามที่ฮิตเลอร์เข้าครอง ทางเกสตาโปก็สามารถรับสมัครผู้ช่วยได้โดยใช้แผนที่ดูน่าเลื่อมใสนี้ตบตาปกปิดความจริง. ผู้ทรยศต่อชาติพากันเสนอตัวออกมาทุกแห่ง : ควิสลิง (Quisling) ในนอร์เวย์ เคลาเซน (Clausen) ในเดนมาร์ก มูสเสิร์ต (Mussert) ในฮอลแลนด์ สีมา (Sima) ในรูเมเนีย ซาลัสซี (Szalassy) ในฮังการี และปาเวลิช (Pavelič) ในโครอาเซีย. สังฆราช แกรนด์ มุฟติ แห่งเยรุซาเลม (The Grand Mufti of Jerusalem) สามารถออกประกาศอย่างมีศรัทธาแรงกล้าเรียกร้องความร่วมมือของพวกชาตินิยมจากเบอร์ลิน เพราะได้ล้างสมองตัวเองโดยอาศัยข้ออ้างของนาซีว่ากำลังช่วยบรรเทาความเดือดร้อนของผู้เคราะห์ร้ายที่ถูกพวกยิว พวกอเมริกันและพวกจักรวรรดินิยมบางพวกกดขี่รังแก. พวกที่ขัดขวางต่อต้านผู้ร่วมมือกับนาซี ซึ่งสวมหน้ากากแสดงตนเป็นพวก "ชาตินิยม" เหล่านี้ กลายเป็นศัตรูของประชาชนโดยอัตโนมัติและถูกขึ้นบัญชีลงโทษพร้อมกับพวกยิว พวกเร่ร่อนและพวกสลาฟ.

บัดนี้เกสตาโปและหน่วย เอ็ส.เอ็ส. ได้รับอำนาจให้ดำเนินการยิ่งไปกว่าการกำจัดหมู่ของเผ่าพันธุ์ที่ต่ำช้า. ไฮดริชประกาศว่า : "หลังจากพิจารณาอย่างถี่ถ้วนแล้ว ท่านผู้นำได้ตัดสินใจว่าจะต้องเปลี่ยนแปลงแก้ไขมาตรการที่ดำเนินกับพวกที่มีความผิดต่ออาณาจักรไรช หรือต่อกองกำลังยึดครองในเขตที่ถูกยึดครอง. ท่านผู้นำมีความเห็นว่า ในกรณีเช่นนี้ การตัดสินลงโทษจองจำหรือการลงโทษให้ทำงานหนักตลอดชีวิตนั้น จะดูเป็นการแสดงความอ่อนแอ. การทำให้เข็ดหลาบอย่างเด็ดขาดจะทำได้ ก็โดยการลงโทษประหารชีวิตเท่านั้น หรือไม่ก็โดยปฏิบัติการอย่างใดอย่างหนึ่ง ที่จะทำให้ครอบครัวของผู้กระทำผิดและประชาชนทั่วไป ไม่ทราบแน่ว่าผู้กระทำผิดนั้นประสบเคราะห์กรรมประการใด. . . ."

"กลางคืนและหมอกเมฆ" ประกาศใช้หนึ่งปีหลังจากสายของเบเกอร์สทรีทคนแรกกระโดดร่มลงไปในเขตของข้าศึก นั่นคือสิบแปดเดือนหลังจากสตีเฟนสันจัดการส่งยุทโธปกรณ์อเมริกันไปให้เหล่ากองทัพลับ. "กลางคืนและหมอกเมฆ" เป็นการโต้ตอบการดำเนินสงครามใต้ดิน. เป็นการโต้ตอบของไฮดริช เพื่อป้องกันตัวจากสิ่งที่เขาก็ยังไม่ค่อยเข้าใจ.

ในไม่ช้าเขาก็ต้องเข้าใจ. โจเซฟ กาบชิก (Josef Gabcik) และ ยาน คูบริส (Jan Kubris) คือสองในพวกสายที่ได้รับเลือกให้สังหารไฮดริช. ผู้เชี่ยวชาญ

ในวิทยาการต่าง ๆ กันเก้าคนได้เข้ารับการฝึก ก่อนมีการตัดสินใจขั้นสุดท้ายเสียอีก. เช่นเดียวกับพวกนักปลอมแปลงที่เป็นผู้ทำลาย "จูดาส" ตอนแรก พวกนี้ก็ไม่ทราบว่าใครเป็นเป้าหมาย. แต่ก็ต้องมาถึงจุดหนึ่งที่พวกเขาทราบว่างานของพวกเขาคืออะไร. กาบชิกถือปืนสเต็น (Sten) ใต้เสื้อฝนที่พาดอยู่บนแขนของเขา ขณะที่เขายืนคอยอยู่ที่โค้งหักมุมที่ชานเมืองพราคในเช้าวันที่ ๒๗ พฤษภาคม. คูบิสซุกระเบิดมือลูกหนึ่งไว้ในกระเป๋าลึกด้านในของเสื้อนอก. เลยไปหนึ่งร้อยหลา คนที่สามชื่อวาลชิก (Valcik) ยืนอยู่บนเนินทางทิศด้านหมู่บ้าน ยุงแฟร์น-เบรสเชน (Jungfern-Breschen). เลยไปอีกสองร้อยหลา คนชื่อเยเมลิก (Jemelik) คอยอยู่อีกฟากของถนน. คนนี้จะเป็นคนแรกที่จะเห็นรถเมอร์เซดีสเปิดประทุนสีเขียวที่ท่าน "อภิบาล" (the Protector) ใช้เดินทางไปทำงาน.

การจัดให้ผู้ลอบสังหารเข้าประจำที่ปฏิบัติการต้องดำเนินการหลายขั้นตอนอย่างสลับซับซ้อนยิ่งกว่าการส่งมนุษย์อวกาศไปบนพระจันทร์. อย่างน้อยพระจันทร์ก็โคจรตามวิถีที่แน่นอน. แต่ไฮดริชมิได้เป็นเช่นนั้น. สายทั้งสี่คนกระโดดร่มลงใกล้ชายแดนโปแลนด์ จากเครื่องบินที่นักบินขับเปลี่ยนทิศไปมาตลอดเวลาให้เหมาะสมกับสภาพในน่านฟ้าของข้าศึก จนกระทั่งไม่มีใครทราบว่าทั้งสี่คนจะกระโดดลงที่ใดแน่จนวาระสุดท้าย. โดยที่ได้พิจารณาอย่างรอบคอบแล้วว่าการลอบเข้าไปในปราสาทของไฮดริช จะประสบอุปสรรคมากเกินไป ทางแคมป์ เอกซ์ จึงได้จำลองรถเมอร์เซดีส สีเขียว แบบเดียวกับคันที่เขาใช้เดินทางเข้าเบอร์ลินในโอกาสที่ไม่ได้ขับเอง. แต่ทว่าใครจะทราบได้แน่ว่าจะไม่มีการเปลี่ยนรถหรือเปลี่ยนเส้นทาง.

โค้งหักศอกที่กาบชิกยืนถือปืนสเต็นคอยอยู่เป็นโค้งหักมุมที่แคบมาก. รถรางที่พ่วงกันสองคันและใช้กำลังจากสายไฟที่ขึงอยู่สูง ส่งเสียงเอี๊ยดอ๊าดเมื่อเลี้ยวโค้งนั้น. ถนนสายนั้นจราจรคับคั่ง. ในป่าละเมาะใกล้เคียงมีทหารเยอรมันกำลังฝึกอยู่. วาลชิก และ เยเมลิก ซึ่งเป็นคนดูต้นทาง ประสบความลำบากในการจับตาดูกัน ตลอดจนดูผู้ลอบสังหารทั้งสองคน เพราะมีรถทหารและรถบรรทุกเยอรมันผ่านไปมาเรื่อย ๆ และยังต้องระมัดระวังไม่ให้เป็นที่สังเกตอีกด้วย. การรอคอยอันแสนทรมานยืดเยื้อ ยาวนานถึงห้าสิบนาที --- อย่างน่าหวาดเสียวและอันตรายด้วย. เมื่อใดก็ได้ พวกเยอรมันที่ตาไวอาจเกิดสงสัยว่าหนุ่มฉกรรจ์สี่คนนี้มาเกะกะอยู่ทำไม.

เวลาสิบนาฬิกายี่สิบห้านาที กาบชิกได้ยินเสียงผิวปากสั้น ๆ สี่ครั้ง --- ตัว

เอ็ช.ในรหัสมอร์ส --- ซึ่งเป็นสัญญาณที่นัดหมายไว้. ไม่ช้าไม่นานรถเมอร์เซดีสเปิดประทุนก็แล่นลงเนินมา. ไคลน์ (Klein) ผู้ขับเปลี่ยนเกียร์เตรียมเลี้ยว. ไฮดริชนั่งอยู่ข้างคนขับ ในชุดเครื่องแบบ เอ็ส.เอ็ส. ซึ่งประดับด้วยดิ้นเงิน มีเครื่องหมายปีกบนแขนและสายโยงยศบนหัวไหล่ อันเป็นเป้าหมายที่ชัดแจ้งเสียจนทำให้กาบชิกต้องกลั้นหายใจ. ไฮดริชกำลังอ่านเอกสารและก้มศีรษะอยู่. ไคลน์กำลังเพ่งดูถนน. รถรางพ่วงกำลังแล่นส่งเสียงครืดคราดลงเนินมาจากเบื้องหลัง และรถรางอีกคันกำลังอุ้ยอ้ายสวนขึ้นจากทิศตรงกันข้าม. กาบชิกทิ้งเสื้อฝนลงตามที่เขาได้ฝึกแล้วฝึกอีกหลายสิบครั้ง. เสื้อนั้นมีเอกสารลวงและติดป้ายปลอม. เขายกปืนสเต็นขึ้นและลั่นไก. ไม่มีอะไรเกิดขึ้น. ปืนสเต็นเป็นสิ่งที่ใช้ยิงกราดมากกว่าที่ใช้เล็งยิง แต่ตอนนี้ไม่ปรากฏห่ากระสุนพุ่งออกมาเลย. ไฮดริชซึ่งอยู่ในระยะห้าสิบฟิตเงยหน้าขึ้นและแลเห็นปืนกลมือที่เล็งมาทางเขา เขาชักปืนพกออกมา และตะโกนอะไรอย่างหนึ่ง. ไคลน์เหยียบห้ามล้อจนรถเมอร์เซดีสลื่นไถล.

รถไถลมาหยุดนิ่งขวางรางรถราง. รถรางที่ตามมาห้ามล้อสุดกำลัง จนประกายไฟกระเด็นจากล้อ และเลื่อนมาหยุดอยู่เพียงไม่กี่ฟิตจากรถเมอร์เซดีสที่หยุดค้างอยู่. ไฮดริชยืนขึ้นและพยายามผลักประตูให้เปิด. รถรางคันที่กำลังขึ้นเนินแล่นโครมครามเข้าหัวโค้ง. เมื่อคูบิสเห็นเพื่อนกำลังพยายามแก้ปืนสเต็นที่ขัดลำกล้องอยู่ จึงขว้างระเบิดมือเข้าไปที่ข้างรถของเป้าหมาย. เกิดระเบิดขึ้นอย่างสนั่น. ไฮดริชโผล่ออกมาจากกลุ่มควันคลุ้ง กระโดดข้ามประตูที่ติดอยู่ และยิงปืนไปทางผู้ลอบสังหารทั้งสองคนที่ถูกตรึงอยู่ระหว่างรถรางทั้งสองคัน. ทั้งสองคนจึงเผ่นหนี.

ไฮดริชซวนเซเข้าหาทางเท้า. ผู้โดยสารรถรางพากันลงมาจากรถ ดูงงงวยมากกว่าตระหนกตกใจ. ผู้หญิงคนหนึ่งพูดว่า : “ตามรถพยาบาลมาเถอะ. ท่านอภิบาลนั่นเอง.”

หนึ่งชั่วโมงต่อมา ไฮดริชถูกนำส่งโรงพยาบาลบูโลฟกา (Bulovka Hospital) โดยรถตู้ส่งขนมปัง ซึ่งยึดมาได้ จากที่นั่น ผู้อำนวยการโรงพยาบาลพยายามติดต่อปราสาทหรัดคานี (Hradcany Castle) ซึ่งเป็นทั้งทำเนียบของรัฐในอภิบาล และที่พักของครอบครัวไฮดริชด้วย. รู้สึกว่าไม่มีใครที่ปราสาทจะเข้าใจว่าเกิดอะไรขึ้น และตอบว่าท่านอภิบาลกำลังเดินทางไปเบอร์ลิน. ไม่มีทางที่จะตาม ดร. คาร์ล ฟรังค์ (Dr. Karl Frank) เลขาธิการแห่งรัฐมาพูดสาย. ผู้อำนวยการโรงพยาบาล

กล่าวว่า : "งั้นก็แย่หน่อย. ช่วยบอกท่านด้วยว่าท่านโอเบอร์กรุปเปนฟูเรอร์ (Obergruppenführer = นายพันเอก เอ็ส. เอ็ส.) อยู่ที่นี่ และไม่ค่อยมีหวังรอดนัก. ร่างเขาพรุนไปทั้งตัว."

เหตุการณ์ที่ตามมาลำดับขึ้นได้จากรายงานของผู้ลอบสังหารต่อกองทัพลับเชคโก ก่อนถูกล้อมและถูกฆ่า จาก ดร. ฟรังค์ และพยานอื่นๆ และจากศัลยแพทย์ ดีทริช โฮลเบาม (Dietrich Hohlbaum) ผู้ต้องเผชิญภาระที่ไม่มีทางทำได้สำเร็จ ในอันที่จะพยายามผ่าเอาชิ้นโลหะ เส้นลวด กระจก หนัง และขนม้า ซึ่งกระจายไปทั่วเพราะแรงระเบิดมือ ออกจากอวัยวะสำคัญๆ ของไฮดริช. โรงพยาบาลถูกทหาร เอ็ส.เอ็ส. ล้อมไว้หมด ระหว่างที่ศัลยแพทย์ทำการผ่าตัด. คนไข้อื่นๆ ถูกย้ายออกไป. ในสัปดาห์ต่อมา ฮิตเลอร์โทรเลขไปทั่วยุโรปตามหาแพทย์ที่เก่งที่สุด. ผู้เชี่ยวชาญบินมาจากเมืองหลวงต่างๆ หลายแห่ง. จากกองบัญชาการที่แนวรบด้านรัสเซีย ท่านผู้นำประกาศคำสั่งให้ "ผ่าตัดเนื้อร้ายที่หัวใจของประเทศในอภิบาลออกทั้งกะบิให้หมดเชื้อ."

การลงโทษดำเนินไปอย่างหนักที่สุดเท่าที่จะทำได้ โดยไม่ให้เสียต่อการผลิตอุปกรณ์สงคราม อันเป็นการกระทำที่ฉลาดรอบคอบ เพราะยอมรับว่าเยอรมันยังต้องพึ่งโรงงานต่างๆ เช่นโรงงานใหญ่ของสโกดา (Skoda) ที่ผลิตยุทโธปกรณ์. ในฐานะหัวหน้ากำลังตำรวจของประเทศในอภิบาล คาร์ล ฟรังค์ สั่งปิดถนนเข้าเมืองทุกสายระงับการเดินรถสาธารณะ และห้ามรถไฟทุกกระบวน นอกจากกระบวนที่นำกำลังเสริมของ เอ็ส.เอ็ส. จากยุโรปตะวันออกและจากเบอร์ลิน. สถานที่สาธารณะทุกแห่งถูกปิด. ประชาชนพลเมืองทั้งหมด นอกจากพวกที่มีหน้าที่สำคัญในการผลิตเพื่อสงคราม ถูกสั่งให้กลับบ้านและคอยฟังคำสั่งของเกสตาโป. รถตู้ติดเครื่องขยายเสียงตระเวนทั่วเมืองประกาศตั้งรางวัลหนึ่งล้านเคราว์น (Crown).

แผนการหลบหนีได้นัดแนะกับกองโจรในท้องที่ไว้ล่วงหน้าแล้ว. ผู้ลอบสังหารถูกนำไปที่ห้องบรรจุศพใต้ดินของโบสถ์ คาร์ล บอร์โรเมอุส (Karl Borromaeus Church). ทุกคนได้เปลี่ยนเครื่องแต่งตัว และได้รับเอกสารประจำตัวชุดใหม่ทำให้แปลงตัวเป็นกรรมกรเรือโยงที่แล่นตามแม่น้ำ วละตาวา (Vltava river) โดยมีแผนให้ล่องลงหนีภัยเมื่อความโวยวายโกลาหลสงบลง. ก่อนหน้านั้นก็ให้หลบซ่อนอยู่ในห้องใต้ดิน ซึ่งเข้าได้โดยเคลื่อนแผ่นหินที่ดูเผินๆ เป็นแผ่นจารึกเพื่อเป็นอนุสรณ์ถึงอัศวินชาวโบเฮเมียคนหนึ่ง. โบสถ์นี้เป็นโบสถ์ศาสนากรีก

ออร์ธอด็อกซ์ (Greek Orthodox) และพวก เอ็ส.เอ็ส. กับ เกสตาโป ได้รับคำสั่งให้เลี่ยงการยั่วยุศาสนิกนิกายนี้ด้วยเหตุผลทางการเมือง. เช่นเดียวกับอาคารอื่นๆ โบสถ์นี้ถูกสอดส่องแต่ไม่ถูกค้น. ในวันต่อมา พวกพระลอบนำสมาชิกของพวกต่อต้านกว่าแปดสิบคนเข้ามาในห้องบรรจุศพใต้ดิน ระหว่างที่ตัวประกันข้างนอก ๑๐,๐๐๐ คนถูกต้อนเข้าสู่แดนสังหาร. นับแต่วันลอบสังหาร ชาวเช็คโก ๑๐๐ คนถูกยิงเป้าทุกคืน. สิบสามวันหลังการลอบสังหาร ฟรังค์ประกาศว่าพวกอังกฤษเป็นตัวการนำผู้ลอบสังหารกระโดดร่มลงที่หมู่บ้านลิดิเซ (Lidice) ซึ่งอยู่ยี่สิบไมล์ทางตะวันตกเฉียงเหนือของพราค. ในคืนวันที่ ๘ มิถุนายน หน่วยปฏิบัติการพิเศษจากสำนักงานกลางรักษาความปลอดภัยของไฮดริช เข้าล้อมหมู่บ้านไว้. ประชาชนถูกไล่ออกจากบ้านทุกหลัง. เมื่อคนงานจากเหมืองในท้องที่ออกจากผลัดกลับบ้าน ก็ถูกต้อนไปสมทบกับผู้หญิงและเด็กที่สนามกลางหมู่บ้าน. ทารกถูกกระชากออกจากอ้อมแขนของแม่ และโยนลงไปในรางน้ำเลี้ยงสัตว์ให้จมน้ำตาย. ตอนกลางคืนพ่อบ้านถูกแยกไปจากครอบครัว. แม่บ้านถูกขังไว้ในโรงเรียนประจำหมู่บ้าน. เด็กๆ ถูกต้อนไปรวมอยู่ที่ศาลาประชาคม. รุ่งเช้า พวกผู้ชายถูกนำตัวเป็นกลุ่มละสิบ ไปยิงเป้าที่กำแพงร้านกาแฟ ให้ญาติพี่น้องเห็น. เมื่อฆ่าไป ๑๘๙ คนแล้ว นายร้อยเอก มักซ์ รอซต็อก (Captain Max Rostock) ผู้อำนวยการปฏิบัติการนี้ เห็นว่าเป็นการชักช้าเกินไป ผู้ชายและเด็กหนุ่มที่เหลืออยู่จึงถูกต้อนให้เดินเข้าไปในโรงนาแห่งหนึ่ง แล้วจุดไฟเผาโรงนา ให้พวกที่ขังอยู่ข้างในถูกไฟคลอกตาย. ผู้หญิงทุกคน นอกจากผู้ที่มีครรภ์ถูกส่งไปที่ห้องแก๊สของราเวนสบรุก (Ravensbrück). หญิงที่มีครรภ์ถูกส่งไปที่โรงพยาบาลบูโลฟกาที่ไฮดริชตายหนึ่งสัปดาห์เต็มๆ หลังจากการลอบสังหาร. แพทย์ชุดเดียวกับที่พยายามช่วยชีวิตท่านอภิบาล ทำแท้งให้หญิงเหล่านี้. เสร็จแล้วผู้หญิงเหล่านี้ก็ถูกส่งไปเบอร์ลินสำหรับให้ "ผู้เชี่ยวชาญเกี่ยวกับเผ่าพันธุ์" ทำการทดลองวิจัย. ในที่สุดลิดิเซก็ถูกเครื่องพ่นไฟเผาผลาญทำลายจนสิ้นซาก.

การลงโทษครั้งนี้ได้ถ่ายภาพยนตร์ไว้. มีการทำเหรียญที่ระลึกสำหรับผู้ถ่ายทำโดยมีรูปหน้าด้านข้างของไฮดริช และคำ "ราเค" (Rache = การแก้แค้น) อยู่บนเหรียญ. ปฏิบัติการแก้แค้นในทำนองเดียวกันกระทำทั่วยุโรป. ตั้งแต่หมู่บ้านในนอร์เวย์ ตลอดจนถึงโอราดูร์ ซูร์ กลาน (Oradour-sur Glane) ในฝรั่งเศส ครอบครัวต่างๆ ทั้งครอบครัวถูกเผาให้ไฟคลอกตายในโรงนา หรือไม่ก็ถูกกราดด้วยปืนกลเมื่อพยายามจะหลบหนี.

ส่วนผู้ลอบสังหารนั้น แผนการหลบหนีไม่บรรลุผล. กองพล เอ็ส.เอ็ส. "ดาส ไรซ" (Das Reich) ได้รับข่าวจากสาย จึงเข้ารื้อทำลายโบสถ์ซึ่งเป็นที่หลบซ่อน. ในที่สุด พวกนั้นพบหลุมฝังศพปลอม และจัดการหย่อนปืนกลสองกระบอกลงไปในห้องใต้ดิน ทุกคนต้องเสียชีวิตโดยลูกปืน หรือไม่ก็ถูกไฟคลอกจากการราดน้ำมันลงบนร่างแล้วจุดไฟ.

ฮิตเลอร์บินไปงานศพของท่านอภิบาล. เขาประกาศสดุดีว่า : "ไฮดริชเป็นผู้พิทักษ์ที่ยิ่งใหญ่ที่สุดคนหนึ่งของอุดมการอันประเสริฐยิ่งของเยอรมัน."

ในเมือง สเติร์น พาร์ค การ์เด็นส์ รัฐอิลลินอยส์ (Stern Park Gardens, Illinois) และเมือง โบฮีเมีย ลอง ไอแลนด์ (Bohemia, Long Island) พลเมืองพากันออกเสียงให้เปลี่ยนชื่อชุมชนของตนเป็น "ลิดิเซ".

คาร์ล ฟรังค์ ผู้ทำลายลิดิเซ ถูกแขวนคอในเวลาต่อมา. หลังสงครามสมาชิกสภาอังกฤษสังกัดพรรคสังคมนิยมตั้งกระทู้ถามปัญหาว่า การยั่วยุพวกวายร้ายดังนี้เป็นการกระทำที่ฉลาดแล้วหรือไม่. โรเบิร์ต แพเจ็ต (Robert Paget) สมาชิกสภาผู้นี้ไม่เห็นด้วยกับวิธีการของ เบเกอร์ สทรีท ในการส่งสายไปปฏิบัติการที่ยั่วแหย่ให้พวกนาซีปฏิบัติการตอบโต้ อันเป็นเหตุให้พลเมืองเกลียดชังผู้ยึดครองยิ่งขึ้น. แพเจ็ตกล่าวประท้วงว่า : "นี่เป็นแนวความคิดกว้าง ๆ ในคราวที่เราส่งคณะปฏิบัติการไปลอบสังหารไฮดริช. กระบวนการต่อต้านของเชคโกส่วนสำคัญเป็นผลสืบเนื่องโดยตรงจากปฏิบัติการแก้แค้นของ เอ็ส.เอ็ส. ."

ข้อข้องใจของแพเจ็ต คือ การสูญเสียชีวิตของคนบริสุทธิ์จำนวนมากเช่นนี้คุ้มค่าหรือ. เสียงจากอดีตตอบมาว่า : "การสังหารไฮดริช เป็นปฏิบัติการเพื่อความยุติธรรม ซึ่งส่องแสงสว่างในความมืดมนให้เรา และทำให้เรามีความหวังขึ้น."

ผู้ที่เป็นพยานที่คาดไม่ถึงนั้น เคยทำงานในฐานะคนสวนของผู้ล้างผลาญลิดิเซ. เขาเป็นอาสาสมัครแห่ง เบเกอร์ สทรีท เป็นชาวอังกฤษ ชื่อ ริชาร์ด พินเดอร์ (Richard Pinder).

พินเดอร์ต้องแสดงตนเพื่อแก้ต่างปฏิบัติการระหว่างสงคราม เพราะกระทู้ของสมาชิกสภาเป็นเหตุให้ตั้งกรรมการสอบสวนในสภา. หาไม่แล้วเขาคงจะเก็บความลับไว้กับตัวจนตาย เช่นเดียวกับสายลับอีกหลายต่อหลายคน. ขณะที่เขา

กำลังฝึกสอนการก่อวินาศกรรมให้พวกกองโจรอยู่ เขาบังเอิญติดร่างแหที่เยอรมันเหวี่ยงสำหรับกวาดต้อนแรงงานทาส. เอกสารปลอมของพินเดอร์ทำขึ้นในชื่อของชาวฝรั่งเศสที่มีอาชีพผู้ชำนาญการทำสวน. ในตำแหน่งรองผู้อภิบาลของเชคโกสะ-โลวะเกีย ฟรังค์ได้เข้ายึดที่ดินผืนใหญ่ของชาวยิวผู้ร่ำรวยครอบครัวหนึ่ง และได้รับสมัครนักตบแต่งสวนอาชีพ. พินเดอร์ใช้อุบายล่อหลอกจนได้รับงานนั้น. นับแต่นั้นมา เขาจึงเป็นพยานเงียบในปฏิบัติการกดขี่แบบอันธพาลของฟรังค์.

เขากล่าวหลายปีภายหลังว่า : "เป็นความจริงว่าฟรังค์แก้แค้นการลอบสังหารไฮดริช. แต่ในประเทศที่ถูกยึดครองทุกประเทศ พวกนาซีก็จะกำจัดชุมชนทุกแห่งที่หมดประโยชน์สำหรับตนเสียแล้ว. ประเทศเชคโกสะโลวะเกียมีความสำคัญมากสำหรับกลไกสงครามของเยอรมัน. ประชาชนผลิตลูกกระสุนป้อนปืนเยอรมัน จนกระทั่งถึงเวลาที่ตัวเองจะต้องตาย."

การดำเนินสงครามในรูปใหม่และน่าสยดสยองยิ่งกว่าเดิมได้เข้าครอบคลุมโลก. คนหลายล้านคนต้องล้มตายลงเพื่อคงไว้ซึ่งเสรีภาพของส่วนบุคคล. เป็นการคุ้มค่าหรือไม่. สตีเฟนสันมีข้อวิจารณ์ครั้งหนึ่งว่า : "ไม่เคยมีใครตั้งปัญหานี้ขึ้นอย่างโจ่งแจ้ง. มวลมนุษย์เป็นผู้สร้างสภาพการณ์ขึ้นมาเอง. มวลมนุษย์มีปฏิกิริยาต่อความสยดสยองที่สร้างขึ้นมาเอง. ความสามารถประดิษฐ์คิดค้นของเราเองที่ได้เป็นสิ่งชี้ชะตากรรมของเรา.

"กลางปี ๑๙๔๒ ในวันที่ไฮดริชสิ้นชีวิต สหภาพโซเวียตบีบให้รูสเวลท์เริ่มการบุกโจมตีข้ามช่องแคบอังกฤษ. รัฐบาลฉุกเฉินอังกฤษถูกบังคับให้ต้องแถลงว่าการเปิดแนวรบที่สองในขณะนั้นจะเท่ากับเป็นการฆ่าตัวตาย. จะต้องมีการบำรุงขวัญประชาชนพลเมืองภายในป้อมปราการยุโรปเสียก่อน และกองกำลังกองโจรของฝ่ายเราจะต้องได้รับการสนับสนุนจากประชาชนส่วนใหญ่. มีทางเดียวเท่านั้นที่จะเรียกร้องให้ประชาชนสนับสนุนกองทัพลับ และนั่นคือการจัดให้มีปฏิบัติการต่อต้านและการต่อสู้การขู่เข็ญอย่างน่าตื่นเต้นยิ่งขึ้น."

บทที่ ๔๐

ระหว่างที่การรบพุ่งอย่างฉกาจฉกรรจ์กำลังดำเนินอยู่เป็นสามแนวในยุโรป สตีเฟนสันกลับต้องเล่นการเมือง. นี่เป็นการลิ้มรสปัญหาที่หน่วยราชการลับจะต้องเผชิญในสังคมเสรี. เรื่องสำคัญขนาดจะเป็นจะตายในรอบนอกของข่ายราชการลับมักจะดูหมดความสำคัญลงเมื่อถึงศูนย์กลาง. เพียงเพื่อให้อยู่รอด ผู้ที่อำนวยการหน่วยราชการลับจะต้องระแวดระวังการโจมตีจากภายในสังคมที่ตนมีหน้าที่คุ้มครองป้องกัน.

แอเลน ดับเบิลยู. ดัลเลส (Allen W. Dulles) ผู้ภายหลังได้เป็นหัวหน้าหน่วยข่าวกลาง (Central Intelligence Agency) ย้ายเข้ามาประจำหน้าที่ ณ ห้อง ๓๖๖๓ ที่ร็อกกิเฟลเลอร์ เซนเตอร์ หลังเหตุการณ์เพิร์ล ฮาร์เบอร์ หนึ่งเดือน. นักวิชาการชาวอเมริกันเริ่มปรากฏตัวตามทางเดินในชนบทแถวเบล็ตชลี่ย์ ดังนี้ ไม่ช้าต่อมา “อัลตร้า” ก็ได้รับบริการจากบุคคลเช่น เทลฟอร์ด เทย์เลอร์ (Telford Taylor) ผู้ต่อมาเป็นศาสตราจารย์ที่ปราดเปรื่องที่มหาวิทยาลัยโคลัมเบีย วิลเลียม บันดี (William Bundy) ผู้ต่อมาได้เป็นรัฐมนตรีช่วยว่าการกระทรวงต่างประเทศ และเป็นบรรณาธิการนิตยสาร ฟอเรน อัฟแฟร์ส (Foreign Affairs) ที่มีอิทธิพล ลูอิส เพาเวลล์ (Lewis Powell) ผู้ต่อมาได้เป็นประธานศาลฎีกา.

ฝ่ายอังกฤษเริ่มเปิดเผยเรื่องเกี่ยวกับหน่วยราชการลับของตนมากขึ้นอย่างเชื่องช้าและอย่างไม่เต็มใจนัก. ส่วนฝ่ายอเมริกันก็ระแวงระวังเช่นเดียวกัน ในการก้าวสู่โลกใต้ดิน ซึ่งในยามสงบคงจะทำให้พวกที่สนับสนุนเสรีภาพในการพูดและสังคมเปิดต้องขุ่นเคือง.

ตอนที่ดัลเลสเข้าทำงานที่ บี.เอ็ส.ซี. นั้น ทาง บี.เอ็ส.ซี. เองก็ตระหนักดีอยู่แล้วว่าจะต้องมีการดิ้นรนสำหรับให้อยู่ในนิวยอร์คต่อไปได้. ความสัมพันธ์ของหน่วยกับพวกอเมริกันชักจะยุ่งยากซับซ้อนขึ้น พอ ๆ กับสายใยที่สอดพันกันอยู่ของท่อส่งสารใช้ลมดันที่คดเคี้ยวเชื่อมโยงระหว่างสำนักงานต่าง ๆ ของ บี.เอ็ส.ซี. ผ่านบ้านเลขที่ ๖๓๐ ฟิฟธ์ แอเวนู ข่ายนี้ส่งกระป๋องบรรจุสารอย่างรวดเร็วว่องไว

จากศูนย์หนึ่งไปอีกศูนย์หนึ่ง ซึ่งเก็บเป็นความลับว่าใครทำงานที่ไหน. ต่อมาดัลเลสย้ายไปรับหน้าที่ราชการลับสำคัญในประเทศสวิตเซอร์แลนด์. เขาต้องการให้ราชการลับของสหรัฐขยายตัวอย่างสอดคล้องกัน และเขาเคยรู้จักโดโนแวนตั้งแต่ยังดำรงตำแหน่งรองอธิบดีกรมอัยการในวอชิงตัน. เขาคิดว่าคนที่จะสามารถตามพวกอังกฤษได้ทันก็มีแต่โดโนแวนเท่านั้น.

ที่ บี.เอ็ส.ซี. ดัลเลสมีคณะที่ปรึกษา ประกอบด้วยชาวเยอรมันคนสำคัญ ๆ ที่ฝ่ายอังกฤษฉกมาได้จากเงื้อมมือของเกสตาโป --- มีอดีตนายกรัฐมนตรีและหัวหน้าพรรคศูนย์คาธอลิกเยอรมันคนหนึ่ง อดีตรัฐมนตรีในรัฐบาลพรัสเซียคนหนึ่ง และนักการทูตต่าง ๆ จำนวนหนึ่ง. พวกนี้รวมเป็นกลุ่มที่ดูพิกลอยู่ แต่ทุกคนก็ล้วนมีจุดมุ่งหมายร่วมกัน คือการแนะนำดัลเลสในภารกิจที่จะใช้กลุ่มกำลังต่าง ๆ ที่ต่อต้านฮิตเลอร์ภายในประเทศเยอรมันให้เป็นประโยชน์. แต่เป้าหมายในการต่อสู้ทางการเมืองเพื่อความอยู่รอดที่พวกนี้มุ่งเล็งคือเจ้าหน้าที่ราชการลับอาชีพของอังกฤษผู้ไม่ยอมเชื่อรายงานว่ากระบวนการต่อสู้ต่อต้านของเยอรมันมีจริง.

ฝ่ายอังกฤษชักจะถือว่ารายงานของชาวเยอรมันเกี่ยวกับการต่อต้านฮิตเลอร์เป็นเพียงเรื่องตลกโคมลอย. นายพลเรือเอก คานาริส หัวหน้าราชการลับที่เชี่ยวชาญที่สุดของเยอรมัน เคยทำให้รัฐบาลต่าง ๆ ของประเทศในยุโรปแตกคอกันมาแล้วโดยปล่อยรายงานข่าวลวงทำนองนี้. ครั้นถึงเวลาที่คานาริสพยายามแสวงหาทางหนีเอาตัวรอดจริง ๆ จากจักรวรรดินาซีที่กำลังจะทลายลง ประวัติของเขาในเอกสารของฝ่ายอังกฤษซึ่งจ่าหน้าว่า “เค.” ทำให้ทางลอนดอนรู้สึกเห็นสมควรว่าต้องปล่อยให้เขาติดอยู่ในปลักที่เขาขุดขึ้นเอง. เรื่องนี้มีผลให้อังกฤษขัดแย้งกับดัลเลสและ โอ.เอ็ส.เอ็ส. ซึ่งรู้สึกเห็นสมควรพอ ๆ กัน ว่าต้องรักษาความสัมพันธ์ทำนองนี้ไว้. สตีเฟนสันวิจารณ์ภายหลังว่า : “มหาสมุทรแอตแลนติกเป็นเครื่องแบ่งแยกสองฝ่ายจากกัน ทั้งในระยะทางซึ่งทำให้ห่างกัน ทั้งในระยะเวลาซึ่งทำให้คลาดจังหวะกัน. ทั้งนี้เพราะแต่ละฝ่ายต่างได้บรรลุถึงขั้นตอนของประสบการณ์ในระยะต่างกัน.”

สิ่งแวดล้อมในนิวยอร์คเป็นเหมือนของลวงที่ไม่เกื้อกูลผู้ที่พยายามวาดภาพของกลุ่มต่อต้านนาซีในยุโรป. สายราชการลับของฝ่ายสัมพันธมิตร ที่มีความสามารถเป็นเลิศเมื่อปฏิบัติการงานในสนาม มักจะกลายเป็นคนเจ้าอารมณ์โมโหโทโส ชวนวิวาทและประสาทเสีย เมื่อมาทำงานที่กองบัญชาการในนิวยอร์ค ซึ่ง

เจ้าหน้าที่ดูห่างไกลจากการต่อสู้ในสมรภูมิเลือด. ความขัดสนยากลำบากเป็นคำที่ใช้โดยการเทียบเคียง. ณ ที่นั้น ความต้องการร่มชูชีพก็ไปโยงกับการที่ถุงเท้าไนลอนขาดตลาด. พวกเลขาหญิงที่เดินผ่านประตูของร็อกกิเฟลเลอร์ เซนเตอร์ นุ่งกระโปรงสั้นหรือกางเกงเพื่อความประหยัด แต่พวกนี้ก็ยังได้กินผลไม้สดและลูกกวาดอันเป็นสิ่งที่เด็ก ๆ ในอังกฤษลืมรสไปแล้ว หรือไม่ก็ไม่เคยรู้จักเอาเสียเลย.

สภาพความเป็นจริงเห็นได้ชัดขึ้นเมื่อดูข่าวใส่รหัสที่หลั่งไหลผ่านร็อกกิเฟลเลอร์ เซนเตอร์. เมื่อทัพกองโจรภายในประเทศของโปแลนด์ตัดสินใจประหาร นายพล ฟรันซ์ คุตเชรา (General Franz Kutschera) ผู้บังคับการ เอ็ส.เอ็ส. ในวอร์ซอ การศึกษาด้านนโยบายก็ต้องกระทำในนิวยอร์ค. การรวบรวมรายละเอียดเกี่ยวกับที่พักพิงของเขา รูปพรรณสัณฐาน และนิสัยต่าง ๆ ของเขา กระทำที่แคมป์ เอกซ์ โดยใช้ข้อมูลที่ได้มาจากเบเกอร์ สทรีท รวมทั้งกำหนดเวลาต่าง ๆ ซึ่งส่งมาทางวิทยุจากหญิงสาวสามคนที่ได้ศึกษาการเคลื่อนไหวของเหยื่อ. ส่วนในโปแลนด์มีแผนให้สารวัตรกองทัพลับจงใจประหัตประหารพวกเยอรมันที่เป็นต้นเหตุของความหวาดกลัว โดยให้กระทำอย่างเปิดเผยที่สุดเท่าที่จะทำได้. เพชฌฆาตเก้าคนมีปืนกลมือและลูกระเบิดมือเป็นอาวุธ สังหารคุตเชรา ในปฏิบัติการที่ใช้เวลาเพียงหกสิบวินาที. สตีเฟนสันกล่าวภายหลังว่า : “ถึงหากพวกต่อต้านในวอร์ซอไม่ได้รับการสนับสนุน นครนั้นก็จะถูกทำลายราบอยู่ดี. การตัดสินที่ยากที่สุดตกอยู่กับพวกศัตรูของไรซที่สาม ผู้เล็ดลอดหนีออกมาจากแดนที่ถูกยึดครองเพื่อมาช่วยวางแผนปฏิบัติการลับที่จะทำให้เพื่อน ๆ ของตนต้องตกอยู่ในอันตราย.”

สมัยนั้นการวางแผนเสนาธิการของสงครามลับยังไม่เป็นที่ทราบกันเลยในเหล่าทหารตามแบบของฝ่ายสัมพันธมิตร. ยังต้องเรียนรู้กันอีกว่ายุทธวิธีที่ดูง่าย ๆ โบราณ ๆ ก็อาจนำมาประยุกต์กับวิทยาการสมัยใหม่ที่สุดได้ และว่าหากกองทัพประจำถูกตีแตกไป กองโจรก็จะมีบทบาทสำคัญทางยุทธศาสตร์เชิงรับ จนกว่าจะสามารถฟื้นฟูกองทัพตามแบบขึ้นมาได้ แล้วต่อจากนั้นกองโจรก็จะสนับสนุนได้ในปฏิบัติการเชิงรุก.

บิคคัม สวีท-เอสคอตต์ (Bickham Sweet-Escott) นักธุรกิจในวงการเงินระดับสูงของอุตสาหกรรมน้ำมัน ที่มาเป็นอาสาสมัครแห่งเบเกอร์ สทรีท ระลึกว่า : “เราสามารถชี้ให้เห็นว่ากองโจรหนึ่งกองพลน้อยมีค่าเท่ากับกองพลน้อยของกองทัพประจำการสามสิบกองพล แต่ถึงชี้ให้ตาย เราก็ไม่สามารถตอกความจริงนี้ให้เข้าหัวของพวกทหารประจำการในแบบได้.” นอกจากนี้ ความพยายาม

ทำให้เข้าใจเรื่องทำนองนี้ยังยากลำบากยิ่งขึ้น เพราะโรคการรักษาความลับขึ้นสมอง. ข้อนี้ทำให้การได้ดัลเลสมาเป็นเพื่อนร่วมงาน มีความสำคัญแก่ บี.เอ็ส.ซี. มาก.

ดัลเลสกับผู้ร่วมงานของเขาถูกการเมืองบีบคั้นอย่างหนักพอ ๆ กับรูสเวลท์. และตอนกลางปี ๑๙๔๒ ท่านประธานาธิบดีเองก็รู้สึกถูกสหภาพโซเวียตรุกเร้าอย่างหนัก เมื่อต้อนรับ วิยาเชสลาฟ โมโลตอฟ (Vyacheslav Molotov) รัฐมนตรีต่างประเทศร่างเล็กท่าทางทึ่ม ๆ ซึ่งสตาลินส่งมาเพื่อเรียกร้องให้บุกยุโรปโดยเร็ว. โมโลตอฟได้รับคำบอกเล่าในลอนดอนแล้วว่าการบุกข้ามช่องแคบจะกระทำไม่ได้ในปีนั้น. แต่สตีเฟนสันต้องตะลึงเมื่อทราบในวันสุดท้ายของเดือนพฤษภาคม ๑๙๔๒ ว่ารูสเวลท์ได้หลุดปากบอกใบ้กับโมโลตอฟอย่างไม่ทันได้คิดว่า "เราคาดว่าจะเปิดแนวรบที่สองในปีนี้."

โมโลตอฟถือว่าคำกล่าวนี้เป็นการยืนยันความผูกมัดเป็นทางการ. ข้อนี้ทำให้อังกฤษตกที่นั่งอันตราย. การโจมตีขนาดย่อมเพื่อหาข่าวและปฏิบัติการกองโจรกระจัดกระจาย ไม่ทำให้นักการเมือง สื่อมวลชน หรือนักการทหารในแบบรู้สึกตื่นเต้น เพราะพวกนี้หวังจะได้เห็นชัยชนะบันลือโลกในสมรภูมิ ยุทธนาวีสำคัญ ๆ และการทิ้งระเบิดเมืองของศัตรูแบบฟ้าถล่มแหลกลาญ. ข้อหลังนี้เรียกกันอย่างน่าเกรงขามว่า การบุกโจมตียุทธศาสตร์ทางอากาศ. สตีเฟนสันคัดค้านการทิ้งระเบิดแบบฟ้าถล่ม. เขารู้สึกว่าพูดไม่ผิด เมื่อผลของการบุกโจมตียุทธศาสตร์ทางอากาศแสดงว่า ในปีแรกของการโจมตีดะทางอากาศทำให้ต้องสูญเสียนักบินสัมพันธมิตรจำนวนมากกว่าความสูญเสียของฝ่ายเยอรมัน. สัญชาตญาณบอกสตีเฟนสันว่าสงครามกองโจรจะได้ผลกว่า เพราะในการรบแบบนี้ ความเป็นผู้นำส่วนบุคคล ความสามารถประดิษฐ์พลิกแพลง และความกล้าหาญโดดเดี่ยวมีความสำคัญเป็นอันดับแรก.

อย่างไรก็ตาม สงครามลับไม่ได้เป็นข่าวพาดหัวหนังสือพิมพ์. สงครามลับมิได้ก่อให้เกิดวีรบุรุษหนุ่มแบบมีเสน่ห์ชวนให้หลงใหลสำหรับลงเรื่องครึกโครมในหน้าหนึ่งของหนังสือพิมพ์. ความลำบากของ บี.เอ็ส.ซี. ในการจ่ายค่าจ้างให้สายและการสนับสนุนกองทัพลับด้านการเงินเพิ่มขึ้น ในขณะเดียวกับที่ฮูเวอร์และเอ็ฟ.บี.ไอ. เริ่มจะลดความเห็นใจลง และความเข้าใจผิดกันเริ่มเกิดขึ้นระหว่างผู้วางแผนสงครามลับฝ่ายอังกฤษในลอนดอนกับหน่วยราชการลับในต่างประเทศที่ตั้งขึ้นใหม่ภายใต้ บิลล์ โดโนแวน.

เอกสารของ บี.เอ็ส.ซี. บันทึกไว้ว่า : “ฮูเวอร์ไม่พอใจหน่วยของโดโนแวนอย่างมากตอนแรกตั้ง เพราะเขาเกรงว่าผลประโยชน์ของหน่วยจะขัดกับอิทธิพลของเอ็ฟ.บี.ไอ. โดยเฉพาะในลาตินอเมริกา. เขาเลยพาลชัง บี.เอ็ส.ซี. ไปด้วย. ยิ่งกว่านี้ โดยที่เขาทราบดีว่า จะโจมตีหน่วยของโดโนแวนอย่างได้ผลที่สุดก็ด้วยการโจมตีที่เป็นเสาเอกในขณะนั้น เขาจึงเริ่มวางตัวเป็นอริกับ บี.เอ็ส.ซี. อย่างเกือบไม่ปิดบังก่อนเกิดเหตุการณ์ เพิร์ล ฮาร์เบอร์ ไม่นาน และเขาตั้งใจอย่างเห็นได้ชัด ที่จะขัดขวางปฏิบัติการถ้าโอกาสอำนวย. ในการนี้ เขาได้รับการหนุนหลังจากเจ้าหน้าที่ของรัฐบาลที่เกลียดพวกอังกฤษอยู่ในใจ โดยเฉพาะอดอล์ฟ เบิร์ลรัฐมนตรีช่วยว่าการต่างประเทศของสหรัฐ.

“ทันทีหลังจากแอเลน ดัลเลส เข้าทำงานที่ บี.เอ็ส.ซี. ในเดือนมกราคม ๑๙๔๒ ได้มีการตั้งคณะกรรมการร่วมเพื่อประสานปฏิบัติการทางราชการลับทั้งหมดระหว่างอังกฤษกับอเมริกันให้สอดคล้องกัน. ในการประชุมครั้งแรก ซึ่งฮูเวอร์ เบิร์ล และสตีเฟนสันร่วมประชุมด้วย เบิร์ลเสนอว่า บี.เอ็ส.ซี. ไม่ควรจะติดต่อกับหน่วยอื่นนอกจากกับ เอ็ฟ.บี.ไอ. สตีเฟนสันคัดค้านข้อเสนอ แล้วพูดต่อไปถึงร่างกฎหมายแม็คเคลลาร์ (McKellar Bill) ที่อยู่ระหว่างการพิจารณา (ซึ่งจะมีบทบัญญัติห้ามหน่วยราชการลับต่างประเทศทั้งหมดมิให้ปฏิบัติการภายในสหรัฐ) โดยชี้ให้เห็นว่าตามร่างปัจจุบันจะหมายความว่าหน่วยของเขาจะต้องม้วนเสื่อ ด้วยเหตุเพราะกฎหมายฉบับนั้นระบุว่า “เอกสารทั้งหมดของหน่วยต่างประเทศจะถูกเจ้าหน้าที่รัฐบาลสหรัฐตรวจสอบได้ทุกเมื่อ.”

“เบิร์ลตอบอย่างยิ้ม ๆ ว่า เป็นที่น่าเสียดาย แต่ก็สายเกินไปเสียแล้ว ไม่อาจแก้ไขเพิ่มเติมอะไรทั้งสิ้น เพราะกฎหมายนี้ถึงโต๊ะของท่านประธานาธิบดีเพื่อลงนามแล้ว.

“สตีเฟนสันออกจากที่ประชุมก่อนปิดประชุม. ด้วยความช่วยเหลือของโดโนแวน เขาสามารถเกลี้ยกล่อมมิให้ประธานาธิบดี รูสเวลท์ ยอมลงนามในร่างกฎหมาย นอกจากและจนกว่าจะมีการแก้ไขให้มีข้อประกันอย่างเหมาะสมที่จะคุ้มกันผลประโยชน์อันชอบด้วยกฎหมายของ บี.เอ็ส.ซี.”

สวีท-เอสคอตต์ ประมาณไว้ว่า : “ผมใช้สี่สิบส่วนร้อยของเวลาในการต่อสู้กับข้าศึก และหกสิบส่วนร้อยในการต่อสู้กับมิตรของเรา.”

ภาระที่หนักที่สุดคือค่าใช้จ่ายที่สูงขึ้นอย่างรวดเร็วสำหรับปฏิบัติการของ บี.เอ็ส.ซี. เพราะต้องจ่ายค่าจ้างเต็มสำหรับบริการจากพวกอเมริกัน ในขณะเดียวกับที่ต้องใช้จ่ายสำหรับกองทัพลับในเขตของนาซี — ซึ่งไม่ใช่ค่าจ้าง แต่เป็นเงินสำหรับซื้ออาหาร ติดสินบนเจ้าหน้าที่ ค่าเดินทาง และซื้อของใช้. บี.เอ็ส.ซี. ต้องจ่ายเงินสดทั้งสองทาง หากเงินสดขาดมือ บี.เอ็ส.ซี. ก็เสนอให้บริการแทน. นอกจากนี้ยังมีทองของฝรั่งเศสที่มาร์ตินีก ที่ใช้สำหรับค้ำประกันได้. หลักการนี้อันทำให้สามารถหาเงินกู้ในสหรัฐได้สำหรับสงครามลับ นำมาใช้ได้เช่นเดียวกันกับทรัพยากรธรรมชาติใด ๆ ก็ตามที่การปิดล้อมทางเศรษฐกิจของอังกฤษสามารถตรึงไว้ได้. ขณะนั้นมีความจำเป็นมากขึ้นทุกทีที่ บี.เอ็ส.ซี. จะต้องแสดงแล้วแสดงอีกให้เห็นว่าสำนักงานมีประโยชน์ต่อสหรัฐเพียงไร.

เคราะห์ดีที่ บี.เอ็ส.ซี. สามารถทำได้ในด้านเศรษฐกิจในอเมริกาใต้ ซึ่งเป็นบริเวณที่ภัยจากปฏิบัติการร้ายของทั้งพวกนาซีทั้งพวกญี่ปุ่นเพิ่งเริ่มคุกคามความวางใจของอเมริกาในเขตนี้ และยังเป็นบริเวณที่เพิ่งเห็นประจักษ์ว่าฝ่ายอังกฤษจะสามารถก่อวินาศกรรมแก่แหล่งทรัพยากรและวัตถุดิบได้จริง ๆ.

ในลาตินอเมริกามีแร่โลหะที่เป็นประโยชน์สำหรับการดำเนินสงคราม และยังมีทรัพยากรธรณี กับวัตถุหายากซึ่งเป็นที่ต้องการสำหรับพัฒนายุทโธปกรณ์ใหม่ ๆ ที่สลับซับซ้อน เช่น แวนาเดียม (vanadium) ปรอท ทังสเตน ดีบุก ไมกา (mica) บอกไซต์ (bauxite) และพลวง (antimony). บี.เอ็ส.ซี. ได้ตรึงแหล่งผลิตทรัพยากรทั้งหมดนี้ไว้ได้. ผู้เชี่ยวชาญเกี่ยวกับภูมิภาคอันกว้างไพศาลนี้จัดการประเมินจำนวนทรัพยากรที่ตรึงไว้ได้. บางชนิดยังไม่เป็นที่ทราบกันในขณะนั้นว่ามีค่าเพียงไร. ยกตัวอย่างเช่นเปลือกไม้ต้นควินิน (cinchona) ที่มีในโบลิเวีย ซึ่งเป็นเขตอิทธิพลของเยอรมัน เป็นวัตถุดิบสำหรับทำยารักษาโรคและเครื่องยาชนิดต่าง ๆ ซึ่งเป็นสิ่งจำเป็นสำหรับกองทัพลับทั้งหลาย.

มีความต้องการไม้บาลซา (balsa) ของเอกวาดอร์เป็นจำนวนมาก และสม่ำเสมอ สำหรับเครื่องบินจารกรรมของเบเกอร์ สทรีท ที่ไม่ได้สร้างด้วยโลหะ. หากผู้จัดหาหรือคนกลางที่อยู่ใต้อิทธิพลของเยอรมันพยายามขัดขวางการส่งสิ่งเหล่านี้ วิธีการตอบโต้ — ตามที่บ่งไว้ในคู่มือของ บี.เอ็ส.ซี. — ก็คือการก่อให้เกิดความเสียหาย โดยวางเพลิงสถานที่สำคัญ ๆ หรือยั่วยุให้เกิดความปั่นป่วนในหมู่คนงาน โดยใช้เจ้าหน้าที่สหภาพแรงงานซึ่ง บี.เอ็ส.ซี. จัดขึ้น.

ทรัพยากรที่เก็บไว้ใน "ขุมทรัพย์" ในลาตินอเมริกาเป็นเสมือนหุ้นและพันธบัตรที่เก็บไว้ใน "ธนาคาร" ของ บี.เอ็ส.ซี. เพื่อค้ำประกันการกู้. นายธนาคารอาจตัวเล็กและอ่อนแอ แต่เขาก็ได้เปรียบอย่างเสมอเสมือนยากที่สามารถควบคุมสั่งการพวก "ว่าที่" นักปล้นธนาคารทั้งหลาย. ผู้เชี่ยวชาญสงครามทางเศรษฐกิจอำนวยการแผนกต่างๆ ของ บี.เอ็ส.ซี. แผนกหนึ่งมีชื่อว่า "ความปลอดภัยของวัตถุดิบทางยุทธศาสตร์จากลาตินอเมริกา" และประกอบด้วยเขตความปลอดภัยหกเขตที่ขึ้นตรงต่อแผนก. ในแต่ละเขต บี.เอ็ส.ซี. คุมระบบที่กลมกลืนเข้ากับระบบของตำรวจในท้องที่อย่างแนบเนียน.

นักสำรวจชาวอังกฤษหลายรุ่นมีส่วนช่วยสร้างเอกสารอ้างอิงของ บี.เอ็ส.ซี. ในนิวยอร์ค. พวกนี้ทำบัญชีของวิธีการต่างๆ ที่สายของอังกฤษ รวมทั้งผู้ร่วมงานอื่นๆ อาจใช้เพื่อก่อความเสียหายแก่เศรษฐกิจ หรือหันเหการเมืองในประเทศที่นับว่าเป็นกลางสิบประเทศในลาตินอเมริกา. เช่นแฟ้มเอกสารซึ่งทำอย่างประณีตครบถ้วน และจ่าหน้า "จุดอ่อนต่อการก่อวินาศกรรม" มีรายละเอียดอย่างชัดเจนของการวิเคราะห์จุดอ่อนในโครงสร้างทางสังคมและเศรษฐกิจของแต่ละสาธารณรัฐ เพื่อให้สายสามารถทราบว่าควรโจมตีแห่งใดในกรณีที่รัฐบาลใดหรืออุตสาหกรรมใดเกิดไม่เข้าร่องเข้ารอยกับแนวนโยบายของฝ่ายอังกฤษ.

ก่อนเหตุการณ์เพิร์ล ฮาร์เบอร์ เจ้าหน้าที่อเมริกันชั้นผู้ใหญ่ถึงกับตะลึงเมื่อค้นพบว่ามีหน่วยราชการลับต่างประเทศที่ตั้งอยู่ในแดนอเมริกันกำลังพิจารณาหนทางอย่างเลือดเย็น เพื่อเปลี่ยนหรือล้มรัฐบาลของประเทศเพื่อนบ้าน. หลังจากสหรัฐเข้าร่วมสงครามแล้ว การคบคิดวางแผนต่างๆ ของ บี.เอ็ส.ซี. เริ่มดูเป็นมาตรการการป้องกันที่สุขุมขึ้น.

พละกำลังของฝ่ายอังกฤษขึ้นอยู่กับความรู้ที่ถูกต้องแน่นอนเกี่ยวกับเรื่องนานาประการ นับตั้งแต่ประวัติส่วนตัวของชาวญี่ปุ่นและชาวเยอรมันสำคัญๆ ฝ่ายอักษะในอุตสาหกรรมหลัก จนถึงการพัฒนายาหยอดที่ทำให้สลบ ซึ่งผลิตจากยาพิษที่หายากยิ่งกว่ายาคิวราเร (curare) ของเวเนซุเอลา ซึ่งสายลับในยุโรปต้องการใช้กันมาก. วิลเลียม โรว์แลนด์ แพทย์ชาวแคนาดา ที่มีพี่ชายเป็นผู้ช่วยคนสนิทของสตีเฟนสัน ทำการทดลองยาใหม่ๆ ในนิวยอร์ค. เขาค้นคว้าหายาที่จะใช้ผสมกับเครื่องดื่มแบบที่ผู้ดื่มในโรงเหล้าจะไม่รู้สึกผิดสังเกตเลย ยาสตริคนินเป็นที่สังเกตได้ง่าย. กาลละมีน (gallamine) นุ่มนวลกว่าคิวราเร แต่เป็นยาที่หายากกว่า.

เฮิร์บและบิลล์ โรว์แลนด์ (Herb and Bill Rowland) ใช้เวลาหลายชั่วโมงที่นับว่าครึกครื้นในการจิบเหล้าผสม เพื่อค้นหาส่วนผสมที่พึงประสงค์. ในที่สุด ทั้งสองก็พบส่วนผสมที่มีประสิทธิภาพเหนือกว่าเหล้าผสมสำหรับให้สลบที่มีชื่อว่า "มิคคี ฟินน์" (Mickey Finn) และมอบให้กับสายลับของสหรัฐ.

เหล่ากองทัพลับมีความต้องการเงินตราต่างประเทศ ซึ่งสตีเฟนสันจัดซื้อผ่านนายธนาคารในนิวยอร์คหรือผ่านโดโนแวน. มีการส่งเงินสดที่มีมูลค่าหลายล้านดอลลาร์ไปลอนดอนเพื่อทิ้งร่มลงในยุโรป. ปฏิบัติการนี้มิได้อาศัยเงินตราตระกูลดอลลาร์หรือปอนด์สเตอร์ลิงเป็นหลัก แต่อาศัยกระแสความไว้วางใจที่ไม่ขาดสายตั้งแต่ชาวอเมริกันผู้ได้รับความไว้วางใจให้ทราบว่าทำไมจึงต้องการเงินสดอย่างกะทันหันจนถึงเหล่าผู้นำกองโจร ซึ่งมีคำพูดที่เชื่อถือได้ดีเท่ากับหลักประกัน. มีการลอบส่งเงินแฟรงค์ (francs) ซลอตี (zlotys) กิลเดอร์ (guilders) โครเนอร์ (kroner) และ ลีร์ (lire) เป็นกระสอบ ๆ ไปแคนาดาเพื่อส่งต่อทางเครื่องบิน.

แผนกการเงินของเบเกอร์ สทรีท จัดการตกลงแบบแลกเปลี่ยน โดยนักธุรกิจที่มั่งคั่งและนายธนาคารในเขตที่ถูกยึดครองให้กู้ยืมเงินสดด้วยคำมั่นสัญญาว่าจะชำระหนี้หลังสงคราม. การนี้ต้องผ่านกระบวนการตระเตรียมตกลงมากมาย. หัวหน้าข่ายหนึ่งในปารีส ผู้ต้องการเงินอย่างรีบด่วน ได้ไปขอความช่วยเหลือจากนายธนาคารฝรั่งเศสคนหนึ่ง. นายธนาคารผู้นั้นจะทราบได้อย่างไรว่าสายคนนั้นเป็นสายจริง. วิธีที่ใช้คือ สายบอกให้นายธนาคารแต่งคำพูดขึ้นสักสองสามคำตามใจชอบ แล้วสายก็ส่งคำพูดนี้ไปลอนดอนทางวิทยุ. เมื่อวิทยุ บี.บี.ซี.ออกกระจายเสียงคำพูดนี้ในรายการธรรมดาถึงยุโรปที่ถูกยึดครอง นายธนาคารก็ทราบแน่ว่าผู้มาเข้าพบมิได้เป็นผู้ร้ายที่ฉวยโอกาสในสถานการณ์ผิดปกตินั้น. นักธุรกิจที่ต่อต้านนาซีอีกหลายคนมอบเงินให้เป็นจำนวนมาก ๆ โดยไม่เรียกร้องแม้แต่ใบรับและถือความไว้วางใจเป็นสำคัญ.

บริษัทธนกิจ เลเดินเบอร์ก ธาลแมน จำกัด (Ladenburg, Thalman and Co.) แห่งนิวยอร์คทำงานติดต่อกับสตีเฟนสันโดยตรง. ถ้าข่าวใด ๆ เกิดรั่วออกไป ก็อาจทำให้สายคนหนึ่งหรือทั้งกองทัพตกอยู่ในอันตรายได้. การตกลงต้องทำกันเป็นส่วนตัว โดยมีโดโนแวนเข้ามาร่วมด้วยเมื่อจำเป็น. ครั้งหนึ่งมีความจำเป็นต้องใช้ดอลลาร์อเมริกันจำนวนมหาศาลสำหรับปฏิบัติการซึ่งลับที่สุด จนจะบอกจุดประสงค์ให้ใครทราบไม่ได้ แม้แต่โดโนแวนเอง. เจ้าหน้าที่กระทรวงการคลัง

สหรัฐผู้เข้มงวดคนหนึ่งเกือบจะทำให้กิจการเกี่ยวกับกองกำลังกองโจรขนาดใหญ่หลายกองล้มเหลวลงโดยไม่รู้ตัว. การโอนเงินจำนวนนี้กระทำโดยแลกเป็นธนบัตรใบใหญ่ๆ และส่งไปให้โดยวิธีการซับซ้อน ซึ่งเป็นที่ทราบเฉพาะสตีเฟนสัน เจ้าหน้าที่การเงินของเบเกอร์ สทรีท คนหนึ่ง และโดโนแวน กับผู้ช่วยขั้นหัวกะทิของเขาสองคนเท่านั้น. ท่านประธานาธิบดีและท่านนายกรัฐมนตรีทราบแต่เพียงว่ามีการยักย้ายถ่ายเทเงินราชการลับกันอย่างกว้างขวาง. รายงานของ บี.เอ็ส.ซี. สรุปความลำบากของปฏิบัติการนี้ว่า : "เงินดอลล่าร์ก้อนนี้จะนำไปใช้ในยุโรปที่ถูกยึดครอง และในที่สุดจะต้องตกไปถึงมือของเยอรมัน ซึ่งทั้งกระทรวงการคลังสหรัฐและธนาคารชาติยินยอมไม่ได้. กระทรวงการคลังอังกฤษจะซื้อธนบัตรเงินดอลลาร์จากกระทรวงการคลังสหรัฐโดยใช้เช็คสั่งจ่ายเงินก็ไม่ได้ เพราะเช็คใบนั้นย่อมจะต้องผ่านกลไกการเงินของอเมริกัน ซึ่งจะทำให้ข่าวการสมคบคิดครั้งนี้รั่วไหลออกไปได้."

โดโนแวนประเดิมโดยการเบิกเงินสามล้านดอลลาร์จากกระทรวงการคลังสหรัฐเป็นธนบัตรใบใหญ่ๆ. ธนบัตรใบใหญ่ๆ ซึ่งสะดวกที่สุดสำหรับใช้ในเขตของเยอรมัน ถูกส่งไปลอนดอน. ต่อมาเงินจะกลับคืนมาเป็นธนบัตรใบย่อยๆ ซึ่งยังหาได้ในประเทศอังกฤษ. ธนบัตรใบย่อยๆ นี้ต้องใช้ถุงจำนวนมากมายสำหรับใช้บรรจุ. ทั้งนี้หมายความว่าจะต้องกินที่มากสำหรับขนส่งในเวลาที่ระวางขนส่งสินค้ากำลังเป็นที่ต้องการสูง จึงทำให้การชำระเงินคืนต้องล่าช้าไป. โดโนแวนพยายามขอเบิกอีกสองล้านดอลลาร์. ทางกระทรวงการคลังสหรัฐถามว่าเขาตั้งใจจะคืนเงินจำนวนเดิมเมื่อใด ซึ่งก็ตอบไม่ได้ง่ายๆ. ถึงกระนั้น ทางเบเกอร์ สทรีทยังรบเร้าให้สตีเฟนสันส่งเงินงวดต่อไปให้ทันจันทร์ข้างแรมครั้งสุดท้ายของฤดูหนาว ซึ่งเป็นระยะเวลาที่เครื่องบินสามารถฉวยโอกาสที่ฟ้ามืดสนิทเป็นเวลานาน สำหรับเที่ยวบินที่เสี่ยงภัยเข้าไปในไรชที่สามในฐานะ "เจ้าหน้าที่จ่ายเงิน."

สตีเฟนสันจำต้องชักเนื้อโดยควักเอาจากเงินสดสำรองจ่ายส่วนตัวรวมกับเงินเชื่อ. เขาสัญญาว่าจะใช้หนี้แน่นอน และแจ้งให้ท่านประธานาธิบดีทราบปัญหาโดยสังเขป. เอ็ฟ.ดี.อาร์.ปรึกษาปัญหานี้กับ เฮนรี มอร์เกนเธา จูเนียร์ รัฐมนตรีการคลัง. เงินอีกสองล้านดอลลาร์จึงได้รับอนุมัติให้จ่ายได้. เงินจำนวนนี้ส่งทางเครื่องบิน ไปยังสนามบินซึ่งกองทัพลับโปแลนด์เตรียมไว้ เครื่องบินมอสกิโต (Mosquito) ของกองบิน "พระจันทร์ เอ็ส.ที.เอ็ส." แห่งกองทัพอากาศอังกฤษร่อนลงตรงกลางสามเหลี่ยมที่กำหนดด้วยตะเกียงพรางแสงสามดวง.

ไม่มีใครนึกฝันว่าจะมีปัญหาทางสถิติ. ธนบัตรใบละร้อยหนึ่งล้านดอลลาร์จะบรรจุได้พอเหมาะในถุงใบเดียว และส่งทางเครื่องบินข้ามแอตแลนติกไปทางตะวันออกได้. แต่ธนบัตรใบย่อยห้าล้านดอลลาร์แรกที่ส่งคืนมาจากอังกฤษ ต้องบรรจุเข้าถุงเกือบ ๒๐๐ ใบ. แต่เงินจำนวนนี้ก็มาถึงจนได้ หลังจากต้องล่าช้าแบบใจหายใจคว่ำ อันทำให้ผู้ตรวจการของกระทรวงการคลังตั้งคำถามที่ตอบยากอีก. การขนเที่ยวสุดท้ายเกือบกลแตกเพราะเจ้าหน้าที่การเงินของโดโนแวนเอง. เขาถามอย่างสุภาพที่สุดว่า โดโนแวนจะกรุณาบอกได้หรือไม่ว่าเงินนั้นเอาไปใช้อะไร. หรือว่าเอาไปกักตุนไว้. โดโนแวนตอบว่า "กองทัพลับต่างๆ ที่เบเกอร์ สทรีท ก่อตั้งขึ้นจำเป็นต้องใช้เงินดอลลาร์สหรัฐใบละร้อยและห้าสิบเป็นจำนวนมาก และว่าพวกหัวหน้ากองโจรในสนามอยู่ได้โดยอาศัยการที่ทางลอนดอนไม่เปิดเผยอะไรเลย. เงินจำนวนมหาศาลนี้จำเป็นสำหรับใช้ในการตระเตรียมการลุกฮือขึ้นต่อต้านฮิตเลอร์ในขั้นเด็ดขาด."

อัจฉริยบุคคลทางการคลังชาวอเมริกันที่มาช่วยสตีเฟนสันให้พ้นจากความลำบากใจทำนองนี้ คือ เฮนรี มอร์เกนเธา จูเนียร์. ฮิตเลอร์เคยกล่าวตั้งแต่ฤดูใบไม้ผลิปี ๑๙๓๙ ว่า : "รูสเวลท์กับมอร์เกนเธา ขุนคลังยิวของเขา" มัวแต่หมกมุ่นอยู่กับการเมืองภายในเสียจนทำให้เยอรมันวางใจได้ว่าจะมีระยะปลอดเป็นเวลาเจ็ดเดือน ก่อนที่อุตสาหกรรมอเมริกันจะสามารถเดินหน้าเต็มตัว หรือส่งกองกำลังทหารออกไปได้. เพื่อรักษาระยะปลอดนี้ไว้ ฮิตเลอร์มีคำสั่งให้นักโฆษณาชวนเชื่อเพลาๆ การสนับสนุนพวกอเมริกันที่ปรารถนาอยู่โดดเดี่ยวลงเสียบ้าง แต่ความสำเร็จของสงครามสายฟ้าแลบครั้งแรก คือการเข้ายึดโปแลนด์ ทำให้พวกนาซีลืมตัว. ห้องเอกสารของกระทรวงต่างประเทศโปแลนด์ถูกค้น และเอกสารถูกปลอมแปลง เพื่อแสดงวิธีการที่ชาวอเมริกันชั้นนำใช้คบคิดกับ "ชาวยิวและนักการทูตจอมอุบาทว์" เพื่อทำลายพวกไรชเยอรมัน. ห้องสมุดเยอรมันในนิวยอร์คเปิดเผยเอกสารที่แสดงรายละเอียดอันน่าบัดสีเกี่ยวกับความโหดร้ายของโปแลนด์ที่กระทำต่อชาวเยอรมัน. มีการแสดงรูปถ่ายซึ่ง "น่าสยองเกินกว่าที่จะเผยแพร่ให้ประชาชนทั่วไปดูได้" ที่ห้องพิเศษของห้องสมุด ณ บ้านเลขที่ ๑๗ แบตเตอรี เพลส (17 Battery Place). มีรูป "การฆาตกรรม การทำให้ทุพพลภาพ และภาพการสังหารหมู่ และการข่มขืน" ซึ่งผู้รับเคราะห์กรรมดูจะเป็นชาวเยอรมัน.

มอร์เกนเธาไม่ใช่คนเดียวที่มีความโกรธแค้น. ในขณะที่สงครามในยุโรปขยายตัว เขารณรงค์ช่วยอังกฤษอยู่ลับๆ. การที่เขามีอิทธิพลต่อท่านประธานาธิบดี

ทำให้เขาถูกตำหนิบ่อยครั้ง เกี่ยวกับความขัดข้องที่ทางทหารเผชิญ. เมื่อกองทัพบกสหรัฐเกิดพบว่าจำนวนกระสุนปืนที่จ่ายให้ทหารใหม่ฝึกยิง ถูกตัดไปจำนวนสี่สิบส่วนร้อย เพื่อไปสนับสนุนอังกฤษ กองทัพบกก็โทษมอร์เกนเธา.

ถึงปี ๑๙๔๒ แม้แต่เฮนรี มอร์เกนเธา ผู้นุ่มนวลก็ได้ก้าวลึกเข้าไปแล้วในปฏิบัติการลับ กองโจรต่างๆ ในยุโรปใช้ทั้งเงินจริงทั้งเงินปลอม. รัฐบาลสหรัฐเป็นผู้ซื้อเงินปลอมให้อังกฤษ. เออร์เนสต์ คิวนิว กล่าวว่า : "กฎหมายห้ามการทำเงินปลอมในแดนสหรัฐ. ดังนั้นเราจึงต้องให้ บี.เอ็ส.ซี.ผลิตเงินปลอม โดยใช้โรงพิมพ์การค้าเอกชนที่ชำนาญงานประเภทนี้. พวกนี้เป็นบริษัทอังกฤษที่มีระบบการรักษาความปลอดภัยพรักพร้อม. ในยามสงบ บริษัทเหล่านี้เป็นผู้ผลิตธนบัตรของรัฐบาลต่างประเทศ ดังนั้นจึงมีความชำนาญในมาตรการรักษาความปลอดภัยเป็นพิเศษ. เราจำต้องเสียค่าพิมพ์ที่แพงเป็นบ้า -- คือประมาณหกสิบส่วนร้อยของค่าจริง. ผมจึงว่า พับผ่า --- ถ้า**เรา**จ่ายเงินให้**พวกคุณ**เป็นเงินปอนด์เก๊ของอังกฤษจะว่ายังไง.

"และพวกเขาก็ตอบว่า ขอบคุณครับ เรามีเงินปอนด์เก๊ใช้เหลือเฟือแล้ว."

การปฏิบัติฝ่าฝืนตัวบทกฎหมายทำนองนี้ชักจะไม่ใช่เรื่องสนุกนัก เมื่อฮูเวอร์เริ่มพยายามระงับปฏิบัติการของ บี.เอ็ส.ซี. จึงมีความจำเป็นต้องจัดให้มี "การประชุมข่าวกรองในซีกโลกตะวันตก" (Western Hemisphere Intelligence Conference) ขึ้นในเดือนเมษายน ๑๙๔๒. สตีเฟนสันประสงค์ที่จะย้ำให้ฮูเวอร์และเจ้าหน้าที่ผู้ใหญ่ของสหรัฐทราบตระหนักถึงผลเสียหากขาดความร่วมมือของ บี.เอ็ส.ซี. แต่อย่างไรก็ตาม ฝ่ายอเมริกันก็ยังคงระแวงอยู่ว่า บี.เอ็ส.ซี. ใช้เล่ห์เหลี่ยมกับทางทำเนียบขาวอย่างมีประสิทธิภาพไม่ย่อหย่อนกว่าที่ใช้กับฝ่ายอักษะ. สตีเฟนสันโต้ด้วยการยกตัวอย่างผลร้ายต่างๆ ของการทำงานอย่างแตกแยกกันในสมรภูมิ.

อังกฤษมีนโยบายป้องกันมิให้ฝ่ายข้าศึกสงสัยได้ว่าการวิทยุสื่อสารของตนถูกดักฟังรู้เรื่องแล้ว. ทางฝ่ายอังกฤษจึงไม่ยอมให้แม้แต่เจ้าหน้าที่ราชการลับของตนเองในลาตินอเมริการับทราบข่าวสารของเยอรมันที่ถอดรหัสแล้ว เพราะหากรั่วไหลออกไปจะทำให้เบล็ตชลี่ย์เสียหายได้.

แต่วิธีปฏิบัติของฝ่ายอเมริกันนั้น คือการแจกจ่ายสำเนาของข่าวสารที่ดักฟังได้ออกไปทุกทิศานุทิศ. ยกตัวอย่าง กระทรวงต่างประเทศสหรัฐอาจส่งรายงาน

การดักฟังของตนไปให้เอกอัครราชทูตสหรัฐในอุรุกวัย (Uruguay) เป็นต้น. กระทรวงกลาโหมอาจส่งข่าวของตนไปให้ผู้ช่วยทูตทหารในเวเนซุเอลา. กระทรวงทหารเรืออาจส่งข่าวไปให้ผู้แทนกองทัพเรือในบราซิล. แม้แต่สำนักข่าวแอสโซซิเอเต็ด เพรสส์ (Associated Press) ก็มีข่าวอยู่ในแฟ้มเอกสารที่ได้มาจากข่าวสารที่ถอดจากข่าวใส่รหัส ซึ่งสถานเอกอัครราชทูตอเมริกันในรีโอแย้มให้ทราบ และครั้งหนึ่งสำนักข่าวนั้นเคยออกข่าวโดยใช้ประโยคที่เอามาจากสำเนาจริงของข่าวนั้นทั้งประโยค.

เหตุการณ์เกิดขึ้นเมื่อทางตำรวจบราซิลจับกุมชาวเยอรมันหลายสิบคนในเดือนมีนาคม ๑๙๔๒. สตีเฟนสันทราบดีอยู่แล้วว่าทุกคนเป็นสมาชิกของข่ายจารกรรมหลายข่ายที่ต่างทำงานเป็นเอกเทศ. ฝ่ายอังกฤษได้ข้อมูลว่าใครเป็นใครมาจากการวิเคราะห์ข่าวเยอรมันที่ถอดรหัสแล้ว. เพื่อรักษาความลับนี้ และเพื่อสามารถดักฟังจากจารชนฝ่ายข้าศึกเหล่านี้ได้ต่อไป ฝ่ายอังกฤษจึงเก็บเรื่องไว้โดยมิได้จัดการอะไรแต่อย่างใด. แต่ที่แน่ๆ ก็คือทางบราซิลได้รับรายงานสรุปการสอบสวนของ บี.เอ็ส.ซี. ผู้ที่ให้ไม่ใช่คนของสตีเฟนสัน. ดังนั้นผู้ต้องสงสัยที่เหลืออยู่ก็มีแต่ผู้ที่ได้รับรายงานของ บี.เอ็ส.ซี. ในวอชิงตัน. สตีเฟนสันจึงต้องไปที่ทำเนียบขาวอีกครั้งหนึ่ง. เขายอมเอาชื่อเสียงส่วนตัว และความเชื่อถือของทางลอนดอนในตัวเขาเป็นเดิมพัน โดยไว้วางใจในการตัดสินใจที่สุขุมของฝ่ายอเมริกัน. แต่เหตุการณ์ในทำนองนี้จะยิ่งเป็นอุปสรรคต่อการที่จะทำให้ผู้ใหญ่ทางราชการลับของเชอร์ชิลล์ เชื่อว่าควรแบ่งปันข่าวสารกันอย่างเต็มที่. เอ็ฟ.ดี.อาร์. เห็นด้วย จึงเปิดการสอบสวนและต้องยอมรับว่าผู้กระทำผิดโดยไม่รู้ตัว คือเอกอัครราชทูตของเขาเองในบราซิลที่เป็นผู้ส่งบันทึกขอร้องให้จับกุมสายลับของเยอรมัน. บัญชีรายชื่อและถ้อยคำสนับสนุนข้อกล่าวหา ที่ตัดตอนมาจากข่าวลับที่ดักได้ ที่เขามอบให้ตำรวจบราซิลก็ใช้เป็นหลักฐานในการดำเนินคดีทางกฎหมาย. นับว่าเคราะห์ดีแท้ๆ ที่ทางเบอร์ลินมิได้ล่วงรู้ว่ารหัสลับของตนถูกข้าศึกขบไขได้แล้ว.

ในการประชุม — ซึ่งมีผู้แทนของ บี.เอ็ส.ซี. ของ เอ็ฟ.บี.ไอ. ของกระทรวงต่างประเทศสหรัฐ และของฝ่ายทหารสหรัฐ — สตีเฟนสันมีจุดประสงค์ที่จะสมานรอยร้าวและทำให้มีการร่วมมือร่วมแรงกันอย่างสนิทสนมราบรื่นที่สุดเท่าที่จะกระทำได้. แต่เขาต้องเผชิญความเป็นหัวหมอปากทนายของฮูเวอร์ เมื่อเขาพยายามอีกครั้งหนึ่งที่จะเสนอให้ใช้ "ระบบหักหลัง" ซึ่งใช้วิธีปล่อยให้สายของฝ่ายข้าศึกทำงานต่อไปหากจะช่วยให้เปิดหน้ากากสายอื่นๆ ได้. ฮูเวอร์ไม่นิยมชมชอบการปิดบังอำพรางพยานหลักฐาน. สตีเฟนสันต้องการให้หน่วงเหนี่ยวการดำเนินคดีไว้ จนกว่าจะ

สามารถขุดแหล่งข่าวของผู้ต้องสงสัยได้อย่างถึงรากถึงโคน คือได้ทั้งผู้จ่ายเงิน และผู้ร่วมงาน และการติดต่อสื่อสาร. เขายกกรณีจดหมายที่ดักได้จากสายลับเยอรมันคนหนึ่งในโคลัมเบียเป็นตัวอย่างว่า : "เยอรมันคนนั้นเขียนว่าเครื่องรับวิทยุของเขาถูกกระทรวงคมนาคมยึด. ผู้เขียนใช้ชื่อปลอมปกปิดชื่อจริง แต่รัฐบาลโคลัมเบียเอื้อเฟื้อช่วยตรวจเอกสารรายงานให้ และพบว่ามีชาวเยอรมันเพียงสองคนที่ถูกยึดเครื่องวิทยุ. จากนั้นก็เป็นของง่ายที่จะชี้ตัวสายลับ. จารบุรุษผู้สามารถคนหนึ่งเกิดพลาดพลั้งในการเขียนจดหมาย. แต่การปล่อยให้เขาทำงานต่อ มีผลให้ได้รับข้อมูลเพิ่มเติมอีกมากหลาย เกี่ยวกับการส่งทองคำขาว (platinum) ซึ่งเป็นที่ต้องการอย่างยิ่งสำหรับสร้างเครื่องกำเนิดไฟฟ้าในเครื่องยนต์ของเครื่องบินในประเทศเยอรมัน. สายลับซื้อทองคำขาวด้วยราคาสูงกว่าราคาทางการของตลาดอเมริกันตั้งแต่สามถึงสิบเท่าตัว แล้วลอบส่งออกทางสายการบิน "ลาตี" ของอิตาลี หรือไม่ก็ส่งทางทะเลไปลิสบอน. เรื่องนี้มีผลให้มีการเริ่มปฏิบัติการใหม่เพื่อสกัดการส่งกำลังบำรุงจากลาตินอเมริกาไปเยอรมัน."

ข้อเสียของการต้องรักษาความลับเห็นได้ชัดในการประชุมปรึกษาหารือ ที่ดำเนินในขณะเดียวกันนั้นที่วอชิงตัน ระหว่างผู้แทนของสหรัฐกับอังกฤษเกี่ยวกับงานประจำวันด้านการสื่อสารลับ. พวกนี้รู้เรื่องเกี่ยวกับปฏิบัติการของ บี.เอ็ส.ซี. เพียงเล็กน้อย น้อยคนนักที่จะทราบว่ามีการเปิดเผยข่าวจาก "อัลตร้า" แก่ทางทำเนียบขาวมากเพียงใด. เอกสารของ บี.เอ็ส.ซี. รายงานว่า : "แต่เดิมการติดต่อด้วยรหัสลับกับสหรัฐกระทำกันในขอบจำกัดและอย่างมุบมิบ. มาบัดนี้จะกระทำได้อย่างเปิดเผยและอย่างครบถ้วนเต็มที่ ทั้งในด้านปฏิบัติการ ทั้งในด้านประมวลรหัสและเลขรหัสทางการทูต."

ข้อสังเกตแต่ในแง่ดีนี้กลบเกลื่อนความขัดแย้งภายในระหว่างหน่วยงานต่าง ๆ ของสหรัฐ. ทาง บี.เอ็ส.ซี. ยอมรับอย่างระมัดระวังว่า : "มิตรภาพระหว่างกระทรวงกลาโหม (ทหารบก) กับกระทรวงทหารเรือไม่เฟื่องฟูนักในขณะนั้น. กรมสื่อสารกองทัพเรือถือตัวว่าเป็นหน่วยอาชีพและสามารถดำเนินงานโดยไม่ต้องอาศัยความช่วยเหลือจากภายนอก. กรมสื่อสารทหารบก ซึ่งกำลังประสบปัญหาการขยายแผนงานอย่างกว้างขวางและเร่งด่วน ก็สำนึกดีถึงข้อบกพร่องชั่วคราวของตนและหมั่นไส้การอวดว่าพึ่งตัวเองได้ของกองทัพเรือ."

ลำดับสุดท้าย ได้ปรึกษากันในเรื่องน่าตื่นเต้นสนใจหลายเรื่อง เช่นเรื่อง

วิทยาการ "ตรวจลายนิ้วมือทางวิทยุ" ซึ่งทำให้ระบุพนักงานวิทยุแต่ละคนได้. จุดประสงค์ของการประชุมคือการทำให้ฝ่ายสัมพันธมิตรสามารถแลกเปลี่ยนข่าวสารทางวิทยุกันอย่างราบรื่น. เมื่อการปรึกษาหารือดำเนินก้าวหน้าไป ผู้แทนหน่วยต่าง ๆ ก็แสดงความนับถือซึ่งกันและกันมากขึ้น ถึงแม้ว่ายังอย่างไม่เต็มใจนัก.

บี.เอ็ส.ซี. เป็นที่รู้จักอย่างลาง ๆ ในหมู่นายทหารชั้นผู้ใหญ่ว่าเป็นหน่วยสมัครเล่น. ผู้แทนของทบวงทหารเรืออังกฤษได้รับคำเตือนก่อนออกเดินทางจากลอนดอนว่าสตีเฟนสันเป็นคน "ที่อยู่นอกสังเวียน. . . . แตะต้องไม่ได้." เพราะเขามีบทบาทที่ล่อแหลมในแดนของสหรัฐ. แต่ก็ไม่มีทางที่จะปิดบังระบบสื่อสารของนายอินทร์. ระบบนี้บริการการส่งข่าวสารระหว่างหน่วยงานต่าง ๆ ของสัมพันธมิตรมากขึ้นทุกวัน โดยทำงานอย่างไม่เป็นทางการ และอย่างชั่วคราว ซึ่งต่อมาก็กลายเป็นทางการและถาวรขึ้น.

ฟังดูเป็นเรื่องแทบไม่น่าเชื่อ ว่าผู้เชี่ยวชาญด้านข่าวกรองกลุ่มหนึ่งเกือบจะไม่ทราบถึงงานที่อีกกลุ่มหนึ่งดำเนินอยู่. แต่ บี.เอ็ส.ซี. ก่อตั้งขึ้นในขณะที่จำเป็นต้องให้เป็นความลับที่สุด. การติดต่อระหว่าง บี.เอ็ส.ซี. กับหน่วยต่าง ๆ ของสหรัฐอาจดูผิวเผิน. แต่นั่นเป็นผลของการเจรจาที่ใช้เวลานาน และอย่างระมัด-ระวัง. ในสถานการณ์นี้ความจำเป็นตามปกติที่จะต้องให้หน่วยลับต่างทำงานแยกกันก็ยิ่งทำให้จุดประสงค์ของ บี.เอ็ส.ซี. ไม่เป็นที่ทราบทั่วไป. จึงเป็นที่แน่นอนว่าข้อนี้เป็นเหตุผลที่หนักแน่นที่สุดในการพยายามรักษาความสัมพันธ์ที่ดีกับเอ็ฟ.บี.ไอ. และ ฮูเวอร์ไว้.

เมื่อฮูเวอร์และสตีเฟนสันทำงานร่วมกันอย่างลงรอย ปฏิบัติการมักจะเป็นไปอย่างราบรื่นจริง ๆ --- ทำให้เลี่ยงไม่ได้ที่จะเป็นที่ระคายเคืองต่อเจ้าหน้าที่กระทรวงต่างประเทศสหรัฐบางคน ที่หวงแหนอธิปไตยของประเทศ. แต่ละกรณีทำให้สตีเฟนสันต้องคิดหนักในการเลือก ระหว่างการกระทำแบบยอมให้บัวช้ำน้ำขุ่นกับการปล่อยให้ศัตรูตัวจริงดำน้ำหนีพ้นมือไปได้.

คดีของวิลเลียม ซีโบลด์ (William Sebold) สายลับนกสองหัว ทำให้เกิดกรณีอื้อฉาว ทำให้มีการเปิดเผยการสูญเสียความลับทางทหารที่สำคัญให้แก่เยอรมัน ทำให้สมาชิกสามสิบสามคนของข่ายจารกรรมนาซีข่ายหนึ่งต้องถูกนำตัวขึ้นศาลอเมริกัน และทำให้ฮูเวอร์เกิดมีอำนาจในปฏิบัติการทางราชการลับขึ้น --- อย่างน้อยที่สุดก็ในสายตาของประชาชน แม้จะไม่ใช่ในสายตาของทางกระทรวงต่างประเทศ. แต่

กรณีนี้ทำให้สามารถมอบอาวุธลับแก่กองทัพอากาศอังกฤษอย่างเปิดเผยได้ เมื่อทางวอชิงตันเกิดลำบากใจขึ้นที่ได้พบว่ามีการลอบส่งพิมพ์เขียวให้แก่พวกนาซี ในขณะที่อเมริกันไม่ยอมส่งให้อังกฤษ โดยเอาการรักษาความปลอดภัยมาเป็นข้ออ้าง.

ซีโบลด์เป็นชาวอเมริกันที่โอนชาติจากเยอรมัน. ราชการลับเยอรมันได้ฝึกเขาในปี ๑๙๓๙ ในงานเกี่ยวกับการใช้ประมวลรหัสและเลขรหัส การใช้วิทยุรับส่งข่าวลับและการถ่ายรูปจุลทัศน์. เขารายงานทั้งหมดนี้ให้เจ้าหน้าที่อเมริกันทราบ. ตามคำสั่งของ เอ็ฟ.บี.ไอ. เขาได้ตั้งศูนย์รวมข่าวลับเยอรมันโดยพรางเป็นบริษัทวิจัยไดเซล (Deisel Research Company) ณ ตึกนิคเกอร์บ็อคเกอร์ (Knickerbocker Building) ที่ถนนที่ ๔๒ ในแมนแฮ็ตตัน และตั้งสถานีวิทยุที่เซ็นเตอร์พอร์ต ลองไอแลนด์ (Centerport, Long Island). เขาถูกแนะให้ติดต่อกับสายอื่นๆ ของเยอรมัน. เมื่อทาง เอ็ฟ.บี.ไอ. รู้สึกว่าเขาชักจะหมดประโยชน์แล้ว เขาก็ได้รับคำสั่งให้เลิกกิจการ. เขาโผล่มาอีกครั้งหนึ่งก็เมื่อมาเป็นพยานฝ่ายโจทก์ ในการฟ้องชาวอเมริกันเชื้อเยอรมันอื่นๆ ที่ขายความลับ ซึ่งรวมถึงเรื่องเครื่องเล็งทิ้งระเบิดนอร์เดน (Norden bombsight) ด้วย.

ตามคำอ้างของอัยการในการพิจารณาคดีในศาลที่ตามมา เครื่องเล็งทิ้งระเบิดนั้นถือว่าเป็น "อาวุธป้องกันทางอากาศที่หวงแหนที่สุดของประเทศนี้." สตีเฟนสันเคยทำคำร้องขอเครื่องนี้จาก เอ็ฟ.ดี.อาร์. มาก่อน บัดนี้เปิดเผยกันได้แล้วว่าเยอรมันได้รับข้อมูลที่สำคัญบางส่วนเกี่ยวกับเครื่องเล็งทิ้งระเบิดนี้ตั้งแต่ปี ๑๙๓๘ แล้ว จึงทำให้พวกเยอรมันสามารถสร้างแบบจำลองที่เหมือนตัวจริงได้.

สิ่งที่ไม่เคยถูกเปิดเผย ไม่ว่าตอนดำเนินคดีหรือแม้ภายหลัง ก็คือเรื่องที่การส่งข่าวความลับไปเยอรมันถูกฝ่ายอังกฤษดักได้และถอดรหัสแล้วกว่าหนึ่งปีก่อนหน้านั้น. สตีเฟนสันได้ไปที่ทำเนียบขาวพร้อมกับหลักฐานที่แสดงว่าความลับเกี่ยวกับเครื่องช่วยเดินเรือและช่วยทิ้งระเบิด นอร์เดน แอนด์ สเปร์รี (Norden and Sperry) ถูกขายให้แก่เยอรมันไปแล้ว. เขากล่าวสามสิบปีภายหลังว่า : "ท่านประธานาธิบดีตัดสินใจอนุมัติให้เครื่องต่างๆ ที่สำคัญเหล่านี้แก่กองทัพอากาศอังกฤษระหว่างศึกแห่งบริเทน --- อันเป็นการตัดสินใจที่กล้าหาญและโดดเดี่ยว ซึ่งเป็นการกระทำที่ไม่มีใครยกย่องรับรองความดีเลยจนทุกวันนี้."

โดยใช้เครื่องวิทยุของซีโบลด์ และโดยใช้ข่ายข่าวลับเยอรมันต่อไป ทางเอ็ฟ.บี.ไอ. สามารถไขความลึกลับของระบบจุดไมโคร (microdot) ใหม่ของนาซีได้

อีกระบบหนึ่ง. ตั้งแต่เดือนพฤศจิกายน ๑๙๔๑ มาแล้ว ทางเบอร์มิวดาได้รับคำเตือนให้คอยสอดส่องหาจุดไมโครในจดหมายไปรษณีย์ที่ดักได้. ในระยะเดือนต่อๆ มา ซึ่งกรรมเวรต้องเป็นระยะเวลาที่ฮูเวอร์ยังขัดแย้งเป็นส่วนตัวกับฝ่ายอังกฤษอยู่ จดหมายยี่สิบเอ็ดฉบับที่โปรยปรายด้วยจุดอุบาทว์เหล่านี้ ถูกจับได้ในไปรษณีย์ที่ส่งไปและมาจากเม็กซิโก.

โดยการทำงานหลังฉาก แต่โดยทุ่มกลไกทั้งหมดของ บี.เอ็ส.ซี. ช่วยในการสอบสวนของ เอ็ฟ.บี.ไอ. ที่ตามมา สตีเฟนสันสามารถทำให้ฮูเวอร์เชื่ออีกครั้งหนึ่งว่าเขาเองจะเสียประโยชน์หากปิดปฏิบัติการของอังกฤษ. เจ้าหน้าที่ของ บี.เอ็ส.ซี. ในเม็กซิโกเกลี้ยกล่อมให้ตำรวจในท้องที่จับกุม "พวกต่างด้าวที่ไม่พึงประสงค์" หลายคนซึ่งล้วนเป็นชาวเยอรมันทั้งสิ้น. ทุกคนจะต้องถูกส่งกลับประเทศของตนโดยผ่านทางสหรัฐ. เมื่อเป็นเช่นนี้ เอ็ฟ.บี.ไอ. จะสามารถสอบสวนได้ตามสบาย. ทางกระทรวงต่างประเทศสหรัฐซึ่งจู้จี้พิถีพิถันเรื่องกฎหมายระหว่างประเทศ ได้ยินยอมให้ผ่านเพื่อไปลงเรือกลับสู่ประเทศที่นิวยอร์ค. ก่อนออกเรือเกิดค้นพบว่าเยอรมันคนหนึ่งมีไมโครฟิล์มเกี่ยวกับการผลิตยุทโธปกรณ์ของสหรัฐซ่อนไว้ในรองเท้า. เก-ออร์ค นิโกละอุส (Georg Nicolaus) ชาวเยอรมันคนนั้นจึงถูกควบคุมตัวไว้.

ต่อมาได้พบจุดไมโครอีกในจดหมายฉบับหนึ่งที่เบอร์มิวดาดักได้. จดหมายฉบับนี้มีจุดไมโครสามสิบจุด และจ่าหน้าถึง กูเส็ก/เบอร์ลิน (Gusek/Berlin) จากวาย. ๒๙๘๓ (Y.2983). การตรวจสอบบัญชีของนิโกละอุสในเม็กซิโก แสดงว่ามีการจ่ายเงินให้แก่ผู้มีนามว่า วาย.๒๙๘๓ หลายครั้ง. ดังนั้น จึงน่าจะสอบปากคำของนิโกละอุสได้ในที่ที่คุมตัวไว้.

แต่ทางกระทรวงต่างประเทศสหรัฐรักษาคำพูดที่ให้ไว้กับฝ่ายเม็กซิโกว่าจะถือว่านิโกละอุสเป็นบุคคลต่างด้าว ดังนี้เขาจึงถูกคุมตัวอยู่หลังลวดหนาม โดยไม่ถูกรบกวน. คนๆ เดียวที่จะสามารถทราบว่า วาย.๒๙๘๓ เป็นใครจริงๆ จึงได้รับการปกป้องจากกระทรวงต่างประเทศสหรัฐให้พ้นเงื้อมมือของ เอ็ฟ.บี.ไอ. ซึ่งเป็นคู่อริของเขา.

จดหมายบรรจุจุดไมโครอีกเจ็ดฉบับจาก วาย.๒๙๘๓ ถูกดักได้. คราวนี้สหรัฐอยู่ในภาวะสงครามแล้ว. กองตรวจข่าวของสหรัฐไม่ยอมปล่อยให้จดหมายเหล่านี้หลุดออกไป ด้วยเหตุว่าไม่มีผู้ใดทราบประมวลรหัสที่ใช้ในเอกสารที่ทำเป็นจุด.

สตีเฟนสันแย้งว่า : "แต่ถ้ากักจดหมายเหล่านี้ไว้ ก็จะทำให้พวกเยอรมันรู้ตัวว่า วาย.๒๙๘๓ กำลังถูกสอดส่องอยู่."

จดหมายสองสามฉบับจึงถูกปล่อยออกไปหลังจากได้ทำให้จุดไมโครเลอะเลือนจนอ่านไม่ออก. ต่อมา เบอร์มิวดาบังเอิญพบจดหมายฉบับหนึ่งส่งจากยุโรปถึงตู้ไปรษณีย์แห่งหนึ่งในนครเม็กซิโก. มีคำสั่งเป็นจุดไมโครซ่อนอยู่ในจดหมาย. หน่วยราชการลับอังกฤษ (SIS) ประจำเม็กซิโกจึงตรวจค้นสำนักงานไปรษณีย์ในชานเมืองแห่งนั้นอย่างละเอียด จนพบชื่อ โยอาคิม รูเก (Joachim Ruge). ทาง เอ็ฟ.บี.ไอ. พบว่ามีจดหมายซึ่งบุคคลชื่อโยอาคิม รูเก เป็นผู้เขียนส่งทางไปรษณีย์มาจากโฮโนลูลู (Honolulu) เมื่อสองปีกว่ามาแล้ว. จดหมายฉบับนั้นจ่าหน้าถึง คลารา รูเก (Clara Ruge) เชฟเฟอร์ชทราสเซ ๒๒, วันน์เซ, เบอร์ลิน (Schaeferstrasse 22, Wannsee, Berlin) และเริ่มต้นว่า "แม่ที่รัก." จดหมายของ วาย.๒๙๘๓ ชี้ให้เห็นอยู่แล้วว่าผู้เขียนรู้จักคลาราที่เชฟเฟอร์ชทราสเซ ๒๒. ทางลอนดอนได้จัดการตรวจดูสารบบถนนเก่า ๆ. ตำบลบ้านที่อยู่ตรงกับหอพักซึ่งดำเนินกิจการโดยคลารา รูเก ผู้มีบุตรชายคนหนึ่งชื่อโยอาคิม.

วาย.๒๙๘๓ จึงถูกเปิดหน้ากาก. ข่ายจารกรรมเดิมในเม็กซิโกเคยส่งข่าวสารมานิวยอร์คเพื่อส่งต่อไปฮัมเบิร์ก. ซีโบลด์ สายนกสองหัว เป็นผู้ปฏิบัติการส่งต่อ. เมื่อโยงถึงซีโบลด์ได้แล้ว เรื่องที่เหลือก็ง่าย. ข้อมูลสำคัญที่เกี่ยวกับเรื่องทั้งหมดถูกส่งไปให้อธิบดีกรมอัยการของเม็กซิโก พันธมิตรผู้เต็มใจของสตีเฟนสัน. อาศัยข้อมูลนี้และรายงานของ เอ็ฟ.บี.ไอ. ยาวสี่สิบเจ็ดหน้า พวกเม็กซิโกจึงได้ทำการกวาดล้าง. เอ็ฟ.บี.ไอ. ย้อนกลับไปตรวจข่าวเก่า ๆ และส่งสำเนาให้ บี.เอ็ส.ซี. บางฉบับเอ่ยถึงบริษัทฟรังโก ซอนเดอร์ส กับ เฟอร์นันเดซ (Franco Saunders and Fernandez) ซึ่งเป็นบริษัทลึกลับ. เฟอร์นันเดซเป็นนามแฝงของเอ็ดการ์ ฮิลเกิร์ต (Edgar Hilgert) สายลับเยอรมันผู้หวนกลับมาทำงานใหม่โดยผ่านเข้ามาทางญี่ปุ่น. เมื่ออ่านข่าวเก่า ๆ ทวนอีกครั้งหนึ่ง ผู้ตรวจจึงฉุกคิดได้ว่าหลังจากถอดรหัสข่าวที่ได้มาจากซีโบลด์ สายนกสองหัวของพวกเขาแล้ว ปรากฏว่าเอ็ฟ.บี.ไอ. แปลผิดความหมาย. ข่ายจารกรรมซึ่งใคร ๆ เชื่อว่าถูกทำลายไปแล้วยังคงปฏิบัติการอยู่โดยผู้ที่รอดตัวมาได้ใช้นามรหัสใหม่. ที่จริงแล้วสายลับของเยอรมัน เป็นปัญหาในเม็กซิโกที่ไม่เคยแก้ได้ตกจริง ๆ ถึงแม้ว่ากลไกโฆษณาของฮูเวอร์อ้างว่าได้ประสบความสำเร็จครั้งสำคัญอย่างโด่งดังและเด็ดขาด.

เฮอร์เบิร์ต โรว์แลนด์ แห่ง บี.เอ็ส.ซี. วิจารณ์ว่า : "ฮูเวอร์อยู่ได้เพราะ

การโฆษณา. ส่วนสตีเฟนสันนั้น ไม่ว่าจะเกิดอะไรขึ้นก็ตาม ขอหลบเลี่ยงการโฆษณาไว้ก่อน. ดังนั้นจึงแน่นอนว่าทาง เอ็ฟ.บี.ไอ. เท่านั้นที่ได้หน้า. เราไม่เคยเดือดร้อนในเรื่องนี้. ในการติดต่องานแต่ละวัน พวก เอ็ฟ.บี.ไอ. ก็ช่วยเราอย่างดีเลิศน่าชมเสมอ. ฮูเวอร์เพิ่งเริ่มออกคำสั่งให้หัวหน้าส่วนงานต่าง ๆ ของเขาตัดหางปล่อยวัดเรา ก็ต่อเมื่อเขาเห็นประจักษ์ว่าการเกลี้ยกล่อมของสตีเฟนสันทำให้รูสเวลท์เห็นด้วยและยอมให้ตั้งหน่วยราชการลับที่เป็นอิสระและสัมพันธ์กันดี."

ความตึงเครียดยิ่งทวีขึ้น เพราะความระแวงสงสัยในข้ออ้างบางข้อของพวกอังกฤษว่าแนวรบที่สองเปิดขึ้นหลังแนวของข้าศึก เพราะเหล่ากองทัพลับทำให้กองกำลังเยอรมันต้องติดพันอยู่โยกย้ายไม่ได้. เซอร์ชิลล์แจ้งต่อรัสเซียและรูสเวลท์ว่าในปี ๑๙๔๒ เป้าหมายตามแบบสำหรับข้ามช่องแคบไปโจมตี ต้องจำกัดเฉพาะไม่กี่เขตที่กองทัพอากาศอังกฤษจะสามารถคุ้มกันได้. ขณะนั้นกำลังอยู่ในระยะศึกษาแผนต่าง ๆ สำหรับส่งกำลังจู่โจมขึ้นบกเป็นระลอก ๆ เพื่อก่อให้เกิดการยุทธทางอากาศ ซึ่งจะมีผลให้สามารถทำลายแสนยานุภาพทางอากาศของข้าศึกในยุโรปได้แทบทั้งหมด อันจะเป็นการช่วยแบ่งเบาภาระของพวกรัสเซีย. แต่เซอร์ชิลล์ยืนกรานว่าต้องไม่ยอมให้เริ่มดำเนินการตามแผนนี้เป็นอันขาดในเมื่อยังพร้อมเพรียงครึ่ง ๆ กลาง ๆ.

เมื่อ นายพลเอก จอร์จ ซี. มาร์แชล (General George C. Marshall) เสนาธิการทัพบกสหรัฐ ตั้งปัญหาว่าเหตุใดพวกอังกฤษจึงโอ้เอ้นักในการเปิดฉากโจมตียุโรปอย่างเต็มที่ สตีเฟนสันตอบว่า : "พวกคุณกำลังสู้กับผีควันหลงของยุทธภูมิซอมม์ (Somme)." ยุทธการซอมม์มีความหมายเสมอกับการสังหารหมู่อย่างทารุณในสงครามโลกครั้งที่หนึ่ง และเซอร์ชิลล์ไม่เคยสลัดความหวาดเสียวทิ้งได้เลยว่าประวัติศาสตร์อาจซ้ำรอย.

สตีเฟนสันกล่าวว่า : "เซอร์ชิลล์นึกถึงวันคิดบัญชีขั้นสุดท้ายที่ใกล้เข้ามาอย่างพรั่นพรึง. เขารักการลงมือปฏิบัติงาน ความคล่องแคล่ว การบุกและการตีโต้อย่างว่องไว. การบุกผิดจังหวะก่อนเวลาอันสมควรอาจจบลงด้วยการตะลุมบอนอย่างยืดเยื้อและการฆ่าหมู่อย่างไม่มีขอบเขตซ้ำอีกครั้งหนึ่ง."

แต่ยังมีความหวังอยู่ได้เสมอว่าพวกเผด็จการอาจถูกกำจัดได้โดยไม่ต้องมีการสังหารกันอย่างไม่เลือกหน้าอินทร์หน้าพรหม และยังหวังได้ว่า "ปฏิบัติการหาข่าวขนาดย่อม การลอบสังหารที่จำกัดเป้าหมาย และการก่อวินาศกรรมจะสามารถ

เซาะรากฐานของป้อมปราการยุโรปได้.”

สตีเฟนสันกล่าวว่า : “ถึงแม้ว่าเราจะสามารถทำนายได้ตั้งแต่เวลานั้นว่าเรื่องราวทั้งหมดจะลงเอยอย่างไร เราก็ไม่มีทางอื่นเลือกเลย. การเล่นสกปรกก็เหมือนระเบิดปรมาณูที่สกปรก. . . . ไม่มีทางทำให้กลับสะอาดได้. การต่อต้านโดยสันติอาจใช้การได้สำหรับคานธี (Gandhi) ในการต่อต้านพวกอังกฤษ แต่จะไม่มีวันใช้ได้สำหรับชาวนาฝรั่งเศสในการต่อต้านเกสตาโป. เรื่องของสงครามลับคือการคืบหน้าจากปฏิบัติการร้ายแรงสุดขีดอันหนึ่งไปอีกอันหนึ่ง --- เป็นการขยายความรุนแรงขึ้นเป็นลำดับอย่างสม่ำเสมอ.”

“จูบิลี” (Jubilee) อันเป็นปฏิบัติการราชการลับที่ใหญ่ยิ่งที่สุด ชี้ให้เห็นความสำคัญในข้ออ้างของเขาเด่นชัดขึ้น. พวกอังกฤษจำต้องดำเนินแผนนี้ เพราะจำเป็นที่จะทำให้ทั้งฝ่ายสัมพันธมิตรและฝ่ายข้าศึกเชื่อว่ายังไม่มีทางเปิดแนวรบที่สองข้ามช่องแคบอังกฤษได้. “จูบิลี” เป็นการยอมเสียสละโดยเจตนาที่มีความมุ่งหมายจะป้องกันมิให้ต้องสูญเสียชีวิตมากยิ่งขึ้นเมื่อวัน ดี.เดย์ (D Day) ที่น่าพรั่นพรึงจะมาถึงในที่สุด. พวกหัวหน้าราชการลับทั้งหลายใช้ประโยชน์ในปฏิบัติการนี้อย่างมากที่สุดเท่าที่จะกระทำได้ โดยใช้เป็นกำบังสำหรับปฏิบัติการพิเศษถึงสิบหกครั้ง. ในการเตรียมตัวสำหรับเข้าร่วมใน “ราชการลับเชิงรุก” เป็นครั้งแรกนี้ ชาวอเมริกันที่แคมป์ เอกซ์ ได้กระทบไหล่ทำความรู้จักกับชาวยิวลี้ภัยคนหนึ่ง ที่สมัครใจกลับเข้าสู่ฝันร้ายของแดนสนธยา. เขาผู้นี้ได้รับเลือกให้ไปปฏิบัติงานพิเศษที่พรางด้วยการบุกอันน่าประหลาดที่สุดนี้ --- คือการบุกที่ไม่เคยเจตนาให้เป็นผลสำเร็จเลย.

บทที่ ๔๑

ปฏิบัติการ "จูบิลี" ลวงให้ศัตรูคิดว่าทาสของอาณาจักรนาซีจวนจะได้รับอิสรภาพแล้ว. ต่อเมื่อทำท่าจะล้มเหลว "จูบิลี" ก็ลวงข้าศึกให้เข้าใจผิดเกี่ยวกับวิธีการที่จะเปิดแนวรบที่สอง. ทหารแคนาดาผู้ต้องประสบความสูญเสียมากที่สุด มีความเห็นว่าเป็นความผิดพลาดที่น่าสยองขวัญ. นายสิบเอก เปเรตซ์ โรส (Sergeant Peretz Rose) มีความเห็นว่าเป็นปฏิบัติการกองโจรตัวอย่าง ซึ่งได้ผลดีทั้งในด้านการเมืองทั้งในด้านการทหาร.

"จูบิลี" มีเป้าหมายในการขบปริศนาหลายข้อ ซึ่งข้อหนึ่งคือ : เรดาร์ของเยอรมันมีประสิทธิภาพเพียงใด.

ส่วนหนึ่งของคำตอบได้จากโรส ซึ่งเป็นผู้เชี่ยวชาญการสื่อสารของหน่วยยิว (Jewish Agency) และกองทัพลับของหน่วยเอง. โดยที่มีเชื้อชาติเยอรมัน เขาเคยสอบสวนผู้เชี่ยวชาญการหาทิศคลื่นวิทยุของเยอรมันที่ถูกจับได้ และสรุปจากการซักถามและจากหลักฐานอื่นๆ ได้ว่ามีหน่วยเรดาร์แบบใหม่ๆ ของข้าศึกตั้งกระจายอยู่ตามกำแพงด้านตะวันตกของป้อมปราการยุโรป. แบบใหม่ล่าสุดตั้งอยู่ที่ดิเอ็ปป์ (Dieppe) เมืองท่าฝรั่งเศส ซึ่งอยู่อีกฟากหนึ่งของช่องแคบอังกฤษ ห่างจาก นิวเฮเวน (Newhaven) เจ็ดสิบไมล์. เรือข้ามฟากนิวเฮเวน - ดิเอ็ปป์ เคยเป็นเส้นทางเข้ายุโรปของนักท่องเที่ยว และบัดนี้มีทางจะทำให้พวกเยอรมันเข้าใจว่าจะเป็นเส้นทางการบุกในอนาคตของฝ่ายสัมพันธมิตร.

ผู้เชี่ยวชาญด้านเรดาร์ชาวอังกฤษสองคนเข้ารับการฝึกพิเศษที่แคมป์ เอกซ์. ทั้งสองคนได้รับการแนะนำให้รู้จักเจ้าหน้าที่ เอ็ฟ.บี.ไอ. ผู้จะร่วมเดินทางไปดิเอ็ปป์ด้วย เพื่อศึกษาเรดาร์ของข้าศึก. หน้าที่ของเจ้าหน้าที่ เอ็ฟ.บี.ไอ. คนนั้นคือยิงคนหนึ่งคนใด หรือทั้งสองคนให้ตาย หากมีท่าว่าจะถูกจับตัว. นายสิบเอก โรส จะร่วมไปด้วยเพื่อทำลายเรดาร์ของข้าศึก หลังจากนักวิทยาศาสตร์ทั้งสองคนถอดชิ้นส่วนสำคัญๆ ของเครื่องออกได้แล้ว. กลุ่มนี้จะได้รับการคุ้มกันทางอากาศและจากกองเรือนานาชนิด จำนวน ๒๓๐ ลำ พร้อมด้วยทหารบก เรือ และอากาศ

จำนวน ๑๖,๐๐๐ คน. หลายคนจะต้องล้มตายลงในปฏิบัติการที่ดูเป็นการพยายามบุกยุโรปแบบบ้าระห่ำและแบบวางแผนสับสนผิดพลาด. นานภายหลังถึงแม้จุดประสงค์ที่แท้จริงของการจู่โจมยังคงเลือนลางอยู่ เชอร์ชิลล์ก็เขียนว่า : "ดิเอ็ปป์มีความสำคัญที่เฉพาะในประวัติของสงคราม และต้องไม่ถือว่าการสูญเสียอย่างน่าสลดเป็นความล้มเหลว." ลอร์ด หลุยส์ เมานต์แบตตัน ซึ่งเป็นผู้บัญชาการปฏิบัติการร่วมในครั้งนั้น เปิดเผยสามสิบสองปีภายหลังว่า : ดิเอ็ปป์เป็นหนึ่งในปฏิบัติการที่สำคัญที่สุดในสงครามโลกครั้งที่สองทั้งหมด. . . . ปฏิบัติการนั้นคือ "การลวงอันยิ่งใหญ่."

เมื่อนายสิบเอก โรส ออกจากราชการไปตั้งรกรากที่นิคมของอิสราเอลใกล้ไฮฟา (Haifa) เขากล่าวแต่เพียงว่า : "ไม่มีใครได้รับการบอกเล่าถึงเหตุผลอันแท้จริง แต่นามรหัสของปฏิบัติการ "จูบิลี" ตั้งขึ้นหลังจากการปรึกษาหารือระหว่างสตีเฟนสัน ไคม์ ไวซมันน์ (Chaim Weizmann) และผู้นำฝ่ายยิวอื่นๆ.

ในฐานะนักวิทยาศาสตร์ ไวซมันน์มีการติดต่อกับชาวเยอรมันในเรื่อง เช่นระเบิดปรมาณูเป็นต้น. ผมถือว่าเขาเป็นคนที่ทำงานเพื่อก่อตั้งประเทศชาติยิว. แล้วอย่างไรก็ไม่ทราบ เราเกิดพูดกันขึ้นถึงเรื่องประเพณียิวตามคัมภีร์ไบเบิล. หากฮิตเลอร์จะถูกทำลายได้และยุโรปได้รับอิสรภาพ ก็จะเป็นเหมือนระยะเวลาในไบเบิลตอนที่พวกทาสได้รับอิสรภาพ และที่ดินก็กลับมาเป็นกรรมสิทธิ์ของเจ้าของที่ถูกต้อง โดยชอบธรรม --- ระยะเวลาซึ่งพวกยิวเรียกตามประเพณีนิยมว่า "จูบิลี".

ทาง เอ็ฟ.บี.ไอ. ได้ส่งเจ้าหน้าที่ไปแคมป์ เอกซ์ ด้วยจุดประสงค์ที่จะตั้งหน่วยในทำนองเดียวกันในสหรัฐ เพื่อฝึกเจ้าหน้าที่ทั้งชายหญิงสำหรับปฏิบัติการลับในต่างประเทศ. ในปี ๑๙๔๒ โอ.เอ็ส.เอ็ส. หน่วยใหม่ของโดโนแวนก็เข้ารับภารกิจนี้.

เจมส์ คัลละแกน (James Callaghan) อดีตเจ้าหน้าที่ เอ็ฟ.บี.ไอ. ซึ่งบัดนี้มาทำงานให้โดโนแวน ถือตัวเองว่าเท่ากับเป็นชาวแคนาดา. บิดามารดาของเขาเกิดที่วินด์เซอร์ ออนแตริโอ (Windsor, Ontario) ข้ามพรมแดนจากมิชิแกน (Michigan) ไปนิดเดียว. เขาเคยปฏิบัติงานใกล้ชิดกับตำรวจม้าแคนาดาในการช่วยตัดความเยิ่นเย้อของระเบียบราชการ เมื่อสตีเฟนสันมีความจำเป็นจะต้องเคลื่อนย้ายคนและอุปกรณ์ระหว่างแคนาดากับนิวยอร์ค. เขาเป็นนักแม่นปืนชั้นหนึ่ง (first-class gunman) ในปี ๑๙๔๒ เขาอายุสามสิบ เป็นผู้หลักผู้ใหญ่ มั่นคง ไว้ใจได้ และเคยชินกับการคิดด้วยตนเอง. เขาเริ่มทำงานกับตำรวจโทรอนโทในเดือนเมษายน โดยช่วยทดสอบพวกที่มาฝึกที่แคมป์ เอกซ์. บางคนที่เข้าฝึก ได้รับมอบหมายให้ไป "จู่โจม" เป้าหมายในเมืองโดยให้หลบเลี่ยง "ยาม" ตำรวจที่สวมบทบาทของยามเยอรมันกับหน่วยต่อต้านจารกรรม. ไม่มีสักคนที่ทราบว่าตนกำลังฝึกซ้อมสำหรับปล้นความลับทางทหารของพวกนาซี.

ผู้นำนักต่อสู้ต่อต้านชาวฝรั่งเศสสิบสองคนถูกคุมตัวไปที่กองบัญชาการของเกสตาโปที่ดิเอ็ปป์ ในเดือนเมษายนปีเดียวกันนั้น.

ที่แผนกวิจัยและวิเคราะห์ของ บี.เอ็ส.ซี. ในนิวยอร์ค ผู้ลี้ภัยการเมืองชาวเยอรมันคนหนึ่งปรึกษากับแอเลน ดัลเลส ถึงลู่ทางที่จะทำให้ทหารลุกขึ้นต่อต้านฮิตเลอร์. เขากล่าวว่าช่องทางที่เห็นอยู่ไม่สะดวก นอกเสียจากจะมีการติดต่อโดยตรงกับนายทหารเยอรมันบางคน. จะเป็นการเสี่ยงมากสำหรับสายลับชาวเยอรมันเอง ที่จะพยายามกลับเข้าบ้านเกิดเมืองนอน โดยผ่านด่านเข้าตามปรกติ. ทางรถไฟ ถนน และสายการบินพลเรือนที่ผ่านเข้าแดนเยอรมัน ถูกสอดส่องอย่างเข้มงวดกวดขันเกินไป. การกระโดดร่มลงไปก็เสี่ยงภัยเกินไป และหากถูกจับก็จะเป็นอันตรายสำหรับผู้อื่นในกองทัพเยอรมัน ที่เห็นด้วยกับการสังหารฮิตเลอร์. วิธีเข้าเมืองอย่างหนึ่งอาจจะกระทำได้โดยขึ้นบกตามฝั่งทะเลแห่งหนึ่งแห่งใดโดยใช้การจู่โจมเป็นกำบัง.

เบเกอร์ สทรีท กำลังดำเนินการรวบรวมข้อมูลเกี่ยวกับการป้องกันของเยอรมันรวมทั้งจำนวนกับคุณภาพของกองทหารในเขตดิเอ็ปป์. มีหญิงสาวแต่งกายแบบพลเรือนเดินทางไปรอบประเทศอังกฤษ พร้อมกับบัญชีรายชื่อนักท่องเที่ยวที่เคยไปฝรั่งเศสก่อนสงคราม. หญิงสาวเหล่านี้เที่ยวไปเคาะตามประตูบ้าน และถามชาวบ้านที่ฉงนสนเท่ห์ว่าได้ถ่ายรูปในสถานที่ท่องเที่ยวไว้บ้างหรือไม่. รูปถ่ายพ่อหรือแม่กำลังเล่นกับเด็ก ๆ บนหาดทรายอาจมีประโยชน์ในการช่วยคะเนความชันของหาด ความหนาแน่นของก้อนกรวดอาจเป็นทางให้ทราบว่าจะสามารถรับน้ำหนักของรถถังได้หรือไม่. ที่เดนสฟิลด์ ฮอลล์ (Danesfield Hall) ในบักกิงแฮมเชอร์ (Buckinghamshire) ไม่ไกลจากเบล็ตชลี่ย์ พาร์ค เท่าไร ดักลัส เคนดอลล์ (Douglas Kendall) นายนาวาอากาศตรีหนุ่มแห่งกองทัพอากาศอังกฤษ อำนวยการวิเคราะห์รูปถ่ายทางอากาศซึ่งเครื่องบินสปิตไฟร์ถ่ายมาได้ โดย

ถอดปืนออกหมดแล้วติดกล้องถ่ายรูปไว้แทนที่. หน่วยปฏิบัติการหาข่าวร่วมกำลังพิมพ์คู่มือสำหรับนักท่องเที่ยวติดอาวุธประเภทใหม่.

ได้มีการปรึกษาหารือกันตอนต้นปี ๑๙๔๒ เกี่ยวกับความคิดที่จะปฏิบัติการจู่โจมด้วยกำลังทหาร โดยมีเป้าหมายที่จำกัดด้วยการหาข่าว. แล้วในเดือนเมษายนของปีนั้นกองทัพเรือสหรัฐก็ฟื้นตัวขึ้นจากความพินาศที่ เพิร์ล ฮาร์เบอร์ อย่างเหนียวแน่นน่าชม. นับเป็นครั้งแรกในประวัติศาสตร์ ที่เครื่องบินทิ้งระเบิดขนาดหนักที่สร้างไว้สำหรับปฏิบัติการจากฐานบนบก บินขึ้นจากเรือบรรทุกเครื่องบินที่โคลงไปโคลงมากลางทะเล เครื่องบินเหล่านั้นเข้าโจมตีโตเกียว อันเป็นการแสดงจิตใจนักสู้ของอเมริกัน ที่ทำให้พวกอังกฤษรู้สึกขึ้นมาทันทีว่าตนเองยืดยาดและไร้ความองอาจ. เชอร์ชิลล์สั่งให้มีการจู่โจมฝั่งทะเลของข้าศึกอย่างสายฟ้าแลบหลายครั้ง แต่การนี้ไม่มีทางแม้แต่น้อย ที่จะทัดเทียมการโจมตีขนานหนักที่ชาวอเมริกันเห็นว่าควรจะกระทำได้ และว่าจำเป็นสำหรับช่วยบรรเทาความกดดันที่รัสเซียต้องรับจากพวกเยอรมัน. ในหกเดือนแรกของปี ๑๙๔๒ อังกฤษประสบความเสียหายอย่างหนักที่สุด. ราชนาวีอังกฤษไม่สามารถทำให้นาวีสหรัฐมีศรัทธาในระบบการจัดการคุ้มกันกระบวนเรือที่พัฒนามาอย่างดี นาวีสหรัฐจึงมิได้ใช้ประสบการณ์ที่ราชนาวีเสนอให้อย่างเต็มใจนั้นให้เป็นประโยชน์ได้. แซมยวล เอเลียต มอริสัน (Samuel Eliot Morison) นักประวัติศาสตร์กองทัพเรือชาวอเมริกันวิจารณ์ว่า : “พวกเราไม่พร้อมอย่างน่าสลดทั้งในทางวัตถุทั้งในทางจิตใจ.” ที่เขาเขียนนี้เกี่ยวกับสภาพในมหาสมุทรแอตแลนติก. ทางด้านมหาสมุทรแปซิฟิก พวกอเมริกันเริ่มคึกคักขึ้นเป็นกำลัง. ทั้งนี้อาจทำให้สหรัฐเปลี่ยนใจเป็นดำเนินนโยบาย “ญี่ปุ่นก่อน” หากอังกฤษทำท่าจะโอ้เอ้ชักช้า.

ดิเอ็ปป์จึงเริ่มเปลี่ยนแปลงเป็น “การลวงอันยิ่งใหญ่”.

ประเทศฝรั่งเศส ตลอดจนดินแดนอาณานิคมโพ้นทะเลของฝรั่งเศส เป็นเขตปิดสำหรับกิจการทูตของอังกฤษ. นักการทูตอเมริกันกลายมาเป็นหูและตาในฝรั่งเศสให้ทางลอนดอนนับแต่วาระที่ปารีสถูกยึด โดยส่งข่าวไปวอชิงตัน ซึ่งมอบให้สตีเฟนสันส่งต่อเข้าลอนดอน.

ตั้งแต่หกเดือนก่อนเหตุการณ์ เพิร์ล ฮาร์เบอร์ จนกระทั่งถึงปลายฤดูใบไม้ผลิ ปี ๑๙๔๒ ผู้เชี่ยวชาญด้านข่าวกรองของอเมริกัน ใต้การนำของโดโนแวนได้เตรียมปูพื้นสำหรับการบุกของกองกำลังร่วมอังกฤษกับอเมริกันเข้าสู่แอฟริกาเหนือ

ของฝรั่งเศส : นั้น คือปฏิบัติการ "ท้อร์ช" (Torch). แต่บัดนี้หัวหน้าหน่วยของสหรัฐเรียกร้องต้องการให้บุกฝรั่งเศสโดยตรงทันที.

การประชุมขั้นสุดยอดระหว่างที่ปรึกษาทางทหารของประธานาธิบดี กับเมานต์แบตตัน ผู้บัญชาการบ่ฏิบัติการร่วมของอังกฤษ ที่จัดขึ้นในวอชิงตัน นำข้อขัดแย้งมาวิเคราะห์. เมานต์แบตตันกล่าวภายหลังว่า : "ผมเผชิญภาระสำคัญที่สุดของสงคราม ผมต้องเกลี้ยกล่อมให้หัวหน้าหน่วยต่าง ๆ ของรูสเวลท์ ยอมรับว่าจำเป็นต้องพิจารณาแผนยุทธศาสตร์ทั้งหมดใหม่." เขาเป็นผู้นำข่าวซึ่งไม่เป็นที่พึงประสงค์ ว่าฝ่ายอังกฤษไม่มั่นใจในการเข้าบุกฝรั่งเศสตรง ๆ ในปีนั้นหรือแม้แต่ในปีต่อไป. ควรจะรวบรวมกำลังทั้งหมดสำหรับดำเนินปฏิบัติการ "ท้อร์ช".

การโหมโรงสำหรับปฏิบัติการ "ท้อร์ช" คือการจู่โจมดิเอ็ปป์ — ปฏิบัติการ "จูบิลี". เพื่อรักษาความปลอดภัย ฝ่ายอังกฤษไม่ได้แย้มให้ใครทราบถึงแผนการดิเอ็ปป์ แม้แต่รัฐมนตรีทบวงทหารเรือเอง --- และจะไม่ยอมบอกจนกว่าเรื่องจะจบไปแล้ว. นับวันดิเอ็ปป์ก็ยิ่งดูมีความสำคัญยิ่งขึ้นทุกที. ประธานาธิบดีรูสเวลท์เข้าใจข้อนี้ดี แต่เขารู้สึกว่าไม่อยู่ในฐานะที่จะเผยให้หัวหน้าหน่วยของเขาเองทราบในเรื่องปฏิบัติการของฝ่ายอังกฤษ ซึ่งลับมากจนพวกนี้มิได้เผยให้แม้แต่บุคคลสำคัญ ๆ ของตนทราบ นอกจากผู้ที่เกี่ยวข้องโดยตรง.

หลังจากที่ทราบกันว่าการบุกใหม่ถูกระงับ เฮนรี สติมสัน (Henry Stimson) รัฐมนตรีกลาโหมสหรัฐมีความเห็นว่า "เมานต์แบตตันต้มท่านประธานาธิบดี." ฝ่ายเสนาธิการทหารสหรัฐก็โกรธเช่นเดียวกัน. รูสเวลท์กลับมาหนุน "ท้อร์ช" อีกแล้ว อย่างไม่น่าจะมีเหตุผลอื่น นอกจากการเกลี้ยกล่อมแบบลิ้นตวัดถึงใบหูของลูกพี่ลูกน้องอายุสี่สิบสองปีของพระเจ้าจอร์จที่หก.

จะว่าไป ลอร์ด เมานต์แบตตัน มีความสำคัญยิ่งกว่าเป็นพระญาติของพระเจ้าแผ่นดิน. เขาเคยสู้รบกลางทะเลมาถึงสองปี โดยไต่เต้าขึ้นมาตามลำดับ ด้วยลำแข้งอย่างยากลำบากในราชนาวี ซึ่งไม่ให้อภิสิทธิ์แก่ใคร แม้มีญาติทรงอิทธิพลบนบก. อย่างไรก็ตาม ในวอชิงตันรู้เรื่องเกี่ยวกับชาวอังกฤษน้อยเสียจนน่าตกใจ. ส่วนหนึ่งก็ถือได้ว่าเป็นความผิดของอังกฤษเอง --- เพราะพยายามทำงานมากเกินไป ในที่หลายแห่งเกินไป และละเลยความจำเป็นในการชี้แจงเกี่ยวกับตัวเองให้ใครก็ตามฟัง.

สตีเฟนสันบินไปลอนดอนเพื่อปรึกษาภัยเหล่านี้กับเชอร์ชิลล์ และไปนั่งอยู่บนขอบเตียงของท่านนายกรัฐมนตรีเช้าวันรุ่งขึ้น. ณ ที่นั้น เขาได้ทราบข่าวน่าหนักใจเพิ่มเติมขึ้นเกี่ยวกับพวกรัสเซีย. โมโลตอฟ รัฐมนตรีต่างประเทศโซเวียตได้เผยข้อความในแถลงการณ์ที่ไม่ได้ออกประกาศ ซึ่งนายกรัฐมนตรีอังกฤษร่างไว้มีข้อความว่า "ได้ทำความเข้าใจอย่างแจ่มแจ้งเกี่ยวกับภาระเร่งด่วนที่จะตั้งแนวที่สองบุกยุโรปในปี ๑๙๔๒." เชอร์ชิลล์จนมุมกับคำมั่นที่เขาให้ไว้เองอย่างคลุมเครือ. พวกรัสเซียนำความนี้ออกมาโฆษณาในแบบที่เขาไม่เคยอนุมัติ. ตอนนี้เขาจำต้องตกบันไดพลอยโจน หรือไม่ก็จะต้องประกาศปฏิเสธ อันจะทำให้ฝ่ายข้าศึกชอบใจและเบาใจ. เขาส่งบันทึกช่วยความจำถึงโมโลตอฟ แจ้งว่าแม้ว่าจะกำลังตระเตรียมการยกพลขึ้นบกข้ามช่องแคบในเดือนสิงหาคมหรือกันยายนแล้ว ขนาดของปฏิบัติการจะต้องจำกัด เพราะยังขาดแคลนเรือยกพลขึ้นบก. เชอร์ชิลล์พูดตรงๆ ว่า "...จะไม่เป็นประโยชน์แก่รัสเซียหรือแก่ฝ่ายสัมพันธมิตรทั้งหมด หากเราจะริเริ่มปฏิบัติการใด ที่ต้องลงเอยด้วยความหายนะในที่สุด เพียงเพื่อต้องการให้มีปฏิบัติการโดยไม่คำนึงถึงผลเสีย..."

อะไรเป็นมูลเหตุให้เชอร์ชิลล์แถลงดังนี้. ประหนึ่งแผน "จูบิลี" วางไว้ให้ทำไม่สำเร็จ เสมือนเพื่อพิสูจน์ว่าคำเตือนของเขาเป็นความจริง. ผู้ที่ตำหนิปฏิบัติการ "จูบิลี" ภายหลังก็อ้างคำแถลงนี้เป็นข้อพิสูจน์ว่าฝ่ายอังกฤษจงใจทำสำหรับให้คำเรียกร้องของพวกรัสเซียในการเปิดแนวรบที่สองเพลาลง.

มีเหตุผลที่หนักแน่นสำหรับความกังวลของเชอร์ชิลล์ในอันที่จะทำให้สหภาพโซเวียตเชื่อว่าการบุกข้ามช่องแคบในปี ๑๙๔๒ จะเท่ากับเป็นการฆ่าตัวตาย. เขาต้องการป้องกันมิให้รัสเซียละทิ้งฝ่ายสัมพันธมิตร. "อัลตร้า" และหน่วยขบรหัสอื่นๆ ของเบล็ตชลี่ย์ กำลังเพ่งเล็งรัสเซียที่กำลังและเล็มโอกาสที่จะบรรลุสันติภาพโดยอาศัยการเจรจา. เยอรมันก็หย่อน (อ่อย) เหยื่อที่ล่อใจไม่น้อย. หากสหภาพโซเวียตยอมสงบศึก ฝ่ายเยอรมันก็จะพอใจกับดินแดนที่ยึดไว้แล้ว. พวกรัสเซียมีหวังจะฮุบเหยื่อ หากพวกนั้นเชื่อว่าอังกฤษกับอเมริกันมีแผนยุทธศาสตร์ที่จะปล่อยให้ฮิตเลอร์และสตาลินฟัดกันเอง โดยรีรอการเปิดแนวรบที่สองด้วยจุดประสงค์เดียวนี้. สิ่งที่เชอร์ชิลล์เกรงมีมูลความจริงตามที่ "อัลตร้า" ได้พิสูจน์ต่อมา เมื่อดักได้ข่าวสารเกี่ยวกับการเดินทางอย่างไม่เคยปรากฏมาก่อนเลยของโมโลตอฟ ที่เข้าไปในแดนที่เยอรมันยึดครองอยู่ ลึกเข้าไปถึง ๒๐๐ ไมล์ เพื่อปรึกษาเรื่องตกลงสันติภาพต่างหากกับพวกนาซี ในเดือนมิถุนายน ๑๙๔๓ อันเป็น

เหตุการณ์น่าฉงนสนเท่ห์ ซึ่งไม่เคยมีการแถลงให้ประชาชนทราบเป็นทางการ.*

ในบรรยากาศของความไม่ไว้วางใจกัน ซึ่งเห็นได้ชัดแล้วตอนกลางปี ๑๙๔๒ สตีเฟนสันจึงแนะเชอร์ชิลล์ ว่าคงถึงคราวแล้วที่จะพูดจาโดยตรงกับท่านประธานาธิบดี. ท่านนายกรัฐมนตรีกำลังรู้สึกมืดมนอยู่ จึงกระชุ่มกระชวยขึ้นเมื่อเห็นลู่ทางที่จะทำอะไรที่คึกคักขึ้น และตกลงไปวอชิงตัน. การประชุมของรัฐบาลฉุกเฉินในวันที่ ๑๕ มิถุนายน ได้ผ่านไปอย่างอับเฉา หลังจากที่ฝ่ายเยอรมันได้เริ่มการบุกครั้งใหม่ในประเทศรัสเซีย ซึ่งได้จังหวะพอดีกับชัยชนะเป็นตับอย่างลึกลับมหัศจรรย์ของ นายพลแอร์วิน รอมเมล (General Erwin Rommel) ในแอฟริกาเหนือ. ในยุโรปปฏิบัติการเพื่อแก้แค้นการลอบสังหาร ก็กำลังดำเนินอยู่อย่างดุเดือด และเชอร์ชิลล์ยังต้องรับฟังรายงานเกี่ยวกับการส่งเด็ก ๆ ไปเข้าค่ายเพื่อเป็นเหยื่อการวิจัย.

ในวันที่ ๑๗ มิถุนายน เชอร์ชิลล์หยิบปากกามาร่างคำกราบบังคมทูลพระเจ้าอยู่หัวว่า : "พระราชอาชญาไม่พ้นเกล้าฯ หากข้าพระพุทธเจ้าจะต้องเสียชีวิตในการเดินทางที่กำลังจะไปครั้งนี้ ข้าพระพุทธเจ้าจะขอพระราชทานพระมหากรุณาโปรดเกล้าโปรดกระหม่อมให้นายแอนโธนี อีเดน (Mr. Anthony Eden) ตั้งรัฐบาลใหม่. . ."

เขาออกเดินทาง โดยนั่งที่นักบินที่สองของเครื่องบินทะเล สวมเสื้อชุดหมีตามเคย สวมหมวกฮอมเบอร์กเป๋ไปข้างหลัง มือกุมไม้เท้าหัวเลี่ยมทอง. สตีเฟนสันบินล่วงหน้าไปแล้วพร้อมกับสำเนาเอกสารลับเกี่ยวกับการพัฒนาอาวุธปรมาณูและแผนการจู่โจมดิเอ็ปป์.

เชอร์ชิลล์ยังมีท่าทางหนักใจในวันต่อ ๆ มาเมื่อเขานั่งปรึกษาหารือกับรูสเวลท์ในห้องอันร้อนอบอ้าวที่ไฮด์ พาร์ก หรือ ณ ที่พักที่ทำเนียบขาว. นายพลทหารอากาศประจำตัวเขาคนหนึ่งรายงานว่า : "ดูเขายับยู่ยี่ไปทั้งตัวในชุดลำลองที่สวมอยู่ หน้าตาก็มืดมนเป็นกำลัง. คุณรูสเวลท์ก็ดูยู่ยี่พอ ๆ กัน." ทั้งคู่ดูจะไม่ค่อยสนใจ

---

*ภาระเพื่อสันติภาพของโมโลตอฟ เคลือบคลุมด้วยความลึกลับจนกระทั่งเรื่องของ "อัลตร้า" ได้รับการเปิดเผยสามสิบเอ็ดปีภายหลัง. มีการเอ่ยถึงเรื่องนี้อย่างสั้น ๆ ในหนังสือ "ประวัติของสงครามโลกครั้งที่สอง" ของ เซอร์ แบซิล ลิดเดลล์ ฮาร์ต (Sir Basil Liddell Hart).

เรื่องสำคัญเกี่ยวกับการส่งกำลังบำรุง และก็ไม่น่าแปลกใจ. ในวันที่ ๒๑ มิถุนายน ท่านประธานาธิบดีได้ยื่นเศษกระดาษสีชมพูให้แก่ท่านนายกรัฐมนตรี ใจความมีเพียงว่า "โทบรุ๊คแตกแล้ว."

การที่โทบรุ๊คแตกเป็นหายนะครั้งใหญ่หลวง. เมืองท่านี้มีความสำคัญทางจิตใจในการยุทธยิ่งใหญ่ที่ติดพันกันอยู่ในทะเลทรายทางตะวันตกของไคโร. พวกเยอรมันได้รุดพุ่งเข้าเขตไครเมีย (Crimea) ซึ่งจะทำให้สามารถเชื่อมกำลังได้กับแอฟริกา คอร์ป (Afrika Korps) ภายใต้รอมเมลในตะวันออกกลาง. มีการส่งกองกำลังหนุนจากอังกฤษอย่างเร่งด่วน โดยต้องอ้อมไปตามเส้นทางที่ยืดยาวผ่านทางทิศใต้ของปลายทวีปแอฟริกาใต้.

สิ่งน่าสังเวชซึ่งไม่ได้เปิดเผยในการเสียเมืองโทบรุ๊ค คือการที่ นายพันเอก บอนเนอร์ เฟลเลอร์ส (Colonel Bonner Fellers) ผู้ช่วยทูตทหารสหรัฐในไคโรได้ให้ความช่วยเหลือรอมเมลลอย่างไม่รู้ตัว. เฟลเลอร์สได้ส่งข่าวทางวิทยุให้กรมข่าวทหารในวอชิงตันทราบเกี่ยวกับทุกฝีก้าวของปฏิบัติการของฝ่ายอังกฤษ --- และโดยที่เยอรมันสามารถขบรหัส "แบล็ค" ของกระทรวงต่างประเทศสหรัฐได้แล้ว ฝ่ายเยอรมันก็พลอยได้รับข่าวเหล่านี้ไปด้วย. ทุกวันตอนอาหารเช้า นายพล รอมเมลได้รับรายงานสรุปเกี่ยวกับแผนการของคู่ต่อสู้ตลอดจนถึงที่ตั้งของหน่วยต่าง ๆ จำนวนกำลัง และขวัญ. นับแต่เดือนมกราคม ๑๙๔๒ รอมเมลได้รับข้อมูลที่เหมาะสมที่เขาต้องการเพื่อรุกกลับ. ในปีก่อนแอฟริกา คอร์ป ถูกตีกลับ ต้องล่าถอย แต่ในวันที่ ๒๑ มกราคม ๑๙๔๒ รอมเมลตีโต้กลับมาอย่างกระฉับกระเฉงมาก จนสามารถทำให้ฝ่ายอังกฤษต้องถอยกรูดเป็นเวลาสิบเจ็ดวันติดต่อกัน. เชอร์ชิลล์จังงังเหมือนถูกฟ้าฟาด. จิ้งจอกทะเลทรายดูเหมือนจะรู้ล่วงหน้าถึงการเปลี่ยนยุทธวิธีของอังกฤษทุกฝีก้าว. ถึงเดือนพฤษภาคม ๑๙๔๒ เขามุ่งทำให้โทบรุ๊คถูกตัดขาดด้วยความมั่นใจ อันดูเสมือนมีทิพยญาณ. ในที่สุดโทบรุ๊คซึ่งสามารถรับการรุกล้อมเป็นเวลาถึง ๒๓๐ วันมาแล้ว และมีท่าจะตีให้แตกยาก ก็อยู่ในสภาพร่อแร่ด้วยเหตุผลซึ่งรอมเมลไม่น่าจะทราบ. นักวิเคราะห์ข่าววิทยุของข้าศึกฝ่ายอังกฤษสรุปว่า รอมเมลคงจะต้องได้รับข้อมูลล่วงหน้าจากภายในค่ายอังกฤษในไคโร.

ในเวลาเดียวกันนั้นจะสามารถยั้งการบุกทะลวงของรอมเมลได้ ก็โดยบีบสายการลำเลียงเชื้อเพลิงของเขา ซึ่งต้องข้ามทะเลเมดิเตอร์เร่เนียนโดยกระบวนเรือที่จะโจมตีได้จากเกาะป้อมปราการมอลตา (Malta). มีแต่มอลตาเท่านั้นที่จะ

ทำให้รอมเมลเพลาความรุนแรงลงได้ ฉะนั้น เครื่องบินทิ้งระเบิดและเรือดำน้ำฝ่ายอักษะจึงเข้าโจมตีเกาะนั้นครั้งแล้วครั้งเล่า ในอันที่จะป้องกันมิให้เรืออังกฤษสามารถส่งกำลังบำรุงให้เกาะนั้นได้. เพื่อขัดขวางกำลังโจมตีของฝ่ายอักษะ อังกฤษจึงวางแผนปฏิบัติการขนาดใหญ่ที่ลงมือในวันที่ ๑๒ และ ๑๓ มิถุนายน. ตามแผนพลร่มและกองกำลังจู่โจมจะเข้าโจมตีฐานฝ่ายอักษะเก้าแห่ง ซึ่งใช้เป็นฐานโจมตีมอลตา. ในวันที่ ๑๑ มิถุนายน นายพันเอก เฟลเลอร์ส ได้รับรายละเอียดของแผน และด้วยความบริสุทธิ์ใจ ก็ส่งรายงานใส่ประมวลรหัส "แบล็ค" ไปวอชิงตัน โดยผ่านบริษัทโทรเลขอียิปต์ (Egyptian Telegraph Company) ในไคโร. ไม่กี่ชั่วโมงภายหลัง รายละเอียดของแผนก็ตกไปถึงมือของข้าศึก. หน่วยก่อวินาศกรรมอังกฤษและกองกำลังจู่โจมคุ้มกันวิ่งตรงเข้าในเงื้อมมือของพวกเยอรมันที่คอยทีอยู่แล้ว. ในวันรุ่งขึ้น เครื่องบินทิ้งระเบิดของอักษะซึ่งควรจะถูกทำลายไปแล้ว กลับเข้าโจมตีกระบวนเรือส่งกำลังบำรุงของอังกฤษ. กระบวนเรือประสบความเสียหายหนักขนาดต้องเดินทางกลับ. จะต้องใช้เวลาหลายเดือนกว่ากระบวนเรืออีกกระบวนจะสามารถผ่านเข้าไปได้.

ขณะที่หายนะเกิดขึ้น ฝ่ายอังกฤษกำลังติดตามการรั่วไหลไปถึงผู้ช่วยทูตทหารสหรัฐในไคโร ผู้ยังคงนอนใจว่าประมวลรหัส "แบล็ค" นั้นไม่มีทางที่ใครจะขบได้.

เชอร์ชิลล์ต้องน้ำตาตก เพราะอเมริกันตำหนิติเตียนอังกฤษ ถึงแม้ได้ต่อสู้อย่างไม่ละลดทั่วโลกเป็นเวลาเกือบสามปีมาแล้ว. ก่อนการรั่วไหลที่ไคโรถูกเปิดเผยท่านนายกรัฐมนตรีระเบิดออกมาเมื่อได้รับข่าวความพ่ายแพ้ในทะเลทรายอีกครั้งหนึ่งว่า : "การพ่ายแพ้เป็นเรื่องหนึ่ง. ความอัปยศเป็นอีกเรื่องหนึ่ง." มาบัดนี้ เมื่อปรากฏว่าพวกอเมริกันก็มีส่วนในความอัปยศ เชอร์ชิลล์จะฉวยโอกาสให้เป็นประโยชน์. เขาเรียกร้องขอรถถังและปืนติดยานยนต์สำหรับให้กองกำลังอังกฤษในแอฟริกาเหนือ. เขาเร่งเร้าให้รูสเวลท์ยอมรับเรื่องการบุกแอฟริกาเหนือของฝรั่งเศสในปฏิบัติการ "ท้อร์ช" อีกครั้งหนึ่ง. และเขาเสนอแผนปฏิบัติการทดแทน ซึ่งเป็นการเลื่อนการบุกข้ามช่องแคบอังกฤษอย่างเต็มกำลัง. ลูกตุ้มโชคชะตาได้แกว่งกลับมาสนับสนุนปฏิบัติการนอกแบบแล้ว.

ปฏิบัติการ "จูบิลี" มีเป้าหมายที่เป็นความลับ. สำหรับพวกหัวหน้าสงครามตามแบบ เป้าหมายที่แถลงไว้ดูน้อยนิดและไม่ห้าวหาญเอาเสียเลย. เมื่อ

เออร์เนสต์ คิง เสนาธิการทหารเรือสหรัฐ ได้รับทราบเกี่ยวกับปฏิบัติการนี้ เขากล่าวว่า : "ผมไม่ยี่หระว่าพวกอังกฤษจะทำอะไร ขอแต่ให้ผมนำเรือรบของผมกลับไปยังมหาสมุทรแปซิฟิกได้ก็แล้วกัน."

การซ้อมปฏิบัติการ "จูบิลี" กำหนดไว้ต้นเดือนกรกฎาคม. สตีเฟนสันขอบินกลับไปกับเชอร์ชิลล์ โดยให้บิลล์ โดโนแวน ไปด้วย. เขาเขียนไว้ว่า : "จะเป็นการดีที่จะให้โดโนแวนส่งเจ้าหน้าที่ของเขามาประจำเพื่อติดตามปฏิบัติการให้เห็นว่าที่จริงแล้วเรื่องราวเป็นอย่างไร."

รูสเวลท์เพิ่งประกาศกฎกระทรวงกลาโหมที่จะตั้งสำนักงานปฏิบัติการยุทธศาสตร์ (Office of Strategic Services). ข้อเสนอของสตีเฟนสันเป็นการอ้างอิงถึงโอ.เอ็ส.เอ็ส. เป็นครั้งแรกในสายงานประจำธรรมดา. ดังนั้น หน่วยซึ่งจะกลายเป็นหน่วยประมวลข่าวกลางในภายหลังจึงปรากฏขึ้นเป็นทางการในประวัติศาสตร์แบบง่าย ๆ ไม่มีพิธีรีตองนี้เอง. วันที่ท่านประธานาธิบดีออกประกาศกฎกระทรวงคือ วันที่ ๑๓ มิถุนายน ๑๙๔๒ บังเอิญตรงกับวันที่ฝ่ายอังกฤษค้นพบการรั่วไหลที่ไคโร อันเป็นเหตุการณ์ที่ย้ำให้เห็นความจำเป็นที่จะประสานงานราชการลับให้สอดคล้องกัน.

ในวันที่ ๗ กรกฎาคม โดโนแวนกับสตีเฟนสันได้เป็นประจักษ์พยานเห็นเยอรมันทำลายกองกำลังเรือของอังกฤษ ที่กำลังออกสำรวจทะเลข้ามช่องแคบเพื่อทดสอบความแข็งแรงของกำแพงด้านตะวันตกของป้อมปราการยุโรป. เครื่องบินเยอรมันเห็นกองเรือขนาดย่อมนั้นก่อนที่จะออกทะเลไปได้. การโจมตีทิ้งระเบิดที่ตามมาทำให้ต้องเลิกล้มการจู่โจมครั้งนั้น. เหตุการณ์นี้ทำให้ความมืดมนท้อแท้เข้าครอบงำพวก "หน่วยล่าสังหาร" (Hunting Groups) ซึ่งเพิ่งตั้งขึ้นโดยได้รับชื่อดังกล่าวจากคำสั่งของเชอร์ชิลล์ ในการโจมตีตอบโต้ข้าศึก. พวกหัวหน้าหน่วยทั้งหลายมาประชุมที่กองบังคับการชั่วคราวที่ริชมอนด์ เทร์เรซ (Richmond Terrace) ในลอนดอนซึ่งถูกระเบิดพรุนไปหมด.

โดโนแวนรายงานภายหลังว่า : "พวกนี้รู้สึกอึดอัดใจ. พวกเขาเป็นนักล่าแท้ ๆ และกระหายที่จะออกปฏิบัติการ. กลุ่มชายหนุ่มชั้นยอด ผู้เคยพิสูจน์ตัวเองมาแล้วในสมรภูมิ ได้แต่ยืนซึมอยู่ในห้องที่ว่างเปล่าในบ้านที่ถูกระเบิดแหลกนี้อย่างผิดหวังและเป็นทุกข์ใจแสนสาหัส."

ปฏิบัติการ "ลวงอันยิ่งใหญ่" นี้ จำเป็นที่จะเสริมให้เป็นงานที่ใหญ่กว่า

การจู่โจมชายฝั่งเท่านั้น และพวกเยอรมันก็เพิ่งแสดงให้เห็นว่าพวกอังกฤษขาดแคลนอุปกรณ์ที่เหมาะสมสำหรับการจู่โจมใดๆ ทั้งสิ้น. ท่านนายกรัฐมนตรีได้ออกคำสั่งที่ห้าวหาญหลังจากที่ฝรั่งเศสแตกมาหยกๆ และเขาจะถอนคำพูดนั้นไม่ได้ : "หน่วยจู่โจมที่พึ่งตัวเองได้ ที่มีอุปกรณ์ครบครัน. . . ประกอบด้วยทหารจำพวกนักล่าสังหารที่ได้รับการฝึกเป็นพิเศษ จะต้องเปิดศักราชการทำลายขวัญตามชายฝั่งของศัตรู." เขาเห็นการณ์ไกลว่าการจู่โจมในทำนองนี้จะเป็นการหาประสบการณ์สำหรับการบุกขั้นสุดท้ายและต่อเนื่องจากคำสั่งนี้ก็มีการตั้งกองบัญชาการปฏิบัติการร่วมซึ่งมี ลอร์ด เมานต์แบตตัน เป็นผู้บัญชาการ และมีภาระพิเศษในการ "พัฒนาวิทยาการเพื่อยกพลขึ้นบก รวมทั้งออกแบบจัดหาอุปกรณ์เครื่องมือเครื่องใช้ และสิ่งประกอบอื่นๆ.

การคิดค้นเครื่องมือเครื่องใช้และสิ่งประกอบกระทำในประเทศอังกฤษ แต่การผลิตเป็นจำนวนมากจะต้องเป็นภาระของพวกอเมริกัน. พวกอเมริกันยังไม่เต็มใจที่จะสนับสนุนด้านอาวุธยุทธภัณฑ์จนกว่าจะได้เห็นประจักษ์ถึงความมุ่งมั่นของชาวอังกฤษ. กลางเดือนกรกฎาคม ท่านประธานาธิบดีส่งทั้ง นายพลเรือเอก คิง และจอร์จ มาร์แชล เสนาธิการทหารบก ไปลอนดอน เพื่อเจรจาต่อรองตกลงกับเชอร์ชิลล์ด้วยตัวเอง. ทั้งสองยังคงย้ำว่าต้องการให้บุกข้ามช่องแคบอย่างมีน้ำหนัก. เชอร์ชิลล์ใช้วิธีประวิงเวลา. สองสัปดาห์ต่อมา กองกำลังสำหรับปฏิบัติการ "จูบิลี" ก็เริ่มรวมพล.

ในวันที่ ๑๒ สิงหาคม เชอร์ชิลล์บินไปมอสโก ณ ที่นั้นเขาจำต้องฟังคำหมิ่นประมาทยาวยืดของสตาลิน เรื่องสมรรถภาพด้านการรบของอังกฤษ. สตาลินพูดโดยไม่มองหน้าเชอร์ชิลล์ผู้เริ่มมีสีหน้าโกรธเคืองขึ้น. สตาลินพูดค่อยๆ และอย่างชัดถ้อยชัดคำ. ทันทีทันใด เชอร์ชิลล์ก็ทุบโต๊ะดังเปรี้ยง และระเบิดด้วยถ้อยคำรุนแรงใส่หน้าผู้นำโซเวียตเป็นเวลาห้านาที. สตาลินตัดบทว่า : "ผมไม่เข้าใจคำพูดของคุณ. แต่ แม่เจ้าโว้ย ผมชอบอารมณ์ของคุณจังเลย."

ต่อมามีข่าวถึงสตีเฟนสันในนิวยอร์ค ความว่า : "ผมนึกว่าตัวสตาลินเองรับฟังเรื่องที่ผมนำไปด้วยความเข้าใจมากกว่าคณะมนตรีของเขา. ในใจของเขาหากเขามีหัวใจจริงๆ สตาลิน รู้ดีว่าผมคิดถูก."

เชอร์ชิลล์ได้กล่าวว่าความกล้าหาญของฝ่ายอังกฤษไม่มีอะไรบกพร่องผิดพลาด แต่การพยายามที่จะเปิดแนวรบที่สองในฝรั่งเศสในขณะนี้นั้นเป็นการผิดพลาดแน่ๆ.

หนึ่งสัปดาห์ต่อมา ปฏิบัติการ "จูบิลี" ก็พิสูจน์ให้เห็นว่าเขาคิดถูก.

นายสิบเอก โรส ผู้เชี่ยวชาญแก้มยุ้ยจาก "หน่วยยิว" บินจากแคมป์เอกซ์ ไปที่มณฑลซัสเซ็กซ์ (Sussex) ในประเทศอังกฤษ ในส่วนของชนบทซึ่งเข้าใจกันว่ากองทหารแคนาดารับหน้าที่ป้องกัน. แท้จริงทหารเหล่านี้กำลังเตรียมตัวสำหรับปฏิบัติการ "จูบิลี'. อดีตเจ้าหน้าที่ เอ็ฟ.บี.ไอ. จิม คัลละแกน (Jim Callaghan) ร่วมเดินทางมาพร้อมกับโรส. ทั้งสองคนจะต้องแทรกเข้าไปในหน่วยทหารประจำการโดยไม่ให้มีใครสงสัยว่าเป็น "คนนอก".

ผู้เชี่ยวชาญด้านเรดาร์สองคนที่จะไปดิเอ็ปป์ด้วย ใช้เวลาที่เหลือในการศึกษาแผนที่รูปนูน และกะเวลาสำหรับทุกขั้นตอนของงานที่ได้รับมอบหมายให้ทำ. ทั้งสองคนถือกระดาษคำสั่งให้พวก "หัวหน้าหาด" (beachmasters) ให้ความสะดวกด้านพาหนะเป็นอันดับหนึ่ง. มีคำสั่งลับให้นายสิบเอกรักษาความปลอดภัยในสนามแคนาดาเป็นตัวสำรองหนุนคัลละแกน. ถ้าดูเผินๆ เขาจะทำหน้าที่อารักขานักวิทยาศาสตร์ทั้งสอง. แท้จริงเขามีหน้าที่สังหารคนหนึ่งคนใดหรือทั้งสองคนหากคัลละแกนไม่สามารถป้องกันมิให้ตกไปในมือของข้าศึกโดยยังมีชีวิตอยู่ได้.

พวกอาสาสมัครแห่งเบเกอร์ สทรีท ชุดหนึ่งแบ่งกันออกไปประจำแต่ละหน่วยของทหารแคนาดา. พวกอาสาสมัครจดจำรายละเอียดของห้องขังที่เกสตาโปคุมตัวพวกหัวหน้าฝรั่งเศสใต้ดินอยู่. พวกอาสาสมัครมีวิทยุมือถือแบบใหม่ ซึ่งใช้คลื่นพิเศษมีนามข่ายรหัสว่า "แฟนทอม" (Phantom). สถานีถ่ายทอดใช้เครื่องวิทยุเคลื่อนที่ขนาดใหญ่. อุปกรณ์ทั้งหมดนี้ โดโนแวนเป็นผู้ช่วยบิณฑบาตเอามาจากกองพลาธิการกองทัพบกสหรัฐ โดยสมอ้างว่าคนของเขาต้องการใช้เอง ทั้งนี้เพื่อไม่ให้ภารกิจเสียไป. ที่จริงมีเจ้าหน้าที่ โอ.เอ็ส.เอ็ส. สองนายที่ติดตามด้วยในฐานะผู้สังเกตการณ์ โดยเข้าสังกัดเป็นการชั่วคราวในหน่วยอเมริกัน --- คือกองพันที่หนึ่งทหารเสือพรานสหรัฐ ซึ่งมีชื่อเสียงอยู่ในขณะนี้ ในเวลานั้นหน่วยนี้ได้รับการฝึกในที่ราบสูงของสก๊อตแลนด์. พวกนี้เป็นทหารเสือพรานชุดแรกที่ได้รับการฝึกตามหลักสูตรการรบจู่โจมของอังกฤษ และนายทหารหกคนกับพลทหารสี่สิบคนได้รับการคัดเลือกเอาไว้.

ในวันอังคาร ที่ ๑๘ สิงหาคม เวลา ๑๐.๐๐ น. ผู้บังคับบัญชาปฏิบัติการ "จูบิลี" ส่งคำสั่งสั้นๆ ที่แพร่ออกไปทั่วภาคตะวันออกเฉียงใต้ของประเทศอังกฤษว่า : "เปิดฉากแล้ว --- เดี๋ยวนี้ !" ทหารหลายพันคนในค่ายทหาร

และตามเมืองท่าตั้งแต่เซาแธมป์ตัน (Southampton) ถึงนิวเฮเวน ถูกกระตุ้นให้เข้าปฏิบัติการอย่างชุลมุน. หกชั่วโมงต่อมา กองพันสุดท้ายก็ลงเรือเรียบร้อยและประตูกราบเรือก็ปิดสนิท. กองเรืออังกฤษขนาดใหญ่ที่สุดที่แล่นในช่องแคบนับแต่สงครามระเบิดขึ้น เตรียมพร้อมที่จะออกทะเลโดยมีความมืดเป็นกำบัง. ตัวเลขดูน่าทึ่ง : ทหารแคนาดาชั้นเยี่ยม ๕,๐๐๐ คน จะเป็นหน่วยที่รับศึกหนักที่สุด โดยมีเรือรบและเครื่องบินพร้อมทหารเรือและนักบิน ๑๐,๐๐๐ คน เป็นฝ่ายสนับสนุน. กองกำลังจู่โจมอิสระจะเข้าโจมตีชายฝั่งทั้งสองด้านของเป้าหมายเอก คือ ดิเอ็ปป์.

แต่ "กองเรือบุกโจมตี" มีเพียงเรือขนาดเล็กที่ติดแต่อาวุธเบา รวมทั้งเรือปืนลำน้ำสี่ลำ และเรือสลุป (Sloop) ขนาด ๗๐๐ ตัน ที่มีปืนขนาดสี่นิ้วเพียงหนึ่งกระบอกลำเดียว. ระหว่างการข้ามฟากตอนกลางคืน เรือบางลำในจำนวน ๒๗๗ ลำ ได้เผชิญกับเรือตอร์ปิโดของข้าศึก. เมื่อทหารและรถถังระลอกแรกถึงชายหาดตอนเช้าตรู่วันพุธ พวกเยอรมันก็คอยทีอยู่แล้ว. สามในสี่ของทหารแคนาดาต้องเสียชีวิตทันทีที่ออกจากเรือยกพลขึ้นบก.

ข่าวการจู่โจมที่ประกาศเป็นทางราชการตอนแรกบรรยายว่าเป็นปฏิบัติการเพื่อดูเชิงที่ประสบความสำเร็จในการ "ไขความลับอันล้ำค่าที่จะนำไปสู่ชัยชนะ" โดยเป็นการชี้ทางกลับเข้าป้อมปราการยุโรป. ต่อมาได้ขยายแนวความคิดนี้ในคำประกาศที่รวบรัดว่า : **หากไม่มีการจู่โจม — ก็ไม่มีการบุก** ซึ่งหมายความว่าการบุกโจมตีขนาดหนัก ในวัน ดี.เดย์ (D day) เกือบสองปีภายหลังวางแผนโดยใช้ "จูบิลี" เป็นหลัก และว่าไม่มีทางวางแผนโดยใช้วิธีอื่นใด. ทั้งหมดนี้ก็นับว่าเป็นความจริง. หัวหน้าหน่วยต่าง ๆ ของอเมริกันได้เห็นประจักษ์ถึงผลเสียของการใช้กำลังที่ไม่พอเพียงและการปฏิบัติงานอย่างโมเมและใจเร่งด่วนได้. พวกทหารเสือพรานสหรัฐที่ได้เห็นการสังหารผลาญชีวิตครั้งนี้ ได้สรุปสาเหตุของความล้มเหลวว่า : "ขาดอุปกรณ์."

บันทึกเขียนด้วยลายมือที่ส่งมาทางนกพิราบสื่อสารจากเรือลำหนึ่ง ยืนยันบทเรียนที่ได้รับ.

ถึงกรมทหารแคนาดาที่หนึ่ง

จากเรือรบหลวง เฟอร์นี (HMS Fernie)

วันที่ ๑๙ สิงหาคม ๑๙๔๒

ขอบันทึกความเห็นเดี๋ยวนี้ในกรณีเกิดฉุกเฉินภายหลัง. ข้าศึกคงรู้ตัวแล้วตอนปะทะทางเรือเมื่อเช้ามืด. **กำลังของข้าศึก** : ดูมีการเสริมกำลัง. ความเห็นเบื้องต้นของนายทหารทุกคน. . . . กองบินทิ้งระเบิดต้องให้การสนับสนุนอย่างหนักเป็นล่ำเป็นสันสำหรับปฏิบัติการร่วมในอนาคต.

ทหารทุกคนดูได้ปฏิบัติหน้าที่อย่างน่าชมเชย --- ฟังทางวิทยุไม่ได้ยินวี่แววว่าเสียขวัญเลย. . . . กำลังรับรายงานการสูญทางไฟสัญญาณ.

เสียใจที่เราทำไม่สำเร็จ. . . .

ผู้ที่รอดตายมาเกือบทุกคนมีความเห็นว่าการจู่โจมดิเอ็ปป์ไม่บรรลุผล. ได้มีการตัดสินใจไว้ล่วงหน้าอย่างมั่นเหมาะแล้ว ไม่ให้บอกเป็นอย่างอื่น --- แต่การจู่โจมครั้งนี้ประสบผลสำเร็จอันยิ่งใหญ่ แม้จะต้องสูญเสียไปมากมาย.

แฟรงก์ คูนส์ (Frank Koons) จากไอโอวา (Iowa) เป็นคนหนึ่งที่มีความเห็นว่าปฏิบัติการนี้เป็นความสำเร็จ. เขาเป็นทหารอเมริกันคนแรกที่ฆ่าเยอรมันได้ในสงครามโลกครั้งที่สอง และเป็นคนแรกที่ได้รับเหรียญกล้าหาญของอังกฤษ. เขาขึ้นบกพร้อมกับทหารของหน่วยจู่โจมที่สี่ ที่ถือปืนติดดาบซึ่งอยู่ภายใต้การนำของ ลอร์ด โลวัต (Lord Lovat) ผู้เป็นกุลเชษฐ์ของตระกูลเฟรเซอร์ (Fraser) แห่งสก๊อตแลนด์ ร่างอันผอมสูงอยู่ในชุดกางเกงผ้าริ้ว และเสื้อไหมพรมถัก หน้าอันซูบซีดทาด้วยยาขัดรองเท้าสีดำ (เช่นเดียวกับทหารของเขาอีก ๒๕๐ คน). คูนส์เป็นคนหนึ่งในบรรดาทหารเสือพรานอเมริกันหกคน ที่ขึ้นบกในความมืดมิดที่จุดหนึ่งห่างจากดิเอ็ปป์พอสมควร ใต้ปืนอันน่าเกรงขามของป้อมปราการ เฮสส์ (Hess Battery) ซึ่งตั้งอยู่สูงเหนือหน้าผาที่ดูไม่มีทางปีนขึ้นไปได้. ป้อมปืนเยอรมันแห่งหนึ่งระดมยิงเรือยกพลขึ้นบกที่กำลังถอยออกสู่ทะเล แล้วหน่วยจู่โจมก็เริ่มปฏิบัติการอย่างแม่นยำเหมือนกลไกนาฬิกา. กลุ่มหนึ่งโยนตะขอเหล็กและยกบันไดสำหรับปีนเขาขึ้นหาด. ทางน้ำที่หัวหาดเต็มไปด้วยกับระเบิด. โลวัตนำทหารของเขาผ่านสนามระเบิดโดยใช้ไฟฉายตามรอยป้ายที่เยอรมันปักไว้เพื่อชี้เส้นทางปลอดสำหรับพวกตนเอง. หมวดระเบิดแบบแบงกาลอร์ (Bangalore torpedo) คืบคลานผ่านพื้นที่โล่งมุ่งสู่แนวลวดหนามที่ป้องกันป้อมปราการเฮสส์ และรอการโจมตีทางอากาศซึ่งจะเกิดขึ้นภายในไม่กี่วินาที โดยเครื่องบิน ฮอเกอร์ ฮะริเคน ที่บินลิ่วเรี่ยน้ำมาจากฝั่งอังกฤษ.

คูนส์เห็นทหารยามเยอรมันคนหนึ่งโผล่ออกมาจากบ้านซึ่งมีแสงสลัว ๆ. เขายกปืนขึ้นยิงแล้วกรูเข้าจู่โจมบ้านหลังนั้นพร้อมกับทหารเสือพรานอีกสี่คน. ทั้งห้าคนบุกขึ้นไปถึงบนหลังคา และก็คุ้มค่า เพราะสามารถมองลงไปเห็นหลุมต่าง ๆ ของฐานปืนจากข้างบนในแสงทองที่เริ่มส่องไปทั่วบริเวณอันสงบนี้ของฝรั่งเศส.

พวกทหารจู่โจมที่อยู่รอบฐานปืนจัดการติดดาบปลายปืน. เครื่องบินฮะริเคนบินโฉบมาในแสงของรุ่งอรุณ. ยิงปืนและจรวดแล้วบินหายไปภายในไม่กี่วินาที. คูนส์ได้ยินเสียงวังเวงของแตรงอนล่าสัตว์. นั่นคือสัญญาณของโลวัตสำหรับให้เข้าตะลุมบอนด้วยดาบปลายปืน. ทหารทั้งหมดต้องวิ่งรวดเดียวเป็นระยะ ๒๕๐ หลา ฝ่าห่ากระสุนจากปืนกลของข้าศึกที่ยิงถล่มมาจากรังคอนกรีต. เมื่อพวกทหารกระโดดผ่านช่องโหว่ที่ตัดไว้ในรั้วลวดหนาม บางคนก็ล้มลง พวกที่เหลือก็พุ่งข้ามศพไป. เมื่อฝ่าลวดหนามเข้าไปได้แล้ว พวกนั้นก็ต้องชะงักตะลึงไปชั่วครู่ เมื่อเห็นภาพนายทหารเยอรมันสวมบู๊ตสูงถึงเข่ากำลังกระทืบหัวของทหารจู่โจมคนหนึ่งที่บาดเจ็บและล้มคว่ำอยู่. ครั้นแล้วดาบปลายปืนและมีดจึงฟาดฟันไม่เลือกที่ ทั้งขา แขน ช่องท้อง และลำคอ. ทหารเยอรมันประจำปืนใหญ่จำนวน ๑๑๒ คน รอดชีวิตมาได้เพียงสี่คน.

หน่วยจู่โจมอื่น ๆ เข้าจู่โจมในทำนองเดียวกันนี้ตลอดชายฝั่ง. บางหน่วยเช่นหน่วยของโลวัต มีหน้าที่สองอย่าง คือทำให้ข้าศึกต้องแยกกำลังออกป้องกันและดึงให้หันเหความสนใจจากกลุ่มเจ้าหน้าที่ที่กำลังเข้าปฏิบัติการ. ในสายตาของพวกนี้ ปฏิบัติการดูจะประสบความสำเร็จ.

โรส กับ คัลละแกน พร้อมกับนักวิทยาศาสตร์ เรดาร์ และนายสิบรักษาความปลอดภัยสนามแคนาดา บุกถึงสถานีจับคลื่นวิทยุขนาดใหญ่ที่ตั้งอยู่เหนือท่าเรือ. ถึงตอนนั้นรถถังแคนาดาได้บุกเข้าถึงถนนของดิเอ็ปป์แล้ว. คัลละแกนกล่าวภายหลังว่า : “ไม่มีใครนึกฝันว่ารถถังเข้ามาถึงที่นั่นได้อย่างไร.” เขารับฟังวิทยุข่าย “แฟนทอม” มาตลอด และทราบว่าส่วนใหญ่ของกำลังจู่โจมส่วนกลางถูกตรึงไว้ได้ และต้องล้มตายกันเกลื่อนชายหาดกลาง. คัลละแกนมิได้พกอาวุธอื่นใดนอกจากปืนพกกระบอกที่จะใช้ยิงพวกนักวิทยาศาสตร์ หากมีท่าทีว่าพวกนี้จะถูกจับเป็น. แต่เขากลับแบกวิทยุรับส่งคลื่นความถี่สูงมาก (very-high-frequency) ซึ่งทำให้กลุ่มของเขาติดต่อกับเบเกอร์ สทรีท ได้ โดยผ่านเครื่องวิทยุโมโตโรลา (Motorola) ของอเมริกัน ซึ่งเป็นวิทยุเคลื่อนที่ที่สมัยใหม่ที่สุดในขณะนั้น โดยติดตั้งอยู่บนเรือลำหนึ่งซึ่งลอยลำอยู่นอกฝั่ง.

โรสกล่าวว่า : "เคราะห์ดีที่มีคำชี้แจงแนะนำของวัตสัน - วัตต์ (Watson - Watt) ที่ทำให้เป้าหมายเห็นง่ายจนแทบจะหลับตาหาได้." ผู้ค้นคิดเรดาร์อยากเข้าจู่โจมด้วยตนเองด้วยซ้ำ. ผู้ที่ทำหน้าที่แทนเขาสองคนมีเจ้าหน้าที่สองคนของคัลละแกนจากแคมป์เอกซ์นำหน้า. กลุ่มนี้จู่โจมเข้าถึงตัวทหารยามโดยไม่ทันให้รู้ตัว และเชือดคอโดยใช้มีดกับลวดทองแดงเบา ๆ. โรสพุ่งตัวเข้าไปที่กระต๊อบเล็ก ๆ ซึ่งเขาคาดว่าจะต้องพบเครื่องควบคุมเรดาร์บางส่วน.

ในระหว่างนั้น นักวิทยาศาสตร์คนหนึ่งก็ปีนป่ายมุ่งไปทางสถานีเรดาร์ใหญ่ซึ่งอยู่สูงมองลงไปเห็นหาดทราย. เขาคือ แจ็ค นิสเซนธาล (Jack Nissenthal) ผู้ร่วมงานหนุ่มคนหนึ่งของ วัตสัน - วัตต์ ที่มาสังกัดกองทัพอากาศอังกฤษชั่วคราวด้วยศนายสิบเอก เขาได้รับเลือกมาทำงานนี้ เพราะเขามีทั้งคุณสมบัติของทหารนักสู้ที่ดี รวมกับความรู้ว่าอะไรเป็นอะไรในสถานีเรดาร์ของข้าศึก. เขาเป็นบุตรชายของช่างตัดเสื้อยิวผู้มาตั้งรกรากที่ลอนดอน หลังจากหลบหนีมาจากโปแลนด์. นักแม่นปืนจากกรมทหารเซ้าธ์ สัสกาตชีวัน (South Saskatchewan) เก้าคนติดตามนายสิบเอก นิสเซนธาล ไปด้วย. ภารกิจของนิสเซนธาล คือการค้นหาร่องรอยของเครื่องกลไกเยอรมันที่เทียบได้กับแควิตี แมกนิตรอน ของอังกฤษ คือ "กล่องสีดำมหัศจรรย์" ซึ่งทำให้เรดาร์มีประสิทธิภาพคล่องแคล่วขึ้น. ภารกิจของพวกทหารแคนาดาคือสังหารนิสเซนธาลในกรณีที่เขาเองก็อาจถูกจับเป็น.

นิสเซนธาลพบว่า แนวป้องกันสำคัญของสถานีเรดาร์เยอรมันไม่มีทางทะลุทะลวงเข้าไปได้. เขากำลังเสาะหาทางเข้าข้างในเมื่อการโจมตีระลอกแรกของเครื่องบินฮะริเคนเกิดระเบิดขึ้นรอบตัวเขา. การโจมตีนี้กะจังหวะไว้สำหรับกลบเกลื่อนงานของโรส คือการระเบิดทำลายห้องควบคุมเรดาร์ด้วยระเบิดพลาสติกหลังจากถอดเครื่องประกอบบางชิ้นออกแล้ว. การทิ้งระเบิดของกองทัพอากาศอังกฤษอาจทำให้เยอรมันไม่รู้ตัวว่า เรดาร์ของตนถูกตรวจค้นและถอดเอาอุปกรณ์สำคัญ ๆ ออกไป.

นิสเซนธาลรวบรวมสติได้หลังจากการทิ้งระเบิด แล้วจึงตัดสายถ่ายทอดระหว่างสถานีเรดาร์ใหญ่กับดิเอ็ปป์. ดังนี้ พวกเยอรมันจะต้องส่งข้อมูลทางวิทยุหลังจากซ่อมแซมเรดาร์ให้ใช้การได้แล้ว. และอีกฟากของช่องแคบอังกฤษเครื่องจับคลื่นวิทยุจะสามารถดักสัญญาณได้ และนักวิทยาศาสตร์อื่น ๆ ก็จะเทียบเคียงข้อมูลจากเรดาร์เยอรมันกับเรดาร์อังกฤษ ซึ่งจะทำให้ล่วงรู้ถึงความก้าวหน้า

ของการค้นคว้าวิจัยของข้าศึกได้มากขึ้น.*

อีกด้านหนึ่งของตัวเมือง เจ้าหน้าที่ของคณะกรรมการปฏิบัติการพิเศษ (Special Operations Executive) บุกเข้าถึงคุกของห้องที่ซึ่งเกสตาโปดัดแปลงเป็นศูนย์สอบสวน แล้วชิงเอาตัวพวกหัวหน้าเหล่านักสู้เพื่อต่อต้านของฝรั่งเศสออกมา. ชาวเยอรมันจากแคว้นสุเดเตนในเครื่องแบบนาซี สามคนรีบจับมือกับผู้แทนของเบเกอร์ สทรีท ก่อนหลบหายเข้าไปข้างใน เห็นได้ว่าคงเป็นเพราะโล่งใจที่พวกอาสาสมัครไม่เห็นความจำเป็นที่จะยิงพวกตนให้ตาย.

ตามกำหนดการของลอร์ด โลวัต ซึ่งตัวเขาเองรักษาด้วยความเคร่งครัดอย่างใจเย็น เขาจะต้องกลับมาเพื่อลงเรือเวลา ๐๗.๓๐ น. ในเวลาที่เหลืออยู่ไม่กี่วินาที เขาสำรวจความสูญเสียด้านกำลังพลที่ป้อมปราการเฮสส์. ท่าหนีบปืนล่าสัตว์วินเชสเตอร์ (Winchester) ไว้ใต้แขนในขณะนั้นทำให้เขาดูเหมือนขุนนางสก๊อตขณะออกล่าไก่ป่า. ปืนใหญ่ขนาดหนักของข้าศึกถูกทำลายได้แล้ว. รอบ ๆ บริเวณนั้นมีทหารหน่วยจู่โจมนอนตายอยู่เกลื่อนกลาด. โลวัตสั่ง : "เผาศพเสีย. จุดไฟเผาทั้งหมด." อาคารป้อมปืนถูกจุดไฟเผา แล้วเอาศพไปกองไว้รอบ ๆ ปืนที่ดำด้วยเขม่า.

เมื่อหน่วยกลับถึงเรือ โลวัตเลิกเงียบทางวิทยุ : "ทหารประจำปืนทุกคนถูกจัดการด้วยดาบปลายปืนหมดแล้ว. เรียบร้อยกันไหม. พวกเรา."

การต่อสู้ทางอากาศเริ่มขึ้นเป็นระลอก ๆ. อาศัยการคุ้มกันทางอากาศนี้รวมทั้งการต่อสู้ของทหารเสือพรานสหรัฐหน่วยจู่โจมอังกฤษ และทหารแคนาดาขณะถอนกำลัง หน่วยของเบเกอร์ สทรีท จึงสามารถหลบหนีไปลงเรือยามฝั่งที่นำตัวพวกเขาพร้อมกับข้อมูลเกี่ยวกับเรดาร์ใหม่ของเยอรมันกลับไปนิวเฮเวน. ความสำเร็จที่ยิ่งใหญ่ที่สุดของพวกนี้คือการโจรกรรมอุปกรณ์ที่จะเปิดเผยรายละเอียดเกี่ยวกับเรดาร์ชายฝั่งของฝ่ายข้าศึก และนำไปสู่การวางมาตรการตอบโต้ ซึ่งจะเปิดทางให้

*เจ้าหน้าที่ปฏิบัติการพิเศษของเบเกอร์ สทรีท ไม่เคยได้รับเหรียญตรา ทั้งงานของพวกเขาก็ไม่ได้รับการเปิดเผยหลังสงคราม. นิสเซนธาลได้รับการแนะนำให้เปลี่ยนชื่อ เพราะเกรงว่าเยอรมันจะแก้แค้นเอา. ต่อมาเขาไปตั้งรกรากในแอฟริกาใต้ โดยไปตั้งบริษัทอิเล็กทรอนิกในโจฮันเนสเบอร์ก (Johannesburg).

สะดวกขึ้นสำหรับเครื่องบินทิ้งระเบิดฝ่ายสัมพันธมิตรที่จะบินเข้าไปในไรชที่สาม. การนำเอาตัวพวกหัวหน้าราชการลับฝรั่งเศสออกมาได้ และการแทรกสายเยอรมันที่ต่อต้านนาซีเข้าไป เป็นสิ่งที่จะมีผลในระยะยาว. แม้พวกทหารแคนาดาที่ถูกจับตัวได้ก็สามารถหาหนทางต่อสู้ต่อไป. ในจำนวนพวกที่สามารถหลบหนีได้ภายหลังมีชาวแคนาดาเชื้อสายฝรั่งเศสคนหนึ่ง ชื่อ ลูเซียง ดูเมส์ (Lucien Dumais). อาศัยที่เขาพูดภาษาฝรั่งเศสได้คล่องเขาสามารถเล็ดลอดกลับถึงลอนดอนโดยผ่านฝรั่งเศสที่ถูกยึดครอง. เมื่อกลับมาได้ เขาถูกขอร้องให้ไปปฏิบัติ "ภารกิจอันประเสริฐ" (service out of this world). เขาจึงกลับไปฝรั่งเศสในเวลาต่อไป เพื่ออำนวยการข่าย "เชอริแดน" (Sheridan) ซึ่งสามารถช่วยให้นักบินฝ่ายสัมพันธมิตร ๗๐๗ คนหลบหนีจากเงื้อมมือของพวกนาซี หลังจากเครื่องบินถูกยิงตกในการต่อสู้.

อย่างไรก็ตาม สิ่งที่สำคัญที่สุดคือจะต้องให้พวกเยอรมันเชื่อว่าปฏิบัติการ "จูบิลี" ประสบความล้มเหลว. เรื่องเข้าใจผิดนี้ได้รักษาไว้อย่างระมัดระวังเสียจนทำให้แม้แต่ตัวเมานต์แบตตันเอง -- ผู้อย่างน้อยได้แก้ต่างการจู่โจมว่าเป็นปฏิบัติการชิมลางและเป็น "การลวงอันยิ่งใหญ่" -- ไม่ล่วงรู้ถึงงานลับทั้งหมดที่ปฏิบัติการนี้พรางไว้. สามสิบปีภายหลัง เขาได้พบพวกทหารแคนาดาที่รอดตายมาได้และพวกญาติพี่น้อง เพื่อยืนยันว่าการเสียสละชีวิตเลือดเนื้อในครั้งนั้นมิได้เป็นการเสียเปล่า. เมื่อถูกซักถามเรื่องคำสั่งให้ยิงนักวิทยาศาสตร์ดีกว่าจะยอมให้ถูกจับตัวได้ เขากล่าวว่า : "หากผมทราบถึงคำสั่งเหล่านั้น. . . ผมคงถอนคำสั่งทันที." (ณ ที่นี้จะเห็นได้ถึงส่วนหนึ่งของความตึงเครียดระหว่างฝ่ายบังคับบัญชาของหน่วยในแบบกับพวกอาสาสมัครแห่งเบเกอร์ สทรีท ผู้ไม่สามารถทำงานตามข้อบังคับปกติธรรมดา). พวกที่ปฏิบัติงานลับทุกคนหายเข้ากลีบเมฆไปโดยไม่ได้รับความดีความชอบหรือเสียงใด ๆ. เซซิล เมร์ริตต์ (Cecil Merritt) ผู้บังคับการกรมเซาธ์ สัสสกาตชีวัน ได้รับเหรียญกล้าหาญชั้นสูงสุด -- คือเหรียญวิคทอเรียครอสส์ (Victoria Cross). ในฐานะนายทหารประจำการเขาอยู่ในฐานะที่จะรับเหรียญได้อย่างเปิดเผย แต่เขากล่าวให้เป็นที่รู้กันว่าเขาถือว่าเหรียญนั้นเป็นบำเหน็จความกล้าหาญของพวกที่ไม่สามารถเปิดเผยชื่อให้ทราบกันได้.

ในการประชุมผู้สื่อข่าวในลอนดอนเพื่อแจ้งผลเป็นการภายใน หลังจากปฏิบัติการจู่โจมเสร็จสิ้นลงแล้ว มีการแจกบันทึกคำเตือนใจความว่า : "จะต้องไม่อ้างว่าได้รับข่าวจากแหล่งข่าวทางราชการ. . . . ท่านได้รับทราบข้อมูลบางอย่างซึ่งไม่สามารถเปิดเผยมาก่อนด้วยเหตุผลที่เห็นชัด ก็เพื่อให้เป็นแนวทาง. การจู่โจม

ซึ่งกองบัญชาการปฏิบัติการร่วมดำเนินที่ดิเอ็ปป์ เป็นการคืบหน้าก้าวสำคัญในกำหนดการของแผนเพื่อดำเนินนโยบายรุกที่เราตกลงกันไว้แล้ว. . . .”

ดังที่เชอร์ชิลล์ตั้งใจภายหลังที่จะแจ้งให้สภาทราบ “จูบิลี” มีเป้าหมายรวม “ที่จะลวงข้าศึก.” ข้อแถลงของท่านนายกรัฐมนตรีไม่เคยถึงหูของประชาชนเพราะการลวงยังใช้ประโยชน์ได้ต่อไป ถึงปลายปี ๑๙๔๒ ฮิตเลอร์สำรองทหารไว้อย่างน้อยสามสิบสามกองพลตามกำแพงด้านแอตแลนติก (ก็) เพื่อป้องกันเมืองท่าเล็กๆ ในบริเวณใกล้คาเลส์ (Calais) กับบุลอญ (Boulogne) เป็นสำคัญเพราะเชื่อว่าเป็นที่ที่ฝ่ายอังกฤษตั้งใจจะโจมตีอีก. ในที่สุดคำแถลงซึ่งมีขึ้นในการประชุมลับของสภาก็ถึงมือของท่านประธานาธิบดีโดยผ่าน บี.เอ็ส.ซี. “การโจมตีที่จะปฏิบัติในเวลาอันสมควร ข้ามช่องแคบหรือทะเลเหนือ จำเป็นต้องใช้เรือยกพลขึ้นบกแบบพิเศษจำนวนมาก รวมทั้งกองทัพใหญ่ ประกอบด้วยทหารที่ฝึกในสงครามสะเทินน้ำสะเทินบกมาแล้วทุกกองพล. . . . จะเป็นการประมาทที่สุดหากเราพยายามดำเนินงานใหญ่เช่นนี้ก่อนการตระเตรียมทั้งหมดจะพร้อมเพรียง. . . . ในคำแถลงร่วมมีกล่าวถึงการเปิดแนวรบที่สองในยุโรปสำหรับปี ๑๙๔๒ (ก็เพราะ) มีผลสำคัญที่สุดสำหรับรัสเซียที่ข้าศึกจะต้องเชื่อว่าเราเตรียมปฏิบัติแล้ว และตั้งใจที่จะปฏิบัติดังนั้น.”

มีการวิเคราะห์การบาดเจ็บเสียหายที่ทหารหน่วยจู่โจมได้รับ. ในจำนวนทหารแคนาดา ๔,๙๖๓ คนที่ทำการต่อสู้บนหาดต่างๆ ๓,๓๖๗ คนต้องบาดเจ็บหรือเสียชีวิต. ส่วนใหญ่ถูกกระสุนปืนตอนขึ้นบกหรือตอนกลับลงเรือ. ทหารจะได้รับบาดเจ็บมากที่สุดที่ขา ถัดไปก็ที่แขน ที่หน้าอก ที่คอกับที่ศีรษะ และท้ายสุดที่ช่องท้อง -- ตามลำดับ.

การศึกษาวิจัยอันน่าขนพองสยองเกล้าเหล่านี้นำไปสู่การพัฒนาเกราะ พาหนะ และวิทยาการ ซึ่งในที่สุดนำไปใช้ในวัน ดี.เดย์ เพื่อลดการสูญเสีย. ปฏิบัติการ “จูบิลี” พิสูจน์ให้เห็นความจำเป็นที่จะได้การสนับสนุนอย่างมากมายจากการทิ้งระเบิดและปืนใหญ่. เรือยกพลขึ้นบกแบบใหม่ชนิด เอ็ล.ซี.ที. (อาร์.) (เรือยกพลขึ้นบกที่มีจรวด) ออกแบบไว้ให้สามารถยิงจรวดขนาดหนักได้ถึง ๑,๐๘๐ ณ จุดเดียวบนหาดทรายภายในเวลายี่สิบหกวินาที -- อันเท่าเทียมกับผลการระดมยิงหากเรือลาดตระเวนแปดสิบลำยิงปืนพร้อมๆ กัน. การสู้รบแบบเล่นตั้งเต จากเกาะหนึ่งไปอีกเกาะหนึ่งทั่วมหาสมุทรแปซิฟิก ของกองกำลังสะเทินน้ำสะเทินบก

สหรัฐ ใช้อุปกรณ์และบทเรียนอันได้มาจากควันหลงของดิเอ็ปป์เป็นหลัก.

ระหว่างการจู่โจม ได้มีการรับส่งข่าวสารกว่า ๑,๐๐๐ ฉบับกับเจ้าหน้าที่วิทยุในประเทศฝรั่งเศสที่ถูกยึดครอง. จากข่าวเหล่านี้ บี.เอ็ส.ซี. ซึ่งทำงานร่วมกับแผนกวิจัยและวิเคราะห์ของ โอ.เอ็ส.เอ็ส. พิสูจน์ให้เห็นว่ากองทัพลับต่างๆ ในยุโรปยังไม่พร้อม. สตีเฟนสันกล่าวโดยเลียนแบบวัจนะของลุงเหมา (Mao) ว่า : "ยังขาดทะเลประชาชนซึ่งเป็นเสมือนน้ำให้พวกกองโจรว่ายได้เหมือนปลา."

ในที่สุดทั้ง นายพลเรือเอก คิง และ นายพลเอก มาร์แชล ซึ่งเป็นผู้ตำหนิอย่างรุนแรงและเร่าร้อนทั้งคู่ ก็เขียนในจดหมายถึงเมานต์แบตตันในวันดี.เดย์ จริงๆ ดังนี้ :

> วันนี้เราได้ไปเยี่ยมทหารอังกฤษและอเมริกันบนผืนแผ่นดินฝรั่งเศส. เราแล่นเรือผ่านกองเรือมหึมาประกอบด้วยเรือยกพลขึ้นบกแบบต่างๆ ที่กำลังขนถ่ายกองทหารยานยนต์ และยุทโธปกรณ์ขึ้นบกอย่างไม่ขาดสาย. . . . เราได้แลกเปลี่ยนความลับกันและได้ช่วยเหลือซึ่งกันและกันอย่างเต็มที่. เราใคร่จะบอกท่านในวาระนี้ว่า เราสำนึกแล้วว่าวิทยาการอันน่ามหัศจรรย์ส่วนใหญ่นี้ ซึ่งก็หมายถึงความสำเร็จของปฏิบัติการเสี่ยงภัยนี้ด้วย ได้พัฒนามาจากความริเริ่มซึ่งท่านและเจ้าหน้าที่ของท่านในคณะเสนาธิการยุทธการร่วมได้กระทำมา.

ความลับทั้งหลายของ "จูบิลี" เก็บงำไว้อย่างมิดชิดเสียจนแม้นานหลังสงครามสงบลงแล้วยังเกิดคดีสำคัญฟ้องหมิ่นประมาทเกี่ยวกับรายงานฉบับหนึ่ง ที่นักเขียนชื่อ เควนติน เรย์โนลด์ส (Quentin Reynolds) อ้างว่ามี "นักวิทยาศาสตร์ชื่อ ศาสตราจารย์ เวนเดลล์ (Professor Wendell)" ไปที่ดิเอ็ปป์ในปฏิบัติการเสี่ยงตาย. เวสต์บรุ๊ก เพคเลอร์ (Westbrook Pegler) นักเขียนเรื่องประจำในหนังสือพิมพ์เรียกเรย์โนลด์สว่าเป็นคนโกหกมดเท็จ ขี้โม้ และผู้สื่อข่าวสงครามเก๊ โดยแย้งว่าเรื่องเกี่ยวกับ "นักวิทยาศาสตร์สติเฟื่อง" เป็นผลการปรุงแต่งจากจินตนาการของเรย์โนลด์สเอง. เรย์โนลด์สฟ้องศาล และคดีหมิ่นประมาทก็ได้รับการพิจารณาในปี ๑๙๕๔. จ๊อค ลอเรนศ์ (Jock Laurence) เจ้าหน้าที่คนหนึ่งของเมานต์แบตตันให้การว่า เควนติน เรย์โนลด์ส รายงานถูกต้อง เกี่ยวกับเรื่องมีนักวิทยาศาสตร์ร่วมไปในปฏิบัติการเสี่ยงภัย. แต่ไม่สามารถเผยรายละเอียดของเอกสารลับได้ แม้เป็นเรื่องที่เกิดมานานแล้วก็ตาม. ผู้พิพากษารับรองว่าจะถือข้อมูลเป็นความลับ

หากพยานยอมเขียนชื่อต่าง ๆ ที่เกี่ยวข้องบนแผ่นกระดาษซึ่งถูกทำลายภายหลัง. เรย์โนลด์ส ชนะความในคดีหมิ่นประมาท และได้รับเงิน ๑๗๕,๐๐๐ ดอลลาร์เป็นค่าทำขวัญ. อีกยี่สิบปีหลังจากนั้น เมานต์แบตตันในฐานะผู้บัญชาการปฏิบัติการร่วม จึงได้เผยเรื่องราวเพิ่มเติม.

เมานต์แบตตันกล่าวในปี ๑๙๗๔ ว่าปฏิบัติการ "จูบิลี" ทำให้เยอรมันเชื่อสนิทว่าการบุกขนาดใหญ่จะไม่มีทางดำเนินได้ตามอ่าวเปิด. เมานต์แบตตันกล่าวว่า : "เราสรุปได้อย่างมั่นใจว่าเราจะสามารถยกพลขึ้นบกตามอ่าวเปิดโดยใช้ท่าเรือสำเร็จรูปเคลื่อนที่. เราได้พัฒนา "มัลเบร์รี" (Mulberries) -- ท่าเรือซึ่งเราลากจูงข้ามช่องแคบเพื่อให้เกิดน้ำนิ่งในทะเลนอกฝั่งของอ่าวเปิด ที่ข้าศึกถูกลวงให้ป้องกันแต่เพียงเล็กน้อย. ดังนี้ "จูบิลี" จึงกลายเป็น "การลวงอันยิ่งใหญ่."

เมานต์แบตตันมิได้ล่วงรู้ถึงเรื่องความสำเร็จต่าง ๆ ที่ฝ่ายข่าวของสัมพันธมิตรได้รับ นอกจากส่วนที่เกี่ยวข้องโดยตรงกับแผนปฏิบัติการของตน. ในบรรดาเจ้าหน้าที่ต่าง ๆ ที่รายงานต่อ บี.เอ็ส.ซี. มีคนหนึ่ง ซึ่งรายงานของเขาผนึกและตอกตราไว้ว่า "ลับเป็นพิเศษ" กล่าวถึงการที่ "กำลังมีการพัฒนาลูกระเบิดที่ใช้เชื้อเพลิงเหลวในเยอรมัน. . . ซึ่งมีอำนาจทำลายสูงน่ากลัว." สตีเฟนสันให้ข้อสังเกตว่าลูกระเบิดพวกนี้น่าจะเป็นจรวดที่มีหัวรบปรมาณู.

รายงานฉบับนี้เป็นจุดเริ่มของเหตุการณ์ต่อเนื่องกันเป็นลูกโซ่ ซึ่งในเดือนต่อ ๆ มายังถูกเคลือบคลุมอยู่ เพราะมีการตระเตรียมปฏิบัติการสะเทินน้ำสะเทินบกครั้งใหญ่ต่อไป -- คือปฏิบัติการ "ท้อร์ช" -- ซึ่งเป็นการเบิกโรงสำหรับดี.เดย์.

ภาคที่หก

อวสานของระยะเริ่มต้น

"บัดนี้ยังมิใช่อวสาน.
ไม่ใช่แม้แต่ระยะเริ่มต้นของอวสาน.
แต่อาจเป็นอวสานของระยะเริ่มต้น."

– วินสตัน เชอร์ชิลล์ กล่าวในที่ประชุม
แห่งหนึ่งในมหานครลอนดอน ในวันสุดท้ายของ
การสู้รบในปฏิบัติการ "ท้อร์ช".

บทที่ ๔๒

วันที่ ๕ กันยายน ๑๙๔๒ : จากรูสเวลท์ ถึง เชอร์ชิลล์ : "ไชโย !"

วันที่ ๖ กันยายน ๑๙๔๒ : จากอดีตนาวีบุรุษ ถึง รูสเวลท์ : "โอ.เค. เดินหน้าเต็มตัว."

การแลกเปลี่ยนคำให้กำลังใจสั้นๆ นี้เป็นการประกาศเปิดฉากปฏิบัติการ "ท้อร์ช" ซึ่งเป็นการบุกแอฟริกาเหนือของฝรั่งเศสอย่างหนักหน่วง แต่ก็มีหลายอย่างที่จะทำให้ปฏิบัติการนี้ขลุกขลักไม่ราบรื่น. แม้ เอ็ฟ.ดี.อาร์. กับ เชอร์ชิลล์เองก็รีบร้อนเกินไปในการแสดงความยินดีแก่กันและกันเกี่ยวกับการตกลงใจดำเนินการทั้งๆ ที่พวกแม่ทัพนายกองของตนเองบางคนคัดค้านไม่เห็นด้วย. "ท้อร์ช" ต้องเลื่อนกำหนดเพราะมีอุปสรรคที่ไม่ได้คาดคิดครั้งแล้วครั้งเล่า. มีข้อผิดพลาดบางประการ. แต่ โอ.เอ็ส.เอ็ส. ที่เพิ่งคลอดออกมาก็พร้อมที่จะปฏิบัติการแล้วภายในเวลาสามสัปดาห์หลังจาก ดิเอ็ปป์. สหรัฐเดินหน้าเต็มตัวเข้าสู่การต่อสู้ยุคใหม่ในแบบที่จะต้องก่อตั้งหน่วยงานขนาดยักษ์ซึ่งจะต้องใช้งบประมาณที่แจกแจงไม่ได้ที่ในปัจจุบันเรียกว่าหน่วยข่าวกลาง (CIA) และหน่วยรักษาความมั่นคงแห่งชาติ (National Security Agency). ประวัติศาสตร์จะต้องตัดสินว่า "ท้อร์ช" เป็นจุดเริ่มต้นของการแยกทางอย่างเด็ดขาดระหว่างระบบราชการลับของอังกฤษกับอเมริกันอีกด้วยหรือไม่ -- เป็นการทำลายความฝันของสตีเฟนสันที่จะให้มีหน่วยเดียวที่สัมพันธ์กันอย่างดี และควบคุมอย่างประชาธิปไตย โดยไม่ต้องเสี่ยงต่อการถูกบ่อนทำลาย.

ปฏิบัติการ "ท้อร์ช" ซึ่งปฏิบัติได้เพราะ บี.เอ็ส.ซี. สามารถได้มาซึ่งประมวลรหัสลับของฝรั่งเศส เป็นเสมือนประกายไฟแวบสุดท้ายที่ทำให้ความฝันของเชอร์ชิลล์เป็นจริงขึ้นมา คือจุดให้ "ยุโรปลุกเป็นไฟ." หลังจากปฏิบัติการ "ท้อร์ช" บี.เอ็ส.ซี. ก็กลายเป็นหุ้นส่วนผู้น้อยในการร่วมมือ. การร่วมมือดำเนินไปได้ดีพอใช้ในการสร้างระเบิดปรมาณูจนสำเร็จ. ในสงครามลับ จะต้องอาศัยมิตรภาพส่วนตัวระหว่างบุคคลเช่นสตีเฟนสันกับโดโนแวนมากขึ้นทุกที. บางครั้ง

คู่นี้ก็ยังไม่สามารถกลบเกลื่อนรอยร้าวได้โดยเฉพาะในสมัยที่ โอ.เอ็ส.เอ็ส. เพิ่งเริ่มปฏิบัติการในประเทศอังกฤษ. ไมลส์ โคปแลนด์ (Miles Copeland) เจ้าหน้าที่สอบสวนในอนาคตคนหนึ่งของ ซี.ไอ.เอ. ก่อความรำคาญให้แก่ฝ่ายอังกฤษโดยที่ไม่รู้ตัว ทันทีที่เขามาถึงตอนกลางปี ๑๙๔๒.

เขาบรรยายถึงอารมณ์ของฝ่าย โอ.เอ็ส.เอ็ส. ว่าเป็นในทำนอง "เราต้องแสดงให้พวกอังกฤษเห็นวิธีสะสางความยุ่งเหยิงไม่มีระเบียบในงานให้สิ้นไป." ในที่สุดเมื่อมีการยอมให้เปิดเผยความลับในปี ๑๙๗๔ เขาเขียนลงหนังสือพิมพ์สเป็ก-เตเตอร์ (Spectator) ว่า : "โดยที่พวกเราอเมริกันกำลังเริ่มต้นไปในทางที่เราคิดว่าเป็นแนวใหม่ เราจึงห้าแต้มตำหนิติเตียนอังกฤษ แต่เราเองกลับได้สำนึกเต็มอกว่าพวกอังกฤษชำนาญทางนั้นๆ ก่อนเราเสียอีก และพวกเราเองนั่นแหละที่เป็นตัวกวนน้ำให้ขุ่น. . . . เรามัวแต่เล่นแผนทายใจ มัวแต่ตั้งแผน**สมมุติ** โดยนายทหารอเมริกันที่ได้รับข่าวและคำชี้แจงอย่างถี่ถ้วน**สมมุติ**ตัวเองเป็นฝ่ายเสนาธิการเยอรมันและช่วยกันคิดว่าตนจะปฏิบัติอย่างไรในการตอบโต้การเคลื่อนไหวต่างๆ ซึ่งฝ่ายเสนาธิการอังกฤษกำลังวางแผนอยู่. การที่ผู้บังคับบัญชาของเรามิได้ปฏิบัติตามผลที่เราวางแผนไว้เสมอไป ทำให้เรามีความเห็นว่าพวกนั้นโง่เขลาและไร้สมรรถภาพ. ในที่สุดเราก็ได้รับทราบว่าผู้บังคับบัญชาทราบชัดว่าพวกเยอรมันใช้ข่าวกรองอะไรเป็นหลักในการปฏิบัติ -- โดยเหตุผลง่ายๆ ว่าพวกนี้เองเป็นผู้ให้ข่าวเหล่านั้น โดยผ่าน ปฏิบัติการ "กากบาทคู่" (ปฏิบัติการหักหลัง) ตามที่จอห์น มาสเตอร์แมนได้เผยให้ทราบสามสิบปีภายหลัง. พวกเราไม่ได้รับคำบอกเล่าว่าฝ่ายเสนาธิการอังกฤษยังล่วงรู้ถึงการเคลื่อนไหวตอบโต้ซึ่งฝ่ายเยอรมันจะปฏิบัติอีกด้วย ทั้งนี้เพราะฝ่ายอังกฤษได้อ่านคำสั่งลับที่สุดของเยอรมัน -- ก่อนที่ผู้บังคับบัญชาเยอรมันในสนามได้รับคำสั่งเหล่านั้นบ่อยๆ เสียด้วย. มีนายทหารอเมริกันเพียงยี่สิบกว่าคนเท่านั้นที่ทราบเรื่อง "อัลตร้า" นอกจากนั้นคนอื่นๆ ในพวกเรา แม้จะเป็นเจ้าหน้าที่ "ลับที่สุด" ก็ทึกทักตั้งความเห็นเกี่ยวกับผู้บังคับบัญชาของเราเท่าที่ตาเห็นตลอดระยะสงคราม -- ส่วนใหญ่ความเห็นเหล่านั้นก็ไม่สู้จะน่าชื่นชมนัก."

ในเดือนกรกฎาคม ๑๙๔๒ โคปแลนด์ จับกุมผู้ต้องสงสัยชาวเยอรมันคนหนึ่งได้ในลอนดอน. ในการนี้เขามีแฟรงก์ เคิรนส์ (Frank Kearns) ซึ่งต่อมาเป็นผู้ประกาศข่าวของ ซี.บี.เอ็ส. (CBS) เป็นผู้ช่วย. เขานำตัวเชลยที่จับได้ไปที่กรอสเวเนอร์ สแควร์ (Grosvenor Square) ซึ่งเป็นที่ตั้งของกองบัญชาการทหารสหรัฐในขณะนั้น. ณ ที่นั้นเขาได้รับการขัดขวางจากนายทหารอังกฤษยศพันเอกที่

โมโหสุดขีด.

โคปแลนด์ เล่าว่า : "สายที่เราจับได้ถูกสก๊อตแลนด์ ยาร์ดจับตาดูอยู่แล้ว. เขาถูกหมายตัวไว้ให้เป็นสายนกสองหัวที่จะถูกควบคุมให้ส่งเฉพาะข่าวที่กองบัญชาการสูงสุด อังกฤษต้องการให้ถึงมือเจ้านายทางศูนย์จารกรรมในเบอร์ลิน. . . . มีเหตุการณ์ในทำนองนี้เกิดขึ้นหลายครั้ง ซึ่งทำความเสียหายแก่แผน "ลวง" อย่างมิรู้เท่าไร. . . ."

สตีเฟนสันก็ทำอะไรไม่ได้มากนักในการที่จะทำให้ทางลอนดอนเลิกปฏิบัติต่อ โอ.เอ็ส.เอ็ส. เสมือนเป็นเด็กอมมือ. ในที่สุดเขาส่งบันทึกถึงโดโนแวนโดยคัดมาจาก "แฮมเล็ต" :

"เธอจงมีความซื่อสัตย์สุจริตต่อตนเอง
และผลจะตามมา ดังราตรีรี่ตามทิวา
ว่าเธอย่อมไม่มีวันทุจริตต่อผู้อื่นใด."

สตีเฟนสันกล่าวว่าข้อคิดนี้เป็นปรัชญาสำคัญสุดยอดในประเทศอังกฤษ เช่นเดียวกับเป็นข้อคิดสำคัญสำหรับโดโนแวนกับเพื่อนร่วมงานด้วย. หากทุกคนสามารถจำได้ขึ้นใจและปฏิบัติต่อกันเยี่ยงผู้มีศีลมีสัตย์ ก็จะสามารถเลี่ยงการแตกแยกกันอันเป็นภัยมหันต์ได้.

การขัดแย้งเบื้องต้นเกิดขึ้นระหว่างการตระเตรียมปฏิบัติการ "ท้อร์ช". อังกฤษกับอเมริกันบุกแอฟริกาเหนือของฝรั่งเศส โดยมีปฏิบัติการอย่างกว้างขวางของ โอ.เอ็ส.เอ็ส. นำหน้า. บิลล์ โดโนแวน กับ บี.เอ็ส.ซี. ตกลงกันที่จะขยายการประสานงานกันออกไปถึงเขตทะเลเมดิเตอร์เรเนียน.

แต่ทางลอนดอนเกิดสั่งมาว่าปฏิบัติการลับจะต้องแยกกันทำ. บิคคัม สวีท-เอสคอตต์ อาสาสมัครแห่งเบเกอร์ สทรีท รุ่นอาวุโสในวอชิงตันในขณะนั้นเล่าว่า "การดูเสมือนเล่นไม่ซื่อ" นี้ จี้จุดเดือดให้โดโนแวน "โมโหสุดขีด". โดโนแวนปักใจว่าเขาถูกหักหลัง."

ต้นเหตุที่ทำให้โดโนแวนต้องอารมณ์เสีย มาจากการก่อกวนของสายลับรัสเซียที่แทรกซึมอยู่ในลอนดอน. สายคนหนึ่งคือ คิม ฟิลบี ผู้ถือกุญแจดอกสำคัญในหน่วยราชการลับอังกฤษ. เขาอยู่ในฐานะดีที่สุดที่จะบริการหน่วยราชการ

ลับโซเวียต ซึ่งเป็นนายจริงของเขา. ตามที่เขาเขียนภายหลังในบันทึกความทรงจำที่พิมพ์โฆษณาในมอสโก ฟิลบี ทราบตระหนักดีว่า "สตีเฟนสันจงใจเสนอความช่วยเหลือทุกอย่างในระยะแรก ๆ ด้วยจุดประสงค์ที่จะได้รับผลตอบแทนจากอเมริกันในรูปข่าวลับ ซึ่งมั่นใจว่าจะหลั่งไหลมาไม่ขาดสาย เพราะอเมริกันมีแหล่งข้อมูลมากกว่าหลายเท่า." นาน ๆ ไปความร่วมมือระหว่างหน่วยข่าวอังกฤษกับอเมริกันในรูปใดก็ตาม ก็จะเป็นภัยคุกคามรัสเซีย. ฟิลบีสามารถเข้าถึงผู้เชี่ยวชาญราชการลับอังกฤษขั้นสูงสุด และสามารถทำให้พวกนี้เชื่ออย่างง่ายดายว่า โอ.เอ็ส.เอ็ส. จะนำความห้าแต้มหรือความเห่อเหิมของอเมริกันมาแทรกแซงงานที่จัดไว้อย่างเรียบร้อยแล้ว. หลังจากนั้นก็มีการพยายามอยู่เนือง ๆ ที่จะขัดขวางและทำลายความร่วมมือระหว่างสตีเฟนสันกับโดโนแวน. การนี้ไม่ได้ทำให้พวกผู้เชี่ยวชาญการเล่นสกปรกตะขิดตะขวงใจแต่ประการใด. ทำให้คำสั่งหายหาไม่พบเสียบ้าง และทำเป็นเผลอแช่เย็นเอกสารไว้บ้าง ฮูเวอร์ชักเห็นเค้าของการกระทำในทำนองนี้ตอนที่เขาขอดูเอกสารของอังกฤษบางฉบับเกี่ยวกับการบ่อนทำลายของคอมมูนิสต์ ซึ่งมีผลร้ายโดยตรงต่องานสงครามของสหรัฐ. ฟิลบีเปลี่ยนประเด็นคำร้องของ เอ็ฟ.บี.ไอ. แล้วอำพรางเอกสารบางฉบับและบางฉบับก็แทงไปที่อื่นเสีย. ฮูเวอร์เกิดแน่ใจอย่างถูกต้องว่าในสายงานแห่งใดแห่งหนึ่ง จะต้องมีผู้ปฏิบัติงานทำลายผลประโยชน์ของประเทศของเขา แต่ตัวหลักฐานเองอยู่ในควบคุมของฟิลบีจนกระทั่งถึงวาระสุดท้ายเมื่อเขาเผ่นหนีไปมอสโกยี่สิบปีภายหลัง.

กระแสเหตุการณ์ต่าง ๆ ที่หนุนเนื่องเข้ามาในฤดูใบไม้ร่วงปี ๑๙๔๒ ทำให้สตีเฟนสันกับโดโนแวนยังคงสามารถรักษาความสัมพันธ์ที่อาจลงเอยด้วยการแตกแยกกัน. โดโนแวนเสนอท่านประธานาธิบดีให้เร่งรัดงานกรุยทางในแดนอาณานิคมฝรั่งเศสเพื่อให้ "ได้รับความร่วมมือของหัวหน้าเผ่าชาวพื้นเมือง เพื่อปลูกฝังความภักดีของพลเมือง เพื่อจัดตั้งและวางแนวที่ห้า เพื่อเอาวัตถุระเบิดไปซ่อนไว้ และเพื่อก่อตั้งกองทัพลับต่าง ๆ อันประกอบด้วยทหารที่แกล้วกล้าและห้าวหาญ." งานทั้งหมดนี้จะเป็นภาระของ โอ.เอ็ส.เอ็ส. ฝ่ายอังกฤษถูกขับไล่ออกจากอาณานิคมโพ้นทะเลของฝรั่งเศส และไม่มีหูไม่มีตาทางการทูตในเขตเหล่านั้นเลย. ในสายตาของพวกทรยศที่โซเวียตชี้นำภายในหน่วยราชการลับอังกฤษ ข้อเสนอเหล่านี้เพิ่มการคุกคามอันเกิดจากการที่ โอ.เอ็ส.เอ็ส. จะเป็นใหญ่ในภูมิภาคที่สำคัญทางยุทธศาสตร์นี้.

ในระหว่างที่การต่อล้อต่อเถียงไม่ลงรอยกันในเรื่องหยุมหยิมยังคงดำเนินอยู่ นายพลเอก มาร์ค คลาร์ค (General Mark Clark) ผู้บัญชาการกองทัพที่ห้าสหรัฐ

ผู้มีนามรหัสว่า "มาร์ค" พร้อมกับอาสาสมัครแห่งเบเกอร์ สทรีท คนหนึ่ง โดยสารเรือดำน้ำอังกฤษชื่อ เซรัฟ (Seraph) ซึ่งแล่นตามก้นทะเลเมดิเตอร์เรเนียนมุ่งหน้าไปยังที่นัดพบในน่านน้ำของข้าศึก. ทหารประจำเรือมีความชำนาญในปฏิบัติการลับ. ผู้ที่คอยต้อนรับ "มาร์ค" อยู่บนหาดทราย ซึ่งอยู่ห่างจากแอลเจียร์สเจ็ดสิบห้าไมล์ คือ โรเบอร์ต เมอร์ฟี คนเดียวกับผู้ที่เคยเป็นที่ปรึกษาสถานเอกอัครราชทูตสหรัฐในวิชี ที่คอยหูผึ่งฟังปิแอร์ ลาวาล ผู้นำฝรั่งเศสที่นิยมนาซี.

สตีเฟนสันวิจารณ์ภายหลังว่า : "นี่คือความสัมพันธ์สอดคล้องในทำนองที่เราต้องการ. กองทัพมหึมากำลังคอยทีจะลงเรือแหวกน่านน้ำข้าศึกมุ่งสู่แดนอาณานิคมฝรั่งเศส. ฝ่ายอังกฤษไม่อยู่ในฐานะที่จะสามารถประมาณอารมณ์ของผู้บัญชาการทหารฝรั่งเศสในมอร็อกโก (Morocco) และแอลจีเรีย (Algeria). ฝ่ายอเมริกันเป็นผู้จัดการเรื่องนี้. ขณะนี้นายพลเอก คลาร์ค กำลังมุ่งไปสู่การเจรจาที่ต้องใช้ความระมัดระวังและไหวพริบอย่างที่สุดในอันที่จะสอบดูว่าจะมีการต่อต้านการยกพลขึ้นบกเพียงไร. เราต้องการให้อาณาจักรฝรั่งเศสกลับเข้าสงครามต่อสู้กับพวกอักษะอีกวาระหนึ่ง. ปฏิบัติการ "ท้อร์ช" จะเปิดทางให้ฝรั่งเศสกลับขึ้นเวทีได้."

เรือดำน้ำของคลาร์คโผล่ขึ้นเหนือผิวน้ำเวลา ๒๑.๐๐ น. ในวันที่ ๒๒ ตุลาคม. ริดจ์เวย์ ไนท์ต (Ridgeway Knight) เจ้าหน้าที่ โอ.เอ็ส.เอ็ส. คนหนึ่ง เดินกลับไปกลับมาตามชายหาดที่เวิ้งว้างมาเป็นเวลาเกือบสามชั่วโมงแล้ว. เบื้องหลังเขา เมอร์ฟีจับตาดูอยู่จากบ้านที่เขาได้แขวนหลอดไฟฟ้าไว้ที่หน้าต่าง. ผู้ที่อยู่กับเขาในบ้านคือนายพลฝรั่งเศส ชาร์ลส์ มาสต์ (General Charles Mast).

เวลาเที่ยงคืน เรือยางซึ่งทหารหน่วยจู่โจมอังกฤษคนหนึ่งเป็นฝีพายก็เข้ามาดูลาดเลาตามชายหาด. เรือเซรัฟดำดิ่งลงสู่ก้นทะเล และจะไม่โผล่ขึ้นบนผิวน้ำอีกจนถึงคืนวันรุ่งขึ้น. ในระหว่างนั้นนายพลฝ่ายฝรั่งเศสและอเมริกันก็ปรึกษาหารือกัน.

การทาบทามในนาทีสุดท้ายนี้มีจุดประสงค์ที่จะทำให้ผู้นำฝ่ายทหารฝรั่งเศสเชื่อมั่นว่าปฏิบัติการ "ท้อร์ช" เริ่มดำเนินแล้ว ว่าผืนแผ่นดินฝรั่งเศสเองจะได้รับการปลดปล่อยหากปฏิบัติการนี้ประสบความสำเร็จ และว่ารัฐบาลอเมริกันรับประกันว่าอังกฤษมีความจริงใจ.

ผู้บัญชาการทหารฝรั่งเศสในแอลจีเรียคือ นายพลเอก อัลฟองส์ จุแอง (General Alphonse Juin) ผู้ได้เจรจากับเกอริงในเบอร์ลินมาหยก ๆ เมื่อสิบเอ็ดเดือนก่อน เกี่ยวกับการให้ทหารเยอรมันใต้บังคับบัญชาของรอมเมลใช้ดินแดนฝรั่งเศสในแอฟริกา. ในวันที่คลาร์คเจรจานั้นเอง การยุทธที่กำลังดำเนินอยู่อย่างดุเดือดในทะเลทรายทางทิศตะวันออกของอาณานิคมฝรั่งเศสนี้ก็ยังดูท่าทีว่าอังกฤษกำลังพ่ายแพ้. พวกฝรั่งเศสใต้บังคับบัญชาของจุแอง -- ผู้ไม่ทราบถึงความพ่ายแพ้ทางจิตใจของรอมเมลเลย -- นึกว่าพวกเยอรมันกำลังมุ่งหน้าพุ่งเลยปิรามิดส์ (Pyramids) เพื่อไปเชื่อมโยงกับกองกำลังเยอรมันที่กำลังบุกทะลวงจากแถบภูเขาคอคะสัสในรัสเซีย (Russian Caucasus). จุแองและพรรคพวกของเขาคงจะไม่ยอมเลิกเหยียบเรือสองแคมเพื่อมาสนับสนุนการส่งทหารมาปฏิบัติการนอกประเทศที่ดูไม่น่าสำเร็จได้ของฝ่ายอังกฤษกับอเมริกัน. นอกจากนี้ จุแองก็ยังใกล้ชิดสนิทสนมกับนายพล เทโอดอร์ เอาเออร์ (General Theodor Auer) หัวหน้าคณะทหารเยอรมันในคาซาบลังกา (Casablanca) และการวางตัวเป็นกลางอย่างลักปิดลักเปิดของเขามีทางทำให้ "ท้อร์ช" อับปางลงได้. ขณะนี้ทหารฝ่ายสัมพันธมิตรจำนวน ๑๐๗,๐๐๐ คน กำลังเตรียมการที่จะยกพลขึ้นบกตามฝั่งที่ยาว ๒,๐๐๐ ไมล์ของแอฟริกาเหนือ. นอกเมืองไคโร กองทัพที่แปดของอังกฤษสามารถยึดที่มั่นตั้งหลักได้แล้ว และกำลังจะรุกกลับได้ในไม่ช้า. เรื่องทั้งหมดนี้เป็นการเสี่ยงอยู่. ถึงพลบค่ำ คลาร์คได้ยุติการเจรจากับพวกฝรั่งเศส. ขณะที่กำลังจะเลิกประชุมกัน ยามตรวจชายฝั่งก็ขี่จักรยานมาเตือนว่าตำรวจกำลังทำการตรวจค้นและกำลังบ่ายหน้ามาทางบ้านนี้.

คลาร์คกล่าวภายหลังว่า : "เราเผ่นแผล็วลงไปในห้องเก็บเหล้า เสมือนใครจับตัวสกั๊งก์ห้าสิบตัวโยนเข้ามาในห้อง." นายพลฝรั่งเศสกับนายทหารติดตามหมอบซุกอยู่กับพวกอเมริกัน ในขณะที่เมอร์ฟีกับไนก์ตก็เลื่อนเอาโต๊ะมาทับประตูกลบนพื้น ถลกแขนเสื้อและเริ่มเล่นโปเกอร์กัน. ต่อมาตำรวจก็มาถึง ขอตรวจเอกสารการทูตของเมอร์ฟีและเอกสารเจ้าหน้าที่กงสุลของไนก์ต ขอโทษขอโพยแล้วกลับไป.

นายพล คลาร์คขึ้นบกจากเรือเซรัฟที่จิบรอลตาร์ในวันจันทร์ หลังจากได้ผ่านวันสุดสัปดาห์ที่อาจเกิดเหตุการณ์น่ากลัวขวัญหนีก็ได้. เชอร์ชิลล์ส่งโทรเลขไปไคโร :

คลาร์คไปเยี่ยมเขตปฏิบัติการ "ท้อร์ช" และได้ปรึกษาหารือเป็น

เวลานานกับพวกนายพลฝรั่งเศสที่เป็นมิตร. มีเหตุผลที่จะทำให้เราเชื่อได้ว่า นอกจากจะไม่เผชิญการต่อต้านมากนักแล้ว เราจะยังได้รับความช่วยเหลือร่วมมืออย่างเป็นกอบเป็นกำอีกด้วย. ฉะนั้นคงจะสามารถดำเนินงานเร็วขึ้นได้ และอาจเร็วกว่าที่วางแผนไว้มาก. . . .

ความสำเร็จของคลาร์คเป็นจุดสำคัญสุดยอดของการตระเตรียมเป็นแรมเดือน. “ซินเธีย” เอาประมวลรหัสที่ไขความลับของกองทัพเรือฝ่ายวิชีมาได้ และทำให้ “อัลตร้า” สามารถขบไขรหัสใหม่ของฝ่ายเยอรมันกับฝรั่งเศสได้ และดังนี้จึงได้ความสว่างเกี่ยวกับแผนการที่จะต่อต้านการยกพลขึ้นบกในรูปใดก็ตาม. การจู่โจมดิเอ็ปป์ทำให้ได้ข้อมูลในทางปฏิบัติ. ชุดปฏิบัติการวิจัยและวิเคราะห์ของโดโนแวน ได้ศึกษาการคมนาคมทางเรือและทางรถไฟ ปริมาณการขนส่ง แผนที่ภูมิประเทศ ตารางน้ำขึ้นน้ำลง และแผนภูมิของหินโสโครกกับช่องเดินเรือ ในแอฟริกาเหนือของฝรั่งเศส. พนักงานนำร่องฝรั่งเศสผู้หนึ่งซึ่งมีความสามารถที่จะนำร่องเรือทั้งกองทัพผ่านซากเรือที่จมอับปางและหินโสโครกได้ถูกรองกงสุลสหรัฐสองคนลอบนำตัวออกจากคาซาบลังกา.

ได้มีการตั้งข่ายวิทยุลับตลอดแอฟริกาเหนือ : สถานี “ลินคอล์น” (Lincoln) ที่คาซาบลังกา “แฟรงกลิน” (Franklin) ที่โอราน “แยงกี” (Yankee) ที่แอลเจียร์ส “พิลกริม” (Pilgrim) ที่ทูนิส. ได้มีการรับสมัครพวกหัวหน้าเผ่าต่าง ๆ เพื่อเล็ดลอดเข้าไปในแนวป้อมของข้าศึก เพื่อจัดหากำลังคุ้มกันสายลับ และเพื่อช่วยขนส่งวัตถุระเบิดพลาสติก ปืน กับอุปกรณ์อื่น ๆ เข้าไปภายในประเทศ. ชาวประมงเป็นผู้หาที่หลบซ่อนของเรือดำน้ำเยอรมัน. มีการแทรกซึมเข้าไปในที่ทำการโทรเลขต่าง ๆ. เจ้าหน้าที่สายการบินและบริษัทเดินเรือได้รับสินบนให้บอกข่าวเกี่ยวกับการเคลื่อนไหวของเจ้าหน้าที่ผู้ใหญ่ฝ่ายอักษะ. ศูนย์กลางของข่าวคือเขตนานาชาติแห่งแทนเจียร์ (Tangier International Zone) ณ ที่นั้น อเมริกันกับอังกฤษสามารถติดต่อกันได้ เพราะอังกฤษมีสถานทูตอยู่ ซึ่งเป็นแห่งเดียวในดงศัตรู.

“อัลตร้า” มีบทบาทน้อยในขั้นตอนนี้. นายพล คลาร์ค ตีราคา “อัลตร้า” เท่า ๆ กับการหาข่าวในสนาม ซึ่งรวบรวมมาอย่างขะมักเขม้น. หัวหน้าหน่วยงานฝ่ายสหรัฐทั่วไปยังไม่ได้รับคำบอกเล่าเต็มที่ เกี่ยวกับขอบข่ายงานทั้งหมดของเบล็ตชลี่ย์ ในการดัก การถอดรหัส และการวิเคราะห์สัญญาณของ

เยอรมันทั้งหมด. นอกจากประธานาธิบดี รูสเวลท์ กับบิลล์ โดโนแวน แล้ว พวกอเมริกันได้รับคำบอกเล่าเพียงเท่าที่ฝ่ายอังกฤษรู้สึกว่าควรจะทราบ โดยใช้หลักเกณฑ์เดียวกับที่ปฏิบัติกับพวกผู้บังคับบัญชาฝ่ายตนเอง. สำหรับพวกอเมริกันที่ทำงานที่เบล็ตชลี่ย์ การรู้เห็นปฏิบัติการอันกว้างขวางที่ดำเนินอยู่ ณ ที่นั้นถูกกวดขันอย่างเข้มงวดให้อยู่ในวงจำกัด. ผลอันหนึ่งของการนี้ทำให้ฝ่ายบังคับบัญชาอเมริกันไม่ได้ใช้รายงานสถานการณ์ของ "อัลตร้า" อย่างเต็มเม็ดเต็มหน่วยเช่นเดียวกับหลายคนในฝ่ายอังกฤษเอง. แต่ก็อาจเป็นการดีอยู่. หน่วยติดต่อพิเศษของ "อัลตร้า" ที่ส่งไปจิบรอลตาร์ก่อนปฏิบัติการ "ท้อร์ช" ไม่สามารถล้วงเอาข่าวที่เป็นประโยชน์ได้มากนักจากการสื่อสารของเยอรมัน. ต่อมาเมื่อเข้าใจถึงคุณค่าอันแท้จริงของ "อัลตร้า" นายพล คลาร์ค ประกาศว่า "อัลตร้า" เป็นอาวุธทางการข่าวที่สำคัญยิ่ง. ปัญหายังมีอยู่ต่อไปว่า เมื่อไรควรจะยอมเสี่ยงการพ่ายแพ้ในยุทธการครั้งหนึ่งๆ เพื่อรักษาความลับของหน่วยไว้.

นายพลเอก ดไวท์ ดี. ไอเซนเฮาวร์ (Gerneral Dwight D. Eisenhower) ได้รับแต่งตั้งเป็นผู้บัญชาการสูงสุดของกำลังเฉพาะกิจสัมพันธมิตร หนึ่งสัปดาห์หลังจากปฏิบัติการที่ดิเอ็ปป์ และย้ายเข้าไปอยู่ที่นอร์โฟล์ก เฮาส์ (Norfolk House) ซึ่งเป็นตึกเก่าทึมๆ สับปะรังเคใกล้ "รู" (The Hole) ในลอนดอน. เขารีบขะมักเขม้นวางแผนสำหรับปฏิบัติการสะเทินน้ำสะเทินบก ซึ่งจะทำให้ดิเอ็ปป์ดูเป็นของเด็กเล่น. กองกำลังของ "ท้อร์ช" ส่วนหนึ่ง ซึ่งประกอบด้วยกำลังพล ๓๕,๐๐๐ คนใต้บังคับบัญชาของนายพลเอก จอร์จ เอ็ส. แพ็ตตัน (General George S. Patton) จะเข้าบุกแอฟริกาห่างจากจุดลงเรือที่นอร์โฟลก รัฐเวอร์จิเนีย (Norfolk, Virginia) ๓,๐๐๐ ไมล์. ทหารสหรัฐอีก ๓๙,๐๐๐ คนจะออกเรือจากอังกฤษ. นอกจากนี้กำลังอีกกองหนึ่งที่ลงเรือในอังกฤษจะประกอบด้วยทหารอังกฤษและอเมริกันรวม ๓๓,๐๐๐ คน. กองกำลังทั้งหมดนี้จะต้องเข้าโจมตีหาดต่างๆ ในแอฟริกาเหนือของฝรั่งเศส ซึ่งอยู่ห่างจากกันมาก ภายในกำหนดเวลาใกล้เคียงกัน.

แม้ในยามสงบ หากสามารถทำให้กลุ่มผสมต่างๆ ของหน่วยทางทะเล ทางบก และทางอากาศประสานงานกันอย่างถูกจังหวะ ก็นับว่าเป็นความสำเร็จอันยิ่งใหญ่อยู่แล้ว. ก็น่าที่ไอเซนเฮาวร์จะรู้สึกกริ่งเกรงและเป็นกังวลอยู่. ในคราวนี้ก็มีอุปสรรคทำนองเดียวกับคราวดิเอ็ปป์ คือความขาดแคลนเรือลำเลียง ขาดเรือคุ้มกัน และมีเรือยกพลขึ้นบกไม่เพียงพอ. แล้วยังมีปัญหาว่าการหาข่าว

อาจผิดพลาดอีก.

ในวันที่ ๒๓ สิงหาคม ไอเซนเฮาวร์เตือนฝ่ายเสนาธิการว่า : "ผมมีความเห็นว่ากองกำลังเผด็จศึกครั้งนี้. . . . ไม่มีอานุภาพเพียงพอที่จะเผชิญการต่อต้านที่อาจมีเพื่อให้บรรลุผล. . . . ตามวัตถุประสงค์ที่บ่งไว้."

เขาหนักใจว่าการยกพลขึ้นบกในบริเวณคาซาบลังกาจะต้องเสี่ยงอันตรายมากที่สุด. ทหารเป็นกองพล ๆ จะต้องแล่นเรือตรงมาจากสหรัฐโดยยังไม่เคยชินกับสงคราม ต้องเป็นเป้าหมายการโจมตีจากเรือดำน้ำเยอรมัน. ทหารจำนวนมากจะไม่พร้อมรบหลังจากต้องฝ่าคลื่นลมแรงของมหาสมุทรแอตแลนติกมา และยังมีเหตุอื่นที่คาดได้ยาก ซึ่งกลายเป็นเรื่องใหญ่บานปลายได้เพราะระยะทางและเวลา. การบุกโจมตีเป้าหมายอื่น ๆ ที่โบน (Bone) แอลเจียร์สและโอรานจะต้องทำพร้อม ๆ กัน และปฏิบัติการร่วมทั้งหมดนี้ ซึ่งจะต้องฝากไว้กับความหวังว่าจะไม่มีการต่อต้านอย่างประสานกันจากฝรั่งเศสกับเยอรมัน ดูจะเต็มไปด้วยความไม่แน่นอน.

สตีเฟนสันบันทึกภายหลังในเอกสารของ บี.เอ็ส.ซี. ว่า : "ปฏิบัติการ "ท้อร์ช" เป็นการตัดสินใจครั้งสำคัญยิ่งครั้งหนึ่ง. ในที่สุดจะเป็นการดึงชาวอเมริกันเข้ามาในเวทีสงครามเมดิเตอร์เรเนียนมากกว่าล้านคน. นับเป็นครั้งแรกในรอบสี่สิบห้าปีที่สหรัฐดำเนินปฏิบัติการสะเทินน้ำสะเทินบก ถ้าไม่นับการยกพลขึ้นบกที่กัวดัลคานาล (Guadalcanal). ไม่ว่าจะใช้อะไรเป็นเกณฑ์วัดก็นับเป็นครั้งที่ห้าวหาญที่สุด และได้ก่อให้เกิดปัญหาการรักษาความปลอดภัยที่น่าหนักใจที่สุด. จะต้องมีการเติมเชื้อเพลิงกลางทะเลสองครั้ง. ไม่มีใครบนเรืออเมริกันเคยได้เห็นปฏิบัติการแบบนี้มาก่อน และมีน้อยคนที่เคยผ่านการรบมาแล้ว. มีเพียงกองบินนาวีสหรัฐที่มีเรือบรรทุกเครื่องบินห้าลำเท่านั้นที่ต้องบินจากเบอร์มิวดา ซึ่งเป็นเพียงหนึ่งในการเคลื่อนไหวหลายร้อยชนิดที่จำเป็นต้องมีการประสานงานโดยไม่ให้ล่วงรู้ถึงหูของข้าศึก ผู้คอยรับฟังข่าววิทยุระหว่างขั้นเตรียมการมาเป็นเวลาหลายสัปดาห์แล้ว." ทางลอนดอนมีความหนักใจ และสตีเฟนสันรายงานว่าทางวอชิงตันก็ชักจะระมัด-ระวังไม่ยิ่งหย่อนกว่ากัน. เกิดมีความสงสัยกันอีกเกี่ยวกับความสามารถของฝ่ายอังกฤษที่จะรักษาอียิปต์ไว้ให้ได้ หากเยอรมันมีชัยในที่นั้น ก็จะทำให้ "ท้อร์ช" มีทางจะประสบความสำเร็จน้อยลง.

เชอร์ชิลล์ส่งข่าวมาว่า : "หาก "ท้อร์ช" ล้มเหลวลงหรือถูกบั่นทอนลง ผมจะรู้สึกว่าฐานะของผมต้องทรุดลงอย่างน่าหนักใจ เมื่อคำนึงถึงคำมั่นที่ให้ไว้กับ

สตาลิน ด้วยความเห็นชอบของท่านประธานาธิบดี.”

ในวอชิงตัน นายพลเรือเอก คิง กล่าวว่า มาบัดนี้อังกฤษกลับเป็นฝ่ายอ้างว่าอันตรายมีน้อย หลังจากได้โวยวายเกี่ยวกับอันตรายของการบุกข้ามช่องแคบ. ตอนนี้พวกอเมริกันผู้เคยมีความเห็นว่าการเสี่ยงภัยในช่องแคบจะมีผลคุ้มค่า กลับต้องประสาทกินเมื่อคิดถึงแอฟริกาเหนือ.

เชอร์ชิลล์กล่าวถึงปฏิบัติการครั้งนี้ว่าเป็น “วาระที่น่ากลัวอย่างยิ่งในกิจการระหว่างอังกฤษ อเมริกัน กับรัสเซีย.” เขากำลังถูกบีบคั้นอย่างหนัก และสตีเฟนสันต้องปกป้องเขา ด้วยทราบดีว่ารูสเวลท์มีความเห็นว่าการตัดสินใจของท่านนายกรัฐมนตรีอาจถูกก่อกวนเพราะอิทธิพลของรัสเซีย ที่ขอร้องอย่างเร่งเร้าให้ส่งยุทโธปกรณ์เพิ่มเติม และให้ปฏิบัติการมากขึ้น. กระบวนเรือ “พี.คิว” (PQ convoys)* จากอังกฤษไปรัสเซียก็ต้องประสบอุปสรรคเพราะปฏิบัติการ “ท้อร์ช” นี้เอง. กระบวนเรือ พี.คิว ๑๘ ต้องออกเดินทางไปหลังจากที่ฝ่ายรัสเซียได้ประท้วงการระงับการส่งกำลังบำรุงแบบเสี่ยงอันตรายในทะเลทางเหนือ. ในวันที่ ๑๔ กันยายน รัฐบาลฉุกเฉินในลอนดอนได้รับแจ้งว่า ถึงแม้ได้ถูกเยอรมันเข้าโจมตีทางอากาศครั้งแล้วครั้งเล่าอย่างที่กระบวนเรือก่อนๆ ไม่เคยประสบ “เรือยี่สิบเจ็ดลำในสี่สิบลำของกระบวนก็ไปถึงอาร์คเอนเจ็ล (Archangel). ตามเกณฑ์ที่วางไว้หากเรือสามารถผ่านไปได้ครึ่งหนึ่งของจำนวนในกระบวน ก็จะต้องปฏิบัติการต่อไป. ตามมาตรฐานนี้ ดังที่สตาลินทราบดีอยู่แล้ว อังกฤษจึงจำเป็นจะต้องส่งกระบวนเรือ พี.คิว ต่อไป. แต่เพราะความล่าช้าอันเนื่องมาจาก “ท้อร์ช” ทำให้ต้องเลื่อนกำหนดกระบวนเรือ พี.คิว ออกไป : เหตุผลก็คือฝ่ายอังกฤษไม่มีเรือลำเลียงและเรือคุ้มกันเพียงพอสำหรับปฏิบัติการทั้งสองพร้อมกันเท่านั้นเอง.

ในระหว่างที่ต้องยุ่งกับวิกฤติการณ์นี้ เชอร์ชิลล์ยังต้องเผชิญกับปัญหาการเมืองภายในประเทศ. เรื่องนี้สตีเฟนสันเป็นผู้เผยให้ท่านประธานาธิบดีทราบเพราะสาระสำคัญของปัญหาอยู่ในรายงานการประชุมของรัฐบาลฉุกเฉิน ซึ่งจ่าหน้าว่า

---

*กระบวนเรือส่งกำลังบำรุง พี.คิว เป็นรหัสของ บี.เอ็ส.ซี. ซึ่งรายงานให้รูสเวลท์ทราบว่ากระบวนสุดท้ายที่สามารถฝ่าเข้าไปได้ ต้องสูญเสียเรือสินค้าอังกฤษยี่สิบห้าลำจากจำนวนสามสิบหกลำพร้อมด้วยรถถัง ๔๓๐ คัน เรือบิน ๒๑๐ เครื่อง และยานยนต์ ๓,๓๕๐ คัน ซึ่งลำเลียงไปให้พวกรัสเซียที่กำลังขาดแคลนอย่างหนัก.

เอกสารปกปิด : ไม่ให้แจกจ่าย.

"ผู้สร้างปัญหาคือ สแตฟฟอร์ด คริปส์ (Stafford Cripps) อดีตเอกอัครราชทูตอังกฤษประจำมอสโก ผู้ได้รับแต่งตั้งเป็นเสนาบดีกระทรวงมุรธาธร (Lord Privy Seal). เชอร์ชิลล์มีอคติกับคริปส์. เขาเป็นผู้ใฝ่สันติจนกระทั่งรัสเซียถูกบุก. ในฐานะสมาชิกพรรคสังคมนิยม เขามีสิทธิได้ตำแหน่งรัฐมนตรีในรัฐบาลผสมที่ประกอบด้วยทุกพรรค คริปส์ได้แสดงความไม่พอใจในกลไกที่ควบคุมการดำเนินสงครามและขู่ว่าจะลาออกอันอาจหมายถึงความหายนะ. เชอร์ชิลล์เขียนถึงสแตฟฟอร์ด คริปส์ มาแล้วว่า : "ปฏิบัติการยิ่งใหญ่กำลังจะเกิดขึ้น อันสอดคล้อง อย่างเต็มที่กับความเห็นของท่านเอง และเป็นเรื่องที่เราทุกคนก็ได้ตกลงกันแล้ว. . . . เราต้องมีความมั่นคงเหนียวแน่นและความอดทน."

ท่านเสนาบดีกระทรวงมุรธาธรยังคงวุ่นวายก่อกวนต่อไป. เชอร์ชิลล์ผู้รู้สึกอิดโรยและไม่สบาย สงสัยว่าคริปส์จะปฏิบัติตนเหมือนเถรเทวทัตหรืออย่างไร. ในที่สุดคริปส์ได้รับคำเตือนว่าการปฏิบัติตนเช่นนั้นเป็นการทำให้ไขว้เขวอย่างน่าอันตราย. เชอร์ชิลล์ย้ำว่า : "หาก "ท้อร์ช" ล้มเหลวลง เราจะต้องล่มจมกันหมด."

ความเป็นห่วงสุขภาพของเชอร์ชิลล์เพิ่มมากขึ้นเมื่อคราวตึงเครียดทวีขึ้น. สตีเฟนสันบอกรูสเวลท์ว่า : "วินสตันกำลังเซ็งเต็มที."

รูสเวลท์กล่าวพลางมองดูขาที่ใช้การไม่ได้ของเขา ว่า : "เชอร์ชิลล์คงรู้สึกว่าการรอปฏิบัติการเป็นของยากมากกว่าผม."

แต่มาตอนนี้ แม้แต่ท่านประธานาธิบดีเองก็แสดงความกระวนกระวาย. ในบางกรณีจะต้องใช้เรืออังกฤษ ซึ่งผันมาจากกระบวนเรือสำหรับรัสเซีย มาลำเลียงอุปกรณ์และทหารอเมริกัน. เรือเหล่านี้ไม่มีทางพร้อมก่อนวันที่ ๘ พฤศจิกายน. รูสเวลท์ต้องการใช้เรือสำหรับ "ท้อร์ช" แต่ก็ต้องการให้จัดกระบวนเรือไปรัสเซียตามเดิมอีกด้วย -- ซึ่งเป็นการขอร้องที่ขัดกัน ซึ่งทางลอนดอนรับฟังเฉยๆ โดยมิได้ให้คำตอบอะไร. ทางลอนดอนคิดสะระตะแล้วสรุปลงเป็นข้อเสนอตรงๆ คือ : หากจะให้สหภาพโซเวียตถูกข้าศึกกดดันน้อยลง ก็มีทางเลือกอยู่สองทาง คือระหว่างความช่วยเหลือระยะสั้นในรูปของยุทโธปกรณ์ หรือประโยชน์ระยะยาวจากปฏิบัติการลับพิเศษต่างๆ ของ "ท้อร์ช" ซึ่งเป็นการซ้อมใหญ่สำหรับการลุกฮือขึ้นต่อต้านที่วางแผนให้เกิดขึ้นทั่วยุโรป. หาก "ท้อร์ช" ใช้ได้ผล ก็จะได้เป็นจุดเริ่ม

ต้นในการเซาะทำลายกำลังของข้าศึก. สิ่งที่น่าหนักใจก็คือ "ท้อร์ช" ล่าช้ากว่าที่กำหนดไว้.

ในวันพุธ ที่ ๒๓ กันยายน "อัลตร้า" ดักได้สัญญาณของเยอรมัน ซึ่งเผยให้ทราบว่ารอมเมลออกจากทะเลทรายไปรักษาโรคช่องจมูกตีบ โรคกระเพาะเรื้อรัง และโรคเกี่ยวกับระบบเลือด. มุสโสลินีพบเขาวันรุ่งขึ้นในกรุงโรม และลงความเห็นว่าโรคของรอมเมลเป็นโรคทางจิตใจ. "อัลตร้า" จดจำใส่ใจข่าวนี้. ทั้งหมดนี้สตีเฟนสันรายงานให้รูสเวลท์ทราบ. ท่านประธานาธิบดีวิจารณ์ว่ารอมเมลคงต้องเป็นโรคขวัญเสียซึ่งอาการหนักยิ่งขึ้น เพราะเคยชินกับการได้รับชัยชนะมาเรื่อย ๆ "โดยได้รับป้อนข่าวจากภายในค่ายอังกฤษซึ่งก็เคราะห์ดีที่บัดนี้เราสามารถหยุดยั้งไว้ได้แล้ว."

ข้อวิจารณ์ของรูสเวลท์ถูกส่งไปพร้อมกับคำร้องอีกครั้งหนึ่ง ให้เชอร์ชิลล์ทบทวนเรื่องกระบวนเรือ พี.คิว ท่านประธานาธิบดีบันทึกว่า โดยที่พวกรัสเซียปฏิบัติการได้อย่างยอดเยี่ยมที่สตาลินกราด (Stalingrad) ดูจะไม่เหมาะที่จะบอกสตาลินว่ากระบวนเรืออังกฤษออกเดินทางไม่ได้. รูสเวลท์ส่งข่าวว่า : "ผมขอเสนอแนะวิธีการที่ต่างออกไป คือ พี.คิว ๑๘ ควรจะทยอยเดินทางตามกันไปเป็นกลุ่ม ๆ."

เชอร์ชิลล์ตอบอย่างสั้น ๆ และรวบรัดว่า : "กระบวนเรือจะไม่ออกเดินทางและก็ไม่มีทางปิดข่าวนี้ไม่ให้พวกรัสเซียทราบ. เรากำลังเตรียมส่งเรือสิบลำไปทีละลำ ในเดือนตุลาคมที่อากาศมืดสลัว. ทุกลำเป็นเรืออังกฤษที่จะต้องใช้ลูกเรืออาสาสมัครทั้งสิ้น เพราะจะต้องฝ่าอันตรายใหญ่หลวง และหากเรือจมทางหวังรอดก็อยู่ที่เสื้อผ้ากันหนาวเท่านั้น. โอกาสที่ลูกเรือของเรือที่ถูกจมจะอยู่รอดได้ในเรือชูชีพที่ไม่มีกำบังนั้นเลือนลางมาก."

ตอนนี้พวกรัสเซียก็กล่าวหาอังกฤษอีกครั้งหนึ่งว่าสมคบกับพวกนาซีอย่างลับ ๆ อันเป็นสาเหตุของการระงับกระบวนเรือไปรัสเซีย. ข้อกล่าวหามีมูลรากมาจากการบินมาอังกฤษอย่างลึกลับชอบกลของรูดอล์ฟ เฮสส์ (Rudolf Hess) ท่านรองผู้นำ. ในวันที่ ๒๑ ตุลาคม ทางลอนดอนออกประกาศปฏิเสธอย่างเด็ดขาดว่าไม่มีการสมคบใด ๆ ทั้งสิ้น. รูสเวลท์สอบถามสตีเฟนสันว่ารู้อะไรคืบหน้าเรื่องเฮสส์อีกหรือไม่. สตีเฟนสันตอบว่า : "รู้เพียงว่าเขาบ้าแน่ ๆ. แต่น่าเสียใจว่าเราไม่สามารถทำให้มอสโกเชื่อได้."

นายพลเอก มาร์ค คลาร์ค เดินทางไปแอฟริกาเหนืออย่างลับ ๆ ในวันรุ่งขึ้น. ไอเซนเอาวร์ย้ายกองบัญชาการไปตั้งที่จิบรอลตาร์ และเริ่มใช้นามรหัส "เฮาว์" (Howe). เรือบรรทุกทหารที่มีฝีจักรเริ่มรวมพลเพื่อรุดไปยังหาดของปฏิบัติการ "ท้อร์ช". สตีเฟนสันเข้าพบรูสเวลท์อีกครั้งหนึ่งก่อนบินไปลอนดอน. ท่านประธานาธิบดีพูดอย่างร่าเริงว่าดีใจที่เห็นบริษัท "มาร์ค เฮาว์ และท้อร์ช" เจ้าเก่า ไปเปิดสาขาที่โขดหิน (the Rock) "ก็จิบรอลตาร์เป็นสัญลักษณ์ของความมั่นคงสำหรับบริษัทประกันภัยอเมริกันที่มีชื่อเสียงมิใช่หรือ."

ณ ที่ห่างจาก "ท้อร์ช" ไม่ถึง ๒๐๐ ไมล์ กองทัพที่แปดของอังกฤษเริ่มรุดหน้า. นายพลเอก เบอร์นาร์ด มอนต์โกเมอรี (General Bernard Montgomery) ประกาศในไคโรว่า : "ยุทธการที่จวนจะเริ่มต้น ณ บัดนี้จะต้องเป็นหนึ่งในยุทธการสำคัญขั้นแตกหักในประวัติศาสตร์."

ตามร้านอาหารและโรงเหล้า ตั้งแต่มาร์เซลย์ (Marseilles) จนถึงคาซาบลังกาได้เริ่มมีการณรงค์แพร่ข่าวผิด ๆ เพื่อหลอกลวง. สายฝ่ายสัมพันธมิตรปล่อยข่าวลือว่ากองเรือโจมตียกพลขึ้นบกของฝ่ายสัมพันธมิตรกองหนึ่งกำลังเคลื่อนตัวมุ่งหน้าสู่ดาการ์ (Dakar) บนชายฝั่งแอตแลนติกของแอฟริกาของฝรั่งเศส. งานวางรากฐานของเมอร์ฟีได้รับผลตอบแทนในตอนนี้. เขาใช้ช่องทางการทูตสอดส่องเข้าไปในไรชที่สามเพื่อศึกษางานจารกรรมของนาซี. พวกเยอรมันได้ตั้งโรงเรียนจารกรรม โดยให้ครูฝึกจากพวกฝรั่งเศสฝ่ายวิชีในการผลิตผู้เชี่ยวชาญด้านภาษาและประเพณีท้องถิ่นแอฟริกา. เมอร์ฟีระบุตัวสายของข้าศึกได้อย่างแม่นยำพอใช้. "การรั่วด้านการรักษาความปลอดภัย" และข่าวลือเป็นกระแสไม่ขาดสายถูกปล่อยไปให้สายพวกนี้. หลังจากวิเคราะห์รายงานลวงเหล่านี้ กองบัญชาการนาซีในวีสบาเดน (Wiesbaden) สรุปว่า กองเรือใหญ่ของสัมพันธมิตรกำลังมุ่งหน้าไปดาการ์ ซึ่งอยู่ห่างจากที่ที่จะปฏิบัติการประมาณ ๒,๐๐๐ ไมล์. ดังนั้นกองเรือเยอรมันในทะเลเมดิเตอร์เรเนียน เครื่องบินระยะไกล กลุ่มเรือดำน้ำเยอรมัน และเรือสกัดโจมตีจึงถูกหลอกให้ถลำไปผิดทางห่างจากสถานที่ปฏิบัติการ. รายงานลวงทำให้พวกเยอรมันวิเคราะห์ผิด แม้แต่เรื่องที่เรือสัมพันธมิตร ๑๕๑ ลำแล่นผ่านช่องแคบจิบรอลตาร์ซึ่งแคบมาก : สายนกสองหัวบอกสายติดต่อฝ่ายเยอรมันว่าเรือเหล่านั้นกำลังรุดไปช่วยเหลือมอลตาซึ่งกำลังอดอยาก.

ในวันที่ ๕ พฤศจิกายน ซึ่งเป็นวันที่เด็กในประเทศอังกฤษฉลองวันที่ระลึก

การลอบวางระเบิดรัฐสภา (Gunpowder Plot) เชอร์ชิลล์ร่างสาส์นสำหรับส่งไปให้ทหารที่กำลังสู้รบทางตะวันตกของไคโรอยู่แล้วว่า : "ผมตั้งใจจะตีระฆังทั่วประเทศอังกฤษเป็นครั้งแรกในสงครามนี้. ขอให้พยายามให้ผมมีโอกาสกระทำเช่นนี้ได้ในไม่กี่วันข้างหน้านี้. ผมต้องการให้จับเชลยได้อย่างน้อย ๒๐,๐๐๐ คน."

รูสเวลท์ได้รับสาส์นส่วนตัวซึ่งสะท้อนความภูมิใจของเชอร์ชิลล์. สตีเฟนสันระลึกว่า : "เขาถูกผู้ติเตียนประเภทลอบกัดทิ่มแทงจิตใจมานานพอแล้ว. เขารู้สึกว่าระยะนี้เป็นระยะเวลาที่ลำบากใจที่สุดตลอดสงคราม. เขาเจ็บใจที่มีคนคิดว่าเขาหรือเพื่อนร่วมชาติขาดความกล้าหาญหรือความเข้มแข็งเพราะเขารู้ดีว่าไม่จริงอย่างยิ่ง. บัดนี้เขาเริ่มเห็นแสงสว่าง. เขาขอให้ผมแจ้งให้ท่านประธานาธิบดีทราบว่า หลังจากการสู้รบอย่างหนักและดุเดือดเป็นเวลาสิบสองวัน ทหารของเขาในทะเลทรายกำลังปราบข้าศึกลงอย่างย่อยยับ. ข่าวนี้เป็นคำตอบของเขาต่อคำกล่าวหาว่าไม่เต็มใจสู้. ทั้งนี้กองทัพที่แปดของอังกฤษสามารถทำได้สำเร็จ**ก่อน**ได้รับความช่วยเหลือ."

กองเรือของ "ท้อร์ช" เล็ดลอดผ่านน่านน้ำของข้าศึกไปได้โดยสวัสดิภาพ. ในเขตยกพลขึ้นบกแต่ละแห่ง เครื่องวิทยุของกองทัพลับติดต่อกับเรือลำเลียงพลและเรือคุ้มกันได้แล้ว และรายงานให้ทราบถึงการวางกำลังของหน่วยรบทั้งสามเหล่าของฝรั่งเศสฝ่ายสนับสนุนนาซี. กองโจรเริ่มปฏิบัติการก่อวินาศกรรมติดต่อกันเป็นลำดับให้ได้จังหวะ เพื่อบั่นทอนการต่อต้านใด ๆ ที่อาจมีขึ้น. ในลอนดอนเจ้าหน้าที่ของหน่วยราชการลับอังกฤษเข้าไปประจำอยู่ที่ห้องส่งของบริษัทวิทยุกระจายเสียงอังกฤษ พร้อมกับสำเนาข่าวที่จะแทรกเข้าไปในรายการปกติที่ส่งกระจายเสียงไปในทิศของเขตแดนที่ข้าศึกยึดครองอยู่. "โรเบิร์ต (Robert) มาถึงแล้ว."

ในวันพฤหัสบดีนั้น ขณะที่เด็ก ๆ ในย่านสแทรนด์ (Strand) กำลังร้องเพลง : "จำไว้ จำไว้ วันที่ห้าพฤศจิกายน. . . . ดินปืน การสมคบและคิดทรยศ" สตีเฟนสันก็เดินทางไปทางเดาว์นิง สทรีท. ไม่มีการสุมไฟอย่างที่เคยมานอกจากกองเพลิงจากการทิ้งระเบิดของเยอรมัน ไม่มีดอกไม้เพลิงนอกจากสีแดงของกระสุนส่องวิถีของปืนต่อสู้อากาศยาน. แต่มีพวกเด็กกลางถนนที่ถือหุ่นยัดฟางเป็นตัวกาย ฟอกส์ (Guy Fawkes) ตัวการที่พยายามทำลายรัฐสภาอันเป็นต้นแบบ แต่ไม่สำเร็จ. ตอนสองยามหย่อนห้านาทีเขานั่งอยู่กับเชอร์ชิลล์เมื่อได้ยินแถลงการณ์จากไคโร ซึ่งประกาศแทรกการแสดงเปียโนทางวิทยุ บี.บี.ซี. : "พวกเยอรมันล่าถอยอย่างไม่เป็นกระบวนแล้ว." และแม้กระนั้นก็เหมือนปาฏิหาริย์ที่ยังไม่มีการแพร่ข่าว

"ท้อร์ช" เลย.

ในวันศุกร์ จุดสำคัญๆ ในแอลเจียร์สถูกทหารกองโจรหนุ่มๆ ล้อมไว้ได้อย่างเงียบสงบ. ในที่อื่นๆ เช่นที่ทำการไปรษณีย์และที่ว่าการอำเภอ สถานีวิทยุและสถานีตำรวจ สถานที่ราชการและศูนย์คมนาคม ถูกแทรกซึมไปทั่วโดยชาวฝรั่งเศสที่ภักดีต่อนายพล มาสต์ ผู้ต่อมาจะมีอำนาจสั่งการอย่างถูกต้องตามกฎหมาย. มาสต์ผู้เคยเป็นนายทหารตัวอย่างตามแบบฉบับแท้ๆ ของนายทหารที่สำเร็จการศึกษาจากโรงเรียนนายร้อยแซงต์ ซีร์ (St. Cyr) ได้กลายเป็นผู้นิยมวิธีการดุเดือดของสงครามกองโจรหลังจากคืนนั้นที่เขากระโจนลงไปในห้องเก็บเหล้าใต้ดินพร้อมกับ นายพลเอก คลาร์ค.

วันเสาร์ผ่านไป. เชอร์ชิลล์นั่งครุ่นคิดพิจารณาข่าวจากไคโร : "ตีระฆังได้แล้ว. . . กองทัพที่แปดกำลังรุดหน้า." แต่เชอร์ชิลล์ก็ยังต้องการข่าวยืนยันเรื่องเชลยศึก ๒๐,๐๐๐ คน.

เช้าตรู่วันอาทิตย์ รายงานประชุมของรัฐบาลฉุกเฉิน ซึ่งขณะนั้นเป็นเอกสารลับบันทึกไว้ว่า : "ระยะ ๒๔ ชั่วโมงจนถึง ๐๗.๐๐ น. วันที่ ๘ พฤศจิกายน ๑๙๔๒ — แอฟริกาเหนือของฝรั่งเศส. เช้าตรู่วันนี้ได้เริ่มปฏิบัติการเพื่อเข้ายึดมอร็อกโกและแอลจิเรียของฝรั่งเศสสำหรับใช้เป็นฐานในการเข้าบุกตูนีเซีย."

ที่ทำเนียบขาว ท่านประธานาธิบดีได้รับข่าวที่เป็นเครื่องหมายปิดฉากภาคแรกในประวัติของสำนักงานประสานงานรักษาความปลอดภัยอังกฤษ. "การยกพลขึ้นบกกำลังดำเนินอยู่ที่แอลเจียร์สและที่โอราน. . . . การยกพลขึ้นบกที่คาซาบลังกา. . . . รายงานจากกองกำลังอเมริกันและอังกฤษบ่งถึงความสำเร็จเบื้องต้น. . . . ในอียิปต์ การรุกไล่โจมตีข้าศึกยังดำเนินต่อไป."

ที่สถานกงสุลสหรัฐในจิบรอลตาร์ นายพลเอก คลาร์ค และ นายพลเอก ไอเซนเฮาวร์ นั่งฟังวิทยุประกาศข่าวไม่ขาดเสียงถึงกองทัพต่างๆ ที่กำลังซุ่มรออยู่ในเงามืด และข่าว บี.บี.ซี. ที่เรียกซ้ำซาก : "เรียก แยงกี พิลกริม แฟรงกลิน ลินคอล์น. . . . โรเบิร์ตมาถึงแล้ว. โรเบิร์ตมาถึงแล้ว."

สตีเฟนสันบินกลับนิวยอร์คตามเส้นทางที่เคยบินพร้อมด้วยรายงานเกี่ยวกับ "ท้อร์ช" และ เอล อาลาเมน (El Alamein). บี.เอ็ส.ซี. ได้บรรลุถึงเป้าหมาย

ที่บ่งอยู่ในชื่อของสำนักงานแล้ว : การประสานงานการรักษาความปลอดภัย. บัดนี้บิลล์เปี๊ยกจะต้องทำงานอย่างเงียบๆ ยิ่งขึ้นอีก. ส่วนอนาคตของบิลล์เบิ้ม โดโนแวน แขวนอยู่กับการที่จะทำให้คณะเสนาธิการร่วมยอมรับว่าความร่วมมือและการรวมตัวกันในงานของราชการลับใช้ได้ผลดีแน่ ว่าพวกอังกฤษมีของดีมีค่าที่จะให้ได้ ว่าฝูงชนชั้นสวะหัวรุนแรงก็มีประสิทธิภาพมาก แม้จะดูขาดแคลนอาวุธ.

ยังมีงานหนักข้างหน้าอีกมาก. ไม่มีใครปฏิเสธได้ว่าสงครามกองโจรเป็นเพียงการปูทางให้กองทัพในแบบเท่านั้น. ยังจะต้องมีการถกเถียงกันในเรื่องปฏิบัติการลับในแอฟริกาเหนือและมีการระแวงสงสัยอีกเกี่ยวกับความสัมพันธ์อันสนิทสนมระหว่างท่านประธานาธิบดีกับท่านนายกรัฐมนตรีโดยผ่านสายงานที่ไม่เป็นไปตามแบบแผน แต่ก็ไม่มีใครปฏิเสธได้ว่า ความสูญเสียของฝ่ายอเมริกันในปฏิบัติการ "ท้อร์ช" มีน้อย เพราะที่ เอล อาลาเมน พวกอังกฤษสามารถทำลาย "เก้าในสิบส่วนของรถถังข้าศึก และสามในสี่ส่วนของปืนใหญ่" ได้ในที่สุด. ทั้งก็ไม่มีข้อสงสัยว่าปฏิบัติการราชการลับที่ดิเอ็ปป์เป็นสิ่งที่ทำให้ปฏิบัติการครั้งนี้สำเร็จได้ หรือว่าคลื่นความหวังใหม่ก่อให้พวกต่อต้านในยุโรปเกิดกำลังใจขึ้น ในวาระที่ได้ยินประโยคสัญญาณลับดังขึ้น : "โรเบิร์ตมาถึงแล้ว."

สิบแปดเดือนล่วงไปแล้วนับแต่สตีเฟนสันส่งข่าวไปถึงเชอร์ชิลล์ว่า : "ผมได้พยายามตะล่อมให้โดโนแวนประสานหน่วยราชการลับสหรัฐทุกหน่วยให้เข้ากัน." ตอนนี้โดโนแวนก็จะได้รับอำนาจเต็มในการดำเนินงานราชการลับ การก่อวินาศกรรม และการต่อต้านจารกรรม ตลอดจนการดำเนินปฏิบัติการสงครามกองโจร.

ในวันอาทิตย์ ที่ ๑๕ พฤศจิกายน ๑๙๔๒ เชอร์ชิลล์ได้รับการยืนยันว่าจับเชลยได้ ๔๐,๐๐๐ คน ซึ่งเป็นจำนวนสองเท่าที่เขาเรียกร้อง. นับเป็นครั้งแรกในสามปีกว่าของสงคราม ที่เสียงระฆังตามโบสถ์ดังกังวานขึ้นทั่วประเทศอังกฤษ.

ท่านนายกรัฐมนตรีส่งสารถึงนายอินทร์ และ เอ๊ฟ.ดี.อาร์. ว่า : "นี่ยังมิใช่อวสาน. ไม่ใช่แม้แต่ระยะเริ่มต้นของอวสาน. แต่เป็นอวสานของระยะเริ่มต้น."

สำหรับทั้งเชอร์ชิลล์และรูสเวลท์ นับว่าเป็นอวสานของระยะเริ่มต้นสำหรับกิจกรรมสองประเภทในการดำเนินสงคราม ซึ่งเจรจากันอย่างเปิดเผยไม่ได้. สตีเฟนสันกล่าวว่า : "ระเบิดปรมาณูและกองโจรดูเป็นสิ่งที่อยู่ในมุมตรงกันข้ามใน

ภาพแสดงลำดับของสิ่งที่สัมพันธ์กัน ตั้งแต่สมัยใหม่สลับซับซ้อนไปจนกระทั่งโบราณล้าหลัง. ความจริงไม่ได้เป็นเช่นนั้น. จะต้องนำเอาสายแต่ละคน นักก่อวินาศกรรม และทหารกองโจรแต่ละคนมาประกอบกันเข้าในแผนใหญ่ที่ซับซ้อนที่สุด เพื่อให้เกิดพลังระเบิดที่จะทำให้ชนะสงครามในที่สุด เช่นเดียวกับที่จะต้องประกอบปรมาณูทุกชิ้นส่วนให้เข้าที่ถูกต้อง. สงครามปรมาณูกับพวกอาสาสมัครแห่ง เบเกอร์ สทรีท ทำงานสอดประสานกันอย่างแยกไม่ออก และจนถึงปลายศตวรรษที่ยี่สิบนี้ โอกาสจะต้องเปลี่ยนแปลงไปเนื่องจากความสัมพันธ์อันแปลกประหลาดนี้ระหว่างนักฟิสิกส์กับกองโจร.”

สายลับคอมมูนิสต์ที่แทรกอยู่ในหน่วยราชการลับของสัมพันธมิตร ก็เห็นภาพนี้เช่นเดียวกัน.

บทที่ ๔๓

หลังจากปฏิบัติการ "ท้อร์ช" เสร็จสิ้นลงไปแล้ว ความเข้าใจผิดแบบใหม่และลึกลับยิ่งขึ้นกว่าอีกได้ก่อให้เกิดความปั่นป่วนขึ้นระหว่างหน่วยราชการลับต่าง ๆ ของอเมริกันและอังกฤษ. ข่าวสารที่ส่งทางวิทยุก็หลงที่หลงทางไป. คำถามต่าง ๆ ก็ไม่ได้รับคำตอบ.

สตีเฟนสันขึ้นชื่อว่าสามารถในการจับผิดเรื่องเล็กเรื่องน้อยในงานที่มีขอบข่ายกว้างขวางของเขา. ตอนนี้เขาต้องทำงานแข่งกับเวลาที่รัดตัว. เขาใช้เวลาตลอดคืนอ่านรายงานและข่าวต่าง ๆ ที่หลั่งไหลเข้ามาที่ บี.เอ็ส.ซี. เป็นกองพะเนิน. ข่าวเหล่านั้นส่งเข้ามาถึงตามลำดับความเร่งด่วน อันเป็นระบบที่พลาดพลั้งได้ง่าย. อาจมีปฏิบัติการสำคัญที่เริ่มต้นอย่างเงียบ ๆ ดูไม่สลักสำคัญจนทำให้รายงานเบื้องต้นถูกทิ้งให้หมกลึกอยู่ใต้กองเอกสาร.

คำขอของฮูเวอร์ ซึ่งดูเหมือนคำขอประจำธรรมดา ได้ลำดับความเร่งด่วนต่ำ. เอกสารของ บี.เอ็ส.ซี. บันทึกไว้ว่า : "ผู้อำนวยการ เอ็ฟ.บี.ไอ. ขอข้อมูลต่าง ๆ ซึ่งจะหาได้ในลอนดอนเท่านั้น. คำตอบส่งช้าเกินไป จำนวนและคุณภาพก็ไม่พอเพียง."

ฮูเวอร์ขอข้อมูลเพิ่มเติมเกี่ยวกับการบ่อนทำลาย. เขาบอกสตีเฟนสันตอนปลายปี ๑๙๔๒ ว่า สงสัยพวกเข้าข้างคอมมูนิสต์เป็นตัวการเก็บคำขอของเขาใส่ลิ้นชัก.

สตีเฟนสันต้องติดพันในการต่อสู้นับสิบด้าน. เฉลี่ยแล้วเขาทำงานอย่างอุตลุดยี่สิบชั่วโมงต่อวันตลอดระยะสงคราม. ผู้เชี่ยวชาญกว่า ๓๐,๐๐๐ คนที่ทำงานด้านการสื่อสารราชการลับ ซึ่งมีกระจายอยู่ทั่วโลกติดต่อกับ บี.เอ็ส.ซี. ในนิวยอร์คได้โดยอาศัยเส้นใยที่มองไม่เห็น. เมื่อเกิดปัญหาใหม่ ๆ แต่ละครั้งสตีเฟนสันเป็นผู้วิเคราะห์เอง และเมื่อเห็นว่าทำได้ก็มอบปัญหานั้นให้แก่เจ้าหน้าที่ผู้มีทั้งอิสระในการทำงานทั้งความรับผิดชอบในการรายงานก็ต่อเมื่อปัญหานั้นคลี่คลายหมดเรื่องไปแล้วเท่านั้น. ภาพที่เห็นจนชินตาคือใบหน้าเฉย ๆ ที่ไม่แสดงอารมณ์ที่

ง่วนอยู่กับเอกสารโดยไตร่ตรองแต่ละหน้ากระดาษอย่างรวดเร็วภายในเวลาที่ดูเสมือนแค่เสี้ยววินาที. บัดนี้เมื่อได้รับทราบความกังวลสงสัยของฮูเวอร์ เขาจึงรีบส่งสารออกไป. สารนั้นลงวันที่ ๙ พฤศจิกายน ๑๙๔๒ จ่าหน้าถึง "ซี" ผู้เป็นหัวหน้าหน่วยราชการลับอังกฤษ :

> ตามที่ผมสัญญาไว้กับฮูเวอร์เป็นส่วนตัว ผมได้จัดให้ เอ็ฟ.บี.ไอ. แต่งตั้งเจ้าหน้าที่ที่ไว้ใจได้คนหนึ่งมาเป็นผู้แทน เพื่อประสานงานกับเรา เกี่ยวกับปฏิบัติการของคอมมูนิสต์โดยเฉพาะ. . . . ถ้าจะมิให้ฮูเวอร์กล่าวหาผมได้อีกว่าปิดบังข้อมูลที่เกี่ยวข้องจากลอนดอน ก็จำเป็นอย่างยิ่งที่จะให้ท่านสั่งการด้วยตนเองให้ผมได้รับข้อมูลทั้งหมดที่จะหาได้ เพื่อให้ผมสามารถทำตามคำมั่นสัญญา และเพื่อไม่ให้ฮูเวอร์ต้องหันไปพึ่งทางอื่น. . . .

ทั้ง ๆ ที่มีบันทึกกระตุ้นเตือนที่ใช้คำพูดรุนแรงหลายฉบับ คำตอบของ "ซี" ก็มาถึงหลังคริสต์มาส : "เจ้าหน้าที่ของผมกำลังจัดการอยู่แล้วอย่างระมัดระวังและถี่ถ้วนในเรื่องการสำรวจข้อมูลเกี่ยวกับคอมมูนิสต์. . . ."

"ซี" ในขณะนั้นคือ นายพลเอก เซอร์ สตวร์ต เมนซิส์ (General Sir Stewart Menzies) ผู้ทำงานด้านข่าวกรองมาตั้งแต่ปี ๑๙๑๕. เขาเป็นทหารที่ซื่อสัตย์ แต่คนอย่างฮูเวอร์ทำให้เขาเวียนหัวเมาข่าง. ชีวิตการงานและภูมิหลังของเขาเป็นตัวอย่างของวงแคบ ๆ ที่จำกัดของหน่วยราชการลับอังกฤษตามสายงานปกติ. เขาเติบโตขึ้นมาในหมู่บุคคลที่ทำงาน "ตามกติกา" ที่ไม่เคยคดโกง และด้วยเหตุนี้เอง (เป็นเรื่องที่คิดออกยากในทุกวันนี้) จึงไม่เคยนึกฝันที่จะระแวงสงสัยผู้ร่วมงาน.

ผู้ร่วมงานที่ "ซี" ควรจะได้ระแวง คือ คิม ฟิลบี (Kim Philby) จารบุรุษโซเวียต ซึ่งเป็นเจ้าหน้าที่รับผิดชอบสายงานปกติของนายอินทร์. หลังจากญี่ปุ่นยอมแพ้ ฮูเวอร์ได้ปรับทุกข์กับสตีเฟนสัน ในเรื่องที่ทำให้เขาสงสัยงงงวย. เขารู้สึกว่ามีอะไร ๆ ผิดปกติ แต่ไม่สามารถระบุชี้จุดให้แน่นอนลงไปได้ว่าเป็นอะไร จึงระงับความร่วมมือไปชั่วระยะหนึ่ง. ต่อมาเขาเกิดได้คิดว่าการไล่นายอินทร์ออกจากประเทศนี้เองอาจเป็นสิ่งที่สหภาพโซเวียตต้องการ. สตาลินไม่ต้องการให้มีกองทัพปฏิวัติต่าง ๆ ที่แข็งแกร่งและอิสระที่จะท้าทายอำนาจของเขาในยุโรปหลังสงคราม. ด้วยเหตุนี้เอง เขาจะต้องถูกติโตกล่าวหาว่าไม่ยอมให้ความช่วยเหลือกองทัพลับยูโกสลาเวีย ถึงแม้พวกนี้ช่วยตรึงส่วนสำคัญของกองทัพเยอรมันไว้ได้และช่วยบรรเทาความกดดันต่อรัสเซีย.

นโยบายการทูตแบบปกปิดของนายอินทร์ในครึ่งหลังของสงครามโลกครั้งที่สอง ตั้งขึ้นด้วยจุดประสงค์ที่จะให้ฝ่ายอเมริกันยังคงพัวพันอยู่ในสงครามลับ ในเวลาเดียวกับที่ยังอำนวยการขบวนการต่อต้านการกดขี่ของฝ่ายอักษะที่ขยายตัวอย่างรวดเร็ว. บ้านสำเร็จรูปที่สร้างขึ้นรอบ ๆ เบล็ตชลี่ย์ พาร์ค เพื่อเป็นที่พักของเจ้าหน้าที่ "อัลตร้า" ซึ่งมีจำนวนมากขึ้นทุกที แสดงให้เห็นถึงความใหญ่โตกว้างขวางของสงครามลับ และถึงวิธีการที่สตีเฟนสันใช้ เพื่อแลกเปลี่ยนกับการสนับสนุนของสหรัฐ. "เซียน" ทางวิทยาศาสตร์เจ็ดพันคน — ซึ่งเป็นผู้เชี่ยวชาญในงานพิสดารหลายชนิด — เป็นผู้ถ่ายทอดข่าวลับสำคัญ ๆ ที่ยังส่งไปถึงมือรูสเวลท์อยู่เรื่อย ๆ และทำให้เขาชื่นชมงานในด้านนี้ของอังกฤษและทำให้เห็นว่าจำเป็นที่จะต้องได้รับข่าวเหล่านี้ต่อไป. "อัลตร้า" มีคนทำงานที่ฉลาดปราดเปรื่อง : เช่นอาจารย์ที่หลักแหลม ศาสตราจารย์หัวแข็งที่รักความคิดอิสระ พวกนอกคอกที่ชังงานประจำที่น่าเบื่อรวมทั้งการเก็บความลับอย่างเคร่งครัด ที่เป็นอุปสรรคขัดขวางการใช้สมองคิดอย่างเสรี. ฟีลิกซ์ เฟตเตอร์ไลน (Felix Fetterlein) อดีตเจ้าหน้าที่รหัสของราชสำนักรัสเซีย เป็นดาวดวงเด่นประเภทหนึ่งของหมู่อัจฉริยบุคคลนานาชนิดนี้. บุคคลในประเภทตรงกันข้าม คืออดีตเจ้าหน้าที่วิทยุคนหนึ่งของเรือสินค้าผู้ดูประหนึ่งมีญาณพิเศษที่ทำให้สามารถรับฟังสัญญาณที่อ่อนแผ่วและมีเสียงรบกวนฟังไม่ชัดจากสายลับที่อยู่ห่างไกลได้.

ในเวลาเดียวกันนั้น หน่วยราชการลับปกติต่าง ๆ ก็เริ่มวางแผนสำหรับนโยบายในอนาคตที่จะดำเนินหลังสงคราม โดยกลับไปหมกมุ่นอยู่กับเรื่องเดิมเกี่ยวกับยศ เงินเดือน การเลื่อนชั้น และความสะดวกสบายของสโมสร. พวกสมัครเล่นของเบเกอร์ สทรีท ต้องแบกภาระหนัก และบุคคลจำพวก คิม ฟิลบี จึงขุดคุ้ยล้วงความลับได้ต่อไปโดยไม่มีใครสังเกต.

ฟิลบีอายุยี่สิบสามปี ผู้สมัครเข้าทำงานในหน่วยราชการลับรัสเซียในปี ๑๙๓๕ ได้กลายเป็นคนสำคัญในแผนกห้า ของหน่วยราชการลับอังกฤษ ก่อนการยกพลขึ้นบกในปฏิบัติการ "ท้อร์ช" ไม่นาน. แผนกนี้ทำงานเกี่ยวกับการต่อต้านจารกรรม. ฟิลบีอยู่ในตำแหน่งที่เอื้อที่สุดสำหรับทำลายความสัมพันธ์ระหว่างอังกฤษกับอเมริกันใน "ปฏิบัติการด้านข่าวลับครั้งแรกที่เราได้ร่วมวางแผนด้วยกัน." ดังที่สวีท-เอสคอตต์บรรยายไว้.

บิลล์ สตีเฟนสัน ตกอยู่ระหว่างเขาควายในสถานการณ์นี้. ในเดือน

พฤศจิกายน ๑๙๔๒ เขาทราบเพียงว่าความเข้าใจอันดีระหว่างเขากับบิลล์ โดโนแวน ได้ถูกบ่อนทำลายในลอนดอน. ด้วยวิธีการใดก็ตาม แผนการต่างๆ สำหรับดำเนินสงครามลับอย่างเป็นน้ำหนึ่งใจเดียวกันถูกปัดให้เฉไฉไปทางอื่น.

สวีท-เอสคอตต์ กล่าวภายหลังว่า : "การที่เรื่องนี้เกิดผิดพลาดขึ้น ทำให้เกิดความรู้สึกที่น่าหวั่นใจอยู่. โดโนแวนหมดความไว้เนื้อเชื่อใจในพวกเรา. เราควรจะมีทางเลื่อนกาลเวลาของความร้าวรานออกไปได้ เช่น เวลาที่ โอ.เอ็ส.เอ็ส. แยกทางเดินกับพวกเรา. เราน่าจะสามารถดำเนินปฏิบัติการร่วมต่อไป แทนที่ต่างฝ่ายต่างมานั่งระแวงชิงดีชิงเด่นกัน."

ความแตกแยกสามัคคีนี้เริ่มต้นในตะวันออกกลาง แล้วลามไปถึงตะวันออกไกล. ในยุโรป สตีเฟนสันสามารถรักษาการร่วมมือในระดับสูงสุดระหว่าง บี.เอ็ส.ซี. กับ โอ.เอ็ส.เอ็ส. ไว้ได้. ในการแข่งกันเพื่อสร้างระเบิดปรมาณู การร่วมมือกันเป็นสิ่งจำเป็น สหภาพโซเวียตได้รับการปฏิบัติเยี่ยงสัมพันธมิตรที่สุจริต และความเข้าใจก็ยังมีน้อยเต็มทีว่าสายของรัสเซียปฏิบัติการบ่อนทำลายสัมพันธมิตรฝ่ายตะวันตกมากเพียงไร. ในปี ๑๙๔๒ ตำแหน่งหน้าที่ของ คิม ฟิลบี ทำให้เขาสามารถทำงานได้โดยอาศัยหน่วยของอังกฤษ. เขาใช้การแก่งแย่งชิงดีของเจ้าหน้าที่อาชีพในลอนดอนให้เป็นประโยชน์ เพราะพวกนี้ไม่เพียงแต่กัดกันเอง แต่ยังขุ่นเคืองและต่อต้านการที่พวกอเมริกันจะเริ่มย่างเข้ามาในเขตงานของตน.

ระยะก่อนและระหว่างการยกพลขึ้นบกในแอฟริกาเหนือ ฟิลบีวุ่นกับการบินไปบินมาระหว่างกองบัญชาการในไคโร จิบรอลตาร์ ลิสบอน และลอนดอน. ในสายตาของผู้ร่วมงานบางคนดูเหมือนว่าเขากำลังปฏิบัติการอย่างเฉียบแหลม ในการวางแผนป้องกันมิให้พวกอเมริกันมาแย่งอิทธิพลด้านจารกรรมของอังกฤษในภูมิภาคนี้. ฝ่ายฝรั่งเศสได้ต่อต้านการยกพลขึ้นบกของฝ่ายอเมริกันในอาณานิคมของตนในแอฟริกาเหนืออย่างไม่มีใครคาดฝันมาก่อน. ฟิลบีโทษว่าราชการลับสหรัฐเป็นต้นเหตุของความล้มเหลว โดยใช้คำพูดเยาะเย้ยซึ่งดูกลมกลืนกับการวางท่าจองหองแบบอังกฤษของเขา. แต่สิ่งที่เขากำลังทำอยู่ก็คือปฏิบัติตามแผนของโซเวียตในการตอกลิ่มสร้างความแตกแยกกันระหว่างหน่วยต่างๆ ของสหรัฐกับอังกฤษ.

โดโนแวนกล่าวภายหลังว่า : "สตีเฟนสันนึกว่าเขากำจัดพวกหนอนบ่อนไส้

หมดไปแล้ว และที่จริงเขาก็ทำได้สำเร็จภายในวงจำกัดของเรา. เดวิด บรูซ (David Bruce)* ถูกส่งตัวไปอำนวยการ โอ.เอ็ส.เอ็ส. ในลอนดอนเพื่อให้กิจการราบรื่นขึ้น. การร่วมมือยังคงดำเนินต่อไปในระดับนี้ และระหว่างท่านประธานาธิบดีกับท่านนายกรัฐมนตรี. แต่หากว่ามิตรภาพส่วนตัวระหว่างฮูเวอร์กับสตีเฟนสันไม่แน่นแฟ้นเท่านี้ ฮูเวอร์อาจถอนความร่วมมือที่เขากำลังให้อย่างเต็มใจอีกครั้งหนึ่งก็ได้."

เหตุผลสำคัญที่บังคับให้ต้องแลกเปลี่ยนความลับกันต่อไปก็คือ ในปี ๑๙๔๒ พวกอังกฤษสามารถควบคุม นีลส์ โบห์ร ปรมาจารย์ทางฟิสิกส์ปรมาณูไว้ได้ ทั้งยังสามารถเข้าถึงแหล่งผลิตเฮวี วอเตอร์ ที่ดีที่สุดสำหรับการทดลองทางปรมาณู. ปัญหาที่น่าหนักใจก็คือ โบห์รกับเฮวี วอเตอร์ นั้นอยู่ในเขตแดนของพวกนาซี. ทั้งนี้จึงยังล่อแหลมก้ำกึ่งอยู่ว่าฮิตเลอร์จะฉวยโอกาสอันดีนี้หรือไม่. เขามีชิ้นส่วนต่าง ๆ สำหรับประกอบระเบิดปรมาณู. ทางฝ่ายอังกฤษตั้งความหวังว่าจะสามารถถอดถอนเคลื่อนย้ายเอาชิ้นส่วนเหล่านี้มาได้โดยอาศัยความช่วยเหลือจากพวกอเมริกัน.

ในระหว่างการเจรจากันก่อนปฏิบัติการ "ท้อร์ช" เชอร์ชิลล์กับรูสเวลท์ได้ปรึกษาหารือกันเรื่อง "ทยูบ แอลลอยส์" (Tube Alloys) ซึ่งเป็นนามรหัสสำหรับงานวิจัยของอังกฤษเกี่ยวกับการแยกปรมาณู. คณะที่ปรึกษาทางวิทยาศาสตร์ของเชอร์ชิลล์เสนอให้ตั้งโรงงานในแคนาดาเพื่อสร้างระเบิดปรมาณูที่จะมีอำนาจทำลายมหาศาล. สตีเฟนสันเป็นผู้สรุปปัญหาให้เชอร์ชิลล์และรูสเวลท์ ซึ่งอยู่ด้วยกันฟัง.

รูสเวลท์วิจารณ์ว่า : "คุณทันสมัยเกี่ยวกับเรื่องวิทยาศาสตร์ปรมาณูมากจริง ๆ."

สตีเฟนสันแก้ว่า : "ผมติดต่อกับผู้ที่รู้เรื่อง. คนสำคัญที่สุดคือ ด็อกเตอร์โบห์ร ในเดนมาร์ก."

---

*หลังจากได้ปฏิบัติหน้าที่อย่างดีเด่นกับ โอ.เอ็ส.เอ็ส. เดวิด บรูซ ได้รับแต่งตั้ง เป็นหัวหน้าคณะแผนมาร์แชล (Marshall Plan) ในฝรั่งเศสหลังสงคราม หลังจากนั้นได้เป็นเอกอัครราชทูตสหรัฐประจำปารีส แล้วต่อมาประจำลอนดอน. เขาเป็นผู้แทนของสหรัฐในการประชุมสันติภาพกรณีเวียดนาม และต่อมาได้เป็นนักการทูตสหรัฐคนแรกที่เป็นหัวหน้าคณะทูตถาวรในประเทศจีน สมัยประธานเหมาเจ๋อ ตุง. เขากลับมายุโรปในฐานะผู้แทนถาวรของสหรัฐในคณะมนตรีแอตแลนติกเหนือ. ชาร์ลส์ เอ็ลลิส (Charles Ellis) นักการทูตอาวุโสและผู้เชี่ยวชาญราชการลับอังกฤษเขียนไว้ว่า : "เขาเป็นตัวอย่างที่ดีเลิศของเจ้าหน้าที่ราชการลับที่ดีที่สุดของสหรัฐ. งานการหลังสงครามของเขาก็ล้วนอุทิศให้แก่การใช้ราชการลับเพื่อสันติภาพ."

ทันใด เชอร์ชิลล์ก็เกิดสนใจกับปลายบุหรี่ซิการ์ของเขาขึ้นมา.

รูสเวลท์ถามว่า : "เขาเป็นอันตรายต่อพวกเราไหม."

"ก็โดยเขาไม่รู้ตัว."

"คุณจะพาเขาออกมาได้ไหม."

สตีเฟนสันตอบว่า : "เรากำลังพิจารณาแผนการต่างๆ อยู่หลายแผน"

ความร่วมมือระหว่างอังกฤษกับอเมริกันในการนี้ถูกผู้ประสงค์ร้ายฝ่ายคอมมูนิสต์ก่อกวน และต่อมาถูกจารบุรุษโซเวียตหักหลัง. พวกตัวแสบเหล่านี้มีทางที่จะก่อกวนได้มากมาย เช่น จากความขุ่นเคืองใจในหมู่ปัญญาชนอังกฤษ ซึ่งแสดงออกภายหลัง โดยนักเศรษฐศาสตร์ จอห์น เมย์นาร์ด คีนส์ (John Maynard Keynes) ผู้เขียนว่า : "ในการแสวงหาการสนับสนุนจากพวกอเมริกันซึ่งจำเป็นสำหรับการสร้างระเบิดปรมาณู เราจำต้องยอมหมดตัวจ่ายทองคำสำรองและเงินลงทุนในต่างประเทศจนหมดสิ้น แต่เราก็สามารถรักษาตัวเราเองและช่วยให้โลกรอดภัยมาได้."

ด้วยเหตุว่าต้องปกปิดเรื่อง "ทยูบ แอลลอยส์" และงานที่อเมริกันทำเกี่ยวกับระเบิดปรมาณูในเวลาต่อมา ความไม่พอใจจึงเพียงคุกรุ่นอยู่โดยไม่มีใครเห็น. คำโป้ปดมดเท็จและความจริงครึ่งๆ กลางๆ ทำให้เรื่องราวถูกบิดเบือนไป และเมื่อเป็นที่เปิดเผยก็สายเกินแก้ไขเสียแล้ว. ดังนั้น เอ.เจ.พี. เทย์เลอร์ (A.J.P. Taylor) นักประวัติศาสตร์มีชื่อของอังกฤษ จึงยังคงพูดแบบไม่เห็นด้วย ในปี ๑๙๗๔ เมื่อเขาเขียนเรื่องลงในหนังสือพิมพ์นิวยอร์ค ไทมส์ ฉบับวันที่ ๒๘ เมษายน ว่า : "เชอร์ชิลล์ได้รับคำมั่นสัญญาเป็นทางการจากรูสเวลท์ว่า โดยที่อังกฤษเป็นผู้เปิดเผยให้ทราบถึงวิธีทำระเบิดปรมาณูที่สามารถควบคุมได้ จึงควรจะมีส่วนร่วมอย่างเท่าเทียมกันในผลของการวิจัยเกี่ยวกับปรมาณูที่ค้นคว้าเพิ่มเติมได้ทั้งหมด. ต่อมารูสเวลท์ก็เลี่ยงคำมั่นสัญญา. . . . เชอร์ชิลล์หวังพึ่ง "ความสัมพันธ์แบบพิเศษ" และไว้วางใจในความเอื้อเฟื้อของอเมริกัน. เป็นการไว้วางใจผิดที่."

สตีเฟนสันมีบทบาทเป็นเอกตลอดเวลาที่ดิ้นรนต่อสู้เพื่อได้มาและเพื่อปกป้องความลับทางปรมาณู แม้จนกระทั่งถึงการเข้าไปพัวพันด้วยตนเองเกี่ยวกับวิกฤตการณ์เรื่องข่าวจารกรรมรัสเซียในแคนาดา ซึ่งนำไปสู่การค้นพบว่ามีความลับถูกขโมยจาก

โครงการระเบิดปรมาณูอเมริกัน.* เขาแน่ใจว่า เซอร์ชิลล์กับรูสเวลท์ทราบตระหนักชัดในความหมายของความร่วมมือระหว่างอังกฤษกับอเมริกัน. เขากล่าวภายหลังว่า : “การตัดสินใจเด็ดขาดของรูสเวลท์ ทำให้เราทุกคนรอดมาได้. มีการค้นคว้าเพื่อสร้างระเบิดปรมาณูอยู่ทั่วโลก. เราเองได้เปรียบคนอื่นที่เริ่มก่อน. เราควรจะทำงานนี้ได้สำเร็จในพื้นที่ทุรกันดารของแคนาดา. . . . การแสวงหาความร่วมมือของอเมริกันตั้งแต่ต้น เป็นสิ่งสมควร. มิฉะนั้นแล้วเราอาจทำได้ช้าเกินไป. . . . พวกเยอรมันก็รุดหน้าไปมากแล้ว.”

นี่แหละคือความลับในเรื่องที่ชี้อนาคตและน่าพรั่นพรึง ซึ่งเซอร์ชิลล์ให้รูสเวลท์มีส่วนร่วมรับทราบตั้งแต่วันที่สตีเฟนสันบินล่วงหน้าจากลอนดอนไปถึงวอชิงตัน. ในวันที่ ๑๕ มิถุนายน ๑๙๔๐ ประธานาธิบดีรูสเวลท์ลงนามในจดหมายส่วนตัวเกี่ยวกับ “ความสัมพันธ์เกี่ยวโยงที่อาจมีขึ้นระหว่างการรักษาความปลอดภัยของชาติกับเรื่องที่ค้นคิดได้ใหม่ ๆ ในด้านปรมาณู. . . . วิธีการและกลไกของการดำเนินสงครามเปลี่ยนแปลงไปโดยสิ้นเชิง. . . .”** ดังนี้ เขาจึงต้องรับช่วงภาระที่สตีเฟนสันโยนให้ในระหว่างเหตุการณ์อันน่าสลดที่ดันเคิร์กตอนที่พวกอังกฤษถูกขับออกจากภาคพื้นยุโรป และดูเหมือนว่าอารยธรรมกำลังถึงจุดจบแล้ว.

---

* อีกอร์ กุเซนโก (Egor Gouzenko) เจ้าหน้าที่รหัสรัสเซียคนหนึ่งเอาใจออกห่างเปลี่ยนค่ายที่อ๊อตตาวาในเดือนกันยายน ๑๙๔๕. สหภาพโซเวียตรุกเร้าให้รัฐบาลแคนาดาส่งตัวเขาคืน. สตีเฟนสันเข้าจัดการเรื่องนี้เองโดยช่วยซ่อนตัวกุเซนโกจากผู้ตามล่า ซึ่งเป็นกลุ่มอันธพาลของ เค.จี.บี. (KGB) ที่มุ่งสังหารเขา. แม็กเคนซี คิง นายกรัฐมนตรีแคนาดา ไม่ประสงค์ที่จะทำให้รัสเซียขุ่นเคือง และในตอนต้นก็ต้องการให้ส่งตัวกุเซนโกคืน. การสอบสวนเป็นทางการโดยคณะกรรมการในเวลาต่อมาเผยว่ารัสเซียดำเนินการจารกรรมในโครงการปรมาณูของสหรัฐ แคนาดา และอังกฤษ. กรณีนี้เป็นคดีใหญ่ครั้งสุดท้ายของนายอินทร์.

** จดหมายฉบับนั้นส่งถึง ดร. แวนเนวาร์ บุช (Dr. Vannevar Bush) ผู้อำนวยการสถาบันคาร์เนกี (Carnegie Institution) ในวอชิงตัน ขอร้องให้เพื่อน ๆ นักวิทยาศาสตร์ของเขาทบทวนงานวิจัยการแยกยูเรเนียม. รอเบิร์ต เชอร์วูดเป็นผู้แถลงข้อความในจดหมาย หลังจากที่เขาเข้ารับผิดชอบหน่วยข่าวต่างประเทศของสหรัฐ.

เหตุการณ์ที่เกิดขึ้นเป็นปฏิกิริยาลูกโซ่ แสดงว่า "วิธีการและกลไกของการดำเนินสงคราม" เปลี่ยนแปลงไปจริงๆ. ปัญหาโลกแตกที่เกิดขึ้นจากระเบิดของพวกกองโจรกับระเบิดปรมาณูมีลักษณะคล้ายคลึงกันมาก. การต่อสู้ลับๆ ในการแสวงหาความลับของสงครามปรมาณูต้องเกี่ยวพันไปถึงทุกสาขาในหน่วยงานของนายอินทร์. เชอร์ชิลล์ต้องเผชิญกับการตัดสินใจแสนยากประเภทที่คนแบบสตีเฟนสันต้องทำ เมื่อ**เฮอร์เบิร์ต มอร์ริสัน** (Herbert Morrison) ประท้วงอย่างรุนแรงเกี่ยวกับมาตรการตอบโต้การคุกคามจากจรวดติดหัวปรมาณูของเยอรมันที่คาดกันไว้.

ในที่สุด "ลูกระเบิดบินได้" ของเยอรมันก็มาถล่มอังกฤษภาคใต้จริงๆ แต่ฝ่ายข้าศึกสามารถคำนวณอย่างแม่นยำได้แค่**เวลา**ระเบิดตก แต่ยังไม่สามารถคำนวณ**ตำแหน่งที่ตก**ของจรวดแต่ละลูกได้. แผนลวงกระทำโดยรายงานว่าจรวดตกทางตะวันตกของลอนดอน ในเมื่อตกในนครหรือทางตะวันออก แล้วส่งรายงานเหล่านี้ไปเยอรมันผ่านทางสายนกสองหัว. พวกเยอรมันจึงคอยแก้การเล็งอยู่เรื่อยๆ. ศูนย์กลางเฉลี่ยของจุดที่ระเบิดตกจึงเลื่อนไปทางตะวันออกประมาณสองไมล์ต่อสัปดาห์ ทำให้วิถีจรวดเลยเขตนครลอนดอนไปตกในเขตที่มีประชาชนอยู่หนาแน่นน้อยกว่า.

มอร์ริสันผู้เป็นรัฐมนตรีพรรคสังคมนิยมในรัฐบาลฉุกเฉินอังกฤษ ประท้วงการที่พวกเชี่ยวชาญสงครามลับตัดสินว่าประชาชนในมณฑลเค้นท์หรือเอ็สเซ็กซ์ควรตายแทนชาวลอนดอน.

เชอร์ชิลล์กล่าวในที่ประชุมลับของคณะรัฐมนตรีว่า : "สงครามเป็นสิ่งเลวร้าย. คุณมอร์ริสันประสงค์ให้เรายอมแพ้หรือไงครับ."

มอร์ริสันสั่นศีรษะอย่างโกรธๆ.

เชอร์ชิลล์ก้มศีรษะลงและตอบว่า : "คุณครับ ถ้าอย่างนั้นผมเกรงว่าเพื่อการอยู่รอด เราจำต้องเล่นเป็นพระพรหมเสียเอง."

บทที่ ๔๔

เอกสารของ บี.เอ็ส.ซี. บันทึกไว้ว่า : "กิจการทางราชการลับที่ยิ่งใหญ่ที่สุด คือ ศึกเพื่อชิงระเบิดปรมาณูลูกแรกไว้ในความควบคุม. พวกเยอรมันมีบุคคลผู้ได้ทำงานวิจัยทางทฤษฎีที่เป็นหลักในการสร้างระเบิดอยู่ในอารักขา ส่วนพวกเราเชี่ยวพอที่จะลงมือสร้าง. สายใยลับนับเป็นพันถูกดึงเข้ามาร่วมกันเพื่อป้องกันมิให้พวกเยอรมันพัฒนาหัวระเบิดปรมาณูสำหรับติดจรวดที่เริ่มยิงถล่มลอนดอนเป็นห่าฝน. . . ." และเชอร์ชิลล์ก็กล่าวในปี ๑๙๔๕ ว่า : "เป็นบุญแท้ๆ ที่งานวิทยาศาสตร์ของอังกฤษและอเมริกันล้ำหน้างานของเยอรมันทั้งหมด."

บุรุษผู้ที่เคยสอนทฤษฎีโครงสร้างของปรมาณูที่มหาวิทยาลัยอังกฤษแห่งหนึ่งระหว่างสงครามโลกครั้งที่หนึ่ง กำลังชี้ทางที่นำไปสู่การสร้างอาวุธปรมาณูโดยไม่รู้ตัว เมื่อพวกนาซีเข้ายึดประเทศเดนมาร์กอันเป็นบ้านเกิดเมืองนอนของเขา. นีลส์ โบห์ร นั้นเป็นนักวิทยาศาสตร์ที่ปราดเปรื่อง แต่เขามีศรัทธาอย่างแรงกล้าที่เป็นภัยได้ คือชอบให้มีการแบ่งปันความรู้กัน.* พวกเกสตาโปปล่อยให้เขาทำการค้นคว้าต่อไป. นักฟิสิกส์ชาวเยอรมันหลายคนมาหาเขาและพยายามตีสนิทแสดงตนเป็นมิตร โดยหวังว่าจะได้รับคำตอบของปัญหาที่ตนกำลังค้นคว้าอยู่ หลังจากเข้ายึดแหล่ง เฮวี่ วอเตอร์ ในนอร์เวย์ได้แล้ว — เฮวี่ วอเตอร์ เป็นสารพิเศษที่มีแกนเป็นไฮโดรเยนสองตัว ซึ่งทำหน้าที่ชะลอปฏิกิริยาปรมาณูขณะแยกยูเรเนียม. พวกนั้นมีคำสั่งให้สถาบัน ไคเซอร์ วิลเฮล์ม ทำงานเฉพาะที่เกี่ยวกับคุณลักษณะทางการระเบิดของ ไอโซโตป ยู. ๒๓๕ (isotope U - 235) ซึ่งเยอรมันได้

---

*ความเชื่อมั่นของโบห์ร ว่านักฟิสิกส์ปรมาณูควรแลกเปลี่ยนความลับกันทั้งหมด แสดงออกในคำเรียกร้องของเขาให้มี **"โลกเปิด. . .** ที่แต่ละชาติจะมีความสำคัญมากน้อยเพียงไรนั้นขึ้นอยู่กับความสามารถที่จะช่วยเหลือประเทศอื่นๆ ด้วยประสบการณ์และทรัพยากรของตน. . . โดยให้มีการหาข้อมูลได้อย่างเสรี และมีโอกาสแลกเปลี่ยนความคิดกันอย่างไม่มีการกีดกัน." คำเรียกร้องนี้แสดงต่อสหประชาชาติในปี ๑๙๕๐ ซึ่งเป็นเวลานานหลังจากที่โบห์รมีส่วนช่วยในการพัฒนาอาวุธปรมาณูแล้ว. ปรัชญาความคิดของเขามิได้เปลี่ยนแปลงไปเลย.

ค้นพบ. พวกนั้นคิดว่าจะสามารถทำระเบิดที่ใช้ ยู. ๒๓๕ ได้ และเข้าใจว่าโบห์รกำลังค้นคว้าปฏิกิริยาลูกโซ่ในการแยกปรมาณูของยูเรเนียมที่จะควบคุมได้ อันจะทำให้วิธีการหลั่งเลือดแบบที่ใช้กันอยู่กลายเป็นเรื่องขี้ผงไป. เมื่อฮิตเลอร์บุกรัสเซีย สตีเฟนสัน ทราบดีว่าขุนพลของท่านผู้นำมีความมั่นใจอันเกิดจากมูลเหตุที่เป็นตัวเป็นตนกว่าอำนาจทางไสยศาสตร์เกี่ยวกับความอยู่ยงคงกระพันที่พวกนาซีอวดอ้างว่ามี. พวกนั้นมีความมั่นใจว่าประเทศของตนจะสามารถสร้างระเบิดปรมาณูได้.

สตีเฟนสันเริ่มสนใจใน นีลส์ โบห์ร ในปี ๑๙๒๒ เมื่อนักฟิสิกส์ชาวเดนมาร์กผู้นี้ได้รับรางวัลโนเบ็ล (Nobel Prize) สำหรับงานวิจัยบุกเบิกของเขา. บรรดานักฟิสิกส์ที่ปราดเปรื่องที่ทำงานในแนวเดียวกัน ก็มีสไตนเม็ตซ์ผู้ในที่สุดมาทำงานในห้องวิจัยของสตีเฟนสัน และสเตฟัน โรเซนทาล (Stefan Rozental) นักวิทยาศาสตร์ชาวโปแลนด์ ผู้จำต้องทิ้งคราโคว (Cracow) บ้านเกิดของเขาด้วยเหตุผลทางการเมืองเช่นเดียวกัน เขามาสมทบกับโบห์รในโคเปนเฮเกน. สไตนีเคยทำงานอย่างใกล้ชิดกับโรเซนทาล และเขาเป็นผู้บอกกล่าวให้สตีเฟนสันทราบถึงความสำคัญของงานวิจัยที่โคเปนเฮเกน. ไอน์สไตน์และไคม์ ไวซมันน์ (Chaim Weizmann) เป็นบุคคลศูนย์กลางในการร่วมมือระหว่างประเทศ. การที่ไวซมันน์ได้ทำประโยชน์แก่ประเทศอังกฤษและฝ่ายสัมพันธมิตรในสงครามโลกครั้งที่หนึ่ง ในฐานะนักวิทยาศาสตร์ทางการทหาร ทำให้เขาสามารถเคลื่อนไหวและทำงานได้อย่างเสรีในวงการต่าง ๆ เหล่านี้ของยุโรป และเขาก็บอกข่าวเกี่ยวกับความคืบหน้าต่าง ๆ ในวงการแก่สตีเฟนสันเช่นเดียวกัน. ในปี ๑๙๓๒ เจมส์ แชดวิก (James Chadwick) ค้นพบอนุภาคนิวตรอน มิตรภาพอันสนิทสนมตลอดชีวิตระหว่างเขากับโบห์รเป็นปัจจัยสำคัญยิ่งที่ขัดขวางการพัฒนาระเบิดปรมาณูของเยอรมัน.

แน่นอนว่าเซอร์ชิลล์ก็ได้รับข่าวเหล่านี้เช่นเดียวกันจากสตีเฟนสัน และจากสมาชิกอื่น ๆ ของคณะทางวิทยาศาสตร์ ซึ่งตั้งขึ้นเมื่อ เฟรเดริก อินเคมันน์ เริ่มหนักใจเกี่ยวกับการวิจัยทางอาวุธของเยอรมันในระยะปี ๑๙๒๐. พวกนี้ได้จับตาดูอยู่เงียบ ๆ ในขณะที่ผู้ที่ได้รับประโยชน์จากสถาบันต่าง ๆ ทางวิทยาศาสตร์ของอังกฤษบางคนถูกฉกเอาตัวไป — ถูกลักพาตัวไป ดังในกรณีของ ปีเตอร์ แคปิทสา (Peter Kapitsa) ผู้เคยทำงานร่วมกับ ลอร์ด ระเธอร์ฝอร์ด (Lord Rutherford) นักวิทยาศาสตร์ทางปรมาณูตั้งแต่ปี ๑๙๒๑ แล้วก็หายตัวเข้าไปในสหภาพโซเวียตโดยถูกบังคับขู่เข็ญให้ทำงานในโครงการแยกปรมาณู. วงการทางวิทยาศาสตร์ที่อยู่นอกประเทศรัสเซียและเยอรมันมัวงุ่มง่ามไม่ค่อยจะเข้าใจว่า เมื่อไรงานวิจัย

แกนปรมาณูจะผ่านขั้นทฤษฎี เข้าสู่ขั้นการปฏิบัติได้จริง และทำเป็นอาวุธสงครามได้.

สตีเฟนสันกล่าวว่า : **"ปีที่สงครามระเบิดขึ้นในยุโรปบังเอิญเป็นปีหัวเลี้ยวหัวต่อในการค้นคว้าวิจัยด้านปรมาณูทุกแห่งหน. จุดกำเนิดของระเบิดปรมาณูแฝงอยู่ในสมองของนักฟิสิกส์ในสหรัฐ ในอังกฤษ ในรัสเซีย และในยุโรป. ในวงการทหารมีความเห็นกันในปี ๑๙๓๙ ว่าประเทศที่มีหวังมากที่สุดที่จะนำข้อมูลชิ้นเล็กชิ้นน้อยมาปะติดปะต่อกันได้ ก็คือประเทศเยอรมัน. ฮิตเลอร์สามารถบงการให้มีสิ่งที่จำเป็นในการนี้ คือ วินัย ความเสียสละ และการระดมปัจจัยต่างๆ รวมทั้งแรงงานทาส. อ๊อตโต ฮาห์น (Otto Hahn) ผู้ค้นพบเรื่องสำคัญยิ่งเกี่ยวกับปฏิกิริยาลูกโซ่ในประเทศเยอรมัน มีความเห็นว่าการแยกแกนของปรมาณูจะทำได้สำเร็จก็ต้องใช้ความพยายามมหาศาล. ข้อนี้เป็นความจริง. ในเวลานั้น ปัจจัยสำคัญที่สุดอันดับแรกคือการมีประเทศที่ปกครองด้วยระบอบที่มีผู้เผด็จการ ซึ่งจะบงการโดยไม่ต้องแจงสี่เบี้ยให้ทุ่มกำลังและทุนส่วนใหญ่ของรัฐในการสร้างกลไกอันมหึมาซึ่งในขณะนั้นจำเป็นสำหรับสร้างระเบิดปรมาณู. มีหวังน้อยนักที่ฮิตเลอร์ ผู้เข้าหลักเกณฑ์ดังกล่าวนี้อย่างดีที่สุด จะไม่เห็นโอกาสทองของเขา."**

ฝ่ายอังกฤษพุ่งความสนใจไปที่โบห์รและโรงงาน นอร์สก์ ไฮโดร ที่ผลิต เฮวี่ วอเตอร์ ในนอร์เวย์. สตีเฟนสันกล่าวว่าอันตรายของการไปยุ่งเกี่ยวกับอย่างหนึ่งอย่างใดในระยะนั้น อยู่ที่อาจเป็นการชี้โพรงให้กระรอกทำให้ฮิตเลอร์หันไปสนใจเป้าหมายที่ทุกคนหวังว่าเขาจะมองข้ามไปเสีย.

นักวิทยาศาสตร์เยอรมัน**มิได้**มองข้ามไป แต่ฮิตเลอร์ยังมิได้สนับสนุนงานของพวกนี้เท่าที่ควร เพราะยังไม่รู้ตัวว่าฝ่ายข้าศึกกำลังเข้าช่วงชิงอยู่. ฮันส์ ซูสส์ (Hans Suess) นักฟิสิกส์เยอรมันคนหนึ่ง ต้องการวัตถุสำหรับชะลอปฏิกิริยาปรมาณูให้อยู่ในควบคุมได้. การลองใช้ เฮวี่ วอเตอร์ ประสบความสำเร็จในการทดลองขนาดย่อม. กระทรวงกลาโหมเยอรมันประมาณว่าจะต้องใช้ เฮวี่ วอเตอร์ ห้าตัน สำหรับชะลอปฏิกิริยาในปฏิกรปรมาณูขนาดใช้งานได้จริง. ตอนต้นปี ๑๙๓๙ นอร์สก์ ไฮโดร เป็นศูนย์ผลิต เฮวี่ วอเตอร์ อย่างจริงจังแห่งเดียวในโลก และผลผลิตมีเพียงสิบกิโลกรัมต่อเดือนเท่านั้น ซึ่งนับว่าได้เพียงไม่กี่หยด.

ในการวิเคราะห์การดำเนินงานของ อี.เก. ฟาร์เบน ในปีเดียวกันนั้น สตีเฟนสันสังเกตว่าบริษัทผลิตเคมีภัณฑ์เยอรมันนี้ได้ลงทุนอย่างเงียบๆ ในโรงงาน

ในนอร์เวย์แห่งนั้น โดยสงวนสิทธิในการซื้อเป็นเวลาไม่จำกัด และให้เพิ่มการผลิตขึ้นสิบเท่าด้วย. ในเดือนธันวาคม ๑๙๓๙ หนึ่งเดือนหลังจากฟาร์เบนยื่นคำเรียกร้องที่สำคัญนี้เป็นทางการ หน่วยราชการลับฝรั่งเศสก็ส่ง จาคส์ อาล์เลียร์ (Jacques Allier) ผู้เป็นนายทหารระดับโลกและเป็นเพื่อนของสตีเฟนสัน ไปแจ้งต่อ ดร. อักเซล โอเบิร์ต (Dr. Axel Aubert) กรรมการผู้จัดการของ นอร์สก์ ไฮโดร ว่าฝ่ายฝรั่งเศสกำลังทดลองเครื่องกำเนิดพลังปรมาณู โดยมี เฟรเดริค โจลิโอต์ คูรี (Frederic Joliot - Curie) เป็นผู้อำนวยการ. ต่อมาในเดือนกุมภาพันธ์ ๑๙๔๐ เฮวี่ วอเตอร์ ส่วนแรกก็ส่งมาถึงปารีส. เมื่อพวกเยอรมันเข้ายึดโรงงานสามเดือนภายหลัง พวกนี้พบว่า เฮวี่ วอเตอร์ ทั้งหมดของ นอร์สก์ ไฮโดร หายสาบสูญไปไม่เหลือหลอ.

ก่อนพวกเยอรมันเข้ายึดครองไม่นาน สตีเฟนสันได้ไปตรวจตราภูเขาบาร์เรน (Barren Mountain) ในนอร์เวย์ ซึ่งเป็นกำแพงธรรมชาติป้องกันการรุกล้ำจากภายนอกได้. เขาได้แนะนำเส้นทางสำหรับหลบหนีไปลอนดอนแก่เจ้าหน้าที่ของ นอร์สก์ ไฮโดร ที่เป็นมิตร รวมทั้งศาสตราจารย์ ไลฟ ตรอนสตัด (Professor Leif Tronstad) นักเคมีอายุสามสิบหกปี ผู้ต่อมาจะได้เป็นกำลังสำคัญของพวกอาสาสมัครแห่ง เบเกอร์ สทรีท ในปฏิบัติการด้านปรมาณูในอนาคต. ตรอนสตัดคุ้นเคยดีกับแผนผังของโรงงานผลิต เฮวี่ วอเตอร์.

ในระยะเวลาเครียดก่อนเยอรมันเข้าบุกนอร์เวย์นี้ อาคันตุกะอีกผู้หนึ่งได้มาเยี่ยม นอร์สก์ ไฮโดร. นั่นคือ ดร. โบห์ร ผู้มาเสาะหาวัตถุดิบสำหรับการวิจัยของเขาเอง. ขากลับเดนมาร์ก โบห์รเข้าเฝ้าพระเจ้า ฮาก็อน (King Haakon) และกราบบังคมทูลเกี่ยวกับนโยบายที่ถูกต้องอันประเทศเป็นกลางที่ถูกเยอรมันคุกคามจะเข้ายึดครองควรจะถือปฏิบัติ. ทัศนคติทางการเมืองของโบห์รออกจะเป็นแบบเพ้อฝันไม่ทันโลก. เขาเชื่อมั่นในวิธีการที่ไม่ใช้ความรุนแรงแบบคานธี (Gandhi) สำหรับต่อสู้การบีบคั้นกดขี่. การกลับถึงโคเปนเฮเกนของเขาในเดือนเมษายนประจวบกับการโจมตีของเครื่องบินทิ้งระเบิดเยอรมัน อันทำให้การอภิปรายในหลักวิชาเกี่ยวกับการต่อต้านแบบอหิงสาต้องจบลง. เดนมาร์กและนอร์เวย์ถูกยึดครอง. ทันทีทันใดคณะกรรมการข่าวกรองเกี่ยวกับยูเรเนียมในลอนดอนก็ต้องเผชิญวิกฤตการณ์สองด้านพร้อมกัน. นักวิทยาศาสตร์ปรมาณูที่ยิ่งใหญ่ในโลกคนหนึ่งติดค้างอยู่ในป้อมปราการเยอรมัน และตามคำสั่งทางทหารของเยอรมันที่ถูกยึดมาได้ การผลิตเฮวี่ วอเตอร์ ที่โรงงาน นอร์สก์ ซึ่งเพิ่งถูกยึดครอง จะต้องเพิ่มขึ้นเป็น ๓,๐๐๐

ปอนด์ต่อปี อันเป็นจำนวนที่จำเป็นสำหรับ "กิจการปรมาณู". แผนกนอร์เวย์ของเบเกอร์ สทรีท ลั่นกุญแจเก็บเอกสารรายงานทางวิทยาศาสตร์ ซึ่งพยากรณ์ว่าหากมีการพัฒนาอาวุธปรมาณู ก็จะต้องใช้เวลาอีกสองปีเต็ม ๆ ก่อนที่จะนำเข้ามาใช้ในปฏิบัติการทางทหารได้. โดยที่มีปัญหาเร่งด่วนอื่น ๆ ที่ต้องพิจารณาแก้ไขอีกมากมาย พวกอาสาสมัครจึงไม่อยู่ในฐานะที่จะเรียกร้องขอเครื่องบินและอุปกรณ์สำหรับทำลายโรงงานผลิต เฮวี่ วอเตอร์ ในนอร์เวย์ และช่วยเอาตัว นีลส์ โบห์ร ออกมาจากเดนมาร์ก.

ในขณะเดียวกันนั้น ในประเทศเดนมาร์กที่นาซียึดครองอยู่ โบห์รก็พูดถึงทฤษฎีการแยกปรมาณูอย่างเปิดเผย. สตีเฟนสันกล่าวว่า : "เขาจำเป็นต้องพูดกับผู้อื่นเพื่อพัฒนาแนวความคิดของเขา เสียแต่เราไม่สามารถควบคุมพวกที่เขาพูดด้วย." ผู้ที่ฟังเขาพูด มีนักฟิสิกส์ชาวเยอรมันรวมอยู่ด้วย พวกนี้ได้ฟังเขาพูดถึงการกำเนิดพลังงานปรมาณูในกรรมวิธีแยกปรมาณูตลอดถึงสิ่งที่เขาเห็นว่าน่าสยดสยองอันอาจเกิดขึ้นได้หากนำมาใช้ในทางทำลาย. ด้วยจิตใจของนักค้นคว้าศึกษาทางวิทยาศาสตร์ โบห์รกำลังปรึกษาเกี่ยวกับระเบิดปรมาณูกับพวกที่ต้องการใช้ระเบิดนี้เองสำหรับครอบครองโลก. นิสัยชอบให้คนจดผลงานส่วนมากของเขาตามคำบอกอันเป็นเรื่องซึ่งผู้เคยร่วมงานกับเขาที่อยู่ในประเทศอังกฤษทราบดีนั้น ทำให้อันตรายจากการที่เขาอาจช่วยไรซที่สามโดยไม่รู้ตัวเพิ่มขึ้นอีก.

ขณะนี้พวกอังกฤษได้เริ่มโครงการค้นคว้าอาวุธปรมาณูอย่างเอาจริงเอาจังเป็นครั้งแรกแล้ว ภายใต้นามแฝง "ทยูบ แอลลอยส์" โดยใช้ห้องทดลองที่กระจายกันอยู่ทั่วชนบท และประสานงานจากสำนักงานในอาคารสมัยดิกเคนส์ (Dickens) ที่ถนนโอลด์ ควีน สทรีท (Old Queen Street) ใกล้ ไวท์ฮอลล์. ผลของงานเหล่านี้ส่งต่อไปสหรัฐ หลังจากเห็นได้ชัดว่างานพัฒนาจะต้องใช้ทรัพยากรมหาศาล — คนงานสองหมื่นคน ไฟฟ้าครึ่งล้านกิโลวัตต์ และเงินประมาณ ๑๕๐ ล้านดอลลาร์สำหรับผลิตยูเรเนียม - ๒๓๕ วันละหนึ่งกิโลกรัม และการรักษาความปลอดภัยอย่างเคร่งครัดที่สุด. ฝ่ายอังกฤษสรุปว่างานใหญ่เช่นนี้เป็นเรื่องเหลือบ่ากว่าแรงสำหรับประเทศประชาธิปไตยเล็ก ๆ ที่จะทำได้ตามลำพัง. ประเทศเผด็จการอย่างเยอรมันนาซีอาจลองทำได้. พวกอังกฤษไม่สบายใจเลย เพราะทราบว่าความก้าวหน้าในงานแต่ละขั้นตอนของโบห์รในแนวนี้ พวกเยอรมันก็เอาไปใช้ประโยชน์ได้. มีการส่งคำเตือนลับ ๆ ไปให้โบห์ร โดยผ่านทางพวกใต้ดินเดนมาร์ก และบันทึกงานตามคำบอกของเขาจึงถูกซ่อนได้ทันการในแฟ้มและกองเอกสารต่าง ๆ ซึ่ง

จ่าหน้าผิด ๆ ให้ไขว้เขวเพื่อลวงให้นักสืบเสาะฝ่ายเยอรมันสับสน. ความพยายามซ่อนงานแบบเด็ก ๆ ของเขาเป็นตัวอย่างแสดงถึงทัศนะที่ไร้เดียงสาอย่างน่าตกใจที่โบห์รมีต่อโลกภายนอก. ในลอนดอน คนจำนวนไม่น้อยต้องใจหายใจคว่ำ.

ในวอชิงตัน ซึ่ง เอ็ฟ.ดี.อาร์. มีแหล่งข่าวต่างหาก ก็เช่นเดียวกัน. ข่าวกรองแรกสุดที่เขาได้รับเกี่ยวกับการใช้ เฮวี่ วอเตอร์ ของเยอรมันมาจาก แซม วูดส์ (Sam Woods) ผู้ยังคงรู้เรื่องราวภายในฝ่ายบังคับบัญชาเยอรมัน หลังจากย้ายจากเบอร์ลินมาซูริค (Zurich) เพื่อดำรงตำแหน่งกงสุลใหญ่สหรัฐจนกระทั่งสงครามสิ้นสุดลง. โดยอาศัยเขา ไคม ไวซมันน์ มีโอกาสได้สนทนากับศาสตราจารย์ วิลล์ชตัตเตอร์ (Professor Willstatter) นักฟิสิกส์เยอรมันคนหนึ่งที่มีความเห็นไม่ลงรอยกับพวกของตัวเองในดินแดนสวิสซึ่งเป็นกลาง. วิลล์ชตัตเตอร์เกรงว่าหากฝ่ายอังกฤษเข้าแทรกแซงก็อาจเป็นการยั่วยุให้ฮิตเลอร์ปฏิบัติการ แต่ก็เกรงกลัวความเฉยแฉะของอังกฤษยิ่งกว่าเสียอีก.

ภายหลังไวซมันน์ได้บอกความในใจแก่สตีเฟนสันว่าเขาเกรงว่าไม่มีใครถือการคุกคามนี้อย่างจริงจังพอ. เฮอร์บ โรว์แลนด์ กล่าวว่า : "ทั้งสองคนมักจะเดินในเซ็นทรัล พาร์ค (Central Park) เป็นเวลานาน ๆ โดยปะปนหายเข้าไปในฝูงชนของแมนแฮ็ตตัน และมักจะเดินข้ามไปเฝ้าดูกระรอก หรืออย่างน้อยพวกเรานึกว่าเป็นอย่างนั้น. เราไม่เคยทราบ ไม่เคยสงสัยเลยว่ามีอาวุธบรรลัยโลกแขวนอยู่เหนือหัวพวกเรา."

ไวซมันน์จำได้ว่าวันหนึ่งในฤดูใบไม้ผลิที่อากาศเย็นสดชื่น ได้แวะไปที่ร้านขายของเล่น ชวาร์ซ (Schwarz's) ที่ถนน ฟิฟธ์ แอเวนู. "มีชุดเล่นก่อสร้างวางแสดงอยู่สำหรับเด็กนักเรียน. บิลล์กล่าวว่า : "เมื่อใดที่พวกเยอรมันรู้วิธีทำได้ เมื่อนั้นก็คงจะนำมาประกอบเข้าด้วยกัน แบบเดียวกับอ้ายปั้นจั่นของเล่นเหล่านี้ โดยไขเกลียวและสลักประกอบเข้าด้วยกันอย่างเพียรพยายามจนสำเร็จ โดยใฝ่ใจหมกมุ่นอยู่กับงานอย่างเต็มที่เหมือนเด็ก ๆ ที่ไม่นำพาต่อความทุกข์ที่ตนก่อขึ้น."

"ผมต้องชี้ให้เห็นว่า ไม่ใช่ว่านักวิทยาศาสตร์เยอรมันจะไม่มีความรู้สึกไปเสียทุกคน. ผมยกตัวอย่างศาสตราจารย์ วิลล์ชตัตเตอร์ ผู้ไม่ยอมมีส่วนเกี่ยวข้องด้วย แม้จะเป็นนักเคมีชั้นนำของเยอรมันในสมัยนั้น.

สตีเฟนสันเพ่งมองเข้าไปในตู้กระจกหน้าร้าน ชวาร์ซ และยักไหล่ "เขามิ

ได้ปฏิเสธ. เขาหลบหนีไป. ดังนั้นจึงทำให้พวกที่เหลืออยู่เล่นได้ตามใจชอบ.”

เป็นการพูดที่รุนแรงอยู่ แต่ก็เป็นความจริง. ฮิตเลอร์เคยคุยโวเกี่ยวกับอาวุธลับที่ไม่มีอะไรป้องกันได้ เป็นอาวุธที่ข้าศึกของเขาไม่มี. นักวิทยาศาสตร์เยอรมันที่ขัดขืนการบิดเบือนเอางานวิจัยของตนไปใช้ในทางที่ผิด จำต้องหลบหนีหรือไม่ก็ต้องสูญเสียตำแหน่งไป. บางคนที่อาจมีทางต่อต้านอย่างเงียบ ๆ ซึ่งมีแวร์เนอร์ ไฮเซนแบร์ก (Werner Heisenberg) และ ซี.เอ็ฟ.ฟอน ไวซสัคเคอร์ (C.F. von Weizsacker) รวมอยู่ด้วย ก็อยู่ในพวกที่ไปเยี่ยมเยียนโบห์รในโคเปนเฮเกน. กล่าวกันว่าพวกนี้ได้เสนอแผนลับสำหรับขัดขวางมิให้พัฒนาระเบิดปรมาณู — เป็นการตกลงอย่างลับ ๆ กับนักฟิสิกส์ฝ่ายสัมพันธมิตร. อาเก โบห์ร (Aage Bohr) กล่าวว่า : “เรื่องเหล่านี้ไม่เป็นความจริง. การพบปะกับนักวิทยาศาสตร์เยอรมันแต่ละครั้ง ทำให้ยิ่งแน่ใจว่าฝ่ายเยอรมันถือว่าพลังงานปรมาณูมีความสำคัญมากในทางการทหาร.”*

ฮิตเลอร์ได้ปล่อยข่าวเกี่ยวกับอาวุธลับของเยอรมันมากเสียจนทำให้เป็นการยากที่จะตั้งลำดับความสำคัญให้ข่าวครั้งนี้. หลังจากที่สงครามระเบิดขึ้นในยุโรปไม่นาน ท่านผู้นำได้กล่าวว่า : “อย่าหลอกตัวเอง. สักวันหนึ่ง จะถึงวาระที่เราจะใช้อาวุธชนิดที่ยังไม่รู้จักกันเลย และเป็นอาวุธที่ไม่มีทางเอามาโจมตีเราได้.” ลอร์ด แฮลิแฟกซ์ รัฐมนตรีต่างประเทศอังกฤษในขณะนั้น บันทึกว่า : “โดยนัยก็หมายความว่า. . . ฮิตเลอร์ตั้งใจจะใช้การข่มขู่ให้ขวัญเสีย.” ในเดือนต่อมา คือเดือนตุลาคม ปี ๑๙๓๙ อนุกรรมการข่าวร่วมของอังกฤษพิจารณารายการ “อาวุธซึ่งเยอรมันเคยได้ทดลองอยู่” ตั้งแต่ระเบิดตอร์ปิโดร่อนได้ จนกระทั่งจรวดและ “การใช้พลังงานปรมาณูเป็นระเบิดกำลังสูง.” พวกหัวหน้าการข่าวลงความเห็นว่า ฮิตเลอร์หมายจะถล่มประเทศอังกฤษให้ย่อยยับโดยใช้กำลังทางอากาศ และ “อาจใช้ลูกระเบิดที่ประกอบด้วยดินระเบิดชนิดใหม่ที่ยังเป็นความลับ.”

---

*โบห์รปฏิเสธว่า ไม่มีแผนการใด ๆ เพื่อ “ห้ามสร้างระเบิด” ถึงแม้ว่า โรเบิร์ต ยุงค์ (Robert Jungk) เขียนยืนยันภายหลังใน “สว่างกว่าพระอาทิตย์พันดวง” (Brighter than a Thousand Suns) ว่าไฮเซนแบร์กและไวซสัคเคอร์ได้ยื่นข้อเสนอว่านักวิทยาศาสตร์เยอรมันกับอังกฤษควรจะตกลงกันห้ามการพัฒนาระเบิดปรมาณู. กล่าวกันว่า ฮันส์ เยนเซ็น (Hans Jensen) นักฟิสิกส์เยอรมันก็ได้ยื่นข้อเสนอในทำนองเดียวกัน แต่โบห์รก็ปฏิเสธเรื่องนี้เช่นเดียวกัน.

ขณะที่ลูกระเบิดแบบธรรมดาที่ใช้กันอยู่ลูกแรกๆ เริ่มถล่มลอนดอน ฝ่ายเสนาธิการอังกฤษได้รับรายงานว่าการผลิต เฮวี่ วอเตอร์ ในนอร์เวย์เพิ่มจำนวนขึ้นอีกครั้งหนึ่ง. ไลฟ ตรอนสตัด ผู้ตามชาตาจะต้องถูกสังหารด้วยน้ำมือของผู้ทรยศ เริ่มวางแผนอย่างเอาจริงเอาจังเพื่อทำลายโรงงาน นอร์สก์ ไฮโดร. อีกหลายคนจะต้องล้มตายลงในการพยายามซ้ำแล้วซ้ำเล่าที่จะก่อวินาศกรรมโรงงานที่ดูหาทางเข้าถึงไม่ได้นี้.

มีโครงการลับหลายโครงการที่กำลังดำเนินอยู่. ในโคเปนเฮเกน ภายใต้การจับตาดูพวกเยอรมัน โบห์รกำลังรุดหน้าเพราะความกระตือรือร้นของเขาเองไปสู่หลักชัย ซึ่งในสายตาของเขาหมายถึงการไขความลึกลับใหม่ๆ แต่สำหรับพวกนาซีหมายถึงกุญแจไขพลังงานปรมาณู. ในสต๊อคโฮล์ม สถานีของเบเกอร์ สทรีท / เอ็ส.ไอ.เอ็ส. รวบรวมข้อมูลจากโบห์ร และจากนอร์สก์ ไฮโดร. สำเนาเอกสารจากสต๊อคโฮล์มส่งไปถึงสตีเฟนสันผู้เริ่มจัดการฝึกเจ้าหน้าที่และจัดตั้ง "โรงเรียนแห่งภยันตราย" ใหม่ในเขตทุรกันดารของแคนาดา สำหรับฝึกนักก่อวินาศกรรมสำหรับปฏิบัติการกล้าตาย.

สตีเฟนสันกล่าวภายหลังว่า : "ฝั่งทะเลตะวันตกของนอร์เวย์ป้องกันยากเพราะมีที่เว้าๆ แหว่งๆ มากมาย. ฟิยอร์ดเป็นพันๆ แห่งทำให้ความยาวจริงๆ ยืดออกเป็นระยะหมื่นไมล์ ดังนั้น พวกเยอรมันจึงตั้งวงล้อมรอบทะเลชายฝั่ง. ผมกำลังมองหาเรือเร็วอเมริกันสำหรับฝ่าวงล้อม — ในที่สุดเรือเหล่านี้ก็แล่นไปมาอย่างสม่ำเสมอเหมือนเครื่องจักรนาฬิการะหว่างแดนข้าศึกกับหมู่เกาะ เช็ตแลนด์ (Shetland Isles) อันเป็นที่ที่ลุงของโรเบิร์ต หลุยส์ สตีเวนสัน (Robert Louis Stevenson) ได้สร้างประภาคารไว้ ซึ่งบัดนี้เรือเหล่านี้ใช้สำหรับดูทิศทาง. เรือแล่นไปมาอย่างสม่ำเสมอ เราจึงเรียกบริการนี้ว่า "เรือเมล์ เช็ตแลนด์"."

ออด สตาร์ไฮม์ บุตรชายเจ้าของบริษัทเดินเรือชาวนอร์เวย์คนหนึ่งหลบหนีไปยังสก๊อตแลนด์โดยเรือเล็กและกลับไปนอร์เวย์ในฐานะสายลับที่ผ่านการฝึกมาแล้วก่อน "เรือเมล์ เช็ตแลนด์" เริ่มปฏิบัติการ. ปฏิบัติการของเขามีนามรหัสว่า "ชี้ส" (Cheese). เขาเริ่มส่งรายงานทางวิทยุเกี่ยวกับปฏิบัติการทางทะเลของข้าศึกไปพลาง ระหว่างที่คอยหาโอกาสเหมาะสำหรับเล็ดลอดผ่านการรักษาความปลอดภัยของนาซีที่อยู่รอบๆ โรงงาน นอร์สก์ ไฮโดร. เครื่องหาทิศวิทยุของเกสตาโปเริ่มโอบเข้าใกล้ที่จะจับสตาร์ไฮม์ได้ หลังจากที่เขาสามารถหาตำแหน่งที่อยู่ของเรือรบ

เยอรมัน คือ เรือบิสมาร์คกับเรือพรินศ์ ออยเกน ซึ่งคอยท่าที่จะออกสู่มหาสมุทรแอตแลนติก เพื่อทำหน้าที่เรือโจรสลัดความเร็วสูง. ที่หลบซ่อนของเขาในโรงนาที่อยู่ห่างจากฐานทัพเรือเยอรมันที่คริสเตียนซันด์ (Kristiansand) หกสิบไมล์ถูกล้อม. โซฟี รอร์วิก (Sofie Rorvig) หญิงสาวสวยสะดุดตา ผู้เป็นเจ้าหน้าที่นำสารของเขาเล็ดลอดผ่านหมู่ลาดตระเวนของ เอ็ส.เอ็ส. มาเตือนภัย และเสี่ยงอันตรายซ้ำสองในการผ่านพวกหมู่ลาดตระเวนออกไปอีกครั้งหนึ่งพร้อมกับสตาร์ไฮม์ โดยเดินคล้องแขนกันไป. ทหาร เอ็ส.เอ็ส. ที่กำลังตรวจค้นกองฟางและโรงนาปล่อยให้ผ่านไปโดยสวัสดีเพราะนึกว่าเป็นคู่รักหนุ่มสาว. สตาร์ไฮม์เดินทางอันยาวนานและเสี่ยงภัยแต่ผู้เดียวต่อไปยังสวีเดน อันเป็นประเทศเป็นกลาง ณ ที่นั้น เขาไปรายงานตัวต่อเพื่อนๆ ของสตีเฟนสัน โซฟีคงอยู่ที่เดิมกับข่าย "ชี้ส" ซึ่งกำลังขยายตัวเพื่อรับภาระอันยิ่งใหญ่ที่จะมีต่อไป.

หลังจากได้รายงานรายละเอียดใหม่ๆ เกี่ยวกับการรักษาความปลอดภัยของเยอรมันให้ทางลอนดอนทราบ สตาร์ไฮม์กระโดดร่มกลับเข้านอร์เวย์ โดยคราวนี้ได้รับมอบหมายให้ไปนำตัววิศวกรของนอร์สก์ ไฮโดร ออกมาคนหนึ่ง. ก่อนที่เขาจะสามารถเริ่มลงมือทำงานต่อไป เขาถูกเกสตาโปล้อมไว้ในห้องนั่งเล่นในบ้านของเพื่อนคนหนึ่ง. เขาฝ่าฟันเข้าไปถึงทางเดิน และพุ่งผ่านห้องนอนของคุณยาย กระโจนออกไปทางหน้าต่างต่อหน้าต่อตาสุภาพสตรีชราที่ตะลึงงัน. เขาตะกายขึ้นรถบรรทุกและหายตัวไปก่อนพวกผู้ไล่ตามจะตั้งตัวติด. วันรุ่งขึ้นเขาไปรายงานตัวที่ศูนย์วิทยุสื่อสาร "ชี้ส" เดิม. ถึงปลายปี ๑๙๔๑ เขาไปตั้งฐานในกระต๊อบร้างที่อยู่เหนือโรงงานและห้องทดลองต่างๆ ของนอร์สก์ ไฮโดร บนภูเขาบาร์เรน. แล้วในวันที่ ๑๐ มีนาคม ๑๙๔๒ เบล็ตชลี่ย์ก็ได้รับข่าวฉบับหนึ่ง : "ขโมยได้เรือลำหนึ่งและกำลังมุ่งสู่สก๊อตแลนด์. โปรดคุ้มกันทางอากาศ. จาก "ชี้ส"." เขาล่องลงมาจากทะเลน้ำแข็งที่อยู่สูง ๖,๐๐๐ ฟุต พร้อมกับไอนาร์ สกินนาร์ลันด์ (Einar Skinnarland) วิศวกรที่มีความคุ้นเคยกับแผนผังของโรงงานที่สุด แล้วยึดเรือไฟชายฝั่งระวางขับน้ำ ๖๒๐ ตัน ชื่อ กาลเตซุนด์ (Galtesund) มาได้. หนึ่งสัปดาห์ต่อมา ทั้งสองมาถึงแอเบอร์ดีน (Aberdeen) เมืองท่าในสก๊อต-แลนด์ตะวันออก โดยมีเครื่องบินทิ้งระเบิดของกองทัพอากาศอังกฤษคุ้มกันมา. ทั้งสองคนเดินทางต่อไปลอนดอนทันที ณ ที่นั้น สกินนาร์ลันด์รีบเข้าพบปรึกษาหารือกับหัวหน้าฝ่ายราชการลับ และนักวิทยาศาสตร์ทางปรมาณูทันที.

หลังจากได้ผ่านหลักสูตรเร่งรัดเกี่ยวกับสงครามลับเป็นเวลาสิบเอ็ดวัน

สกินนาร์ลันด์ก็กระโดดร่มกลับไปบนภูเขาบาร์เรน — เป็นเวลาสามสัปดาห์พอดีหลังจากที่เขาหายตัวไปจากโรงงาน. พวกผู้จัดการเยอรมันของโรงงานยอมเชื่อคำชี้แจงว่าเขาป่วยโดยดี. จอห์น สกินเนอร์ วิลสัน (John Skinner Wilson) หัวหน้าแผนกนอร์เวย์ของเบเกอร์ สทรีท รายงานว่า : "นี่เป็นการเปลี่ยนอาชีพอย่างฉับพลันที่สุด และเป็นการฝึกที่สำคัญที่สุด เท่าที่เราเคยกระทำมา. ในลอนดอนมีคนที่ทราบจุดประสงค์ที่แท้จริงไม่เกินสามคน."

ภารกิจของสกินนาร์ลันด์ที่ภูเขาบาร์เรนตอนนี้คือการตระเตรียมปฏิบัติการก่อวินาศกรรม ที่ต้องเป็นความลับเสียจนทำให้ส่งรายงานของเขาไปทางวิทยุไม่ได้ แต่ต้องผ่านวิธีกรรมซับซ้อนในการใส่รหัสและย่อส่วนเป็นจุดไมโคร โดยส่งไปทางสวีเดน. ตัวอย่างหนึ่งของรายงานคือ : "พวกเยอรมันหวังพึ่งการป้องกันทางธรรมชาติมากเกินไป. . . . ยามเฝ้าภายในโรงงานเปลี่ยนเวรเวลา ๑๘.๐๐ น. . . . มียามบนสะพานแขวนระหว่างเวมอร์ค (Vemork) และริวกัน (Rjukan). . . ถนนทางเข้าทางเดียวจะมีไฟฉายจ้าเมื่อมีสัญญาณภัย. . . . ยามอยู่ในบ้านพักที่อยู่ระหว่างโรงแยกธาตุด้วยไฟฟ้ากับโรงจักรยนต์. . ."

มีการเสี่ยงภัยอย่างน่ากลัว. โคลิน กับบินส์ หัวหน้าเบเกอร์ สทรีท กล่าวว่า : "เราได้รับคำสั่งให้ — อ้า — ให้ทำลายสถานที่นั้นให้สิ้นซาก. นั่นเป็นงานเร่งด่วนอันดับสูงสุดของเรา."

สิ่งที่ทำให้ภารกิจนี้กลายเป็นเรื่องเร่งด่วน คือการเดินทางของเชอร์ชิลล์ เป็นระยะ ๔,๐๐๐ ไมล์อย่างเสี่ยงภัยโดยเครื่องบินทะเล ในเดือนมิถุนายน ๑๙๔๒ เพื่อไปปรึกษาหารือกับรูสเวลท์ เรื่องอนาคตของอาวุธปรมาณู. สตีเฟนสันกล่าวว่า : "ความสำเร็จในการสร้างระเบิดยูเรเนียมของอังกฤษอยู่ใกล้แค่เอื้อมนี่เอง. แต่โดยเหตุผลหลายประการการสร้างจะต้องทำในแคนาดาหรือสหรัฐ. กรรมการที่ปรึกษาทางวิทยาศาสตร์ได้แนะนำให้สร้างโรงงานขั้นทดลองในประเทศอังกฤษ และต่อไปให้สร้างโรงงานขนาดจริงในแคนาดา. แต่การทำดังนี้หมายถึงการทำงานซ้ำซ้อน. เอ็ฟ.ดี.อาร์. เสนอให้ทำงานพัฒนาร่วมกัน โดยให้ตั้งโรงงานพลังงานปรมาณูในสหรัฐ. ทุกอย่างจะกระทำด้วยหลักของการแบ่งปันผลกันอย่างเต็มที่แบบหุ้นส่วนที่เสมอกัน. ท่านประธานาธิบดีกับท่านนายกรัฐมนตรีศึกษาเอกสารทางวิทยา-ศาสตร์ต่าง ๆแล้วลงความเห็นว่าจะต้องทำทุกอย่างเพื่อขัดขวางหน่วงเหนี่ยวพวกเยอรมัน. มีนักฟิสิกส์จำนวนมากจากเยอรมันร่วมทำงานในแผนปรมาณูของฝ่ายเราเอง. เรา

อย่าไปคิดว่าจะไม่มีความก้าวหน้าอย่างเท่าเทียมกันภายในไรชที่สาม.”

สตีเฟนสันบินไปแคนาดา ที่เจ้าหน้าที่ของกองทัพลับนอร์เวย์กำลังรับการฝึกอยู่. ณ ที่นั้น เขาติดต่อกับกับบินส์และจอห์น วิลสัน ผู้ใช้ตำแหน่งผู้อำนวยการและหัวหน้าค่ายลูกเสือสากลเป็นข้ออ้างสำหรับการติดต่อเรื่องบางเรื่องอย่างไม่เป็นทางการได้. ทั้งสามคนเริ่มท่องเที่ยวซอกซอนในดินแดนใกล้โทรอนโท ที่เรียกกันว่า “นอร์เวย์น้อย” อันเป็นที่ที่หนุ่ม ๆ สาว ๆ หลายร้อยคนรับการฝึกในสงครามพลร่ม. จากบรรดาผู้รับการฝึกเหล่านี้จำนวนเพียงหยิบมือเดียวจะถูกส่งเข้าไปปฏิบัติการบนภูเขาบาร์เรน. หน่วยยิ่งเล็กเท่าไรก็ยิ่งเสี่ยงต่อการถูกค้นพบน้อยลงเท่านั้น.

วิลสันมิได้หลงละเมอว่ามีอันตรายน้อย. เขาบันทึกว่า : “อากาศแย่เกือบตลอดเวลา. หมอกลงอย่างฉับพลัน พายุกระหน่ำอย่างไม่มีเค้าให้รู้ก่อน กระแสลมพัดขึ้นอย่างแรง. ภูมิประเทศประกอบด้วยยอดเขาที่มีทะเลน้ำแข็ง และหน้าผาชันที่เป็นอันตรายหลายร้อยแห่ง มีหนองน้ำ พรุ รวมทั้งธารน้ำที่ข้ามไปไม่ได้อีกหลายแห่ง.” ที่นั่นไม่เกื้อกูลต่อการกระโดดร่มหรือการใช้เครื่องร่อนลงไป. วิลสันรับภาระการเลือกเฟ้นบุคคลที่จะต้องไปปฏิบัติงานในปฏิบัติการที่ไม่มีทางทำสำเร็จได้. “ผมทราบดีว่าถ้าผมทาบทามชาวนอร์เวย์คนใดที่มีคุณสมบัติเหมาะสม คนไหนก็คนนั้นก็จะขออาสา.” สี่คนที่รับอาสาทำงานสำเร็จหลักสูตรจากโรงเรียนจารกรรมแล้วได้รับการฝึกเพิ่มเติมให้แข็งแกร่งจากครูฝึกของหน่วยจู่โจมอังกฤษ. มีการสร้างอุปกรณ์ สกี (Ski) ทำด้วยมือเป็นพิเศษในแคนาดา. ในเดือนกันยายน ๑๙๔๒ ทั้งสี่คนก็พร้อมจะปฏิบัติงาน. พวกเขาบินจากสก๊อตแลนด์ตะวันออกไปบริเวณกระโดดร่มสองครั้ง. ทั้งสองครั้งก็จำต้องกลับมาเพราะอากาศไม่ดี. ในครั้งที่สาม พวกเขากระโดดลงไปบนที่ราบสูงซึ่งมียอดเขาและทะเลน้ำแข็งคั่นอยู่ระหว่างทางไปโรงงานนอร์สก์ ไฮโดร. ไม่กี่วันต่อมา “ชี้ส” ก็ส่งข่าวมา :

> พวกเยอรมันกำลังส่ง เฮวี่ วอเตอร์ ที่มีอยู่ไปทั้งหมด. เข้าใจว่ามีจำนวนพอเพียงตามที่เบอร์ลินต้องการในขณะนี้.

ข่าวนี้ทำให้เกิดเสียขวัญปั่นป่วนเล็กน้อย. เวลาเหลืออยู่น้อยเต็มทีแล้ว. อีกครั้งหนึ่งที่สตีเฟนสันถูกเรียกตัวไปลอนดอนเพื่อปรึกษาหารืออย่างเร่งด่วน. คณะรัฐมนตรีเรียกประชุมฉุกเฉิน. มีความคิดไม่ลงรอยกันระหว่างพวกอาสาสมัครแห่งเบเกอร์ สทรีท กับพวกวางแผนทางทหารซึ่งมีความคิดเป็นประเพณีสืบเนื่องกันมาให้ไม่ชอบสงครามนอกแบบ.

สตีเฟนสันกล่าวว่า : “ชาตากรรมของโลกดูเหมือนจะแขวนอยู่ที่เจ้าหน้าที่หนุ่มทั้งสี่คนนั้น. พวกเยอรมันกำลังใช้เฮวี่ วอเตอร์ ที่สำรองไว้ทั้งหมด. พวกนั้นต้องใกล้ความสำเร็จแล้ว. มีการตกลงใจที่จะดำเนินการโจมตีอย่างเต็มอัตราศึก โดยใช้เครื่องร่อนนำกองกำลังจู่โจมในประจำการเข้าไปในเขตปฏิบัติการ.”

เขาบินกลับนิวยอร์ค โดยยังไม่ปลงใจเชื่อว่าปฏิบัติการจู่โจมจะมีหวังสู้ได้ และเริ่มเสาะหาอุปกรณ์อเมริกันใหม่ ๆ สำหรับเตรียมปฏิบัติการนอกแบบอีกครั้งหนึ่ง. ในเดือนพฤศจิกายนได้รับข่าวสั้น ๆ จากนอร์เวย์อีกครั้งหนึ่ง : “ช้างสีชมพูสามเชือก.” หมายความว่าเป้าหมายอยู่ในสายตาของเจ้าหน้าที่สี่คนนั้นแล้ว. ในเวลาเดียวกันนั้นทหารประจำเครื่องบินทิ้งระเบิดสองลำออกบินจากฐานปฏิบัติการพิเศษใหญ่ที่วิคก์ (Wick) บนฝั่งตะวันออกเฉียงเหนือของสก๊อตแลนด์ เพื่อพ่วงเครื่องร่อนแบบฮอร์ซา (Horsa) สองลำ ที่จะนำทหารหน่วยจู่โจมอังกฤษสามสิบสี่คนข้ามทะเลเหนือ.

ยี่สิบสี่ชั่วโมงต่อมา เบล็ตชลี่ย์ดักได้รายงานข่าวของเยอรมันในท้องที่. “เครื่องบินทิ้งระเบิดอังกฤษสองลำ ที่พ่วงเครื่องร่อนซึ่งมีนักก่อวินาศกรรมโดยสารมาได้บินล้ำแดนนอร์เวย์ภาคใต้ และถูกเครื่องบินขับไล่ของกองทัพอากาศเยอรมันบังคับให้บินลง. เจ้าหน้าที่ประจำเครื่องบินทิ้งระเบิดและเครื่องร่อนของข้าศึกถูกสังหารสิ้นไปทั้งหมดในการต่อสู้กลางอากาศ.”

ข่าวนี้เป็นเรื่องเท็จ. เครื่องร่อนลำหนึ่งตกเมื่อสายพ่วงขาดเพราะน้ำแข็งจับ. ทหารจู่โจมในเครื่องแบบแปดในสิบเจ็ดคนคลานออกมาจากซาก โดยรอดชีวิตมาได้. ในจำนวนนี้ สี่คนถูกสังหารโดยการฉีดฟองอากาศเข้าเส้นเลือด ที่โรงพยาบาลสนามเยอรมันแห่งหนึ่ง. สี่คนที่เหลืออยู่ถูกยิงเป้า. เครื่องร่อนลำที่สองลงฉุกเฉินหลังจากเครื่องบินทิ้งระเบิดบินชนภูเขา. สิบสี่คนที่รอดชีวิตมาได้ถูกยิงเป้า โดยเริ่มด้วยพวกที่บาดเจ็บที่ถูกนำไปพิงกำแพงต่อหน้าเพื่อน ๆ.

ตอนนี้ เบเกอร์ สทรีท ก็ส่งเจ้าหน้าที่ลงสนามอีกสิบเก้าคนโดยทางอากาศและทางทะเล. คนหนึ่งชื่อ อาร์เน แวรุม (Arne Vaerum) นามรหัส “เพ็นกวิน” (Penguin) ประจำข่ายวิทยุสื่อสารที่ส่งข่าวเข้าฐานอย่างไม่ขาดสาย. “เพ็นกวิน” ยังกำลังเคาะเครื่องส่งอยู่เมื่อทหาร เอ็ส.เอ็ส. จับตัวเขาได้. ข่าวที่เขากำลังส่งอยู่ส่งเสียงต๊อด ๆ ฝ่าความมืดมาถึงเจ้าหน้าที่วิทยุหญิงในอังกฤษ ผู้ไม่เพียงแต่รู้จัก “จังหวะ” ของเขาดี แต่ยังเป็นมิตรสนิทอีกด้วย. หญิงสาวผู้นั้นสังกัดกองปฐม-

พยาบาล (First Aid Nursing Yeomanry) ในคืนที่ "เพ็นกวิน" เสียชีวิต วีรสตรีของ "แฟนี" (Fany) อีกคนก็ถือกำเนิดขึ้น. เธอทราบดีว่าข่าวที่ชะงักลงหมายความถึงอะไร และขออาสากระโดดร่มเข้าแดนข้าศึกเพื่อเป็นการบรรเทาความปวดร้าวทางจิตใจด้วยปฏิบัติการทางกาย. เธอได้รับการฝึกสำหรับไปปฏิบัติการพิเศษในประเทศเดนมาร์ก และได้เป็นเจ้าหน้าที่นำสารที่รู้จักกันในนามว่า "ทรูดี" (Trudi) ในการพาตัวนีลส์ โบห์ร หลบหนีในเวลาต่อมา.

ฤดูหนาวในปลายปี ๑๙๔๒ หนาวจัดที่สุดเท่าที่ชาวนอร์เวย์เคยประสบมา. "ช้างสีชมพู" สี่คนที่มีนามรหัสว่า "สวอล์โลว์" (Swallow) ยังคงประจำอยู่ในที่ตั้งบนภูเขาเหนือเป้าหมาย ต้องอดมื้อกินมื้อ และต้องเจ็บป่วยเพราะตากอากาศหนาวจัดมาเป็นเวลานาน. มีการดำเนินปฏิบัติการใหม่เพื่อเสริมกำลังพวกนี้ โดยส่งอาสาสมัครแห่ง เบเกอร์ สทรีท อีกหกคน ที่ได้ผ่านการฝึกอย่างรุนแรงทารุณยิ่งกว่าอีก ที่โรงเรียนซึ่งเรียกกันว่าโรงเรียนโจร ใกล้เซาแธมป์ตัน. คนหนึ่งในพวกนี้ คือ คนูต เฮาเกลิด (Knut Haukelid) พี่ชายฝาแฝดของซิกริด กูรี (Sigrid Gurie) ดาราละครและภาพยนตร์.

กับบินส์เขียนไว้ว่า : "ข้อสำคัญที่สุด คนูตเป็นนักล่า. นอกจากนี้เขายังเป็นนักคิดที่มีความสำนึกในค่านิยม. . . . ผมเคยอยู่กับคนูตสองวันในหุบเขาของภูเขาบาร์เรน ซึ่งเป็นหุบลึกและชันมากเสียจนทำให้พระอาทิตย์ส่องไม่ถึงพื้นในฤดูหนาว และต้องใช้รถรางซักรอกพาพวกคนงานขึ้นไปบนยอดเขาเพื่อรับแสงสว่างประจำวัน.

ระหว่างที่เฮาเกลิดเตรียมตัวที่จะกลับเข้านอร์เวย์ ก็มีการประเมินสถานการณ์ใหม่ในอเมริกา. โครงการ "เขตวิศวกรแมนแฮ็ตตัน. ลำดับความเร่งด่วน : สุดยอด (AAA)" เป็นความพยายามร่วมกันของพวกนักวิทยาศาสตร์ผู้ลี้ภัยจากยุโรป และพวกนักวิทยาศาสตร์ปรมาณูของสหรัฐและอังกฤษในการสร้างระเบิดปรมาณูให้ได้ก่อน. การแยกปรมาณูได้เริ่มต้นทำกันแล้วใต้อัฒจันทร์สนามฟุตบอลล์ของสนามสแตกก์ (Stagg Field) ที่มหาวิทยาลัยชิคาโก. นักฟิสิกส์สามารถควบคุมปฏิกิริยาลูกโซ่ที่ขยายตัวอย่างรวดเร็ว ซึ่งจะใช้เป็นแกนของอาวุธที่จะมีฤทธิ์เหลือเชื่อ.

โครงการแมนแฮ็ตตันอันมหึมารวบรวมขึ้นได้เพราะรูสเวลท์. เขาทราบดีว่าในยุโรปของฮิตเลอร์ อันแสนไกล อันตรายยิ่งใหญ่ที่สุดที่จะเกิดขึ้นคุกคามก็คือนีลส์ โบห์ร. ที่ห้องทดลองของเขาในเดนมาร์ก โบห์รสามารถแยกปรมาณูของ

ยูเรเนียมได้แล้ว ซึ่งทำให้เกิดพลังงานที่คำนวณกันว่าแรงกว่าดินระเบิดกำลังสูงธรรมดาในปริมาณเดียวกันถึงหนึ่งล้านเท่า.

รูสเวลท์ถามสตีเฟนสันว่า : "จะฉกเอาตัวโบห์รมาต่อหน้าต่อตาพวกนาซีได้หรือไม่ เพื่อนำมาร่วมโครงการแมนแฮ็ตตัน."

สตีเฟนสันตอบว่า : "จะต้องไว้เป็นหน้าที่ของฝ่ายอังกฤษ. นีลส์ โบห์รเป็นนักใฝ่สันติแบบเข้ากระดูกดำ. เขาไม่เชื่อว่างานที่เขาทำในโคเปนเฮเกนจะเป็นประโยชน์แก่พวกขุนศึกเยอรมัน และเขาก็คงไม่ยอมเข้าร่วมในกิจการอเมริกัน ซึ่งมีเป้าหมายอันเดียวคือการสร้างระเบิด. แต่เขาติดต่อเป็นประจำกับเพื่อนร่วมงานเก่าของเขาในอังกฤษ ผู้ที่เขานับถือเชื่อใจ."

นับแต่วาระนั้น รูสเวลท์ก็ได้รับรายงานรายละเอียดทุกฝีก้าวของเรื่องที่น่าตื่นเต้นที่กำลังคลี่คลายตามลำดับที่ข่าวเข้ามาถึง บี.เอ็ส.ซี. ในนิวยอร์ค.

คนูต เฮาเกลิด กับพรรคพวกอีกห้าคนกระโดดร่มลงไปในนอร์เวย์ ในวันที่ ๑๖ กุมภาพันธ์ ๑๙๔๓. ระหว่างนั้น เจมส์ แชดวิก (James Chadwick) ก็ร่างสารที่เขียนอย่างระมัดระวังถึง นีลส์ โบห์ร เชิญให้มาอังกฤษ อันเป็นที่ที่ "ไม่มีนักวิทยาศาสตร์คนใดในโลกจะได้รับการต้อนรับนับถือยิ่งไปกว่าคุณ." แชดวิกได้แต่เพียงแย้มถึง "ปัญหาพิเศษ" ที่ความร่วมมือของโบห์รจะเป็นประโยชน์. จดหมายนั้นได้รับการย่อลงเป็นไมโครฟิล์ม และซ่อนไว้ในพวงกุญแจ.

ในวันที่ ๒๓ กุมภาพันธ์ คณะ "สวอล์โลว์" ได้รับการเสริมกำลังจากคณะของเฮาเกลิด. ทุกคนกระโผลกกระเผลกเพราะบาดแผลที่เกิดจากความเย็นจัด. เจ้าหน้าที่ทั้งสิบคนมีวัตถุระเบิดเพียงพอสำหรับทำลายโรงงานที่ภูเขาบาร์เรน แต่มีเสบียงอาหารน้อยและมียารักษาโรคยิ่งน้อยลงไปอีก. ทั้งหมดร่วมกันร่างคำสั่งเด็ดขาดเกี่ยวกับระเบียบการปฏิบัติ : "ทุกคนจะสวมเครื่องแบบ. จะเข้าประจำที่มั่น ห่างจากแนวรั้วป้องกัน ๕๐๐ เมตร เวลาเที่ยงคืน. จะเข้าโจมตีเวลา ๐๐.๓๐ น. หลังจากการเปลี่ยนยาม. หากมีการลั่นสัญญาณภัย คณะคุ้มกันจะโจมตียามทันที ระหว่างที่คณะระเบิดทำลายปฏิบัติการต่อไป. คณะ

ระเบิดทำลายจะต้องทำลายเครื่องทำให้เข้มข้น (high-concentration plant)* ในห้องใต้ดินของอาคารแยกธาตุด้วยไฟฟ้า (electrolysis). ผู้เชี่ยวชาญการระเบิดทำลายแต่ละคนจะมีผู้คุ้มกันหนึ่งคนที่ถือปืนพกขนาด .๔๕. หากเกิดการปะทะกันขึ้นก่อนถึงเป้าหมาย คณะคุ้มกันจะเข้าปฏิบัติการวางระเบิดแทนหากมีความจำเป็น. แต่ละคนจะมียาเม็ด "เอ็ล." คือ โปแตสเซียม ไซยาไนด์ (potassium cyanide) สองเม็ด. ผู้ใดที่มีท่าจะถูกจับเป็นเชลยจะฆ่าตัวตาย."

คำสั่งอันเหี้ยมเกรียมนี้เขียนขึ้นท่ามกลางความอ้างว้างในทะเลน้ำแข็งที่มีลมพัดกระโชกระหว่างพายุน้ำแข็ง. การทำลายโรงงานนี้ตกลงกันไว้เกือบปีหนึ่งมาแล้ว. การพยายามทำลายได้ล้มเหลวมาครั้งแล้วครั้งเล่า. นายอินทร์แจ้งรูสเวลท์ว่า : "หากพวกเยอรมันจับเป็นคณะ "สวอล์โลว์" ได้ พวกนั้นก็คงจะเดาได้ว่าที่มีการปฏิบัติการเสี่ยงตายเช่นนี้ ก็เพราะฝ่ายสัมพันธมิตรพิสูจน์ได้แล้วว่าระเบิดปรมาณูเป็นสิ่งที่จะสร้างได้จริง."

สองเดือนหลังจากที่อเมริกันสามารถก้าวหน้าในการวิจัยปรมาณูที่ชิคาโก คณะ "สวอล์โลว์" ก็ไต่ลงสู่หุบเขามหาภัย ซึ่งลึกเสียจนแสงอาทิตย์ในฤดูหนาวไม่เคยส่องลงไปถึงพื้น. พวกเขารู้จักทุกซอกทุกมุมของโรงงาน นอร์สก์ ไฮโดร จากการศึกษาหุ่นจำลองใหม่ ซึ่งสร้างขึ้นภายใต้การอำนวยการของ ศาสตราจารย์ โยนาร์ บรุน (Jonar Brun) อดีตหัวหน้าวิศวกร ผู้หลบหนีมาประเทศอังกฤษพร้อมกับแบบแปลน. ในความมืดมิดพวกเขาคืบคลานดุจสัตว์กลางคืน ผ่านเข้าไปในอุโมงค์สำหรับนำสายไฟที่นำไปสู่ห้องใต้ดินของอาคารแยกธาตุด้วยไฟฟ้า โดยผ่านท่อที่พาดสลับซับซ้อนซึ่งมีน้ำแข็งเกาะเต็ม. พวกเขาได้นัดแนะกันว่าจะใช้คำรหัสจากเพลงปลุกใจ "อิตส์ อะ ลอง เวย์ ทู ทิพเพอรารี" (It's a long way to Tipperary). หากถูกโจมตีหรือหลงทางในความสับสน คำร้องถามจะใช้ "พิกกาดิลลี" (Piccadilly) และคำขานรับใช้ "เล็สเตอร์ สแควร์" (Leicester Square) อันเป็นการเลือกคำเหมือนประชดประชันมาจากละครเพลง.

---

*หมายเหตุของผู้แปล : เครื่องทำให้ เฮวี่ วอเตอร์ เข้มข้น. น้ำจืดธรรมดามี เฮวี่ วอเตอร์ อยู่ในอัตรา ๑ ต่อ ๖,๙๐๐ ส่วน. โดยที่น้ำธรรมดาแยกธาตุด้วยไฟฟ้า (electrolysis) ออกเป็นไฮโดรเย็น และ อ็อกซิเย็น ได้ง่ายกว่า เฮวี่ วอเตอร์ จึงใช้วิธีกรรมนี้เพื่อสกัด เฮวี่ วอเตอร์ บริสุทธิ์จากน้ำธรรมดา.

หลังจากนั้นหนึ่งชั่วโมงคณะระเบิดทำลายก็กลับมา. วัตถุระเบิดวางไว้เรียบร้อย ชนวนก็จุดแล้ว. เฮาเกลิดหยิบลูกระเบิดมือออกจากเสื้อชั้นนอกหกลูกและคอยคุ้มกันการถอนตัว. ไม่กี่นาทีต่อมาเกิดเสียงหวีดแผ่วๆ ดังออกมาจากตึกเจ็ดชั้นส่วนกลาง ตามด้วยเสียงครืนทุ้มๆ และเบาๆ. เฮาเกลิดเรียกว่า "เสียงเปรี้ยงน้อยๆ ที่ไม่มีความหมายเลย." หลายชั่วโมงภายหลัง เมื่อกลับถึงที่หลบซ่อนในภูเขา พวกเขาก็เสียอกเสียใจที่ทำงานไม่สำเร็จ. เวลาผ่านไปตั้งนาน พวกเขาจึงได้รับทราบว่าเครื่องทำให้เข้มข้นถูกทำลายลงจนสิ้น. ถึงตอนนั้น เจ้าหน้าที่ในกลุ่มห้าคนที่สวมเครื่องแบบอังกฤษครบชุด ก็ได้เดินทางผ่านยอดเขาและหุบห้วยเป็นระยะทาง ๓๕๐ ไมล์ เข้าสวีเดนไปแล้ว. พวกที่เหลือยังคงอยู่ในนอร์เวย์เพื่อปฏิบัติการต่อไปในเขตที่พวกเยอรมันส่งกองกำลังติดสกีเข้าไปกวาดล้างด้วยความแค้น -- ซึ่งประกอบด้วยกำลังเกสตาโป และ เอ็ส.เอ็ส. และทหารจู่โจม "ฮิร์ด" (Hird) ของ ควิสลิง (Quisling).

เมื่อโรงงานกลับคืนสู่สภาพทำการผลิตได้อีก กองทัพอากาศอังกฤษก็พยายามทำลายด้วยการทิ้งระเบิด. การโจมตีทางอากาศอย่างหนักหลายครั้งหลายซ้ำไม่บังเกิดผลมากนัก. ทหารอากาศอังกฤษและพลเมืองชาวนอร์เวย์ต้องเสียชีวิตลงเป็นจำนวนมาก. กองทัพอากาศสหรัฐก็พยายาม แต่ได้รับผลทำนองเดียวกัน. คณะ "สวอล์โลว์" ได้พิสูจน์ให้เห็นคุณค่าของสงครามกองโจร แต่ผู้นำทางทหารของสัมพันธมิตรยังลังเลไม่ใคร่จะยอมรับบทเรียนนั้น. หนึ่งปีหลังจากที่ "สวอล์-โลว์" ก่อวินาศกรรมโรงงานได้ การผลิต เฮวี่ วอเตอร์ ก็เริ่มขึ้นใหม่. คราวนี้ คนูต เฮาเกลิด เสนอแนะไม่ให้พยายามก่อวินาศกรรมอีกครั้งหนึ่ง. เขากลับเสนอให้โจมตีสายการลำเลียงแทน. กำลังจะมีการขนส่ง เฮวี่ วอเตอร์ จำนวน ๕,๐๐๐ ปอนด์ ซึ่งเป็นผลผลิตในช่วงเวลาประมาณหกเดือนไปประเทศเยอรมัน. จุดอ่อนที่สุดในเส้นทางลำเลียงคือเรือขนานยนต์สำหรับบรรทุกรถไฟทั้งขบวนข้ามฟาก. เฮาเกลิดกับสมาชิกของกองทัพลับสองคนโดยสารไปกับเรือข้ามฟาก และวางลูกระเบิดที่ตั้งไว้ให้ระเบิดตอนเที่ยงวันรุ่งขึ้น เมื่อเรือจะอยู่กลางทะเลอีก. เรือข้ามฟากกับพัสดุสำคัญระเบิดขึ้นตามเวลา ทำให้ลูกเรือชาวนอร์เวย์สี่คนตายไปด้วย. ในการนี้ เฮาเกลิดไม่มีเครื่องปลอบใจอะไรเลย นี่เป็นการตัดสินใจแบบจำต้องอำมหิตครั้งหนึ่งในหลายครั้ง. เขาต้องชั่งความสูญเสียเพื่อนร่วมชาติของเขากับการเสียชีวิตของทหารสัมพันธมิตรแปดสิบสามคนในปฏิบัติการก่อนๆ. เขาเขียนอย่างถ่อมตัวหลังสงครามว่า : "ตัว เฮวี่ วอเตอร์ เองมิได้เป็นส่วนหนึ่งของระเบิดปรมาณู แต่ก็เป็นปัจจัยสำคัญในการวิจัยค้นคว้าหาวัตถุที่ต้องใช้สำหรับสร้างระเบิด

นั้น.” ต้องใช้เวลาถึงสามปีในการทำลายแหล่งวัตถุดิบสำหรับวิจัยปรมาณูของนาซีแหล่งนี้ได้โดยเด็ดขาด -- สามปีนับแต่วาระแรกที่สตีเฟนสันมาสำรวจสายการลำเลียงจากนอร์เวย์. การที่ประธานาธิบดี รูสเวลท์ สนับสนุนสงครามลับนั้นมีรากฐานบางส่วนมาจากรายงานของ สตีเฟนสัน ในเดือนเมษายน ๑๙๔๐ เกี่ยวกับ เฮวี่ วอเตอร์ และข้อสรุปว่าระเบิดปรมาณูอยู่ในวิสัยที่จะเป็นไปได้.

ข้อวิจารณ์อย่างเดียวของสตีเฟนสันในเอกสารของ บี.เอ็ส.ซี. คือ : “หากเฮาเกลิดมิได้มีความมุ่งมั่นเช่นที่เขาได้แสดง พวกเยอรมันคงจะได้รับโอกาสที่จะทำลายล้างโลกที่มีอารยธรรมเสียสิ้น. พวกเราก็คงต้องตายไป หรือไม่ก็คงต้องมีชีวิตอยู่ใต้แอกของพวกคลั่งฮิตเลอร์.

บทที่ ๔๕

ดร. โบห์รทำงานง่วนอยู่ในโคเปนเฮเกนโดยมีพวกหัวหน้ากองทัพลับเดนมาร์กคอยจับตาดูอยู่. พระเจ้า คริสเตียน ที่สิบ (King Christian X) และนักวิทยาศาสตร์นักปราชญ์ของพระองค์ยังคงหวังที่จะช่วยชีวิตผู้อื่นอยู่โดยหลีกเลี่ยงการเผชิญหน้าอย่างเปิดเผยกับเกสตาโป. แต่ความกระตือรือร้นขยันขันแข็งของโบห์รกำลังนำเขาไปสู่ความสำเร็จที่จะต้องเป็นประโยชน์แน่ต่อเยอรมันในการขวนขวายหาทางสร้างระเบิดปรมาณู. ห้องทดลองต่าง ๆ ของเขาที่สถาบันฟิสิกส์ภาคทฤษฎี (Institute for Theoretical Physics) ขยายตัวแบบงอกกิ่งก้านสาขาอย่างไม่หยุดยั้ง ผลิดอกออกผลใหม่ ๆ เมื่อได้เนื้อที่สำหรับการทดลองใหม่ ๆ และเมื่อมีแหล่งงบประมาณใหม่ ๆ ที่โผล่ขึ้นมาอย่างลึกลับ. ภายใต้ห้องทดลองทั้งหลายในท่อน้ำทิ้งที่ติดกับเครื่องแยกปรมาณูไซโคลตรอน (Cyclotron) ที่ใช้ เฮวี่ วอเตอร์ พวกนักก่อวินาศกรรมชาวเดนมาร์กได้ลอบวางระเบิดไว้เสร็จสรรพแล้ว เผื่อไว้สำหรับกรณีที่เกิดความจำเป็น.

สตีเฟนสันบอกรูสเวลท์ว่า : "ปฏิบัติการที่ภูเขาบาร์เรนและปฏิบัติการอื่น ๆ ในนอร์เวย์ทำให้ข้าศึกหันเหความสนใจจากสิ่งที่ทำให้เราหนักใจมากกว่าสิ่งอื่นใด -- คือ นีลส์ โบห์ร ซึ่งงานของเขาเหมือนกับโครงการปรมาณูที่กำลังดำเนินการอยู่ในสหรัฐมากอย่างน่าหวาดเสียว. เราต้องชั่งใจพิจารณาระหว่างการเสี่ยงให้ข้อมูลทางปรมาณูตกไปอยู่ในมือของเยอรมัน กับอันตรายจากการแก้แค้นของเยอรมันที่จะตามมา หากเครื่องแยกปรมาณูไซโคลตรอนของโบห์รถูกทำลาย."

ผู้ที่จะสามารถประเมินอันตรายต่าง ๆ ได้ดีที่สุด คือ สเวน ทรูลเสน (Sven Truelsen) หัวหน้าข่าวกรองทหารเดนมาร์กคนหนึ่ง ผู้เดินทางไป ๆ มา ๆ ระหว่างยุโรปในยึดครองของนาซีกับลอนดอน. เจ้าหน้าที่นำสารของเขามีภาระรับส่งข่าวที่ล่อแหลมระหว่างเบเกอร์ สทรีท กับโบห์ร.

เซอร์ เจมส์ แชดวิก (Sir James Chadwick) นักฟิสิกส์ชั้นนำ ผู้มั่นคงและใจเย็นที่สุด ส่งคำวิงวอนแบบปกปิดซ่อนเร้นโดยส่งคำชี้แจงล่วงหน้าไปดังนี้ :

ถึง : "ปีเตอร์" (Peter)

จาก : จาร์เลน (Jarlen)

ในอนาคตอันใกล้นี้เราตั้งใจจะส่งกุญแจพวงหนึ่งไปให้ "ยุสติตสราเดน" (Justitsraaden) อันจะบรรจุข่าวสำคัญยิ่งจากรัฐบาลอังกฤษถึงศาสตราจารย์ นีลส์ โบห์ร. จะเป็นพระคุณอย่างยิ่งหากท่านจะสามารถจัดการให้ศาสตราจารย์ โบห์ร ได้รับกุญแจ และขอให้ท่านเองหรือผู้ใดที่ท่านจะเห็นสมควรมอบหมาย อธิบายให้เขาทราบวิธีค้นข่าวให้พบ.

แผนผังต่อไปนี้แสดงตำแหน่งที่ซ่อนข่าว ซึ่งจะต้องแคะออกจากกุญแจ เอ. และ เอ.หนึ่ง. กุญแจ เอ.หนึ่ง คือดอกที่มีหมายเลข ๒๒๙ และกุญแจ เอ. คือดอกยาวที่อยู่ข้าง ๆ.

มีรูเล็ก ๆ ลึก ๔ ม.ม. เจาะไว้ในกุญแจทั้งสองดอก. รูเหล่านั้นถูกอุดและพรางไว้หลังจากสอดข่าวเข้าไปแล้ว. ศาสตราจารย์ โบห์รจะต้องค่อย ๆ ตะไบกุญแจตรงจุดที่ระบุไว้จนกว่าจะเห็นรูปรากฏขึ้น. ต่อจากนั้นใช้น้ำฉีดให้ข่าวออกมา หรือให้ลอยออกมาอยู่บนแผ่นกระจกเครื่องจุลทัศน์. ข่าวเป็นไมโคร-ฟิล์มขนาดเล็กนิดเดียว และมีสำเนาเหมือนกันในกุญแจทั้งสองดอก. จะต้องจัดการอย่างระมัดระวังมาก.

ผมเองไม่ทราบเนื้อหาของข่าว นอกจากทราบเพียงว่าเป็นข่าวสำคัญมาก. ขอให้ท่านกรุณาแจ้งให้ "ยุสติตสราเดน" ทราบ และบอกเขาให้คอยรับพวงกุญแจ. เราจะส่งกุญแจพวงนี้ผ่านไปถึงเขาโดยเจ้าหน้าที่นำสารต่างหาก ทันทีที่เราทราบว่าบันทึกนี้ถึงมือท่าน และท่านมีโอกาสแจ้งให้ "ยุสติตสราเดน" ทราบเรื่องแล้ว.

กุญแจส่งมาถึงในเวลาเดียวกับที่คณะ "สวอล์โลว์" กำลังทำลายโรงงานผลิต เฮวี่ วอเตอร์ นอร์สก์ ไฮโดร อยู่พอดี ตอนฤดูหนาวปี ๑๙๔๒ ที่หนาวทารุณนั้น. โบห์รปิดประตูใส่กลอนในห้องทดลองของเขา และเอาน้ำหยอดให้ข่าวขนาดเท่าหัวเข็มหมุดลอยออกมา. บี.เอ็ส.ซี. ในนิวยอร์คได้อ่านคำตอบของเขาด้วยความผิดหวังท้อใจ : "ในสถานการณ์เข้าตาจนของเรานี้ ผมรู้สึกว่าเป็นหน้าที่ของผมที่จะช่วยต่อต้านอันตรายที่คุกคามเสรีภาพของสถาบันของเรา และช่วยคุ้มครองนักวิทยาศาสตร์ที่หนีร้อนมาพึ่งเย็นที่นี้. . . . การนำสิ่งค้นคิดอันน่าอัศจรรย์

ล่าสุดด้านฟิสิกส์ปรมาณูมาใช้การในทันทีเป็นสิ่งที่ปฏิบัติไม่ได้."

เขาปฏิเสธคำขอร้องที่ใช้ถ้อยคำอย่างประณีตระมัดระวังเชื้อเชิญให้เลิกทำงานและไม่ยอมรับไปทำงานวิจัยค้นคว้าต่อในประเทศอังกฤษ. แชดวิกมิได้กล้าแย้มว่าต้องการให้โบห์รช่วยทำงานในโครงการสร้างระเบิดปรมาณูของอังกฤษกับอเมริกัน. โบห์รไม่นิยมความรุนแรง. ในประเทศเดนมาร์ก เขาเป็นที่นับหน้าถือตามาก. เขาเป็นนายกของราชบัณฑิตยสถานแห่งเดนมาร์ก และเป็นผู้ใกล้ชิดพระเจ้าแผ่นดินผู้มีพระชนม์เจ็ดสิบสามปีและทรงมีพระพลานามัยไม่สมบูรณ์. ตอนแรก ๆ พวกนาซีปฏิบัติกับทั้งสองท่านอย่างนุ่มนวลละมุ่นละม่อม. พระเจ้าแผ่นดินประทับอยู่ในพระราชวัง และพยายามคุ้มครองประชาราษฎรของพระองค์. ท่านศาสตราจารย์ก็ปฏิบัติหน้าที่ตามที่ตนเห็นสมควร เพื่อวิทยาศาสตร์และมนุษยชาติ. เขายังคงติดต่ออย่างเสี่ยงอันตรายกับแชดวิกในประเทศอังกฤษ และตอนต้นฤดูใบไม้ผลิปี ๑๙๔๓ เขาเตือนให้ทราบว่าพวกเยอรมันกำลังเสาะหายูเรเนียมชนิดโลหะและเฮวี่ วอเตอร์มากขึ้น อันเป็นปัจจัยที่สามารถนำมาใช้สร้างระเบิดปรมาณูได้.

มีการเรียกประชุมด่วนในลอนดอนและในนิวยอร์ค. บี.เอ็ส.ซี. มีแฟ้มประวัติของโบห์รกับพวกนักวิทยาศาสตร์ลี้ภัยที่เขากำลังพยายามปกป้องเก็บอยู่ที่ร็อกกิ-เฟลเลอร์ เซนเตอร์.

สตีเฟนสันเข้าใจ นีลส์ โบห์ร และปัญหาล่อแหลมในการเกลี้ยกล่อมให้เขายอมหนีออกมา. เชอร์ชิลล์รำคาญนักวิทยาศาสตร์แบบ โบห์ร และมีความเห็นว่าเขาผู้นี้ก้าวมา "ใกล้จวนจะถึงจุดที่จะก่ออาชญากรรมอันอุกฤษฏ์". เมื่อไม่มีทางใดอีกแล้ว ศาสตราจารย์ ลินเดมันน์ ผู้มีความอาฆาตพวกเยอรมันแบบเกือบเป็นการส่วนตัว มีความเห็นว่าควรให้นักก่อวินาศกรรมชาวเดนมาร์กจุดชนวนระเบิดที่วางไว้แล้วใต้สถาบันของโบห์ร ทั้งนี้เพราะเยอรมัน "ได้เรียกร้องต้องการ เฮวี่ วอเตอร์ และ ยูเรเนียมชนิดโลหะเพิ่มขึ้นแล้ว และบัดนี้พวกนักวิทยาศาสตร์เยอรมันก็ได้ยื่นข้อเสนอให้ใช้ปฏิกิริยาลูกโซ่ที่อาศัยนิวตรอนแบบช้าสำหรับผลิตลูกระเบิด."

สตีเฟนสันบินมาเพื่อปรึกษาหารือและแย้งว่าควรให้พาตัวโบห์รออกมาแทน. "ประเทศเยอรมันได้เปรียบมากมายจากการพยายามเลี่ยงการปะทะกันระหว่างผู้ยึดครองและผู้ถูกยึดครองในเดนมาร์ก แต่สภาพนี้จะไม่ถาวรอยู่ได้. ผู้แทนพิเศษผู้มีอำนาจเต็มของท่านผู้นำในเดนมาร์ก คือ ดร. แวร์เนอร์ เบสต์ (Dr. Werner Best) ผู้ถือหลักการพูดแบบไม้นวมและควงกระบองไม้แข็งขนาดยักษ์. แต่เมื่อใดที่การทารุณ

ขู่เข็ญเริ่มขึ้นในโคเปนเฮเกน เราจะวางใจได้ว่าโบห์รจะทำสิ่งที่ถูกต้อง. สิ่งที่สำคัญในขณะนี้คือจัดการตระเตรียมการหลบหนีให้เขา."*

พวกเยอรมันจงใจทำให้พวกที่ตนเข้ายึดครองสับสนวุ่นวายใจ. พวกเอ็ส.เอ็ส. หรือชุตซ์สตาฟเฟล์น (Schutzstaffeln) ซึ่งเป็นกองกำลังติดอาวุธอันประกอบด้วยพวกนาซีที่มุ่งมั่นจงรักภักดี ปฏิบัติการในประเทศเดนมาร์กคู่เคียงกับผู้ว่าการแห่งไรช. พวกข้าราชการในท้องที่ไม่ทราบแน่ว่าฝ่ายไหนเป็นนายใหญ่ตัวจริง และมักจะเอนเอียงไปในทางที่จะร่วมมือกับฝ่ายปกครองเยอรมันที่พูดจานุ่มนวลและไม่มองจุดมุ่งหมายของหน่วย เอ็ส.เอ็ส. จนกระทั่งกองกำลังนี้เผยโฉมหน้าว่าเป็นไม้แข็งที่แสร้งทำเป็นไม้นวม. การเผชิญหน้าเกิดขึ้นในเดือนสิงหาคมกับพระเจ้า คริสเตียน ผู้ทรงช่วยตัดสินปัญหาต่างๆ ให้แก่ นีลส์ โบห์ร สหายของพระองค์อย่างฉับพลันทันที.

---

*หมายเหตุ : หลังจากการปรึกษาหารือเช่นนี้ครั้งหนึ่ง นายพลเอก แอเลน บรุ๊ก (General Alan Brooke) ได้เล่าถึงลักษณะที่ไม่ค่อยมีใครเคยได้รู้เห็นเกี่ยวกับวิธีคิดแบบไม่ไว้หน้าผู้ใดของเชอร์ชิลล์ในเรื่องสงครามลับ. ได้มีการเสนอให้ปฏิบัติการจู่โจมตีเพื่อหันเหความสนใจ. "เชอร์ชิลล์เชิดคางขึ้นอย่างท้าทายหาเรื่องตามแบบของเขา แล้วกล่าวว่า : "ผมสั่งให้คุณเตรียมแผนละเอียด. . . . แล้วนี่คุณทำอะไรกัน. คุณกลับมาเสนอวิทยานิพนธ์ปึกเบ้อเร่อเกี่ยวกับอุปสรรคร้อยแปด. . ." ครั้นแล้วเขาก็ซักถามผมอย่างจ้ำจี้จ้ำไชเป็นเวลาเกือบสองชั่วโมงเกี่ยวกับเรื่องขี้ผงต่างๆ เกือบทั้งหมด." เหตุผลสำคัญในการไม่เห็นชอบกับปฏิบัติการที่เสนอนั้น คือความขาดแคลนการสนับสนุนทางอากาศ. เชอร์ชิลล์เลี่ยงประเด็นนี้ และสรรกล่าวแต่ข้ออ้างของเขาเอง : "คุณกล่าวว่าจะต้องเผชิญสภาพน้ำแข็งละลายและน้ำแข็งจับ ซึ่งจะทำให้การเคลื่อนไหวลำบาก. คุณจะอธิบายคำกล่าวดังนี้อย่างไร." บรุ๊กบอกว่านี่เป็นเรื่องเล็ก แต่อย่างไรก็ตามคำกล่าวนี้ก็ได้มาจากบันทึกรายงานอากาศ แล้วก็นำบันทึกรายงานอากาศซึ่งเป็นปัจจัยสำคัญสำหรับปฏิบัติการข่าวกรองมาแสดงประกอบ. รายงานนั้นสนับสนุนคำคัดค้านอย่างแจ่มชัด. เชอร์ชิลล์เปลี่ยนเรื่องโจมตี : "คุณอ้างว่าจะต้องใช้เวลาประมาณยี่สิบสี่ชั่วโมงสำหรับเคลื่อนย้ายจากจุด เอ. ไปจุด บี. ขอให้อธิบายชี้แจงอย่างแจ่มชัดให้ผมทราบว่าจะทำอะไรบ้างในแต่ละชั่วโมงของยี่สิบสี่ชั่วโมงดังกล่าวนั้น." ไม่ใช่เรื่องง่ายเลยที่จะวาดภาพอย่างละเอียดของทุกชั่วโมง เพราะระยะเวลายี่สิบสี่ชั่วโมงนั้นเป็นระยะเวลาที่กะไว้สำหรับการเอาชนะการต่อต้านของข้าศึก การเอาสิ่งกีดขวางถนนออก การซ่อมสะพานและท่อระบายน้ำ. บรุ๊กพยายามตอบอย่างดีที่สุดเท่าที่จะทำได้ : "คำตอบนี้นำไปสู่คำถามอื่นๆ เป็นทอดๆ สอดแทรกด้วยคำเยาะเย้ยถากถางและคำติเตียน. ทั้งนี้เป็นเรื่องลำบากใจอย่างยิ่งยวดที่ต้องเผชิญท่ามกลางสายตาของผู้อื่นที่อยู่เต็มห้อง แต่ก็เป็นการฝึกที่ยอดเยี่ยม. . ."

ครั้งหนึ่งเมื่อรับสั่งตอบข้อเสนอว่าหัวหน้าพรรคนาซีในท้องที่ควรจะมีส่วนช่วยปกครองประเทศ พระเจ้าแผ่นดินทรงบอกทางเบอร์ลินว่า : "ไม่มีนาซีชาวเดนมาร์ก." ฮิตเลอร์ไม่รู้ตัวว่าคำตอบเป็นคำเหยียดหยามกลาย ๆ แต่นายพันเอกเอ็ส.เอ็ส. แวร์เนอร์ เบสต์ (SS Oben-Führer Werner Best) รู้ดี. ดังนั้น เขาจึงเสนอแนะไปทางเบอร์ลินว่า ควรจะเล่นงานพระเจ้าแผ่นดิน และควรจะนำโครงการของศาสตราจารย์ โบห์ร มาอยู่ในควบคุมของฝ่ายเยอรมัน. ศาลเตี้ยของเอ็ส.เอ็ส. เริ่มดำเนินคดีอย่างรวบรัดกับ "พวกก่อการร้าย". พระเจ้าแผ่นดินทรงถูกต้อนให้จนมุมโดยคำเรียกร้องขอให้ตำรวจเดนมาร์กร่วมมือกับเกสตาโป. พระเจ้าแผ่นดินทรงตอบว่า : "ไม่มีวัน." ไม่กี่วันต่อมาพระราชวังถูกทหารเยอรมันเข้าโจมตี พระเจ้าคริสเตียน ที่สิบ ทรงต้อนรับนายพลที่บังคับบัญชาทหารที่เข้ายึดด้วยถ้อยคำประชดประชันว่า : "สวัสดี ท่านนายพลผู้กล้าหาญของข้าพเจ้า. ท่านได้รับชัยชนะอย่างงดงาม." การเข้ายึดพระราชวังนี้ใช้ทหารกองจู่โจมหนึ่งพันนายพร้อมด้วยอาวุธปืนกลและลูกระเบิดมือ ในการเอาชนะทหารรักษาพระราชวังห้าสิบคนที่มีกระบี่และกระบองเป็นอาวุธ. ท่านนายพลโกรธที่ทรงแสดงความเหยียดหยามโดยฉับพลันเช่นนี้ จึงเดินโครมครามกลับไปที่รถหุ้มเกราะอันเป็นสิ่งที่พระเจ้าแผ่นดินต้องพระประสงค์. พระองค์ทรงรีบเขียนบันทึกแนะนำให้โบห์รออกไปเสีย ไม่มีทางทำอะไรที่จะปัดเป่าความหายนะได้อีกแล้ว. ทรงขอให้โบห์รแจ้งให้เจ้าหญิง อินเกบอร์ก (Princess Ingeborg) ในสวีเดนกราบทูลขอให้พระเจ้ากุสตาฟ (King Gustav) ทรงยื่นพระหัตถ์เข้าช่วยประชาชนชาวเดนมาร์กหลายพันคน.

การกวาดต้อนพวกยิวรอบแรกเริ่มต้นขึ้น. การคุ้มครองป้องกันนักวิทยาศาสตร์ เช่น สเตฟาน โรเซนทาล (Stefan Rozental) ผู้เคยร่วมงานกับสไตนเม็ตซ์ (Steinmetz) เพื่อนของสตีเฟนสัน และขณะนี้กำลังทำงานค้นคว้าทางปรมาณูกับโบห์รอยู่นั้น ไม่เป็นปัญหาอีกต่อไปแล้ว. โรเซนทาลกล่าวภายหลังว่า : "โบห์รเรียกผมไปที่บ้านของเขาที่คาร์ลสแบร์ค (Carlsberg). เขาบอกว่าผมต้องทำอะไรบ้างในการหนีไปอังกฤษ และมอบเอกสารวิจัยของเขาทั้งหมดเกี่ยวกับการเอาอณูที่มีประจุไฟฟ้าผ่านทะลุวัตถุ อันเป็นเอกสารที่จะให้ตกไปอยู่ในมือของนาซีไม่ได้เป็นอันขาด. เขาให้เงินผม และบอกว่าเราคงจะพบกันอีกในไม่ช้า. เขาเชื่อแน่ของเขาเองว่าคงจะต้องถูกส่งตัวไปเยอรมันก่อนที่จะหลบหนีออกมาได้ทัน และฝากสาส์นให้ผมนำไปถวายพระขนิษฐาของพระเจ้า คริสเตียน และถวายพระเจ้ากรุงสวีเดน."

สำเนาของเอกสารที่ติดต่อกับโลกเสรีทั้งหมดของโบห์ร รวมทั้งเรื่องเกี่ยวกับ

การที่เยอรมันตระเตรียมขยายการผลิตยูเรเนียมและ เฮวี่ วอเตอร์ ได้บรรจุลงในท่อโลหะปิดผนึกและฝังไว้ในสวนที่บ้านพักของเขาที่คาร์ลสแบร์ค เพื่อเป็นข้อพิสูจน์ถึงความภักดีอันแท้จริงของเขา. โบห์รเคยยืนยันตลอดมาว่ามีหวังที่จะรักษาความเป็นอารยชนของพวกเยอรมันไว้ได้บ้าง หากเราปฏิบัติตนเสมือนหนึ่งว่ามนุษย์อื่น ๆ เป็นผู้ปฏิบัติตนตามเหตุผล. พิสูจน์ได้แล้วว่าเขาคิดผิด.

ได้มีการกำหนดเส้นทางหลบหนีไปสวีเดน โดยให้ผู้ลี้ภัยข้ามพื้นน้ำแคบ ๆ ตรงเออเรซุนด์ (øresund) ระหว่างโคเปนเฮเกนกับเมืองท่าในสวีเดนที่เป็นกลางที่ลันด์สโครนา (Landskrona). ขณะนั้นเป็นเวลากลางเดือนกันยายน คำสั่งจับกุมโบห์รวางอยู่บนโต๊ะทำงานที่กองบัญชาการของเกสตาโป และโรเซนทาลก็กำลังเดินทางไปยังที่ปลอดภัยโดยเรือกรรเชียง. ในความสับสนชุลมุนตอนออกจากฝั่งเดนมาร์ก เขาทำเอกสารต้นฉบับที่โบห์รเขียนทฤษฎีของเขาพลัดหายไป. เอกสารเหล่านี้หายสาบสูญไปเลย.

ในระยะเวลาที่ตามมา คลื่นของความสยดสยองก็ซัดเข้ากวาดประเทศเดนมาร์ก เริ่มต้นด้วยการต้อนขนย้ายชาวยิวเป็นจำนวนมาก. สตีเฟนสันรู้สึกว่านีลส์ โบห์ร ได้รอเวลาจนสายเกินไป. เวลาผ่านไปห้าเดือน ตั้งแต่สตีเฟนสันได้ขอร้องให้ทางวอชิงตันจัดเรือที่มีความเร็วสามลำสำหรับปฏิบัติการลับระหว่างสแกนดิเนเวียกับอังกฤษ. สมรรถนะของเรือได้กำหนดไว้อย่างชัดเจน คือรัศมีการเดินทางอย่างน้อย ๓,๐๐๐ ไมล์ ความเร็วสูงสุดสิบหกน็อต ระวางบรรทุกสี่ตันและมีปืนที่พอแก่การ. ถึงเดือนกันยายน กองทัพเรือสหรัฐส่งเรือล่าเรือดำน้ำมาให้สามลำ โดยผ่าน บิลล์ โดโนแวน ผู้ไม่เปิดเผยว่าจุดหมายปลายทางท้ายสุดจะเป็นที่ใด. เรือเหล่านี้จะใช้บรรทุกวัสดุสำคัญทางยุทธศาสตร์และบุคคลสำคัญ ๆ จากสวีเดน. คาดไว้ว่าผู้โดยสารคนหนึ่งจะเป็นศาสตราจารย์ โบห์ร.

ในวันสุดท้ายของเดือนกันยายน ไม่นานก่อนเกสตาโปเริ่มการจับกุมอย่างกว้างขวางเป็นระลอก ๆ โบห์รก็ขึ้นถึงฝั่งสวีเดน. ตอนกลางคืนเขาขอเข้าเฝ้าเจ้าหญิงอินเกบอร์ก พระขนิษฐาของพระเจ้าคริสเตียน ซึ่งเป็นสตรีทรงเสน่ห์ผู้ได้เข้าทำงานร่วมกับสตีเฟนสัน.

โบห์รขอร้องเจ้าหญิงให้ทรงรีบปฏิบัติการช่วยชาวยิวที่ยังเหลืออยู่ในเดนมาร์กและกำลังถูกกวาดต้อนลงเรือบรรทุกปศุสัตว์ไปเยอรมันในเช้าวันนั้น. เจ้าหญิงทรงพาเขาเข้าเฝ้าพระเจ้ากุสตาฟผู้ดูเสมือนยังข้องพระทัยอยู่. โบห์รต้องการให้พระ-

เจ้าแผ่นดินทรงขอให้เยอรมันเปลี่ยนเส้นทางของเรือลำเลียงเชลยชาวยิวไปสวีเดนแทน. พระเจ้ากุสตาฟรับสั่งว่าเคยได้ส่งคำขอในทำนองนี้ เมื่อการขนย้ายชาวยิวจากนอร์-เวย์เริ่มต้นขึ้น. พระองค์ถูกปฏิเสธอย่างไม่ไว้หน้า. โบห์รขอร้องซ้ำอีก. พระเจ้า-แผ่นดินทรงตกลงที่จะพยายามขอร้องต่อฮิตเลอร์เป็นการส่วนพระองค์.

เจ้าหญิงอินเกบอร์กรับสั่งกับโบห์รอย่างสลดพระทัยว่า : "คุณห่างไกลจากความจริงเอามาก ๆ. คุณอยู่ในอาณาจักรของไรซที่สาม แต่คุณไม่เคยเข้าใจมันเลย."

ทั้งสองกำลังกลับออกจากพระราชวัง. โบห์รมองเจ้าหญิงอย่างประหลาดใจ : "ถ้าขอร้องฮิตเลอร์ แน่ละก็คง ---."

เจ้าหญิงอุทานออกมา : "คุณพระช่วย. การขอร้องฮิตเลอร์ เท่ากับขอร้องจอมมารนั่นเอง. หากเราทำให้เกิดสนใจพวกยิวเหล่านั้น เขาก็อาจฆ่าเสียหมดทุกคน เพียงเพื่อหยามพวกเราเล่น. . . . ห้องทดลองของคุณเป็นเพียงฝันหวาน."

โบห์รได้รับสิทธิ์พิเศษโดยที่เขาเองก็ไม่รู้ตัว. แม้เมื่อมีการออกคำสั่งครั้งแรกให้จับกุมเขา ผู้มีอำนาจสูงกว่าจากเบื้องบนในเบอร์ลินก็ยื่นมือเข้าขวางไว้. เขาถูกแยกไว้ต่างหากจากปฏิบัติการอุบาทว์ประจำวัน. บัดนี้เมื่อเป็นอิสระจริง ๆ เขาต้องเป็นทุกข์แสนสาหัสเพราะสิ่งที่ได้รู้ได้เห็น.

ในที่สุดพระเจ้ากรุงสวีเดนก็ออกวิทยุกระจายเสียง เสนอให้ที่พำนักพักพิงแก่ผู้ลี้ภัยชาวเดนมาร์ก. เรือสวีเดนถูกส่งไปประชิดเขตน่านน้ำ เพื่อรับพวกที่สามารถหลบหนีออกมาได้. ผลที่สุดทำให้ชาวเดนมาร์กประสบการสูญเสียในค่ายมรณะน้อยกว่าประเทศอื่น ๆ ที่พวก เอ็ส.เอ็ส. ควบคุมอยู่.

พวกอารักขาจากเบเกอร์ สทรีท ถามโบห์รว่าจะยอมเดินทางเสี่ยงอันตรายฝ่าการปิดกั้นในฤดูหนาวไปลอนดอนหรือไม่. ตอนนี้เขาเดาออกแล้วว่าพวกอังกฤษกำลังสร้างระเบิดอันเป็นส่วนหนึ่งของโครงการมหาศาลของอเมริกัน. เขาขยาดแม้แต่จะคิดถึงอาวุธปรมาณู แต่ก็เริ่มเห็นได้ชัดว่า หากฝ่ายหนึ่งฝ่ายใดจะทำให้สงครามยุติลงได้โดยใช้การเผาผลาญให้เป็นจุณอย่างมโหฬารแล้ว ก็ควรจะเป็นฝ่ายต่อต้านพวกเผด็จการ. เขาตกลงใจที่จะไป. แต่ไปอย่างไร.

ทางเบเกอร์ สทรีท ตัดสินใจไม่ใช้เรือล่าเรือดำน้ำ เล็ดลอดฝ่าการสกัดกั้น

ของเยอรมันไปแบบหวุดหวิด โดยอาศัยความมืดของกลางคืนอันยาวนานของทางเหนือ. รู้สึกว่าจะเป็นวิธีที่เสี่ยงเกินไปสำหรับนำชาวเดนมาร์กผู้นี้ออกมา. โบห์รจะยอมเดินทางแบบโดยสารมาในช่องบรรจุระเบิดของเครื่องบิน "พระจันทร์" ที่ไม่ติดอาวุธของฝูงบินปฏิบัติการพิเศษหรือไม่.

การบินในระดับความสูงมากเป็นเรื่องอันตราย. ส่วนทางเลือกอื่นๆ ก็อันตรายมากเช่นเดียวกัน. โบห์รถามเพียงคำถามเดียว : เครื่องบินชนิดใด.

การบินของหน่วย "พระจันทร์" เหล่านี้เก็บเป็นความลับที่สุด. ขณะนี้ก็ยังเป็นความลับอยู่. เครื่องบินเหล่านั้นใช้สนามบินในประเทศเป็นกลาง โดยได้รับความช่วยเหลือจากเจ้าหน้าที่รัฐบาลที่ปฏิบัติการโดยไม่ได้รับอนุมัติเป็นทางการ. ประเทศเช่นสวีเดนอยู่ในฐานะล่อแหลม. หากมีวี่แววแม้แต่น้อยว่าลำเอียงเข้าข้างพวกสัมพันธมิตร ก็จะเท่ากับไปยั่วแหย่ให้พวกนาซีแก้แค้น.

การตอบคำถามของศาสตราจารย์ โบห์ร เกี่ยวกับชนิดของเครื่องบินจะทำได้อย่างเดียว คือนำตัวเขาไปที่ที่ดูประหนึ่งเป็นสนามบินร้างใกล้สต๊อคโฮล์ม. ณ ที่นั้นเขาได้เห็นสิ่งที่เรียกกันว่า "อาหารจานโปรดของปลวก" หรือ "ท่อนไม้มหัศจรรย์" ซึ่งเป็นเครื่องบินสร้างด้วยไม้อัด เครื่องยนต์ทรงพลังดังแรดแอฟริกายังครวญครางอยู่ หลังจากการบินอย่างน่าหวาดเสียวระทึกใจเป็นระยะไกลจากลอนดอนโดยมีนักบินนิรนามจากฝูงบิน "พระจันทร์" ที่แต่งชุดดำเป็นผู้ขับมา.

ขณะนี้ฝูงบิน "พระจันทร์" กำลังปฏิบัติการบินเสี่ยงอันตรายฝ่าแดนของข้าศึกไกลขนาดถึงรัสเซียภาคเหนือ. เครื่องบินที่ใช้มากที่สุดได้แก่เรือบินสองเครื่องยนต์แบบมอสกิโต (Mosquito) ซึ่งสร้างด้วยไม้เกือบทั้งลำ เพื่อลวงเรดาร์ของข้าศึก. เครื่องบินขับไล่ทิ้งระเบิดเหล่านี้ได้รับการดัดแปลงเพื่อบรรทุกสายลับแทนบรรทุกลูกระเบิด. ไม่เคยมีการให้เสียเที่ยวบินเลย : เที่ยวนี้ได้นำหญิงสาวคนหนึ่งมา ผู้สวมเสื้อกางเกงติดกันที่คลุมถึงศีรษะจนดูเหมือนซากมัมมี่.

โบห์รเข้าใจถึงอันตรายโดยปริยายในการโดยสารไปในช่องท้องของเครื่องบินมอสกิโต. เขาฟังคำแนะนำของหญิงสาวที่เพิ่งมาจากอังกฤษด้วยอาการสุภาพ. นามรหัสของเธอคือ "ทรูดี". เธอเป็นอดีตพนักงานโทรเลขในแผนกสื่อสารของ "แฟนี" และเป็นพระญาติของพระเจ้าจอร์จ ที่หก. มีผู้คัดค้านอย่างรุนแรงที่ให้เธอทำงานที่เสี่ยงต่อการถูกข้าศึกจับได้ เพราะมีความเห็นกันว่าเธออาจถูกใช้เป็นตัว

ประกัน. ไม่มีใครสบายใจเรื่องผลสะท้อนทางการเมืองหากเธอถูกทรมาน และความจริงต่างๆ ถูกเปิดเผยขึ้นภายหลัง. ความจริงเธอเป็นใครยังคงเป็นความลับอยู่. เธอถูกจับกุมในเดนมาร์ก ซึ่งเป็นประเทศที่เธอรู้จักดี และมีคนเห็นเธอครั้งสุดท้ายที่กองบัญชาการเกสตาโปในโคเปนเฮเกน เข้าใจกันว่าเธอฆ่าตัวตาย ณ ที่นั้นตอนถูกสอบสวน โดยใช้ยาเม็ด เอ็ล. (L Pill) ที่มีติดตัวตามระเบียบข้อบังคับ.

"ทรูดี" พูดตรงๆ กับนักวิทยาศาสตร์ปรมาณู. เขาจะถูกตัดขาดจากนักบินมอสกิโต และจะไม่มีใครช่วยเขาได้ในกรณีที่เครื่องบินซึ่งไม่ติดอาวุธ และไม่มีการคุ้มกันถูกโจมตี. หากเกิดบาดเจ็บเขาก็จะต้องทนเอา จนกว่าเครื่องบินมอสกิโตจะถึงอังกฤษ. เขาจะมียาฉีดมอร์ฟีนและยาเม็ดแก้ปวดอยู่ในกล่องมือถือเล็กๆ แต่ที่อยู่ของเขาเกือบจะไม่มีที่ให้ขยับตัวเลย เพราะออกแบบให้มีรูปร่างขนาดพอดีกับร่างกายของคน. หากเครื่องบินตกในทะเลเหนือ เขาจะต้องติดอยู่ในน้ำที่เย็นเยือก ขนาดพวกนักบินคาดว่าจะมีชีวิตรอดได้ไม่เกินเก้าสิบวินาทีก่อนจะเสียชีวิตเพราะความหนาว.

โบห์รชำเลืองดูเครื่องบินมอสกิโต ซึ่งทาสีดำทั้งลำ และไม่มีเครื่องหมายบอกฝ่ายใดๆ ทั้งสิ้น. "ภริยาผมและลูกๆ ล่ะ."

"จะมีผู้ดูแลค่ะ -- ที่นี่ในสวีเดน. . . . เรา -- จะมีคนคอยสอดส่องดูแลพวกเขาอยู่ตลอดเวลา. ไม่มีอันตรายอะไรเลยค่ะ."

"พวกเขาจะตามผมไปทีหลังได้ไหมครับ."

หญิงสาวสั่นศีรษะ. "นั่นแหละค่ะ จะทำให้เป็นอันตราย. การเคลื่อนไหวต่างๆ ของพวกเขาจะเป็นที่ทราบแก่ข้าศึก. ที่นี่เราสามารถดูแลให้ความปลอดภัยได้อย่างใกล้ชิด. ระหว่างที่นี่กับอังกฤษ เราไม่มีอะไรป้องกันเลย."

โบห์รมองตามที่เธอชี้ไปทางท้องฟ้าด้านทิศเหนือ. "ทรูดี" เปลื้องเสื้อนวมที่เธอใช้สวมมาตอนเดินทาง. "เสื้อชุดนี้เป็นของคุณแล้วค่ะ." เธอเว้นระยะ. "ถ้าคุณยังอยากไป."

โบห์ร บอก : "ไปครับ ผมไม่มีทางเลือก."

ดังนั้น ไม่กี่วันหลังจากวันคล้ายวันเกิดอายุห้าสิบแปดปี ในวันที่ ๗

ตุลาคม ๑๙๔๓ ศาสตราจารย์ นีลส์ โบห์ร นักฟิสิกส์ที่ยิ่งยงในโลกคนหนึ่ง ก็ได้สวมเสื้อกันหนาว ซึ่งยังมีไออุ่นจากกายของเจ้าหน้าที่สาว สวมหมวกเหล็กกันภัย ใส่หน้ากาก และรัดตัวไว้ในช่องบรรทุกลูกระเบิดที่อยู่ระหว่างเครื่องยนต์โรลส์-รอยซ์ (Rolls-Royce) อันใหญ่เทอะทะที่ยึดติดอยู่กับโครงไม้อัดของเครื่องบิน เพื่อเริ่มการเดินทางไกลไปสู่การเปิดศักราชของยุคปรมาณู.

ประตูช่องบรรทุกลูกระเบิดปิดลงเสียงดังฉึบ เหมือนฝาหอย. คณะที่อยู่บนภาคพื้นดินหลบไปให้พ้นทาง และถอยไปที่แนวพุ่มไม้. พวกนี้คอยอยู่จนได้ยินเสียงสนั่นของเครื่องยนต์กำลังเร่งเครื่องและเสียงเอี๊ยดของห้ามล้อ เมื่อเครื่องบิน "พระจันทร์" ตั้งลำสำหรับวิ่งขึ้น. พวกเขามองดูแสงสีน้ำเงินที่ทอดเป็นลำโต เมื่อเครื่องบินทะยานขึ้นฟ้าไปในความมืด แล้วจึงวิ่งไปขึ้นรถตู้ส่งขนมปังที่จะนำพวกเขาไปยังสต๊อคโฮล์มและไปสู่ปัญหาอื่นๆ. ศาสตราจารย์ โบห์ร ฝากชีวิตไว้กับบุญและกรรม. อนาคตของวิทยาศาสตร์ปรมาณูก็อาจเป็นเช่นเดียวกัน.

เครื่องบินมอสกิโตทะยานขึ้นถึงระดับที่ต้องใช้อ๊อกซิเยนเพื่อช่วยหายใจ. นักบินพูดผ่านเครื่องติดต่อภายในว่า : "เวลานี้คุณควรจะได้อ๊อกซิเยนแล้ว."

ไม่มีคำตอบ. นักบินตรวจเครื่องวัดที่จะแจ้งให้ทราบว่าอ๊อกซิเยนกำลังผ่านเข้าสู่หน้ากากของผู้โดยสารหรือไม่. หน้าปัดที่เป็นตาหมากรุกสีดำขาวไม่ขยับ. เขาลองใช้เครื่องติดต่อภายในอีกครั้งหนึ่ง. ก็ยังไม่มีคำตอบ.

ยังต้องบินอีกสองชั่วโมง. การป้องกันอย่างเดียวที่เครื่องบินมอสกิโตมีคือการบินในระดับความสูงอย่างยิ่ง ซึ่งทำให้ข้าศึกสกัดได้ยาก. หากยังบินอยู่ในระดับสูงเช่นนี้ต่อไป โบห์รจะต้องตาย. รู้สึกว่าเขาจะสลบไปแล้วด้วยซ้ำ. ถ้าลดความสูงลง เขาอาจฟื้นขึ้นมาได้ แต่อาจถูกเครื่องบินขับไล่กลางคืนสังหารเสียเท่านั้นเอง.

หากกลับไปที่เดิมก็หมายความว่าจะต้องถูกควบคุมตัว. ฐานที่ออกบินมาก็ร้างไม่มีใครอยู่ดังเดิมแล้ว. หากจะให้โบห์รได้รับการรักษาพยาบาลโดยเร็ว ก็ควรจะไปลงที่สต๊อคโฮล์ม. พวกสวีเดนซึ่งถูกพวกนาซีบีบบังคับ คงจะไม่ยอมให้เขาคลาดสายตาไปอีกเลย.

นักบินยักไหล่และปักหัวดิ่งลง. หากเขาต้องเสี่ยงบินลงต่ำแล้ว ยิ่งเร็ว

เท่าไรก็ยิ่งดี. เขารักษาความเร็วสูงสุด ทั้งๆ ที่มีป้ายคำเตือนมิให้ขับเกินความเร็วในการดิ่งลง อันอาจทำให้ปีกฉีกหลุดไปได้. เขามุ่งไปทางทะเล และในเวลาเดียวกันก็ค่อยๆ บ่ายหน้าไปทางทิศเหนือ. เขาชำเลืองดูหน้าปัด พลางใช้เครื่องคำนวณแบบดอลตัน (Dalton computer) ที่คาดไว้กับต้นขา. โดยบินเร็วเต็มที่ในระดับน้ำทะเล เขายังมีน้ำมันเพียงพอสำหรับเบี่ยงไปทางเหนือมากขึ้นอีกและเข้าสู่สก๊อตแลนด์ตามเส้นทางที่เลยรัศมีการบินของเครื่องขับไล่เยอรมัน. ทั้งนี้หมายความว่าต้องบวกลบคูณหารอย่างระมัดระวังในการใช้ความเร็วสูงสุด โดยเสี่ยงการใช้เชื้อเพลิงเปลือง และเสี่ยงการถึงฝั่งด้วยถังน้ำมันที่เกือบแห้งขอด.

เมื่อถึงทางทิศตะวันออกเฉียงเหนือของหมู่เกาะ ออร์กนี (Orkney Islands) อันเย็นเยือกและเปล่าเปลี่ยว เขาเปิดเครื่องอิฟฟี (Iffy – Identification Friends or Foe) – คือเครื่องแสดงฝ่ายว่าเป็นมิตรหรือศัตรู – ซึ่งทำให้เจ้าหน้าที่เรดาร์พิทักษ์ประเทศอังกฤษทราบว่าเขาไม่เป็นภัย. เมื่ออยู่ห่างจาก สแคปา โฟลว์ (Scapa Flow) สิบไมล์ เขาเลิกเงียบทางวิทยุ เพื่อขออนุญาตลงฉุกเฉิน. ไม่มีอะไรที่แสดงว่าศาสตราจารย์ โบห์ร ยังมีชีวิตอยู่.

บทที่ ๔๖

ที่ฐานบินเปลี่ยวแห่งหนึ่งของฝูงบิน "พระจันทร์" ใกล้เอดินเบอเรอะห์ (Edinburgh) ผู้ที่รอรับอยู่คือบุคคลที่จะสามารถชักชวนให้ศาสตราจารย์ โบห์รเข้าร่วมในการพยายามสร้างระเบิดปรมาณูของสัมพันธมิตร -- นั่นคือ บิลล์ สตีเฟนสัน.

รถตู้คันเล็กของกองทัพอากาศอังกฤษรีบรุดข้ามสนามไปรับเครื่องบินมอสกิโต. พวกบุรุษพยาบาลพร้อมกับช่างเครื่องวิ่งไปที่ใต้ท้องซึ่งปิดแน่นของเครื่องบินรูปร่างเก้งก้างขณะที่แสงสีน้ำเงินของไอเสียพุ่งผ่านความมืดเป็นครั้งสุดท้าย. ประตูช่องเก็บระเบิดเปิดดังฉับ. ร่างอ่อนเปียกของศาสตราจารย์ โบห์ร ถูกหย่อนลงมายังเปลหามซึ่งคอยอยู่.

นักบินของเครื่องบินมอสกิโตไถลตัวลงมาจากปีก. "ผมทำอะไรไม่ได้มาก--"

บุรุษร่างเล็ก ในเครื่องแต่งกายแบบไม่ทราบว่าสังกัดหน่วยไหน บีบแขนเขา. "เราจะจัดการเอง."

นักบินชำเลืองดูพลเรือนที่ยืนเรียงรายเงียบ ๆ อยู่รอบ ๆ. "ถ้างั้น--"

"ไม่เป็นไร." เสียงเฉียบขาดมีอำนาจดังฝ่าความมืดมนเป็นทุกข์นั้น. "คุณทำหน้าที่คุณดีแล้ว."

นักบินพยักหน้ารับ. ในงานประหลาดนี้ ไม่ต้องพูดอะไร และไม่ต้องถามอะไร. เขาเอาร่มชูชีพของเขาพาดไหล่ และเดินออกจากวงแสงสว่างฉุกเฉิน. สำหรับเขา งานที่อันตรายและเดียวดายครั้งนี้จะต้องค้างอยู่ในความทรงจำว่าเป็นความล้มเหลว.

สตีเฟนสันหันกลับมาที่หมอของเบเกอร์ สทรีท. "มีหวังบ้างไหม."

บุรุษที่หนุ่มกว่าง่วนอยู่กับเข็มและหลอดยาต่าง ๆ. "ชีพจรอ่อนไปหน่อย.

แต่เราจะช่วยเขาให้รอดได้."

สตีเฟนสันระงับความรู้สึกคันปากอยากจะบอกว่า : "คุณต้องช่วยให้ได้." เขาหมุนตัวและเดินไปที่โรงควบคุมการบิน. อีกฟากหนึ่งของทุ่งนามีแสงตะเกียงวอมแวมในหมู่บ้านเอ็ลมดัน (Elmdon) ที่ชาวนากำลังเตรียมตัวออกทำงานในวันใหม่. สตีเฟนสันบอกนายทหารหนุ่มที่ตามมาสมทบกับเขาว่า : "เราจะต้องส่งเครื่องบินไปรับลูกชายของเขา. อาเก โบห์ร (Aage Bohr) -- เขาคุ้นกับงานของศาสตราจารย์โบห์ร.

"ขอรับกระผม."

หลังจากนั้นไม่กี่วัน อาเก โบห์ร ถูกพาออกมาจากสวีเดน. ตอนนั้นบิดาของเขาหายเป็นปกติแล้ว. ปลั๊กเครื่องติดต่อภายในของศาสตราจารย์ โบห์ร ถูกกระชากหลุดจากรูเสียบตอนเครื่องบินขึ้น. โดยที่เขามองไม่เห็น และเกือบจะเคลื่อนไหวไม่ได้เลย เขาจึงไม่สามารถสาวไปถึงต้นเหตุของปัญหา. ที่รัดหน้ากากรับอ็อกซิเยนของเขาง้างออก และเขาไม่ได้ยินคำแนะนำของนักบิน ให้ดึงหน้ากากมาครอบไว้บนปาก และบังคับการไหลของกระแสอ็อกซิเยน. นับว่าเคราะห์เขาดีที่ยังมีชีวิตอยู่.

สองพ่อลูกถูกจัดให้พำนักอยู่ชั่วระยะเวลาหนึ่งในโรงแรมทึม ๆ แถบเวสต์-มินสเตอร์ รวมทั้งได้ห้องทำงานห้องหนึ่งที่ถนน โอลด์ ควีน (Old Queen Street) ซึ่งเป็นที่ตั้งสำนักงานใหญ่ของ "ทยูบ แอลลอยส์" อันเป็นโครงการปรมาณูของอังกฤษ. อาเกเขียนภายหลังว่า : "ฝูงคนประหลาด ๆ ที่มาหาเรา ทำให้เรามึนงงไปหมด. ข้อมูลที่พวกนี้มีทำให้เราพิศวงงงงวย. . . . ในโคเปนเฮเกนเราได้เห็นสภาพของยุโรปผ่านรูถ้ามองช่องนิดเดียวในกำแพง."

สตีเฟนสันกล่าวว่า : "ศาสตราจารย์ โบห์ร เป็นผู้มีจิตใจอ่อนโยน. เขามีความเชื่อมั่นอย่างแท้จริงในหลักปรัชญาของคานธี ที่ให้ตอบโต้ความชั่วด้วยความนอบน้อมถ่อมตน และให้ต่อต้านความรุนแรงด้วยอาวุธทางสติปัญญา เขาต้องออกมาให้พ้นจากสภาพแวดล้อมของนาซี จึงจะเข้าใจถึงขนาดของความชั่วร้ายซึ่งเรากำลังผจญอยู่."

ห้าวันหลังการบินมาอังกฤษด้วยวิธีประหลาด นักวิทยาศาสตร์ปรมาณูก็ได้

เข้าพบเชอร์ชิลล์ อเล็กซานเดอร์ แคโดแกน ที่ปรึกษากระทรวงต่างประเทศของเชอร์ชิลล์ ได้บันทึกไว้ในอนุทินส่วนตัวว่า : "นีลส์ โบห์ร ! คนอะไรอย่างนี้ก็ไม่รู้ ! เขาพูดค่อยเกือบไม่ได้ยินเป็นเวลาสี่สิบห้านาที -- พูดเรื่องอะไรผมก็ไม่รู้เรื่องเลยแม้แต่น้อย. . . . ดูจะเป็นนิสัยเสียขึ้นทุกที ที่จะพูดพึมพำ แสดงความคิดเห็นที่สับสนปนเปไม่ปะติดปะต่อกันเป็นเรื่องเป็นราว." แคโดแกนหารู้ไม่ว่าโบห์รมาถึงได้ด้วยวิธีใด. เชอร์ชิลล์นั้นทราบเรื่องดีกว่า แต่ก็ไม่ค่อยมีเวลาพอที่จะทักทายไต่ถามถึงสารทุกข์สุกดิบตามธรรมเนียมนัก.

โบห์รถูกซักถามเรื่องแผนของฮิตเลอร์ที่จะถล่มลอนดอนด้วยจรวด วี.-๑ เฟอร์เกลตุง (Vergeltung แปลว่าแก้แค้น) ๕,๐๐๐ ลูกต่อวัน. เรื่องนี้สอดคล้องได้พอดีแค่ไหนกับรายงานเกี่ยวกับจรวดหัวปรมาณู. จรวดเยอรมันที่มีอยู่แล้วจะติดหัวระเบิดปรมาณูได้หรือไม่.

เขาได้เห็นรายละเอียดของจรวดที่เขาไม่เคยทราบเลยว่ามีอยู่. เขาได้รับแจ้งว่ามีการทดลองอาวุธระยะไกลแบบ "แก้แค้น" เหล่านี้ ณ ที่ซึ่งมีชื่อว่าเปเนมุนเด (Peenemunde) ซึ่งอยู่ห่างจากห้องทดลองของเขาเพียง ๑๒๐ ไมล์ โดยกระทำอย่างลับที่สุด ถึงขนาดมียามรักษาการณ์ เอ็ส.เอ็ส. จำนวนเท่ากับพลเมืองในเมืองนั้นซึ่งมี ๔๐,๐๐๐ คน สำหรับควบคุมแต่ละคน.

ท้ายสุดเขาได้รับการบอกเล่าว่าทางสหรัฐต้องการจะได้ตัวเขา "เพื่อทำงานเกี่ยวกับการสร้างระเบิดปรมาณู."

โบห์รคัดค้าน. "เราจะสู้ความป่าเถื่อนแบบหนึ่งด้วยความป่าเถื่อนอีกแบบหนึ่งไม่ได้."

หัวหน้าฝ่ายวิจัยคนหนึ่งแย้งว่า : "เราจะไม่มีชีวิตรอดสำหรับต่อสู้เพื่ออะไรทั้งนั้น หากเราละเลยไม่ให้ความสนใจอาวุธใหม่นี้."

โบห์รบอกว่า : "ผมยอมสนับสนุนความรุนแรงไม่ได้."

"หากไม่ต่อต้านความรุนแรง ก็จะสูญเสียคุณค่าทั้งหมดแห่งอารยธรรมที่เราได้ดิ้นรนสร้างสมมาหลายชั่วอายุคนแล้ว ให้แก่ลัทธิที่ใช้ความรุนแรง."

"แต่การปฏิบัติเยี่ยงผู้มีอารยธรรมต้องไม่ใช้ความรุนแรง."

"เสรีภาพในการดำรงอยู่แบบอารยชนนั้นเป็นสิ่งที่ต้องปกป้องเอาไว้ และบางครั้งก็หมายถึงว่าจะต้องใช้ความรุนแรงบ้าง. . . ."

นี่ก็เป็นปัญหาโลกแตกเรื่องดั้งเดิมนั่นเอง. โบห์รผู้เป็นนักทฤษฎี กำลังถูกหว่านล้อมให้ลงจากวิมานสันโดษ (หอคอยงาช้าง) ของเขา. เขายอมตกลงที่จะเข้าร่วมกับคณะที่กำลังทำงานแข่งกับเวลาในการผลิตระเบิดปรมาณู. อย่างไรก็ตาม เขาก็ยังยืนยันในสิทธิของเขาที่จะกลับไปสู่ทัศนคติที่จะมองมวลมนุษย์อย่างสูงส่งในเวลาต่อไป. ในขณะที่อังกฤษกำลังผจญฤดูหนาวเป็นครั้งที่สี่นับแต่เริ่มสงครามมา โบห์รก็เดินทางไปนิวยอร์คพร้อมกับบุตรชายของเขาในตอนปลายปี ๑๙๔๓. ทั้งสองคนได้รับเอกสารและบัตรประจำตัวปลอมในชื่อ เบเกอร์ (Baker) -- ซึ่งเป็นชื่อเดียวที่ดูเหมือนโบห์รจะสามารถจำได้ตลอดเวลา. เบเกอร์แห่งเบเกอร์ สทรีท. ที่สต๊อคโฮล์ม และที่ลอนดอน เขาเคยได้รับชื่อปลอมอื่นๆ และเขาก็ลืมเสียร่ำไป เวลารับโทรศัพท์เขามักจะตอบอย่างเคยปากว่า "โบห์ร พูด. . . ." บัดนี้เขาเป็นอาสาสมัครแห่งเบเกอร์ สทรีท คนหนึ่งแล้ว และภายใต้ชื่อ "ลุงนิค" เบเกอร์ กับหนุ่ม จิม เบเกอร์ พ่อลูกคู่นี้ก็ได้เข้าร่วมในโครงการแมนแฮ็ตตัน. ตามที่บันทึกไว้ในเอกสารของ บี.เอ็ส.ซี. ทั้งสองจะมีเวลาทำงานอย่างขะมักเขม้นสิบหกเดือนก่อนที่ "การออกแบบอาวุธปรมาณูจะเป็นอันยุติลงในที่สุด (ในเดือนมีนาคม ๑๙๔๕) และแม้กระนั้น ก็ยังต้องทำงานอย่างอุตลุดที่ ลอส อาลาโมส (Los Alamos) เพื่อผลิตอาวุธนั้นให้พร้อมสรรพ. การที่โบห์รหวิดจะหลวมตัวช่วยเหลือฝ่ายผิดเพียงใดนั้น อย่างน้อยก็ในสายตาของเชอร์ชิลล์ เห็นได้จากบันทึกที่เชอร์ชิลล์เขียนถึงที่ปรึกษาทางวิทยาศาสตร์ของเขา คือ ศาสตราจารย์ ลินเดมันน์ ผู้ในเวลานั้นได้รับพระราชทานบรรดาศักดิ์เป็น ลอร์ด เชอร์เวลล์ (Lord Cherwell) ความว่า : "ผมรู้สึกว่าโบห์รควรจะถูกควบคุมตัวไว้ หรืออย่างน้อยควรได้รับการชี้แจงให้สำนึกตัวว่าใกล้จะก่ออาชญากรรมอย่างอุกฤษฏ์ขึ้นแล้ว."

อาเก โบห์ร บรรยายถึงบิดาของเขาเมื่อกลับจากการพบปะกับเชอร์ชิลล์ว่า : "คอตก. . . . เขาถูกเล่นงานมา และทันทีที่กลับมา ก็เริ่มให้เขียนจดหมายและบันทึกตามคำบอกเรื่องโครงการพลังงานปรมาณูตลอดจนเหตุผลคัดค้านการใช้ระเบิดปรมาณู."

ที่จริงแล้ว รูสเวลท์เป็นผู้ส่งโบห์รกลับลอนดอน พร้อมกับเอกสารที่แสดงความกังวลของนักวิทยาศาสตร์ชั้นนำหลายคน ที่เกรงว่ารัสเซียจะถูกกีดกันมิให้รู้

ความลับเกี่ยวกับปรมาณู. แต่เฉพาะครั้งนี้ ท่านประธานาธิบดีอ่านอารมณ์ของท่านนายกรัฐมนตรีไม่ถูก. ความหวั่นสงสัยและความเคลือบแคลงใจของเชอร์ชิลล์มีมูลเหตุมาจากประสบการณ์ที่แน่ชัด. เขารู้สึกว่าลัทธินาซีและลัทธิกดขี่ในรูปอื่นๆ อยู่ได้เพราะบุคคลแบบเดียวกับโบห์ร ที่เชื่อมั่นอย่างตาบอดหูหนวก ว่าความมีเหตุผลเป็นพลังอันยิ่งใหญ่ที่สุดของมนุษย์. ด้วยความเชื่อมั่นเช่นนี้ โบห์รจึงถูกพวกเยอรมันพูดโอ้โลมล่อหลอกได้. พวก เอ็ส.เอ็ส. ได้กระชากหน้ากากของการหลอกตัวเองออก. ถึงกระนั้น โบห์รก็ยังคงยืนยันศรัทธาของเขาที่มีต่อมวลมนุษย์ โดยยืนกรานว่าต้องแบ่งปันความลับทางปรมาณูกัน เพื่อป้องกันมิให้มีการแข่งมหาวินาศเพื่อสร้างอาวุธอีกครั้งหนึ่ง.

โบห์รอาจคิดถูกก็ได้. แต่เชอร์ชิลล์มิได้คิดเช่นนั้น เพราะแค่หวนระลึกถึงเรื่องมิวนิค (Munich) ในปี ๑๙๓๘ ก็พอแล้ว เมื่อเขาประชุมกับกลุ่มโฟกัส (Focus) ที่โรงแรมซาวอย (Savoy) เพื่อร่างโทรเลขถึงเชมเบอร์เลน เตือนมิให้ยอมผ่อนปรนอีกต่อไป. บรรดาสมาชิกคนแล้วคนเล่าในกลุ่มเล็กๆ นั้น ต่างก็ต้องยอมรับว่าไม่เห็นทางที่จะทำให้พวกที่คิดใฝ่สันติภาพเห็นสภาพความเป็นจริงได้. สตีเฟนสันระลึกว่า : "วินสตันนั่งน้ำตาคลออยู่คนเดียว. เขารู้สึกเหมือนมีหอกทิ่มแทงใจ. ความพยายามของเขาที่จะธำรงรักษาเกียรติและศรัทธาในความดีที่เหลืออยู่บ้างกลายเป็นหมัน. . . .

บทเรียนจากมิวนิคคือเสรีชนจะต้องยืนหยัดร่วมกัน. เชอร์ชิลล์มิได้ลังเลใจในการที่จะให้สหรัฐมีส่วนร่วมรู้ความลับตั้งแต่ปี ๑๙๔๐ เป็นต้นมา ก็เพราะพวกอเมริกันมีความเชื่อในเสรีภาพสืบเนื่องกันมาเช่นเดียวกัน. เขาไม่มีเหตุผลที่จะเชื่อได้ว่าทางสหภาพโซเวียตจะสนองตอบการแสดงน้ำใจในทำนองนี้ด้วยดี. เขาเคยประสบมาว่าผู้นำของรัสเซียปฏิบัติตนเช่นเดียวกับผู้นำของประเทศเผด็จการทั้งหลาย. พวกนี้เข้าใจเพียงแค่สิ่งเดียวเท่านั้น -- คืออำนาจ. เมื่อเปรียบกับอุดมคติของโบห์รแล้ว การสรุปเช่นนี้อาจเป็นเรื่องที่น่าหดหู่. แต่นั่นก็เป็นสิ่งที่เชอร์ชิลล์ได้เรียนรู้มาจากประสบการณ์ในตำแหน่งหน้าที่ของเขาเองในประวัติศาสตร์."

สี่ปีหลังจากที่อังกฤษยอมเสี่ยงส่งความลับต่างๆ ทางวิทยาศาสตร์ไปวอชิงตันในปี ๑๙๔๐ สตีเฟนสันก็มีความรู้สึกว่าพิสูจน์ได้แล้วว่าทำถูกต้อง. ความเชื่อมั่นของเขาว่า บุคคลย่อมต้องมีชัยชนะเหนือรัฐ กำลังได้รับการพิสูจน์ในยุโรป. ในกรุงปารีสที่ถูกยึดครอง คณะบริหารกิจการระเบิดบินของเยอรมันกำลังซ้อมรบอยู่. ในฤดูร้อนปี ๑๙๔๔ นั้น จรวดและระเบิดบินจะถูกยิงเป็นระลอกๆ ละหก

ชั่วโมงเข้าถล่มลอนดอน โดยระดมยิงระเบิดมีปีกในอัตราระลอกละ ๖๗๒ ลูก ถึง ๘๔๐ ลูก. นายพันเอก อุลริค วาคเตล (Colonel Ulrich Wachtel) ผู้บัญชาการกรมระเบิดบิน จะต้องไม่ทราบว่าฝ่ายอเมริกันได้พัฒนาระบบเรดาร์ต่อต้านอากาศยานอันทรงประสิทธิภาพระบบแรกได้แล้ว เป็นเครื่องตอบแทน "หีบกล" ที่สตีเฟนสันดูแลอยู่ หลังจากได้เจรจากับรูสเวลท์ในครั้งแรก. หลอดแควิตี แมก-นิตรอน และชนวนแบบระเบิดใกล้เป้าของอังกฤษ ซึ่งเป็นส่วนหนึ่งของงานกำนัลที่เซอร์ เฮนรี ทิซาร์ด นำมามอบให้ เป็นปัจจัยนำอเมริกันไปสู่เครื่อง เอ็ส.ซี.อาร์. ๕๘๔ (SCR 584) ซึ่งเชื่อมโยงเครื่องเรดาร์กับเครื่องค้นระยะและกับปืน และใช้การได้ทันเวลาในการช่วยต่อต้านการโจมตีอันน่าพรั่นพรึงของอาวุธจรวด วี.-๑.

ในระยะห่างจากลอนดอนไม่ถึงร้อยไมล์ วิศวกรเยอรมัน ๕,๐๐๐ คนกำลังสร้างอาคารคอนกรีตขนาดมหึมา ซึ่งปกปิดรังปืนต่าง ๆ ที่มีลำกล้องยาวถึง ๔๑๖ ฟุต สำหรับปล่อยกระสุนได้ในอัตราหนึ่งลูกต่อสิบวินาที เพื่อถล่ม ไวท์ ฮอลล์ และเวสต์มินสเตอร์. ฐานส่งจรวดกระจายอยู่แค่ขอบด้านในกำลังของป้อมปราการยุโรป. ขนาดของการโจมตีที่อยู่ในวิสัยนี้เป็นที่น่าครั่นคร้ามอย่างยิ่ง.

สตีเฟนสันเขียนประเมินภายหลังว่า : "การโจมตีไม่เป็นผลเพราะมีบุคคลต่าง ๆ ผู้ไม่เคยพบปะกันเลย ผู้ไม่ได้มีบทบาทโดยตรงแต่ประการใด แต่ก็ผูกพันเป็นอันหนึ่งอันเดียวกันด้วยความสัมพันธ์แบบถ้อยทีถ้อยอาศัยกัน อันเป็นสิ่งที่เราควรให้ความสนใจเป็นพิเศษ. "จรวด วี.-๑ และ วี.-๒ สิ้นฤทธิ์ไปก็เพราะวิชาการของอเมริกันและการใช้กองทัพลับต่าง ๆ อย่างชาญฉลาดของเบเกอร์ สทรีท.

เขากล่าวภายหลังว่า : "การรุกกลับเพื่อต่อต้านการถล่มของจรวดแก้แค้นของเยอรมันนับเป็นวาระเริ่มต้นของยุทธศาสตร์ขีปนาวุธในโลก ที่แขวนอย่างล่อแหลมอยู่ใต้เงาของปรมาณูมัจจุราช. เราสามารถขัดขวางงานปรมาณูและจรวดของเยอรมันก่อนมีทางจะเข้าฝัก -- แต่การขัดขวางนั้นเป็นผลงานของบุคคลนับเป็นพัน ๆ ที่กระจายอยู่ทั่วไป ตั้งแต่โปแลนด์ที่กองทัพลับกองหนึ่งได้รวบรวมชิ้นเล็กชิ้นน้อยของจรวดเยอรมันส่งไปลอนดอนและนิวยอร์ค จนถึงปารีสที่นักวิทยาศาสตร์ชาวยิวหลายคนได้เสี่ยงชีวิตอย่างน่าหวาดเสียวเพื่อรวบรวมข้อมูลเกี่ยวกับสมองอิเล็กทรอนิกซึ่งใช้เป็นเครื่องนำวิถีอาวุธใหม่เหล่านี้ให้เข้าถล่มลอนดอน."

แต่ละกลุ่มทำงานโดยเอกเทศและเข้าใจว่าตนเท่านั้นที่เป็นตัวการในการล้มแผน วี. ของฮิตเลอร์ ที่จะทำลายลาดื้ออังกฤษตัวเปียก ๆ ให้แหลกเป็นจุณ.

บทที่ ๔๗

ทั่วยุโรป ในเขตที่นาซียึดครองอยู่ บุคคลแต่ละคนต้องโถมกำลังต่อสู้กับวิทยาการและกลไกของระบบเผด็จการ. กองทัพเพื่อการต่อต้านต่างๆ ทำงานอย่างอิสระจากกันมากที่สุด ส่วนมากไม่มีเครื่องแบบจะสวม ไม่ค่อยยำเกรงผู้บังคับบัญชา และพร้อมเสมอที่จะย้อนคำสั่ง. งานสำคัญๆ อาศัยปฏิบัติการอย่างกล้าหาญเป็นคราวๆ ไป โดยไม่ได้รับคำชมเชยหรือความดีความชอบทางทหารแต่อย่างใด.

พวกนี้หันมายึดลอนดอนเป็นแหล่งส่งเสริมความหวัง. บัดนี้ลอนดอนถูกระเบิด วี.คุกคาม. ลอนดอนได้กลายมาเป็นกองบัญชาการของนายพล ไอ-เซนเฮาวร์ และปฏิบัติการลับต่างๆ ของอังกฤษตกอยู่ใต้บังคับบัญชาของอเมริกัน. ลอนดอนกลายเป็นฐานปฏิบัติการส่วนหน้าของ โอ.เอ็ส.เอ็ส. ซึ่งส่งเจ้าหน้าที่อเมริกันไปกระโดดร่มลงในเขตของข้าศึกเพื่อติดต่อกับพวกกองทัพลับ. แต่สำหรับพวกกองกำลังนอกแบบ ผู้ไม่ยอมรับการบังคับบัญชาจากทางใดทางเดียว ลอนดอนยังคงเป็นสัญลักษณ์ทางจิตใจ. โดยทำงานเป็นกลุ่มละสองหรือสามคน -- ชาวนอร์เวย์ ชาวฝรั่งเศส ชาวเบลเยียม ชาวดัตช์ หญิงสูงอายุในโปเมราเนีย (Pomerania) และหญิงสาววัยรุ่นในซาเกร็บ (Zagreb) -- ทุกคนต่างมุ่งทำงานที่จะช่วยปลดเปลื้องอันตรายที่ครอบงำนครซึ่งหลายคนไม่เคยได้เห็นแต่ทุกคนรู้จักในรูปของเสียงจากความมืด : “ลอนดอนเรียก” ต่อด้วยวรรคต้นๆ ของเพลงของเบโธเฟน (Beethoven) ซึ่งดังเป็นรหัสอักษรตัว วี. แทนวิคตอรี คือชัยชนะ.

สายลับเดนมาร์กได้ส่งรูปถ่ายของจรวดและกลไกควบคุมการบินมาให้. ในโปแลนด์ ชุดปฏิบัติการกลุ่มหนึ่งรวบรวมชิ้นส่วนของ วี.-๑ ที่แตกระเบิดแล้วลูกหนึ่งและจัดการส่งมาถึงลอนดอนจนได้. ไม่มีกลุ่มใดได้รับคำแจ้งเรื่องงานของกลุ่มอื่น. แต่ละกลุ่มนึกด้วยความภูมิใจ ซึ่งก็เป็นสิ่งที่เข้าใจได้ ว่าตนเป็นผู้ไขปริศนาทางวิทยาศาสตร์ซึ่งตั้งเค้ามาก่อนสงคราม เมื่อสตีเฟนสันได้ทราบเค้าของเรื่องนี้มาจากองค์การลับ “เฟร็นด์ส” (Friends) ของยิว ซึ่งมีสมาชิกอยู่ในแผนกวิจัยด้านการป้องกันของคณะเสนาธิการทหารฝรั่งเศส. สมาชิกคนหนึ่ง คือ ดร. อัลเฟร็ด เอ็สเคนาซี (Dr. Alfred Eskenazy) ผู้เชี่ยวชาญในวิทยาการเกี่ยวกับการใช้อิเล็กทรอนิก

ควบคุมเครื่องบินแบบไม่ต้องมีนักบิน. อีกคนหนึ่ง คือ ศาสตราจารย์ อังเดร ไฮล์บรอนเนอร์ (Professor Andre Heilbronner) ผู้เชี่ยวชาญด้านเชื้อเพลิงสำหรับจรวด. โดยที่ทั้งสองคนเป็นชาวยิว จึงเสี่ยงอย่างยิ่งที่ยังคงอยู่ในปารีส หลังจากที่เยอรมันเข้ายึดครองแล้ว. ทั้งสองได้เข้าเป็นส่วนหนึ่งของกลุ่ม "มาร์โค โปโล" (Marco Polo) ซึ่งสมาชิกล้วนมีชื่อรหัสที่เอามาจากนวนิยายอิงวิทยาศาสตร์. ผู้นำคนหนึ่งซึ่งใช้นามรหัส "เวร์น" (Verne) รายงานไปยังลอนดอนว่าการทดลอง "จรวดปรมาณู" ของเยอรมันตามคำมั่นของฮิตเลอร์มีศูนย์กลางอยู่ที่เปเนมุนเด (Peenemunde) ในอ่าวโปเมราเนียน (Pomeranian Bay) อันเป็นส่วนเปลี่ยวปลอดคนของชายฝั่งทะเลบอลติก. จรวดที่ยิงออกสู่ทะเลดูเหมือนว่าได้รับการควบคุมด้วยคลื่นวิทยุจากเกาะแห่งหนึ่ง ซึ่งเป็นของเดนมาร์ก และอยู่ห่างจากสวีเดนเพียงยี่สิบห้าไมล์. จรวดที่ทดลองบางลูกก็ตกเข้าไปในโปแลนด์ที่อยู่ใกล้เคียง. ข่ายปฏิบัติการหลายข่ายที่ทำงานแยกกันเป็นข่าย ๆ เริ่มเข้ามาเกี่ยวข้อง เมื่อการทดลองของเยอรมันขยายออกไปจากประเทศที่ถูกยึดครองประเทศหนึ่งไปอีกประเทศหนึ่งตามลำดับ.

สตีเฟนสันระลึกว่า : "โชคบันดาลอย่างไม่น่าเชื่อเป็นครั้งแรกให้ฮิตเลอร์ตัดสินใจยิงจรวดเข้าถล่มลอนดอน. เขาให้ชื่อจรวดเหล่านั้นว่าอาวุธแก้แค้น. การโจมตีอย่างเป็นล่ำเป็นสันเกิดขึ้นหลังจากการบุกฝรั่งเศสในวัน ดี.เดย์. เขาน่าจะใช้จรวดของเขาเล็งยิงเมืองท่าต่าง ๆ ในช่องแคบอังกฤษ เพื่อหยุดยั้งการเสริมกำลังมาช่วยกองทัพสัมพันธมิตรที่กำลังเข้ายึดหัวหาดในนอร์มันดิ (Normandy). แทนที่จะทำเช่นนั้น เขากลับระบายโทสะของเขาใส่เป้าหมายที่เป็นพลเรือน."

จรวดของเยอรมันถูกทำให้ล่าช้าในทางยุทธศาสตร์ โดยปฏิบัติการลับที่สัมพันธ์สอดคล้องกันแต่ปฏิบัติแยกกันเป็นส่วน ๆ ของฝ่ายสัมพันธมิตร. ที่เบล็ตชลี่ย์ พาร์ค พวกชุดปฏิบัติการของ "อัลตร้า" ประจำอยู่ที่ศูนย์กลางของข่าวสื่อสารใต้ดิน. การเรียกร้องขอเครื่องวิทยุจากสหรัฐตกเป็นภาระขององค์การของนายอินทร์ในนิวยอร์ค ซึ่งต้องแจ้งไปยังผู้ผลิตในอเมริกา ว่ารายการสั่งของใหม่และซับซ้อนนี้มีความจำเป็นเร่งด่วน โดยไม่เผยว่าจะนำไปใช้เพื่อจุดประสงค์ใด. หน่วยปฏิบัติการพิเศษภายในเขตของนาซีมักจะต้องพึ่งสายใยที่บอบบางเหล่านี้ -- คือสายการติดต่อทางวิทยุกับเบล็ตชลี่ย์ และก็เท่ากับติดต่อกับ บี.เอ็ส.ซี. ในนิวยอร์คด้วย. บิลล์ โดโนแวน ผู้ทราบถึงเหตุผลอันแท้จริงของคำเรียกร้องที่ดูมากเหลือล้นเหล่านี้ ถูกรบกวนขัดขวางมากเสียจนทำให้เอกสารของ บี.เอ็ส.ซี. ต้องมีหมวดหนึ่งที่เรียกว่า "การคุกคามจากความไม่ลงรอยปรองดองกันระหว่างกรมกองต่าง ๆ

ของสหรัฐ."

เมื่อแผนกข่าวกรองทางการบินของอเมริกันเริ่มกำหนดเอาเปเนมุนเดเป็นเป้าหมายการลาดตระเวนและการโจมตี ฝ่ายอังกฤษจำต้องแถลงข่าวที่สมเหตุสมผลเพื่อชี้แจงว่าค้นพบที่ตั้งของอาวุธลับมาได้อย่างไร. ได้ออกข่าวว่า คอนส์ตันซ์ แบบิงตัน-สมิธ (Constance Babington-Smith) นายทหารอากาศสาวสวยเป็นผู้สังเกตเห็นสิ่งที่รูปร่างเหมือนรางส่งจรวดในระหว่างพิจารณารูปถ่ายทางอากาศในเดือนพฤษภาคม ปี ๑๙๔๓. ถึงตอนนั้น ข่าย "มาร์โค โปโล" ในปารีส และข่ายลับอื่นๆ ก็ได้ให้ข้อมูลมากมายเกี่ยวข้องกับเรื่องนี้. แบบิงตัน-สมิธ ยังสาวและถ่ายรูปขึ้น และเธอก็ได้ค้นพบรางส่งจรวดรูปตัว ที. จริงๆ ในรูปถ่ายทางอากาศหลายร้อยรูป. เธอมีความชำนาญในการประมาณมิติของวัตถุโดยเชื่อมโยงข้อมูลต่างๆ เข้าด้วยกัน เช่นความยาวของเงากับเวลาที่ถ่ายรูปแต่ละรูป. ที่สำคัญยิ่งกว่าก็คือการประโคมข่าวเรื่องความสามารถของเธอทำให้พวกเยอรมันไขว้เขวในวิธีการที่ฝ่ายสัมพันธมิตรได้ข้อมูลมา.

แบบิงตัน-สมิธ ต้องแข่งกับข่าวพาดหัวของเหตุการณ์ต่างๆ ทั่วโลก. ยุทธการนองเลือดดำเนินอยู่อย่างดุเดือดจากเมืองจีนจนถึงอิตาลี. แอเลน ดัลเลส หัวหน้า โอ.เอ็ส.เอ็ส. ในประเทศสวิตเซอร์แลนด์กำลังเจรจาเรื่องการยอมจำนนของกองทัพเยอรมันในเขตสงครามด้านหนึ่ง. ในภาคพื้นแปซิฟิก โอ.เอ็ส.เอ็ส. กำลังใช้ออสเตรเลียเป็นฐานสำหรับพุ่งเข้าสู่ปฏิบัติการต่อสู้ฐานกำลังต่างๆ ของญี่ปุ่น จากสิงคโปร์จนถึงเซี่ยงไฮ้. ในวอชิงตัน ข้าราชการประจำเริ่มเขม้นมอง เพราะมีความรู้สึกว่า โอ.เอ็ส.เอ็ส. จะเป็นอันตรายต่อหน่วยราชการลับตามแบบแผนที่มีอยู่เดิม. หากมีหน่วยข่าวกลางถาวรเกิดขึ้นก็อาจทำให้หัวหน้าหน่วยราชการลับถูกลิดรอนอำนาจลงไปบ้าง และนักการทูตจะถูกแย่งอำนาจหน้าที่เต็มเปี่ยมที่มีอยู่ไปเสีย.

พวกอังกฤษ ซึ่งตกอยู่ใต้การคุกคามโดยตรงที่จะถูกทำลายให้สิ้นซาก ได้แต่คิดถึงปัจจุบัน. มัจจุราชดิ่งลงจากฟ้าอย่างไม่มีปี่ไม่มีขลุ่ย. การที่ลอนดอนอยู่ในฐานะล่อแหลมเป็นปัญหาเร่งด่วนสำหรับพวกอเมริกันผู้ตั้งกองบัญชาการอยู่ ณ ที่นั้น. ผู้เชี่ยวชาญทางวิชาการในสหรัฐคิดว่าจะสามารถพัฒนาเครื่องต่อต้านอาวุธให้ใช้การได้ หากได้รับข้อมูลเพิ่มเติมมากขึ้น. แต่อาวุธใหม่ของนาซี แม้จะเป็นแบบง่ายที่สุด — ที่ชาวลอนดอนให้ชื่อเล่นว่า "แมงช้าง" -- ก็ประกอบด้วยชิ้นส่วนถึง ๒๕,๐๐๐ ชิ้น. และเมื่อจรวดชนิดนี้ระเบิดขึ้น ชิ้นส่วนต่างๆ ก็กระจุย

กระจายไปหมด. เมื่อสามารถทำให้ทางวอชิงตันยอมรับว่าอันตรายนี้มีจริง และอาจยังมีอิทธิพลต่อผลที่สุดของสงครามแล้ว ตอนนี้ สตีเฟนสันก็ต้องเกลี้ยกล่อมทางลอนดอนให้หาจรวดที่ครบถ้วนไม่ชำรุดมาให้ได้ เพื่อให้พวกอเมริกันศึกษา. มีการส่งคำขอถึงกองทัพลับของโปแลนด์ทางวิทยุ และส่งคำแนะนำเกี่ยวกับวิธีรบกวนระบบวิทยุนำวิถีของจรวดเยอรมันบางชนิดทางผู้นำสาร. หลังจากนั้นไม่นาน วี.-๑ ลูกหนึ่งก็เฉออกจากวิถีจากเปเนมุนเด และไปตกในหนองน้ำใกล้แม่น้ำบูก (River Bug) ในโปแลนด์. พวกชาวนาในท้องที่ได้นำปีกที่สั้นกุดไปหมกไว้ในโคลน. หน่วยค้นหาของเยอรมันไม่สามารถค้นหาอาวุธที่ถูกฝังไว้นี้ให้พบได้.

พวกใต้ดินโปแลนด์แจ้งให้ทางลอนดอนทราบว่ากำลังถอดจรวดออกเป็นชิ้นๆ. รายงานต่างๆ ที่ทำให้ใจหายใจคว่ำตามมา. ข่าวหนึ่งมีใจความว่า : "เสียใจหัวรบหายไป." ทางลอนดอนเงียบอึ้งพลางต้องคิดหนัก. หัวรบระเบิดไปแล้วหรือ. หลงหูหลงตาไปหรือ. ข่าวต่อมาชัดเจนขึ้น. หัวระเบิดรบที่ยังไม่ระเบิดนี้ตกลงไปในน้ำลึกจึงทำให้หายาก. ปฏิบัติการเหล่านี้กระทำอยู่ในถิ่นภายใต้กองกำลังยึดครองที่โหดร้ายที่สุดของนาซีในยุโรป. แม้กระนั้น วี.-๑ ทั้งลูกรวมทั้งหัวระเบิดรบพร้อมสรรพก็ถูกประกอบขึ้นใหม่ได้ และมีการส่งเครื่องบินไปรับ. เครื่องบินสองเครื่องยนต์แบบ ดี.ซี.-๓ ดาโกตา (DC-3 Dakota) ลำนั้นลงไปจอดได้โดยปลอดภัยพอควร. คืนวันที่ ๒๕ มกราคม ๑๙๔๔ เครื่องบินก็แล่นเตาะแตะข้าม "สนามต้อนรับ" ในโปแลนด์ที่ถูกยึดครองโดยบรรทุกจรวดไปด้วย. งานเสี่ยงภัยครั้งนี้เกือบจะต้องล้มเหลวลงเมื่อเครื่องบินลื่นไถลและไปติดหล่มในพื้นดินที่เฉอะแฉะด้วยน้ำฝน. กลุ่มพวกใต้ดินที่มีไม่กี่คน ผู้อยากจะหลบไปให้พ้นจากบริเวณโดยเร็วเฮโลเข้าลากและเข็น เครื่องยนต์ของเครื่องบินส่งเสียงสนั่น จนกระทั่งดูจะเป็นไปไม่ได้ที่พวกกองกำลังรักษาความปลอดภัยเยอรมันจะไม่ได้ยินเสียงอึกทึกครึกโครมนั้น. แต่ก่อนรุ่งอรุณเล็กน้อย เครื่องบินพระจันทร์ก็ทะยานขึ้นไปได้. สตีเฟนสันระลึกภายหลังว่า : "เมื่อเป็นที่แน่นอนว่าเราจะสามารถหาวิธีต่อต้านได้โดยเร็วแล้ว เชอร์ชิลล์ก็ประกาศในวันรุ่งขึ้นว่า วี.-๑ ได้ก่อความเสียหายเท่าใด. ประชาชนจะต้องทราบ แต่จนกระทั่งถึงวาระนี้ เรายังไม่สามารถสัญญาว่าจะช่วยบรรเทาได้อย่างไร. จรวดแต่ละลูกที่ตกในลอนดอนหรือภาคใต้ของอังกฤษทำให้สูญเสียชีวิตพลเรือนหนึ่งคน. เชอร์ชิลล์ให้ตัวเลข -- จำนวน วี.-๑ ที่ยิงมาจนถึงวันที่ ๒๖ กรกฎาคม มี ๒,๗๕๔ ลูก และจำนวนผู้เสียชีวิตมี ๒,๗๕๒ คน. ภายในวันเดียว วี.-๑ ตกในลอนดอนสองร้อยลูก. ดูไม่มีอะไรทำให้จรวดเหล่านี้กระทบกระเทือนได้ -- หมอก พระจันทร์ สว่างหรือมืด -- และประชาชนก็รู้สึกว่าหมดหน-

ทางไม่มีที่พึ่ง. ทันทีที่เราเห็นทางที่จะหยุดยั้งจรวดได้ ก็ต้องแจ้งข่าวให้ประชาชนทราบ. ในเดือนต่อมา คือเดือนสิงหาคม จรวด วี.-๑ เพียงหนึ่งในหกลูกเท่านั้นที่ผ่านแนวต่อต้านใหม่ได้. ถึงวันที่ ๗ กันยายน ชาวลอนดอนได้รับแจ้งว่าอันตรายผ่านพ้นไปแล้ว. และแล้วจรวด วี.-๒ ขนาดใหญ่ก็เริ่มตกลงมา. . . .”

ภัยต่าง ๆ ที่กองทัพลับต้องเสี่ยงเพื่อช่วยให้ลอนดอนรอดพ้นจากอันตรายนั้นเป็นความลับที่เก็บไว้อย่างมิดชิด. นักต่อสู้ใต้ดินชาวโปแลนด์นิรนามคนหนึ่งได้ทดลองใช้เครื่องวิทยุสื่อสาร เพื่อพิสูจน์รายงานที่ว่าการใช้คลื่นวิทยุในความถี่ที่กำหนดไว้สามารถทำให้จรวดบางชนิดหันเหออกจากวิถีได้. เขายืนยันว่าทำได้จริงด้วยการลงมือปฏิบัติบังคับให้จรวด วี.-๑ ตกลงในแม่น้ำบูก. เขาทำงานในห้องใต้หลังคาบนบ้านพักของทหารอากาศเยอรมันแห่งหนึ่ง. วิศวกรคนหนึ่งที่ทำงานในองค์การทหารช่างเยอรมันคัดลอกแบบแปลนของรางยิงจรวดมาได้. สายต่าง ๆ ก็ได้ตัวเลขเกี่ยวกับความเร็วและระยะยิงมา ซึ่งให้ความรู้แก่นักบินสกัดของกองทัพอากาศอังกฤษและทำให้นักบินสามารถหาวิธีการที่จะพลิกให้ วี.-๑ ซึ่งไม่มีคนขับหกคะเมนได้โดยเอาปีกเครื่องบินไปสอดไว้ใต้ปีกข้างหนึ่งของจรวด และค่อย ๆ ยกขึ้นจนทำให้จรวดปักหัวดิ่งลง. วี.-๒ ซึ่งใหญ่กว่าจิกหัวลงมาเกือบเป็นเส้นดิ่งจากท้องฟ้าในระยะสูงลิ่ว. วิธีตอบโต้อาวุธนี้อย่างเด็ดขาดมีวิธีเดียว -- คือการทิ้งระเบิดฐานที่ตั้งและรางส่งจรวดอย่างหนัก. นักบินอเมริกันและอังกฤษออกปฏิบัติการโจมตีโดยใช้ข้อมูลละเอียดที่กำลังกองโจรในยุโรปได้รวบรวมสะสมมาเป็นเวลานาน.

สตีเฟนสันกล่าวว่า : “องค์การต่าง ๆ และหน่วยรบหลายหน่วยได้มีส่วนสกัดภัยร้ายครั้งนี้ โดยต่างก็คิดว่าตนเป็นผู้ขจัดการคุกคามนี้แต่เพียงผู้เดียว. กองทัพสัมพันธมิตรที่ข้ามแม่น้ำไรน์ไปได้นั้นเองที่ยุติการยิงจรวดลงได้อย่างเด็ดขาดในที่สุด.

“ส่วนเรื่องที่ว่าทำไมอาวุธ วี. ต่าง ๆ จึงไม่สามารถทำให้ฝ่ายเราได้รับความเสียหายอย่างสาหัสนั้น -- สาเหตุหนึ่งก็คือเราได้ป้อนข่าวเท็จเกี่ยวกับตำแหน่งที่ตกของจรวดแก่สายนกสองหัวของเยอรมัน. คณะกรรมการ “กากบาทคู่” หรือกรรมการยี่สิบค่อย ๆ ทำให้เป้าหมายเลื่อนไปทางชนบท โดยรายงานพิกัดที่ไม่ตรงกับความจริงสำหรับการระเบิดแต่ละครั้ง ผ่านทางข่ายสายลับเยอรมันที่อยู่ในความควบคุมของฝ่ายอังกฤษ.

“ต่อมาภายหลังจึงเกิดคำกล่าวหาว่า “เล่นเป็นพระพรหมเสียเอง.””

โชคมหัศจรรย์ก็คือจรวดเหล่านั้นมีเพียงหัวระเบิดรบแบบธรรมดา. รูสเวลท์ได้รับรายงานการวิเคราะห์อาวุธแบบแก้แค้นจากนายอินทร์ตอนปลายปี ๑๙๔๔ พวกเยอรมันมีแผนที่จะส่งเครื่องบินทิ้งระเบิดและจรวดเข้าโจมตีเป้าหมายต่าง ๆ ในอเมริกา. ทาง บี.เอ็ส.ซี. ได้พบแผนต่าง ๆ ที่จะดัดแปลงเรือดำน้ำเยอรมันให้สามารถยิงจรวดเข้าถล่มนิวยอร์ค และที่จะส่งเครื่องบินแบบ ฟ็อก เก-วูล์ฟ คอนดอร์ (Focke-Wulf Condor) ไปทิ้งระเบิดตามชายฝั่งตะวันออกของอเมริกา โดยบินไปอย่างเดียวไม่บินกลับ. นักวิทยาศาสตร์ของเยอรมันมีความเข้าใจในทฤษฎีของระเบิดปรมาณู. หากไรซที่สามรอดมาได้ หากฮิตเลอร์มีผู้มาสวมตำแหน่งแทน ที่ใจคออำมหิตพอ ๆ กัน แต่มีเรี่ยวมีแรงมากกว่า ยุคใหม่ของสงครามกดปุ่มอาจได้เปิดฉากขึ้น และปิดฉากลงด้วยความพินาศของอารยธรรมตะวันตก.

ไม่มีใครเข้าใจเรื่องนี้ดีกว่าท่านประธานาธิบดี. ในเดือนเมษายนถัดมาเขาเตรียมสุนทรพจน์ที่จะแสดงในวันที่ระลึกถึงเจ๊ฟเฟอร์สัน (Jefferson Day). สตีเฟนสันได้รับสำเนาฉบับหนึ่ง และจดข้อสังเกตอันเศร้าสลดด้วยดินสอที่ริมกระดาษว่า : "สุนทรพจน์อันยิ่งใหญ่โดยประธานาธิบดีที่ยิ่งใหญ่ที่สุด แต่ไม่มีโอกาสได้แสดง--"

ประธานาธิบดี รูสเวลท์ ถึงแก่กรรมในวันที่ ๑๒ เมษายน ๑๙๔๕ ในขณะที่ใกล้การเริ่มถกปัญหาสำคัญด้านศีลธรรม ซึ่งเกิดขึ้นเนื่องมาจากการพัฒนาอาวุธลับต่าง ๆ อย่างรวดเร็ว. ปัญหาเหล่านี้สิงอยู่ในใจนายอินทร์. มีความเห็นกันว่า การใช้พลังของปฏิกิริยาปรมาณูอย่างไม่มีการควบคุมเป็นอันตรายไม่น้อยไปกว่าพลังระเบิดของบุคคลที่ได้รับการฝึกฝนในวิธีการใหม่ ๆ ในการข่มขวัญโดยใช้การก่อวินาศกรรมและการลอบสังหาร.

รูสเวลท์ตั้งใจที่จะเผยให้โลกเห็น "อันตรายของการที่นักการเมืองจะยอมรับว่าเป็นเรื่องเลี่ยงไม่ได้ ที่จะต้องมีการล้างผลาญประชาชนที่ไม่รู้อิโหน่อิเหน่เพื่อจะบรรลุเป้าหมายของตน และการที่นักวิทยาศาสตร์จะขะมักเขม้นในกรรมวิธีของการวิจัย โดยไม่แยแสต่อผลร้ายที่จะเกิดจากการวิจัย."

สัญลักษณ์อันหนึ่งของอำนาจและความรับผิดชอบใหม่ที่ตกเป็นภาระของมนุษย์อย่างน่าหวาดเสียว คือเครื่องปฏิกรณ์ปรมาณูที่ใช้ เฮวี่ วอเตอร์ ซึ่งโบห์รทิ้งไว้ในเดนมาร์ก.

ปัญหาทางศีลธรรม ซึ่งเป็นดุจเพลิงลนจิตใจของรูสเวลท์และสตีเฟนสัน

แสดงให้เห็นชัดแบบย่อ ๆ อย่างน่าตื่นเต้นเพียงสามสัปดาห์ก่อนท่านประธานาธิบดีถึงแก่กรรม. โชคชาตาเล่นตลก บันดาลให้เดนมาร์กตกเป็นสถานที่เกิดเหตุอีกครั้งหนึ่ง. เหตุการณ์อันน่าตื่นเต้นนี้ ซึ่งทั่วโลกเกือบจะไม่เอาใจใส่ และมีเพียงไม่กี่คนที่ทราบถึงจุดประสงค์ลับ กลายมาเป็นสัญลักษณ์ของปัญหาโลกแตกอันน่าสลดใจ ที่คอยรบกวนจิตใจผู้ที่จำต้องตัดสินใจอย่างเหี้ยมเกรียมเรื่อยมา. กรณีนี้คือการโจมตีกองบัญชาการเกสตาโปในโคเปนเฮเกน โดยกองทัพอากาศอังกฤษ.

บทที่ ๔๘

นีลส์ โบห์ร บอกสตีเฟนสันว่า : "เป็นวาระที่แสนทารุณ เมื่อเราจำต้องดื้อแพ่งขัดขืนรัฐเพื่อรักษาไว้ซึ่งค่านิยมสูงสุดต่าง ๆ ของชาติ."

ชาวเดนมาร์กจำต้องดื้อแพ่งนับแต่วันที่โบห์รหายตัวไป. เมื่อพวกนาซีเข้ารุกรานในปี ๑๙๔๐ พระเจ้าแผ่นดินได้รับสั่งให้พวกเขาดำเนินชีวิตประจำวันตามปกติต่อไป. หากพลเมืองดีทำตามกฎหมายบ้านเมือง ก็จะสามารถรักษาทั้งรัฐบาลและพระมหากษัตริย์ไว้ได้. ต่อมาทางรัฐบาลเห็นว่าจะไม่สามารถยอมทำตามคำสั่งกดขี่ของไรช์ที่สามต่อไปได้อีก. ชาวเดนมาร์กนับพัน ๆ ถูกเกสตาโปกวาดต้อนจับตัวไป. การกระทำรุนแรงนั้นทำให้ความลังเลสงสัยในจิตในใจสิ้นสุดลง. การดื้อแพ่งต่อรัฐกลายเป็นสิ่งจำเป็น. วาระที่แสนทารุณได้มาถึงแล้ว. ความปวดร้าวใจถึงจุดสุดยอดเมื่อสายลับชาวเดนมาร์กจำใจต้องเรียกร้องให้ทำลายกองบัญชาการเกสตาโป แม้จะต้องเสี่ยงต่อการสังหารเหล่าหัวหน้ากองทัพลับและเด็กที่ไม่รู้อีโหน่อีเหน่นับร้อย ๆ คน.

โบห์รมาถึงนิวยอร์คในเดือนพฤศจิกายน ๑๙๔๓ โดยมีเรื่องอื่น ๆ อีกหลายอย่างในหัวนอกจากความลับทางปรมาณู. เขาบอก บี.เอ็ส.ซี. ถึงวิธีที่เกสตาโปใช้ปฏิบัติอยู่หลังฉากโดยมีเจ้าหน้าที่ปกครองเยอรมันที่ "ถูกต้อง" เป็นกำบัง และดังนี้จึงทำให้ประชาชนสับสนใจ. พวกเยอรมันชั้นหัวหน้าทำทีว่าเข้ากับพระเจ้าคริสเตียนผู้เป็นที่จงรักภักดีของประชาชน. พระเจ้าแผ่นดินทรงร่วมมือด้วยความหวังว่าจะสามารถเลี่ยงหายนะได้ โดยไม่ทรงทราบอยู่นานว่าชาวเดนมาร์กหลายคนที่ต่อต้านความกดขี่ของนาซีอย่างแข็งขันได้ถูกนำตัวไปที่มหาวิทยาลัยอารุส (Aarhus) ในแคว้นจัตแลนด์ ให้ห่างไกลจากสายตาของประชาชนเพื่อทรมานและสังหาร. บัดนี้โบห์รทราบแล้วว่าการปกครองแบบตีสองหน้าของเยอรมันได้ค่อย ๆ บั่นทอนอิสรภาพของชาติ จึงช่วยให้รายละเอียดเกี่ยวกับกองบัญชาการนาซี เพื่อให้สามารถสร้างแบบจำลองขึ้นที่แคมป์ เอกซ์ สำหรับฝึกพวกกองโจร.

โบห์รขอร้องอย่างเดียว คือการเว้นไม่ทำลายห้องทดลองของเขาและเครื่อง

วัน เดอ กราฟ (Van de graaff) ซึ่งเขาได้ใช้ เฮวี่ วอเตอร์ ในการเร่งความเร็วของอณูดิวเตอรอน (deuteron). เขาทราบว่ากองทัพลับเดนมาร์กได้วางระเบิดห้องทดลองของเขาไว้หมดแล้ว แต่เขาเกรงว่าหากระเบิดขึ้น ก็จะเป็นการยืนยันความเห็นของพวกเยอรมันที่อ้างว่าการทดลองทางปรมาณูของเขาใช้การได้จริง.

การถกเถียงอย่างแปลกประหลาดเกิดขึ้นอย่างดุเดือด ระหว่างพวกนักวิทยาศาสตร์ที่ทำงานอยู่แล้วในโครงการแมนแฮ็ตตัน กับพวกที่ยังอยู่ในโคเปนเฮเกนภายใต้การควบคุมของนาซี. ควรทำลายห้องทดลองเหล่านั้นหรือไม่. การโต้แย้งดำเนินผ่านข่ายสื่อสารลับโดยใช้สารใส่รหัสผ่านทางผู้นำสาร. ในที่สุดก็มีข่าวส่งไปโคเปนเฮเกน :

อย่า -- ขอย้ำอย่า -- จุดชนวน
ระเบิดทำลาย.

เครื่องไซโคลตรอนจึงไม่ถูกทำลาย. หากเครื่องถูกก่อวินาศกรรมก็จะทำให้ฮิตเลอร์เอะใจว่างานของโบห์รมีความสำคัญ.

ตอนนี้จำต้องตัดสินใจที่ทำให้เจ็บร้าวหัวใจยิ่งขึ้นไปอีก. เกสตาโปได้จับกุมพวกสายลับชาวเดนมาร์กที่รู้เรื่องกองทัพลับเดนมาร์กตลอดจนแผนการต่าง ๆ ที่จะก่อวินาศกรรมแหล่งอุตสาหกรรมและที่จะใช้กำลังหันเหกองทหารเยอรมันจากเส้นทางบุกของฝ่ายสัมพันธมิตร. พวกเชลยเหล่านี้ทราบถึงความสำคัญของงานของโบห์ร. ผลงานนั้นสรุปไว้ในเอกสารต้นฉบับ ที่หายไปตอนนักวิทยาศาสตร์อื่น ๆ หลบหนีออกมา. เอกสารเหล่านั้นมีข้อมูลที่เมื่อตีความถูกต้องจะช่วยโครงการปรมาณูของเยอรมันได้. แม้ว่าพวกตำรวจสนามเยอรมันเองจะยังไม่ประจักษ์ชัดถึงความสำคัญของเอกสารเหล่านี้หากบังเอิญพบเข้า แต่พวกเชลยเองก็อาจพลั้งปากออกไปได้เมื่อถูกสอบสวน. และเบเกอร์ สทรีท จำต้องถืออยู่เสมอว่าเชลยจะต้องหลุดปากพูด -- ในที่สุด.

เชลยพวกนี้ไม่มียาเม็ดสำหรับฆ่าตัวตาย. พวกเขาเป็นหัวหน้ากองโจรในท้องถิ่น ที่มีกองบังคับการเขตอยู่ห้าแห่ง และรับคำสั่งจากลอนดอนผ่านทางสต๊อคโฮล์ม ซึ่งเป็นกลาง. พวกเขาถูกคุมขังอยู่ที่กองบัญชาการเกสตาโปในใจกลางเมืองโคเปนเฮเกน. ถ้าถูกล่อหลอกอย่างมีศิลปะ พวกเขาก็อาจเป็นเครื่องมือช่วยให้เยอรมันหาประโยชน์ได้ต่อไปจากประเทศที่ยังตัดสินใจไม่ได้ ระหว่างการรักษาตัวรอด

กับการลุกขึ้นต่อต้านอย่างเปิดเผย. พวกผู้นำเดนมาร์กของพระเจ้าคริสเตียนที่สิบประเภทที่เชื่อฟังคำสั่งของศัตรูถูกทางกระทรวงต่างประเทศอังกฤษตำหนิติเตียน. ที่ปรึกษาทางการทูตคนหนึ่งเขียนว่า "ประเทศเดนมาร์กมิได้เป็นพันธมิตรและมิได้เป็นแม้แต่ประเทศคู่สงคราม แต่เป็นชาติที่ยอมรับคำบงการของเยอรมัน." เชอร์ชิลล์กล่าวตำหนิผู้เขียนว่า : "แน่นอนที่ฝ่ายปกครองเดนมาร์กต้องถือว่าก่อนสิ่งอื่นใดตนมีหน้าที่รักษาผลประโยชน์ของประชาชนของตนเอง ในเมื่อผู้เข้าครองพร้อมที่จะจับตัวประกันหรือลงโทษคนทั้งชุมชน เพื่อแก้เผ็ดสำหรับการแข็งข้อ. **การรับฟังคำสั่งไม่เหมือนกับการร่วมมือ แต่เส้นแบ่งระหว่างการกระทำสองอย่างนี้ไม่มีทางเห็นได้ชัด ๆ.**"

นี่คือความปวดร้าวใจที่ข้าราชการในดินแดนที่ถูกยึดครองทุกแห่งต้องเผชิญเมื่อเยอรมันปกครองโดยอาศัยผู้ปกครองในท้องที่. เช่นนายกเทศมนตรีอาจได้รับคำสั่งให้เกณฑ์คนมาทำงานในโรงงานอุตสาหกรรมของเยอรมัน. เขาไม่ได้รับโอกาสให้สอบถามเหตุผล. รัฐมนตรีอาจได้รับคำสั่งให้ล้อมจับชาวยิว. สิ่งที่เกิดขึ้นกับพวกนี้อาจใช่หรืออาจไม่ใช่ธุระกงการเขาก็ได้. พระเจ้าแผ่นดินอาจทรงเป็นประธานการประหารชีวิตประชาชนของพระองค์เองโดยเข้าใจว่าเป็นการปกป้องพวกเขา.

โดยนิตินัย เดนมาร์กเป็นประเทศเป็นกลางภายใต้การยึดครองของเยอรมันแต่โดยยังมีพระเจ้าแผ่นดินและรัฐบาลปกครองอยู่เพียงในนาม. ผู้ที่อยู่เคียงข้างคือตัวมารร้ายที่มีสองหัว : ผู้ปกครองที่ "ถูกต้อง" จากเบอร์ลินและพวก เอ็ส.เอ็ส. สวมรองเท้าบู๊ตสูงที่ซุ่มอยู่เงียบ ๆ ในเงามืด. พระเจ้าแผ่นดินยังประทับอยู่. ตราบใดที่ยังคงทรงครองราชย์อยู่ ชาวเดนมาร์กผู้จงรักภักดีก็ยังไม่แน่ใจว่าควรช่วยเหลือกองทัพลับหรือไม่. พระเจ้าคริสเตียนทรงทราบดีถึงความแตกต่างระหว่างการยอมจำนนโดยราบคาบกับการช่วยเหลือพวกนาซีผู้เข้าครองอย่างแข็งขัน. เมื่อถูกบีบคั้นจนจะทนไม่ไหวแล้ว พระราชาธิบดีผู้ทรงพระชราทรงเข้าพระทัยว่าการระบายความโกรธตามพระอารมณ์นั้นจะมีผลสะท้อนที่น่าเกรงกลัวเพียงใด. ตามที่สเวน ทรูลเสน บอกสตีเฟนสัน ก็คือ "การทำดังนั้นอาจเป็นการระบายพระอารมณ์ แต่ก็อาจทำให้หลายชีวิตต้องสูญสิ้นไป. ในสงครามแบบนี้บทบาทที่ยากที่สุดตกแก่บุคคลสำคัญผู้ต้องเสี่ยงกับการเข้าใจผิดของคนอื่นเกี่ยวกับการกระทำของตน."

หลังจากสัมพันธมิตรบุกยุโรป พระเจ้าคริสเตียนทรงเผชิญความจริงอันน่า

กลัวว่า หากประชาราษฎรของพระองค์ไม่ลุกขึ้นต่อต้านอำนาจของนาซี ก็จะถูกพวกเยอรมันทำลายอย่างช้า ๆ เพราะพวกนี้จนตรอกมากขึ้นในการป้องกันตัวเอง. พระองค์ทรงส่งข่าวถึงเบเกอร์ สทรีท ผ่านทรูลเสน ว่า : "เราสอดส่องกองทัพเยอรมันหน่วยต่าง ๆ อย่างใกล้ชิด. เราทราบกำลังพลโดยตลอดจนถึงทุกหมวด. เราทราบว่าเรือรบเยอรมันลำใดใช้ท่าเรือใด และทราบอำนาจการยิงของเรือแต่ละลำ. เราทราบถึงสนามบินต่าง ๆ ถึงจำนวนเครื่องบิน ถึงชนิดของเครื่อง. . . . **ทั้งเราก็ได้สูญเสียพวกผู้นำที่ดีที่สุดของเรา ที่ขณะนี้ติดอยู่ในห้องคุมขังของเกสตาโป.**"

วันหนึ่งทรูลเสนโผล่มาที่ลอนดอนตามแบบของเขา คืออย่างตามสบาย และโดยไม่บอกล่วงหน้า. ได้มีการจู่โจมตีค่ายกักกันแห่งหนึ่ง และนักบินของกองทัพอากาศอังกฤษกำลังฉลองการที่พวกสายลับชาวเดนมาร์กสามารถหลบหนีออกมาผ่านทางช่องโหว่ในกำแพง. สตีเฟนสันระลึกได้ว่า : "การฉลองกำลังครึกครื้นสุดเหวี่ยง ทันใดนั้นพลเรือนท่าทางสงบเสงี่ยมผู้นี้ก็เดินเข้ามา โดยเพิ่งละมาอย่างสด ๆ ร้อน ๆ จากเหตุการณ์ที่แตกต่างกันอย่างลิบลับ. เขาคือ ทรูลเสน."

นายพลอากาศเอก เซอร์ เบซิล เอ็มบรี (Air Chief Marshal Sir Basil Embry) ผู้บัญชาการปฏิบัติการพิเศษทางอากาศกล่าวว่า : "เขาขอให้ผมช่วยทลายตึกคอนกรีตเสริมเหล็กที่อยู่ใจกลางเมืองโคเปนเฮเกน. เมื่อคำนึงว่าเขาได้เสี่ยงมากเพียงไรในการมาที่งานนี้ ผมจึงจำต้องฟังเขา. ถึงกระนั้นแผนการนี้ก็ออกจะบ้าอยู่."

ชาวเดนมาร์กผู้มีกิตติศัพท์เลื่องลือผู้นี้ เจาะจงมาหาผู้บัญชาการหนุ่มในกองทัพอากาศอังกฤษ เพราะพวกนักบินของเขาเคยทลายกองบัญชาการเกสตาโปในจัตแลนด์ (Jutland) มาครั้งหนึ่งแล้วเพื่อปลดปล่อยเชลยที่ถูกคุมขังอยู่ ณ ที่นั้น. สิ่งที่ทรูลเสนเสนอคราวนี้ทำให้ฝ่ายกระทรวงกองทัพอากาศอังกฤษผู้มีมารยาทเรียบร้อยขนหัวลุก.

สตีเฟนสันกล่าวว่า : "ทรูลเสนต้องการให้เครื่องบินทิ้งระเบิดฝูงหนึ่งไปทลายรากฐานของตึกบริษัทเชลล์ในโคเปนเฮเกน เพื่อให้หัวหน้ากองทัพลับเดนมาร์กประมาณสี่สิบคนที่อยู่ชั้นบนสุดมีโอกาสหลบหนีออกมาได้. จำเป็นต้องทำลายเอกสารของเกสตาโปที่อยู่ชั้นล่างของตึกให้ได้ก่อนที่การสอบสวนข้างบนจะเริ่มต้น. รัฐบาลฉุกเฉินอังกฤษบอกว่าไม่มีทางจะปฏิบัติได้. ผมบอกว่าพวกอเมริกันมี

อุปกรณ์เรดาร์ใหม่ๆ ซึ่ง โอ.เอ็ส.เอ็ส. อาจหามาให้เราได้. ถึงกระนั้นเป้าหมายก็ยังอยู่ในระยะไกลสุดสำหรับเครื่องบินมอสกิโต ซึ่งจะต้องบรรทุกลูกระเบิดพิเศษที่ต้องใช้ในการนี้. นักบินจะต้องบินเรี่ยน้ำทะเลเพื่อหลบลงใต้วิถีเรดาร์ของเยอรมัน แล้วจะต้องบินเข้าสู่ถนนในโคเปนเฮเกนด้วยความเร็วสูงมาก โดยบินฉวัดเฉวียนต่ำกว่าระดับหลังคาบ้าน เพื่อเข้าโจมตีชนิดที่มีโอกาสครั้งเดียว. . . . ทุกคนคัดค้าน. ต่อมา นายพลอากาศเอก เซอร์ เบซิล เอ็มบรี ก็ได้ฟังอีกด้านหนึ่งของเรื่องราว. หากไม่ปฏิบัติการโจมตี ก็จะมีการตรวจตราศึกษาเอกสารของเกสตาโป ซึ่งเพิ่งรวบรวมมาได้อย่างพินิจพิเคราะห์พร้อมกับการสอบสวนพวกหัวหน้าขบวนการต่อต้านของเดนมาร์ก และในไม่ช้ากองทัพลับก็จะถูกกวาดล้างสิ้นไปในปฏิบัติการใหญ่ของเยอรมันในคราวเดียว. ตราบใดที่ผู้รักชาติชาวเดนมาร์กสามารถดำเนินปฏิบัติ-การกองโจรได้ ฝ่ายเยอรมันก็จำต้องรักษาทหารจำนวน ๒๐๐,๐๐๐ คนไว้ในประเทศนั้น. หากพวกเยอรมันขยี้ขบวนการต่อต้านของเดนมาร์กได้ ทหารเหล่านั้นก็จะถูกถอนกลับเพื่อนำไปใช้ต่อสู้กองกำลังของอเมริกัน. เซอร์ เบซิล ได้รับอนุมัติโดยบอกเชอร์ชิลล์เป็นส่วนตัวว่าจะร่วมไปกับหน่วยโจมตีเองภายใต้นามแฝง. ดังนี้ จึงมีคำสั่งมาจากเบื้องบนให้ปฏิบัติการได้.

เทด ซิสมอร์ (Ted Sismore) ผู้เบิกทางชั้นเยี่ยมสำหรับการโจมตีแบบบินระดับต่ำอย่างพลิกแพลงเหล่านี้ ได้รับเลือกเป็นผู้แก้ปัญหาต่างๆ ของการกำหนดเส้นทางบิน. เขาบอกทรูลเสนว่า : “ถ้ามีใครถ่ายรูปอ้ายตึกบ้านี้ด้านที่มองเห็นจากทะเลได้ก็จะดีทีเดียว.” สองสัปดาห์ต่อมา ทรูลเสนโผล่มาที่ห้องทำงานของเขา. “เขามีรูปที่ผมต้องการเปี๊ยบเลย. เขากลับไปและขโมยเรือลำหนึ่งเพื่อถ่ายรูปจากมุมที่เหมาะเจาะแล้วหนีกลับออกมาใหม่. เขาได้รูปเป้าหมายอย่างยอดเยี่ยมเหมือนดังที่เราจะมองเห็นเมื่อบินโฉบเข้ามาในระดับเรี่ยยอดคลื่น.”

ได้มีการขุดค้นหาไปรษณีย์บัตรและใบโฆษณาเก่าๆ สำหรับนักท่องเที่ยวแล้วสร้างรูปจำลองขนาดใหญ่ของเมืองโคเปนเฮเกนขึ้น. เทด ซิสมอร์ เป็นผู้วางแผนกำหนดเส้นทาง. “เราตั้งรูปจำลองในมุมที่นักบินทุกคนจะดูได้โดยหมอบอยู่ข้างโต๊ะ. พวกเขาได้เห็นภาพของนครแห่งนั้นดังที่จะปรากฏให้เห็นโดยฉับพลัน -- ด้วยความเร็วอย่างน่ากลัว.”

มีการถกเถียงกันเรื่องขนาดของกองกำลัง. นายนาวาอากาศเอก รอเบิร์ต เบตสัน (Group Captain Robert Bateson) ผู้บังคับการด้านยุทธวิธีของปฏิบัติ-

การเห็นว่า มอสกิโตหกลำจะพอเหมาะ. "ยิ่งมีเครื่องบินจำนวนมากขึ้นเท่าไร ก็จะยิ่งควบคุมยากขึ้นเท่านั้น."

เอ็มบรียืนยันว่าต้องใช้เครื่องบินอย่างน้อยสิบแปดลำ. "เมื่อลงมือปฏิบัติ-การแล้วจะยอมให้ผิดพลาดแล้วกลับไปอีกไม่ได้. ถ้าไปครั้งที่สอง พวกเยอรมันก็จะพร้อมและคอยท่าอยู่." ตอนนี้เกสตาโปได้คุมขังชาวเดนมาร์กเพิ่มเติมบนชั้นที่หกของตึกเชลล์แล้ว. ดร. โมเกนส์ ฟอก (Dr. Mogens Fog) สมาชิกผู้ก่อตั้งสภาเสรีภาพและหัวหน้าฝ่ายการเมืองสำหรับปฏิบัติการต่อต้านนาซี ถูกคุมตัวอยู่ที่นั่น. เชลยอีกคนหนึ่งคือ ศาสตราจารย์บรันดท์ เรห์แบร์ก (Professor Brandt Rehberg) นักวิทยาศาสตร์เพื่อนร่วมงานของโบห์ร.

การโจมตีตึกเชลล์จะมีเหตุผลสมควรหรือในเมื่อต้องเสี่ยงชีวิตของบุคคลต่าง ๆ เช่นนี้. ข้าง ๆ ตึกก็มีโรงเรียนคอนเวนต์ที่มีเด็ก ๆ แน่นไปหมด. ถึงแม้เครื่องบินมอสกิโตโจมตีถูกตรงเป้าหมาย และแม้จะไม่มีเครื่องใดถูกยิงตกลงไปในถนนข้างเคียง ฝ่ายวิเคราะห์ของกองทัพอากาศอังกฤษก็คะเนว่าต้องมีการสูญเสียชีวิตของประชาชนพลเรือนชาวเดนมาร์กบ้าง

โบห์รจะคิดว่าอย่างไร. เขาจะบอกได้ไหมว่า ศาสตราจารย์ เรห์แบร์ก ผู้ร่วมงานเก่าของเขาจะคิดตัดสินใจอย่างไร. โบห์รผู้ได้รับคำถามเหล่านี้จากสตี-เฟนสันแจ้งให้ทราบว่า เรห์แบร์กคงจะถือว่าการเสี่ยงคุ้มค่า. แต่ก็จะเป็นการดีหากจะส่งคนไปเดนมาร์กเพื่อตัดสินปัญหาวิกฤตนี้.

ผู้ที่เหมาะสมที่สุดคือ โอเล ลิปป์มันน์ (Ole Lippmann) ผู้ช่ำชองศึกแล้วเมื่ออายุยี่สิบแปด. เขากล่าวภายหลังว่า : "ผมจากมาหกเดือน. เกสตาโปได้รับความสำเร็จมากมายระหว่างที่ผมไม่อยู่. ผมลอบกลับเข้าไปในโคเปนเฮเกน และเริ่มติดต่อกับสมาชิกข่ายต่าง ๆ ของเรา. ปรากฏว่าเกสตาโปอยู่ปลายสายโทรศัพท์ทุกรายไป. ผมจับรถไฟไปสวนกวาง (Deer Park) และไปเดินอยู่ในนั้นเป็นเวลานาน. สถานการณ์ดูคุ้น ๆ. เมื่อครั้งก่อนเราได้พยายามลอบนำยาเม็ด เอ็ล. สำหรับฆ่าตัวตายไปให้สหายของเราในห้องสอบสวน**เพื่อช่วยพวกเขา.** ผมได้คิดขึ้นมาว่าหากในคราวนั้นถือว่ายาเม็ด เอ็ล. เป็นการช่วยพวกเขา คราวนี้ทำไมจะไม่ถือว่าการทิ้งระเบิดก็เป็นการช่วย. มีผู้นำกองทัพลับสามสิบหกคนอยู่ในห้องใต้หลังคาของตึกเชลล์. ผมคิดว่าผมทราบว่าแต่ละคนจะต้องรู้สึกอย่างไรเมื่อนึกว่าจะถูกทรมานไปอีก. พวกเขาคงจะทำเหมือนกับที่คนอื่น ๆ เคยทำมา

ก่อน : คือขอตายดีกว่า.

"ผมเดินรอบตึกเชลล์อีกครั้งหนึ่ง. บ้านต่างๆ ที่อยู่สองข้าง โรงเรียนที่อยู่อีกฟากหนึ่งของถนนจะต้องโดนระเบิดทั้งนั้น. แต่แม้จะคำนึงถึงข้อนี้ และคำนึงถึงเพื่อนๆ ของผมที่ถูกขังอยู่ข้างบนนั้น ผมก็ยังมีความเห็นว่าเราจะต้องขอให้เข้าโจมตี."

เบซิล เอ็มบรี รับทราบการตัดสินใจนี้ด้วยความสยอง. "แต่ผมลั่นวาจาไว้แล้วว่าจะปฏิบัติการหากลิปป์มันน์บอกให้ทำ."

เครื่องบินมอสกิโตสิบแปดลำถูกเจียดมาจากแนวหน้าต่างๆ ในยุโรป. บ็อบ เบตสัน (Bob Bateson) ผู้บังคับการโจมตีกล่าวว่า : "เครื่องบินพร้อมกับเจ้าหน้าที่ประจำเครื่องได้รับอนุมัติให้ใช้ได้เป็นเวลาเพียงสี่สิบแปดชั่วโมง เกินกว่านั้นไม่ได้. การบรรยายสรุปครั้งแรกมีขึ้นเช้าวันรุ่งขึ้น หลังจากเคลื่อนย้ายเครื่องบินมอสกิโตมาที่สนามปฏิบัติการพิเศษแห่งหนึ่งในนอร์โฟล์ก (Norfolk). ทรูลเสนจากเดนมาร์กก็อยู่ ณ ที่นั้น. ผมต้องการให้เจ้าหน้าที่ของผมเข้าใจปัญหาในแง่มนุษยธรรม. เรื่องนี้ไม่ใช่เพียงปัญหาการทำลายตึกเชลล์. ยังมีเรื่องของผู้ที่อยู่ในนั้นซึ่งเราต้องช่วยให้หลบหนีออกมาได้."

นักบินหนุ่มสามสิบหกคนลอบชำเลืองมองชาวเดนมาร์กด้วยความฉงนสนใจ. สเวน ทรูลเสน เป็นอะไรที่พวกเขาไม่เคยประสบพบเห็น. สงครามลับดำเนินอยู่โดยไม่มีใครรู้เห็นนอกจากในกรณีที่นักบินต้องปฏิบัติการพิเศษ ซึ่งพวกเขาก็ได้ทราบเรื่องราวเพียงเท่าที่ดูจะจำเป็นเท่านั้น. พวกเขาแทบจะไม่ได้มีโอกาสเห็นสมาชิกของกองทัพใต้ดินของยุโรปสักคนหนึ่ง. หลายคนสงสัยว่าไม่มีจริง. พวกเขารังเกียจปฏิบัติการที่ไม่เห็นผลชัดๆ แต่ต้องเสี่ยงอย่างผิดธรรมดา. พวกเขาต้องนั่งอยู่ตามสนามที่เฉอะแฉะหลังแนวของข้าศึก คอยรับบุคคลลึกลับเหมือนเงาปีศาจผู้ไม่เคยหุดจา และบางครั้งก็ไม่ปรากฏร่างขึ้นด้วยซ้ำ. ขณะที่บินต่ำๆ เหนือทะเลสาบที่เป็นประกายวอบแวบในแสงที่ลวงตาของพระจันทร์เต็มดวง พวกเขาต้องถูกข้าศึกระดมยิงอย่างหนักจากพื้นดินในการนำชาวต่างประเทศนิรนามและหีบห่อลึกลับต่างๆ ไปปล่อยลงในแดนสนธยา. เมื่อกลับมาจากการบินที่เหน็ดเหนื่อยและเปล่าเปลี่ยวเดียวดายเหล่านี้ พวกเขาไม่มีอะไรที่จะมารายงาน และไม่มีหลักฐานเป็นตัวเป็นตนใดๆ ว่าความพยายามบากบั่นอุตสาหะและความสามารถช่ำชองของเขาได้ทำความเสียหายแก่ผู้ใดบ้างนอกจากตนเอง. ในที่สุด บัดนี้ก็มี

บุคคลจากความมืดมาพูดจา แต่ในไม่ช้าเขาก็จะต้องกลับไปสู่โลกใต้ดิน ซึ่งบางครั้งจะดูเป็นแดนในนิยาย.

ทรูลเสนกล่าวว่า : "ผมบอกพวกเขาว่า ถึงแม้พวกตัวประกันไม่ถูกสังหารในการโจมตี อย่างไรๆ ก็จะต้องตายช้าๆ และอย่างน่าสยดสยองกว่า. ผมบอกว่าหากพวกตัวประกันสามารถหลบหนีออกมาได้ พวกเขาก็จะมีคุณค่ามากเหลือหลาย. และหากเอกสารของเกสตาโปถูกทำลายได้ ก็หมายความว่าจะมีกองทัพลับตั้งอยู่ในเดนมาร์ก ซึ่งพวกเยอรมันยังสืบค้นไม่ได้."

ก่อนรุ่งอรุณเล็กน้อย ในวันที่ ๒๑ มีนาคม ๑๙๔๕ ฝูงเครื่องบินมอสกิโตออกบินข้ามฝั่งอังกฤษ. เครื่องบินเหล่านี้บรรทุกลูกระเบิดที่มีชนวนหน่วงการระเบิดสิบเอ็ดวินาที. ทั้งนี้หมายความว่าแต่ละลำมีเวลาสิบเอ็ดวินาทีสำหรับหลบให้พ้นจากแรงระเบิดของตนเอง และมีช่วงเวลาประมาณเท่าๆ กันระหว่างการโจมตีแต่ละครั้ง. ระลอกแรกบรรทุกระเบิดเพลิง และระลอกที่สามก็เช่นเดียวกัน สำหรับเผาผลาญตึกที่ถูกทำลาย. ทั้งหมดบินเรี่ยยอดคลื่นพอดี ท่ามกลางลมแรงกึ่งพายุที่พัดผ่านทะเลเหนือ. ซิสมอร์ หัวหน้านำทางปฏิบัติการจู่โจมตี กล่าวว่า : "พวกนักบินประสบความลำบากในการรักษาทิศทาง. ผมเองก็ดูแผนที่ลำบากและไม่สามารถคำนวณโดยใช้กระดาษดินสอเลย. กระจกหน้าก็มีคราบเกลือจากทะเลจับเต็มไปหมด และทำให้อันตรายมาก เพราะในเครื่องบินมอสกิโตเราต้องพึ่งการดูทางด้วยตาเปล่าไม่น้อยทีเดียว."

เบตสันต้องควบคุมขบวนบินโดยไม่ใช้วิทยุ และทั้งนี้หมายความว่าต้องพึ่งสัญญาณที่นัดแนะกันไว้ก่อนระหว่างเครื่องบินในระยะที่มองเห็นกันได้. คนที่มีชื่อว่า "สมิธ" (Smith) บินในตำแหน่งหมายเลขสามทางซ้ายของเบตสัน. เขาคือนายพลอากาศเอก เซอร์ เบซิล เอ็มบรี ผู้บัญชาการปฏิบัติการพิเศษ. เขาถูกผู้บังคับบัญชาโดยตรงของเขาห้ามมิให้เข้าร่วมปฏิบัติการในทำนองนี้. ประสบการณ์ของเขามีคุณค่ามากเกินกว่าที่จะให้ทำเช่นนั้น. หากสูญเสียเขาไปก็จะหาตัวแทนไม่ได้. เขามีความรู้เกี่ยวกับ "อัลตร้า" มากเกินไป. อย่างไรก็ตามการเสี่ยงภัยในแบบนี้ก็เป็นปฏิบัติการที่เชอร์ชิลล์เองคงจะต้องขอเข้าร่วมด้วยให้ได้ และท่านนายกรัฐมนตรีก็ได้ยอมอนุมัติให้ไปได้. ดังนั้น เซอร์ เบซิล จึงใช้ชื่อว่าสมิธ. หากเครื่องบินเขาตก และพวกเยอรมันทราบว่าเขาเป็นใคร เขาจะต้องถูกสอบสวนโดยใช้ยาจับเท็จ ซึ่งเข้าใจกันว่าไม่มีทางต้านทานได้. เพราะเหตุนี้สมิธจึงมียาเม็ด

สำหรับฆ่าตัวตายติดตัวไปด้วย.

เบตสันกล่าวว่า : "เขายืนยันอย่างเด็ดเดี่ยวที่จะเข้าร่วมปฏิบัติการด้วย. เราจำต้องยอมเพราะเป็นคำสั่งผู้บังคับบัญชา. แต่เมื่อขึ้นบินแล้ว เขาก็อยู่ใต้บังคับบัญชาของผม. ผมต้องลืมว่าเขาเป็นใคร และต้องเลิกเป็นห่วงเป็นกังวลกับความปลอดภัยของเขา."

เอ็มบรีวางแผนให้เข้าโจมตีโคเปนเฮเกนในขณะที่มีเจ้าหน้าที่เกสตาโปจำนวนมากที่สุดอยู่ในตึกเชลล์ตามรายงานข่าวกรองของทรูลเสน. "ผมต้องการสังหารให้มากคนที่สุดที่จะกระทำได้."

หมู่บินทั้งหมู่มุ่งตรงสู่จัตแลนด์ แผ่ออกเป็นขบวนเดียวแต่แบบควบคุมง่าย. กองบินถึงหลักหมายแรกบนฝั่งเดนมาร์กตรงเวลาพอดี. สมิธกล่าวว่า : "ตอนนั้นน่าตื่นเต้นชื่นใจมาก. ชาวเดนมาร์กทุกคนที่เราบินผ่านลุกขึ้นยืนโบกมือให้. เรากำลังบินฉวัดเฉวียนระหว่างยอดไม้ และยกลำขึ้นเพื่อข้ามสายไฟฟ้าแรงสูง"

มีกำลังคุ้มกันประกอบด้วยเครื่องบินแบบมัสแตง (Mustang) สามสิบลำภายใต้บังคับบัญชาของ บารอน มิเชล ดอนเนต์ (Baron Michel Donnet) ชาวเบลเยี่ยม. เขารายงานภายหลังว่า : "เป็นการเดินทางที่ออกจะสนุกจริง ๆ. ต้องกระโดดข้ามยอดของโบสถ์ต่าง ๆ ตาข้างหนึ่งต้องมองข้างหน้าคอยระวังมิให้สายไฟแรงสูงเฉือนปีกเครื่องบินออกไป ตาอีกข้างหนึ่งคอยมองด้านข้างระวังเครื่องบินขับไล่ของข้าศึก. เราเข้าถึงโคเปนเฮเกนโดยไม่มีใครทันรู้ตัวเลย."

เบตสันเป็นผู้นำระลอกที่หนึ่งเข้าโจมตี. ที่น่าตลกก็คือความพยายามของเยอรมันที่จะพรางตึกเชลล์กลับทำให้ตึกยิ่งเด่นขึ้น. เป็นตึกเดียวที่ทาสีเป็นลายพรางสีเขียวกับน้ำตาล. "การโจมตีก็เหมือนปล่อยลูกโบว์ลิงให้กลิ้งไปตามรางโดยปล่อยลูกระเบิดในอึดใจสุดท้ายและยกลำขึ้นในวงเลี้ยวแคบ ๆ ไปตามถนนด้านข้าง."

สมิธผู้ตามมาข้างหลัง เห็นระเบิดลูกแรก ๆ พุ่งเข้าตรงเป้าที่ฐานของตึก. เขายกลำขึ้นเหนือหลังคาและพบว่ามาปะกับใต้ท้องของมอสกิโตอีกลำหนึ่ง ซึ่งอยู่เหนือเขาหวิดไปแค่ชั่วศอกเดียว. "ผมดิ่งลงสู่ถนนแคบ ๆ สายหนึ่ง หวาดเสียวว่าปีกเครื่องบินจะไปเกี่ยวกับด้านข้างของบ้าน."

การจู่โจมตีมีขึ้นในวันที่สิบเอ็ดของการสอบสวน โปล บรูน (Paul Bruun)

หัวหน้ากองทัพลับ ภายในตึกเชลล์. "ผมคงจะทนต่อไปอีกได้ไม่นาน. แล้วก็เกิดระเบิดตูมขึ้นจากที่ไหนไม่ทราบ. แล้วอีกตูมหนึ่ง. เพดานบางส่วนหล่นลงมา. เห็นรูโหว่เบ้อเร่อ. ฝาผนังทลายลงมาทับผม."

ดร. โมเกนส์ ฟอก ระลึกภายหลังว่า : "ในชีวิตของผม ผมไม่เคยรู้สึกกลัวอย่างนี้มาก่อนเลย. ประตูห้องขังทลายลงและกีดขวางทางหนีของผม. ลูกระเบิดตกลงเปรี้ยง ๆ ลูกแล้วลูกเล่า. ตอนนั้นที่จริงมีเชลยสามสิบแปดคนในห้องคุมขังของเกสตาโป. คนหนึ่งในพวกเราฉวยกุญแจได้กำหนึ่งจากผู้คุมเยอรมันคนหนึ่ง ที่ระเบิดโครมแรกทำให้จังงัง."

เครื่องบินมอสกิโต ซึ่งนายนาวาอากาศโท เคลโอโบ (Wing Commande Kleobo) เป็นนักบิน ตกอยู่ในท่ามกลางเครื่องบินที่บินกันสับสนชุลมุนอย่างกะทันหัน เมื่อเครื่องบินระลอกที่สองตัดสินใจเข้าโจมตีเป้าหมายซ้ำอีกครั้งหนึ่ง เพราะแสงเพลิงทำให้สับสน. ปีกของเคลโอโบชนเสาธง และเครื่องบินของเขาพุ่งดิ่งลงสู่โรงเรียนคาธอลิค จานน์ ดาร์ค (Jeanne D'Arc) ทำให้เด็ก ๆ และแม่ชีต้องเสียชีวิตหลายคน.

ฟอกโซซัดโซเซลงไปในถนนโดยรู้อย่างลาง ๆ ว่าการที่เขาหลบหนีออกมาได้อย่างปาฏิหาริย์ ก็เพราะมีการทิ้งระเบิดแบบจี้จุด แล้วเขาก็ได้พบเด็กหญิงคนหนึ่ง. "เธอกำลังฝ่าควันไฟข้ามลานบ้าน และผมนึกว่าเธอถูกเกสตาโปยิงข้างหลัง จนกระทั่งเธอล้มคว่ำลง และผมได้เห็นว่าศีรษะด้านหลังของเธอมีบาดแผลเหวอะหวะ. แม้กระนั้นเราก็ยังไม่เคยเข้าใจว่าต้องสูญเสียไปมากเพียงใดในการที่ทำให้พวกเราหลบหนีได้."

ตอนแรก แม่ชี เกอร์ทรูด (Sister Gertrud) ซึ่งอยู่อีกฟากหนึ่งของสนามร้องด้วยความตื่นเต้น : "ดูโน่น เด็ก ๆ พวกอังกฤษ." เธอเห็นเครื่องหมายของกองทัพอากาศอังกฤษอย่างชัดเจนมาก แล้วจึงตระหนักว่าเครื่องบินลำหนึ่งกำลังพุ่งดิ่งเข้าหาโรงเรียน. "เครื่องบินลำนั้นพุ่งเข้าชนและระเบิดเป็นเปลวเพลิง."

บ๊อบ เบตสัน ผู้นำการโจมตี ปะติดปะต่อเรื่องราวได้ภายหลัง : "ที่เคราะห์ร้าย คือ เคลโอโบ เครื่องบินตก. ลูกระเบิดของเขาก็ระเบิดไปด้วยกันตรงเส้นบินสู่เป้าหมายพอดี. พวกนักบินที่ตามมาไม่ทราบแน่ว่ากองเพลิงใดเป็นตึกเชลล์. บางคนทันได้เห็นโรงเรียนที่เพลิงไหม้ รู้ตัวว่าควันไฟพรางเป้าหมายที่แท้

จริงไว้ จึงไม่ปล่อยระเบิด. คนอื่นๆ ไม่ทันเห็นจึงทิ้งระเบิด. พวกนี้เข้าใจผิดว่ากลุ่มควันดำเป็นควันชี้เป้า. ระเบิดของพวกเขาจึงตกลงในโรงเรียน.”

สิ่งที่ต้องสูญเสียแลกเปลี่ยนกับการเข้าช่วยเหลือกองทัพลับของเดนมาร์กคือ นักบินสิบคน ครูยี่สิบเจ็ดคน และเด็กๆ แปดสิบเจ็ดคนต้องเสียชีวิต และพลเรือนอีกมากมายต้องบาดเจ็บพิการแสนสาหัส. ผลที่ได้คือเอกสารต่างๆ ของเกสตาโปเกี่ยวกับกองกำลังต่อต้านนาซีในเดนมาร์กถูกทำลายสิ้นก่อนนำมาใช้ประโยชน์ได้ และพวกกองโจรเดนมาร์กชั้นนำสามสิบคนสามารถหลบหนีออกมาจากห้องที่ใช้สอบสวนได้.

ประธานาธิบดี รูสเวลท์ ทราบเรื่องการโจมตีครั้งนี้ แม้ว่าประชาชนทั่วไปจะไม่ทราบ. เขาได้สำนึกถึงปัญหาทางศีลธรรมของเรื่องนี้ ซึ่งจะคอยรบกวนจิตใจของบรรดาผู้ที่เข้าดำรงตำแหน่งสืบต่อจากเขา. เขาร้องขอผ่านทางสตีเฟนสันให้มีการประเมินเหตุการณ์. รายงานนั้นไม่ถึงมือเขา เพราะเขาถึงแก่กรรมเสียแล้วเมื่อรายงานเขียนเสร็จ.

เวลาต่อมา เท็ด ซิสมอร์ ไปเยี่ยมโรงเรียนที่ถูกทิ้งระเบิดตามลำพังคนเดียวเพื่อพยายามชี้แจงเหตุการณ์ที่เกิดขึ้น. เขาต้องพิศวงใจเมื่อบิดามารดาของเด็กๆ ที่เสียชีวิตกลับเป็นผู้ปลอบโยนเขา. “พวกนั้นต้องการให้ผมทราบว่าการโจมตีนั้นเป็นเรื่องจำเป็น.”

เมเรเต เจนเสน (Merete Jensen) เป็นเด็กหญิงอายุสิบสองปีในครั้งนั้น. “ทุกคนยินดีปรีดากันมาก เพราะในที่สุดมิตรของเราก็บินเข้ามาจากทะเลมาถึงที่นี่. แล้วก็มีเสียงโครมดังสนั่น และทุกสิ่งทุกอย่างก็มืดมิดลง และรู้สึกเสมือนว่าหลังจากนั้นก็มีแต่ความเงียบกริบเป็นเวลานาน. ดิฉันคิดไปว่าตัวเองคงตายไปแล้ว ก็เลยนั่งคอย. แล้วก็ได้ยินเด็กๆ ร้องไห้และสวดมนต์อ้อนวอนและร้องไห้ และแล้วทันทีทันใดก็ได้กลิ่นสดชื่นของฤดูใบไม้ผลิอีกครั้งหนึ่ง. คุณคะ วันนั้นเป็นวันน่าชื่นใจจริงๆ. วันแรกของฤดูใบไม้ผลิ. . . .”

ปัจฉิมบท

ทัศนียภาพจากเกาะอีกเกาะหนึ่ง

"ไม่มีมนุษย์ใดเป็นเกาะ ครบบริบูรณ์ลำพังตน
มนุษย์แต่ละคนเป็นภาคของทวีป, เป็นส่วน
ของวสุธา แม้ว่าเลณฑุสักก้อนหนึ่งถูกสาครซัดหลุดไป
อีหรอบก็หดลดลง เหมือนหนึ่งว่าตะโหงกหัวแหลมถูกซัดขาดไป
เหมือนหนึ่งว่าคฤหาสน์ของปวงสหายสูเจ้าหรือของสูเจ้าเองถูกซัดหายไป;
มรณกรรมไม่ว่าของมนุษย์ใด ย่อมทำให้ตูข้าหดลดลง เพราะ
ตูข้าผูกพันอยู่กับมนุษยชาติ; ดั่งนั้นจึ่ง
อย่ามาถามเลยว่าย่ำระฆังวังเวงให้ผู้ใด
ระฆังนั้นย่ำให้ตัวสูเอง"

—จาก ดิโวชั่นส์ ของ จอห์น ดันน์
(Devotions, John Donne)

บทที่ ๔๙

ผมถามว่า : "จะดูชอบกลหรือไม่ ที่จะจบลงด้วยความฝันถึงฤดูใบไม้ผลิที่แตกสลายไปของเด็กหญิงคนหนึ่ง."

"ไม่หรอก." สตีเฟนสันเงียบไปครู่ใหญ่. เรื่องต้นฉบับวางอยู่บนโต๊ะใกล้ ๆ. "ไม่ชอบกลหรอก. เป็นที่ที่เหมาะสำหรับพักเรื่อง -- ไม่ใช่จบเรื่อง. สงครามไม่มีวันชนะกันได้อย่างเด็ดขาด. เรายังต้องเผชิญผลที่ตามสงครามครั้งนี้มา. รุ่งอรุณของความหวังของเราคือปี ๑๙๔๕. หากโลกได้เข้าใจอย่างลึกซึ้งถึงเนื้อแท้ของหายนะที่เราสามารถผ่านพ้นมา มาบัดนี้ เราก็คงไม่ต้องใช้ราชการลับอีกแล้ว และคงเลิกผลิตอาวุธร้ายกาจได้แล้ว." เขานิ่งไปอีกพักหนึ่งแบบคิดเพลิน แล้วจึงพูดต่อ : "รูสเวลท์ได้เห็นสิ่งขัดแย้งต่าง ๆ ซึ่งมีมากขึ้นทุกทีในปีสุดท้ายที่เขามีชีวิตอยู่. ทางด้านหนึ่งมีการพึ่งพาอาศัยวิทยาการและผู้เชี่ยวชาญทางวิทยาศาสตร์เพิ่มมากขึ้น. แต่อีกด้านหนึ่งก็มีสงครามลับซึ่งต้องอาศัยสัญชาตญาณในการหยั่งรู้และตัวบุคคล. ทั้งสองด้านจำเป็นอย่างยิ่งสำหรับฟันมารร้ายให้ล้มลง. แต่ราชการลับเป็นกุญแจดอกสำคัญ เป็นระบบประสาท และเป็นสมองแห่งกำลัง. สันติภาพในอนาคตจะขึ้นอยู่กับการควบคุมความผสมผสานของทั้งสองด้านนี้.

"หลังจากรูสเวลท์ถึงแก่กรรม ฝ่ายตะวันตกทุ่มเทอย่างหนักไปทางวิทยาการ. เหมากับโฮนำเอาบทเรียนของกองโจรมาใช้. และเมื่อเร็ว ๆ กว่านั้น พี.เอ็ล.โอ. (PLO) ได้เรียนรู้ว่าผู้ก่อการร้ายจะขู่กรรโชกรัฐบาลได้อย่างไร."

เรานั่งอยู่ในห้องทำงานของเขาที่เบอร์มิวดา. ตอนนี้เขาได้รับพระราชทานบรรดาศักดิ์เป็น เซอร์ วิลเลียม แล้ว ชื่อของเขาจารึกลงในสารบบของอัศวินซึ่งสถาปนาขึ้นพันปีมาแล้ว. ในการเสนอชื่อสำหรับความดีความชอบนี้ เซอร์ชิลล์กราบบังคมทูลข้อความพิเศษเป็นส่วนตัวว่า : "บุคคลนี้ประทับใจข้าพระพุทธเจ้าเป็นพิเศษ." ประธานาธิบดีแฮร์รี ทรูแมน (President Harry Truman) ผู้ทำให้สตีเฟนสันเป็นบุคคลที่มิใช่เป็นชาวอเมริกันคนแรกได้รับอิสริยาภรณ์สูงสุดสำหรับพลเรือน คือเหรียญเกียรติยศของประธานาธิบดี (Presidential Medal of Merit) ได้เขียนว่า : "วันหนึ่งจะต้องเผยเรื่องราวทั้งหมด."

เล่าเรื่องกันทั้งหมดแล้วหรือยัง. เรื่องทั้งเรื่องจะไม่มีทางเล่ากันให้ครบ-ถ้วนได้. มีช่องโหว่ซึ่งคงจะต้องให้ลึกลับอยู่ตลอดไป. และถึงแม้จะเอามาปะ-ติดปะต่อกันได้ เรื่องทั้งเรื่องก็มากมายอย่างน่าพิศวง. แต่ผมก็ได้เริ่มต้นให้แล้ว.

ผมหวนระลึกถึง “โอเวอร์ลอร์ด” (Overlord) -- การบุกป้อมปราการยุโรปของฝ่ายสัมพันธมิตรในขั้นเด็ดขาด. ในขณะนั้นแม้แต่หัวหน้าฝ่ายทหารชั้นผู้ใหญ่ที่สุดของอเมริกันและอังกฤษก็ไม่ทราบถึงวิธีที่ใช้ “อัลตร้า” ในการปกป้องกองทัพต่างๆ ในวัน ดี.เดย์. มีเพียงเชอร์ชิลล์ รูสเวลท์ และพวกหัวหน้าราชการลับที่บังคับบัญชาปฏิบัติการลับเหล่านี้จำนวนเพียงหยิบมือเดียวเท่านั้น ที่ทราบถึงการลวงอันสำคัญยิ่ง ซึ่งสามารถทำได้โดยอาศัยข่าวลับที่ได้มาจากปฏิบัติการ “จูบิลี” ที่ดิเอ็ปป์.

โดยที่ได้ดักข่าวและศึกษาปฏิกิริยาทุกฝีก้าวของเยอรมันต่อการบุกในวัน ดี.เดย์. “อัลตร้า” จึงสามารถป้อนข้อมูลลวงผ่านข่ายสื่อสารของเบล็ตชลี่ย์ เพื่อให้การคะเนผิดของนายพลเยอรมัน ฟอน รุนด์ซเตดท์ (von Rundstedt) ยิ่งผิดหนักเข้าไปอีก. ปฏิบัติการดิเอ็ปป์และข่าว “รั่วไหล” ต่างๆ ที่ตามมาทำให้ผู้บัญชา-การเยอรมันเชื่อมั่นว่าสัมพันธมิตรจะเข้าบุกยุโรปข้ามส่วนที่แคบที่สุดของช่องแคบอังกฤษที่คาเลส์ (Calais). แม้หลังจากการยกพลขึ้นบกที่นอร์มันดิในวัน ดี.เดย์. แล้วก็ตาม พวกเยอรมันก็ยังไม่นำกองกำลังทั้งหมดที่มีอยู่เข้าขยี้หัวหาดของปฏิบัติการ “โอเวอร์ลอร์ด”.

ฮิตเลอร์กับนายพลทั้งหลายของเขา (ยกเว้น รอมเมล ซึ่งความเห็นของเขาถูกปัดไปตั้งแต่ต้น) คิดว่านอร์มันดิเป็นปฏิบัติการลวง. กองทหารสัมพันธมิตรสามสิบกองพลดูเหมือนคอยท่าพร้อมอยู่ที่จะเข้าโจมตีคาเลส์ทันทีที่พวกเยอรมันโถมกำลังเต็มที่ในนอร์มันดิ. ทหารสามสิบกองพลนี้มีอยู่เพียงในจินตนาการอันฟุ้งเฟื่องของเบล็ตชลี่ย์ และในข่าวสารวิทยุปลอมที่ส่งถึงสายของสัมพันธมิตรในยุโรป.

“อัลตร้า” เผยว่า ฮิตเลอร์ลังเลอยู่ระหว่างแนวความคิดของรุนด์ซเตดท์กับของพวก เช่น รอมเมล ที่บัดนี้ชักเริ่มจะสงสัยความจริง. เบล็ตชลี่ย์เพิ่มข้อมูลเท็จขึ้นอีกเป็นสองเท่าอย่างไม่ขาดสายในจังหวะที่แม่นยำเหมาะเหม็ง ซึ่งจะสนับสนุนความเชื่อผิดๆ ของรุนด์ซเตดท์. ผลที่สุด ฮิตเลอร์ก็รั้งรอการส่งกำลังหนุน ซึ่งอาจขับไล่ฝ่ายสัมพันธมิตรให้กลับตกทะเลไปก็ได้.

ผมคิดคำนึงย้อนหลังลงไปอีกถึงการประชุมที่ควิเบ็ก (Quebec) ในปี ๑๙๔๓ เมื่อมีการตกลงกันเรื่องปฏิบัติการ "โอเวอร์ลอร์ด". เลขานุการของสตีเฟนสันสองคนเข้าร่วมประชุมด้วย : เกรซ การ์เนอร์ (Grace Garner) และ อีลินอร์ เฟล็มมิง (Eleanor Fleming) หญิงสาวชาวแคนาดาสองคนผู้เก็บความลับแสนหนักนี้ไว้ในหัวเป็นเวลาอีกเกือบปีจนถึงวัน ดี.เดย์. ในวันที่ ๖ มิถุนายน ๑๙๔๔. เกรซกับอีลินอร์มีบทที่เร่าร้อนของประวัติศาสตร์เก็บไว้มิดชิดในสมุดบันทึกชวเลขของเธอ -- และนั่นก็ยังเป็นเพียงส่วนน้อยนิดจนแทบนับไม่ได้ของเรื่องทั้งหมด. มีเรื่องน่าตื่นเต้นเป็นพิเศษเรื่องหนึ่งซ่อนอยู่ในคำว่า "เจดเบิร์ก" (Jedburgh) ซึ่งปรากฏขึ้นชั่วระยะหนึ่งในหมู่ข่าวสารลับนับล้านๆ ฉบับ. ชื่อนี้เลือกอย่างส่งเดชมาจากหนังสือเรียนเล่มหนึ่ง -- เป็นชื่อวิหารแห่งหนึ่งซึ่งเคยเป็นที่หลบซ่อนของแมรี ราชินีแห่งชาวสก็อต (Mary Queen of Scots). ความหมายลับของชื่อนี้คือชุดปฏิบัติการทั้งหลายของสายลับ ที่กระโดดร่มลงสู่หลังแนวของเยอรมันก่อนการยกพลขึ้นบกในปฏิบัติการ "โอเวอร์ลอร์ด". แต่ละชุดปฏิบัติการได้ชื่อว่าเป็นเจดเบิร์กหน่วยหนึ่ง และนับว่าเป็นการรวมกำลังครั้งสำคัญของกลุ่มราชการลับอเมริกัน อังกฤษ และยุโรปเข้าในกองบัญชาการกองรบพิเศษที่ตั้งขึ้นใหม่ภายใต้การนำของนายพล ไอ-เซนเฮาวร์. แต่ละชุดซึ่งประกอบด้วยเจ้าหน้าที่สามคน ทำงานร่วมกับเหล่ากองทัพลับที่จะลุกขึ้นต่อสู้ในชั้นเด็ดขาด เพื่อทำให้กลไกภายในของป้อมปราการยุโรปติดขัดในระหว่างที่ "โอเวอร์ลอร์ด" กระโดดข้ามกำแพงเชิงเทินเข้าไป.

สตีเฟนสันได้ร่วมบินไปกับกองทัพต่างๆ ในวัน ดี.เดย์. ในตำแหน่งพลประจำปืนท้ายของเครื่องบินทิ้งระเบิดของสัมพันธมิตรลำหนึ่ง แล้วจึงกลับไปที่ บี.เอ็ส.ซี. ซึ่งบัดนี้ต้องแยกกำลังดูแลระหว่างยุโรปและแปซิฟิก โดยใช้ระบบการสื่อสารที่สลับซับซ้อนที่สุดที่เคยมีมา เพื่อสนับสนุนกองทัพต่างๆ ที่ไม่ปรากฏตัวให้เห็น. ผู้ที่สักวันหนึ่งจะสามารถประมาณขอบข่ายของปฏิบัติการของ บี.เอ็ส.ซี. ได้คือพี่น้องออลสป (Alsop) นักสื่อข่าวจากวอชิงตัน ผู้อาสาไปปฏิบัติการลับต่างๆ สจ๊วร์ต (Stewart) กระโดดร่มลงหลังแนวของเยอรมัน. โจเซฟ (Joseph) พร้อมกับเจ้าหน้าที่ของ บี.เอ็ส.ซี. อีกคนหนึ่ง คือ นายธนาคารอังกฤษ ชื่อ จอห์น เคสสิคก์ (John Keswick) อยู่ในเมืองจีน. นับเป็นหลายปีกว่าสองพี่น้องจะสามารถปะติดปะต่อเรื่องราวทั้งหลายที่ตนได้ประสบมา และติดตามสายใยต่างๆ กลับมาที่ บี.เอ็ส.ซี. ในนิวยอร์คได้. เรื่องทั้งนี้ก็น่าจะเขียนหนังสือได้เล่มหนึ่ง แต่สองพี่น้องออลสปไม่ได้เขียน เพราะต้องการถนอมน้ำใจพวกราชการลับอังกฤษ. (แต่สจ๊วร์ตร่วมกับธอมัส เบรเดน (Thomas Braden) ได้เขียนถึงอีกแง่หนึ่งในหนังสือชื่อ

"ซับ โรซา (Sub Rosa) : โอ.เอ็ส.เอ็ส. กับการจารกรรมของอเมริกัน"). ฝ่ายอังกฤษถือหลักว่า "ปกปิดความจริงทั้งหมดดีกว่าปล่อยให้ออกมาครึ่ง ๆ กลาง ๆ" ซึ่งมีรากฐานมาจากทฤษฎีของวิลเลียม จอวิตต์ ประธานศาลฎีกา (Lord Chancellor William Jowitt) ว่าประวัติศาสตร์จะบิดเบือนไปหากไม่เผยทุกถ้อยกระทงความของคำให้การ. เพื่อบรรลุถึงอุดมการนี้ ก็จะต้องเขียนหนังสือจำนวนมากมายนับไม่ถ้วน.

วันรุ่งขึ้น หลังจากการยกพลขึ้นบกของปฏิบัติการ "โอเวอร์ลอร์ด" กองพลยานเกราะ เอ็ส.เอ็ส. ของเยอรมันเพียงกองพลเดียวได้รับคำสั่งให้รุกตอบโต้ในนอร์มันดิ. ยี่สิบสามวันต่อมา กองพลนั้นจึงสามารถแก้ไขให้หลุดพ้นออกมาได้จากการซุ่มโจมตีอย่างดุเดือดครั้งแล้วครั้งเล่าของ "เดวิด" ซึ่งเป็นข่ายภายใต้การนำของโคลด เดอ เบสสัค (Claude de Baissac) ผู้กระโดดร่มลงไปในเขตนี้พร้อมกับลีซ (Lise) น้องสาวของเขา. งานสำคัญของสองพี่น้องนี้เพิ่งเปิดเผยในที่สุด ในข่าวแจ้งมรณกรรมในหนังสือพิมพ์ไทมส์ แห่งลอนดอน เมื่อโคลดถึงแก่กรรมในปี ๑๙๗๕. เมื่อระยะห้ามเผยความลับของสงครามเป็นเวลาสามสิบปีสิ้นสุดลง ข่าวแจ้งมรณกรรมก็เริ่มกลายเป็นแหล่งสำคัญในการเผยเรื่องใหม่ ๆ ทำนองนี้.

การรักษาความลับยังกระทำต่อไปอย่างเกินเหตุ. เหตุผลอย่างหนึ่งที่ชอบอ้างคือรายละเอียดต่าง ๆ อาจเป็นประโยชน์แก่ประเทศมหาอำนาจที่เป็นปรปักษ์. ข่าย "เดวิด" เป็นส่วนหนึ่งของแผนการสำหรับก่อความไม่สงบขึ้นทั่วยุโรป. คำแนะนำที่สอนให้กองทัพประชาชนสามารถทำเมืองที่เยอรมันยึดครองอยู่ให้กลายเป็นป่าดงดิบไปในชั่วคืนเดียวนั้น อาจเป็นประโยชน์แก่ศัตรูที่จะมีขึ้นหลังสงครามก็ได้. อ้างกันว่าสิ่งที่เกิดขึ้นในเขตที่นาซียึดครองอาจทำให้เกิดขึ้นได้อีกโดยกลุ่มคนบ้าคลั่งต่าง ๆ ที่เทียบกันแล้ว นับว่าเป็นกลุ่มเล็กที่หวังจะรังควานการปกครองของรัฐบาลของประเทศตะวันตก. เมื่อใดที่สายโทรศัพท์ขาดหมดอย่างกะทันหัน ขบวนรถไฟถูกสับรางไปผิดเส้นทาง ป้ายชี้ทางถูกทำให้เฉไฉไปหมด โรงงานทั้งหลายชะงักลงเพราะคนงานไม่มาทำงาน ระบบไปรษณีย์ถูกทำให้เชื่อถือไม่ได้ เมื่อนั้นบ้านเมืองก็อยู่ในสภาพไม่มีขื่อไม่มีแป.

จุดอ่อนที่เห็นได้ชัดของข้ออ้างให้สงครามลับยังคงความลับอยู่นี้ คือการที่กองโจรบางกลุ่มที่ได้รับการฝึกในวิธีการต่าง ๆ แบบนี้ ก็ตั้งหน้าตั้งตาอย่างไม่ลดลาวาศอกอยู่แล้วที่จะต่อต้านการนำระบบการปกครองแบบเก่ามาใช้อีก. ปัญหาจึงมี

ว่าจะปกปิดความลับต่าง ๆ ไม่ให้ใครรู้กัน.

สตีเฟนสันกล่าวว่า : "พวกสมัครเล่นเป็นผู้ที่ต่อสู้ในสงครามลับ. และพวกสมัครเล่นนี้กำลังมีพวกข้าราชการประจำที่มีผลประโยชน์อย่างแท้จริงในการเก็บความลับมาแทนที่. และในสงครามตามแบบ ก็มีพวกนายพลทุกเหล่าทัพผู้มุ่งประโยชน์ในอนาคต และดังนี้จึงมีเหตุผลอันควรที่จะกดคุณค่า หรือไม่รับรู้บทบาทของกระบวนการต่อต้านต่าง ๆ. พวกนี้ได้พบว่าสามารถใช้การรักษาความปลอดภัยเป็นข้ออ้างในการปิดบังไม่ให้ประชาชนทราบข้อมูล."

เกือบหกเดือนหลังจาก ดี.เดย์. สตีเฟนสันกับโดโนแวนร่างคำร้องถึงรูสเวลท์ ขอให้คงรักษาความร่วมมืออันไม่มีพรมแดนนี้ไว้. ทั้งสองคนเล็งถึงกาลข้างหน้า แต่ไม่ใช่สำหรับผลประโยชน์ส่วนตัว. ทั้งสองคนต่างก็มีงานส่วนตัวที่จะกลับไปทำอยู่แล้ว. ทั้งสองลงความเห็นว่าวิธีการรุกรานต่าง ๆ ของฮิตเลอร์ คือการดำเนินสงครามสายฟ้าแลบแบบฉับพลันและไม่มีใครทันรู้ตัวอาจรุนแรงยิ่งขึ้นอีกมากเมื่อมีอาวุธใหม่ ๆ ใช้. แม้แต่การประกาศสงครามก็กลายเป็นพิธีการที่โบราณคร่ำครึไปแล้ว. สงครามในอนาคตอาจเริ่มขึ้น และสิ้นสุดลงภายในวันสองวัน -- หรือน้อยกว่าด้วยซ้ำ. แนวป้องกันแรกของโลกเสรี คือการแพร่ข้อมูลอย่างสะดวกและเสรี. หากการนี้ถูกขัดขวางเพราะการกักตรวจข่าวและการควบคุมที่ใช้บังคับในสังคมเผด็จการ ก็มีความจำเป็นที่จะหาข้อมูลเหล่านี้ โดยใช้การข่าวกรองและนำมาเปิดเผยให้แพร่หลายมากที่สุดเท่าที่จะกระทำได้. สงครามโลกได้ระเบิดขึ้นก็เพราะทั้งสองฝ่ายคาดคะเนผิด เนื่องมาจากขาดข้อมูลที่ถูกต้องและเป็นข้อเท็จจริงโดยแท้. ฝ่ายผู้เผด็จการสำคัญผิดว่าความแบ่งแยกต่าง ๆ ซึ่งเป็นสิ่งปกติธรรมดาภายในฝ่ายประชาธิปไตย เป็นความอ่อนแอ. ส่วนฝ่ายที่จะถูกรุกรานก็ไม่พร้อมที่จะรับมือกับประสิทธิภาพอันอำมหิตของกลไกทางทหารของฝ่ายอักษะ.

ในวันที่ ๑๘ พฤศจิกายน ๑๙๔๔ โดโนแวนลงนามในบันทึกช่วยความจำซึ่งเป็นผลของการปรึกษาหารือเหล่านี้ : "เมื่อใดที่เราก๋ำราบศัตรูได้แล้ว เราก็ยังต้องการข้อมูลซึ่งจะช่วยแก้ปัญหาของสันติภาพอย่างมากพอ ๆ กัน. เพื่อการนี้จะต้องให้ท่านประธานาธิบดีได้รับข่าวกรอง และจะต้องตั้งหน่วยกลางซึ่งขึ้นตรงต่อท่าน."

เอกสารลับสุดยอด ซึ่งจ่าหน้าถึงประธานาธิบดี รูสเวลท์ ฉบับนี้ รั่วไปถึงสื่อมวลชน เพราะฝีมือของผู้ที่เป็นอริของ โอ.เอ็ส.เอ็ส. และ บี.เอ็ส.ซี. หนังสือ-พิมพ์ชิคาโก ทริบูน ลงบทความซึ่งโจมตี "แผนอภิจารกรรมนี้. . . . ซึ่งเป็นบริการ

ราชการลับที่มีอำนาจเต็มสำหรับสอดแนมในต่างประเทศหลังสงครามและสอดรู้สอดเห็นในชีวิตของชาวอเมริกันเอง.” มีการรื้อฟื้นข่าวลืออยู่ระยะหนึ่งว่า โดโนแวนกำลังสมคบกับพวกอังกฤษในนิวยอร์ค. เมื่อเรื่องฮือฮาสงบลง รูสเวลท์ก็เตรียมจะปฏิบัติการ. เวลานั้นคือเดือนเมษายน ๑๙๔๕. เขาถึงแก่กรรมก่อนที่จะสามารถปฏิบัติตามแผนที่จะนำความรู้และประสบการณ์ที่ได้จากความร่วมมือกันฉันมิตรระหว่างสัมพันธมิตรมาใช้ในยามสงบ.

สิ่งที่สตีเฟนสันวาดภาพไว้ในใจคือ “บริการราชการลับระดับโลกเพื่อรักษาไว้ซึ่งความปลอดภัยของฝ่ายประชาธิปไตยในปีวิกฤตข้างหน้า โดยมีหลักประกันมิให้ใช้อำนาจในทางที่ผิด.” หลักประกันจะให้เป็นในรูปอำนาจกลาง ประกอบด้วยประชาชนที่สำนึกในความรับผิดชอบ ผู้ทำงานในกรอบของการปกครองแบบประชาธิปไตย. หลักประกันต่าง ๆ เป็นส่วนสำคัญที่สุดของข้อเสนอ โดยคาดการณ์ล่วงหน้าไว้ถึงปัญหาต่าง ๆ และเรื่องทางศีลธรรมที่กลืนไม่เข้าคายไม่ออกซึ่งในที่สุดจะระเบิดขึ้นในระยะช่วงปี ๑๙๗๐ ถึง ๑๙๗๙.

แต่หนึ่งเดือนหลังจากที่รูสเวลท์ถึงแก่กรรม บี.เอ็ส.ซี. ก็ได้รับแจ้งให้ออกจากแผ่นดินอเมริกัน. ปฏิบัติการระหว่างสงครามของนายอินทรีในแมนแฮ็ตตันลดฮวบลงในขณะที่การรณรงค์สงครามในยุโรปและในเอเชียใกล้ถึงจุดสุดยอด. การขอให้ยุติปฏิบัติการอย่างกะทันหันน่าจะเป็นเหตุอันสมควรที่จะทำให้ขมขื่น แต่สตีเฟนสันยึดมั่นในความซื่อตรงไม่ยอมวิจารณ์เรื่องความแตกแยกระหว่างหน่วยต่าง ๆ ของสหรัฐซึ่งเป็นต้นเหตุของการตัดความร่วมมือระหว่างเขากับโดโนแวนและ โอ.เอ็ส.เอ็ส. และต่อมาจนกระทั่งถึงการยุบ โอ.เอ็ส.เอ็ส. ประธานาธิบดีทรูแมนเห็นว่าหน่วยประสานงานราชการลับไม่มีความจำเป็นอีกต่อไปแล้ว เพราะเป็นการซ้ำซ้อนกับงานที่เขาได้รับคำยืนยันว่า แต่ละกองทัพ กระทรวงต่างประเทศ และ เอ็ฟ.บี.ไอ. ต่างก็สามารถแยกกันปฏิบัติได้ตามลำพังอยู่แล้ว. ทรูแมนลงนามในคำสั่งตัดสินชะตาที่สั่งยุบ โอ.เอ็ส.เอ็ส. เมื่อวันที่ ๒๐ กันยายน ๑๙๔๕. เอกสารทั้งหมดของ บี.เอ็ส.ซี. ถูกขนไปยังแคมป์ เอกซ์ ข้ามพรมแดนไปด้านแคนาดา.

การรักษาความลับได้กลายเป็นเครื่องมือของหน่วยราชการลับต่าง ๆ ที่ชิงดีชิงเด่นกัน. ที่น่าวิตกก็คือ การรักษาความลับก็ยังได้เป็นเครื่องมือช่วยสหภาพโซเวียตซึ่งกลับกลายมาเป็นศัตรูอีกครั้งหนึ่ง เป็นมหาอำนาจเผด็จการที่ปิดตายมิดชิดพ้นการสอดส่องจากภายนอก.

การส่งข่าวทางอิเล็กทรอนิกของกองทัพฝ่ายอักษะยุติลง และ "อัลตร้า" ถูกยุบ. ความเงียบเชียบเข้าครอบคลุม เบล็ตชลี่ย์ พาร์ค. ณ ที่นั้นการรักษาความลับยั่งยืนมาก ขนาดที่เมื่อผมกลับไปที่นั้นสามสิบปีภายหลัง ชาวบ้านก็ยังไม่รู้เรื่องอะไรเลย หรือมิฉะนั้นก็ไม่ยอมพูดอะไรทั้งสิ้น. ผลของการรักษาความลับอย่างเคร่งครัดเช่นนี้ทำให้ผู้นำรุ่นหลังรู้เรื่องน้อยมาก หรือไม่รู้อะไรเลยเกี่ยวกับสงครามลับ. พวกรุ่นเก่าๆ บางคนพูดถึงบ้างเป็นบางโอกาส ส่วนมากก็เพื่อจุดประสงค์ทางการเมือง. ริชาร์ด ครอสแมน (Richard Crossman) อดีตรองเจ้ากรมสงครามจิตวิทยาอังกฤษเขียนว่าหน่วยราชการลับ "มีเสน่ห์สำหรับพวกที่มีความบันเทิงใจในการเป็นบุคคลลึกลับ ที่รู้ความลับปกปิดซ่อนเร้นที่ชอบแดนสนธยาทางจิตใจ ซึ่งครอบคลุมปฏิบัติการต่างๆ ที่ตามมาตรฐานของผู้มีอารยธรรมถือเป็นเรื่องป่าเถื่อน."

นี่เองคือสิ่งที่สตีเฟนสันต้องการจะป้องกันไม่ให้เกิดขึ้นโดยใช้ประสบการณ์ของ บี.เอ็ส.ซี. ตั้งหน่วย ที่จะคงไว้ซึ่งความซื่อสัตย์สุจริตตั้งมั่นที่มีในยามสงครามโดยจะมีบุคลากรประกอบด้วยพลเรือนที่รับผิดชอบต่อผู้แทนที่พวกเขาได้เลือกตั้งขึ้นมา. สตีเฟนสันเขียนจากที่ทำงานของเขาในนิวยอร์ค ในวันสุดท้ายของปี ๑๙๔๕ เมื่อเครื่องรหัสเครื่องท้ายๆ ของ บี.เอ็ส.ซี. ถูกย้ายไปหมดแล้ว ว่า : "การริคิดปฏิบัติการที่สอดคล้องประสานกันในด้านกิจกรรมลับ ซึ่ง บี.เอ็ส.ซี. เป็นตัวอย่างต้นแบบนั้นเป็นรากฐาน ซึ่งพวกอเมริกันใช้เพื่อก่อตั้งหน่วยราชการลับในยามสงครามของตนที่ประสบความสำเร็จยิ่งยวดได้อย่างรวดเร็วน่าอัศจรรย์. คงจะไม่เกินไปที่จะพูดว่าการริคิดดังนี้อาจถือได้อย่างแท้จริงว่าสำคัญยิ่งในการรักษาไว้ซึ่งสันติภาพ. . . ."

ถึงปี ๑๙๔๗ สงครามลับของนายอินทร์ถูกฝังจมอยู่ใต้เรื่องราวแบบธรรมดาเกี่ยวกับการสู้รบทางทหาร. ผลงานที่ฝ่ายอังกฤษมอบให้ในการพัฒนาอาวุธใหม่ต่างๆ รวมทั้งอาวุธนิวเคลียร์ ทั้งการรบแบบกองโจร ก็พูดได้ว่าถูกลืมหมด. หลังจากอภิปรายกันอย่างเผ็ดร้อน สภาคองเกรสได้ผ่านกฎหมายการรักษาความปลอดภัยแห่งชาติ (National Security Act) ซึ่งจัดตั้งหน่วยหาข่าวขึ้น เพื่อตอบโต้ความเป็นปรปักษ์ของสหภาพโซเวียตซึ่งเพิ่มมากขึ้นทุกที และสภาพการณ์ซึ่งเรียกกันว่า "สงครามเย็น". ในวันที่ ๑๘ กันยายน ๑๙๔๗ สองปีหลังจาก โอ.เอ็ส.เอ็ส. ถูกยุบ หน่วยข่าวกลาง (Central Intelligence Agency) ก็ถือกำเนิดขึ้น. และดังนี้ความร่วมมือสำหรับยามสงบในแบบที่สตีเฟนสันกับโดโนแวนเรียกร้อง

อย่างจริงจังจึงถูกลืมสนิท.

เชอร์ชิลล์ยอมปล่อยให้เมืองทั้งเมืองถูกถล่มแหลกเป็นเมือง ๆ ไปโดยไม่ยอมเปิดโปงเรื่องลับต่าง ๆ ที่อาจมีผลต่อความอยู่รอดของอารยธรรมของประชาธิปไตย. ไม่มีทางเลือกอื่นใดที่จะไม่นองเลือด นอกเสียจากพวกผู้นำจะหัวหดอ้างเอาความรู้สึกสยดสยองมาเป็นกำบังที่ดูชอบธรรม และก็ไม่ยอมตัดสินใจใด ๆ เลย.

สตีเฟนสันกล่าวว่า : "ทุกวันนี้ก็มีสถานการณ์ในทำนองเดียวกันนี้. ทางออกที่ง่ายก็คือแสร้งทำว่าไม่มีวิกฤตการณ์ใด ๆ. นั่นเป็นทางที่จะชนะการเลือกตั้ง. เป็นทางที่ทำให้เราพลาดพลั้งเข้าสู่สงครามมาแล้วเป็นประการแรก -- มีผู้ครองอำนาจอยู่จำนวนมากเกินไปที่พึงใจที่จะเห็นว่าไม่มีภัยต่อเสรีภาพ เพราะการยอมรับว่ามีภัยย่อมหมายถึงความเต็มใจที่จะเสียสละเพื่อต่อสู้ภัยนั้น. มีความแตกต่างมากมายระหว่างการเป็นคนมีจิตใจสูงกับการเป็นคนหัวทึบ."

ความเงียบบังเกิดขึ้นเป็นเวลานาน. ข้างนอกห้องทำงาน นกกระจิบอกเหลืองของเบอร์มิวดาเกาะเต็มอยู่ตามโต๊ะในสวน ส่งเสียงร้องลอยเข้ามาทางหน้าต่าง.

ผมพูดขึ้นมาว่า : "เป็นครั้งแรกในประวัติศาสตร์ที่เราเห็นว่ามีวิธีการสำหรับแพร่ข่าวอยู่ทั่วไป -- และทั่วทุกหนทุกแห่งก็ดูเหมือนว่าเราจะอยู่ในความมืดมากกว่าแต่ก่อนเสียอีก. การรักษาความลับดูเหมือนเป็นโรคร้าย --"

"ซึ่งอาจทำลายเรากระนั้นหรือ."

"รู้สึกว่าจะเป็นภัยที่คุกคามเสรีภาพที่เรามีอยู่อย่างชัด ๆ."

สตีเฟนสันกล่าวว่า : "โลกนี้กว่าครึ่งหนึ่งตกอยู่ใต้ระบบเผด็จการ. ประชาชนเหล่านั้นไม่รู้จักสิ่งที่เราเรียกว่า "เสรีภาพ." แค่ย้อนกลับไปเพียงหกสิบชั่วอายุคนนับแต่คุณและผม จากที่นี้ ก็ถึงรุ่งอรุณของประวัติศาสตร์ตะวันตก. สงครามโลกสองครั้งในศตวรรษนี้เองเตือนใจเราว่ายุโรปที่ "มีวัฒนธรรม" อยู่ห่างเพียงชั่วพริบตาเดียวจากยุคมืด. เราได้เดินทางเป็นระยะไกลฝ่าพายุมาจนถึงเกาะน้อย ๆ แห่งเสรีภาพนี้. เพื่อรักษาสิ่งที่เรามีอยู่ เราต้องทนเสียสละในยามสงครามต้องเสี่ยงชีวิตทุกวี่ทุกวัน ต้องทนเดินหน้าแม้จะสูญเสียผู้ที่เรารัก ทั้งต้องฝืนโชคชาตาที่พิสูจน์เห็นชัดแล้วว่าไม่น่าจะผ่านพ้นไปได้. บัดนี้เราจะต้องยอมรับเสียแล้วหรือ ว่าเราไม่สามารถหาทางควบคุมอาวุธต่าง ๆ ที่เราสร้างขึ้นสำหรับป้องกันตัว

ได้. หรือเรากำลังพูดว่าเราไม่สามารถควบคุมตัวเราเองได้. สำหรับผู้รักเสรีภาพอนาคตเต็มไปด้วยภยันตรายและความท้าทาย. สมัยใดบ้างล่ะที่ไม่เป็นเช่นนั้น."

ผมคิดในใจว่าช่างเป็นเกาะเล็กเหลือเกินเมื่อเปรียบเทียบกับประวัติศาสตร์ที่บันทึกไว้. การมาอยู่ที่เบอร์มิวดาชวนให้สตีเฟนสันคิดอุปมาดังนี้กระนั้นหรือ. เขามาพักอยู่ที่นี่เพราะเขามีความจำเป็นต้องเป็นผู้นิรนาม. และเขามาหมกตัวอยู่ที่นี่เพื่อนึกคิดไตร่ตรอง. ชีวิตของเขาได้ก้าวล่วงความมืดออกมาชั่วขณะหนึ่งในปี ๑๙๖๒ เมื่อนักเขียนชาวอังกฤษชื่อ เอช. มอนต์โกเมอรี ไฮด์ (H. Montgomery Hyde) ได้พิมพ์เรื่องที่เปิดเผยเรื่องราวของ "ชาวแคนาดาผู้เงียบขรึม" ใน "ห้อง ๓๖๐๓". เอียน เฟล็มมิง เขียนถึงเรื่องนี้ว่า : "บิลล์ สตีเฟนสัน ทำงานหนักแทบตายในการดำเนินปฏิบัติการลับ และภาระที่เขารับมอบหมายนั้นมักจะเป็นงานเสี่ยงภัยที่พูดถึงได้แต่เพียงแย้ม ๆ เท่านั้น. . . ."

ขณะนั้นสตีเฟนสันอาศัยอยู่ที่บ้านเช่าซึ่งมองลงไปเห็นแม่น้ำอีสท์ (East River) ในนิวยอร์ค. เขาถอนตัวออกจากงานเมื่อจัดการกำจัดเอกสารฉบับสุดท้ายของ บี.เอ็ส.ซี. เรียบร้อยแล้ว โดยไม่ออกความเห็นแต่อย่างไรเกี่ยวกับการเผยชีวประวัติของเขาขึ้นมาชั่วขณะหนึ่ง. ในเบอร์มิวดา เขาอยู่อย่างสงบโดยไม่มีใครมารบกวนเพื่อรักษาร่างกายที่ทรุดโทรมอย่างหนักเพราะความตรากตรำในสงครามทั้งสองครั้ง. ในบ้านที่ไม่หรูหราของเขา ณ ที่นั้น มีร่องรอยบ้างเล็กน้อยที่แสดงถึงนิสัยใจคอของสตีเฟนสัน. หลักฐานที่มีอยู่ดูจะชวนให้คิดว่าเขาเป็นศาสตราจารย์ปลดเกษียณผู้นิยมไพร. แต่จะค้นหาเท่าไรก็จะไม่พบพวกอนุทิน รูปถ่ายต่าง ๆ หรือบรรดาของที่ระลึกซึ่งผู้ที่พ้นตำแหน่งหน้าที่การงานแล้วจะเก็บไว้ให้อุ่นใจ. สตีเฟนสันใจแข็งทิ้งเอกสารต่าง ๆ ที่เป็นส่วนตัวแท้ ๆ รวมทั้งสิ่งของที่ระลึกอย่างเด็ดขาด ในทำนองเดียวกับที่เขาได้ทำลายอดีตของเขาเองในกลางช่วงปี ๑๙๓๐ ถึง ๑๙๓๙. เขามีความจำอันแม่นยำอย่างประหลาดของเขา. และเขามีแมรี ภริยาของเขาผู้ก็มีความสามารถอย่างน่าอัศจรรย์ในการรำลึกถึงเรื่องราวต่าง ๆ.

ระหว่างเขียนหนังสือเล่มนี้ผมไปเยี่ยมครอบครัวสตีเฟนสันเป็นประจำ เพื่อสอบถามรายละเอียดต่าง ๆ. แมรีจะเป็นผู้ต้อนรับผมแล้วก็จะ "หายตัวเข้าไปในฝาผนัง" ตามแบบที่เธอชำนาญนัก. บิลล์ในชุดกางเกงลำลองและเสื้อเชิร์ตตาหมากรุกจะยืนอยู่ที่มุมของเขาในห้องทำงานที่เรียบ ๆ ไม่หรูหรานั้น และจับมือผมแน่นเหมือนคีมเหล็ก.

เขาประกาศว่า : "นี่เป็นหนังสือของคุณ. จงเขียนตามที่คุณเห็นดีเห็นชอบ." แต่เขาคัดค้านอย่างดุเดือด ไม่ยอมให้กลายเป็นเรื่องชีวประวัติของเขา. เขาต้องการให้เรื่องนี้เป็นรากฐานเพื่อให้เข้าใจสงครามลับกัน. ถึงเวลาอันสมควรแล้วที่จะเปิดเผยและเขาเป็นผู้รักษาข้อเท็จจริงต่าง ๆ ไว้. เขามีความภูมิใจเงียบ ๆ ในบรรดาศักดิ์ของเขา เพราะถือว่าเป็นการรับรองคุณงามความดีในราชการ. นอกจากเรื่องนี้แล้วตามที่ผมได้ทราบมาจาก ฮิวก์ ดอลตัน (Hugh Dalton) รัฐมนตรีสงครามเศรษฐกิจสมัยสงคราม เขาไม่รับเงินเดือนเลยตลอดสงคราม และได้บริจาคทรัพย์ส่วนตัวเป็นจำนวนมากเพื่อให้ชนะสงคราม.

แมรีกับบิลล์ลดฐานะความเป็นอยู่ของตนลงจนถึงระดับพอสบายอย่างสมถะเหมือนที่เคยมีสมัยเด็ก ๆ. สิ่งที่ยังคงความสำคัญอยู่ในห้องทำงานนั้น ก็คือเครื่องเคาะรหัสมอร์ส ซึ่งสึกหรอและเป็นเงามันเพราะมือของเขาฝึกเคาะเป็นระยะ ๆ ตลอดมาตั้งแต่เขาได้สร้างเครื่องนั้นขึ้นเมื่อสมัยเป็นเด็กนักเรียน.

สตีเฟนสันบอกผมวันหนึ่งว่า : "พวกอำนาจเผด็จการไม่จำเป็นต้องแจ้งให้ประชาชนของตนทราบเกี่ยวกับปฏิบัติการของหน่วยราชการลับของตน. พวกนั้นไม่มีหนังสือพิมพ์และโทรทัศน์คอยขุดคุ้ยและจับตาดูอยู่ตลอดเวลา. ยิ่งกว่านั้นพวกนั้นยังมีเสรีเต็มที่ในการดำเนินกิจการต่าง ๆ ในโลกของเราเอง. พวกนั้นได้เปรียบอย่างมหาศาล.

"ข่าวเป็นแนวป้องกันที่สำคัญที่สุดของเรายิ่งกว่าในสมัยใด. และผลประโยชน์ของเราอยู่ที่จะต้องให้ผู้ที่มีเค้าว่าจะเป็นผู้รุกรานทราบว่าเรามีกำลังและมีความมุ่งมั่นแน่วแน่.

"เรายังคงอยู่ในระหว่างการวิวัฒนาสังคมประชาธิปไตย. หากเราประสงค์ที่จะให้ความเจริญเติบโตตามธรรมชาติแบบนี้ดำเนินต่อไป เราไม่อาจทำไม่รู้ไม่ชี้กับเหล่าศัตรูทางลัทธิผู้ต้องการหยุดยั้งความเจริญเติบโตนี้ -- หรือไม่ก็ทำลายล้างเสียเลย. พวกเขาสามารถปลดอาวุธเราได้โดยทำงานผ่านสถาบันประชาธิปไตยต่าง ๆ ของเราเอง. การณรงค์เพื่อทำลายหน่วยราชการลับต่าง ๆ ของฝ่ายตะวันตก มักดำเนินไปด้วยความช่วยเหลืออย่างไม่รู้ตัวจากพลเมืองของเราเอง ผู้ขุ่นเคืองโดยน้ำใสใจจริงเพราะมีองค์การลับใหญ่ ๆ มากมายจนเลยเถิด ที่ใช้งบประมาณที่ตรวจตราแจกแจงไม่ได้. ความล้มเหลวต่าง ๆ ของหน่วยเหล่านี้ที่เปิดโปงขึ้นก็ถูกประโคมโฆษณาอย่างกว้างขวาง. ส่วนผลสำเร็จทั้งหลายก็ต้องเก็บไว้เป็นความลับ -- มิฉะนั้นก็จะ

หมดประสิทธิภาพ. กฎเกณฑ์ที่ใช้ก็อย่างเดิมเช่นเดียวกับที่ใช้กับ "อัลตร้า" -- คือแพ้ยุทธการครั้งหนึ่งดีกว่าเสียความลับอย่างหนึ่ง ซึ่งอาจทำให้ชนะสงคราม.

"ทำอย่างไรจึงจะให้ประชาชนในสังคมเสรีสามารถควบคุมงานได้เรียบร้อย โดยไม่ต้องสูญเสียแนวป้องกันเหล่านี้. พวกที่รับผิดชอบราชการลับมีความรู้สึกว่าการสอดส่องของประชาชนในรูปใดก็ตามเป็นภัยต่อการรักษาความปลอดภัย. ส่วนประชาชนก็รู้สึกว่าอำนาจลับนำไปสู่ความทุจริต.

"อย่างไรก็ตามต้องมีความไว้เนื้อเชื่อใจในที่ใดที่หนึ่งกันบ้าง. สงครามโลกครั้งที่สองได้พัวพันกับบุคคลหลายพันคน ผู้ต้องได้รับความไว้วางใจให้ปฏิบัติ-การต่าง ๆ ตามลำพัง โดยไม่ได้รับการยกย่องชมเชย โดยต้องตัดสินใจในเรื่องต่าง ๆ ที่อาจมีผลกระทบกระเทือนต่อชุมชนเป็นส่วนรวม. บุคคลทั้งชายหญิงเหล่านี้ ผู้มีความกล้าหาญรู้เรื่องดี แต่โดยเนื้อแท้ก็เป็นคนธรรมดาสามัญนั่นเอง มิได้เป็นสายลับอาชีพหรือข้าราชการประจำด้านข่าวกรอง ก็ได้พิสูจน์ให้เห็นแล้วว่าไว้วางใจได้. รู้สึกว่าเราควรจะมองหาคนเหล่านี้ และหมายพึ่งพวกนี้ให้เข้ามาปฏิบัติงานที่ต้องใช้ไหวพริบและที่ล่อแหลมมากที่สุดเหล่านี้."

สตีเฟนสันรู้สึกว่าเราจะต้องวางลำดับความสำคัญให้ดี. อันตรายที่ใหญ่ยิ่งกว่าต่อเสรีภาพส่วนบุคคล มาจากระบบการปกครองเผด็จการ ซึ่งเห็นว่าความคิดขัดแย้งใด ๆ ก็ตามเป็นการคุกคามที่จะต้องทำลายล้าง -- ไม่ว่าการคุกคามนั้นจะมาจากนักเขียนโดดเดี่ยวผู้ประท้วงความไม่เป็นธรรม หรือมาจากอีกประเทศหนึ่ง. มีประเทศเดียวที่มีกำลังพอสำหรับยับยั้งการลบล้างทำลายความคิดขัดแย้งทำนองนี้ -- คือสหรัฐ.

เขาระลึกว่า : "ในวาระวิกฤตที่สุดในการยืนหยัดต่อสู้ของอังกฤษในปี ๑๙๔๐ จอห์น บิวแคน (John Buchan) เขียนว่า : "ในขณะนี้และในเวลาต่อไปสหรัฐเป็นประเทศที่มีกำลังอำนาจมากที่สุดในโลก. ผมเชื่อว่าประเทศนั้นมีทางที่จะช่วยโลกได้มาก พูดได้ว่าโฉมหน้าของอนาคตขึ้นอยู่กับประเทศนั้นเป็นสำคัญ. หากจะให้ระบอบประชาธิปไตยในความหมายที่กว้างที่สุดและแท้จริงที่สุดมีหวังรอดได้ก็จะต้องเป็นเพราะประเทศนั้นเป็นผู้ดูแลปกป้องเป็นสำคัญ. เพราะแม้จะมีความบกพร่องมากหลาย ประเทศนั้นก็มองเห็นหลักการต่าง ๆ ของระบอบประชาธิปไตยแจ่มแจ้งมากกว่าประชาชาติอื่นใด."

สตีเฟนสันกล่าวว่า : "ทุกวันนี้ ทุกถ้อยคำยังคงเป็นจริงอยู่. เพราะเหตุนี้เอง ศัตรูของเราจึงต้องการจะแยกให้สหรัฐอยู่ลำพังโดดเดี่ยว และให้ประเทศนั้นถอยออกจากความสับสนและความชุลมุนวุ่นวาย เช่นเดียวกับที่เคยทำในขณะที่ไรชที่สามกำลังเริ่มรุ่งโรจน์."

"ผมเชื่อมั่นว่าคนอเมริกันจะต่อต้าน ไม่ยอมแพ้แก่ความกดดันและการโฆษณาชวนเชื่อต่าง ๆ ที่จะให้ละทิ้งเครื่องป้องกันหลัก. พวกเขาจะต้องพบวิธีการที่ไว้ใจได้สำหรับควบคุมอาวุธแห่งความลับ. ผมไม่เห็นด้วยกับคำอุปมาอุปมัยของ วอลเตอร์ ลิปแมน (Walter Lippmann) ที่ว่า เพื่อให้มือของตนหยุดสั่น ประชาชนของฝ่ายตะวันตกพร้อมที่จะยอมให้ใส่กุญแจมือ."

"จะเป็นเรื่องตลกสิ้นดี หากหลังจากได้พิสูจน์ให้พวกที่หมายจะเข้าครองโลกเห็นจริง ว่าเสรีภาพจะเป็นฝ่ายมีชัยแล้ว เรากลับไม่สามารถพิสูจน์ความข้อนี้ให้พวกของเราเองเชื่อได้."

เหตุผลที่หนักแน่นที่สุดซึ่งทำให้สตีเฟนสันยินยอมที่จะย้อนกลับไปเปิดบทหนึ่งในชีวิตของเขา ซึ่งเขาเคยหวังที่จะปิดไว้ตลอดกาล เป็นเพราะ บี.เอ็ส.ซี. เปิดช่องให้เห็นภาพเป็นตัวอย่างของสิ่งที่พลเมืองของหลายประเทศสามารถทำได้ ในขณะที่เสรีภาพของตนถูกคุกคามอย่างป่าเถื่อนหรือถูกทำลาย. ในโอกาสที่ได้รับเกียรติให้เป็นพลเมืองอเมริกันกิตติมศักดิ์ เชอร์ชิลล์ได้ร่างจดหมายถึงประธานาธิบดีจอห์น เอ็ฟ. เคนเนดี. เขาแบ่งประโยคสำคัญ ๆ ออกเป็นกลอนที่ไม่มีสัมผัสตามที่เขาชอบทำเป็นประจำ และสรุปได้ถึงเนื้อแท้ของความรู้สึกของสตีเฟนสันเอง :

มิตรภาพของเรา
และภราดรภาพของเราตอนสงคราม
เป็นแบบที่ไม่เคยปรากฏมาก่อน
เรายืนหยัดคู่เคียงกัน
และด้วยเหตุนี้เอง
โลกเสรีจึงยังคงอยู่จนบัดนี้.

สตีเฟนสันเขียนภายหลังว่า : "เราเรียนรู้จากประสบการณ์. มิตรภาพจะเผยโฉมออกมาทุกครั้งที่อำนาจมืดเหล่านี้พยายามที่จะทะยานขึ้นมาอีก. ภราดรภาพนี้เป็นปฏิกิริยาตามธรรมชาติของมนุษย์ ซึ่งงอกงามอยู่ในตัวเรา. ไม่มีทางใช้

กฎหมายใดบังคับคุณธรรมนี้ได้ ในทำนองเดียวกับที่ไม่มีทางบังคับปฏิกิริยาของผู้เป็นมารดาต่อภยันตราย. ภราดรภาพกลายเป็นเรื่องของนิสัยที่สุภาพและเต็มไปด้วยความเมตตาห่วงใยภายในอารยธรรม ซึ่งกำลังวิวัฒนาการอยู่ของเรา.

"สิ่งที่มักลืมกันเสมอ ก็คือ ประชาชนของเราเองเป็นผู้เปิดโปงการใช้อำนาจในทางผิดอย่างเลวทรามที่สุดภายในสังคมประชาธิปไตยของเรา. จิตใจของการต่อต้านย่อมเป็นปฏิปักษ์ต่อการกดขี่ข่มเหงในทุกรูปแบบ. เราซักฟอกตัวเราเองในขณะเดียวกับที่เราต่อต้านศัตรูของเรา. นี่เป็นปฏิกิริยาตอบตามธรรมชาติของมวลประชากรที่ห่วงใยส่วนรวมเมื่อสำนึกว่าเสรีภาพถูกคุกคาม และก็มอบความรับผิดชอบในการป้องกันเสรีภาพนี้อย่างเต็มที่ ให้แก่บุคคลที่รักเกียรติและเจตนาดี. นี่คือความสัมพันธ์ฉันพี่น้องแบบที่จัดให้เข้ากับแบบแผนและกฎเกณฑ์ต่าง ๆ ไม่ได้. และดังนี้ ตราบเท่าที่ข้อนี้ยังเป็นจริงอยู่ ก็จะต้องมีการต่อสู้เรื่อยไป แต่จะไม่มีการปราชัยในขั้นเด็ดขาด."

ปีละครั้ง พวกที่เคยทำงานกับ บี.เอ็ส.ซี. และ โอ.เอ็ส.เอ็ส. แลกเปลี่ยนบัตรส่งความสุขซึ่งมีรูปเงานักกระโดดร่มที่กำลังกระโดดลงสู่คลังแสงสรรพาวุธของนรก. ด้านล่างมีคำ "วิญญาณของการต่อต้าน" พิมพ์อยู่. บัตรเหล่านี้ส่งข้ามพรมแดนระหว่างประเทศและข้ามเขตแดนของความเชื่อถือทางการเมือง. คำจารึกที่ใช้กันบ่อย ๆ เอามาจากเพลงของเหล่าพวกต่อต้านของฝรั่งเศส :

เมื่อเพื่อนล้มลง มิตรเอ๋ย
เพื่อนอีกคนจะโผล่ออกมา
จากเงามืด
เพื่อแทนที่เพื่อน.

บุรุษผู้ได้สมญาว่านายอินทร์กล่าวว่า : "นั่นอาจดูเป็นเรื่องขลังที่ออกจะง่อนแง่นเกินกว่าที่จะหวังพึ่งได้. แต่ในยามตกทุกข์ได้ยาก เราก็มีอยู่เพียงแค่นี้เอง.

"แอบราแฮม ลิงคอล์น (Abraham Lincoln) เข้าซึ้งถึงแก่นสารของจิตใจนี้ตั้งแต่กว่าหนึ่งศตวรรษมาแล้ว เมื่อเขาเขียนว่า : "อะไรคือเกราะที่ป้องกันเสรีภาพและอิสรภาพของพวกเราเอง. ไม่ใช่ป้อมปราการอันน่าเกรงขามหรือชายฝั่งที่ป้องกันแข็งแรงของเรา ไม่ใช่กองทัพทั้งบกทั้งเรือของเรา. . . . แนวป้องกันของเราคือจิตใจที่บูชาเสรีภาพ ว่าเป็นมรดกตกทอดมาถึงคนทุกคน ในแผ่นดินทุกแห่งไม่ว่า

ที่ใด.”

“รูสเวลท์เข้าใจซึ้งในจิตใจนั้น จึงหาคนมาแทนที่สหายที่ต้องล้มตายลงไป และให้พวกเรามีเครื่องมือสำหรับกู้เอาเสรีภาพกลับคืนมาได้อีกครั้งหนึ่ง. กองทัพอันเกรียงไกรจะไม่มีความหมาย หากไม่มีการยึดมั่นในหลักการอย่างเหนียวแน่น. มนุษยชาติจวนเจียนทีเดียวที่จะตกลงไปสู่ยุคทมิฬ.

“จิตใจแบบเดียวกันนี้ยังมีอยู่. อาจเป็นไปได้ว่าที่คงอยู่ได้ก็เพราะมีการดิ้นรนต่อสู้เท่านั้น. ในปัจจุบันจิตใจนี้เป็นสิ่งจำเป็นสำหรับสร้างการรวมพลังขึ้นใหม่ เพื่อป้องกันสิ่งสำคัญ ๆ ของอารยธรรมตะวันตก. เป็นสิ่งที่เราได้ทำมาแล้วในอดีต. เป็นสิ่งที่เราสามารถจะทำได้ในปัจจุบัน.”

ผมฟังคำพูดของบุรุษผู้ห้าวหาญนี้ และรำพึงอีกครั้งหนึ่งว่า วินสตัน เชอร์ชิลล์ ช่างเลือกนามรหัสของเขาได้อย่างเหมาะเจาะเสียนี่กระไร : นายอินทร์ผู้ปิดทองหลังพระ (Intrepid).

คำอำลา

ก่อนจบหนังสือเล่มนี้ ซึ่งผมใช้เวลาทำงานส่วนใหญ่เป็นเวลาเกือบสามปี ผมใคร่ขอขอบพระคุณผู้ที่ให้ความช่วยเหลือผมเป็นพิเศษในการนี้. ตามที่ผู้อ่านจะทราบดี นายอินทร์ได้บันดาลให้หลายต่อหลายสิ่งเป็นไปได้ และดังนี้ จึงทำให้หนังสือเล่มนี้ออกมาได้เช่นเดียวกัน. ในการนี้ และนอกเหนือไปกว่านี้อีก ผมขอแสดงความสำนึกในบุญคุณอันเหลือล้นพ้นคณนาของเขา.

คงจะเห็นประจักษ์แล้วว่าผมเป็นหนี้บุญคุณอย่างมากต่อพวกที่ได้กรุณาให้ผมหรือนายอินทร์สัมภาษณ์โดยตรง ทำให้ได้รายละเอียดสำคัญเกี่ยวกับเหตุการณ์บางเรื่องซึ่งผมได้เลือกมาเพื่อแสดงถึงขอบข่ายที่กว้างขวางของสงครามลับ. อีกหลายคนได้มอบเอกสารส่วนตัวและเอกสารลับปกปิดให้ผม. ผมได้ออกนามของผู้เอื้อเฟื้อดังนี้ในที่ที่เหมาะสมในท้องเรื่อง ในกรณีที่เป็นไปได้ และโดยที่เจ้าตัวให้อนุญาตเท่านั้น. แต่ในบางครั้ง ชนิดของข้อมูลหรือโครงสร้างของการดำเนินเรื่องก็ทำให้ไม่สามารถอ้างอิงถึงที่มาได้. และในบางกรณี ด้วยเหตุผลบังคับต่างๆ ก็ทำให้ไม่สามารถเปิดเผยชื่อของหลายคนที่ให้ข้อมูลลับได้อย่างโจ่งแจ้ง. แทนที่จะเอ่ยถึงบางคนและไม่เอ่ยถึงบางคน ผมจึงเว้นการให้รายละเอียด ณ ที่นี้ ซึ่งก็คงจะต้องเป็นรายการใหญ่โตมโหฬารทั้งในด้านความยาวและเนื้อหา. ผมได้แสดงความขอบคุณเป็นส่วนตัวต่อบุคคลที่ไม่ได้เอ่ยนามเหล่านี้มาแล้ว และขอย้ำความขอบคุณไว้ ณ ที่นี้ด้วย.